நவசெவ்வியல் பொருளியல்

சென்னை வளர்ச்சி ஆராய்ச்சி நிறுவனம்
தமிழ் நூல் வரிசை

பொதுப் பதிப்பாசிரியர்: ஆ. இரா. வேங்கடாசலபதி

திராவிடச் சான்று: எல்லிஸும் திராவிட மொழிகளும்
 — தாமஸ் ஆர். டிரவுட்மன்
 (தமிழில்: இராம. சுந்தரம்)

ஒரு நகரமும் ஒரு கிராமமும்: கொங்குப் பகுதியில்
சமூக மாற்றங்கள்
 — எஸ். நீலகண்டன்

ஆடம் ஸ்மித் முதல் கார்ல் மார்க்ஸ் வரை:
செவ்வியல் அரசியல் பொருளாதாரம்
 — எஸ். நீலகண்டன்

நவசெவ்வியல் பொருளியல்
 — எஸ். நீலகண்டன்

O

பிற

அவல நிலையில் தமிழக ஆறுகள்
 — எஸ். ஜனகராஜன்

நீர் மேலாண்மை
 — கி. சிவசுப்பிரமணியன்

தமிழகத்தில் நீர்ப்பாசனம்
 — கி. சிவசுப்பிரமணியன்

இந்தியப் பொருளாதாரம்:
வரலாறு காட்டும் வழிகள்
 — மால்கம் ஆதிசேசய்யா

பெருந்தொற்றும் பொருளாதாரக் கொள்கையும்
 — பதிப்பாசிரியர்: ப.கு. பாபு

நவசெவ்வியல் பொருளியல்

எஸ். நீலகண்டன் (பி.1935)

கரூர் மாவட்டம் செட்டிபாளையம் குக்கிராமத்தில் வசித்த (திருவாவடுதுறை ஆதீனத்துக்குச் சொந்தமான 'பட்டவர்த்தி' வயல்களை நீண்ட நாள் குத்தகையெடுத்திருந்ததன் மூலம்) 'பட்டவர்த்தியார்' குடும்பத்தில் பிறந்த எஸ். நீலகண்டன் கரூர் நகராட்சி உயர்நிலைப் பள்ளி, வேலூர் கந்தசாமிக் கண்டர் உயர்நிலைப் பள்ளி, மதுரை அமெரிக்கன் கல்லூரி, சென்னை பச்சையப்பன் கல்லூரி, சென்னை சட்டக் கல்லூரி ஆகியவற்றில் பயின்றவர். 1957–60இல் நீதியரசர் பி.எஸ். கைலாசம் அவர்களிடம் வழக்கறிஞர் பயிற்சிபெற்ற பின்னர் தமிழ்நாடு அரசு கல்விப் பணியில் சேர்ந்து உதகை, சேலம் அரசு கலைக் கல்லூரிகளில் பொருளியல் பயிற்றுவித்தார். சென்னைப் பல்கலைக்கழகத்தில் 'சொத்துரிமையும் இந்திய அரசியலமைப்புச் சட்டமும் பொருளியல் மாற்றங்களும்' என்கிற ஆய்வுக்காக 1979இல் முனைவர் பட்டம் பெற்றார். பாரதிதாசன் பல்கலைக்கழகப் பொருளியல் பேராசிரியராகப் (1979 – 90) பணியாற்றினார். 1986 – 87இல் அமெரிக்க 'புல்பிரைட்' கல்வியுதவிக்குத் தேர்ச்சிபெற்று வாஷிங்டன் பல்கலைக்கழகத்தில் (பின்னர் நோபல் பரிசுபெற்ற) பேராசிரியர் டக்லஸ் சி. நார்த் மேற்பார்வையில் பணியாற்றினார்.

தமிழ்நாடு அரசின் சிறந்த கல்லூரி ஆசிரியர் (1986 – 87) பரிசு பெற்றவர். சென்னை வளர்ச்சி ஆராய்ச்சி நிறுவனத்தின் இயக்குநராகப் (1990–95) பணியாற்றியவர். இந்தியப் பொருளியல் கழகத்தின் பரிந்துரையை ஏற்று 'நவீன அமைப்புப் பொருளியலும் விவசாய மாற்றமும்: ஓர் அரிச்சுவடி' என்கிற நூலை எழுதியிருக்கிறார். 2008இல் வெளியான இவருடைய 'ஒரு நகரமும் ஒரு கிராமமும்: கொங்குப் பகுதியில் சமூக மாற்றங்கள்' என்ற நூலும், 2012இல் வெளியான 'ஆடம் ஸ்மித் முதல் கார்ல் மார்க்ஸ் வரை: செவ்வியல் அரசியல் பொருளாதாரம்' என்ற நூலும் மிகப் பரவலான கவனத்தைப் பெற்றன.

1996இல் சொந்த ஊருக்குத் திரும்பிய இவர், அங்கு சொட்டுநீர்ப் பாசனத்தை அறிமுகப்படுத்தி வெற்றிகரமாகப் பழப் பயிர்களை விளைவித்தார். 2006இல் ஆற்று மணல் முழுதும் சுரண்டப்பட்டு, நிலத்தடி நீரே கீழிறங்கிவிட்டதால், பழ மரங்களை வெட்டி, தரிசு நிலமாக்கி, சில காலம் ஆட்டு வளர்ப்பில் ஈடுபட்டிருந்தார்.

யுனெஸ்கோவின் துணை இயக்குநர் நாயகமாகவும், சென்னைப் பல்கலைக்கழகத்தின் துணைவேந்தராகவும் விளங்கிய முனைவர் மால்கம் ஆதிசேசய்யாவின் முயற்சியாலும் தொலைநோக்காலும் உருவானது எம்.ஐ.டி.எஸ். 1971இல் தொடங்கப்பட்ட எம்.ஐ.டி.எஸ்., இந்திய அரசின் ஐ.சி.எஸ்.எஸ்.ஆர். அமைப்பின்கீழ் 1977இல் தேசிய நிறுவனமாக அடையாளம் காணப்பட்டுச் சீரமைக்கப்பட்டது. தமிழகத்தின் சமூக, பொருளாதாரப் பிரச்சனைகள் பற்றி ஆய்வு செய்வதற்கென ஓர் உயராய்வு அமைப்பு வேண்டுமென விழைந்த முனைவர் ஆதிசேசய்யா தம் உழைப்பையும் செல்வத்தையும் இதற்காக முழுமையாகக் கையளித்தார். வறுமை, நிலச் சீர்திருத்தம், சிறார் தொழிலாளர் நிலை, தொழில் துறை, நீர்வளம், பாசன மேலாண்மை, மக்கள்தொகையியல், எழுத்தறிவு, இட ஒதுக்கீடு, உள்ளாட்சி, ஊரக ஆய்வுகள், சமூக – பண்பாட்டு வரலாறு, பாலினம், உலக வர்த்தகம் முதலானவை பற்றிய முன்னோடியான, சீரிய ஆய்வுகளை எம்.ஐ.டி.எஸ். நிகழ்த்தியுள்ளது. எம்.ஐ.டி.எஸ். சென்னைப் பல்கலைக்கழகத்தின் அங்கீகாரம் பெற்ற பிஎச்.டி. ஆய்வு மையமாகும்.

சென்னை வளர்ச்சி ஆராய்ச்சி நிறுவனம்
Madras Institute of Development Studies (MIDS)
79, காந்தி நகர் இரண்டாம் பிரதான சாலை
அடையாறு, சென்னை 600 020
தொலைபேசி : 2441 2589 / 9771 / 1574 / 0204
தொலைநகல் : 0091 44 24910872
இணையம் : http://www.mids.ac.in

50 years mids Madras Institute of Development Studies

எஸ். நீலகண்டன்

நவசெவ்வியல் பொருளியல்

50 years mids

சென்னை
வளர்ச்சி
ஆராய்ச்சி
நிறுவனம்

காலச்சுவடு
பதிப்பகம்

மால்கம் – எலிசபெத் ஆதிசேசய்யா அறக்கட்டளையின்
நிதி உதவியுடன் வெளியிடப்படுகிறது.
Published with the financial support of
Malcolm & Elizabeth Adiseshiah Trust, Chennai.

இந்நூலில் இடம்பெறும் கருத்துகள் நூலாசிரியருடையவை;
சென்னை வளர்ச்சி ஆராய்ச்சி நிறுவனத்தின் கருத்துகள் அல்ல.

நவசெவ்வியல் பொருளியல் ♦ கட்டுரைகள் ♦ ஆசிரியர்: எஸ். நீலகண்டன் ♦
© எஸ். நீலகண்டன் ♦ முதல் பதிப்பு: செப்டம்பர் 2021 ♦ வெளியீடு: சென்னை வளர்ச்சி ஆராய்ச்சி நிறுவனம், சென்னை 600020 மற்றும் காலச்சுவடு பப்ளிகேஷன்ஸ் (பி) லிட்., 669, கே.பி. சாலை, நாகர்கோவில் 629001

navachevviyal porulial ♦ An Introduction to Neo-classical Economics ♦ Author: S. Neelakantan ♦ © S. Neelakantan ♦ Language: Tamil ♦ First Edition: September 2021 ♦ Size: Demy 1 x 8 ♦ Paper: 18.6 kg maplitho ♦ Pages: 532

Published by Madras Institute of Development Studies, Adyar, Chennai 600020 and Kalachuvadu Publications Pvt. Ltd., 669, K.P. Road, Nagercoil 629001, India ♦ Phone: 91-4652-278525 ♦ e-mail: publications@kalachuvadu.com ♦ Printed at Mani Offset, Chennai 600077

ISBN: 978-93-91093-81-5

09/2021/S.No. 1017, kcp 3157, 18.6 (1) urss

பொருளடக்கம்

	முகவுரை	9
1.	செவ்வியல் அரசியல் பொருளாதாரத்திலிருந்து நவசெவ்வியல் பொருளியலுக்கு	17
2.	நவசெவ்வியல் பிறந்த காலத்து உலகப் பொருளியல் சூழல்	47
3.	வில்லியம் ஸ்டான்லி ஜெவன்ஸ்	122
4.	மாரி ஸ்பிரிட் லியான் வோல்ரஸ்	144
5.	கார்ல் மெங்கர்	164
6.	யைஜென் ஃபான் பம் பாவர்க்	204
7.	பிரடரிக் ஃபான் வீஸர்	225
8.	ஜான் பேட்ஸ் கிளார்க்	240
9.	பிரான்ஸில் யிஸிட்ரோ எட்ஜ்வொர்த்	257
10.	வில்பிரடோ பரேடோ	268
11.	பிலிப் ஹென்றி விக்ஸ்டீட்	274
12.	நூட் விக்ஸல்	290
13.	இர்விங் ஃபிஸர்	310
14.	தோர்ஸ்டைன் பண்டி வெப்லின்	331
15.	புது ஏகாதிபத்தியம் 1: ஜான் அட்கின்ஸன் ஹாப்ஸன்	368
16.	புது ஏகாதிபத்தியம் 2: ரோஸா லக்ஸம்பர்ஃக்	387

17. புது ஏகாதிபத்தியம் 3: விலாடிமிர் லெனின்	411
18. ஆல்பிரட் மார்ஷல்	432
19. ஆர்தர் ஸிசில் பீகு	483
பின்னுரை	501
கலைசொற்கள்	502
துணைநூற் பட்டியல்	525

முகவுரை

கல்வியாளர் பெருந்தகை மால்கோம் ஆதிசேசய்யா ஒரு பல்துறை வித்தகர். அவர் காலத்தில் அவர் நிறுவிய சென்னை வளர்ச்சி ஆராய்ச்சி நிறுவனத்தில் இயக்குநராகப் பணியாற்றும் பேறு எனக்குக் கிட்டியது. தரமான நூல்கள் தமிழில் வருவதைத் தன்னுடைய ஆய்வு நிறுவனம் ஆதரித்து ஊக்குவிக்க வேண்டும் என்று அவர் விரும்பி அதற்கான ஏற்பாடுகளையும் செய்திருந்தார். அவர் நினைவாகத் தமிழில் பொருளியல் நூல் எழுதுமாறு பேராசிரியர் ஆ. இரா. வேங்கடாசலபதி என்னைத் தூண்டியதின் விளைவாக நான் எழுதும் மூன்றாவது நூல் இது. அவருடைய தொடர்ந்த ஊக்குவிப்பிற்கு என் நன்றி.

'ஒரு நகரமும் ஒரு கிராமமும்: கொங்குப் பகுதியில் சமூக மாற்றங்கள்' என்ற நூலைத் தொடர்ந்து 'ஆடம் ஸ்மித் முதல் கார்ல் மார்க்ஸ் வரை செவ்வியல் அரசியல் பொருளாதாரம்' என்ற நூலை 2012இல் வெளியிட்டேன். அதன் தொடர்ச்சியாக நவசெவ்வியல் பொருளாதாரம் பற்றிய இந்த நூல் வெளிவருகிறது. இந்த நூலை எழுதுவதற்கும் பதிப்பிப்பதற்கும் நிதி நல்கை வழங்கி ஊக்குவித்த மால்கம் எலிஸபெத் ஆதிசேசய்யா அறக்கட்டளைக்கு நான் மிகவும் கடப்பாடுடையவன்.

இந்த நூலை வெளியிடும் சென்னை வளர்ச்சி ஆராய்ச்சி நிறுவனத்திற்கும், அதன் இயக்குநர் பேராசிரியர் ப.கு. பாபு அவர்களுக்கும் என் சிறப்பான நன்றி உரியது. நூலைப் படித்து அவர் தெரிவித்த சில சிறு மாற்றங்களை நான் ஏற்றுக்கொண்டிருக்கிறேன். இந்த நூலின் மூலத்தை சென்னை வளர்ச்சி ஆராய்ச்சி நிறுவனத்தின் முந்தைய இயக்குநர் பேராசிரியர் சஷாங்க பீடே அவர்கள் காலத்திலேயே சமர்ப்பித்து விட்டேன். அவர் அப்போதே இந்நூலை சென்னை வளர்ச்சி ஆராய்ச்சி நிறுவன வெளியீடாக ஏற்றுக்கொள்வதாக தெரிவித்தார். அவருக்கும் என் நன்றி.

சென்னை வளர்ச்சி ஆராய்ச்சி நிறுவனத்தோடு இணைந்து நூலை வெளியிட முன்வந்திருக்கும் காலச்சுவடு பதிப்பகத்தாருக்கும், அதன் பதிப்பாளர் திரு. எஸ்.ஆர். சுந்தரம் (கண்ணன்) அவர்களுக்கும் என் மனமுவந்த நன்றி. சென்னை வளர்ச்சி ஆராய்ச்சி நிறுவனமும் காலச்சுவடு பதிப்பகமும் இணைந்து சென்னை வளர்ச்சி ஆராய்ச்சி நிறுவனத்தின் தமிழ் நூல் வரிசையில் இந்த நூலையும் வெளியிட்டிருக்கிறார்கள்.

*2012*இலேயே 'நவசெவ்வியல் பொருளியல்' பற்றிய இந்நூலை எழுதத் திட்டமிட்டேன். நூலின் வடிவம் மனதிலிருந்தபோதிலும் அதைச் செயல்படுத்தாமல் தடுத்தவை இரண்டு. *1.* என் சோம்பேறித்தனம். *2.* என் நினைவாற்றல் தேய்வடைந்திருப்பது. அகவை கடக்கும்போது சிலருக்கு ஏற்படும் தொல்லை இது. அதை இயல்பானதென்று ஏற்றுக்கொள்கிறேன். இப்போதெல்லாம் ஒரு புத்தகத்தைப் படிக்கும்போது அதன் கடைசிப் பகுதியை அடையும்போதே முதல் பகுதியில் என்ன படித்தேன் என்பதை மறந்துவிடுகிறேன். அதனால் கடந்த சில ஆண்டுகளாகப் புத்தகங்கள் படிப்பதை அனேகமாக நிறுத்திவிட்டு, கட்டுரைகள் படிப்பதை வழக்கமாக்கிக் கொண்டுவிட்டேன். அவற்றில் பெரும்பான்மையானவை இணையத்தில் வந்தவை. அந்தவகையில் இந்த நூலில் எழுதியிருக்கும் பல செய்திகளுக்கு ஆதாரமாக உலகளாவிய வலைக் கட்டுரைகளைப் பயன்படுத்தியிருக்கிறேன்.

என் முதல் நூலின் முகவுரையில் கீழ்க்கண்டவாறு எழுதியிருந்தேன்: 'பொருளாதார எண்ணங்கள் உலகின் அனைத்துப் பகுதிகளிலும் தோன்றியிருந்தாலும், பொருளாதாரத் தத்துவங்கள் ஐரோப்பாவில் மாத்திரமே தோன்றி வளர்ந்திருப்பது வரலாற்று விபத்து என்றே தோன்றுகிறது. இந்து, பௌத்தம், ஜைனம், கிறித்துவம், இஸ்லாம், சீக்கியம், ஜோராஸ்டிரியம், கன்புபீஸியனிஸம் உட்பட உலகின் முக்கியமான மதங்களெல்லாம் கிழக்கில் தோன்றியது ஒப்ப முதலாளியம், சோஸலிசம், கம்யூனிசம் போன்ற அனைத்துப் பொருளாதாரத் தத்துவங்களும் ஐரோப்பாவில்தான் தோன்றியிருக்கின்றன. திருக்குறளிலும் சிலப்பதிகாரத்திலும் அர்த்த சாஸ்திரத்திலும் பொருளாதார எண்ணங்கள் விரவிக் கிடந்தாலும், அவை முதலாளியம், சோஸலிசம் போன்ற ஒருங்கிணைக்கப்பட்ட ஒரு இயலாகப் பரிணமிக்கவில்லை என்பதை மறுக்க இயலாது. கிரேக்க நாகரிகம் வளர்ந்திருந்த காலத்திலேயே மேற்கத்திய பொருளாதார எண்ணங்கள் விவாதிக்கப்பட்டிருந்தபோதிலும் செவ்வியல் அரசியல் பொருளாதாரச் சிந்தனைகள் *17*ஆம் நூற்றாண்டிற்குப் பிறகுதான் தோன்றி வளர்ந்துள்ளன.'

'மேற்கத்திய பொருளாதார எண்ணங்களின் வளர்ச்சியும் பல கட்டங்களைக் கடந்து வந்திருக்கிறது. கி.பி. *1750–1860* வரை செவ்வியல் அரசியல் பொருளாதாரக் கருத்துகள் அமைத்த அடித்தளத்தின் மேல் உருவாக்கியிருந்த கட்டிடத்தை, *1860–1930* வரை நவீனச் செவ்வியல் பொருளியல் கருத்துக்கள் (*neo-classical economics*) புத்தாக்கம் செய்து, அதன் தோற்றம், உள்ளமைப்பு ஆகியவற்றில் பெரிய மாற்றங்கள் செய்திருக்கின்றன. *1890*க்கு பிறகு ஆல்பிரட் மார்ஷலின் பாடப் புத்தகத்தில்தான் 'அரசியல் பொருளாதாரம்' என்கிற சொற்றொடரைப் 'பொருளியல்' என்கிற

சொல் பதிலீடு செய்கிறது! பொருளாதாரத்தைக் கலையிலிருந்து அறிவியலாக மாற்ற மேற்கொண்ட முதல் முயற்சியாக அதைக் காணலாம்.' ... [2012ல் *neo-classical* என்கிற சொல்லை 'நவீனச் செவ்வியல்' என்று மொழியாக்கம் செய்திருந்த நான், தற்போது இந்த நூலில் அதை 'நவசெவ்வியல்' என்று மாற்றியிருக்கிறேன்.]

'இந்த எண்ணங்களை வெளியிட்ட ஒவ்வொரு ஆசிரியருடைய வாழ்க்கை வரலாற்றுச் சுருக்கத்தையும் அவர்களைப் பற்றிய இயல்களின் தொடக்கத்தில் தந்திருக்கிறேன். ஐரோப்பிய வரலாற்று நிகழ்ச்சிகள் அவர்கள் வாழ்க்கையை எவ்வாறு பாதித்தன என்பதையும் அந்தச் சுருக்கத்துக்குள் சேர்த்திருக்கிறேன். ஒவ்வொரு இயலிலும் அந்தந்த ஆசிரியர்களின் எண்ணங்களைத் தெரிவித்திருக்கிறேனே தவிர, அவற்றைத் திறனாய்வு செய்யவில்லை. என் நோக்கம், அந்த எண்ணங்களை அறிமுகப்படுத்துவதுதானே தவிர, அவற்றின் நிறைகுறைகளைப் பரிசீலிப்பது அன்று. மூலநூல்களையும், அவற்றைத் திறனாய்வு செய்த மற்ற நூல்களையும் படிக்க விரும்புகிற எந்த ஆர்வலரும் தெரிந்துகொள்ள வேண்டிய அடிப்படை செய்திகளை மாத்திரம் தந்திருக்கும் நூல் இது.'...

'சமூகவியல்களில் முற்றிலும் நடுநிலை வகிப்பது என்பது இயலாத காரியம் என்றும், அதனால் நூலாசிரியர்கள் தங்கள் நிலைப்பாடுகளை முதலிலேயே அடையாளம் காட்டி விடுவது நல்லது என்றும் குன்னார் மிர்டால் (*Gunnar Myrdal*) கூறியிருப்பது எனக்கும் ஏற்புடைய கொள்கை. இளவயதில் மார்க்ஸியக் கொள்கைகளால் மிகவும் கவரப்பட்ட நான், இப்போது முதன்மை நீரோட்டப் பொருளியலின் இடதுசாரிக் கொள்கைகளைக் கொண்டிருக்கிறேன். நூலில் விவரிக்கப்பட்டிருக்கும் எந்த ஒரு வல்லுநரின் கருத்துகளையும், தனிப்பட்ட என் கருத்துகளுக்கேற்ப மனமறிந்து நான் மாற்ற முயலவில்லை. எனினும், என் கருத்துகள், விவாதத்திலுள்ள எண்ணங்களை நான் உணராமலேயே பாதித்திருக்கக் கூடும் என்பதாலேயே என் நிலையை இங்கேயே தெளிவாக்கியிருக்கிறேன்.'

மேற்கத்திய நாடுகளில் செவ்வியல் அரசியல் பொருளாதாரம் ஆதிக்கம் செலுத்திய காலம் ஏறத்தாழ 1770இலிருந்து ஒரு நூற்றாண்டு; அதாவது 1870 வரை என்று கொள்ளலாம். செவ்வியல் அரசியல் பொருளியல் கொள்கைகள் திடீரென்று தோன்றி விடவில்லை. அறிவொளிக் காலத்திலிருந்து படிப்படியாக அவை வளர்ந்தன என்றாலும், ஆடம் ஸ்மித்தான் அவற்றைத் தொகுத்து 1776இல் அனைவரின் கவனத்தையும் ஈர்க்கிற ஒரு தனி இயலாக மாற்றினார் என்பதை என்னுடைய அந்த முதல் நூலில் தெளிவாக்கியிருக்கிறேன். அவருடைய மரபிலேயே வந்த கார்ல் மார்க்ஸ், மதிப்பை உருவாக்குகிற உழைப்பை நல்குகிற

தொழிலாளர்களுக்கு மாத்திரமே, அந்த மதிப்பு முழுவதும் சேர வேண்டுமென்றும், இடையில் வருகிற முதலாளிகள் அதில் பெரும்பகுதியைச் சுரண்டிவிடுவதாகவும் நிறுவி, அந்தச் சுரண்டலிலிருந்து விடுபடும் இலக்கையடையத் தொழிலாளர்களின் வன்முறையோடு கூடிய புரட்சியை ஒரு வழிமுறையாகக் கையாளவேண்டுமென்று பரிந்துரைத்தார். 1883இல் அவர் மரணமடைந்தார். அடுத்த பத்தாண்டுகளுக்குள் அவருடைய எண்ணங்கள் காட்டுத் தீ போல உலகெங்கும் வேகமாகப் பரவின!

19ஆம் நூற்றாண்டின் பிற்பகுதியில் நுகர்வோரின் அக உணர்வுகளால்தான் பொருள்களின் மதிப்பு நிர்ணயமாகிறது என்கிற மாற்றுக் கருத்து ஆய்வுக்கள மையமாகியது. 'நவசெவ்வியல் பொருளிய'லைத் தொடங்கிவைத்தவர்கள் அந்த ஆய்வுகளைச் செய்தவர்கள். அவர்கள் மதிப்பின் அடிப்படை உழைப்பு என்கிற ஆடம் ஸ்மித், டேவிட் ரிக்கார்டோ, கார்ல் மார்க்ஸ் ஆகியோரின் கொள்கைக்குப் பதிலாக, நுகர்வோரின் விருப்பத் தேர்வுகள்தான் மதிப்பின் அடிப்படை என்கிற (முன்பே சிலரால் சொல்லப்பட்ட, ஆனால் அப்போது வலியுறுத்தப்படாத) கொள்கையை வலியுறுத்துகிறார்கள். சுருக்கமாகச் சொன்னால், மதிப்பு நிர்ணயத்தில் ஆய்வாளர்களின் குவிமையத்தைச் 'செவ்வியல் அரசியல் பொருளியல்' அறிஞர்கள் உழைப்பு வழியாக அளிப்புப் பக்கத்தில் அடையாளம் கண்டனர். ஆனால் 'நவசெவ்வியல் பொருளியல்' அறிஞர்கள் அந்தக் குவிமையத்தை நுகர்வோரின் விருப்பத்தேர்வுகளின் மூலம் தேவைப் பக்கத்துக்கு இடமாற்றம் செய்திருக்கிறார்கள். இந்த இடமாற்றத்தின் வீச்சு பரந்துவிரிந்தது என்கிற அடிப்படையில் இந்த இடமாற்றத்தை 'விளிம்புநிலைப் புரட்சி' என்று பொருளியல் வரலாற்றாசிரியர்கள் அழைக்கின்றனர்.

முதலாளிகளின் அனைத்து நடவடிக்கைகளுக்கும் சுரண்டல் என்கிற தூண்டுகோல்தான் காரணமாயிருக்கிறது என்கிற மார்க்ஸியத் தத்துவத்தை நிராகரித்தவர்கள், குறைந்த செலவில் அதிக அளவில் பொருள்களை உற்பத்திசெய்து நுகர்வோரின் விருப்பத்தேர்வுகளை நிறைவேற்றினால்தான் முதலாளியச் சமூகங்களில் தொழில் முனைவோரால் உச்ச அளவு இலாபம் பெற முடியும் என்பதனால், போட்டிபோடும் தொழில் முனைவோருக்குத் தூண்டுகோல்கள் நுகர்வோரின் விருப்பத் தேர்வுகள் மட்டுமே என்று சாதித்தார்கள். நுகர்வோரின் விருப்பத் தேர்வுகளை மையமாகக் கொண்ட நவசெவ்வியல் பொருளியல் ஆய்வுகள் 1870க்குப் பிறகுதான் வேகம் பெற்றன. அந்த ஆய்வுகளுக்கு முன்னோடிகளாக டபிள்யூ.எஸ். ஜெவன்ஸ், லியான் வால்ரஸ், கார்ல் மெங்கர் ஆகிய மூவரும் அறியப்படுகிறார்கள். அவர்களில் டபிள்யூ.எஸ். ஜெவன்ஸ், லியான் வால்ரஸ் இருவரும் கணித

மொழியில் தங்கள் கொள்கைகளை வெளியிட்டிருக்கிறார்கள். கார்ல் மெங்கர்தான் சாதாரண மனிதர்களின் அன்றாட வழக்கு மொழியில் எளிதில் விளங்குகிறவகையில் தன் தத்துவங்களை வெளியிட்டார். நானும் அதே நோக்கத்தோடுதான் அவருடைய விளக்கங்களை இந்த நூலின் இதயப் பகுதியாக ஆக்கியிருக்கிறேன்.

கார்ல் மெங்கர் 1870இல் இந்தக் கருத்துகளை வெளியிட்டபோது அவருக்குக் கார்ல் மார்க்ஸின் நூல்களைப் பற்றித் தெரியுமா என்று தெரியவில்லை. அவருடைய நூலில் மார்க்ஸ் பற்றி எந்தக் குறிப்பும் இல்லை! மார்க்ஸின் மரணத்துக்குப் பிறகு கார்ல் மெங்கரின் மாணவர் பம் பாவர்க்தான் மார்க்ஸின் கருத்துகளைத் திறனாய்ந்து எதிர்வினையாற்றினார். மார்க்ஸிய உழைப்பு மதிப்புக் கோட்பாடு தமிழ்நாட்டில் பரவலாகத் தெரிந்திருக்கிற அளவுக்கு, அதன் எதிர்வினைகள் தெரியவில்லை என்றே நான் நினைக்கிறேன். அந்த எதிர்வினைகளைச் சாமானியர்களும் புரிந்துகொள்ளும் அளவுக்கு எளிமையாக்கும் முயற்சியில் நான் வெற்றிபெற்றிருக்கிறேனா என்பது தெரியாது. ஆனால் அதற்காக முயன்றிருக்கிறேன்! அந்த எதிர்வினைகளுக்கு மாற்றுக் கருத்துகள் வழங்கிய வெப்லினின் எண்ணங்களையும் இந்நூலில் தனி இயலாக இணைத்திருக்கிறேன்.

‘ஆடம் ஸ்மித் முதல் கார்ல் மார்க்ஸ் வரை: செவ்வியல் அரசியல் பொருளாதாரம்’ நூலில் செய்திருந்தபடியே இந்த நூலிலும் நவசெவ்வியல் எண்ணங்களை வெளியிட்ட ஒவ்வொரு ஆசிரியருடைய வாழ்க்கை வரலாற்றுச் சுருக்கத்தையும் அவர்களைப் பற்றிய இயல்களின் தொடக்கத்தில் தந்திருக்கிறேன்.

என் முதல் நூலில் *margin* என்கிற சொல்லை எல்லை, வரம்பு என்று மொழியாக்கம் செய்திருந்தேன். பேராசிரியர் ம.பொ. குருசாமி அவர்கள் அந்தச் சொல்லை அவருடைய நூலில் விளிம்பு என்று மொழியாக்கம் செய்திருந்தார். எல்லை, வரம்பு என்பதைவிட விளிம்பு என்கிற மொழியாக்கம், அந்தத் தத்துவத்தின் மையக் கருத்தைத் தெளிவாகப் பிரதிபலிக்கிறது என்று உணர்கிறேன். எனவே இந்த நூலில் ’விளிம்பு’ என்றே பயன்படுத்தியிருக்கிறேன்.

இந்த நூலில் ஐந்து இயல்கள் ‘நவசெவ்வியல்’ வகையைச் சேர்ந்தவை அன்று. ஆடம் ஸ்மித் ‘நாடுகளின் செல்வம்‘ நூலை எழுதியபோது இருந்த காலகட்டத்தில் நிலவிய முதலாளிய வளர்ச்சி நிலைக்கும் நவசெவ்வியல் பொருளியல் தொடங்கிய காலகட்டத்தில் நிலவிய முதலாளிய வளர்ச்சி நிலைக்கும் பெரிய வேறுபாடுகள் இருக்கின்றன. நவசெவ்வியல் எண்ணங்கள் தோன்றிய காலத்திலிருந்த இந்தப் பின்னணியை இரண்டாவது இயலாக, நேர்வழி விலகிய இடைச்செருகலாக, இந்நூலில் இணைத்துள்ளேன்.

இந்த நவசெவ்வியல் பொருளியல் தோன்றி வளர்ந்த அதே காலகட்டத்தில் அந்தப் புதுமையான எண்ணங்களுக்கு 'நவசெவ்வியல் பொருளியல்' என்கிற பெயரை வழங்கித் திறனாய்ந்த தார்ன்ஸ்டீன் வெப்லின், பொருளியலில் அனைவருக்கும் பொதுவான நவசெவ்வியல் தத்துவங்கள் யதார்த்தமானவையல்ல என்று அவற்றைப் புறக்கணித்தார். மானுடத்தின் பரிணாம வளர்ச்சியின்போது அவர்களின் நடத்தை, வழக்கங்கள், உணர்ச்சிகள் போன்றவற்றை நெறிப்படுத்துவதற்காக விழுமியங்கள், மரபுகள், சட்டதிட்டங்கள் போன்றவை அந்தந்தக் காலகட்டத்திற்கு ஏற்றவாறு உருவாகுமென்றும், ஆனால் கால ஓட்டத்திற்குத் தக்கவாறு அவை புதியபுதிய வடிவங்களை எடுக்குமென்றும், அவர் காலத்திய நிகழ்வுகளில் பல, முந்தைய சமூக நடத்தைகளின் புதிய மாற்று வடிவங்கள்தான் என்றும் அவர் வாதிடுகிறார். நவசெவ்வியல் பொருளியல் தோன்றிய காலத்திலேயே அதற்கு எதிராக எழுப்பப்பட்ட வித்தியாசமான 'அமைப்புப் பொருளியல்' (Institutional Economics) தத்துவம் வெப்லினுடையது. நவசெவ்வியல் பொருளியல் பற்றிய இந்த நூலில், அதற்கு எதிரான வெப்லினுடைய கருத்துகளைத் தொகுத்துத் தனியாகக் (இயல் 14) கொடுத்துள்ளேன்.

அமெரிக்காவிலும் ஜப்பானிலும் ஐரோப்பிய நாடுகளனைத்திலும் முதலாளிய உற்பத்தி முறை பரவலாகிக்கொண்டிருந்ததால், அவையனைத்தும் தங்களின் பேரளவு உற்பத்திக்கு உலகெங்கிலும் சந்தைகளுக்காகப் போட்டியிட்டனர். பின்தங்கிய நாடுகளைத் தங்களின் காலனிகளாகக் கைப்பற்றி, அவற்றைத் தங்களின் சந்தைகளாக்கிக் கொள்ள அந்த நாடுகள் தங்களுக்குள் போர்களை நிகழ்த்தவும் தயாராயினர். ஒரே நூற்றாண்டில் ஆப்பிரிக்கா கண்டம் முழுவதும் ஐரோப்பிய நாடுகளின் காலனியாகியது. நவசெவ்வியல் பொருளியல் இந்தப் போட்டியைத் தன் பொது விதிகளின் வழியாகவே ஆராய்ந்தது. புதிய கண்டுபிடிப்புகளும் புதிய உற்பத்தி முறைகளும் பழைய உற்பத்திமுறைகளை அழித்து வளர்வதை, மரபுத் தொழில்களின் நசிவை, முதலாளியத்தின் படைப்பாக்கத்திற்காகச் செய்யப்படும் அழிவாகவே (creative destruction) நவசெவ்வியல் பொருளியல் பார்க்கிறது. உற்பத்திமுறைகளில் பழையன கழிந்து புதியன புகும்போது ஏற்படுகிற துன்பங்கள் சந்தையின் தன்னியலான இயக்கத்தின் தற்காலிக விளைவுகள் என்றும், நீண்டகாலத்தில் சந்தையின் இயக்கத்தால் அனைவருடைய வாழ்க்கைத்தரமும் மறுபடியும் உயரும் என்று அவர்கள் கூறுகிறார்கள்.

ஆனால், நவசெவ்வியல் பொருளியலின் இத்தகைய பொதுவான ஆய்வுகள் ஏகாதிபத்தியச் சுரண்டலைச் சரியாகப் படம் பிடிப்பதில்லை என்று காரணம் காட்டி, இதே காலகட்டத்தில் பல அறிஞர்கள் நவஏகாதிபத்தியத்தைப் பற்றி 'அரசியல்

பொருளாதாரம்' சார்ந்த தனிக்கொள்கைகளை வெளியிட்டார்கள். நவசெவ்வியலின் ஆய்வுமுறைகளைக் கையாளாமல் வர்க்க பேதங்களை மையமாகக் கொண்டு எழுதிய பல முக்கியமான நவஏகாதிபத்தியக் கொள்கைகளில் மூன்றை மட்டும் 15, 16, 17 இயல்களாக இந்த நூலில் இணைத்துள்ளேன்.

இந்த நூலை எழுதுவதற்கு உதவியவர்கள் மிகப் பலர். இந்த நூலை இயற்றுவதில் நான் மிகப் பெருமளவில் கடன்பட்டிருப்பது வளர்ச்சிக்கான மாற்றுவழிகள் நிறுவனத்தின் (*Institute of Development Alternatives*) இயக்குநராகவிருக்கும் முனைவர் ஜெ. ஜெயரஞ்சன் அவர்களுக்குத்தான். என்னுடைய முதன்மை நீரோட்டப் பொருளியல் கொள்கைகளுக்கு மாற்றான இடதுசாரிக் கொள்கைகளைக் கொண்டிருக்கிற அவர் இந்த நூலின் ஒவ்வோர் இயலையும் திறனாய்வு செய்து, விமர்சித்து, பிழைகள் நீக்கித் திருத்தியமைத்தார். அவருக்கு என் மனமுவந்த நன்றி. அண்ணாமலைப் பல்கலைக்கழகத்தின் பொருளியல் பேராசிரியர் ராமகோபால் சில அரிய புத்தகங்களை வழங்கி உதவிசெய்தார். அவருக்கு என் நன்றியை மீண்டும் தெரிவித்துக் கொள்கிறேன்.

2016இலேயே எழுதி முடிக்கப்பட்ட இந்நூல் தாமதமாக வெளியிடப்படுவதாலும் ஒரு பெருநன்மை விளைந்திருக்கிறது. நவசெவ்வியல் எண்ணங்கள் தோன்றிய காலகட்டத்தில் அப்போது வளர்ந்துவந்த மேற்கத்திய நாடுகளும் ஜப்பானும் வட அமெரிக்காவும் வளர்ச்சி பெறாதிருந்த கீழை நாடுகளையும் இந்தியாவையும் ஆப்பிரிக்க, நாடுகளையும் கொள்ளையடித்து, சூறையாடி அவற்றின் மக்களின் ஒரு பகுதியினரை அடிமைகளாக விற்று, அந்நாடுகளின் அழிவிலிருந்து தங்களின் ஆக்கத்தை உருவாக்கிக்கொண்ட பின்னணியைத் தனி இயலாக எழுதியிருந்தேன். மிக நீண்டதாகவும் சமன்பாடில்லாததாகவும் இருந்த அந்த இயலை முடித்த பிறகு, இந்தியாவை பிரிட்டிஷ் அரசு சூறையாடிய வரலாற்றைப் புதிய தரவுகளுடன் தெளிவாக விளக்கும் சஷி தரூர், வில்லியம் டால்ரிம்பிள் ஆகியோரின் புதிய புத்தகங்களும் உத்ஸா பட்நாய்க்கின் கட்டுரைகளும் வந்திருக்கின்றன. அதுபோலவே ஆப்பிரிக்க நாடுகளின் கொள்ளையடிப்பைப் பற்றிய புதிய தரவுகளும் இணையத்தில் வந்திருக்கின்றன. எனவே அந்தக் காலகட்டத்தைப் பற்றிய என்னுடைய பதிவைத் திருத்தியிருக்க வேண்டும்; அல்லது அதிலிருக்கிற பொதுவான தரவுகளை மாத்திரம் வைத்துக் கொண்டு, மற்ற பகுதிகளை வெட்டியெரிந்து, அந்த இயலைச் சுருக்கியிருக்க வேண்டும். என்னுடைய நல்லூழினால் அந்தப் பணியைப் பேராசிரியர் ஆ.இரா. வேங்கடாசலபதி அவர்களே மேற்கொண்டு அந்த இயலைச் சரியான முறையில் சுருக்கியிருக்கிறார். அதற்கு என் நன்றி. அதுமட்டுமன்று. இந்த

நூல் முழுவதிலும் நான் செய்திருந்த ஏராளமான பிழைகளையும் அவர் திருத்தியிருக்கிறார். எடுத்துக்காட்டாக நான் Invisible hand என்பதைக் 'கண்ணுக்குத் தெரியாத கை' என்று நான் மொழிமாற்றம் செய்திருந்ததை அவர் 'புலப்படாத கை' என்று சரி செய்திருக்கிறார். இப்படிப் பல. அவருக்கிருக்கும் ஏராளமான பணிகளுக்கிடையில் இந்த நூலை வெளிக்கொணர்வதற்காக அவர் ஏற்றுக்கொண்ட வேலைச்சுமைக்கு என் நன்றியை மீண்டும் தெரிவிக்கிறேன்.

ஒரு கட்டத்தில் இந்த நூலை எழுதி முடிக்கமுடியுமா என்று தன்னம்பிக்கை இழந்திருந்தேன். அப்போது என் 'ஒரு கிராமமும் ஒரு நகரமும்' நூலைப் பாராட்டித் திரு. பழ. அதியமான் முதன்முதலில் தொலைபேசியில் தொடர்புகொண்டதும், கோவைத் தொழிலதிபர் திரு டி. பாலசுந்தரம் என் கிராமத்திற்கு நேரில் வந்து பாராட்டியதும், பற்பல சந்தர்ப்பங்களில் முனைவர் ஆ. சிவசுப்பிரமணியன், பெருமாள்முருகன், காலஞ்சென்ற திரு. பிரபஞ்சன், செல்வி ஜோதிமணி, திரு. பவுத்த அய்யனார், திரு. மோகனசுந்தரம், காலஞ்சென்ற கோவை திரு. ஞானி, ஜெயா தொலைக்காட்சியில் என் நூலை சிறப்பாக விமர்சித்த காலஞ்சென்ற எழுத்தாளர் திரு. ஞாநி, திரு. சிற்பி பாலசுப்பிரமணியன், என் சக ஆசிரியர்கள், மாணவர்கள் உட்படப் பல அன்பர்களும் கொடுத்த ஊக்கம் என்னை உந்தியது. (நெடுநாள் தாமதத்திற்குப்பின்) என் 'செவ்வியல் அரசியல் பொருளாதாரம்' நூலைப் பற்றி எழுத்தாளர் திரு. ஜெயமோகன் அவர்களின் விமரிசனம் என் கவனத்துக்கு வந்தது. கிட்டத்தட்ட அதே சமயத்தில் எழுத்தாளர் திரு. எஸ். ராமகிருஷ்ணன் அவர்கள் காலச்சுவடு இதழில் நான் எழுதிய கட்டுரை ஒன்றை மேற்கோள்காட்டிப் பாராட்டியிருந்தார். அவர்களனைவரின் விமரிசனங்களும் எனக்குப் புது நம்பிக்கையளித்து ஊக்குவித்தன. அவர்களனைவருக்கும் என் மனமுவந்த நன்றி.

நூலைச் சிறப்பாக வடிவமைத்துள்ள திரு. ஆ. அறிவழகன் அவர்களுக்கும் என் நன்றி உரியது.

முனைப்பை இழந்திருந்த காலங்களிலும் நூலை எழுதி முடிக்கச் செயலாற்றத் தூண்டிய என் மனைவி நிர்மலாவிற்கு நன்றி.

கருத்துப் பிழைகளும் எழுத்துப் பிழைகளும் தெளிவின்மையும் மிஞ்சியிருந்தால் அவற்றுக்கு நான் மட்டுமே பொறுப்பு.

30–03–2021 **எஸ். நீலகண்டன்**

1

செவ்வியல் அரசியல் பொருளாதாரத்திலிருந்து நவசெவ்வியல் பொருளியலுக்கு

செவ்வியல் அரசியல் பொருளாதாரம் வளர்ந்த விதம்

17ஆம் நூற்றாண்டின் தொடக்கத்தில் கூட உலகின் அனைத்துப் பகுதிகளிலும் விவசாயம்தான் முதன்மைத் தொழிலாக விளங்கியது. விவசாயத்தில்தான் அனைத்து நாடுகளிலும் நூற்றுக்குத் தொண்ணூற்றைந்து விழுக்காடு மக்கள் நேரடியாகவோ, மறைமுகமாகவோ ஈடுபட்டிருந்தனர். விவசாயிகளும், அவர்களைச் சார்ந்த தொழில் வினைஞர்களும் தங்கள் கிராமங்களில் கிட்டத்தட்ட தன்னிறைவு பெற்றவர்களாக வாழ்ந்துவந்தனர். விருந்தோம்பலின்போது தங்கள் பண்ணைகளில் உற்பத்தியான தானியங்கள், காய்கறிகள், இறைச்சியைப் பரிமாறும்போது, அவை தங்கள் உழைப்பினால் விளைந்தவை என்று பெருமைப்பட்டுக் கொள்வது இயல்பாயிருந்தது. அது போலவே அந்நாட்களில் கைவினைஞர்களும் நுகர்வோரிடம் அவர்கள் நுகரும் அரிவாள், வண்டி, கலப்பை, துணி போன்றவை தாங்கள் உருவாக்கிய பொருள்கள் என்று பறைசாற்றிப் பெருமைப்பட்டுக்கொள்ள முடிந்தது.

ஆனால் 19ஆம் நூற்றாண்டின் இறுதிக்குள் உலகின் பல பகுதிகளிலும் இந்த நிலை மாறத் தொடங்கிவிட்டது. விவசாயம் முதன்மைத் தொழிலாக நீடித்திருந்த நாடுகளில் கூடத் தன்னிறைவு பெற்று வாழும் வாழ்க்கை முறை மறைந்து கொண்டிருந்தது. விவசாயத்திலும்கூட ஏதாவது ஒரு பயிரை மட்டும் உற்பத்தி செய்து, அதைச் சந்தையில் விற்று, கிடைத்த வருவாயில் வேறெவர்களாலோ, எங்கேயோ உற்பத்தி செய்யப்பட்ட, தங்களுக்குத் தேவையான

மற்ற காய்கறிகள், இறைச்சி, மளிகைப் பொருள், துணிமணிகள் போன்ற அனைத்தையும் கடைகளில் வாங்கிக்கொள்வது நடைமுறையாகிவிட்டது. அது போலவே, பட்டறைகளில் வேலை செய்த தொழிலாளிகளுக்குக் கூலி கிடைத்ததே தவிரப் பட்டறை உற்பத்தியில் தங்களின் பங்களிப்பு தனியாகத் தெரியுமளவுக்குப் பெருமைப்பட எதுவுமில்லாமலாகிவிட்டது. ஒரு குண்டூசியைக்கூட 'இது என் உழைப்பினால்தான் உருவானது' என்று தொழிலாளியால் உரிமை கொண்டாட முடியவில்லை. வேறொரு விதமாகச் சொன்னால் தன்னிறைவு பெற்ற கிராமங்கள் மறைந்து, பரிவர்த்தனை மூலம் தேவைகளை நிறைவு செய்துகொள்ளும் சூழல் உருவாகிவிட்டது. 19ஆம் நூற்றாண்டின் இறுதிக்குள் சந்தைப் பரிவர்த்தனை அனைத்து நாடுகளிலும் தன்னிறைவு சார்ந்த சமுதாயங்களை மாற்றிக்கொண்டிருந்தது. ஆனால் பழைய மரபு நிலையிலிருந்த சமுதாயங்கள் ஒரே வேகத்தில் மாறுதலடையவில்லை. வெவ்வேறு நாடுகளில் வெவ்வேறு வேகத்தில் வெவ்வேறு விதங்களில் பரிவர்த்தனை முறையின் முதன்மை உள்நுழைந்ததை அடுத்த இயலில் மற்றொன்று விரித்தலாகச் சுருக்கமாகக் காட்டியிருக்கிறேன்.

1850க்கும் 1914க்குமிடையில் உலக வணிகம் முன்னெப்போது மில்லாத அளவுக்கு விரிவடைந்தது. அதற்குக் காரணம் பட்டறைகளில் இயந்திரங்களைப் பயன்படுத்தும் தொழில் புரட்சியினால் உற்பத்தித்திறன் பிரமாண்ட அளவில் உயர்ந்தது. முன்னெப்போதுமில்லாத அளவுக்குப் பல நாடுகளில் பல்வகைப் பொருள்களுக்குமான சந்தைகளும் விரிந்தன. அப்போது உலக நாடுகளிடையே விஞ்சி நின்று ஆதிக்கம் செலுத்திய இரு முதலாளியப் பொருளியல் கொள்கைகள் தடையற்ற வணிகம், பொன் நாணயத்தகவு (*gold standard*) ஆகியவை. அந்தச் சூழலில்தான் செவ்வியல் அரசியல் பொருளாதாரம் தோன்றியது. அது தொடக்கத்திலிருந்தே அரசியல், அறவியல், மானுடவியல், பொருளியல் அனைத்தும் கலந்த ஒரு கலையியலாக ஐரோப்பாவில் வளர்ந்தது. உலகின் வெவ்வேறு நாடுகளிலும் வளர்ந்துகொண்டிருந்த சந்தை சார்ந்த சமுதாயங்களின் இயக்க சக்தியான பரிவர்த்தனையை மட்டும் மையப்படுத்தி, அதை அரசியல், அறவியல், மானுடவியல் போன்றவற்றின் தாக்கங்களிலிருந்து தனியாக ஒதுக்கிவைத்து, ஆய்வு செய்ய இயலுமா என்கிற கேள்வி அவ்வப்போது எழுந்தது. அப்படிப் பரிவர்த்தனையை மட்டும் மையப்படுத்தி, மற்றவற்றையெல்லாம் பிற துறைகளுக்கு ஒதுக்கிவிடுகிற ஆய்வு வழியாக நவசெவ்வியல் பொருளியல் பிறந்தது!

செவ்வியல் அரசியல் பொருளாதாரம் (*Classical Political Economy*) தோன்றிய பதினெட்டாம் நூற்றாண்டுக் காலத்தில் ஐரோப்பாவில் அறிவொளி (*Enlightenment*) இயக்கம் தீவிரமாகச் செயல்பட்டது. அறிவொளிக் காலத்தைத் தொடர்ந்து இவ்வியக்கம் அங்கு வந்தது. மத்திய நெடுங்காலத்தில் அறிவொளிக்காலம் தொடங்குவதற்கு முன்பேகூட இத்தாலியிலும் ஸ்பெயினிலும் கிருத்துவ, இஸ்லாமிய இலக்கியங்களையும் தத்துவங்களையும் ஒப்பிடுவதும் மொழிபெயர்ப்பதும் சிறிய அளவில் தொடங்கி விட்டன. அறிவொளிக் காலத்தில் பாபிலோன், டெமாஸ்கஸ், டிம்பக்டூ போன்ற இஸ்லாமியக் கருத்துக் கருவூல மையங்களில் ஆராயப்பட்ட சிந்தனைகளோடு கிரேக்க, ரோமானிய செவ்வியல் இலக்கியங்களையும் தத்துவங்களையும் கிருத்துவத் தத்துவங்களுடன் ஒப்பிட்டுப் புதுப்பிக்கும் முயற்சிகள் ஐரோப்பாவின் பல கிருத்துவத் துறவியர் மடங்களில் பெரிய அளவில் மேற்கொள்ளப்பட்டன. அதே அறிவொளிக்காலத்தில்தான் வணிக முதலாளியம் உலகின் அனைத்துப் பகுதிகளுக்கும் சென்று ஐரோப்பிய ஏகாதிபத்தியத்தை நிலைநாட்டி கிழக்கே ஆஸ்திரேலியா தொடங்கி மேற்கே வட, தென் அமெரிக்கா வரை தன் ஆதிக்கத்தை ஏற்படுத்திக்கொண்டது. வணிக முதலாளியத்தை மேற்கொண்ட ஐரோப்பியர்கள் தங்கள் ஆதிக்கத்தின் கீழ்வந்த பழங்குடிகளை அடிமைகளாக்கிக் கொள்ளையடித்துச் சுரண்டினர். அந்தக் கொள்ளையில் கிடைத்த செல்வத்தின் பெரும்பகுதி முதலீடாக்கப்பட்டுத் தொழில் புரட்சியின்போது பட்டறைகளாக மாறின.

ஐரோப்பியர்களின் முந்தைய ஏகாதிபத்திய விரிவாக்கத்தின் போதுதான் உலகின் பல பகுதிகளிலிருந்தும் அதுவரை அறியப்படாத, ஏராளமான புதிய தரவுகளும் செய்திகளும் ஐரோப்பாவை வந்தடைந்தன. அதனால் வந்த உலகளாவிய பார்வைதான் அறிவொளி இயக்கத்திற்குத் தூண்டுகோலாக அமைந்தது. தனிநபரை மையமாகக்கொண்ட இலட்சிய வாதங்களும் தோன்றின. மனிதாபிமானம், சுதந்திரம், சமத்துவம், சகோதரத்துவம் போன்ற விழுமியங்களை அனைவரும் அடைய வேண்டுமென்ற அடிப்படையில்தான் 18ஆம் நூற்றாண்டின் இறுதியில் பிரெஞ்சுப் புரட்சியாளர்கள் மரபு வழிகளை எதிர்த்து வன்முறையோடு கூடிய கலகங்களில் ஈடுபட்டனர். அப்படிப்பட்ட விழுமியங்களைத் தூண்டிய அறிவொளி இயக்கத்தின் விளைவாக அப்போது உருவாகிய செவ்வியல் அரசியல் பொருளாதாரம், பரிவர்த்தனை சார்ந்த சமூகங்களில் ஆடம் ஸ்மித்தின் 'புலப்படாத கை' வழியாகச் சமூக நலத்தை அடைதல், ஜெரமி பென்த்தமின் 'மிகப்பெரும்பாலானோரின் மிக உச்ச மகிழ்ச்சி' பெற நல்லரசை ஏற்படுத்துதல் போன்ற சமூக நிகழ்வுகளை ஆய்வு செய்வதற்கு

வழிகாட்டியது. அதற்கு வெகு காலத்துக்கு முன்பே இந்தியாவிலும் சீனாவிலும் வேறு சில இடங்களிலும் மிகத் தொன்மையான, மிகப் பரந்த தத்துவ, இலக்கிய மரபுகள் இருந்தன. எனினும் அவ்விடங்களிலெல்லாம் ஐரோப்பாவில் தோன்றியது போன்ற மறுமலர்ச்சி, அறிவொளி, ஐயம் நீக்கித் தெளிவு போன்ற மாற்றங்கள் வரவில்லை. அந்த மாற்றங்கள் தோன்றிய காலங்களின் பின்னணியில் உருவாகிய தனி மனித இலட்சிய வாதங்கள் 19ஆம் நூற்றாண்டில் ஐரோப்பியர்களால்தான் இந்தியாவில் அறிமுகப்படுத்தப்பட்டன.

நம்முடைய உயர்ந்த தத்துவங்களையும் இலக்கியங்களையும் ஐரோப்பியர்கள்தான் உலகப் பார்வைக்குக் கொண்டு சென்றார்கள். இந்திய சுதந்திரத்திற்காக மக்களைத் திரட்டித் தலைமை தாங்கியவர்கள் ஐரோப்பியர்களின் காலனியாட்சியை, ஐரோப்பிய இலட்சிய வாதங்களின் அடிப்படையில்தான் எதிர்க்க ஆரம்பித்தார்கள். ஐயம் நீக்கித் தெளிவு பிறந்த காலத்தில் தோன்றிய செவ்வியல் அரசியல் பொருளாதாரத்தின் தாக்கத்தை இந்தியச் சிந்தனையாளர்களான ரொமேஷ் சந்திர தத், தாதாபாய் நௌரோஜி, கோபால கிருஷ்ண கோகலே போன்றோரின் எழுத்துகளில் காணலாம். 19ஆம் நூற்றாண்டின் பிற்பகுதியில் கலையியலான அரசியல் செவ்வியல் பொருளாதாரத்திலிருந்து பொருளியலை மட்டும் தனியாகப் பிரித்து, அதை ஓர் அறிவியல் துறையாக்குவதற்கு முயற்சிகள் மேற்கொள்ளப்பட்டன. அதன் பலனாக நவசெவ்வியல் பொருளியல் (Neo-Classical Economics) பிறந்தது.

நவசெவ்வியல் பொருளியல் பிறந்த காலகட்டத்தில் நடைபெற்ற இதே நிகழ்ச்சிகளை வேறொரு கோணத்திலிருந்தும் பார்க்கலாம். மத்திய நெடுங்காலத்தின் இறுதிவரை நிலப்பிரபுக்கள் அரசியலில் ஆதிக்கம் செலுத்திவந்தனர். 16இலிருந்து 19ஆம் நூற்றாண்டுக்குள் தொழில் முனைவோரிடம் அவர்கள் வெவ்வேறு நாடுகளில் வெவ்வேறு காலங்களில் தங்கள் அதிகாரத்தை இழந்தனர். அந்த மாற்றம் நிகழ்ந்தபோது மரபுவழியான நிலப்பிரபுத்துவ முறை (படைமானியப் பண்ணையடிமை முறை) மறைந்து (தற்காலத்தில் முதலாளியம் என்று அழைக்கப்படும்) சந்தைப் பரிவர்த்தனை முறை தோன்றி வளர்ந்தது.

அந்த மாற்றம் துவங்கிய காலகட்டம்வரை சமுதாயத்தின் மற்ற அமைப்புகளைப் போலவே பொருளாதார அமைப்புகளையும் மரபுகள் அல்லது கட்டளை வழிகள் இயக்கின. 17ஆம் நூற்றாண்டுக்குப் பின் ஐரோப்பிய அரசுகள் பொருளாதார அமைப்புகளை இயக்குவதற்கு இவற்றுக்கு மாற்றாகச் சந்தை

(அங்காடி) வழியை முதன்மை வழித்தடமாகத் தேர்ந்தெடுத்தது வரலாற்றில் ஒரு திட்டமிட்ட நிகழ்வாக நடைபெறவில்லை. சமுதாயத்தை இயக்கிய மரபுகள் அல்லது கட்டளை வழிகளைச் சந்தை வழிகள் பதிலீடு செய்ய முயன்றபோதுதான் 'செவ்வியல் அரசியல் பொருளாதாரம்' பிறந்தது. ('செவ்வியல் அரசியல் பொருளாதாரம் – ஆடம் ஸ்மித் முதல் கார்ல் மார்க்ஸ் வரை' என்கிற என் MIDS-காலச்சுவடு வெளியீட்டில் இந்த மாற்றம் நிகழ்ந்த விதத்தை விளக்கமாகப் பார்க்கலாம்.) அந்த மாறுதல் நிகழ்ந்துகொண்டிருந்தபோது ஆடம் ஸ்மித் தன்னுடைய 'நாடுகளின் செல்வம்' (1776) நூலில் (சில நிபந்தனைகளுக்குட்பட்டு) எவரும் திட்டமிடாமலேயே சந்தை நடவடிக்கைகள் நடைபெறுகின்றன என்றும், தனிமனிதரின் சுயநல நடவடிக்கைகள், (ஒரு 'புலப்படாத கை'யினால் இயக்கப்பட்டதுபோல) சமூகத்தையும் வளர்த்து பொதுநல நடவடிக்கைகளாக மாற்றுகின்றன என்றும் அனுமானித்து விளக்கமளித்தார். சந்தை நடவடிக்கைகள் மூலம் நிர்ணயமாகும் விலைகள்தான் மக்களின் நுகர்ச்சி அளவையும் உற்பத்தியின் அளவையும் மக்களிடையே வருவாய்ப் பங்கீட்டையும் தீர்மானிக்கின்றன. மேலும் எந்தெந்த உற்பத்திக்காரணிகள் எந்தெந்த அளவுகளில் எந்தெந்தப் பொருள்களின் உற்பத்தியில் ஈடுபடுத்தப்பட வேண்டுமென்கிற முடிவுகளையும் சந்தை விலைதான் தீர்மானிக்கின்றது என்பதையும் அவருடைய நூலில் தெளிவாக்கினார். அதாவது, விலைகளின் இயக்கம் சமுதாயத்தின் பொருளியல் சார்ந்த மனித நடவடிக்கைகளைச் சரியான திசையில் செலுத்தும் வல்லமை பெற்றிருக்கிறது என்பதையும், அதனாலேயே நாட்டில் பொருளாதார வளர்ச்சி ஏற்படுகிறது என்பதையும் அவர் வெளிக்கொணர்ந்தார்.

பொருள்களின் மதிப்பு (அல்லது அப்பொருளின் மதிப்பைப் பணத்தில் அளந்தால் கிடைப்பது, அதன் விலை) தேவை – அளிப்பு சக்திகளின் இயக்கங்களால் நிர்ணயிக்கப்படுகின்றது என்றும், இவ்விரு சக்திகளில் ஒன்றான தேவை, பொருள்களின் பயன் மதிப்பு சார்ந்தது என்றும், மற்றொன்றான அளிப்பு, பொருள்களின் பரிவர்த்தனை மதிப்பு சார்ந்தது என்றும் ஆடம் ஸ்மித் விளக்கினார்.

இவற்றில், அளிப்பின் அடிப்படை உழைப்பு என்று ஸ்மித் தீர்மானமாகத் தெரிவிக்கிறார். விவசாயம்கூடச் செய்யாமல் வேட்டையாடி வாழ்ந்த மனித குலத்தின் ஆரம்ப காலத்திலேயே பொருள்களின் மதிப்பு, அப்பொருள்களை உருவாக்கப் பயன்பட்ட உழைப்பின் அளவினால்தான் தீர்மானிக்கப்பட்டிருக்கிறது என்று ஆடம் ஸ்மித் தன் 'நாடுகளின் செல்வம்' நூலில் ஆரம்பத்திலேயே விளக்கியிருக்கிறார். பொருளியல் தத்துவங்களில் இந்த அடிப்படைக்

கருத்து ‘உழைப்பு மதிப்புக் கோட்பாடு’ என்று அழைக்கப்படுகிறது. ‘நாடுகளின் செல்வம்’ நூலின் பிற்பகுதியில், அவர் மதிப்பு நிர்ணயம்பற்றிப் பேசும்போது, பரிணாம வளர்ச்சியால் மனித இனம் முன்னேறி சொத்துரிமை தோன்றிய பிறகு, உழைப்பு மதிப்புக் கோட்பாடு மட்டும் மதிப்பைத் தீர்மானம் செய்யாது என்று கூறி அந்தக் கோட்பாட்டைச் சற்றுத் தளர்த்துகிறார். முன்னேறிய சமுதாயங்களில் மனித உழைப்புடன் கூட இயற்கையின் கொடையான நிலத்தையும், மனிதர்களால் உருவாக்கப்பட்ட முதலையும் இணைத்து ஈடுபடுத்திப் பொருள்கள் உற்பத்தி செய்யப்படுகின்றன என்றும், எனவே உழைப்பு, நிலம், முதல் ஆகியவற்றின் கூட்டுத்தான் மதிப்பை உருவாக்குகிறதென்றும் அவர் கூறுகிறார். அப்படி நிலம், முதல், உழைப்பு ஆகியவை இணைந்து உருவாக்கிய மதிப்பில் உழைப்புக்குக் கூலி, நிலத்துக்கு வாரம், முதலுக்கு வட்டி–இலாபம் ஆகியவற்றின் சரியான பங்குகளைத் தெரிந்துகொள்ள வழியில்லை என்பதால் அவை அனைத்தையும் உள்ளடக்கிய ‘உற்பத்திச் செலவுகள்’தான் மதிப்பைத் தீர்மானம் செய்கின்றன என்று உழைப்பு மதிப்புக் கோட்பாட்டை, ‘உற்பத்திச் செலவுகள் மதிப்புக் கோட்பாடாக’ விரிவாக்கி மாற்றியமைக்கிறார்.

அதாவது, பொருளாதார வளர்ச்சி தோன்றிய காலத்தில் அனைத்துப் பண்டங்கள்பணிகளின் பரிவர்த்தனை மதிப்பை அல்லது விலைகளை அந்தப் பண்டங்கள்பணிகளைப் படைத்த உழைப்புதான் தீர்மானித்தது என்றும், ஆனால் சமுதாயத்தில் சொத்துரிமை வந்த பிறகு மொத்த உற்பத்தியில் தொழிலாளர்களின் உழைப்பின் பங்கு, சொத்துரிமையாளரின் உள்ளீடுகளின் பங்கு ஆகியவற்றின் விழுக்காடுகளைத் துல்லியமாகப் பிரிக்க முடியாத காரணத்தால், நிகழ்கால உலகில் அவற்றின் கூட்டாக வெளிப்படையாகத் தெரிகிற உற்பத்திச் செலவுகள்தான் பண்டங்கள் பணிகளின் பரிவர்த்தனை மதிப்பு அல்லது விலைகளைத் தீர்மானிக்கின்றன என்றும் முடிவுக்கு வருகிறார்.

இப்படி விலைகளின் ஆளுமைக்குட்படும் சமுதாயங்களில் சந்தைகள் விரியவிரிய வேலைப்பகுப்பு பரவுமென்றும், வேலைப்பகுப்பு விரியவிரிய உற்பத்தியினளவு பன்மடங்கு பெருகுமென்றும், அதனால் ஒரே சமயத்தில் உலகிலுள்ள அனைத்து நாடுகளும் வளர்ச்சியடைய முடியுமென்றும் நன்னம்பிக்கையோடு தன் நூலை வெளியிட்டார். சந்தை நடவடிக்கைகளால் இயங்குகிற சமுதாயத்தை முதலாளிய சமுதாயம் என்று குறிப்பிடுகிறோம். ஆடம் ஸ்மித், முதலாளிய சமுதாயம் (அவர் அப்படி விளிக்கவில்லை) அனைத்து நாடுகளையும் வளர்ச்சிப் பாதையில் வழிநடத்தும் என்ற நம்பிக்கையான முடிவுக்கு வந்தார்.

அவரைப் பின்பற்றி வந்த 'செவ்வியல் அரசியல் பொருளாதார'ச் சிந்தனையாளர்கள் ஆடம் ஸ்மித் பொருள்களின் மதிப்பை பயன் மதிப்பு - பரிவர்த்தனை மதிப்பு என்று வகுத்த பிரிவினையை ஏற்றுக் கொண்டனர். மதிப்புள்ள பொருள்கள்தான் சந்தைப்படுமென்றும், அவற்றின் சந்தையில் நிலவுகிற பரிவர்த்தனை மதிப்பை அல்லது விலையை அளிப்புப் பக்கத்தில் உற்பத்திச் செலவுகள்தான் தீர்மானிக்கின்றன என்றும், உற்பத்திச் செலவுகளைத் தீர்மானிப்பதில் உழைப்புக்கான கூலி முக்கியப் பங்கு வகிக்கிறதென்றும் அவர்களும் ஏற்றுக்கொண்டனர். 1820களில் டேவிட் ரிக்கார்டோ ஆடம் ஸ்மித்தின் அடிப்படைக் கருத்துகளை ஏற்றுக்கொண்டாலும், அவற்றை விளக்கும் முறையில் பல பெரிய மாற்றங்களை ஏற்படுத்தினார். உற்பத்தியில் அனைத்து வகைகளிலும் திறமை மேம்பட்டிருக்கிற நாடுகளோடு, திறமை குன்றிய நாடுகள் வணிகத் தொடர்புகள் ஏற்படுத்திக் கொண்டால், திறமை குன்றிய நாடுகள் நசுக்கப்பட்டு அழியும் என்கிற கருத்தை அவர் நிராகரிக்கிறார். திறமை மிக்க நாடுகளும் திறமை குன்றிய நாடுகளும் வணிகத்தில் ஈடுபட்டால், சந்தையின் இயக்கத்தினால் அத்தகைய இரு நாடுகளுக்கும் நன்மை கிடைக்கக்கூடிய வகையில் பண்டம் பணிகள் பரிவர்த்தனை நிகழ இயலும் என்பதை அவர் தெளிவாக்கினார். அந்தக் கருத்தைப் பற்றிய ரிக்கார்டோவின் விளக்கம்தான் 'ஒப்பீட்டடிப்படையில் அனுகூலத் தத்துவம்' (*Theory of Comparative Advantage*) என்று அறியப்படுகிறது. முதலாளியச் சந்தை நடவடிக்கைகளினால் ஆடம் ஸ்மித்தின் வேலைப்பகுப்பைப் போலவே ரிக்கார்டோவின் ஒப்பீட்டடிப்படையில் அனுகூலக் கோட்பாடும், நாடுகளின் பொருளியல் வளர்ச்சியை ஏற்படுத்துகிறது என்று காட்டுகிறது. அதாவது, நாடுகளின் வளர்ச்சிக்கு நாட்டு மக்கள் தங்கள் பணிகளில் சிறப்புத் தேர்ச்சி பெற்று வேலைகளைப் பகுத்துக்கொள்வது மட்டுமின்றி, அந்த நாடுகளிடையே ஏற்படும் வணிகத் தொடர்பும் ஒரு ஊக்கியாகிவிடும் என்பதை ரிக்கார்டோ தெளிவாக்கினார். வேறு விதமாகக் கூறினால், நாடுகள் வளர்ச்சி அடைவதற்குச் சந்தையின் இயக்கத்தால் வேலைப்பகுப்பு முறை விரிவடைவதும், வணிகத் தொடர்புகள் பரவுவதும் காரணங்களாயிருக்கின்றன என்பதைத் தெளிவாக்கினார். இருந்தபோதிலும், முதலாளியத்தில் வரவேண்டிய இந்த இயல்பான வளர்ச்சி ஏற்படாமல் வேறு சில காரணங்களால் தேக்கமடையலாம் என்கிற சந்தேகத்தையும் ரிக்கார்டோதான் முதலில் எழுப்பினார். முதலாளிய சமுதாயத்திற்கு ஓர் ஒளிமயமான எதிர்காலம் இருக்கிறது என்கிற ஆடம் ஸ்மித்தின் நம்பிக்கையை ரிக்கார்டோ தகர்த்து, தத்துவரீதியில் முதலாளிய சமுதாயம் ஒரு தேக்கத்தை நோக்கிச் செல்கிறது என்கிற ஐயத்தை உட்புகுத்தினார்.

செவ்வியல் அரசியல் பொருளாதாரத்தில் சந்தைகளின் வளர்ச்சியின் பலன்கள் நிலக்கிழார்கள், முதலாளிகள், தொழிலாளர்கள் ஆகியோரிடையே எவ்வாறு பகிரப்படுகின்றன என்பது பற்றி ரிக்கார்டோ காலத்தில் மிகச் சூடான விவாதங்கள் எழுந்தன. அக்காலத்தில் கூலி மட்டம் பிழைப்பூதிய அடிமட்டத்திலேயே தேங்கியிருந்தது என்பது பெருமளவுக்கு உண்மை. முதலாளிய அமைப்பில் கூலியும் இலாபமும் எதிரெதிர் திசைகளில் இயங்குமென்றும், நாடுகள் வளரும்போது கூலிமட்டம் பிழைப்பூதிய மட்டத்திலேயே தேங்கிவிடுகிறதென்றும், நிலவுடைமையாளர்களுக்குக் கிடைக்கும் வாரமும் தொழில்முனைவோருக்குக் கிடைக்கும் இலாபமும் அதிகரிக்கிறதென்றும் ரிக்கார்டோ அனுமானித்தார். ஆனால் நீண்ட காலத்தில் வளர்ச்சி அதிகரிக்க அதிகரிக்கத் தொழில் முனைவோரிடையே ஏற்படும் கடுமையான போட்டி காரணமாகச் சந்தை முழுவதிலும் அவர்களின் இலாப அளவுகள் ஒரே அளவுக்கு குறையலாமென்றும், அதே சமயத்தில் அவர்கள் பயன்படுத்த விரும்பும் நிலத்தின் கிடைப்பருமை காரணமாக நிலவுடைமையாளர்களின் வாரம் மட்டும் தொடர்ந்து அதிகரிக்குமென்றும் அவர் அனுமானித்தார். சமுதாயம் உற்பத்தி செய்த பொருள்களை வாங்கும் சக்தி பெரும்பான்மையினரான உழைப்பாளர்களிடம் குறைவாகவும், சிறுபான்மையினரான நிலவுடைமையாளர்கள் – தொழில்முனைவோரிடம் அதிகமாகவும் பகிரப்படுகிறது என்றும் அனுமானித்தார். நிலவுடைமையாளர்களும், தொழில்முனைவோரும் தங்கள் வருவாயின் ஒரு பகுதியைச் சேமிக்கும்போது, சமுதாயத்தில் அந்தச் சேமிப்பு அளவுக்குப் புதிய உற்பத்தியை வாங்கும் சக்தி தற்காலிகமாகக் குறைகிறது. தொழில் முனைவோர் தங்கள் சேமிப்பை முதலீடாக்குவதால், முதலீட்டுப் பொருள்களை உற்பத்தி செய்பவர்களின் வாங்கும் சக்தி அதிகரிக்கிறது. ஆகவே சமுதாயத்திற்குப் புதிய முதலீட்டளவுக்கு வாங்கும் சக்தி அதிகரித்து விடுகிறது. ஆனால் நிலவுடைமையாளர்கள் விதைக்காமலேயே அறுவடை செய்கிற புல்லுருவிகள் போல நிலத்தின் கிடைப்பருமை காரணமாகவே ஒரு வேலையும் செய்யாமல் வாரத்தைப் பெறுகிறார்கள். சமுதாயத்தில் அவர்களுக்கான பகிர்வின் பங்கு அதிகமாயிருப்பதன் காரணமாக அவர்களால் அதிகமாகச் சேமிக்க இயல்கிறது. ஆனால் தொழில் முனைவோரைப் போல் அவர்களுக்குத் தங்கள் சேமிப்பு முழுவதையும் முதலீடாக்க வேண்டிய தூண்டுகோல் எதுவுமில்லை. அதனால் சமுதாயத்தின் நீண்ட கால உற்பத்தியை வாங்கப் போதுமான வாங்கும் சக்தி சந்தைக்கு வராமல் போய், முதலாளிய நாடுகள் நீண்ட காலத்தில் ஒரு தேக்க நிலையை அடையலாம் என்கிறார் ரிக்கார்டோ. உலக நாடுகளின் நம்பிக்கையான

வருங்காலம் பற்றி ஆடம் ஸ்மித் அனுமானித்த ஒளிமயமான எதிர்காலம் பற்றிய கனவை இப்படி விளக்கித்தான் ரிக்கார்டோ கலைக்கிறார்.

சொத்துரிமையை அங்கீகரித்த சமுதாயங்களில் உற்பத்திச் செலவுகள்தான் மதிப்பைத் தீர்மானம் செய்கின்றன என்கிற ஆடம் ஸ்மித்தின் கருத்தை ரிக்கார்டோ மேலும் தீவிரமாகத் திறனாய்வு செய்கிறார். சமுதாயத்தில் பண்டங்கள், பணிகள் ஆகியவற்றை விற்றுக் கிடைக்கிற மொத்த வருவாயும், உற்பத்திக் காரணிகளின் சொந்தக்காரர்களுக்குப் பகிர்ந்தளிக்கப்படுகிறது. உழைப்பாளர்கள், நிலவுடைமையாளர்கள், முதலாளிகள் ஆகிய மூன்று வர்க்கத்தினர்தான் உற்பத்திக் காரணிகளின் சொந்தக்காரர்கள். பொருள்களை உற்பத்தி செய்த உழைப்பாளர்களுக்குச் செல்லும் கூலி, நிலவுடமையாளருக்குச் செல்லும் வாரம், முதலாளிகளுக்குச் செல்லும் வட்டிஇலாபம் ஆகியவற்றின் கூட்டுத்தான் உற்பத்திச் செலவுகள் என்று ஆடம் ஸ்மித் காட்டினார். இந்த மூன்று உற்பத்திக் காரணிகளில் நிலம், இயற்கையின் ஒரு கொடை; நிலத்தைச் சொத்துரிமையாகப் பெற்றவர்களுக்கு இயற்கையின் கொடைகளின் பற்றாக்குறை காரணமாக வாரம் கிடைக்கிறது. ஆகையினால் வாரம் நில உடைமையாளர்களால் விதைக்காமலே அறுவடை செய்யப்படும் ஒரு உபரி. நிலத்தின் கிடைப்பருமை காரணமாக விலை ஏறும்போது, வாரம் ஏறுவது ஒரு ஒருவழித் தொடர்பு என்கிறார். விலை மாறுவதால் வாரம் மாறுகிறது; ஆனால் வாரம் மாறுவது விலையை மாற்றுவதில்லை. எனவே, விலை (அல்லது மதிப்பு) நிர்ணயத்தில் வாரம் எந்தப் பங்கையும் வகிப்பதில்லை என்று காட்டி, மதிப்பு நிர்ணயத்தில் நிலமென்கிற உற்பத்திக் காரணியின் பங்கை மொத்தமாகத் தள்ளுபடி செய்து விடுகிறார் ரிக்கார்டோ. மதிப்பைத் தீர்மானிக்கும் உற்பத்திச் செலவுகள் என்று ஆடம் ஸ்மித் காட்டிய வாரம், கூலி, இலாபம் ஆகியவற்றின் கூட்டில், வாரத்துக்கு எந்தப் பங்கும் இல்லை என்று ரிக்கார்டோ நிறுவுகிறார்.

மீதமிருக்கிற உற்பத்திக் காரணிகள் உழைப்பு, முதல் ஆகியவைதான். இவற்றில் முதல் என்பது பண்டைய உழைப்பைச் சேமித்ததால் உருவான உற்பத்திக் காரணிதான் என்று அவர் நிறுவினார். அதாவது, முதல் என்பது முந்தைய உழைப்பின் திரட்டு; எனவே முதல் என்பதும் உழைப்பின் வேறொரு பரிணாமம்தான். எனவே உழைப்புதான் மதிப்பைத் தீர்மானிக்கிறது என்கிற ஆடம் ஸ்மித்தின் முதல் கொள்கையும், உற்பத்திச் செலவுகள்தான் மதிப்பைத் தீர்மானிக்கின்றன என்கிற புதிய கொள்கையும் வேறல்ல என்றும், இரண்டும் ஒன்றுதான் என்றும் ரிக்கார்டோ கூறுகிறார். உழைப்பும் முதலும் மதிப்பை

நிர்ணயம் செய்கின்றன என்று கூறுவது தற்போதைய உழைப்பு + பண்டைய உழைப்பு ஆகியவற்றின் கூட்டுதான் மதிப்பைத் தீர்மானிக்கின்றன என்பதற்கு இணையானது. அதாவது, உற்பத்திச் செலவுகள் மதிப்பைத் தீர்மானிக்கின்றன என்பது உழைப்பு மட்டுமே மதிப்பைத் தீர்மானிக்கிறது என்கிற அடிப்படைத் தத்துவத்தின் மற்றொரு புற வடிவம்தான் என்று அவர் கூறுகிறார். அப்படிப் புது விளக்கமளித்து ஆடம் ஸ்மித்தின் உழைப்பு மதிப்புக் கோட்பாட்டிற்குப் புத்துயிர் ஊட்டினார். அதுமட்டுமின்றி உழைப்பை அளவுகோலாகப் பயன்படுத்தி அனைத்து விலை நிர்ணயத்தையும் விளக்க முயன்றார். தத்துவ ரீதியான அந்த முயற்சியில் அவர் வெற்றி பெறவில்லை. இருந்தபோதிலும், செவ்வியல் அரசியல் பொருளாதாரத்தின் முதன்மை நீரோட்டம், உழைப்பு மதிப்புக் கோட்பாட்டை அடிப்படையாகக் கொண்டு பெருவெள்ளமாகப் பாய்வதற்கு ரிக்கார்டோவின் விளக்கங்கள் முக்கியக் காரணமாயின.

ரிக்கார்டோவின் காலத்திற்குப் பிறகு செவ்வியல் அரசியல் பொருளாதார ஆய்வுகளில் பண்டங்கள்/பணிகள் உற்பத்திப் பெருக்கம் மற்றும் வர்க்கங்களிடையே வருவாய்ப் பகுப்பு ஆகிய பகுதிகள் மிகவும் முக்கியத்துவம் பெற்றன. குறிப்பாக, தொழிலாளர்களின் கூலிமட்டம் பிழைப்பூதிய அடிமட்டத்திலேயே தேங்கிவிடலாம் என்பது பற்றிய கவலை வெளிப்படையாகத் தெரிவிக்கப்பட்டது. ஜே.எஸ். மில்லின் நூல்களில் வர்க்கங்களிடையே பகிர்வு பற்றியும், பொருளாதார ஏற்றத்தாழ்வுகள் பற்றியும் விவாதங்கள் மிகுந்த முக்கியத்துவம் பெற்றிருந்தன.

ரிக்கார்டோ வழியில் கார்ல் மார்க்ஸ் புதிய பரிமாணங்களைக் கொண்ட, கிட்டத்தட்ட ஒரு முழுமை பெற்ற மாளிகையாக, உழைப்பு மதிப்புக் கோட்பாட்டை வடிவமைத்தார். உழைப்புதான் மதிப்பின் ஊற்றுக்கண் என்கிற ஆடம் ஸ்மித்தின் கொள்கையின் விரிவாக்கமாகவே மார்க்சியத் தத்துவம் பரந்தகன்றது. உழைப்பு எவ்வாறு மதிப்பாக மாற்றம் பெறுகிறது என்பதை தம் வழியில் அவர் தெளிவாக விளக்கியிருக்கிறார். ('செவ்வியல் அரசியல் பொருளாதாரம் ஆடம் ஸ்மித் முதல் கார்ல் மார்க்ஸ் வரை' நூலில் இந்தக் கொள்கை விரிவாக விளக்கப்பட்டிருக்கிறது) அவருடைய அந்த விளக்கம் ஏராளமான வாதஎதிர்வாதங்களுக்கு வித்திட்டிருக்கிறது. உழைப்பு மட்டுமே மதிப்பை உருவாக்குமென்றால், அந்த உழைப்பை நல்குபவர்களுக்கு மட்டும்தான், அதாவது தொழிலாளர் வர்க்கத்தினருக்கு மட்டுமே பொருள்களின் மதிப்பு அனைத்தும் பகிரப்பட்டிருக்க வேண்டும். முதலாளிகள், வட்டிக்கு விடுபவர்கள், நிலச்சுவான்தார்கள், மேற்பார்வையிடுபவர்கள் போன்ற மற்ற வர்க்கத்தினர்கள் தொழிலாளர் வர்க்கம் உருவாக்கும்

உபரிமதிப்பைச் சுரண்டித்தான் தங்கள் செல்வத்தைப் பெற்றிருக்க வேண்டும் என்று மார்க்சியத் தத்துவம் வாதிடுகிறது. உழைப்பு மதிப்புக் கொள்கையின் இந்தத் தத்துவ ரீதியான விரிவாக்கத்தைத் தொடர்ந்து, செவ்வியல் பொருளாதாரம் அந்த வழித்தடத்திலேயே பயணித்திருக்கக் கூடும்.

நவசெவ்வியல் பொருளியல் தோன்றிய பின்னணி

19ஆம் நூற்றாண்டில் சமூகவியல்களின் பகுதிகளைக் கூடப் புறப்பொதுமையான, தனித்தனியான அறிவியல் பிரிவுகளாகப் பார்க்கும் வழக்கம் பரவியது. அறிவொளி தேடிய காலத்தின் தாக்கம் இது. அதனால் அப்போது அறிவியலின் முக்கியத்துவம் பரவியது. செவ்வியல் அரசியல் பொருளாதாரத்தையும் ஓர் அறிவியலாக்கும் முயற்சிகள் ஐரோப்பாவில் பல இடங்களில் மேற்கொள்ளப்பட்டன.

1870க்குப் பின் பொருளாதாரச் சிந்தனைகளின் முதன்மை நீரோட்டம் உழைப்பு மதிப்புக் கோட்பாட்டின் வழித்தடத்தில் பயணிக்கவில்லை. அந்த வழித்தடத்தை நுட்பமாக ஆராய்ந்த கார்ல் மார்க்ஸின் எண்ணங்கள் அவர் வாழ்ந்த காலத்தில் அதிக கவனத்தைப் பெறவில்லை. ஆனால் அவர் மறைந்தபின், 1880இலிருந்து 1910க்குள் அவருடைய சிந்தனைகள் உலகம் முழுவதும் வேகமாகப் பரவின. அனைத்து நாட்டுத் தொழிலாளர்களுக்கும் அவரது கொள்கை ஒரு புதிய வேதமாக உருவெடுத்தது என்றால் அது மிகையில்லை. ஆனால் அதே காலகட்டத்தில் கார்ல் மார்க்ஸின் கொள்கைகளும் தத்துவங்களும் அதே வேகத்தில் மற்ற பொருளியல் சிந்தனையாளர்களிடையேயும், பல்கலைக்கழகப் பாடங்களிலும், பாடத்திட்டங்களிலும் இடம்பெறவில்லை.

அதற்குக் காரணம், அந்தக் காலகட்டத்தில் பல பொருளியல் சிந்தனையாளர்கள் (குறிப்பாக மேற்கத்திய பல்கலைக்கழகங்களின் பாடத்திட்டங்களைத் தீர்மானம் செய்த ஆசிரியர்களின் பெரும்பகுதியினர்) ‘செவ்வியல் அரசியல் பொருளாதார’ வழித்தடத்திலிருந்து ‘நவ செவ்வியல் பொருளியல்’ வழித்தடத்துக்கு இடம்பெயர்ந்ததுதான். இந்த வழித்தடத்தை ‘நவசெவ்வியல் பொருளியல்’ என்று பெயரிட்டு முதலில் அழைத்தவர் தார்ஸ்டீன் வெப்லின் ஆக இருக்கலாம் என்று ராய் வெயின்ட்ராப் (*E. Roy Weintraub*) தெரிவித்திருக்கிறார். (1909இல் ‘விளிம்புநிலைப் பயன்பாட்டின் எல்லைகள்’ பற்றி வெப்லின் வெளியிட்ட கட்டுரையில் ‘நவசெவ்வியல்’ என்ற சொல் பயன்படுத்தப்பட்டிருக்கிறது.) பொருள்களின் மதிப்பை அதில் பொதிந்திருக்கிற, அல்லது அந்தப் பொருளை உருவாக்கச்

செலவிடப்பட்ட உழைப்பு மட்டுமே தீர்மானிக்கிறது என்கிற கருத்தை ஏற்றுக்கொள்ளாமல், பொருள்களின் மதிப்பு அவற்றை நுகர்வோரின் அகத்தராசின் எடைமட்டங்களால் மட்டுமே தீர்மானமாகிறது என்கின்றனர் 'நவசெவ்வியல் பொருளியல்' அறிஞர்கள். சுருக்கமாகச் சொன்னால், 'நவசெவ்வியல் பொருளியல்' கொள்கையினர், 'பொருள்களின் மதிப்புக்கும் அதை உருவாக்குவதில் ஈடுபடுத்திய உழைப்பின் அளவுக்கும் மறைமுகமான தொடர்பிருக்கலாமே தவிர நேரடியான தொடர்பில்லை' என்கிறார்கள்.

நுகர்வோரின் அகத்தராசுகளின் விளிம்புநிலை விருப்பத் தேர்வுகள் பற்றிய ஆய்வுகள்தான் பொருளியல் விளக்கங்களைச் 'செவ்வியல் அரசியல் பொருளாதார' வழித்தடத்திலிருந்து 'நவ செவ்வியல் பொருளியல்' வழித்தடத்துக்கு இடப்பெயர்ச்சி செய்ய வழிகோலின. அதனால்தான் இந்த இடப்பெயர்ச்சியையே விளிம்புநிலைப் புரட்சி என்று பெயரிட்டுப் பல பொருளியல் வரலாற்று ஆசிரியர்கள் அழைக்கிறார்கள். அடிப்படைக் கருத்துகளிலும் ஆய்வுமுறைகளிலும் ஏற்பட்ட திடீர் மாற்றத்தைப் புரட்சி என்கிற சொல் சுட்டுகிறது. 19ஆம் நூற்றாண்டின் பிற்பகுதியில் பொருளாதார ஆய்வுகளில் அப்படிப்பட்ட திடீர் மாற்றம் ஏற்பட்டதென்று 'ஆஸ்திரியப் பள்ளியினர்' நம்புகிறார்கள். ஆனால் அப்போது ஏற்பட்ட மாற்றம் சிறிது சிறிதாக நீண்ட காலமாக நடந்துகொண்டிருந்த மாற்றங்களின் ஒட்டுமொத்த விளைவுதான் என்று இங்கிலாந்தின் 'கேம்பிரிட்ஜ் பள்ளி'யினர் எதிர்வாதமிடுகிறார்கள்.

செவ்வியல் அரசியல் பொருளாதாரச் சிந்தனைகளுக்கு மாற்றான சிந்தனைகள் தோன்ற இரு முக்கியக் காரணங்கள் இருந்தன.

முதல் காரணம்: அதுவரை பொருளாதாரத்தை மானுடக் கலையியலின் (*humanities*) ஓர் அங்கமாகக் கண்டுகொண்டிருந்ததற்குப் பிரதியாக, அதை அறிவியலின் ஓர் அங்கமாகக் காணும் முயற்சியின் விளைவு. ஐரோப்பா அறிவொளியை நோக்கி இயங்க ஆரம்பித்த 16ஆம் நூற்றாண்டிலிருந்தே டெஸ்கார்ட்டஸ், பிரான்சிஸ் பேகன் போன்றவர்களின் வினாக்களும் விளக்கங்களும் அறிவியலின் முக்கியத்துவத்தைப் பாமர மக்களுக்கும் புரியவைத்தன. 19ஆம் நூற்றாண்டில் மானுடக்கலையியல்களின் அகவயமான (*subjective*) நடவடிக்கைகளிலும்கூட, நியூட்டனின் இயற்பியல், டார்வினின் பரிணாம வளர்ச்சிக் கொள்கைகள் போன்ற புறவயமான, புறப்பொதுமையான (*objective*) அடிப்படைக் காரணங்களைக் கண்டுபிடிக்க வேண்டும் என்கிற நோக்கத்தை அறிவியல்

நாட்டம் தூண்டிவிட்டது. அனைத்துக் கலையியல்களையும், அறிவியல்களாக மாற்றும் முயற்சிகள் மேற்கொள்ளப்பட்டன. விலைகள் மாறும்போது தேவைகளும் அளிப்புகளும் மாற்றமடைவதைப் பொது விதிகள் மூலம் விளக்கலாமென்றும், முதலாளிகள், தொழிலாளர்கள், நிலவுடைமையாளர்கள் என எந்த வர்க்கத்தினராயிருந்தாலும் அத்தகைய பொது விதிகள் அவர்கள் நடத்தையையும் விளக்குமென்றும் அறிவியலில் நாட்டம் கொண்டவர்கள் கருதினார்கள்.

இரண்டாவது காரணம்: இந்தக் காலகட்டத்தில் பொருளாதார வளர்ச்சி ஏற்படும்போது தொழிலாளர் வர்க்கமும்கூடத் தொடர்ந்து மேல்நோக்கி உயர முடியும் என்கிற நம்பிக்கை துளிர்த்ததன் காரணமாகவும் நவசெவ்வியல் பொருளியல் சிந்தனைகள் தூண்டப்பட்டிருக்கின்றன. இந்தக் காரணத்தைச் சற்று விரிவாக விளக்க வேண்டியிருக்கிறது.

நீண்ட காலப் போக்கில், அனைத்துச் சமுதாயங்களிலும் கூலிமட்டம் அடிமட்டத்திலேயே தேங்கிவிடும் என்றும், அது மேலே உயர வழியில்லை என்றும் கருதுவது 'அரசியல் செவ்வியல் பொருளாதார'த் தத்துவத்தின் பகுதியாகி விட்டது. அந்த அடிப்படையில்தான் கார்ல் மார்க்ஸ் முதலாளியம் தன் அழிவின் விதைகளைத் தானே வளர்த்துக்கொண்டிருக்கிறது என்று முன்னறிவித்தார். வளரும் முதலாளிய நாடுகளில் சிறுபான்மை முதலாளிகள் கொழுத்துக்கொண்டே செல்வார்கள் என்றும், பெரும்பான்மைத் தொழிலாளர்கள் தேய்வார்கள் என்றும், அவர்களிடையே வரப்போகிற வர்க்கப் போராட்டம் முதலாளியத்தை நொறுக்கி விடும் என்றும், அந்த அழிவின்மேல் புதிய கம்யூனிச சமுதாயம் துளிர்க்கும் என்றும் அவர் விவரித்தார். முதலாளிகள் கொழுப்பது பற்றியும், தொழிலாளர்கள் நசுக்கப்படுவது பற்றியும் அவரைப் போன்றவர்கள் வருவதுரைத்தது 19ஆம் நூற்றாண்டின் நடுப்பகுதி வரை, (அதாவது முதலாவது தொழிற் புரட்சி முடியும் வரை) உண்மையாகவே நிகழ்ந்தது.

ஆனால் 19ஆம் நூற்றாண்டின் நடுப்பகுதிக்குப் பிறகு நீராவி இயந்திரங்களிலிருந்து எண்ணெய் மற்றும் மின் இயந்திரங்களுக்கு மாற்றம் பெற்ற காலத்தில் இரண்டாம் தொழிற் புரட்சி ஆரம்பித்தது. அந்தக் காலகட்டத்திற்குப் பிறகும், முதலாளிகள் மேலும் மேலும் கொழுத்தது முன்பு போலவே நடந்தது. ஆனால் அதே சமயத்தில் ஐரோப்பா, அமெரிக்காவில் தொழிலாளர்கள் தேய்வது குறைந்தது அல்லது நின்றுபோனது. தொழிலாளர்களின் வாழ்க்கைத்தரமும் கூடச் சிறிது சிறிதாக மேலெழ ஆரம்பித்தது. வரலாற்றின் நீண்ட பயணத்தில் ஒரு கண் சிமிட்டும் நேரத்துக்குள் அதுவரை

நடைமுறையிலிருந்த கொள்கையான 'முதலாளிகள் வளர்வதற்காகத் தொழிலாளர்களைச் சுரண்ட வேண்டியது இன்றியமையாதது' என்பதற்குப் பிரதியாக 'பொருளாதார வளர்ச்சி ஏற்படும்போது ஒரே சமயத்தில் இரு சாராரும் வளரும் வாய்ப்புகள் இருக்கின்றன' என்ற புதிய கண்ணோட்டம் வெளியிடப்பட்டது. நாட்டின் தேசிய உற்பத்தி வேகமாக வளர்ந்தால், முதலாளிகள் மேலும் மேலும் கொழுக்கும்போதுகூடத் தொழிலாளர்களின் கூலிகளும் உயர முடியும் என்பதை நடைமுறையில் காண முடிந்த காலம் இது.

உலக வரலாற்றிலேயே முதன்முறையாக 19ஆம் நூற்றாண்டின் பிற்பகுதியிலிருந்துதான் ஐரோப்பாவின் சில பகுதிகளிலும், வட அமெரிக்காவிலும் தொழிலாளர் வர்க்கத்தின் வாழ்க்கைத்தரம் அடிமட்டத்திலிருந்து மேல்நோக்கிச் சிறிது சிறிதாகத் தொடர்ந்து முன்னேற ஆரம்பித்தது. (அதற்கு முந்தைய வரலாற்றில் உலகில் சில நாடுகளில் பொற்காலங்கள் என்றழைக்கப்பட்ட சில ஆண்டுகளில் தொழிலாளர்களின் வாழ்க்கைத்தரம் அவ்வப்போது தற்காலிகமாகச் சில காலம் முன்னேற்றமடைந்திருந்தாலும், அதற்குப் பிறகு அது வீழ்ந்து முன்பு போலவே பிழைப்பூதிய மட்டத்திலேயே மறுபடி தேங்குவதுதான் இயல்பாயிருந்தது. உலக வரலாறு முழுவதிலும் அனைத்து நாடுகளிலும் கீழ்மட்டத்திலிருந்தவர்களின் வாழ்க்கைச்சூழல் எப்போதுமே மோசமானதாகத்தான், அடித்தளத்திலேயே இருந்திருக்கிறது.) உலக வரலாற்றில் முதலாளியம் சந்தைப் பொருளாதாரத்தை அறிமுகப்படுத்திப் பண்டங்கள், பொருள்களின் உற்பத்தியை பிரம்மாண்டமான அளவுக்கு வளர்த்த பிறகுதான், சாதாரண மனிதர்கள்கூட மிகக் கடினமான உடலுழைப்பில்லாமலேயே தங்களின் இன்றியமையாத் தேவைகளை இயந்திரங்கள், கருவிகள் துணையுடன் நிறைவு செய்துகொள்ள முடிந்த காலம் தோன்றியது. அத்தகைய வாய்ப்பு தொழிலாளர் வர்க்கத்துக்கும் முதல் முறையாக 19ஆம் நூற்றாண்டின் பிற்பகுதியிலிருந்து விரிவடைய ஆரம்பித்தது. எடுத்துக்காட்டாக, மனித இனம் தோன்றியதிலிருந்தே தூரங்களைக் கடக்க, மேல்மட்டத்தினர் யானை, ஒட்டகம், குதிரை சவாரி செய்தும், குதிரை, மாட்டு வண்டிகளில் பயணித்தும் பல்லக்குகளில் ஊர்ந்தும் சென்ற போது, அவ்வர்க்கத்தினரின் ஏவல்களைச் செய்துகொண்டே, அவர்களோடு தொழிலாளர் வர்க்கம் நடந்துதான் பயணித்தது! ஆனால் 19ஆம் நூற்றாண்டில் தூரங்களைக் கடக்க மேல்மட்டத்தினர் மட்டுமின்றித் தொழிலாளர் வர்க்கமும்கூட இரயில் வண்டிகளில் பயணம் செய்கிற வாய்ப்பு ஏற்பட்டது. முற்காலத்தில் பேரரசர்களுக்குக் கூட கிடைக்காத வசதிகளான மின் விளக்கு, குழாய் நீர், மின் விசிறி, பேருந்துப் பயணம், தொலைபேசித் தொடர்புகள் போன்றவை இரண்டாம்

தொழிற்புரட்சிக் காலத்துக்குப் பிறகு ஏழைகளுக்குக்கூட நுகரக் கிடைத்திருக்கின்றன.

19ஆம் நூற்றாண்டின் பிற்பகுதியில் ஐரோப்பாவின் சில பகுதிகளிலும் வடஅமெரிக்காவிலும் தொழிலாளர் வர்க்கத்தின் வாழ்க்கைத் தரம்கூடச் சிறிது சிறிதாக மேல்நோக்கி உயர ஆரம்பித்தது. இந்த மாற்றத்தைப் பிரதிபலிக்கும்வண்ணம் பொருளியல் சிந்தனைகளிலும் மாற்றம் ஏற்பட்டது. அப்படி ஏற்பட்ட மாற்றம் தான் நவசெவ்வியல் பொருளியல் தோன்றத் தூண்டுகோலாயிற்று.

நவசெவ்வியல் பொருளியல் வளர்ச்சி: பிற காரணங்கள்

17ஆம் நூற்றாண்டுவரை மிகுந்த செல்வாக்குடையவர்களாயிருந்த நிலவுடைமையாளர் வர்க்கம், 1870களில் தொழில் முயல்வோரினால் பின்னுக்குத் தள்ளப்பட்டு விட்டனர். 1750வரை ஆதிக்கம் செலுத்தி வந்த நிலவுடைமையாளர் வர்க்கம் 1830–1870களில் ஐரோப்பாவில் தன் அடையாளத்தை இழந்து கொண்டிருந்தது. 1830–1870களில் தொழில் வளர்ச்சி பெற்றுவிட்ட நாடுகளில் வர்க்கப் போராட்டம் முதலாளிகளுக்கும் தொழிலாளிகளுக்குமிடையேதான் வெளிப்படையாகத் தெரிந்தது. 1871இல் இங்கிலாந்து தொழிற்சங்கங்களைச் சட்டபூர்வமாக அங்கீகரித்தது. இதைத் தொழிலாளர்கள் வர்க்கத்தின் புதிய செல்வாக்கை சமுதாயம் அங்கீகரித்த நிகழ்ச்சியாகக் காணலாம். அப்போதுதான் ஐரோப்பிய, அமெரிக்கத் தொழிலாளர்களின் கூலி மட்டம் மெதுவாக மேலெழ ஆரம்பித்தது. அந்த எழுச்சி, அப்போது வேகமாக வளர்ந்த மக்கள் தொகைப் பெருக்கத்துக்கும் விஞ்சிய வேகத்தில் ஏற்பட்டது. சந்தைப் பொருளாதார அமைப்பின் பிரம்மாண்டமான உற்பத்தித்திறன் வளர்ச்சியினால்தான் சமூகத்தின் மிகப் பெரிய பகுதியினரான தொழிலாளர்களின் வாழ்க்கைத் தரத்தை உயர்த்த முடிகிறது என்கிற வாதத்தை நவசெவ்வியல் பொருளியல் கொள்கையினர் முன்வைக்க ஆரம்பித்தனர். (கார்ல் மார்க்ஸ் இந்த பிரம்மாண்டமான உற்பத்தித்திறன் வளர்ச்சியைக் கவனித்து, வியப்புடன் பதிவு செய்திருக்கிறார். ஆனால், இந்த வளர்ச்சியின் பயன்களை முதலாளிகள் சுரண்டிக் கொள்வார்கள் என்று நம்பினார்.) இந்தக் காலகட்டத்திலிருந்துதான் எரிவாயு அடுப்புகளும், மின் விளக்குகளும், குழாய் நீரும், இரயில் போக்குவரத்தும், நவீனக் கழிப்பறைகளும் மேல் வர்க்கத்தினருக்கு மட்டுமின்றித் தொழிலாளர் வர்க்கத்தினருக்கும்கூடக் கிடைக்க ஆரம்பித்தன.

முதலாளியம் தனக்குள்ளேயே வளர்த்துக்கொண்டிருக்கும் வர்க்கப் போராட்டத்தினால் சிதறுண்டு அழிந்துபோகும் என்கிற மார்க்சியப் பார்வையை இது மறுபரிசீலனை செய்யத் தூண்டியது. 'நவ செவ்வியல் பொருளியலில்' அப்படிப்பட்ட மறுபரிசீலனைகள் நடந்தன.

17ஆம் நூற்றாண்டுக்குப் பின் வந்த ஜனநாயகம் என்கிற அரசியலமைப்பில், சாதாரண மனிதர்களுக்குக் கூட அரசியல் அதிகாரத்தில் பங்கு பெறும் வாய்ப்பு சிறிது சிறிதாகக் கிடைக்க ஆரம்பித்தது. அதுவரை அரசியல் அதிகாரம் மேல்மட்டத்தினரின் முற்றுரிமையாகவே இருந்தது. ஜனநாயகத்தில் அந்த அதிகாரத்தைப் பயன்படுத்தி வேலை, நேரம் போன்றவற்றைக் கட்டுப்படுத்தலாம் என்கிற எண்ணம் வளர்ந்தது. அதனால் தொழிலாளர்களின் வாழ்க்கைத்தரத்தை அரசு இயந்திரத்தின் உதவியுடன் உயர்த்த முயற்சிகள் மேற்கொள்ளப்பட்டன. தொழிலாளர்கள் நலனுக்காக அரசுகள் சட்டங்கள் இயற்ற ஆரம்பித்தன. முதலாளிகளின் அபரிமிதமான செல்வாக்கை அரசு இயந்திரத்தை இயக்கிக் கட்டுப்படுத்த முடியும் என்கிற ஜனநாயகக் கருத்துகள் உருவாகிப் பரப்பப்பட்டன. விளிம்புநிலைப் புரட்சியைத் துவக்கிவைத்த 'ஆஸ்திரியப்பள்ளி' பொருளியல் இயக்கம் எவராலும் திட்டமிடப்படாத, சுயமான நிகழ்வுகளால் இயக்கப்படுகிறது என்று காட்ட முயன்ற அதே காலகட்டத்தில்தான், ஜெர்மனியின் வலுவான பிரதம மந்திரியான பிஸ்மார்க், அரசு இயந்திரத்தைப் பயன்படுத்தித் தொழிலாளர்களுக்குச் சில அடிப்படை நலங்களை நல்கும் திட்டங்களைச் செயல்படுத்தினார் இவையும் நவசெவ்வியல் பொருளியல் எண்ணங்களைத் தூண்டும் பின்னணியில் இருந்தன.

பொருளாதார வளர்ச்சி ஏற்படும்போது முதலாளிகள் வளரவளரத் தொழிலாளர்கள் தேய்ந்துகொண்டே போவார்கள் என்கிற மார்க்சிய, சோசலிசக் கருத்துக்கு மாற்றாக, முதலாளிகள் தொழிலாளர்கள் உட்பட அனைத்து வர்க்கத்தினரும் மேல்நோக்கி உயரக்கூடிய வாய்ப்புகளை வழங்கக்கூடிய நம்பிக்கையளிக்கின்ற ஒரு பொருளாதாரத் தத்துவமாக நவசெவ்வியல் பொருளியல் அக்காலகட்டத்தில் தோன்றிப் பரவியது. குறிப்பாகக் கூறினால், தொழில் முயல்வோர் முன்னறிவுடன் செயல்படுவதால்தான் தனிநபர்களுக்குத் தேவையான பல பொருள்கள் சந்தைப்படுகின்றன என்றும், அவர்கள் செயலைச் சுரண்டல் என்று கருத இயலாது என்றும் வாதங்கள் முன்வைக்கப்பட்டன. முதலீடு செய்பவர்கள் ஆபத்தேற்பு போன்ற சிக்கலான நடவடிக்கைகளிலீடுபடுவதால் அவர்கள் பெறும் ஊதியங்களும் நேர்மையான வழியில் ஈட்டப்படுபவைதான் என்ற கருத்தும் முன்வைக்கப்பட்டது. இயற்கையின் கொடைகள் சொத்துரிமையாகச் சிலருக்குச் செல்வதும்

மனித இனத்தின் பரிணாம வளர்ச்சியின் ஒரு பகுதிதான் என்றும், வேலியிடுவதால் அடுத்தடுத்த நிலச் சொந்தக்காரர்களுக்கிடையே பூசல்கள் தவிர்க்கப்படுவது மட்டுமின்றித் தத்தம் நிலங்களைச் சீர்திருத்தித் தரமுயர்த்திட அவர்கள் தூண்டப்படுகிறார்கள் என்கிற கருத்தும் முன்வைக்கப்பட்டது. 'நவசெவ்வியல் பொருளியல்' கொள்கைகள் இப்படிப்பட்ட கருத்துகளைப் பிரதிபலிக்கின்ற வகையில் உருவாயின என்றும் கூறலாம்.

'ஆடம் ஸ்மித் புதிர்' அவிழ்க்கப்படுதல்

'செவ்வியல் அரசியல் பொருளாதார'த்தின் முன்னோடியான ஆடம் ஸ்மித் ஒரு புதிரை முன்வைத்தார். தண்ணீர், மிகுந்த பயன் மதிப்புடைய பொருள். தண்ணீரின்றி உயிர் வாழவே முடியாது. தண்ணீரோடு ஒப்பிடும்போது வைரம் பயன் மதிப்புக் குறைந்த பொருள்தான். வைரம் இல்லாமல் உயிர் வாழ இயலும். ஆனால் சந்தையில் தண்ணீருக்குப் பரிவர்த்தனை மதிப்புக் குறைவு; வைரத்துக்குப் பரிவர்த்தனை மதிப்பு அதிகம் என்கிற புதிரைத்தான் அவர் வெளிப்படுத்தினார். மதிப்பு மிகுந்த தண்ணீருக்கு ஏன் பரிவர்த்தனை மதிப்பு குறைவாக இருக்கிறது என்கிற இந்தப் புதிரைச் 'செவ்வியல் அரசியல் பொருளாதார'த்தினர் விடுவிக்கவில்லை.

1860க்குப் பிறகு விளிம்புநிலைப் புரட்சிக் காலத்தில், 'நவசெவ்வியல் பொருளியல்' சிந்தனையாளர்கள் பொருள்களின் பயன் மதிப்பையும் பரிவர்த்தனை மதிப்பையும் தனித்தனியாகப் பார்க்காமல், ஒருங்கிணைத்துப் பார்த்தார்கள். பயன் மதிப்பும் பரிவர்த்தனை மதிப்பும் வெவ்வேறானதன்று; ஒரு பொருளின் பயன் மதிப்பின் விளிம்புநிலை அலகின் மதிப்புத்தான் அதன் பரிவர்த்தனை மதிப்பு என்று 'நவசெவ்வியல் பொருளியல்' காட்டியது. ஒரு பொருளின் மதிப்பு, அதை உருவாக்கப் பயன்பட்ட (புறப் பொதுமையான, புறவயமான) உழைப்பின் அளவினால்தான் தீர்மானிக்கப்படுகிறது என்கிற மையக்கருத்தைக் கைவிட்டுவிட்டு, அதற்குப் பதிலாக, ஒரு பொருளின் மதிப்பு, அதை நுகர்பவரின் (அக அளவிலான, அகவயமான) விருப்பத் தேர்வுகள்தான் தீர்மானிக்கின்றன என்கிற மையக்கருத்து இந்தக் காலகட்டத்தில் 'நவசெவ்வியல் பொருளியல்' அறிஞர்களால் அறிமுகப்படுத்தப்பட்டு வளர்ந்தது. (இந்தக் கருத்து பின்வரும் இயல்களில் விளக்கப்பட்டுள்ளது.) கிடைப்பருமையான சூழல்களில் தண்ணீருக்கு விலை வந்துவிடுமென்பதும், பாலைவனத்தில் தாகத்தில் தவிக்கும் ஒருவர் ஒரு குவளைத் தண்ணீருக்காகத் தன் செல்வம் முழுவதையும் பரிவர்த்தனை செய்யத் தயாராயிருப்பார் என்பதையும் காட்டி, அதனால் நுகர்வோரின் விளிம்புநிலை

விருப்பத் தேர்வுகள்தான் விலைகளைத் தீர்மானிக்கின்றன என்று நவசெவ்வியல் பொருளியல் வாதங்கள் எழுந்தன.

முதலாளியத்தில் வந்த மாற்றங்களும் நவசெவ்வியல் பொருளியலும்

16ஆம் நூற்றாண்டிலிருந்து விரிந்துகொண்டிருந்த ஐரோப்பிய வணிக முதலாளியம், 18ஆம் நூற்றாண்டில் தொழிற் புரட்சியின்போது தொழில் முதலாளியமாக மாறியபோது செவ்வியல் அரசியல் பொருளாதார ஆய்வுகள் தோன்றி வளர்ந்தன. 19ஆம் நூற்றாண்டின் பிற்பகுதியில் வணிக, தொழில் முதலாளியங்களைத் தாண்டி நிதி முதலாளியத்தின் முக்கியத்துவம் பெருக ஆரம்பித்தபோது நவசெவ்வியல் பொருளியல் தொடங்கியது. சிறு பட்டறை முதலாளிகளின் செல்வாக்குக் குறைந்து, பேருருவம் கொண்ட 'கார்பரேட்' நிறுவனங்களுக்கிடையே சந்தையைக் கைப்பற்றுவதில் கடுமையான போட்டாபோட்டி நிலவிக்கொண்டிருந்த காலம் இது. தாய் நாட்டு அரசுகள் தங்கள் நாட்டின் நிறுவனங்களின் சந்தைகளுக்காகக் காலனிகளைப் பிடிப்பதற்கும் காப்பாற்றுவதற்கும் போர்களில் ஈடுபட்டுக்கொண்டிருந்த காலகட்டம் இது. சந்தையை வர்க்கப் போராட்டத்தின் மையக் களம் என்று பார்க்காமல், சந்தையைப் பொருளியலை இயக்கும் ஒரு இயந்திரமாகப் பார்த்து, அதனைப் பகுதி பகுதியாகக் கழற்றி ஆராய முடியுமா என்கிற புதிய பார்வை அப்போது வந்ததன் விளைவாக நவ செவ்வியல் ஆய்வுகள் தோன்றியிருக்கின்றன. நவசெவ்வியல் பொருளியல் பின்னர் பொருளியல் நுண்ணியல், பொருளியல் பேரியல் என்று வகை பிரிக்கப்பட்டு, அவை ஒவ்வொன்றிலும் மேலும் பல உட்பிரிவுகள் வளர்ந்தன. 19ஆம் நூற்றாண்டின் இறுதிப் பகுதியில் தொடங்கிய நவசெவ்வியல் பொருளியல் பகுதி பகுதியாகப் பிரிந்துதான் நவீன உலகின் முதன்மைப் பொருளியல் நீரோட்டமாக இப்போது ஓடுகிறது. பொருளியல் நுண்ணியல், பொருளியல் பேரியல், பணவியல், பொது நிதியியல், பன்னாட்டு வணிகவியல் என்று பல்கலைக்கழகப் பாடத்திட்டங்களில் காணப்படும் பல்வேறு பகுதிகளுக்கும் மூலமாக அமைந்திருப்பது நவசெவ்வியல் பொருளியலே.

உலகின் அனைத்து நாடுகளிலும் சந்தை சார்ந்த பொருளாதார வளர்ச்சி ஒரே மாதிரியானதாக ஏற்படவில்லை. மரபு, கட்டளை வழிகளில் இயங்கிய சமுதாயங்கள் சந்தை வழிக்கு மாறுவது எளிதானதாகவோ, சிக்கலில்லாததாகவோ இருக்கவில்லை. இந்த மாறுதல் ஏற்பட்டபோது பல்வேறு நாடுகளில், பல்வேறு அளவுகளில் கார்ல் மார்க்ஸ் விவரித்திருக்கிற புராதனத் திரட்சிக்

காலகட்டத்தின் கொடுமைகள் நிகழ்ந்தன. தொழிற் புரட்சி எப்படித் தொடங்கி வளர்ந்ததென்பதைச் சுருக்கமாக 'ஆடம் ஸ்மித் முதல் கார்ல் மார்க்ஸ் வரை' நூலில் சொல்லியிருக்கிறேன். அந்தப் பகுதியையே இங்கிலாந்தில் சந்தைப்படுத்துதல் எப்படி நிகழ்ந்ததென்பதைக் காட்டும் பகுதியாகவும் காணலாம். நவசெவ்வியல் பொருளியல் உருவான காலத்தில் சந்தை சார்ந்த முதலாளியம் இங்கிலாந்து தவிர்த்த மற்ற நாடுகளில், குறிப்பாக இந்தியாவிலும் ஐரோப்பிய நாடுகளில் முக்கியமானவற்றிலும், வட அமெரிக்காவிலும், ஜப்பானிலும் ஆப்பிரிக்கக் கண்டத்திலும் தொடங்கி இயங்கிய விதங்களைச் சுருக்கமாக ஓர் இடைச்செருகலாக அடுத்த இயலில் சேர்த்திருக்கிறேன். இந்த நூலில் விளக்கியுள்ள புதிய ஏகாதிபத்தியத்தைப் பற்றியும், ஓய்வு வர்க்கம் பற்றியும் புரிந்துகொள்வதற்கு இந்தப் பின்னணி உதவுமென்று நம்புகிறேன்.

செவ்வியல் அரசியல் பொருளாதாரமும், நவசெவ்வியல் பொருளியலும்: சில அடிப்படை வேறுபாடுகள்

செவ்வியல் அரசியல் பொருளாதாரமும், நவசெவ்வியல் பொருளியலும் எவ்வாறு வேறுபடுகின்றன என்பதைச் சுட்டிக்காட்ட, அவற்றுக்கிடையே இருக்கும் வேறுபாடுகளை இந்தப் பகுதியில் ஒன்றுதிரட்டி பூதக்கண்ணாடியில் பார்ப்பது போல் பெரிதுபடுத்திக் காட்டியிருக்கிறேன். உண்மையில் இந்த வேறுபாடுகள் இந்தப் பகுதியில் காட்டியிருக்கிற அளவுக்குத் துல்லியமானதோ, தெளிவானதோ இல்லை. நவ செவ்வியல் எண்ணங்களைப் புரிந்துகொள்ள இப்படிப் பெரிதுபடுத்திக்காட்டுவது ஓரளவுக்கு உதவலாம் என்கிற காரணத்தினால் அதை ஓர் உத்தியாகப் பயன் படுத்தியிருக்கிறேன்.

மதிப்பைப் பாரபட்சமற்ற, புறப்பொதுமையான உற்பத்திச் செலவுகளின் கூட்டாகவோ முந்தைய மற்றும் தற்போதைய உழைப்பின் கூட்டாகவோ அளக்கலாம் என்று 'செவ்வியல் அரசியல் பொருளாதாரம்' கூறியது. அதாவது, விலையை உற்பத்திச் செலவுகளும் (அல்லது உழைப்பின் அளவுகளும்) நிர்ணயிப்பதாக அந்தக் கோட்பாடு தெரிவித்தது. ஆனால் விலைகளைப் பொருள்களை நுகர்வோரின் அக உணர்வுகள்தான் நிர்ணயிக்கின்றன என்பது விளிம்புநிலைப் புரட்சியாளர்களின் நிலைப்பாடு. அதிலும், பொருள்களின் நுகர்ச்சியை நுகர்வோர் கூட்டும்போதோ, குறைக்கும்போதோ அந்த விளிம்புநிலையில் ஏற்படும் அக உணர்வுகள்தான் விருப்பத்தேர்வுகள் மூலமாக அந்தப் பொருள்களின் அப்போதைய விலைகளைத் தீர்மானிக்கின்றன என நவசெவ்வியல் பொருளியலார் கருதுகிறார்கள்.

செவ்வியல் அரசியல் பொருளாதார அறிஞர்கள் மதிப்பை உழைப்பு என்கிற புறப்பொதுமையான அளவுகோல் கொண்டு அளக்க முயன்றனர். ஆனால் நவசெவ்வியல் பொருளியலறிஞர்கள் அப்படிப்பட்ட புறப்பொதுமையான அளவுகோலே இல்லை என்கிறார்கள். மதிப்பு என்பது அக அளவில் இருக்கும் மதிப்பீடு என்பதால் அந்த மதிப்பீடு நபருக்கு நபர் மாறுபடும் என்றும், சந்தையின் இயக்கத்தால் வரும் சமநிலைகளால் அது கணத்துக்குக் கணம் நிர்ணயிக்கப்படும் என்றும் நிறுவ முயல்கிறார்கள். மதிப்புக் கோட்பாடு புறப்பொதுமையானது என்கிற நிலையிலிருந்து அது மன உணர்வுகள் சார்ந்தது என்கிற எதிர்நிலைக்கு விளிம்பு நிலைப் புரட்சி மாற்றியது.

'செவ்வியல் அரசியல் பொருளாதார' ஆய்வுகளின் மையக் களம் உற்பத்திக் காரணிகளின் ஊதியப்பிரிவு பற்றியதாக இருந்தது. உற்பத்தியில் ஈட்டப்பட்ட வருவாய் முதலாளிகள், தொழிலாளர்கள், நிலவுடைமையாளர்கள், தொழில் முனைவோர் போன்றோரிடையே எவ்வாறு பகிரப்படுகிறது என்பதை விளக்குவது அவர்களின் நோக்கமாக இருந்தது. நவசெவ்வியல் பொருளியலில் அந்த ஆய்வுகளின் மைய அரங்கம் சந்தை என்று திசைதிரும்பியது. சந்தையை இயக்கும் காரணிகள் யாவை, சந்தைகளில் எவ்வாறு சமநிலைகள் தோன்றுகின்றன என்பது போன்ற வினாக்களுக்கு விடை தேடுவதில் நவ செவ்வியல் பொருளியலறிஞர்கள் அதிகக் கவனம் செலுத்தினர். சந்தைகளில் எப்படிப் பற்றாக்குறையான பொருள்களும் பணிகளும் விற்பனையாகின்றன; அங்கே தனிமனிதர்களின் தேவைகளும் அளிப்புகளும் எப்படிச் சமநிலையடைகின்றன; சந்தை விலைகள் எப்படி உற்பத்திக் காரணிகளின் ஊதியங்களையும் தீர்மானிக்கின்றன என்று அவர்கள் ஆய்கிறார்கள். சந்தையின் இயக்கத்தை ஆராயும்போதே உற்பத்திக் காரணிகளின் ஊதிய நிர்ணயங்களையும் தீர்மானித்துவிட முடியும் என்று அவர்கள் நம்புகிறார்கள்.

பண்டைய மற்றும் இன்றைய உழைப்பு ஆகியவற்றின் கூட்டுத்தொகையே பொருள்களின் மதிப்பைத் தீர்மானிக்கின்றன என்கிற 'செவ்வியல் அரசியல் பொருளாதார' ஆய்வுகளின் உழைப்பு மதிப்புக் கோட்பாட்டுக்கு மாற்றாக 'நவசெவ்வியல் பொருளியலில்' பொருள்களின் மதிப்பு, அவற்றை நுகர்வோருக்குக் கிடைக்கும் களிப்பு, மகிழ்ச்சி அல்லது பயன்பாடுகளின் அக அளவுகளால்தான் தீர்மானமாகிறது என்கிற மாற்றுக்கருத்து உருவானது. சமூகத்தில் உழைப்பாளர்கள் தவிர்த்த மற்றவர்கள், தொழிலாளர்களைச் சுரண்டித்தான் பிழைக்கிறார்கள் என்கிற கருத்து 'செவ்வியல் அரசியல் பொருளாதார' அறிஞர்கள் சிலரால் முன்வைக்கப்பட்டது. அதற்கு மாற்றாக, தொழில் முனைவோர்,

நிலவுடைமையாளர்கள், முதலாளிகள், நிர்வாகிகள், வணிகர்கள் உள்ளிட்ட அனைவரும் கூட்டாகத்தான் நுகர்வோருக்கு மன நிறைவையளிக்கும் பொருள்களை உற்பத்தி செய்கிறார்கள்; அந்த மன நிறைவை அளிக்கும் பொருள்கள் அனைத்து உற்பத்திக் காரணிகளின் ஒத்துழைப்பால்தான் உருவாகிறது; இயற்கையின் கொடைகளைப் போலவே மனிதனின் முயற்சி, தொழில் நுட்பம், புத்தாக்கம் செய்யும் திறன், நிர்வாகத் திறன், முதலைச் சேமிக்கும் ஆற்றல், கால இடைவெளியில் காத்திருக்கும் தன்மை போன்ற பல காரணிகள்–செயல்களின் கூட்டுத்தான் மதிப்பை உருவாக்குகிறது; அந்தந்தக் காரணிகள்–செயல்களின் தன்மைக்கேற்ப அவற்றிற்கு மதிப்பின் பங்குகள் சென்றடைகின்றன என்று புது விளக்கங்கள் உருவாகின.

நுகர்வோருடைய தேவைகள்தான் நுகர்பொருள்களின் சந்தை விலைகளைத் தீர்மானிக்கின்றன; சந்தை விலைகள்தான் உற்பத்தியைத் திசை திருப்பும் காரணிகளாக இயங்குகின்றன; பொருள்களின் உற்பத்தி அளவுகள்தான், உற்பத்திக் காரணிகளின் விளிம்புநிலைத் தேவைகளைத் தீர்மானிக்கின்றன; அந்த விளிம்புநிலைத் தேவைகள்தான், உற்பத்தித் தொடர்–நடைமுறையில் ஒத்துழைப்பு நல்கும் உற்பத்திக் காரணிகளான உழைப்புக்குக் கூலியையும், நிலத்திற்கு வாரத்தையும், முதலுக்கு வட்டியையும், தொழில் முயல்வதற்கு இலாபத்தையும், உற்பத்தியான பொருள்களின் மதிப்பீட்டில் அந்தந்தக் காரணிகள் வழங்கியிருக்கும் பங்கினளவுக்குச் சமமான ஊதியங்களாகப் பெருகிற வாய்ப்பையும் நல்குகின்றன என்று காட்ட முயன்றனர். சுருக்கமாகச் சொன்னால் வருவாய் பகிரப்படுவதில்லை; மாறாக, பொருள்களின் உற்பத்தியில் ஒத்துழைத்தவர்களின் பங்களிப்புக்குத் தக்க வகையில் வருவாய் அந்தந்தக் காரணிகளால் அறுவடை செய்யப்படுகிறது என்கின்றனர் நவசெவ்வியல் பொருளியலார். வருவாய் சமுதாயத்தின் உற்பத்திக் காரணிகளின் ஒத்துழைப்பால் ஏற்படுகிற விளைச்சல். உற்பத்திக் காரணிகள், அந்த விளைச்சலில் தத்தம் பங்களிப்பிற்கேற்ப ஊதியம் பெறுகிறார்கள். சுருக்கமாகச் சொன்னால், சமுதாயத்தில் தொழிலாளர்களைச் சுரண்டித்தான் மற்றவர்கள் பிழைக்கிறார்கள் என்கிற அடிப்படை வாதத்தை நவசெவ்வியல் ஆய்வாளர்கள் ஏற்றுக்கொள்வதில்லை.

‘செவ்வியல் அரசியல் பொருளாதார’த்தில் விலை அல்லது மதிப்பைத் தீர்மானிப்பதில் வர்க்கப் போராட்டத்திற்கும், சந்தை இயக்கத்தில் அளிப்புப் பக்கத்திற்கும் முக்கியத்துவம் கொடுக்கப்பட்டிருந்தது. தேவை அளிப்பு இரு சக்திகளின் புறப்பொதுமையான இயக்கத்தினால் வருகிற சமநிலையில்தான் மதிப்பு தீர்மானமாகிறது என்றும், அதில் தேவைப் பகுதி

வலுவான சக்தியாக இயங்குகிறது என்றும் புதிய கொள்கைகள் 'நவசெவ்வியல் பொருளியலி'ல் அறிமுகமாயின. அதனால் விலை நிர்ணயத்தில் அளிப்புப் பகுதிக்கு முக்கியத்துவமளித்து அதுவரை ஆதிக்கம் செலுத்திவந்த உழைப்பு மதிப்புக் கோட்பாடு அதன் முக்கியத்துவத்தை இழந்தது. சமுதாயத்தில் தொழிலாளர்கள், நிலவுடைமையாளர்கள், முதலாளிகள் போன்ற வர்க்கத்தினரிடையே வருமானப் பகிர்வுகளைப் பற்றிய ஆய்வுகளுக்குப் பிரதியாகத் தொழில் முயல்வோர் போன்றோரின் தனிமனித நடவடிக்கைகளை மையம் கொண்ட ஆய்வுகளுக்கு முன்னுரிமைகள் கிடைத்தன.

செவ்வியல் அரசியல் பொருளாதார அறிஞர்கள் பார்வையில் விலை என்பது ஒரு பொருளை உற்பத்தி செய்வதில் இருக்கும் உழைப்பின் மெய்வருத்தம், தொல்லை, வேதனை ஆகியவற்றைப் பிரதிபலிக்கும் கண்ணாடி. அது புறப்பொதுவானது. ஆனால் நவசெவ்வியல் பொருளியல் அறிஞர்கள் பார்வையில் விலை என்பது குறிப்பிட்ட பொருளைப் பற்றி நுகர்வோரின் மன அளவு விருப்பத் தேர்வுகளின் விளிம்புநிலைகளில் பற்றாக்குறை அல்லது மிகுதியைப் பிரதிபலிக்கும் கண்ணாடி. அது ஒவ்வொரு நுகர்வோரின் அகத்தராசிலும் வேறுபடும் தன்மை கொண்டது!

ஆடம் ஸ்மித் நாகரிக முதிர்ச்சியற்ற பண்டைக் காலத்திலிருந்து தற்காலம் வரை மனித இனத்தின் வெவ்வேறு வகையான வளர்ச்சி நிலைகளைப் படம் பிடித்துக் காட்டியிருக்கிறார். அந்த வரலாற்றிலிருந்துதான் தன் முடிவுகளுக்கு ஆதாரங்கள் தேடுகிறார். அவரைப் பின்பற்றிச் செவ்வியல் அரசியல் பொருளாதார அறிஞர்கள் காரணங்களிலிருந்து முடிவு நோக்கித் தங்கள் கொள்கைகளை விவரிப்பதற்கு மிகுந்த முயற்சி எடுத்துக்கொண்டார்கள். இதற்கு மாறாக நவசெவ்வியல் பொருளியல் அறிஞர்கள், முடிபுகளிலிருந்து காரணங்களை உய்த்துணரும் வழிமுறையை மிகுதியாகக் கையாள்கிறார்கள் அதனால் நவசெவ்வியலில் நுண்கணிதம் ஏராளமாகப் பயன்படுத்தப்படுகிறது. பொருளியலில் சிறப்புத் தேர்ச்சி பெற்றவர்கள் மாத்திரமே புரிந்துகொள்ளக்கூடிய வகையில் அவர்களின் ஆய்வு முடிவுகள் வெளிப்படுகின்றன. அறிவார்ந்த முகவர்கள் உத்தமமான நிலைகளைத் தேடி அலைந்து இலக்குகளை அடைவதை நவசெவ்வியல் பொருளியல் நுட்பமான வழிகளில் படம் பிடிக்கிறது.

'செவ்வியல் அரசியல் பொருளாதார'த்தினர் உற்பத்தியையும் பகிர்வையும் தனித்தனியாகப் பிரித்துப் பார்த்தனர். பகிர்வை அவர்கள் வர்க்கங்களிடையே நடைபெறும் பேரமாகப் பார்த்தனர். கூலிநிர்ணயம், இலாபம், வாரம் ஆகியவற்றைத் தொழிலாளர், முதலாளிகள், நிலவுடைமையாளர் வர்க்கங்களுக்குச் செல்லும்

பங்குகளாகக் கருதினர். கடுமையான போட்டியின் காரணமாகக் கூலிமட்டம், இலாப மட்டம் போன்றவை ஒரே அளவை எட்டலாம் என்கிற வகையில் மட்டுமே சமநிலை பற்றி அவர்கள் சிந்தித்தார்கள். நவசெவ்வியல் பொருளியல் அறிஞர்கள், பொருளியல் இயக்கமே உற்பத்திக் காரணிகளை உத்தமமாக இணைத்து சந்தைகளைச் சமன்பாட்டு நிலையை நோக்கிச் செலுத்தும் என்றும், அந்த இயக்கம் எவராலும் திட்டமிடப்படாத, சுயமான நிகழ்வு என்றும் வலியுறுத்த முயல்கிறார்கள். அத்தகைய சமன்பாட்டில் நுகர்ச்சி, பகிர்வு ஆகிய அனைத்தும் ஒரே சமயத்தில் தீர்மானமாகிவிடும் என்று அவர்கள் விளக்க முயன்றனர். அத்தகைய பொதுச்சமநிலையைச் சாதாரண மனிதர்கள் புரிந்துகொள்ளும்படியாக எளிதாக விளக்க முடிவதில்லை.

செவ்வியல் அரசியல் பொருளாதார ஆய்வுகள் வர்க்கப் போராட்டத்தை மையமாகக் கொண்டு சமுதாய முழுமைக்கும் பரந்து விரிந்து திகழ்ந்தன. மாற்றாகத் தனி மனிதப் பொருளியல் நடவடிக்கைகளை நுண்ணோக்காடியில் வைத்துப் பகுத்தாய்கிற வழிகளில் நவசெவ்வியல் பொருளியல் ஆய்வுகள் திசை மாறின. பொருளாதார ஆய்வுகளின் களம் உற்பத்திக் காரணிகள் என்பது மாறி, அந்தக் களம் சந்தை என்றானது. பொருள்களுக்குப் பயன் மதிப்பு, பரிவர்த்தனை மதிப்பு என்கிற இரு பரிமாணங்களைக் காட்டி, அதில் பரிவர்த்தனை மதிப்பை விளக்குவதற்குச் செவ்வியல் அரசியல் பொருளாதாரம் முயன்றது. நவசெவ்வியல் பொருளியலில் அந்தப் பாகுபாடே கைவிடப்பட்டுவிட்டது. பொருளாதாரம் மனித நடவடிக்கைகளை விவரித்து விளக்கம் தரும் மானுடக் கலையியல் என்றிருந்த நிலையிலிருந்து திரிந்து, தனிமனித நடவடிக்கைகளிலிருந்து உய்த்துணரும் பொது விதிகளால் கட்டமைக்கப்படும் அறிவியலின் பகுதி என்கிற நிலைக்கு மாற்றப்பட்டது. ‘செவ்வியல் அரசியல் பொருளாதாரம்‘ சாதாரண மனிதர்கள் அன்றாடம் பயன்படுத்தும் சொல்லாடல்களின் மூலம் தெளிவைத் தர முயன்றது. ஆனால் ‘நவசெவ்வியல் பொருளியல்’ கணிதக் குறியீடுகள் போன்ற, அவற்றைக் கற்றவர் மாத்திரமே புரிந்து கொள்கிற வழிகளில் இயங்கிச் சாதாரண மனிதர்களுக்கு எட்டாக்கனியாக மாற்றப்பட்டுவிட்டது.

~

அரசியல் செவ்வியல் பொருளாதாரத்திலிருந்து நவ செவ்வியல் பொருளியலுக்கு மாறிய போது பொருளாதார ஆய்வுகள் குறித்து வந்த சில விவாதங்களை இனிக் காண்போம்.

*19*ஆம் நூற்றாண்டின் ஜெர்மன் வரலாற்றுப் பள்ளியினர் பொருளியல் வளர்ச்சி, காலத்துக்குக் காலம் மாறுபடும்

தன்மையுடையது; அந்தந்தக் காலத்தின் வரலாற்றை ஆய்ந்துதான் அந்தந்தக் காலத்தின் பொருளியல் அடித்தளங்களை அறிந்துகொள்ள முடியும் என்கிற கொள்கைகளைத் தீவிரமாகப் பரப்பி வந்தனர். நவசெவ்வியல் பொருளியலின் மூலவர்களான ஜெவன்ஸ், வோல்ரஸ், மெங்கர் மூவருமே ஜெர்மன் வரலாற்றுப் பள்ளிக் கொள்கைகளை நிராகரித்தனர். 1870களிலிருந்தே மெங்கர் 'மூலமெய்ம்மை' நூலில் விளக்கியிருந்த தன் கொள்கைகளை வியன்னாவில் தன் விரிவுரைகள் மூலம் பிரபலப்படுத்தினார். இங்கிலாந்தில் மையங்கொண்டிருந்த 'செவ்வியல் அரசியல் பொருளாதார'க் கொள்கைகளையும், ஆஸ்திரியாவில் மெங்கரால் பிரபலப்படுத்தப்பட்டுக் கொண்டிருந்த, அகவியலை ஆதாரமாகக் கொண்ட 'நவ செவ்வியல்' கொள்கைகளையும் ஜெர்மனியின் 'வரலாற்றுப் பள்ளி'யைச் சார்ந்தவர்கள் கடுமையாகச் சாடினார்கள். அவர்களின் விளக்கப்படி, வரலாறுதான் மனித நடத்தைகளுக்கும் பொருளாதார இயக்கத்திற்கும் அடிப்படை. வரலாறு, ஒவ்வொரு பிராந்தியத்துக்குமான பண்பாட்டைச் சார்ந்து, அப்பகுதியின் பொருளாதாரத்தை வேறுபடுத்துகிறது. எனவே, அனைத்து நாட்டினருக்கும் மக்களுக்கும் பொருந்துகிற பொதுவான பொருளியல் கொள்கைகளை உருவாக்க இயலாது. இத்தகைய கொள்கைகளைக் கணிதம் வாயிலாகவும், பொதுக் கண்ணோட்டத்தின் வாயிலாகவும் உருவாக்க முயற்சி செய்பவர்கள் அனைவரையும் ஜெர்மனியின் வரலாற்றுப் பள்ளியினர் எதிர்த்தனர். அறிவுடையோர் எது நடைமுறையிலிருக்கிறது என்றுதான் காண்பார்கள்; எது தத்துவரீதியாகச் சரியானது என வாதிடுவது பகல்கனவு காண்பதற்கொப்பானது என்பதே வரலாற்றுப் பள்ளியினரின் நிலைப்பாடு.

19ஆம் நூற்றாண்டின் பிற்பகுதியில், ஜெவன்ஸ், வோல்ரஸ், கார்ல் மெங்கரின் காலத்தில், ஜெர்மனியில் அந்த வரலாற்றுப் பள்ளியின் முக்கியப் பிரதிநிதியாக குஸ்டாஃப் ஃபான் ஸ்க்மோலர் (Gustav von Schmoller) திகழ்ந்தார். கார்ல் மெங்கருக்கும், ஸ்க்மோலருக்குமிடையே பொருளியலில் ஆய்வு முறை பற்றிய யுத்தமொன்றே நிகழ்ந்தது எனச் சொல்லலாம். 1870–80களில் வியன்னா, ஆஸ்திரியாவின் கார்ல் மெங்கரும், ஸ்க்மோலரைத் தலைவராகக் கொண்ட ஜெர்மனியின் வரலாற்றுப் பள்ளியின் (historical school) பேராசிரியர்களும் பொருளாதார ஆய்வுமுறைகள் (methodology) பற்றிய தொடர் விவாதத்தில் ஒருவரையொருவர் தாக்கிக்கொண்டனர். பொருளாதார ஆய்வு முறைகளைப் பற்றி அப்போது ஆரம்பித்த அந்த விவாதங்கள் இன்றும் தொடர்கின்றன.

தொழிற்புரட்சியும் 'செவ்வியல் அரசியல் பொருளாதார'மும் தொடங்குவதற்கு முன்பு, பொருள்களின் விலைகளைச் சில

சரித்திர நிகழ்வுகள், புவியியல் பேரிடர்கள், வணிகர்களின் விருப்பு வெறுப்புகள் போன்றவை மாத்திரமே நிர்ணயிக்கின்றன என்கிற எண்ணம் பரவலாக இருந்தது. 17 ஆம் நூற்றாண்டிலிருந்து படிப்படியாகச் 'செவ்வியல் அரசியல் பொருளாதாரம்', 'விலை நிர்ணயத்தில் சில பொது விதிகள் செயல்படுகின்றன; அவை, அந்தப் பொருள்களின் தேவை – அளிப்புகளால் நிர்ணயிக்கப்படுகின்றன' என்று நிறுவ முயன்றது. முதலீட்டாளர்கள் தாங்கள் உற்பத்தி செய்யும் பொருள்களுக்கான தேவையை முன்கூட்டிக் கணித்து, எந்தத் தொழில்களிலெல்லாம் ஒரு பொருளின் விற்பனை விலை, அதன் உற்பத்திச் செலவை விட அதிகமாக இருக்கிறதோ அங்கெல்லாம் தங்கள் உற்பத்தியை அதிகரித்தும், எந்தத் தொழில்களிலெல்லாம் ஒரு பொருளின் விற்பனை விலை, அதன் உற்பத்திச் செலவை விடக் குறைவாக இருக்கிறதோ அங்கெல்லாம் தங்கள் உற்பத்தியை குறைத்தும் பொருளாதார இயக்கத்தை வழிநடத்துகிறார்கள் என்று அது விளக்கியது. அதாவது, 'செவ்வியல் அரசியல் பொருளாதார'த்தில் முதலீட்டாளர்களின் கணிப்புகள், அளிப்புப் பக்கத்தில் உற்பத்திக் காரணிகளை சரியான திசைகளில் வழிநடத்தும் வழிமுறைகளை நன்கு விவரிக்கிறது. நவீன உலகின் பொருளியல் ஆய்வுகளெல்லாம் 'செவ்வியல் அரசியல் பொருளாதார' காலத்தில்தான் தொடங்கின.

'செவ்வியல் அரசியல் பொருளாதார'த்தில் அளிப்புப் பக்கத்தில், பண அளவுகோல்களால் அளக்கக்கூடிய செலவு, கூலி, வாரம், வட்டி, இலாபம், விலை போன்றவற்றின் கணிப்பு வழியாக நடைபெறும் மனித நடவடிக்கைகள் பற்றிய தெளிவான விவாதங்கள் நிறைய உள்ளன. ஆனால், தேவைப் பக்கத்தில் எளிதில் கணிக்க முடியாத அக உணர்வுகள் சார்ந்த பயன்பாடு எவ்வாறு மனித நடவடிக்கைகளைத் திசை திருப்புகிறது என்பதைப் பற்றி எளிதில் விளங்குகிற வழியில் காட்டும் விவாதங்கள் அதிகம் வரவில்லை. அக உணர்வுகள் சார்ந்த பயன்பாடு தூண்டும் மனித நடவடிக்கைகளும், பண அளவுகோல்களால் அளக்கக்கூடிய கணிப்பு வழியாக நடைபெறும் மனித நடவடிக்கைகளும் ஒன்றுக்கொன்று தொடர்புகொண்டவை என்பதும் விளக்கப்படவில்லை. அதற்கு முக்கியக் காரணம், ஒவ்வோர் பொருளுக்கும் பயன் மதிப்பு, பரிவர்த்தனை மதிப்பு ஆகியவை வெவ்வேறானவை; அதில் 'செவ்வியல் அரசியல் பொருளாதாரம்' பரிவர்த்தனை மதிப்பை மாத்திரமே ஆய்வுக்கு எடுத்துக்கொள்கிறது என்பது ஆடம் ஸ்மித்தின் செயற்கையான பிரிவினைதான்.

செவ்வியல் அரசியல் பொருளாதாரம் தேவைஅளிப்பு சக்திகள் எவ்வாறு சந்தை விலைகளை நிர்ணயிக்கின்றன என்று விளக்கி, தேவை அளிப்பு சக்திகளின் பின்னணியை ஓரளவு தெளிவுப்படுத்தியது.

பயன் மதிப்பு தேவையைத் தீர்மானிக்கிறதென்றும், பரிவர்த்தனை மதிப்பு அளிப்பைத் தீர்மானிக்கிறதென்றும் காட்டி, பரிவர்த்தனை மதிப்பை உருவாக்குவதில் வேலைப் பகுப்பின் மகத்தான செயல் திறனையும், தடையற்ற வாணிபத்தின் பெரும் பலன்களையும் விவரிக்க முடிந்தது. பொருள்களுக்கான தேவையின் பின்னணியில் வாங்கும் சக்தி இருப்பதை விளங்கிக்கொண்ட அவர்கள், அந்த வாங்கும் சக்தி நுகர்வோரிடம் எவ்வாறு பகிரப்படுகிறது என்கிற புதிரை முழுமையாக அவிழ்க்க முடியாமல் பல வகையான, ஒன்றுக்கொன்று முரண்பட்ட விளக்கங்களைத் தந்தார்கள். செவ்வியல் அரசியல் பொருளாதாரத்தில் கூலி, வாரம், இலாபம் போன்ற உற்பத்திக் காரணிகளுக்கான ஊதியங்களின் நிர்ணயம், மொத்த உற்பத்தியில் அந்தந்த உற்பத்திக் காரணிகளின் பங்கு ஒட்டுமொத்தமாக எவ்வாறு நிலவுடைமையாளர்கள், முதலாளிகள், தொழிலாளிகள் வர்க்கத்தினருக்குப் பங்கிடப்படுகிறது என்று விளக்கினவே தவிர, தனியாக ஒவ்வொரு உற்பத்திக் காரணிக்கும் ஊதியங்கள் (விலைகள்) எவ்வாறு நிர்ணயமாகின்றன என்பதைத் தெளிவுபடுத்தவில்லை. எடுத்துக்காட்டாக, சமுதாயம் முழுவதற்குமான கூலிநிதி இருக்கிறதென்றும், அந்த நிதியைச் சமுதாயத்தின் உழைப்பாளர்களின் எண்ணிக்கையால் வகுத்தால், சமூகத்தில் நிலவும் கூலிமட்டம் கிடைக்குமென்றும் செவ்வியல் அரசியல் பொருளாதார வல்லுநர்கள் கருதினர். வேலையின் தன்மை, வேலை செய்யுமிடத்தின் சூழல், வேலையாளின் முனைப்பு, வேலை நேரத்தின் அளவு போன்றவை காரணமாக அந்தப் பொதுவான கூலிமட்டத்திலிருந்து தனிநபர் பெறுகிற கூலி மாறுகிறது என்று அவர்கள் விளக்கமளித்தனர்.

மெங்கரும் அவருடைய சீடர்களும்தான் உற்பத்திக் காரணிகளின் மதிப்புகளைத் தீர்மானிக்கும் 'விளிம்பு நிலை உற்பத்தித் திறன்' கொள்கைக்கு வித்திட்டவர்கள். உற்பத்தியில் ஈடுபடும் ஒவ்வொரு உற்பத்திக் காரணிக்கும் அதனதன் விளிம்பு நிலை உற்பத்தித் திறனளவுக்குத்தான் ஊதியம் கிடைக்கும் என்று அந்தக் கொள்கை தெளிவாக்கியது. மேலும், செவ்வியல் பொருளாதாரக் கொள்கைகள் விளக்கமளிக்காத பகுதிகளுக்கு மெங்கரின் கருத்துக்கள் விளக்கம் தந்து, அவற்றை முழுமை செய்தன என்றும் கொள்ள முடியும். ஆனால் இது பற்றிப் பொருளியல் வரலாற்றாசிரியர்களிடையே ஒருமித்த கருத்து இல்லை.

'செவ்வியல் அரசியல் பொருளாதார'த்தினால் பயன்பாட்டுக்கும் மதிப்புக்குமிருக்கும் நேரடியான தொடர்பினை விளக்க முடியவில்லை. விளிம்புநிலைப் புரட்சி என்று அழைக்கப்பட்ட காலகட்டத்தில்தான், அதாவது 1870களில்தான்,

அந்தத் தொடர்பு ஸ்டான்லி ஜெவன்ஸ், லியான் வால்ரஸ், கார்ல் மெங்கர் ஆகியோரால் தெளிவாக்கப்பட்டது.

'செவ்வியல் அரசியல் பொருளாதாரம்', பொருள்களின் மதிப்பு, அவற்றின் உற்பத்திச் செலவுகளால் தீர்மானிக்கப்படுவதாக வாதிடுகிறது. நவசெவ்வியல் பொருளியல் படைப்பாளிகள், குறிப்பாக மெங்கர், அந்த உற்பத்திச் செலவுகளே உற்பத்தியில் பங்கு பெற்ற உற்பத்திக் காரணிகளின் விளிம்பு நிலை உற்பத்தித் திறன்களால்தான் தீர்மானிக்கப்படுகிறது என்றும், பொருள்களின் இறுதி அலகு நுகர்ச்சியின் அக உணர்வு சார்ந்த விளிம்பு நிலைப் பயன்பாட்டினால் அவற்றின் மதிப்பு தீர்மானிக்கப்படும் அதே சமயத்தில், அந்த இறுதி நுகர்ச்சிப் பொருள்களை உற்பத்தி செய்த உற்பத்திக் காரணிகளின் உற்பத்தித் திறனும் தீர்மானமாகிறது என்றும் விளக்குகிறார். அதாவது, நுகர்வோரின் விருப்பத்தேர்வுகள்தான் தேவையைத் தீர்மானிக்கின்றன என்றும், அந்தத் தேவைகளை நிறைவு செய்ய உற்பத்திக் காரணிகள் பயன்படுத்தப்படுவதால், உற்பத்திக் காரணிகளின் தேவையே நுகர்வோரின் விருப்பத்தேர்வுகளைச் சார்ந்த, அதிலிருந்து 'பெறப்பட்ட தேவை' என்றும் மெங்கர் காட்டினார். பொருள்களின் இறுதி நுகர்ச்சியின் அக உணர்வு சார்ந்த விளிம்புநிலைப் பயன்பாட்டினால் அவற்றின் மதிப்பு தீர்மானிக்கப்படும் அதே சமயத்தில், அந்தப் பொருள்களை உற்பத்தி செய்த உற்பத்திக் காரணிகளின் உற்பத்தித் திறனும் தீர்மானமாகிறது என்றும் அவர்கள் காட்டினர். நுகர்வோரின் விருப்பத் தேர்வுகள் பொருள்களின் விலையைத் தீர்மானிக்கும்போதே அந்தப் பொருள்களை உற்பத்தி செய்த காரணிகளின் விலைகளையும் (ஊதியங்களையும்) தீர்மானிக்கின்றன என்பது அவருடைய கணிப்பு. இதனால் செவ்வியல் அரசியல் பொருளாதாரத்தில் மையமாக இருந்த உழைப்புக்கிருந்த முக்கியத்துவம், நவசெவ்வியல் பொருளியலில் நுகர்வோரின் நடவடிக்கைகளுக்கு, அவர்களின் விருப்பத் தேர்வுகளுக்குத் திசை திருப்பப் பெற்றது. (இந்தக் கருத்துகளின் விரிவான விளக்கத்தை மெங்கர் பற்றிய இயலில் காண்போம்.)

ஜெவன்ஸ், வால்ரஸ் ஆகிய இருவரும் பொருளியலை ஓர் அறிவியலாக மாற்றும் நோக்கத்தோடு புறப்பொதுமையான கணிதக் கருவிகளைப் பயன்படுத்தி 'அங்காடிச் சமநிலை'யைத் தேடித் தங்கள் ஆய்வை மேற்கொண்டனர். அவர்களின் சம காலத்தினரான கார்ல் மெங்கர் மனிதர்கள் பல்வேறு தரமான நடவடிக்கைகளில் ஈடுபடும்போது எவருடைய கட்டுப்பாடுமின்றி, எவரும் வழிகாட்டாமலேயே, புறத்தூண்டுதலற்ற தன்னியலான ஒழுங்குமுறைகள் (*spontaneous order*) எழுகின்றன; அவை பொதுத்தன்மையான, உலகளாவிய சில விதிகளை அடையாளம்

காட்டுகின்றன என்கிறார். அவற்றை ஆய்வதும், அவற்றின் அடித்தளத்தில் பொருளாதாரத்தை விளக்குவதும் தன் இலக்குகள் என்று மெங்கர் கருதினார். அந்த அடித்தளத்தின் மீதுதான் 'ஆஸ்திரியப் பள்ளி' எழுப்பப்பட்டுள்ளது.

சில பொருளியல் வரலாற்றாசிரியர்கள் 'நவசெவ்வியல் பொருளியல்' ஆய்வுகள் 'செவ்வியல் அரசியல் பொருளாதார'க் கொள்கைகளுக்கு மாற்றாக வந்தவை என்று கருதுகிறார்கள். 'நவசெவ்வியல் பொருளியல்' கருத்துகள், இங்கிலாந்தில் தொடங்கி வளர்ந்திருந்த 'செவ்வியல் அரசியல் பொருளாதார'க் கருத்துகளுக்குப் பிரதியானவை என்பது அவர்களின் துணிபு. ஆல்பிரட் மார்ஷல் நவசெவ்வியல் படைப்புகளைச் 'செவ்வியல் பொருளாதார எண்ணங்'களின் தொடர்ச்சியாக, அந்த எண்ணங்கள் தெளிவாக்காமல் விட்ட பகுதிகளை நிரப்பிய வழியாகப் பார்க்கிறார். இந்த விளக்க வேறுபாடுகள் பற்றி ஆல்பிரட் மார்ஷல் பற்றிய இயலில் மேலும் விரிவாகப் பார்க்கலாம்.

'நவசெவ்வியல் பொருளியலும்' மார்க்சியமும்

மார்க்சியத்தின் அடிப்படைக் கருத்துகளை 'செவ்வியல் அரசியல் பொருளாதாரம் ஆடம் ஸ்மித் முதல் கார்ல் மார்க்ஸ் வரை' நூலில் விளக்கியுள்ளேன். மார்க்சியம் எந்தக் காலகட்டத்தில் உலகெங்கும் தொழிலாளர் வர்க்கத்தினரால் ஏற்றுக்கொள்ளப்பட்டுப் பரந்து விரவியதோ, அதே காலகட்டத்தில்தான் அதற்கு எதிரான விளிம்பு நிலை மதிப்பு நிர்ணயக் கருத்தும் பரவியது என்பது வரலாற்றின் ஒரு வியத்தகு நிகழ்ச்சிதான். 1880களுக்குப் பிறகு மார்க்சியம் சாதாரண மனிதர்களிடையே, அதிலும் தொழிலாளர்களிடையே வேகமாகப் பரவியது; ஆனால் விளிம்புநிலை மதிப்புக் கொள்கைகள் கல்வியாளர்களிடையேதான் பிரபலமாயின.

இந்தக் காலத்திற்குப் பிறகு 'செவ்வியல் அரசியல் பொருளாதார' எண்ணங்களுக்குப் பிரதியாக 'நவசெவ்வியல் பொருளியல்' எண்ணங்கள் பொருளியல் ஆய்வாளர்கள் பயணிக்கும் பிரதான நதியாகி விட்டது. மார்க்சியமும் மற்ற சோஸலிச எண்ணங்களும் அதிலிருந்து வேறுபட்ட வழித்தடங்களாகியிருக்கின்றன. அவை ஏற்கெனவே தோன்றி ஓடிக்கொண்டிருந்த நீரோடைகளின் தொடர்ச்சியாகவே விரிந்தும் பிரிந்தும் ஓடிக்கொண்டிருக்கின்றன.

உலகெங்கிலும் மார்க்சியக் கொள்கைகளை ஏற்றுக்கொண்ட தத்துவ ஞானிகள் அவருடைய கருத்துகளை விரித்தும் திறனாய்ந்தும் மாற்றியும் பல நூல்களை வெளியிட்டனர். 1870–1910 காலகட்டத்தில் ஐரோப்பாவில் மார்க்சியத்தின் தாக்கம் மிக அதிகமாக இருந்தது. ஆஸ்திரியா, ஜெர்மனி, ஸ்விட்ஜர்லாந்து,

பிரான்ஸ், இங்கிலாந்து, போலந்து, உருசிய நாடுகளிலும், அமெரிக்காவிலும் தொழிலாளர்களிடையே மார்க்சியம் பெரிய தாக்கத்தை ஏற்படுத்தியது. மார்க்சியத்தைச் செயல்படுத்த முயன்றதால் ஐரோப்பாவில் புரட்சிகளும் போர்களும் வந்தன. அதனால் பல சமுதாய மாற்றங்கள் வந்தன.

முந்தைய சோஸலிச வாதங்களும் மார்க்சியமும், ஃபேபியனிஸம், (*Fabianism*), ஜனநாயக சோஸலிசம் (*Social Democratic movements*) போன்ற புத்துருமாற்றங்கள் பெற்றன. மார்க்சியத்திலிருந்து 'மறுபரிசீலனைக் கொள்கை' (*revisionism*, லெனினிசம், ஸ்டாலினிசம், மாவோயிசம் போன்ற கிளைநதிகள் பல பிரிந்திருக்கின்றன. இப்பிரிவுகள் பற்றி இந்த நூலில் நான் பேசவில்லை. பொருளியலில் அந்த எண்ணங்கள் தனிக் கிளைகளாக இன்றுவரை ஓடிக்கொண்டிருக்கின்றன. அவை தோன்றி நூறாண்டுகளுக்கு மேல் கடந்திருந்தாலும் அந்த எண்ணங்களின் முக்கியத்துவம் இன்றுவரை நன்கு உணரப்படுகிறது. ஆனால் மார்க்சியக் கருத்துகளை விளக்குகிற நவீன நூல்கள்கூட நவ செவ்வியல் பொருளியல் கருவிகளான தேவை, அளிப்பு வளைகோடுகள், நெகிழ்ச்சிக் கோட்பாடு, உள்ளீடுவெளியீடு பட்டியல்கள் போன்றவற்றைப் பயன்படுத்துகிற அளவுக்கு நவசெவ்வியல் பொருளியலின் கருவிகள் பிரபலமாகியிருக்கின்றன!

'நவசெவ்வியல் பொருளியல்' என்றழைக்கப்படுகிற, உலக நாடுகளின் பெரும்பகுதிக் கல்வி நிலையங்களில் பாடமாக விளக்கப்படுகிற பொருளியல் தத்துவங்களின் ஆரம்பகால வரலாற்றை மட்டுமே இந்த நூல் சுருக்கமாக விவரிக்கிறது. 'நவசெவ்வியல் பொருளியலை' மார்க்சியத்திற்கு மாற்றாக முதலாளி வர்க்கத்தினரால் தூண்டிவிடப்பட்டு உருவாக்கப்பட்ட ஒருதலைப்பட்சமான கொள்கைகள் என்று புறந்தள்ளிவிட முடியாது. அதைத் துவக்கியவர்களில் முக்கியமானவரான ஜெவன்ஸ் வறுமை காரணமாகக் கல்லூரிப் படிப்பை நிறுத்திவிட்டு ஆஸ்திரேலியாவில் தொழிலாளியாக வேலைக்குச் சென்றவர்தான். நவசெவ்வியலின் பிதாமகராகக் கருதப்படும் ஆல்பிரட் மார்ஷலும் முதலாளி வர்க்கத்தினரன்று. எனவே 'நவசெவ்வியல் பொருளியல்' கருத்துகளை நடைமுறை உலகைப் பற்றிய ஒரு புதிய வகை விவரிப்பாகவே நான் இங்கு காட்டுகிறேன். நவசெவ்வியல் பொருளியல் அறிமுகப்படுத்தியுள்ள பல கருவிகள்--தேவை–அளிப்பு வளைகோடுகள், நெகிழ்ச்சிக் கோட்பாடு, சமநிலைக் கோட்பாடுகள், பிரதிவாய்ப்பு ஊதியங்கள் (*opportunity costs*), வரிகளின் தாக்கங்கள் (*incidence*), அகபுறச் சிக்கனங்கள் (*internal-external economies*), அயல் விளைவுகள் (*externalities*) போன்றவை மார்க்ஸியம் போன்ற மாற்றுக் கருத்துக்கள் கொண்டவர்களும் தங்கள்

நவீன ஆய்வுகளுக்குப் பயன்படுத்தத்தக்க பொதுத்தன்மை கொண்டிருக்கின்றன. இந்த நூலை அத்தகைய கருவிகள் உருவாக்கப்பட்டபோது இருந்த பின்னணியையும், அந்தக் கருவிகளால் செதுக்கப்பட்ட ஆய்வுகளையும் ஆரம்பநிலை வாசகர்களுக்கு விளக்கும் நோக்கில் எழுதியிருக்கிறேன்.

~ ~

2

நவசெவ்வியல் பிறந்த காலத்து உலகப் பொருளியல் சூழல்

இந்த நூல் நவசெவ்வியல் பொருளியல் தத்துவம் பிறந்து வளர்ந்த வரலாற்றை விவரிக்கிறது. அந்தத் தத்துவம் பிறந்தபோது இருந்த உலகப் பொருளியல் சூழலை இந்த இடைச்செருகல் ஒரு நிலைப்படமாகக் காட்டுகிறது.

காரணங்களிலிருந்து விளைவுகளைத் தேடலாம் என்கிற அடிப்படையில், செவ்வியல் அரசியல் பொருளாதாரம் ஒரு சமூகவியலாக, மானுடவியலாக அறியப்பட்டது. விளைவுகளி லிருந்து காரணங்களை உய்த்துணரலாம் என்கிற அடிப்படையில் நிகழ்வுகளைத் தொகுத்து, மெய்ம்மையின் பொதுமை நிலையை அறிவியலாகப் பார்க்கலாம் என்கிற கோணத்தில் நவசெவ்வியல் பொருளியல் தோன்றியிருக்கிறது. முன்னதில் வரலாறு, சமூக மாற்றம், அரசியல் போன்ற பல சக்திகளும் காரணங்களாக இருந்து பொருளாதார விளைவுகளை ஏற்படுத்துவது விளக்கப்படுகிறது. பின்னதில், பொருளாதார இயக்கங்களுக்குள்ளேயே செயல்படும் சக்திகளை உய்த்துணர்ந்து புறப்பொதுமையான விதிகளை உருவாக்கி அவற்றின் மூலம் நடைமுறைகளுக்கு விளக்கங்களைத் தரும் முறை செயல்படுத்தப்படுகிறது.

நவசெவ்வியல் பொருளியலை மட்டும் புரிந்துகொள்ள இந்தத் தத்துவம் பிறந்த உலகப் பொருளியல் சூழலை விட்டுவிட்டுக்கூட இந்த நூலைப் படிக்கலாம். எனினும் அந்தச் சூழல்தான் இந்த நூலில் விளக்கப்படும் பொருளியல் சக்திகளை உய்த்துணர வைத்த களம் என்கிற வகையில் அந்தச் சூழலைப் புரிந்துகொள்வது நலம் பயக்கும் என்பதால் அதற்கு உதவியாக இந்த இயல் நுழைக்கப்பட்டிருக்கிறது.

ஆப்பிரிக்காவில் பழைய, புதிய ஏகாதிபத்தியக் கொள்கைகள் செயல்பட்ட விதம் சற்று விரிவாகவே சொல்லப்பட்டிருக்கிறது. 18ஆம் நூற்றாண்டின் பிற்பகுதியில் கிழக்கிந்தியக் கம்பெனி ஆட்சிக்குள் சிக்கிய இந்தியாவும், கிட்டத்தட்ட அதே சமயத்தில் பிரிட்டிஷ் ஆட்சியிலிருந்து விடுதலை பெற்ற அமெரிக்காவும் 20ஆம் நூற்றாண்டின் ஆரம்பம் வரை பெற்ற வளர்ச்சிக்கு முக்கியத்துவம் கொடுத்து, மற்ற சில நாடுகளுக்கும் அதே காலகட்டத்தில் ஏற்பட்ட வளர்ச்சிக்கு வெவ்வேறு அளவு முக்கியத்துவம் கொடுத்தே இந்த இயலை எழுதியிருக்கிறேன். எனவே இந்த இயலில் ஒரு சமன்பாடான பார்வை இல்லை. தொழில் முனைவோரின் பணிகளைச் சுரண்டல் என்று ஒதுக்க முடியாது என்கிற நவசெவ்வியல் கொள்கையையோ அமெரிக்காவில் முலாம் பூசிய காலத்தின் பகிரங்க வீணடிப்பு பற்றியோ, அது மனித இனத்தின் பரிணாம வளர்ச்சியின் ஒரு பகுதி என்கிற கொள்கையையோ, புது ஏகாதிபத்தியக் கொள்கைகளையோ இந்நூலைப் படிக்கிறவர்கள் அவற்றை நன்கு புரிந்துகொள்ள உதவும் என்கிற நம்பிக்கையிலேயே இந்த இடைச்செருகல் நுழைக்கப்பட்டுள்ளது.

நவசெவ்வியல் பொருளியல் தோன்றிய காலகட்டத்தில் உலக முதலாளியச் சூழல்

17இலிருந்து 19ஆம் நூற்றாண்டு வரை பழைய ஏகாதிபத்தியம் ஐரோப்பியாவில் வளர்ந்த பின்னணி

சந்தை அல்லது அங்காடி வழியாக இயங்கும் சமுதாய அமைப்புகள், மரபு மற்றும் கட்டளை வழியாக இயங்கிவந்த தொன்மையான சமுதாய அமைப்புகளைவிடப் பரப்பில் விரிவடையக் காரணங்களைக் கொண்டிருக்கின்றன. அது மட்டுமின்றி, அத்தகைய விரிவாக்கத்தைச் செய்யத் தூண்டுகோல்களையும் கொண்டிருக்கின்றன. மரபு வழியாகவும் கட்டளை வழியாகவும் இயங்கும் சமுதாய அமைப்புகள் தங்கள் ஆட்சியை விரிவடையச் செய்யும்போது அவற்றின் மரபு வழிகளை ஏற்றுக்கொள்பவர்கள் வாழ்கிற இடங்கள் அல்லது ஆள்பவர்களின் கட்டளைகளுக்குக் கீழ்ப்படிய வைக்கும் அளவுக்கு வல்லமை பெற்றிருக்கிற பரப்பின் அளவுக்குட்பட்ட இடங்கள் ஆகிய எல்லைகளுக்குள்தான் விரிவாக்கத்தைச் செய்ய இயலும். ரோமானிய, குப்த, சோழப் பேரரசுகள், கிழக்கிந்தியக் கம்பெனி மூலம் இந்தியாவின் பகுதிகளைக் கைப்பற்றிய பிரிட்டிஷ் அரசு போன்றவை பழைய ஏகாதிபத்திய அரசுகளுக்கு எடுத்துக்காட்டுகள். ஆனால் சந்தை வழியாக இயங்கும் சமுதாய அமைப்பு எங்கெல்லாம் பரிவர்த்தனை நடக்க இயலுமோ அங்கெல்லாம் ஆதாயம் தேடித் தன் பரப்பை

விரிவாக்க முயன்று வெற்றிபெறுகிறது. 19ஆம் நூற்றாண்டின் பிரெஞ்சு ஏகாதிபத்தியம் இந்தப் புது ஏகாதிபத்தியத்திற்கு நல்ல எடுத்துக்காட்டு.

சில வரலாற்று விபத்துகள் காரணமாக, முதலாளியம் ஐரோப்பாவில் முதலில் வேரூன்றியது. 16இலிருந்து 19ஆம் நூற்றாண்டுகள் வரை அது ஐரோப்பாவில் படிப்படியாக வளர்ந்து, சந்தையை மையமாகக் கொண்ட சமுதாய அமைப்பாக மலர்ச்சியுற்றது. ஐரோப்பிய நாடுகள் தங்கள் சந்தைகளை விரிவாக்குவதற்காகக் கடல் வழி வணிகத்தில் தீவிர கவனம் செலுத்தினார்கள். தங்கம் வெள்ளியைத் தேடவும், தாங்கள் உற்பத்தி செய்த பொருள்களை விற்கவும், அவற்றிற்கான கச்சாப்பொருள்களைப் பெறவும், அடிமைகளைக் கைப்பற்றி விற்கவும் (அதாவது, தங்களின் சந்தைகளை விரிவாக்கவும்) அவர்கள் மற்ற கண்டங்களிலிருந்த நாடுகளோடு போரிடவும் தயாராயினர். அவர்கள் ஆசிய, ஆப்பிரிக்க, ஆஸ்திரேலிய, அமெரிக்கக் கண்டங்களில் பன்னெடுங்காலமாக வசித்து வந்தவர்களை விடத் தாங்கள் (ஐரோப்பியர்கள்) முன்னேற்றமும் நாகரிகமும் அடைந்தவர்கள் என்கிற ஆணவமான எண்ணத்தை வளர்த்துக்கொண்டவர்கள். அது மட்டுமின்றி, பிற கண்டங்களில் வசித்த மக்களுக்குக் கிருத்துவ விழுமியங்களைப் பயிற்றுவிப்பது ஓர் உன்னதமான செயல் என்று தங்கள் செயல்பாடுகளுக்கு நியாயமும் கற்பித்துக் கொண்டார்கள். அந்தக் காலகட்டத்தில் ஐரோப்பியர்கள் போர்த் தளவாடங்கள், போரிடும் முறைகள் ஆகியவற்றில் அனுகூலமான முன்னேற்றங்களைப் பெற்றிருந்தது அவர்களுக்குச் சாதகமாக அமைந்தது. ஆப்பிரிக்க மக்களைக் கைப்பற்றி அவர்களை அமெரிக்கக் கண்டத்தில் அடிமைகளாக விற்பது மிகப்பெரிய அளவில் நடந்த வணிக நடவடிக்கையாயிற்று. தங்கம் வெள்ளியைத் தேடி ஸ்பானிய, போர்ச்சுகீசியர் தென் அமெரிக்காவில் நாடு பிடிக்க ஆரம்பித்த காலத்தில்தான் ஆசியாவில் வணிகம் செய்ய வந்த ஆங்கில, டச்சு, பிரெஞ்சுக்காரர்கள் இந்தியாவிலும் தென்கிழக்கு ஆசியாவிலும் உள்நாட்டுப் போர்களில் தலையிட்டுத் தங்களின் நாடுகளுக்குப் பிற கண்டங்களில் காலனிகளை ஏற்படுத்த ஆரம்பித்தார்கள். அப்போதெல்லாம் தாய்நாடுகளாகிய பிரிட்டிஷ், டச்சு, பிரஞ்சு அரசுகள் அந்தக் காலனிகளை மறைமுகமாகத் தங்களின் கம்பெனிகள் மூலம்தான் ஆட்சி செய்தார்களே தவிர, நேரடியாக ஆட்சி செய்யவில்லை. அந்தக் கால கட்டத்தில்தான் ஐரோப்பிய நாடுகளின் பழைய ஏகாதிபத்தியம் பரந்து செயல்பட்டது. ஆஸ்திரேலியாவிலும் ஆப்பிரிக்காவிலும் அவர்கள் முதலில் வணிக நோக்கத்தோடு குடியேறியது கடற்கரைகளில்தான். பின்னரே அவர்களுக்கு

உள்நாட்டு இடங்களையும் கைப்பற்றிக் காலனிகளாக மாற்றும் எண்ணம் ஏற்பட்டது. 18ஆம் நூற்றாண்டின் பிற்பகுதியிலும் 19ஆம் நூற்றாண்டின் முற்பகுதியிலும் இங்கிலாந்திலும் ஐரோப்பாவிலும் தொழிற்புரட்சி நடந்தபோது அவர்களின் முதன்மைக் கவனம் தங்களின் உள்நாட்டு மாற்றத்தைப் பற்றியே இருந்ததால், அவர்களின் நாடு பிடிக்கும், காலனிகளைத் தேடும் ஏகாதிபத்திய வெறி தற்காலிகமாகத் தேக்கமடைந்திருந்தது.

19ஆம் நூற்றாண்டின் பிற்பகுதியில் ஐரோப்பிய, அமெரிக்கப் பெருமுதலாளிகளிடம் தொழில், வணிக, நிதி ஆதாரங்கள் குவிந்து, பூதாகரமான கார்பரேஷன்கள் பன்னாட்டு வணிகத்தினை இயக்க ஆரம்பித்தன. அதற்குப் பிறகு அந்த ஐரோப்பிய நாடுகள் மற்றும் அமெரிக்காவின் கார்பரேட் முதலாளிகள், அவர்கள் உற்பத்தி செய்த பொருள்களுக்குச் சந்தைகளை ஏற்படுத்திக் கொடுக்கவும், புதிய முதலீடுகளுக்குக் களங்களைப் பெறவும், அவர்களின் உற்பத்திக்குக் கச்சாப் பொருள்களைக் கொள்முதல் செய்யவும் காலனிகளைக் கைப்பற்றுவது இலாபகரமானது என்று புரிந்துகொண்டு விட்டார்கள். எனவே அப்படிக் காலனிகளைக் கைப்பற்ற வன்முறையுடன் கூடிய பெரும் போட்டியில் தங்கள் தாய்நாடுகள் ஈடுபட வேண்டிய கட்டாயம் ஏற்பட்டுவிட்டதுபோல் ஒரு மாயத் தோற்றத்தை அவர்கள் தங்களின் நாடுகளுக்குள்ளேயே உருவாக்கினார்கள். அதற்காக ஒருங்கிணைந்த அவர்கள், தங்களின் செல்வத்தைத் தகாத வழிகளில் செலவழித்துத் தங்கள் தாய்நாடுகளின் அரசுகளைத் தாங்கள் மேற்கொள்ளும் அடாவடி முயற்சிகளுக்குத் துணைபோகிற வழிகளில் திசை திருப்பினார்கள். அரசாளத் தேர்ந்தெடுக்கப்படப் போகிற மக்கள் பிரதிநிதிகளின் தேர்தல் செலவுகளுட்பட அனைத்துச் செலவுகளுக்கும் நிதி வழங்கியும், அரசு அதிகாரிகளுக்குக் கையூட்டைக் கொடுத்தும் அரசு இயந்திரத்தையே தங்கள் கைக்குள் கொண்டுவந்தார்கள். தனிநபர்களாகிய அவர்களின் செல்வத்தைப் பெருக்குவதற்காகத் தங்கள் தேசங்களின் அரசுகளையே நடவடிக்கைகள் எடுக்க வைத்த புது ஏகாதிபத்திய வெறியாட்டத்தின் உச்ச கட்டமாக அந்தக் காலம் விளங்கியது.

19ஆம் நூற்றாண்டின் ஆரம்பம் வரைகூட, சுமார் முந்நூறு ஆண்டுகளாகப் பல இலட்சக்கணக்கான அடிமைகளைக் கைப்பற்றி வணிகம் செய்து இலாபம் ஈட்டியிருந்த வெள்ளையர்கள், ஆப்பிரிக்காவின் கடற்கரையை ஒட்டிய பகுதிகள் தவிர மற்ற இடங்களில் நாடு பிடிக்கவில்லை. ஆனால் அந்த நூற்றாண்டின் இறுதியில் புது ஏகாதிபத்தியக் கொள்கைகளின் தாக்கத்தினால் ஐரோப்பிய நாடுகள் போட்டி போட்டுக்கொண்டு ஆப்பிரிக்கக் கண்டத்தின் 90க்கும் அதிகமான விழுக்காடு நிலப்பரப்பை

வெள்ளையரின் காலனி ஆதிக்கத்தின்கீழ் கொண்டுவந்து விட்டார்கள். அதில் பிரான்ஸ் 40 விழுக்காட்டுக்கு மேலும், இங்கிலாந்து 30 விழுக்காட்டுக்கு மேலும், ஜெர்மனி, பெல்ஜியம், ஸ்பெயின், போர்த்துகல் நாடுகள் 20 விழுக்காட்டுக்கு மேலும் தங்கள் காலனிகளை நிறுவி விட்டன.

இந்தியாவில் வணிகம் செய்ய வந்த வெள்ளையர், 1750க்குப் பிறகே சிறிது சிறிதாக நாட்டைக் கைப்பற்றி, 18ஆம் நூற்றாண்டின் முற்பகுதியில் நாடு முழுமையையும் தங்கள் பிடிக்குள் கொண்டுவந்து விட்டார்கள். அப்போது பழைய ஏகாதிபத்திய நடைமுறைகளே செயல்பாட்டில் இருந்தன. 1850க்குப் பிறகு புது ஏகாதிபத்திய நடைமுறைகள் செயல்பாட்டுக்கு வருவதற்கு முன்பாகவே இந்தியாவின் பெரும்பகுதி பிரிட்டிஷ் ஆட்சிக்குக் கீழ் வந்துவிட்டது. புது ஏகாதிபத்தியக் கொள்கைகள் செல்வாக்குப் பெற்ற பிறகு 1878இல்தான் ஆப்கானிஸ்தான் பிரிட்டிஷ் ஆட்சிக்குள் சிக்கியது. 1887இல் பிரான்ஸ் இந்தோசீனா (தற்போதைய தாய்லாந்து, கம்போடியா, வியட்நாம் பகுதிகள் உள்ளடங்கிய பரப்பு) முழுமையையும் தன் அதிகாரத்துக்குள் கொண்டுவந்து விட்டது. அதே காலகட்டத்தில் மலேய தீபகற்பத்தைச் சுற்றிய பகுதிகள் பிரிட்டிஷ், டச்சு, பிரெஞ்சு அரசுகளின் காலனிகளாக மாற்றப் பட்டுவிட்டன. 1907இல் பெர்சியப் பகுதிகளை பிரிட்டனும், உருஷ்யாவும் பங்குபிரித்துக் கொண்டு கைப்பற்றின.

அமெரிக்காவும் தன் பங்குக்குத் தென் அமெரிக்காவிலும் பஸிபிக் பெருங்கடல் பகுதிகளிலும் தன் புது ஏகாதிபத்தியத்தை நிலைநாட்டியது. முதல் உலகப் பெரும்போருக்கு முன்னதாகவே ஸமோவா, ஹவாயி, மிட்வே தீவுகள், போர்டோ ரிகா, குவாம், பிலிப்பைன்ஸ், கியூபா, டொமினிகன் குடியரசு, நிகராகுவா, பனாமா கால்வாய்ப்பகுதி ஆகிய இடங்களில் போர் மூலமாகவும், ராஜதந்திரமாகவும் வஞ்சனையாகவும் அமெரிக்கா தன் ஆதிக்கத்தை நிலைநாட்டிக்கொண்டது.

பழைய ஏகாதிபத்தியக் காலத்திலேயே வெள்ளையர் ஆதிக்கத்தின் கீழ் வந்த ஐரோப்பியரல்லாத நாடுகளனைத்திலும் மரபு வழி வாழ்க்கை முறைகள் வலிந்து அழிக்கப்பட்டன. ஐரோப்பிய வணிகம் பெருகுவதற்கு இருந்த தடைகள் அனைத்தும் மிகுந்த கொடுமையோடு ஒழிக்கப்பட்டன. காலனி ஆதிக்கத்தின் கீழ் வந்தவர்களின் மரபு வழித் தொழில்கள் சிதைக்கப்பட்டன; அல்லது சிதைந்துபோயின. நீர், நிலக்கரி இயந்திரங்களைப் பட்டறைகளில் இயக்கிப் பேரளவு முறைகளில் புதிய தொழில்நுட்பத்துடன் பொருள்களைக் குறைந்த செலவில் உற்பத்தி செய்து, மரபு வழியில் அதிகச் செலவில் அவற்றை உற்பத்தி செய்த தொன்மையான

சமுதாயங்களில் விற்பதற்கு ஐரோப்பியர் தங்கள் தாய்நாடுகளின் தடையிலா வணிகக் கொள்கையை ஆதரித்தார்கள். இயந்திரத் தொழில்களில் நுழைந்து வளர்ந்துகொண்டிருந்த மேலை நாடுகளுக்கு அவர்களின் காலனிகள் கச்சாப் பொருள்களை உற்பத்தி செய்து தருபவர்களாகவும், ஆதிக்க நாடுகளின் உற்பத்திப் பொருள்களை வாங்கி நுகர வேண்டியவர்களாகவும் கட்டாயமாக மாற்றப் பெற்றனர்.

19ஆம் நூற்றாண்டில் முகலாய, ஸ்பானிய, போர்த்துகீசிய, புனித ரோம பேரரசுகள் அஸ்தமனமாயின. சீன, ஆட்டமான் பேரரசுகள் தேய்ந்துகொண்டிருந்தன. ஆரம்பத்தில் நெப்போலியப் போர்களில் பிரஞ்சு பேரரசு தோல்வியடைந்த பிறகு பிரிட்டிஷ் பேரரசும், நூற்றாண்டின் பிற்பகுதியில் ஜெர்மன், அமெரிக்க, பிரெஞ்சு, ஜப்பான் பேரரசுகளும் வலுப்பெற்றன. சந்தைகளுக்காகப் புதிய நாடுகளைக் கைப்பற்ற அறிவியலின் துணைகொண்டு போர் முறைகளை மாற்றியமைப்பதில் நாடுகளுக்கிடையே கடும்போட்டி நிலவியது. நீராவி இயந்திரங்களையும் நிலக்கரியை ஆதாரமாகக் கொண்ட இயந்திரங்களையும் எண்ணெயால் இயங்கும் இயந்திரங்களும் மின் இயந்திரங்களும் பதிலீடு செய்ய ஆரம்பித்தன. தொழில் முதலாளியத்தை நிதி முதலாளியம் பதிலீடு செய்ய ஆரம்பித்தது. 19ஆம் நூற்றாண்டின் பிற்பகுதியில் பழைய ஏகாதிபத்திய வழிமுறைகள் பின்னுக்குத் தள்ளப்பட்டுப் புதிய ஏகாதிபத்திய நடைமுறைகள் செயல்பாட்டிற்கு வந்தன. (புதிய ஏகாதிபத்தியக் கொள்கை பிந்தைய மூன்று இயல்களில் விளக்கப்பட்டுள்ளன.) தங்கள் நாடுகளின் உற்பத்திப் பொருள்களுக்குச் சந்தைகளாகவும், கச்சாப்பொருள்களை அளிப்பவர்களாகவும் பயன்படக்கூடிய காலனிகளைக் கைப்பற்றுவதற்காக ஐரோப்பிய நாடுகளும், அமெரிக்காவும், ஜப்பானும் அறம் பிறழ்ந்த வழிகள் உட்பட அனைத்து விதமான உத்திகளையும் கையாண்டனர். இந்தக் கருமையான அரசியல் பின்னணியே நவசெவ்வியல் பொருளியலின் கருவறையாக அமைந்திருந்தது.

செவ்வியல் அரசியல் பொருளாதார ஆசிரியர்கள் ஏகாதிபத்தியத்தைப் பற்றி எவ்விதத் தத்துவ விளக்கங்களையும் அளிக்கவில்லை. அவர்களில் எவரும் ஏகாதிபத்தியத்தை ஆதரித்ததாகக் கூற முடியாது. ஆனால் அவர்கள் ஏகாதிபத்தியத்தைத் தங்களின் ஆய்வுக்குரிய பொருளாகக் கருதவில்லை. உள்நாட்டு வணிகத்திற்கும் வெளிநாட்டு வணிகத்திற்கும் இரண்டு பெரும் வேறுபாடுகளையே அவர்கள் கவனித்தார்கள்.

1. வெளிநாட்டு வணிகத்தில் ஏற்றுமதி–இறக்குமதி வரி விதிப்புகள் செயலாற்றுவதால் வெவ்வேறு விதமான பாதிப்புகள் இருக்கும்.

2. வெளிநாட்டு வணிகத்தில் ஈடுபடும் நாடுகள் ஒவ்வொன்றும் தனித்தனியான செலாவணியைப் பயன்படுத்துவதால், ஒரு நாட்டின் நாணயத்திற்கும், மற்றொரு நாட்டின் நாணயத்திற்குமிடையே பரிவர்த்தனை விழுக்காட்டைத் தீர்மானிப்பது சிக்கலான காரியம். இந்தச் சிக்கலைத் தீர்க்க பரிவர்த்தனையில் ஈடுபடும் இரு நாடுகளும் தங்களின் நாணயங்களை அவற்றின் மதிப்பிற்கிணையான தங்கத்தின் அளவீடுகளாக அறிவித்துச் செயலாற்றினால் இந்தச் சிக்கலுக்கு விடை காணலாம் என்று அவர்களில் பலர் கருதினர்.

ஐரோப்பிய நாடுகளின் வணிக விரிவாக்கம் 16ஆம் நூற்றாண்டிலிருந்து படிப்படியாக அதிகரித்துக்கொண்டே சென்றது என்றாலும், இங்கிலாந்தின் தொழில் புரட்சி ஏற்பட்ட பிறகே பிரிட்டிஷ் பொருள்களுக்கு உலகம் முழுதிலும் சந்தைகள் கிடைத்து, அதில் அவர்களின் புதிதாகக் கண்டுபிடித்துச் செயல்படுத்திய இயந்திர வழி உற்பத்தித் திறன் மிகுதியால் உற்பத்தி செய்த பொருள்கள் அனைத்தையும் விற்று ஏராளமான இலாபம் ஈட்ட முடிந்திருக்கிறது என்பதை மற்ற நாடுகளும் கவனித்தன. அந்தக் காலகட்டத்தில் செவ்வியல் அரசியல் பொருளாதாரம் முன்வைத்த தடையிலா வணிகம், தொழிற்புரட்சி முதலில் தோன்றிய பிரிட்டனின் ஏராளமான உற்பத்திப் பொருள்களை உலகெங்கிலும் விற்பனை செய்ய வழிகோலியது. மரபு வழிகளில் கைத்தறியில் துணிகள் தயாரிப்பதில் சிறப்புத்தேர்ச்சி பெற்றிருந்த இந்தியாவிற்கே இங்கிலாந்தின் பட்டறைகளில் உற்பத்தியான துணிகளை இந்தியத் துணிகளைவிடக் குறைந்த விலையில் விற்று இந்தியத் தொழில்களை அழிப்பதற்கு அப்போது பிரிட்டிஷ் அரசு கடைப்பிடித்த தடையிலா வணிகம் வாய்ப்பளித்தது. வேறொரு விதமாகக் கூறினால் 19ஆம் நூற்றாண்டின் நடுப்பகுதி வரை பழைய ஏகாதிபத்தியம் தடையிலா வாணிபத்தைத் தன் பொருளியல் கொள்கையாகக் கொண்டிருந்தது.

மரபு வழிகளிலிருந்து சந்தை வழிக்கு மாற்றம்: தத்துவச் சிக்கல்கள்

18, 19 ஆம் நூற்றாண்டுகளில் ஐரோப்பியரின் இலட்சிய வாதங்கள் அவர்களின் காலனிகளில் கூடப் பரவிக்கொண்டிருந்தபோது அனைத்துத் தத்துவங்களிலும் அறிவியல் மூலம் ஒரு புறப்பொதுமையான பார்வையைப் பெற ஐரோப்பியர் கடும் முயற்சிகள் மேற்கொண்டனர். பொருளாதாரத்தையும் அப்படி ஒரு பொதுப்பார்வையுள்ள அறிவியலாக மாற்றும் முயற்சியின் விளைவாகப் பத்தொன்பதாம் நூற்றாண்டில் நவசெவ்வியல் பொருளியல் தோற்றமெடுத்தது.

1776இல் ஆடம் ஸ்மித்தின் நாடுகளின் செல்வம் வெளியிடப்பட்டதற்கும் 1870இல் நவசெவ்வியல் பொருளியல் தொடங்கியதற்கும் இடைப்பட்ட கிட்டத்தட்ட நூறு ஆண்டுகளில் பல பெரிய மாற்றங்கள் வந்துவிட்டன. இந்தக் காலகட்டத்தில் இரு எதிர்மறையான நிகழ்வுகளைக் காண முடிகிறது. ஐரோப்பியரின் பழைய ஏகாதிபத்தியக் கொள்கையின் ஒரு பகுதியாக, காலனியாதிக்கம் கீழ்த்திசை நாடுகளிலும், தென், வட அமெரிக்காவிலும் விரிவடைந்தது. முதலாளிய வளர்ச்சியின் புராதனத் திரட்சிக்காகப் பேரளவில் அடிமை வணிகம், நவ உலகின் ஆயுதங்களைக் கொண்டு ஆப்பிரிக்க, அமெரிக்கப் புராதனக் குடிமக்களை அழித்தொழித்தல், இயந்திரத் தொழிலின் பேரளவு உற்பத்தியைப் பயன்படுத்தி மரபுவழி உற்பத்திமுறைகளை அழித்தல் போன்ற செயல்கள் பெரும் வன்முறையுடன் நடந்தேறின. அமெரிக்கக் கண்டங்களிலிருந்து தங்கமும், வெள்ளியும் கொள்ளையடிக்கப்பட்டு ஐரோப்பாவிற்குக் கொண்டுவரப்பட்டன. அதே சமயம் அறிவொளிக் காலத்தின் இலட்சிய வாதங்கள் தனிமனிதனை மையப்படுத்தி ஜனநாயகம் என்கிற அரசியலமைப்பை நோக்கி ஐரோப்பிய நாடுகளைத் திருப்பின. தேசம், தேசப்பற்று, மனிதாபிமானம் போன்ற விழுமியங்கள் புதுப்பிக்கப்பட்டன. 1789 பிரெஞ்சுப் புரட்சியின்போதுதான் 'சமத்துவம், சகோதரத்துவம், சுதந்திரம் போன்ற விழுமியங்கள் நாட்டிலுள்ள தனிநபர்களின் அடிப்படை உரிமைகள்' என்கிற அடிப்படையில் நாட்டில் மன்னராட்சியை முடித்துவிட்டுக் குடியரசைப் பிரகடனப்படுத்தினார்கள். அது நடந்து சில காலத்துக்குள்ளேயே நெப்போலியன் பிரான்ஸில் தன்னை மீண்டும் மன்னராக முடிசூட்டிக் கொண்டாரென்றாலும், அதற்குள்ளேயே ஜனநாயகம் என்கிற இலட்சியம் பிரான்சிலிருந்து உலகெங்கும் பரவ ஆரம்பித்து விட்டது. வேறொரு விதமாகச் சொன்னால், ஐரோப்பிய வணிகர்கள் தங்கள் இலாபத்தை உச்சமடையச் செய்யும் நோக்கத்திற்காகக் கொடுமையான வன்முறைச் செயல்களில் ஈடுபட்டுக்கொண்டிருந்த அதே காலத்தில்தான் தத்துவ அடிப்படையில் அனைத்து நபர்களும் சமமானவர்களென்றும், அவர்களனைவருக்கும் அடிப்படையான உரிமைகள் இருக்கின்றனவென்றும் ஜனநாயக இலட்சியங்கள் வளர்ந்தன. அன்றைய பல்கலைக்கழகங்களிலும் கல்வி நிறுவனங்களிலும் இந்த இலட்சியங்களுக்குப் பின்னணியிலிருந்த தத்துவங்கள் அலசி ஆராயப்பட்டன!

முதலாளிய வளர்ச்சியின் எதிர்மறையான விளைவுகள் பொருளாதார ஆய்வுகளின்மீதும் தாக்கமேற்படுத்தின. செவ்வியல் அரசியல் பொருளாதாரத்துக்கும் நவசெவ்வியல் பொருளியலுக்கும் அவற்றின் ஆய்வு நோக்கங்களிலேயே வேறுபாடு இருக்கிறது.

வேலைப்பகுப்பும் வணிக விரிவாக்கமும் தூண்டிய மிகை உற்பத்தியை வர்க்கங்களிடையே எவ்வாறு பகிர்வது என்பதைப் பதினெட்டாம் நூற்றாண்டில் தோன்றிய செவ்வியல் அரசியல் பொருளாதாரம் தீவிரமாக ஆய்வு செய்தது. எனவே அடிமை வணிகம், அடிமைகளைக் கொண்டு உற்பத்தி செய்வதன் பலன்கள் போன்றவற்றையும் வர்க்கப் போராட்டம் பற்றிய அதன் ஆய்வு எல்லைக்குள் இருப்பதாக அது ஏற்றுக்கொண்டது. அதனால்தான் ஜே. எஸ். மில் எழுதிய Principles of Political Economy இல் Of Slavery என்கிற தலைப்பை உடையதாக இருக்கிறது. ஆனால் நவசெவ்வியல் பொருளியல், அடிமை வணிகத்தையும் பரிவர்த்தனையின் ஒரு பகுதியாக, ஒரு பொதுப் பார்வையோடு பார்க்கிறது. அடிமைகளை வைத்திருப்பது அறம் பிறழ்ந்தது என்று அறவியல் மூலமாகவும், அடிமைகளுக்கு விடுதலை அளிப்பது என்பது அரசியல் மூலமாகவும், அனைத்து மனிதர்களும் சமம் என்கிற கருத்தை வலியுறுத்திச் செயல்படுத்துவது மானுடவியலின் வழியாகவும் நடக்க வேண்டிய செயல்பாடுகள் என்றும், பொருளியலில் அவை தனிக்கவனம் பெறத் தேவையில்லை என்றும் நவசெவ்வியல் பொருளியல் தன் எல்லையைச் சுருக்கிக்கொண்டது. அடிமைகளானாலும் சரி, ஆடு மாடுகளானாலும் சரி, அரிசியானாலும் சரி, அவற்றின் தேவை, அளிப்பு விசைகள்தான் அவற்றின் விலைகளைத் தீர்மானிக்கின்றன என்பது அவற்றின் பொதுத்தன்மை என்றும், அந்தப் பொதுத்தன்மைதான் நவசெவ்வியல் பொருளியல் ஆய்வுகள் நாடுகிற இலக்கு என்றும் விளக்கமளிக்கிறது. அடிமைகளின் உற்பத்தித் திறன் பற்றிப் பொருளியலில் நோபல் பரிசு பெற்ற காலஞ்சென்ற ஃபோகலும், எங்கர்மேனும் (Fogel and Engerman) எழுதிய Time on the Cross: The Economics of American Negro Slavery நவசெவ்வியலின் ஆய்வு முறைக்கு ஒரு நல்ல சான்று. [இது நிறவெறி கொண்டவர்களால் எழுதப்பட்டது என்கிற ஐயம் தோன்றலாம். ஆனால் நோபல் பரிசு வென்ற ஃபோகல் 1949இலேயே தடைகளை மீறி ஓர் ஆப்பிரிக்கஅமெரிக்கக் கருப்பினப் பெண்ணைக் காதலித்து மணந்து நீண்ட இல்லறம் நடத்தியவர்.]

ஆடம் ஸ்மித்தின் 'நாடுகளின் செல்வம்' இங்கிலாந்தில் முதலாளியத்தின் தொடக்க காலத்தில் முதலாளியத்தின் குழந்தைப் பருவத்தில் எழுதப்பட்டது. ஆனால் நூறாண்டுகளுக்குப் பின் நவசெவ்வியல் பொருளியல் நூல்கள் வெளிவர ஆரம்பித்தபோது ஐரோப்பாவில் சில பகுதிகளில் முதலாளியம் நன்கு வளர்ந்திருந்தது; சில பகுதிகளில் முதலாளியம் அப்போதுதான் மலர ஆரம்பித்திருந்தது. அக்காலகட்டத்தில் முதலாளியம் முதிர்ச்சியடைந்து அதன் தவிர்க்கவியலாத மரணத்தை நோக்கிச் செல்கிறது என்று கார்ல் மார்க்ஸ், ரோஸா லக்ஸம்பர்க்

போன்றோரும், முதலாளியம் வாலிபப் பருவத்தில் மேலும் வளரும் நிலையிலிருக்கிறது என்று கார்ல் மெங்கர், பம் பாவர்க் போன்றோரும் வெவ்வெறு விதமாக வருணிக்கும் வகையில் முதலாளியம் மர்மப் புதிராக இயங்கிக்கொண்டிருந்தது.

ஐரோப்பாவில் பெரும் சமூக, பொருளாதார, அரசியல் மாற்றங்கள் வரத்தொடங்கின. தொழில்முனைவோர் பலர் புதுக்கோடீஸ்வரர்களாக உயர்ந்தனர். முன்னேறிய நாடுகளின் தொழிலாளர்களின் வாழ்க்கைத்தரம் சிறிதுசிறிதாக மேல்நோக்கி உயர ஆரம்பித்தது. அந்நாடுகளில் அனைத்து வர்க்கத்தினருக்கும் ஆரம்ப நிலைக் கல்வி கிடைக்க வழிவகைகள் செய்யப்பட்டன. ஜனநாயகம் வேண்டுமென்ற கோரிக்கைகள் அனைத்து ஐரோப்பிய நாடுகளிலும் எழத் தொடங்கின. அவற்றை நடைமுறைப் படுத்துவதில் இங்கிலாந்து முன்னணியிலும், போர்த்துகல், உருஷ்யா கடைநிலையிலும், மற்ற ஐரோப்பிய நாடுகள் இடைப்பட்ட நிலையிலும் இருந்தன. ஆண்களில் சொத்து வைத்திருப்பவர்களுக்கு மட்டும் வாக்குரிமை என்கிற நிலை மாறி, வாக்குரிமைக்கான தகுதிகள் சிறிதுசிறிதாக விரிவுபடுத்தப்பட்டு, வயது வந்தோர் அனைவருக்கும் வாக்குரிமை என்கிற நிலையை நோக்கி நகர ஆரம்பித்தது. 1890களிலிருந்து இங்கிலாந்திலும் அமெரிக்காவிலும் மகளிரும் வாக்குரிமை கேட்டுப் போராட ஆரம்பித்தனர். தொழிலாளர்களின் பாதுகாப்புக்காக வேலை நேரத்தைக் கட்டுப்படுத்துதல், ஓய்வூதியம் வழங்குதல் உட்படத் தொழிலாளர் நலம்பேணும் பல சட்டங்களை 1870க்குப் பிறகு ஜெர்மனியின் பிரதமர் பிஸ்மார்க் அறிமுகப்படுத்தினார். 19ஆம் நூற்றாண்டின் ஆரம்பத்தில் இங்கிலாந்தில் வேலை நாள் பன்னிரெண்டு மணி நேரமாக இருந்தது. பின்னர் வேலை நேரம் படிப்படியாகக் குறைய ஆரம்பித்தது. 20ஆம் நூற்றாண்டின் ஆரம்பத்தில் அது தினத்திற்கு எட்டு மணியாகக் குறைந்து விட்டது. அதைத் தொடர்ந்து மற்ற நாடுகளிலும் வேலை நேரம் படிப்படியாகக் குறைய ஆரம்பித்தது.

இந்தக் காலகட்டத்தில் உலகெங்கிலும் சந்தையின் இயக்கத்தைச் சார்ந்து செயல்படும் முதலாளிய அமைப்பு, மரபு கட்டளை வழிகளில் இயங்கிய சம்பிரதாயமான அமைப்புகளை அழித்து மாற்றிக்கொண்டிருந்தது. இது ஐரோப்பாவிலும் அமெரிக்காவிலும், ஜப்பானிலும் நடந்தது. இந்த மாற்றம் எல்லா நாடுகளிலும் ஒரே வேகத்தில் நடைபெறவில்லை. இங்கிலாந்தில் இது வேகமாக நடந்தது. பிரான்சில் இது நொண்டி நொண்டி வளர்ந்தது எனலாம். மற்ற நாடுகளிலும் வெவ்வேறு கட்டமாக, வெவ்வேறு வேகத்தில், வெவ்வேறு வகைகளில் இந்த மாற்றம் நிகழ்ந்தது. அந்த மாற்றம் நடந்தபோதே அந்த மாற்றத்தை விளக்கும் அடிப்படைத் தத்துவம் பற்றியும் வேறுபட்ட கருத்துகள் தோன்றின.

உழைப்புதான் பொருளாதாரத்தில் மதிப்பின் (விலைகளின்) அடிப்படை என்பதனால் தொழிலாளர்கள் அரசைக் கைப்பற்றித் தங்களுக்கு உரிமையான பங்கைப் பெறவேண்டுமென்ற கருத்தை சோஷலிஸ்டுகளும், கம்யூனிஸ்டுகளும் ஓங்கி உரைத்தனர். 19ஆம் நூற்றாண்டின் நடுப்பகுதியில் தொழிலாளர் வர்க்கம் தேய்ந்துகொண்டேயிருந்த நிலையைக் கண்ணுற்ற ஜே.எஸ். மில்கூட அப்படிப்பட்ட ஏற்றத்தாழ்வு மிக்க பகிர்வு தொடர்வதைவிட சோஷலிசம் வருவதை வரவேற்கலாம் என்று எழுதினார். முதலாளியத்தின் வளர்ச்சியே அதற்குச் சாவுமணி அடித்து, தம் காலத்திலேயே முதலாளியம் அழிந்துவிடும் என்று கார்ல் மார்க்ஸ் நம்பினார். முதலாளியத்தின் உன்னதமான உற்பத்தித்திறனைப் பாராட்டியவர்கள்கூட அதன் இயக்கத்தில் தொழிலாளர்களுடைய வாழ்க்கைத்தரம் பிழைப்பூதிய அடிமட்டத்திலேயே தேங்கி யிருப்பதைச் சுட்டிக்காட்டினார்கள்.

ஐரோப்பாவில் 19ஆம் நூற்றாண்டின் பிற்பகுதியில் முதலாளிகளின் படைப்புத்திறனை ஆதரிக்கும் குரல்கள் எழ ஆரம்பித்தன. அவர்கள் புல்லுருவிகள் போலத் தொழிலாளர்களைச் சுரண்டுகிறார்கள் என்கிற கொள்கைக்கு எதிர்ப்புகள் வந்தன. உழைப்புதான் பொருளாதாரத்தில் மதிப்பின் அடிப்படை என்கிற கருத்தே தவறானதென்றும், அதற்கு மாறாக நுகர்வோரின் விருப்பத்தேர்வுகள்தான் மதிப்புக்கு அடிப்படை என்கிற கருத்துதான் சரியானதென்றும் முதலாளிய ஆதரவாளர்கள் கூற ஆரம்பித்தனர். தொழில் முனைவோர் பொருள்கள் சந்தைக்கு வருவதற்கு வெகுகாலத்திற்கு முன்பே அவற்றின் வருங்காலத் தேவையை உய்த்துணர்ந்து அவற்றை உற்பத்தி செய்து இலாபமீட்டத் திட்டமிட வேண்டியிருக்கிறது என்பதைச் சுட்டிக்காட்டினார்கள். இடைப்பட்ட காலத்தில், முன்பணம் கொடுத்துத் தொழிலாளர்களை வேலைக்கமர்த்தி, மற்ற உற்பத்திக்காரணிகளையும் அவற்றுக்கான ஊதியங்களை வழங்கி உத்தமமான அளவுகளில் ஈடுபடுத்திப் பொருள்களை முதலாளிகள் உற்பத்திசெய்கிறார்கள்; அவற்றைச் சந்தைப்படுத்தும்போது அந்தப் பொருள்கள் எதிர்பார்த்த விலையில் விற்காமல் போய்விட்டால் அந்த முதலாளிகள் இழப்படைகிறார்கள் என்பதை பம் பாவர்க் போன்றவர்கள் காட்டினார்கள். முதலாளிகளைப் போல் தொழிலாளர்கள் அத்தகைய ஆபத்துகளை ஏற்பதில்லை என்பது மட்டுமின்றி, அத்தகைய ஆபத்துகள் வருவதற்கு முன்பே தங்கள் கூலிகளைத் தொழிலாளர்கள் வசூலித்திருப்பார்கள் என்றும் சுட்டினார்கள். சேமித்து முதலை உருவாக்குவதும் ஆபத்துகளை ஏற்று உற்பத்தியில் ஈடுபடுவதும் சமுதாயத்தின் இன்றியமையாத பணிகள் என்று காட்டினார்கள். தொழில் முனைவோர் சுரண்டுபவர்கள் அல்ல;

அவர்கள் சமுதாய வளர்ச்சியை உருவாக்கும் முன்னோடிகள் என்று அவர்கள் காட்ட முயன்றார்கள். தொழில் முனைவோரின் பணிகள் சுரண்டுவதற்கான, கண்டனத்துக்குரிய வழிமுறைகள் என்பதற்கு மாறாக, நுகர்வோரின் வருங்காலத் தேவைகளை உய்த்துணர்ந்து அவற்றை நிறைவேற்ற உற்பத்தியை வழிநடத்துகிற பாராட்டுக்குரியவையாக அவர்களால் காட்டப்பட்டன. அத்தகைய எண்ணங்களும் அவற்றிற்கு எதிர்வினைகளும் நவசெவ்வியல் பொருளியல் தோன்றிய காலத்தில் புதிய எண்ணங்கள் பரவுவதற்குத் தூண்டுகோல்களாய் அமைந்தன.

மரபு வழிகளிலிருந்து சந்தை வழிச் சமுதாயத்துக்கான மாற்றங்கள் உலகின் அனைத்துப் பகுதிகளிலும் ஒரே மாதிரி நடைபெறவில்லை என்பதனால் 19ஆம் நூற்றாண்டில் அத்தகைய மாற்றங்கள் உலகின் வெவ்வேறு பகுதிகளில் எப்படி நிகழ்ந்தது என்பதைச் சுருக்கமாகக் காண்போம்.

இங்கிலாந்து

16ஆம் நூற்றாண்டிலிருந்தே இங்கிலாந்தில் படிப்படியாகச் சந்தைப் பொருளாதாரம் வளர ஆரம்பித்தது. ஏற்றுமதியை அதிகரித்து, இறக்குமதியைக் குறைப்பதன் வழியாக நாட்டின் செல்வத்தை வளர்க்க இயலும் என்கிற வணிகவாதத்தின் அடிப்படையில், 17-18ஆம் நூற்றாண்டுகளில் இங்கிலாந்து தன் வணிகத்தை விரிவாக்குவதற்குத் தூரக்கிழக்கில் இந்தியாவிலும் மேற்கில் மேற்கிந்தியத் தீவுகளிலும் வட அமெரிக்கக் கரையோரங்களிலும் கனடாவிலும் குடியிருப்புகளை முதலில் ஏற்படுத்திக்கொண்டு, பின்னர் தன் ஏகாதிபத்தியத்தை விரிவாக்கியது. ஆப்பிரிக்கக் கண்டத்திலிருந்து அடிமைகளை வாங்கி மேற்கிந்தியத் தீவுகளிலும் அமெரிக்காவிலும் விற்பதும், மேற்கிந்தியத் தீவுகளிலிருந்து சர்க்கரையை வாங்கி ஐரோப்பாவில் விற்பதும் அக்காலத்தில் மிகுந்த இலாபமளிக்கும் வணிகமாயிருந்தன. 16 முதல் 18ஆம் நூற்றாண்டின் முற்பகுதிவரை இங்கிலாந்தில் வணிகவாதம் செல்வாக்குப் பெற்றிருந்தது. நடைமுறையில் வணிக முதலாளியம் பரவி விரிந்திருந்தது. அப்போதுதான் 'ஐயம் நீக்கித் தெளிவு' பெற வேண்டும் என்கிற அடிப்படையில் அறிவியல்களை அறிந்துகொள்ளவும் ஆராதிக்கவும் ஐரோப்பிய அறிஞர்கள் ஆர்வம் கொண்டனர்.

இங்கிலாந்தின் விவசாயம் பண்ணையடிமை முறையிலிருந்து மாற்றமடைவது 16ஆம் நூற்றாண்டிலேயே தொடங்கிவிட்டது. வேலியடைப்பு இயக்கம் மூலமாகப் பண்ணைகளின் பொதுச் சொத்துகளாக இருந்த வனங்களடங்கிய மேய்ச்சல் நிலங்களைப்

பிரபுக்கள் வர்க்கம் தங்கள் சொந்த நிலங்களாக மாற்றியதால், பண்ணையடிமைகளுக்குக் கோழி, ஆடு, கால்நடை வளர்ப்பு போன்ற உபதொழில் வாய்ப்புகள் அருகிவிட்டன. விறகெரிக்கவும், வீடு கட்டவும் பண்ணைகளிலிருந்த மரங்களின் மீதிருந்த உரிமை பறிபோய்விட்டது. தங்கள் சுதந்திரத்தைப் பிரபுக்களிடமிருந்து விலை கொடுத்துப் பண்ணையடிமைகள் வாங்கும் வழக்கம் பரவலாயிற்று. மரபு வேலைகளுக்குப் பிரதியாகக் கூலி வேலை பரவ ஆரம்பித்தது. மரபு வழி விவசாய முறைகளுக்குப் பிரதியாக பயிர்சுழற்சி முறை, தேர்ந்தெடுத்த விதைகளை விதைத்தல், பண்ணைகளில் இயந்திரங்களை பயன்படுத்தல் போன்ற மாற்றங்கள் வந்தன. 18ஆம் நூற்றாண்டின் பிற்பகுதியில் பண்ணையடிமை முறை மறைந்தே விட்டது. மரபு வழி விவசாயத்தில் ஈடுபட்டிருந்த ஏராளமான பண்ணையடிமைகள் அங்கிருந்து துரத்தப்பட்டுப் பிழைப்பதற்கு வழியின்றி நகரச்சேரிகளில் குடியேறிய பரிதாபம் நிகழ்ந்தது.

18ஆம் நூற்றாண்டின் முற்பகுதியில் நீரோடைகளில் ஓடுகிற நீரின் சக்தியால் இயங்கும் பட்டறைகள் பரிசோதிக்கப்பட்டுச் செயல்பட ஆரம்பித்தன. பட்டறைகளின் வளர்ச்சியோடு பட்டறைகளை முதலாளியே நிர்வகிக்கும் தொழில் முதலாளியம் வளர்ந்தது. 18ஆம் நூற்றாண்டின் பிற்பகுதியில் நிலக்கரியை எரித்து, நீராவியை இயங்குசக்தியாகப் பயன்படுத்தும் தொழில்நுட்பம் முழுமை பெற்றது. அந்த இயங்குசக்தியால் இயங்கும் பட்டறைகளின் எண்ணிக்கை பெருகியது. அதோடு தொழில் முதலாளியமும் வளர்ந்தது. சாலைகளும் கால்வாய்களும் மேம்படுத்தப்பட்டன. போக்குவரத்து மேம்பாடு சந்தை விரிவாக்கத்துக்கு உதவி செய்தது. அந்த ஆரம்ப நாட்களில்தான் ஆடம் ஸ்மித், 'சந்தைகளின் இயக்கம் வேலைப்பகுப்பின் பரப்பை மிகவும் விரிவுபடுத்தி நாட்டில் அபரிமிதமான உற்பத்தித்திறனை உருவாக்கும்' என்றும் அதனால் அனைத்து நாடுகளும் வளர்ச்சி பெற முடியும் என்றும் நம்பிக்கை தெரிவித்தார்.

இங்கிலாந்தில் 1770க்கும் 1830க்குமிடையே ஏற்பட்ட தொழிற்புரட்சி பற்றி 'ஆடம் ஸ்மித் முதல் கார்ல் மார்க்ஸ் வரை' நூலில் ஒரு தனி இயலையே எழுதியிருக்கிறேன். தொழில் புரட்சி ஒரு விவசாய நாட்டை தொழில்மயமான நாடாக விரைவில் மாற்றிய நிகழ்ச்சியாகும். மனித, மிருக உழைப்பிற்குப் பதிலீடாக இயந்திரங்களைப் பரவலாகப் பயன்படுத்த ஆரம்பித்த காலம் இது. ஓடும் நீரின் சக்தியால் பட்டறையை இயக்கியவர்கள், பின்னர் நிலக்கரியை எரித்து நீராவி இயந்திரங்களை இயக்கிப் பொருள்களை உற்பத்தி செய்வது வளர்ந்த காலம் இது. ஜவுளித்துணி உற்பத்தியிலும், இரும்புஉருக்கு உற்பத்தியிலும்

பிரமாண்டமான வளர்ச்சி ஏற்பட்டது. 1800–15இல் பிரான்சின் நெப்போலியனோடு போரிடுவதில் இங்கிலாந்தின் அபரிமிதமான உற்பத்தித்திறன் அந்த நாட்டுக்கு மிகுந்த அனுகூலத்தை நல்கியது. அக்காலகட்டத்தில் டேவிட் ரிக்கார்டோ, வளர்ச்சியடைந்த ஒரு நாடும் வளர்ச்சியடையாத மற்றொரு நாடும் தங்கள் பொருள்களைச் சந்தையில் பரிவர்த்தனை செய்துகொள்ளும்போது இரு நாடுகளும் சாராரும் நன்மை பெறும் வகையில் சந்தை எப்படி இயங்குகிறது என்று தன் ஒப்பீட்டு அடிப்படையில் அனுகூல விதி மூலம் காட்டினார். ஆடம் ஸ்மித்தின் வேலைப்பகுப்புப் போலவே ரிக்கார்டோவின் ஒப்பீட்டடிப்படையிலான அனுகூல விதியும் சந்தைப் பொருளாதாரத்தின் ஆணிவேராக அறியப்படுகின்றது.

நெப்போலியப் போர்களின்போது உணவுதானியங்களில் உள்நாட்டு உற்பத்தியைத் தூண்டுவதற்காக வெளிநாடுகளிலிருந்தான தானியங்களின் இறக்குமதிக்கு இங்கிலாந்தில் வரி விதிக்கப்பட்டது. 1815இல் நெப்போலியப் போர்கள் முடிவுக்கு வந்து அமைதி திரும்பிய பிறகு அந்த வரிகளை நீக்க வேண்டுமென்று பட்டறை உரிமையாளர்கள் கோரினார்கள். அப்படி அந்த வரிகளை நீக்கினால் உள்நாட்டு உற்பத்தியாளர்களால் வெளிநாட்டுப் போட்டியைச் சமாளிக்க முடியாமல் இங்கிலாந்தின் விவசாயம் அழிய நேரிடும் என்று நிலவுடைமை பிரபுக்கள் வர்க்கம் நாடாளுமன்றத்தில் வாதாடியது. பட்டறை உற்பத்தியால் புதிதாகச் செல்வமீட்டி, அதனால் தங்கள் அந்தஸ்தை மெதுவாக வளர்த்துக் கொண்டிருந்த தொழில்முனைவோர் வர்க்கம், தானியச் சட்டங்கள் இங்கிலாந்தின் உணவுப் பண்டங்களின் விலையை உயர்த்துகிறது என்றும், அதனால் பட்டறைகளின் உற்பத்திச் செலவுகள் உயர்ந்து, போட்டி மிகுந்த பன்னாட்டு வணிகத்தில் இங்கிலாந்து பொருள்களின் விற்பனை குறைகிறது என்றும் எதிர்வினையாற்றினார்கள்.

16–17 ஆம் நூற்றாண்டுகளில் முதலாளியத்தில் வணிகவாதம் ஆதிக்கம் செலுத்திய காலத்தில் இங்கிலாந்து கடைப்பிடித்த ‘தலையிடும் வணிகக் கொள்கை’க்கு மாற்றாக, முதலாளியத்தில் தொழில்களின் உற்பத்தி ஆதிக்கம் செலுத்த ஆரம்பித்ததற்குப் பின்னர் ‘தடையிலா வணிகக் கொள்கை’க்கு ஆதரவு பெருகியதை இந்தக் காலகட்டம் காட்டுகிறது. (இதில் விசித்திரம் என்னவெனில் தத்துவரீதியில் பங்குச்சந்தையில் பெரும் செல்வமீட்டிப் பெரிய பண்ணையை வாங்கியிருந்த நிலவுடைமைப் பிரபுவான டேவிட் ரிக்கார்டோ தானியச் சட்டங்களை எதிர்த்ததும், பாதிரியாகவும் ஆசிரியராகவும் பணியாற்றிய நடுத்தரக் கீழடுக்கைச் சேர்ந்த மால்தஸ் தானியச் சட்டங்களை ஆதரித்ததும்தான்!) எப்படியிருப்பினும், இங்கிலாந்து தானிய இறக்குமதிமீது வரிகள் விதித்து 1810இல்

நிறைவேற்றிய தானியச்சட்டங்களை 1847இல் விலக்கிக் கொண்டது. இது பழைய ஏகாதிபத்தியம் செயல்பட்டுக்கொண்டிருந்த தொழில் முதலாளிய வளர்ச்சிக்காலத்தில் தடையிலா வணிகக் கொள்கைக்குக் கிடைத்த மிகப் பெரிய வெற்றி எனக் கொள்ளலாம்.

தொழில்முனைவோர் பட்டறைகளையும், புதிய தொழில்களையும் துவங்குவதற்கும் விரிவாக்குவதற்கும் ஏற்ற வகையில் சட்டங்களும் நடைமுறைகளும் மாற்றம் பெற்றன. வணிக விரிவாக்கத்திற்கு உதவுவதற்காகப் போக்குவரத்தைத் துரிதப்படுத்துவதற்குப் புதிய வகைச் சாலைகளும் கால்வாய்களும் இருப்புப் பாதைகளும் நிறுவப்பட்டன. நீராவிக்கப்பல்களும் இரயில்களும் வணிகத்தின் பரப்பை மிகவும் விரிவடையச் செய்ய உதவின. விவசாயத்தில் புதிய முறைகள் அறிமுகப்படுத்தப்பட்டன. கிராமத்திலிருந்த மக்கள் நகரங்களை நோக்கி இடம் பெயர்வது அதிகரித்தது. நகரச்சேரிகள் தோன்றின. பட்டறைகளின் உற்பத்திப் பெருக்கத்தோடு வணிக விரிவாக்கமும் ஒருசேர நடந்ததால் 19ஆம் நூற்றாண்டின் முற்பகுதியிலிருந்து இங்கிலாந்தில் வணிக வாதத்திற்கு மதிப்பு குறைந்து, ஆடம் ஸ்மித் சிபாரிசு செய்த தடையிலா வணிகத்திற்கு மதிப்பு கூடியது. அரசியல் பொருளாதார ஆய்வுகளை சமூகவியல், மானுடவியலின் பகுதிகள் என்பதிலிருந்து மாற்றி அறிவியலின் ஒரு பகுதியாகக் காட்டும் முயற்சிகளுக்கு ஆதரவு கிடைத்தது.

1815 லிருந்து 1870வரை உலகின் உன்னதமான தொழில் வளர்ச்சியடைந்திருந்த நாடாக இங்கிலாந்து இருந்தது. இரயில்களையும் நீராவிக்கப்பல்களையும் உலக நாடுகளனைத்துக்கும் ஏற்றுமதி செய்தது. உலகின் தொழிற்சாலை என்று விவரிக்குமளவுக்கு அதன் பட்டறை உற்பத்தித்திறன் மிகுந்திருந்தது. உலகின் செல்வமிக்க நாடாக இங்கிலாந்து திகழ்ந்தது.

1870க்குப் பிறகான இரண்டாவது தொழிற்புரட்சியின்போது நிலக்கரியைக்கொண்டு நீராவியைப் பயன்படுத்தும் இயந்திரங்களுக்குப் பிரதியாக மின்சாரத்தையும் பெட்ரோலியத்தையும் பயன்படுத்தும் இயந்திரங்கள் வந்துவிட்டன. பெரும்பாலான ஐரோப்பிய நாடுகளும் அமெரிக்காவும் ஜப்பானும் புதிய தொழிலுற்பத்தி முறைகளுக்கு மாறிவிட்டன. இயந்திரப்பொருள்களை விற்பனை செய்ய அவை இங்கிலாந்தோடு போட்டியிட ஆரம்பித்தன.

1873இல் தொடங்கிய வணிக மந்தம் இங்கிலாந்து தன் பட்டறைகளின் உற்பத்திப் பொருள்களை விற்பதில் ஏற்படுகிற சிக்கல்களை முன்னறிவிக்கும் நிகழ்ச்சியாக அமைந்தது. பட்டறை முதலாளிகள் கார்ட்டல்கள், கார்ப்பரேஷன்கள் போன்றவற்றில்

இணைவது அதிகரித்தது. முதலாளிகளே பட்டறைகளை நிர்வகிக்கும் தொழில் முதலாளியம் வலுவிழந்து, பட்டறைகளில் முதலீடு மட்டும் செய்து, நிர்வாகத்தைப் பொறியாளர்கள் மேற்கொள்ளும் நிதி முதலாளியம் வளர்ந்தது. வெளிநாடுகளில் சந்தைகளைப் பிடிக்கும் நோக்கத்தோடு புது ஏகாதிபத்தியம் வளர்ந்தது. இங்கிலாந்து பட்டறைப்பொருள்களை ஏற்றுமதி செய்ததைப் போலவே முதலீட்டையும் வெளிநாடுகளுக்கு ஏற்றுமதி செய்ய ஆரம்பித்தது. கிட்டத்தட்ட நூறு ஆண்டுகள் செல்வாக்குப் பெற்றிருந்த தடையிலா வணிகக் கொள்கையை மாற்றிக்கொள்ள வேண்டுமென்ற வாதம் இங்கிலாந்திலேயே 20ஆம் நூற்றாண்டின் தொடக்கத்தில் வெளிப்பட ஆரம்பித்தது. முதல் உலகப் பெரும்போர் வரை முதலாளியத்தில் மிகவும் வளர்ச்சி பெற்ற உலக நாடுகளின் வரிசையில், முதல் மூன்று இடங்களுக்குள் தன்னை இங்கிலாந்து நிலை நிறுத்திக்கொண்டது. 20ஆம் நூற்றாண்டில் பரப்பிலும் இயற்கை வளங்களிலும் முதன்மை பெற்றிருந்த அமெரிக்காவும், 1870க்குப் பின் வெகு வேகமாக வளர்ந்த ஜெர்மனியும் இங்கிலாந்தை முந்திச்செல்ல ஆரம்பித்தன.

'ஆடம் ஸ்மித் முதல் கார்ல் மார்க்ஸ் வரை' நூலில் தொழிற்புரட்சி பற்றிப் பேசும் போது, முதலாளிய இங்கிலாந்தின் மாற்றம் பற்றி விவரித்துள்ளதால் அந்த மாற்றத்தின் விளைவுகளை மட்டும் மேலே காட்டியிருக்கிறேன். இனி மற்ற நாடுகளில் 19ஆம் நூற்றாண்டில் ஏற்பட்ட மாற்றங்கள் பற்றிச் சுருக்கமாகக் காணலாம்.

17இலிருந்து 20ஆம் நூற்றாண்டு தொடக்கம் வரை: இந்திய பொருளியல் வளர்ச்சி

10ஆம் நூற்றாண்டிலிருந்தே உலகின் செல்வமிக்க நாடுகளாக இந்தியாவும் சீனாவும் திகழ்ந்தன. ஆனால் 1870இல் நிலைமை தலைகீழாக மாறிவிட்டது.முகலாயப் பேரரசு உச்ச அதிகாரத்துடன் கோலோச்சிய காலத்தில் உலக நாடுகளிடையே ஒப்பீட்டடிப்படையில் இந்தியா செழிப்பாக இருந்தது. நாட்டின் கிராமங்கள் தன்னிறைவு பெற்றவையாக இயங்கின. நகரங்களில்தான் சந்தைகள் வளர்ந்திருந்தன. இந்தியப் பருத்தி, பட்டுத் துணிகளுக்கும் மிளகு, வாசனைத் திரவியங்கள், வைரம், முத்து போன்ற இந்தியப் பொருள்களுக்கும் அயல்நாடுகளில் ஏராளமான தேவை இருந்தது. 19ஆம் நூற்றாண்டில் இந்திய மொத்த தேசிய உற்பத்தியின் வீழ்ச்சிக்கும் பிரிட்டிஷ் கிழக்கிந்தியக் கம்பெனி ஆட்சிக்கும் ஒரு நேரடித் தொடர்பு இருக்கிறது. இதைச் சற்று விரிவாகக் கீழே காணலாம்.

இங்கிலாந்தின் கிழக்கிந்தியக் கம்பெனி தொடங்கப்பட்ட காரணம்

மிக நெடுங்காலமாகவே ஐரோப்பியர்களுக்கு இந்திய நிலப்பரப்பு பற்றிய அறிவு இருந்திருக்கிறது. வெகுகாலமாகவே பருத்தி, பட்டுத் துணிகள், மிளகு, வாசனைத் திரவியங்கள், முத்து, வைரங்கள் போன்ற பொருள்களுக்கான தங்களது தேவையை இந்தியாவுடனும், கிழக்காசிய நாடுகளுடனும் வணிகம் மூலம்தான் ஐரோப்பியர்கள் நிறைவு செய்து கொண்டனர்.

ஐரோப்பியரின் பட்டு, பருத்தித் துணிகளுக்கான தேவையும் பழமையானதே. 18ஆம் நூற்றாண்டு வரை சாமானிய ஐரோப்பியர்கள் அவர்கள் வட்டாரத்திலேயே கிடைத்த மிருகத் தோல்களிலும், மிருக ரோமங்களிலும், சணல் இழைகளிலும் நெய்த துணிகளையே அணிந்தார்கள். குளிர்காலத்திற்கு அந்த உடைகள் வசதியானவை. ஆனால் கோடைகாலத்தில் பருத்தியால் நெய்யப்பட்ட துணிகளைப்போல் அவை சௌகர்யமாக இருக்கவில்லை. எல்லா நாட்களிலும் பட்டுத்துணி வசதியாகவும் ஆடம்பரமாகவும் விளங்கியது. எனவே ஐரோப்பியர்கள் அவர்கள் நாடுகளில் உற்பத்தி செய்யப்படாத பருத்தி பட்டுத்துணிகளுக்காகவும் இந்தியாவோடு வர்த்தகம் மேற்கொள்ள எப்போதுமே மிகுந்த ஆவல் கொண்டிருந்தார்கள்.

15–17ஆம் நூற்றாண்டில் இஸ்லாமிய ஒட்டோமன் பேரரசின் கட்டுப்பாட்டில் மத்திய தரைக்கடலின் கிழக்குப் பகுதிகள் அதாவது, துருக்கி, அரேபியப் பகுதிகள் வந்துவிட்டன. ஒட்டோமன் பேரரசிற்கும் ஐரோப்பிய நாடுகளுக்குமிடையே போர் அரேபியா வழியாகக் கிருத்துவ ஐரோப்பாவிற்கும் இந்தியாவிற்குமிடையேயான தரைவழித் தொடர்பை முழுவதுமாகத் துண்டித்துவிட்டது. அச்சூழலில் பருத்தித் துணிகள், மிளகு போன்ற இன்றியமையாத் தேவைகளுக்காக இந்தியாவோடும், தூரக்கிழக்கு நாடுகளோடும் கடல் வணிகத்தில் ஈடுபட கிருத்துவ டச்சுக்காரர்கள், பிரெஞ்சுக் காரர்கள், போர்த்துகீசியர்கள், பிரிட்டிஷ்காரர்கள் அனைவரும் தீவிரமாக முயன்றனர். அப்போதைய பாய்மரக் கப்பல்களில் நெடுந்தொலைவுப் பயணத்தில் ஈடுபடுவது மிகவும் ஆபத்தானதாக இருந்தது. அப்படி ஆபத்துகளை ஏற்றுக் கிழக்கு நாடுகளுடன் வணிகம் செய்ய முன்வந்த நிறுவனங்களுக்கு ஐரோப்பிய அரசுகள் வணிக முற்றுரிமை தருவது அப்போது வழக்கத்திற்கு வந்தது. அப்படி இந்தியாவோடு வணிகம் செய்யும் முற்றுரிமையை இங்கிலாந்து அரசிடமிருந்து பெற்ற ஒரு நிறுவனமாக, இங்கிலாந்தின் கிழக்கிந்தியக் கம்பெனி கி.பி. 1600ஆம் ஆண்டில் தொடங்கப்பட்டது. அதே

காலத்தில் கிழக்கிந்தியக் கம்பெனி நிறுவனங்கள் டச்சு, பிரெஞ்சு, போர்சுகீசியர்களாலும் தொடங்கப்பட்டன.

17–19ஆம் நூற்றாண்டுகளில் பிரிட்டிஷ் கிழக்கிந்தியக் கம்பெனி ஒரு வெற்றிகரமான வணிக நிறுவனமாகச் செயல்பட்டது. அது தன்னுடன் போட்டிபோட்ட டச்சு, பிரெஞ்சு, போர்சுகீசிய நிறுவனங்களைப் போரிட்டும், வஞ்சகமாகவும் இந்தியாவின் பெரும்பகுதிகளிலிருந்து துரத்தி விட்டது. இந்தியாவிலிருந்து துணிமணிகள், அரிசி, மிளகு, நறுமணப் பொருள்கள் ஆகியவற்றை வாங்கி ஐரோப்பிய, அமெரிக்க மற்றும் உலகின் பிற சந்தைகளுக்கு ஏற்றுமதி செய்ததால் இந்தியாவில் அந்தப் பொருள்களின் உற்பத்தி இலாபகரமானதாக மாறியது. அப்போது இந்தியா முடிவு பெற்ற பண்டங்களான துணிவகைகள் போன்றவற்றை ஏற்றுமதி செய்வதில் உலகிலேயே முதலிடத்தைப் பெற்றிருந்தது. அப்போதுதான் ஐரோப்பியக் கிழக்கிந்தியக் கம்பெனிகள் இந்தியாவில் பருத்தித் துணியை உற்பத்தி செய்ய முன்பணம் தந்து கச்சாப் பொருள்களை வழங்கி அவற்றை முடிவுபெற்ற பண்டங்களாக்கும் ஒப்பந்ததாரர்களின் பட்டறைகளை ஊக்குவிக்கும் திட்டங்களை அறிமுகப்படுத்தினர். ஐரோப்பிய முதலாளியத்தின் கூறுகள் இந்தியாவுக்கு வந்தடைந்த வழிகளில் இது முக்கியமான திருப்புமுனை எனலாம். இந்திய ஜவுளி உற்பத்தித்திறன் மிக உயர்வாக இருந்த காலம் இது. ஐரோப்பிய வர்த்தகர்களின் முனைப்பான செயலாக்கத்தால் இந்தியத் துணி வகைகள் ஐரோப்பாவின் அனைத்து நாடுகளுக்கும் மட்டுமின்றி, ஆப்பிரிக்கக் கண்டத்திற்கும் வடதென் அமெரிக்காவிற்கும் சென்றன. அமெரிக்கக் கண்டத்தில் அடிமைகளின் ஆடைகளாக இந்தியப் பருத்தித் துணி பெருமளவில் பயன்படுத்தப்பட்டது. 19ஆம் நூற்றாண்டின் தொடக்கம் வரை பன்னாட்டு வணிகத்தில் இந்தியர்கள், பிரிட்டிஷார் ஆகிய இருசாராருக்குமே இலாபத்தில் பங்கு கிடைத்தது. இந்தக் காலகட்டத்தில் இந்தியாவை ஆண்ட மைய அரசுகள் அனைத்துமே வலுவிழந்து கொண்டிருந்தன. பிராந்தியத்துக்குப் பிராந்தியம் பாளையக்காரர்கள், வட்டாரச் சிற்றரசர்கள் கை ஓங்கிக் கொண்டிருந்தது.

இந்தக் காலகட்டம் முழுவதிலுமே இந்திய விவசாயிகள் வஞ்சிக்கப்பட்டவர்களாக இருந்தார்கள்.

கிழக்கிந்தியக் கம்பெனி அரசாளும் உரிமை பெறுதல்

18ஆம் நூற்றாண்டின் பிற்பகுதியில் இந்திய ஆட்சி முறையில் வேறொரு விசித்திரமான திருப்புமுனை ஏற்பட்டது. 1765வரை ஐரோப்பியர் இந்தியாவில் துறைமுகப் பகுதிகளை

இந்திய மன்னர்களிடமிருந்து விலைக்கு வாங்கிக் கோட்டைகள் கட்டிக்கொண்டு அந்தக் கோட்டைகளுக்குள் தங்கள் நாட்டுச் சட்டதிட்டங்களை அமல்படுத்துவது நிகழ்ந்தது. ஆனால் 1757இல் ராபர்ட் கிளைவ் வங்காளத்தில் அதன் நவாப் சிராஜ் உத்தௌலாவை பிளாசி யுத்தத்தில் தோற்கடித்தார். அதைத் தொடர்ந்து 1765இல் மொகலாயப் பேரரசர் ஷா ஆலம் கூட, வங்காளம், பீகார், ஒரிஸாவின் நிர்வாகப் பொறுப்புகளையெல்லாம் (திவானி) பிரிட்டிஷாருக்கு வழங்கும் உத்தரவைப் (ஃபிர்மன்) பிறப்பிக்க வேண்டிய அளவுக்குத் தாழ்ந்த நிலையை அடைந்தார்.

கிழக்கிந்தியக் கம்பெனி ஆட்சியின் சில விளைவுகள்

அரசின் நோக்கமும், கிழக்கிந்தியக் கம்பெனி வணிக நிறுவனத்தின் நோக்கமும் வெவ்வேறானவை. அரசு மக்களுக்குப் பாதுகாப்பு வழங்கி, பொது நன்மைக்கான நீதி நிர்வாகம், காவல், கல்வி, மருத்துவ வசதி போன்ற செயல்களைச் செய்யும் அமைப்பு. அதன் செலவுகளுக்காக அரசு மக்களிடம் வரி வசூலிக்கிறது. நீதி வழங்குதல், பாதுகாப்பளித்தல், சாலையமைத்தல், குளம் வெட்டுதல், கால்வாயமைத்தல் போன்ற செயல்களில் அரசு ஈடுபடுகிறது. வணிக நிறுவனம் இலாபமீட்டும் நோக்கத்தில் செயல்படுகிறது. பண்டங்களையும் பணிகளையும் விற்பதன் மூலம் அது வருவாய் பெறுகிறது. வெவ்வேறான நோக்கங்கள் கொண்ட இந்த இரு அமைப்புகளையும் ஒருங்கிணைத்ததன் விளைவாக ஏற்படும் தீமைகளை ஆடம் ஸ்மித் பட்டியலிட்டிருக்கிறார். கிழக்கிந்தியக் கம்பெனியின் ஆட்சியில் அந்தத் தீமைகளனைத்தையும் இந்திய மக்கள் அனுபவித்தனர். கிழக்கிந்தியக் கம்பெனி தன் வருவாயின் ஒரு பகுதியாகத்தான் இந்தியர்களிடமிருந்த வசூலிக்கப்படும் வரியைப் பார்த்தது. மாவட்டங்களின் முதன்மை நிர்வாக அதிகாரியை (வசூலிப்பவர் என்கிற அர்த்தமுடைய) Collector என்கிற சொல்லால் அழைத்ததிலிருந்தே அவர்களின் நோக்கம் தெளிவாகிறது. முற்றுரிமை பெற்ற நிறுவனங்கள் விலையை உயர்த்தி இலாபத்தை அதிகரிக்க முயற்சி செய்வதுபோலவே, கிழக்கிந்தியக் கம்பெனியும் மக்கள்மீது இத்தகைய வரிகளை உயர்த்தித் தன் இலாபத்தைப் பெருக்க முயன்றது. மொகலாய, மராத்தியர் காலத்திலேயே உயர்ந்திருந்த இந்திய நில வரி, கிழக்கிந்தியக் கம்பெனியால் முன்னெப்போதுமில்லாத அளவிற்கு உயர்ந்தது.

இந்தியத் தொழில்களின் நசிவு

இங்கிலாந்தில் தொழிற்புரட்சி தொடங்கியதும் அங்கு நூற்பதற்கும் நெய்வதற்கும் இயந்திரங்கள் வந்து விட்டன. அதுவரை

இந்தியாவிலிருந்து பருத்தித் துணியை வாங்கிக்கொண்டிருந்த பிரிட்டிஷ் முதலாளிகள், இங்கிலாந்திலேயே இயந்திரங்களைப் பயன்படுத்திப் பருத்தி நெசவைக் குறைந்த செலவில் செய்ய இயலும் என்று தெரிந்துகொண்டார்கள். இந்தியாவிலிருந்து துணியை வாங்கிப் பல நாடுகளில் விற்று இலாபமீட்டுவதை விடக் கச்சாப் பொருளாகப் பருத்தியை மட்டும் வாங்கி, இயந்திரங்களைப் பயன்படுத்தி இங்கிலாந்தில் அதை நெய்து, திரும்ப இந்தியாவிலேயே, இந்தியாவில் நிலவும் விலைகளைவிடக் குறைவான விலைகளில் விற்றுப் பெரிய இலாபமீட்ட ஆரம்பித்தார்கள். அப்படிச் செய்வதற்கு மூன்று முக்கியக் காரணங்கள் உதவி செய்தன. 1. இங்கிலாந்தில் நீராவி சக்தி மூலம் இயந்திரங்களைப் பயன்படுத்தி நூற்பதும் நெய்வதும், இந்தியாவில் உடலுழைப்பு மூலம் மாத்திரம் நூற்று நெய்வதைவிட ஆகிற அதே செலவுக்கு அதிக உற்பத்தித் திறன் கொண்டதாக இருந்தது. 2. நீராவிக் கப்பல்கள் கடல் வழிப் போக்குவரத்துச் செலவுகளை வெகுவாகக் குறைத்து விட்டன. 3. இந்திய அரசியலின் நிச்சயமற்ற தன்மையும், கிழக்கிந்தியக் கம்பெனியின் கொள்கைகளும் இந்திய உற்பத்தியாளர்களுக்கு ஆதரவானதாக இல்லை. இந்தியப் பருத்தித் தொழிலின் நசிவு இப்போதிருந்து தொடங்கி விட்டது. இரும்பு போன்ற உலோகங்கள், படை வீரர்களுக்கான ஆயுதங்கள் தயாரிப்பிலும் கூட, இந்தியர்களின் மரபு வழி முறைகளை விட, பிரிட்டிஷாரின் நீராவி இயந்திரங்களின் துணையோடு கூடிய நவீன முறைகளின் மூலம் குறைந்த செலவில் உற்பத்தி செய்ய முடிந்தது. நீராவிக்கப்பல்கள் வந்த பிறகு, இந்தியாவில் நெடுங்காலம் செழித்திருந்த கப்பல் கட்டும் தொழிலும் நலிவுற்றது.

1750 வரை முடிவுபெற்ற பண்டங்களை ஏற்றுமதி செய்வதில் முதலிடம் வகித்த இந்தியா, பருத்தி, தோல், உலோகங்கள் போன்ற கச்சாப்பொருள்களை ஏற்றுமதி செய்து, தன் தேவைகளுக்காக முடிவு பெற்ற பண்டங்களை இறக்குமதி செய்யும் நிலைக்குத் தள்ளப்பட்ட காலம் கிழக்கிந்தியக் கம்பெனியின் ஆட்சிக்காலம்.

1700க்கும் 1870க்குமிடையே ஏற்பட்ட பொருளியல் மாறுதல்களுக்கு அந்தக் காலகட்டத்தில் இந்திய விவகாரங்களில் தலையிட்ட ஐரோப்பிய வணிக நிறுவனங்கள் பெருமளவு காரணங்களாயின. அதிலும் குறிப்பாக, பிரிட்டீஸ் கிழக்கு இந்திய கம்பெனியும், (1857க்குப் பிறகு பிரிட்டீஸ் அரசும்) இந்தியாவில் காலனி ஆட்சியை அமல்படுத்தி, அந்த மாறுதல்கள் உருவாக முக்கியக் காரணிகளாயின. கிபி 1700க்கும் 1870க்குமிடையே இந்திய மக்கள் தொகை 14.2 கோடியிலிருந்து 25.6 கோடியாக உயர்ந்துவிட்டது. ஆனால் அதே காலகட்டத்தில் தனிநபர் வருமானம் கிபி 1700இல் இருந்ததை விட 1870இல் கால்பங்காக

வீழ்ந்து விட்டது. கிபி 1700இல் இருந்ததை விட உண்மைக் கூலிமட்டம் 1870இல் மூன்றில் இரண்டு பங்குதான் இருந்தது. சுருக்கமாகச் சொன்னால், பிரிட்டிஷ் காலனியாட்சியினால் இந்தியாவில் வறுமை அதிகரித்தது.

1770இல் வந்த பஞ்சத்தில் ஒரு கோடி பேர் மாண்டிருக்கலாம் என்று அனுமானிக்கப் படுகிறது. கிழக்கிந்தியக் கம்பெனி ஆட்சிக் காலத்தில் 1783, 1792, 1807, 1813, 1823, 1834, 1854 ஆண்டுகளில் பஞ்சங்கள் வந்தன.

அன்றாட வருவாய்க்கே வழி அதிகமில்லாத காலத்தில் சாதாரண மனிதர்களிடமிருந்து வரி வசூல் செய்வது எளிதாக இருக்கவில்லை. அதிலும் சாலைகள் போன்ற அடிப்படைக் கட்டுமானங்களிலும் பற்றாக்குறை நிலவிய காலத்தில், வணிகம் பரவ வழியின்றி, அதனால் விற்பனை மற்றும் சுங்க வரி வசூலிப்பதும் எளிதாகவில்லை.

கிழக்கிந்தியக் கம்பெனி ஆட்சியின் போது அதன் ஊழியர்கள், தங்களுக்கு இலாபம் தருகிற ஏற்றுமதிப் பண்டங்களான அபினி, ஆவரை போன்றவற்றைச் சாகுபடி செய்யுமாறு இந்திய விவசாயிகளை வற்புறுத்த முடிந்தது. கிழக்கிந்தியக் கம்பெனி ஊழியர்கள் பெறும் சம்பளத்தைவிடப் பன்மடங்கு தொகையை மக்களிடமிருந்து இலஞ்சமாகப் பெறுவது அவர்களுக்கு வாடிக்கையாகி விட்டது. இயந்திரமயமாக்கப்பட்ட இங்கிலாந்தின் தொழில்களுக்கெதிராக இந்தியத் தொழில்கள் போட்டியிடுவது மிகவும் கடினமாயிற்று.

1750இல் உலகத் தொழிற்சாலை உற்பத்தியில் கால்பங்கு இந்தியாவில் நடந்தது. அப்போது ஜவுளித்துணிகள் உற்பத்தியில் இந்தியா முதலிடம் வகித்தது. கிபி 1800இல் உலகத் தொழிற்சாலை உற்பத்தியில் இந்தியாவின் இடம் ஐந்தில் ஒரு பகுதியாகக் குறைந்துவிட்டது. கிபி 1880இல் அது நூறில் மூன்று விழுக்காடு என்கிற அளவுக்குப் படுபாதாளத்திற்கு வீழ்ந்துவிட்டது. பிரிட்டிஷார் இந்தியாவை விட்டு வெளியேறியபோது இந்தியாவின் துணி இறக்குமதி, இந்தியத் துணி ஏற்றுமதியை விட அதிகம். இந்தியத் தொழில் நசிவை (deindustrialisation) விளக்க இதைவிடப் பெரிய சான்று காட்ட முடியாது.

1858இல் கிழக்கிந்தியக் கம்பெனியிடமிருந்து இந்திய அரசாட்சியை பிரிட்டிஷ் அரசே எடுத்துக்கொண்டது. முதல் சுதந்திரப் போர் அல்லது சிப்பாய்க்கலகம் போன்ற ஓர் எதிர்ப்பு மீண்டும் வரக்கூடாது என்கிற எச்சரிக்கையுணர்வோடு பிரிட்டிஷார் வன்முறையைக் கையாண்டனர்.

1858லிருந்து 1947 வரை இந்தியாவை பிரிட்டிஷ் அரசே நேரடியாக ஆண்டது. அப்போது இந்தியக் காலனி அரசு பிரிட்டிஷ் அரசுக்கு அளிக்க வேண்டிய நிதிகள் 'ஹோம் சார்ஜஸ்' (Home Charges) என்றழைக்கப்பட்டன. பிரிட்டிஷ் அலுவலர்களின் சம்பளங்கள், ஓய்வூதியங்கள், கடன்களுக்கு வட்டி, ராணுவச் செலவுகள், ராணுவத் தளவாடங்கள் வாங்கிய தொகைகள், இரயில் எஞ்சின்கள், பெட்டிகள் போன்ற பல இனங்கள் அவற்றில் அடங்கியிருந்தன. இந்தப் பெருந்தொகைகள் இந்தியாவில் முதலீடாக்கப்படாமல், இங்கிலாந்தில் செலவழிக்கப்பட்டதால் இந்தியாவில் புதிய தொழில்கள் தோன்றி, அதனால் மக்களின் உற்பத்தித் திறன் வளர்வதற்கான தூண்டுகோல்கள் மழுங்கிவிட்டன.

பிரிட்டிஷ் ஆட்சியின்போது இயந்திரங்களைப் பயன்படுத்திப் பெருமளவு உற்பத்தியைப் பெருக்கிய ஐரோப்பிய முறைகளினால் உருவாக்கப்பட்ட மலிவான பொருள்களோடு, கைவினையினால் உருவாக்கப்பட்ட மிக நுண்மையான, ஆனால் உயர் மதிப்புக்கொண்ட இந்தியப் பொருள்கள் போட்டி போட முடியவில்லை. நுண்கலைகள், சிற்பக்கலை, மருத்துவம், கட்டிடம் கட்டுதல், உலோக நுகர் பொருள்களாக்குதல், கால்நடைப் பராமரிப்பு, கப்பல் கட்டுதல் போன்ற பல துறைகளிலும் இந்தியர்கள் பெற்றிருந்த தொன்மையான தொழில் நுட்பம், சரியான புரவலர்கள் இல்லாததாலும், அத்தகைய தொழில்நுட்பங்களைக் காப்பாற்ற வேண்டும் என்கிற பொது நோக்கமோ, அரசுத்திட்டமோ இல்லாமையாலும் சிதைந்தது. இயற்கைப் பொருள்களைக் கொண்டு தயாரிக்கப்பட்ட இந்தியச் சாயங்களை வேதிப்பொருள்களைக் கொண்டு தயாரிக்கப்பட்ட மேற்கத்திய சாயங்கள் பதிலீடு செய்தன. இந்தியாவுக்குள்ளேயே தங்களின் உற்பத்தியைச் சந்தைப்படுத்துகிற வகையில் இந்திய மக்களுக்கு வாங்கும் சக்தி பகிர்ந்தளிக்கப் படவில்லை. இந்தியாவின் போக்குவரத்துக் கட்டமைப்புப் பற்றாக்குறையும் இந்தியத் தொழில்களின் நசிவுக்கு உறுதுணையாக அமைந்தன. அந்த வகையில், ஜப்பானியர்கள் 1860-80இல் தங்களின் பாரம்பரியத்தைக் காப்பாற்றிக்கொண்டு, மேற்கத்திய தொழில் நுட்பத்தையும், தத்துவங்களையும் இறக்குமதி செய்துகொள்ள வேண்டுமென்ற பரவலான நோக்கத்தோடு மேற்கொண்ட நடவடிக்கைகள் ஒப்புநோக்கத் தக்கவை.

எப்படியிருப்பினும் கிழக்கிந்தியக் கம்பெனி ஆட்சி போய், பிரிட்டிஷ் அரசே இந்தியாவை நிர்வகிக்க ஆரம்பித்த பிறகும் முன்பிருந்த கொடுமைகள் தொடர்ந்தன எனினும் அவற்றின் தாக்கம் குறைந்தது. இந்தியத் தொழில்களின் மறுபிறப்பு 1850க்குப் பிறகுதான் தொடங்கியது.

இந்தியத் தொழில்களின் மறுபிறப்பு

இந்தியத் தொழில் மறுமலர்ச்சியின் ஆரம்பம் 19ஆம் நூற்றாண்டின் இடைப் பகுதியிலிருந்து தொடங்கியது. அவற்றைப் பற்றிச் சுருக்கமாக விவரித்துள்ளேன். 1850க்குப் பிறகு இந்தியர்கள் இயந்திரமயமாக்கப்பட்ட ஐரோப்பியத் தொழில் நுட்பத்தைச் சிறிது சிறிதாகக் கற்றுக்கொண்டனர். இங்கிலாந்து மக்களின் முதலீட்டுக்கு ஒரு வடிகாலாகவும், இந்திய நாட்டின் உள் பகுதிகளிலிருந்து இங்கிலாந்திற்குத் தேவையான கச்சாப் பொருள்களைத் துறைமுகங்களுக்குக் கொண்டுவர ஏதுவாகவும், உள்நாட்டுக் கலவரங்களை அடக்கத் துருப்புகளை எளிதில் அனுப்பவும் இரயில்வேயின் தேவை ஆட்சியாளர்களால் நன்கு உணரப்பட்டது. அதற்காக இந்திய இரயில்வே நிறுவனங்களில் முதலீடு செய்கிறவர்களுக்கு 5 விழுக்காடு இலாபம் உத்தரவாதமளிக்கப்பட்டது. இந்திய இரயில்வே இங்கிலாந்தின் தொழிலதிபர்களுக்கு முன்னுரிமையளித்து, அவர்களின் சரக்குகளை ஏற்றிச்சென்றன. அதே அளவுக்கு, இந்தியாவின் கடுமையான பஞ்சம் நிலவிய பகுதிகளுக்கு உணவுப் பொருள்களை ஏற்றிச் செல்வதற்கு அரசு இரயில்வேயைப் பயன்படுத்தவில்லை.

பிரிட்டிஷாரின் காலனியாதிக்க காலத்தில் கட்டுமானத் துறையில் செய்யப்பட்ட முதலீடுகளிலேயே இரயில் தடங்கள் அமைப்பதற்கு ஈடுபடுத்தப்பட்ட முதலீடுதான் மிக அதிக அளவினாலானதும் முக்கியமானதும் ஆகும். இரயில்வே அறிமுகமாகிய பிறகுதான் அனைத்து வகைப் பொருள்களுக்கும் இந்தியாவில் சந்தை விரிந்தது. போக்குவரத்துச் செலவு குறைந்ததால் 1880களில் உப்பின் விலை 1860களிலிருந்ததைவிட ஐந்தில் ஒன்றாகக் குறைந்து விட்டது. அனைத்துப் பொருள்களுக்கும் உற்பத்தியாகுமிடத்தில் இருக்கும் விலைக்கும் விற்பனையாகும் இடத்தில் நிலவும் விலைக்கும் இருந்த வித்தியாசம் இரயில்வே வழித்தடங்கள் வந்த பிறகு வெகுவாகக் குறைந்தது. 1853இல் இரயில்வே தொடங்கிய ஐம்பதாண்டுகளுக்குள்ளேயே இந்தியாவின் அனைத்து முக்கிய நகரங்களையும் இரயில்வே இணைத்துவிட்டது. அதனால் இதற்குமுன்பு எப்போதுமில்லாத அளவுக்கு, இந்தியப் பொருள்களுக்கு இந்தியாவுக்குள்ளேயே உள்நாட்டுச் சந்தை விரிவடைந்தது. அதை இந்திய வணிகர்களோடு, பிரிட்டிஷ் ஏற்றுமதியாளர்களும் நன்கு பயன்படுத்திக்கொண்டனர்.

1850 தொடங்கி இரயில்வே அமைப்புக்காக இந்தியாவின் காடுகள் சூறையாடப்பட்டன. காடுகளில் வசித்த ஆதிவாசி மக்களுக்கு அவர்கள் வசித்த காடுகளின் மீதான சொத்துரிமையை ஆங்கிலேய அரசு அங்கீகரிக்கவில்லை. அதனால் அடர்ந்த

இந்தியக் காடுகளிலிருந்த மரங்களை இரயில்வே அமைப்பதற்காகக் கணக்குவழக்கின்றி வெட்டியழித்தார்கள். தற்காலத்தில் பொதுச்சொத்தான ஆற்று மணல் எப்படிக் கொள்ளையடிக்கப் படுகிறதோ, அப்படித்தான் சென்ற நூற்றாண்டில் இந்தியக் காடுகளிலிருந்த மரங்களும் கொள்ளையடிக்கப்பட்டன. இந்தியாவின் காட்டு வளம் குன்றியதற்கு இந்திய இரயில்வே விரிவாக்கம் ஒரு முக்கியக் காரணியாகும்.

இயந்திரங்களைப் பயன்படுத்தி ஜவுளித்துணிகளை உற்பத்தி செய்யும் முறைகளை ஐரோப்பியர்களிடமிருந்து பெற்றுக்கொண்டு, இந்தியர்களே பட்டறைகளைத் தொடங்குவது 1850–60களில் அஹமதாபாதிலும் மும்பையிலும் நிகழ்ந்தது. 1861–65 அமெரிக்க உள்நாட்டுப் போரின்போது ஐரோப்பாவில் அமெரிக்கப் பருத்தி இறக்குமதி நின்றுபோனது. அப்போது குஜராத், மஹராஷ்டிர வட்டாரங்களில் பருத்தி கிடைத்தது. அது மும்பையை உலகின் மிகப் பெரிய பருத்திச் சந்தையாக உயர்த்தியது. பஞ்சாலைத் தொழில் அந்த வட்டாரத்தைச் சுற்றி வளர்ச்சியடைய அதுவும் ஒரு முக்கியக் காரணியாயிற்று. 1869இல் சூயஸ் கால்வாய் திறந்ததனால், மும்பை முக்கியமான துறைமுக நகராக மாறியது. மிக மெதுவாகத்தான் பஞ்சாலைத் தொழில் கான்பூர், கோல்கொத்தா போன்ற பகுதிகளுக்கு விரிவடைந்தது. 1878இல் சென்னைக்கு வந்து, 1890க்குப் பிறகு மதுரை, அம்பாசமுத்திரம், கோயம்புத்தூர் போன்ற இடங்களுக்குப் பரவி, 1930களில் கோயம்புத்தூரில் நன்கு விரிவடைந்தது. பருத்தித் துணிகளுக்கான உள்நாட்டின் மிகப்பெரிய சந்தையைப் பிடிக்க, பிரிட்டிஷ் நிறுவனங்களுடன் தீவிரமாகப் போட்டி போடுமளவுக்கு அவை வளர்ந்து விட்டன. பருத்தி மில்களில் இந்தியர்களோடு, பிரிட்டிஷாரும் ஏராளமாக முதலீடு செய்திருந்தனர். சுதந்திரத்திற்கு முன்பு இந்திய ஜவுளித் தொழில் நன்கு விரிவடைந்திருந்தது.

19ஆம் நூற்றாண்டின் இறுதியில் 'பறக்கும் நாடா' (*flying shuttle*) உள்ளடக்கிய தறியை இங்கிலாந்திருந்து வரவழைத்து, சென்னையிலிருக்கும் கலை, கைத்திறன் பள்ளியில் செய்முறை விளக்கம் செய்து காட்டப்பட்டது. அதன் பிறகு இந்தியாவின் மரபுவழிக் குழித்தறிகள் கைவிடப்பட்டு, அவ்விடத்தில் கொஞ்சங்கொஞ்சமாக இங்கிலாந்து நாட்டின் கைத்தறிகளும் விசைத்தறிகளும் அடங்கியிருந்த தொழில்நுட்பம் இந்தியத் தறிகளில் இணைக்கப்பட்டுப் பரவ ஆரம்பித்தது. இப்போது இந்தியர்களால் பயன்படுத்தப்படும் கைத்தறிகளும் விசைத்தறிகளும் இங்கிலாந்தில் 19ஆம் நூற்றாண்டில் பயன்படுத்தப்பட்ட தறிகளின் தொழில் நுட்பத்தோடு இந்தியத் தறிகளின் தொழில்நுட்பத்தின் இணைப்பினால் உருவானவையே தவிர, முழுக்க முழுக்க

இந்தியர்களின் மரபு வழித் தறிகள் அல்ல. ஜாக்குவார்டு தறிகள் போன்றவற்றில் மேற்கு நாடுகளின் தறித்தொழில்நுட்பத்தின் பங்கு விழுக்காடு அதிகம். 20ஆம் நூற்றாண்டில் இந்தியக் கைத்தறித் தொழிலிலும் மறுமலர்ச்சி ஏற்பட்டிருந்தது.

1850க்குப் பிறகு மார்கரட் டோனோலி மி என்கிற டண்டீ பட்டறை அதிபர் கோல்கொத்தாவில் முதல் சணல் உற்பத்தித் தொழிற்சாலையைத் தொடங்கினார். 1869இல் டண்டீ அதிபர்கள் இந்தியாவில் ஐந்து பட்டறைகளை தொடங்கிக் கிட்டத்தட்ட ஆயிரம் தறிகளை இயக்கினார்கள். 1910இல் 38 பட்டறைகள், 30000க்கும் அதிகமான தறிகளுடன் இயங்கின. பருத்தி உற்பத்தியைப் போலன்றி, சணல் உற்பத்தியில் நேரடியாக அதிகமான இந்தியர்கள் ஈடுபடவில்லை. அந்தத் தொழில் கோல்கொத்தாவைச் சுற்றி நிலைகொண்டது.

இந்தியாவில் நாட்டுச்சர்க்கரை நெடுங்காலமாகவே பயன்படுத்தப்பட்டது. கரும்பு விளையும் பகுதிகளில் அது குடிசைத் தொழிலாக இருந்தது. 18ஆம் நூற்றாண்டின் இறுதியில் சென்னையில் வர்த்தக நிறுவனமாகத் தொடங்கிய EID Parry நிறுவனம், 1842இல் தமிழ்நாட்டில் நெல்லிக்குப்பத்தில் நவீன சர்க்கரை ஆலையைத் தொடங்கினார்கள். உள்நாட்டிலேயே பெரிய சந்தை இருந்த போதிலும், இருபதாம் நூற்றாண்டில்தான் இந்தத் தொழில் வளர்ந்தது.

1889இல் கோல்கொத்தாவிலும், 1904இல் சென்னையிலும் சிறிய அளவில் சிமெண்டு உற்பத்தி செய்ய வெற்றிகரமாக முயற்சிகள் மேற்கொள்ளப்பட்ட போதிலும், குஜராத்தின் போர்பந்தரில் 1914இல் 'இந்தியன் சிமெண்டு கம்பெனி' தொடங்கப்பட்டதுதான் இந்தப் பட்டறைத் தொழிலின் இந்தியத் தொடக்கமாகக் காணப்படுகிறது. முதல் உலகப் பெரும்போருக்குப் பிறகு, இறக்குமதியான சிமெண்டின் விலை உள்நாட்டில் உற்பத்தியான சிமெண்டின் விலையைவிடக் குறைவாக இருந்ததால் இந்திய உற்பத்தியாளர்கள் அரசிடம் பாதுகாப்புக் கேட்டனர். இந்திய அரசு பாதுகாப்பளிக்க மறுத்து விட்டதால் சில ஆலைகள் மூடப்பட்டன. 1936இல் இந்தியாவில் அப்போதிருந்த பட்டறைகளெல்லாம் ஒருங்கிணைந்து ஒரு கூட்டமைப்பை ஏற்படுத்திக்கொண்டு, சந்தையில் தங்களுக்குள் போட்டியைத் தவிர்த்தன.

இங்கிலாந்தில் தொழில் புரட்சிக்குப் பிறகு நவீன வழிகளில் உருக்கு தயாரிக்கும் முறைகள் வந்தன. அதற்குப் பிறகு, அங்கிருந்து இறக்குமதியான உருக்கு, இந்தியாவில் சிற்றளவு முறைகளில் உற்பத்தி செய்து கொண்டிருந்த ஏராளமான இரும்புஉருக்கு உற்பத்தி நிறுவனங்களை திவாலாக்கியது. 1874இல் வங்காளத்தில்

தொடங்கப்பட்ட Bengal Iron Works, நிலக்கரியை எரிசக்தியாகப் பயன்படுத்திய முதல் இந்திய நவீன உருக்குத் தொழிற்சாலை. இந்தியாவின் உருக்குத் தொழிலின் மறுமலர்ச்சி 1907இல் Tata Iron and Steel Company (TISCO) பீகாரின் சாக்ஸியில் (தற்போதைய ஜெம்ஷெட்பூர்) தொடங்கியது. 19ஆம் நூற்றாண்டில் அபினி வணிகத்திலும் பின்னர் ஜவுளி உற்பத்தியிலும் பெரும்பொருள் ஈட்டிய டாடா குடும்பத்தினரின் இந்த பிரமாண்ட முயற்சியிலிருந்து அவர்களைப் பின்வாங்கவைக்க பிரிட்டிஷ் அரசு பல வழிகளைக் கையாண்டது. ஆனால் டாடா, அமெரிக்க உருக்குத் தொழில் வல்லுநர்களின் உதவியுடன் தன் ஆலையை நிறுவினார். 1909இல் அதன் உற்பத்தி தொடங்கியது. ஆரம்பத்தில் பிரிட்டிஷ் உருக்கு நிறுவனங்கள் தங்கள் விலைகளைக் குறைத்து, டாடா நிறுவனத்தைத் துரத்த முயன்றனர். ஆனால் முதல் உலகப் பெரும்போர் தொடங்கி, இங்கிலாந்திலிருந்து இந்தியாவிற்கு உருக்கு இறக்குமதியே நின்றுபோன நிலையில், தங்கள் ராணுவத் தேவைகளுக்கே டாடா நிறுவனத்தை நாட வேண்டிய கட்டாயம் ஏற்பட்டதால் அவர்களுக்கு வந்த ஆபத்துகள் நீங்கின. போர் முடிந்த பின் அந்த நிறுவனத்தின் பிரிட்டீஸ் பங்குதாரர்கள், நிறுவனத்தைத் தங்கள் கட்டுப்பாட்டுக்குள் கொண்டுவரச் செய்த முயற்சிகளை இந்தியச் சுதேசி உணர்வு வெற்றிகரமாகத் தடுத்துவிட்டது.

சுதந்திரத்திற்கு முன்பே இந்தியாவில் இரும்புஉருக்குத் தொழில் ஓரளவுக்கு வளர்ச்சி பெற்றிருந்தது. இரும்புஉருக்குத் தொழிலோடு தொடர்பு கொண்ட நிலக்கரி உற்பத்தியும் இணைந்தே வளர்ந்தது.

இந்த முக்கியத் தொழில்கள் தவிர காகிதம், இரயில் பராமரிப்புக்கான தொழிற்சாலைகள் போன்ற சில பெரிய தொழிற்சாலைகளும் இருந்தன. பெரிய அளவில் வேதியல் தொழில்கள், இரசாயன உர உற்பத்தி, பொறியியல் கருவிகள் உற்பத்தி செய்யும் தொழில்கள் போன்றவை வளரவேயில்லை. முக்கியமாக கார், லாரி, இரயில் எஞ்சின்கள், கப்பல் கட்டுதல் போன்ற தொழில்கள், போக்குவரத்துச் சாதனங்களுக்கு உதிரிபாகங்கள் செய்யும் தொழில்கள் ஆரம்பிக்கப்படவேயில்லை.

இந்தியாவின் பட்டறைத்தொழில் இரயில்தடங்கள் அமைக்கப்பட்டபோது தோன்றி மெதுவாக வளர்ந்தது. சணல், சர்க்கரை, சிமென்ட் போன்ற தொழில்களில் வெளிநாட்டு முதலாளிகளின் கை ஓங்கியிருந்தது. உருக்குத் தொழிலில் மட்டும் டாடாவின் செல்வாக்கு நிலவியது. ஜவுளித் தொழிலில் இந்தியர்களும் வெளிநாட்டவரும் போட்டிபோட்டுக்கொண்டு ஈடுபட்டிருந்தார்கள். சுதந்திரத்துக்கு முன் பட்டறைகளை

இயக்கிய இந்தியத் தொழில் முனைவோரில் பெரும்பாலானோர் பார்ஸி, மார்வாடி, குஜராத்தி, செட்டியார் போன்ற சில வட்டார இனங்களிலிருந்துதான் வந்திருந்தார்கள். 1947இல் இந்தியா சுதந்திரமடைந்தபோது இருந்த தொழிலாளர்களின் எண்ணிக்கை 14 கோடியென்றும், அதில் 30 இலட்சம் பேர்தான் பட்டறைத்தொழிலில் ஈடுபட்டிருந்தார்கள் என்றும், பட்டறைத்தொழில்களிலும்கூட விவசாயப்பொருள்களான பருத்தி, சணலைக் கச்சாப்பொருள்களாகக் கொண்ட தொழில்கள்தான் பெரிதும் வளர்ந்திருந்தன என்றும் 'இயந்திரங்களைத் தயாரிக்கும் இயந்திரத்'தொழில்கள் வளரவேயில்லை என்றும் புள்ளிவிவரங்கள் தெரிவிக்கின்றன. சுருங்கச் சொன்னால், சுதந்திரத்திற்கு முன்பு இந்தியாவின் தொழில் வளர்ச்சி அனைத்துப் பிராந்தியங்களுக்கும் பரவலாக்கப்படவில்லை; அனைத்து மக்களையும் உள்ளடக்கியதாகவும் இல்லை.

இந்தியா கிழக்கிந்தியக் கம்பெனியால் ஆளப்பட்ட காலனியாக இருந்தபோது, இங்கிலாந்து அரசு தடையிலா வணிகக் கொள்கையைக் கடைப்பிடித்தது. அதனால் இங்கிலாந்தில் இயந்திரங்களின் உதவியோடு பேரளவு உற்பத்தி முறைகளினால் உற்பத்தி செய்யப்பட்ட பண்டங்களை இந்தியாவில் மலிவான விலைகளில் விற்பது ஆங்கில வணிகர்களுக்கு எளிதாக இருந்தது. ஆனால் இந்தியர்கள் 18ஆம் நூற்றாண்டு வரை தங்கள் கைத்தொழில்கள் மூலம் உற்பத்தி செய்த பொருள்களை உலகெங்கிலும் விற்றுக்கொண்டிருந்த நிலை மாறி, 19ஆம் நூற்றாண்டில் இலத்தீன் அமெரிக்க நாடுகளிலும் கனடாவிலும் ஆப்பிரிக்காவிலும் ஆஸ்திரேலியாவிலும் இந்தியப் பொருள்கள்மீது சுங்க வரிகள் விதிக்கப்பட்டன. அதனால் இந்தியப் பொருள்களுக்கு வெளிநாட்டுச் சந்தைகளின் பரப்பு குறைந்தது. இதை ஈடுகட்ட இந்தியர்களுக்குச் சாதகமாக இங்கிலாந்து அரசு எத்தகைய நடவடிக்கைகளும் எடுக்கவில்லை. மாறாக, இங்கிலாந்தின் இயந்திரத் தொழில்களின் பேரளவு உற்பத்திகளை இந்தியாவில் சந்தைப்படுத்துவதற்குத் தடையிலா வணிகக் கொள்கை ஒரு கதவைத் திறந்துவைத்தது. இருபதாம் நூற்றாண்டின் ஆரம்பகாலம் வரை இந்தியா தடையிலா வணிகக் கொள்கையைத்தான் கொண்டிருந்தது.

தனியார் நிறுவனமான கிழக்கிந்தியக் கம்பெனிக்கு, இந்தியாவின் கல்வி வளர்ச்சி பற்றிய அக்கறையின்மை புரிந்து கொள்ளக்கூடியதுதான். அப்போது இந்தியாவின் அனைத்து கிராமங்களிலும் அன்றாட வாழ்க்கைக்கான அடிப்படைக்கல்வி குருகுல முறையில் கிடைத்ததென்றும், சமூகத்தின் மேல்மட்டத்தினர் உயர்தத்துவங்களைப் பயின்றனரெனவும் தெரிகிறது. 1835இல்

ஜார்ஜ் பாபிங்டன் மெக்காலேயின் சிபாரிசை ஏற்றுக்கொண்ட அப்போதைய கவர்னர் ஜெனரல் வில்லியம் பென்டிங்க்கிடம் இந்தியக் கல்வி முறை பற்றி ஒரு குறிப்பு வழங்கினார். அந்தக் குறிப்பின் சிபாரிசை ஏற்றுக்கொண்ட கவர்னர் ஜெனரல் அரசு தொடங்கும் பள்ளிகளில் ஆங்கிலவழிக் கல்வியை அறிமுகம் செய்தார். இங்கிலாந்தில் அப்போது நிலவிய அந்த முறைக் கல்விதான் இந்தியாவிற்கும் இறக்குமதி செய்யப்பட்டது. தத்துவ விசாரணைகளுக்கு முக்கியத்துவம் தந்த கல்விமுறைக்குப் பிரதியாகப் பிழைப்பதற்கு வழி சொல்லித்தரும் கல்வி முறை அங்கீகாரம் பெற்றது. 1854இல் கர்சன் பிரபு கவர்னர் ஜெனரலாகவிருந்தபோது, சார்லஸ் வுட் தலைமையிலான கல்விக்குழுவின் அறிக்கையையேற்றுப் பள்ளிகளில் காலாண்டு, அரையாண்டு, முழு ஆண்டுத் தேர்வுகள் நடத்துவது அமலுக்கு வந்தது.

கிழக்கிந்தியக் கம்பெனி இந்தியர்களின் மரபு வழிக் கல்வியைத் தனியார் தொடர்ந்து வழங்குவதைத் தடைசெய்யும் நோக்கத்துடன் எந்த நடவடிக்கைகளும் எடுக்கவில்லை. ஆனால் போதுமான புரவலர்கள் இல்லாததாலும், மரபு வழிக் கல்வியைக் காப்பாற்றிக் கொள்ளவேண்டுமென்ற பொது எண்ணம் வளராததாலும் அது கொஞ்சங்கொஞ்சமாகத் தேய்ந்து முற்றிலும் அழிந்துபோனது.

1857இல் இந்தியாவில் மூன்று பல்கலைக்கழகங்கள் சென்னை, கோல்கத்தா, மும்பையில் தொடங்கப் பட்டன. கல்லூரிகளின் வளர்ச்சி மிக மெதுவாக நடந்தது. சுதந்திரம் பெறுவதற்கு முன்பு நடுநிலை மற்றும் உயர்நிலைப் பள்ளிக் கல்வி பெருமளவுக்கு மாவட்ட வாரியங்களாலும் நகராட்சிகளாலும் சில தனியார்களாலும்தான் நடத்தப்பட்டன. 1947இல்கூட அரசு கல்விக்கெனச் செலவு செய்த தொகை, இந்தியாவின் மொத்த தேசிய வருவாயில் ஒரு விழுக்காட்டுக்கும் குறைவு. 1860க்கும் 1912க்குமிடையில் உலகிலேயே கல்விக்காகச் செலவழிக்கப்பட்ட தனிநபர் தேசிய வருவாய் இந்தியாவில்தான் மிகக்குறைவாக இருந்தது. மேல்நிலைப்பள்ளிக்கல்வி படிக்க வந்த மாணவர்களில் பெரும்பாலானோர் உயர்ஜாதி, உயர்குடிப் பிறந்தவர்கள்தான். அவர்களில் உயர்ந்த நிலையிலிருந்தவர்கள்தான் கல்லூரிப் படிப்புக்குச் சென்றார்கள். மகளிர் கல்வி பெறுவதை அப்போதைய சமூகம் ஆதரிக்கவில்லை. அக்காலகட்டத்தில் தாழ்த்தப்பட்ட இனங்களிலிருந்து உயர்கல்வி பெற எவரேனும் வந்திருந்தால் அம்மாணவர்களின் பெற்றோர் ராணுவத்தில் வேலை செய்து கொண்டிருந்தார்கள் என அனுமானிக்கலாம். ஏற்கெனவே ஏராளமான சமூக ஏற்றத்தாழ்வுகளைப் பெற்றிருந்த இந்தியாவில், பிரிட்டிஷ் காலத்திய கல்வி முறை அந்த ஏற்றத்தாழ்வுகளை மேலும் அதிகரிக்கும் விதமாகவே செயல்பட்டது. இந்தியா சுதந்திரம்

பெற்றபோது எழுதப்படிக்கத் தெரியாதவர்கள் மக்கள்தொகையில் 84 விழுக்காட்டினர். 6–11 வயதுச் சிறுவர் சிறுமிகளில் 60 விழுக்காட்டினர் பள்ளிக்கூடமே சென்றதில்லை.

பிரிட்டிஷ் ஆட்சியின் விளைவுகள்

இந்தியத் தொழில்களில் மறுமலர்ச்சி ஏற்பட்டபோது, தொழிலாளர்களுக்கு உணவுப் பொருள்கள் உற்பத்தி செய்வதற்கும், தொழில்களுக்குக் கச்சாப் பொருள்கள் அளிப்பதற்கும் விவசாய உற்பத்தியிலும் மறுமலர்ச்சி ஏற்பட்டிருந்தால், 1860க்குப் பிறகு இந்தியா வேகமாக வளர்ந்திருக்கக் கூடும். பிரிட்டிஷ் அரசின் நேரடி ஆட்சியின்போது விவசாய மறுமலர்ச்சிக்கு விளிம்புநிலை ஆதரவு கிடைத்ததென்றாலும், பெரிதாக ஆதரவு கிடைக்கவில்லை. பிரிட்டிஷார் ஆண்ட காலம் முழுவதும் பஞ்சங்கள் தலைவிரித்தாடின. பிரிட்டிஷ்ஆட்சியின் கொடுமையான விளைவுகளுக்கு அதைவிடச் சிறந்த சான்று தேவையில்லை.

பிரிட்டிஷ் அரசு இந்தியத் தொழில் நிறுவனங்களின் வெளியீடுகளுக்குப் போட்டியிலிருந்து பாதுகாப்பும் அளிக்கவில்லை. சில தொழில்கள் சில வட்டாரங்களில், குறிப்பாக மும்பை, கோல்கத்தா, சென்னை நகர்களைச் சுற்றி வளர்ந்தன. அது தவிர அஹமதாபாத், கான்பூர், சூரத், கோவை போன்ற வேறு சில இடங்களிலும் மையங்கொண்டன. ஜம்சட்பூர் போன்ற புதிய தொழில் நகரங்கள் சில தோன்றின. ஆனால் இந்தியாவின் பரந்த நிலப்பரப்பில் இப்படித் தொழில்கள் வளர்ந்த பகுதிகள் மிக அற்பமானவையாகவே இருந்தன. கனரகத் தொழில்கள், வேதிப் பொருள்கள் போன்ற பல்வகைத் தொழில்களின் வளர்ச்சி நிகழவேயில்லை.

பிரிட்டிஷார் ஆட்சி நமக்கு நன்மை செய்ததா, இல்லையா என்பது விவாதத்துக்குரியது. அதில் அவரவர் மனப்போக்கு சார்ந்து தீமையிலும் நன்மைகள் கலந்திருந்தன போன்ற முடிவுகள் வரலாம். பொருளியல் அடிப்படையில் அவர்கள் ஆட்சியின்போது நாட்டு வளர்ச்சி தடைப்பட்டிருந்தது. சுருக்கமாகச் சொன்னால், பிரிட்டிஷ் ஆட்சிக்காலத்தில் இந்தியர்களின் வாழ்க்கைத்தரம் வீழ்ச்சியுற்றது. அவர்கள் ஆட்சியில் இந்தியாவின் மரபு சார்ந்த கைத்தொழில்கள் நசிவுற்றன. புதிய தொழில் நுட்பங்களை அறிமுகப்படுத்தவும், புதிய தொழில்களைத் தொடங்கவும் பிரிட்டிஷ் அரசு இந்தியத் தொழில்முனைவோருக்கு எந்தவித ஆதரவும் அளிக்கவில்லை. பிரிட்டனின் முன்னேற்றத்திற்காக அவர்கள் இந்திய வளங்களைக் கொள்ளையடித்தார்கள். தாதாபாய் நௌரோஜி காட்டியபடி, இந்தியச் செல்வம் இங்கிலாந்திற்கு வடிகால் வழியாக ஓடியதால்

இந்தியா வறண்டது. இந்தியர்களிடமிருந்து பெறப்பட்ட வரிப்பணம் இந்தியக் கட்டமைப்புக்கும், பாசன வசதிக்கும், கல்வி, சுகாதாரம் போன்ற பணிகளுக்கும் அதிகம் செலவிடப்படவில்லை. மாறாக அது இராணுவச் செலவுகளுக்கும், உள்நாட்டின் காவல், நீதி நிர்வாகச் செலவுகளுக்கும்தான் செலவிடப்பட்டது. எனவே இந்தியா வளராமல் தேங்கி நின்றது.

இருந்தபோதிலும், 1870க்குப் பிறகு புதிய ஏகாதிபத்தியக் கொள்கையடிப்படையில் நாடு பிடித்த பெல்ஜியத்தின் காங்கோ போன்ற பகுதிகளை ஐரோப்பியர்கள் அட்டை போல் உறிஞ்சி வீழ்த்திய அளவுக்கு, பிரிட்டிஷாரின் பழைய ஏகாதிபத்தியக் கொள்கைகள் இந்தியாவில் அவ்வளவு மோசமாயிருக்கவில்லை என்பது ஓர் ஆறுதலளிக்கும் செய்திதான். இந்தியா சுதந்திரமடைவதற்கு முன்பு, பிரிட்டிஷ் முதலீட்டில் அவர்களின் தேவைகளுக்காக அமைக்கப்பட்ட இரயில்வேக்கள்தான் இந்தியாவின் அனைத்துப் பகுதிகளையும் இணைத்துப் போக்குவரத்தை எளிமையாக்கிய மிக முக்கியப் பணி. இந்தியாவின் அனைத்துப் பகுதிகளுக்கும் மேற்கத்திய தொழில்நுட்பத்தை அறிமுகப்படுத்தியதும் இரயில்வேக்கள்தான் எனலாம். பிரிட்டிஷ் ஆட்சியரால் இந்தியாவில் அடிப்படையான உள்கட்டமைப்புகள் பல ஏற்படுத்தப்பட்டன. எனினும், அவை இந்தியாவின் விரைவான வளர்ச்சிக்குப் போதுமானதாக இல்லை. சாலைகள், இரயில்தடங்கள், மருத்துவமனைகள், கால்நடை மருத்துவமனைகள், ஆரம்ப, நடுநிலை மற்றும் உயர்கல்வி நிறுவனங்கள், பொறியியல் மற்றும் மருத்துவக்கல்லூரிகள் ஆகிய அனைத்திலும், பின்னர் அவற்றை விரிவாக்கம் செய்வதற்கேற்ற வகையில், அடிப்படை வலுவாக பிரிட்டிஷாரால் அமைக்கப்பட்டிருந்தது.

அரசு நிர்வாகத்தில் இந்தியக் குடிமைப் பணி (Indian Civil Service) சிறப்பாகச் செயல்பட்டது. இந்தியர்கள் அதில் பயிற்சி பெற்று சிறப்பான உயர்பதவிகளை அடைந்திருந்தார்கள். சுதந்திரத்திற்குப் பின் நிர்வாகம் தொய்வில்லாமல் நடப்பதற்கு இது உதவியது. பிரிட்டிஷ் ஆட்சிக் காலத்திலேயே பொதுப்பணித்துறை விவசாயத்திற்குப் பாசன வசதிகளை வழங்கிக்கொண்டிருந்தது. அந்தக் கட்டமைப்பைக்கொண்டு சுதந்திரத்திற்குப் பிறகு பாசனத்தைப் பெருக்குவது எளிதாக இருந்தது. கிராமப் பஞ்சாயத்துகள் தொடங்கி, நாடாளுமன்றம் வரை ஜனநாயக வழிகளில் செயல்பட ஆரம்பநிலைப் பயிற்சிகள் பிரிட்டிஷார் காலத்திலேயே இந்தியர்களுக்கு வழங்கப்பட்டிருந்தன. இந்தியாவில் சட்டத்தின் மாட்சிமையை நுழைத்து வளர்ச்சியடையச் செய்ததும் பிரிட்டிஷார்தான். சட்டத்தின் முன் அனைவரும் சமம் என்கிற கருத்தை இந்தியாவில் விதைத்து வளர்த்தது

அவர்கள்தான். ஒரு குற்றத்திற்கு, அந்தக் குற்றத்தைச் செய்தவர் எந்த வர்ணத்தை, ஜாதியைச் சேர்ந்தவர் என்பதைச் சார்ந்து வெவ்வேறு அளவான தண்டனைகளை வழங்கிய முறையை மாற்றி, இந்தியர்களனைவருக்கும் ஒரே வகையான தண்டனைகள் வழங்கும் குற்றவியல் சட்டத்தை மெக்காலேதான் இயற்றினார். பிரிட்டிஷார் 1862இல் இந்தியா முழுவதற்குமான பொது சிவில், கிரிமினல் சட்டங்களை இயற்றி அமுல்படுத்தியது ஓர் இமாலய சாதனை. அதுபோலவே திருமணம், தத்தெடுத்தல், சொத்துப் பிரிவினை போன்ற சில விஷயங்களைத் தவிர மற்ற அனைத்து சிவில் விவகாரங்களுக்கும் (ஒப்பந்தம், டிரஸ்டுகள், கம்பெனிச் சட்டம், போன்றவை) பொதுவான சிவில் சட்டங்களை அவர்கள்தான் அறிமுகப்படுத்தினர். வரைமுறைப்படுத்திய சட்டங்களைப் பரிபாலனம் செய்யும் பல அடுக்கு நீதிமன்ற அமைப்பை ஏற்படுத்தியதும் அவர்கள்தான். அவர்கள் கொடுத்த ஆங்கிலக் கல்வி இந்தியர்களுக்கு வெளியுலகைக் காண ஒரு சாளரத்தை ஏற்படுத்திக் கொடுத்தது. இந்தியர்களின் கலாசார, தத்துவ, இலக்கியக் கருவூலங்களை மேற்கத்திய நாட்டினர் அறிந்துகொள்ளுமாறு 1819ஆம் நூற்றாண்டுகளில் மொழிபெயர்த்தவர்களில் பெரும்பாலானவர்கள் மேற்கத்தியவர்கள் என்பதை நினைவில் கொள்ள வேண்டும். இந்தியத் தத்துவங்கள், இலக்கியங்களை மேற்கத்திய ஆய்வு முறைகளைக் கொண்டு அவர்கள் ஆய்வு செய்து பரப்பியது உண்மைதான். ஆங்கில வழிக் கல்வி பயின்றவர்களிடையில் சுதந்திரம், சமத்துவம், சகோதரத்துவம் போன்ற தனிநபர் விழுமியங்கள் போற்றப்பட்டதும், வளர்ந்ததும் நிகழ்ந்தது. இந்தியத் தேசிய உணர்வை ஆங்கில வழிக் கல்வி பெற்ற தலைவர்கள்தான் புத்தாக்கம் செய்தார்கள்.

பிரிட்டிஷார் நமக்களித்த ஆங்கில மொழி, ஆங்கில வழிக் கல்விமுறை, சட்டத்தின் ஆட்சி, இரயில்வே இணைப்புகள், ஜனநாயக வழிகளைப் பற்றிய பயிற்சி, தடையிலா வணிகக் கொள்கை அனைத்தும் முதலில் அவர்களின் உற்பத்தியாளர்கள், இராணுவம், வணிகர்கள் மற்றும் குடியேறிகளின் நன்மைக்காகத்தான் அளிக்கப்பட்டன. அவை பிரிட்டிஷாரின் கருணையினால் வழங்கப்படவில்லை. மாறாக, அவற்றை இந்தியர்கள் போராடித்தான் பெற வேண்டியிருந்தது. இந்தியத் தொழில்களின் வளர்ச்சிக்குப் பாதுகாப்பு வழங்கும் கொள்கைகளை பிரிட்டீஸார் செயல்படுத்தாமல் தாமதப்படுத்தினார்கள். இரண்டாம் உலகப் போர் நடந்துகொண்டிருந்தபோது வங்காளத்தின் பெரும்பஞ்சத்தில் இந்தியாவின் மற்ற பகுதிகளில் போதுமான உணவிருந்தும் அதை வங்காளத்திற்கு அனுப்பாமல் இலட்சக்கணக்கானவர்களைப் பட்டினியில் சாக விட்டதே பிரிட்டிஷ் ஏகாதிபத்தியத்தின்

தன்னல நடவடிக்கைகளுக்கு ஒரு நல்ல சான்று. அவர்கள் ஏற்படுத்திய இடையூறுகளையும் கடந்து, இருபதாம் நூற்றாண்டின் ஆரம்பத்திலிருந்தே இந்தியாவின் வளர்ச்சி ஆமை வேகத்தில் நடந்ததென்பதும், சுதந்திரத்திற்குப் பிறகு அது மெல்ல வேகமெடுக்க ஆரம்பித்ததென்பதும், 1990களுக்குப்பின் முன்பை விட வேகமாக நடக்கிறதென்பதும் பொதுவான உண்மைகள்!

அமெரிக்க ஐக்கிய நாடுகள்

வட அமெரிக்கக் கண்டம் கனடா, அமெரிக்கா ஆகிய இரு நாடுகளைத்தான் உள்ளடக்கியிருக்கிறது. 19ஆம் நூற்றாண்டு வரை அமெரிக்க ஐக்கிய நாட்டின் அனைத்துப் பகுதிகளிலும் பரவியிருந்த அதன் பூர்வ (சிவப்பிந்தியக்) குடிகளும், பைஸன் என்றழைக்கப்படும் காட்டெருமைகளும், அந்த நூற்றாண்டில் ஒதுக்கப்பட்ட பகுதிகளுக்கு (Reservations) விரட்டப்பட்டனர். கறுப்பினத்தவர்கள் 1863இல் அடிமைத்தளையிலிருந்து விடுவிக்கப்பட்ட போதிலும் வாக்களிப்பதற்குப் போதுமான கல்வித்தகுதி, சொத்துத் தகுதி போன்றவை இல்லையென்று போலிச்சாக்குகள் காட்டி அமுக்கப்பட்டனர். அக்காலகட்டத்தில் மெக்ஸிகோவிலிருந்து டெக்ஸாஸ்–கலிபோர்னியா பகுதிகளில் குடியேறியிருந்த தென் அமெரிக்கர்களும் புறக்கணிக்கப்பட்டனர். பஸிபிக் மாக்கடலைக் கடந்து வந்திருந்த சீன, ஜப்பான் குடியேறிகளை அமெரிக்கச் சுரங்கங்களிலும், இரயில்தடம் அமைப்பது போன்ற கடுமையான தொழில்களிலும் அடிமாட்டுக்கூலிக்கு உழைப்பாளர்களாக வைத்திருந்தார்களே தவிர, அவர்களின் முன்னேற்றத்துக்கு அப்போது எந்த வாய்ப்பும் கொடுக்கப்படவில்லை. 16ஆம் நூற்றாண்டுவரை சிவப்பிந்தியர் தவிர வேறு எவருமில்லாத, நிலவளம், நீர்வளம், கனிம வளம் அனைத்தும் நிறைந்திருந்த, கிட்டத்தட்டக் காலியாகவிருந்த வட அமெரிக்கா 19ஆம் நூற்றாண்டில் ஐரோப்பியக் குடியேறிகளான வெள்ளையர்களுக்கு மட்டுமே அனைத்து வகைகளிலும் முன்னேற வாய்ப்பளிக்கும் நாடாக உருப்பெற்றது.

மரபுவழி விவசாய நாடு

ஆடம் ஸ்மித் 'நாடுகளின் செல்வம்' நூலின் முதல் பதிப்பை வெளியிட்ட 1776இல்தான் அமெரிக்கா பிரிட்டனின் காலனி என்கிற நிலையிலிருந்து விலகித் தன்னை அமெரிக்க ஐக்கிய நாடு என்று ஒரு சுதந்திர நாடாகப் பிரகடனம் செய்து கொண்டது. மக்கள்தொகையில் 95 விழுக்காடினர் விவசாயம் சார்ந்த துறைகளில் ஈடுபட்டிருந்தனர். ஒவ்வொரு குடும்பமும் கூடியவரை தங்கள் சுயதேவைகளைத்

தாங்களே நிறைவுசெய்து கொள்வது அவசியம் என்கிற சூழலே நிலவியது. விவசாயக் குடும்பங்களுக்கு துணையாகவே தச்சர், கொல்லர், ஆசாரிகள் போன்ற கைவினையாளர்கள் தங்கள் தொழில்களைத் தங்கள் குடும்பங்களிலேயே மேற்கொண்டனர். மரபு வழிப் பொருளாதாரத்துக்கு மாற்றாகச் சந்தைப் பொருளாதாரம் மெதுவாகவே உள்நுழைந்தது. சுதந்திரப் போர் நடைபெற்ற காலங்களில் கூடத் துணியானாலும் சரி, துப்பாக்கிகளானாலும் சரி, வணிகர்கள் கச்சாப் பொருள்களையும் முன்பணத்தையும் தொழிலாளிகளுக்கு வழங்கி முடிவு பெற்ற பண்டங்களை அவர்களிடமிருந்து திரும்ப வாங்கிக்கொள்வதே நடவடிக்கையாக இருந்தது. அதாவது, தொழிலாளர்கள் தங்கள் இல்லங்களில், தாங்கள் விரும்பிய நேரங்களில் எவருடைய கட்டுப்பாட்டுக்கும் ஆட்படாமல் பொருள்களைத் தயாரிப்பதே அப்போதைய வழக்கமாக இருந்தது. ஆனால் பட்டறைகளில் தொழிலாளர்கள் ஒன்றுதிரட்டப்பட்டு எஜமானர் ஒருவரின் கட்டளைக்குக் கீழ் இயங்கினர். அவர்களுக்கு வேலை நேரம் நிர்ணயிக்கப்பட்டிருந்தது. தொழிலின் ஆபத்துகளை முதலாளிகள் ஏற்றனர். தொழிலாளர்களின் சுதந்திரம் கட்டுப்படுத்தப்பட்டது. தொழிற்சாலைகளின் உற்பத்தி எங்கு விற்கப்படுகிறது என்பது தொழிலாளிக்குத் தெரியாது. கூலி கிடைத்ததே தவிரத் தான் படைப்பாளி என்கிற பெருமிதத்தை அவர் பெற வழியில்லை. அவருடைய தனித்தன்மையான உற்பத்தித்திறனுக்கு விவசாய சமுதாயங்கள் தந்தது போன்ற அங்கீகாரத்தைப் பட்டறைகள் அளிக்கவில்லை.

விவசாய நாட்டிலிருந்து தொழில்மயமான நாடாக மாறுவதின் ஆரம்பம்

1775இல் அமெரிக்க மக்கள் தொகை 26 இலட்சம். அதில் 20 இலட்சத்துக்கு மேல் வெள்ளையர்கள்; 5 இலட்சத்திற்கு மேல் கருப்பினத்தவர்கள்; ஓர் இலட்சத்திற்கும் குறைவான சிவப்பிந்தியர்கள் இருந்தனர். 1800இல் மக்கள் தொகை 53 இலட்சம். 1840இல் ஒரு கோடியே எழுபது இலட்சம். மக்கள் தொகை பெருகிய வேகத்தைப் போலவே, வெள்ளையர்கள் மேற்கில் ஆக்கிரமித்த நிலத்தின் பரப்பும் வேகமாக அதிகரித்துக் கொண்டேயிருந்தது.

1787இல் அமெரிக்காவின் புதிய அரசியல் நிர்ணயச் சட்டம் ஏற்றுக்கொள்ளப்பட்டது. 1787இல் கிழக்குக் கடற்கரையிலிருந்த 13 மாநிலங்கள் ஒருங்கிணைந்த கூட்டே அப்போது அமெரிக்காவில் தடைகளில்லாத ஒரு பெரிய சந்தையை உருவாக்கியது. அந்த

13 மாநிலங்களுக்கிடையே போக்குவரத்துக்கு எந்தத் தடையும் இல்லை. சுங்க வரிகளும் இல்லை. மத்திய அரசு தொடங்கிய முதல் வங்கி 1891லிருந்து 20 ஆண்டுகள் செயல்பட அனுமதி வழங்கப்பட்டது. சந்தை இயக்கத்தின் முக்கியக் கருவியான பணம் சுற்றிவர அரசு காப்புறுதி வழங்கியது. சந்தை வளர்வதற்கான அனைத்து அடிப்படைகளையும் சுதந்திர அமெரிக்கா பெற்றிருந்தது. குறிப்பாக, சந்தை வளர்ச்சியை வேகப்படுத்திய தொழில்நுட்பங்கள் அடையாளம் காணப்பட்டுச் செயல்படுத்தப்பட்டன. சுதந்திரப் போர் நடந்துவந்தபோதே அமெரிக்கா ஒரு தொழில்மயமான நாடாகலாம் என்பதற்கான அனைத்து அறிகுறிகளும் காணப்பட்டன.

சந்தைவழிச் சமுதாயத்தின் அடையாளமான பட்டறைகள் அங்கு சுதந்திரப் போரின்போதுதான் வேகமாக வளர்ந்தன. போர்த் தேவைகளான தளவாடங்களைத் தயாரிப்பதில் அவை அதிகமாக ஈடுபட்டன. அதில் மிகுந்த இலாப வாய்ப்புகளிருந்தன. பட்டறைகளில் தொழிலாளர்கள் ஒன்றுதிரட்டப்பட்டனர். அவர்களுக்கென்று வேலை நேரங்கள் வரையறுக்கப்பட்டிருந்தன. பட்டறைகளில் வேலை செய்த நேரங்களில் தொழிலாளர்கள் அவர்கள் குடும்பத்தினரிடமிருந்து அந்நியமாக்கப்பட்டனர். மரபுவழித் தொழிற்சாலைகளைவிடப் பட்டறைகளில் வேலைப் பகுப்பு மிகுந்திருந்ததாலும், இயந்திரங்கள் அதிகமாகக் கையாளப்பட்டதாலும் அவற்றின் உற்பத்தித்திறன் மிக அதிகமாக இருந்தது. அவற்றைப் பணத்திற்குப் பரிவர்த்தனை செய்து, அந்தப் பண வருவாயைக் கொண்டு மற்ற பொருள்களை வாங்குவதும் புதிய முதலீடுகள் செய்வதும் நடைமுறையாகியது.

சுதந்திரப்போர் முடிந்த பிறகு, 1894இல் பள்ளி ஆசிரியர் எலி விட்னி (Eli Whitney) என்பவர் பருத்தியிலிருந்து பருத்திக் கொட்டையைத் தனியாகப் பிரித்தெடுக்க ஒரு பொறியைத் தயாரித்து, அதற்குக் காப்புரிமை பெற்றார். அந்தப் பொறி வருவதற்கு முன்பு அமெரிக்காவில் பருத்தி சாகுபடி அற்பமான அளவே இருந்தது. ஆனால் 1890களில் தொழிற்புரட்சி காரணமாக இங்கிலாந்தில் பருத்திக்கான தேவை மிகுந்தது. எனவே அந்தப் பொறி வந்த பிறகு, இங்கிலாந்துக்கு ஏற்றுமதி செய்யவும், உள் நாட்டில் வடக்கு மாநிலங்களிலிருந்த பஞ்சாலைகளுக்கு விற்பதற்கும், பருத்தி விளைவிப்பது அமெரிக்காவில் இலாபகரமான தொழிலாக மாறியது. அமெரிக்காவின் தெற்குப் பகுதிகளில் பருத்திச் சாகுபடிக்கு உகந்த பருவநிலையும், ஏராளமான நிலங்களும் இருந்ததால் அங்கு பருத்தி சாகுபடி விரைவாகப் பரவியது. நூற்றுக்கணக்கான ஏக்கர் பரப்புடைய மாபெரும் பண்ணைகளில் அடிமைகளை அமர்த்தி மேற்பார்வையிட்டு வேலைவாங்குவது தெற்கத்திய நாகரிகத்தின்

ஒரு முக்கியப் பகுதியாகி விட்டது. 1850களில் உலகின் பருத்தி உற்பத்தியில் முக்கால் பகுதி அமெரிக்காவில் விளைந்தது.

1793 முதல் 1815 வரை ஐரோப்பாவில் நெப்போலியப் போர்களின் போது, இங்கிலாந்திலிருந்து அமெரிக்காவிற்குப் பருத்தித் துணி இறக்கு ஏற்றுமதி பெருமளவுக்கு நின்று போனது. இந்தச் சமயத்தில் இங்கிலாந்தின் தொழிலதிபர் ஆர்க்ரைட்டின் பட்டறைகளில் வேலை செய்து பயிற்சி பெற்றிருந்த சாமுவேல் ஸ்லேட்டர் (*Samuel Slater*) அந்தப் பட்டறைகளின் இயந்திரங்கள் பற்றி நன்கு அறிந்துகொண்ட பின்னர், அந்த நிறுவனத்திற்குத் தெரிவிக்காமல் திருட்டுத்தனமாக அமெரிக்காவிற்கு வந்து, ரோட் ஐலண்டு மாநிலத்தின் பாடெகட் என்கிற ஊரில் பிரௌவுன் என்கிறவரோடு கூட்டாக *1794*இல் முதல் பஞ்சாலையை அமெரிக்காவில் தொடங்கினார். அவருடைய வெற்றியைத் தொடர்ந்து மற்றவர்களும் பஞ்சாலைகள் தொடங்கினர்.

1815இல் இங்கிலாந்திலிருந்து திருட்டுத்தனமாக எடுத்து வந்த தறி செய்யும் முறைகளைப் பயன்படுத்தி, மஸாஸுசெட்ஸின் வால்தாம் நகரில் முதல் நூற்புநெய்யும் பட்டறை தொடங்கப்பட்டது. கொஞ்சங்கொஞ்சமாகப் புதிய இயந்திரத் தொழில் உற்பத்தி முறைகள் அமெரிக்காவிலேயே கண்டுபிடிக்கப்பட்டன/ அறிமுகப்படுத்தப்பட்டன. 1830 வரை அமெரிக்கத் துணி உற்பத்தி உள்நாட்டுத் தேவைக்காகவே மேற்கொள்ளப்பட்டது. 1830க்குப் பிறகுதான் அமெரிக்கா, தன் துணி ஏற்றுமதியைத் துவக்கியது.

அமெரிக்க சுதந்திரப் போரின்போதுதான் துப்பாக்கிகளில் ஏதோ ஒரு பாகம் பழுதானால், அதை மட்டும் அதே தரம், வகையினாலான உதிரிபாகங்களைக் கொண்டு மாற்றிக் கொள்ளும் வழக்கம் பரவியது. இயந்திரப் பொறிகள் உற்பத்தியில் அத்தகைய உதிரி பாகங்களின் ஒரே தர, வகைப்படுத்துதலின் (standardization) முக்கியத்துவம் உணரப்பட்டு செயல்படுத்தப்பட்டது. 19ஆம் நூற்றாண்டின் முற்பகுதியில் அமெரிக்காவில் எங்கெல்லாம் போக்குவரத்து வசதிகள் மேம்படுத்தப்பட்டனவோ அங்கெல்லாம் நகரங்கள் வருவதும் பட்டறைகள் ஆரம்பிக்கப்படுவதும் அதிகமாக நிகழ்ந்தது. அந்தப் பகுதிகளில் தன்னிறைவு பெற்ற சமுதாயங்கள் குறைந்து, பரிவர்த்தனை சமுதாயங்கள் வளர்ந்தன. அதனால்தான் அமெரிக்க வடக்குப்பகுதி, தெற்குப் பகுதியைவிட வேகமாகப் பரிவர்த்தனை சமுதாயமாக மாறியது.

1812இல் இங்கிலாந்துக்கும் அமெரிக்காவுக்குமிடையே போர் மூண்டு அது மூன்றாண்டுகள் தொடர்ந்தது. அமெரிக்காவுக்குள் பிரிட்டிஷ் சரக்குகள் இறக்குமதி அனேகமாக நின்று போனது. அந்தத் தடை உள்நாட்டுத் தொழில் உற்பத்திக்குப் பெரிய

தூண்டுகோலாக அமைந்தது. நாடு சுதந்திரம் பெற்றபோது அமெரிக்க ஐக்கிய நாட்டில் இருந்த 13 மாநிலங்களையும் கடந்த, அந்தப் பரப்பையும் விட மிகமிகப்பெரிய, வளமான, கனிமங்கள் நிறைந்த நிலப்பரப்பு மேற்குத்திசையில் வெள்ளையர்கள் பிடிக்குள் சிக்குவதற்காகவே காத்திருந்தது. அமெரிக்க அரசு ஸ்பெயினிலிருந்து ஃப்புளோரிடாவையும், பிரான்ஸிடமிருந்து லூயிஸியானாவையும் விலைக்கு வாங்கித் தன் பரப்பைக் கிழக்குக் கடற்கரையிலிருந்து மிஸிஸிபி நதிவரை அகலப்படுத்திக்கொண்டது. மெக்ஸிகோவுடன் போரிட்டு டெக்ஸாஸ், கலிபோர்னியா பகுதிகள் கைப்பற்றப்பட்டன. நிலப்பரப்பு விரிய விரிய, சந்தையின் அளவும் பெரியதாகியது. அது அமெரிக்கத் தொழில் வளர்ச்சிக்கு உதவியது. வடமேற்கில் அலாஸ்காவும் உருஸ்யாவிடமிருந்து விலைக்கு வாங்கப்பட்டுத்தான் அமெரிக்காவுடன் இணைக்கப்பட்டது.

இந்தக் காலகட்டத்தில் அரசின் தலையீடுகள் அமெரிக்கத் தொழில் வளர்ச்சியில் மிக முக்கியமான பங்கு வகித்தன. சந்தை விரிவடைய வேண்டுமானால் போக்குவரத்து, செய்தித் தொடர்பு வசதிகள் மேம்படுத்தப்பட வேண்டும். குதிரைகள் இழுத்துச்சென்ற அப்போதைய பெரிய பார வண்டிகள் செல்வதற்காகச் சுங்கம் வசூல் செய்யும் சாலைகளை 1880களில் அரசு அமைத்தது. தபால் வண்டிகள் செல்வதற்காக மேம்படுத்தப்பட்ட சாலைகள் அமைக்கப்பட்டன. 1806இல் ஜெபர்ஸன் கிழக்கிலிருந்த போடோமாக் நதிக் கரையிலிருந்த கம்பர்லாண்டு நகரையும், மேற்கில் அப்பலாச்சின் மலைக்கு அப்பாலிருந்த ஒஹையோ நதிக்கரையில் அமைந்த வீலிங் நகரையும் இணைக்கும் தேசிய சுங்கச் சாலை அமைக்கக் காரணமானார். அமெரிக்காவின் கிழக்குக் கடற்கரையிலிருந்து உட்பகுதியை இணைத்த இந்த முக்கியச் சாலை அமெரிக்கச் சந்தையை விரிவுபடுத்திய புத்தாக்க முயற்சி.

அன்றைய காலகட்டத்தில் நீர்வழிப் போக்குவரத்தின்மூலம்தான் மிகக் குறைந்த செலவில் சரக்குகளை அனுப்ப முடிந்தது. அமெரிக்காவின் பல நதிகள் படகுப் போக்குவரத்திற்கு ஏற்றவையாக இருந்தன. வெகுகாலம் மிஸிஸிபி நதியில் நீராவிப்படகுப் போக்குவரத்து, ஒரு தேசிய நெடுஞ்சாலையில் நடக்கும் வண்டிகளின் போக்குவரத்தின் அடர்த்தியைக் கொண்டிருந்தது. 1870களுக்குப் பிறகு இரயில்வேக்களின் போட்டிதான் அதைக் குறைத்தது. இரு நதிகளின் படகுத்துறைகளின் இடையே கால்வாய் வெட்டி இணைத்துவிட்டால், அந்நதிகள் ஓடுகிற தூரம் முழுதும் படகுப் போக்குவரத்தை மேற்கொள்ளலாம் என்பதால், அத்தகைய இணைப்புக் கால்வாய்கள் வெட்டப்பட்டன. 1830இல் அமெரிக்காவில் அமைக்கப்பட்டிருந்த கால்வாய்களின் மொத்த தூரம் 3000 மைல்.

1820களில் கால்வாய்ப் படகுத்துறைகளை இணைக்கப் புது வழியாக இரயில்வே வழித்தடங்களை அமைத்து, அவற்றின் மீது இரயில்வே பெட்டிகளைக் குதிரைகள் இழுத்துச்செல்லும் முறைகள் பரிசோதிக்கப்பட்டன! 1830களில் நீராவி எஞ்சின்கள் இழுத்துச்செல்லும் இரயில்வே அறிமுகப்படுத்தப்பட்டது. 1832இல் கிழக்கு கடற்கரையிலிருந்த பால்டிமோரையும் அப்பலாச்சின் மலைகளுக்கு அப்பால் மேற்கிலிருந்த ஓஹையோவையும் இணைத்து முதல் இரயில்தடம் அமைக்கப்பட்டது. அதற்குப் பிறகு இரயில்வே வளர்ச்சி மிக வேகமாகவே நடந்தது. 1860க்குள் 30000 மைல் நீளத்துக்கு அமெரிக்காவில் இரயில்வே தடங்கள் அமைக்கப் பட்டுவிட்டன. அவை கிழக்குக் கடற்கரைப் பகுதியிலிருந்து அமெரிக்காவின் நடுவில் ஓடிக்கொண்டிருந்த மிஸிஸிபி நதி வரை இருந்த பகுதிகளனைத்தையும் இணைத்துவிட்டன. இலவசமாக நிலம் வழங்கியும், இரயில்வே நிறுவனங்களின் முதலீடு செய்தும் இரயில்வே வளர்ச்சிக்கு அரசு ஆதரவு நல்கியது. 1850களில் குளிர்பதனத் தொழில் நுட்பம் வந்தபிறகு இறைச்சியை நாடு முழுவதும் எளிதாக விநியோகிக்க இரயில் தடங்கள் பயன்படுத்தப்பட்டன. 1880களில் குளிர்பதனம் செய்யப்பட்ட கப்பல்களும் அறிமுகமாகின.

வேகமான செய்தித் தொடர்புகள் சந்தையை விரிப்பதற்கு மிக உதவிகரமானவை. 1837இல் சாமுவேல் மோர்ஸ் தந்தியைக் கண்டுபிடித்தார் எனினும் 1844இல் நியூ யார்க் நகரையும், அதற்கு 40 மைல் தொலைவிலுள்ள பால்டிமோர் நகரையும் தந்தியால் இணைத்த பிறகுதான் அந்தச் செய்தித் தொடர்பு சாதனத்தின் முக்கியத்துவம் நன்கு உணரப்பட்டது.

1830க்குப் பிறகு தனியார் நிறுவனங்களை கார்பரேஷன்களாகப் பதிவு செய்து கொள்ள அரசு அனுமதியளித்தது. சந்தையில் முற்றுரிமையைத் தவிர்த்துப் போட்டியை அதிகரிக்கும் வழிகளில் நடப்பதை உயர்நீதிமன்றம் அங்கீகரித்து, அதற்குச் சாதகமாகத் தீர்ப்புகள் வழங்கியது. நிறுவனங்களின் கடன்களுக்கு அந்த நிறுவனத்தின் பங்குதாரர்கள் அவர்களின் பங்குகளின் அளவுக்கே சட்டப்படி பொறுப்புடையவர்கள் என்கிற 'சட்டப்படி பொறுப்பின் எல்லைகள் வரையறுக்கப்பட்ட நிலை' (*limited liability*) இங்கிலாந்தைப் பின்பற்றி அமெரிக்காவிலும் வந்தது. இது அமெரிக்க கார்பரேஷன்களின் வளர்ச்சிக்கு உரமிட்டது.

1902இல் பனாமா கால்வாய் திறக்கப்படுவதற்கு முன்பு வட அமெரிக்காவின் கிழக்கில் அட்லாண்டிக் மாக்கடல் கரையையும், மேற்கில் பசிபிக் மாக்கடல் கரையையும் இணைக்கிற சாலைகளோ, கால்வாய்களோ இல்லை. அப்படி இணைக்கிற இரயில்தடங்களும்

1861–65 அமெரிக்க உள்நாட்டுப் போருக்குப் பிறகுதான் நிறுவப்பட்டன. எனவே 1849 வரை தென்னமெரிக்காவைச் சுற்றிக் கொண்டு கடல்மார்க்கமாக அமெரிக்காவின் மேற்கிலிருக்கிற கலிபோர்னியா பகுதிக்கு மிகக்குறைவான ஐரோப்பியர்கள்தான் சென்று குடியேறியிருந்தார்கள். ஆனால் 1849இல் அங்கிருக்கிற ராக்கி மலைப்பகுதியில் தங்கம் கிடைக்கிறது என்கிற வதந்தி பரவியதும், பல நாடுகளிலிருந்தும் ஆயிரக்கணக்கான மக்கள் பல இடையூறுகளையும் கடந்து தங்கத்தைத் தேடி அங்கு சென்றார்கள்.

19ஆம் நூற்றாண்டு முழுவதிலும் அமெரிக்காவில் காணப்பட்ட ஒரு விசித்திரம் அங்கு எப்போதுமே உழைப்பாளர்களுக்குப் பற்றாக்குறை நிலவியதுதான். மேற்கில் சாகுபடி செய்யப்படாத நிலம் ஏராளமாக இருந்ததால், அவ்விடங்களுக்கு இடம்பெயர்ந்தால் அங்கு பண்ணைகளில் சுதந்திரமாக வேலை செய்யலாம் என்கிற தகவல் அனைத்து ஐரோப்பியர்களுக்கும் தெரிந்திருந்தது. அப்படிப் புதிய குடியேறிகள் மேற்கே போகாமல் தடுத்தது வழிப்பயணத்திற்குச் சரியான சாலைகளில்லாதிருந்ததும், சிவப்பிந்தியர்களிடமிருந்தும் காட்டு மிருகங்களிடமிருந்தும் ஆபத்துகள் ஏற்படலாம் என்கிற பயமும்தான். அதனால்தான் சுதந்திரப் போருக்குப் பிறகும்கூட அட்லாண்டிக் மாக்கடலோரமாக அமைந்த வடக்குக் காலனிகளில் பட்டறைகளுக்குத் தொழிலாளிகள் கிடைத்தனர்.

இங்கிலாந்தில் நிலவிய கூலிமட்டத்தோடு ஒப்பிடும்போது அமெரிக்காவில் கூலிமட்டம் எப்போதுமே உயர்ந்தே இருந்தது. இதன் காரணமாக ஐரோப்பாவிலிருந்து புதிய குடியேறிகளை ஊக்குவித்து வரவேற்பது அமெரிக்கப் பட்டறையின் சொந்தக்காரர்களுக்குக் கூலிமட்டத்தைக் கட்டுக்குள் வைத்திருக்கும் முக்கிய வழியாக மாறிற்று. 19ஆம் நூற்றாண்டில் இங்கிலாந்தை விட ஒப்பீட்டளவில் அமெரிக்கக் கூலிமட்டம் உயர்ந்திருந்தது. அதனால் அமெரிக்காவில் உழைப்புக்கு முதலைப் பதிலீடாக்கி, இயந்திரங்களை அதிகமாகப் பயன்படுத்தும் வழக்கம் வேகமாகப் பரவியது. விவசாயத்திலும் இயந்திரங்கள் அதிகமாகப் பயன்படுத்தப்பட்டன.

அடிமைமுறை

நிலம் அதிகமாகவும், மக்கள் தொகை குறைவாகவுமிருந்த அமெரிக்காவில் 1619முதல் 1865வரை சட்டப்பூர்வமாக அடிமைகளை வைத்துக்கொள்வது ஏற்றுக்கொள்ளப்பட்ட நடவடிக்கையாக இருந்தது. ஆரம்பத்தில் சில காலம் சில வெள்ளையர்கள், மற்ற வெள்ளையர்களைக்கூட அடிமைகளாக வைத்திருந்தார்களென்றாலும், கருப்பர்களை மட்டுமே அடிமைகளாக வைத்துக்கொள்வது வழக்கத்திற்கு வந்தது. 1833இல்

இங்கிலாந்து அடிமை வணிகத்தைச் சட்ட பூர்வமாக ஒழித்துவிட்ட பிறகும், அமெரிக்காவில் அந்த வழக்கம் தொடர்ந்தது!

அமெரிக்கச் சுதந்திரப் போருக்கு முன்பு அட்லாண்டிக் மாக்கடலையொட்டியிருந்த தெற்கு மாநிலங்களில் கரும்பும் புகையிலையும் முக்கிய வணிகப் பயிர்களாக விளங்கின. அந்தப் பண்ணைகளில்தான் அடிமைகளில் பெரும்பாலானோர் வசித்தனர். தொடர்ச்சியாகப் புகையிலை விளைவித்த நிலங்களின் வளம் குன்றிவிட்டது. அதனால் அங்கிருந்த அடிமைகளின் விலையும் அடிமட்டத்துக்கு வீழ்ந்துவிட்டன. இந்தக் காலகட்டத்தில்தான் இங்கிலாந்தில் தொழிற்புரட்சி தொடங்கிப் பருத்திக்கு மிக அதிகமான தேவை ஏற்பட்டது. அதனால் அமெரிக்காவில் ஏராளமான பண்ணைகள் புகையிலை சாகுபடியிலிருந்து பருத்தி சாகுபடிக்கு மாறின. அதுவுமின்றி உள்நாட்டிலேயே அமெரிக்கக் காலனிகளில் வடக்கிலிருந்த பஞ்சாலைகளுக்கும் பருத்தி தேவைப்பட்டது. 'காட்டன் ஜின்' அறிமுகப்படுத்தப்பட்ட பிறகு தெற்கு அமெரிக்காவில் பருத்திப் பண்ணைகள் மிக வேகமாக வளர்ந்தன. அவற்றில் அடிமைகளின் தேவையும் வேகமாக அதிகரித்து அவர்களின் சந்தை விலைகளும் எகிறின. தெற்கு மாநிலங்களில் பண்ணைகளில் அடிமை முறை நீடித்தது மட்டுமின்றி, முன்பைவிடவும் வலுப்பெற்றது.

வடக்கு மாநிலங்களில் நகரமயமாதல் அதிகரித்தது. அங்கு பட்டறைகள் தோன்றி வளர்ந்தன. அவை புதிய குடியேறிகளுக்கு ஏராளமான வேலை வாய்ப்பை நல்கின. 1774க்கும் 1814க்குமிடையில் அப்போதைய அமெரிக்காவில் அனைத்து வட மாநிலங்களும் தங்கள் மாநிலங்களில் அடிமை வணிகத்தைச் சட்ட விரோதமானதென்று அறிவித்துவிட்டன. 1808இல் ஆப்பிரிக்காவிலிருந்து புதிதாக அடிமைகள் இறக்குமதி செய்வதை அமெரிக்க மத்திய அரசு சட்டத்தின் மூலம் தடுத்துவிட்டது. ஆனால் உள்நாட்டிலிருந்த அடிமைகள் வணிகத்தை அரசு தடை செய்யவில்லை. 1860இல் ஏறத்தாழ 40 இலட்சம் அடிமைகள் அமெரிக்காவில் இருந்தனர்.

1830க்குப்பிறகு அடிமைத்தனத்தை ஒழிக்க வேண்டும் என்கிற இயக்கம் அமெரிக்காவின் வடக்கு மாநிலங்களில் தோன்றி வலுவடைந்தது. அடிமைகளில் சிலரும் அடிமைத்தனத்தை எதிர்த்து வன்முறையோடு போராடினர். கருப்பு அடிமைகளைத் தென்மாநிலங்களிலிருந்து தப்பிக்க வைத்து வட மாநிலங்களுக்கோ, கனடாவிற்கோ அனுப்புவதற்கு 'பாதாள இரயில்வே' (underground railway) என்றழைக்கப்பட்ட இரகசிய அமைப்பு முயற்சி செய்து ஓரளவு வெற்றியும் பெற்றது. இதற்கிடையில் வெள்ளையர்கள் தங்கள் குடியிருப்புகளை அட்லாண்டிக் மாக்கடல் கரைகளிலிருந்து

மேற்கு நோக்கி விரிவாக்கினர். அப்படி மேற்கில் விரிவடைந்த பகுதிகள் அமெரிக்க ஐக்கிய நாடுகளின் புதிய மாநிலங்களாக அங்கீகாரம் கேட்டன. அப்படி அங்கீகரிக்கப்படும்போது அவை அடிமை வணிகத்தை ஏற்றுக்கொள்பவையா, இல்லையா என்பதில் வடக்கிற்கும் தெற்கிற்கும் பூசல் ஏற்பட்டது.

தெற்கில் அடிமைகளைக் கொண்டு விவசாயம் செய்யும் பண்ணை முறை வளர்ந்ததால் அங்கு நகரங்கள் வளரவில்லை. புதிய தொழில்நுட்பங்களைப் பரிசோதிக்கும் ஆர்வமும் அங்கு இல்லை. தெற்கில் நிலத்திலும் அடிமைகளிலும் முதலாளிகள் நிறைய முதலீடு செய்தார்கள். மற்றபடி இரயில்வேக்கள் உட்பட எந்த முக்கியத் தொழில்களும், பட்டறைகளும் தொடங்கப்படவில்லை. எனவே தொழில்துறையில் அமெரிக்காவின் தெற்கு மாநிலங்கள் மிகவும் பின்தங்கிவிட்டன.

வடக்கின் சந்தையை மையப்படுத்திய பொருளியலுக்கும் தெற்கின் விவசாயத்தை மையப்படுத்திய மரபுவழிப் பொருளியலுக்கும் ஏற்பட்ட போட்டி 1861இல் உள்நாட்டுப் போராக வெடித்தது. அந்தப் போரை அடிமை முறையை எதிர்த்த போர் என்று விவரிப்பது இயல்பாகிவிட்டபோதிலும் வடக்கில் அடிமை முறையை அங்கீகரித்த சில மாநிலங்கள், நேசக்கூட்டுக்கு எதிரான (Confederation) ஒன்றியக் கூட்டரசுடன் (Union) இணைந்திருந்தன என்பதை மனதில் கொள்ளவேண்டும். எப்படியிருப்பினும் ஆபிரஹாம் லிங்கன் 1863இல் தங்கள் ஒன்றியக் கூட்டரசுக்கெதிராகப் போரிடும் தெற்கத்திய நேசக்கூட்டுப் பிரதேசங்களிலிருக்கும் அடிமைகள் அனைவருக்கும் விடுதலை அளித்து ஒரு பிரகடனம் வெளியிட்டார். அதில் வடக்கிலிருந்த அடிமைகளுக்கு விடுதலை அளிப்பதாகக் கூறப்படவில்லையெனினும், வடக்கில் அடிமைக் கறுப்பினத்தவருக்கும் சுதந்திரக் கறுப்பினத்தவருக்குமிடையே போர்க்காலத்தில் அடையாளம் காண வழியில்லாமல் போய்விட்டது. அதனால் அடிமை முறையே வேகமாக அழிய ஆரம்பித்தது. 1865இல் போர் முடிவுக்கு வந்தபோது சட்டபூர்வமான அடிமை முறையும் அமெரிக்காவில் முடிவுக்கு வந்துவிட்டது.

1860இல் அமெரிக்காவின் ஏற்றுமதியில் 62 விழுக்காடு விவசாயப் பொருள்களாகத்தான் இருந்தது. தெற்கின் நேசக்கூட்டு மாநிலங்கள் தங்கள் பருத்தியைக் கச்சாப் பொருளாகக் கொண்டு இயங்கிய வடக்கின் பஞ்சாலைகளும், இங்கிலாந்து ஐரோப்பியப் பஞ்சாலைகளும் மூடப்படும் நிலை வரும்போது அவர்கள் தங்களிடம் அடிபணிந்து தங்களுக்கு உதவ வந்தாக வேண்டும் என்கிற கனவோடுதான் உள்நாட்டுப்போரையே துவக்கிப் போரிட்டன. ஆனால் பிரிட்டிஷ் அரசு, உள்நாட்டில் ஊடகங்களின்

அமோக ஆதரவுடன் எழுந்த எதிர்ப்பு காரணமாக 1833லேயே அடிமைமுறையைச் சட்ட ரீதியாகவே கைவிட்டுவிட்டது. அது 1860கள் வரை அடிமை முறையை விடாப்பிடியாகக் கடைப்பிடித்த அமெரிக்க நேசக்கூட்டு மாநிலங்களுக்கு உதவினால் உள்நாட்டில் பெரிய எதிர்ப்பு வரும் என்று அஞ்சி, அமெரிக்கப் பருத்திக்குப் பதிலாகத் தன் தேவைகளை எகிப்திலிருந்தும் இந்தியாவிலிருந்தும் பெறுவதற்கு வழிகள் கண்டுபிடித்தது. அதிக மக்கள் தொகை கொண்டிருந்ததோடு, இயந்திரத் தொழில்கள், இரயில்வே, போக்குவரத்து, செய்தித் தொடர்புகள் என அனைத்திலும் முன்னேறியிருந்த வடக்கு ஒன்றியக் கூட்டரசு அதன் காரணமாகத் தளவாடங்கள் உற்பத்தியாலும் படைகளின் விரைவான இடப்பெயர்ச்சியாலும் 1865இல் அமெரிக்க உள்நாட்டுப் போரில் வெற்றிபெற்றது எனலாம்.

உள்நாட்டுப்போரின் விளைவுகள்

1861–65 அமெரிக்க உள்நாட்டுப் போரினால் பல பொருளாதார விளைவுகள் வந்தன. அவற்றில் முக்கியமானது அமெரிக்காவின் மேற்கில் காலி நிலங்கள் அனைத்திலும் வெள்ளையர்கள் குடியேற்றம் ஏற்பட்டதுதான். 1863இல் தேசிய வங்கிச் சட்டம் (National Bank Act) மூலம் நாடு முழுவதற்கும் ஒரு பொதுவான நாணயம் அறிமுகப்படுத்தப்பட்டது. தளவாடங்கள், சீருடைகள் உற்பத்தி வேகமாகப் பெருகியது. தந்தி இரயில்வே சேவைகள் அதிவேகமாக அதிகரித்தன. அமெரிக்காவை ஒரு விவசாய நாடு என்கிற நிலையிலிருந்து ஒரு தொழில் நாடாக மாற்றுவதற்கு அனைத்து அடிப்படைகளும் ஏற்படுத்தப்பட்டன. அதன் விளைவாக 1880இல் அமெரிக்காவில் விவசாயத்தில் ஈடுபட்டிருந்த மக்கள் தொகையை விட, விவசாயமல்லாத தொழில்களில் ஈடுபட்டிருந்த மக்கள் தொகை அதிகமாகிவிட்டது. உள்நாட்டுப்போருக்குப் பிறகு நகரமயமாதலின் வேகம் அதிகரித்தது. 1870இல் அமெரிக்க மக்கள் தொகை 4 கோடி. 1900இல் அது 7.6 கோடியாக அதிகரித்துவிட்டது. அதில் மூன்றில் ஒரு பங்கு, ஐரோப்பாவிலிருந்து வந்த புதிய குடியேறிகளால் ஏற்பட்டது.

1865இல் சிவப்பிந்தியரையும் சுரங்கத் தொழில்களில் ஈடுபட்டிருந்த சிறிய குழுக்களையும் தெற்கின் பரந்த புல்வெளிகளில் திரிந்த கால்நடை மந்தைகளை இறைச்சிக்காக வடக்கு நகர்களுக்கு விரட்டுபவர்களையும் தவிர, வேறெவரும் அமெரிக்காவின் மிஸிஸிபி நதிக்கும் பஸிபிக் மாக்கடலுக்கும் இடைப்பட்ட பரந்த பரப்பில் (இந்திய நாட்டின் பரப்பை விட அதிகமானது!) குடியிருக்கவில்லை. அங்கு ஏராளமான காட்டெருமைகள் மேய்ந்துகொண்டிருந்தன. உள்நாட்டு யுத்தத்தின்போது இவ்வளவு பெரிய காலிப் பரப்பில்

புதிதாக மக்களைக் குடியேற்றத் தூண்டுவதற்காக ஆபிரஹாம் லிங்கன் 1862இல் பண்ணைவீட்டுச் சட்டம் (Homestead Act) நிறைவேற்றினார். இதன்படி, அமெரிக்காவின் கூட்டரசுக்கு எதிராகப் போரில் ஈடுபடாத 21 வயதுக்கு மேற்பட்ட குடிமக்கள் எவர் வேண்டுமானாலும் அரசுக்கு விண்ணப்பித்து 160 ஏக்கர்கள் (கால் சதுர மைல்) நிலத்தை இலவசமாகப் பெறலாம். ஆனால் அந்த நிலத்தை அவர்கள் ஐந்தாண்டுகள் சாகுபடி செய்து, அதற்குள் 10' x 14' ஒரு பண்ணை வீட்டையும் கட்டிக் குடியிருந்ததை நிரூபித்தால் மட்டுமே அவர்களுக்கு நிலவுரிமை வழங்கப்படும். புதிதான இடத்திற்கு எங்கிருந்தோ வந்த சுதந்திரமான குடியானவர்கள் இந்தச் சட்டத்தின்படி நிலவுரிமை பெற அனுமதி பெற்ற பிறகும், தனியாக ஒரு பண்ணையை சாகுபடி செய்வது என்பது எளிதாக இருக்கவில்லை. காட்டெருமை மந்தைகளும், சிவப்பிந்தியர்களும் 'கௌபாய்'கள் விரட்டிய கால்நடை மந்தைகளும் அவர்களின் புதிதாக உரிமை பெற்ற பண்ணைகளிலிருந்த பயிர்களை மேய்ந்தும் அழித்தும் அவர்களை மிரட்டித் துரத்தின. அவற்றையெல்லாம் எதிர்கொண்டுதான் இந்தக் குடியேற்றம் நடந்தது. இதில் விசித்திரம் என்னவெனில், இந்தச் சட்டத்தின் மூலம் வெகு சில கறுப்பினத்தவரே நிலவுரிமை பெற முடிந்தது! ஏனெனில் சட்டம் வந்த 1862இல் கறுப்பினத்தவருக்குக் குடிமக்களாகும் உரிமை வழங்கப்படவில்லை. 1877–79இல் 20000க்கும் மேற்பட்ட கறுப்பினத்தவர்கள் கான்ஸாஸ் மாநிலத்தில் இந்தச் சட்டத்தினடிப்படையில் நிலவுரிமை பெற்ற போதிலும், அவர்களில் பலர் சில ஆண்டுகளிலேயே தங்கள் பண்ணைகளைக் காலி செய்துவிட்டு இடம் பெயர்ந்துவிட்டார்கள். உள்நாட்டுப் போரில் கூட்டரசுக்கு உதவியாக வந்து இராணுவத்தில் சேருகிற கறுப்பினத்தவர்களுக்கு 40 ஏக்கர் நிலம் இலவசமாக வழங்கப்படும் என்ற உறுதிமொழி நிறைவேற்றப்படவில்லை.

'கௌபாய்' (Cowboy) யுகம் என்று வர்ணிக்கப்படும் கால்நடை மேய்ப்பவர்களின் காலத்தில் (1865–1885) இறைச்சிக்காகத் தெற்கிலிருந்து விரட்டப்பட்ட ஆயிரக்கணக்கான கால்நடைகள் வடக்கிலிருந்த இரயில் சந்திப்புச் சந்தைகளை நோக்கி ஓடும்போது இடையில் பசுமையான பயிர்கள் தென்பட்ட நிலங்களில் நுழைந்துவிட்டால் அந்தப் பண்ணைப் பயிர்கள் சில மணி நேரத்திலேயே துவம்சமாகிவிடும். தெற்கில் மிகப்பெரிய மாட்டுப்பண்ணைகளை வைத்திருந்தவர்கள், தங்கள் கால்நடைகளைச் சந்தைப்படுத்த வடக்கிலிருந்த சந்தைகளுக்கு வழிநடத்த கௌபாய்களுடன் ஒப்பந்தம் செய்துகொண்டார்கள். அப்படிக் கால்நடைகள் விரட்டப்படும் வழித்தடங்களில் பண்ணைவீட்டுச் சட்டம் மூலம் நிலவுரிமை பெற்ற சிறு விவசாயிகள் தங்கள் பண்ணைப் பயிர்களைக் காப்பாற்றிக்கொள்ள முடியாமல்

வேறிடம் தேடி ஓடவேண்டி வந்தது. கான்ஸாஸ் கருப்பினப் பண்ணைச் சொந்தக்காரர்கள் பலரும் அப்படித்தான் ஓடினார்கள். வெள்ளையர்களிடமிருந்தும் கறுப்பினத்தவரிடமிருந்தும் பண்ணை வீட்டுச் சட்டத்தின்படி நிலவுடைமை பெற்றுப் பின்னர் காலி செய்த நிலங்களை யூக வணிகர்கள் அற்பத் தொகைகளுக்கு வாங்கிக் கொண்டு, காத்திருந்து, அமைதி திரும்பிய பின்னர் அதிக விலைக்கு விற்றுக் கொள்ளை இலாபம் சம்பாதித்தார்கள்.

1862இன் பண்ணைவீட்டுச் சட்டம் வழியாகவும் இதனைப் பின்பற்றி வந்த இவை போன்ற வேறு சில சட்டங்கள் வழியாகவும், 21ஆம் நூற்றாண்டுக்குள் அமெரிக்காவின் காலியாயிருந்த மேற்கு நிலங்களனைத்தும் அனேகமாக நிரப்பப்பட்டுவிட்டது. அப்படிப்பட்ட சட்டங்களில், 1862இன் மோரில் நில நன்கொடைச் சட்டத்தின் (*Morrill Land Grant Act*) கீழ் அமெரிக்கக் கூட்டரசில் இருந்த மாநிலங்கள் அனைத்திலும் ஒவ்வொரு நாடாளுமன்ற உறுப்பினருக்கும் தங்கள் தொகுதியில் விவசாய அல்லது தொழில்நுட்பப் பல்கலைகழகங்கள் அமைப்பதற்கு 30000 ஏக்கர் இலவசமாக வழங்கப்பட்டது.

அமெரிக்காவின் இயற்கை வளம் அங்கிருக்கும் விவசாயப் பண்ணைகளுக்குப் போதுமான நீர்ப்பாசன வசதிகளைத் தந்திருக்கிறது. சராசரி மழை அளவு அந்தந்த வட்டாரப் பயிர்களின் சாகுபடிக்கு உகந்ததாக இருக்கிறது. நீர்பாசனத் திட்டங்கள் மூலமும் நிலத்தடி நீரைப் பயன்படுத்தியும் பயிர்களைப் பராமரிப்பது எளிதாக இருக்கிறது. 1867க்குப் பிறகு விவசாயிகள் கிரேஞ்சர் (*Granger*) இயக்கம் என்கிற விவசாய சங்கத்தைத் தொடங்கி, தங்கள் பிரச்சினைகளை மக்கள் பிரதிநிதிகளிடம் கொண்டு சென்றார்கள். விவசாயிகளுக்காகக் குரல் கொடுக்கும் அமைப்புகள் நன்கு வளர்ந்திருக்கின்றன.

கண்டம் கடக்கும் இரயில் தடங்கள்

உள்நாட்டு யுத்தத்தின்போது மக்களின் மேற்கு நோக்கிய விரிவாக்கத்தை வேகப்படுத்த ஆபிரஹாம் லிங்கன் பசிபிக் இரயில்தடங்கள் சட்டத்தை (*Pacific Railroads Act*) நிறைவேற்றினார். இதன் மூலம் கிழக்கையும் மேற்கையும் இருப்புப்பாதைகளால் இணைக்கும் கண்டம் கடக்கும் இரயில்பாதைகளமைப்பதற்கும் தந்தி வசதியமைப்பதற்கும் இலவச நிலமும் நிதிக்கடன்களும் வழங்க மத்திய அரசுக்கு அதிகாரம் வழங்கப்பட்டது. இக்காலகட்டத்தில் இந்தச் சட்டங்களின் மூலம் இரயில் பாதைகள் அமைக்க விவசாயத்திற்கு மிகவும் தகுதியான ஏராளமான நிலங்களை மானியமாகப் பெற்று, அதில் ஒரு பகுதியை மட்டும் தந்தி/இரயில் சாலையமைக்கப்

பயன்படுத்தி, மீதமுள்ள பெரும் பகுதியைச் சந்தையில் விற்றுக் கோடீஸ்வரர்களான ஊழல் மன்னர்களின் கதைகள் ஏராளமாக வெளிவந்தன. இரயில்தடங்கள் அமைப்பதற்குத் தூண்டுகோலாக அரசு வழங்கிய மானியங்களில் பெரும்பகுதி அமெரிக்க நிர்வாகத்தினராலும் அமெரிக்கக் கார்பரேட் முதலாளிகளாலும் சட்ட விரோதமான வகைகளில் கைப்பற்றப்பட்டது. மேற்குப் பசிபிக் கரையிலிருந்து மத்தியப் பகுதிக்குக் குறுக்கே இருந்த உயரம் மிகுந்த ராக்கி மலைகளைக் கடந்து இரயில் பாதை அமைப்பது மிகக் கடுமையான வேலை. அதை மேற்கொண்டவர்களில் பெரும்பாலானோர் சீன-ஜப்பானியத் தொழிலாளர்கள். அமெரிக்காவிற்கு இடம்பெயர்ந்த அவர்களின் கையறு நிலையைப் பயன்படுத்தி அவர்களின் கூலியை அடிமட்டத்தில் நிலைநிறுத்தி அவர்களைச் சுரண்டியவர்கள்தான் அப்போதைய அமெரிக்க இரயில்வே கார்பரேட் அமைப்பின் தலைவர்களில் பலர்.

அமெரிக்காவின் முதல் கண்டங்கடக்கும் இரயில் தடம் (Intercontinental railways) 1863இல் தொடங்கி, 10 மே, 1869இல் முடிக்கப்பட்டது. மிஸிஸிபி-மிஸ்ஸௌரி நதிகளின் சங்கமத்தில் அமைந்திருக்கும் ஸெயின்ட் லூயி நகரையும் ஸான் பிரான்ஸிஸ்கோ வளைகுடாவையும் இணைத்த இந்தத் தடம் அமெரிக்காவின் தொழில் வளம் மிகுந்த வடகிழக்கு மாநிலங்களை, வளர்ச்சிக்குக் காத்திருந்த அமெரிக்க வடமேற்குப் பகுதிகளோடு இணைத்தது. 1881இல் முடிவு பெற்ற இரண்டாவது கண்டங்கடக்கும் இரயில் தடமான 'ஸதர்ன் பஸிபிக் ரெயில் ரோடு' தெற்கில் டெக்ஸாஸ் மாநிலத்தையும் லாஸ் ஏஞ்சல்ஸ் நகரையும் இணைத்தது. 1883இல் வடக்கில் 'நார்தர்ன் பஸிபிக் ரெயில் ரோடு' சிகாகோ நகரையும் சியாட்டல் நகரையும் இணைத்தது. 1900க்குள் அமெரிக்காவின் அனைத்து முக்கிய நகர்களையும் இணைத்து இரயில் தடங்கள் போடப்பட்டுவிட்டன.

1780-1830களில் அமெரிக்காவின் கிழக்கில் சாலைகளும் கால்வாய்களும் ஏற்படுத்திய பொருளாதார வளர்ச்சியை விட வேகமான வளர்ச்சியை 1870க்குப்பின் வந்த கண்டங்கடக்கும் இரயில் தடங்கள் மேற்கில் ஏற்படுத்தின. முதல் பஸிபிக் இணைப்பு வந்தவுடனேயே, அந்த இரயில்தடத்தில் இருந்த மத்தியப்பகுதி நகரங்களான டல்லாஸ் போன்றவை இறைச்சியை ஏற்றுமதி செய்யும் தொழிலில் சிறப்புத் தேர்ச்சி பெற்று அதிவேகமாக வளர்ந்தன. புதிய இரயில் தடங்கள் அமைந்த பகுதிகளில் மக்கள் குடியேற்றம் வேகமாக நடந்தது. பண்ணைகள் தன்னிறைவு பெறும் நோக்கத்தைக் கைவிட்டுவிட்டு, சந்தையில் ஏதோ ஒரு பயிரை மட்டும் உற்பத்திசெய்து அதை விற்று, அந்த வருவாயில் தங்கள் தேவைகளை நிறைவு செய்து கொண்டனர். அமெரிக்காவின்

மத்தியமேற்குப் பண்ணைகளின் தானிய உற்பத்தி இரயில் வழியாக அட்லாண்டிக் மாக்கடல் கரையை அடைந்து ஐரோப்பாவிற்குப் பெரிய அளவில் ஏற்றுமதியாயிற்று. அமெரிக்க இரயில்வே நாடு முழுவதையும் ஒருங்கிணைத்துப் பொருள்கள் விற்பனைக்கு ஒரு மிகப்பரந்த சந்தையை ஏற்படுத்தியது. இரயில்வே தட அமைப்பு இரும்பு, பொறியியல் தொழில்களுக்கு ஒரு நிச்சயமான சந்தையை ஏற்படுத்தித் தந்து அவற்றின் வளர்ச்சிக்கு வித்திட்டது. அமெரிக்கப் பங்குச் சந்தை வளர்ச்சியும், அதன் மூலம் வெளிநாட்டு முதலீடு வந்ததும் அமெரிக்க இரயில்வே வளர்ச்சியினால் தூண்டப்பட்டு நடந்த நிகழ்ச்சிகள்.

உள்நாட்டுப்போரில் தோல்வியடைந்த தெற்கிலிருந்த நேசக்கூட்டு மாநிலங்கள் ஏராளமான சேதங்களைத் தாங்க வேண்டியிருந்தது. வட மாநிலங்களில் பட்டறைகளில் முதலீடு செய்திருந்ததுபோல் தென் மாநிலங்களின் முதலாளிகள் அடிமைகளை வாங்கித் தங்கள் முதலீடுகளைச் செய்திருந்தார்கள். உள்நாட்டுப் போர் முடிவில் எஞ்சியிருந்த அடிமைகளை விடுதலை செய்ததால் அவர்களின் எஜமானர்களுக்கு மிகுந்த முதலிழப்பு ஏற்பட்டது. விடுதலை பெற்றுவிட்ட அடிமைகளுக்கும் உடனடியாக வேறு வேலை எதுவும் கிடைக்கவில்லை. ஆபிரஹாம் லிங்கனுக்குப் பின் ஜனாதிபதியான ஜான் ஆடம்ஸ் தோல்வியடைந்துவிட்ட தெற்கின் நில முதலாளிகளின் நிலங்களனைத்தையும் அவர்களுக்கே திருப்பி வழங்கிவிட்டார். அவர்கள் மீண்டும் பயிர் விளைவிக்க அப்போது வேலையின்றித் திரிந்த முந்தைய அடிமைகளுக்கு வாரத்துக்கு விடும் வழக்கம் பரவியது. தெற்கு மீண்டும் விவசாயப் பகுதியாகவே நிலைத்தது. அமெரிக்காவின் அமோக வளர்ச்சி, ஐரோப்பிய முதலாளிகளின் கவனத்தையும் ஈர்த்தது. அவர்கள் அமெரிக்கத் தொழில் நிறுவனங்களில், குறிப்பாக இரயில்வே, உருக்கு, கனிம வளத் தொழில்களில் மிகுந்த அளவு முதலீடு செய்தார்கள். வெளிநாட்டு முதலீட்டில் பெரும்பகுதி வடக்கு மாநிலங்களுக்குத்தான் சென்றது.

உள்நாட்டுப்போருக்கு முன்பு பட்டறைச் சொந்தக்காரர்கள் தங்கள் பட்டறைகளைத் தாங்களே இயக்குவது வழக்கமாக இருந்தது. போர்க்காலத்தில் தொழில்களில் பண முதலீடு செய்ய விரும்பியவர்கள், தொழில்களைத் தாங்களே நேரடியாக மேற்கொள்ளாமல், அந்தத் தொழிற்சாலைகளின் பங்குகளை மட்டும் வாங்கி முதலீடு செய்யும் வழக்கம் பரவியது. அவர்கள் நிதி மட்டும் வழங்கினார்கள். பட்டறைகளை நிர்வாகம் செய்தவர்கள் வேறு சிலராக இருந்தார்கள். பங்குச்சந்தை மூலம் நிதியை அளித்து, பட்டறைகளைப் பின்னாலிருந்து கட்டுப்படுத்தும் நிதி முதலாளிகள் தோன்றினார்கள். விலையைக் குறைத்துப் போட்டியாளர்களை

ஒழித்த பிறகு, மீண்டும் விலையை ஏற்றி நுகர்வோரைச் சுரண்டுவது ஏற்றுக்கொள்ளப்பட்ட சந்தை நடவடிக்கையாக இருந்தது. முதலாளிகள் சந்தைகளில் குறுக்கு வழிகளில் தங்கள் சரக்குகளுக்கு முற்றுரிமை பெற்றார்கள். விலையை மாற்றாமலே பொருள்களின் தரத்தைக் குறைப்பதும், கவர்ச்சிகரமான விளம்பரங்கள் மூலம் தங்கள் உற்பத்திப்பொருள்களுக்குத் தேவையைத் தூண்டுவதும் அந்நாட்களில் அதிகரித்தது. கார்பரேட் நிறுவனங்கள் பெருகின. அவற்றின் நிர்வாகிகளுக்குள் சில கூட்டமைப்புகள் தோன்றி, அவை பல தொழில்களின் நிதி முதலாளிகளை இணைத்து, மற்றவர்களை அவர்கள் கட்டுக்குள் அடங்கவைத்தன.

வழிப்பறிக்கொள்ளைப் பிரபுக்கள்

உள்நாட்டுப் போர் முடிவுக்கு வந்த பிறகு எண்ணெய் சுத்திகரிப்பு, உருக்கு உற்பத்தி, பல்பொருள் அங்காடிகள் போன்ற பல தொழில்களிலும் பல முதலாளிகள் ஈடுபட்டு, அவர்களிடையே கடும் போட்டி நிலவியது. பேரளவு உற்பத்திமுறை, புதிய தொழில்நுட்பம் பயன்படுத்துதல் ஆகிய வழிகளைக் கையாண்டு உற்பத்தியைப் பெருக்கி, விலையைக் குறைத்துச் சிலர் தங்களின் போட்டியாளர்களைத் தோற்கடித்தனர். அதே சமயம் போட்டியாளர்களை மிரட்டியும், ஏமாற்றியும், அரசு அதிகாரிகளைத் தங்கள் கைப்பிடிக்குள் வைத்துக்கொண்டு சட்டத்துக்குப் புறம்பான வழிகளில் இயங்கியும் சிலர் போட்டியாளர்களை விரட்டியடித்தார்கள். இரண்டு வழிகளையும் கலந்தும் பலர் நடந்துகொண்டனர்!

இக்காலகட்டத்தில்தான் வழிப்பறிக் கொள்ளைப் பிரபுக்கள் (robber barons) என்று வருணிக்கப்பட்ட முதலாளிகளின் செல்வாக்கு மிக அதிகமாக இருந்தது. அவர்கள் ஒரே சமயத்தில் அமெரிக்கத் தொழில் வளர்ச்சியின் கதாநாயகர்களாகவும் வில்லன்களாகவும் பார்க்கப்படுகிறார்கள். அவர்கள் நுகர்வோரையும், பங்குதாரர்களையும் ஏமாற்றினார்கள்; அரசுடன் இணைந்து ஊழல் செய்தார்கள்; அரசையே தங்கள் விருப்பத்திற்கிணங்க ஆட்டிவைத்தார்கள்; பேரளவு உற்பத்தி முறைகளை அறிமுகப்படுத்தினார்கள்; புதிய தொழில் நுட்பங்களைப் பரிசோதனை செய்தார்கள்; அவற்றின் மூலம் நுகர்வுப் பொருள்களின் விலைகளைக் குறைத்தார்கள். தங்களுக்கிடையே ஒருவர் காலை ஒருவர் வாரிக் கீழே தள்ளினார்கள்; தங்கள் அந்தஸ்தைப் பறைசாற்றப் பகிரங்க வீணடிப்புச் செய்தார்கள். அதே சமயம் பேரளவு உற்பத்திமுறைகளைப் பின்பற்றி ஏராளமான பொருள்களை உற்பத்தி செய்து, அவற்றைக் குறைந்த விலைகளுக்கு

விற்று சாமானியர்களுக்கும் நுகர்ச்சிக் கலாசாரத்தை விரிவாக்கியது இவர்கள்தான். சாமானிய அமெரிக்கர்களின் வாழ்க்கைத் தரம் உயர்ந்ததற்கு இவர்களின் பங்களிப்பும் முக்கியமானது என்பது கவனத்துக்குரியது.

இவர்களின் ஆடம்பரச் செலவுகள்தான் இவர்கள் காலத்துக்கே முலாம் பூசிய காலம் (gilded age) என்ற பெயரைப் பெற்றுத்தந்தது. முதலாளிகளே பட்டறைகளை நிர்வகிக்கும் தொழில் முதலாளியம் வலுவிழந்து, பட்டறைகளில் முதலீட்டை மட்டும் செய்து நிர்வாகத்தைப் பொறியாளர்கள் மேற்கொள்ளும் நிதி முதலாளியம் வளர்ந்தது. வெளிநாடுகளில் சந்தைகளைப் பிடிக்கும் நோக்கத்தோடு புது ஏகாதிபத்தியத்தையும் இவர்கள் தூண்டினார்கள்.

1890களில் அமெரிக்கா, கட்டுப்பாடுகளில்லாத முதலாளியத்தின் வளர்ச்சியின் விளைவுகளை வெளிக்காட்டும் ஒரு மாதிரியாக இருந்தது. அமெரிக்கப் பொருளாதாரம் இந்தக் காலத்தில் மிக வேகமாக வளர்ந்தது. பட்டறைத்தொழில்களின் அபரிமிதமான உற்பத்தித் திறனால் அமெரிக்காவில் பல்வகையான பொருள்களும் உற்பத்தியாயின். அந்தக் காலத்தில்தான் நுகர்வோர் கலாசாரம் என்று இப்போது சித்தரிக்கப்படும் நிகழ்வின் ஆரம்பம் தோன்றியது.

உலகத் தொழிலுற்பத்தியில் முதன்மை

அமெரிக்காவிலிருந்து பிரமாண்டமான தொழில் வெளியீடுகள் குவிந்த அதே காலத்தில்தான், கட்டுப்பாடுகளில்லாத முதலாளியத்தின் அகோர முகமும் நன்கு வெளிப்பட்டது. ஆபத்து மிகுந்த இரயில்வே தொழில்களால் ஊனமுற்றோரின் எண்ணிக்கை உச்சத்தையடைந்தது. 1886இல் ஹென்றி ஜார்ஜ் தன்னுடைய 'முன்னேற்றமும் ஏழ்மையும்' (*Progress and Poverty*) நூலில் 'அடிமை முறை செத்துவிட்டது; ஆனால் அடிமைத் தொழிலாளர்கள் இன்னும் இருக்கிறார்கள்' என்று தொழிலாளர்களின் நிலையைச் சரியாகவே படம்பிடித்தார். தொழிலாளர்களின் வாழ்க்கைத்தரம் அடிமட்டத்துக்கும் கீழே இறங்கியிருந்தது. அவர்களின் வேலை நேரம் வாரத்திற்கு 60 மணிக்கு மேலிருந்தது. இயந்திரங்களில் வேலை செய்து உடலுறுப்பு இழந்த தொழிலாளர்கள் எந்தப் பாதுகாப்பும் பெறவில்லை. இக்காலகட்டத்தில்தான் அமெரிக்காவில் தொழிற்சங்கங்கள் தோன்றி வேகமாக வளர்ந்தன.

19ஆம் நூற்றாண்டின் இறுதிவரை அமெரிக்காவில் அரசு, தொழில்களுக்கு நேர்மறையாக உற்பத்திக்காரணிகளை வழங்கியும், சாலைகள், கால்வாய்கள் போன்ற கட்டுமானங்களை ஏற்படுத்தியும்

உதவி செய்வதே (இரயில்தடங்களுக்கு இலவச நிலமளித்தல், நிதி உதவி வழங்குதல் போன்றவை) வழக்கமாகவிருந்தது. 1890களில்தான் தொழில் இயக்கத்தின்மீது எதிர்மறையான கட்டுப்பாடுகளை விதிக்க வேண்டிய கட்டாயம் அரசுக்கு ஏற்பட்டது. வேலை நேரத்திற்கு உச்ச வரம்பு விதித்தல், முற்றுரிமைக்கு எதிராகச் சட்டமியற்றுதல் போன்ற எதிர்மறை நடவடிக்கைகளின் தொடக்கம் அமெரிக்காவில் அப்போதுதான் வந்தது. முதலாளியம் அனைத்து மக்களுக்கும் நன்மை தர வேண்டுமானால், அரசு நிர்வாகம் மக்களின் தன்னிச்சையான நடவடிக்கைகளில் அவ்வப்போது தலையிட்டாக வேண்டும் என்கிற பாடம் அப்போதுதான் கற்கப்பட்டது.

புதிய கண்டுபிடிப்புகளும் புதிய நிர்வாக உத்திகளும் இக்காலகட்டத்தில் அமெரிக்காவின் உற்பத்திப் பெருக்கத்திற்கு உறுதுணையாகின. மின் விளக்கு, தொலைபேசி, எண்ணெயில் இயங்கும் இயந்திரங்கள், கிராமபோன், பளுவுயர்த்தி (lift), கணக்கிடும் பொறிகள் போன்ற கண்டுபிடிப்புகள் அமெரிக்காவில் இரண்டாவது தொழிற்புரட்சியைத் தூண்டிவிட்டன. அமெரிக்க இரயில்வே விரிவாக்கம் அமெரிக்க இரும்பு உருக்குத் தொழில் வளர்ச்சிக்குத் தூண்டுகோலாயிற்று. 1890களில் சைக்கிள்களும், 1910க்குப் பிறகு கார்களும் பரவலாக அறிமுகமாயின. நகரங்களில் டிராம்களும் மின் இரயில்களும் அறிமுகமாயின. ராக்கி மலைத்தொடர்களிலிருந்த கனிம வளம் அங்கு தங்கம், வெள்ளி முதலான உலோகச் சுரங்கங்கள் அமைவதற்குக் காரணமாயிற்று. சாயங்கள், வெடி மருந்துகள் போன்ற வேதியியல் சார்ந்த தொழில்களும் வேகமாக வளர்ந்தன. கச்சாப்பொருளிலிருந்து முடிவுபட்ட பண்டமாகும் வரை ஒரே பட்டறைக்குள் கொண்டுவரும் செங்குத்து இணைப்பு முறை (vertical integration) உருக்கு மற்றும் பெட்ரோலிய எண்ணெய்த் தொழில்களில் அதிகமாகக் காணப்பட்டது.

முதல் உலகப் பெரும்போர் தொடங்குவதற்கு முன்பே, 1913இலேயே தொழிலுற்பத்தியில் அமெரிக்கா உலகின் முதலிடத்தைப் பெற்று விட்டது. அமெரிக்கா ஒரு விவசாய நாடு என்கிற நிலைமாறி ஒரு தொழில்மயமான நாடு என்கிற நிலையை அடைந்து விட்டது. மின்சாரப் பொறிகள், கார்கள் போன்ற புதிய தொழில்நுட்பங்கள் மக்களைச் சென்றடைந்து விட்டன. மக்கள் தொகையில் விவசாயத்தில் ஈடுபட்டிருந்தவர்களின் பங்கு ஐந்தில் ஒன்று என்கிற அளவுக்குக் குறைந்து விட்டது. அப்போது உலகத்தொழிலுற்பத்தியின் மொத்த மதிப்பில் மூன்றிலொரு பங்கு அமெரிக்காவில்தான் நடைபெற்றது.

பிரான்ஸ்

*18*ஆம் நூற்றாண்டின் கடைப்பகுதிவரை பிரான்ஸில் மரபு வழி மன்னர் ஆட்சி ஓங்கியிருந்தது. விவசாயத்தை முதன்மைத் தொழிலாகக் கொண்டிருந்த அந்த நாட்டில் வணிக வாதத்தினால் ஊக்குவிக்கப்பட்டுக் கைத்தொழில் வளர்ச்சி அதிகரித்தது. அந்த நூற்றாண்டின் நடுப்பகுதியில் பிரன்ஸ்வா க்வெனே (Francois Quesney) என்கிற அறுவை மருத்துவர் இயற்கையின் ஆட்சி (Physiocracy) என்கிற தத்துவத்தை முன்மொழிந்தார். இயற்கையால்தான் நிலத்தில் விதைக்கிற ஒரு விதையைப் பன்மடங்கு பெருக்கித் தானியக் கதிர்களாகவோ, பழங்களாகவோ அளிக்க முடியும்; மனித இனத்திற்கு அத்தகைய படைப்பு சக்தி இல்லை; மனித இனத்தினால் இயற்கை கொடுத்திருக்கும் மரத்தைச் செயற்கையாக உருமாற்றிக் கட்டிலாகவோ, கதவாகவோ மாற்ற இயலுமேயன்றி, அது இயற்கையைப் போல் ஒன்றைப் பலவாக்கும் படைப்புத்திறன் கொண்டதன்று; இயற்கையின் கொடைகளை மக்களுக்குப் பகிர்ந்தளிக்கும் விவசாயிகளே உண்மையான உற்பத்தித்திறன் கொண்டவர்கள்; மற்ற உழைப்பாளிகள் தரிசு நிலங்களைப்போல் மலட்டுத்தன்மை கொண்டவர்கள் என்று இத்தத்துவவாதிகள் வாதிட்டார்கள். அவர்கள் அளித்த பொருளாதார அட்டவணை (Tableau Economique) நாட்டின் ஒட்டுமொத்த வருமானச் சுழற்சியை ஆய்வதற்கு ஏற்பட்ட முதல் முயற்சியாகப் போற்றப்படுகிறது. உழைப்புதான் மதிப்பைத் தீர்மானிக்கிறது என்கிற கொள்கைக்கு வித்திட்டவர்களும் அவர்கள்தான். விவசாயம்தான் உற்பத்தித்திறன் கொண்டிருக்கிறது என்பதால் நிலப்பிரபுக்கள் மீது வரி விதிப்பதுதான் நாட்டு வருவாய்க்கு உகந்த வழி என்கிற கொள்கையைக் கொண்டிருந்த அவர்களின் பிரதிநிதியான டர்காட்டை நிலப்பிரபுக்கள் தங்கள் செல்வாக்கைப் பயன்படுத்திப் பிரதம மந்திரி பதவியிலிருந்து *1776*இல் நீக்கினார்கள். இது பிரெஞ்சுப் புரட்சிக்குக் காரணமான மக்களின் மனக்குறைகளில் ஒன்று.

*1789*இல் நடந்த பிரெஞ்சுப் புரட்சி உலக வரலாற்றில் ஒரு முக்கியமான நிகழ்ச்சி. *20* செப்டம்பர் *1792*இல் பிரான்ஸின் முதல் குடியரசு பறைசாற்றப்பட்டுவிட்டது. சாமானிய மனிதர்களின் கூட்டு முயற்சியால் ஒரு மரபு வழி அரசியல் அமைப்பையே மாற்றியமைக்க முடியும் என்று ஐரோப்பியர்களிடையே நம்பிக்கையை இது ஏற்படுத்தியது. ஜனநாயக ஆட்சி முதன்முதலாகத் தோன்றியது. பிரெஞ்சுப் புரட்சியின் போது கைவிடப்பட்ட மன்னராட்சி, நெப்போலியன் *1804*இல் பேரரசனாக முடி சூட்டிக்கொண்ட பின் விரைவாகவே திரும்பி வந்துவிட்டது. ஆனால் *1848*இல் ஏற்பட்ட

புரட்சியில் மன்னராட்சி மீண்டும் முடிவுக்கு வந்தது. 1848முதல் 1852வரை இரண்டாவது குடியரசு செயல்பட்டது. அதற்குப் பிறகும் மன்னராட்சி மீண்டும் திரும்பியது. 1852முதல் 1870 வரை மன்னராட்சிதான் இருந்தது. 1870இல் பிரெஞ்சுஜெர்மனிப் போரில் பிரான்ஸ் தோல்வியுற்ற பிறகே மன்னராட்சி முழுவதுமாகக் கைவிடப்பட்டு, பிரான்ஸ் நிரந்தரமாகக் குடியரசானது. நவீன காலத்தில் ஜனநாயகம் தோன்றிய நாட்டிலேயேகூட அது நிலைபெறுவதற்கு ஏறத்தாழ ஒரு நூற்றாண்டு ஆனது. பிரான்ஸின் அரசியலமைப்பிலிருந்த நிச்சயமற்ற தன்மை போலத்தான் அதன் தொழிற்புரட்சியின் விரிவாக்கமும் வேகமாகவும் தேக்கமடைந்தும் மாறிமாறி நடந்தது.

பிரெஞ்சுப் புரட்சி அந்த நாட்டின் விவசாயத்தில் பண்ணையடிமை முறைக்குச் சாவு மணியடித்தது. 1815 வரை நெப்போலியன் காலத்தில் பிரான்சும், இங்கிலாந்தும் எதிரிகளாகப் போரிட்டன. இங்கிலாந்தின் உற்பத்தித்திறனுக்கு ஈடுகொடுக்கும் அளவுக்கு உற்பத்தியைப் பெருக்குவதற்கு பிரான்ஸ் அரசு அனைத்து வகை முயற்சிகளையும் மேற்கொண்டது. இங்கிலாந்தின் தொழிற் புரட்சியைத் தொடர்ந்து பிரான்சிலும் தொழிற்புரட்சி மலர ஆரம்பித்தது. நெப்போலியனின் ஆட்சிக்காலம் முழுவதிலும் பிரான்ஸ் தன்னைச் சுற்றியிருந்த நாடுகளோடு போரிட்டுக் கொண்டேயிருந்தது. போர்த் தேவைகளுக்காகவும், தளவாடங்களை உற்பத்தி செய்வதிலும், வீரர்களுக்கு உணவு மற்றும் இன்றியமையாத் தேவைகளை நிறைவு செய்யவும் உற்பத்திப் பெருக்கம் ஏற்பட்டது. அப்போது இந்த உற்பத்திப் பெருக்கத்திற்கு உறுதுணையாகக் கல்வி வளர்ச்சியும் ஏற்பட்டது.

நெப்போலியன் காலத்தைத் தொடர்ந்து, மன்னன் 'லூயி பிலிப் த ஆர்லியான்ஸ்' காலம் வரை (1848) பிரான்ஸில் முக்கியமான பொருளாதார மாற்றங்கள் நிகழ்ந்தன. நாட்டின் சாலையமைப்பு, இரயில்வே தொடர்பு, நகர மயமாக்கல் ஆகியவை வேகமாக வளர்ந்தன. நாட்டின் வடக்குப் பகுதியில் ஏராளமான கனிம வளம் இருந்ததால், அங்கு புதிய தொழில்கள் துவங்கப்பட்டன. வளர்ந்து வரும் நகரங்களைச் சுற்றியும் தொழிற்சாலைகள் அமைவதும் இயற்கையாகவே நிகழ்ந்தது. சுருக்கமாகச் சொல்ல வேண்டுமென்றால், அந்தக் காலகட்டத்தில் பிரான்ஸ், மற்ற சில ஐரோப்பிய நாடுகளின் பொருளாதார வளர்ச்சி நிலையைத் தானும் அடைந்தது. நிலவுடைமையாளர்களாக இருந்த உயர்குடிப் பிறப்பாளர்களின் செல்வாக்கை விட வணிகர்கள், தொழில் முனைவோர்களின் செல்வாக்கு உயர்ந்தது எனலாம். பட்டறைத் தொழிலாளர்களிடையே பிரௌதான், லூயி பிளாங்க், அகஸ்டீன் பிளாங்கி போன்றவர்களின் சோஸலிசக் கருத்துகளை

ஆதரிப்பவர்களின் எண்ணிக்கை பெருகியது. 1840களில், அதுவரை வெளியுலகத்தில் அதிகம் அறியப்படாதிருந்த கார்ல் மார்க்ஸ் தன்னுடைய கம்யூனிஸ்ட் அறிக்கையைப் பாரிஸில் தயாரித்துக்கொண்டிருந்தார்.

1840களில் ஐரோப்பாவின் பருவநிலை மாற்றத்தால் பயிர்களின் விளைச்சல் திடீரெனக் குறைந்தது. அதனால் தொழிலாளரிடையே கடுமையான அதிருப்தி நிலவியது. அவர்களின் வாழ்க்கைத் தரம் மிகக் கீழ்நிலையில் இருந்தது. பிரான்ஸில் மட்டுமின்றி ஆஸ்திரியா, ஹங்கேரி, ஜெர்மன் கூட்டமைப்பு, பிரஸ்யா, இத்தாலிய நகரங்களான மிலான், ரோம், வெனிஸ், டியூரின் போன்றவற்றிலும் தொழிலாளர்களின் நிலை மோசமானதாகவே இருந்தது. 1848இல் அவர்களின் இயக்கங்கள் காரணமாகப் புரட்சி வெடித்தது. முதலாளியத்தை முடிவுக்குக் கொண்டுவரப் போகும் தொழிலாளர்களின் யுகப் புரட்சியாக இதைத்தான் கார்ல் மார்க்ஸ் கற்பனை செய்தார்.

1848முதல் 1852 வரை பிரான்ஸ் ஒரு குடியரசாக இருந்தது. குடியரசிடமிருந்து மக்கள் எதிர்பார்த்த நன்மைகள் மிக அதிகமாயிருந்தன. குடியரசால் அந்த அளவுக்கு நன்மைகளை வழங்க இயலவில்லை. எனவே, பிரான்ஸ் மீண்டும் மன்னராட்சிக்கே திரும்பிவிட்டது.

1852இல் சார்லஸ் லூயி நெப்போலியன் (நெப்போலியனின் சகோதரியின் மகன்) 'மூன்றாம் நெப்போலியன்' என்கிற பெயரில் தன்னை பிரான்ஸின் மன்னனாக முடிசூட்டிக் கொண்டான். அவன் காலத்தில்தான் பிரான்ஸின் தொழில் வளர்ச்சியும், நகரமயமாதலும் மீண்டும் வேகம் பெற்றன. இந்தோசைனாவிலும் மத்திய மற்றும் மேற்கு ஆப்பிரிக்காவிலும் பிரான்ஸின் புதிய காலனிகள் உருவாயின. 1869இல் மூன்றாம் நெப்போலியனின் மனைவி யூஜீன் பேரரசி சூயஸ் கால்வாயைத் திறந்துவைத்து பிரான்சின் பொறியியல் தொழில்நுட்ப வளர்ச்சியையும் முதலீட்டுச் செறிவையும் உலகுக்குப் பறை சாற்றினார். பிரான்சுக்கும் அதன் பாரம்பரியமான எதிரியான ஜெர்மனிக்கும் கிபி 1870இல் நடந்த போரில் பிரான்ஸ் படுதோல்வியடைந்தது. பிரான்ஸ் மீண்டும் குடியரசாகியது.

தோற்றுப்போன பிரான்சிலிருந்து ஜெர்மனி கனிம வளம் நிறைந்த அல்சேஸ்லோரைன் மாகாணங்களைக் கைப்பற்றிக் கொண்டது. பிரான்ஸ் தன் உற்பத்தியைப் பெருக்கி மீண்டும் தான் இழந்த பகுதிகளைக் கைப்பற்ற வேண்டுமென்ற வெறியோடு செயல்பட ஆரம்பித்தது. ஜெர்மனியின் விரோத நாடுகளுடன் கூட்டணி வைத்துக் கொண்டது. 1870இலிருந்து முதல் உலகப்

பெரும்போர் வரை ஐரோப்பாவின் அனைத்து நாடுகளிடையேயும் உற்பத்தியைப் பெருக்குவதிலும், அவற்றைச் சந்தைப்படுத்துவதிலும் கடுமையான போட்டி நிலவியது. காலனிகள் பிடிப்பதிலும் தீவிரமான போட்டி ஏற்பட்டது. அந்தப் போட்டியில் தன்னை முழூமூச்சுடன் ஈடுபடுத்திக் கொண்ட பிரான்சும் ஆப்பிரிக்காவில் பல நாடுகளைத் தன் காலனியாகக் கைப்பற்றிக்கொண்டது. இங்கிலாந்திலும் அமெரிக்காவிலும் வளர்ந்திருந்த புதிய தொழில்நுட்பங்களை விலைக்கு வாங்கியும், நகலெடுத்தும் தங்கள் நாட்டுத் தொழில்களை வளர்த்தது. பிரான்ஸிலேயே புதிய தொழில்நுட்பங்கள் கண்டுபிடிக்கப்பட்டு அறிமுகப்படுத்தப்பட்டன. வளர்ந்த ஐரோப்பிய நாடுகளைப் போலவே பிரான்சிலும் *1870*க்குப் பிறகு நிதி முதலாளியத்தின் கை ஓங்கியது. முதல் உலகப் பெரும்போர் தொடங்கியபோது பிரான்ஸ் ஒரு முழுமையான, வளர்ந்த முதலாளிய நாடாக மாறியிருந்தது.

ஜெர்மனி

*1800*களின் ஆரம்பத்தில் ஜெர்மனியில் பிரஸ்யா, ஆஸ்திரியா தவிர்த்து மற்ற அனைத்து நாடுகளும் சிற்றரசுகளாகவே இருந்தன. *1815* வரை ஜெர்மனி பெருமளவு விவசாய நாடாகவே இருந்தது. ஜெர்மானியச் சிற்றரசுகளுக்குப் பிரான்சின் நெப்போலியன் எதிரியாகயிருந்தார். *1815*இல் நெப்போலியனின் இறுதித் தோல்விவரை ஜெர்மானியச் சிற்றரசுகளில் தொழில் வளர்ச்சி அதிகம் ஏற்படவில்லை. சிதறிக்கிடந்த ஜெர்மன் சிற்றரசுகளை இணைக்கும் நாட்டுப்பற்றை மக்களிடம் பற்ற வைத்த நிகழ்ச்சியாக நெப்போலியப் போர்களைக் கூறலாம். *1815*இல் சிற்றரசுகளெல்லாம் இணைந்து, *39* நாடுகளடங்கிய ஒரு தளர்ச்சியான ஜெர்மன் கூட்டரசு அமைக்கப்பட்டது. அவற்றுக்குள் பிரஸ்யா, ஆஸ்திரியா நாடுகள் பரப்பிலும் வளத்திலும் பெரியவையாயிருந்தன. சிற்றரசுகளிடையே கடும் போட்டி நிலவியது. *1830* வரைகூட இங்கிலாந்து போலவோ, பிரான்ஸ் போலவோ ஜெர்மனியில் தொழில் வளர்ச்சி ஏற்படவில்லை ஜெர்மனியின் மிகப் பல சிற்றரசுகள், ஒன்றிலிருந்து மற்றொன்றிற்குச் சரக்குகள் கொண்டுபோகும் போது சுங்க வரிகள் விதித்தன. இந்த சுங்க வேலிகளே அங்கு தொழில் வளர்ச்சி ஏற்படுவதற்குப் பெரும் தடையாக இருந்தன. *1834*இல் ஜோல்வரீன் (*Zollverein*) என்கிற சிற்றரசுகளின் ‘சுங்க வரிக் கூட்டமைப்பு’ உருவாக்கப்பட்டு இந்தச் சிக்கலிலிருந்து அந்த நாட்டிற்குப் பெருமளவு விடுதலையை நல்கியது.

*1830*க்கும் *1840*க்குமிடையில் பிரஸ்யா, ஸேக்ஸனி முதலான சில ஜெர்மன் சிற்றரசுகள் விவசாயச் சீர்திருத்தங்களை மேற்கொண்டன.

பயிர்ச்சுழற்சி முறையை அறிமுகப்படுத்தி முள்ளங்கி, உருளைக் கிழங்கு, பீட் சர்க்கரைக் கிழங்கு போன்ற புதிய பயிர்களைப் பயிரிட ஆரம்பித்தார்கள். அதனால், உணவு உற்பத்தி அதிகமாகி, நகர்ப்புறங்கள் வளர வழி ஏற்பட்டது. விவசாயத்திலிருந்த பண்ணையடிமைகள் பலர் வெளியேறி, கூலித் தொழிலாளர்களாகத் தொழிற்சாலைகளுக்கு இடம் பெயர்ந்தனர்.

இந்தக் காலகட்டத்தில் பிரெஞ்சுப் புரட்சியின் விளைவாகவும், 'ஐயம் நீக்கித் தெளிவு' கொள்கைகளின் தாக்கத்தாலும் ஜெர்மனியில் பண்ணையடிமைகளின் விடுவிப்பு அதிகச் சிக்கலின்றி நடைபெற்றது. மற்ற சில ஐரோப்பிய நாடுகளைப் போலன்றி, ஜெர்மனியில் அந்த விடுவிப்பில் வன்முறை எதுவும் பயன்படுத்தப்படவில்லை. 1780க்கும் 1830க்கும் இடையில் ஜெர்மனியின் வெவ்வேறு சிற்றரசுகளில் பண்ணையடிமை முறை கைவிடப்பட்டது. 1815இல் பெருநிலக்கிழார்களுக்கு உதவி செய்வதற்காக ஒரு தனி வங்கி தொடங்கப்பட்டது. அந்த வங்கி பெருநிலக்கிழார்களுக்கு அவர்களுடைய பண்ணையடிமைகளின் நிலங்களை வாங்குவதற்குக் கடனுதவி தந்தது. புதிதாக நில உரிமை பெற்ற பெரும்பாலான பண்ணையடிமைகளிடம் அந்த நிலங்களைச் சாகுபடி செய்ய முதலோ, போதிய கருவிகளோ இல்லை. எனவே, அவர்களில் பலர் தங்களின் நிலங்களைப் பெருநிலக் கிழார்களுக்கு விற்றுவிட்டனர். அதற்குப் பிறகு, அவர்களில் சிலர் சிறுதொழில்கள் செய்யத் துவங்கினர் என்றாலும், பெரும்பான்மையினர் தாங்கள் விற்ற தொகையைச் செலவழித்த பின்னர், அன்றாடக் கூலிகளாக மாறினர்; அல்லது அமெரிக்காவிற்குக் குடியேறினர். 1850இல் தான் சிறு விவசாயிகளும் நிலம் வாங்குவதற்கு அந்த வங்கி கடன்கள் வழங்க ஆரம்பித்தது. அதற்குள் ஜெர்மன் நாட்டில் நில உரிமையின் பெரும்பகுதி சிறிய குழுவான பெருநிலக்கிழார்களிடம் குவிந்து விட்டது. 20ஆம் நூற்றாண்டின் தொடக்கம் வரை ஜெர்மனியின் விவசாயிகளிடம் அந்தஸ்து சார்ந்த மரபு நடைமுறைகள் தொடர்ந்து காணப்பட்டன.

ஜெர்மனியில் முதலில் வளர்ந்த நவீன தொழில் ஜவுளி உற்பத்திதான். 1840க்குப் பிறகு ஜெர்மனியில் இரயில்வே கட்டமைப்பு தொடங்கியது. அதனால் உருக்குக்கும் நிலக்கரிக்குமான தேவை அதிகரித்தது. இரயில் போக்குவரத்தினால் சந்தை விரிவாக்கம் நடந்தது. இரயில் எஞ்சின்கள், பெட்டிகள் உற்பத்தி காரணமாகப் பொறியாளர்கள், தொழில் நிபுணத்துவம் பெற்றவர்கள் உருவாயினர். ஜெர்மனியின் தொழில் வளர்ச்சிக்கு அந்நாட்டின் இரயில்வே வளர்ச்சியே தூண்டுகோலாக அமைந்தது. 1840க்குப் பிறகு மரபு வழிகள் மறைந்து போய் முதலாளியம் நன்கு வளர்கிற நாடாக ஜெர்மனி மாறிக் கொண்டிருந்தது. ஜெர்மனியின் கிழக்குப்

பகுதியில் அமைந்திருந்த சிற்றரசுகள் 'ஜங்கர்' என்றழைக்கப்பட்ட நிலப்பிரபுக்களின் பிடியிலும், மேற்குப் பகுதியில் அமைந்திருந்த சிற்றரசுகள் உருக்கையும் உலோகங்களையும் ஆதாரமாகக் கொண்ட தொழில் முதலாளிகளின் பிடியிலும் அடங்கியிருந்தன.

1848இன் ஐரோப்பியப் புரட்சிக் காலத்தில் ஜெர்மனியின் சிற்றரசுகள் வெவ்வேறு அளவுகளில் வளர்ச்சி பெற்றிருந்தன. அப்போது ஜெர்மன் கூட்டரசு செயலிழந்து விட்டது. பிரஸ்யா போன்ற சிற்றரசுகள் வெகுவாக முன்னேறியிருந்தன. ஆனால் பல சிற்றரசுகளில் தொழில் வளர்ச்சி ஏற்படவேயில்லை. 1850இல்கூட ஜெர்மனி ஒரு நோஞ்சானாகவே இருந்தது. இங்கிலாந்து, பிரான்ஸ், பெல்ஜியம் அளவுக்கு அது தொழில் வளர்ச்சி பெறவில்லை.

ஆனால், 1900இல் ஜெர்மனி அந்த நாடுகளுக்கு இணையான அல்லது அவற்றை விட மேம்பட்ட அளவில் தொழில் வளர்ச்சி பெற்றுவிட்டது. ஜெர்மனியின் தொழில் வளர்ச்சிக்கு அங்கு உருவாகிய முதலீட்டு வங்கிகள் பெரும் துணையாக அமைந்தன. அவை ஒவ்வொரு தொழிலிலும் உற்பத்தியாளர்களை ஒன்று திரட்டி, அவர்களிடையே போட்டியைக் குறைத்து, ஒன்றுதிரண்ட 'கார்ட்டல்'களுக்கு நிதிக் கடன்களை வழங்கின. 1828இல் தொடங்கிய உப்பு 'கார்ட்டல்' தான் முதலில் ஏற்படுத்தப் பட்டது. 1870இல் ஜெர்மனி பிரான்ஸைப் போரில் வென்ற பிறகுதான் அந்த முன்னோடி கார்ட்டலைத் தொடர்ந்து, 'கார்ட்டல்'களின் வளர்ச்சி அதிவேகமடைந்தது. கனரகத் தொழில்களில் ஆரம்பித்துப் பின்னர் அனைத்துத் தொழில்களுக்கும் இந்தக் கூட்டமைப்புகள் விரிவடைந்தன. 1900இல் 275 'கார்ட்டல்கள்' இருந்தன. 1908இல் அவற்றின் எண்ணிக்கை 500 ஆக அதிகரித்து விட்டது. சுருக்கமாகச் சொன்னால், ஜெர்மனியில் நிதி முதலாளியம் அதிவேகமாகப் பெரும் வளர்ச்சி பெற்றது.

1871இல் பிரான்சுக்கும் பிரஸ்யாவிற்கும் நிகழ்ந்த போரில், பிரான்ஸ் தோற்றுப் போனதை ஒப்புக்கொள்ளும் 'வர்ஸேல்ஸ் ஒப்பந்தம்' 1871இல் கையெழுத்தானது. அதற்கு ஜெர்மனியின் அனைத்துச் சிற்றரசர்களும் வந்திருந்தார்கள். அவர்கள் தங்களனைவருக்கும் பேரரசராகப் பிரஸ்யாவின் வில்ஹெல்மை ஏற்றுக்கொண்டார்கள். அதனால் அதுவரை துண்டுதுண்டாகப் பிரிந்து பல நாடுகளாக இருந்த ஜெர்மனி, ஒரு ஒருங்கிணைந்த நாடாக மாறிற்று. 1871க்குப் பிறகு ஜெர்மனியில் ஏற்பட்ட தொழில் வளர்ச்சியை அந்நாட்டின் 'இரண்டாவது தொழில் புரட்சி' என்று வருணிக்கிறார்கள். அந்தக் காலகட்டத்தில் ஓட்டோ ஃபான் பிஸ்மார்க் (Otto von Bismarck) என்கிற பிரதம மந்திரி இருந்தார். அவர் காலத்தில் இந்த வளர்ச்சி துரிதமானது. தொழில்

வளர்ச்சிக்கு அரசு பல வகைகளில் உதவி புரிந்தது. தன்னுடைய தொழில்களுக்கு சந்தையை விரிவாக்கம் செய்ய வேண்டுமென்கிற நோக்கத்தோடு, ஜெர்மனி ஆப்பிரிக்கக் கண்டத்தில் தனக்குக் காலனிகளை ஏற்படுத்திக்கொண்டது. ஜெர்மனி முழுவதிலும் விவசாயப் புரட்சியை பிஸ்மார்க் தூண்டி விட்டார். புதிய விவசாயக் கருவிகள், ரசாயன உரங்கள் ஆகியவை ஜெர்மனியில் அறிமுகமாயின. வங்கிகளின் உதவியோடு நிதி முதலாளியம் வெகு வேகமாக வளர்ந்தது. பல கார்ட்டல்கள் அனைத்து வகையான தொழில்களிலும் உற்பத்தியைப் பெருக்கி உலகெங்கும் சந்தைப்படுத்தின. 1914இல் ஐரோப்பாவிலேயே இயந்திரத் தொழில் உற்பத்தியிலும், வேதிப்பொருள்கள் உற்பத்தியிலும், விவசாயத்திலும் முன்னேறிய நாடாக ஜெர்மனி திகழ்ந்தது.

தொழில் வளர்ச்சி வேகமாக நடந்த 1880க்குப் பிறகுதான் ஜெர்மனியில் சோஸலிச, கம்யூனிஸக் கொள்கைகளும் விரைவாக வளர்ந்தன. தொழிற்சங்கங்களின் அரசியல் செல்வாக்கு அதிகரித்தது. மார்க்சிய, சோசலிசத் தொழிற்சங்கங்கள் இணைந்து சமுதாய ஜனநாயகக் கட்சியை ஆதரித்ததால், நாடாளுமன்றத்தில் அந்தக் கட்சி பெரும்பான்மை பெற்று ஆட்சியில் செல்வாக்குப் பெற்றிருந்தது. இருபதாம் நூற்றாண்டின் ஆரம்பத்தில் ஐரோப்பாவில் சோசலிசக் குரல் ஓங்கிக் கேட்ட பகுதிகளில் ஜெர்மனியும் அடங்கும்.

அந்தக் கால கட்டத்தில் ஐரோப்பாவின் தொழிலாளர்களுக்கு அமெரிக்காவிற்கு இடம் பெயரும் வாய்ப்பு நிறைய இருந்தது. தன் நாட்டின் தொழிலாளர்களைத் தன் நாட்டிற்குள்ளேயே தக்க வைக்க வேண்டுமென்றால், பல நலத்திட்டங்களை அறிவிக்க வேண்டும் என்பதை பிஸ்மார்க் உணர்ந்தார். எனவே அவற்றை அவர் முதலில் ஜெர்மனியில் அறிமுகப்படுத்தினார். அதனால்தான் ஜெர்மனியின் முதலாளிகளும் அவற்றை ஏற்றுக் கொண்டார்கள். நவீன உலகின் நலம் பேணும் அரசு (welfare state) வழங்குகிற முதியோர் உதவித் தொகை, விபத்துக்களுக்குக் காப்புறுதி, வேலையிழந்தபோது உதவித் தொகை, இலவச மருத்துவ வசதி போன்றவற்றை ஜெர்மனியில் அறிமுகம் செய்து, நாடு முழுவதற்கும் விரிவுப்படுத்தினார். தொழிலாளர்களின் தினசரி வேலை நேரமும் குறைக்கப்பட்டது.

1870க்குப் பிறகு ஜெர்மனியின் மிக வேகமான தொழில் வளர்ச்சி, ஒரு நூற்றாண்டுகாலம் அதை விடப் பரந்த, துரிதமான தொழில் வளர்ச்சியைக் கொண்டிருந்த இங்கிலாந்தோடு ஒப்பிடக்கூடிய அளவிலும், அதை விஞ்சக் கூடிய வேகத்திலும் நடைபெற்றது. இந்த அதிசயிக்கத்தக்க மாற்றத்தைக் குறுகிய காலத்தில் ஏற்படுத்திய தனிநபர் முதலாளிகளின் பங்களிப்பைச்

சுரண்டலென்று புறக்கணிக்கக் கூடாதென்ற வாதமும் இக்காலகட்டத்தில் ஜெர்மனியில் முன்வைக்கப்பட்டது.

இத்தாலி

கரிபால்டி, மாஜினி போன்ற தலைவர்களின் பெருமுயற்சியின் பலனாக இத்தாலியின் சிதறுண்டு கிடந்த பல பகுதிகளின் ஒருங்கிணைப்பு 1861க்கும் 1870க்கும் இடையில் நடந்தது. அதற்கு முன்பு அங்கு பல சிற்றரசுகள் ஆட்சி செய்தன. மக்களில் பெரும்பாலானோர் பண்ணையடிமை முறையில் விவசாயம் செய்து வாழ்ந்தனர். இத்தாலி ஒரு விவசாய நாடாகவே தொடர்ந்தது. இத்தாலியின் ஒருங்கிணைப்புக்குப் பிறகே அங்கு பண்ணையடிமை முறை கைவிடப்பட்டது. 1870க்கும் முதல் உலகப் பெரும்போருக்குமிடையே ஒன்றரைக்கோடி மக்கள் இத்தாலியை விட்டு வெளியேறி மற்ற நாடுகளில், குறிப்பாக அமெரிக்காவில் குடியேறினார்கள். இத்தாலியில் முதலாளியத்தின் வளர்ச்சி 19ஆம் நூற்றாண்டின் இறுதியில்தான் வேகம் பெற்றது எனலாம். அந்த வளர்ச்சிகூட இத்தாலியின் வடக்குப் பகுதியில் ஏற்பட்ட அளவிற்குத் தெற்குப் பகுதியில் ஏற்படவில்லை. டுயூரின், மிலான் பகுதிகளில் ஜவுளித் தொழிலும், ஜெனோவா பகுதிகளில் கப்பல் கட்டும் தொழிலும் வளர்ச்சி பெற்றன. 20ஆம் நூற்றாண்டின் ஆரம்பத்தில்தான் இத்தாலி ஆப்பிரிக்கக் கண்டத்தில் நாடு பிடிக்க முயன்று, அதிலும் தோல்வியே கண்டது. 19ஆம் நூற்றாண்டில் ஐரோப்பாவில் பின்தங்கிய நிலையிலேயே தேங்கிவிட்ட பகுதியாக இத்தாலி இருந்தது. ஐரோப்பாவின் முதலாளியத்தின் வளர்ச்சி ஒரே சீரானதாக இல்லை என்பதற்கு எடுத்துக்காட்டாக இத்தாலியைச் சுட்டலாம்.

உருஷ்யா

19ஆம் நூற்றாண்டின் உருஷ்யா 1990களில் கலைந்துபோவதற்கு முந்தைய சோவியத் உருஷ்யாவின் பரப்போடு, தற்போதைய போலந்து, ஹங்கேரி, ஜார்ஜியா போன்ற நாடுகளின் பகுதிகளையும் உள்ளடக்கியிருந்தது. 19ஆம் நூற்றாண்டில் உருஷ்யா மரபுவழிகளைப் பின்பற்றிய விவசாய நாடாகவே இருந்தது. 1852க்கும் 1856க்கும் இடைப்பட்ட காலத்தில் நடந்த கிரிமியப் போரில், உலகிலேயே பெரிய பரப்புடைய உருஷ்ய நாடு அதோடு ஒப்பிடும்போது குட்டி நாடுகளான இங்கிலாந்து, பிரான்ஸ், துருக்கி கூட்டணியிடம் தோல்வியுற்றது.

அதனால் அப்போதைய ஜார் அலெக்ஸான்டர் II கல்வி, நீதிபரிபாலனம், இராணுவம் போன்ற துறைகளில்

சில சீர்திருத்தங்களைச் செய்தார். 1861இல் கிட்டத்தட்ட இரண்டு கோடி பண்ணையடிமைகளுக்கு விடுதலையளித்து அவர் வெளியிட்ட பிரகடனம் பிரசித்தமானது. ஆனால் நிலம் கம்யூன்கள் என்றழைக்கப்பட்ட பொது அமைப்புகளின் கட்டுப்பாட்டிலிருந்ததால், பண்ணையடிமைகள் விடுதலை பெற்ற பிறகும் சுதந்திரமான விவசாயிகளாக நிலத்தை அனுபவிக்க இயலவில்லை. எனினும் உருஷ்யாவை மரபு வழி விவசாயத்திலிருந்து வணிக வழிக்கு மாறுவதற்குதவிய முக்கிய நிகழ்ச்சியாக இந்த விடுதலைப் பிரகடனம் அமைந்தது. 1850லிருந்து 1910க்கு இடைப்பட்ட காலத்தில் உருஷ்ய மக்கள்தொகை வேகமாக அதிகரித்து இரட்டிப்பாகியது. 1900இல்கூட மக்கள் தொகையில் கிட்டத்தட்ட 80 விழுக்காட்டினர் விவசாயம் சார்ந்துதான் வாழ்ந்தார்கள்.

1881இல் ஜார் அலெக்ஸான்டர் II கொலை செய்யப்பட்டார். அவருக்குப் பின் வந்த ஜார்கள் அவரை விட அதிகமான அடக்குமுறையைக் கையாண்டார்கள். 19ஆம் நூற்றாண்டின் இறுதிவரை உருஷ்யாவின் சம்பிரதாய அரசியலமைப்பு பெருமளவுக்கு மாறாமல் தொடர்ந்தது.

19ஆம் நூற்றாண்டின் இறுதிப் பகுதிவரை உருஷ்யாவில் தொழில் முதலாளியம் சிறிய அளவில் நகரங்களில்தான் இயங்கிக்கொண்டிருந்தது. 1842இல் மாஸ்கோவையும் ஸெயின்ட் பீட்டர்ஸ்பர்கையும் இணைக்கும் இரயில்பாதை தொடங்கப்பட்டது. 1857இல் மாஸ்கோவுக்கும் கருங்கடலுக்கும், மாஸ்கோவுக்கும் வார்ஸாவுக்கும் இரயில்வே இணைப்புகள் ஏற்படுத்தப்பட்டுவிட்டன. 1880வரைகூட உருஷ்யாவில் இரயில்பாதைகள் அதிகம் அமைக்கப்படவில்லை. அதுபோலவே பட்டறைத் தொழிலும் சில நகரங்களில்தான் வளர்ந்திருந்தது.

1889இல் ஸெர்ஜி விட்டி என்கிற திறமையான கணித நிபுணர் உருஷ்ய போக்குவரத்து மந்திரியாக நியமிக்கப்பட்டார். அவருடைய தலைமையின் கீழ் உலகிலேயே மிக நீளமான டிரான்ஸ் ஸைபீரியன் இரயில்வே, கி.பி 1891இல் திறக்கப்பட்டது. 1890களில் அரசே பல தொழில்களைத் தொடங்கியது. கி.பி 1890க்குப் பிறகு உருஷ்யத் தொழிற்சாலைகளில் அந்நிய நாட்டு முதலீடு வரவேற்கப்பட்டது. 1900இல் உருஷ்யத் தொழிற்சாலைகளின் முதலீட்டில் பாதிப் பகுதிக்கு மேல் வெளிநாட்டு முதலீடாகவே இருந்தது. பிரான்ஸ், இங்கிலாந்து, ஜெர்மனி நாடுகளின் நிதி முதலாளிகள் உருஷ்யாவின் தொழில்களைத் தங்கள் கட்டுக்குள் கொண்டு வர முயன்றனர். அப்போது உருஷ்யா உலகின் இரண்டாவது முக்கிய பெட்ரோலிய உற்பத்தியாளராகவும்

நான்காவது முக்கிய உருக்கு உற்பத்தியாளராகவும் திகழ்ந்தது. வேறுவிதமாகக் கூறினால், உருஷ்யாவில் 1860க்குப் பிறகும்கூட தொழில் வளர்ச்சி சீரான வேகத்தில் நடைபெறவில்லை. பரந்த நிலப்பரப்பில் அங்கொன்றும் இங்கொன்றுமாகவே தொழில் நகரங்கள் அமைந்திருந்தன. 1860க்கும் 1890க்குமிடையே நிலக்கரி உற்பத்தி 12 மடங்கும், இரும்பு உற்பத்தி இரண்டு மடங்கும் அதிகரித்தன. 1890இல் இரும்பு உற்பத்தி இரண்டு மில்லியன் டன்களாகவும், நிலக்கரி உற்பத்தி 6.4 மில்லியன் டன்களாகவும் இருந்தது. அப்போது நாட்டில் 1.4 மில்லியன் பட்டறைத் தொழிலாளர்கள் இருந்தனர். 1890இல் நாட்டில் 32000 கிமீ இரயில் தடங்கள் அமைக்கப்பட்டிருந்தது. அதாவது, அப்போது பிரிட்டிஷ் காலனியாக இருந்த இந்தியாவில் இருந்த இரயில் தடங்களின் நீளம் கூட சுதந்திரமான பெரிய நாடான உருஷ்யாவில் இல்லை. தொழில் வளர்ச்சி ஏற்பட்ட வேகத்தில், தொழிலாளர்கள் வாழ்க்கைத்தரம் உயர்வதற்கான வாய்ப்புகள் வளரவில்லை.

1902இல் உருஷ்யாவில் காக்கஸஸ் மலைத்தொடர்களருகில் இரயில்வே தொழிலாளர்களின் வேலைநிறுத்தம் தொடங்கியது. 1903–1904இன் வணிக மந்தம் வேலையில்லாத் திண்டாட்டத்தைப் பெருக்கித் தொழிலாளர்களின் போராட்டத்தை மேலும் தீவிரமாக்கியது. கம்யூன்களின் ஆதிக்கத்திலிருந்த நிலத்தைத் தனியார்மயமாக்க வேண்டியதன் அவசியத்தை வலியுறுத்தி விவசாயிகள் போர்க்குரல் எழுப்பினர். 1905இல் வந்த உருஷ்யப் புரட்சிக்கு இவ்வாறு பல காரணங்களிருந்தன. ஜனவரி 1905இல் பூதாகரமான பரப்பு கொண்ட உருஷ்யப் பேரரசின் கப்பற்படையைக் குட்டி நாடான ஜப்பானின் கப்பற்படை தோற்கடித்ததும், பிப்ரவரி 1905இல் அதன் தரைப்படையையும் ஜப்பானின் தரைப்படை தோற்கடித்ததும் உருஷ்ய அரசின் மீது அந்நாட்டின் மக்கள் வைத்திருந்த நம்பிக்கையைக் குலைத்தது. ஓர் ஐரோப்பிய நாட்டை ஒரு கீழ்த்திசை நாடு போரில் தோற்கடித்தது அவமானகரமானதாகக் கருதப்பட்டது. 1905இல் மாஸ்கோ உட்படப் பல இடங்களில் உருஷ்ய ஜார் மன்னராட்சிக்கெதிராக மக்களின் போராட்டங்கள் வெடித்தன. அவை இரும்புக்கரம் கொண்டு ஒடுக்கப்பட்டன.

1905இல் உருஷ்யாவை ஜப்பான் தோற்கடித்த பிறகுதான் உருஷ்ய மாற்றத்தின் வேகம் அதிகரித்தது எனலாம். 1905க்குப் பிறகு மந்திரியாக இருந்த பீட்டர் ஸ்டோலிபின் சில விவசாயச் சீர்திருத்தங்களைக் கொண்டு வந்தார். விவசாயிகள் கம்யூன்களிடமிருந்து நிலங்களை வாங்கிக்கொள்ள இந்தச் சீர்திருத்தங்கள் வழி வகுத்தன.

1897இல் அகண்ட பரப்புக்கொண்ட உருஷ்யாவின் மக்கட்தொகை 13 கோடிதான். 1914இல் அதன் மக்கட்தொகை 17 கோடியாக உயர்ந்தது. மக்கட்தொகை அதிகரிப்பு விகிதம், அங்குள்ள ஏழைகளின் எண்ணிக்கையை அதைவிட அதிக வேகத்தில் கூட்டியது. 1917இன் மக்கள்தொகையில் 15 விழுக்காடு மக்களே நகரங்களில் வாழ்ந்தனர். 10 விழுக்காடு மக்கள்தான் தொழில்கள் சார்ந்து வாழ்ந்தனர். 80 விழுக்காடு மக்கள் விவசாயம் சார்ந்தே வாழ்ந்தனர். ஜவுளி, சுரங்கங்கள், பெட்ரோலியம், இரயில்வே போன்று முக்கியத் தொழில் துறைகளில் வெளிநாட்டு முதலீடு அதிக அளவில் இருந்தது. நிதி முதலாளியத்தின் ஆதிக்கம் அதிகமாகவிருந்தது.

1914இல் உருஷ்யப் பட்டறைத் தொழிலாளர்களின் நிலை மிக மோசமாக, ஈன நிலையில் இருந்தது. அண்டை நாடான ஜெர்மனி 19ஆம் நூற்றாண்டின் இறுதியில் கொண்டு வந்தது போன்ற சமூக நலத் திட்டங்கள் எவற்றையும் உருஷ்ய அரசு மேற்கொள்ளவில்லை. தொழில் வளர்ச்சியடைந்த வேகத்தில் நகரங்களில் வீட்டு வசதி அதிகரிக்கவில்லை. எனவே நகரச் சேரிகள் அதிகரித்தன. நகரங்களில் பட்டறைத் தொழிலாளர்களின் வாழ்க்கைத்தரம் மோசமானதாகவே இருந்தது. தங்கள் நிலையை மேம்படுத்திக்கொள்ள தொழிற்சங்கங்களில் அவர்கள் இணைந்ததில் வியப்பொன்றுமில்லை.

1905க்கும் 1914க்குமிடையே உருஷ்யத் தேசிய வருவாய் ஆண்டுக்கு 6 விழுக்காடு அதிகரித்தது. அது வளர்ச்சியை அளப்பதற்கான அடிமட்ட ஆரம்ப ஆண்டில் மிகக் குறைந்த வளர்ச்சியே இருந்ததால், புள்ளிவிவரக் கணக்கில் இந்த வேகமான வளர்ச்சிவிகிதம் காணப்படுகிறது. இந்த வேகமான வளர்ச்சி காரணமாக நகரத் தொழிலாளர்களின் எண்ணிக்கையும் வேகமாக வளர்ந்தது.

அப்போது தொடங்கிய முதல் உலகப் பெரும்போர் உருஷ்ய நிலையை மேலும் குழப்பத்துக்குள்ளாக்கியது. நகரத் தொழிலாளர்களில் பலர் படைவீரர்களாகக் கட்டாய இராணுவ சேவைக்குட்படுத்தப்பட்டனர். அவர்களுக்குப் பிரதியாக வந்து சேர்ந்த விவசாயக் கூலித் தொழிலாளர்களுக்குப் போதுமான தொழிற்பயிற்சி இல்லாததால், தொழில் உற்பத்திக்குத் தடைகள் ஏற்பட்டன. இராணுவத் தேவைகளுக்காக உணவு உற்பத்தியில் பெரும்பகுதியை அரசு கைப்பற்றியதால் கிராமங்களிலும் நகரங்களிலும் பஞ்சம் வந்தது. நகரங்களில் வேலைநிறுத்தங்களும் ஆர்ப்பாட்டங்களும் சகஜமாகிவிட்டன. போர் வீரர்களிடையேயும் போராட்டங்கள் வெடித்தன. உருஷ்ய ஜார் மன்னரால் போரையும்

நடத்திக்கொண்டு உள்நாட்டுப் போராட்டங்களையும் சமாளிக்க இயலவில்லை. இந்தக் குழப்பங்கள் தீவிரமடைந்துகொண்டே சென்று 1917 புரட்சியில் முடிந்தன. அந்தப் புரட்சியால் உருஷ்யாவில் மன்னராட்சி மட்டுமின்றி, மரபு வழிப் பொருளியல் அமைப்பும் முடிவுக்கு வந்தன. அந்த ஆண்டில்தான் உலகின் முதல் கம்யூனிச ஆட்சி உருஷ்யாவில் தொடங்கியது.

ஜப்பான்

ஐரோப்பிய நாடுகளின் அனுபவங்களைக் கொண்டு தனி நபர்களின் தன்னிச்சையான செயல்களால் மட்டுமே முதலாளியம் வளரக்கூடும் என்று அனுமானிப்பது இயல்பானது. அதற்கு மாற்றாகத் திட்டமிட்ட வழிகளில் முதலாளிகளை இயங்கச் செய்து ஜப்பானிய அரசு முதலாளியப் பொருளியல் முன்னேற்றத்தைத் தன் நாட்டில் தூண்டியிருக்கிறது.

ஜப்பான் பல தீவுகளை உள்ளடக்கிய நாடு. ஜப்பானின் மன்னராட்சி மிகப் பழமையானது. கியோடோவில் அவருடைய அரண்மனை இருந்தது. 260 'டெய்மோ' போர்பிரபுக்கள் அவருக்குச் சம்பிரதாயமாகக் கீழ்ப்படிந்திருந்தனர். ஒவ்வொரு 'டெய்மோ' பிரபுவும் தனக்குரிய பிராந்தியத்தில் ஆட்சி செய்துகொண்டிருந்தார். அவர்களுக்குள் அடிக்கடி போர் மூண்டு, நாட்டில் ஒருவித நிச்சயமற்ற தன்மை நிலவியது. 1603இல் எடோவைத் (தற்போதைய டோக்கியோவை) தலைநகராக கொண்டிருந்த 'டெய்மோ' போர்பிரபுவான டோக்குகாவா, மற்ற 'டெய்மோ' போர்பிரபுக்களைத் தோற்கடித்தும், ஒப்பந்தங்கள் செய்துகொண்டும் அவர்களைத் தன் தலைமையை ஏற்றுக்கொள்ளச் செய்தார். அவர் 'ஷோகுன்' என்றழைக்கப்பட்டார். சம்பிரதாயமாக அவரும் மன்னராட்சியை ஏற்றுக்கொண்டபோதிலும், அவர் 'ஷோகுன்' ஆனபிறகு, மன்னர் வெறும் பொம்மையாகவே செயல்பட்டார். மன்னரிடமிருந்த உண்மையான அரசியல் அதிகாரம் முழுவதும் டோக்குகாவாவிற்கும் அவருடைய சந்ததியினருக்கும் சென்றுவிட்டது.

1603 வரை போர்த்துகீசிய, டச்சு, ஆங்கிலேய வணிகர்களையும் பாதிரிகளையும் ஜப்பான் தன் நாட்டுக்குள் இயங்க அனுமதித்திருந்தது. டோக்குகாவா 'ஷோகுன்' ஆனபிறகு வெளிநாட்டினர் எவரையும் தன் நாட்டுக்குள் அனுமதிக்கவில்லை. வெளிநாட்டினரின் நடவடிக்கைகள் தங்கள் கலாசாரத்தைக் கெடுத்துவிடலாமென்பது தவிர, அவருடைய எதிரிகளான சில போர்பிரபுக்களின் வலிமையையும் கூட்டிவிடலாமென அவர் ஐயுற்றார். அவரைத் தொடர்ந்து வந்த அவரின் வாரிசுகளும் வெளிநாட்டினரை ஜப்பானுக்குள் அனுமதிக்கவில்லை. 1603முதல்

கிட்டத்தட்ட 250 ஆண்டுகள் வெளிநாட்டினரிடமிருந்து ஜப்பான் தன்னைத் தனிமைப்படுத்திக்கொண்டது.

1850 வரை ஜப்பான் ஒரு முழுமையான விவசாய நாடாகவே திகழ்ந்தது. 1600இல்கூட ஜப்பானின் மக்கள்தொகையின் மிகப்பெரும்பகுதியினர் கிராமங்களிலேயே வாழ்ந்தார்கள். மன்னர் கடவுளின் பிரதிநிதியாகக் கருதப்பட்டார். ஜப்பானில் நான்கு 'ஜாதிகள்' இருந்தன. அந்த நான்கு ஜாதிகளுக்கும் கீழ் தீண்டத்தகாதவர்கள் போன்ற ஒரு குழுவும் இருந்தார்கள். சாமுராய்கள் உயர்ந்த ஜாதியினர். அவர்கள் மக்கள்தொகையில் 10 விழுக்காட்டிற்குக் குறைவு. போர்வீரர்களாக இருப்பதே அவர்களின் முதன்மைத் தொழில். ஷோகுன்னும், டெய்மோக்களும் சாமுராய் சமூகத் தலைவர்கள். அவர்களுக்கு அடுத்த இரண்டாம் அடுக்கு நிலையில் விவசாயிகள். ஷோகுன்கள் காலத்தில் அரசுக்கு வருவாய் கிடைப்பதற்கு எளிமையான வழியாகப் பெரும்பான்மையினரான விவசாயிகள்மீது கடுமையான வரிவிதிப்பது கருதப்பட்டது. கைத்தொழில்கள் முனைவோர் அனைவரும் மூன்றாவது பிரிவினர். அவர்கள் கிராமங்களில் அவர்களுக்கான சேரிகளில் பிரித்து வைக்கப்பட்டு வாழ்ந்தனர். வணிகர்கள் (கடைகளை வைத்திருந்தாலும் சரி, நடமாடும் வணிகர்களாயிருப்பினும் சரி) புல்லுருவிகளாக இடைத்தரகு செய்து ஏமாற்றி வருவாயீட்டுபவர்கள் என்று கருதப்பட்டு சமுதாயத்தின் அடிமட்டத்தில் தள்ளப்பட்டு அவர்களுக்கான தனிச்சேரிகளில் வாழ்ந்தார்கள். அவர்களுக்கும் கீழேகூட ஒரு குழு அங்கீகாரமில்லாத குழு இருந்தது. பிணம் எரிப்பது போன்ற வேலைகளில் ஈடுபடுத்தப்பட்ட இந்தக் குழுக்களைச் சேர்ந்தவர்கள் டெய்மோக்களின் போர்களின்போது தோற்கடிக்கப்பட்டு அடிமைகளானவர்களின் குழந்தைகள். இவர்கள் தீண்டத்தகாதவர்கள்போலவே நடத்தப்பட்டனர்.

1603இல்தான் டோக்குகாவா குடும்பத்தினர் ஷோகுன் பதவியைக் கைப்பற்றினர். அதற்குப் பிறகு பதினாறு தலைமுறை அக்குடும்பத்தின் (மறைமுக) ஆட்சி நீடித்தது. தங்களது ஆட்சியின் ஆரம்பத்திலேயே அவர்கள் உள்நாட்டுப் போர்களை ஒழித்துவிட்டார்கள். வெளிநாட்டினர் எவரையும் ஜப்பானுக்குள் அனுமதிக்கவில்லை. நாகசாகி வளைகுடாவிலிருந்த ஒரே ஒரு தீவில் மட்டும் டச்சுக்காரர்களை வாழ அனுமதித்து, அவர்களை ஜப்பான் நாட்டுக்குள் அனுமதிக்காமல், அவர்களோடு வணிகத் தொடர்பும் கொண்டிருந்தனர். அந்த டச்சுக்காரர்கள்தான் அந்நாளைய ஜப்பான் பற்றிய தகவல்களை வெளி உலகத்திற்குத் தெரிவித்தவர்கள். அனைத்து ஐரோப்பிய நாடுகளும் ஜப்பானோடு வணிகத்தொடர்பு ஏற்படுத்திக் கொள்ள முயன்ற போதிலும், ஜப்பான் அதற்கு இணங்கவேயில்லை.

உள்நாட்டில் நீண்ட அமைதி நிலவியது. விவசாயமும் கைத்தொழில்களும் செழித்து வளர்ந்தன. அதன் காரணமாக 17 – 18ஆம் நூற்றாண்டுகளில் நகரங்கள் வேகமாக வளரத் தொடங்கின. விவசாயப்பொருள்களையும் கைத்தொழில் உற்பத்தியாளர்களின் சரக்குகளையும் கொள்முதல் செய்து நகரங்களில் விற்கும் வணிகர்களால் அதிக இலாபமீட்ட முடிந்தது. இந்த மாற்றம் ஏற்பட்டுக்கொண்டிருந்த அதே சமயத்தில், போர் வீரர்களாகப் பயிற்சி பெற்ற சாமுராய் வர்க்கத்தினர், நீண்ட காலமாக நாட்டில் போர்கள் தவிர்க்கப்பட்டுவிட்டதால் ராணுவ வேலை செய்யும் வாய்ப்புகளை இழந்தனர். எனினும் அவர்கள் தங்களின் அந்தஸ்துக்கேற்ற செலவுகளைச் செய்வது வந்தனர். வருவாய்க்கதிகமாகச் செலவு செய்ததால் வணிகர்களிடம் கடன் வாங்க ஆரம்பித்தார்கள். வணிகர்கள் வட்டித்தொழில், வணிகம் இரு துறைகளிலும் நல்ல இலாபமீட்டினர். விவசாயத்தைவிட வணிகம் செய்வது இலாபகரமானது என்றுணர்ந்த விவசாயிகளும் நகரங்களுக்கு இடம் பெயர்ந்து வணிகத்திலும் கைத்தொழில்களிலும் ஈடுபட்டனர். செல்வம் அதிகமீட்டிய அவர்களில் சிலர், வணிகர்களுக்கு மரபு வழிகளில் அங்கீகரிக்கப்பட்ட கூலத்தொப்பி அணிவதற்குப் பதிலாக, வணிகர்களுக்கு அங்கீகரிக்கப்படாத குடை பிடித்துக்கொள்ளுதல் போன்ற உயர்ஜாதி நடவடிக்கைகளைப் பின்பற்றினர்! 'கீழ்ச்' ஜாதியினரான அவர்களிடம் கடன்கள் வாங்க ஆரம்பித்து விட்ட சாமுராய் வர்க்கத்தினர் அத்தகைய அத்துமீறல்களைக் 'கண்டுகொள்ளாமல்' விட்டுவிட்டனர். இப்படித்தான் 19ஆம் நூற்றாண்டின் ஆரம்பத்திலேயே நகரங்களில் ஜாதி ஆதிக்கம் படிப்படியாகக் குறைந்தது. கிராமங்களையும் புதிய நகரங்களையும் இணைத்து வணிக முதலாளியம் தோன்றியது.

போர் செய்யும் வாய்ப்பில்லாத, மரபு வழிகளில் நன்கு கல்வியறிவு பெற்றிருந்த சாமுராய் வர்க்கத்தினரில் சிலர் ஆசிரியர்களாகிக் கல்வி கற்பிப்பதில் பெருமிதம் கண்டனர். ஜப்பானிய நகரங்களில் கல்வி வேகமாக வளர ஆரம்பித்தது. 1860இல் ஜப்பானின் நகர மக்கட்தொகையில் 50 விழுக்காட்டினரும் கிராம மக்கட்தொகையில் 15 விழுக்காட்டினரும் கல்வியறிவு பெற்றிருந்தார்கள். அதன் விளைவாக ஜப்பானின் இறுக்கமான மரபுவழிக் கட்டமைப்புகளில் பலவற்றைச் சிறிதுசிறிதாக அவிழ்க்க முடிந்திருக்கிறது.

1853இல் அமெரிக்க கடற்படைத் தளபதி 'கமோடோர்' பெர்ரி, அமெரிக்காவின் நீராவிப் போர்க்கப்பல்களை ஜப்பானியத் துறைமுகத்தில் நங்கூரமிட்டு நிறுத்த ஜப்பானின் அனுமதியைக் கேட்டார். அது வழங்கப்படாததால், ஜப்பானின் அதிகாரத்தையும் மீறி தன் கப்பல்களைத் துறைமுகத்துக்குக் கொண்டுவந்து,

எதிர்த்தவர்களை மிரட்டிப் பணிய வைத்தார். அதற்குப் பிறகே அமெரிக்கர்களோடு ஒப்பிடும்போது தங்கள் கப்பற்படை எவ்வளவு பின்தங்கியிருக்கியிருக்கிறது என்பதையும், புதிய உற்பத்தி முறைகளை அறிந்துகொள்வதின் அவசியத்தையும் ஜப்பான் உணர்ந்துகொண்டது. நீராவிக் கப்பல்களை முதல்முதலாக அப்போதுதான் ஜப்பானியர் பார்த்தார்கள். அமெரிக்காவின் நிர்ப்பந்தங்களுக்குப் பணிந்து, அவர்களுக்குச் சாதகமான வணிக ஒப்பந்தங்களை ஜப்பான் அரசு செய்து கொண்டது.

தாங்கள் கேவலப்படுத்தப்பட்டு விட்டதான ஓர் உணர்வு நாடு முழுதும் பரவியது. ஷோகுன் ஆட்சி முறை மீது அதிருப்தி மிகுந்தது. உள்நாட்டுப் போர் மூண்டது. 1868இல் நாட்டின் தெற்குப் பகுதியிலிருந்த சாமுராய்கள் ஷோகுன்னின் படைகளைத் தோற்கடித்தார்கள். வெற்றிபெற்ற அவர்கள் ஷோகுன் ஆட்சி முறையையே ஒழித்து, அதுவரை பொம்மையாக இருந்த மன்னரிடமே ஆட்சியைத் திரும்ப ஒப்படைத்தனர். வெற்றிக்குக் காரணமானவர்கள் அரசருக்கு ஆலோசனை வழங்கும் உரிமை பெற்றார்கள். மெய்ஜி மீட்சி என்று பிரபலமாக அறியப்படுகிற வரலாற்று நிகழ்ச்சி இது. மெய்ஜி மீட்சிக்குப் பிறகு ஜப்பானில் முதலாளிய வளர்ச்சி வெகு வேகம் பெற்றது.

ஜப்பானியர் தங்களின் கலாசாரம், நாகரிகம் ஆகியவற்றில் ஆழ்ந்த பற்றும் பெருமிதமும் கொண்டவர்கள். அவர்களைவிடப் பலம் கொண்ட நாடுகளாக அமெரிக்காவும் மேற்கத்திய நாடுகளும் வளர்ந்துவிட்டதை 1853இல் 'கமோடோர்' பெர்ரி அவர்களுக்குக் காட்டிய பிறகு, தங்கள் பண்பாட்டை இழந்துவிடாமல், அமெரிக்க, ஐரோப்பிய நாடுகளுக்கு இணையாகத் தாங்கள் வளர வேண்டுமென்றால், அவர்களின் தொழில்நுட்பத்தையும் அறிவியல் அறிவையெல்லாம் தங்கள் நாட்டுக்குக் கொண்டுவந்து சேர்த்தாக வேண்டும் என்று ஜப்பானியர் உணர்ந்து கொண்டார்கள். புதிய ஆட்சியாளர்கள் நாட்டின் தலைசிறந்த அறிஞர்களையும் மாணவர்களையும் இணைத்து அமெரிக்காவுக்கும் ஐரோப்பிய நாடுகளுக்கும் அரசு செலவில் 'மிஷன்'களாக அனுப்பினார்கள். அவர்கள் அந்தந்த நாடுகளிலேயே தங்கியிருந்து அந்நாடுகளின் தலைசிறந்த தொழில் நுட்பங்களையும் அறிவியல்களையும் கற்றுக்கொண்டு தாய்நாடு திரும்புமாறு பணிக்கப்பட்டார்கள்.

அதுவரை டெய்மோக்கள் தங்களுடைய பிராந்தியங்களில் வசூலித்த வரிகள் நீக்கப்பட்டு மன்னரால் நாடு முழுவதற்கும் ஒரே வகையான வரிவிதிப்பு அறிமுகப்படுத்தப்பட்டது. வலுவான மத்திய அரசாட்சி நிறுவப்பட்டது. ஜப்பானில் நிலவி வந்த ஜாதி முறை 1871இல் சட்டபூர்வமாக ஒழிக்கப்பட்டது. 1872இல்

கல்விக்கானதொரு பிரகடனம் செய்யப்பட்டது. கல்வி இலவசமாக வழங்கப்பட்டு, கட்டாயமாக்கப்பட்டது. 8 பல்கலைக்கழகங்கள், 256 நடுநிலைப் பள்ளிகள், 50000 ஆரம்பநிலைப் பள்ளிகள் தொடங்கப்பட்டது. ஜப்பானிய அரசு நாட்டின் தொழில்வளர்ச்சிக்கு வழிகாட்டியாகச் செயல்பட்டது. தனியார் தொழில் துவங்கினால் அவர்களுக்கு மானியம் வழங்கப்பட்டது. நெசவு போன்ற முக்கியமான தொழில்கள் பலவற்றை அரசே முதலில் தொடங்கிப் பின்னர் குறைந்த விலையில் அவற்றைத் தனியாருக்கு விற்றது. இது தொழில் முனைவோருக்குப் பெரிய ஊக்கமளித்தது. தபால், தந்தி மற்றும் இரயில்வே போக்குவரத்தை மேற்கத்திய நாடுகளிடமிருந்து கற்றுக்கொண்டுவந்து ஜப்பானில் அறிமுகப்படுத்தி வெகு வேகமாக வளர்த்தார்கள். நீராவிக் கப்பல்கள் கடல்வழி வணிகத்தை வளர்ப்பதற்குப் பெரிதும் உதவின. தொழில் வளர்ச்சிக்குத் தேவையான அடிப்படைக் கட்டமைப்புகளை அரசு தொய்வின்றிச் செய்தது. பட்டு, பருத்தி நெசவுத் தொழிற்சாலைகளுக்கான இயந்திரங்கள் அனைத்தையும் முதலில் இறக்குமதி செய்துகொண்டு, அந்தத் தொழில்நுட்பங்களை நன்கு அறிந்துகொண்ட பிறகு படிப்படியாக அவற்றை உற்பத்தி செய்ய ஆரம்பித்தார்கள். வங்கியைத் தொடங்கியது மட்டுமல்லாமல், நவீன வங்கி முறைகளையும் அறிமுகப்படுத்தினார்கள். மேற்கத்திய அறிவியல் உத்திகளோடு சுரங்கத் தொழில்களையும் மேம்படுத்தினார்கள். தங்களின் பாரம்பரியக் கலாசாரத்தையும் காப்பாற்றிக்கொண்டு, அதே சமயம் தங்களிடமில்லாதிருந்த மேற்கத்திய நவீனத் தொழில்நுட்பங்களையும் அறிவியல் அறிவையும் ஜப்பானுக்குக் கொண்டுவந்து சேர்க்கவேண்டும் என்பதே இலக்காக இருந்தது. தனியார் துறைகள் மேற்கொள்ள வேண்டிய நடவடிக்கைகளையும் அரசே மேற்கொண்டு, சரியான தருணத்தில் அவற்றைத் தனியார் துறைகளுக்கு ஒப்படைத்தது வரலாற்றில் அதுவரை நிகழாததாகும்.

சாமுராய் குடும்பங்கள் பல தொழில்முனைவோராக மாற்றம்பெற்றனர். விவசாயக் குடும்பங்கள் பல தங்களின் சுதந்திரத்தை இழந்து கூலித் தொழிலாளிகளாக நகரங்களுக்கு இடம்பெயர்ந்தனர். அவர்களின் வாழ்க்கைத்தரம் பிழைப்பூதிய மட்டத்தில் நிலைபெற்றது. மத்திய அரசின் வரிப்பளு சமுதாயத்தின் அடிமட்டத்தையே அதிகமாகத் தாக்கியது. தொழிற் சங்கங்கள் நிறுவுவது, வேலை நிறுத்தம் போன்ற முதலாளிய எதிர்ப்பு நடவடிக்கைகள் இரும்புக்கரம் கொண்டு ஒடுக்கப்பட்டன.

முப்பதே ஆண்டுகளில் ஜப்பான் ஒரு வளர்ச்சியுற்ற முதலாளிய நாடாக மாறிவிட்டது. தொழில்துறையை வளர்த்துக்கொண்ட பிறகு ஜப்பான் தன்னையும் ஒரு ஏகாதிபத்திய நாடாக வளர்த்துக்கொண்டது. 1894–1895இல் சீனாவுடன் நடந்த

போரில் வெற்றிபெற்று கொரியா, தைவான் பகுதிகளுக்குத் தன் ஏகாதிபத்தியத்தை விரித்துக்கொண்டது. 1902இல் இங்கிலாந்தும் ஜப்பானும் செய்துகொண்ட வர்த்தக ஒப்பந்தத்தில் மற்ற ஐரோப்பிய நாடுகளைப் போன்றே ஜப்பானும் ஒரு பேரரசு என்கிற கருத்து ஏற்கப்பட்டிருக்கிறது. 1904–1905ல் ஜப்பான் உருஷ்யாவைத் தோற்கடித்து, ஒரு ஐரோப்பிய நாட்டைப் போரில் புறம்கண்ட முதல் ஆசிய நாடு என்கிற பெருமையைத் தட்டிக்கொண்டது மட்டுமன்றி, மஞ்சூரியப் பகுதிகளுக்கும் தன் ஏகாதிபத்தியத்தை விரித்துக்கொண்டது.

முதல் உலகப் பெரும்போர் தொடங்கிய காலகட்டத்தில், ஐரோப்பிய நாடுகளுக்கிணையாக வளர்ச்சி பெற்றிருந்த ஒரே ஆசிய நாடாக ஜப்பான் விளங்கியது. 1870வரை வளர்ச்சியுறாத நாடாக இருந்த ஜப்பான் முப்பது ஆண்டுகளுக்குள் பெரு வளர்ச்சியடைந்தது 19ஆம் நூற்றாண்டின் அதிசயங்களில் ஒன்று.

ஆப்பிரிக்கா

ஆப்பிரிக்கா பல நாடுகளை உள்ளடக்கிய ஒரு கண்டம். உலகில் மனித இனம் முதன்முதலில் தோன்றிய பகுதி. அந்தக் கண்டத்தின் வடகிழக்கில்தான் உலகின் மிகத் தொன்மையான நாகரிகங்களில் ஒன்றை விரிவான சாட்சிகளுடன் இன்றுவரை பறைசாற்றிக் கொண்டிருக்கின்ற எகிப்து நாடு இருக்கிறது. அக்கண்டத்தின் வரலாற்றைச் சுருக்கிக்கூட இங்கு எழுத இயலாது. எனவே, இந்த நூலில் விவரிக்கிற பொருளியல் தத்துவங்கள் 19ஆம் நூற்றாண்டில் எழுந்தபோது அவற்றைப் பாதித்த ஆப்பிரிக்கக் கண்ட நிகழ்வுகளில் சிலவற்றை மட்டுமே இங்கு குறிப்பிட்டிருக்கிறேன். அதற்காக 16ஆம் நூற்றாண்டுக்குப் பிறகு ஆப்பிரிக்கப் பொருளியல் வரலாற்றை இரு பகுதிகளாகக் கீழே பிரித்துக் காட்டியிருக்கிறேன். முதல் பிரிவு 1600இலிருந்து 1870 வரையான பழைய ஏகாதிபத்தியக் காலம். அப்போது ஐரோப்பியர்களுக்கு ஆப்பிரிக்காவுடன் அடிமை வணிகம் தவிர வேறு முக்கியமான வணிகம் எதுவுமில்லை. இரண்டாவது பிரிவு 1870இலிருந்து முதல் உலகப் பெரும்போர்வரையான புது ஏகாதிபத்தியக் காலம். அப்போது ஐரோப்பிய நாடுகள் ஆப்பிரிக்காவின் கணிசமான பகுதிகளைக் கூறு போட்டுத் தங்களின் காலனிகளாக்கிக் கொண்டன.

பழைய ஏகாதிபத்தியக் காலம்: அடிமை வணித்தின் தாக்கம்

வரலாற்றின் ஆரம்பகாலம் தொட்டே மத்திய தரைக்கடலை யொட்டிய ஆப்பிரிக்கப் பகுதிகளைப் பற்றி ஐரோப்பியர்களுக்கு

நல்ல அறிவும் தொடர்புகளும் இருந்தபோதிலும் 19ஆம் நூற்றாண்டின் ஆரம்பத்தில்கூட ஐரோப்பியர்கள் ஆப்பிரிக்காவை இருண்ட கண்டமாகத்தான் பார்த்தார்கள். அதற்கு முன் பல நூற்றாண்டுகளாக ஆப்பிரிக்காவில் மத்திய தரைக்கடலோரப் பகுதிகள் இஸ்லாமியர் பிடியில் இருந்ததும் ஐரோப்பியர்களின் அலட்சியத்துக்கும் அக்கறையின்மைக்கும் ஒரு காரணமாக அமைந்தது. ஐரோப்பிய வணிக முதலாளியம் கடல்கடந்து உலகமுழுதும் விரிந்த 16–18ஆம் நூற்றாண்டுகளில், ஆப்பிரிக்காவில் மிகக் குறைந்த விலையில் வாங்கி மற்ற நாடுகளில் அதிக விலையில் விற்கக்கூடிய ‘பண்டம்’ அடிமைகள் என்று ஐரோப்பிய வணிகர்கள் தெரிந்துகொண்டார்கள். மேற்கிந்தியத் தீவுகள், தென் அமெரிக்கா மற்றும் வட அமெரிக்காவிற்கு ஐரோப்பாவிலிருந்து சென்று, புதிதாகக் குடியேறி, விவசாயத்திலும் சுரங்கங்கள் தோண்டுவதிலும் ஈடுபட்டிருந்த ஐரோப்பியர்கள் தங்களுக்கு உதவியாக, அதே சமயம் தங்களுக்குப் பிற்காலத்தில் போட்டியாக வர முடியாத, நம்பகமான, அதிகப்படியான வேலையாட்களைத் தேடிக்கொண்டிருந்தார்கள். அந்தத் தேவையை ஆப்பிரிக்க அடிமைகள் நிறைவேற்றினர். ஆப்பிரிக்க அடிமை வணிகம் ஐரோப்பிய வணிகர்களுக்கு மிக இலாபகரமாக இருந்தது. ஆப்பிரிக்காவில் அடிமைகள் அளிப்பு அதிகமிருந்தது. ஆப்பிரிக்க இனங்கள் தங்களுக்குள் போரிட்டுக்கொண்டு, தோற்றவர்களை அடிமைகளாக்குவதும் விற்பதும் நெடுங்காலமாக நடைமுறையிலிருந்த வழக்கம். ஆப்பிரிக்காவில் இஸ்லாம் பரவியிருந்ததால், நெடுங்காலமாகவே ஆப்பிரிக்காவில் வணிகத் தொடர்புகள் வைத்திருந்த அரேபியர்களை ஐரோப்பிய வணிகர்கள் இடைத்தரகர்களாகப் பயன்படுத்தி அடிமைகளை வாங்குவது 16ஆம் நூற்றாண்டிலிருந்தே தொடங்கிவிட்டது. அரேபிய இடைத்தரகர்கள் ஆப்பிரிக்காவின் உள்நாட்டுக்குள்ளிருந்து அடிமைகளை வாங்கிவந்து துறைமுக நகரங்களில் ஐரோப்பிய வணிகர்களிடம் விற்பது நடைமுறையாகியது.

ஆப்பிரிக்கா ஐரோப்பாவிற்கு மிக அருகில் இருந்த போதிலும், 1500க்குப் பிறகு ஐரோப்பியர்கள் பெற்ற தொழில் நுணுக்க முன்னேற்றங்கள் 1850 வரைகூட ஆப்பிரிக்காவைச் சென்றடையவில்லை. இராணுவத் தளவாடங்கள், துப்பாக்கிகள், பீரங்கிகள் போன்றவற்றின் தயாரிப்பில் ஐரோப்பியர்கள் வெகுவாக முன்னேறியிருந்தார்கள். இரயில்வே, சாலைகளமைப்பு, தந்தி, பிற அடிப்படைக் கட்டுமானங்கள் ஆப்பிரிக்க நாடுகளை அனேகமாகச் சென்றடையவேயில்லை. இப்படிப்பட்ட சூழலில் ஆப்பிரிக்க நாடுகளை ஐரோப்பிய நாடுகள் கைப்பற்ற நினைத்திருந்தால், அது எளிதாக நடந்தேறியிருக்கும். அதிசயம் என்னவெனில், 1870

வரை ஐரோப்பிய நாடுகள் ஆப்பிரிக்காவின் உட்பகுதிகளைக் கைப்பற்ற அதிக அக்கறை காட்டவில்லை என்பதுதான்.

15ஆம் நூற்றாண்டிலேயே போர்த்துகீசிய, ஸ்பானிய வணிகர்கள் ஆப்பிரிக்காவிலிருந்து அடிமைகளை வாங்கி மேற்கிந்தியத் தீவுகளிலும் தென் அமெரிக்காவிலும் விற்கத் தொடங்கிவிட்டார்கள். பிரிட்டிஷ் வணிகர்கள் 16ஆம் நூற்றாண்டிலிருந்துதான் ஆப்பிரிக்காவில் அடிமை வணிகத்தில் இறங்கினார்கள். மேற்கிந்தியத்தீவுகளின் கரும்புத் தோட்டங்களுக்கு ஆப்பிரிக்க அடிமைகளை விற்கும் நோக்கத்தோடு 18ஆம் நூற்றாண்டில் மட்டும் 60 இலட்சம் ஆப்பிரிக்கர்கள் தென் அமெரிக்கப் பகுதிகளுக்கு அடிமைகளாகக் கொண்டு செல்லப்பட்டார்கள். அந்தக் காலகட்டத்தில் பிரிட்டிஷ் வணிகர்களின் 'முக்கோண அடிமை வணிகம்' அவர்களுக்கு மிகுந்த இலாபமளித்தது. இங்கிலாந்திலிருந்து துப்பாக்கிகள், மது வகைகளை வாங்கி ஆப்பிரிக்காவில் அவற்றை அடிமைகளுக்குப் பரிவர்த்தனை செய்துகொண்டார்கள். அடிமைகளை மேற்கு இந்தியத் தீவுகளுக்கும் வடதென் அமெரிக்காவுக்கும் பாய்மரக் கப்பல்களில் கொண்டு செல்வது 'நடுப் பாதை' (middle passage) என்று அறியப்பட்டது. அந்தக் கப்பல்களில் பட்டிகளில் அடைக்கப்பட்ட ஆடுகளை விட அடிமைகள் அதிகத் துன்பங்களை அனுபவித்தார்கள். மேற்கு இந்தியத் தீவுகளிலும் அடிமைகளை விற்று, அந்தத் தொகையில் அமெரிக்காவில் மதுவும் சர்க்கரையும் வாங்கி இங்கிலாந்திற்குக் கொண்டு வந்தார்கள். இந்த முக்கோண வணிகத்திலீட்டிய பெரும்பொருள் இங்கிலாந்தின் தொழிற்புரட்சிக்கு வித்திட்ட முதலீட்டின் பகுதியாக மாறியது.

உடல் வலுவுடைய, வனப்பான இளைஞர்கள், யுவதிகளுக்குத் தான் நல்ல விலை கிடைக்குமென்பதால், கிட்டத்தட்ட மூன்று நூற்றாண்டுகள் ஆப்பிரிக்காவின் திறமை மிக்க தலைமுறையினர் அடிமைகளாகக் கைப்பற்றப்பட்டு அங்கிருந்து அமெரிக்கக் கண்டங்களுக்கு ஏற்றுமதி செய்யப்பட்டனர். அதனால் பின்னாட்களில் ஆப்பிரிக்கச் சுதந்திரப் போராட்டத்திற்குத் தலைமை ஏற்பதற்குக்கூட சரியான நபர்கள் கிடைக்கக் காத்திருக்க வேண்டி வந்தது. கிட்டத்தட்ட மூன்று நூற்றாண்டுகள் நடந்த வரையறையற்ற மனித ஏற்றுமதியே பிற்காலத்தில் ஆப்பிரிக்காவின் பொருளாதாரத் தேக்கத்துக்கும் ஒரு முக்கியக் காரணியாய் இருக்கிறது.

அடிமை வணிகத்தின் 'நடுப்பாதை'யில் நடந்த அட்டூழியங்கள், கொடூரங்கள் ஐரோப்பாவில் 'ஐயம் நீக்கித் தெளிவு' தேடிய மனிதாபிமானிகளின் கடுமையான கண்டனத்துக்குள்ளானதில் வியப்பதற்கொன்றுமில்லை. கொடுமை தாங்காமல்

அடிமைகளும் அவ்வப்போது கிளர்ந்தெழுந்தனர். அடிமைகள் வணிகத்துக்கெதிராக அனைத்து மக்களையும் திரட்டிப் பிரசாரம் மேற்கொள்ளப்பட்டது. வரலாற்றில் ஜனநாயக வழியில் ஒரு கொள்கையை இலக்காகக்கொண்டு அச்சு ஊடகங்கள் துணையுடன் நடத்தப்பட்ட முதல் மாபெரும் பொதுமக்கள் பிரசாரம் இதுதான். அதே சமயம் வணிகர்களிடையே போட்டி காரணமாக ஆப்பிரிக்காவில் அடிமைகளின் விலை உயர்ந்து, அமெரிக்காவில் குறைய ஆரம்பித்தது. அதனால் 19ஆம் நூற்றாண்டில் அடிமை வணிகம் முன்புபோல இலாபகரமானதாக இல்லை. பொதுமக்கள் பிரசாரத்தைக் கவனத்தில் கொண்டு 1807இல் பிரிட்டிஷ் நாடாளுமன்றம் அடிமைகள் வணிகத்தை இங்கிலாந்தில் இரத்து செய்து, தடை விதித்தது. ஆனால் அந்தத் தடை ஆப்பிரிக்காவிற்கும் அமெரிக்காவுக்குமிடையே நடந்துவந்த அடிமை வணிகத்தை நிறுத்தவில்லை! கள்ள வணிகம் செய்வதுதான் அதிகரித்தது. நெப்போலியனுக்கெதிரான போர் முடிவுக்குக்கொண்டு வந்த 1815 வர்ஸேல்ஸ் ஒப்பந்தத்தில் கையொப்பமிட்ட ஐரோப்பிய நாடுகள், பொதுமக்களின் பிரசார பலத்தால் தாக்கமுற்றுத் தங்கள் நாடுகளில் அடிமைகள் வணிகத்தைத் தடை செய்ய இணங்கின. பிரிட்டிஷ் நாடாளுமன்றம் 1833இல்தான் பிரிட்டிஷ் பேரரசின் அனைத்துப் பகுதிகளிலும் அடிமை வணிகத்தைத் தடை செய்து சட்டமியற்றியது. அதற்குப் பிறகு அடிமை வணிகம் வெகுவாகக் குறைந்துவிட்டதே தவிர, முழுதாக நின்றுவிடவில்லை. மற்ற ஐரோப்பிய வணிகர்கள் அந்த வணிகத்தைத் தொடர்ந்தார்கள். கப்பல் பயணங்களின்போது கணக்கிலடங்கா அடிமைகள் மாண்டு போயினர். 15ஆம் நூற்றாண்டிற்குப் பிறகு ஆப்பிரிக்காவிலிருந்து அமெரிக்கக் கண்டத்திற்கு ஒரு கோடியே 20 இலட்சத்திற்கு மேல் அடிமைகள் விற்கப்பட்டிருந்தனர்.

ஐரோப்பியர்களின் ஆப்பிரிக்கக் கொள்கைகள் (1800-1870)

பழைய ஏகாதிபத்தியக் கொள்கையடிப்படையில் ஐரோப்பியர்களின் முக்கிய இலக்கு தங்கள் பொருள்களுக்குப் போக்குவரத்துத் தடங்கள் ஏற்படுத்திக் கொள்வதும் அவற்றை விற்கவும் வாங்கவும் வணிகக்களங்கள் ஏற்படுத்திக்கொள்வதும்தான். துறைமுகங்களைப் பிடிப்பதில் அவர்கள் போட்டிபோட்டனர். 16ஆம் நூற்றாண்டிலேயே போர்த்துகீசியர் அங்கோலாவிலும் மொஸாம்பிக்கிலும் தங்களின் காலனிகளை அமைத்திருந்தனர். 1652இல் டச்சுக்காரர்கள், தென்னாப்பிரிக்காவில் குடியேறினர். 1814இல் பிரிட்டிஷார் அந்த டச்சுக் காலனியைக் கைப்பற்றினர். 1800களில் நெப்போலியன் எகிப்தைக் கைப்பற்ற முயன்று தோற்றார். கொஞ்ச காலம் பிரிட்டிஷார் வசம் இருந்த எகிப்தை துருக்கியர் கைப்பற்றிக்

கொண்டனர். 1830இல் பிரெஞ்சுக் காரர்கள் அல்ஜீரியாவில் காலனியமைத்தனர். இருப்பினும் 1870இல் கூட ஐரோப்பியர்கள் ஆப்பிரிக்காவின் 10 விழுக்காடு அளவுக்கான பரப்பில்தான் தங்கள் ஆதிக்கத்தைச் செலுத்தினர். அப்போதெல்லாம் காலனிகள் அவற்றின் தாய்நாடுகளுக்கான ஒதுக்கிவைக்கப்பட்ட சந்தைகளாகப் பார்க்கப் படவில்லை. வணிக நோக்கத்தோடு அபினி, அவுரி போன்ற காலனிகளில் உற்பத்தியான பொருள்களின் சாகுபடிப் பரப்பு கட்டாயமாக அதிகரிக்கப்பட்டது பழைய ஏகாதிபத்தியத்தில் நடந்தது. பழைய ஏகாதிபத்திய காலத்தில் தாய்நாடுகள் தடையிலா வணிகக் கொள்கையை ஆதரித்தன. தாய்நாடுகளின் இயந்திரத் தொழில் மூலம் உற்பத்தியான ஜவுளி, உருக்குப் பொருள்கள் போன்றவற்றைக் காலனிகளில் கைத்தொழில்கள் மூலம் உற்பத்தியான பொருள்களைவிடக் குறைந்த விலையில் விற்பதற்கு அந்தக் கொள்கை உதவியாக இருந்தது.

19ஆம் நூற்றாண்டின் ஆரம்பத்தில் ஆப்பிரிக்கக் கண்டத்தில் மத மாற்றத்தை இலக்காகக் கொண்ட பல கிருத்துவ மிஷனரிகள் ஆப்பிரிக்கா சென்றார்கள். அவர்களில் சட்டத்திற்குப் புறம்பாகத் தொடரும் அடிமை வணிகத்தை நிறுத்த வேண்டும் என்கிற உயர்நோக்கம் கொண்ட, ஆப்பிரிக்காக் கண்டத்தில் ஏராளமான இடையூறுகளை எதிர்கொண்டு இந்து மகாக்கடலிலிருந்து அட்லாண்டிக் மாக்கடல் வரை கிழக்கிலிருந்து மேற்காக அதுவரை அறிந்திராத பகுதிகளுக்கு ஆய்வுப் பயணம் மேற்கொண்ட டேவிட் லிவிங்ஸ்டன் போன்ற இலட்சியவாதிகளும் இருந்தனர். அதே சமயம், ஆப்பிரிக்க டிபெலே பகுதி அரசர் லோபங்குலா கொ கையொப்பமிட்டு அளித்த சில சுரங்கச் சலுகை ஆவணங்களை பிரிட்டிஷ் முதலாளி சிஸில் ரோட்ஸின் பிரிட்டிஷ்–தென் ஆப்பிரிக்கக் கம்பெனிக்குச் சாதகமாக, வேண்டுமென்றே தவறாக மொழிபெயர்ப்பு செய்த புனித வணக்கத்திற்குரிய ஹெல்ம் (Reverend Helm) போன்ற போலி மிஷனரிகளும் அடங்குவார்கள். எப்படியிருப்பினும் இந்த மிஷனரிகள் ஆப்பிரிக்காவின் உட்பகுதியைப் பற்றி ஏராளமான செய்திகளை வெளிக்கொண்டு வந்தனர்.

கிட்டத்தட்ட மூன்று நூற்றாண்டுகளாக வளர்ந்து கொண்டே வந்த அடிமை வணிகம் காரணமாக ஐரோப்பியர்களிடையே தாங்கள் ஆளப் பிறந்த இனமென்றும், ஆசிய, ஆப்பிரிக்கர்கள் ஆளப்பட வேண்டிய தாழ்ந்த இனங்களென்றும் ஓர் உயர்வு மனப்பான்மை வளர்ந்தது. 'ஐயம் நீக்கித் தெளிவு' தேடியவர்களில் பலரிடமும் கூட இந்த மனப்பான்மை காணப்பட்டது! தங்களின் கிருத்துவக் கலாசாரம் மற்றவற்றை விட உயர்ந்ததென்றும் ஆசிய, ஆப்பிரிக்க, அமெரிக்கப் பழங்குடியினர் நாகரிகம் குறைந்தவர்களென்றும், அவர்களைப் பாதுகாத்து, உயர்ந்த கலாசாரத்துக்குக் கொண்டு

செல்வது 'வெள்ளை மனிதனின் சுமை' என்றும் தங்கள் செயல்களுக்கு நியாயம் கற்பித்துக்கொண்டனர். புது ஏகாதிபத்திய வாதிகள் ஏகாதிபத்தியம் தங்கள் தாய்நாடுகளுக்கு நன்மையளிக்கிறது என்பதோடு கூடத் தாங்கள் கைப்பற்றிய நாடுகளின் 'பின்தங்கிய' மக்களை உயர்வடைய வைத்து அவர்களுக்கும் நன்மை தருகிறது என்கிற போலி நியாயத்தைத் திரும்பத்திரும்பக் கூறி அதைத் தங்கள் நாட்டின் சாதாரண மக்களிடையே உண்மையென்று உணர வைத்தது அக்காலப் பிரச்சார உத்திகளின் பெரும் சாதனை. அந்தக் கற்பனைவாதம்தான் அவர்களின் புது ஏகாதிபத்தியக் கொள்கைக்கு ஐரோப்பிய சாமானியரிடையே வலுவான ஆதரவைப் பெற்றுத்தந்தது.

17, 18ஆம் நூற்றாண்டுகளைப் போலல்லாமல், 19ஆம் நூற்றாண்டில் ஐரோப்பிய நாடுகளின் இயந்திர உற்பத்திப் பொருள்களுக்குச் சந்தை பிடிப்பதற்குக் அவர்களிடையே கடுமையான போட்டி ஏற்பட்டது. ஐரோப்பிய நாடுகளில் ஏதோ ஒன்றில் உற்பத்தியான இயந்திரத் தொழில் பொருள்களை அவர்கள் தங்கள் காலனிகளில் விற்பனை செய்ய முற்பட்டபோது, அந்தச் சந்தைகளில் மற்ற ஐரோப்பிய நாடுகளின் இயந்திரத் தொழில் உற்பத்திப் பொருள்கள் அவற்றோடு போட்டி போடுவது அதிகரித்து விட்டது. எனவே தாய்நாடுகள் தங்கள் காலனிகளில் அன்னிய ஐரோப்பிய நாடுகளின் பொருள்களின் இறக்குமதிக்குத் தடை விதிப்பதும் வரி விதிப்பதும் வழக்கமானது. அதனால்தான் புது ஏகாதிபத்திய காலத்தில், 19ஆம் நூற்றாண்டின் நடுப்பகுதி வரை நிலவி வந்த பழைய ஏகாதிபத்தியத் தடையிலா வணிகக் கொள்கை கைவிடப்பட்டது.

ஆப்பிரிக்காவில் புது ஏகாதிபத்தியக் கொள்கை வளர்ந்த காலம் (1870-1910)

19ஆம் நூற்றாண்டு ஐரோப்பாவில் நீராவிக் கப்பல்கள், நீராவி இரயில் இயந்திரங்கள், தந்தி போன்ற புதிய தொழில் நுட்பங்கள் வந்து விட்டன. இராணுவத்தில் புது வகை ஆயுதங்கள், குறிப்பாக இயந்திரத் துப்பாக்கி, ஐரோப்பியர்களிடம் மட்டுமே இருந்தது. வெப்பப் பகுதிகளின் வியாதிகளுக்கு (குறிப்பாக மலேரியாவிற்கு) புதிய மருந்துகள் கண்டுபிடிக்கப்பட்டுவிட்டன. 19ஆம் நூற்றாண்டின் நடுவிலேயே ஐரோப்பாவின் பட்டறை உற்பத்திப் பொருள்கள் உலகம் முழுதும் வணிகப்படுத்தப்பட்டன. ஆனால் அவற்றின் சந்தை பரப்பு அதிகரிக்காமல், அவற்றை உற்பத்தி செய்யும் நாடுகளின் எண்ணிக்கை அதிகரித்ததால், உற்பத்தியாளர்களுக்கிடையே சந்தை பிடிப்பதில் கடும் போட்டி

ஏற்பட்டது. ஐரோப்பாவின் ஒவ்வொரு நாடும் தன் நாட்டின் பொருள்களுக்குச் சந்தை பிடிப்பதில் தீவிர கவனம் செலுத்த வேண்டிய கட்டாயம் ஏற்பட்டது. அதே சமயம் தாங்கள் உற்பத்தி செய்யும் பொருள்களுக்குக் கச்சாப் பொருள் தேவையும் பெருகிவிட்டது. அடிமை வணிகத்தின் மூலமும், பட்டறை உற்பத்தி மூலமும் ஐரோப்பிய முதலாளிகளிடம் மிகுதியான முதல் திரண்டிருந்தது. அதை முதலீடு செய்யவும் அவர்கள் சந்தைகள் தேடினர். ஆப்பிரிக்க நிலப்பரப்பில் இரயில்வே அமைத்தல், சாலை அமைத்தல், ரப்பர், கோக்கோ, பருத்தி போன்ற தோட்டங்களை உருவாக்குதல், வைர, தங்க, செம்புச் சுரங்கங்கள் தோண்டுதல் போன்றவற்றில் ஏராளமாக முதலீடு செய்ய வாய்ப்பிருக்கிறது என்கிற செய்தி *1870*க்குப் பிறகு ஐரோப்பிய நாடுகளிடையே காட்டுத் தீ போல் பரவியது. தங்கள் பொருள்களுக்கு விலை வீழ்ச்சி போன்ற ஆபத்துகளிலிருந்து பாதுகாக்கப்பட்ட சந்தை ஆப்பிரிக்காவில் கிடைக்குமானால், அது தங்கள் பட்டறைகளின் வெளியீடுகளுக்கு ஒரு நிரந்தரமான, இலாபகரமான புகலிடத்தை ஏற்படுத்தும் என்கிற புரிதல் அனைத்து ஐரோப்பிய நாடுகளையும் ஆப்பிரிக்காவில் நாடு பிடிக்கும் போட்டியில் உந்தித் தள்ளியது. அதுமட்டுமில்லாமல் அப்பகுதிகள் போர்த்தந்திர முக்கியத்துவம் கொண்டவையாகவும் இருந்தன. ஆப்பிரிக்காவைக் கூறுபோடுவதில் சச்சரவு (*Scramble for Africa*) என்று வரலாறு சுட்டுகிற நிகழ்ச்சிகள் அதன் விளைவாக ஏற்பட்டவைதான்.

இப்படி ஆப்பிரிக்காவைக் கூறுபோடுவதற்கு பிரிட்டன், பிரான்ஸ், ஜெர்மன் ஆகிய பெரிய நாடுகளும், போர்த்துகல், நெதர்லாந்து போன்று நடுத்தர நாடுகளும், இத்தாலி, பெல்ஜியம் போன்ற சிறிய நாடுகளும்கூடப் போட்டி போட்டன. அவர்களுக்கிடையில் சமயத்திற்குத் தகுந்தாற்போல் கூட்டணிகள் ஏற்படுத்திக்கொள்வது இயல்பாயிற்று. தனக்கு ஒரு கண் போனாலும் பரவாயில்லை அடுத்தவருக்கு இரண்டு கண்களும் போய்விட வேண்டும் என்கிற மனப்பான்மையோடுதான் அனைத்து ஐரோப்பிய நாடுகளும் நடந்துகொண்டன. பிரிட்டனின் நோக்கம் தெற்கே கேப் டவுணிலிருந்து வடக்கே கெய்ரோ வரை, அதாவது ஆப்பிரிக்காவின் வடகிழக்கிலிருந்து தெற்கு முனை வரை, ஒரு இரயில்வே இணைப்பையும் ஒரு தந்தி இணைப்பையும் ஏற்படுத்திக் கொள்ள வேண்டும் என்பது. பிரான்ஸின் இலக்கு ஆப்பிரிக்காவின் மேற்குக் கரையிலுள்ள ஸெனகல் நாட்டின் டாக்காரிலிருந்து கிழக்குக் கரையிலுள்ள சூடான் துறைமுகம் வரை தங்கள் ஆதிக்கத்தில் கொண்டுவர வேண்டுமென்பது. தன்னிடம் அதுவரை எந்தக் காலனியும் இல்லை என்பதனால் கிடைத்தவரை இடம் பிடிக்க வேண்டுமென்பதற்காக ஜெர்மனி தன் கப்பற்படையை

வேகமாக விரிவாக்கியது. போர்த்துகல் ஏற்கெனவே காலனிகளை ஆப்பிரிக்காவில் வைத்திருக்கும் நாடு என்கிற காரணத்தால், மற்றவர்கள் அங்கே நுழைவதைச் சந்தேகத்தோடு பார்த்தது. சூயஸ் கால்வாயை வெட்டியது ஒரு பிரெஞ்சு நிறுவனம். ஆனால் பிரிட்டன் அதன் பங்குகளை எகிப்து அதிபரிடமிருந்து வாங்கி அதனைத் தன் பிடிக்குள் கொண்டுவந்து, தூரக் கிழக்குடனான ஐரோப்பிய வர்த்தகத்தைத் தன் கட்டுக்குள் கொண்டு வந்தது. அதற்காகத்தான் எகிப்தையும் 1882இல் தன் ஆதிக்கத்தின்கீழ் கொண்டுவந்தது. பிரான்ஸ் இதை எதிர்பாக்கவில்லை. 1870க்குப் பிறகு ஆப்பிரிக்க அரங்கில் ஒவ்வொரு ஐரோப்பிய நாடும் பிற நாடுகளைப் போட்டியாளர்களாக ஐயத்துடன்தான் பார்த்தன. போர் மூளக்கூடிய அபாயம் எப்போதுமே நிலவியது. ஆப்பிரிக்கக் கண்டத்தைத் துண்டுபோட்டுக்கொள்ள பிணந்தின்னும் கழுகுகளின் தீவிரத்துடனும் குள்ள நரிகளின் தந்திரத்துடனும் கழுதைப்புலிகளின் பிடிவாதத்துடனும் அவை போராடின. வீழ்ந்துவிட்ட ஒரு பெரிய இரையை மாமிசம் உண்ணும் மிருகங்களும் பறவைகளும் எப்படிக் குதறிக் கூறுபோடுமோ அப்படித்தான் ஆப்பிரிக்க நிலப்பரப்பு ஐரோப்பிய அரசுகளால் கூறுபோடப்பட்டது.

1880இன் ஆரம்பத்தில் காங்கோவின் வடக்குப் பகுதியில் மேற்குலகம் அதுவரை அறிந்திராத பகுதிகளை Pierre Savorgnan de Brazza பிரான்சுக்காக ஆய்வுப்பயணம் செய்தபோது, காங்கோவின் தெற்குப் பகுதியில் பெல்ஜியம் நாட்டின் மன்னர் லியோபோல்ட் II க்காக Henry Morton Stanley ஆய்வுப் பயணம் செய்தார். ஆப்பிரிக்காவின் மத்தியப் பகுதியை முதலில் ஆய்வு செய்த லிவிங்ஸ்டன் போல் அல்லாமல், இவர்கள் இருவருமே மட்டமான மனிதர்கள். அறம்பிறழ்ந்த முறைகளில் அப்பகுதிகளின் ஆதிக்குடி மன்னர்கள், தலைவர்களிடமிருந்து ஆட்சி உரிமைகளை ஏமாற்றிப் பறித்துத் தங்கள் ஐரோப்பிய எஜமானர்களுக்கு வழங்கும் ஒப்பந்தங்கள் இவர்கள் மூலம் போடப்பட்டன.

ஆப்பிரிக்காவின் வடக்கில் மத்திய தரைக் கடலையொட்டிய டுனீஸியாவை 1881இல் பிரான்ஸ் ஆக்கிரமித்தது. சூயஸ் கால்வாயையொட்டிய எகிப்தை பிரிட்டன் 1882இல் தன் பிடிக்குள் கொண்டுவந்தது. அதனால் எகிப்து ஆண்ட பகுதிகளான சூடான், எரித்ரியா, சாஃட், ஸோமாலியா பகுதிகளும் பிரிட்டனின் கட்டுப்பாட்டுக்குள் அடங்கின. 1880 வரை ஜெர்மனிக்குக் காலனிகள் எதுவும் இருக்கவில்லை. ஆனால் 1970 பிரஞ்சுபிரஸ்யப் போரில் வெற்றி பெற்றபின் அது ஐரோப்பாவில் ஒரு வல்லரசாக உருமாற்றம் பெற்றுக்கொண்டிருந்தது. தன் நாட்டின் பொருள்களுக்குச் சந்தைகளை ஏற்படுத்துவதில் அதற்கு மிகுந்த அக்கறை

ஏற்பட்டது. பிரான்ஸ், இங்கிலாந்து கூட்டு விரிவாக்கங்களைக் கட்டுப்படுத்த ஆஸ்திரியா, ஜெர்மனி, இத்தாலி நாடுகளிணைந்த மூவர் உடன்படிக்கை ஏற்பட்டது. ஆப்பிரிக்காவில் ஐரோப்பிய நாடுகள் புதிதாகக் காலனிகள் அமைப்பதைக் கட்டுப்படுத்தும் விதிகளை ஏற்படுத்திக்கொள்ள 1884–1885இல் ஜெர்மனியின் பிரதம மந்திரி பிஸ்மார்க் பெர்லின் மாநாடு கூட்டி, ஐரோப்பிய அரசுகளை அவற்றை ஏற்குமாறு பணித்தார். அதே சமயம் 1884இல் டோகோலேண்டு, தென்மேற்கு ஆப்பிரிக்கா, காமரூன் ஆகியவற்றை ஜெர்மனியின் பாதுகாப்பிலிருக்கும் பகுதிகளாக அவர் அறிவித்தார். அதே ஆண்டு பிரான்ஸ் கினியாவைக் கைப்பற்றியது. பிஸ்மார்க் ஜெர்மனியின் பிரதம மந்திரியாயிருக்கும் வரை பெர்லின் மாநாட்டு விதிகள் பேச்சளவிலாவது செயல்பாட்டில் இருந்தன. 1890இல் அவரை ஜெர்மன் மன்னர் பதவி நீக்கம் செய்தபின், வலிமை மிக்கவர்கள் ஆப்பிரிக்காவில் அதுவரை எந்த ஐரோப்பிய நாட்டுக்கும் காலனியாகாமல் எஞ்சிய பகுதிகளை ஆக்கிரமித்துக்கொள்ளலாம் என்கிற நிலை ஏற்பட்டது. 1889–90இல் இத்தாலி ஸோமாலிலேண்டைக் கைப்பற்றியது. 1895இல் பிரான்ஸின் மேற்கு ஆப்பிரிக்கா உருவாயிற்று. 1896இல் இத்தாலி எத்தியோப்பியாவைக் கைப்பற்ற முயற்சி செய்து, தோற்றது. 1899இல் இத்தாலி எரித்ரியாவைக் கைப்பற்றியது. முதல் உலகப் பெரும்போருக்கான விதைகள் ஆப்பிரிக்காவில் கூறுபோடுவதில் வந்த போட்டியிலிருந்து உருவாகின. பிரிட்டன், ஜெர்மனி, போர்த்துகல், ஸ்பெயின், பெல்ஜியம், இத்தாலி ஆகிய நாடுகள் இந்தப் போட்டியில் தீவிரப் பங்கெடுத்தன. அவை தாங்கள் ஆப்பிரிக்காவில் கைப்பற்றிய புதிய இடங்களில் ஆப்பிரிக்க மரபுகளுக்குத் தொடர்பேயில்லாத புதிய, எதேச்சாதிகாரமான நிர்வாக அமைப்புகளை வலிந்து அறிமுகப்படுத்தின. அவை ஆப்பிரிக்கர்களின் அரசியல் சமுதாய அமைப்புகளை வளரவொட்டாமல் தடுத்தன. அவை ஐரோப்பியர்களின் சுரண்டல்களுக்குத் துணைபோயினவேயன்றி, ஆப்பிரிக்கர்களின் வளர்ச்சிக்கு வழி வகுக்கவில்லை.

ஆப்பிரிக்காவைக் கூறு போட்டதால் ஏற்பட்ட விளைவுகள்

ஆப்பிரிக்கக் கண்டத்தில் பழங்குடி மக்களின் சுதந்திரத்தையும் உரிமைகளையும் பறித்து, அவர்களின் பாரம்பரியமான அரசுகளை ஒழித்து, தங்கள் எதேச்சதிகாரத்தை விரிவாக்க ஐரோப்பிய நாடுகள் அறம்பிறழ்ந்த வழிமுறைகளைக் கையாண்டன. ஆப்பிரிக்காவின் மற்ற பகுதிகளிலும் ஐரோப்பிய நாடுகள் வெவ்வேறு அளவுகளில் கொடுமைகள் செய்தும் ஏமாற்றியும் வஞ்சித்தும் வன்முறையுடன் சமயத்துக்கேற்ற வழிகளில் நாடு பிடித்தனர். அவர்களுக்குள் ஒருவருக்

கொருவர் சந்தேகத்துடனும் தந்திரத்துடனும் நடந்துகொண்டனர். காலனிகளைக் கைப்பற்றுவதில் அவர்களுக்கிடையேயிருந்த போட்டிதான் முதல் உலகப் போருக்கு அடித்தளமிட்டது.

மரபு வழிச் சமுதாயங்களை வணிகவழிச் சமுதாயங்களாக மாற்றிய காலகட்டம் வரலாற்றின் கறைபடிந்த பகுதிகளில் ஒன்றாகவே இருந்திருக்கிறது.

பல ஐரோப்பிய நாடுகளும் தங்களுக்கு காலனிகள் கைப்பற்றிக் கொள்ள வேண்டுமென்ற ஒரே குறிக்கோளுடன் செயல்பட்டதால், புதிதாக உருவாகிய ஆப்பிரிக்க நாடுகளின் எல்லைகள் எந்த அறிவார்ந்த காரணமுமின்றி, குடிகாரனின் கிறுக்கல்கள் போல் அமைந்திருக்கின்றன. ஒரு நாட்டுக்குள் வசிப்பவர்கள் ஒரே இனத்தை/குடியைச் சேர்ந்தவர்கள் அல்லது ஒரே மொழியைப் பேசுபவர்கள், ஒரே மதத்தைச் சேர்ந்தவர்கள் போன்று எந்த இணைப்புப் பாலமுமில்லாமல், தன் எல்லைக்குள் பல பழங்குடி மக்கள் சிறைப்பட்டிருக்கும் பகுதிகளாகவே பல ஆப்பிரிக்க நாடுகள் இப்போதும் இருக்கின்றன. அடுத்தடுத்த நாடுகளுக்குள் ஒரே இனத்தவர்கள் அல்லது ஒரே மதத்தவர்கள் பிரிந்து கிடப்பதால், அவர்கள் ஒன்று திரள்வதும் மற்ற சிறுபான்மை இனத்தவரை அடக்க முயல்வதும் அடிக்கடி நடக்கிறது. அதனால் அண்டை நாடுகளுக்கிடையில் அடிக்கடி இன, மதப் பூசல்கள் தோன்றுகின்றன. ஆப்பிரிக்க நாடுகளில் மிக அதிகமானவை கடற்கரைதுறைமுகத் தொடர்பில்லாத, நான்கு பக்கமும் நிலத்தால் சூழப்பட்டவையாக இருப்பது அவற்றின் பன்னாட்டு வணிகத்திற்கும் பொருளியல் முன்னேற்றத்திற்கும் பெரும் தடையாக அமைந்திருக்கிறது. ஒரு கண்டத்திலிருந்த பல நாடுகளின் பொருளாதார வளர்ச்சியையே மற்ற சில நாடுகளின் வணிக, ஏகாதிபத்திய நடவடிக்கைகளால் தடுத்து நிறுத்திச் சீர்குலைக்க முடியுமென்பதற்கு 19ஆம் நூற்றாண்டில் ஆப்பிரிக்கப் பொருளாதாரம் ஒரு நிரந்தரமான சாட்சியாக இருக்கிறது. காலனி ஏகாதிபத்தியத்தைப் பயன்படுத்தி ஆப்பிரிக்கரின் பாரம்பரியமான தானிய விளைநிலங்களில் ஆட்சியாளர்களுக்குத் தேவையான கச்சாப் பொருள்களான ரப்பர், பருத்தி போன்ற பணப் பயிர்களை விளைவிக்கக் கட்டாயப்படுத்தியதால், ஆப்பிரிக்காவில் போதுமான உணவுப் பொருள்கள் இல்லாமல் பஞ்சங்கள் அடிக்கடி வருவது வாடிக்கையானது. மனித உரிமைகள் அனைத்தையும் புறக்கணித்துவிட்டுத்தான் ஆப்பிரிக்கக் கண்டத்தில் ஐரோப்பியர் ஆண்டனர். ஆப்பிரிக்க மக்களின் இயல்பான, தன்னிச்சையான வளர்ச்சியை வலிந்து அழித்துத்தான் ஐரோப்பியர்களின் வணிக வளர்ச்சி ஏற்பட்டிருக்கிறது. இப்படிப்பட்ட பொருளியல், அரசியல், சமூகவியல் கலந்த கலவையிலிருந்து பொருளியல் செயல்பாடுகளை

விளக்கும் செவ்வியல் பார்வையை கைவிட்டுவிட்டு, பொருளியல் இயக்க விதிகளை மட்டும் தனியாகப் பார்க்கும் பார்வையாக நவசெவ்வியல் பொருளியல் வந்திருக்கிறது. இந்த நூலில் நவசெவ்வியல் பொருளியலின் வரலாற்றோடு, அக்கொள்கைகள் வளர்ந்த அதே காலத்தில் வந்த, இந்தப் பார்வையிலிருந்து வேறுபட்ட, அமைப்புப் பொருளியல் (Institutional Economics) கொள்கைகளையும், புது ஏகாதிபத்தியக் கொள்கைகளையும் அந்தத் தலைப்பிட்டு இணைத்துள்ளேன்.

~~

3

வில்லியம் ஸ்டான்லி ஜெவன்ஸ்

இங்கிலாந்தின் லிவர்பூல் நகரில் செப். *1, 1835*இல் தாமஸ் ஜெவன்ஸ், மேரி அன்னி ரோஸ்கோ தம்பதியினரின் பதினோரு குழந்தைகளில் ஒன்பதாகப் பிறந்தவர் வில்லியம் ஸ்டான்லி ஜெவன்ஸ் (*William Stanley Jevons, 1835-1882*). அவரது தந்தை இரும்பு வணிகராக இருந்துகொண்டே இரும்பினாலான படகு கட்டுவதிலும், சட்ட, பொருளாதாரத் துறைகளில் கட்டுரைகள் எழுதுவதிலும் அக்கறை காட்டினார். அவருடைய தாயார் வங்கிகள் நடத்தி வந்த ஒரு வரலாற்றாசிரியரின் மகள். அவர்களின் குடும்பம் 'யூனிடேரியன்' என்கிற கிருத்துவச் சீர்திருத்தப் (புரொட்டஸ்டன்ட்) பிரிவைச் சேர்ந்தது. இளம் வயதிலேயே தான் ஒரு மேதை என்கிற எண்ணம் ஜெவன்ஸுக்கு இருந்தது. குழந்தைப் பருவத்தில் அவர் செல்வச் செழிப்புடைய சூழலில் வளர்ந்தார். இந்தச் செழுமை நீண்ட நாட்கள் நீடிக்கவில்லை. அவரது தந்தையின் வணிகம் **1848**இல் வீழ்ச்சியடைந்தது.

யூனிடேரியன்களை அந்நாட்களில் ஆக்ஸ்போர்டு, கேம்பிரிட்ஜ் பல்கலைக்கழகப் பள்ளிகளில் சேர்ப்பதற்குத் தடையிருந்ததால் ஜெவன்ஸ் லண்டனிலிருக்கும் பல்கலைக் கழகப் பள்ளியில் (*University College School*) சேர்க்கப்பட்டார். இந்தப் பள்ளி ஜெரமி பென்தமின் ஆதரவாளர்களால் நடத்தப்பட்ட, முற்போக்கு எண்ணங்களுக்கு இடம் கொடுத்த பள்ளி. பட்டப்படிப்பை முடிப்பதற்கு முன்பே, வறுமை காரணமாக அவருக்கு வேலைக்குச் செல்ல வேண்டிய கட்டாயம் ஏற்பட்டது. **1854**இல் அவருக்கு ஆஸ்திரேலியாவின் ஸிட்னி நகரில் நாணயம் அச்சிடும் சாலையில், அங்கு கொண்டு வந்து கொடுக்கப்படும் தங்கத்தின் தரம், எடை,

அளவு ஆகியவற்றை மதிப்பிடும் வேலை கிடைத்தது. அப்போதுதான் ஆஸ்திரேலியாவில் தங்கச் சுரங்கங்கள் கண்டுபிடிக்கப்பட்டு, ஏராளமானவர்கள் தங்கத்தைத் தேடி அங்கு சென்றனர். அவர்கள் வெவ்வேறு சுரங்கங்களிலிருந்து கொண்டு வரும் தங்கத்தின் தரத்தை மதிப்பிட, வேதியியல் படித்திருந்த ஒருவரின் சேவை மிகவும் தேவைப்பட்டதால்தான் ஜெவன்ஸுக்கு அந்த வேலை கிடைத்தது. அவருக்குத் தன் படிப்பை முடிக்காமல் வேலைக்குச் செல்ல விருப்பமில்லையெனினும், அவருடைய குடும்பத்தின் பொருளாதாரச் சூழலால் அவர் செல்ல வேண்டி வந்தது.

ஜெவன்ஸின் பன்முக ஆற்றல்கள் நன்கு வெளிப்பட வாய்ப்புகள் ஆஸ்திரேலியாவில் கிடைத்தன. நியூ ஸவுத் வேல்ஸ் காலனியின் தாவரங்களின் விவரங்களைத் தொகுத்துச் சேர்த்தது; சிட்னி பள்ளத்தாக்கின் நில அமைப்பியலை ஆவணப்படுத்தியது; ஆஸ்திரேலிய, நியூஸீலண்டு மேகங்களின் தன்மை மற்றும் வானிலையை ஆராய்ந்து முதல் நூல் எழுதியது; பொருளாதாரத்தில் சிட்னி, கவுல்பர்ன் நகர்களின் சமூக ஸர்வே, ஆஸ்திரேலியாவில் இரயில்வே அமைப்பது பற்றிய யூகங்களை எழுதியது ஆகிய அனைத்துமே அவருடைய பரந்த அறிவை விளக்குகின்றன. அப்போதுதான் அறிமுகமாயிருந்த புகைப்படக் கலையை ஜெவன்ஸ் கற்றுத் தேர்ந்து ஆஸ்திரேலியாவில் எடுத்த நூற்றுக்கணக்கான புகைப்படங்கள், அந்த நாட்களில் சிட்னியின் வாழ்க்கை முறைகளையும் இயற்கைக் காட்சிகளையும் இப்போதும் அறிந்துகொள்ள உறுதுணையாக இருக்கின்றன. ஆஸ்திரேலிய இரயில்வேயைப் பற்றி எழுதுவதற்காகத்தான் அவர் டயானிஸிஸ் லார்ட்னரின் *(Dionysus Lardner)* இரயில்வே பொருளாதாரம் பற்றிய நூலைப் படித்தார். தேவை அளிப்பு பற்றி வடிவியல் முறையிலான அறிமுகம் *(geometric treatment)* அதில் இருந்தது. கணிதம் வழியாகப் பொருளாதாரத்தை ஆராயலாம் என்கிற கருத்து அந்த நூலின் வழியாகவே ஜெவன்ஸுக்கு வந்தது.

ஜெவன்ஸ் *1859*இல் இங்கிலாந்துக்குத் திரும்பி வந்து, கல்லூரியில் மீண்டும் சேர்ந்து *1860*இல் இளங்கலைப் பட்டம் பெற்றார். *1862*இல் தருக்கவியல், தத்துவம், அரசியல் பொருளாதாரத்தில் முதுகலைப் படிப்பில் முதல் வகுப்பில் தேறினார். அதே ஆண்டில் ஆக்ஸ்போர்டில் நடந்த பிரிட்டிஷ் அஸோஸியேஸன் கூட்டங்களில் படிப்பதற்காக இரு கட்டுரைகளை அனுப்பினார். அதில் பொருளாதாரத்தில் கணிதத்தை எவ்வாறு பயன்படுத்தலாம் என்பது பற்றியும், அகவியல் சார்ந்த பயன்பாட்டின் அடிப்படையில் எப்படி மதிப்பை நிர்ணயிக்கலாம் என்பது பற்றியும் விளக்கங்களை முதல் கட்டுரையில் கொடுத்திருந்தார். இரண்டாவது கட்டுரையில், பொருள்களின் விலை எவ்வாறு

பருவத்திற்குப் பருவம் மாறுபடுகிறது என்பதை விளக்கியிருந்தார். 1863இல் எழுதிய மற்றொரு கட்டுரையில், ஆஸ்திரேலியா, கனடா நாடுகளின் தங்க உற்பத்தி எவ்வாறு விலைகளைப் பாதிக்கிறது என்று விவரித்திருந்தார். இந்தக் கட்டுரைகள், அவை வெளிவந்தபோது பெரிய தாக்கம் எதையும் ஏற்படுத்தவில்லை.

ஜெவன்ஸ் மான்செஸ்டரில் ஓவன்ஸ் கல்லூரியில் தனிப்பயிற்சி ஆசிரியராகப் பணியாற்றினார். பின்னர் லிவர்பூலின் இராணி கல்லூரியில் பகுதி நேர விரிவுரையாளராகச் சேர்ந்தார். 1863இல் அவர் தூய தருக்கவியல் (*Pure Logic*) நூலை வெளியிட்டார். இது ஜார்ஜ் பூலின் (*George Boole*) தருக்கவியலை புதிய திசைகளுக்குத் திருப்பும் முயற்சியாக இருந்தது. தருக்கவியலில் இவர் ஜான் ஸ்டுவர்ட் மில்லின் கருத்துகளிலிருந்து வேறுபட்ட கருத்துகளைக் கொண்டிருந்தார். தருக்கவியல் வளர்ச்சியில் இவருக்கென்று ஒரு முக்கியமான இடம் உண்டு. ஜெவன்ஸின் பன்முக ஆற்றலின் மற்றொரு வெளிப்பாடாக 1870இல் இவர் உருவாக்கிய 'தருக்கவியல் பியானோ' (*logical piano*) திகழ்கிறது. இக்கருவி தற்போதைய கணினிகளின் ஓர் ஆரம்ப கட்ட முயற்சி என்று கருதலாம்.

1865இல் நிலக்கரி பிரச்சினை பற்றி இவர் எழுதிய நூல் மிகுந்த விவாதத்தை உருவாக்கியது. எண்ணெயும் மின்சாரமும் இயந்திரங்களின் மூல சக்திகளாகப் பயன்படுத்துவதற்கு முன் நிலக்கரி மட்டுமே மூல சக்தியாகப் பயன்பட்ட காலகட்டத்தில் எழுதப்பட்ட நூல் இது. 'ஜெவன்ஸ் புதிர்' (*Jevon's Paradox*) என்கிற சொற்றொடர் இந்த நூலின் விளக்கங்களிலிருந்து தோன்றியதுதான். ('ஜெவன்ஸ் புதிர்' பின்னர் விளக்கப்பட்டுள்ளது.) பொருளாதார வளர்ச்சிக்கு அடிப்படையாக அமையக்கூடிய ஆதாரப் பொருள்கள் அளவுக்கதிகமாகப் பயன்படுத்தினால் இயற்கை வளங்கள் காலியாகி விடும் நிலை விரைவில் வரலாம் என்று எச்சரிக்கை விடுத்த இந்த நூல் அவரை அக்காலகட்டத்தில் ஓரளவு பிரபலமாக்கியது. சுற்றுச்சூழல் பற்றிய பொருளியல் உணர்வு இன்றியமையாதது என்று அறிவுறுத்தும் முன்னோடி நூல் இது.

1866இல் அவர் மான்செஸ்டர் ஓவன் கல்லூரியில் தருக்கவியல், அறவியல் தத்துவம் மற்றும் அரசியல் பொருளாதாரத்திற்குப் பேராசிரியராக நியமிக்கப்பட்டார். 1867இல் அவர் ஹாரியட் ஆன் டெயிலரை (*Harriet Ann Taylor*) மணந்து கொண்டார். அவர் மாமனார் ஜான் எட்வர்ட் டெயிலர், 'மான்செஸ்டர் கார்டியன்' பத்திரிகையை ஆரம்பித்து நடத்தியவர். ஜெவன்ஸ் தம்பதியினருக்கு மூன்று குழந்தைகள். அவர்களில் ஒருவரான ஹெர்பர்ட் ஸ்டான்லி ஜெவன்ஸ் பின்னாளில் ஒரு சிறந்த பொருளியல் ஆசிரியராக அறியப்பட்டார். பிற்காலத்தில் ஜெவன்ஸ்

உடல் நலக் குறைவால் பாதிக்கப்பட்டிருந்தார். எனவே அவர் ஓவன் கல்லூரிப் பேராசிரியர் பதவியை விட்டுவிட்டு, அவர் படித்த லண்டன் பல்கலைக் கழக அரசியல் பொருளாதாரப் பேராசிரியர் பதவியை ஏற்றுக் கொண்டார். சுற்றுப்பயணங்களும் இசையும் அவருடைய பொழுதுபோக்குகள். அவருடைய உடல்நலக் குறைவு காரணமாக அவர் உற்சாகம் குன்றி சோர்வுடன் அடிக்கடி காணப்பட்டார். கல்லூரிப்பணிகளை முடிப்பதற்கு மிகவும் சிரமப்பட்டார். அதனால் 1880இல் லண்டனில் பேராசிரியர் பதவியையும் அவர் துறந்துவிட்டார். இரண்டாண்டுகளுக்குப் பிறகு ஹேஸ்டிங்ஸ் அருகே நீந்திக்கொண்டிருக்கும்போது நீரில் மூழ்கி இறந்துவிட்டார்.

பொருளியல் ஓர் அறிவியல்

1866இல் வெளிவந்த அவருடைய 'அரசியல் பொருளாதாரம் பற்றிய பொதுக் கணிதக் கருத்தியல் தத்துவம்' '*General Mathematical Theory of Political Economy*' என்பதன் தலைப்பே அவர் செவ்வியல் அரசியல் பொருளாதாரவாதிகளைப் போல வருக்கப் போராட்டங் களின் அடிப்படையில் தன் பொருளாதார எண்ணங்களை வெளியிடவில்லை என்பதைத் தெளிவாக்குகிறது. அவர் பொருளாதாரத்தை ஒரு கலையியலாக அல்லாமல் அறிவியலாகப் பார்க்கிறார். அவர் காலம் வரை அரசியல் பொருளாதாரமும் அரசியல், வரலாறு போன்ற ஒரு மானுடக் கலையியல் என்கிற எண்ணம் மேலோங்கியிருந்தது. வேதியல், தாவரவியல், கணிதம் ஆகியவற்றைப் படித்திருந்த ஜெவன்ஸ், பொருளாதாரத்தையும் ஓர் அறிவியலாகவே காண்கிறார். சமுதாய, மனித இயல்களிலும் அளவுகள், எண்ணிக்கைகள் சார்ந்த விதிகள் செயல்படுவதைக் காண இயலும் என்கிற கருத்து அவருடையது. பொருளாதாரத்தின் மையப் பிரச்சினைகளைக் கணிதச் சூத்திரங்களாகச் சுருக்க முடியும் என்கிறார். பொருளாதாரத்தில் பல செய்திகளை (விலை, முதலீட்டின் அளவு, வேலை வாய்ப்பு பெற்றவர்கள் போன்றவை) எண்ணிக்கை மூலம் அறிவிக்க இயலும் என்பதே அந்த இயலுக்குக் கிடைத்திருக்கிற நற்பேறு என்று கருதுகிறார். எண்ணிக்கைகள் மூலம் அனைத்து விதமான செய்திகளைப் பற்றியும் தகவல்கள் கொடுக்கலாம் என்று ஸர் வில்லியம் பெட்டி, கோன்டார்ஸெட் போன்றவர்களைப் போலவே ஜெவன்ஸும் நம்புகிறார். மகிழ்ச்சியும் துன்பங்களும்தான் பொருளாதார நடவடிக்கைகளின் தூண்டுகோல்களாக அமைகின்றன என்கிற ஜெரமி பென்தமின் வாதத்தை ஏற்றுக்கொள்கிறார். ஒவ்வொரு பொருளாதார நடவடிக்கையிலும் அவற்றைச் சீர்தூக்கிப் பார்த்து,

எந்த வழியில் சென்றால் நிகர மகிழ்ச்சி மீதமாக இருக்குமோ அந்த வழியில் செல்வதை அவர் ஆதரிக்கிறார்.

எந்தச் செய்தியைக் குறித்தும் அறிவியல் சார்ந்த விளக்கம் அளிக்கலாம் அல்லது நுண்ணுணர்வு சார்ந்த விளக்கம் அளிக்கலாம். இவ்விருவகையான விளக்கங்களுக்குமிடையே வேறுபாடுகள் காணப்படும். ஒருவன் காதலிக்கும்போது, அவன் மூளையின் பகுதிகளில் ஏற்படும் வேதியல், மின்காந்த மாறுதல்களைப் பற்றி அறிவியல் சார்ந்த நுணுக்கமான விளக்கங்கள் நிறைய வந்திருக்கின்றன. ஆனால், உள்ளுணர்வு சார்ந்த இலக்கிய விளக்கங்களைத்தான் சாதாரண மனிதர்கள் உடனடியாகப் புரிந்து கொள்கிறார்கள். அது போலவே சாதாரண மனிதர்களுக்கும் புரியும் வகையில் எழுதப்பட்ட 'நாடுகளின் செல்வம்' போன்ற நூலுக்கும், கணிதம் அறிந்தவர்கள் மட்டுமே புரிந்து கொள்ளும் வகையில் எழுதப்பட்ட 'கணிதக் கருத்தியலுக்கும்' இருந்த வேறுபாடு வெளிப்படையாகவே தெரிகிறது.

ஜெவன்ஸுக்கு 'அரசியல் பொருளாதாரம்' என்கிற தலைப்பையே பிடிக்கவில்லை. கணிதம், அறவியல், அழகியல் (mathematics, ethics, aesthetics) போல் பொருளாதாரமும் விஞ்ஞான ரீதியான அறிவின் ஒரு பிரிவுதான். எனவே, 'அரசியல் பொருளாதாரம்' (political economy) என்கிற இரண்டு சொற்களுக்குப் பதிலாக 'பொருளியல்' (economy) என்கிற ஒரு சொல்லையே பயன்படுத்தினால் போதும் என்று எழுதியிருக்கிறார். இருந்தாலும், 1871இல் இவர் எழுதிய நூலுக்கு 'அரசியல் பொருளாதாரக் கருத்தியல்' (Theory of Political Economy என்றே பெயரிட்டார். ஏனெனில், 'பொருளியல்' என்கிற சொல் ஏற்றுக்கொள்ளப்படுமா என்பது பற்றி அப்போது அவருக்கு நிச்சயமாகத் தெரியவில்லை. அதன் இரண்டாவது பதிப்பு 1879இல் வெளியான போதுதான் அவர் மேற்கூறியவாறு 'பொருளியல்' என்று பெயர் மாற்றம் செய்யச் சொல்லி சிபாரிசு செய்திருக்கிறார். அது மட்டுமன்று. தலைப்பில் 'அரசியல் பொருளாதாரம்' என்று இருந்தாலும், இரண்டாம் பதிப்பின் உள்ளே மூலபாடத்தில் 'பொருளியல்' என்றே பெயர் மாற்றம் செய்திருக்கிறார். ஆல்பிரட் மார்ஷல்தான் தன் புத்தகத்தின் தலைப்பிலேயே 'பொருளியல்' என்ற சொல்லை நடைமுறைக்குக் கொண்டு வந்தவர்.

ஜெவன்ஸ் 'செவ்வியல் அரசியல் பொருளாதார'க் கொள்கைகளைச் சார்ந்து தன் எண்ணங்களை உருவாக்கவில்லை. அவற்றிற்கு மாற்றாக, அறிவியல் காட்டுகிற ஒரு புதிய வழியில் பொருளாதாரத்தை ஆராய்வதே அவரது நோக்கமாக இருந்தது. மனித நடவடிக்கைகளின் பொதுத்தன்மைகளைக் கவனித்து,

கணிதத்தைப் பயன்படுத்தி அவற்றை விதிகளாக்கி, அந்த விதிகளின் செயல்பாடுகள் மூலம் பொருளியல் இயக்கத்தை விளக்க முடியும் என்கிற நம்பிக்கையோடு அவர் செயல்பட்டார்.

ஜெவன்ஸும் விளிம்புநிலைப் புரட்சியும்

*1870*களில் இங்கிலாந்தின் மான்செஸ்டரில் ஜெவன்ஸும், ஆஸ்திரியாவின் வியன்னாவில் கார்ல் மெங்கரும், ஸ்விட்ஸர்லேன்டின் லாஸேனில் லியான் வால்ரஸும், ஒருவர் செய்வதை மற்றவர் அறியாமலே, 'விளிம்புநிலைப் புரட்சி'க்கு (*marginal revolution*) வித்திட்டவர்கள். (பொருளாதார எண்ணங்களின் வளர்ச்சியை ஆய்கிறவர்கள், 'விளிம்புநிலைப் புரட்சி'யின் மூலகர்த்தா பிரெஞ்சுப் பொறியாளரான ஜூல்ஸ் டுயூபியூட்தான் (*Jules Dupuit 1804-1866*) என்று கூறுகிறார்கள். ஆனால் டுயூபியூட் பொறியாளராயிருந்ததாலேயே விளிம்புநிலைக் கருத்து அவர் காலத்தின் பொருளாதார ஆய்வாளர்களிடையே சென்றடையவில்லை.) பொருள்களின் மதிப்பை (விலையை) நிர்ணயிப்பது அதன் உள்ளே பொதிந்திருக்கும் உழைப்பு அல்லது அதன் உற்பத்திச் செலவு என்று விளக்கிய 'செவ்வியல் அரசியல் பொருளாதார'வாதிகளின் வாதத்தை 'விளிம்புநிலைப் புரட்சி'யாளர்கள் புறந்தள்ளினார்கள். தனிமனிதர்களுக்குப் பொருள்களின் நுகர்ச்சியின்போது விளிம்பு நிலையில் கிடைக்கும் பயன்பாடுதான் அந்த மதிப்பை (விலையை) நிர்ணயிக்கிறது என்கிற 'நவசெவ்வியல்' பொருளாதாரக் கோட்பாட்டை முன்வைத்தார்கள். இன்றியமையாப் பொருளான தண்ணீருக்கு விலையில்லாதபோது, வெறும் போகப்பொருளான வைரத்திற்கு ஏராளமான விலை ஏன் இருக்கிறது என்கிற ஆடம் ஸ்மித்தின் புதிருக்கு அவர்களின் 'நவசெவ்வியல்' கோட்பாடு பதிலளிக்கிறது என்றும் அந்தப் புதிருக்கு உழைப்பு மதிப்புக் கோட்பாடு பதிலளிப்பதில்லை என்றும் அவர்களைப் பின்பற்றியவர்கள் கூறுகிறார்கள்.

கூலிநிதிக் கொள்கை, உற்பத்திச் செலவு மதிப்புக் கோட்பாடு, உழைப்பு மதிப்புக் கோட்பாடு போன்ற ரிக்கார்டோவின் செவ்வியல் அரசியல் பொருளாதாரக் கொள்கைகளை ஜெவன்ஸ் ஏற்றுக்கொள்ளவில்லை. சுருக்கமாகச் சொன்னால், 'செவ்வியல் அரசியல் பொருளாதார'த்தை ஏற்றுக்கொள்ளாமல், அதை மாற்ற வேண்டும்; மாற்ற முடியும் என்கிற கொள்கையோடு செயல்பட்டவர் ஜெவன்ஸ். விலை நிர்ணயத்தில் அவர் மிகுந்த ஈடுபாடு காட்டுகிறார். எனவே அவர் பரிவர்த்தனைக் களத்தில் விலை எவ்வாறு நிர்ணயிக்கப்படுகிறது என ஆராய்கிறார். சந்தையில் பரிவர்த்தனை செய்ய வருகிற தனிநபர் நடவடிக்கைகளைக் கொண்டுதான், விலை நிர்ணயம் எவ்வாறு நிகழ்கிறது என்று அவர்

காட்டுகிறார். பொருள்களை நுகர்வதனால் மக்கள் பயன்பாட்டை அடைகிறார்கள் என்கிற பென்தம், ஜெ.பி. ஸே, நாஸா (சீனியர்), பெஸ்டியாட் ஆகியோர் கருத்தை ஜெவன்ஸும் ஏற்றுக்கொள்கிறார். அவர்களைப் போலவே ஜெவன்ஸும் தனிநபர்களின் நுகர்ச்சிதான் பொருளியல் இயக்கத்திற்கு அடிப்படை என்கிற கொள்கையையும் ஏற்றுக் கொள்கிறார். பல தனிநபர்களும் தத்தம் பயன்பாட்டை உச்சப்படுத்த மேற்கொள்ளும் நடவடிக்கைகள் காரணமாக, சமூக அளவில் ஒரு இணக்கமான முன்னேற்றம் ஏற்படுகிறது என்கிற 'செவ்வியல் அரசியல் பொருளாதாரத்தின்' மைய நீரோட்டக் கருத்தை ஜெவன்ஸ் ஏற்கிறார். ஆனால், அந்த மைய நீரோட்டத்தின் பகுதியான ரிக்கார்டோ, சோஸலிஸ்டுகள் போன்றவர்களின் உழைப்பு மதிப்புக் கோட்பாட்டை நிராகரித்து விலக்கிவிடுகிறார். பரிவர்த்தனைக் களத்தில், பரிவர்த்தனை செய்ய வருபவர்கள் அனைவரும் சமமானவர்களாகவே இருக்கிறார்கள். பரிவர்த்தனை செய்யக் கொடுக்கப்படும் பொருள்களனைத்துக்கும் பயன்பாடு இருக்கிறது. பயன்பாடு இருப்பதனால் மட்டுமே அவை பரிவர்த்தனை செய்யப்படுகின்றன. ஒவ்வொரு பரிவர்த்தனையாளரும், தான் பரிவர்த்தனை செய்யும் பொருளின் உச்ச அளவுப் பயன்பாட்டை அறிவார்ந்து கணிக்கிறார். இப்படியான பரிவர்த்தனை மூலம் அம்மனிதர் நிகர அனுகூலத்தைப் பெற முயல்வார் என ஜெவன்ஸ் அனுமானிக்கிறார். இந்த அறிவார்ந்த உச்சம் தேடும் கொள்கை *(rational maximizer principle)* 'நவ செவ்வியல்' பொருளாதாரத்தின் அடித்தளங்களில் ஒன்றாகத் திகழ்கிறது.

ஜெவன்ஸுக்கு ரிக்கார்டோ, மில் ஆகியோரின் செவ்வியல் பொருளாதாரக் கருத்துகளில் உடன்பாடில்லை. அவரால் கூலி நிதிக் கோட்பாடு, உற்பத்திச் செலவு மதிப்புக் கோட்பாடு, உழைப்பு மதிப்புக் கோட்பாடு, பிழைப்பூதிய மட்டத்தில் நிலைக்கும் கூலி போன்ற கருத்துக்களை ஏற்க இயலவில்லை. உற்பத்தியும் பகிர்வும் தனித்தனியானவை என்கிற எண்ணத்தையும் அவர் நிராகரித்தார். அதனாலேயே, வர்க்கங்களிடையே நிகழும் போராட்டத்தால் பகிர்வு நிர்ணயிக்கப்படுகிறது என்பதையும் மறுத்தார். புறப்பொருள் சார்ந்த உழைப்பு அல்லது உற்பத்திச் செலவுகள் ஆகியவற்றால் மதிப்பு நிர்ணயமாகிறது என்கிற செவ்வியல் பொருளாதாரக் கொள்கைக்குப் பதிலாக, அக உணர்வு சார்ந்த நுகர்வோரின் விருப்பத் தேர்வுகளால் மதிப்பு நிர்ணயமாகிறது என்கிற புதிய கொள்கையைப் பிரகடனப்படுத்தினார். எந்தப் பொருளின் மதிப்பையும், அதன் எடை போன்ற தனித்தன்மையுடைய, புறப்பொதுமையான குணமாக அவர் ஏற்றுக்கொள்ளவில்லை. எனவே, ஒரு பொருளின் மதிப்பு (மார்க்ஸ் விளக்கியபடி) அதில் பொதிந்திருக்கிற உழைப்பினால் தீர்மானமாகவில்லை என்பது

ஜெவன்ஸ் கருத்தாகும். மாறாக, எந்தப் பொருளின் மதிப்பும், மற்ற பொருள்களோடு அது எந்த அளவுக்குப் பரிவர்த்தனையாகிறது என்கிற பரிவர்த்தனை விகிதத்தால்தான் (exchange ratio) தீர்மானமாகிறது என்பது அவர் வாதம். அந்தப் பரிவர்த்தனை விகிதம் தனிமனிதர்களின் மனங்களில், அக அளவில்தான் நிர்ணயமாகிறது. ஒருவர் தனக்குப் பிடித்த கவிதைக்கு ஆயிரம் ரூபாய் கொடுக்கத் தயாராயிருக்கலாம். மற்றொருவர் அதே கவிதையைச் செப்புக் காசுக்கும் தகுதியில்லாததாகப் புறந்தள்ளலாம். சுருங்கச் சொன்னால், செவ்வியல் பொருளாதார வல்லுநர்கள், பொருள்களின் மதிப்பை உற்பத்தி (அளிப்பு) வழியிலிருந்து அணுகினார்கள். நேர்மாறாக, ஜெவன்ஸும், மெங்கரும், வால்ரஸும் பொருள்களின் மதிப்பை நுகர்ச்சி (தேவை) வழியிலிருந்து அணுகினார்கள் என்று கருதலாம்.

பொருளியலை ஜெவன்ஸ் ஒரு கணிதம் சார்ந்த உய்த்துணர்ந்து துப்புத் துலக்கும் (deductive) வழிமுறையாகவே பார்த்தார். பயன்பாடு, சுயநலம் போன்ற அடிப்படையான இயற்கை நோக்கங்களால்தான் சந்தை விலைகள் நிர்ணயிக்கப் படுகின்றன என்று அவர் நம்பினார். அவருக்குச் சந்தை ஒரு கருத்தாக்கமாகவே (abstraction) தெரிகிறது. அங்கு மனிதர்கள் அறிவார்ந்த நடவடிக்கைகளை மேற்கொள்வார்கள் என்றும் நம்புகிறார். ஆனால் எல்லா மனிதர்களுக்கும் ஒரே வகையான முடிவெடுக்கும் திறனில்லை. பிறந்த இனம், குண நலன்கள், பால் போன்றவை அவர்களின் நடத்தைகளை வெவ்வேறு விதத்தில் பாதிக்கின்றன. சில இனங்கள் உயர்ந்தவை; வேறு சில இனங்கள் தாழ்ந்தவை என்கிற வேறுபாடுகளை இவரும் கொண்டிருந்தார். அதாவது அறிவு சார்ந்த கணிப்புகளை, அமைப்பு சார்ந்த வரம்புகள் கட்டுப்படுத்துகின்றன என்பதை அவர் ஏற்கிறார். பொருளாதாரக் கருத்தியல் தத்துவங்களுக்காக அவர் மாதிரிப் பிரதிநிதிகளைப் (sample representative) பயன்படுத்துகிறார் என்றே கொள்ளலாம். ஆனால் நடைமுறையில் வெவ்வேறு மனிதர்கள் வெவ்வேறு விதமாக நடப்பார்கள் என்றாலும் மொத்தத்தில் அவர்களின் நேர்முறை வழிகளும் எதிர்முறை வழிகளும் ஒன்றை ஒன்று இரத்து செய்து (cancel) விடக் கூடுமென்பதால் அவருடைய பிரதிநிதித்துவம் சார்ந்த நடவடிக்கைகளின் சாத்தியக்கூறு அதிகம் என்று நம்புகிறார்.

மனித இயல்புகளைப் பற்றி ஜெவன்ஸின் பார்வை 'செவ்வியல் அரசியல் பொருளாதார'த்தாரின் பார்வையிலிருந்து வேறுபடுகிறது. அவர் தனிமனித உணர்வுகள்தான் பொருளாதார இயக்கத்திற்கு மூலம் என்கிற தனிமனித நடவடிக்கைகளில் மையம்கொண்ட ஆய்வுமுறையைக் (methodological individualism) கைக்கொள்கிறார்.

தனிமனிதர்கள் தங்கள் நுகர்வின் மூலம் மகிழ்ச்சியைப் பெருக்குவர் எனவும், தங்களின் வேலைகளின் மூலம் நேரும் துன்பத்தைக் குறைக்கவும் முயல்வார்கள் என்கிறார். பொருள்களை நுகர்வதால் மகிழ்ச்சி (நேர்முறைப் பயன்பாடு) கிடைக்கிறது. ஆனால், அந்தப் பொருள்களை உற்பத்தி செய்வதற்கு உழைக்க வேண்டியிருக்கிறது. அந்த உழைப்பு துன்பத்தைத் (எதிர்மறைப் பயன்பாடு) தருகிறது. ஒரு பொருளின் பரிவர்த்தனை மதிப்பு, நுகர்ச்சியினால் அப்பொருள் அளிக்கக்கூடிய விளிம்புநிலை மகிழ்ச்சியின் (நேர்முறைப் பயன்பாடு) அளவு மூலம் நிர்ணயிக்கப்படும். அதே சமயம் அப்பொருள், அதை உற்பத்தி செய்ய உழைப்பாளர் தாங்கிய விளிம்புநிலைத் துன்பத்திற்குச் (எதிர்மறைப் பயன்பாடு) சமமாகவும் இருக்கும். ஒரு தனிமனிதரைப் பொறுத்தமட்டில் பொருளின் நுகர்வில் வருகிற மகிழ்ச்சியும், அந்தப் பொருளை உற்பத்தி செய்ய மேற்கொள்ளப்படும் உழைப்பால் நேர்கிற துன்பமும் ஒரே நாணயத்தின் இரு பக்கங்களாகப் பார்க்கப்படுகின்றன. ஒரு பொருளை உற்பத்தி செய்ய முதலீடு போன்ற வேறு எந்த உற்பத்திக் காரணியும் பயன்படாமல், உழைப்பு மட்டுமே பயன்படுகிறது என்கிற எடுகோளை வைத்துக்கொண்டால் இரு பொருள்களின் பரிவர்த்தனை விகிதம் அந்த இரு பொருள்களிலும் ஈடுபடுத்திய தனிநபருடைய விளிம்பு நிலை உழைப்பின் அளவுகளுக்குச் சமமாக இருக்கும் என்ற ஆடம் ஸ்மித் கருத்தை அவரும் ஏற்றுக் கொள்கிறார். இது உழைப்பு மதிப்புக் கோட்பாட்டை அவர் ஏற்றுக்கொண்டிருப்பது போன்ற தோற்றத்தை முதலில் தருகிறது. ஆனால் அவர் அத்துடன் நிற்பதில்லை. வெவ்வேறு நபர்களுக்குப் பொருள்கள் நல்கும் விளிம்பு நிலைப் பயன்பாடும், அவற்றை உருவாக்கச் செலவாகும் உழைப்பால் வருகிற விளிம்பு நிலைத் துன்பமும் வெவ்வேறானவையாக இருக்கும் என்கிறார். எனவே தனிநபருக்குப் பொருள்களின் பரிவர்த்தனை விகிதம் அவருக்கு அந்தப் பொருள்களைத் தயாரிக்க ஈடுபடுத்திய அவருடைய விளிம்புநிலை உழைப்புகளின் விகிதத்துக்குச் சமமாக இருக்கலாம். ஆனால் ஒரே சந்தையில் பலவேறு மனிதர்கள் பங்கெடுப்பார்கள். அப்போது அங்கே பொருள்களின் பரிவர்த்தனை விகிதங்கள் அதில் ஈடுபடுத்திய உழைப்பின் விளிம்பு நிலைத் துன்பங்களுக்குச் சமமாக இருக்கும் என்கிற வாதம் ஏற்புடையதல்ல. ஏனெனில் உற்பத்தியில் ஈடுபடும் வெவ்வேறு மனிதர்களின் விளிம்புநிலைத் துன்பங்களும் வெவ்வேறு அளவானவை; வெவ்வேறு தரமானவை. எனவே பல்வேறு நபர்கள் ஈடுபடும் உற்பத்தியில் உழைப்புதான் மதிப்பைத் தீர்மானிக்கிறது என்று கூறுவது அபத்தமான முடிவு என்று அவர் கருதுகிறார். தனிமனிதரைப் பொறுத்த மட்டில் மனிதர்களின் சாதாரணத் தேவைகளைப் பரிவர்த்தனை மூலம் மிகக் குறைவான அளவு உழைப்பைச் செலவிட்டு அளிப்பதுதான்

பயன்பாட்டுக் கணிதத்தின் நோக்கம் என்று அவர் கூறியிருக்கிறார். [ஜெவன்ஸ், *'The calculus of utility aims at supplying the ordinary wants of man at the least cost of labour'.*]

'செவ்வியல் அரசியல் பொருளாதாரத்தார்' நாடுகளின் செல்வம் எவ்வாறு வளர்கிறது, உற்பத்தியைத் தூண்டும் காரணிகள் என்ன, வர்க்கங்களிடையே அது எவ்வாறு பகிரப்படுகிறது என்பதில் அதிகக் கவனம் செலுத்தினர். ஜெவன்ஸ், இருக்கிற காரணிகளைக் கொண்டு நாட்டு மக்கள் எவ்வளவு உச்சமான பயன்பாட்டை (மகிழ்ச்சியை) அடைய முடியும் என்கிற பிரச்சினையில்தான் தம் கவனத்தைச் செலுத்துகிறார்.

செவ்வியல் அரசியல் பொருளாதாரத்தார், குறிப்பாக ஆடம் ஸ்மித், அற உணர்வுகளால் கட்டுப்படுத்தப்பட்ட மனிதக்கூட்டத்தில், தனிநபர்கள் சுயநலம் பேணி இயங்கும்போது சமுதாயமே நன்மை பெறுகிறது என்று நிறுவுகின்றனர். ஜெவன்ஸின் கணித வழிமுறையில் மனிதர்களின் அறிவார்ந்த சுயநல நடவடிக்கைகளால் பெறக்கூடிய உச்ச ஆதாயம் வெளிப்படுகிறது. அவருடைய எழுத்துகளில் மனிதர்கள் இயந்திர கதியில் உச்சப்பயன்பாட்டை மட்டுமே தேடுபவர்களாகச் சித்தரிக்கப்படுகின்றனர். அவரைப் பொறுத்த மட்டில், ஒரு பொருளின் மதிப்பு (அல்லது விலை) அதன் பயன்பாட்டினால் மட்டுமே நிர்ணயிக்கப்படுகிறது. அதுதான் இறுதியான உண்மையும்கூட. மதிப்பு என்று ஜெவன்ஸ் குறிப்பிடுவது பரிவர்த்தனை மதிப்பைத்தான். ஒரு பொருளுக்கு ஈடாகப் பரிவர்த்தனையில் தரப்படும் மற்றொரு பொருளின் அளவினாலேயே மதிப்பு அளக்கப்படுகிறது என்றும் அந்தப் பொருள்களில் பொதிந்திருக்கும் உழைப்பையும் பரிவர்த்தனையையும் சம்பந்தப்படுத்துவது குழப்பத்தையே ஏற்படுத்தும் என்றும் அவர் கருதுகிறார்.

ஜெவன்ஸ் 1871இல் வெளியிட்ட 'அரசியல் பொருளாதாரக் கருத்தியல்' நூலில்தான் தன் விளிம்புநிலைப் பயன்பாட்டைப் பற்றிய விளக்கத்தை முழுமையாக வெளியிட்டார். அந்தக் கருத்தை இவ்வாறு நாம் புரிந்துகொள்ள இயலும்: நடுக்கடலில் கப்பல் கவிழ்ந்து, அதிலிருந்து தப்பித்துச் சிறு படகில் போகும் ஒரு மனிதர் மிகவும் தாகமான நிலையில் குடிநீருக்கு மிக அதிகமான விலையைத் தரத் தயாராயிருப்பார். ஆனால் ஒரு தூய அருவியின் அருகில் உள்ள ஒருவர் குடிநீருக்கு விலை கொடுக்க மறுப்பார். குடிநீரின் விலை அதன் பயன்பாட்டையும் அதன் அளிப்பின் அளவையும் மட்டுமே சார்ந்திருக்கும். அந்தக் குடிநீரில் பொதிந்திருக்கும் உழைப்பைச் சார்ந்திராது.

ஒரு பொருளின் நுகர்ச்சியின் அளவைத் தனிநபர்கள் அதிகரிக்க, அதிகரிக்க, அவர்கள் கடைசியாக அனுபவித்த அந்தப் பொருளின் பயன்பாடு, அதற்கு முன்பாக அவர் அனுபவித்த அதே பொருளின் பயன்பாட்டை விடக் குறைந்துகொண்டே வரும் என்பதுதான் விளிம்பு நிலைப் பயன்பாட்டின் (marginal utility) அடிப்படைத் தத்துவம்.

ஒரு சிறுவனிடம் ஒரு கூடை மாம்பழம் கொடுத்து, நீ விரும்பும் வரை அந்தக் கூடையில் இருக்கும் பழங்களை எவ்வளவு வேண்டுமானாலும் இப்போதே, இங்கேயே உட்கொள்ளலாம் என்று அனுமதித்தாலும், அவன் சில பழங்களை மட்டுமே உட்கொள்வான். ஏனென்றால், முதல் மாம்பழம் கொடுத்த சுவையளவுக்குப் பின்னால் உட்கொள்ளும் மாம்பழங்களின் சுவை இருக்காது. சாப்பிடும் மாம்பழங்களின் எண்ணிக்கை கூடக்கூடப் புதிதாக சாப்பிடும் மாம்பழங்களிலிருந்து கிடைக்கும் சுவை குறைந்து கொண்டே வரும். ஆறேழு மாம்பழங்களுக்குப் பிறகு, அவன் பசி முழுதும் அகன்ற நிலையில், அவனுக்கு மாம்பழங்கள் திகட்டி விடும். முதல் மாம்பழம் 10 அலகு பயன்பாடு கொடுத்தால், அடுத்த மாம்பழம் 9 அலகு பயன்பாடும், அதற்கடுத்த மாம்பழம் 7 அலகு பயன்பாடும், அதற்கடுத்த மாம்பழம் 4 அலகு பயன்பாடும் தருவதாகக் கொள்வோம். நான்குக்கு மேலும் ஒரு மாம்பழம் சாப்பிட்டவுடன், இனி இப்போது தனக்கு மாம்பழமே வேண்டாம் என்று சிறுவன் கூறுகிறான் என்றால், அவனுக்கு ஐந்தாவது மாம்பழத்தின் பயன்பாடு 0 ஆகிவிட்டது என்று விளங்குகிறது. அதாவது, அந்தத் தருணத்தில் அந்தச் சிறுவனுக்கு ஐந்தாவது மாம்பழத்திற்குப் பிறகு இன்னொரு மாம்பழம் சாப்பிட விருப்பமில்லை. கூட்டப்படும் ஒவ்வொரு மாம்பழத்தின் விளிம்புநிலைப் பயன்பாடும், அதன் முந்தைய மாம்பழத்தின் விளிம்புநிலைப் பயன்பாட்டை விடக் குறைவாகவே இருக்கும் என்பதை நாம் அக அளவில் உணர்கிறோம்.

ஒவ்வொரு தனி நபருக்கும் விளிம்பு நிலைப் பயன்பாடுகள் வெவ்வேறாக இருக்கும். மாம்பழம் மீதான அவரவர் விருப்பத்தின் தீவிரத்தைப் பொறுத்து, அவரவர் மதிப்பளிப்பார்கள் என்பது ஜெவன்ஸின் கருத்துக் கரு. மாம்பழங்களின் மதிப்பு, மாம்பழங்களின் உள்ளே இல்லை. அதனை உட்கொள்ளும் தனி நபர்களின் மனங்களில்தான் இருக்கிறது. அது மட்டுமன்று, மாம்பழங்களின் எண்ணிக்கை அதிகரிக்க அதிகரிக்க அந்த மதிப்பு குறைந்து கொண்டே வரும் என்பதும் அவருடைய துணிபு.

பொருள்களின் மதிப்பு தனிமனிதரின் அகம் சார்ந்த (subjective) நடவடிக்கை என்பதையும் அகம் சார்ந்த நடவடிக்கைகளை

அளக்க எந்த அளவுகோலையும் மனித மனங்களுக்குள் வைத்து அளவிட முடியாது என்பதையும் ஜெவன்ஸ் ஒப்புக்கொள்கிறார். எனினும், அறிவியலில் புவி ஈர்ப்பு விசையை நேரடியாக அளக்க முடியவில்லையெனினும் ஒரு கடிகாரத்தின் நாவு அசைவதின் பரப்பு, வேகம் இவற்றைக் கொண்டு அளவிடுவது போல் பொருளாதாரத்திலும் விலை ஏற்ற இறக்கங்களைக் கொண்டு பயன்பாட்டின் அக நடவடிக்கைகளையும் அளவிடலாம் என்று நம்புகிறார். அப்படி அளவிடக்கூடிய அளவுகோல்களைக் கொண்டிருப்பதைப் பொருளாதாரத்தின் சிறப்பியல்பாக அவர் கருதுகிறார். அதனால்தான் அவர் பொருளாதாரத்தை ஓர் அறிவியலாகப் பார்க்கிறார். ஒரு பொருளின் பயன்பாடு, அந்தப் பொருளின் தொடர்ந்து கிடைக்கக்கூடிய அளவினைச் சார்ந்த ஒரு கணிதச் சார்புத் தொடர் (*continuous mathematical function*) என்று அவர் அனுமானித்தார். நுகர்வோருக்கு ஒரு பொருளின் கையிருப்பு அதிகமாக ஆக, கூடியிருக்கும் அந்தப் பொருளின் விளிம்பு மதிப்பு குறைந்து கொண்டே வரும் என்று ஜெவன்ஸ் கூறுகிறார். குறைந்து வரும் அந்த மதிப்புகளைத் 'தர வரிசை'யாகவே கணக்கிட முடியும் (*ordinal estimate*) என்பதையும் ஏற்றுக்கொள்கிறார். 1874இல் அவர் எழுதிய 'அறிவியல் கோட்பாடுகள்' (*The Principle of Science*) நூலில் இயற்கை உலகத்திலும் சமூக உலகத்திலும் மனித உணர்வுகள் சாராமல் இயந்திர கதியில் இயங்கும் விதிகள் இருக்கின்றன என்கிற அனுமானம் தெளிவாக வெளிப்படுகிறது.

ஜெவன்ஸின் காலத்திற்கு முந்தைய செவ்வியல் பொருளாதாரச் சிந்தனையாளர்கள், பொருள்களின் மொத்தப் பயன்பாட்டிற்கும் விளிம்புநிலைப் பயன்பாட்டிற்கும் இடையேயான வேறுபாட்டைக் கவனிக்காமல் விட்டுவிட்டதனால்தான் மதிப்புக் கோட்பாட்டில் உழைப்பு மதிப்புக் கோட்பாடு போன்ற தவறான விளக்கங்கள் வந்துள்ளன என்று ஜெவன்ஸ் கூறுகிறார். (ஜெவன்ஸ் விளிம்பு நிலைப் பயன்பாடு என்ற தொடரைப் பயன்படுத்தவில்லை. அந்தக் கருத்தை இறுதி அளவைப் பயன்பாடு (*final degree of utility*) என்றே குறிப்பிடுகிறார்.) அதாவது, 'ஒரு நுகர்வோர் ஒரு பொருளை (எ–டு: சிறுவனுக்கு மாம்பழம்) நுகர்வதனால் கிடைக்கும் மொத்தப் பயன்பாட்டிற்கும், கடைசியாக அந்தப் பொருளின் ஒரே ஒரு அலகை மாத்திரம் கூட்டி நுகர்வதனால் கிடைக்கும் விளிம்பு நிலைப் பயன்பாட்டிற்கும் இருக்கும் உட்பொருளார்ந்த வேறுபாடு கவனிக்கப்படாமல் விடுபட்டு விட்டது' என்கிறார். சிறுவனைப் பற்றிய நமது எடுத்துக்காட்டில், அவன் ஐந்து மாம்பழங்களைச் சாப்பிட்டதால் கிடைத்த மொத்தப் பயன்பாடு 10+9+7+4+0=30 அலகுகள். மாம்பழங்கள் இலவசமாகக் கொடுக்கப்பட்டாலும்கூட, ஐந்து மாம்பழங்களை நுகர்ந்து அந்தச் சிறுவன் பெறக்கூடிய

உச்சப் பயன்பாடு 30 அலகுகள் மட்டுமே. ஆறாவது மாம்பழம் சாப்பிட்டால், அவனுக்கு வயிற்று நோவு வந்து மொத்தப் பயன்பாடும் குறைய ஆரம்பித்து விடும். அதாவது, விளிம்புநிலைப் பயன்பாடு எதிர்மறை இலக்கமாகிவிடும். சுருக்கமாகச் சொன்னால், பொருள்கள் இலவசமாகக் கிடைத்தால்கூட, விளிம்பு நிலைப் பயன்பாடு 0 ஆகிற வரைதான் ஒருவர் அந்தப் பொருளை நுகர்வார். இலவசமாகப் பொருள்கள் கிடைத்தாலும் கூட, நுகர்ச்சி அளவைக் கூட்டக் கூட்ட விளிம்பு நிலைப்பயன்பாடு 0 என்பதை எட்டும்போது நுகர்வோர் பெறுகிற மொத்தப் பயன்பாடு உச்சத்தை எட்டியிருக்கும். அதற்குப் பிறகும் அந்தப் பொருளை அவர் நுகர்ந்தால் அத்தருணத்திலிருந்து மொத்தப் பயன்பாடு குறைய ஆரம்பிக்கும். அறிவார்ந்த உச்சம் தேடும் கொள்கையுடைய ஒரு நுகர்வோர், அந்த உச்சத்தைத் தொட்ட பிறகு அங்கேயே நிலைகொள்வார். அதற்கு மேல் நுகர மாட்டார்.

ஜெவன்ஸ் பார்வையில் விளிம்பு நிலைப் பயன்பாடு, ஒரு வகைநுண்கணிதச் (*differential calculus*) சமன்பாடாகத் தெரிகிறது. எனவே, பொருள்களைச் சிறுசிறு அளவுகளில் தொடர்ச்சியாக நுகரும்போதுதான் அந்த நுண்கணித விதிகள் பொருந்தும் என்பதை அவர் அறிந்திருந்ததால், அவற்றைத் தன் ஆய்வுகளில் அனுமானமாக ஏற்றுக்கொண்டிருந்தார் என்றே தோன்றுகிறது. நுகரும் ஒவ்வொரு அலகு அதிகரிக்கும்போதும் விளிம்பு நிலைப் பயன்பாடு குறைந்துகொண்டே வருவதை அவர் ஒரு வரைபடமாக வரைந்திருந்தார். ஒரு நுகர்வோர், ஒரு பொருளை நுகர்வதால் கிடைக்கும் மொத்தப் பயன்பாட்டை, ஒரு கணிதச்சார்பு எண்ணாக (*function*) எழுதினால் $TU=f(Q)$ என்று எழுதுவோம். (TU = total utility =மொத்தப் பயன்பாடு; *quantity* = எண்ணிக்கை). எண்ணிக்கை மாறினால் மொத்தப் பயன்பாடும் மாறும் என்பதை இந்தக் கணிதச் சார்பு தெளிவாக்குகிறது. வகை நுண் கணிதத்தில் இந்தக் கணிதச் சார்பின் முதல் வகை இதில் (*first derivative*) - அதாவது, நுகரும் எண்ணிக்கையில் ஒரு மிகச் சிறிய மாற்றம், மொத்தப் பயன்பாட்டில் எந்த அளவுக்கு விளைவை ஏற்படுத்தும் என்பதைக் காட்டும் சாதனமாக இருக்கிறது. மொத்தப் பயன்பாட்டை உச்சப்படுத்த வேண்டுமென்கிற நோக்கத்தோடு செயல்படும் அறிவார்ந்த நுகர்வோர் நடவடிக்கைகளை வகைநுண்கணிதத்தைக் கையாள்வதன் மூலம் படம் பிடிக்க இயலும் என்று ஜெவன்ஸ் நம்புகிறார்.

ஒரு பரிவர்த்தனைச் சமுதாயத்தில், இயற்கையின் இரு 'விதி'களையும், குறைந்து செல் பயன்பாட்டுக் கோட்பாட்டையும் இணைத்து ஜெவன்ஸ் ஒரு புதிய மதிப்புக் கோட்பாட்டை உருவாக்கினார். அதில் முதல் விதி: ஒவ்வொரு பரிவர்த்தனையிலும்

பரிவர்த்தனையில் பங்குபெறும் இரு சாராருக்கும் நலன் அல்லது ஆதாயம் கிடைக்க வேண்டும். இரண்டாவது விதி: பரிவர்த்தனை செய்யப்படும் பொருள்களின் ஒவ்வொரு கூறும் (சிறு பிரிவும்) ஒரே விலையில்தான் பரிவர்த்தனை செய்யப்பட வேண்டும். இந்த இரு விதிகளும், குறைந்து வரும் பயன்பாட்டுக் கொள்கையும் இணையும்போது சந்தையின் பேர நடவடிக்கைகளால் சந்தையில் ஒரு சமன்பாடு தோன்றும் என்று ஜெவன்ஸ் கூறுகிறார். அவர் காலத்தவராகிய எஃப். ஒய். எட்ஜ்வொர்த் இதை ஏற்றுக்கொள்ளவில்லை. அவர் பரிவர்த்தனைகளை வடிவியல் (geometry) முறையில் ஒப்பந்த வளைகோடுகளாக (contract curves) மாற்றி, இரு நபர்களின் ஒப்பந்த வளைகோடுகள் பல புள்ளிகளில் ஒன்றையொன்று தொட்டுச் செல்லும் நிலையைப் படம்பிடித்துக் காட்டியவர். எனவே சந்தை நடவடிக்கைகளால் ஒரு நிச்சயமற்ற தன்மையே தோன்றும் என்று அவர் கூறினார். பரிவர்த்தனையாகும் அனைத்துப் பொருள்களும் சிறு சிறு துண்டுகளாக அல்லது பிரிவுகளாகப் பிரித்துப் பரிவர்த்தனை செய்யக் கூடியவை என்கிற அனுமானத்தை ஜெவன்ஸ் வைத்திருந்தார். அப்படிப் பொருள்களைத் துண்டுகளாகப் பிரிக்க முடியுமானால்தான், அவற்றின் மீது வகை நுண்கணித ஆய்வுகளை மேற்கொள்ள இயலும். ஆனால் எட்ஜ்வொர்த், எளிதில் பகிர முடியாத (வீடு, கப்பல் போன்ற) பொருள்களில் பரிவர்த்தனை நிகழும்போது முற்றுரிமை போன்ற போட்டியற்ற அல்லது போட்டி குறைந்த நிலைகளில் விலை நிர்ணயம் நிச்சயமற்றதாகி விடும் என்பதைக் குறிப்பிட்டார். போட்டி அதிகமானால் சந்தை நடவடிக்கைகளில் நிச்சயத்தன்மை அதிகரிக்கலாம் என்றும் அவர் அனுமானித்தார்.

ஜெவன்ஸின் கருத்தை ஓர் எடுத்துக்காட்டால் விளக்கலாம். அங்காடியில் 100 கிராம் எடையுள்ள ஒரு ஆப்பிளின் விலையும், 100 கிராம் எடையுள்ள ஆரஞ்சின் விலையும் 4 ரூபாய் என்று வைத்துக் கொள்வோம். ஒவ்வொரு ரூபாய்க்கும் ஒரு அலகு பயன்பாடு சமம் என்றும் கொள்வோம். (அதாவது, குறைந்து செல் விளைவு விதி பணத்தைப் பொறுத்தவரை செயல்படவில்லை என்று கொள்வோம். அதிகப் பணம் இருக்கும்போது ஒரு ரூபாயின் மதிப்பு குறைவாகவும், குறைந்த பணம் இருக்கும்போது ஒரு ரூபாயின் மதிப்பு அதிகமாகவும் இருக்கும் என்கிற அனுமானம் தற்காலிகமாகக் கைவிடப்படுகிறது.) 'அ' என்கிற சிறுவரிடம் அவர் தந்தை ரூ. 24 ஐக் கொடுத்து, அந்தத் தொகைக்கு அவருக்குப் பிடித்த ஆரஞ்சுகளையோ ஆப்பிள்களையோ வாங்கிக்கொள்ளச் சொல்கிறார் என்றும் கொள்வோம். 'அ' ஒரு ஆப்பிள் பிரியர். அவருக்கு முதல் ஆப்பிள் 10 அலகு பயன்பாடும், அடுத்த ஆப்பிள் 9 அலகு பயன்பாடும், அதற்கடுத்த ஆப்பிள் 7 அலகு பயன்பாடும்,

அதற்கடுத்த ஆப்பிள் 4 அலகு பயன்பாடும், அதற்கடுத்த ஆப்பிள் 0 அலகு பயன்பாடும் தருவதாகக் கொள்வோம். அவருக்கு முதல் ஆரஞ்சு 8 அலகு பயன்பாடும், அடுத்த ஆரஞ்சு 4 அலகு பயன்பாடும், அதற்கடுத்த ஆரஞ்சு 2 அலகு பயன்பாடும், அதற்கடுத்த ஆரஞ்சு 0 அலகு பயன்பாடும் தருவதாகக் கொள்வோம். அவர் முதலில் ஓர் ஆப்பிளைத்தான் வாங்குவார். ஏனெனில் அவருக்கு அந்த முதல் ஆப்பிள், அவர் விலையாக இழக்கப்போகிற ரூ. 4க்கு 10 அலகு பயன்பாடு தருகிறது. இரண்டாவதாகவும் அவர் ஆப்பிள்தான் வாங்குவார். ஏனெனில் இரண்டாவது ஆப்பிள் அவர் விலையாக மேலும் இழக்கப்போகிற ரூ. 4க்கு 9 அலகு பயன்பாடு தருகிறது. மூன்றாவதாக, ஏற்கெனவே இரண்டு ஆப்பிளை வாங்கிவிட்ட அவர் ஓர் ஆரஞ்சுதான் வாங்குவார். ஏனெனில் ரூ. 4க்கு மூன்றாவது ஆப்பிள் தரக்கூடிய 7 அலகு பயன்பாட்டை விட, அதே ரூ. 4க்கு முதல் ஆரஞ்சு 8 அலகு பயன்பாட்டைத் தரும். எனவே அவர் மூன்றாவதாக ஓர் ஆரஞ்சை வாங்குகிறார். நான்காவதாக அவர் மறுபடி ஆப்பிளைத்தான் வாங்குவார். ஏனெனில் அவருக்கு ரூ. 4க்கு மூன்றாவது ஆப்பிள் 7 அலகு பயன்பாட்டைத் தரும். ஆனால் அதே ரூ. 4க்கு இரண்டாவது ஆரஞ்சு 4 அலகு பயன்பாடுதான் தரும். எனவே அவர் நான்காவதாக ஆப்பிளை வாங்குகிறார். அவரிடம் இப்போது மீதமாக ரூ. 8 மட்டுமே இருக்கும். அதற்கு அவர் என்ன வாங்குவார்? அவர் ஏற்கெனவே 3 ஆப்பிளும் ஓர் ஆரஞ்சும் வாங்கியிருக்கிறார். நம் உதாரணத்தின்படி, அவருடைய விளிம்பு நிலைப் பயன்பாடு குறைந்துவந்திருந்தால், அவர் தனது அடுத்த ரூ. 4 ஐயும் மற்றொரு ஆப்பிள் அல்லது ஆரஞ்சு வாங்கத்தான் செலவழித்திருப்பார். ஏனெனில் ரூ. 4க்கு அவருக்கு நான்காவது ஆப்பிள் 4 அலகு பயன்பாடு தந்திருக்கும். ஆனால் அதே ரூ. 4க்கு இரண்டாவது ஆரஞ்சும் 4 அலகு பயன்பாடு தந்திருக்கும். எனவே அவர் தன்னிடமிருக்கும் ரூ.24க்கு, நான்கு ஆப்பிளையும், இரண்டு ஆரஞ்சையும் வாங்கினால்தான் அந்தத் தொகைக்கு உச்சமான பயன்பாட்டை வாங்கியிருக்க முடியும். ஒரே விலையிருக்கும் இரு பொருள்களில் எது அதிகப் பயன்பாடு தருகிறதோ அதைத்தான் அவர் வாங்குவார். ஒரே விலையிருக்கும் இரண்டு பொருள்களுமே ஒரே விளிம்பு நிலைப் பயன்பாடு அடைகிறவரைக்கும் அவர் பொருள்களிடையே பதிலீடுகள் செய்து வாங்குவார். அப்படி வாங்குவதாலேயே வாங்கிய பொருளின் விளிம்பு நிலைப் பயன்பாடு குறைகிறது. அதனால்தான் அவர் தான் செலவழிக்கும் தொகையின் வாயிலாக உச்சமான பயன்பாட்டை அடைய முயல்வார். அவர் வெவ்வேறு பொருள்களுக்காகச் செலவழிக்கும் ஒவ்வொரு ரூபாயிலிருந்தும் பெறக்கூடிய விளிம்பு நிலைப் பயன்பாடு சமமாக இருக்கும்

விதத்தில் செலவிடுவார். அவர் கடைசியாக வாங்கிய ஆரஞ்சும் ஆப்பிளும் சமமான 4 அலகு விளிம்பு நிலைப் பயன்பாட்டைத்தான் கொண்டிருந்தன என்பதைக் கவனத்தில்கொள்ள வேண்டும். சுருக்கமாகச் சொன்னால்,

$mu_{orange}/price_{orange} = mu_{apple}/price_{apple} = mu_x/price_x$ ... என்பதுதான் சமன்பாட்டு நிலையாகும். ($mu = marginal\ utility$ = விளிம்புநிலைப் பயன்பாடு).

ஒருவர் எப்போது ஒரு பொருளை வாங்குவார் என்பது குறித்துச் செவ்வியல் அரசியல் பொருளாதாரம் என்ன கூறுகிறது? ஒரு பரிவர்த்தனை புறத் தூண்டுதலற்றுத் தன்னிச்சையாக நடைபெறுவதாகக் கொள்வோம். அச்சூழலில் ஒவ்வொரு நுகர்வோரும் தாங்கள் வாங்கும் பொருள்களிலிருந்து தங்களுக்குக் கிடைக்கும் பயன்பாட்டின் அளவு, அந்தப் பொருள்களை வாங்குவதற்காக இழக்கும் பணத்தின் பயன்பாட்டின் அளவை விட அதிகமாக இருந்தால் அதை வாங்குவார்கள். மாறாக, தாங்கள் வாங்கும் பொருள்களிலிருந்து தங்களுக்குக் கிடைக்கும் பயன்பாட்டின் அளவு, அந்தப் பொருள்களை வாங்குவதற்காக இழக்கத் தயாராயிருக்கும் பணத்தின் பயன்பாட்டின் அளவை விடக் குறைவாக இருந்தால் அதை வாங்கமாட்டார்கள். ஜெவன்ஸ் இந்தப் பரிவர்த்தனையைக் கணிக்க இயலுமென்றார். அதற்காக 'வகைநுண் கணிதத்தை'ப் பயன்படுத்தி, விளிம்பு நிலைப் பயன்பாட்டைக் கண்டறிந்தார். அனைத்து விற்பனை வாங்குதல்களிலும் $mu_x/price_x = mu_y/price_y = mu_z/price_z$ என்கிற சமன்பாட்டு நிலை ஏற்படுகிறது என்றும் நிறுவினார்.

உற்பத்தியிலும் இதே போன்ற கொள்கையை ஜெவன்ஸ் உருவாக்க முயன்றார். வேலை செய்வது என்பது துன்பமான, எதிர்மறைப் பயன்பாடுடைய (disutility) செயல். வேலை நேரம் அதிகரிக்க அதிகரிக்கக் கூடிக்கொண்டேயிருக்கும் வேலைப் பளு, அதற்கு முந்தைய வேலையை விட அதிகத் துன்பம் தரக்கூடியதாக இருக்கும் என்று அவர் அனுமானிக்கிறார். அதாவது, முதல் ஒரு மணி நேர உழைப்பை விட, அடுத்த ஒரு மணி நேர உழைப்பு ஒரு தொழிலாளருக்கு அதிகமான துன்பத்தைத் தரும். எனவே, எவ்வளவு நேரம் வேலை செய்வது என்பது அந்த விளிம்பு மணி நேர உழைப்பில் அவர் அடையும் துன்பம், அந்த விளிம்பு மணி நேர உழைப்பிற்குக் கிடைக்கும் கூலியிலிருந்து அவருக்குக் கிடைக்கும் பயன்பாடு ஆகியவற்றை ஒப்பிட்டு, அதில் எது அதிகமோ அதைப் பொறுத்து அந்த விளிம்பு மணி நேர வேலையைச் செய்வார் அல்லது தவிர்ப்பார் என்று அனுமானிக்கிறார். ஜெவன்ஸ் இந்தக் கருத்தை மேலும் தீவிரமான ஆய்வுக்கு உட்படுத்தவில்லை.

ஜெவன்ஸின் இந்தக் கருத்து உண்மைச் செலவுக் கோட்பாடு (real costs) என்று அறியப்படுகிறது. அதாவது, செலவு என்பது துன்பம், தியாகம் போன்ற புலன்களால் அறியத்தக்க மெய்யான, கண்கூடான நடவடிக்கைகளின் பலன். ஆனால் ஜெவன்ஸ் காலத்தினரான ஆஸ்திரியப் பள்ளியினர் வேறு கருத்தை முன்வைத்தனர். உற்பத்திக் காரணிகளின் மதிப்பை அவற்றின் பிரதிவாய்ப்பு ஊதியங்கள்தான் (opportunity costs) தீர்மானிக்கும் என்பதே அது. அவை அக உணர்வுகளால் தீர்மானமாகின்றன. விலை நிர்ணயத்தில் அளிப்புப் பக்கத்தைத் தீர்மானம் செய்வது உண்மைக் கூலிகளா, பிரதிவாய்ப்பு ஊதியங்களா என்கிற வினாவை 'நவ செவ்வியல்' பொருளியலில் ஆஸ்திரியப் பள்ளியினர் எழுப்பினர். இங்கிலாந்தின் பொருளாதார வல்லுநர்களில் ஆல்பிரட் மார்ஷல் உட்படப் பலர், உழைப்பு துன்பம் தரும் (எதிர்மறைப் பயன்பாட்டு) நடவடிக்கை என்கிற ஜெவன்ஸின் உண்மைச் செலவுக் கோட்பாட்டையே (real cost) ஏற்றுக்கொண்டனர் என்பதை கவனத்தில் கொள்ள வேண்டும்.

கூலியும் இலாபமும் எதிரெதிர் திசையில் இயங்கும் என்கிற ரிக்கார்டோவின் வாதத்தை ஜெவன்ஸ் ஏற்கவில்லை. உழைப்பாளர்களின் கூலிகள், அவர்களின் உற்பத்தித் திறனுக் கேற்றவாறு அமையும் என்று அவர் கருதுகிறார். முதலாளிகளைத் தங்களின் வர்க்க எதிரிகளாகத் தொழிற்சங்கங்கள் கருதுவதைக் குறை கூறுகிறார். ஒரு பொருள் சந்தைக்கு வருவதற்கு முன்பே அதன் உற்பத்திக்காக ஆகும் செலவுகளை முன்பணமாக முதலாளிகள்தான் கொடுக்கிறார்கள். எடுத்துக்காட்டாக, ஒரு சேலை சந்தையில் விற்பனைக்கு வருவதற்கு முன், பருத்தி உற்பத்தி செய்ய வேண்டும். அதை நூலாகத் திரிக்க வேண்டும். பிறகு அதைச் சேலையாக நெய்ய வேண்டும். அதற்குச் சாயமேற்ற வேண்டும். அது விற்பனை செய்யப்படும் கடைக்கு இடமாற்றம் செய்ய வேண்டும். பருத்தி உற்பத்தி தொடங்கியதிலிருந்து, சேலை விற்பனையாகி நுகர்பவரின் கைக்கு வரும் வரை, இடையில் ஒரு பெரிய கால இடைவெளி இருக்கிறது. அந்த இடைவெளிக் காலத்தில் சேலை என்ன விலைக்கு விற்கும் என்று எவருக்கும் தெளிவாகத் தெரியாது. சேலையை விற்று இலாபம் ஈட்டலாம் என்கிற நோக்கத்தோடுதான் முதலாளிகள் அந்த உற்பத்தியில் ஈடுபடுகிறார்கள். இடைவெளிக் காலத்தில் அவர்கள் தங்கள் முதலை முன்பணமாகக் கொடுத்தே தொழிலாளர்களை வேலைக்கமர்த்திப் பருத்தி உற்பத்தி செய்கிறார்கள்; நூல் உற்பத்தி செய்கிறார்கள்; துணி உற்பத்தி செய்கிறார்கள். அவர்களுக்குத் தாங்கள் சேலை உற்பத்திக்காகச் செலவிட்டிருக்கிற முன்பணம் திரும்பி வருமா என்று நிச்சயமாகத் தெரியாது. முன்பணத்தோடு, இலாபமும்

திரும்பக் கிடைக்கும் என்கிற நம்பிக்கையில்தான் அவர்கள் உற்பத்தியிலும் வணிகத்திலும் ஈடுபடுகிறார்கள். தாங்கள் உற்பத்தி செய்யும் சேலைகளைப் போட்டி மிகுந்த சந்தையில் விற்பனை செய்வதற்காக அவர்கள் தாங்கள் உற்பத்தி செய்யும் பொருள்களின் தரத்தை உயர்த்த எப்போதுமே முயல்கிறார்கள். அதனால் சிறப்புத் தேர்ச்சி பெற்ற, கைதேர்ந்த, செயல்திறன் மிக்க தொழிலாளர்களைத் தேடுகிறார்கள். போட்டி காரணமாக அப்படிப்பட்ட தொழிலாளர்களுக்குக் கூலி உயர்வது இயற்கையாகவே நிகழ்கிறது. செல்வமிக்க முதலாளிகளின் முன்பணம்தான், பண்டங்கள் சந்தைகளில் விற்பனையாவதற்கு முன்பே தொழிலாளர்களின் கூலி கிடைப்பதற்கு வழி செய்கிறது. தொழிலாளர்களுக்கும் முதலாளிகளுக்கும் வர்க்கப் போராட்டம் என்பது தவறான கண்ணோட்டம். முதலாளிகள், தொழிலாளர்களைக் காப்பாற்றும் அறங்காவலர்களைப் போன்றவர்கள் என்பது ஜெவன்ஸின் கருத்து. சந்தையின் இயக்கம் சமுதாயத்தின் அனைத்து வர்க்கங்களின் இணக்கமான முன்னேற்றத்தை ஏற்படுத்தும் என்று அவர் நம்பிக்கை தெரிவிக்கிறார். முதலீடு செய்வதில் காலத்தின் பங்கை வலியுறுத்தியதில் இவர் ஆஸ்திரியப் பள்ளியினருக்கு ஒரு முன்னோடி.

விளிம்பு நிலையில் மதிப்பு நிர்ணயத்தைப் பற்றி ஜெவன்ஸ் எழுதிய காலகட்டத்திலேயே கார்ல் மெங்கரும் லியோன் வால்ரஸும் அதே கருத்தை வெளியிட்டார்கள் என்பதை முன்னரே சுட்டினோம். 1874இல் ஜெவன்ஸும் வால்ரஸும் சந்தித்துக்கொண்டனர். அப்போது வால்ரஸ் தன் கட்டுரை வருவதற்கு முன்னரே ஜெவன்ஸின் கட்டுரை வெளிவந்து விட்டது என்பதை ஒப்புக்கொண்டார். அதே சமயம் ஜெவன்ஸும் வால்ரஸின் கண்டுபிடிப்பு சுயேச்சையானது, தன்னுடையதிலிருந்தும் தனிப்பட்டது என்பதை ஏற்றுக்கொண்டார். அதற்குப் பிறகு அவர்கள் கூட்டாக ஆய்வு மேற்கொள்ளலாம் என்று முடிவு செய்தபோதிலும், அது நடக்கவில்லை. கார்ல் மெங்கரும் அதே கண்டுபிடிப்பை அதே சமயத்தில் செய்தார் என்பது ஜெவன்ஸுக்குத் தெரிந்ததாக எவ்வித அறிகுறியுமில்லை.

வெகு விரைவிலேயே ஜெவன்ஸ் விளிம்பு நிலை மதிப்பு நிர்ணயக் கொள்கையைத் தனக்கு முன்பே கூர்நாட், கோஸன், டியூபுயூட் போன்ற (*Cournot, Gossen, Dupuit*) வேறு பலரும் முன்னறிவித்திருந்தார்கள் என்பதை உணர்ந்துகொண்டார். எனினும், அவர் காலத்தில் மிகவும் புகழ் பெற்றிருந்த செவ்வியல் பொருளாதார மேதைகள் ரிக்கார்டோ, ஜே.எஸ். மில் போன்றவர்களின் உற்பத்திச் செலவு மதிப்புக் கோட்பாடு, உழைப்பு

மதிப்புக் கோட்பாடுகளை வன்மையாக எதிர்த்துத் தாக்கியது அவரை வெளியுலகம் அறிந்துகொள்ள வழி செய்தது என்று கூறலாம். ஆனால் அவர் மார்க்சின் கருத்துகளுக்கு நேரடியாக மறுப்புத் தெரிவித்ததாகத் தெரியவில்லை. 1870களில்கூட இங்கிலாந்தில் மார்க்ஸ் அதிகம் அறியப்படாதவராகவே இருந்திருக்கிறார். 'நவசெவ்வியல்' ஆசிரியர்களில் மெங்கரின் மாணவரான யைஜின் ஃபான் பம் பாவர்க் (Eugene von Bohm Bawerk) தான் விளிம்புநிலை மதிப்புக் கொள்கையை ஆயுதமாகப் பயன்படுத்தி மார்க்சிய சிந்தனையையே தன் திறனாய்வின் மூலம் பிழையானதாகக் காட்டியவர்.

1865இல் நிலக்கரிப் பிரச்சினை பற்றி (The Coal Question) ஜெவன்ஸ் எழுதிய நூல் பிரபலமானது. இங்கிலாந்தின் வளர்ச்சிக்கு நிலக்கரி முக்கியமான அடிப்படையை உருவாக்கியதென்றும், ஆண்டுக்காண்டு அதன் பயன்பாடு பெருகிக்கொண்டே யிருக்கிறதென்றும், அதனால் நிலக்கரி விலை ஏறிக்கொண்டே யிருக்கிறதென்றும் அவர் குறிப்பிடுகிறார். முதலில் இங்கிலாந்தின் நிலக்கரித் தாதின் மொத்த அளவை அவர் மதிப்பிட்டார். அடுத்து, ஆண்டுக்காண்டு நிலக்கரியின் பயன்பாடு எந்த வேகத்தில் அதிகரித்துக்கொண்டிருக்கிறது என்றும் மதிப்பிட்டார். நிலக்கரி போன்ற உற்பத்தி ஆதாரங்களின் செயல்திறனைக் கூட்டுகிற முயற்சிகள், அதன் பயன்பாட்டைச் சிக்கனப்படுத்தும் நோக்கத்தோடு மேற்கொள்ளப்படுகின்றன. ஆனால், நிலக்கரியின் செயல்திறன் அதிகமானதால், மக்கள் நிலக்கரியைப் புதிய பயன்களுக்குக் கைக்கொள்ள ஆரம்பிக்கிறார்கள். அதனால் நிலக்கரி பயன்படுத்தப்படும் மொத்த அளவு குறைவதற்குப் பதிலாக அதிகமாகிறது. அதாவது, நிலக்கரியைச் சிக்கனப்படுத்தும் கண்டுபிடிப்புகள் வந்திருக்கின்றன என்றும், அப்படியிருப்பினும் அதன் பயன்பாடு மேலும் பெருகுகிறதே தவிரக் குறையவில்லை என்றும் அவர் விளக்கியிருக்கிறார். இதை 'ஜெவன்ஸ் புதிர்' (Jevon's Paradox) என்று அழைக்கிறார்கள். (நிலக்கரியைச் சிக்கனப்படுத்தும் கண்டுபிடிப்புகள் நிலக்கரி பயன்பாட்டின் செயல் திறனை அதிகரிக்கச் செய்கின்றன. அதனால் நிலக்கரி சிக்கனப்படுத்தப்பட்டு அதன் தேவை குறைந்திருக்க வேண்டும். அதற்குப் பதிலாக, புதிய கண்டுபிடிப்புகள் மேலும் புதிய திசைகளிலும் நிலக்கரியைப் பயன்படுத்தத் தூண்டுகோலாக அமைந்து, அதன் தேவையை மேலும் மேலும் பெருக்கியிருக்கிறது. இதுதான் 'ஜெவன்ஸ் புதிர்'.)

இங்கிலாந்தின் பொருளாதார வளர்ச்சிக்கு நிலக்கரி ஆதாரமாக அமைந்திருப்பதை ஜெவன்ஸ் சுட்டியிருக்கிறார். உலகத்துக்கே இங்கிலாந்து பட்டறையாக ஆகுமளவுக்கு அதன்

தொழில்கள் வளர்ந்திருப்பதற்கு, அந்நாட்டில் ஏராளமாக நிலக்கரி இருந்தது ஒரு முக்கியக் காரணமென்று காட்டுகிறார். ஆனால், தொழில்களின் அசுர வேகமான முன்னேற்றத்தால் இங்கிலாந்தின் நிலக்கரிச் சுரங்கங்கள் வேகமாகக் காலியாகின்றன என்றும், அவர் காலம் வரை உலகின் முன்னோடித் தொழில் நாடாக விளங்கிய இங்கிலாந்தின் நிலக்கரிக் கையிருப்பை விட மிக அதிகமான கையிருப்பு அமெரிக்காவில் இருப்பதால் விரைவில் அமெரிக்கா இங்கிலாந்தைத் தொழிலில் முன்னேற்றத்தில் பின்னுக்குத் தள்ளிவிடும் என்று ஐயுறுகிறார். தொழில் முன்னேற்றம் உலகின் இயற்கை வளங்கள் காலியாவதற்குக் காரணமாயிருக்கிறது என்கிற கொள்கைக்கு அவரை முன்னோடியாகக் கருதலாம்.

அவருடைய நூல் இங்கிலாந்தில் மிகுந்த பரபரப்பை ஏற்படுத்தியது. ஜே.எஸ். மில், இங்கிலாந்தின் பார்லிமெண்டில் அவருடைய நிலக்கரி பற்றிய கருத்தை ஆதரித்துப் பேசினார். நிலக்கரி பற்றி ஒரு அரசு ஆணைய *(Royal Commission)* விசாரணைக்கு உத்தரவிடப்பட்டது. வரப்போகிற நிலக்கரிப் பற்றாக்குறை பற்றி அப்போதைய செய்தித்தாள்களில் ஏராளமான கட்டுரைகள் வெளிவந்தன.

ஜெவன்ஸ் காலத்துக்குப் பின் அமெரிக்கா, இங்கிலாந்தை விடத் தொழில் முன்னேற்றம் பெற்றதென்றாலும், அது இங்கிலாந்தின் நிலக்கரிப் பற்றாக்குறையினாலன்று என்பதை நினைவில் கொள்ள வேண்டும். அந்த நூலில் ஜெவன்ஸ் இங்கிலாந்தில் 1861இன் ஆண்டொன்றிற்கு ஆகிற நிலக்கரி பயன்பாட்டை அடிப்படையாக வைத்து, அந்த உபயோகம் ஆண்டொன்றிற்கு 3.5 சத விகிதம் அதிகரிக்கும் என்றும் அனுமானித்து, நூறு ஆண்டுகளுக்குப் பின், அதாவது 1961இல் இங்கிலாந்தின் நிலக்கரி பயன்பாடு ஆண்டுக்கு 2607 மில்லியன் டன்களாக இருக்கும் என்று மதிப்பிட்டிருந்தார். ஆனால், 1962இல் இங்கிலாந்தின் நிலக்கரி உபயோகம் உண்மையில் ஆண்டுக்கு 192 மில்லியன் டன்களாகவே இருந்தது. அதாவது, ஜெவன்ஸ் மதிப்பிட்டதற்கு 10%க்கும் குறைவாகவே இருந்தது. நிலக்கரிக்கு மின்சாரம், பெட்ரோலியம் போன்ற பதிலீட்டு முறைகள் வந்திருப்பதுதான் அதற்குக் காரணம். நிலக்கரி விலை அதிகரிக்க அதிகரிக்க, பயன்பாட்டாளர்கள் பதிலீட்டுப் பொருள்களைத் தேடுவார்கள் என்பதை ஜெவன்ஸ் கவனிக்கத் தவறி விட்டார்.

1875இல் ஜெவன்ஸ் எழுதிய 'பணமும், பரிவர்த்தனைச் செயல்முறையும்' *(Money and the Mechanism of Exchange)* என்கிற நூலில் பணம் நான்கு வேலைகளைச் செய்கிறது என்று குறிப்பிடுகிறார். அவையாவன: அது பரிவர்த்தனைச் சாதனம் *(medium of exchange)*; மதிப்பை அளவிடும் கருவி *(measure of value)*;

மதிப்பின் தரத்தை அளவிடும் கருவி (*standard of value*); மேலும் அது மதிப்பைச் சேமிக்கும் கருவி (*a store of value*). வெவ்வேறு தரமுள்ள, தன்மையுள்ள பொருள்களையும் நம்மால் பணத்தால் அளவிட முடிகிறது. உதாரணமாக இசையும் ஓவியமும் உழவும் கல் உடைத்தலும் தன்மையிலும், தரத்திலும் வெவ்வேறு வகையான தொழில்கள்; எனினும் அவையனைத்துக்கும் கூலி என்கிற பண வகை ஊதியம் தரப்படுகிறது. அந்த வகையில்தான் பணத்தை ஒரு தரத்தை அளவிடும் கருவியாக நாம் புரிந்துகொள்கிறோம்.

1870களில்தான் சூரியப் புள்ளிகளின் (*sun spots*) இயக்கத்திற்கும் வணிகச் சிக்கல்களுக்கும் தொடர்பு இருக்கிறது என்கிற கொள்கையை வெளியிட்டார். வான்கோள்கள், விண்மீன்களின் இயக்கங்களுக்கும், வணிகச் சுழல்களுக்கும் நேரடியான தொடர்பு இருக்கிறது என்று புள்ளிவிவரங்களை ஆதாரமாகக் காட்டி அவர் நிரூபிக்க முயன்றார். வான்கோள்கள் சூரியனின் இயக்கத்தைக் கட்டுப்படுத்துகின்றன. சூரியனின் இயக்கம் தட்ப வெட்பத்தையும் மழையினளவையும் பாதிக்கிறது. அதனால் விவசாய உற்பத்தி பாதிக்கப்படுகிறது. அதன் காரணமாக வணிகம் பாதிக்கப்படுகிறது என்பது அவருடைய மைய வாதம். சூரியப் புள்ளிகள் பத்துப் பதினோரு ஆண்டுகளுக்கு ஒரு முறை சுழன்றுகொண்டே வருகின்றன என்றும், அந்தச் சுழலுக்கு ஏற்றாற்போல் வணிகச் செயல்களும் மாறுகின்றன என்றும் அவர் கருதினார். புள்ளிவிவரத் தொகுப்புகளைக் கொண்டு பொருளாதார நிகழ்வுகளைப் பற்றிய தத்துவங்களுக்கு ஆதாரங்கள் தேடிய முன்னோடியாக ஜெவன்ஸைப் பார்க்கலாம்.

ஜெவன்ஸ் குறியீட்டெண்களை (*index numbers*) உருவாக்கும் முயற்சியிலும் ஈடுபட்டார்.

ஜெவன்ஸ் 1881இல் 'கான்டெம்பரரி ரெவியூ' என்கிற சஞ்சிகையில் 'ரிச்சர்ட் கேன்டில்லனும், அரசியல் பொருளாதாரத்தின் தேசிய இனமும்' எழுதிய கட்டுரைதான், அந்தக் கட்டுரை வெளிவருவதற்கு 160 ஆண்டுகளுக்கு முன்பே கேன்டில்லன் 'அரசியல் பொருளாதார' ஆய்வுகளைத் தொடங்கி வைத்த மூலவர்களில் ஒருவர் என்பதை மேற்கத்திய உலகுக்கு வெளிக் கொணர்ந்தது. சுயமான தன் எண்ணங்களை ஒரு நூற்றாண்டுக்கு முன்னரே வேறொருவர் கண்டுபிடித்து வெளியிட்டிருக்கிறார் என்பதை ஏற்றுக்கொண்ட, அந்தச் செய்தியை பரப்பவும் செய்த ஜெவன்ஸின் தொண்டு கவனத்திற்குரியது. பொருள்களின் மதிப்பை நிர்ணயிப்பதில் உற்பத்திச் செலவுகளைப் போலவே அகவியல் உள்ளுணர்வுகளுக்கும் முக்கியப் பங்கிருக்கிறது என்பது கேன்டில்லன் கருத்து. தொழில் முனைவோர் ஆபத்துகளை ஏற்பவர்கள் என்றும், தொழிலாளர்கள், நிலவுடைமையாளர்கள்

போலவே உற்பத்திக்கு அவர்களும் இன்றியமையாதவர்கள் என்பதையும் கேன்டில்லன் சுட்டிக்காட்டினார்.

வர்க்கப் போராட்டத்தைவிட்டு விலகிப் பொருளாதாரத்தை ஒரு தனித்தன்மையான இயலாகப் பார்க்க இயலும் என்கிற எண்ணத்தைக் கொண்டிருந்தவர் ஜெவன்ஸ். அவர் சொத்துரிமையை ஏற்றுக்கொண்டிருந்ததால், அவரை நடுநிலைவாதி என்று கொள்ள இயலாது. வர்க்கப் போராட்டத்திற்கு முக்கியத்துவம் தராத ஒருவர் என்றுதான் கொள்ள வேண்டியிருக்கிறது. ஜெவன்ஸ் ஒரு பல்துறை விற்பன்னர். ஆடம் ஸ்மித் தொடங்கி ரிக்கார்டோ, ஜே.எஸ். மில் ஆகியோருடைய எண்ணங்களை அப்படியே ஏற்றுக்கொள்ள மறுத்தவர். அதற்கு மாற்று எண்ணங்களை உருவாக்கியவர். புள்ளிவிவரங்களைப் பயன்படுத்தி, சமுதாய அறிவியல் ஆய்வுகளைச் செய்தவர்களின் முன்னோடி. அவர் 46 வயதிலேயே மரணமடைந்து விட்டதால், தன் எண்ணங்களை முழுமைப்படுத்தி ஏற்றுக்கொள்ளத் தகுந்த மாதிரி வெளியிடும் வாய்ப்பை இழந்துவிட்டார். அதனால் பொருளாதார இயலின் வளர்ச்சியைப் பற்றி எழுதப்படும் நூல்களில் அவருக்கு உரிய இடம் கிடைக்கப் பெறாமல் போய்விட்டது. என்றாலும், விளிம்பு நிலைப் புரட்சியின் மூன்று முன்னோடிகளில் ஒருவர் என்கிற பெருமையை ஜெவன்ஸ் பெற்றிருக்கின்றார்.

~~

4

மாரி ஸ்பிரிட் லியான் வோல்ரஸ்

பிரான்ஸின் எவ்ருயூ (Evreux) நகரில் ஆசிரியராகவும், பள்ளி நிர்வாகியாகவும் இருந்த அன்டாய்ன் அகஸ்தி வோல்ரஸுக்கும், உயர்குடிப் பெண்ணான லூயி அலைன் ட ஸெயின்ட் பாவிக்கும் டிஸம்பர் 18, 1834இல் லியான் வோல்ரஸ் (Marie Esprit Léon Walras) (வோல்ரஸி என்பதே சரியான உச்சரிப்பு என்றும் கூறப்படுகிறது) பிறந்தார். அவர் தந்தைக்குப் பொருளாதார ஆய்வுகள் ஒரு பொழுதுபோக்கு. அகஸ்தி வோல்ரஸ் காலத்தில் பிரெஞ்சு நாட்டில் பொருளாதார ஆசிரியர்களுக்கும் ஆய்வாளர்களுக்கும் சமூகத்தில் அதிக அந்தஸ்து இல்லை. அந்த நிலையை மாற்றப் போவதாக அகஸ்தி வோல்ரஸ் கூறிக்கொண்டிருந்தாலும், அவர் மகன் லியானை அந்த முயற்சிக்குத் தூண்டி விட்டதே அதற்கான அவருடைய பங்களிப்பாக நின்றுவிட்டது. லியான் வோல்ரஸ் 1844இலிருந்து 1850 வரை காயின் கல்லூரியில் (College of Caen) படித்தார். பிறகு அவர் 'டுவாய் லைசி'யில் சேர்ந்து, அங்கு 1851இல் B.LL பட்டத்தையும், 1853இல் B.Sc பட்டத்தையும் பெற்றார்.

அதற்குப் பிறகு, 1854இல் அவர் பாரிஸிலிருந்த ஒரு புகழ்பெற்ற 'பாலிடெக்னிக்'கில் சேர்வதற்காக நுழைவுத் தேர்வெழுதியதில், இரு முறை கணிதத்தில் தேர்ச்சி பெறாததால், பாரிஸின் மற்றொரு புகழ்பெற்ற சுரங்கப் பொறியியல் கல்லூரியில் சேர்ந்தார். (அண்ணா பல்கலைக்கழகத்தில் இடம் கிடைக்காததால், ஐ.ஐ.டி யில் சேர்ந்ததற்கொப்பானதாகும் இது!) பொறியியலில் அவருக்கு ஈடுபாடு குறைந்து, இலக்கியம், தத்துவம், சமுதாய இயல்களின் மீது ஆர்வம் அதிகரித்து விட்டதால், பட்டம் பெறும் முன்பே இடை நின்று விட்டார். பொருளாதாரத்தை

அவருடைய தந்தையிடமிருந்தே அவர் கற்றார் என்று கருதுவதற்கு இடமிருக்கிறது. அவர் அதை ஒரு பாடப் பகுதியாக எங்கும் கற்கவில்லை. தன் முயற்சியாலேயே கற்றார். 1858இல் அவர் எழுதிய முதல் நாவலும், சிறுகதையும் வெளிவந்தன. எனினும் அந்தத் துறைகளில் அவர் தொடரவில்லை.

1858இல் ஒரு மாலையில் அவர் தந்தையோடு நடைப்பயிற்சியில் ஈடுபட்டிருந்த போது, அவர் தந்தை அவரிடம் அறிவியல்கள் போல் சமூக இயல்களை கணித அடிப்படையில் அமைக்காதது 19ஆம் நூற்றாண்டின் முற்றுப்பெறாத ஒரு வேலை என்று கூறியதாகத் தெரிகிறது. அந்தச் சாதனையைத் தானே செய்து முடிக்க வேண்டும் என்று அதன் பிறகு லியான் வோல்ரஸ் கவனம் செலுத்த ஆரம்பித்தாரென்றும் தெரிகிறது. அவரது தந்தையையும் கூர்நாட்டையும் (Cournot) பின்பற்றிப் பொருளாதாரத்தைக் கணித அடிப்படையில் மாற்றுவது அவரது வாழ்நாள் இலட்சியமாகியது.

1859 முதல் 1862 வரை வோல்ரஸ் ஒரு பத்திரிகை நிருபராகப் பணியாற்றினார். அப்போது அவர் பிரௌதானின் பொருளாதாரக் கொள்கைகளுக்கு எதிர்வினைகள் எழுதியிருக்கிறார். 1865இல் அவர் ஒரு கூட்டுறவு வங்கியின் நிர்வாக இயக்குநராக இருந்தபோது அவர் பொருளாதார வர்க்கங்களிடையே இணக்கம் ஏற்படுத்த கூட்டுறவு இயக்கத்தை ஆதரித்து விரிவுரைகள் ஆற்றினார். 1868இல் அவர் பணி செய்த கூட்டுறவு வங்கி கவிழ்ந்து விட்டதால் 1870 வரை ஒரு தனியார் வங்கியில் வேலை செய்தார்.

ஒரு கல்வி நிறுவனத்தில் வேலை செய்ய வேண்டுமென்ற நோக்கத்தோடு 1860கள் முழுவதுமே அவர் பெருமுயற்சி எடுத்துக்கொண்டார். ஆனால், பிரான்ஸ் நாட்டில் எந்தக் கல்வி நிறுவனத்திலும் வேலை கிடைக்கவேயில்லை. 1870இல் ஸ்விட்ஸர்லாந்து நாட்டின் லாஸேன் (Lausanne) நகரில் புதிதாக ஆரம்பிக்கப்பட்ட கல்லூரியில் லூயி ருக்கொனெட் என்கிற அரசியல்வாதியின் சிபாரிசின் பேரில் ஒரு தற்காலிகப் பேராசிரியராக நியமிக்கப்பட்டார். (18ஆம் நூற்றாண்டில் வால்டேர், கிப்பன், ரூஸோ ஆகியோர் வாழ்ந்த ஊர் லாஸேன்) 1871இல் அந்தப் பதவி நிரந்தரமாக்கப்பட்டது. 22 ஆண்டுகள் ஆசிரியராகப் பணியாற்றிய பின், 1892இல் அவர் 58 வயதில் உடல் நலக்குறைவு காரணமாக விருப்ப ஓய்வு பெற்றார். பொருளாதாரத் துறையில், கணித மயமாக்கப்பட்ட பொருளியல் கருத்துக்களை அடிப்படையாகக் கொண்ட வழிமுறைகளைப் பிரபலப்படுத்திய முன்னோடியாக 'லாஸேன் பள்ளி' கருதப்படுகிறது. அதன் எண்ணங்களை உருவாக்கிப் பரப்பியவர்கள் வோல்ரஸும், அவருடைய மாணவரான வில்பிரடோ பெரிட்டோவும் ஆவர்.

1850இன் பிற்பகுதிகளில் அவருக்கும் செலஸ்டீன் அலைன் ஃபர்பாக் (Célestine Aline Ferbach) என்கிற பெண்ணுக்கும் தொடர்பு ஏற்பட்டது. வோல்ரஸின் தொடர்புக்கு முன்பே செலஸ்டீனுக்கு ஜார்ஜஸ் என்கிற ஒரு மகன் இருந்தார். வோல்ரஸும் செலஸ்டீனும் சேர்ந்து வாழ்ந்தார்கள். 1863இல் அவர்களுக்கு இரட்டைப் பெண் குழந்தைகள் பிறந்தார்கள். 1869இல் வோல்ரஸ், செலஸ்டீனை அதிகாரபூர்வமாக மணந்து கொண்டார். அதனால் அவருடைய மகள், மாரி அலைனுக்குச் சட்டபூர்வமான, முறைப்படி பிறந்தவரென்ற அந்தஸ்து கிடைத்தது. சட்டபூர்வமான அந்தஸ்து வழங்குவதற்காக, வோல்ரஸ் தனக்குப் பிறக்காத ஜார்ஜஸையும் தத்தெடுத்துக் கொண்டார். செலஸ்டீன் நோய்வாய்ப்பட்டு நீண்ட நாட்கள் துன்பப்பட்டார். அப்போது வோல்ரஸின் சம்பளமும் குறைவு. அதனால், வோல்ரஸ் பொருளாதார நெருக்கடிக்குள்ளானார். அதிக வகுப்புகள் எடுத்தும் பொருளாதாரக் கட்டுரைகள் எழுதியும் ஒரு காப்புறுதி நிறுவனத்திற்கு ஆலோசகராக இருந்தும் வருவாயைப் பெருக்கிக்கொள்ள வேண்டிய கட்டாயத்துக்குள்ளானார். 1874இல் செலஸ்டீன் மரணமடைந்தார். இந்தக் கடினமான காலகட்டத்தில்தான், அவருடைய சுயமான எண்ணங்களையொத்த கொள்கைகளை ஜெவன்ஸ் இங்கிலாந்தில் பதிப்பித்திருக்கிறார் என்று அவருக்குத் தெரிய வந்தது. அதனால், மேலும் தாமதிக்காமல் தன் ஆய்வுகளை உடனடியாக வெளியிட வேண்டிய கட்டாயம் வோல்ரஸிற்கு ஏற்பட்டது. ஏற்கெனவே பொருளாதார நெருக்கடியிலிருந்த அவருக்கு, இது மேலும் நெருக்கடி தந்தது. அவரது மிக முக்கியமான பொருளாதார நூலின் முதல் பதிப்பு 1874ல் வெளிவந்தது.

1879ல் வோல்ரஸ், லியனைட் டிஸைரி மெய்லியை (Léonide Désirée Mailly) திருமணம் செய்து கொண்டார். அவர்களின் திருமண வாழ்க்கை இனிதாக இருந்தது. லியனைடின் குடும்பத்திலிருந்து அவருக்கு ஆண்டுதோறும் ஓர் உதவித்தொகை கிடைத்தது. அது அவருடைய பொருளாதார நெருக்கடியைக் குறைக்க உதவியது. 1892இல் தமது தாயாரின் வாரிசுரிமையாகக் கிடைத்த தொகையைக் கொண்டு தம் கடன்களையெல்லாம் அடைத்தார். அவர் தொடர்ந்து விரிவுரையாற்றுவதைத் தொல்லையாகக் கருதினார். எனவே, 1892இல் பதவியிலிருந்து விருப்ப ஓய்வெடுத்துக் கொண்டார். என்றாலும், 1910இல் அவருடைய மரணம் வரை அவர் தொடர்ந்து எழுதிக்கொண்டே இருந்தார்.

வோல்ரஸ் அமெரிக்கா, இங்கிலாந்து, ஜெர்மனி, ஆஸ்திரியா போன்ற நாடுகளில் அப்போது பொருளியலில் ஆய்வுகள் மேற்கொண்டிருந்த பலரிடமும் தொடர்பு கொண்டு தன் சுயமான

ஆய்வுகளைப் பரப்ப முயன்றபோதிலும் அவருடைய எண்ணங்கள் பொருளியலில் உடனடியாக அதிகத் தாக்கத்தை ஏற்படுத்தவில்லை. 2011இல் ஜார்ஜ் மேஸன் பல்கலைக்கழகப் பேராசிரியரான டைலர் கோவன், வோல்ரஸ் தன்னை நோபல் பரிசுக்குத் தகுதியானவர் என்று கருதினாரென்றும், பொருளியலுக்கு அந்நாட்களில் நோபல் பரிசு இல்லாததால் அது அவருக்குக் கிடைக்கவில்லை என்றும் கூறுகிறார். இங்கிலாந்தில் ஜெவன்ஸ், பிலிப் விக்ஸ்டீட், மார்ஷல் போன்றவர்கள் தன்னுடைய கருத்துகளுக்கு உரிய அங்கீகாரம் அளிக்கவில்லை என்று வோல்ரஸ் குறை கூறியிருக்கிறார். பிறிதொரு சமயத்தில் ஜெவன்ஸ் தன்னுடைய கண்டுபிடிப்புகளைத் திருடி விட்டார் என்று எவ்வித ஆதாரமுமின்றிக் கூறுகிற அளவுக்கு அவர் மன உளைச்சலடைந்திருக்கிறார். அதே போன்று, 1896இல் விளிம்பு நிலை உற்பத்தித் திறன் பரிவர்த்தனைக் கொள்கையைத் (*marginal productivity theory of distribution*) தான்தான் கண்டுபிடித்ததாகக் கூறி, ஜே.பி.கிளார்க்கிற்கும் பிலிப் விக்ஸ்டீடுக்கும் நூட் விக்ஸலுக்கும் நியாயமாகச் செல்ல வேண்டிய அந்தக் கவுரவத்தைத் தனக்குப் பெற்றுக்கொள்ள அவர் முயன்றார். அவர் காலத்தில், அவர் பிறந்த பிரான்ஸ் நாட்டிலேயே அவருக்கு எவ்வித அங்கீகாரமும் கிடைக்கவில்லை. அதைப் பற்றி நொந்து கொள்கிற மனப்பான்மை அவருக்கிருந்தது. 1895இல் அவருடைய மாணவரான வில்பிரடோ பெரிட்டோ, லாஸேன் பல்கலைக்கழகத்தில் அவர் வகித்த பேராசிரியர் பதவிக்கு நியமிக்கப்பட்டபோது, தன்னுடைய ஆய்வு வழிமுறைகள் தொடரும் என்கிற நம்பிக்கையை அவர் பெற்றிருக்கக்கூடும். இருந்தபோதிலும், படிப்படியாக அவருடைய எழுத்துகள் மற்றவர்களின் கவனத்தை ஈர்க்க ஆரம்பித்தன. 1892இல் அவரை அமெரிக்கப் பொருளியல் கழகம் கௌரவ உறுப்பினராக அங்கீகரித்தது. பிரடரிக் ஃபான் வீஸர், பம் பாவர்க், போர்ட்கீவிச், நூட் விக்ஸல், கஸ்டாவ் காசல், இர்விங் ஃபிசர் போன்ற பொருளியல் வல்லுநர்கள் அவருடைய பொதுச் சமநிலைக் கொள்கையின் முக்கியத்துவத்தையும், அதன் விளக்கத்திற்கான அவருடைய பங்களிப்பையும் அறிந்து அங்கீகரிக்க ஆரம்பித்தார்கள். 1899இல் பால்கிரேவின் பொருளியலுக்கான அகராதி முதன்முதலாக வெளியானபோது அதில் எடுத்துக்காட்டாகக் காட்டப்பட்டிருந்த பொருளியல் வல்லுநர்களில் அப்போது உயிரோடிருந்தவர் வோல்ரஸ் மட்டுமே. 1909இல் அவருடைய 75 ஆண்டு நிறைவை லாசேன் பல்கலைக்கழகம் ஒரு விழா எடுத்துக் கொண்டாடிய போது தனக்கான அங்கீகாரம் கிடைத்திருக்கிறது என்கிற மகிழ்ச்சி அவருக்கு ஏற்பட்டிருக்கலாம். அவர் உயிரோடிருந்தபோது அவருக்கு அளிக்காத கவுரவத்தை, பிரான்ஸ் நாடு 1984இல் லியான் பல்கலைக் கழகத்தில் அவர் பெயரில் ஓர் ஆய்வு மையத்தைத் தொடங்கி, ஈடு செய்தது.

வோல்ரஸின் பொதுச் சமநிலைக் (general equilibrium) கருத்து 20ஆம் நூற்றாண்டில் நன்கு பிரபலமடைந்தது. ஜே.ஆர். ஹிக்ஸ், ஃபான் நெய்மான், கென்னத் ஆரோ, ஜெரார்டு டெப்ரூ போன்றவர்கள் அந்தக் கோட்பாட்டை மிக நுட்பமாக ஆய்ந்து, அதை மேலும் விரிவாக்கினார்கள். அவர் புகழ் மேலும் மேலும் அதிகரித்துக் கொண்டேயிருக்கிறது.

பிற விளிம்புநிலைப் புரட்சியாளர்களைப் போல வோல்ரஸ் ஒரு கட்டுப்படுத்தப்படாத, சுதந்திரமான சந்தை இயக்கத்தின் ஒட்டுமொத்த ஆதரவாளராக இல்லை என்பது கவனத்தில் கொள்ளத்தக்கது. நாட்டின் நிலம் முழுவதையும் அரசு நாட்டுடைமையாக்கிக் கொள்ள வேண்டும் என்கிற கொள்கையை அவர் ஆதரித்தார். அது போலவே, எங்கெல்லாம் முற்றுரிமை வருகிறதோ அங்கே நாட்டுடைமையாக்குதல் அல்லது அரசு கட்டுப்பாடுகள் விதித்தல் போன்றவற்றை ஆதரித்தார். சந்தை அல்லது அங்காடியின் தடையில்லாத இயக்கம் எல்லா இடங்களிலும் எல்லா நிலைகளிலும் நன்மை தரும் என்று அவர் ஏற்கவில்லை. அதன் சரியான எல்லைகளுக்குள் இயங்குமானால் சந்தையின் செயல்பாடுகளால் சமுதாய நன்மை விளையுமென்று அவர் கருதினார். கூட்டுறவு இயக்கத்தில் நம்பிக்கை வைத்திருந்த ஒரு சோஸலிஸ்டாகவே அவரைக் கருத வேண்டியிருக்கிறது.

வோல்ரஸைப் பொருளாதார வல்லுநர்களிலேயே சிறந்தவராக ஸும்பீட்டர் மதிப்பிட்டிருக்கிறார். விளிம்புநிலைப் பயன்பாட்டுக் கொள்கையின் கண்டுபிடிப்பாளர்களாகக் கருதப்படும் மூவரில், 1871இல் ஆங்கில மொழியில் வெளிவந்த ஜெவன்ஸின் புத்தகத்திற்கு நல்ல வரவேற்பு இல்லையெனினும், அது படிக்கப்பட்டது; அதே ஆண்டில் ஜெர்மன் மொழியில் வெளிவந்த மெங்கரின் நூல் அவருடைய நாட்டில் நல்ல வரவேற்பும் பெற்று, பலராலும் படிக்கப்பட்டது; ஆனால், 1874இல் பிரெஞ்சு மொழியில் வெளிவந்த வோல்ரஸின் நூல் அவர் காலம் முழுமையிலும் அவருடைய பெருமுயற்சிக்குப் பிறகும், ஒரேயடியாகப் புறக்கணிக்கப்பட்டது என்று மார்க் பிளோக் தெரிவிக்கிறார். 19ஆம் நூற்றாண்டின் பிற்பகுதியில் பொருளாதார இயல் ஆங்கிலம், ஜெர்மன் மொழிகளில் பெற்றிருந்த வளர்ச்சியளவுக்குப் பிரெஞ்சு மொழியில் வளராதிருந்ததும் அதற்கு ஒரு காரணமாக இருக்கலாம். அதைவிட முக்கியமான காரணம், மெங்கர் சாதாரண மனிதர்களும் புரிந்து கொள்ளக்கூடிய வகையில் அன்றாடம் பேசுகிற உரைநடையில் தன் கொள்கைகளை எழுதியிருந்தார் என்பதும், ஜெவன்ஸ் சராசரிக் கணித அறிவு கொண்டவர்கள்கூடப் புரிந்துகொள்ளக்கூடிய கணிதக் குறியீடுகளைப் பயன்படுத்திப் பகுதிச் சமநிலை (*partial equilibrium*) கோட்பாட்டை விளக்கினார் என்பதும், வோல்ரஸோ

மிகத் தீவிரமான கணித சூத்திரங்களைப் பயன்படுத்திப் பொதுச் சமநிலைக் (*general equilibrium*) கோட்பாட்டை விளக்கினார் என்பதும்தான் என்று கூறலாம். கணிதமொழி அறிந்தவர்கள் தவிர மற்றவர்களால் ஜெவன்ஸ், வோல்ரஸ் ஆகியோர் கருத்துகளைப் புரிந்துகொள்ள முடியவில்லை. ஜெவன்ஸின் பகுதிச் சமநிலைக் கோட்பாட்டை அறிந்துகொள்ள சராசரி கணித அறிவு போதுமானது. வோல்ரஸின் பொதுச் சமநிலைக் கோட்பாட்டைப் புரிந்துகொள்ள சிறந்த கணித அறிவு வேண்டும்.அதனால் அவர் வாழ்ந்த காலத்தில் சாதாரண, சராசரி மனிதர்களுக்கிடையே வோல்ரஸுக்குச் செல்வாக்கு ஏற்பட வழி இல்லாமல் போய்விட்டது.

~~

தமது தந்தையின் அறிவுறுத்தல்படி, பொருளியலில் தம் ஆய்வுகளை மூன்று பெரும் பிரிவுகளில் செய்வதென்று வோல்ரஸ் 1862இலேயே முடிவெடுத்திருந்தார் என்று தெரிகிறது. அவை முறையே: அரசியல் பொருளாதாரக் கோட்பாடு (*theory*), அரசியல் பொருளாதாரக் கொள்கைகள் (*policies*), அரசியல் பொருளாதாரத்தின் நியமமான இலக்குகள் (*normative goals*) ஆகியவை. 1870இல் அவர் லாஸேனில் ஆசிரியராக நியமிக்கப்பட்டவுடன் அரசியல் பொருளாதாரத் தத்துவம் பற்றிய முதல் நூலை எழுதத் தொடங்கிவிட்டார். ஆனால், 1874இல் பண்டங்களின் மதிப்பை, விளிம்பு நிலையில் அவற்றின் தேவையைக் கொண்டு நிர்ணயம் செய்யலாம் என்கிற அவருடைய சுயமான கண்டுபிடிப்பை இங்கிலாந்தில் ஜெவன்ஸும் செய்திருக்கிறார் என்கிற சேதி அவருக்குக் கிடைத்தது. எனவே அவசர அவசரமாகத் தன் கண்டுபிடிப்பைக் குறித்த தன் கட்டுரையை 1874இல் சொந்தச் செலவிலேயே வெளியிட்டார். அந்தக் கட்டுரையின் விரிவாக்கமாக அந்த ஆண்டிலேயே அவருடைய 'அரசியல் பொருளாதாரத் தத்துவங்களின் அடிப்படைக் கூறுகள்' (*Éléments d'économie politique pure*) நூலின் முதல் பதிப்பு வெளிவந்தது. அதில்தான் அவருடைய பொதுச் சமநிலைக் கோட்பாடு உலகுக்கு அறிவிக்கப்பட்டது. அதன் பின் பல ஆண்டுகள் அந்தக் கோட்பாட்டைச் சீர்திருத்தியும் விரித்தும் அந்நூலின் புதிய பதிப்புகளையும் புதிய கட்டுரைகளையும் அவர் வெளியிட்டு வந்தார். பணி ஓய்வு பெற்ற பிறகே அவர் திட்டமிட்டிருந்த அரசியல் பொருளாதாரக் கொள்கைகள், அரசியல் பொருளாதாரத்தின் நியமமான இலக்குகள் ஆகிய இரு பிரிவுகளைப் பற்றிய நூல்களை வெளியிட்டார். அவை 1896இல் 'சமுதாயப் பொருளாதாரச் சிந்தனைகள்' (*the Études d'économie social*); 1898இல் 'அரசியல் பொருளாதாரச் செயல்பாடுகள் பற்றிய சிந்தனைகள்' (*Études d'économie politique appliquée*) என்கிற நூல்களாக வெளிவந்தன.

வோல்ரஸின் பொதுச் சமநிலைத் தத்துவத்தைச் சாதாரண மனிதர்களும் புரிந்துகொள்கிற அளவுக்கு எளிமையாக்கி விளக்குவதற்குச் சிறந்த கணித அறிவும், கணிதச் சார்புகளைச் சாதாரண மனிதர்களுக்குப் புரிய வைக்குமளவுக்கு மொழியறிவும் தேவை. அந்த அளவுக்கு எனக்குக் கணித அறிவும் மொழியறிவும் இல்லை. எனவே அவருடைய மையக் கருத்தையும் பரப்பையும் பற்றிய எனக்குப் புரிந்த மேலோட்டமான வருணனையை மட்டுமே தர முயல்கிறேன். பொருளாதார இயக்கத்தின் வெவ்வேறு பகுதிகளும் ஒன்றுக்கொன்று தொடர்புள்ளவை என்பது குவெஸ்னே, கான்டில்லோன் காலத்திலிருந்தே அறிவிக்கப்பட்டிருக்கும் கருத்து. வோல்ரஸ் அந்தக் கருத்தோடு மேலும் இரு புதிய சிந்தனைகளையும் கூட்டினார்.

1. எப்படி அனைத்துச் சந்தைகளும் ஒன்றுக்கொன்று தொடர்புடையவை என்பதற்கு ஒரு கணித வடிவம் உருவாக்கினார். 2. எப்படி சமுதாயத்தின் அனைத்துச் சந்தைகளும் அவற்றுக்கிடையேயுள்ள தொடர்புகள் காரணமாக ஒரு பொதுச் சமநிலையை நோக்கி இயங்கும் என்று விளக்கினார். சந்தை என்பது எதிரெதிர் சக்திகளான தேவையையும் அளிப்பையும் சமநிலையை நோக்கி இயங்கத் தூண்டுகிறது; உற்பத்திக் காரணிகளை உத்தமமான கலவைகளில் பயன்படுத்த வழிவகுக்கிறது என்கிற புதுமையான கருத்தை அவர் ஆய்வுகள் தெளிவாக்குகின்றன. இயற்பியலிலும் கணிதவியலிலும் பயன்படுத்தப்பட்ட சமநிலைக் கருத்தைப் பொருளியலுக்குள் நுழைத்த முன்னோடிகளில் வோல்ரஸும் ஒருவர்.

வோல்ரஸ் தனிமனித விருப்பத் தேர்வுகள் அடிப்படையில் பொருளியல் இயக்கம் நடைபெறுகிறது (தனிமனித நடவடிக்கைகளில் மையம்கொண்ட ஆய்வுமுறை methodological individualism) என்கிற கொள்கையில் வலுவான நம்பிக்கை வைத்திருந்தார். அந்த அடிப்படையில்தான் அவருடைய விளிம்பு நிலைப் பயன்பாட்டுக் கொள்கையை வெளிக்கொணர்கிறார். தனிமனிதர்களின் விருப்பத் தேர்வுகளின் அடிப்படையிலேயே பொருளியல் இயக்கம் நடைபெறுகிறது என்றும், அந்தத் தேர்வுகளின்போது அவர்கள் நுகர்கிற பொருள்களின் விளிம்புநிலைப் பயன்பாடுகள் குறைந்துகொண்டே வருமென்றும் அவர் அனுமானிக்கிறார். இந்த அடிப்படையில் பொருளியல் தத்துவத்தை மனித உணர்வுகளிலிருந்து தனிப்படுத்தி ஆராய்கிறார். அவர் கருணை போன்ற மனித உணர்வுகளின் காரணமாகவும், சமுதாயத்தில் இயங்கும்போது அவர்களை உந்தும் விருப்பு வெறுப்புகள் காரணமாகவும், சமுதாய அமைப்புகளான குடும்பம், உறவு போன்ற குழுக்களின் நியதிகள் காரணமாகவும் ஏற்படுகிற

எண்ணற்ற குழு சார்ந்த நடவடிக்கைகளை அறவே புறக்கணித்து விடுகிறார். தனிநபர்களாக மனிதர்கள் உச்ச அளவு பயன்பாடு பெற முயன்றால் என்ன செய்வார்கள் என்பதில் கவனம் செலுத்துகிறார். ஜெவன்ஸ் வந்த முடிவுக்கு (ஜெவன்ஸ் அதே முடிவுக்கு வந்திருந்தார் என்பதை அறியாமலேயே) வோல்ரஸும் வருகிறார். அதாவது, தன் வருவாயை ஒரு தனிமனிதர் வெவ்வேறு பொருள்களை வாங்கச் செலவழிக்கும்போது அதற்காக அவர் செலவழிக்கும் ஒவ்வொரு ரூபாய்க்கும் அந்தப் பொருள்களிலிருந்து கிடைக்கிற விளிம்புநிலைப் பயன்பாடுகள் சமமாகிற வகையில் செலவழிப்பார் என்கிற முடிவுக்கு வருகிறார். அதைக் கணித சூத்திரமாக $MUx/Px=MUy/Py=MUz/Pz$ ... [MU = விளிம்புநிலைப் பயன்பாடு; P = விலை; x,y,z ... = பொருள்கள்] என்று காட்டுகிறார். ஆனால் வோல்ரஸ் அதோடு நின்று விடுவதில்லை. இந்தச் சமநிலை தனிமனிதன் அடையும் சமநிலை. சந்தையில் விற்கிற/வாங்குகிற அனைத்துத் தனிநபர்களுக்கும் அவர்கள் விற்கிற/வாங்குகிற அனைத்துப் பணிகள்/பொருள்களுக்கும் தொடர்புகள் இருப்பதால், சந்தைகள் அனைத்துக்குமான பொதுச் சமநிலையைப் படம்பிடிப்பதே அவருடைய இலக்காக இருந்தது.

பல்வேறு பொருள்களும் பணிகளும் உற்பத்தியாகிப் பரிவர்த்தனை செய்யப்படும் ஒரு நாட்டில் எல்லாப் பொருள்களையும் பணிகளையும் சிக்கலில்லாமல் விற்கவும் வாங்கவும் முடிகின்ற வழியில் சந்தைகள் எப்படி இயங்க முடியும் என்கிற கேள்வியைக் கேட்டு, அதற்கு விடை காணும் முயற்சியில் வோல்ரஸுக்கு முன்பே, 18ஆம் நூற்றாண்டிலிருந்தே, குவெஸ்னே, கேண்டில்லன் போன்றவர்கள் முதற்கொண்டு பலர் ஈடுபட்டனர். வோல்ரஸும் அந்தக் கேள்விக்கான விடையைக் காணும் நோக்கத்தோடுதான் தன் ஆய்வுகளை மேற்கொண்டார். வெறும் இலக்கிய விவரிப்புகள் மூலம் தன் நோக்கத்தை அடைய முடியாதென்று அவர் உணர்ந்தார். அதி தீவிரமான கணிதத் தேற்றங்களைப் பயன்படுத்தித்தான் அதற்குத் தீர்வு கண்டார். கணிதச் சமன்பாடுகள் மூலம் சந்தையின் பொதுச் சமநிலையை விவரிக்க முடியும் என்றும், சந்தையில் எந்தச் சலனங்கள் ஏற்படினும் அது பொதுச்சமநிலையைப் பாதிக்குமென்றும், நாட்டின் பொருளாதாரம் அந்தப் பொதுச் சமநிலையை நோக்கித்தான் இயங்கும் எனவும் அவர் நிறுவிய முயற்சிதான் அவரை உலகின் தலைசிறந்த பொருளாதார வல்லுநர்கள் பட்டியலில் சேர்க்கிறது.

ஒரு பொருளின் விலை மாறினால், மற்றெல்லாப் பொருள்கள், பணிகளின் விலைகளையும் விற்பனை அளவுகளையும் அது பாதிக்கும் என்பது நாமெல்லோரும் உணர்ந்ததுதான். டீஸல் எண்ணெயின் விலை உயர்ந்தால் சரக்கேற்றிச் செல்லும் லாரி

வாடகை உயர்கிறது. போக்குவரத்துச் செலவு அதிகரித்தால் லாரி, இரயில் போன்ற போக்குவரத்துச் சாதனங்களால் எடுத்துச் செல்லப்படும் பொருள்களின் விலையும் அதிகரிக்கிறது. காய்கறி, மளிகைச் சாமான் போன்றவற்றின் விலை அதிகரிக்கிறது. டீஸல் விலை ஏறும்போது நிலையான வருமானமுடையவர்கள், இப்படித் தாங்கள் நுகரும் பல இன்றியமையாச் சரக்குகளின் விலை ஏற்றத்தைச் சமாளிக்கக் கேளிக்கை போன்றவற்றிற்கான செலவுகளைக் குறைக்க முயல்வதால் சினிமா போன்ற கேளிக்கைகளுக்கான அனுமதிச் சீட்டுகளின் விற்பனை குறையலாம். சுருக்கமாகச் சொன்னால் டீஸல் விலை உயர்வால் மற்ற பல பொருள்கள், பணிகள் ஆகியவற்றின் தேவை, அளிப்புகள் மாற்றமடைகின்றன. டீஸல் விலை உயர்ந்தால் ஆட்டோ ஓட்டுனர்கள் பாதிக்கப்படுவது வெளிப்படையாகத் தெரிந்த ஒன்று. ஆனால், டீஸல் விலை உயர்வு மறைமுகமாகத் தங்கத்தின் விலையினையும் பாதிக்கலாம் என்பதைக் கொஞ்சம் கற்பனை செய்தால் உணர முடியும். இப்படி எல்லாப் பொருள்கள், பணிகளின் விலைகளிலும் ஏற்படுகிற மாற்றங்கள் நாட்டின் பொருளாதாரத்தையே புதியதான ஒரு சமநிலையை நோக்கி இயக்குமா என்கிற வினாவிற்குத்தான் வோல்ரஸ் விடை காண முயன்றார். பெட்ரோலியப் பொருள்களின் விலை உயரும்போது அதனால் மற்ற பல பொருள்களின் விலைகள் உயரலாமென்றும், ஒரு சில பொருள்களின் விலைகள் குறையலாமென்றும், எப்படியிருப்பினும் இறுதியில் ஒரு புதிய சமன்பாட்டை நோக்கித்தான் அந்த விலை ஏற்ற இறக்கங்கள் இயங்கும் என்றும் நிறுவுவது வோல்ரஸின் ஆய்வின் நோக்கமாக இருந்தது.

வோல்ரஸின் பொதுச் சமநிலைக் கோட்பாடு, சந்தையில் அனைத்துப் பொருள்களின் விலைகளையும், அந்த விலைகளில் பரிவர்த்தனையாகும் அளவுகளையும் ஒரே நேரத்தில் விளக்கும் நோக்கம் கொண்டது. அவருடைய ஆய்வில் பொருள்களின் விலைகளும், அந்த விலைகளில் பரிவர்த்தனையாகும் அளவுகளும் 'சார்ந்த மாறி'களாகவும் (*dependent variable*), சமூக, பொருளியல் சூழல், அங்கு வசிக்கும் மக்களின் விருப்பத் தேர்வுகள் ஆகியவை 'சாரா மாறி'களாகவும் (*independent variable*) கொண்ட சமன்பாடுகளால் படம் பிடிக்கப்படுகின்றன. வோல்ரஸின் பார்வையில் போட்டி மிகுந்த ஒரு முதலாளியமாகவே இந்தச் சமூகப் பொருளியல் சூழல் இருக்கிறது. அங்கு நிலவுடைமையாளர்கள், உழைப்பாளர்கள், முதலாளிகள் இருக்கிறார்கள். அவர்கள் நிலம், உழைப்பு, மூலதனம் ஆகிய உள்ளீடுகளை அளிப்பவர்களாகவும், அதே சமயம் சமூகம் உற்பத்தி செய்யும் பல வகையான பொருள்களை நுகர்பவர்களாகவும் செயல்படுகிறார்கள். சமூகத்தில் நிலவிய

ஏற்றத்தாழ்வுகளுடன் கூடிய சொத்துரிமைகளையும் பகிர்வுகளையும் அவர் அப்படியே ஏற்றுக்கொண்டார்.

விற்பவர்கள், வாங்குபவர்களுக்கிடையே முழுமையான போட்டி நிலவுவதாக அவர் அனுமானிக்கிறார். முற்றுரிமையும் அரைகுறையான போட்டியும் சந்தையில் இருப்பதை அவர் கவனித்திருக்கிறார். அவருடைய நூலில் முற்றுரிமைக்குத் தனியாக ஒரு இயலையும் ஒதுக்கியிக்கிறார். எனினும், அவருடைய பொதுச் சமநிலை ஏராளமான சிறு உற்பத்தியாளர்களும் எண்ணற்ற நுகர்வோரும் சந்தையில் ஈடுபடும் முழுமையான, நிறைவான போட்டிச் சூழலில் நிர்ணயமாவதைக் காட்டுகிறது. முழுமையான போட்டிதான் மிகப் பரவலாக நிலவுகிறது என்பதாலும், அரைகுறைப் போட்டியை ஆய்வுக்குள் அனுமதித்தால் அது ஆய்வினைச் சிக்கலான திசைகளுக்குத் திருப்பி ஒரு முடிவே இல்லாமல் ஆக்கி விடும் என்று அஞ்சுவதாலும் முழுமை அல்லது நிறைவுப் போட்டி என்கிற ஒரே அனுமானத்தில் தன் ஆய்வினைச் செய்வதாக அவர் அறிவிக்கிறார்.

வெவ்வேறு பொருள்கள், பணிகள் எந்தெந்த அளவுகளில் என்னென்ன விலைகளுக்குப் பரிவர்த்தனையாகும் என்று கணிதச் சமன்பாடுகள் மூலம் காட்ட இயலும் என்பது அவரின் கருத்து. எனவே அங்காடியில் m அளவு நுகர்வோர் பொருள்களும், m அளவு நுகர்வோர் பொருள்களின் விலைகளும், n அளவு உற்பத்திக் காரணிகளும், n அளவு உற்பத்திக் காரணிகள் விலைகளும் இருப்பதால் அனைத்துப் பொருள்களும் பரிவர்த்தனையாகும் சந்தையில் $2m+2n$ 'சார்ந்த மாறிகள்' இருக்கின்றன. இந்தச் சார்ந்த மாறிகளின் விடைகளுக்கான தீர்வைப் பெறுவதற்கு அவர் தனது ஆய்வில் ஒவ்வொரு பொருளின், பணியின் அளவையும் விலையையும் ஒரு சமகாலச் சமன்பாடாகச் (simultaneous equation) சுட்டுகிறார். அதற்காக அவருடைய பொருளாதார மாதிரியில் அவர் நான்கு சமகாலச் சமன்பாட்டுத் தொகுப்புகளை உருவாக்குகிறார்.

முதல் தொகுப்பு, நுகர்வோர் பண்டங்களின் தேவைக்கானது. நுகர்வோரின் விருப்பத் தேர்வுகள்தான் அந்தப் பண்டங்களுக்கான தேவையை நிர்ணயிக்கின்றன. அந்தத் தொகுப்பில் நுகர்வோர் வாங்கிய ஒவ்வொரு பொருளுக்குமான தேவை, அவர்களின் வருவாய் மற்றும் அவற்றின் விலைகள் ஆகியவற்றினால் நிர்ணயமாகிறது. எனவே அவற்றிற்கான சமகாலச் சமன்பாடுகள் மூலம் வெவ்வேறு விலைகளில் பரிவர்த்தனையாகும் நுகர்வோர் பண்டங்களின் அளவுகளை அந்தத் தொகுப்பில் அவர் காட்டுகிறார்.

இரண்டாவது தொகுப்பு, குடும்பங்கள் வாங்கும் ஒவ்வொரு பொருளுக்குமான விலைக்கும், அவற்றின் உற்பத்திச் செலவுகளுக்குமான தொடர்பு பற்றியது. அவர் பண்டங்களின் சந்தையில் சுதந்திரமான முழுமைப் போட்டி அல்லது நிறைவுப் போட்டி (perfect competition) நிலவுவதாக அனுமானிக்கிறார். அந்த அனுமானம், அனைத்துப் பொருள்களின் விலைகளும் அவற்றின் உற்பத்திச் செலவுகளுக்குச் சமமாயிருக்கும் என்கிற புதிய அனுமானத்தையும் ஏற்படுத்திக்கொள்ள அவருக்கு வாய்ப்புக் கொடுக்கிறது. ஏனெனில் சந்தையில் நிறைவுப் போட்டி நிலவினால், ஒரு பொருளின் விலை அந்தப் பொருளை உற்பத்தி செய்த (காரணிகளுக்கான கூலி + வாரம் + வட்டி + இயல்பு இலாபம் அடங்கிய) உற்பத்திச் செலவுகளுக்குச் சமமாக இருக்கும். அந்த அனுமானங்களின்படி, நுகர்வோர் குடும்பங்கள் வாங்கும் ஒவ்வொரு பொருளுக்குமான விலை நிர்ணயத்தையும், அவற்றின் உற்பத்திச் செலவுகளையும் இணைக்கும் ஒரு சமகாலச் சமன்பாடு அவருடைய இரண்டாவது தொகுப்பில் கிடைக்கிறது.

முதல் இரண்டு தொகுப்புகளும் நுகர்வோர் வாங்குகிற பொருள்களின் அங்காடிகளை மட்டுமே காட்டுகின்றன. அவை வெளியீடுகளுக்கான அங்காடிகள் (output markets=m). ஆனால், நடைமுறை உலகில் அந்தப் பொருள்களை உற்பத்தி செய்வதற்காகப் பயன்படுத்தப்படும் உற்பத்திக் காரணிகளின் சந்தைகளும் அதே அளவு முக்கியத்துவமுடையதாக இருக்கின்றன. அவை உள்ளீடு அங்காடிகள் (input markets=n).

ஆகவே, வோல்ரஸின் மூன்றாவது, நான்காவது தொகுப்பிலிருக்கும் சமகாலச் சமன்பாடுகள், (உற்பத்திக் காரணிகள் அல்லது) உள்ளீடு சந்தைகளைப் பற்றியவை. இந்தச் சந்தைகளில்தான் பொருள்களை உற்பத்தி செய்யப் பயன்படுத்தப் படும் உற்பத்திக் காரணிகளான நிலம், உழைப்பு, முதலீடு போன்றவற்றிற்கான ஊதியங்கள் நிர்ணயமாகின்றன. மூன்றாவது தொகுப்பில் உற்பத்திக் காரணிகளுக்கான அங்காடியில் உற்பத்திக் காரணிகளின் அளிப்பை நிர்ணயிக்கும் சமன்பாடுகள் காட்டப்படுகின்றன. உற்பத்திக் காரணிகளின் உரிமையாளர்கள் (நில உடைமையாளர்கள், உழைப்பாளர்கள், முதலீட்டாளர்கள்) வெவ்வேறு விலைகளில் தங்களின் உற்பத்திக் காரணிகளை எவ்வளவு அளிப்பார்கள் என்பதை அவை காட்டுகின்றன. உற்பத்தி செய்யத் தூண்டும் ஊக்கக் காரணிகள் எவை? வேலை செய்யும் சூழல் எந்த வகையில் இருக்கிறது? சூழல் மோசமானதாக இருப்பின் அதற்கு ஈடு கொடுக்கக் கூடிய வகையில் ஊதியத்தின் உயர்வு இருக்கிறதா? உற்பத்திக் காரணிகளின் உரிமையாளர்கள் அவர்களுக்குக் கிடைக்கும் ஊதியத்தைக் கொண்டு வாங்கக்கூடிய நுகர்வுப்

பண்டங்களின் அளவுகள் அப்பண்டங்களின் விலைகளினால் தீர்மானிக்கப் படுவதால், உற்பத்திக் காரணிகளின் அளிப்பின் அளவுகள், நுகர்வோர் பண்டங்களின் விலைகளால் பாதிக்கப்படும் என்பதை இந்தத் தொகுப்பு காட்டுகிறது. வெவ்வேறு சூழல்களில், உற்பத்திக் காரணிகளின் அளிப்பு எப்படியிருக்கிறது போன்றவற்றை உள்ளடக்கிய சமகாலச் சமன்பாடுகளின் தொகுப்பு அது.

இறுதியாக, அவருடைய நான்காவது தொகுப்பிலுள்ள சமன்பாடுகள், முதலீட்டாளர்கள் எந்த அளவு உற்பத்திக் காரணிகளை வாங்க முன்வருவார்கள் என்பதைக் காட்டுகிறது. அது எந்த அளவு முடிவுபெற்ற பண்டங்களை அவர்கள் உற்பத்தி செய்யப்போகிறார்கள் என்பதைச் சார்ந்து அமையும். வெவ்வேறு விலைகளில் நுகர்வோர் பண்டங்களுக்கான தேவை, முதலீட்டாளர்கள் அறிந்திருக்கும் தொழில்நுட்பம், வெவ்வேறு உற்பத்திக் காரணிகளின் விலைகள் ஆகியவை உற்பத்திக் காரணிகளின் உபயோக அளவை நிர்ணயிக்கும். துணி விலை உயர்வது, துணி உற்பத்தியை அதிகரிக்கத் தூண்டுகோலாக அமையும். அப்போது நெசவாளர்கள் தேவை அதிகரிக்கலாம். நெசவாளர்களின் கூலி உயருமானால் நெசவாளர்களுக்குப் பதிலீடாக முதலீட்டாளர்கள் தானியங்கி இயந்திரங்களைப் பயன்படுத்த முயலலாம். அது நெசவாளர்களின் பேர சக்தியைக் குறைத்து விடலாம். அதே சமயம் உழைப்பாளர்களின் தேவை குறையும்போது இயந்திரங்களின் தேவை அதிகரிக்கலாம். இப்படி சமுதாயத்தில் உற்பத்திக் காரணிகளுக்கான தேவை பல்வேறு சக்திகளால் பாதிக்கப்படுகின்றன. நான்காவது தொகுப்பிலுள்ள சமன்பாடுகள் உற்பத்திக் காரணிகளின் உபயோக அளவைக் காட்டுகிற வகையில் அமைந்திருக்கின்றன.

இவ்வாறு வோல்ரஸ் நான்கு தொகுப்பு சமகாலச் சமன்பாடுகளைக் கொடுக்கிறார். முதலாவது தொகுப்பு, வெவ்வேறு விலைகளில் நுகர்வோர் பண்டங்களின் தேவையைக் காட்டுகிறது. இரண்டாவது, நுகர்வோர் பண்டங்களின் உற்பத்திச் செலவுக்கும் விலைக்குமான தொடர்பைக் காட்டுகிறது. மூன்றாவது, வெவ்வேறு ஊதியங்களில் உற்பத்திக் காரணிகளின் அளிப்பைக் காட்டுகிறது; நான்காவது, வெவ்வேறு ஊதியங்களில் உற்பத்திக் காரணிகளின் தேவையைக் காட்டுகிறது. இந்தச் சமன்பாடுகளைக் கொண்டு, அவர் இதுவரை விடை அறியப்படாத நான்கு வினாக்களுக்கு விடை காண முயல்கிறார். அவையாவன: 1. சந்தையில் அனைத்துப் பண்டங்களின் விலைகள்; 2. விற்கப்பட்டு, வாங்கப்பட்ட அனைத்து முடிவுபெற்ற பண்டங்களின் அளவுகள்; 3. அனைத்து உற்பத்திக் காரணிகளின் விலைகள் (ஊதியங்கள்); 4. உற்பத்திக் காரணிகளின் உரிமையாளர்களால் அளிக்கப்பட்டு, முதலீட்டாளர்களால்

வாங்கப்பட்ட அனைத்து உற்பத்திக் காரணிகளின் அளவுகள். ஒன்றுக்கொன்று தொடர்பு கொண்டு இடையறாமல் இயங்கும் சந்தை நடவடிக்கைகளைத் தன் நான்கு தொகுப்புச் சமன்பாடுகள் மூலம் படம்பிடித்து அடக்க ஒரு பெருமுயற்சியை மேற்கொண்டு அதில் வெற்றியும் பெற்றிருக்கிறார் வோல்ரஸ்!

நான்கு தொகுப்பு சமகாலச் சமன்பாடுகள் தவிர, வோல்ரஸ் தன் கணிதக் கட்டமைப்பில் வேறோரு சமன்பாட்டையும் அறிமுகப்படுத்துகிறார். இந்தச் சமன்பாட்டின்படி, உற்பத்திக் காரணிகளின் உரிமையாளர்கள், தாங்கள் சம்பாதிக்கும் ஊதியம் முழுவதையும் பண்டங்கள்பணிகள் வாங்குவதற்காகச் செலவழித்து விட வேண்டும் என்று அனுமானிக்கிறார். அவர்கள் அதை நேரடியாகப் பண்டங்கள்பணிகளை வாங்கியும் செய்யலாம்; அல்லது மறைமுகமாக, தங்கள் ஊதியத்தில் ஒரு பகுதியைச் சேமித்து, அதை மற்றவர்களுக்குக் கடனாகக் கொடுத்து, அந்தக் கடன் வாங்கியவர் மற்றவர்களின் பண்டங்களையும் பணிகளையும் வாங்க உதவி செய்தும் செய்யலாம்.

இப்படிப் புதிதாக அவர் சேர்க்கும் சமன்பாடு, அவருக்குக் கணித ரீதியாக ஒரு சிக்கலை ஏற்படுத்துகிறது. புதிதாகச் சேர்த்த சமன்பாட்டையும் சேர்த்து, விடை தெரியாத வினாக்களின் சமன்பாடுகள் நான்கு தொகுப்பாகவும், விடை அளிக்கும் சமன்பாடுகள் நான்கு தொகுப்பு + ஒன்றாகவும் *(2m+2n+1)* இருக்கிறது. இந்தச் சிக்கலிலிருந்து விடுபட, அவர் விடை அளிக்கும் அனைத்து நுகர்வோர் பண்டங்களின் தொகுப்பில் ஏதோ ஒன்றைத் *(G1, G2, G3...Gn)* தன்னிச்சையாகத் (உதாரணத்திற்கு G1ஐத்) தேர்ந்தெடுத்து, மற்ற அனைத்துப் பண்டங்களின் விலைகளையும் அந்தப் பண்டத்தை வைத்து அளந்துகொள்ளலாம் என்று தீர்மானிக்கிறார். அதாவது, *G1* பணப் பண்டமாகி விடுகிறது. அதனால், மற்ற அனைத்துப் பண்டங்களின் விலைகளும் G1ன் அளவுகளால் அளக்கப் படுகின்றன. *G1*இன் விலை, மற்ற அனைத்துப் பொருள்களின் விலைகளையும் அளக்கும் ஓர் ஒப்பீட்டு மதிப்பளவாகி விடுகிறது. *G1*ஐ, அவர் 'நியூமரேர்' *(nume'raire)* என்று அழைக்கிறார். (*G1*ஐ ஒரு நுகர்வோர் பொருளாக வைத்துக்கொண்டு, அதன் விலை எப்போதுமே *1* ஆகவே இருக்கும் பணப்பொருள் என்று அனுமானிக்கிறார்.) அதனால் ஒரு அலகு G1இன் விலை, எப்போதுமே *1* என்று ஆகிவிடுகிறது. ஏனெனில், விலைகள் அனைத்துமே G1 அளவுகளால் காட்டப்படுகின்றன. (ஒரு கோப்பை காபியின் விலை பத்து ரூபாய்; ஒரு பேனாவின் விலை பதினெட்டு ரூபாய் என்று சொல்லும்போது, ஒரு ரூபாயின் விலை என்ன? ரூபாய் பணப் பொருள் ஆகிவிட்டால், ஒரு ரூபாயின் மதிப்பு எப்போதுமே ஒரு ரூபாய்தான். ஒப்பீட்டளவில்

ஒரு ரூபாயின் மதிப்பு, மற்ற பொருள்களின் மதிப்பில் மாறலாமே தவிர, ரூபாயின் அளவுகளில் எப்போதுமே ஒன்றாகத்தான் இருக்கும்.) இந்த அனுமானத்தின் விளைவாக விடை தெரியாத வினாக்களின் சமன்பாடுகள், விடை அளிக்கும் சமன்பாடுகள் ஆகிய இரண்டுமே சமமாக ஆகிவிடுகின்றன. அதற்கு 'வோல்ரஸ் விதி' காரணமாகிறது.

சந்தையில் பொதுச்சமநிலையை நிர்ணயிப்பதற்காக வோல்ரஸ் மேற்கொண்ட அனுமானம்தான் 'வோல்ரஸ் விதி' என்று அழைக்கப்படுகிறது. சந்தையில் ஒரே ஒரு பண்டம் தவிர, மற்ற அனைத்துப் பண்டங்களின் விற்பனை-வாங்கிய அளவுகள் சமநிலையை அடைந்திருந்தால், மீதமிருக்கும் அந்த ஒரு பண்டத்திலும் தேவை-அளிப்பு சமநிலையை அடைந்திருக்கும் என்பதுதான் வோல்ரஸ் விதி. இதன்படி சந்தையில் ஓரிடத்தில் ஒரு பண்டத்திற்கான அதிகப்படித் தேவை இருக்குமானால், வேறொரு பண்டத்திற்கான அதிகப்படி அளிப்பு வேறோரிடத்தில் இருந்தே ஆக வேண்டும். ஏனெனில், பொதுச்சமநிலையில் அனைத்துப் பண்டங்களின் அதிகப்படி தேவைகளுக்கும் இணையாக அதிகப்படி அளிப்புகள் இருக்குமாதலால், அவற்றின் ஒட்டுமொத்தக் கூட்டல்தொகை சுன்னமாகி விடும் என்பதனால், அதில் ஒரே ஒரு பண்டத்தை மட்டும் விட்டு விட்டு, மற்ற அனைத்துப் பண்டங்களும் தேவைஅளிப்பு சமநிலையை அடைந்திருந்தால் அந்தப் பண்டத்திலும் சமநிலையை அடைந்திருக்கும் என்கிறார் வோல்ரஸ்.

வோல்ரஸ் விதியைப் பயன்படுத்தி, விடை அளிக்கும் சமன்பாடுகளில் ஒன்றினைக் கைவிடுவதால், விடை தெரியாத வினாக்களின் சமன்பாடுகள், விடை அளிக்கும் சமன்பாடுகள் இரண்டும் சமமாகி விடுகின்றன. பொருள்கள், உற்பத்திக் காரணிகள் ஆகியவற்றின் அளவுகள், விலைகள் பற்றிய விடை தெரியாத வினாக்களின் சமன்பாடுகளின் எண்ணிக்கையும், விடை அளிக்கும் சமன்பாடுகளின் எண்ணிக்கையும் சமமாக இருப்பதைக் காட்டி, கணித ரீதியாக அதற்கு ஒரு தீர்வு இருக்கிறது என்று வோல்ரஸ் நிறுவுகிறார். பொதுச் சமநிலையில் ஒவ்வொரு பொருளுக்கும் பணிக்கும் ஒரு தனித்தன்மை வாய்ந்த விலை நிர்ணயமாகும் என்று நிரூபித்தது வோல்ரஸின் இமாலய சாதனையாகும். பேனாவின் விலை எத்தனை ரூபாயாயிருக்கும், பென்சிலின் விலை எத்தனை ரூபாயாயிருக்கும், கணினியின் விலை எத்தனை ரூபாயாயிருக்கும் என்று ஒவ்வொரு பொருளுக்கும் தனித்தனியாக விடைகளை அவருடைய சந்தைத் தொகுப்புகள் தருவதில்லை. ஆனால், $G1$ என்கிற பணப் பொருளாக ஏற்றுக்கொள்ளப்பட்ட பொருளின் அளவுகளில், பேனா விலை எத்தனை மடங்காயிருக்கும், பென்சில்

விலை எத்தனை மடங்காயிருக்கும், கணினி விலை எத்தனை மடங்காயிருக்கும் என்று ஒப்பீட்டளவில் அந்தத் தொகுப்புகள் விடைகளை அளிக்கின்றன. தன்னுடைய கணிதச் சமன்பாடுகள் அளிக்கும் விடைகளை நோக்கித்தான் நடைமுறை உலகில் சந்தையின் தடையிலா இயக்கம் காரணமாக விளையும் விலைகளும் இயங்கும் என்று வோல்ரஸ் நம்பினார்.

வோல்ரஸின் அகவியல் கற்பனையில், அங்காடிகளில் ஏலம் விடுபவர் (*auctioneer*), பொருள்களின் விலைகளை என்னவாக இருக்கும் என அறியாத நிலையில், இருட்டில் துழாவித் தேடி (*grope*) கூவிக் கூவி விலைகளை அறிவித்து (*ta^ttonnement*) சமநிலை விலைகளை நிர்ணயிக்கிறார். சந்தையில் வோல்ரஸ் ஒரு பெரிய ஏலத்தைக் கற்பனை செய்கிறார். அங்கு பல் பொருள்களுக்குமான வியாபாரிகளும் வாங்க விரும்புவர்களும் குழுமியிருக்கிறார்கள். ஏலம் விடுபவர், அப்போதைய சந்தை நிலையைக் கவனித்து அதனடிப்படையில் ஒரு பொருளுக்கான அனுமான விலையை அறிவிக்கிறார். அந்த விலையில் அந்தப் பொருளை விற்க விரும்புவர்கள் அதிகமாகவும், வாங்க விரும்புவோர் குறைவாகவும் இருப்பதாகக் கொள்வோம். ஏலம் விடுபவர் ஏலம் படியவில்லை என்று கூறி விடுவார்; அந்த விலையில் எந்தப் பரிவர்த்தனையும் நடக்காது. அடுத்து ஏலம் விடுபவர் முந்தைய விலையை விடக் குறைவான விலையை அறிவிக்கிறார் என்று கொள்வோம். இந்தப் புதிய விலையிலும் அந்தப் பொருளை விற்க விரும்புவர்கள் அதிகமாகவும், ஏலம் வாங்க விரும்புவோர் குறைவாகவும் இருந்தால் அந்த விலையிலும் ஏலம் படியாது. ஏலம் விடுபவர் மேலும் விலையைக் குறைத்து மறுபடி அறிவிக்கிறார். இந்தப் புதிய விலையில் அந்தப் பொருளை விற்க விரும்புவர்கள் குறைவாகவும் ஏலம் வாங்க விரும்புவோர் அதிகமாகவும் இருப்பதாகக் கொள்வோம். இந்த விலையிலும் ஏலம் படியாது. ஆனால், ஏலம் விடுபவர் இதற்கும் முன்பு அறிவித்த விலைக்கும், கடைசியாக அறிவித்த விலைக்கும் இடையே ஏதோ ஒரு இடத்தில்தான் அந்தப் பொருளுக்கான சமநிலை விலை இருக்கிறது என்று புரிந்து கொண்டு, அந்த விலையை அறிவிக்கிறவரையில் இந்தத் தேடல் தொடர்ந்து கொண்டேயிருக்கும். சரியான சமநிலை விலையை அறிவித்தவுடன் பரிவர்த்தனை நடந்து, பொருள்கள் விற்பவர்களிடமிருந்து வாங்குபவர்களுக்கு இடம் மாறும். அது மட்டுமல்லாமல், சந்தையில் பரிவர்த்தனையாகும் அனைத்துப் பொருள்களுக்குமான சமநிலை விலைகளை ஏலம் விடுபவர்கள் அறிவிக்கும்வரை இந்தத் தேடல் தொடரும். சமநிலை விலைகளில்தான் அங்காடியில் பரிவர்த்தனை நடக்கும் என்றும், அதுவரை நடக்கும் அனைத்து நிகழ்ச்சிகளும் பேர ஒத்திகைகள்தான் என்றும் வோல்ரஸ் அனுமானிக்கிறார்.

கணிதச் சமன்பாடுகளால் காட்டப்பட்ட இந்த அகவியல் கற்பனைக்கும் நடைமுறை உலகுக்கும் தொடர்பிருக்க இயலுமா என்கிற ஐயம் அனைவருக்கும் எழத்தான் செய்கிறது. வோல்ரஸ், நடைமுறை உலகின் சந்தை இயக்கத்தைப் பிரதிபலிக்கும் 'மாதிரி'தான் இந்த அகவியல் கற்பனை என்று நம்புகிறார். நடைமுறை உலகில் மாற்றங்கள் நிகழ்ந்து கொண்டேயிருக்கின்றன. அங்கு ஒவ்வொரு பொருளின் விலையையும் உற்பத்திக் காரணிகளின் ஊதியத்தையும் நிர்ணயம் செய்து அறிவிக்கும் எந்த வல்லுனரையும் காண முடிவதில்லை. அத்தகைய வல்லுனர்கள் இல்லையென்றாலும், நடைமுறை உலகில் கணிதச் சமன்பாடுகளிலிருந்து விளைகின்ற விலைகளைப் போலவே தடையிலா வணிகத்தினால் சந்தை விலைகளும் நிர்ணயமாகின்றன என்று வோல்ரஸ் நம்பினார். ஒவ்வொரு தனிநபரும், பரிவர்த்தனைகள் மூலம் தாங்கள் பெறும் பயன்பாட்டை உச்சமடையச் செய்யவே முயல்வார்கள். தனிநபர்கள் நுகர்வோராக இருந்தாலும் சரி, உற்பத்திக்காரணி உடைமையாளராக இருந்தாலும் சரி, உச்சப் பயன்பாட்டை அடைவதற்காகத் தீவிரமாக போட்டி போடுவது சந்தையில் நடக்கும். உச்சப் பயன்பாடு பெற வேண்டும் என்கிற நோக்கமும், வியாபாரிகள், நுகர்வோர் மற்றும் உற்பத்திக் காரணி உடைமையாளர்கள் ஆகியோரிடையே ஏற்படுகிற தீவிரமான போட்டியும்தான் நடைமுறை உலகில் சந்தை விலைகளைப் பொதுச் சமநிலை மூலம் தீர்மானிக்கப்பட்ட விலைகளுக்குச் சமமாக்குகின்றன என்று வோல்ரஸ் நம்பினார்.

நடைமுறை சந்தையில் இதுபோன்ற ஏதோவொரு முறையில்தான் விலைகள் நிர்ணயமாகின்றன என்று வோல்ரஸ் திடமாக நம்பினார். பொருள்களின் பற்றாக்குறை வரும்போதெல்லாம் விலைகள் அதிகமாவதையும், அபரிமித அளவில் பொருள்கள் சந்தைக்கு வரும்போதெல்லாம் விலைகள் குறைவதையும் அவர் எடுத்துக் காட்டாகச் சுட்டுகிறார். அதனால் சந்தையில் ஏதோவொரு தேடல் தொடர்ந்து நடைபெற்று சந்தையின் அனைத்துச் சரக்குகளும் காலியாகிற வகையில் சமநிலை விலைகள் நிர்ணயமாகின்றன என்று அவர் கணிக்கிறார்.

வோல்ரஸின் பொருளாதாரத் தத்துவங்கள் படிப்படியாக வளர்ச்சியுற்றிருக்கின்றன. அவற்றைக் கீழ்வருமாறு சுருக்கிக் கூறலாம்.

1. பொருளியலின் பரப்பு, இலக்கணம் பற்றிய தன்னுடைய கொள்கைகளைக் கொடுத்து, அகவியல் சார்ந்த மதிப்புக் கோட்பாட்டை அளித்ததோடின்றி, கணிதப் பொருளியலையும் விரிவாகப் பயன்படுத்தினார்.

2. பயன்பாட்டை உச்சமடையச் செய்யும் முயற்சியில், இரு பொருள்கள் பரிவர்த்தனையில் தேவைஅளிப்புகள் எவ்வாறு ஏலம்

விடுபவர் மூலம், கூவிக்கூவி விலைகளை அறிவித்து, இருட்டில் துழாவித் தேடும் முறை வழியாக ஒரு சமநிலையை நோக்கிச் செலுத்தும் என்று விவரித்தார்.

3. பல்பொருள் சந்தையில் பரிவர்த்தனை எவ்வாறு நிகழ்கிறது; அங்கும் ஏலம் விடுபவர் மூலம், கூவிக்கூவி விலைகளை அறிவித்து, இருட்டில் துழாவித் தேடும் முறை எவ்வாறு செயல்படும் என்று கணித்தார். விடை தெரியாத சமன்பாடுகளின் எண்ணிக்கையையும் விடையளிக்கும் சமன்பாடுகளின் எண்ணிக்கையையும் கூட்டி, அவை சமமாயிருப்பதால் பொதுச் சமநிலை விலைகளை அறிய முடியும் என்று வாதிட்டார்.

4. பரிவர்த்தனையோடு மட்டும் நிறுத்திக்கொள்ளாமல் உற்பத்தியையும் தன் ஆய்வுக்குள் இணைத்தார். ஆரம்பத்தில் உற்பத்திக் காரணிகளின் அளவு மாறாமல், நிரந்தரமாக இருக்கிறது என்று அனுமானித்தாலும், பின்னர் அதைத் தளர்த்தி, அவற்றின் அளவு மாற்றத்தையும் அனுமதிக்கிறார். உற்பத்திக் காரணிகளுக்கான தேவை, உற்பத்தியாகும் பொருள்களுக்கான தேவை என்கிற மூலத்திலிருந்துதான் பிறந்தது; எனவே, உற்பத்திக் காரணிகளுக்கான தேவை, வருவிக்கப்பட்ட தேவை (derived demand) என்று கூறுகிறார்.

5. அதற்குப் பிறகு, முதல் பற்றிய தன் கொள்கையை அறிவிக்கிறார். வருங்கால வருவாய்களைக் கொண்டு நடப்பு மதிப்புத் தொகையைக் கணிக்கும் வழி முறைகளை ஆய்கிறார். சேமிப்பு, கடன்கள் பற்றிய கொள்கைகளை அவற்றுடன் இணைக்கிறார்.

6 பணத்தை, வருங்காலத்திலும் பரிவர்த்தனையைத் தொடர்வதற்கு ஒரு சாதனமாக, அதனால் அதற்காகவே விரும்பப்படுகிற பொருளாகப் பார்க்கிறார்.

7 தொடர்ந்துகொண்டேயிருக்கும் சந்தைகளையும், பொருளாதார வளர்ச்சியையும் கவனத்தில் கொள்கிறார்.

8. முற்றுரிமை மற்றும் நிறைகுறைப் போட்டிகள் பற்றிய தன் எண்ணங்களையும் குறிப்பிடுகிறார்.

வோல்ரஸின் பொதுச் சமநிலைக் கற்பனை உண்மையிலேயே வியக்கத்தக்கதுதான். ஆயினும் இந்தக் கற்பனை பல சிக்கல்களை உள்ளடக்கியிருக்கிறது. நடைமுறை உலகில், சமநிலை விலைகள் நிர்ணயமாகும் வரை பரிவர்த்தனை செய்பவர்கள் பொறுத்திருப்ப தில்லை. சமநிலையற்ற விலைகளிலும் பலர் பரிவர்த்தனை செய்துகொண்டுதானிருக்கிறார்கள். அப்படியான சூழலில்,

சமநிலை விலைகள் வருவதற்கு முன்பே செய்கிற பரிவர்த்தனைகள், பொதுச் சமநிலை விலைகளை எவ்வகையில் பாதிக்குமென்பதை வோல்ரஸின் சமன்பாடுகள் காட்டுவதில்லை.

அது போன்றே, நடைமுறை உலகில் சந்தைக்கு வந்து விட்ட பொருள்களை மட்டும் கணக்கெடுத்து சமநிலை விலைகள் நிர்ணயமாவதில்லை. தீபாவளி வந்தால் நுகர்வோர் புதுத் துணி வாங்குவார்கள் என்கிற எதிர்பார்ப்பில் வியாபாரிகள் விலையைக் கூட்டக் கூடும். வாங்குபவர்கள், விற்பவர்கள் ஆகிய இரு சாராரிடமிருக்கும் எதிர்பார்ப்புகள், சமநிலை விலைகளைப் பாதிக்கும் என்பதை வோல்ரஸின் சமன்பாடுகள் உள்ளடக்கவில்லை.

வோல்ரஸின் பொதுச் சமநிலை பற்றிய சமன்பாடுகளிலிருந்து வருகிற விடைகள் அனைத்தும் நேர்மறையாகவே (positive) இருக்க வேண்டுமென்கிற அவசியமெதுவுமில்லை. அதாவது, விடையாக வருகிற விலைகள் சுன்னமாகவும், எதிர்மறையாகவும் கூட இருக்கலாம் என்கிறார் ஃபான் நெய்மான் (von Neumann). இலவசமாகவோ (சுன்ன விலைகளுக்கு அதுதான் பொருள்!), அல்லது பொருள்களை வாங்குபவர்களுக்குப் பொருள்களுடன் மேலும் தாங்களே பணம் தருகிற வகையிலோ (எதிர்மறை விலைகளுக்கு அதுதான் பொருள்!) நடக்கப் போகிற வியாபாரிகளைக் கற்பனை செய்ய இயலவில்லை. எனவே நேர்மறை விடைகளை நடைமுறை சாத்தியமானதாகக் கொள்வதில் தவறில்லை என்று அனுமானிக்கிறவர்களும் இருக்கிறார்கள்.

விடை தெரியாத வினாக்களின் சமன்பாடுகள், விடை அளிக்கும் சமன்பாடுகள் ஆகிய இரண்டுமே சமமாக இருந்தால், கணிதத்தில் ஒரு விடை கிடைக்கும் என்கிற அனுமானமே எல்லா சமயங்களிலும் வேலை செய்வதில்லை என்பதையும் சில திறனாய்வாளர்கள் சுட்டிக்காட்டியிருக்கிறார்கள்.

வோல்ரஸ் பொருளாதாரத் தத்துவத்தையும், பொருளாதாரக் கொள்கையையும் (policy) தனித்தனியாக வேறுபடுத்திப் பார்த்தார். செவ்வியல் பொருளாதாரவாதிகளிலிருந்து நவ செவ்வியல் பொருளாதாரவாதிகளைப் பிரித்துக் காட்டும் செயலாக இதைப் பார்க்கலாம். வோல்ரஸுடைய தத்துவம் முழுமையான, நிறைவுப் போட்டி அனுமானத்தில் செய்யப்பட்டது. ஆனால் நடைமுறை உலகில் இயற்கையான முற்றுரிமைகள் (natural monopolies) இருப்பதை அவர் பார்க்கிறார். எடுத்துக்காட்டாக, ஒரு நகரில் வீடுகளுக்குத் தண்ணீர் வழங்குவதை ஒரே நிறுவனம் செய்தால், அது ஒரே பிரதானக் குழாயிலிருந்து ஒவ்வொரு வீட்டுக்கும் தனித்தனியான இணைப்புகளைத் தர இயலும். நிறைவுப் போட்டி இருந்து, பல நிறுவனங்கள் தண்ணீர்

வழங்கும் முயற்சியில் இறங்கினால் ஒவ்வொரு நிறுவனமும் தங்கள் நிறுவன அளிப்பிற்காக ஒவ்வொரு தெருவிலும் தத்தம் பிரதானக் குழாய்களை அமைக்க வேண்டியிருக்கும். அதனால் தெருக்களைத் தோண்டுவது அதிகரிக்குமே தவிர வீடுகளுக்குத் தண்ணீர் வழங்குவதில் சிறப்பு எதுவும் வந்து விடாது! அப்படிப் பட்ட சூழலில் நகருக்கு தண்ணீர் வழங்கும் உரிமையை ஒரே நிறுவனத்திற்கு வழங்குவதுதான் சிக்கனமான நடவடிக்கை. அப்படிப்பட்ட இயற்கை முற்றுரிமைகள் இருந்தால் அவை நாட்டுடைமையாக்கப்பட வேண்டும் என்று வோல்ரஸ் கருதினார்.

விலைகள் ஒரு சமநிலையே நோக்கி இயங்கும் என்று அவர் தத்துவம் கூறியபோதும் நடைமுறையில் விலைவாசிகளைக் கட்டுப்படுத்துவதற்குப் பண நிர்வாகம் தேவை என்றும் அவர் கருதினார். பங்குச்சந்தையின் கட்டமைப்பைச் சீராக்கவும் மோசடி, கபடம் ஆகியவற்றைத் தவிர்க்கவும் அரசின் கட்டுப்பாடுகள் அவசியம் என்றும் கருதினார். வரிகள், தனி மனிதர்களின் நியாயமான வருவாயை இழப்பீடின்றி அரசு கைப்பற்றும் வகையில் அமைந்தால் அவற்றைத் தள்ளுபடி செய்ய வேண்டும் என்றும் கூறினார். நாட்டின் நிலமனைத்தும் நாட்டுடைமையாக்கப்பட்டு விட வேண்டுமென்றும் தனி மனிதர்களின் பயன்பாட்டிற்கு நிலம் தேவைப்பட்டால் வாரம் வாங்கிக்கொண்டு அதை அனுமதிக்க வேண்டும் என்றும் வாதிட்டார். அவர் தன்னை ஒரு அறிவியல் சமதர்மவாதியாக (*scientific socialist*) அடையாளப்படுத்திக் கொண்டார்.

வோல்ரஸின் பொதுச் சமநிலையில் தனிமனித நடவடிக்கைகளைக் கணிதச் சமன்பாடுகளாகக் காட்டப்படக்கூடிய அளவுக்கு அவர் மற்றவற்றை ஒதுக்கி விட்டுக் கருத்தளவில் பரிவர்த்தனை நடவடிக்கைகளை மட்டும் பிரித்துக்காட்டுகிறார். அவருடைய ஆய்வில், மனித நடவடிக்கைகள் இயந்திரகதியில், ரோபோக்களைப் போல் இயங்குவதாகப் பேராசிரியர் குரியன் குறிப்பிட்டிருப்பது சரியான விவரிப்புதான்! அன்றாட வாழ்க்கை நடைமுறையில் வர்க்க பேதங்களால் ஒருவருக்கொருவர் போட்டியிட்டுக்கொண்டு, ஒருவரை மற்றொருவர் சுரண்டுவதால் ஏற்படும் விளைவுகளை விவரித்துக்கொண்டிருந்த 'செவ்வியல் அரசியல் பொருளாதார' எண்ணங்களிலிருந்து பிரித்து, வெறும் தத்துவ உலகத்தில் மட்டும் இயங்குகிற தனிநபர்களின் அகநிலைக் கருத்தாகத்தான் வோல்ரஸின் பொதுச் சமநிலைத் தத்துவம் உருவாக்கப்பட்டிருக்கிறது. மருத்துவ இயலில் மனித இதயத்தை இரத்தத்தைச் சுற்றிவரச் செய்யும் ஒரு இயந்திரம் போல் கற்பனை செய்யும்போது, அது கனவுகளும், கற்பனைகளும், விருப்பு வெறுப்புகளும் கொண்ட மனித உடலின் ஒரு பகுதி

என்பதில் அந்தக் கனவுகளையும் கற்பனைகளையும், விருப்பு வெறுப்புகளையும் ஒதுக்கிவைப்பதுபோல்தான் வோல்ரஸும் பொருளியல் ஆய்வுகளில் தனிமனித நடவடிக்கையை ஓர் இயந்திரத்தனமான நடவடிக்கையாகக் காட்டி, அதில் உணர்வுகள், மரபுகள், குழுக்கள் சார்ந்த பாதிப்புகளை ஒரேயடியாகப் புறக்கணிக்கிறார். அவர் காலத்தில் நிலவிய பொருளியல் அமைப்பை ஜெ.எஸ். மில் கருதியது போல ஒரு நியாயமற்ற பகிர்வு என்றோ, மார்க்ஸ் போல அது சுரண்டலின் விளைவு என்றோ வோல்ரஸ் முடிவு செய்யவில்லை. அது போலவே ஒவ்வொரு தனிநபருக்கும் ஒரு தனிப் பயன்பாட்டுப் பட்டியல் இருக்கிறது என்று அனுமானிக்கிறாரே தவிர, அந்தப் பயன்பாட்டுப் பட்டியலின் பின்னணியிலிருக்கும் சமுதாய அமைப்புகளின் செயல்பாடுகளை அவர் புறக்கணித்து விடுகிறார்.

பொருளியல் ஆய்வுகளுக்குக் கணிதத்தை ஒரு முக்கியக் கருவியாக ஆக்கியதில் வோல்ரஸுக்குப் பெரும் பங்குண்டு. பொருள்களின் மதிப்பை நிர்ணயிப்பதில் உற்பத்திச் செலவுகளும், அதிலும் குறிப்பாக உழைப்பின் அளவும் மிகப் பெரும் பங்கு வகிக்கின்றன என்கிற செவ்வியல் பொருளாதாரக் கொள்கை, உற்பத்தியில் அளிப்பின் முக்கியத்துவத்தை அடிப்படையாகக் கொண்டிருந்தது. ஏனெனில், உற்பத்திச் செலவுகளும் உழைப்பின் செறிவும் உற்பத்தியைப் பாதித்து, அதனால் அளிப்பின் அளவை மாற்ற இயலும். ஆனால், பொருள்களின் மதிப்பை நிர்ணயிப்பதில் விளிம்புநிலைப் பயன்பாடுதான் முக்கியத்துவம் பெறுகிறது என்று வாதிட்டு ஜெவன்ஸ், மெங்கர் போலவே வோல்ரஸும் மதிப்பு நிர்ணயத்தில் தேவையின் பங்கினை வெளிக்கொணர்ந்தார். அவர்களிருவரும் செய்ததை விடத் துல்லியமாக, பல்பொருள் சந்தைகளிலும், தேவைகள் அவற்றின் விளிம்புநிலைப் பயன்பாட்டினால்தான் நிர்ணயமாகின்றன என்று நிறுவியது அவருடைய தனிச்சிறப்பு என்று கருதலாம். சாதாரணச் சொற்களினால் விவரித்து விளக்கிய பொருளியல் கொள்கைகளைக் கணித வடிவம் கொடுத்து மீட்டுருவாக்கி, பொருளியலையே ஓர் அறிவியலாக மாற்றியதில் வோல்ரஸிற்குப் பெரும்பங்குண்டு. அனைத்து சந்தைகளில் பரிவர்த்தனையாகும் பொருள்களுக்கும் பணிகளுக்குமிடையே எப்போதும் தொடர்புகளிருக்கின்றன; அந்தத் தொடர்புகளை வெளிக்கொணர்ந்து விளக்குவது பொருளியலின் பணி என்று காட்டி, அப்படிப்பட்ட சமநிலைக்கு ஒரு முன்மாதிரியை உருவாக்கித் தந்தது வோல்ரஸின் வியத்தகு சாதனை.

~~

5

கார்ல் மெங்கர்

தற்போதைய போலந்து நாட்டின் கலீஸியப் பகுதியில் உயர்குடியைச் சேர்ந்த வழக்கறிஞர் ஆண்டனுக்கும், செல்வமிக்க பொஹீமிய வணிகக் குடும்பத்தில் பிறந்த கரோலினுக்கும் பிறந்தவர் கார்ல் மெங்கர் (Carl Menger) *(1840–1921)*. *1870*களிலிருந்து வியன்னா பல்கலைக் கழக சட்டப் பேராசிரியராக இருந்த சோஸலிசக் கட்டுரை ஆசிரியரான ஆண்டன் ஆஸ்திரிய நாடாளுமன்ற உறுப்பினரும் வழக்கறிஞருமான மேக்ஸ் ஆகிய இருவரும் கார்ல் மெங்கரின் உடன் பிறப்புகள். ஜெர்மனி, ஆஸ்திரியப் பகுதிகளில் உயர்குடிப் பிறப்புக்கடையாளமான 'ஃபான்' *(von)* என்கிற பட்டத்தைத் தன் பெயரோடு இணைத்துக் கொள்வதைக் கார்ல் மெங்கர் தன் பதின் வயதுகளிலேயே விட்டுவிட்டார்.

பத்தொன்பது வயதிலிருந்து இருபத்துமூன்று வயது வரை பராஃகிலும், அதற்குப் பிறகு வியன்னாவிலும் பல்கலைக்கழகங்களில் 'அரசியல் பொருளாதாரம்' பயின்ற பின், *1863*இல் பத்திரிகைகளுக்கு மெங்கர் கட்டுரைகள் எழுத ஆரம்பித்தார். நாவல்கள், நகைச்சுவை நாடகங்களுட்படப் பலதரப்பட்ட எழுத்துக்களால் பிரபலமானார். பத்திரிகைகளுக்கு எழுதிக்கொண்டே சட்டப் படிப்பில் முனைவர் பட்டம் பெறத் தேர்வு எழுதினார். *1867*இல் கிராக்கோ *(Krakow)* பல்கலைக் கழகத்தில் சட்டத்தில் முனைவர் பட்டம் பெற்றார். பின்னர், மீண்டும் பத்திரிகை எழுத்தாளராகத் திரும்பி விட்டார்.

பத்திரிகைகளுக்குப் பொருளாதாரக் கட்டுரைகள் எழுதும்போது செவ்வியல் அரசியல் பொருளாதார எண்ணங்களுக்கும் நடைமுறையிலிருந்த பொருளாதாரச் செயல்பாடுகளுக்குமான

வேறுபாட்டை அவரால் நன்கு அறிந்துகொள்ள முடிந்தது. இதனை ஆழ்ந்து ஆய்ந்ததன் விளைவாக அவர் 1871இல் தன்னுடைய 'பொருளியலின் மூலமெய்ம்மை' (*Principles of Economics*) நூலை வெளியிட்டார். அவர் பொருளாதாரம் பற்றி எழுதத் திட்டமிட்டிருந்த நூல் தொகுப்பின் முதல் பகுதியாகத்தான் அது வெளியிடப்பட்டது. பின்னாட்களில் வேறு பல பொருளாதார நூல்களை அவர் எழுதினாலும், அந்த முதல் தொகுப்பின் தொடர்ச்சியான அடுத்த பகுதியை அவரால் வெளியிட முடியவேயில்லை. மூலமெய்ம்மை நூலில் செவ்வியல் அரசியல் பொருளாதாரவாதிகளின் உழைப்பு மதிப்புக் கோட்பாடு, உற்பத்திச் செலவுக் கோட்பாடு ஆகியவற்றை மெங்கர் மறுத்துரைத்தார். அது மட்டுமின்றி, விளிம்புநிலைப் பயன்பாடுதான் விலை அல்லது மதிப்பு நிர்ணயத்தின் அடிப்படை என்றும் மெங்கர் நிறுவினார். எனவேதான் அவர் 'விளிம்புநிலைப் புரட்சி'யின் மூன்று மூலகர்த்தாக்களில் ஒருவராக ஏற்றுக்கொள்ளப்படுகிறார். 1880களில் ஆஸ்திரியாவிலிருந்து அவரும், ஜெர்மனியின் வரலாற்றுப் பள்ளியின் (*historical school*) பேராசிரியர்களும் பொருளாதார ஆய்வுமுறைகள் (*methodology*) பற்றி நேரெதிர் கருத்துகளைக் கொண்டிருந்தனர். அவர்களின் நீண்ட விவாதம் ஒரு போரின் தீவிரத்தோடு நடந்தது. ஜெர்மனியின் வரலாற்றுப் பள்ளியினர் மெங்கரையும் அவருடைய ஆதரவாளர்களையும் 'ஆஸ்திரியப் பள்ளியினர்' என்று ஏளனமாக அழைத்த பெயர் பொருளியல் வரலாற்றில் நிலைத்துவிட்டது! தற்காலத்தில் கார்ல் மெங்கர் 'ஆஸ்திரியப் பள்ளியின் தந்தை' என்று அறியப்படுகிறார்.

1872இல் மெங்கர் வியன்னா பல்கலைக்கழகத்தின் சட்டத்துறையில் ஆசிரியராக நியமிக்கப்பட்டார். அவருடைய சுயமானதும் தனித்தன்மையுடையதுமான அறிவு, பல்கலைக்கழகத்தில் அவருக்குத் சிறப்பான அங்கீகாரத்தைப் பெற்றுத் தந்தது. அடுத்த ஆண்டில், அவருடைய 33வது வயதிலேயே அதே பல்கலைக் கழகத்தின் பொருளாதாரக் கொள்கைப் பேராசிரியராக நியமனம் பெற்றார்.

1876இல் அப்போது 18 வயதாகியிருந்த ஜெர்மானிய இளவரசர் ருடால்ப் ஃபான் ஹாப்ஸ்பர்கிற்குத் (*Rudolph von Hapsburg*) தனிப் போதகராக மெங்கர் நியமனம் பெற்றார். இளவரசரோடு இரண்டு ஆண்டுகள் ஐரோப்பா முழுவதையும் சுற்றி வந்தார். வியன்னா திரும்பிய பிறகு, இளவரசரின் தந்தையும் ஜெர்மன் பேரரசருமான பிரான்ஸ் ஜோசப், மெங்கரை வியன்னாப் பல்கலைக்கழகத்தின் சட்டத்துறையில் முழு நேரப் பேராசிரியராகப் பணியமர்த்தினார். 1878இல் இளவரசர் எழுதிய, ஆனால் அநாமதேயமாக வெளியிடப்பட்ட, தடையிலா

(கட்டுப்பாடுகளற்ற) வணிகத்துக்குச் சாதகமான கட்டுரைக்கு மெங்கரின் தூண்டுதலே காரணம். அப்போதைய ஜெர்மனியில் ஜெர்மானியத் தொழில்களுக்குப் பாதுகாப்புத் தந்து வளர்க்க வேண்டும் என்பதே பொதுமக்களிடையே செல்வாக்குப் பெற்றிருந்த கொள்கை.

நாவலாசிரியரும் இசை வல்லுநரும் அவரை விட 30 ஆண்டுகள் இளையவருமான ஹெர்மியான் ஆண்டர்மானுடன் (Hermione Andermann) கார்ல் மெங்கர் வாழ்ந்தார். எனினும், கத்தோலிக்கரான அவர் யூதரான ஹெர்மியானைத் திருமணம் செய்துகொள்ளவில்லை. 1902இல், அவருடைய 62வது வயதில்தான், பிற்காலத்தில் கணிதத்தில் பெரும் புகழ் பெற்ற அவருடைய மகன் கார்ல் மெங்கர் (Karl Menger) பிறந்தார். அங்கீகரிக்கப்பட்ட திருமண பந்தத்தின் வழியாகப் பிறக்காவிடினும், அவருக்குச் சட்ட ரீதியாகத் தன் மகன் என்ற அரசவை ஒப்புதலை மெங்கர் பெற்றுத் தந்தார்.

1870களிலிருந்தே அவர் மூலமெய்ம்மை நூலில் விளக்கியிருந்த தன் கொள்கைகளை வியன்னாவில் தன் விரிவுரைகள் மூலம் பிரபலப்படுத்தினார். மெங்கர் 1883இல் தன்னுடைய ஆய்வுமுறையை Investigations into the Method of the Social Sciences with Special Reference to Economics என்ற நூலில் விளக்கினார். அதை வரலாற்றுப் பள்ளியினர் எள்ளி நகையாடியதால், 1884இல் வரலாற்றுப் பள்ளியினரின் தவறுகளைச் சுட்டிக்காட்டி The Errors of Historicism in German Economics என்ற நூலை மெங்கர் எழுதினார். ஆஸ்திரியப் பள்ளியினருக்கும் ஜெர்மனியின் வரலாற்றுப் பள்ளியினருக்குமிடையில் பொருளியல் ஆய்வுமுறை பற்றிய சூடான விவாதம் நெடுநாள் தொடர்ந்தது.

அந்தப் 'போரை' வெற்றிகரமாக முடித்துக்கொண்ட பிறகு, தன்னுடைய 'மூல மெய்ம்மை' நூலில் திருத்தங்கள் செய்து புதிய பதிப்பொன்றைக் கொண்டுவர வேண்டுமென்றும், அதற்குப் பின் அந்த நூலை மொழியாக்கம் செய்ய உரிமை வழங்கலாமென்றும் திட்டமிட்டிருந்த கார்ல் மெங்கர் அந்த நூலின் முதல் பதிப்பு விற்றுத் தீர்ந்த பிறகும், அந்த நூலை மீண்டும் பதிப்பிக்கவுமில்லை, அதை மொழியாக்கம் செய்ய அனுமதிக்கவுமில்லை. அதனால் அவருடைய விரிவுரைகள் வழியாக மட்டுமே ஜெர்மனியில் பரவியிருந்த சுயமானதும் நவீனமானதுமான கொள்கைகள், அதே வேளையில் ஐரோப்பாவிலும் ஆங்கிலம் பேசும் மற்ற நாடுகளிலும் பரவவில்லை. எனவேதான் அவருக்கு நியாயமாகக் கிடைத்திருக்க வேண்டிய அங்கீகாரம், அவர் வாழ்ந்த காலத்தில் ஜெர்மன் மொழி அறியாத மற்ற நாடுகளில் அவருக்குக்

கிடைக்காமல் போயிற்று. 1880இன் பிற்பகுதிகளில் அவருடைய மாணவர்களான பிரடரிக் ஃபான் வெய்ஸர், யைஜின் ஃபான் பம் பாவர்க் போன்றவர்களின் நூல்கள் ஆங்கிலத்தில் மொழியாக்கம் செய்யப்பட்டு மற்ற நாடுகளைச் சென்றடைந்த பிறகே மெங்கரின் பொருளியல் கொள்கைகள் பற்றி ஐரோப்பாவின் மற்ற நாடுகளிலும் இங்கிலாந்திலும் அமெரிக்காவிலும் தெரியவந்தன.

ஆய்வுமுறை பற்றிய விவாதத்தின் சூடு சிறிது அடங்கிய பிறகு, கார்ல் மெங்கர் பொருளாதாரக் கொள்கைகள் பற்றிய ஆய்விற்கு மீண்டும் திரும்பினார். 1888இல் அவருடைய மூலதனக்கொள்கை பற்றிய நூல் வெளியானது. இந்தக் காலகட்டத்தில் ஆஸ்திரியாவின் பணவியல் அமைப்பைச் சீர்திருத்தும் நோக்கத்தோடு தொடங்கப்பட்ட ஓர் ஆணையத்தின் உறுப்பினராக கார்ல் மெங்கர் நியமிக்கப்பட்டார். அதனால் 1890களில் பணம் பற்றிய பல கட்டுரைகளையும், ஒரு முக்கிய நூலையும் அவர் வெளியிட்டார். 1903 வரை அவர் வியன்னாப் பல்கலைக் கழகப் பேராசிரியர் பதவியில் தொடர்ந்தார். 1921வரை வாழ்ந்த போதிலும் அவர் பொருளியலுக்குப் புதிதாகப் பெரிய படைப்புகள் எதுவும் வழங்கவில்லை.

மெங்கரின் பொருளாதாரக் கருத்துகள்

காரணத்தொடர்புகளும் பொருள்களின் தர வரிசையும்

மெங்கர் காலத்தின் மற்ற இரு நவ செவ்வியல் படைப்பாளிகள் ஜெவன்ஸ், வால்ரஸ் ஆகியோர். ஆனால் மெங்கரின் அணுகுமுறை அவர்களிலிருந்து முற்றிலும் வேறுபட்டது. அவர்கள் பொருளியலை ஓர் அறிவியலாக மாற்றும் நோக்கத்தோடு புறப்பொதுமையான கணிதக் கருவிகளைப் பயன்படுத்தி, சந்தைகளில் விலைகள் எப்படி ஒரு சமநிலையை நோக்கி இயங்குகின்றன என்று விவரிக்க முயன்றனர். மெங்கர் தன் ஆய்வை அந்த வழியில் மேற்கொள்ளவில்லை. மெங்கரைப் பொறுத்தவரை அனைத்துப் பொருள்களும் சில காரண, விளைவு விதிகளுக்குட்பட்டவை. அவற்றுக்கு விதிவிலக்குகளில்லை. பொருளியலிலும் உலகளாவிய பொதுத்தன்மை கொண்ட சில விதிகள் செயல்படுகின்றன. மனித சமுதாயம் பல்வேறு நடவடிக்கைகளில் ஈடுபடும்போது எவரும் கட்டுப்படுத்தாமலேயே, எவரும் வழிகாட்டாமலேயே புறத்தூண்டுதலற்ற அனிச்சையான ஒழுங்குமுறைகள் (*spontaneous order*) உருவாகி எழுகின்றன. அவை பொதுத்தன்மையான, உலகளாவிய சில விதிகளை அடையாளம் காட்டுகின்றன. அவற்றை ஆய்வதும், அவற்றின் அடிப்படையில் பொருளாதாரத்தை

விளக்குவதும் தன் இலக்குகள் என்று மெங்கர் கருதினார். இந்தப் புரிதலின் அடிப்படையில்தான் 'ஆஸ்திரியப் பள்ளி' எழுந்தது.

புறத்தில் கிடைக்கும் பொருள்களுக்கும் அவற்றை நுகரும்போது அகத்தில் தோன்றும் உணர்வுகளுக்குமிடையேயும் காரண விளைவு விதிகள் இயங்குகின்றன. அவை இருவழித் தொடர்பானவை. அதாவது, புற வயமான (உணவு, நடனம் போன்ற) பொருள்கள் அக வயமான (மகிழ்ச்சி, துக்கம் போன்ற) உணர்வுகளுக்குக் காரணமாயிருக்கின்றன. அது போலவே அக வயமான (கோபம், பயம் போன்ற) உணர்வுகள், புற வயமான பொருள்களைப் (கத்தி, துப்பாக்கி போன்ற) பயன்படுத்தக் காரணமாகின்றன. எனவே, மனிதனுக்குத் தான் புற உலகைச் சார்ந்துதான் வாழ இயலும் என்று நன்கு தெரிகிறது. எனவே அவன் தன் தேவைகளை நிறைவு செய்யும் வழிகளில் புற உலகைப் பயன்படுத்துகிறான்.

புற உலகில் பொருள்கள் (*goods*) என்று அடையாளம் காணப்பட அவை நான்கு தகுதிகளைக் கொண்டிருக்க வேண்டுமென மெங்கர் சுட்டுகிறார். 1. மானுடர்களுக்கு அந்தப் பொருள் தேவைப்பட வேண்டும்; 2. அந்தப் பொருளில் அந்தத் தேவையை நிறைவு செய்கிற காரணத் தொடர்பு பொதிந்திருக்க வேண்டும்; 3. மானுடர்களுக்கு அந்தக் காரணத் தொடர்பு பற்றிய அறிவு இருக்க வேண்டும்; 4. அந்தப் பொருளைக் கொண்டு அந்தத் தேவையை நிறைவு செய்து கொள்ளப் போதுமான அளவுக்கு மனிதர்களுக்கு ஆதிக்கம் இருக்க வேண்டும். பொருள்களை அடையாளம் கண்ட பிறகு, பொருள்களுக்கிடையே இருக்கும் காரணத் தொடர்புகளை மெங்கர் ஆய்கிறார். அதனடிப்படையில் பொருள்கள் பற்றிய அவரது புரிதலைக் கீழ்க்காணும் வகையில் விளக்குகிறார்.

காரணத் தொடர்புகளினடிப்படையில் மெங்கர் பொருள்களை இரு வகைப்படுத்துகிறார். கீழ் வரிசைப் பொருள்கள் (*goods of the lowest order*) மனிதத் தேவைகளை நேரடியாகத் தீர்த்து வைப்பவை. (எடுத்துக் காட்டாக, தாகத்துக்குத் தண்ணீர்.) மேல் வரிசைப் பொருள்களெல்லாம் (*goods of the higher order*) மனிதர்களின் உடனடித் தேவைகளை நிறைவு செய்வதில் மறைமுகமாக, சுற்றி வளைத்துத்தான் தொடர்பு கொள்பவை. உதாரணத்திற்கு, உற்பத்திக் காரணிகள். மனிதனுக்குத் தாகம் ஏற்படும்போது தண்ணீர் நேரடியாக அந்தத் தாகத்தை நிறைவு செய்கிறது. அது கீழ் வரிசைப் பொருள். (தற்காலிகமாக வரிசை எண் ஒன்று என்று குறிப்பிடுகிறேன்). அந்தத் தண்ணீரைத் தூக்கி வருகிற ஊழியரோ, அந்தத் தண்ணீரைக் கிணற்றிலிருந்து உறிஞ்சிக் கொணர்கிற இயந்திரமோ தாகம் தீர்க்கும் தேவையை நிறைவு செய்வதில்

மறைமுகமாகத்தான் பங்கு பெறுகின்றன. அந்த உழைப்பாளரும் அந்த இயந்திரமும் மேல் வரிசைப் பொருள்கள். (தற்காலிகமாக வரிசை எண்கள் இரண்டு, மூன்று என்று குறிப்பிடுகிறேன்). அந்தத் தண்ணீரைத் தூக்கி வருகிற உழைப்பாளர் உட்கொள்ளும் உணவு, அதற்கும் மேற்பட்ட வரிசைப் பொருள். (தற்காலிகமாக வரிசை எண் நான்கு என்று குறிப்பிடுகிறேன்). அந்த உழைப்பாளர் உட்கொள்ளும் உணவை உற்பத்தி செய்யும் உழவரின் உழைப்பு அதற்கும் மேற்பட்ட வரிசைப் பொருள். (தற்காலிகமாக வரிசை எண் ஐந்து என்று குறிப்பிடுகிறேன்). நுகர்வோர் பொருள்களெல்லாம் கீழ் வரிசைப் பொருள்கள். உற்பத்திக்காரணிகளெல்லாம் மேல் வரிசைப் பொருள்கள். (தற்காலிகமாக வரிசை எண்கள் 2இலிருந்து 5வரை காட்டப் பட்டவை). மேல் வரிசைப் பொருள்களெல்லாம் படிப்படியாகக் கீழ்வரிசைப் பொருள்களின் உற்பத்திக்கு அடித்தளம் அமைத்துத் தருகின்றன. இறுதியில் மனிதத் தேவைகளை நிறைவு செய்கிற கீழ் வரிசைப் பொருள்கள் உற்பத்தியாகின்றன. மேல் வரிசைகளிலிருக்கும் பொருள்கள்தான் மனிதச் செயல் திறத்தினால் அவற்றுக்கும் கீழ் வரிசைப் பொருள்களாக உருமாற்றம் பெருகின்றன. அந்த உருமாற்றம் தொடர்ந்து நடந்து, இறுதியில் அந்தப் பொருள்கள் மனிதத் தேவையை நேரடியாக நிறைவு செய்யும் அடிமட்டக் கீழ் வரிசைநிலையை அடைகின்றன.

வேறு விதமாக விளக்கினால், மனிதர்களுக்கு நுகர்ச்சியின் மூலம் நேரடியாக மன நிறைவை அளிப்பவை கீழ்வரிசைப் பொருள்கள். ரொட்டி கீழ் வரிசைப் பொருள். ஆனால், கோதுமையை மாவாக்குவது அதற்கு மேல் வரிசையைச் சார்ந்த பொருள். கோதுமையை உற்பத்தி செய்வது அதற்கும் மேல் வரிசைப் பொருள். மேல் வரிசைப் பொருள்களெல்லாம் நேரடியாக மன நிறைவை அளிக்கும் வல்லமை பெற்றவையன்று. மேல் வரிசைப் பொருள்களைப் படிப்படியாக உருமாற்றி இறுதியில் கீழ் வரிசைப் பொருள்களை உற்பத்தி செய்து, அவற்றை நுகர்கிறோம். கீழ் வரிசைப் பொருள்களின் நுகர்ச்சிதான் அவற்றின் மேல் வரிசைப் பொருள்களின் தேவைகளுக்குக் காரணமாகின்றன. எடுத்துக்காட்டாக, பலசரக்குக்கடையில் விற்கப்படுபவற்றில் பெரும்பாலானவை கீழ் வரிசை அல்லது அதற்கும் சற்று மேற்பட்ட வரிசைப் பொருள்கள். மொத்த வியாபாரிகள் விற்பனை செய்பவை அதற்கும் மேல் வரிசைப் பொருள்கள். பட்டறைகள் விற்பனை செய்பவை அதற்கும் மேல் வரிசைப் பொருள்கள். கருவிகளையும் இயந்திரங்களையும் விற்பனை செய்பவை அதற்கும் மேல் வரிசைப் பொருள்கள். கச்சாப் பொருள்களை விற்பனை செய்பவை அதற்கும் மேல் வரிசைப் பொருள்கள். மேல்வரிசைப் பொருள்களெல்லாம், காரணத் தொடர்புகளின் விளைவாகத்தான் இறுதியில் கீழ் வரிசைப்

பொருள்களாக மாற்றம் பெற்று நுகர்வோருக்கு நிறைவு தருகின்றன என்று மெங்கர் கருதுகிறார். கால ஓட்டத்தில் பண்டங்கள், கச்சாப்பொருள்களிலிருந்து கட்டங்கட்டமாக உருமாற்றம் பெற்று இறுதியில்தான் நுகரப்படும் கீழ்வரிசைப் பொருளாகிறது என்பது 'ஆஸ்திரியப் பள்ளி'யின் அடிப்படைக் கொள்கை.

பொருள்களை மெங்கர் மற்றொரு விதமாகவும் வரையறுக்கிறார். 1. மனிதத் தேவைகளை நிறைவு செய்யப் போதுமான அளவு அல்லது அதற்குமேல் கிடைப்பவை 2. மனிதத் தேவைகளை நிறைவு செய்யப் போதுமான அளவு கிடைக்காதவை. முதலாம் வகை, பொருளியல் சாராதவை (non-economic). இரண்டாம் வகை பொருளியல் சார்ந்தவை (economic). முதல் வகைப் பொருள்களின் அளிப்பு ஏராளமாக இருப்பதால், மனிதர்கள் அவை குறித்துத் தனிப்பட்ட நடவடிக்கைகள் எதையும் செய்ய வேண்டிய கட்டாயத்துக்கு உட்படுத்தப்படுவதில்லை. (எ-டு: பிராண வாயு, சூரிய வெளிச்சம்.) இரண்டாவது வகைப் பொருள்களைச் சிக்கனமாகக் கையாள வேண்டிய கட்டாயம் மனித இனத்திற்கு இருக்கிறது. எந்த நாட்டிலாவது மக்களின் தேவைகளனைத்தையும் பூர்த்தி செய்வதற்கு மேல் பொருள்கள் கிடைக்குமானால் அந்த நாட்டில் சிக்கனம் செய்ய வேண்டிய தேவையேயில்லாமல் போய் விடும். அந்த நாட்டில் 'செல்வம்' என்று எதையும் குறிப்பிட மாட்டார்கள்! எந்த நாட்டிலாவது 'செல்வப் பெருக்கம்' தொடர்ந்து நிகழ்ந்து கொண்டேயிருந்தால் – அதாவது, கிடைப்பருமையான பொருள்களின் உற்பத்தி இடைவிடாது தொடர்ந்து அதிக அளவில் மேற்கொள்ளப்பட்டால் அதன் விளைவாக அந்த நாட்டின் தேவைகளனைத்தையும் நிறைவு செய்வதற்கு மேல் பொருள்கள் உற்பத்தியாகி விடுமானால், அங்கு 'செல்வம்' கூடுவதற்கு மாறாகக் காணாமல் போய்விடும் என்கிற விசித்திரத்தை மெங்கர் பதிவு செய்திருக்கிறார். வேறோரு விதமாகச் சொன்னால், தேசிய வருவாய்க் கணக்கெடுப்புகள் காட்டும் தோற்றம், ஒரு மாயத் தோற்றம்தான் என்று மெங்கர் அப்போதே காட்டியிருப்பதாக ஹென்றி ஹாஸ்லிட் (1981) குறிப்பிடுகிறார்.

சிக்கனப் படுத்துதலும், அக உணர்வு சார்ந்த மதிப்புக் கோட்பாடும்

சிக்கனப்படுத்துவது என்பது கட்டாயமாகும்போது பொருள்களை அவற்றின் உபயோகத்தின் இன்றியமையாமையின் முக்கியத்துவத்தைப் பொறுத்து வரிசைப்படுத்த வேண்டிவருகிறது. பற்றாக்குறை நிலவும்போது எந்த உபயோகம் மிக முக்கியமானதோ அதை முதலில் நிறைவேற்றி, எந்த உபயோகம் அதை விடக் குறைவான முக்கியத்துவமுடையதோ அதைத் தள்ளிவைத்தோ

புறக்கணித்தோதான் சமாளிக்க வேண்டியிருக்கிறது. ஆரம்பத்தில் பொருளியல் சாராத பொருள்களாயிருப்பவை, இடத்தைப் பொறுத்தும் காலத்தைப் பொறுத்தும், பின்னர் பொருளியல் பொருள்களாக மாற்றம் பெறலாம். எடுத்துக்காட்டாக, நடு ஆற்றில் நிற்கும்போது, தண்ணீர் பொருளியல் சாராத பொருளாக இருக்கலாம். அதாவது, குடிப்பதற்கும் துணி துவைக்கவும் குளிப்பதற்கும் ஆடு மாடு குளிப்பாட்டவும் பாசனத்திற்கும் வீட்டில் புல்வெளிக்குப் பாய்ச்சவும் தொழில்களுக்குப் பயன்படுத்தவும் எத்தனையோ வகைகளில் தண்ணீரைப் பயன்படுத்துவதில் அத்தனை பயன்களுக்கும் போதுமான அளவு தண்ணீர் ஆற்றில் கிடைத்தால் அப்போது அது பொருளியல் சாராத பொருளாகத் தோன்றுகிறது. சுதந்திரத்திற்கு முன்பு காவிரிக் கரையில் வாழ்ந்தவர்களுக்குக் காவிரித் தண்ணீர் அப்படித்தான் தெரிந்தது. ஆனால் காலப் போக்கில் பற்றாக்குறை வந்துவிட்ட பிறகு காவிரித் தண்ணீரின் உபயோகத்தில் சிக்கனத்தை கடைப்பிடிக்க வேண்டிய அவசியம் ஏற்பட்டு விடுகிறது. காவிரி நீரையே மாசுபடுத்தும் அளவுக்கு தொழிற்சாலைகளிலிருந்து நச்சுப் பொருள்கள் கலக்கப்பட்டுவிடுவதால் காவிரியோரத்தில் வசிப்பவர்கள்கூட ஆற்று நீரை அப்படியே குடிக்காமல் சுத்திகரித்த நீரை வாங்கிக் குடிக்க வேண்டி வருகிறது. ஐம்பதாண்டுகளுக்கு முன்பு பொருளியல் சாராத பொருளாக இருந்த தண்ணீர் தற்காலத்தில் பொருளியல் பொருள் ஆகிப்போன விந்தை இது.

வேறொரு விதமாகவும் மெங்கரின் கருத்தை விளக்கலாம். பாலைவனத்தில் பயணம் செய்பவர்கள் குடி நீருக்கு முன்னுரிமை தருவார்கள். பற்றாக்குறை காரணமாக, நீரின் பயன்பாட்டில் மிக இன்றியமையாத கூறுக்கு, இருக்கிற நீர் முதலில் பங்கிடப் படுகிறது. மீதமிருக்கிற நீர் குளிப்பதற்கோ துணி வெளுப்பதற்கோ பயன்படுத்தப் படலாம். அதாவது, குளிப்பதும், துணி வெளுப்பதும் இரண்டாவது, மூன்றாவது தரப் பயன்பாடுகள். முதல் தரப் பயன்பாடு போக மீதமிருந்தால்தான் இரண்டாவது மூன்றாவது தரப் பயன்பாடுகளுக்குப் பங்கு கிடைக்கும். கிடைப்பருமை காரணமாக, பொருள்கள் அவற்றின் மிக முக்கியமான பயன்பாட்டிற்கு முதலிலும், அவற்றின் மற்ற பயன்பாடுகளுக்கு அந்தந்தப் பயன்பாடுகளின் முக்கியத்துவத்திற்கேற்றாற்போல் அடுத்தடுத்தும் பங்கிடப்படும்.

எங்கெல்லாம் சிக்கனம் அவசியமாகிறதோ அங்கெல்லாம் பொருளியல் பொருள்கள் இருக்கின்றன. சிக்கனத்தின் மற்றொரு பிரதிபலிப்புத்தான் சொத்துரிமை. பற்றாக்குறைதான் பொருளியல் பொருள்களும் சொத்துரிமையும் உருவாவதற்குக் காரணமாகிறது. சொத்து என்பது முன்யோசனையின்றி அங்கொன்றும்

இங்கொன்றுமாகத் திரட்டப்பட்ட பொருள்களின் கூட்டன்று. மாறாகத் தனிநபர்களின் தேவைகளை நிறைவு செய்யச் சிக்கனத்தை எப்படிக் கையாள்வது என்பதை அறிவுடனும் எதிர்பார்ப்புகளுடனும் வழிநடத்த நடைமுறைப்படுத்தப்பட்ட ஏற்பாடுதான் சொத்துரிமை என்கிறார் மெங்கர்.

நுகர்ச்சித் தேவைகளினடிப்படையில் பொருள்களைத் தரவரிசைப்படுத்தி மெங்கர் விளக்கியபோதே அந்தக் கோட்பாடு 'செவ்வியல் அரசியல் பொருளாதார'த்தின் சில மதிப்புக் கோட்பாடுகளுக்கு மறுப்புரையாக மாறிவிட்டது எனலாம். செவ்வியல் அரசியல் பொருளாதாரத்தின் உற்பத்திச் செலவு மதிப்புக் கோட்பாடும், உழைப்பு மதிப்புக் கோட்பாடும் ஒரு பொருளின் மதிப்பு, அந்தப் பொருளை உற்பத்தி செய்ய ஆன உற்பத்திச் செலவுகளின் கூட்டளவாக இருக்கும்; அல்லது அந்தப் பொருளை உற்பத்தி செய்யப் பயன்படுத்தப்பட்ட நிகழ்கால மற்றும் கடந்த கால உழைப்புகளின் மதிப்புக் கூட்டளவாக இருக்கும் என்று தெளிவாக்குகின்றன. ஆனால் அக்கோட்பாடுகளின் விளக்கத் திறனில் ஒரு பெரிய குறையிருக்கிறது. என்ன குறையென்பதை ஓர் எடுத்துக்காட்டின் வாயிலாக விளக்கலாம். ஆய்வுக்காக ஓர் இயந்திரம் தயாரிக்கப்படுகிறது என்று கொள்வோம். ஏராளமான செலவில் அது தயாரிக்கப்படுகிறது. ஆனால், பரிசோதனையில் அந்த இயந்திரம் தோல்வியடைந்து விடுகிறது. அப்படியானால் அந்த இயந்திரத்தின் மதிப்பு எவ்வளவு? (விண்வெளிக்குப் போகாத ராக்கெட்டின் மதிப்பு என்ன?) உற்பத்திச் செலவு மதிப்புக் கோட்பாட்டின்படி, அந்த இயந்திரத்தை உருவாக்கச் செய்யப்பட்ட செலவுகளின் கூட்டுதான் அந்த இயந்திரத்தின் மதிப்பு. அதுபோலவே, உழைப்பு மதிப்புக் கோட்பாட்டின்படி, அந்த இயந்திரத்தை உற்பத்தி செய்யப் பயன்பட்ட நிகழ்கால மற்றும் கடந்த கால உழைப்புகளின் மதிப்புக் கூட்டளவுதான் அந்த இயந்திரத்தின் மதிப்பு. ஆனால் பரிசோதனையில் தோல்வியடைந்து விட்ட, எதற்கும் பயன்படாத அந்த இயந்திரத்தை எவரும் வாங்க மாட்டார்கள். அதற்குப் பரிவர்த்தனை மதிப்பு இருக்க இயலாது என்பதைச் செவ்வியல் பொருளாதாரக் கோட்பாடுகள் வெளிப்படையாகக் காட்டவில்லை. சமுதாயத்திற்கு உற்பத்தித்திறன் வழங்கும் உழைப்பை மட்டுமே கணக்கிலெடுத்துக்கொள்ள வேண்டுமென்கிற மொண்ணையான சமாதானத்தைத்தான் செவ்வியல் அரசியல் பொருளாதாரத்தினர் கூறினர். மெங்கரின் கோட்பாடுதான், பரிசோதனையில் தோல்வியடைந்துவிட்ட அந்த இயந்திரம் மேல் வரிசைப் பொருளிலிருந்து கீழ் வரிசைப் பொருளாக மாற்றம் பெறாததால், அது நுகர்வுக்கு நேரடியாகப் பயன்படுத்த முடியாததாகி விடுகிறது; எனவே, அது சிக்கனப்படுத்த

வேண்டிய பொருளியல் பொருளாகவே ஆவதில்லை என்று காட்டுகிறது. எனவே, அது மதிப்பில்லாத, பொருளியல் சாராத ஒரு பொருள் ஆகிவிடுகிறது என்று மெங்கர் விளக்குகிறார்.

'செவ்வியல் அரசியல் பொருளாதார'ச் சிந்தனையாளர்கள், பொருள்களின் உபயோக மதிப்பையும், பரிவர்த்தனை மதிப்பையும் வேறுபடுத்திப் பார்த்து, தங்களின் மதிப்புக் கோட்பாட்டில் பரிவர்த்தனை மதிப்பு எவ்வாறு நிர்ணயமாகிறது என்பதை மட்டுமே விளக்க முற்பட்டார்கள். பரிவர்த்தனை மதிப்பு இருக்கிற அனைத்துப் பொருள்களுக்கும் பயன் மதிப்பு இருக்க வேண்டும். பயன் மதிப்பின் வலிமை, தீவிரம் பற்றி அவர்கள் எதுவும் தெரிவிக்கவில்லை. ஆனால் மெங்கர், கீழ் வரிசைப் பொருள்கள் நேரடியாக நுகரத்தக்கவை என்று கூறி, 'பொருள்களைக் கீழேயிருந்து மேலாகத் தர வரிசைப்படுத்தும்போதே ஒரு பொருளின் மிகக் கீழ்வரிசை நுகர்ச்சி மிக வலிமையானது; அதன் தீவிரம் அதிகமாக இருக்கும். அதை நுகர்ந்த பிறகும் அந்தப் பொருள் மீதமிருந்தால்தான், அதற்கடுத்த கட்டமாக, அதைவிடத் தீவிரம் குறைந்த நுகர்ச்சிக்கு அப்பொருள் பயன்படுத்தப் படும்' என்று விளக்குகிறார். அப்போதே, பயன் மதிப்பையும் பரிவர்த்தனை மதிப்பையும் இணைத்து அவர் ஒரு பாலம் கட்டியிருப்பது விளங்குகிறது.

பொருள்கள் மதிப்புப் பெறுவது அவற்றில் பொதிந்திருக்கும் உழைப்பினால் அன்று; அவை எந்த அளவுக்கு நுகர்வோரின் விருப்பங்களை நிறைவு செய்கின்றன என்பதைச் சார்ந்தது என்பது மெங்கரின் அடிப்படை வாதம். அதனால் அவர் உழைப்பு மதிப்புக் கோட்பாட்டைத் தலைகீழாய்த் திருப்புகிறார். பொருள்களின் மதிப்பு, அவற்றின் விருப்பங்களை நிறைவு செய்யும் சக்தியால் தீர்மானமாகும்போது அந்தப் பொருள்களை உருவாக்கும் உழைப்பின் மதிப்பும் அந்தப் பொருள்களின் விருப்பங்களை நிறைவு செய்யும் சக்தியிலிருந்துதான் பெறப்படும் என்று கூறுகிறார். அதாவது, உற்பத்திக் காரணிகளின் தேவை, அவை உற்பத்தி செய்யும் இறுதிப்பொருள்களின் தேவையிலிருந்துதான் பெறப்படும். உழைப்பின் தேவை, அந்த உழைப்பு உற்பத்தி செய்யும் இறுதிப்பொருள்களின் தேவையிலிருந்துதான் பெறப்படும். அதாவது, உழைப்பு போன்ற உற்பத்திக்காரணிகளின் தேவையென்பது இறுதிப்பொருள்களின் தேவையிலிருந்து 'வருவிக்கப்படும்' அல்லது 'பெறப்படும்' தேவை (*'derived' demand*). உற்பத்திக்காரணிகளின் தேவை நேரடியான தேவை அன்று. இறுதிப்பொருள்களின் தேவையின் மதிப்புதான் அந்தப் பொருளை உற்பத்தி செய்யும் காரணிகளின் மதிப்புகளையும் தீர்மானிக்கும். வைரத்தின் விலை உயர்ந்தால் வைரத்தை வெட்டி, பட்டைதீட்டுபவர்களின் கூலி

உயரலாம். மாறாக, வைரத்தை வெட்டி, பட்டைதீட்டுபவர்களின் கூலி உயர்வதனால் வைரத்தின் விலை உயராது! வைரத்தின் மதிப்பு, அதை நுகர்வோரின் அக உணர்வினால்தான் நிர்ணயமாகிறது. அந்த வைரத்தை நுகர்பவரால் அந்த வைரம் அவர் நடந்த வழியில் கண்டெடுக்கப்பட்டதா அல்லது ஏராளமான உழைப்பைக் கொண்டு சுரங்கத்தில் தோண்டியெடுக்கப்பட்டதா என்கிற செய்திகள் அதன் மதிப்பை நிர்ணயிப்பதில்லை. வைரத்தின் தேவைதான் வைரத்தை வெட்டி, பட்டை தீட்டுபவர்களின் தேவையை வருவிக்கிறது. தனிமனிதர்களின் விருப்பங்களை நிறைவு செய்யும் வைரத்தின் சக்தி அதற்கு மதிப்பை உருவாக்குகிறது. அந்த மதிப்பைச் சார்ந்துதான் வைரத்தை உற்பத்தி செய்யும் தொழிலாளர்களின் கூலிகள் தீர்மானமாகும் என்கிறார் மெங்கர்.

'செவ்வியல் அரசியல் பொருளாதார'ச் சிந்தனையாளர்கள், மனித இனம் இயற்கை வளங்களைப் படிப்படியாக மாற்றி நுகர்வோருக்கான பொருள்களாக உருவாக்குகிறது என்று காட்டு கின்றனர். நுகர்ச்சி, மனித இனம் அடைய விரும்பும் இலக்கு. எடுத்துக்காட்டாக, ஒரு குடும்பம் தோசை நுகர வேண்டும். அந்த இலக்கை அடைய இயற்கை வளங்களான நிலம், காற்று, நீர், மக்கள் தொகை ஆகிய அனைத்தையும் பயன்படுத்த வேண்டும். நிலத்தில் நெல்லும் உளுந்தும் பயிரிட வேண்டும். அதற்காக நிலத்தை உழுது, செய்நேர்த்தி செய்ய வேண்டும். விதைக்க வேண்டும். நீர் பாய்ச்ச வேண்டும். பயிர்ப்பாதுகாப்பு செய்ய வேண்டும். அறுவடை செய்ய வேண்டும். நெல்லையும் உளுந்தையும் தோல் நீக்க வேண்டும். மாவாக அரைக்க வேண்டும். இயற்கை வளங்களை, நுகர்வோர் பொருள்களாக மாற்றும் ஒவ்வொரு நிலையிலும் பொதுப்புறம்பான மனித நடவடிக்கைகள் மேற்கொள்ளப்படுகின்றன. அவற்றுக்கான செலவுகள்தான் அந்த நுகர் பொருள்களின் உற்பத்திச் செலவுகள். அந்த உற்பத்திச் செலவுகளின் கூட்டுதான், அந்த நுகர்பொருள்களின் மதிப்பைத் தீர்மானிக்கின்றன. தோசையின் உற்பத்திச் செலவுகளின் மொத்தத்தில், ஒரு தோசைக்கான பங்குதான் அதன் மதிப்பு என்று அவர்கள் கூறுகிறார்கள். அதாவது, நுகர்பொருள்களின் மதிப்பு, அந்த நுகர்பொருள்களின் உற்பத்திச் செலவுகளின் கூட்டில், அந்தக் குறிப்பிட்ட நுகர்பொருளின் பங்கினால் தீர்மானமாகிறது. அந்த உற்பத்திச் செலவுகள், அந்த நுகர்பொருள்களின் உற்பத்திக்கான பலகட்ட நடவடிக்கைகளின்போது, உற்பத்திக் காரணிகளின் கலவைகளுக்காக வழங்கப்படும் உண்மை ஊதியங்களிலிருந்து பெறப்படுகிறது. புறப்பொதுமையான உற்பத்திச் செலவுகள்தான் பொருள்களின் மதிப்புகளைத் தீர்மானிக்கின்றன என்பது அவர்களின் வாதம்.

மெங்கர் அவர்களின் வாதத்திற்கு எதிரான நிலையை எடுக்கிறார். நுகர்ச்சிதான் மனித இனத்தின் இலக்கு.

தோசை உண்ண வேண்டும் என்கிற இலக்கை ஒரு குடும்பம் கொண்டிருக்கிறது. அந்த இலக்கை அடைய வேண்டும் என்பதில் அவர்கள் காட்டும் தீவிரத்தைச் சார்ந்துதான் அந்தப் பொருளின் மதிப்பு தீர்மானமாகும். தமிழ் நாட்டில் தோசை கிடைப்பது எளிதாக இருக்கிறது. அங்கு தோசையின் மதிப்பு குறைவாக இருக்கலாம். ஆனால், நியூஜிலாந்துக்கோ கிரீன்லாந்துக்கோ சுற்றுலா போயிருக்கும் ஒருவருக்கு அங்கு தோசை வேண்டும் என்றால் அங்கு அது கிடைப்பருமையானது. அங்கு அதன் விலை அல்லது மதிப்பு மிக அதிகமாக இருக்கலாம். அவ்வளவு அதிக விலை கொடுத்து வாங்குவதா, இல்லையா என்பதை நுகர்பவர்களின் அக உணர்வுதான் தீர்மானிக்கின்றது. தோசை விலைகள், தோசையை நுகர விரும்புவர்களின் விளிம்புநிலை அக உணர்வால்தான் நிர்ணயமாகும். எடுத்துக்காட்டாக, நியூஜிலாந்தில் ஓர் உணவகத்தில் ஒரு தோசை ரூ. 1000க்கு விற்பதாகக் கொள்வோம். அந்த ஒரே உணவகத்தில் மட்டும்தான் தோசை கிடைக்கிறது என்றும் கொள்வோம். அதை வாங்குபவரின் அக உணர்வில் அந்த ஊரில் அந்த தோசைக்கு ரூ. 1000 மதிப்பு தகும் என்கிற தீர்வு இருக்கிறது. தமிழ்நாட்டிலிருந்து நியூஜிலாந்து சுற்றுலாச் செல்பவர்களின் எண்ணிக்கை நிரந்தரமாக அதிகரிப்பதாகவும் கொள்வோம். அல்லது, நியூஜிலாந்து மக்களுக்கு தோசை உண்ண வேண்டும் என்கிற சுவை மாற்றம் ஏற்படுகிறது என்று கொள்வோம். அப்படியானால், அங்கிருக்கும் மற்ற உணவு விடுதிகளுக்குத் தோசை விற்பது மிகுந்த இலாபம் தரும் நடவடிக்கை என்பது புரிந்துவிடும். அதனால், அவர்கள் தோசை சுடுவதை அறிந்த சமையல் கலைஞர்களைத் தேடுவார்கள். அப்படிப்பட்டவர்களின் கூலிமட்டம் உயரும். மெங்கர் கருத்துப்படி தோசைகளின் மதிப்பு, தோசை நுகர்பவர்களின் அக உணர்வினால் தீர்மானமாகிறது. தோசை உற்பத்தி செய்பவர்களின் கூலி, தோசையின் விலையைச் சார்ந்து அமைகிறது. ஆகவே, மெங்கரின் கருத்துப்படி, தோசையை உற்பத்தி செய்ய உதவும் உற்பத்திக் காரணிகளின் ஊதியங்கள், இறுதி நுகர் பொருளான தோசையின் விலைகள் அல்லது மதிப்பைச் சார்ந்தே அமைகின்றன. தோசையின் விலை, அதன் உற்பத்திச் செலவுகளால் தீர்மானமாவதில்லை. மாறாக, தோசையின் விலையைச் சார்ந்துதான், தோசையை உற்பத்திசெய்யும் காரணிகளின் ஊதியங்கள் தீர்மானமாகின்றன. மெங்கரின் அக உணர்வு சார்ந்த மதிப்புக் கோட்பாடு, 'செவ்வியல் அரசியல் பொருளாதார'ச் சிந்தனையாளர்களின் புறப்பொதுமையான மதிப்புக் கோட்பாட்டிற்கு எதிர்த்திசையில் பயணிக்கிறது.

'செவ்வியல் அரசியல் பொருளாதார'ச் சிந்தனையாளர்களின் விலை அல்லது மதிப்புக் கோட்பாடு, மீண்டும் உருவாக்க முடியாத

கலைப் பொருள்கள், பழமைச் சின்னங்கள் போன்றவற்றின் மதிப்பை எவ்வாறு நிர்ணயிப்பது என்று விளக்குவதில்லை. எடுத்துக்காட்டாக, ரவி வர்மாவின் ஓவியம் ஒன்று ஏலத்துக்கு வந்தால், அது ஏராளமான விலைக்கு விற்பதைக் கண்கூடாகக் காண்கிறோம். ஓவியப் பிரியர்களுக்கு அதை வாங்க வேண்டுமென்கிற அவாவின் தீவிரம் அதிகம். அதனால் அவர்கள் ஏலத்தில் அதன் விலையை அதிகரித்துக் கொண்டே போகிறார்கள் என்று மெங்கரின் கொள்கையை வைத்து நாம் விளக்க இயலும். ஆனால் 'செவ்வியல் அரசியல் பொருளாதார'ச் சிந்தனையாளர்களுக்கு அத்தகைய விளக்கங்கள் கொடுக்க வழியில்லை. ரவி வர்மா அதை உற்பத்தி செய்ய என்ன செலவிட்டாரோ, அதுதான் அவ்வோவியத்தின் விலை என்று கூறினார்கள். எனவே 'செவ்வியல் அரசியல் பொருளாதார'ச் சிந்தனையாளர்களின் மதிப்புக் கோட்பாடு அரைகுறையானதாகவே நின்று விடுகிறது.

அக உணர்வு சார்ந்த மதிப்புக் கோட்பாடு அந்த விதத்தில் 'செவ்வியல் அரசியல் பொருளாதார'ச் சிந்தனையாளர்களின் கோட்பாட்டை விடச் சிறப்புற்றதாக இருக்கிறது. எங்கெல்லாம் மனிதர்கள் வாழ்கிறார்களோ, எங்கெல்லாம் நாகரிகங்கள் வளர்கின்றனவோ அங்கெல்லாம் நுகர்வோர் பற்றாக்குறை நிலவும் பொருள்களைச் சிக்கனப்படுத்துகிறார்கள் என்கிறார் மெங்கர். முன்னொருகாலத்தில் மிகுதியாகப் 'பொருளியல் சாராத பொருள்களாக' இருந்த, தற்போது பற்றாக்குறையாக மாறிவிட்ட பொருளைப் பயன்படுத்தும் போது, நுகர்பவரின் இன்றியமையாத் தேவையை நிறைவு செய்வதற்கு அதன் முக்கியத்துவம் எவ்வளவு இருக்கிறது என்பதைச் சார்ந்துதான் அந்தப் பொருளின் மதிப்பு அமையும். ஆகையால், ஒரு பொருளின் மதிப்பு, அந்தப் பொருளை நுகர்கிற தனிமனிதரின் உணர்விலிருந்துதான் வர முடியும். ஆனால் நுகர்வோரின் உணர்வுகள் அந்த மதிப்பை விசாரணையின்றித் தான்தோன்றித்தனமாக நிர்ணயம் செய்துவிடுவதில்லை. அந்தப் பொருளின் கிடைப்பருமையைப் பொறுத்து அதை நுகர்பவர் எந்த உபயோகத்திற்குப் பயன்படுத்தினால் மிகச் சிறந்த பலனைத் தரும் என மனதளவில் ஒப்பிட்டுப் பார்த்துத்தான் அந்த முடிவை அவர் எடுக்க வேண்டியிருக்கிறது. அதாவது, சிக்கனப்படுத்தும் மனிதர், ஒரு பொருளைப் பயன்படுத்துவதற்கு முன்பு அக அளவில் அதன் முக்கியத்துவத்தைப் பற்றி வழங்கும் ஒரு தீர்ப்புதான் புற அளவில் அப்பொருளின் மதிப்பாகக் குறித்துரைக்கப்படுகிறது. *(imputed)*. இப்படிக் குறித்துரைப்பதின் தனிச் சிறப்பு, பொருள்களின் மதிப்பு, அவற்றின் நுகர்ச்சியைச் சார்ந்து அமைகிறது என்பதுதான்.

நுகர்வோரின் மன அளவில் வழங்கப்படும் தீர்ப்பே என்றால் மதிப்பு அந்தத் தீர்ப்பை முடிவு செய்ய என்ன காரணங்கள்

தரப்படுகின்றன? அதை மெங்கரின் ஓர் எடுத்துக்காட்டின் வழியாகவே விளக்கலாம். ஒரு நுகர்பவருக்குக் குடிநீர் ஒரு பொருளியல் பொருள். அதாவது, அவருடைய குடிநீர்த் தேவையை ஒப்பிடும்போது குடிநீரின் அளிப்பு பற்றாக்குறையுடையதாக இருக்கிறது. எனவே அவர் அந்தக் குடிநீர்ப் பயன்பாட்டில் சிக்கனமாக நடக்க வேண்டியிருக்கிறது. இந்த ஆண்டுக்கு கிடைக்கப்போகிற தண்ணீரில் குடிநீராகவும் சமையலுக்கும் அவர் குடும்பத்துக்கு 100000 லிட்டர் தண்ணீர் இன்றியமையாத தேவை எனக் கொள்வோம். அது அவருடைய அக அளவிலான தர வரிசைப் பட்டியலில் முதலிடத்தைப் பிடிக்கிறது. இந்த ஆண்டு குளிப்பது, துணி துவைப்பது, குடும்பச் செலவுகளுக்காக 100000 லிட்டர் தண்ணீர் தேவையென்றும் அதுதான் அவருக்கு அடுத்த முக்கியத்துவத் தேவை என்றும் கொள்வோம். அது அவருடைய அக அளவிலான தர வரிசைப் பட்டியலில் இரண்டாமிடத்தைப் பிடிக்கிறது. அது போலவே வீடு கழுவி விடுதல், வீட்டு வாசல் தெளித்தல், கார்–ஸ்கூட்டர் கழுவிவிடுதல் போன்ற பயன்பாடுகளுக்கு 100000 லிட்டர் தண்ணீர் அக அளவிலான தர வரிசைப் பட்டியலில் மூன்றாமிடத்தைப் பிடிக்கிறது என்றும், வீட்டு வாயிலிலுள்ள புல்வெளியைப் பராமரிக்க 100000 லிட்டர் தண்ணீர் அக அளவிலான தர வரிசைப் பட்டியலில் நான்காமிடத்தைப் பிடிக்கிறது என்றும், வீட்டுக்குள்ளேயே நீச்சல்குளம் கட்டி அதை நிரப்ப 100000 லிட்டர் தண்ணீர் ஐந்தாமிடத்தைப் பிடிக்கிறது என்றும், இப்படியே முக்கியத்துவம் குறைந்துகொண்டே வரும் தண்ணீருக்கான நுகர் தேவைகள் இருபது இருப்பதாகக் கொள்வோம். இப்படிப்பட்ட தண்ணீருக்கான தர வரிசைப் பட்டியல் ஒவ்வொரு நபர் மனதிலும் இருக்கும். அது நபருக்கு நபர் வேறுபடும். உழவரின் தண்ணீருக்கான தரவரிசைப் பட்டியல், பட்டறைத் தொழிலாளியின் தண்ணீருக்கான தரவரிசைப் பட்டியலிலிருந்து நிச்சயமாக வேறுபடும்.

ஒரே தரமான தண்ணீர் அனைத்து இடத்திலும் கிடைக்கிறதென்று அனுமானிப்போம். ஆனால் இந்த ஆண்டில் அவருக்குக் கிடைக்கப்போகிற தண்ணீர் 300000 லிட்டர் மட்டுமே என்றால், அவர் அக அளவிலான தர வரிசைப் பட்டியலில் முதல் மூன்று இடங்களைப் பெற்றிருக்கிற காரியங்களுக்கு மட்டும் தனக்குக் கிடைக்கப்போகிற தண்ணீரைப் பங்கீடு செய்வார். ஆனால் கிடைக்கப்போகிற தண்ணீர் 200000 லிட்டராகக் குறைந்து விட்டால் அக அளவிலான தர வரிசைப் பட்டியலில் மூன்றாமிடத்தைப் பெற்றிருந்த வீட்டு வாசல் தெளித்தல், கார்ஸ்கூட்டர் கழுவிவிடுதல் போன்ற பயன்பாடுகளுக்கு ஒதுக்கப்படும் 100000 லிட்டர் தண்ணீரைக் கைவிட்டுவிட்டு,

மற்ற முதல் இரண்டு முக்கியத்துவம் பெற்ற தேவைகளை நிறைவு செய்துகொள்ளத் தீர்மானிப்பார். 200000 லிட்டர்களோ, 100000 லிட்டர்களோ எத்தனை லிட்டர் தண்ணீரென்றாலும், புறநோக்கில் (அதாவது கண்களால் பார்ப்பதற்கு) தண்ணீரின் தரம் ஒரே தன்மையை உடையதாக இருக்கிறது. இருந்தாலும், நுகர்பவரின் அக அளவில் அவற்றைப் பயன்படுத்தப்போகிற காரணங்களின் முக்கியத்துவத்தைப் பொறுத்துத் தண்ணீரின் உபயோகங்களில் தர வேறுபாடுகள் இருக்கின்றன. மற்றொரு விதமாகக் கூறினால், பயன்படுத்தவுள்ள பொருள் ஒரே தரம் உடையதாயிருந்தாலும் அப்பொருள் எதற்குப் பயன்படப்போகிறது என்பதின் முக்கியத்துவத்தில் வேறுபாடு இருக்கிறது. கிடைக்கிற தண்ணீரின் அளவு 300000 லிட்டரிலிருந்து 200000 லிட்டராகக் குறைந்தால், முக்கியத்துவத் தர வரிசையில் மூன்றாமிடத்திலிருந்த தேவையைக் கைவிட அந்த நுகர்பவர் அக அளவில் தீர்ப்பு வழங்குகிறார். கிடைக்கிற தண்ணீரின் அளவு ஆண்டுக்கு 10000 லிட்டர் மட்டுமே என்று குறைந்துவிட்டால் அவர் சமையல் செய்வதுபோன்ற மற்ற பயன்பாடுகள் அனைத்தையும் கைவிட்டுவிட்டுக் மிக இன்றியமையாத் தேவையான குடிநீராக மட்டுமே தண்ணீரைப் பயன்படுத்துவார் என்று அனுமானிக்கலாம். புற நோக்கில், முதல் லிட்டர் தண்ணீரும் மற்ற அனைத்து லிட்டர் தண்ணீரைப் போன்றே ஒரே மாதிரியானதாகத் தோன்றுகிறது. ஆனால் பயன்படுத்தப் போகிறவரின் அக நோக்கில், கிடைக்கப் போகிற தண்ணீரின் அளவு அதிகரிக்க அதிகரிக்க, அவற்றைப் பயன்படுத்தப்போகிற தேவைகளின் முக்கியத்துவத்தின் தர வரிசை குறைந்துகொண்டே வருகிறது. அப்படியிருந்தால் கையிருப்பில் ஒரு லிட்டர் தண்ணீரைக் கூட்டினால் (அல்லது குறைத்தால்) அது அக அளவில் தர வரிசை முக்கியத்துவத்தின் இடத்தை எவ்வாறு பாதிக்கும் என்று உணர இயலும். பொருளாதாரத்தில் இப்போது கையிருப்பிலிருக்கும் பொருளோடு, ஓர் அலகு பொருளைக் கூட்டும்போது அது நுகர்பவரின் முக்கியத்துவத் தர வரிசையில் ஏற்படும் பாதிப்பை 'விளிம்புநிலை' (margin) பாதிப்பு என்று குறிப்பிடுகிற சொல்லாட்சி மெங்கருக்குப் பிறகுதான் வந்தது.

மேலே கொடுத்திருக்கும் எடுத்துக்காட்டில் ஒரு லிட்டர் தண்ணீரின் மதிப்பு என்ன? கிடைக்கப்போகிற தண்ணீர் அனைத்தும் புற அளவில் பார்வைக்கு ஒரே தரமானவை. தண்ணீர் சிக்கனப்படுத்த வேண்டிய பொருளியல் பொருளாக மாறிவிட்ட பிறகு சந்தையில் விற்பனையாளரால் ஒரு லிட்டர் தண்ணீருக்கு ஒரே விலை என்ற அடிப்படையில்தான் விற்கப்படும். ஆனால், நுகர்பவரின் அக அளவில், பயன்படுத்தப்படப்போகிற காரணத்தின் முக்கியத்துவத்தைச் சார்ந்து ஒவ்வொரு லிட்டர்

தண்ணீருக்கும் வெவ்வேறு மதிப்பு இருக்கும். சிக்கனப்படுத்தும் நுகர்பவருக்கு இப்போதிருக்கும் அளவிலிருந்து ஒரு லிட்டர் தண்ணீர் கிடைக்காமல் போனால் அவர் அந்தத் தண்ணீரை எவ்வளவு முக்கியத்துவமுடைய உபயோகத்திற்குப் பயன்படுத்தாமல் விலக்கியிருப்பாரோ அந்த உபயோக முக்கியத்துவத்தின் மதிப்புதான் அந்த ஒரு லிட்டர் தண்ணீரின் மதிப்பாக இருக்கும் என்கிறார் மெங்கர். எந்தப் பொருளுக்குப் பற்றாக்குறை ஏற்பட்டாலும் அந்தப் பொருளின் கிடைத்திருக்கிற அலகுகள் அனைத்தும் முக்கியத்துவம் குறைந்த மற்ற உபயோகங்களிலிருந்து விலக்கப்பட்டு முக்கியத்துவம் அதிகமுள்ள உபயோகங்களுக்கு மறுபங்கீடு செய்யப்படும் என்கிறார் அவர். மனிதர்கள் கிடைப்பருமையான பொருள்களைக் கொண்டு முக்கியத்துவம் மிகுந்த தேவைகளை முதலில் நிறைவு செய்துகொண்டு முக்கியத்துவமில்லாத பிற தேவைகளைப் புறக்கணித்து விடுவார்கள். ஒவ்வொரு பொருளையும் எந்தக் காரியங்களுக்குப் பயன்படுத்தலாம், எந்தக் காரியங்களுக்குப் பயன்படுத்துவதிலிருந்து விலக்கி விடலாம் என்கிற தேர்வு, இப்போது அந்தப் பொருள் எவ்வளவு கிடைக்கிறது என்கிற அளவினால் தீர்மானமாகிறது. இப்போது கிடைக்கிற அளவிலிருந்து அந்த அளவு ஓர் அலகு கூட்டினாலோ குறைத்தாலோ, அப்போது அந்தப் பொருளை எந்த உபயோகத்திற்குக் கூட்டுவோமோ அல்லது எந்த உபயோகத்தைக் கை விடுவோமோ, அந்த உபயோகத்தின் மதிப்புதான் அந்த அலகின் மதிப்பு. இந்த விளிம்பு நிலை மதிப்பு, கிடைக்கும் பொருள்களின் எண்ணிக்கை அதிகமாக அதிகமாகக் குறையுமென்பதும், கிடைக்கும் பொருள்களின் எண்ணிக்கை குறையக் குறைய அதிகமாகுமென்பதும் அவருடைய எடுத்துக்காட்டினால் தெளிவாகிறது. அந்த விளிம்பிலிருக்கும் பொருளின் பயன்பாட்டு முக்கியத்துவத்தின் மதிப்புதான், சந்தையில் விற்பனையாகிற அந்தப் பொருளின் அனைத்து அலகுகளுக்கும் கொடுக்கப்படும். அதாவது, ஒரு பொருளின் அளிப்பு அதிகரிக்க அதிகரிக்க அதன் விளிம்புநிலை மதிப்பு குறையும். அந்த விளிம்பு நிலை மதிப்புக்குத்தான் சந்தையிலிருக்கும் அந்தப் பொருளின் அலகுகளனைத்தும் விற்கப்படும். சந்தையில் ஒரு பொருளின் அளிப்பு அதிகரித்தால் அதன் மதிப்பு குறைவதும், அந்தப் பொருளின் அளிப்பு குறைந்தால் அதன் மதிப்பு அதிகரிப்பதும் இவ்வாறுதான் நிகழ்கிறது. தண்ணீரின் அளிப்பு அதிகரிக்க அதிகரிக்க அதன் விளிம்பு நிலைப் பயன்பாடுகள் விரிந்துகொண்டே செல்கின்றன. அளிப்பு அதிகரிக்க அதிகரிக்க முன்பு முக்கியத்துவமில்லாததாகக் கருதிப் புறக்கணித்த பயன்பாடுகளுக்கும் தண்ணீர் பயன்படுத்தப்படுகிறது. விலை குறையக் குறையச் சிக்கனப்படுத்தும் நடவடிக்கைகள் குறைந்து கொண்டேயிருக்கின்றன. நுகர்பவருக்குக் கிடைத்திருக்கும் தண்ணீரின் மொத்த அளவு, அந்தத் தண்ணீர் முழுதும் எந்தெந்தப்

பயன்பாடுகளுக்காகப் பயன்படுத்தப்படுகிறது என்பதைத் தீர்மானிப்பதில்லை. கிடைத்திருக்கும் மொத்தத் தண்ணீரின் விளிம்பு நிலையில் கடைசியாகக் கிடைத்த தண்ணீரை எந்த வழிகளில் செலவழிக்கலாம் என்றுதான் நுகர்பவர் முடிவு செய்கிறார்; கடைசியாகக் கிடைத்ததற்கு முன்பு கிடைத்த தண்ணீர் முழுவதும் அதைவிட முக்கியத்துவம் நிறைந்த மற்ற வழிகளில் செலவழிக்கப்பட்டிருக்கும் என்கிறார் மெங்கர்.

மனிதர் வாழ்வதற்கு இன்றியமையாத குடிநீர் விலையின்றி இலவசமாகக் கிடைப்பதையும், மனிதரின் உயிர் வாழ்க்கைக்கு எவ்விதத்திலும் நேரடியாகத் தேவையில்லாத வைரம், தங்கம் போன்ற போகப் பொருள்கள் அதிக விலைக்கு விற்பதையும் விளக்க வழியின்றி, அதனை முதலில் சுட்டிக்காட்டிய ஆடம் ஸ்மித்தின் பெயரிலேயே அதை 'ஆடம் ஸ்மித் புதிர்' என்று செவ்வியல் அரசியல் பொருளியலார் தொடர்ந்து சுட்டிவந்தனர். ஆடம் ஸ்மித், பொருள்களின் பயன் மதிப்பையும் பரிவர்த்தனை மதிப்பையும் வேறுபடுத்திப் பார்த்துத் தமது மதிப்புக் கோட்பாடு பரிவர்த்தனை மதிப்பை விளக்குவதாகக் கூறினார். செவ்வியல் அரசியல் பொருளியலார் அவரையே பின்பற்றினார்கள்.

மெங்கரின் மதிப்புக் கோட்பாடு, பொருள்களின் பயன் மதிப்பையும் பரிவர்த்தனை மதிப்பையும் செயற்கையாக வேறுபடுத்த வேண்டிய அவசியத்தையே இல்லாததாக்கி விடுகிறது. தண்ணீருக்கான மனிதரின் அக அளவிலான முக்கியத்துவத் தர வரிசைப் பட்டியலில் இருக்கும் அனைத்து வகையான பயன்பாடுகளுக்கும் பயன்படுத்தப் போதுமான அளவுக்குத் தண்ணீரை இயற்கை வழங்கியிருந்ததால்தான் (சமீபகாலம்வரை தண்ணீர் சிக்கனப்படுத்த வேண்டிய அவசியமல்லாத அளவுக்கு ஏராளமாகக் கிடைத்ததால்தான்) தண்ணீருக்கு அவர் காலத்தில் விலையில்லாமலிருந்தது என்று மெங்கர் கூறுகிறார். இயற்கை அளித்த நீரை மனித நடவடிக்கைகளால் மாசுபடுத்தி விட்டால் தூய நீருக்கான அக அளவிலான முக்கியத்துவம் அதிகமாகும். தூய நீரின் அளிப்பு பற்றாக்குறை ஏற்படுகிறது. அப்போது தூய நீரைச் சிக்கனமாகப் பயன்படுத்த வேண்டி வருகிறது. அதனால் தூய நீரின் விளிம்பு நிலை முக்கியத்துவத்தைப் பொறுத்து அதைப் புட்டிகளில் அடைத்து விலை கொடுத்து வாங்கத் தயாராகிவிடுகிறோம்.

நுகர்பவரின் அக உணர்வில் விளிம்பு நிலையில் பயன்படுத்தப்பட்ட ஓர் அலகு பொருளின் மதிப்புதான், புற உலகில் அவருக்குக் கிடைத்திருக்கும் மொத்த அளவுப் பொருளின்

ஒவ்வொரு அலகுக்கும் காரணமாகக் குறித்துரைக்கப்படுகிறது (*impute*) என்று மெங்கர் நிறுவுகிறார். நம் எடுத்துக்காட்டில் அந்தப் பொருள் தண்ணீர் என்று கொண்டிருக்கிறோம்.

ஒரு நுகர்பவர் ஒரே பொருளை (தண்ணீரை) வெவ்வேறு பயன்பாடுகளுக்கிடையே எப்படிப் பயன்படுத்துவார் என்று கண்டோம். அந்த நுகர்பவர் சந்தைக்குச் சென்று தன் வருவாயை வெவ்வேறு வகைப் பொருள்களை வாங்கிப் பயன்படுத்தும்போது எப்படிப் பகிர்கிறார் என்பதையும் மெங்கர் தன் குறைந்துசெல் பயன்பாட்டு விதி மூலம் தெளிவாக்குகிறார்.

அட்டவணை: மெங்கர் 1

குறைந்துசெல் பயன்பாட்டு விதி

	பொருள்களின் வகைகள்										
பொ		I	II	III	IV	V	VI	VII	VIII	IX	X
ரு	1	10	9	8	7	6	5	4	3	2	1
ள்	2	9	8	7	6	5	4	3	2	1	0
க	3	8	7	6	5	4	3	2	1	0	
ளி	4	7	6	5	4	3	2	1	0		
ன்	5	6	5	4	3	2	1	0			
	6	5	4	3	2	1	0				
எ	7	4	3	2	1	0					
ண்	8	3	2	1	0						
ணி	9	2	1	0							
க்	10	1	0								
கை	11	0									

இந்த அட்டவணையில் (I லிருந்து X வரை) பத்து வகையான பொருள்கள் சந்தையில் கிடைக்கின்றன. பொருள்களின் எண்ணிக்கை அதிகரிக்க அதிகரிக்க அவை ஒவ்வொன்றின் விளிம்புநிலைப் பயன்பாடுகளும் எப்படிப் படிப்படியாகக் குறைந்து வரும் என்று அட்டவணை காட்டுகிறது. இதன் மூலம், ஒரு நுகர்பவர் வெவ்வேறு வகைப் பொருள்களுக்கு ஒரே விலை நிலவுமானால் வெவ்வேறு பொருள்களையும் அவற்றின் விளிம்புநிலைப் பயன்பாடுகள் சமமாக இருக்கும் நிலை வரை நுகர்வார் என்று மெங்கர் தெளிவுப்படுத்துகிறார். அதாவது III வகைப் பொருளை 8 அலகு விலை கொடுத்து வாங்கும்

ஒரு நுகர்பவரின் விளிம்புநிலைப் பயன்பாடு 8 அலகு எனில், அவர் I வகைப் பொருள்களில் மூன்று அலகுகளும், II வகைப் பொருள்களில் இரண்டு அலகுகளும், III வகைப் பொருள்களில் ஓர் அலகும் வாங்கும் போதுதான் அவையனைத்தின் விளிம்புநிலை முக்கியத்துவங்களும் அவருடைய மன அளவில் சமமடைந்திருக்கும் என்று சரியாகவே அனுமானிக்கிறார். ஏனெனில் அவ்வாறு 8 அலகு விலை கொடுத்து வாங்கும்போதுதான் அவையனைத்தின் விளிம்புநிலைப் பயன்பாடும் 8 என்று சமநிலையில் இருக்கிறது. ஒவ்வொரு அலகுக்கும் குறித்துரைக்கப்படும் மதிப்பு 8 எனின், அந்த நுகர்பவர் I, II, III வகைப் பொருள்களைத்தான் நுகர்வார். மற்ற வகைப் பொருள்களுக்கு முதல் மூன்று பொருள்கள் அளவுக்கு அவருடைய அக அளவில் முக்கியத்துவம் இல்லை. பொருள்களின் அளிப்பு அதிகமாகிப் பொருள்களின் விலைகள் 4 அலகுகள் என்று குறைந்து விட்டால் அவர் Iஇல் எட்டு அலகுகளும், II இல் ஏழு அலகுகளும், III..., IV...,V...,VI...,VII இல் ஓர் அலகும் பொருள்களை நுகர இயலும் என்பதும் அவற்றின் விளிம்புநிலைப் பயன்பாடுகள் அனைத்தும் சமமாகும் நிலை வரை அவற்றை நுகர்வார் என்பதும் அட்டவணை மூலம் தெளிவாக்கப்படுகிறது.

இப்போது வெவ்வேறு வகைப் பொருள்களுக்கு வெவ்வேறு வகை விலைகள் நிலவுவதாக அனுமானிப்போம். பொருள் Iஇன் விலை 6 அலகுகள் என்றும், பொருள் IIஇன் விலை 8 அலகுகள் என்றும் .... பொருள் VIஇன் விலை 4 அலகுகள் என்றும் அனுமானிப்போம். அப்படியானால் நுகர்பவர் பொருள் Iஇல் ஐந்து எண்ணிக்கைகளும், பொருள் IIஇல் இரண்டு எண்ணிக்கைகளும், பொருள் VIஇல் இரண்டு எண்ணிக்கைகளும் வாங்கினால் அவற்றின் விளிம்புநிலைப் பயன்பாடுகள் அவற்றின் விலைகளுக்குச் சரிசம விழுக்காடுகளில் பகிர்ந்தளிக்கப்பட்டிருக்கின்றன என்பது தெளிவாகிறது.

கணிதத்தைப் பயன்படுத்தி இதே சமநிலையைப் படம் பிடித்த ஜெவன்ஸ் அதை $MUx/Px = MUy/Py$ (அதாவது x பொருளின் விளிம்புநிலைப் பயன்பாட்டை, அதன் விலையால் வகுத்தால், அது y பொருளின் விளிம்புநிலைப் பயன்பாட்டை, அதன் விலையால் வகுக்கும் ஈவுக்குச் சமமாக ஆகின்ற நிலை) என்கிற பொதுச் சூத்திரத்தினால் தெளிவாக்கினார். மெங்கரும் சொற்களால் விவரித்து அதே முடிவுக்குத்தான் வருகிறார். ஜெவன்ஸ் வகைநுண்கணிதச் சமன்பாடாக அதைக் காட்டுகிறார். மெங்கருடைய விளக்கம் சாமானியனுக்கும் புரியும். ஜெவன்ஸின் விளக்கம் துல்லியமாகவும் குழப்பத்திற்கிடங்கொடுக்காத வண்ணமும் வல்லுநர்களுக்கு மட்டுமே புரியக்கூடியதாக இருக்கிறது.

உற்பத்திக் காரணிகளின் ஊதிய நிர்ணயம்

பொருள்களின் விலைகள் எவ்வாறு தீர்மானமாகின்றன என்பதை விளக்கிய பிறகு உற்பத்திக் காரணிகளான நிலம், உழைப்பு, முதல்நிர்வாகம் ஆகியவற்றின் ஊதியங்களான வாரம், கூலி, வட்டிஇலாபம் போன்றவை எவ்வாறு தீர்மானமாகின்றன என்று மெங்கர் விளக்குகிறார். அவை பற்றிச் 'செவ்வியல் அரசியல் பொருளியலார்' கொடுத்திருக்கும் விளக்கங்கள் முழுமை பெறாமலிருக்கிறது என்றும் அவர் குறை கூறுகிறார். அந்த உற்பத்திக் காரணிகளின் தனித்தன்மைகளையும், அவற்றின் உரிமையாளர்களின் வர்க்க பேதங்களையும் வருணித்து, அந்தந்த வர்க்கங்களுக்குச் செல்கிற மொத்த வருமானப் பங்குகள் பற்றி 'செவ்வியல் அரசியல் பொருளியலார்' அதிகம் தெரிவித்திருக்கிறார்கள். எடுத்துக்காட்டாக, முதலாளி வர்க்கத்திற்கு இலாபம் என்பது, அவர்கள் உற்பத்தி செய்த பொருள்களை விற்பனை செய்து கிடைத்த தொகையில் மற்ற உற்பத்திக் காரணிகளுக்கு ஊதியங்கள் வழங்கிய பிறகு, எஞ்சியதற்கு உரிமை கொண்டாடுபவர்களாக அவர்களுக்குக் கிடைக்கும் பங்கு என்று 'செவ்வியல் அரசியல் பொருளியலார்' சித்தரிக்கிறார்கள். அவர்கள் காட்டும் இலாப மட்டம் ஒரு சராசரியே தவிர வெவ்வேறு முதலாளிகளுக்கும் ஏன் வெவ்வேறு அளவுகளில் இலாபம் கிடைக்கிறது என்பதற்கு அது ஒரு சரியான விளக்கமாக அமைவதில்லை. அது மட்டுமன்று. நிலம் இயற்கையின் கொடை. மனித உழைப்பும்கூட, இயற்கை படைத்த மனித முயற்சியின் விளைவே. நிலத்தையும் உழைப்பையும் இயற்கை அளித்திருப்பதால் இவற்றிற்குத் தனியாக உற்பத்திச் செலவு இருக்க இயலாது. ஆனால், 'செவ்வியல் அரசியல் பொருளாதார'த்தின் உற்பத்திச் செலவு மதிப்புக் கோட்பாடு இவற்றுக்கு அளிக்கப்படும் வாரம், கூலி ஆகியவற்றை உற்பத்திச் செலவுகளாகப் பாகுபடுத்துகிறது. அப்படிச் செய்வது குழப்பமான சிந்தனையைப் பிரதிபலிப்பதாக மெங்கர் கருதினார்.

நுகர்வோர் தாங்கள் நுகரும் கீழ்வரிசைப் பொருள்களின் விளிம்பு நிலைப் பயன்பாட்டின் அளவுக்கு அவற்றுக்கு மதிப்பைச் சார்த்திக் காட்டுகிறார்கள் என்று மெங்கர் நிறுவியிருப்பதை முதலில் பார்த்தோம். உற்பத்திக் காரணிகள் என்று பாகுபடுத்தும்போதே அவை பெரும்பாலும் மேல்வரிசைப் பொருள்களாகத்தான் இருக்கும் என்பது தெளிவாகிறது. கீழ்வரிசைப் பொருள்களின் மதிப்பே மேல்வரிசைப் பொருள்களின் மதிப்புக்குக் காரணமாகக் குறித்துரைக்கப்படுகிறது. உற்பத்திக் காரணிகளின் மதிப்பு, அவை உற்பத்தி செய்யும் இறுதிப்பொருள்கள் வழியாகத்தான் அவற்றுக்குள் நுழைவு பெறுகின்றன. நுகர்ச்சிதான் பொருள்களின் மதிப்பைத் தீர்மானிக்கிறது என்பதற்கும், நுகர்ச்சியின்

காரணமாகத்தான் அந்த நுகர்பொருள்களை உற்பத்தி செய்யும் காரணிகள் மதிப்புப் பெறுகின்றன என்பதற்கும் மெங்கர் ஓர் எடுத்துக்காட்டை முன்வைக்கிறார். ஏதோ ஒரு காரணத்தினால், தங்கள் சமுதாயத்தில் புகையிலையைப் பயன்படுத்துவதில்லை என்று நுகர்வோர் அனைவரும் முடிவெடுப்பதாகக் கொள்வோம். அதன் உடனடி விளைவாக, கையிருப்பிலிருக்கும் புகையிலை அனைத்தும் மதிப்பிழந்து போகும். விவசாயிகள் புதிதாகப் புகையிலை உற்பத்தியிலீடுபட மாட்டார்கள். புகையிலையை மூலப் பொருளாகக் கொண்ட தொழில்களனைத்தும் நசித்துப் போகும். அந்தத் தொழில்களுக்குப் பயன்படுத்திய இயந்திரங்கள் அனைத்துக்கும் தேவையில்லாமல் போய்விடும். புகையிலை உற்பத்தியிலும், புகையிலைப் பொருள்கள் உற்பத்தியிலும், அவற்றின் இடப்பெயர்ச்சி, விளம்பரம், விற்பனை ஆகிய பல துறைகளிலும் ஈடுபடுத்தப்பட்ட உற்பத்திக் காரணிகள் அனைத்தும் வேலை இழக்கும். அந்த மேல் வரிசைப் பொருள்களெல்லாம் புகையிலை தவிர்த்த வேறு தொழில்களுக்கு இடப்பெயர்ச்சி செய்ய முயலும். வேறு தொழில்களில் அவற்றிற்குக் கிடைக்கும் வருவாய், அவற்றின் பிரதிவாய்ப்பு ஊதியம் (*opportunity cost*) என்று காட்டப்படுகிறது. அந்தப் பிரதிவாய்ப்பு ஊதியங்கள், புகையிலை தவிர்த்த தொழில்களில் அவற்றின் விளிம்புநிலை உபயோகத்திற்கு எவ்வளவு முக்கியத்துவமிருக்கிறது என்பதைப் பொறுத்தே அமையும். புகையிலைக்கு விலையிருந்தபோதுதான் புகையிலை உற்பத்தியில் ஈடுபட்டிருந்த தொழிலாளிக்குக் கூலி கிடைத்ததே தவிர அவருக்குக் கூலி கொடுத்தால் புகையிலைக்கு விலை வருவதில்லை. நுகர் பொருள்களின் இறுதி நுகர்ச்சிதான் உற்பத்திக் காரணிகளுக்குத் தேவையை ஏற்படுத்துகிறதே தவிர, அந்த நுகர்பொருள்களைத் தயாரித்த உற்பத்திக் காரணிகளின் செயல்பாடுகள் நுகர்ச்சியைத் தீர்மானிப்பதில்லை. எனவே அவர் உற்பத்திக் காரணிகளின் தேவையை, அவை உற்பத்திசெய்யும் பொருள்களின் நுகர்ச்சியிலிருந்து 'வருவிக்கப்படும்' அல்லது 'பெறப்படும் தேவை' (*derived demand*) என்று அனுமானிக்கிறார்.

மேல்வரிசைப் பொருள்களின் மதிப்பை அவை உருவாக்க உதவும் கீழ்வரிசைப் பொருள்களிலிருந்து நேரடியாக அளவிட வழியெதுவுமில்லை. ஏனென்றால், ஒரு கீழ்வரிசைப் பொருளை உற்பத்தி செய்யப் பல மேல்வரிசைப் பொருள்களின் வெவ்வேறு தன்மையான கலவைகளைப் (உற்பத்திக் காரணிகளின் கலவைகளை) பயன்படுத்த வேண்டியிருக்கிறது. அதன் காரணமாக, கீழ்வரிசைப் பொருளின் மதிப்பு எந்தெந்த விழுக்காடுகளில் மேல்வரிசைப் பொருள்களுக்குச் (உற்பத்திக் காரணிகளுக்குச்) சென்றடைகிறது என்று தெளிவாகக் கண்டுபிடிக்க வழியில்லாமல்

போய் விடுகிறது. எடுத்துக்காட்டாக, நுகர்பவர்களுக்கான துணியை இயந்திரங்களைப் பயன்படுத்தி அதிக முதலும் குறைந்த உழைப்பும் கொண்ட கலவையாக உற்பத்தி செய்யலாம்; அல்லது அதே துணியைக் கைத்தறியில் அதிக உழைப்பும் குறைந்த முதலும் கலந்த கலவையாகவும் உற்பத்தி செய்யலாம். அதனால் துணியின் மதிப்பு எந்தெந்த விழுக்காடுகளில் முதலுக்கும் உழைப்புக்கும் சென்றது என்பதைத் தெளிவாகக் கண்டுபிடிக்க வழியில்லாமல் போய்விடுகிறது.

நடைமுறை உலகில் பொருள்களின் உற்பத்தி வழிமுறைகளில் உற்பத்திக் காரணிகளை மாறாத கலவைகளில்தான் பயன்படுத்த வேண்டுமென்ற கட்டாயம் எதுவுமில்லை. தானிய உற்பத்திக்கு விதைகள், உழைப்பு, வேதி உரங்கள், தொழு உரங்கள், பாசனம் போன்ற பல காரணிகளின் வெவ்வேறு கலவைகள் ஈடப்படுகின்றன. அந்தக் கலவை விவசாயிக்கு விவசாயி மாறுபடுகிறது. ஒரு விவசாயி அதிக வேதி உரமிடுகிறார். வேறொரு விவசாயி அதிகத் தொழு உரமிடுகிறார். மற்றொருவர் மழையை மட்டும் நம்பி மானாவாரிப் பயிர் செய்கிறார். இன்னொருவர் ஏரிப் பாசனத்தை நம்புகிறார். மற்றொருவர் நிலத்தடி நீரைக் கொண்டு பயிர் செய்கிறார். உற்பத்தி வழிமுறைகளில் உற்பத்திக் காரணிகளின் கலவைகளிலிருக்கும் வேறுபாடுகளைக் கொண்டு, அவற்றின் மதிப்பை அளவிட இயலும் என்று மெங்கர் கருதுகிறார். நெல் உற்பத்தி செய்யும் ஒரு விவசாயி, தான் பயிரிடும் ஒரே தரமான இரு வயல்களில் மற்ற உற்பத்திக் காரணிகளின் கலவையில் எந்த மாற்றமும் செய்யாமல், வேதி உரமிடுவதில் மட்டும் மாற்றம் செய்து பரிசோதனை செய்வதாகக் கொள்வோம். மற்றவை மாறாமலிருந்து, முதல் வயலுக்கு பத்து கிலோ வேதி உரமும் இரண்டாவது வயலுக்கு இருபது கிலோ வேதி உரமும் இடுகிறார் என்று கொள்வோம். முதல் வயலின் விளைச்சல் *500* கிலோ நெல்; இரண்டாவதின் விளைச்சல் *550* கிலோ நெல் கிடைக்கிறது. இதிலிருந்து நெல் உற்பத்தியில் *10* கிலோ வேதி உரத்தைக் கூட்டினால், *50* கிலோ நெல் அதிகப்படியாக விளைகிறது என்று அந்த விவசாயி ஊகிக்கிறார். இந்தப் பரிசோதனை வழிமுறையை மற்ற உற்பத்திக் காரணிகளின் மதிப்பை நிர்ணயம் செய்யவும் பயன்படுத்தலாமென்று மெங்கர் காட்டுகிறார்.

உற்பத்தி வழிமுறைகளின் கலவைகளில் மற்றவை மாறாமலிருந்து, ஒரே ஒரு உற்பத்திக் காரணியில் மட்டும் சிறிது மாற்றம் செய்தால் அது உற்பத்தியில் ஏற்படுத்தும் தாக்கத்தை அந்த உற்பத்திக் காரணிக்கு ஒதுக்கி வரையறுக்கலாமென்றும், அந்தத் தாக்கம்தான் அந்த உற்பத்திக் காரணியின் விளிம்பு நிலை மதிப்பென்றும் மெங்கர் முடிவு கூறுகிறார். உற்பத்திக் காரணிகளின்

விளிம்புநிலை மதிப்பை அவர் மேல்வரிசைப் பொருள்களின் மதிப்பை நிர்ணயிக்கும் பொது விதி என்கிறார். ஏதாவது ஒரு உற்பத்தி வழிமுறையைக் கையாண்டு ஒரு பொருளை உற்பத்தி செய்ய முடிவெடுக்கும் தொழில் முயல்பவர், எந்த உற்பத்தி வழிமுறையைத் தேர்ந்தெடுத்தாலும் அதில் உற்பத்திக் காரணிகளை மிகவும் சிக்கனமாகக் கலந்து அந்தப் பொருளை உற்பத்தி செய்யவே முடிவெடுப்பார். எடுத்துக்காட்டாக, வேட்டி தயாரிக்க கை ராட்டையில் நூல் நூற்று, கைத்தறியில் நெய்து கதராக உற்பத்தி செய்யலாமா, ஆலைகளில் உற்பத்தி செய்த நூலைக் கைத்தறிகளில் நெய்து கைத்தறியாக உற்பத்தி செய்யலாமா, ஆலைகளில் நூற்ற நூலை ஆலைகளிலேயே நெய்து மில் வேட்டியாக உற்பத்தி செய்யலாமா என்று பல வழிமுறைகளில் வேட்டி உற்பத்தி செய்யலாமென்று அறிந்திருக்கிற ஒரு தொழில் முனைவர், எந்த உற்பத்தியில் தன்னால் அதிக இலாபம் சம்பாதிக்க இயலும் என்கிற அடிப்படையில் ஒரு வழிமுறையைத் தேர்ந்தெடுப்பார். எந்த வழிமுறையைத் தேர்ந்தெடுத்தாலும் அதில் ஈடுபடுத்தப்படும் முதலீடு அளவு, பட்டறைக்குப் பயன்படுத்தப்போகிற நிலம் அல்லது கட்டிடத்தின் அளவு, வேலைக்கமர்த்தப் போகிற உழைப்பாளர்களின் அளவு, நியமிக்கப்போகிற நிர்வாகிகளின் அளவு போன்ற அனைத்திலும் தொழில் முனைவர் சிக்கனத்தைக் கடைப்பிடிப்பார். கீழ்வரிசைப் பொருள்களை அப்படிச் சிக்கனமாக உற்பத்தி செய்யும் எந்தத் தொழில் முனைவருக்கும் அந்தப் பொருள்களை உற்பத்தி செய்யும் வழிமுறைகளில் உற்பத்திக் காரணிகளின் கலவைகள் மாறக்கூடியவை என்பது நன்கு தெரிந்திருக்கும். எடுத்துக்காட்டாக நாம் காட்டிய தொழில் முனைவர் கைத்தறி வேட்டி உற்பத்தி செய்ய முடிவு செய்து விட்டார் என்று கொள்வோம். அவர் தன் பட்டறைக்கு வேண்டிய நூலை நகரத்தில் நூற்பாலைகளிலிருந்து வாங்கித் தன் பட்டறைக்குக் கொண்டு வருவதற்கு நான்கு 'மினிடோர்'களைப் பயன்படுத்துவதா, இரண்டு 'டெம்போ' ரகச் சிறு லாரிகளைப் பயன்படுத்துவதா, ஒரு பெரிய லாரியைப் பயன்படுத்துவதா என்று தேர்வு செய்ய வேண்டி வரலாம். பட்டறைக்கு மின் மோட்டார் பயன்படுத்துவதா டீஸல் ஜெனரேட்டர்களைப் பயன்படுத்துவதா என்று தீர்மானிக்க வேண்டி வரலாம். பட்டறையில் வேலை செய்வதற்கு ஆண்களின் எண்ணிக்கையைக் குறைத்துப் பெண்களின் எண்ணிக்கையை அதிகரிப்பது மொத்தக் கூலியில் சிக்கனத்தை உருவாக்குமா என்று யோசிக்கலாம் (இப்படிப் பாலினங்களிடையே விலை பேதம் காட்டுவது இந்திய அரசியல் நிர்ணயச் சட்டத்திற்குப் புறம்பானது. ஆண்களுக்கும் பெண்களுக்கும் ஒரே தரமான வேலைக்கு ஒரே கூலி கொடுக்க வேண்டுமென்று அந்தச் சட்டம் வலியுறுத்துகிறது). எப்படியிருந்தாலும், அவருக்கும் அவரைப் போன்ற தொழில்

முனைவர்களுக்கும் பொருள் உற்பத்திக்குக் கையாளும் எல்லா வழிமுறைகளிலும் உற்பத்திக் காரணிகளை ஒரே வகையான, மாற்றமில்லாத கலவையாகத்தான் பயன்படுத்த வேண்டும் என்கிற கட்டாயமில்லை என்பது நன்கு தெரிந்திருக்கிறது.

கீழ்வரிசைப் பொருள்களின் உற்பத்திக்கு மேல்வரிசைப் பொருள்களின் கலவைகள்தான் காரணமாகின்றன. அந்தக் கலவைகளிலிருக்கும் உற்பத்திக் காரணிகளின் விழுக்காடுகள் ஒரே அளவில் மாற்றமில்லாமல் இருப்பதில்லை. இந்தக் கலவையில் உள்ள ஓர் உற்பத்திக் காரணியின் விளிம்புநிலை உற்பத்தித் திறனே அந்த உற்பத்திக் காரணியின் மதிப்பு என்று மெங்கர் தீர்மானிக்கிறார். (மெங்கர் விளிம்புநிலை என்கிற சொல்லைப் பயன்படுத்தவில்லை. அவர் விளிம்புநிலைக் கருத்தை வேறு சொற்களால் விவரித்துள்ளார்.) நாம் எடுத்துக் காட்டியுள்ள கைத்தறி வேட்டிப் பட்டறையில் மற்ற அனைத்து உற்பத்திக் காரணிகளிலும் மாற்றம் செய்யப்படாமல், ஒரே ஒரு நெசவாளி மட்டும் வேலையிலிருந்து நீக்கப்படுகிறார் என்று கொள்வோம். அந்த நீக்கத்தால் அந்தப் பட்டறையின் மொத்த வேட்டி உற்பத்தியில் முன்பிருந்ததைவிடத் தினசரி மூன்று வேட்டிகள் குறைந்து விடுகின்றன என்றும் கொள்வோம். அப்படியென்றால் அந்த நெசவாளியின் தினசரிக் கூலியின் மதிப்பு, மூன்று கைத்தறி வேட்டிகளின் மதிப்புக்குச் சமமென்று ஊகிக்கலாமென்பது மெங்கரின் வாதம்.

ஆக மெங்கரின் கருத்துப்படி ஒவ்வொரு உற்பத்திக் காரணியும் அதனதன் விளிம்புநிலை உற்பத்தித் திறனளவுக்கு ஊதியங்கள் பெறுகின்றது. முதன்முறையாக விளிம்புநிலைக் கோட்பாட்டைப் பயன்படுத்தி ஒரு தனி உழைப்பாளர் ஒருவரின் கூலி எவ்வாறு தீர்மானிக்கப்படுகிறது என்பதைத் துல்லியமாகக் கணக்கிட்டுக் காட்டியது மெங்கரின் சாதனையாகும்.

கால இடைவெளியும் தொழில் முயல்வோரின் பணிகளும்

தர வரிசையில் மேலே இருக்கிற உற்பத்திக் காரணிகளைக் கொண்டு தர வரிசையில் கீழே இருக்கிற நுகர்ச்சிப் பொருள்களை உருவாக்குகிற மாற்றத்தைச் செய்யக் கால இடைவெளி இன்றியமையாதது என்பதை மெங்கர் வலியுறுத்துகிறார். தோசை கீழ்வரிசைப் பொருள். தோசை சுடுவதற்கான மாவாட்டுவது அதற்கும் மேல்வரிசைப் பொருள்களைக் கொண்டு நடைபெறுகிறது. அதாவது, மாவாட்டும் இயந்திரமும், மாவாட்டுபவரின் உழைப்பும், மாவுக்குத் தேவையான அரிசி, உளுந்து தானியங்களும், தோசை என்கிற நுகர்வுப் பொருளை உருவாக்கப் பயன்படுத்தும்

மேல்வரிசைப் பொருள்கள். அரிசியை, நெல்லிலிருந்து பெறுவது அதற்கும் மேல்வரிசை நடவடிக்கை. நெல்லை உற்பத்தி செய்வது அதற்கும் மேல்வரிசை நடவடிக்கை. விவசாயி நெல்லை உற்பத்தி செய்யத் திட்டமிடுவதிலிருந்து அந்த நெல் தோசையாகி ஒரு நுகர்வோரின் தேவையை நிறைவு செய்வதுவரை நெல் உற்பத்தியில் மாற்றங்கள் ஏற்பட்டுக் கொண்டேயிருக்கின்றன. இந்த உற்பத்தி மாற்றங்களெல்லாம் ஒரே கணத்தில் நடைபெற இயலாது. உற்பத்தி மாற்றங்கள் நடைபெறக் கால இடைவெளி அவசியமாகிறது. தொழில்நுட்ப மாறுதல்களும் உற்பத்திக் காரணிகளின் செயல்திறமும் இந்தக் கால இடைவெளியைக் குறைக்கலாம். ஆட்டுக்கல்லில் மாவரைப்பதை விட மின் அரைவை இயந்திரத்தில் வேகமாக மாவாட்டலாம். ஆனால், எத்தகைய நடத்தைகளாலும் இந்தக் கால இடைவெளியே இல்லாமல் செய்ய இயலாது. பொருளாதார நடவடிக்கைகளில் காலத்திற்கு முக்கியமான பங்கிருக்கிறது என்று மெங்கர் கருதுகிறார். மேல்வரிசைப் பொருள்களைப் படிப்படியாகக் கீழ்வரிசைப் பொருள்களாக மாற்றும் வழிமுறைகள் அனைத்திற்கும் கால இடைவெளி தேவை.

இந்தக் கால இடைவெளி காரணமாகவே, மேல்வரிசைப் பொருள்கள் எந்த அளவுக்குக் கீழ்வரிசைப் பொருள்களாக மாறும் என்று கணக்கிடுவதில் ஒரு நிச்சயமற்ற தன்மை வந்துவிடுகிறது. ஒரு மூட்டை நெல்லிலிருந்து எவ்வளவு அரிசி பெறலாம்; அதைக் கொண்டு எத்தனை தோசை சுடலாம் என்று அனுபவத்தின் மூலம் அனைவருக்கும் தெரிந்திருப்பதில்லை. அப்படிப்பட்ட அனுபவ அறிவு இருப்பவர்களுக்கும்கூட நெல்லைத் தோசையாக்கி நுகர்வோருக்குத் தரும்வரை இருக்கிற இடைவெளியில் எத்தனையோ எதிர்பாராத மாற்றங்கள் வரக்கூடும் என்பது தெரியும். தோசை வார்ப்பதற்கான அரிசி, சோறு பொங்கப் பயன்படும் அரிசியிலிருந்து வேறுபட்டதாயிருக்கலாம். புது அரிசியில் சுடுவதை விடப் பழைய அரிசியில் அதிகத் தோசைகள் சுடுவது சாத்தியமாகலாம். தோசை சுடும்போது சில தோசைகள் தீய்ந்துவிடலாம். தோசை சுடுபவர் மெல்லியதாக வார்க்கிறாரா, கனமாக வார்க்கிறாரா என்பதைப் பொறுத்து ஒரு மூட்டை நெல்லில் சுடுகிற தோசைகளின் எண்ணிக்கை மாறுபடலாம். பற்றாக்குறை இருக்கும் பொருள்களை உற்பத்தி செய்யச் சிக்கனத்தைக் கடைப்பிடித்து உற்பத்திக் காரணிகளை உத்தமமான அளவுகளில் கலந்து மாற்றங்களைச் செய்ய முயலும்போது அந்த முயற்சியை எவ்வளவு வெற்றிகரமாக முடிக்கலாம் என்று தீர்மானிப்பதில் அனைத்துத் தொழில் முனைவர்களும் ஒரேவிதமான முடிவுக்கு வர இயலாது.

உற்பத்தி வழிமுறைகள் மூலம் மேல்வரிசைப் பொருள்கள் கீழ்வரிசைப் பொருள்களாக மாற்றம் பெறுகின்றன.

நுகர்வோரின் வருங்காலத் தேவைகள் என்னவாக இருக்கும் என்று உற்பத்தியாளர்கள் இன்றே முடிவு செய்து, உற்பத்திக் காரணிகளை இன்றிலிருந்தே ஈடுபடுத்தினால்தான் அந்த வருங்காலத் தேவைகளை நிறைவு செய்ய இயலும். அதாவது உற்பத்தியாளர்களுக்கு முன்யோசனை அவசியமாகிறது. உற்பத்தியாளர்களின் வெற்றி அவர்களின் முன்யோசனை சரியானதா என்பதைச் சார்ந்தது. உற்பத்தி வழிமுறைகளில் கால இடைவெளிக்குப் பங்கு இருப்பதாலும், கால இடைவெளி இருக்கும்போது மாற்றங்கள் நிகழ்வதில் நிச்சயமற்ற தன்மை வந்துவிடுவதாலும் உற்பத்தியாளர்களின் முன்யோசனைகள் சார்ந்த நடவடிக்கைகள் அவர்களுக்கு வெற்றியை அளிக்கலாம்; அல்லது தோல்வியிலும் முடியலாம். உற்பத்திக் கால இடைவெளியின் நிச்சயமற்ற தன்மையைக் குறைக்க உற்பத்தியாளர்கள் அனைத்து உத்திகளையும் கையாள்வார்கள். வருங்காலத் தேவைகள் எப்படிப்பட்டவையாக இருக்கும் என்று அறிந்துகொள்ளத் தொழில்நுட்பத்தைக் கைக்கொள்ளலாம். நுகர்வோரிடமே அவர்களின் தேவைகளைப் பற்றி சர்வே மதிப்பீடுகள் செய்யப் படுவதைக் கண்கூடாகக் காண்கிறோம். இத்தகைய உத்திகள் உற்பத்தியில் தோன்றும் நிச்சயமற்ற தன்மையைக் குறைக்குமே தவிர முழுமையாக நீக்கி விடாது.

நுகர்வோரின் வருங்காலத் தேவைகளை ஊகித்துணர்ந்து, அவற்றை தற்போதே உற்பத்தி செய்யத் திட்டமிட்டுச் செயல்படு பவர்களை மெங்கர் தொழில் முனைவோர் (*entrepreneur*) எனச் சுட்டுகிறார். தொழில் முனைவோரிடம் நான்கு குணாதிசயங்களை அவர் காண்கிறார். 1. வருங்காலத்தில் பொருள்களுக்கான தேவையின் அளவு, தன்மை போன்றவற்றின் நிச்சயமற்ற தன்மை அவர்களை முடக்குவதில்லை. மாறாக, அந்த நிச்சயமற்ற தன்மைதான் அவர்களின் செயல்களை ஊக்குவிக்கிறது. நிச்சயமற்ற தன்மை இருப்பினும், அவற்றை எப்படி எதிர்கொள்வது என்கிற முன்யோசனையுடன் அவர்கள் உற்பத்திக் காரணிகளைத் திட்டமிட்டு இணைத்து, அவற்றை மாற்றியமைத்துக் கீழ்வரிசைப் பொருள்களாக்குகிறார்கள். அறிவாலும் அனுபவத்தாலும் இந்த முன்யோசனைகளைப் பெற்றாலும் உற்பத்தி நடைபெறும் காலத்தில் அந்த முன்யோசனையில் தோன்றாதவையும் நடைபெறக்கூடும் என்று எதிர்நோக்கி, அவற்றை எதிர்கொள்ளும் பண்பும் அவர்களிடம் இருக்கிறது. 2. தேவையை நிறைவு செய்ய நினைக்கும்போதே, அந்தத் தேவையை நிறைவு செய்யத் தேவைப்படும் அனைத்து மேல்வரிசைப் பொருள்களைப் பற்றிய அறிவும், கணக்குகளும், அவற்றை எந்த வழிகளில், எந்த விழுக்காடுகளில் இணைக்கலாம் என்பது பற்றிய விவரங்களும் தொழில் முயல்வோரிடம் இருக்க வேண்டும்;

அல்லது, அவற்றைப் பெற்றுவிட முடியும் என்கிற நம்பிக்கையும், அவற்றைப் பெறுவதற்கான வழிமுறைகளையும் அவர்கள் தெரிந்துவைத்திருக்க வேண்டும். மேல்வரிசைப் பொருள்களின் உற்பத்தித்திறன், அந்த மேல்வரிசைப் பொருளைக் கொண்டு உற்பத்தியான கீழ்வரிசைப் பொருளின் தற்போதைய மதிப்பிலிருந்து பெறப்படுகிறது என்று கொள்வது சரியாகாது என்கிறார் மெங்கர். ஏனெனில், உற்பத்திக் கால இடைவெளி குறிக்கிடுவதால், தற்போது உற்பத்தியாகிக் கொண்டிருக்கிற கீழ்வரிசைப் பொருள் அது விற்பனையாகப் போகிற வருங்காலத்தில் என்ன மதிப்புப் பெறும் என்கிற எதிர்பார்ப்பின் அடிப்படையில்தான் அவற்றை உற்பத்தி செய்யப் பயன்படுத்தப்பட்ட மேல்வரிசைப் பொருள்களின் விளிம்பு நிலை உற்பத்தித்திறனைத் தொழில் முனைவோர் அளப்பார்கள் என்று மெங்கர் கருதுகிறார். 3. தொழில் முனைவோர் சிறந்த மனோதிடமுடையவராக இருத்தல் அவசியம். மேல்வரிசைப் பொருள்களைத் தேர்ந்தெடுத்து, அவற்றைச் சரியான இலக்குகளை நோக்கிச் செலுத்தும் வல்லமையுடையவராக அவர்கள் இருக்க வேண்டும். தொழில் முனைவோர் உற்பத்திக் காரணிகளை மடை மாற்றிச் செலுத்தத் தேவையான கட்டளைகளைச் சரியான நேரத்தில் சரியான இடங்களில் இட்டு நிறைவேற்றும் தலைமைப் பண்பு கொண்டவர்களாகவும் இருக்க வேண்டும். 4. உற்பத்தியில் பொருள்கள் மாற்றமடையும்போது அந்த மாற்றத்தை ஏற்படுத்தும் அனைத்து நடவடிக்கைகளையும் மேற்பார்வையிடும் தகுதியும் தொழில் முனைவோருக்குத் தேவை. மேற்பார்வையிடும் பணிக்குத் தகுந்த உதவியாளர்களை நியமித்துத் தங்களின் சுமையைத் தற்காலிகமாகக் குறைத்துக் கொண்டாலும் உற்பத்தி வழிமுறைகளின் இறுதியில் வெளியீடாக வரும் கீழ்வரிசைப் பொருள்களின் அனைத்துத் தன்மைப் பரிமாணங்களும் (quality dimensions) தொழில் முனைவோரின் மேற்பார்வையில்தான் உற்பத்தியானதாக அனுமானிக்கப்படுகிறது. அவற்றின் சிறப்புகளுக்கும், பழி பிழைகளுக்கும் அவரே பொறுப்பேற்கிறார். எனவே உற்பத்தி வழிமுறைகளின் ஒவ்வொரு பகுதியையும் அவர்கள் தங்கள் கவனத்தில் இருத்திக்கொள்கிறார்கள்.

தொழில் முனைவர் எந்தத் தொழிலில் முதலீடு செய்கிறாரோ அதில் அவருக்கு மேலே காட்டியிருக்கும் குணாதிசயங்கள் 3 மற்றும் 4 இல்லையெனில் இழப்புகள் ஏற்படும் வாய்ப்பு அதிகம். தொழிலில் முதலீடு செய்வதனால் அவருக்கு அந்தத் தொழிலில் சொத்துரிமை வருகிறது. அவர்கள் உற்பத்தி வழிமுறைகளில் புதிய தொழில்நுட்பங்களைப் பயன்படுத்தி, உற்பத்திக் காரணிகளைச் சிக்கனமாக இணைத்து உத்தமமான வெளியீடுகளைப் பெறுகிறார்கள். இதனால் அவர்கள் உற்பத்தியில்

ஈடுபடுத்தியிருக்கும் சொத்தின் மதிப்பை அதிகரிக்கச் செய்கிறார்கள். இந்த முயற்சியின் ஒரு பகுதிதான் அவருடைய மனத்திட்பமும் மேற்பார்வையிடுதலும் என்று கூறலாம். மெங்கர் பார்வையில் தொழில் முனைவோர் ஆபத்தை ஏற்கும் பண்பை மட்டும் உடையவர்களாக, மற்றபடி செயலற்று, ஈடுபடுத்திய முதலுக்குரிய ஊதியத்தைப் பெற்றுக்கொண்டு, வாளா இருப்பவர்களல்லர். சிக்கனத்தைக் கையாண்டு உற்பத்தி வழிமுறைகளைச் செயல்படுத்தி, மனோதிடத்துடன் உற்பத்திக்காரணிகளை வழிநடத்தி, ஒவ்வொரு பகுதியையும் மேற்பார்வையிட்டு, நிச்சயமற்ற வருங்காலத்தை எதிர்நோக்குவதில் வரும் ஆபத்துகளையும் எதிர்கொண்டு தம் முதலீட்டுக்கு உத்தமமான ஆதாயத்தைத் தேடும் ஓர் இயங்காற்றலுடைய தலைமைப் பண்பாளராகத் தொழில் முனைவரை மெங்கர் பார்க்கிறார்.

பரிவர்த்தனையும் விலைக் கோட்பாடும்

மனிதத் தேவைகளை நிறைவு செய்யத்தான் உற்பத்தி மேற்கொள்ளப்படுகிறது. தொழில் முனைவோர் தாங்கள் உற்பத்திக் காரணிகளுக்குக் கொடுக்க வேண்டிய ஊதியங்களைக் கணக்கிட்டு, அதில் சிக்கனமான வழிகளில் பொருள்களை உற்பத்தி செய்து, அவற்றை நுகர்வோருக்கு விற்று, அதன் மூலம் மனிதத் தேவைகளை நிறைவேற்றுகிறார்கள். உற்பத்திக்காகவும் நுகர்ச்சிக்காகவும் மேற்கொள்ளப்படும் பரிவர்த்தனைகளால்தான் எந்தெந்த உற்பத்திக் காரணிகள் எந்தெந்த உற்பத்திகளில், எவ்வெவ்வளவுகளில் ஈடுபடுத்தப் வேண்டும் என்கிற பங்கீடும், எந்தெந்த உற்பத்திக் காரணிகளுக்கு எவ்வெவ்வளவு வருவாய் கிடைக்கும் என்கிற பங்கீடும் தீர்மானமாகின்றன. மனிதத் தேவைகளை நிறைவு செய்யவே பரிவர்த்தனைகள் நடக்கின்றன. ஒவ்வொரு பரிவர்த்தனையின் போதும் விலைகள் நிர்ணயமாகின்றன. பரிவர்த்தனைகளுக்கும் மனிதத் தேவைகளுக்குமிருக்கும் தொடர்பு விலைகள் மூலம் பிரதிபலிக்கப்படுகிறது என்று மெங்கர் கருதுகிறார். அந்தத் தொடர்பை விளக்கத் தற்காலத்தில் 'விளிம்புநிலைப் பயன்பாட்டுக் கோட்பாடு' என்று சுட்டப்படும் கருத்தாக்கத்தைப் பயன்படுத்துகிறார்.

மெங்கரே கொடுத்திருக்கும் ஓர் எடுத்துக்காட்டை நம் சூழலுக்கு மாற்றியிருக்கிறேன். குப்பு, சுப்பு என்று இரு விவசாயிகள் இருக்கிறார்கள். குப்புவிடம் ஆறு குதிரைகளும் சுப்புவிடம் ஆறு மாடுகளும் இருக்கின்றன. குப்புவும் சுப்புவும் எத்தனை குதிரைகளையும் மாடுகளையும் பரிவர்த்தனை செய்து கொள்வார்கள்? அவர்களிருவருமே பரிவர்த்தனை மூலம் தாங்கள்

பெறப்போகிற குதிரை அல்லது மாட்டிலிருந்து கிடைக்கப்போகிற மனநிறைவு, பரிவர்த்தனை மூலம் தாங்கள் இழக்கப்போகிற குதிரை அல்லது மாட்டிலிருந்து கிடைத்த மனநிறைவை விட அதிகமாக இருக்கும்வரைதான் பரிவர்த்தனையில் ஈடுபடுவார்கள் என்கிறார் மெங்கர். குப்புவும் சுப்புவும் முதலில் பரிவர்த்தனையைத் தொடங்கும்போது குப்பு இழக்கப் போகிற ஆறாவது குதிரையிலிருந்து அவருக்குக் கிடைத்த மனநிறைவைவிட அவர் சுப்புவுடமிருந்து பெறப்போகிற முதல் மாட்டிலிருந்து கிடைக்கப்போகிற மனநிறைவு அதிகமாக இருந்தால்தான் அந்தப் பரிவர்த்தனை நிகழும். அதே சமயம் சுப்பு இழக்கப்போகிற ஆறாவது மாட்டிலிருந்து அவருக்குக் கிடைத்த மனநிறைவைவிட அவர் குப்புவிடமிருந்து பெறப்போகிற முதல் குதிரையிலிருந்து கிடைக்கப்போகிற மனநிறைவு அதிகமாக இருந்தாலேயொழிய அந்தப் பரிவர்த்தனை நிகழாது. அதாவது பரிவர்த்தனையில் ஈடுபடும் இருவரும் தாங்கள் பரிவர்த்தனை செய்யப்போகிற இரு பொருள்களையும் எதிர்மறை விழுக்காட்டுக் கணக்கில் மதிக்கிறவரைதான் பரிவர்த்தனை தொடரும். முதல் பரிவர்த்தனை நடப்பதாகக் கொள்வோம். இப்போது குப்புவிடம் ஐந்து குதிரைகளும் ஒரு மாடும் இருக்கின்றன. சுப்புவிடம் ஐந்து மாடுகளும் ஒரு குதிரையும் இருக்கின்றன. மறுபடி அவர்கள் பரிவர்த்தனை செய்து கொள்ளலாமா என்று ஆலோசிக்கிறார்கள். பரிவர்த்தனையில் ஈடுபடும் இருவரும் பரிவர்த்தனையிலிருந்து தாங்கள் இழக்கப்போகிற மனநிறைவைவிட பெறப்போகிற மனநிறைவு அதிகமாக இருக்கும் என்று கருதும்வரைதான் பரிவர்த்தனைகள் தொடரும். வாங்குபவருக்குப் பரிவர்த்தனைகளினால் புதிதாகப் பெறப்படும் பொருள்களின் கையிருப்பு மேலும்மேலும் அதிகரிக்க அதிகரிக்க அவற்றில் புதிதாகச் சேர்க்கப்படும் அலகுகளின் மனநிறைவளிக்கும் தன்மை குறைந்துகொண்டே வரும். அதே சமயம், விற்பவருக்கு இழந்த பொருள்களின் கையிருப்பு மேலும் மேலும் குறையக்குறைய அவற்றில் மீதமிருக்கும் அலகுகளின் மனநிறைவளிக்கும் தன்மை அதிகரித்துக்கொண்டே வரும். பரிவர்த்தனையில் ஈடுபடும் இருவரில் யாரோ ஒருவருக்குத் தான் விற்கப்போகிற ஒரு பொருளிலிருந்து இழக்கப் போகிற மன நிறைவு வாங்கப்போகிற மற்றொரு பொருளிலிருந்து பெறப் போகிற மனநிறைவைவிட அதிகம் என்ற உணர்வு வந்தாலே அந்தப் பரிவர்த்தனை நிகழாது.

சுதந்திரமாகச் சந்தைகள் இயங்கும் சமுதாயத்தில், பரிவர்த்தனை தொடராமல் தேக்கமடைகிற இடத்தில்தான் பரிவர்த்தனையிலீடுபடும் இருவருக்கும் பரிவர்த்தனை வழியாகத் தத்தம் மொத்த மனநிறைவை அதிகரிக்க இதுவரை இருந்த வாய்ப்பு, இப்போது இல்லாமல் மறைந்துவிட்டது என்பது தெளிவாகிறது.

அதாவது, அதுவரை பரிவர்த்தனை செய்யப்பட்டு வந்த குதிரை, மாடு ஆகியவற்றில் 'வணிகம் மூலம் இருசாராரும் நன்மை பெறும் திறன்' அந்த இடத்தில் காலியாகி விடுகிறது. பரிவர்த்தனைகளில் அத்தகைய தற்காலிகத் தேக்கத்தை மெங்கர் ஓய்வுப் புள்ளிகள் (points of rest) என்று குறிப்பிடுகிறார்.

வணிகத்தில் ஈடுபடும் இருவரும் பரிவர்த்தனைக்குப் பிறகு தாங்கள் ஆரம்பத்தில் வைத்திருந்த கையிருப்புச் சொத்தின் மூலம் கிடைத்த மனநிறைவை விட அதிக மனநிறைவு பெற்றிருப்பதாக உணர வேண்டும். அதாவது, கையிருப்புச் சொத்தின் கலவையைப் பரிவர்த்தனை மூலம் மாற்றிய பிறகு புதிய கலவை அவர்களுக்கு அதிக மன நிறைவளிக்கவல்லதாக இருப்பதாக உணர வேண்டும். குப்புவிற்கு ஆரம்பத்தில் இருந்த கையிருப்புச் சொத்தான ஆறு குதிரைகள் தந்த மன நிறைவை விடப் பரிவர்த்தனைக்குப் பிறகு இருக்கும் 4 குதிரைகள் + 2 மாடுகள் கலவை அவருக்கு அதிக மன நிறைவு தர வேண்டும். அது போலவே சுப்புவுக்கும் அவருடைய புதிய 2 குதிரைகள் + 4 மாடுகள் கலவை முந்தைய 6 மாடுகள் மட்டும் என்கிற நிலையை விட அதிக மனநிறைவு அளிக்க வேண்டும். இதிலிருந்து மெங்கர் ஒரு புதுக் கொள்கையை வகுக்கிறார். புதிதாக உற்பத்தி செய்து ஒரு பொருளைப் பெறுவதில் வருகிற அதிகமான மன நிறைவைப் போலவே பரிவர்த்தனையின் மூலமும் நாம் நம் மனநிறைவை அதிகரித்துக் கொள்ள இயலும். பரிவர்த்தனை என்பது சமமான மதிப்புகளின் பண்டமாற்று; எனவே அது பயனற்ற உழைப்பு (unproductive labour) என்கிற இயற்கையின் ஆட்சி (Physiocracy) வாதத்தை மெங்கர் ஏற்கவில்லை. பொருளாதார இயக்கத்தின் நோக்கம் அதிகமான பொருட்களை உற்பத்தி செய்வதன்று; அதிகமான மன நிறைவைப் பெறுவதுதான். அந்த இலக்கை அடைய உற்பத்தியைப் போலவே பரிவர்த்தனையும் உதவும்.

பரிவர்த்தனையை இப்படி விளக்கியதன் மூலம் நடைமுறை உலகில் விலைகள் எவ்வாறு தீர்மானமாகின்றன என்பதையும் மெங்கர் ஆராய்கிறார். நடைமுறை உலகில் அனைத்து நடவடிக்கைகளும் இயங்கிக்கொண்டேயிருப்பதால் பரிவர்த்தனை மூலம் மனநிறைவை அதிகரித்துக்கொள்ளும் வாய்ப்புகள் பற்றிய வணிகர்களின் கணிப்புகளும் கணத்துக்குக் கணம் மாறிக் கொண்டேயிருக்கும் என்று உணர்ந்திருக்கிறார். விலை என்பதை அங்காடியில் பரிவர்த்தனைக்கு ஒரு பொருளுக்கு மாற்றாகக் கொடுக்கப்படும் மற்றொரு பொருளின் விழுக்காடு என்று அவர் கருதுகிறார். மேலே கொடுத்திருக்கும் எடுத்துக்காட்டில் குப்புவின் இரண்டாவது குதிரையைச் சுப்புவின் இரண்டாவது மாட்டிற்குப் பரிவர்த்தனை செய்கிறபோது ஒரு தற்காலிக ஓய்வுப் புள்ளி

வருகிறது. அதற்குப் பிறகு இருவருக்குமோ இருவரில் ஒருவருக்கோ மேலும் பரிவர்த்தனையைத் தொடர விருப்பமில்லை என்று கொள்வோம். இருவரும் அந்த இடத்தில் தற்காலிகமான ஒரு தேக்க நிலையை அடைகிறார்கள். இருவரும் அதற்கு மேல் பரிவர்த்தனையைத் தொடர வாய்ப்பில்லை; அல்லது அதனால் மனநிறைவை அதிகரிக்கும் வாய்ப்பில்லை என்று உணர்கிறார்கள். ஒரு நுகர்பவர் அங்காடிக்குச் சென்று தன்னிடமிருக்கும் பணத்தைக் காய்கறிகளாகவும் மளிகைச் சாமான்களாகவும் மாற்றிவிட்டு வெளியேறும்போது கையிருப்புப் பணம், காய்கறிகள், மளிகைச் சாமான்கள் என்ற கலவையில் அத்தகைய ஒரு தற்காலிக ஓய்வுப் புள்ளியை அடைந்திருக்கிறார் என்று மெங்கர் அவதானிக்கிறார். வேறொரு வணிகர் இப்போது பரிவர்த்தனை மூலம் பெற்றிருக்கிற விழுக்காட்டை விடச் சாதகமான ஒரு விலையைக் கொடுப்பதனாலோ அல்லது வாங்கியிருக்கிற பொருள்களை நுகர்ந்த பின் அந்தக் கலவையிலிருக்கும் மீதமிருக்கும் பொருள்களின் மனநிறைவளிக்கும் திறன் அதிகரிப்பதனாலோ அந்த நுகர்பவர் புதிய பரிவர்த்தனைகளை மேற்கொள்ளத் தூண்டப்படலாம். அதுவரை அவர் ஒரு தற்காலிக ஓய்வுப் புள்ளியை அடைந்திருக்கிறார்.

சந்தையில் பங்கேற்கும் வணிகர்களின் அக உணர்வு சார்ந்த மதிப்பீடுகள் மூலம்தான் விலைகள் நிர்ணயமாகின்றன என்று மெங்கர் வேறோர் எடுத்துக்காட்டின் மூலம் காட்டுகிறார். முருகு என்கிற வணிகர் தன் ஒரு குதிரைக்கு மாற்றாகப் பத்துக் கூடை கோதுமை கிடைத்தால் விற்கத் தயாராக இருக்கிறார் என்று கொள்வோம். மருது என்கிற வணிகர் ஒரு குதிரைக்கு எண்பது கூடை கோதுமை கொடுத்து வாங்கிக்கொள்ள மன அளவில் தயாராயிருப்பதாகக் கொள்வோம். இவர்களிருவரும் சந்தையில் சந்தித்தால் முருகுவும் மருதுவும் குதிரையையும் கோதுமையையும் ஒருவருக்கொருவர் பரிவர்த்தனை செய்துகொள்வதால் தங்கள் தங்கள் மனநிறைவை அதிகரித்துக் கொண்டிருப்பார்கள். ஒரு குதிரையின் விலை பத்திலிருந்து, எண்பது கூடை கோதுமை என்பதின் இடைப்பட்ட பகுதியில், இரு வணிகர்களின் பேர சக்தியைச் சார்ந்து ஏதோ ஒரு இடத்தில் நிர்ணயமாகியிருக்கும். ஒரு குதிரைக்கு 40 கூடை கோதுமை என்று தீர்மானமாகியதாகக் கொள்வோம். அப்படியென்றால், அந்த விலையில் அந்த அங்காடியில் ஒரு தற்காலிகமான ஓய்வுப் புள்ளி ஏற்பட்டிருக்கிறது. வாங்கியவரும் விற்றவரும் இருவருமே பரிவர்த்தனைக்கு முன்பிருந்த நிலையை விட இப்போது மன நிறைவில் உயர்ந்த நிலையை அடைந்திருக்கிறார்கள். இந்தப் புள்ளியிலிருந்து மாற்றித் தள்ள அவர்களை இப்போதைக்கு எந்த சக்தியும் தூண்டுவதில்லை.

இப்போது இந்த எடுத்துக்காட்டைச் சிறிது மாற்றிப் பார்க்கலாம். முருகு என்கிற வணிகர் தன் ஒரு குதிரைக்கு மாற்றாக பத்துக் கூடை கோதுமை கிடைத்தால் விற்கத் தயாராக இருக்கிறார் என்று கொள்வோம். மருது, முத்து, அறிவன் என்கிற வணிகர்கள் ஒரு குதிரைக்கு முறையே 80 கூடை, 60 கூடை, 50 கூடை கோதுமை கொடுத்து வாங்கிக் கொள்ள மன அளவில் தயாராயிருப்பதாகக் கொள்வோம். அதாவது, குதிரை விற்பதில் முருகு மட்டுமிருக்கிறார். அவர் முற்றுரிமையாளர். கோதுமைக்குக் குதிரையை வாங்க மூன்று பேர் போட்டியிடுகிறார்கள். இப்போதும் குதிரையை மருதுதான் வாங்குவார். ஆனால் குதிரையின் விலை 61இலிருந்து 80 கூடைக்கிடைப்பட்ட ஏதோ ஒரு இடத்தில், (முருகு, மருது ஆகியோரின் பேர சக்தியைச் சார்ந்து) நிர்ணயமாகும். அப்படி அந்த இடைவெளியில் விலை நிர்ணயமானால்தான் முத்து, அறிவன் ஆகிய போட்டியாளர்கள் சந்தையிலிருந்து தாங்களாகவே விலகிக்கொள்வார்கள். ஏனெனில், சந்தையில் நிர்ணயமாயிருக்கும் விலை, அவர்கள் மன அளவில் குதிரைக்குத் தரத் தயாராயிருக்கும் விலையை விட அதிகம். எனவே ஒரு குதிரைக்கு 61இலிருந்து 80 கூடை கோதுமை என்கிற இடைவெளியில் தீர்மானமாகும் விலையில்தான் சந்தையில் ஒரு தற்காலிக ஓய்வுப் புள்ளி உருவாகியிருக்கும்.

இந்த எடுத்துக்காட்டை மேலும் மாற்றிப் பார்க்கலாம். முருகு என்கிற வணிகர் தன் ஒரு குதிரைக்கு மாற்றாகப் பத்துக் கூடை கோதுமை கிடைத்தால் குதிரையை விற்கத் தயாராக இருக்கிறார் என்று கொள்வோம். சாமி என்கிற புதிய வணிகர் தன் ஒரு குதிரைக்கு மாற்றாக 55 கூடை கோதுமை கிடைத்தால் விற்கத் தயாராக இருக்கிறார் என்று கொள்வோம். இருவருமே சந்தைக்கு வந்திருக்கிறார்கள். மருது, முத்து, அறிவன் என்கிற வணிகர்கள் ஒரு குதிரைக்கு முறையே 80 கூடை, 60 கூடை, 50 கூடை கோதுமை கொடுத்து வாங்கிக் கொள்ள மன அளவில் தயாராயிருப்பதாகக் கொள்வோம். அவர்களும் சந்தைக்கு வந்திருக்கிறார்கள். குதிரை, கோதுமை ஆகியவற்றின் தரத்தில் எந்த வேறுபாடும் இல்லை என்று கொள்வோம். இப்போது வாங்குவதிலும் விற்பதிலும் போட்டி இருக்கிறது. இப்போது சந்தையில் முதல் குதிரைக்கு 55இலிருந்து 60 கூடை கோதுமை என்கிற இடைவெளியில்தான் விலை நிர்ணயமாகும். விலை ஒரு குதிரைக்கு 58 கூடை கோதுமை என்கிற அளவில் நிர்ணயமாவதாகக் கொள்வோம். குதிரை விலை 60 கூடை கோதுமைக்கு விஞ்சினால் முத்து பரிவர்த்தனையிலிருந்து விலகிவிடுவார். அது போலவே குதிரை விலை 55 கூடை கோதுமைக்குக் குறைந்தால் சாமி பரிவர்த்தனையிலிருந்து விலகி விடுவார். ஒரு குதிரைக்கு 58 கூடை கோதுமை என்கிற விலையில்

முருகுவும் சாமியும் தங்கள் குதிரைகளை மருது, முத்துவுக்கு விற்கும்போது ஒரு தற்காலிக ஓய்வுப் புள்ளி ஏற்பட்டிருக்கும். அறிவன் தானாகவே போட்டியிலிருந்து விலகிக்கொள்வார். ஏனெனில், சந்தையில் நிர்ணயமாயிருக்கும் விலை, அவர் மன அளவில் முதல் குதிரைக்குத் தரத் தயாராயிருக்கும் விலையை விட அதிகம்.

முற்றுரிமையிருந்தாலும் சரி, போட்டியிருந்தாலும் சரி அனைத்துச் சூழலிலும் விலை நிர்ணயம் ஒரு பொருளியல் பொது விதிக்குட்பட்டது என்று மெங்கர் கருதுகிறார். இந்த விதிப்படி விற்பனை செய்பவர், வாங்குபவர் ஆகிய இருசாராரும் பரிவர்த்தனை செய்வதன் மூலம் தத்தம் மனநிறைவை மேலும் கூட்ட முடியாத நிலையை அடைந்து, அங்கு ஒரு தற்காலிக ஓய்வையடைகின்றனர். அந்த இடத்தில்தான் நடப்பிலுள்ள விலைகள் நிர்ணயமாகும். ஒவ்வொரு பொருளாதாரச் சூழலும் பொருள்களின் பரிவர்த்தனைக்கு நிச்சயமான வரம்புகளைத் தீர்மானிக்கின்றன. அந்த வரம்புகளுக்குள்தான் விலைகள் தீர்மானமாகின்றன. விலைகளைச் சார்ந்து பகிர்வுகளும் நடைபெறுகின்றன. முற்றுரிமையிலும் போட்டிச் சூழலிலும் இந்தப் பொது விதி செயல்படுகிறது என்கிறார் மெங்கர். தன்னுடைய மூல மெய்ம்மை நூலின் முதல் பகுதியில் விலை நிர்ணயத்திற்கும் பகிர்வுக் கோட்பாட்டிற்கும் முக்கியத்துவம் கொடுத்த மெங்கர், அடுத்து வரும் இரண்டாவது பகுதியில் பகிர்வை விளக்கி, உற்பத்திக் காரணிகளின் விலை நிர்ணயத்தைத் தெளிவாக்கத் திட்டமிட்டிருந்தார். ஆனால், அந்த இரண்டாம் பகுதி எழுதப்படவேயில்லை. அவருடைய சீடர் வைஜின் பம்பாவர்க் 1886இல் உற்பத்திச் செலவுகள் விதி என்று விவரித்த கருத்துதான் தற்காலத்தில் விளிம்புநிலை உற்பத்தித் திறன் கோட்பாடு என்று அறியப்படுகிறது. மெங்கர் அந்தக் கோட்பாட்டின் கருவைத் தன் நூலில் விளக்கியிருந்தாலும், அந்தக் கோட்பாடு முழு வளர்ச்சி பெற்றது மற்றவர்கள் மூலம்தான்.

பணத்தைப் பற்றிய ஆய்வு

எவருடைய கட்டாயப்படுத்துதலும் இல்லாமலேயே பரிவர்த்தனையை எளிதாக்கவும் பரவலாக்கவும் சமுதாய வளர்ச்சியே பணத்தை உருவாக்கியிருக்கலாம் என்று மெங்கர் நம்புகிறார். பண்பாடும் நாகரிகமுமுள்ள சமுதாயங்களில் வருங்காலத்தின் நிச்சயமற்ற தன்மையைக் குறைக்கும் வழிமுறைகளும் அமைப்புகளும் அனுபவத்தாலும், அறிவினாலும் படிப்படியாக உருவாகிச் செயல்முறையை அடையும் என்பது மெங்கரின் கருத்து. பண்ட மாற்றின் சிக்கல்களைத் தீர்க்கும் வழிகளை நாகரிக

வளர்ச்சி பல்வகைப் பரிசோதனைகள் மூலம் படிப்படியாகக் கண்டுபிடித்திருக்குமென்றும், பணமும் அப்படிப்பட்ட ஒரு கண்டுபிடிப்புத்தான் என்றும் மெங்கர் கருதுகிறார். பணம் போன்ற ஒரு பொதுவான பரிவர்த்தனைச் சாதனம் உருவானால் அது சந்தையின் பல சிக்கல்களைத் தீர்க்குமென்பதனால் பணம் சமுதாய வளர்ச்சியின்போது வந்த ஒரு திட்டமிடப்படாத, புறத்தூண்டுதலற்ற ஒழுங்குமுறை என்று அவர் கருதுகிறார்.

*1892*இல் *Economic Journal*இல் மெங்கர் பணம் பற்றிய ஒரு முக்கியக் கட்டுரையை எழுதினார். மனிதர்கள் தங்களின் அன்றாட நடவடிக்கைகளில் தங்களின் உடனடியான நுகர்ச்சிக்கு இன்றியமையாததான ஏதோ ஒரு நாணயத்தையோ, உலோகத்தையோ, கால்நடையையோ பரிவர்த்தனை சாதனமாக ஏற்றுக்கொண்டு, அதைப் பணம் என்று அங்கீகரிக்க என்ன காரணம் இருக்கக்கூடும் என்று வினவுகிறார். அவர் காலம் வரை பணம் ஏன் வந்தது, அதன் தத்துவம் என்ன என்பவை குறித்து நிறைய விவாதங்கள் நடந்திருந்த போதிலும் சரியான விளக்கங்கள் இல்லை என்றும் கூறுகிறார். பொது மக்களின் நன்மைக்காக, அரசின் சட்டங்களால் வரையறுக்கப்பட்ட, பொருள்களின் மதிப்பை அளவிட ஏற்படுத்தப்பட்ட அளவுகோல்கள்தான் நாணயங்கள் என்று கூறுவது, அப்படி ஒரு வரையறுக்கப்பட்ட நாணயங்கள் ஏன் தோன்ற வேண்டும், அதன் பின்னணி என்ன என்பவற்றை மூடி மறைக்கவே உதவுகின்றன என்றும் குறை கூறுகிறார். நாணயங்களாக இருப்பதற்கு மற்ற பொருள்களை விடத் தங்கம், வெள்ளி போன்ற விலைமதிப்புள்ள உலோகங்கள் ஏன் ஏற்றவை, அவற்றின் சாதகமான தனித்தன்மைகள் எவை என்று அரிஸ்டாடில், ஜெனபன், பிளினி என கிரேக்க, ரோமானியக் காலத்திலிருந்து ஜான் லாக், ஆடம் ஸ்மித் காலம் வரை பலர் விளக்கியிருப்பதையும் அவர் சுட்டுகிறார்.

பரிவர்த்தனையின் பின்னணியில் பொருள்களின் விற்கக்கூடிய தன்மையின் அளவு (*degree of saleableness*) இருப்பதாக மெங்கர் அனுமானிக்கிறார். எடுத்துக்காட்டாக, உணவுப்பண்டங்கள் உடனடியாக விற்பனையாகக் கூடியவை. அவற்றின் விற்கக்கூடிய தன்மையின் அளவு அதிகம். ஆனால் ரவி வர்மாவின் ஓவியங்களை அவற்றின் மதிப்பறிந்தவர்களே வாங்குவார்கள். எனவே அவற்றின் விற்கக்கூடிய தன்மையின் அளவு குறைவு. விற்கக்கூடிய தன்மையின் அளவைச் சார்ந்து பொருள்கள் வேறுபடுகின்றன. சில பொருள்கள் அனைவருக்கும் தேவையானவை. அவற்றிற்கு அதிக விற்கக்கூடிய தன்மை இருக்கிறது. வேறு சில பொருள்கள், ஒரு சிலருக்கு மட்டுமே தேவைப்படுகின்றன. அவற்றிற்குக் குறைவான விற்கக்கூடிய தன்மைதான் இருக்கிறது. பணம்தான்

நாட்டிலேயே மிக அதிகமான விற்கக்கூடிய தன்மையுடன் கூடிய பொருள்! அதாவது பணத்திற்குப் பண்டமாற்றாக மற்ற எந்தப் பொருளையும் எப்போதும் பெற முடியும்.

பொருள்கள் அனைத்துக்கும் அவற்றிற்குச் சமமான அளவுள்ள மற்ற பொருள்களுக்குப் பரிவர்த்தனை செய்ய சமன்பாடுகள் கண்டுபிடிக்கலாம் என்பது நடைபெற இயலாத கற்பனை. சந்தையில், ஒரு பொருளை இந்தக் கணத்தில் வாங்கிவிட்டு, அடுத்த கணத்தில் அங்கேயே விற்க முயன்றால் கூட அடுத்து வாங்குபவர் நீங்கள் அப்போதுதான் வாங்கிய விலையை விடக் குறைவான விலைக்குத்தான் அதைக் கேட்பார். நீங்கள் வாங்கிய விலைக்கே அதை அவருக்கு விற்பது என்பது நடைமுறையில் இயலாத ஒன்று. அதாவது, நீங்கள் ஒரு பொருளை வாங்கியவுடனேயே அது உபயோகிக்கப்பட்ட பொருள் ஆகிவிடுகிறது. அடுத்து அதை வாங்குபவர், அதைப் பழைய பொருள் (secondhand) விலைக்குத்தான் கேட்பார். எனவேதான் புறப் பொதுமையான சம மதிப்புள்ள பொருள்கள் என்பது நடைமுறையில் காண இயலாத ஒன்று. அதாவது, சந்தையில் அனைத்துப் பொருள்களுக்கும் பொதுவான விற்கக்கூடிய தன்மை எதுவும் இல்லை. விற்கக்கூடிய தன்மை நுகர்வோரின் அக அளவில்தான் தீர்மானமாகிறது.

அதுபோலவே பொருள்களின் விற்கக்கூடிய தன்மை, அவற்றை விற்பதற்காக நாம் காத்திருக்கும் காலத்தைச் சார்ந்தும் வேறுபடுகிறது. அது மட்டுமன்று, சில பொருள்களை எந்த அளவில் வேண்டுமானாலும் விற்பனை செய்ய இயல்கிறது. வேறு சில பொருள்களைக் குறைந்த அளவில்தான் விற்பனை செய்ய இயலும். அவற்றை வாங்குபவர்கள் குறைவாகவே இருக்கலாம்.

பொருள்களின் விற்கக்கூடிய தன்மையின் அளவு மாற்றங்களின் காரணங்களையும், அவற்றைப் பாதிக்கும் காரணிகளையும் மெங்கர் பட்டியலிட்டிருக்கிறார். ஆறு முக்கிய காரணங்களை அந்தப் பட்டியல் காட்டுகிறது. கால இடைவெளி காரணமாகவும் பரப்பு காரணமாகவும் அந்தத் தன்மை எப்படிப் பாதிக்கப்படுகிறது என்பதையும் அது காட்டுகிறது. பண்டமாற்று நிகழ்கிற சமூகங்களில், 'அ' நபர் வாங்க விரும்புகிற பொருளை 'இ' நபர் வைத்திருந்து, 'இ' நபர் வாங்க விரும்புகிற பொருளை 'அ' நபரும் வைத்திருந்து, அவற்றை இருவரும் பரிவர்த்தனை செய்வதற்கும் ஏற்றுக்கொண்டால் மட்டுமே நடைமுறையில் பரிவர்த்தனை நிகழக் கூடும் என்பதை நாம் கவனத்தில் கொள்ள வேண்டும். இதை ஆங்கிலத்தில் *double coincidence of wants* (இருவரின் வெவ்வேறு தேவைகளின் ஏக காலத் தற்செயல் ஒத்திசைவான நிகழ்வு) என்று

குறிப்பிடுகிறார்கள். இப்படி நிகழும் வாய்ப்புகள் குறைவாகவே இருக்கும் என்பது வெளிப்படை. பண்டமாற்றுச் சமுதாயங்களில் இந்தச் சிக்கலைத் தவிர்க்க, குறைந்த விற்கக்கூடிய தன்மையுடைய பொருள்களை வைத்திருப்பவர்கள் வாய்ப்புக் கிடைக்கும்போது (அந்த அதிக விற்கக்கூடிய தன்மையுடைய பொருள்கள் தங்களுக்கு உடனடியாகத் தேவையில்லாததாயிருந்தபோதிலும்கூட) அவற்றை அதிக விற்கக்கூடிய தன்மையுடைய பொருள்களாக மாற்றிக்கொண்டு, பின்னர் அவற்றைத் தங்களுக்குத் தேவையான பொருள்களாகப் பரிவர்த்தனை செய்துகொள்வது பொருளியல் நிர்பந்தம் காரணமாக ஏற்பட்டிருக்கக் கூடிய நிகழ்வு என்று மெங்கர் காட்டுகிறார். பணம் என்பது அனைவருக்கும் ஏற்றுக்கொள்ளத்தக்க, மிக அதிக விற்கக்கூடிய தன்மையுடைய பொருள் என்பது அதன் தனிச்சிறப்பு. எனவேதான் பண்டமாற்றுச் சமுதாயங்களில் பணம் வந்தவுடனேயே அனைவரும் பணத்தைப் பயன்படுத்துவதன் நன்மையை உணர்ந்திருக்க முடியும். பணம் சமுதாயத்தில் பரிணாம வளர்ச்சியின் பகுதியாக தானாகவே உருவாகியிருக்கிறது. அதாவது, எவருடைய மிரட்டலுக்குப் பணிந்தோ அல்லது எந்தச் சட்டத்தின் காரணமாகவோ பணம் என்கிற பரிவர்த்தனைச் சாதனம் உருவாகவில்லை. மாறாக, அது எவருடைய தனியான திட்டத்தினடிப்படையிலும் உருவாகாமல், பொது நன்மை காரணமாகப் படிப்படியாக வளர்ச்சி பெற்று உருவாகியிருக்கிறது என்று மெங்கர் கூறுகிறார். பணத்தை அகிலமே ஏற்றுக்கொள்ளும் ஒரு பரிவர்த்தனைச் சாதனமாக அனைத்து நாட்டினரும் ஒரே சமயத்தில் ஏற்றுக்கொள்ளவில்லை. வெவ்வேறு நாடுகளில், வெவ்வேறு காலகட்டங்களில், அந்தந்த வட்டாரங்களின் ஏற்றுக்கொள்ளத்தக்க பரிவர்த்தனைச் சாதனங்களாக (பணமாக) வெவ்வேறு பொருள்கள் செயல்பட்டிருப்பதை மெங்கர் காட்டுகிறார்.

தங்கம், வெள்ளி போன்ற அரிய மதிப்பு மிக்க உலோகங்கள் எப்படிப் படிப்படியாக நாணயங்களாக அங்கீகரிக்கப்பட்டிருக்கும் என்பதையும் மெங்கர் விளக்குகிறார். அரிய மதிப்பு மிக்க உலோகங்கள் பணமாகப் பரிணமித்திருப்பதால் ஆரம்பத்திலிருந்தே அவை பணமாகப் பயன்பட்டிருக்கின்றன என்று கொள்ள இயலாது என்று அவர் வாதிடுகிறார். எவரும் திட்டமிடாமல், எவருடைய கட்டளையின் காரணமாகவும் இல்லாமல் பொருளாதாரச் செயல்களின் இன்றியமையாமை காரணமாகத் தானாகவே உருவான, அனைவரும் ஏற்றுக்கொண்ட மிக அதிக விற்பனைத்தன்மை படைத்த பொருள் என்றுதான் பணத்தை மெங்கர் காட்டுகிறார்.

முடிவுரை

விளிம்புநிலைப் புரட்சியின் மூலவர்களில் மெங்கர் ஒருவர் என்று ஏற்றுக்கொள்ளப்படுகிறாரெனினும், ஜெவன்ஸ், வால்ரஸ் ஆகிய இருவரும் பயன்படுத்திய கணித முறையை அவர் பயன்படுத்தவில்லை. அவர்கள் இருவரும் விலைகளால் ஏற்படுத்துகிற வரம்புக்குள் அல்லது கட்டுப்பாட்டுக்குள் நுகர்பவர் எப்படித் தான் பெறக்கூடிய பயன்பாட்டின் உச்சத்தை அடைய முடியும் என்று வகை நுண்கணிதத்தினால் தெளிவாக்கினார்கள். வரம்புக்குள் உச்சத்தையடைவது (*maximization under constraints*) என்கிற இலக்கை அடைவதற்கு வகைநுண்கணிதத்தில் அந்தச் சார்பின் (*function*) முதல்வகை இதலைக் (*first derivative*) கண்டுபிடிக்க வேண்டும். ஜெவன்ஸூம் வால்ரஸூம் அந்த வழியைப் பின்பற்றினர். ஆனால் மெங்கர் கணித மொழியைப் பயன்படுத்தாமல் இயல்பு மொழியையே பயன்படுத்தியிருக்கிறார்.

ஜெவன்ஸ், வால்ரஸ் இருவரும் பென்தமின் (மிகப் பெரும்பாலானோருக்கு மிக அதிகமான இன்பம் கிடைக்க வேண்டுமென்கிற) பயன்பாட்டுக் கோட்பாட்டின் அடிப்படையில் தங்களின் விளிம்பு நிலைப் பயன்பாட்டுக் கொள்கையை நிறுவினர். ஆனால், மெங்கர் தன்னுடைய ஆய்விற்கு பென்த்தத்தின் பயன்பாட்டுக் கோட்பாட்டை முன்னிறுத்தவில்லை என்பதையும் கவனத்தில் கொள்ள வேண்டும். அவரும் விளிம்பு நிலைப் பயன்பாட்டை நோக்கித்தான் தன் ஆய்வைச் செலுத்துகிறார். ஆனால், அது மகிழ்ச்சியை உச்சமாக்கித் துன்பத்தைத் தவிர்க்கும் நடவடிக்கைகளால் வருவதாக அவர் காட்டவில்லை. மாறாக, பொருள்களின் முக்கியத்துவங்கள் பற்றிய அக உணர்வுகளால் தீர்மானிக்கப்படுவதாகவே அவர் காட்டுகிறார்.

மெங்கரின் சம காலத்தவர்களான ஜெவன்ஸ், வால்ரஸ் இருவரும் சமநிலைக் கோட்பாட்டை மையப்படுத்தி சந்தை பற்றிய ஆய்வுகளை மேற்கொண்டார்கள். அவர்கள் தொழில் நடைமுறைச் செலவுகளைப் (*transaction costs*) (அதாவது, பொருள்களைப் பற்றிய செய்திகளைத் தேடுதல், பரிவர்த்தனை ஒப்பந்தங்களைச் செய்யவும் செயல்படுத்தவும் மேற்பார்வையிடவும், அவற்றில் வரும் சிக்கல்களைத் தீர்க்கும் வழிமுறைகளைப் பின்பற்றவும் ஆகும் செலவுகள்) புறக்கணித்து விட்டனர். பொருளாதார இயக்கத்தின்போது பொருள்களைத் தேடுதல், தேர்ந்தெடுத்தல், இடப்பெயர்ச்சி செய்தல், பாதுகாத்தல், உரிமைகளுக்காக வழக்காடுதல், சட்டபூர்வமான நீதி வழங்குதல் போன்ற பல வழிகளில் தொழில் நடைமுறைச் செலவுகள் வரக்கூடும் என்பதை மெங்கர் உணர்ந்திருந்தார். சந்தையின் வழிமுறைகள்

தொடர்ந்து மாறிக்கொண்டேயிருக்கும் தன்மை கொண்டது என்று மெங்கர் கருதினார். பொருளியல் நடவடிக்கைகளில் ஈடுபடுபவர்களின் புலனுணர்வுகளும் எதிர்பார்ப்புகளும் ஊசலாடிக்கொண்டேயிருக்கும் அவர்களின் அக உணர்வுகளைச் சார்ந்து அமைகின்றன என்று அவர் கருதினார். எனவே மெங்கரும் அவரைப் பின்பற்றிய ஆஸ்திரியப் பள்ளியினரும் பொருளியல் இயக்கத்தில் அறிவின் பங்கைப் பற்றியும், கால, தூர இடைவெளிகளால் வருகிற செலவுகள் பற்றியும், தொழில் நடைமுறைச் செலவுகள் பற்றியும், பிழைபட்ட, தவறான எதிர்பார்ப்புகளின் விளைவாக வரக்கூடிய தீமைகளைத் தவிர்க்கிற வகைகளில் சமுதாயம் நீண்ட காலப்போக்கில் எவரும் திட்டமிடாத வகைகளில் சில அமைப்புகளை ஏற்படுத்துகிற வாய்ப்புகளைப் பற்றியும் அதிகக் கவனம் செலுத்தினர். அதனால்தான் வணிகர்கள் போன்ற இடைத்தரகர்கள் இருப்பதால் நுகர்வோருக்கு பொருள்களைப் பற்றி அவர்களறிந்திராத பரிமாணங்களைப் பற்றிய அறிவு கிடைக்கலாமென்றும், அதனால் சந்தை ஒழுங்குபட்டு, நுகர்வோருக்கு அதனால் நன்மை கிடைக்கலாமென்றும் மெங்கர் காட்டுகிறார். பணம், சந்தை, வேலைப் பகுப்பு ஆகியவைகூட அப்படித்தான் உருவாகியிருக்க வேண்டும் என்று மெங்கர் கருதினார். மனித நடத்தைகளால் விளைகிற, ஆனால் மனிதர்களினால் திட்டமிடப்படாத புறத்தூண்டுதலற்ற அனிச்சையான ஒழுங்குமுறைகள் (*spontaneous order*) சமுதாய அமைப்புகளில் பெரும்பங்கு வகிக்கின்றன என்று ஆஸ்திரியப் பள்ளியினர் நம்புகிறார்கள். சந்தை நடவடிக்கைகளால் மனித இனம் மேலும் முன்னேற்றமடையும் என்கிற நம்பிக்கையை மெங்கரின் எழுத்துகளில் பார்க்க முடிகிறது.

மெங்கர் மாற்றமில்லாமல் மதிப்பை அளக்கும் துலாக்கோல் (*invariant measure of value*) என்கிற ரிக்கார்டோவின் கற்பனையையே தேவையில்லாமல் ஆக்கிவிடுகிறார். ஏனெனில், மதிப்பு (விலை) என்பது நுகர்வோரின் அக உணர்வுகளால்தான் தீர்மானமாகிறது. அது புறப்பொதுமையானதன்று. அதைப் புறப்பொதுமையான கருவிகள் மூலம் அளக்க இயலாது என்பது அவருடைய தீர்மானமான முடிவு. மனித மனதைப் போலவே அதுவும் கணத்திற்குக் கணம் வேறுபடும் தன்மையுடையது. ஒரு பொருளின் மதிப்பு வெவ்வேறு மனிதருக்கு வெவ்வேறு மதிப்புடையதாக இருக்கும். சந்தைகளில் தீர்மானமாகும் மதிப்பு, அந்தப் பொருளின் தற்காலிகமான விளிம்பு நிலைப் பயன்பாட்டினால் நிர்ணயமானாலும் வெவ்வேறு மனிதர்களுக்கும் அந்தப் பொருளின் முக்கியத்துவமான பயன் வெவ்வேறு அளவுகளில் இருக்கும்.

ஆடம் ஸ்மித் வேலைப் பகுப்பின் விரிவாக்கத்தின் மூலம் முதலாளியம் உற்பத்தித் திறனைப் பெருக்குகிறது என்றும், அந்த உற்பத்திப் பெருக்கம்தான் நாடுகளின் செல்வ வளர்ச்சிக்குக் காரணமாகிறது என்றும் விளக்கினார். மெங்கர் நுகர்ச்சியினால் பெறப்படும் அக உணர்வுதான் (மன நிறைவு) மக்களை வெவ்வேறு வகையான, வெவ்வேறு தரமுள்ள பொருள்களை நுகர வேண்டுமென்ற அவாவினை ஏற்படுத்துகிறதென்றும், அதுதான் புதுப் புதுப் பொருள்களை அதிக அளவில் உற்பத்தி செய்யத் தூண்டும் காரணியென்றும் கூறுகிறார். அனைத்துப் பொருட்களுக்கும் எண்ணிக்கை, தரம், வகைகள் (variety) என்கிற பரிமாணங்களிருக்கின்றன. பொருளாதார வளர்ச்சி இந்தப் பரிமாணங்களனைத்தையும் பெருக்குவதன் மூலம் வருகிறது என்கிறார் மெங்கர். ஆடம் ஸ்மித்தைப் போலவே மெங்கரும் மனித இனத்தின் வருங்காலத்தைப் பற்றி நன்னம்பிக்கையுடனேயிருந்தார்.

மெங்கர் பொருளியலில் கால ஓட்டத்தின் முக்கியத்துவத்தை வெளிக்கொணர்ந்தவர். அவர் தன் சமகாலத்தவர்களான ஜெவன்ஸ், வால்ரஸ் போல ஓர் கற்பனையான பொருளாதாரச் சமநிலையைத் தேடி அலையவில்லை. அவர் பொருளாதார இயக்கத்தை ஒரு தொடர் நடைமுறையாகப் (process) பார்க்கிறார். அதில் ஈடுபடுபவர்கள் செயலாற்றுவதற்குத் தூண்டுகிற, ஊக்கமளிக்கிற (incentives) செயல்களுக்கு முக்கியத்துவமளிக்கிறார். அதனாலேயே அவரைப் பின்பற்றுபவர்களில் பெரும்பாலானோர் தனிமனிதர்களின் செயலாற்றும் ஊக்கத்தைக் கட்டுப்படுத்தும் நடவடிக்கைகள், அவை அரசினால் மேற்கொள்ளப்பட்டாலும்கூட, நன்மைகளை விடத் தீமைகளையே விளைவிக்கின்றன என்கிறார்கள்.

மனிதத் தேவைகள்தான் உற்பத்திகளுக்குத் தூண்டுகோல்களாய் அமைகின்றன. தேவைகளை மனித அக உணர்வுகள்தான் எடை போடுகின்றன. மனிதத் தேவைகளை நிறைவு செய்யத்தான் உற்பத்திக் காரணிகளைத் தொழில் முனைவோர் இயக்குகிறார்கள். மனிதத் தேவைகளை நிறைவேற்ற மேற்கொள்ளப்படும் காரண வழிமுறைகளை இயக்கும் சக்தியாக விலைகள் செயல்படுகின்றன. தங்கள் தேவைகளை நிறைவு செய்வதற்காக மக்கள் பொருள்களை வாங்குகிறார்கள்; விற்கிறார்கள்; உற்பத்தி செய்கிறார்கள். உற்பத்தித் திறனுக்கு ஏற்றவாறு உற்பத்திக் காரணிகள் ஊதியம் பெறுகின்றன. பரிவர்த்தனைகள் மூலம் மனிதத் தேவைகள் நிறைவடைகின்றன; மனிதர்களுக்குப் பொருள்கள் பகிர்ந்தளிக்கப்படுகின்றன என்பது மட்டுமன்று விலைகளின் இயக்கத்தால் பொருளாதார இயக்கத்தையே விளக்க இயலும் என்று மெங்கரின் ஆய்வு தெளிவுபடுத்துகிறது. இது அவருடைய இமாலய சாதனை எனலாம். நுகர்வோர் பொருள்களின் வகைகள், தன்மை, எண்ணிக்கை

ஆகியவை தொடர்ந்து விரிவடைவதால் பொருளாதார வளர்ச்சி மேன்மையடைவதை மெங்கர் தன் ஆய்வின் மையப் பகுதியாக்கியிருக்கிறார்.

இந்த விளிம்புநிலைப் புரட்சி உலகின் அனைத்துப் பகுதிகளிலும் கல்லூரிப் பாடநூல்களின் வழியாக வேகமாகப் பரவியிருக்கிறது. செவ்வியல் அரசியல் பொருளாதாரம் வலியுறுத்திய உழைப்பு மதிப்புக் கோட்பாட்டை ஏற்றுக்கொள்ளாத மெங்கரின் வழிவந்தவர்கள், இந்த விளிம்புநிலைப் புரட்சி பொருளியலைப் புதிய திசைகளுக்குத் திருப்பி விட்டிருக்கிறது என்றும், அதனால் மெங்கரின் மூலமெய்ம்மை நூல் பொருளியலுக்குப் புதிய தொடக்கத்தை அமைத்துத் தந்திருக்கிறது என்றும் உரிமை கொண்டாட ஆரம்பித்தனர்! ஆனால் மெங்கர் 1891இல் எழுதிய கட்டுரையில் செவ்வியல் அரசியல் பொருளாதாரத்தில் ஆடம் ஸ்மித்தும் அவருடைய வழித்தோன்றல்களும் திறந்த மனப்பான்மையோடு நாடுகளின் முன்னேற்றத்திற்காகப் பாதையமைத்தவர்கள் என்றும், அவர்கள் தொழில்முனைவோரின் அன்றாட நடவடிக்கைகளில் சாதாரணமாகத் தலையிடுவதை ஆதரிக்கவில்லை என்றும் குறிப்பிடுகிறார். சந்தையின் இயக்கத்தில் தலையிடாக் கொள்கை சாதாரண மக்களுக்கு நன்மை விளைவிக்கும் என்பதனால் அக்கொள்கையை ஆடம் ஸ்மித் ஆதரித்தாரென்றாலும் அக்கொள்கையைப் பிடிவாதமாக அனைத்துக் காலங்களிலும் கடைப்பிடிக்க வேண்டுமென்று வற்புறுத்தவில்லை என்பதையும் குறிப்பிடுகிறார். தன்னுடைய விளிம்புநிலை சார்ந்த ஆய்வுகள் பொருளியலை வேறு திசைகள் நோக்கித் திரும்பியிருந்தாலும் அவை ஆடம் ஸ்மித்தின் ஆய்வுகளின் தொடர்ச்சிதான் என்பதைத் தெளிவாக்கியிருக்கிறார்.

விளிம்புநிலைப் புரட்சியின் மூலகர்த்தாக்களில் ஒருவர் என்பதனால் மெங்கர் பொருளியல் எண்ணங்களின் வரலாற்றில் தனக்கென ஒரு சிறப்பான இடத்தைப் பெற்றிருக்கிறார்.

~~

6

யைஜென் ஃபான் பம் பாவர்க்

யூஜின் பம் பாவர்க் (*Eugene Von Bohm Bawerk, 1851–1914*) 19ஆம் நூற்றாண்டின் ஆஸ்திரிய-ஹங்கேரிப் பேரரசுப் பகுதியான மொராவியா மாகாணத்தின் தலைநகரான பிர்னோவில் பிறந்தவர். (அந்தப் பகுதி தற்போது செக்கோஸ்லாவிஷியக் குடியரசில் இருக்கிறது.) செல்வாக்குள்ள மேற்குடியைச் சேர்ந்த அவருடைய தந்தை அவர் பிறந்த சில ஆண்டுகளிலேயே இறந்து விட்டதால், பம் பாவர்க்கிற்கு ஆறு வயதாக இருக்கும்போதே அவரது தாயார் நாட்டின் தலைநகரான வியன்னாவிற்கு இடம் பெயர்ந்து விட்டார். அங்கு பள்ளியில் அவருடன் பயின்ற பிரடரிக் ஃபான் வீஸர், அவருடைய நெருங்கிய நண்பரானார். பம் பாவர்க் இயற்கை எய்தும்வரை இருவரும் நெருங்கிய தோழர்களாகவே இருந்தனர். இருவரும் 1872இல் வியன்னா பல்கலைக் கழகத்தின் சட்டக் கல்லூரியில் பட்டம் பெற்றனர். அக்காலகட்டத்தில் கார்ல் மெங்கர் எழுதி வெளியிட்ட 'பொருளாதார மூலமெய்ம்மை' நூல் அவர்களிருவரிடமும் மிகப்பெரிய தாக்கத்தை ஏற்படுத்தியது. மெங்கரிடம் நேரடியான மாணவர்களாக இல்லாமலேயே இருவரும் அவருடைய முதன்மைச் சீடர்களாகி விட்டனர்!

அதற்குப் பிறகு இருவரும் ஹைடல்பர்க், லைப்ஸிக், ஜெனா பல்கலைக் கழகங்களில் அரசியல் பொருளாதாரம், சமுதாய அறிவியல் பாடங்கள் படித்தனர். அப்போது அவர்களுக்கு கார்ல் நைஸ், வில்ஹம் ரோஸர், புருனோ ஹில்டிபிராண்ட் போன்ற ஜெர்மனியின் 'வரலாற்றுப் பள்ளி'யைச் சேர்ந்த பேராசிரியர்கள் பாடம் கற்பித்தனர் என்பது குறிப்பிடத்தக்கது. அதற்குப் பிறகு சில காலம் பம் பாவர்க் ஆஸ்திரிய நிதித் துறையில் பணிபுரிந்தார்.

1880இல், வீஸரின் சகோதரி பாலா ஃபான் வீஸரை மணந்து கொண்டார்.

பம் பாவர்க்கின் ஆசிரியப் பணி 1880இல் அவர் வியன்னா பல்கலைக்கழகத்தில் அரசியல் பொருளாதாரப் பிரிவில் தனியார் விரிவுரையாளராக (*private lecturer - privatdozent*) நியமனம் பெற்றதிலிருந்து தொடங்குகிறது. அடுத்த ஆண்டு அவர் இன்ஸ்புரக் (*Innsbruck*) பல்கலைக் கழகத்திற்கு மாறுதலாகி, 1884இல் பேராசிரியராகப் பதவி உயர்வு பெற்றார். 1889இல் ஆஸ்திரிய நிதித் துறையில் கவுன்சிலர் பதவி பெறும் வரை அவர் இன்ஸ்புரக் பல்கலைக் கழகத்தில்தான் பணியாற்றினார். அந்தக் கால கட்டத்தில்தான் அவர் பிரபலமான ஆய்வுகளை மேற்கொண்டார்.

ஆஸ்திரிய நிதித் துறையில் அவருக்கு அரசியல் நிர்வாகப் பணிகள் அதிகமாயின. அரசு வரவுக்கு மேல் செலவு செய்து பற்றாக்குறை நிதி வழிமுறைகளை கையாள்வதை பம் பாவர்க் எதிர்த்தார். ஆஸ்திரியாவில் முதன்முறையாக வருமான வரியை அறிமுகப்படுத்தியவர் அவர். 1893இல் அந்நாட்டின் நிதியமைச்சராக நியமிக்கப்பட்டார். ஆஸ்திரோ–ஹங்கேரி நிர்வாகத்தில் மூன்று முறை நிதியமைச்சராகப் (1893, 1896–7, 1900–4) பதவி வகித்தார். 1984 முதல் 2001 வரை (யூரோ நோட்டுகள் அறிமுகமாகும்வரை) அவருடைய உருவப் படம் ஆஸ்திரியாவின் 100 ஷில்லிங் நோட்டுகளில் இடம் பெற்றிருந்தது. 1902இல் நிதி அமைச்சராக அவர் இருந்தபோது ஆஸ்திரியாவில் சர்க்கரைக்கு நெடுநாட்களாக அளிக்கப்பட்டு வந்த மானியத்தை விலக்கினார். பொதுமக்களுக்குப் பிடிக்காத நடவடிக்கைகளையும் நிதி நிர்வாகி மேற்கொள்ள வேண்டும் என்று அவர் அறிந்திருந்தார் என்பதைச் சுட்டும் நிகழ்ச்சி இது. 1904இல் ஜெர்மனி–ஆஸ்திரியாவின் பல நகரங்களை இணைக்கும் ஒரு கால்வாய் திட்டமிடப்பட்டது. ஆனால் அரசு செலவிடவிருந்த அளவிற்கு அத்திட்டம் பலனளிக்காது என்ற காரணத்தால் அதைத் தீவிரமாக எதிர்த்தார். அவருடைய முடிவிற்குப் பலத்த எதிர்ப்பு கிளம்பியது. பதவியை விடத் தன் கொள்கையை மேலாக நினைத்து நிதியமைச்சர் பதவியிலிருந்து விலகிவிட்டார். கடைசியில் அந்தத் திட்டம் கைவிடப்பட்டது.

பம் பாவர்க் 1904இல் வியன்னா பல்கலைக்கழகத்தில் பேராசிரியராகப் பணியேற்றார். அங்கு அவருடைய கருத்தரங்குகள் (*seminars*) மிகப் பிரபலமானவை. அந்தக் கருத்தரங்குகளில் ஃபான் மீஸஸ், ஃபான் ஹாயக், ஜோ(யோ)சப் ஸூம்பீட்டர் போன்ற பிந்தைய ஆஸ்திரியப் பள்ளியினர் மட்டுமின்றி, அவருக்கு மாற்றுக் கருத்துக் கொண்டவர்களான, குறிப்பாக அன்றைய

மார்க்ஸியவாதிகளான புகாரின், ஹில்பர்டிங் போன்றவர்கள் பங்கெடுத்துக் கொண்டனர் என்பதே அவருடைய விரிவான கண்ணோட்டத்தைக் காட்டுகிறது. 1914இல் ஆஸ்திரியாவின் கிரம்ஸாக் நகரில் ஓய்வெடுக்கச் சென்றிருந்தபோது, அங்கேயே இயற்கை எய்தினார்.

~~

கார்ல் மார்க்ஸிற்கு எதிர்வினை

பம் பாவர்க் இன்ஸ்புரக் பல்கலைக்கழகத்தில் பணியாற்றியபோது (1884) 'மூலதனமும் வட்டியும்' நூலை வெளியிட்டார். வட்டிக் கோட்பாடு பற்றி அதுவரை வந்திருந்த கருத்துகளை ஒன்றுதிரட்டி, அவற்றைத் திறனாய்வு செய்திருந்த இந்த நூலில்தான் மார்க்ஸ், ராட்பர்டஸ், பிரௌதான் போன்ற சோஸலிசவாதிகளின் சுரண்டல் கொள்கையை மறுத்து அவர் முதலில் எழுதினார். 1883இல் கார்ல் மார்க்ஸ் இறந்த பிறகு, அவருடைய குறிப்புகளை ஒழுங்குபடுத்தி, எங்கெல்ஸ் வெளியிட்ட 'மூலதனம்' நூலின் மூன்றாம் பாகம் 1885இல் வெளிவந்தது. மார்க்ஸ் உயிரோடிருந்தபோது கிட்டாத பெரும்புகழ், மறைவுக்குப் பிறகு அவருக்குக் கிடைத்தது! கம்யூனிசக் கொள்கைகள் ஐரோப்பாவின் அனைத்து நாடுகளிலும் தீவிரமாக விவாதிக்கப்பட்டன. அந்தச் சூழலில்தான், பம் பாவர்க் 'மூலதனம்' நூலுக்கு 1886இல் விமர்சனக் கட்டுரை எழுதி வெளியிட்டார். அந்தக் கட்டுரையில் அவர் மார்க்சியக் கோட்பாடுகளுக்கு விடுத்த மறுப்புதான் பொருளாதாரத்தின் முதன்மை நீரோட்டத்தில் இன்றுவரை நிலைத்திருக்கிறது எனலாம். கார்ல் மெங்கர் 'உழைப்பு மதிப்புக் கோட்பாட்டை' நிராகரித்ததற்கான அனைத்துக் காரணங்களையும் திரட்டி, அவற்றை மேலும் விரிவாக அந்த விமர்சனம் பேசுகிறது. அந்த விமர்சனம், உடனடியாக ருடால்ஃப் ஹில்பர்டிங் போன்ற கம்யூனிஸ்டுகளால் எதிர்த்துரைக்கப்பட்டது. அந்த நூலின் விரிவாக்கம் ஜெர்மன் மொழியில் 1896இலும், அதன் ஆங்கில மொழிபெயர்ப்பு 'கார்ல் மார்க்ஸும் அவருடைய முறைப்படுத்தப்பட்ட திட்டத்தின் முடிவும்' (*Karl Marx and the Close of his System*) என்கிற தலைப்பில் 1898இலும் வெளிவந்தன.

பம் பாவர்க், கார்ல் மெங்கரின் விளிம்பு நிலைக் கொள்கையை ஏற்றுக்கொண்டவர். எனவே அவர் பொருள்களின் மதிப்பை அவற்றை நுகர்பவர்களின் அக உணர்வுகளின் விளிம்பு நிலையிலுள்ள தீவிரம்தான் தீர்மானிக்கும் என்கிற கருத்தை மார்க்ஸின் உழைப்பு மதிப்புக் கோட்பாட்டிற்கு எதிராக முன்வைக்கிறார். சேம்பெயின் போன்ற உயர்வகை மதுவுக்கும் சாமானியர்கள் அருந்துகிற பீர் போன்ற மதுவிற்கும் உற்பத்திக்கான உழைப்பு கிட்டத்தட்ட

சமமாக இருந்தாலும் கூட அவற்றின் விலைகளுக்கிடையில் காணப்படும் பெரும் வேறுபாடு அவற்றை நுகர்பவர்களின் அக உணர்வுகளால்தான் தீர்மானிக்கப்படுகின்றன என்கிறார். மார்க்ஸ் பயன்படுத்தும் சராசரித் தொழில்நுட்பம், சராசரி சமுதாய இன்றியமையாத் தேவை போன்ற கோட்பாடுகளையும் பம் பாவர்க் நிராகரிக்கிறார்.

முதலாளியத்தில் சொத்துரிமை வழியாக மூலதனம் முதலாளிகளிடம் குவிந்திருக்கிறதென்றும், அதன் காரணமாக, உழைப்பை மட்டுமே விற்றுப் பிழைக்க வேண்டிய கட்டாயத்தில் தொழிலாளர் வர்க்கம் இருக்கிறதென்றும், அப்படி அடித்தளத்திலிருக்கும் தொழிலாளர் வர்க்கத்தைச் சுரண்டி முதலாளிகள் அவர்களின் இலாபத்தை மேலும் மேலும் பெருக்க வாய்ப்பு நல்குகிறது என்றும் கார்ல் மார்க்ஸின் உபரி மதிப்புக் கோட்பாடு நிறுவுகிறது. நில உடைமையாளர்களின் வாரங்களும், முதலாளிகளின் இலாபங்களும் உழைப்பாளர்களுக்குச் செல்ல வேண்டிய நியாயமான ஊதியங்களைச் சுரண்டித்தான் பெறப்படுகின்றன என்று அந்தக் கோட்பாடு காட்டுகிறது. இந்தச் சுரண்டல் கொள்கைக்கு எதிராக பம் பாவர்க் சில முக்கிய வாதங்களை முன்வைக்கிறார். முதலாளிய உற்பத்தியில் காலத்தின் பங்கு முக்கியமானது. அதில், ஐந்தாண்டுகளுக்குப் பின் அல்லது பத்தாண்டுகளுக்குப் பின் (காராகவோ, மோட்டர் சைக்கிளாகவோ அவை போன்ற மற்றவையாகவோ) ஒரு நுகர்பொருள் உற்பத்தி முடிந்து வெளிவர, இப்போதிருந்தே அதன் உற்பத்தி நடவடிக்கைகளைத் தொடங்க வேண்டியிருக்கிறது, உற்பத்தியைத் துவக்கி, அதை முடிவு பெற்ற நுகர்பொருளாகச் சந்தையில் விற்றுக் காசாக்குகிற வரை, இடைப்பட்ட காலம் முழுவதிலும் ஒரு முதலாளி தன் முதலை முன்பணமாகக் கொடுத்து, நுகர்பொருளின் வெளியீட்டிற்காகக் காத்திருக்கிறார். அது போலவே, நுகர்பொருள்களை உற்பத்தி செய்ய உதவும் இடைநிலைப் பொருள்களை (எடுத்துக்காட்டாக, கனரக இயந்திரங்கள், ஏருந்துகள், சரக்குகளுக்கான போக்குவரத்துச் சாதனங்கள் போன்றவை) உற்பத்தி செய்பவர்களும், அந்த இடைநிலைப் பொருள்களைப் பயன்படுத்தி உற்பத்தி செய்யப்படும் நுகர்பொருள்கள் விற்கும் காலம் வரை தங்கள் முதலை முன்பணமாகக் கொடுத்துக் காத்திருந்துதான் ஆக வேண்டும். நிலத்தைச் சீர்திருத்தி, அதற்குப் பாசன வசதிகள் ஏற்படுத்திப் பயிர்களை விதைத்துப் பின் அவற்றைப் பாதுகாத்து, உரம் போன்ற உள்ளீடுகளை அளித்து, அறுவடை செய்து பயிரை விற்கிறவரை நில உடைமையாளர்களும் தங்கள் முதலை முன்பணமாக்கிச் செலவிட்டுவிட்டுக் காத்திருந்துதானாக வேண்டும்.

ஆனால், இந்த நிலை தொழிலாளிகளுக்கு இல்லை. தொழிற்சாலையில் வேலை செய்யும் உழைப்பாளர்களுக்கு, அவர்களின் உழைப்பால் உற்பத்தியான பொருள் இறுதியாக விற்பனையான பிறகுதான் கூலி கொடுக்கப்படும் என்கிற நிலை நடைமுறையிலிருந்தால் கூலிக்காக அவர்கள் பல ஆண்டுகள் கூடக் காத்திருக்க வேண்டிவரலாம். ஆனால் தொழில் முனைவோர், உழைப்பாளர்களுக்குத் தினக் கூலியாகவோ, வார அல்லது மாதச்சம்பளமாகவோ அவர்களுடைய ஊதியங்களை அவர்களது உழைப்பைச் செய்து முடித்தவுடனேயே வழங்கி விடுவதனால்தான் உழைப்பாளர்களுடைய உடனடியான இன்றியமையா நுகர்ச்சிகள் நிறைவு பெறுகின்றன. உழைப்பைக் கொண்டு உற்பத்தி செய்யப்படும் பொருள்கள் (அவை நுகர்பொருள்களானாலும் சரி, இடைநிலைப் பொருள்களானாலும் சரி, விவசாயப் பொருள்களானாலும் சரி) எப்போது விற்பனை செய்யப்படுகின்றன, விற்கக்கூடியவையா அல்லது விற்கவே இலாயக்கற்றவையா என்பது பற்றி தொழிலாளர்களுக்குக் கவலையில்லை. அவற்றைப் பற்றி முதலாளிகள்தான் கவலைப் பட வேண்டும். தொழிலாளர்கள், தங்கள் உழைப்பை விற்கும்போதே, அதற்கான ஊதியத்தை உடனடியாகப் பெறவே விரும்புகிறார்கள். பெரும்பாலான தொழிலாளர்கள் அவர்கள் உற்பத்தி செய்யும் பொருள்கள் சந்தையில் விற்கும்வரை காத்திருக்கும் சக்தி இல்லாதவர்கள். தங்கள் முதலிலிருந்து முன்பணமாகக் கூலியை நல்கும் முதலாளிகளின் நடத்தை தொழிலாளர்களுக்கு நன்மையைத்தான் செய்கிறது. முதலாளிகள் மூலதனமாக உள்ளீடாக்கும் முன்பணத்தைக் கொண்டுதான் தாங்கள் உற்பத்தி செய்யும் பொருள்கள் சந்தையில் விற்பனைக்கு வருவதற்கு முன்பே தொழிலாளர்கள் தங்கள் கூலிகளையும் சம்பளங்களையும் பெறுகிறார்கள். ஆனால் அப்படி மூலதனத்தை உள்ளீடாக்கும் தொழில் முனைவோரும் நிலவுடைமையாளர்களும் (பொருள்கள் உற்பத்தியில் உள்ளீடுகள் செய்து அவை முடிவு பெற்ற வெளியீடுகளான பிறகும்கூட) அந்த வெளியீடுகள் சந்தையில் விற்பனையாகும்வரை காத்திருந்துதான் தங்கள் மூலதனங்களை திரும்பப் பெற இயலும். மூலதனத்தை உள்ளீடுகளாக்கி, அதனால் உற்பத்தியாகும் வெளியீடுகள் சந்தைகளில் விற்பனையாகும் வரை கடக்கும் இடைப்பட்ட காலம் பொருளுக்குப் பொருள் மாறுபட்டு இருக்கும். எனவே முதலாளிகள் தாங்கள் உள்ளீடுகளாக்கிய மூலதனங்களைத் திரும்பச் சம்பாதிக்கும் கால அவகாசத்தைச் சார்ந்து அவர்கள் இலாபங்களும் வேறுபடலாம். இழப்புகளும் வரக்கூடும்.

மனிதர்கள் 'வருங்காலத்தைக் குறைத்து மதிப்பிடும் உளக்காட்சி' (*perspective underestimate of the future*) அல்லது ஆஜியோவால் (*agio*)

பாதிக்கப்பட்டவர்கள். (பம் பாவர்க்கின் வட்டிக் கோட்பாட்டை இந்த இயலில் பின்னர் விளக்கும்போது ஆஜியோ பற்றி மேலும் தெளிவாக்கியிருக்கிறேன்.) ஒரு நீண்ட தெருவில் இருக்கும் விளக்குக் கம்பங்களில் அருகிலிருப்பவை உயரம் அதிகமானவையாகவும், தொலைவிலிருப்பவை உயரம் குறைவானவையாகவும் தெரிவதைச் சித்திரங்களில் காணும்போது நன்கு கவனிக்க இயலுகிறது. அதே போல, உடனடியான நுகர்ச்சியிலிருக்கும் பயன்பாட்டை விடக் காலம் கடந்தபிறகு வரக்கூடிய நுகர்ச்சி பயன்பாடு குறைந்தது போல் ஒரு மனத் தோற்றம் மனிதர்களுக்கு இருக்கிறது. மணிப்புறாவைவிட கைப்புறா மேல் என்றொரு ஆங்கிலப் பழமொழி இருக்கிறது. அதுவும் ஆஜியோவின் மற்றொரு பரிமாணம்தான்! அதனால் உடனடியாக, இப்போதே கிடைக்கும் பொருள்களுக்குப் பதிலீடாக ஓர் ஆண்டோ, சில ஆண்டுகளோ கழித்துக் கிடைக்கப்போகும் பொருள்களைச் சம மதிப்புடையதாக மனித மனம் ஏற்பதில்லை. வருங்காலத்தில் கிடைக்கப் போகிற பொருள்களுக்கு ஏற்றபடி தற்போதைய பொருள்களைச் சமப் படுத்த, தற்போது தரப்படும் பொருள்களுக்குத் தள்ளுபடி (*discount*) தரப்பட வேண்டும். 'இன்றைக்கு ஒரு கிலோ சர்க்கரையைக் கடனாகக் கொடு; ஐந்து ஆண்டுகளுக்குப் பிறகு அதே அளவு திருப்பித் தருகிறேன்' என்று எந்தக் குடும்பத் தலைவியும் கடன் கேட்பதை நாம் பார்த்ததில்லை. ஏனெனில் கைமாற்றெல்லாம் உடனடியாக அல்லது மிகக் குறைந்த காலக் கெடுவுக்குள்ளிருந்தால்தான் நடைமுறைப்படுத்த முடிகிறது. கால இடைவெளி அதிகமிருக்குமென்றால் கைமாற்றெல்லாம் நடக்காது. 'இன்று காலை உனக்கு ரூ. 90 கடன் கொடுக்கிறேன்; இன்று மாலை அந்தத் தொகைக்கு வட்டி சேர்த்து ரூ. 100 திருப்பித் தரவேண்டும்' என்று 'மீட்டர் கந்து' வட்டிக்காரர்கள் தலைச்சுமை வியாபாரிகளிடம் பேரம் பேசித் தொகைகள் கைமாறுவதைக் கவனித்திருக்கலாம். அதாவது, கந்துவட்டிக்காரர்களின் கணிப்பில் காலையிலிருந்து மாலை வரையிலான கால இடைவெளிக்கு ரூ. 100க்குத் தர வேண்டிய தள்ளுபடி ரூ. 10 என்று ஆகிறது! இதை அநியாய வட்டி என்பவர்கள், காலையில் ரூ. 99 கொடுத்து மாலையில் ரூ. 100 ஆகத் திரும்ப வாங்குபவர்களை அப்படித் தூற்றுவதில்லை! ஆனால் ரூ. 100க்குத் தினசரி ரூ. 1 வட்டி என்பதும் ஒரு அமைப்புப் பெற்ற பொருளாதாரத்தில் ஏற்கத்தக்க வட்டி அன்று என்பதை வட்டி விழுக்காட்டைக் கணக்கிட்டாலே புரியும்! எப்படியிருப்பினும், நடைமுறை உலகில் வருங்காலத்தில் திரும்பக் கொடுப்பதாக வாக்களித்து இப்போது பெறும் பொருள்களுக்கு, நிகழ்காலத்தில் அதன் வருங்கால மதிப்பைச் சமப்படுத்துகிற வகையில் தள்ளுபடிகள் அல்லது கழிவுகள் செய்யப்படுவதை நாம் பார்க்கிறோம்.

ஆழ்ந்து யோசித்தால் தொழிலாளர்களுக்கு அவர்களின் அன்றாட வேலையை முடித்தவுடன் தரப்படும் கூலிகளை, உண்மையில் பிற்காலத்தில் அவர்கள் உழைப்பினால் உருவாகும் முடிவுபெற்ற நுகர்பொருள்கள் சந்தையில் விற்பனையான பிறகு அந்தத் தொகைகளில் அவர்களுக்கு நியாயமாகக் கிடைக்க வேண்டிய பங்கில், இடைப்பட்ட கால ஓட்டத்திற்காக அதன் கழிவு அல்லது தள்ளுபடி அளவைக் குறைத்துத் தற்போதே கொடுக்கப்பட்டுள்ள தொகைகளாகப் பார்க்க இயலும். தொழிலாளர்களின் வேலையின் உண்மையான மதிப்பு அவர்கள் உழைப்பினால் உருவான முடிவு பெற்ற நுகர்பொருள் சந்தையில் விற்பனையான பிறகுதான் அறியப்படும். அவர்கள் உற்பத்தி செய்த நுகர்பொருள்கள் விற்பனையாகாமலேயே தேங்கிக் கிடக்கவும் வாய்ப்புண்டு. உற்பத்தித் துவக்கத்துக்கும், உற்பத்தியான பொருளின் விற்பனைக்கும் இடைப்பட்ட கால இடைவெளியையும் அதற்காக நிகழ்காலத்தில் தர வேண்டிய தள்ளுபடியையும் கணக்கில் எடுத்துக்கொண்டால், தொழிலாளர்கள் தங்கள் வேலைகளுக்கு உடனடியாகப் பெறுகிற ஊதியத்தில் பெரிதாகச் சுரண்டல் எதுவும் செய்யப்படுவதில்லை என்று அறியலாம் என்று பம் பாவர்க் தெரிவிக்கிறார்.

தொழில் முனைவோர் அவர்களின் முதலீட்டின் மூலம் தொழிலாளர்களின் உற்பத்தித் திறனையும் அதிகரிக்கச் செய்கிறார்கள். அதற்குக் காரணம் அவர்கள் உற்பத்தியில் 'சுற்றுவழிமுறை'களைக் (*roundabout methods of production*) கையாள்வதுதான். ஒரு தீவில் தனித்து விடப்பட்ட ஒருவர், தான் உயிர் வாழ்வதற்காகக் கையாலேயே மீன் பிடிக்கலாம். அவர் அந்த முறையில் ஒரு நாளில் இரண்டு மூன்று மீன்களையே பிடிக்க முடியலாம். சிறிது யோசனைக்குப் பிறகு, அவர் மீன் பிடிக்காமல் ஒரு நாள் பட்டினி கிடந்து, அந்தத் தீவில் கிடைக்கிற பொருள்களைக் கொண்டே ஒரு தூண்டிலைத் தயாரிக்கலாம். தூண்டில் மூலம் அவர் ஒரு நாளைக்குச் சராசரியாகப் பத்து மீன்கள் பிடித்தால், தூண்டில் என்கிற சுற்றுவழிமுறை அவருடைய உற்பத்தித் திறனை அதிகரிக்கச்செய்திருக்கிறது எனலாம். தூண்டில் உதவியுடன் மீன் பிடிக்கும் அவர், கிடைத்த மீனில் ஒரு பகுதியைச் சேமித்து வைத்து, அதை ஒரு வாரம்வரை உணவாகக் கொண்டு ஒரு வலையைத் தயாரித்தால், அந்த வலையைப் பயன்படுத்தி அவர் தினமும் சராசரியாக முப்பது மீன்கள் பிடிப்பதாகக் கொள்வோம். இதிலிருந்து நாம் சில செய்திகளை அனுமானிக்கலாம். சாதாரண உற்பத்தியை விடச் சுற்றுவழி முறைகள் அதிக உற்பத்தியைத் தருகின்றன. சுற்றுவழிமுறைகளைக் கையாளச் சேமிப்பு அவசியமாகிறது. அதிக சேமிப்பிற்குக் காலம்

தேவைப்படுகிறது. கால இடைவெளி அதிகமாக அதிகமாகச் சேமிப்பை அதிகரித்து முதலீடாக்கிச் சுற்றுவழிமுறைகளில் மேலும் மேலும் சிறந்த வழிகளைப் பயன்படுத்தி, உற்பத்தியை மென்மேலும் பெருக்க இயலும். தொழில் முனைவோர் சுற்றுவழி முறைகளைக் கையாண்டு உற்பத்தியைப் பெருக்குவதற்காகத் தங்கள் சேமிப்புகளை ஈடுபடுத்துகிறார்கள். அவர்களுக்குக் கிடைக்கும் இலாபத்தில் அவர்களின் சேமிப்பிற்குக் கிடைக்கும் ஊதியமும் அடங்கியிருக்கிறது. சேமிப்புக்கு வழங்கப்படும் ஊதியமும் நியாயமானதே; அதைச் சுரண்டல் என்று சொல்வது தவறு என்கிறார் பம் பாவர்க்.

உற்பத்தியில் சுற்றுவழிமுறைகள் வெளியீடுகளின் அளவுகளை வேகமாகப் பெருக்குகின்றன என்கிற பம் பாவர்க்கின் கருத்து நடைமுறை நிகழ்ச்சிகளை எடுத்துக்காட்டுவதால் தெளிவாக்கப்படுகிறது என்றாலும், சுற்றுவழிமுறைகள் என்றால் என்ன, ஒரு சுற்றுவழி முறையையும் மற்றொரு சுற்றுவழிமுறையையும் எவ்வாறு வேறுபடுத்துவது, ஒவ்வொரு சுற்றுவழிமுறையிலும் விளைந்திருக்கிற வெளியீட்டுப் பெருக்கத்தை எப்படி அளப்பது போன்ற கேள்விகள் சிக்கல் நிறைந்தவையாகவே இருக்கின்றன. அடுக்குமாடிக் கட்டிடத்தைக் கட்டுவதற்கு மேலே கிரேன்களை இயக்கித் தளம் தளமாக உயர்த்திக் கட்டுவதற்குப் பிரதியாகத் தரையிலேயே தளம் தளமாகக் கட்டிப் பாரந்தூக்கிப் பொறியினால் தூக்குகிற முறையைத் தெய்வானில் கடைப்பிடித்திருக்கிறார்கள். இதில் எந்த முறை அதிகச் சுற்றுவழிமுறை என்று எவ்வாறு தீர்மானிப்பது? எந்தத் தொழில்நுட்பம் எந்த இடத்தில் என்ன விளைவை ஏற்படுத்தும் என்பதை எப்படி முன்னரே கணிக்க இயலும்? இப்படிப்பட்ட சிக்கல்களால் ஆஸ்திரியர்களின் சுற்றுவழிமுறைக் கொள்கை மிகுந்த சர்ச்சைக்குள்ளாயிருக்கிறது.

தொழிலாளர்கள் தாங்கள் செய்யும் வேலைகளுக்கு உடனடியாக ஊதியம் பெறுவது மட்டுமின்றி, மற்றோர் வகையிலும் தொழில் முனைவோரிடமிருந்து வேறுபடுகிறார்கள் என்கிறார் பம் பாவர்க். தொழிலாளர்கள் உற்பத்தி செய்யும் பொருள்கள் சந்தையில் தொடர்ந்து விற்கப்படுகின்றனவா, விற்க முடியுமா, அந்தப் பொருள்களுக்கான தேவை சந்தையில் தொடர்கிறதா அல்லது வீழ்ந்து விட்டதா, அதற்கான உற்பத்திக் காரணிகளின் அளிப்பில் மாற்றமேற்பட்டுள்ளதா போன்ற ஏராளமான கேள்விகளுக்கான விடைகளை தொழில் முனைவோர் அனுமானித்து, அதற்கேற்றவாறு தங்கள் தொழில்களை மாற்றி நடந்துகொள்ள வேண்டும். சுருங்கச் சொன்னால், ஒரு பொருளை உற்பத்தி செய்யத் தீர்மானிப்பதில் தொடங்கி, அந்தப் பொருளை இறுதி பெற்ற நுகர்பொருளாக விற்று விலையைக் கையில் பெறும்

காலம் வரை தொழில் முனைவோர் (காத்திருப்பது தவிர) மிக அதிகமான விழுக்காடளவிற்கு ஏராளமான ஆபத்துகளையும் ஏற்க வேண்டியிருக்கிறது. தொழிலைத் தொடங்கும்போது நல்ல நிலையில் இயங்கிக் கொண்டிருக்கும் சந்தை திடீரென்று மந்தமாகி, பொருள்களை விற்கும்போது விலைவாசிகள் வீழ்ச்சியடையக் கூடும். அதனால் தொழில் முனைபவருக்கு இழப்புகள் வரக் கூடும். சில சூழல்களில் போட்ட முதல் அனைத்தையும் இழந்து திவாலாகிவிடவும் கூடும். அதேபோல், சில சூழல்களில் எதிர்பாராத இலாபங்களும் வரக்கூடும்.

ஆனால் முதலாளிகளோடு ஒப்பிடும்போது தொழிலாளர்கள் அப்படிப்பட்ட ஆபத்துகளைக் குறைந்த அளவே ஏற்க வேண்டியிருக்கிறது. வேலையைச் செய்து முடித்ததும், அதற்கான கூலியை பெறுகிற உரிமை அவர்களுடையது. அவர்கள் உற்பத்தி செய்த பொருள்களுக்குச் சந்தையில் தேவை குறைந்து, அதனால் அவை விற்பனையாகாமல் தேங்கிக் கிடைக்கின்றன என்பதால், அவர்களுக்குக் கூலி கொடுக்காமல் இருக்க முடியாது. வேறொரு விதமாகக் கூறினால், சந்தையில் நிலவும் நிச்சயமற்ற தன்மை காரணமாக ஏற்படும் ஆபத்துகளின் பெரும்பகுதியைத் தொழில் முனைவோர் ஏற்கிறார்கள்; அதில் ஓர் அற்பமான பகுதியைத்தான் தொழிலாளர்கள் ஏற்கிறார்கள் என்று பம் பாவர்க் தெரிவிக்கிறார். வெற்றிகரமாக ஆபத்துகளை ஏற்றுச் சமாளிக்கும் தொழில் முனைவோர் ஏராளமான இலாபங்களை ஈட்டுவதும், ஆபத்துகளால் மூழ்கடிக்கப்பட்ட தொழில் முனைவோர் பெரும் இழப்படைந்து திவாலாவதும் சந்தை இயக்கத்தின் பரிமாணங்களில் ஒரு பகுதிதான். தொழில் முனைவோரின் வருவாய்ப் பெருக்கமும் சுருக்கமும் அவர்கள் ஏற்கும் ஆபத்தின் தன்மையைப் பொறுத்து மாற்றமடைகிறது. அவர்களில் சிலர் வானளாவி உயர்கிறார்கள்; பலர் கதியற்று, மண்ணில் புதையுண்டு போகிறார்கள். அவர்களுக்குக் கிடைக்கும் வருவாய்ப் பெருக்கங்கள் தொழிலாளரைச் சுரண்டியதால் வருகிறது என்பதை ஏற்பதற்கில்லை. அது அவர்கள் முதலீட்டைச் செய்துவிட்டுக் காத்திருந்த காலம், அந்தத் தொழிலில் அவர்கள் தாங்கிய ஆபத்துகளின் அளவு போன்றவற்றால் தீர்மானமாகின்றன. சந்தைகளின் இயக்கம், தொழில் முனைவோரின் மீது ஏற்படுத்துமளவுக்குத் தொழிலாளர்களின்மீது (தாங்கள் வேலை செய்யும் தொழிற்சாலை திவாலாகி விட்டால், வேறு தொழிற்சாலைக்கு வேலை தேடி அலைய வேண்டும் என்பவை போன்ற தொல்லைகளைத் தவிர்த்துப்) பெரிய தாக்கத்தை ஏற்படுத்துவதில்லை என்கிறார் அவர்.

பம் பாவர்க்கின் நேர்நிலை மூலதனத் தத்துவம் (The Positive Theory of Capital)

மூலதனத் திரட்சி நாட்டின் வளர்ச்சிக்கு இன்றியமையாதது என்று பம் பாவர்க் கூறுகிறார். மூலதனம் பல பரிமாணங்களைக் கொண்டிருக்கிறது. அது சேமிப்பாகவும் பணமாகவும் இயந்திரங்களாகவும் தொழில் நுட்பமாகவும் இடைநிலைப் பொருள்களாகவும் கல்வியாகவும் உற்பத்தித் திறனாகவும் காணப்படுகிறது. வெறும் உழைப்பு மட்டும், வாழ்க்கைத் தரத்தை உயர்த்தி விட முடியாது. மனிதன் உழைப்பது மட்டுமின்றி, சேமிக்கவும் கற்றுக்கொள்ள வேண்டுமென்கிறார் பம் பாவர்க். 'வேலைப்பகுப்புதான் பொருளாதார வளர்ச்சிக்கு அடிப்படைக் காரணம்' என்கிறார் ஆடம் ஸ்மித். ஆஸ்திரியப் பள்ளியினர், வெவ்வேறு தரங்களிலும் அளவுகளிலும் பரிமாணங்களிலும் சேமிப்பும் முதலீடும்தான் பொருளாதார வளர்ச்சிக்கு வித்திடுகின்றன என்கின்றனர். அவர்கள் சேமிப்பை அதிகரிக்கச் சிக்கனத்தைக் கடைப்பிடிக்கத் தூண்டினார்கள். ஒரு விவசாயிக்குக் குடிநீர் தேவை. ஆஸ்திரியக் கோட்பாடுகள்படி அது ஒரு கீழ்வரிசைப் பொருள். விவசாயி அவருக்குத் தேவையான குடிநீரைத் தூரத்தில் ஓடும் ஆற்றிற்கே சென்று குடிக்கலாம்; அல்லது ஆற்றிலிருந்து குடத்தில் தலைச்சுமையாக வீட்டிற்கும் கொண்டு வரலாம். இவை நேரடி வழிகள். ஆனால் அப்படிக் குடிக்கும் அல்லது அவர் கொண்டு வரக் கூடிய குடிநீரின் அளவு மிகக் குறைவாகவே இருக்கும். அதற்குப் பதிலாக ஆற்றிலிருந்து தன் வீடுவரை ஒரு குழாயமைத்து நீரை வீட்டிற்கே வருகிற மாதிரி ஓர் அமைப்பை ஏற்படுத்தலாம். பம் பாவர்க் இதைச் சுற்றுவழி என்று அழைக்கிறார். சுற்றுவழி உற்பத்தியை மேற்கொள்ள அதிக நேரம், உழைப்பு, சேமிப்பு, தொழில்நுட்பம், கருவிகள் போன்றவை தேவைப்படுகின்றன. அந்த விவசாயி, தன் விவசாயத் தொழிலைக் கொஞ்சம் தள்ளிப்போட்டுவிட்டுக் குழாயமைப்பிற்காகத் தன் நேரத்தையும் யுக்தியையும் உழைப்பையும் சேமிப்பையும் செலவிட்டால்தான் வீட்டிற்குள்ளேயே ஆற்று நீர் குழாய் வழியாகத் தங்கு தடையின்றிக் கிடைக்க வழி செய்ய இயலும். குழாயமைப்பதற்காகச் செய்த முதலீடு குடிநீர் அளிப்பைப் பன்மடங்கு பெருக்குகிறது என்பதில் ஐயமில்லை. முதலீட்டின் அளவு பெருகினால், அதன் இறுதி விளைவாக நுகர்ச்சிக்கான கீழ் வரிசைப் பொருள்களின் உற்பத்தியும் பெருகும்; அதனால் மக்களின் வாழ்க்கைத்தரமும் உயரும். மூலதனப் பெருக்கம் அனைத்து வர்க்கத்தினருக்கும் முன்னேற்றத்தை ஏற்படுத்தும். மூலதனத்தைத் தொழிலில் ஈடுபடுத்துவது அதிகரிக்க, அதிகரிக்கச் சுற்றுவழி உற்பத்தி முறைகள் விரிவடைகின்றன. அதனால் கீழ்வரிசைப்

பொருள்களின் உற்பத்தியும் அதிகரிக்கிறது. நாட்டின் வளர்ச்சியும் உயர்கிறது. வேறொரு விதமாகக் கூறினால், சமுதாயத்தின் மொத்த உற்பத்தியை உடனடியாக நுகர்ந்துவிட்டால் அதன் அளவு குறைவாகத்தான் இருக்கும்; அதில் ஒரு பகுதியைச் சேமித்து மூலதனமாக்கி, அதை ஈடுபடுத்தி உற்பத்தியைப் பெருக்கிய பிறகு நுகர்ந்தால் அதிக அளவில் இருக்கும் என்று அவர் கூறினார். மூலதனத்தைத் திரட்டுவதற்காக, உடனடியான நுகர்ச்சியைத் தள்ளிப்போட்டு அதைச் சேமிப்பாக்கிப் பின் மூலதனமாக மாற்ற வேண்டியிருக்கிறது.

பம் பாவர்க் கருத்துப் படி, மூலதனத்தை உருவாக்க மூன்று உற்பத்திச் செய்முறைகளைக் கலந்து கடைப்பிடிக்க வேண்டியிருக்கிறது. முதல் செய்முறை, மூலதனத்தை உற்பத்தி செய்ய உழைப்பு, அதற்கான நிலம் (இயற்கைக் கொடைகளை) ஆகியவற்றின் தேவையான அளவுகளை அறிந்து, அவற்றைத் திரட்டுவதில் இருக்கிறது. இரண்டாவதாக, மூலதனமாக மாற்றிய பிறகு பொருள்கள் உற்பத்தியாகி வெளியீடாக வரும் காலம் எவ்வளவு நீண்டது என்று அறிந்து அது வரை காத்திருப்பதில் இருக்கிறது. மூன்றாவதாக, மூலதனப் பொருள் உற்பத்தியாகிற காலம் வரை உழைப்பு, நிலம் போன்ற உற்பத்திக் காரணிகளை எந்தெந்தக் காலங்களில் எந்தெந்த விழுக்காடுகளில் இணைத்து எப்படிப் பயன்படுத்தினார்கள் என்பதை அறிந்து, அந்த வழிகளில் அவற்றை இணைத்து இயக்குவதில் இருக்கிறது. அப்படி உருவாக்கப்பட்ட மூலதனப் பொருள்களில் வேறுபாடு (தூண்டிலா, வலையா, மீன்பிடி படகா போன்ற வேறுபாடுகள்), அவற்றை உருவாக்க எந்த அளவு உற்பத்திக் காரணிகளை, எவ்வளவு காலம் வரை, எந்த விழுக்காடுகளில் எப்படி இணைத்தார்கள் என்பதைக் கொண்டு அறியலாம். பொருள்களின் உற்பத்தியின் காலம் நீட்டிக்கப் பட்டால் சுற்றுவழி உற்பத்தி விரிவாக்கப்பட்டு, அதிக உற்பத்தி பெருகுகிறது. புதிதாகக் கூட்டப்பட்ட ஓர் அலகு மூலதனத்தினால், உற்பத்தியான பொருள்களின் வெளியீடு எவ்வளவு அதிகரித்திருக்கிறது என்று கணக்கிடுவதன் மூலம் மூலதனத்தின் விளிம்புநிலை உற்பத்தித் திறனை அறிய இயலும். மூலதனத்தின் அந்த விளிம்புநிலை உற்பத்தித் திறன்தான், அதன் தேவை வளைகோடாக இருக்கும் என்கிறார் பம் பாவர்க்.

பம் பாவர்க்கின் மூலதனக் கோட்பாடு, அவர் காலத்திய அமெரிக்கரான ஜே.பி. கிளார்க் கோட்பாட்டிலிருந்து வேறுபடுகிறது. ஜே.பி. கிளார்க் மூலதனத்தையும், மூலதனப் பொருள்களையும் வேறுபடுத்திப் பார்த்தார். மூலதனம் ஓர் அகநோக்கு அருவம் (abstraction). அதற்கு வடிவம் இல்லை. ஆனால் மூலதனப் பொருள்கள் புறப்பொதுமையானவை. (Capital *is an abstraction. But capital goods are concrete reality).* அவை கருவிகளாகவும் கட்டிடங்களாகவும் பணமாகவும் பல வேறு வடிவங்களில் காணப்படுகின்றன. ஜே.பி. கிளார்க் விளிம்புநிலை உற்பத்தித்திறன் கொள்கையைத் தன்னுடைய அகநோக்கு அருவமான மூலதனத்திற்குத்தான் தேவை வளைகோடாக்குகிறார். ஆனால், பம் பாவர்க், தன் மூலதனக் கொள்கையை, ஜே.பி. கிளார்க் மூலதனப் பொருள்கள் என்று கருதிய (கருவிகள், கட்டிடங்கள், பணம் போன்ற பல வேறு வடிவங்களில்) புறப்பொதுமையான பகுதிக்கே தேவை வளைகோடாகப் பயன்படுத்துகிறார். இதிலிருக்கும் சிக்கலுக்கு முக்கியக் காரணம், ஜே.பி. கிளார்க் மூலதனத்தை எந்த விதமாக வேண்டுமானாலும் வடிவமெடுக்கக் கூடிய களிமண் போலக் காட்டுகிறார். மூலதனம் பல வேறு வகைகளில் தென்படுகிறது. இயந்திரங்களாக, கட்டிடங்களாக, கடன் பத்திரங்களாக, பணமாக, சாலைகளாக, இன்னும் வெவ்வேறு வடிவங்களில் காணக் கிடைக்கிறது. இவற்றை ஒரு பொது அளவுக்குள் கொண்டு வர இயலாமல்தான் ஜே.பி. கிளார்க் மூலதனத்தை ஒரு அகநோக்கு அருவமாக்குகிறார். ஆனால், பம் பாவர்க் கால ஓட்டத்தை மையப்படுத்தி மூலதனத்தை அளக்கிறார். அதனால்தான் அவரால், மூலதனத்தைப் புறப்பொதுமையாகக் காண இயல்கிறது.

பம் பாவர்க் உற்பத்திக்கான சராசரிக் காலம் (*average period of production*) என்கிற கொள்கையை அறிமுகப்படுத்துகிறார். உற்பத்தி தொடங்கியதிலிருந்து முடிவடைந்த நுகர்பொருள்களாக அது விற்பனையாகிறவரை (பொருள்களைப் பொறுத்து) ஏராளமான கால இடைவெளியைக் கடக்க வேண்டியிருக்கிறது. அந்தக் கால இடைவெளியில்தான் இயந்திரங்கள் போன்ற இடைநிலைப் பொருள்களை மூலதனமாக உற்பத்தியில் பயன்படுத்த முடிகிறது. இயந்திரங்கள் போன்ற இடைநிலைப் பொருள்களைத் தயாரிக்க மிகுந்த செலவு செய்யப்படுகின்றது. எனினும், கால ஓட்டத்தில் இடைநிலைப் பொருள்களை இயக்கி உற்பத்தி செய்வதால் உற்பத்தியின் அளவும் பன்மடங்கு பெருகுகிறது.

உற்பத்திச் செயல்முறைகளில் மூலதனச் செறிவின் அளவை அறிந்துகொள்ள பம் பாவர்க் உற்பத்திக்கான *சராசரிக் காலத்தைப்* பயன்படுத்துகிறார். ஒரு நுகர்பொருளை உற்பத்தி செய்ய, அதைச் செய்யத் தொடங்கிய காலத்திலிருந்து, விற்பனை செய்கிற காலம் வரை இடைப்பட்ட காலத்தில் வெவ்வேறு வகையான உழைப்பைச் செலவழித்த இடைவெளிகளின் சராசரியை அவர் உற்பத்திக்கான *சராசரிக் காலம்* என்கிறார். இந்தச் சராசரியில், நுகர் பொருளை உற்பத்தி செய்ய அதன் உற்பத்தியில் நேரடியாக ஈடுபடுத்திய உழைப்பு மட்டுமின்றி, அதன் உற்பத்தியில் மறைமுகமாக ஈடுபடுத்திய

இயந்திரங்களை உற்பத்தி செய்ய ஈடுபடுத்திய உழைப்பு மற்றும் அந்தப் பொருளையும் இயந்திரங்களையும் இடம் பெயரச் செய்ய ஈடுபடுத்திய உழைப்பு போன்ற அனைத்து உழைப்புகளையும் ஒன்றுதிரட்டியிருக்கிறார். மது போன்ற ஒரு நுகர்பொருளைத் தயாரிக்க பத்தாண்டுகளுக்கு முன் ஒரு மணி நேரம் உழைப்பைச் செலவழித்து திராட்சையை அரைத்துச் சாறு பிழிந்து புட்டியில் அடைத்து வைத்துப் பின் ஐந்தாண்டுகளுக்கு முன் இன்னொரு மணி நேரமும், இறுதியாக தற்போது ஒரு மணி நேரமும் அந்தப் புட்டியில் உள்ள மதுவைப் புளிக்க வைக்கவும் சீராக்கவும் உழைப்பைச் செலவழிப்பதாகக் கற்பனை செய்தால், அந்த மதுவின் உற்பத்திக்கான சராசரிக் காலம் $(10+5+0)/3$ = ஐந்தாண்டுகள் ஆக இருக்கும். உற்பத்திக்கான சராசரிக்காலத்தில் முதல், உழைப்பு, காலம் ஆகியவற்றை பம் பாவர்க் தொடர்புப் படுத்துகிறார். ஏனெனில், இயந்திரங்கள் போன்ற இடைநிலைப் பொருள்களைத் (மூலதனப் பொருள்களை) தயாரிப்பதில் ஈடுபடுத்திய மறைமுக உழைப்பையும் அவர் தன் உற்பத்திக்கான சராசரிக் காலத்தில் கணக்கிலெடுத்துக் கொள்கிறார்.

நாட்டில் உற்பத்தி பெருகி, வேலைவாய்ப்புகள் அதிகரித்தால் கூலி மட்டம் உயரும். அதே சமயம், உற்பத்திக்கான சராசரிக் காலமும் அதிகரித்து அதனால் அதிகமாக இடைநிலைப் பொருள்களைப் பயன்படுத்துவார்கள். அதன் காரணமாக மூலதனத்தைச் சேமிப்பவர்களுக்கு நுகர்ச்சியைத் தள்ளிப்போடுவதைச் சரியீடு செய்வதற்காக வழங்கப்படும் வட்டியும் அதிகரிக்கும் என்று பம் பாவர்க் அனுமானிக்கிறார். வட்டி விழுக்காடு குறைந்தால் தொழில் முனைவோர்கள் உற்பத்திக்கான சராசரிக் கால அளவை நீட்டித்து, அதிகமாக இடைநிலைப் பொருள்களைப் பயன்படுத்துவார்கள். வட்டி விழுக்காடு கூடினாலோ அல்லது கூலிமட்டம் விழுந்தாலோ, தொழில் முனைவோர் உற்பத்திக்கான சராசரிக் கால அளவைக் குறைத்து, நேரடியாக உற்பத்தி செய்யும் அளவை அதிகரிப்பார்கள் என்றும் அனுமானிக்கிறார். உற்பத்திக்கான சராசரிக் கால அளவைக் கொண்டு முதலீட்டுக்கும் வட்டிக்கும் ஒரு தொழில்நுட்பத் தொடர்பை ஏற்படுத்துகிறார். பம் பாவர்க், இந்தத் தொடர்பைத்தான் அவருடைய ஆஜியோ வட்டிக் கொள்கையின் மூன்றாவது அங்கமாகப் பின்னர் விளக்கவுள்ளேன்.

பம் பாவர்க் ஒரு நாட்டின் வளர்ச்சி எப்படியிருக்கலாம் என்று மூன்று நிலைகளிலிருந்து பார்க்கிறார். முதலாவது நிலையில், நாட்டில் நிகரச் சேமிப்பு எதுவுமில்லை. அதாவது, அந்த நாட்டில் செய்யப்படும் சேமிப்பு முழுவதும் உற்பத்தி இயக்கங்களின்போது அந்த நாட்டின் முதலீடுகளின் தேய்மானங்களைச் சரிசெய்வதற்கு மட்டுமே போதுமானதாக இருக்கிறது. அங்கு சேமிப்பு =

தேய்மானம். அந்த நாட்டில் முன்பு செய்த உற்பத்தி அளவே தொடர்ந்து உற்பத்தியின் அளவாக இருக்கும். வளர்ச்சியும் இருக்காது; வீழ்ச்சியும் இருக்காது. அந்த நாடு தேக்க நிலையில் இருக்கும்.

இரண்டாவது நிலை, நாட்டின் மக்கள் தங்கள் உற்பத்தியில் சுமார் 25 விழுக்காடளவுக்குச் சேமிப்பாக்கும் நிலை. அந்த சேமிப்பு, உற்பத்தி இயக்கங்களின்போது அந்த நாட்டின் முதலீடுகளின் தேய்மானங்களை ஈடுகட்டுவதற்கு மேல் இருக்கிறது. இந்த அதிகப்படி சேமிப்பு காரணமாக, உடனடியாக நாட்டில் உற்பத்தியாகும் கீழ்வரிசைப் பொருள்களின் எண்ணிக்கை ஓரளவுக்குக் குறையும். (ஆஸ்திரியர்களின் கோட்பாட்டின்படி கீழ்வரிசைப் பொருள்கள் நுகர்வோரால் நேரடியாக நுகரப்படும் பொருள்கள்.) அதே சமயம், அந்த சேமிப்பு முதலீடாக மாற்றப்படுவதால் இயந்திரங்கள் போன்ற இடைநிலைப் பொருள்களின் உற்பத்தி பெருகும். முன்பு கீழ்வரிசைப் பொருள்களின் உற்பத்தியில் வேலை வாய்ப்புப் பெற்றிருந்த தொழிலாளர்களில் சிலர், அங்கு வேலையிழந்து, இடைநிலைப் பொருள்கள் உற்பத்தி செய்யும் தொழில்களுக்கு இடம் பெயர்வார்கள். பொருளாதார முன்னேற்றம் பெற்றுவிட்ட எந்த நாட்டிலும் சேமிப்பவர்கள் தங்கள் சேமிப்புகளின் மிகப் பெரும் பகுதிகளைப் புதைத்தோ, கையிருப்பாகவோ வைத்திருக்க மாட்டார்கள். அவற்றை வங்கிகளில் ஒப்படைப்பார்கள்; அல்லது, தாங்களே நேரடியாக உற்பத்தியில் ஈடுபடுத்துவார்கள் என்கிறார் பம் பாவர்க். வங்கிகள், தாங்கள் பெறும் வைப்புத்தொகைகளை தொழில்முனைவோருக்குக் கடனாக வழங்குகிறார்கள். அவர்கள் அந்த முதலை இடைநிலை மற்றும் கீழ்வரிசைப் பொருள்கள் உற்பத்தியில்தான் செலவழிப்பார்கள். எனவே, அந்த நாட்டின் அதிகச் சேமிப்பு, அந்த நாட்டின் அதிக முதலீடாக மாறிப் பின்னர் அதிக உற்பத்தியில்தான் முடிகிறது. நாட்டில் சேமிப்பு அதிகரிக்குமானால் அந்த நாட்டில் வளர்ச்சி வருகிறது என்கிறார் பம் பாவர்க்.

மூன்றாவது நிலை, நாட்டில் சேமிப்பின் அளவு குறைவதால், மக்கள் தங்கள் முதலின் கையிருப்பைக்கூட நுகர்ச்சிக்காகச் செலவழிக்கிற நிலை. பஞ்ச காலங்களில் விவசாயிகள் விதைநெல்லைக் கூட உணவாக உட்கொள்வதற்கொப்பான நிலை இது. அந்த நாட்டில் மூலதனத் தேய்மானங்களைச் சரிசெய்யப் போதுமான சேமிப்பு கூட இல்லை. இதன் விளைவாக, நாட்டின் உற்பத்தி குறைய ஆரம்பித்து நாடு பின்னேற்றமடையும்.

இந்த மூன்று நிலைகளையும் ஒப்பிட்டு நாடுகள் முன்னேற்றமடைந்து அனைத்து வர்க்கத்தினரும் வளர்ச்சியடைய

நவசெவ்வியல் பொருளியல்

வேண்டுமென்றால் நாட்டின் சேமிப்பை அதிகரித்து, அதை முதலீடாக்குவதுதான் சரியான வழி என்று பம் போவர்க் நிறுவுகிறார்.

நாட்டின் உற்பத்திக் கட்டமைப்பை அவர் வில்அம்புப் பயிற்சிக்குப் பயன்படுத்தப் படும் வட்டங்களடங்கிய பலகையோடு (bull's eye) ஒப்பிடுகிறார். மத்தியிலிருக்கும் இலக்கைக் குறிப்பிடும் வட்டத்தில்தான் இயற்கை வழங்கியிருக்கும் உற்பத்திக் காரணிகளான நிலம், உழைப்பு ஆகியவற்றை நேரடியாகப் பயன்படுத்தி எளிமையான உற்பத்தி துவங்குகிறது. காலம் கடக்கக் கடக்க சேமிப்பைச் செய்து சுற்றுவழி உற்பத்திமுறைகளைக் கையாள முடிகிறது. உற்பத்திக்கான சராசரிக் காலம் அதிகரிக்கிறது. வெளிப்புறமிருக்கும் ஒவ்வொரு வட்டமும் கால ஓட்டத்தில் மென்மேலும் அதிகப்படியான சுற்றுவழி முறைகள் கடைப்பிடிக்கப்படுவதைக் காட்டுகின்றன. அனைத்து வட்டங்களுக்கும் இறுதியான வெளி வட்டத்திலிருந்துதான் முடிவு பெற்ற நுகர்பொருள்கள் சந்தைக்கு விற்பனைக்கு வருகின்றன. உள்ளீடுகள் இடப்படுவதில் தொடங்கி, இறுதி வெளியீடுகள் வருவது வரையில் கால ஓட்டத்திற்குப் பங்கிருக்கிறது என்பதை ஒவ்வொரு வட்டமும் காட்டுவதாகக் கொள்ளலாம். உள் வட்டத்திலிருந்து வெளியேயிருக்கும் ஒவ்வொரு வட்டத்தையும் கடக்கும்போது வெவ்வேறு வகையான மூலதனச் செறிவுடைய உற்பத்திக்கான சராசரிக் காலகட்டங்களைக் கடப்பதாகவும் காணலாம். கையால் மீன்பிடிப்பது மைய வட்டமென்றால், தூண்டில் பயன்படுத்துவது முதல் வெளி வட்டம்; வலை பயன்படுத்துவது அடுத்த வெளி வட்டம்; படகிலிருந்து வலை வீசுவது அதற்கடுத்த கட்டம் என்று கொள்ளலாம். முதலீட்டின் பெருக்கம் அனைத்துத் துறைகளிலும் ஒரே வேகத்தில், ஒரே முறையில் நடக்கும் என்று பம் பாவர்க் நம்பவில்லை. முதலீட்டைப் பெருக்கச் சேமிப்பைப் பெருக்குவதே வழி என்று அவர் நம்பினார். ஆனால் தொழில் முனைவோர் அந்தச் சேமிப்பை முதலீடாக்குவதற்குச் சந்தை விலைகளைக் கைகாட்டிகளாகக் கொண்டு நடவடிக்கைகள் மேற்கொள்கிறார்கள். அதனால் சில துறைகளில் முதலீடு அதிகரிக்கிறது. வேறு சில துறைகளில் முதலீடு குறைக்கப்படுகிறது. சந்தையில் மூலதனம் வெவ்வேறு துறைகளுக்கிடையே மாற்றிப் பரிமாறப் படுகிறது. அதனால் சந்தையின் இயக்கத்தை மாற்றங்களுடன் கூடிய இயக்கமாகவே அவர் பார்க்கிறார்.

பம் பாவர்க்கின் வட்டிக் கோட்பாடு

'மூலதனமும் வட்டியும்' நூலின் இரண்டாம் பகுதியாக பம் பாவர்க் எழுதி 1889இல் வெளிவந்த 'மூலதனத்தின்

நேர்நிலைத் தத்துவம்' நூல்தான் ஆஸ்திரிய மூலதனம் மற்றும் வட்டிக் கொள்கைக்கு அடித்தளமாக அமைந்திருக்கிறது எனலாம். இந்த நூலில்தான் அவர் ஒரு விவசாயி தான் விளைவிக்கும் ஐந்து மூட்டை தானியங்களை எப்படி ஐந்து வெவ்வேறு பயன்பாடுகளுக்காகப் பகிர்ந்தளிக்க முயல்வார் என்கிற எடுத்துக்காட்டின் மூலம் கார்ல் மெங்கரின் அகவுணர்வு சார்ந்த மதிப்புக் கொள்கையைத் தெளிவாக்கி, அதனடிப்படையில் விளிம்புநிலைக் கொள்கையை விவரித்தார். தானியங்கள் அந்த விவசாயிக்கு நேரடியான உணவாகவும் மாவாக்கி கேக் போன்ற போக வகை உணவாகவும் கோழித் தீவனமாகவும் பிராந்தி (மது) தயாரிக்கும் கச்சாப் பொருளாகவும் அவர் ஆசைக்காகவும் அழகுக்காகவும் வளர்க்கும் கிளிகளுக்குத் தீவனமாகவும் ஐந்து வெவ்வேறு விதங்களில் பயன்தருகிறது. அவற்றில் சில மிக முக்கியத்துவம் வாய்ந்தவை. வேறு சில முக்கியத்துவம் குறைந்தவை. ஓர் ஆண்டில் அவர் சராசரியாகப் பெறும் ஐந்து மூட்டை விளைச்சலில் ஒரு மூட்டை குறைந்துவிட்டால் அந்த ஆண்டில் மிகக் குறைந்த பயன்தரும் ஒரு நடவடிக்கையைக் கைவிட்டுத்தான் மீதமுள்ள நடவடிக்கைகளை அவர் தொடர்வார். அதாவது, அவருடைய விளிம்புநிலை நடவடிக்கையான கிளிகளுக்குத் தீவனமளிப்பதை அந்த ஆண்டு அவர் கைவிட்டு விடுவார் என்றும், அவருக்குக் கிட்டிய நான்கு மூட்டை விளைச்சலை பிற பயன்பாடுகளுக்குத்தான் பங்கிட்டளிப்பார் என்பதும் அவருடைய அனுமானம். உற்பத்தி மேலும் குறையுமானால், எஞ்சிய பயன்பாடுகளில் குறைந்த மதிப்புடைய விளிம்பு நிலை உபயோகம்தான் அப்போதும் கைவிடப்படும். இதே கருத்தை கார்ல் மெங்கர் 1871இலேயே வெளியிட்டிருந்தபோதிலும் அந்த ஆண்டிலும், அவர் வாழ்நாள் முழுவதும் அந்த நூலின் ஆங்கில மொழிபெயர்ப்பு வெளியிடப் படாததால், பம் பாவர்க்கின் இந்த எடுத்துக்காட்டைத்தான் ஆஸ்திரியப் பள்ளியின் விளிம்புநிலை அக உணர்வு மதிப்புக் கொள்கையின் விளக்கமாகப் பல ஆங்கில ஆசிரியர்க்ள காட்டி வந்தனர். ஜெவன்ஸின் வகை நுண்கணித முதல் வகை இதழ்களிலிருந்தும், வால்ராஸின் பொதுச் சமநிலைக் கோட்பாட்டிலிருந்தும் பெறப்பட்டிருக்கும் விளிம்புநிலைப் பயன்பாட்டுக் கோட்பாட்டிலிருந்து இந்த விளிம்பு நிலைக் கோட்பாடு தனித்தன்மை பெற்றிருக்கிறது. இது கணிதம் சார்ந்து உருவாகவில்லை. அன்றாட அனுபவம் சார்ந்து அமைந்தது. அவருடைய நூலின் ஆங்கில மொழிபெயர்ப்பு 1890களிலேயே (மெங்கரின் நூலின் மொழிபெயர்ப்பு வெளியிடப் படுவதற்கு வெகுகாலத்துக்கு முனபே) வந்துவிட்டது. அந்த விளக்கம் இங்கிலாந்திலும் அமெரிக்காவிலும் பிரபலமாவதற்கு முக்கியக் காரணம் எனலாம்.

பம் பாவர்க்கின் வட்டிக் கொள்கையும் ஆஸ்திரியர்களின் அக உணர்வு சார்ந்த விளிம்புநிலை மதிப்புக் கொள்கையைச் சார்ந்ததுதான். வட்டிக்கு அவர் காலம் வரை காரணமாகக் கூறப்பட்ட காரணங்களை அவர் திரட்டித் திறனாய்ந்திருக்கிறார். அவற்றில் பலவற்றை அவர் ஏற்கவில்லை. அவற்றில் ஒன்று: (அவர் காலத்தில் முக்கியமாக விவாதிக்கப் பட்ட கொள்கை) முதல் அல்லது மூலதனத்தை ஈடுபடுத்தினால், உற்பத்தியின் அளவு அதிகரிக்கிறது; எனவே மூலதனத்தின் உற்பத்தித்திறனுக்குக் கொடுக்கப்படும் ஊதியம்தான் வட்டி (*productivity theory of interest*) என்பது. அதையும் பம் பாவர்க் ஏற்கவில்லை. ஒரு விவசாயி ஏருந்து ஒன்றில் ரூ. 100000 முதலீடு செய்கிறார். அவருக்கு அதனால் ஆண்டொன்றிற்கு ரூ. 10000 அதிக வருவாய் கிடைக்கிறது என்றால் அந்த அதிக வருவாய் அந்த ஏருந்தில் செய்யப்பட்ட முதலீட்டின் உற்பத்தித் திறனிலிருந்து பெறப்பட்டது என்று மேலெழுந்தவாறு அனுமானிக்கலாம். ஆனால் அந்த ஏருந்தைப் பத்தாண்டுகள் பயன்படுத்திய பிறகு கழிவுக் குப்பையாகத் தள்ளுபடியாகிவிடுவதாகக் கொள்வோம். அப்படியானால், ஆண்டொன்றிற்குப் பெற்ற ரூ. 10000 அந்த ஏருந்தில் ஈடுபடுத்திய மூலதனத்தின் தேய்மானத்தைத்தான் காட்டுகிறது என்று அவர் கூறுகிறார். அந்த மதிப்பிறக்கம் ஏருந்தின் உற்பத்தித் திறன் அளவுக்கே இருக்கக் கூடும் என்றால் ஏருந்தை ஏன் வாங்க விரும்புவார்கள் என்பதை விளக்க வழி எதுவும் இல்லை!

பம் பாவர்க்கின் வட்டிக் கோட்பாடு, நிகழ்காலத்தில் பண முதலீடாகச் செய்யப்படும் தொகைகளுக்குமேல், வருங்காலத்தில் திருப்பி வழங்கப்படும் வருவாய் ஓட்டங்களை (*flow of income*) வட்டி என்று விளக்கக்கூடிய வகையில் அமைந்திருக்கிறது. முதலீட்டைத் தற்போது செய்வதால் உற்பத்தித்திறன் பின்னர் மேலாங்கும் என்கிற அனுமானத்தை வைத்து அவர் வட்டியை விளக்கவில்லை. நிகழ்காலத்தில் ஒரு தொகையைக் கொடுத்து, வருங்காலத்தில் அதைத் திரும்பப் பெறுவது என்கிற ஒப்பந்தத்தைக் கால இடைவெளிகளுக்கிடையே நடக்கும் பரிமாற்றமாக அவர் பார்க்கிறார். அத்தகைய பரிமாற்றங்களில், கடன் வாங்குபவர்கள் கடன் கொடுப்பவர்களுக்கு ஊக்கத்தொகை (*premium*) வழங்க ஒப்புக் கொள்கிறார்கள்; அல்லது, கடன் கொடுப்பவர்கள் கடன் வாங்குபவர்களிடமிருந்து ஒரு தொகையை அசலிலிருந்து முன்னதாகவே தள்ளுபடியாக (*discount*) எடுத்துக் கொள்கிறார்கள். கால இடைவெளிகளுக்கிடையே நடக்கும் பணப் பரிமாற்றங்களில் ஊக்கத்தொகையாகவோ, தள்ளுபடித் தொகையாகவோ வட்டி வருகிறது என்று அவர் கூறினார். அந்தக் கொள்கையை விளக்கத்தான் அவர் ‘ஆஜியோ’ வட்டிக் கொள்கையை அறிமுகப்

படுத்துகிறார். ஆஜியோ என்பது வருங்காலத்தைக் குறைத்து மதிப்பிடும் உளக்காட்சியாகும். தற்காலப் பொருள்களை, மக்கள் அதே தரமும் அளவுமுள்ள வருங்காலப் பொருள்களைவிட அதிகமாக மதிக்கிறார்கள் என்பதுதான் ஆஜியோவின் அடிப்படை. நடைமுறை உலகில் நிகழ்காலத்தில் நாம் விரும்பும் பொருள்களைப் பெற ஊக்கத் தொகை கொடுக்கத் தயாராக இருப்பதையும், அதே அளவும் தரமுமுள்ள வருங்காலப்பொருள்கள் கொடுக்கப்படுவதாக இருந்தாலும், அவற்றிற்குத் தற்கால மதிப்பில் தள்ளுபடிகள் வழங்கப்படுவதையும் அவர் சுட்டிக்காட்டுகிறார். ரஜினிகாந்தின் தீவிர ரசிகர் ஒருவர் அவருடைய புதிய படத்தின் முதல் நாள் முதல் காட்சியைக் காண ஊக்கத்தொகை வழங்கத் தயாராக இருப்பதை நடைமுறையில் இன்றும் காண்கிறோம். காத்திருந்து பொருள்களை வருங்காலத்தில் நுகர்வதைவிடத் தற்காலத்திலேயே நுகர்ந்துவிட வேண்டுமென்கிற பேராவல் மனித மனதில் இருக்கிறது. அதைக் ‘கால விருப்பத் தேர்வு’ (*time preference*) என்று இப்போதைய பொருளியல் நூல்கள் விளிக்கின்றன. ‘கால விருப்பத் தேர்வு’டைய ஒருவர் தற்போது தன் பணத்தைக் கடனாகக் கொடுத்து வருங்காலத்தில் அதைத் திரும்பப் பெறுவதென்றால் அந்தக் காத்திருக்கும் கால இடைவெளிக்கு ஈடு செய்யக் கொடுக்கப்படும் சரியீட்டுத் தொகைதான் வட்டி என்பது ஒரு முக்கிய வட்டிக் கோட்பாடாகும். பம் பாவர்க் அதைத்தான் ஆஜியோ என்று குறிப்பிடுகிறார். மூன்று காரணங்களால் மனித மனதில் ஆஜியோ வருகிறது என்று அவர் கூறுகிறார்.

வருங்காலத்தைக் குறைத்து மதிப்பிடும் உளக்காட்சிக்கு முதல் காரணம், நிகழ்காலத்தை விட வருங்காலத்தில் பொருள்கள் அதிகமாகக் கிடைக்கும் என்கிற நம்பிக்கை. வருங்காலத்தின் உற்பத்தித் திறனை மனித மனம் மிகை மதிப்பிடுகிறது. அதன் காரணமாக, அதிகமாக உற்பத்தியாகும் பொருள்களின் விளிம்புநிலைப் பயன்பாடு குறையும் என்கிற அனுமானத்தினால் இப்போதிருக்கும் பொருள்களுக்கு மதிப்பு அதிகமாகவும் வருங்காலப் பொருள்களுக்கு மதிப்பு குறைவாகவுமிருக்கும் என்கிற கணிப்பு வருகிறது. 1915களில் இந்தியாவில் மிகக் குறைவாகவே கார்கள் இருந்தன. அப்போது ஓடிய ஒரு காரின் மதிப்பு, கோடிக்கணக்கான கார்கள் தற்போது இந்தியாவில் ஓடும்போது இப்போது ஒரு காருக்குக் கிடைக்கும் மதிப்பைவிட அதிகமாகவே இருந்திருக்கும். அப்போது கார் ஓடுவதை வேடிக்கை பார்க்கவே ஒரு பெருங்கூட்டம் வந்திருக்கும். 1915இலிருந்த ஒரு காரின் விளிம்பு நிலை அளிப்பின் மதிப்பு, தற்போது ஒரு காரின் விளிம்பு நிலை அளிப்பின் மதிப்பை விட அதிகமாக இருந்திருக்கும். அது போலவே தற்போது வைத்திருக்கும் ஒரு காரின் மதிப்பு வருங்காலத்தில்

வாங்கப்போகும் ஒரு காரின் மதிப்பை விட அதிகமானதாகவே மன அளவில் தோன்றும். அதனால் தற்போது கையிலிருக்கும் பணத்திற்கு இருக்கும் மதிப்பு, மன அளவில் வருங்காலத்தில் அதே அளவு பணத்தின் மதிப்பைவிட அதிகமானதாக இருக்கும்.

ஆஜியோவிற்கான இரண்டாவது காரணம், மனித மனம் வருங்காலத் தேவைகளைக் குறைத்து மதிப்பிடுவதாகும். உடனடித் தேவைகளும் தற்சமயத்தில் அனுபவிக்கும் துன்பங்களும் மனக்காட்சியில் மிகப் பெரிதாக விரிகின்றன. நம் மனதின் கற்பனை வறட்சி காரணமாக வருங்காலத்தில் நாம் எதிர்பார்க்கும் தேவைகளும் துன்பங்களும் மங்கலாகத் தெளிவில்லாமல் தெரிகின்றன. எனவே மனித மனம் உடனடித் தேவைகளுக்குத் தரும் முக்கியத்துவமளவுக்கு வருங்காலத் தேவைகளுக்கு அளிப்பதில்லை. மாதச் சம்பளம் வாங்கும் ஓர் ஊழியர் தன் சம்பளத்தின் பெரும்பகுதியை முதல் வாரத்திலேயே செலவழித்து விட்டு மாதக் கடைசியில் போதுமான பணமில்லாமல் திண்டாடுவதைப் பார்க்கிறோம். அவருக்கு உடனடித் தேவைகளின் முக்கியத்துவம், வருங்காலத் தேவைகளின் முக்கியத்துவத்தை விட அதிகமாகத் தோன்றுவதுதான் இதற்குக் காரணம். நம்முடைய தேவைகளைப் பற்றிய கற்பனைகளில் நிகழ்காலம் ஏற்படுத்தும் அழுத்தம், வருங்காலத் தேவைகளுக்கு விரவப்படுவதில்லை. வருங்காலத் தேவைகளுக்காகத் தற்போதைய தேவைகளைப் பூர்த்தி செய்யாமல் தள்ளிப்போடுவதற்கான மனத் திடம் பெரும்பாலானோருக்கு இருப்பதில்லை. வருங்காலத் தேவைகளைப் பற்றி எவருக்கும் நிச்சயமான அறிவு இருப்பதில்லை. வருங்காலத் தேவைகளை எளிதாக சமாளித்துவிடலாம் என்கிற உணர்வு, அவற்றைக் குறைத்து மதிப்பிடுவதால்தான் வருகிறது. அதாவது, தற்காலத் தேவைப் பொருளின் விளிம்பு நிலை மதிப்பு, மனித மனதில் அதே பொருளின் வருங்காலத் தேவையின் விளிம்புநிலை மதிப்பை விட அதிகமாகத் தோன்றுகின்றது. வருங்காலத்தில் இப்போது கிடைப்பதை விட அதிகமாகப் பொருள்கள் கிடைக்குமென்று அளிப்பை மிகை மதிப்பிடுகிற அதே மனித மனம், வருங்காலத்தின் தேவைகள் நிகழ்காலத் தேவைகள் அளவுக்கு முக்கியத்துவம் பெற்றிருக்காது என்று தேவைகளைக் குறைத்து மதிப்பிடுவது விந்தையானதுதான். ஆஜியோவிற்கான முதலிரண்டு காரணங்களையும் வட்டிக்கான 'காலவிருப்பத் தேர்வு' கொள்கையினரும் ஏற்றுக் கொள்கிறார்கள்.

ஆஜியோவிற்கான மூன்றாவது காரணம், உற்பத்தியில் சுற்றுவழி முறைகளின் ஆக்கத்திறன் அதிகமிருப்பதால், தொழில்நுட்ப ரீதியில் தற்போதைய பொருள், வருங்காலத்தில் அதற்கு இணையான பொருளைவிடச் சிறப்புற்றதாகத் தோன்றுவதுதான். பசி மிக்கவருக்குத் (தூண்டில், வலை இல்லாமல்) கையாலேயே

பிடித்த மீன், வலை வீசிப் பிடித்த மீனை விட மதிப்பு மிக்கதாகவே தோன்றும். உற்பத்தியில் சுற்றுவழி முறைகள் ஆக்கமிக்கதாக இருக்கும் என்பது பம் பாவர்க்கின் கோட்பாடு. காலம் கடக்கக் கடக்க மென்மேலும் உற்பத்தியில் சுற்றுவழி முறைகளைக் கையாளலாம்; அதனால் மென்மேலும் உற்பத்தி பெருகும். அப்படிப் பொருள்களின் உற்பத்தி அதிகரிக்க அதிகரிக்கத் தற்கால உற்பத்தியின் ஓர் அலகின் விளிம்பு நிலை மதிப்பு, வருங்கால உற்பத்தியின் ஓர் அலகின் விளிம்பு நிலை மதிப்பை விட அதிகமாகவே இருக்கும். உற்பத்தியில் சுற்றுவழி முறைகளின் ஆக்கத் திறன் காரணமாகத் தற்போதைய பொருள்களின் விளிம்பு நிலை மதிப்பு, அதற்கிணையான வருங்காலப் பொருள்களின் விளிம்பு நிலை மதிப்பை விட அதிகமானதாக இருக்கும் என்கிறார் பம் பாவர்க்.

ஆஜியோவிற்கான முதலிரண்டு காரணங்களைப் போல் மூன்றாவது காரணம் மனிதர்களின் அக உணர்வு மட்டும் சார்ந்ததன்று. கால ஓட்டம் மனித உணர்வில் தோற்றுவிக்கும் மாயக் காட்சிகளாக முதலிரண்டு காரணங்கள் அமைந்துள்ளன. ஆனால் மூன்றாவது காரணம் செயல்பட வேண்டுமென்றால் கால ஓட்டத்தின்போது உற்பத்தியில் சுற்றுவழி முறைகள் கையாளப்பட்டு அதனால் உற்பத்தி பெருகியிருக்க வேண்டும். கடன் வாங்கிய ஒருவர் அதைச் சுற்றுவழி உற்பத்தி முறையில் ஈடுபடுத்தினால் மட்டுமே வருங்கால உற்பத்தி அதிகரிக்கும். காலம் மட்டும் ஓடி, கடன் வாங்கியவர் அந்தத் தொகையை உற்பத்திக்காகப் பயன்படுத்தாமல் நுகர்ச்சிக்காகப் பயன்படுத்தியிருந்தால் வருங்காலத்தில் உற்பத்தி பெருகியிருக்காது. சுற்றுவழி முறைகள் எப்போதும் உற்பத்தியைப் பெருக்கும் என்று உறுதி கூற எந்த நிரூபணமும் இல்லை. அப்படியே இருந்தாலும், சுற்றுவழி முறைகளைக் கையாள்பவர்களுக்கு மட்டுமே இந்தக் காரணம் பொருந்தும். கால ஓட்டம் தானியங்கியாகச் செயல்பட்டுக் கடன் வாங்குபவர்களைச் சுற்றுவழி முறைகளைக் கையாள வைத்து விடும் என்று கூறுவதற்கில்லை. எனவே வட்டி, கால விருப்புத் தேர்வினால் வருகிறது என்கிற கொள்கையைக் கொண்டிருக்கிற இர்விங் பிஷர் போன்றவர்கள் பம் பாவர்க்கின் ஆஜியோவிற்கான இந்த மூன்றாவது காரணத்தை ஏற்கவில்லை.

பம் பாவர்க்கின் விளக்கப்படி, கால ஓட்டம் உற்பத்தியில் சுற்றுவழி முறைகளைக் கையாள வழிசெய்வதால், பொருள்களின் அளிப்பில் கிடைக்கும் பயன்பாடுகளில் இரு எதிர்மறையான மாற்றங்கள் வருகின்றன. 1. சுற்றுவழி முறைகளைக் கையாள்வதால், இப்போது கிடைப்பதை விட வருங்காலத்தில் அதிகமான அளவு பொருள்கள் கிடைக்கும். அதனால் அவற்றின் மொத்தப் பயன்பாடு அதிகரிக்கும். ஆனால், அந்தப் பொருளின் விளிம்புநிலைப்

பயன்பாடு குறைந்துவிடும். 2. சுற்றுவழி முறைகளைக் கையாள்வதற்காகப் பொருள்களின் உடனடி நுகர்ச்சியைத் தள்ளிப்போட்டுக் காத்திருக்க வேண்டும். அப்படிக் காத்திருப்பது துன்பம் (எதிர்மறைப் பயன்பாடு) தரும் செயல். காத்திருக்கும் காலம் அதிகரிக்க, அதிகரிக்க, காத்திருப்பவரின் விளிம்பு நிலை எதிர்மறைப் பயன்பாடு அதிகரித்துக்கொண்டே செல்லும். எந்த நிலையில் கால ஓட்டத்தினால் அதிகரிக்கிற பொருள்களிலிருந்து கிடைக்கிற குறைந்து கொண்டே வரும் விளிம்பு நிலைப் பயன்பாடு, அந்த அதிகரிக்கிற பொருள்களுக்காகக் காத்திருப்பதால் விளைகிற அதிகரித்துவரும் விளிம்புநிலை எதிர்மறைப் பயன்பாட்டுக்குச் சமமாகிறதோ அந்த நிலையில்தான் அந்தப் பொருளுக்கான உற்பத்திக் கால அளவு முடிவுறும். அந்த நிலையில்தான் சமுதாயம் உச்சமான பயன்பாட்டைப் பெறும்.

1959இல் பம் பாவர்க்கின் 'மூலதனமும் வட்டியும்' நூலின் மூன்று பாகங்களையும் ஒன்றுதிரட்டி, ஒரே நூலாக ஆங்கிலத்தில் வெளியான பதிப்பிற்கு மதிப்புரை எழுதிய பம் பாவர்க்கின் உடன் ஆசிரியர் பிரடரிக் ஃபான் வீஸர், அந்த நூல் நவீனப் பொருளியல் கொள்கைகளுக்கு மிக முக்கியமான பங்களிப்பு என்று பாராட்டுகிறார். அவருடைய மற்றொரு பிரபலமான மாணவரான ஜோசப் ஸ்கும்பீட்டரும் அவரைப் பொருளியல் ஆய்வுகளின் முன்னோடிகளில் ஒருவராக ஏற்றுக்கொள்கிறார். பம் பாவர்க் ஐந்து முக்கியப் பரப்புகளில் தன் ஆய்வுகளை மேற்கொள்ளாமல் விலக்கி வைத்தார் என்று ஸ்கும்பீட்டர் குறிப்பிடுகிறார். அவை: பணக் கொள்கை, வணிகச் சுழல் அல்லது நாட்டு உற்பத்தியின் சூறாவளி ஏற்ற இறக்கங்கள், மக்கள் தொகை, பன்னாட்டு வணிகம் மற்றும் விலைகளின் செயல்முறைக் கொள்கைகளும், பகிர்வும் ஆகியவனவாகும். மூலதனக் கொள்கையில் காலத்தின் பங்கை வலியுறுத்தி, நிச்சயமற்ற உலகில் தொழில் முனைவோரின் பணி காரணமாக உற்பத்தி சுற்றுவழிமுறைகள் மூலம் தொடர்ந்து இயங்குவதைப் படம் பிடித்த பம் பாவர்க், பொருளியல் கொள்கைகளில் ஒரு முன்னேற்றப் பாய்ச்சலைச் செய்தவர் என்கிற பெருமைக்குரியவர். ஜெர்மனியில் மார்க்சியக் கொள்கைகள் பெரும் செல்வாக்குடன் பரவிக்கொண்டிருந்தபோது அவற்றிற்கெதிரான கருத்துகளை முன்வைத்து வெற்றிகரமாக வாதிட்டவர் என்று அவருடைய சீடர்கள் அவரைப் பாராட்டுகின்றனர். நவசெவ்வியலின் சிற்பிகளில் பம்பாவர்க் ஒருவர் என்பதில் ஐயமில்லை.

~~

7

பிரடரிக் ஃபான் வீஸர்

பிரடரிக் வீஸர் (*Friedrich von Wieser*, 1851–1926) வியன்னாவின் மேற்குடியைச் சேர்ந்த லியோபோல்ட் ஃபான் வீஸரின் மகன். இள வயதிலிருந்தே சட்டம், வரலாறு, சமூகவியல் துறைகளில் ஆர்வத்துடனிருந்த இவர், 1860களில் ஹெர்பர்ட் ஸ்பென்ஸரின் சமூகவியல் கருத்துக்களால் கவரப்பட்டார். வியன்னா பல்கலைக்கழகத்தில் சட்டம் பயின்று பட்டம் பெற்ற போதுதான் யூஜின் பம் பாவர்க்கின் அறிமுகம் கிடைக்கப்பெற்றார். அதற்குப் பிறகு இருவரும் நெருங்கிய நண்பர்களானார்கள். 1880இல் வீஸருடைய சகோதரியை பம் பாவர்க் திருமணம் செய்துகொண்டார். பம் பாவர்க்கும் வீஸரும் 1870களிலேயே கார்ல் மெங்கரிடம் (மாணவர்களாகப் பாடங்கள் படிக்காமலேயே) முதன்மைச் சீடர்களானார்கள். இந்த மூவரும்தான் பொருளியலில் 'ஆஸ்திரியப் பள்ளி'யை நிறுவிய புகழுக்குரியவர்கள். 'ஆஸ்திரியப் பள்ளி'யின் முக்கியப் பிரதிநிதிகளான லுட்விக் ஃபான் மீஸஸ், ஜோஸப் ஸ்கும்பீட்டர், பிரடரிக் ஃபான் ஹாயக் ஆகியோர் வீஸர், பம் பாவர்க் ஆகியோரின் மாணவர்கள் என்பது குறிப்பிடத்தக்கது.

    1875 வரை அரசு அதிகாரியாக இருந்த வீஸருக்கு ஹைடல்பர்க் பல்கலைக்கழகத்தில் பொருளாதாரம் படிப்பதற்கான நிதி நல்கை கிடைத்தது. அங்கும், பின்னர் ஜெனா, லைப்ஸிக் ஆகிய பல்கலைக்கழகங்களிலும் அவரும் ஃபான் பம் பாவர்க்கும் ஆய்வு மேற்கொண்டனர். 1884இல் அவர் பிராக் நகரின் சார்லஸ் பல்கலைக்கழகத்தில் துணைப் பேராசிரியராக நியமனம் பெற்றார். 1903இல் கார்ல் மெங்கர் வியன்னா பல்கலைக்கழகத்திலிருந்து பதவி விலகியபோது வீஸர் அந்தக் காலியிடத்தில் பேராசிரியராக

நியமனம் பெற்றார். *1917*இல் ஆஸ்டிரியாஹங்கேரியின் வணிகத்துறை அமைச்சரானார். ஆனால் பம் பாவர்க்கைப் போல் அவர் வெற்றிகரமான அரசியல்வாதியாகத் திகழவில்லை. முதல் உலகப் பெரும்போரின்போது ஆஸ்டிரியாஹங்கேரிப் பேரரசே முறிந்து போனதால் அவர் மீண்டும் பல்கலைக் கழகப் பேராசிரியராகவே திரும்பிவிட்டார். பொருளியல் மட்டுமின்றிச் சட்டம், சமூகவியல் போன்ற பல துறைகளிலும் வீஸர் வல்லுனர். ஓபரா இசை நாடகங்களிலும் ஆழ்ந்த ஈடுபாடுடையவர்.

வீஸருக்கு நாஜி கொள்கைகளில் நாட்டமிருந்தது. அவர் *1926*இலேயே மரணமடைந்துவிட்டதால், நாஜி அரசு பிற்காலத்தில் நடத்திய பல கொடுஞ்செயல்களைக் காணவோ, கேட்கவோ இல்லை.

வீஸரின் மதிப்புக் கோட்பாடு

*1889*இல் வியன்னாவில் வீஸர் வெளியிட்ட 'இயற்கை மதிப்பு' *[Natural Value (Der naturliche Werth)]* நூல் அவர் பொருளியலுக்கு வழங்கிய முக்கியப் பங்களிப்பாகும். 'விளிம்புநிலைப் பயன்பாடு' என்கிற முக்கியமான கருத்தின் ஜெர்மானிய மூலச் சொல்லை *(grenznutzen)* முதலில் உருவாக்கியவர் அவரே. அந்தக் கருத்தைச் சுயமாக வெளியிட்ட மெங்கர், ஜெவன்ஸ் இருவரும் பயன்படுத்திய சொற்கள் 'இறுதிப் பயன்பாடு' என்கிற பொருளைத் தந்தன. அதை விட, 'விளிம்புநிலைப் பயன்பாடு' என்கிற வீஸரின் சொற்றொடர்தான் அதன் உயிரோட்டத்தைத் தெளிவாகச் சுட்டியது. [அந்த ஜெர்மானியச் சொற்றொடருக்கு இணையான ஆங்கிலச் சொற்றொடரை *marginal utility* என்று முதலில் மொழிபெயர்த்தவர் பிலிப் விக்ஸ்டீட் *(Phillip Wicksteed)*].

பொருள்களின் மதிப்பை (விலைகளை), நுகர்வோரின் அக உணர்வு சார்ந்த தேவைகளின் தீவிரத்தன்மைதான் தீர்மானிக்கிறது என்கிற ஆஸ்திரியப் பள்ளியின் கொள்கையை வீஸர் தன் பாணியில் நன்கு விளக்கியிருக்கிறார். (பின்னர் இங்கிலாந்தில் ஆல்பிரட் மார்ஷல் தேவை, அளிப்பு ஆகிய இரு சக்திகளும் சமன்பாடடையும் இடத்தில் மதிப்பு (விலை) தீர்மானமாகிறது என்றும், அதில் குறுகிய காலத்தில் நுகர்வோரின் அக உணர்வு சார்ந்த தேவை அதிக செல்வாக்குடைய சக்தியாக இருக்கிறதென்றும், ஆனால் நீண்ட காலத்தில் உழைப்பினால் தீர்மானிக்கப்படும் அளிப்பு செல்வாக்குப் பெறுகிறதென்றும் ஒரு சமரசக் கொள்கையை வெளியிட்டார். இது வீஸர் உட்பட்ட ஆஸ்திரியப் பள்ளியினரின் கொள்கையிலிருந்து மாறுபடுகிறது.) அவருடைய சமகால ஆஸ்திரியப் பள்ளியினரான மெங்கர், பம் பாவர்க் போன்றவர்களிடமிருந்து வீஸரின் மதிப்புக்

கொள்கை இரு விதங்களில் மாறுபடுகிறது. பிற ஆஸ்திரியப் பள்ளியினர், வோல்ரஸின் பொதுச் சமநிலைக் கோட்பாட்டைத் தங்கள் மதிப்புத் தத்துவத்திற்குள் இணைக்கவில்லை. ஆனால் வீஸர், பொதுச் சமநிலையில் மதிப்புகள் (விலைகள்) எவ்வாறு தீர்மானமாகின்றன என்பதை ஆய்வதில் ஆர்வம் காட்டினார். மற்ற ஆஸ்திரியப் பள்ளியினர், உற்பத்திக் காரணிகளின் பயன்பாட்டிற்கான விலைகள் (கூலி, வாரம், வட்டி போன்றவை) அவற்றின் விளிம்புநிலை உற்பத்தித் திறன்களால் நிர்ணயமாகின்றன என்பதோடு நிறுத்திக்கொள்கிறார்கள். ஆனால், வீஸர் ஒருபடி மேலே போய், அனைவரும் சமமான வருமானம் பெறும் ஒரு கம்யூனிஸ சமுதாயத்தில்தான் பொதுச் சமநிலையில் அனைத்துப் பொருள்களின் விலைகளும் அவற்றின் விளிம்புநிலைப் பயன்பாட்டாலும், அனைத்து உற்பத்திக் காரணிகளின் விலைகளும் அவற்றின் விளிம்புநிலை உற்பத்தித் திறனாலும் தீர்மானமாகின்றன என்றார். மேலும் பொருள்களின் ஒட்டுமொத்த மதிப்பு அவற்றின் தனித்தனி விலைகளின் கூட்டுக்குச் சமமாக இருக்கும் என்றும் காட்டுகிறார். சுருங்கச் சொன்னால், ஆஸ்திரியப் பள்ளியினரில் பொதுச் சமநிலை, பொருளாதார சமத்துவம் ஆகிய கருத்துக்கருக்களுக்கு ஆதரவான நிலையை எடுத்தவர் வீஸர் எனலாம்.

கார்ல் மெங்கரைப் பின்பற்றித்தான் தன் மதிப்புக் கொள்கையை வீஸர் வெளியிட்டார். மெங்கரின் கொள்கையின் விரிவாக்க மாகத்தான் அவருடைய மதிப்புக் கொள்கையைக் கொள்ள வேண்டும். அம்மதிப்புக் கொள்கையை இப்படி விளக்கலாம்:

1	பொருள்கள்	*0*	*1*	*2*	*3*	*4*	*5*	*6*	*7*	*8*	*9*	*10*	*11*
2	விலைகள்	*0*	*10*	*9*	*8*	*7*	*6*	*5*	*4*	*3*	*2*	*1*	*0*
3	மொத்தப் பயன்பாடு	*0*	*10*	*19*	*27*	*34*	*40*	*45*	*49*	*52*	*54*	*55*	*55*
4	மொத்த மதிப்பு (பொருள்கள்x விலைகள்)	*0*	*10*	*18*	*24*	*28*	*30*	*30*	*28*	*24*	*18*	*10*	*0*
5	(மொத்தப் பயன்பாடு– மொத்த மதிப்பு)	*0*	*0*	*1*	*3*	*6*	*10*	*15*	*21*	*28*	*36*	*45*	*55*
		ஏறுமுகம்										இறங்குமுகம்	

பொருள்களின் எண்ணிக்கை படிப்படியாக அதிகரிக்கும்போது அவற்றின் விளிம்புநிலைப் பயன்பாட்டினால் நிர்ணயமாகும் விலைகள் படிப்படியாகக் குறையும் என்ற அனுமானம் அட்டவணைவழித் தெளிவாகத் தெரிகிறது. விளிம்புநிலைப் பயன்பாடுதான் விலைகளை நிர்ணயிக்கிறது என்பது கார்ல் மெங்கரின் வாதம். படுகிடை வரிசையின் 2ஆம் பிரிவு, பொருள்களின் எண்ணிக்கை அதிகரிக்க அதிகரிக்க அவற்றின் விலைகள் (விளிம்புநிலைப் பயன்பாடுகள்) படிப்படியாகக் குறைவதைக் காட்டுகிறது. படுகிடை வரிசையின் 3ஆம் பிரிவு, நுகர்வோரின் மொத்தப் பயன்பாட்டைக் காட்டுகிறது. நுகர்பவர் மூன்று அலகு பொருள்களை வாங்கியிருந்தால் 10+9+8=27 அலகு பயன்பாடு பெறுகிறார். நுகர்பவர் ஆறு அலகு பொருள்களை வாங்கியிருந்தால் 10+9+8+7+6+5=45 அலகு பயன்பாடு பெறுகிறார். படுகிடை வரிசையின் 4ஆம் பிரிவு, பொருள்களின் மொத்த மதிப்பை, அதாவது பொருள்களின் எண்ணிக்கையை அவற்றின் விலைகளால் பெருக்குவதால் கிடைக்கும் விடையைக் காட்டுகிறது. 2 அலகு பொருள்கள் வாங்கினால், இரண்டாவது அலகு பொருளின் விலை 9 என்பதால் மொத்த மதிப்பு 2 x 9=18. 5 அலகு பொருள்கள் வாங்கினால் ஐந்தாவது அலகு பொருளின் விலை 6 என்பதால் மொத்த மதிப்பு 5 x 6=30. 8 அலகு பொருள்கள் வாங்கினால் எட்டாவது அலகு பொருளின் விலை 3 என்பதால் மொத்த மதிப்பு 8 x 3=24. இந்த மொத்த மதிப்பு 0இலிருந்து 30 வரை முதலில் ஏறுமுகமாகவும், அதற்குப் பிறகு 30இலிருந்து 0 வரை இறங்குமுகமாகவும் மாறுவதை அந்த வரிசை காட்டுகிறது. படுகிடை வரிசையின் 5ஆம் பிரிவு, சமநோக்கினால் ஏற்படுகிற மதிப்பு இழப்பைக் (the value lost from indifference) காட்டுகிறது. நுகர்பவர் 2 அலகு பொருள்கள் வாங்கினால் 10+9=19 அலகு பயன்பாடு பெறுகிறார். ஆனால் அவர் 2வது அலகு பொருள் வாங்குவதற்கு என்ன விலை தந்தாரோ, அதே விலையைத்தான் முதல் அலகு பொருளுக்கும் தருவார். அதாவது, விலை 9க்குக் குறைந்தால்தான் 2வது அலகு பொருளை வாங்குவார். அதனால்தான் சந்தையில் 2 அலகு பொருள்களின் மதிப்பு 2 x 9=18 ஆக இருக்கிறது. போட்டி நிலவும்போது, வாங்குகிற ஒரே தரமான இரண்டு அலகு பொருள்களையும் நுகர்பவர் சமமாகவே நோக்குகிறார். ஒரே அலகு பொருள் மட்டும் அங்காடியில் விற்றிருந்தால் அதற்கு 10 அலகு விலை தந்திருப்பார் என்று அவர் கருதி, முதல் அலகுக்கு 10 விலையும் இரண்டாவது அலகுக்கு 9 விலையும் தருவதில்லை. இதனால் சமுதாயம் பெறும் மொத்தப் பயன்பாடு சமுதாயத்தின் மொத்த மதிப்பைவிட அதிகமாக இருக்கிறது. (ஆல்பிரட் மார்ஷலின் நுகர்வோர் உபரியை ஒத்திருக்கும் இந்தக்

கருத்து, வீஸரால் முற்றுரிமையினால் வரக்கூடிய தீமைகளைக் காட்டவே பயன்படுத்தப் பட்டிருக்கிறது. நுகர்வோர் உபரி பற்றி வீஸர் பேசவில்லை.)

சந்தையில் தீவிரமான போட்டி நிலவுமானால் ஒரு பொருளின் ஒரே தரமான அலகுகள் அனைத்துக்கும் ஒரே விலைதான் நிலவும். எடுத்துக்காட்டாக, ஒரே தரமான கொய்யா சந்தைக்கு வருகிறது என்று கொள்வோம். ஒரு வியாபாரிக்கு திடீரென அதிகமான கொய்யா விற்பனைக்கு வந்து சேருமானால், அதை விற்பதற்கு அவர் தன்னிடம் ஏற்கெனவேயிருக்கும் கொய்யாக்களின் விலையை, அப்போது சந்தையில் நிலவிவரும் விலையை விடக் குறைக்க வேண்டி வருகிறது. அப்படி அவர் செய்தால், பிற வியாபாரிகள் அனைவரும் அதே தரமான தங்கள் கொய்யாக்களையும் அவர் விற்கிற அதே குறைந்த விலைக்குத்தான் விற்றாக வேண்டும்! இல்லாவிட்டால், போட்டிச் சூழலில், அவர்கள் தங்கள் வாடிக்கையாளர்களை இழக்க நேரும். அட்டவணையில் காட்டியிருக்கிற மாதிரி, பொருளின் அலகுகளின் எண்ணிக்கை அதிகரிக்க அதிகரிக்க அவற்றின் விலைகள் குறைந்துகொண்டே வருமானால், மொத்த மதிப்பு (வியாபாரிகளின் வருவாய்) முதலில் ஏறுமுகமாக வளர்ந்துகொண்டே சென்று, 30இல் உச்சமடைந்து, பின்னர் இறங்குமுகமாகச் சரிந்து மீண்டும் 0ஐ (சுன்னம்) அடைந்து விடலாம்.

பெரும்பாலான சமயங்களில் சமுதாயத்தின் உற்பத்தியின் அளவு, மொத்த மதிப்பு ஏறுமுகமாக இருக்கும் அளவுகளுக்குள்தான் இருக்கும் என்று வீஸர் அனுமானித்தார். அப்போது மொத்தப் பயன்பாடு, மொத்த மதிப்பு இரண்டுமே அதிகரித்துக்கொண்டே வரும். ஆனால் சில சமயங்களில் மொத்த மதிப்பு இறங்குமுகமாக இருக்கும் பரப்பிலும் சமுதாயம் உற்பத்தியில் ஈடுபட வேண்டி வரலாம். அப்போது மொத்தப் பயன்பாடு அதிகரித்துக்கொண்டே போகுமென்றும், ஆனால் எதிர்மறையாக மொத்த மதிப்பு குறைந்துகொண்டே வருமென்றும் அவர் காட்டுகிறார். அப்போது பயன்பாடும் மதிப்பும் எதிர்த் திசைகளில் இயங்குகின்றன.

தனியாரால் இயக்கப்படும் சுதந்திரமான பொருளாதார அமைப்பின் மையக் குறிக்கோள் நுகர்வோர் அதிகமான பயன்பாட்டைப் பெறுவதுதான். இந்தப் பயன்பாட்டை அளிக்கக்கூடிய பொருள்களை உற்பத்தி செய்பவர்கள், வர்த்தக உலகைச் சேர்ந்தவர்கள். அவர்கள் பொருள்களை உற்பத்தி செய்து இலாபம் பெற முயல்கிறார்கள். அவர்களின் இலக்கு, பொருள்களை அதிகமான மதிப்பிற்குப் பரிவர்த்தனை செய்து, அதிகமான இலாபத்தை ஈட்ட வேண்டுமென்பதுதான். நுகர்வோருக்கு

அதிகமான பயன்பாட்டை அளிக்க வேண்டுமென்பது அவர்களின் நோக்கமன்று. நுகர்வோரின் பயன்பாட்டிற்கும் வர்த்தகர்களின் பரிவர்த்தனை மதிப்பிற்கும் முரண்பாடு தோன்றினால் வர்த்தகர்களின் கைதான் ஓங்கும் என்கிறார் வீஸர். ஏனென்றால், வர்த்தகர்கள் தங்கள் நலனைக் காப்பாற்றிக்கொள்கிற வழிகளில் ஒருங்கிணைந்து செயல்படும்போது நுகர்வோர் ஒருங்கிணைந்து அதை எதிர்கொள்கிற வழியில் சமுதாயம் இயங்குவதில்லை என்பதை வீஸர் கவனித்துப் பதிவு செய்திருக்கிறார்.

தங்கள் நலனைப் பேணும் நடவடிக்கைகளை எடுக்கும் வர்த்தகர்களின் சக்தி, அவர்களிடையே போட்டி அதிகரிக்க அதிகரிக்கக் குறைந்துகொண்டே வருமென்றும் வீஸர் காட்டுகிறார். வர்த்தகர்கள் முற்றுரிமை பெற்றவர்களாக இருந்தால் அவர்கள் விலையை அதிகரிப்பதை எவரும் தடுக்க முடியாது. சந்தையில் ஒரே கொய்யாவை மட்டும் வைத்து, அதில் தீவிர விருப்பமுள்ள ஒருவருக்கு முதலில் அதை 10 விலைக்கு விற்ற பிறகு, இரண்டு கொய்யாக்களைக் கொணர்ந்து வைத்து, அவற்றின் விலையைக் குறைத்து 9 விலைக்கு வேறு சிலருக்கு விற்க முற்றுரிமையாளரால் முடியும். அதாவது, விற்கிற வர்த்தகர், வாங்கும் நுகர்வோரிடையே விலை வேறுபாட்டைக் காட்ட முடியும். ஆனால், போட்டி அதிகமானால் வர்த்தகர்களால் விலைகளை அவர்கள் விருப்பப்படி அதிகரிக்க இயலாது; வாங்கும் நுகர்வோரிடையே விலை வேறுபாடுகளையும் காட்ட முடியாது. போட்டி அதிகமானால் வர்த்தகர்களால் அனைத்து நுகர்வோருக்கும் ஒரே விலையில்தான் விற்க முடியும். எனவே வர்த்தகர்களிடையே போட்டி நிறைந்த சமுதாயமே சிறந்தது என்பது வீஸரின் முடிவு. நிறைவுப் போட்டி நிலவும் சமுதாயங்களைத்தான் அவர் ஆதரித்தார். வர்த்தகர்களிடையே போட்டி குறைந்த சமுதாயங்களில்கூட அவர் சோஸலிசக் கொள்கைகளை ஆதரிக்கவில்லை. ஆனால், அரசு அங்கு வணிக நடவடிக்கைகளைக் கட்டுப்படுத்தும் சட்டங்களை இயற்றலாம் என்கிறார்.

நடைமுறை உலகில் பரிவர்த்தனை மதிப்புக்கும் நுகர்வோர் பயன்பாட்டிற்கும் மற்றொரு வகை முரண்பாடு வரக்கூடும் என்பதை வீஸர் கவனித்துப் பதிவு செய்திருக்கிறார். நடைமுறை உலகில் பரிவர்த்தனை மதிப்பு, பயன் மதிப்பை அளப்பதில்லை. மக்களின் அடிப்படைத் தேவைகளின் பயன்பாடு, உற்பத்தியின் அளவைத் தீர்மானிப்பதில்லை. மாறாக, மக்களின் வாங்கும் சக்தியின் அளவுதான் உற்பத்தியின் அளவைத் தீர்மானிக்கிறது. எந்தப் பொருளுக்கு மிக அதிகமான பயன்பாடு இருக்கிறது என்பது அந்தப் பொருளுற்பத்தியைத் தீர்மானிப்பதில்லை. (எடுத்துக்காட்டு: பிராணவாயு). அந்தப் பொருளுற்பத்தியிலிருந்து

கிடைக்கும் வருவாய்தான் அதன் உற்பத்தியைத் தீர்மானிக்கிறது (எடுத்துக்காட்டு: வைரங்கள்). பொருளாதார ஏற்றத்தாழ்வு மிக்க சமுதாயங்களில் பரிவர்த்தனை மதிப்புள்ள பொருள்களுக்குக் கிடைக்கும் முக்கியத்துவம், நுகர்வோர் பயன்பாடு அதிகமுள்ள பொருள்களுக்குக் கிடைப்பதில்லை. செல்வமிக்கவர்களின் வீணான, டாம்பீகமான தேவைகளைப் பூர்த்தி செய்யும் பொருள்கள் உற்பத்தி செய்யப்படுகின்றன. ஆனால், வறியவர்களின் இன்றியமையாத, அடிப்படைத் தேவைகளை நிறைவு செய்யும் பொருள்கள் உற்பத்தி செய்யப்படுவதில்லை. நாட்டில் செல்வத்தின் பகிர்வுதான் எத்தகைய பொருள்கள் உற்பத்தியாகும் என்பதைத் தீர்மானிக்கிறது. அதனால்தான் போகப் பொருள்கள் விளம்பரப்படுத்தப்பட்டு விற்கப்படுகின்றன. ஆனால், பட்டினியைப் போக்கும் பொருள்கள் கிடைப்பருமையாகிவிடுகின்றன.

இந்த எண்ணங்களையெல்லாம் ஒருமுகப்படுத்த வீஸர் ஓர் அகவயமான கற்பனை உலகை உருவாக்குகிறார். அது ஒரு கம்யூனிச சமத்துவ உலகு. அதில் தனியார் சொத்துரிமை இல்லை. பொருளாதார ஏற்றத்தாழ்வுகள் இல்லை. மக்களின் வாங்கும் சக்தியில் வேறுபாடுகள் கிடையாது. சந்தையிலிருக்கும் பொருள்களின் எண்ணிக்கையும், அவற்றின் விளிம்புநிலைப் பயன்பாடுகளும்தான் விலைகளை நிர்ணயம் செய்யும். 'இயற்கை மதிப்பு' நிர்ணயத்தை மக்களின் வலிமை, ஏமாற்றுதல், பிழை, மாற்றம் போன்றவை பாதிக்காது. அங்காடி இயக்கம் பற்றாக்குறையுள்ள உற்பத்திக் காரணிகளை, அவற்றின் விளிம்புநிலை உற்பத்தித் திறன் சார்ந்து, மிகப் பயன்பாடு மிக்க உற்பத்தியை நோக்கிச் செலுத்தும். அத்தகைய கம்யூனிச சமுதாயத்தில் வருமானப் பகிர்வு உற்பத்திக் காரணிகளின் பயன்பாடுகளைத் தீர்மானிக்காது. அந்தச் சமுதாயத்தின் சந்தை இயக்கம்தான் விளிம்புநிலைப் பயன்பாட்டைக் கைகாட்டியாகப் பயன்படுத்தி உற்பத்திக் காரணிகளைத் திசை திருப்பி, எந்தெந்தப் பொருள்கள் உற்பத்தி செய்யப் பட வேண்டுமெனத் தீர்மானிக்கும். அப்படிப்பட்ட கம்யூனிச உலகத்தில்தான் பொருள்களின் விலைகள், அவற்றின் உண்மையான மதிப்பைச் சரியாகப் பிரதிபலிக்கும். பொருளாதார ஏற்றத்தாழ்வுமிக்க சமுதாயத்தின் சந்தை விலைகள், அவற்றின் உண்மை மதிப்பைப் பிரதிபலிக்காது என்று வீஸர் கருதுகிறார். இப்படிச் சொல்லியிருப்பதால் வீஸர் கம்யூனிசத்தை ஆதரித்ததாகக் கொள்ளக் கூடாது. தத்துவ அளவில், பொருள்களின் உண்மையான மதிப்பை அறிய வேண்டுமானால் அது சமத்துவமான சமுதாயத்தின் சந்தைகளில்தான் நிலவும் என்பது அவர் வாதம். நடைமுறை உலகின் சந்தைகளில் முற்றுரிமையுடைய வணிகர்களாலும், வாங்கும் சக்தி மிகுந்த செல்வர்களாலும் விலை நிர்ணயம்

பாதிக்கப்படுவதால் அங்கு நிலவும் விலைகள் அவற்றின் உண்மை விலைகளை விட வேறுபட்டு இருக்கின்றன.

வீஸரின் கற்பனையான கம்யூனிஸ உலகில்கூட சந்தையின் இயக்கம்தான் உற்பத்திக் காரணிகளின் இயக்கங்களைக் கட்டுப்படுத்தும் என்பது கவனத்துக்குரியது. கார்ல் மார்க்ஸின் கம்யூனிச உலகில் சந்தையின் இயக்கம் செயலற்றுப் போய்விடுகிறது. ஆனால் வீஸரின் கம்யூனிச உலகில் சந்தையின் இயக்கம்தான் உற்பத்திக் காரணிகளை வழிகாட்டிச் செயல்படுத்தும் கருவியாக இருக்கிறது! ஒரு திட்டமிட்ட பொருளாதார ஏற்பாட்டில் அனைத்துப் பொருள்களின் விலைகளையும் ஒன்றுக்கொன்று ஒத்திசைவான வகையில் ஒரே சமயத்தில் தீர்மானிக்கும் அளவுக்குத் தேவையான தகவல்களை எந்த மத்திய அமைப்பாலும் பெற முடியாதென்று ஆஸ்திரியப் பள்ளியின் 'கணிப்பாய்வு வாதம்' (calculation debate) அறுதியிட்டுக் கூறுகிறது. அதாவது, தங்களுக்கு எந்தப் பொருள்கள், எந்தத் தரத்தில், எவ்வளவு தீவிரமாகத் தேவைப்படுகிறது; எந்தப் பொருளை உற்பத்தி செய்வதில் தங்களுக்கு எவ்வளவு சிறப்புத் தேர்ச்சி, அக்கறையிருக்கிறது போன்ற மிகப் பரவலாகத் தகவல்கள் தனித்தனியாக மக்களிடத்தில் சிதறித் தெளிக்கப்பட்டிருக்கிறதென்று ஆஸ்திரியப் பள்ளியினர் கூறுகிறார்கள். சந்தை எவருடைய தூண்டுதலுமின்றி தன்னிச்சையாகவே அந்தச் செய்திகளனைத்தையும் திரட்டி, விலைகள் மூலம் அவற்றின் சாரத்தை நுகர்வோருக்கு மறைமுகமாகச் சுட்டிக்காட்டுகின்றதென்று அவர்கள் கூறுகிறார்கள். அந்தச் செய்திகளனைத்தையும் ஓரிடத்தில் ஓர் அரசோ அல்லது திட்டக் குழுவோ குவிப்பது இயலாத காரியமென்பது ஆஸ்திரியப் பள்ளியின் நிலைப்பாடு. சந்தை இயக்கம், சிதறிக் கிடக்கும் அந்தத் தகவல்களை எவருடைய கட்டுப்பாடுமின்றி விலைகளின் ஏற்ற இறக்கம் வழியாகத் தேவையான இடத்தில், தேவையான அளவுக்கு ஒன்று திரட்டி, உற்பத்திக் காரணிகளைச் சரியான திசைகளில் செலுத்தி, மக்களின் அனைத்துத் தேவைகளையும் நிறைவு செய்கிறது என்பது அவர்களின் மையமான வாதம். வீஸரின் கற்பனைக் கம்யூனிசமும் அந்த வாதத்தின் வழியிலேயே சென்று, சந்தை வழியாக இயங்கும் ஓர் ஏற்பாட்டில்தான் பொருள்களின் உண்மை மதிப்பை அறிந்துகொள்ள இயலும் என்கிறது. அப்படிப்பட்ட கம்யூனிச சமுதாயத்தில்தான் அனைத்துப் பொருள்களின் உண்மையான மதிப்புகளுக்கு இணையாக அவை பரிவர்த்தனையாகும் என்கிற அவருடைய வாதம் தனித்தன்மையுடையது. இப்படிச் சொல்வதால் வீஸர் மற்ற ஆஸ்திரியப் பள்ளியினரிடமிருந்து வேறுபடுகிறார். ஆனால், மார்க்சிய கம்யூனிசத்தின் கருப்பொருளான உழைப்பு மட்டுமே

பொருள்களின் மதிப்பை நிர்ணயிக்கிறது என்கிற கொள்கையை வீஸர் திட்டவட்டமாக மறுக்கிறார். சமத்துவமான சமுதாயத்தின் நுகர்வோரின் விருப்பத் தேர்வுகள்தான் பொருள்களின் மதிப்பைத் தீர்மானிக்கின்றன என்கிறார்.

மற்ற ஆஸ்திரியப் பள்ளியினரைவிட வீஸர் லியான் வோல்ரஸின் பொதுச் சமநிலைக் கருத்துக்கு ஆதரவாக இருந்தார் என்பதும் குறிப்பிடத்தக்கது. பொருளாதார ஏற்றத்தாழ்வுகளற்ற ஒரு சமுதாயத்தில் சந்தையின் இயக்கம் ஒரு பொதுச் சமநிலையை நோக்கி இயங்கும் என்பது அவரது துணிபு.

*1914*ஆம் ஆண்டு பம் பாவர்க் மரணமடைந்தார். அந்த ஆண்டுதான் வீஸர் பிரதிவாய்ப்பு ஊதியம் (*opportunity cost*) [அல்லது பதிலீட்டுச் செலவு (*alternative cost*)] பற்றிப் பேசும் தன் முக்கியமான 'சமூகப் பொருளாதாரத் தத்துவம்' (*Theory of Social Economy*) நூலை வெளியிட்டார். ஆஸ்திரியப் பள்ளியினர் பொருளாதாரத்துக்குச் செய்த பங்களிப்புகளில் பிரதிவாய்ப்பு ஊதியம் முக்கியமான ஒன்று. பிரதிவாய்ப்பு ஊதியக் கொள்கையைப் பின்வரும் பத்திகளில் விளக்கியிருக்கிறேன். வீஸர் நவீனப் பொருளாதார இயக்கத்திற்குத் தொழில் முயல்வோரின் முக்கியத்துவத்தைத் தன்னுடைய ஆய்வுகளில் நன்கு தெளிவுப்படுத்தியுள்ளார். பின்னாட்களில் இவருடைய மாணவரான ஜோஸப் ஸ்கும்பீட்டர், தொழில் முனைவோரை மையப்படுத்தி எழுதிய கருத்துகளின் கருக்கள் வீஸர் விதைத்தவை.

வீஸரின் 'காரணமாகக் குறித்துரைக்கும்' தத்துவம் (*imputation theory*) பொருள்களின் உற்பத்தியில் வெவ்வேறு கலவைகளில் உற்பத்திக் காரணிகள் இணைக்கப்படும்போது ஒவ்வோர் உற்பத்திக் காரணியின் தனித்தனி விளிம்புநிலை உற்பத்தித்திறனைக் கணிப்பது சிக்கலானது என்பதை ஏற்றுக்கொள்கிறது. வில்லையும் அம்பையும் கொண்டு மானைக் குறிபார்த்து வீழ்த்தும் ஒரு வேடர் அந்த வில் அல்லது அம்பின் தனியான உற்பத்தித்திறனைக் கண்டுபிடிக்க, வில் இல்லாமல் தனியாக அம்பைச் செலுத்தியோ அம்பில்லாமல் வில்லினால் அடித்தோ மானை வேட்டையாடித்தான் அவற்றின் விளிம்பு நிலை உற்பத்தித் திறனை அறிய முடியும் என்று கூறுவது அபத்தமானது என்று வீஸர் கூறியிருக்கிறார். வெவ்வேறு கலவைகளில் இணைந்திருக்கும் உற்பத்திக் காரணிகளில் ஒன்றை மட்டும் விலக்கி விட்டு, மீதமிருப்பவை உற்பத்தி செய்த மொத்த அளவின் வேறுபாட்டை அளவிட்டு, விலக்கப்பட்ட உற்பத்திக் காரணியின் உற்பத்தித் திறனை அளக்கலாம். எனினும், அப்படி அளந்த உற்பத்திக் காரணிகளின் தனித்தனியான விளிம்பு நிலை உற்பத்தித் திறன்களின் கூட்டுத்தொகை ஒட்டுமொத்த

உற்பத்தித் திறனைவிடக் கூடுதலாயிருக்கக்கூடும் என்பதையும் காட்டுகிறார். அதற்குத் தீர்வாக அவர் உற்பத்திக் காரணிகளின் வெவ்வேறு கலவைகளில் இருக்கும் தனித்தனி காரணிகளின் பயன்பாட்டைக் கணக்கிட்டு அறிய முயல்கிறார். அக அளவில் இதை விளக்குவதற்காக ஒரு கற்பனையான எடுத்துக்காட்டைக் காண்போம்.

உப்பிலாப் பச்சடி, தயிர்வடை, பொறியல் மூன்றிற்கும் உப்பு, மிளகாய், தயிர் ஆகியவற்றில் ஏதோ இரண்டின் வெவ்வேறு கலவைகள் தேவை என்று கொள்வோம். இப்போது உப்பின் விளிம்புநிலைப் பயன்பாடு எவ்வளவு என்பதை அறியத் தயிர்சாதத்தில் ஒரு சிட்டிகை உப்பைக் குறைத்து, அதனால் ருசியில் வரும் பயன் விளைவுகளை அளக்க முடிந்தால் அதன் வழியாக அதன் விளிம்புநிலைப் பயனைக் கண்டுபிடிக்கலாம் என்பது தத்துவ ரீதியாகச் சரியாகத் தோன்றலாமே தவிர நடைமுறையில் செயல்படுத்துவது கடினம். அதே சிட்டிகை உப்பைப் பொறியலிலிருந்து விலக்கினால், அப்போது இழக்கப்படுகிற பயன், முன்பு தயிர் சாதத்திலிருந்து விலக்கிக் கணக்கிட்டிருந்த விளிம்பு நிலைப் பயனின் அளவே இருப்பது துர்லபம்! ஆனால் மூன்று வெவ்வேறு பொருள்களில் பயன்படுத்தப்படும் மூன்று பொருள்களின் கூட்டுப் பயனைச் சமன்பாடுகளாகப் பார்க்க முடியுமென்றால், அவற்றைப் பயன்படுத்தி அந்த மூன்று பொருள்களின் விளிம்புநிலைப் பயன்களைப் பெற இயலும் என்று வீஸர் காட்டியிருக்கிறார்.

உப்பு = x ; தயிர் = y ; மிளகாய் = z என்றும், கீழ்க்காணும் பொருள்களை உற்பத்தி செய்ய அவற்றின் கலவைகள் கீழ்காணும் சமன்பாடுகள் காட்டுகின்றன என்றும் கொள்வோம்:

உப்பிலாப் பச்சடி: $4y + 5z = 590$

பொறியல்: $2x + 3z = 290$

தயிர் சாதம்: $x + y = 100$

இந்த சமன்பாடுகளை ஏக காலத்தில் விடுவித்தால் $x = 40; y = 60; z = 70$ என்கிற விடைகள் கிடைக்கும். இவைதான் முறையே அந்த உற்பத்திக் காரணிகளின் விளிம்பு நிலைப் பயன்கள் ஆகும். இயங்குகிற உலகில் அனைத்துப் பொருள்களும் உற்பத்திக் காரணிகளைப் பலவிதமான கலவைகளில் பயன்படுத்தித்தான் உருவாக்கப்படுகின்றன. அப்படியிருக்கும்போது அந்த உற்பத்திக் காரணிகளின் விளிம்பு நிலைப் பயனை அளக்க வேண்டுமென்றால் அவற்றை ஒருங்கமை ஒருபடிச் சமன்பாடுகளாக (*simultaneous equations*) மாற்றிப் பார்த்து, அவற்றை ஏக காலத்தில் விடுவித்துத்

தீர்வு கண்ட லாஸேன் பள்ளியின் வோல்ரஸ், வில்பிரடோ பெரிடோ ஆகியோரின் வழிமுறையை வீஸர் ஏற்றுக் கொண்டாரென்றே தோன்றுகிறது. அந்த விதத்திலும் வீஸர் பிற ஆஸ்திரியப் பள்ளியினரிடமிருந்து தனித்து நிற்கிறார்.

உப்பு, தயிர், மிளகாய் போன்றவற்றை உற்பத்திக் காரணிகள் என்று கொண்டு, அவற்றை வெவ்வேறு பொருள் உற்பத்திகளில் எந்த அளவுகளில் எவ்வாறு ஈடுபடுத்துவது என்று ஆஸ்திரியப் பள்ளியினர் தீர்மானித்தனர் என்பதை விளக்குவதற்கும் மேற்கூறிய எடுத்துக்காட்டையே பயன்படுத்தலாம். உற்பத்திக் கலவைச் சமன்பாடுகளை ஏக காலத்தில் விடுவித்துப் பெறும் விடைகள் அந்த உற்பத்திக் காரணிகளின் விளிம்பு நிலை உற்பத்தித் திறன்களைக் காட்டுகின்றன என்று கொண்டு, அந்த நிலையில் அந்த விளிம்புநிலை உற்பத்தித் திறன்கள் அவற்றின் பிரதிவாய்ப்பு ஊதியங்களைக் காட்டுவதாக அவர்கள் கூறுகிறார்கள். அதாவது, அந்தக் கலவைகளிலிருந்து அந்தப் பொருள்களை நீக்கினால், நுகர்வோர் அக உணர்வுகளில் அந்தப் பொருள்கள் இழக்கும் மதிப்பை அவை குறிப்பாய்த் தெரிவிப்பதாக ஆஸ்திரியர்கள் கூறுகிறார்கள். ஆஸ்திரியப் பள்ளியினர் உற்பத்திச் செலவுகள் என்பவை உற்பத்தியில் ஈடுபடுத்தப்படும் காரணிகள் பெறக்கூடிய பிரதிவாய்ப்பு ஊதியங்கள் என்று வாதிடுகிறார்கள். உற்பத்திச் செலவுகள் என்பவை புறப்பொதுமையான உடல் துன்பம், உழைப்பு, முயற்சி போன்ற மனிதர்கள் விலக்க விரும்பும் பயன்பாட்டுக்கு எதிர்மறையான நிலைகளைத் தரும் *(disutility)* உண்மைச் செலவுகள் *(real costs)* என்கிற செவ்வியல் அரசியல் பொருளாதாரக் கோட்பாட்டை ஆஸ்திரியப் பள்ளியினர் ஏற்கவில்லை. ஆஸ்திரியப் பள்ளியினரின் கொள்கைக்கு எடுத்துக் காட்டாக, ஒரு துணைநடிகர் ஒரு நாளில் பெறுகிற கூலி, அவர் நடிப்பில் ஈடுபடாமல் வேறொரு வேலையில் சேர்ந்திருந்தால் என்ன கூலி பெற்றிருப்பார் என்பதனால் தீர்மானிக்கப் படுகிறது என்பது பிரதிவாய்ப்பு ஊதியக் கோட்பாட்டின் மையக் கரு. துணை நடிகராக அவர் ஒருநாளில் ரூ. 300 கூலி பெறுகிறார் என்றும், அந்த வேலை கிடைக்காத நாட்களில் அவர் ஒளிப்பதிவாளரின் உதவியாளராக ரூ. 250 கூலி பெறுகிறார் என்றும் நமக்குத் தெரியுமானால் அவருடைய பிரதிவாய்ப்பு ஊதியம் ரூ. 250 என்று கூறுகிறோம். ஒரு பொருளின் உற்பத்தியில் எந்தெந்தக் காரணிகளை எந்தெந்த அளவுகளில் பயன்படுத்தலாம் என்று முடிவு செய்ய அவற்றின் பிரதிவாய்ப்பு ஊதியங்களைத் தொழில் முனைவோர் கணக்கில் கொள்வார்கள் என்பது ஆஸ்திரியப் பள்ளியினரின் கருத்து. பிரதிவாய்ப்பு ஊதியங்கள் அந்தக் காரணிகளை பயன்படுத்துபவர்களின் தேவையைச் சார்ந்து,

அவர்களின் அக உணர்வுகளால்தான் குறித்துக்காட்டப்படுகின்றன என்பதுதான் ஆஸ்திரியச் செலவுக் கோட்பாடு ஆகும். இது செவ்வியலாரின் புறப் பொதுமையான உண்மைச் செலவுக் கோட்பாட்டிலிருந்து மாறுபடுகிறது. (இந்த வேறுபாட்டை ஆல்பிரட் மார்ஷல் பற்றிய இயலில் மேலும் விளக்கியிருக்கிறேன்.)

வீஸர்தான் பிரதிவாய்ப்பு ஊதியக் கோட்பாட்டைத் தெளிவாக முதலில் நிறுவியவர். மெங்கர் அந்தக் கோட்பாட்டின் கருவைக் காட்டியிருந்தபோதிலும், அந்தக் கருவை வளர்த்து முழுமை பெறச் செய்தவர் வீஸர்தான். 1914இல் அவர் எழுதிய சமுதாயப் பொருளாதாரம் (*Social Economics*) நூலில்தான் அந்தக் கோட்பாடு நிறுவப்பட்டுள்ளது. அவர் காலத்தினரான ஆல்பிரட் மார்ஷல், தேவைஅளிப்பு சக்திகள் மதிப்பை நிர்ணயிக்கும் பகுதிச் சமநிலை மாதிரியை அறிமுகப்படுத்தியிருந்தார். மக்களின் அக உணர்வால் உந்தப் படும் விருப்பங்கள் தேவையையும், புறப் பொதுமையான உற்பத்திச் செலவுகள் அளிப்பையும் தீர்மானிக்கின்றன; தேவைஅளிப்புகளின் எதிரெதிர் செயல் விளைவாக விலை (மதிப்பு) நிர்ணயமாகிறது என்பது மார்ஷலின் விளக்கம். ஆனால் தேவை மட்டுமல்லாது அளிப்பும் அக உணர்வு சார்ந்த கணிப்புகளால்தான் தீர்மானமாகிறது என்கிறார் வீஸர். பொருள்களை உற்பத்தி செய்யத் தொழில் முனைவோர் உற்பத்திக் காரணிகளைப் பயன்படுத்தும்போது அந்தக் காரணிகளுக்கான தேவையின் அளவுகளை அவற்றின் பிரதிவாய்ப்பு ஊதியங்களைக் கொண்டுதான் நிர்ணயிக்க இயலும் என்கிற கருத்தை வீஸர் வலியுறுத்துகிறார். தொழில் முனைவோரின் உற்பத்திக் காரணிகளுக்கான தேவைகள்தான் அந்தக் காரணிகளை அவை ஈடுபடுத்தப்பட்டிருக்கும் உபயோகங்களிலேயே தொடர்ந்து அனுமதிப்பதா அல்லது அவற்றிலிருந்து அக்காரணிகளை விலக்கிப் புதிய உபயோகங்களுக்குப் பயன்படுத்துவதா என்று முடிவு செய்ய உதவுகின்றன. அப்படி முடிவு செய்யத் தொழில் முனைவோர் அக அளவில் அந்தக் காரணியின் பிரதிவாய்ப்பு ஊதியத்தை அல்லது பதிலீட்டுச் செலவைக் கணித்துத்தான் முடிவெடுக்க முடியும். அதாவது, அந்தக் காரணியை வேறு ஒரு துறையில் ஈடுபடுத்தினால், அங்கே அந்தக் காரணி என்ன ஊதியம் பெறும் என்பதைப் பொறுத்துத்தான் அதை உபயோகிக்கலாமா, வேண்டாமா என்கிற முடிவை எடுக்க முடியும். உற்பத்திக் காரணிகளுக்குப் பற்றாக்குறை இருக்கிறது. அவற்றை வெவ்வேறு பொருள்களை உற்பத்தி செய்ய உபயோகிக்க முடியும். அப்படியிருக்கும்போது தொழில் முனைவோர் ஓர் உற்பத்திக் காரணியைப் பயன்படுத்த விரும்பும் துறையில் கிடைப்பதை விட, அந்த உற்பத்திக் காரணியின் பிரதிவாய்ப்பு ஊதியம் மற்ற துறைகளில் சமமாகவோ அல்லது

குறைவாகவோ இருந்தால்தான் அந்த உற்பத்திக் காரணியைத் தான் உற்பத்தி செய்ய முடிவெடுத்திருக்கும் துறையில் ஈடுபடுத்துவார். (அடுத்த துறையில் உற்பத்திக் காரணியின் பிரதிவாய்ப்பு ஊதியம் அதிகமென்றால் அந்த உற்பத்திக்காரணி அந்தத் துறையிலிருந்து விலகி வர சம்மதிக்காது!) அதாவது, அந்த உற்பத்திக் காரணிக்காக அவர் செய்யவிருக்கும் செலவு, அந்த உற்பத்திக் காரணியைத் தன் உற்பத்தியில் பயன்படுத்துவதென்று அவர் எடுக்கும் முடிவினால்தான் தீர்மானமாகிறது. அப்படி அந்த உற்பத்திக் காரணியை அவர் பயன்படுத்துவதென்றால் அந்த உற்பத்திக் காரணியினால் உற்பத்தியாகிற பொருளுக்கு நுகர்வோரின் அக உணர்வு சார்ந்த தேவையினால் தீர்மானமாகிற விலையிலிருந்து பெறப்பட்ட தேவையாக அந்த உற்பத்திக்காரணியின் பிரதிவாய்ப்பு ஊதியம் தீர்மானிக்கப்படுகிறது என்று வீஸர் கூறுகிறார்.

1891இல் இங்கிலாந்தில் *Economic Journal* தொடங்கப்பட்ட போது, வீஸர் அதன் முதல் இதழில் ஆஸ்திரியப் பள்ளியின் மதிப்புக் கோட்பாட்டைப் பற்றி ஆங்கிலத்தில் ஒரு கட்டுரை எழுதினார். அதில் பொருள்களின் மதிப்பை அவற்றின் விளிம்புநிலைப் பயன்பாடுகள்தான் தீர்மானிக்கின்றன என்பதை வெளிப்படையாகக் கூறுகிறார். உற்பத்திக் காரணிகளின் மதிப்பை, அவை உற்பத்தி செய்யும் பொருள்களின் விளிம்புநிலைப் பயன்பாடுகள் மூலமாகத்தான் நாம் அளக்க முடியும் என்றும் தெளிவாக்குகிறார். நிலம், முதலீடு, உழைப்பு ஆகியவற்றின் கலவைளே பொருள்களை உருவாக்குகின்றன. அவற்றில் நிலம், முதலீடு, உழைப்பு ஆகியவற்றின் தனித்தனியான உற்பத்திப் பயன்பாட்டின் திறனை எவ்வாறு அளக்க இயலும் என்கிற கேள்விக்கு ஆஸ்திரியப் பள்ளி அவற்றின் உற்பத்தித் திறனைக் காரணமாகக் குறித்துரைத்துதான் அளக்க முடியும் என்று பதில் அளிக்கிறது. அதை அவர் ஓர் எடுத்துக்காட்டால் விளக்கியிருக்கிறார். ஒரே அளவு நிலங்கள் இரண்டு இருக்கின்றன. அவையிரண்டும் வெவ்வேறு தரமானவை. அவை இரண்டிலும் ஒரே அளவு உழைப்பும் முதலீடும் ஈடுபடுத்தப் படுவதாகக் கொள்வோம். முதல் தரமான நிலத்தில் விளைச்சல் 25 மூட்டை; இரண்டாம் தர நிலத்தில் 20 மூட்டை என்றும் கொள்வோம். அப்படியானால், முதல் தரமான நிலத்தின் சிறப்பான உபரி உற்பத்தித்திறன் 5 மூட்டை என்று காரணமாகக் குறித்துரைக்க இயலும். இரண்டு நிலங்களிலும் விளைச்சலுக்குக் காரணமாக இருப்பது உழைப்பு, முதலீடு, நிலம் ஆகியவற்றின் கலவைதான். அதில் எந்த உள்ளீட்டிற்கு எவ்வளவு வெளியீடு வந்ததென்று தனித்தனியாகக் கணக்கிட இயலாது. இருந்த போதிலும் உற்பத்திக் காரணிகளின் கலவைகள் அனைத்தையும் மாற்றாமல், ஏதோ

ஓர் உற்பத்திக் காரணியின் உள்ளீட்டு அளவை மட்டும் மாற்றி, மற்றவற்றின் உள்ளீடுகள் அளவை மாற்றாமல் வைத்துக்கொண்டால், அந்த இரண்டு நிலங்களின் வெளியீடுகளில் வந்திருக்கிற மாறுதலை, மாற்றப்பட்ட அந்த உற்பத்திக் காரணிக்குக் காரணமாகக் குறித்துரைக்கலாம் என்று ஆஸ்திரியப் பள்ளியினர் கருதுகிறார்கள்.

தரம் உயர்ந்த நிலத்தின் அதிகமான உற்பத்தித் திறனை, அந்த நிலத்திற்குக் காரணமாகக் குறித்துரைப்பதாலேயே ஆஸ்திரியப் பள்ளியினர், கார்ல் மார்க்ஸிடமிருந்தும் பிற சோஸலிச ஆதரவாளர்களிலிருந்தும் வேறுபடுகின்றனர். ஏனெனில், கார்ல் மார்க்ஸும் பிற சோஸலிச வாதிகளும் உழைப்பு மட்டும்தான் பொருள்களின் மதிப்பைத் தீர்மானிக்கின்றன என்றும், நிலம், முதலீடு ஆகிய உள்ளீடுகளுக்குக் கிடைக்கிற ஊதியம், உழைப்பாளர்களுக்கு நியாயமாக வந்திருக்க வேண்டிய ஊதியத்திலிருந்து சுரண்டப்பட்டிருக்கிறது என்றும் கூறுகிறார்கள். ஆனால் வீஸர், தரம் குறைந்த நிலத்தைவிடத் தரம் உயர்ந்த நிலத்தில் கிடைத்திருக்கும் மிகு விளைச்சல் அந்த நிலத்தினால் பெறப்பட்டதென்று காரணமாகக் குறித்துரைக்க வேண்டுமென்று சொல்லும்போதே நிலத்திற்கும் முதலீட்டுக்கும் மதிப்பைத் தீர்மானம் செய்வதில் பங்கிருக்கிறதென்று கொள்கிறார் என்பது தெளிவாகிறது. ஆகவே, கம்யூனிச நாட்டிலும் கூட நில வாரம் இருக்கும் என்பது வீஸரின் முடிவு! தனியார் சொத்துரிமை உள்ள நாட்டில் நில வாரம் தனியாருக்குச் செல்லும். ஆனால், கம்யூனிச நாட்டில் அரசுக்குக் கிடைக்கும். சோஸலிசக் கணிப்பாய்வு வாதத்தில் ஆஸ்திரியப் பள்ளியினர், அனைத்து உற்பத்திக் காரணிகளும் அரசுடைமையாகிவிட்ட நாடுகளிலும்கூட வெறும் உழைப்பை மட்டும் வைத்து மதிப்பை அளக்க முடியாது என்று தங்கள் கொள்கைகளை முன்வைத்தனர். அவர்களில் ஒருவரான வீஸர், சோஸலிச நாடுகளிலும்கூட சந்தை இயக்கம்தான் எந்தப் பொருளுக்கு என்ன மதிப்பு என்று தீர்மானிக்க உதவுகிறது என்று கூறுகிறார். சந்தையைத் தவிர்த்து விட்டு, விளிம்பு நிலை உற்பத்தித் திறனைக் குறித்துரைக்க இயலாது என்று அவர் காட்டுகிறார். மதிப்பு நிர்ணயம் என்பது ஒரு பொதுவான உலகளாவிய செயல். அது கம்யூனிச, சோஸலிச, தனியார் சொத்துரிமையுள்ள நாடுகள் என அனைத்திலும் சந்தை இயக்கத்தால் ஒரே முறையில்தான் நிர்ணயமாகிறது. உற்பத்திக் காரணிகளின் ஊதியங்கள் யார் யாருக்குப் பகிர்ந்தளிக்கப்படுகின்றன என்பதில்தான் அவற்றில் வேறுபாடு இருக்கலாமே தவிர மதிப்பு நிர்ணய முறையில் மாற்றமில்லை. அனைத்துப் பொருளாதார அமைப்புகளிலும் அது பொதுவானதாகவே இருக்கும். தனியார் சொத்துரிமையுள்ள நாடுகளிலும்கூட, உற்பத்திக் காரணிகளுக்கான ஊதியங்கள்

பகிரப்பட்ட பின்னரும்கூட, அரசு தன் வரிவிதிப்புகளாலும் மானியங்களாலும் அந்தப் பகிர்வை மாற்ற இயலும் என்பதையும் வீஸர் காட்டுகிறார். மையத்தில் திட்டமிட்ட ஒரு பொருளாதார அமைப்பை அவர் ஏற்கிறார். அந்த விதத்தில் அவர் பிற ஆஸ்திரியப் பள்ளியினரிடமிருந்து மாறுபட்டவர்.

ஆஸ்திரியப் பள்ளியின் தனித்தன்மை வாய்ந்த கருத்துகளை உருவாக்கியவர் மெங்கர் என்றாலும், அவற்றைப் பரப்பி வெளியுலகம் அறியச் செய்தவர்கள் வீஸரும், பம் பாவர்க்கும்தான். வீஸரின் மாணவர்களான லுட்விக் ஃபான் மீஸஸ், பிரைட்ரிக் ஆகஸ்ட் ஃபான் ஹாயக், ஜோஸப் அலோய்ஸ் ஸ்கும்பீட்டர் ஆகியோரின் எண்ணங்களில் அவருடைய செல்வாக்கை நன்கு காண முடிகிறது. பொருளியல் தவிர வீஸர் சமூகவியலிலும் தன் கொள்கைகளால் புகழ் பெற்றிருக்கிறார்.

~~

8

ஜான் பேட்ஸ் கிளார்க்

அமெரிக்காவின் ரோட் ஐலண்ட் மாநிலத்தின் பிராவிடன்ஸ் நகரில் ஒரு செல்வக் குடும்பத்தில் பிறந்தவர் ஜான் பேட்ஸ் கிளார்க் (*John Bates Clark, 1847–1938*). இங்கிலாந்தில் பல்கலைக்கழகங்களிலும் கல்லூரிகளிலும் நவசெவ்வியல் பொருளியல் பரவுவதற்கு ஆல்பிரட் மார்ஷலின் பாடநூல் உதவியதுபோல் அமெரிக்காவில் நவசெவ்வியல் பொருளியல் பரவுவதற்கு இவருடைய பாடநூல் காரணமாயிருந்தது. விளிம்புநிலைக் கொள்கையை அமெரிக்க மக்களுக்கு எடுத்துச் சென்றதில் இவருடைய பங்களிப்பு அதிகம்.

பிரெளன் பல்கலைக்கழகத்தில் பயின்ற இவர், அங்கிருந்து மெஸாசுஸெட்ஸின் ஆம்ஹெர்ஸ்ட் கல்லூரிக்குச் சென்று பட்டம் பெற்றார். அப்போது இவருக்குத் துறவு, இறையியல் ஆகியவற்றில் நாட்டமிருந்தது. இவரைப் பொருளியலில் கவனம் செலுத்தத் தூண்டியவர் அப்போதைய ஆம்ஹெர்ஸ்ட் கல்லூரியின் முதல்வர் ஜூலியஸ் ஸீலை. அந்நாட்களில் அமெரிக்கச் செல்வக் குடும்பங்களின் வாரிசுகள் தங்கள் மேற்படிப்பை ஐரோப்பியக் கல்லூரிகளில் தொடர்வது வழக்கம். அதன்படி மூன்றாண்டுகள் அவர் ஜெர்மனியின் ஹைடல்பர்க், ஸ்விட்ஜர்லாந்தின் ஜூரிச் பல்கலைக்கழகங்களில் பயின்றார்.

*1875*இல் அவர் அமெரிக்காவிற்குத் திரும்பி, மைரா ஸ்மித்தை (*Myra Smith*) மணந்தார். அவர்களுக்கு மூன்று குழந்தைகள். இவருடைய மகன் ஜான் மாரீஸ் கிளார்க் பிற்காலத்தில் பொருளியலில் புகழ்பெற்ற ஆசிரியர். *1875*இல் மினசோட்டாவிலிருக்கும் கார்ல்டன் கல்லூரியில் பேராசிரியராகப்

பதவியிலமர்ந்தார். 'தொன்மை அமைப்பியல் பொருளியல்' கொள்கையின் (*Old Institutional Economics*) படைப்பாளர்களில் ஒருவரான தார்ன்ஸ்டைன் வெப்லின் (*Thornstein Veblen*) இவரிடம் அந்தக் கல்லூரியில் பயின்றவர். அங்கிருந்தபோதுதான் 1880இல் ரிச்சர்ட் எலி, ஹென்றி கார்டர் ஆடம்ஸ் ஆகியோருடன் இணைந்து அமெரிக்கப் பொருளியல் கழகத்தைத் (*American Economic Association*) தொடங்கினார். 1881இல் நார்த்தாம்டனிலிருக்கும் ஸ்மித் கல்லூரிக்குப் பேராசிரியராக இடம் பெயர்ந்தார். 1892 வரை தொடர்ந்தார். 1892இல் ஆம்ஹர்ஸ்ட் கல்லூரிக்குப் பேராசிரியராக இடம்பெயர்ந்தார். அங்கிருந்தவாறே ஜான்ஸ் ஹாப்கின்ஸ் பல்கலைக்கழகத்திலும் விரிவுரைகள் நல்கினார். 1894இல் அமெரிக்கப் பொருளியல் கழகத்தின் தலைவராகத் தேர்ந்தெடுக்கப்பட்டார். 1895இல் கொலம்பியா பல்கலைக் கழகத்தில் பேராசிரியராகச் சேர்ந்து 1925வரை பணியாற்றினார். (அம்பேத்கர் அந்தப் பல்கலைக்கழகத்தில் பயின்றபோது இவர் அங்கு பணியாற்றினார். எனினும் இவரிடம் அம்பேத்கர் பயின்றாரா என்பது உறுதியாகத் தெரியவில்லை.) தம் காலம் முழுவதும் உலக சமாதானம் நிலவ நாடுகளின் கூட்டிணைப்புக் குழு (*League of Nations*) உருவாக்கப்படுவதன் அவசியத்தைப் பரப்புரை செய்து வந்தார்.

இவரின் நினைவாக 1947இலிருந்து அமெரிக்கப் பொருளியல் கழகம் 40 வயதுக்குள் சிறந்த பொருளியல் ஆய்வுகள் வழங்கியவர்களுக்கு 'ஜே.பி. கிளார்க் மெடல்' பரிசளித்துக் கௌரவிக்கிறது. இந்தப் பதக்கம் வாங்கிய பலர், பின்னர் நோபல் பரிசு பெற்றிருக்கிறார்கள்.

மாணவப் பருவத்திலும் ஆசிரியராக இருந்த ஆரம்பக் காலங்களிலும் ஜே.பி. கிளார்க் கூட்டுறவு முறையில் இயங்கக்கூடிய ஒரு கிருஸ்துவ சோசலிஸச் சமுதாயத்தைக் கருத்தியல் கோட்பாடாக ஏற்றிருந்ததாகத் தோன்றுகிறது. அவர் காலத்திய அமெரிக்காவில் சிறு வணிக நிறுவனங்களைப் பெரிய நிறுவனங்கள் விழுங்குவது இயல்பாக நடந்தது. அவற்றைத் திரட்டி 'டிரஸ்டு'களாக வளர்த்துச் சில முதலாளிகள் பெரும்பொருள் ஈட்டினார்கள். எப்படி வேண்டுமானாலும் பணம் ஈட்டலாம் என்கிற எண்ணம் பெருகியிருந்தது. அரசியலில் ஊழல் மிகுந்திருந்தது. குறுக்கு வழிகளில் ஏராளமான செல்வம் திரட்டியவர்களைக் 'கொள்ளையடிக்கும் பெருங்குடிமக்கள்' (*robber barons*) என்று சுட்டுமளவுக்கு, அவர்கள் நாட்டில் செல்வாக்குப் பெற்றிருந்தனர். இரயில்வே, எஃகு தயாரிப்பு, எண்ணெய் உற்பத்தி போன்ற பல துறைகளில் முதலாளிகள் தங்களுக்குள் கூட்டணிகளை ஏற்படுத்திக் கொண்டு முற்றுரிமையாளர்களாக நடந்துகொண்டனர்.

இச்சூழலில்தான் கிளார்க் 'நியூ இங்கிலாண்டர்' சஞ்சிகைக்குக் கட்டுரைகள் எழுத ஆரம்பித்தார். 1886இல் அவர் அதுவரை எழுதிய கட்டுரைகளை ஒன்று திரட்டி வெளியிட்ட 'செல்வத்தின் தத்துவம்' (*The Philosophy of Wealth*) நூலில், அவருடைய கிருஸ்துவ சோஸலிச ஆதரவும் கட்டுப்பாடில்லாத போட்டிக்கு எதிர்ப்பும் தெரிகிறது. இள வயதில் கொண்டிருந்த இந்தக் கொள்கைகளை அவர் பின்னாட்களில் மாற்றிக்கொண்டார்.

கிளார்க் இளைஞராகவிருந்த காலத்தில் அமெரிக்காவில் ஹென்றி ஜார்ஜ் என்பவரின் நிலவரிக் கொள்கை மிகப் பிரபலமடைந்திருந்தது. நிலம் இயற்கையின் கொடை. அதன் பரப்பு வரம்புக்குட்பட்டது. நிலத்தின் பற்றாக்குறையினால்தான் விவசாயிகள் நிலவுடைமையாளர்களுக்கு வாரம் கொடுக்க இணங்குகிறார்கள். வாரம் மனித உழைப்பிலிருந்து உருவானதன்று. மாறாக, அது பற்றாக்குறையாக இருக்கும் நிலத்தை அதன் உடைமையாளர்கள் முற்றுரிமையாகப் பெற்றிருப்பதால்தான் உருவாகிறது. எனவே அரசு அனைத்து வகை வரிகளையும் நீக்கி விட்டு, விவசாய நில வரியை மட்டும் வசூலிக்க வேண்டும். அந்த நில வரி, நில உடைமையாளர்களுக்கு உழைக்காமலே கிடைக்கும் வாரத்தின் மீதான வரி. அந்த நியாயமான வரிவிதிப்பினால் அனைத்து வர்க்கத்தினரும் நன்மை பெறுவர் என்று ஹென்றி ஜார்ஜ் வாதிட்டார். அதே காலகட்டத்தில்தான் கார்ல் மார்க்ஸின் சுரண்டல் கோட்பாடு விவசாயம் தவிர்த்த மற்ற தொழிலாளர்களிடையே மிகவும் பிரபலமடைய ஆரம்பித்தது. உழைப்பாளர்களுக்கு நியாயமாகச் செல்ல வேண்டிய கூலியைச் சுரண்டித்தான் வாரங்களும் இலாபங்களும் கிடைக்கின்றன என்கிற அடிப்படையில் தொழிலாளர் வர்க்கமும் முதலாளி வர்க்கமும் மோதிக்கொண்டதால் வன்முறை வளர்ந்தது. சிக்காகோவின் ஹேமார்க்கட் சதுக்கத்தில் நடைபெற்ற வன்முறையில் பலர் உயிரிழந்தனர். ஏராளமான பொருட்சேதமும் ஏற்பட்டது. இந்த வன்முறை இளவயது கிளார்க்கைப் பாதித்திருக்குமென்று பல ஆசிரியர்கள் கருதுகின்றனர்.

கிளார்க் வர்க்கங்களுக்கிடையே தோன்றிய இந்த வன்முறையை ஆழ்ந்து கவனித்தார். முதலாளிகளுக்குக் கிடைத்த இலாபமும் நிலவுடைமையாளருக்குக் கிடைத்த வாரமும் அநியாயமான சுரண்டல் என்ற வாதத்தை நிராகரித்தார். முதலாளிகளும் நிலவுடைமையாளர்களும் நுகர்பொருள்களின் உற்பத்தியில் அவரவர் பங்களிப்புக்கேற்ப இலாபமும் வாரமும் இருக்கின்றன என்கிற முடிவுக்கு வருகிறார். எனவே அவர் ஹென்றி ஜார்ஜ், கார்ல் மார்க்ஸ் ஆகியோர் கருத்துகளை மறுதலிக்கிறார். அவரது நிலைப்பாட்டில் ஏற்பட்ட இந்த மாற்றம் அவர் விளிம்புநிலைக்

கொள்கையைத் தன் பொருளியல் ஆய்விற்குப் பயன்படுத்தத் தொடங்கிய பிறகுதான் வந்திருக்கிறது. அனைத்து உற்பத்திக் காரணிகளுக்கும் அவை பொருள்களின் உற்பத்திக்கு அளிக்கும் பங்குக்கேற்ப ஊதியங்கள் கிடைக்கும் என்று விளக்க ஆரம்பிக்கிறார். அதற்காக ஆரம்பத்தில் அவர் கொண்டிருந்த கிருஸ்துவ சோசலிச கொள்கையைக் கைவிட்டு, அதற்கு மாற்றாக விளிம்புநிலை உற்பத்தித்திறன் கொள்கையை அறிமுகம் செய்கிறார். மற்றொரு விதமாகக் கூறினால், இளைஞராக இருந்தபோது முதலாளியத்திற்கு எதிரான நிலையைக் கொண்டிருந்த கிளார்க் பின்னாளில் முதலாளியத்தின் ஆதரவாளராக மாறியிருக்கிறார்.

1899இல் தன் கட்டுரைகளைத் திரட்டி 'செல்வத்தின் பகிர்வு' (The Distribution of Wealth) என்கிற நூலாக வெளியிட்டார். அதுதான் அவருடைய விளிம்புநிலை உற்பத்தித்திறன் கொள்கைக்கு அடிப்படையான நூலாகும். அதன் நோக்கம், சமுதாயத்தின் வருவாய்ப்பகிர்வு ஓர் இயற்கை விதிக்குக் கட்டுப்பட்டிருக்கிறது என்று காட்டுவதுதான் என்று கூறுகிறார். எவ்வித உராய்வுகளும் தடைகளுமில்லாமல் அந்த விதி இயங்குமானால், உற்பத்தியில் ஈடுபட்டிருக்கும் ஒவ்வொரு காரணிக்கும், அது அந்த உற்பத்தியில் எவ்வளவு செல்வத்தை உருவாக்கியதோ அதே அளவு ஊதியம் சன்மானமாகக் கிடைக்கும் வகையில் பகிர்வு நடைபெறும். தனிநபர்களின் பேரம் மூலம் தீர்மானமாகும் ஊதியங்கள்கூட தொழில் நடைமுறைகளில் உழைப்பாளர்களுக்கு எவ்வளவு பங்கிருக்கிறதோ அதற்கு ஈடாகத்தானிருக்கும்.

கிளார்க் பொருளியலை நான்கு பிரிவுகளாக்கி ஆராய்கிறார். அவை நுகர்ச்சி, உற்பத்தி, பகிர்வு, பரிவர்த்தனை ஆகும். நுகர்ச்சியைத் தனியாகக் காண இயலும். ஆனால் உற்பத்தி, பகிர்வு, பரிவர்த்தனை ஆகியவை ஒன்றுடன் ஒன்று சிக்கலான தொடர்பு கொண்டிருப்பதால் அவற்றைப் பிரித்தெடுத்துத் தனியாகப் பார்ப்பது கடினம். சமுதாயத்தில் தனிமனிதருக்குக் கிடைக்கும் பங்கிலிருந்துதான் நுகர்ச்சி வருகிறது. பொருள்களை உருவாக்கித் தோற்றுவிப்பதுதான் உற்பத்திப் பிரிவின் பணி. வளர்ந்துவரும் சமுதாயங்களில் வேலைப் பகுப்பு முறையால் உற்பத்தி துரிதமடைகிறது. பகிர்வு என்பது சமுதாயத்திற்குக் கிடைக்கும் வருவாயை அதை உருவாக்குபவர்களிடையே பிரித்துக் கொடுப்பதாகும். பொருள்களின் விலைகள் வழியாகத்தான் சமுதாயத்தின் வருவாய் வெளிப்படுகிறது. உற்பத்தியில் ஈடுபட்டிருக்கும் ஒவ்வொரு குழுவுக்கும் எவ்வளவு ஊதியம் கிடைக்கும் என்பதை விலைகள் தீர்மானிக்கின்றன. விலைகள் உயர்ந்தால் அந்தப் பொருள்களை உற்பத்தி செய்தவர்களின் ஊதியங்களும் உயர்கின்றன. பரிவர்த்தனையின் போதுதான்

விலைகள் (மதிப்புகள்) தீர்மானமாகின்றன. இறுதியில், ஒரு கால அளவில் இந்தப் பரிவர்த்தனை விலைகளனைத்தையும் ஒன்றுதிரட்டிப் பார்த்தால், அந்தத் தொகை அந்தக் கால அளவில் உற்பத்தியில் ஈடுபட்டிருந்த குழுக்களுக்குக் கிடைத்த ஊதியங்களுக்குச் சமமாக இருக்கும் என்கிறார் கிளார்க்.

நிலம் இயற்கையின் கொடை. நிலத்தின் அளவை அதிகரிக்க இயலாது. எனவே நிலம் பற்றாக்குறையாக இருக்கும் ஓர் உற்பத்திக் காரணி. வாரம் கிடைப்பதற்கு நிலத்தின் பற்றாக்குறைதான் காரணம் என்கிற ரிக்கார்டோ வாதத்தை கிளார்க் ஏற்கவில்லை. உலகிலுள்ள மொத்த நிலத்தின் அளவு மாறாதது என்பது உண்மைதான். ஆனால் சந்தையில் அன்றாடம் விற்பனைக்கு வரும் அல்லது வாரத்திற்குக் கிடைக்கும் நிலத்தின் அளவு மாறாமலிருக்கிறது என்பது உண்மையன்று. சந்தையில் மற்ற பொருள்களைப் போலவே விலை உயர்ந்தால் அதிக நிலம் விற்பனைக்கு வருகிறது. நிலத்தைப் பல்வேறு உபயோகங்களுக்குப் பயன்படுத்துகிறோம். நகரத்தில் வாடகை உயர்ந்தால், நகரத்தை ஒட்டிய இதுவரை விவசாயத்திற்குப் பயன்பட்ட நிலத்தைக் கட்டிடம் கட்ட மாற்றுவார்கள். இப்படி உபயோகங்களை மாற்றுவதன் வாயிலாக அதிக நிலத்தை வாரத்துக்குக் கொடுக்க நிலவுடைமையாளர்கள் முன்வருகிறார்கள். எனவே நிலத்தின் விளிம்புநிலை உற்பத்தித் திறனும், உற்பத்திக் காரணிகளின் விளிம்புநிலை உற்பத்தித் திறன்களைப் போலவே குறைந்து கொண்டு வருகிறது. உழைப்பாளர்களின் கூலிகளைப் போலவே வாரமும் அதன் விளிம்புநிலை உற்பத்தித்திறனின் அளவில் தீர்மானமாகிறது என்று கிளார்க் வாதிட்டார்.

கிளார்க் காலத்தில் ஹென்ரி ஜார்ஜின் விவசாய நிலத்தின் மீது மட்டும் வரி விதித்தல் என்பது பொதுமக்களிடம் பேராதரவு பெற்ற கொள்கையாக இருந்தது. நில வாரமும் அதன் விளிம்பு நிலை உற்பத்தித்திறனின் அளவில் தீர்மானமாகிறது என்கிற முடிவுக்கு வந்த பிறகு, ஹென்ரி ஜார்ஜின் நிலவரிக் கொள்கையை கிளார்க் எதிர்த்தார். அப்படி நிலவரி விதித்தால் விவசாயம் நசிந்து விடும். ஏராளமான நிலம் தரிசாக விடப்படும். ஹென்ரி ஜார்ஜின் திட்டத்தை அமல்படுத்தினால் நகரங்களில் நில வரி இல்லாததால் அங்கு அதிகக் கட்டிடங்கள் கட்டப்படும். பூங்காக்கள், விளையாட்டு மைதானங்கள் போன்றவை விரிவடையும். வரி விதிப்புக்கு முன்பு விவசாயத்தில் ஈடுபடுத்தியிருந்த உற்பத்திக் காரணிகள் சரியான இலக்குகளுக்குத் திசை திருப்பப் படாமல் வீணாகிவிடும். உணவுப் பொருள்களுக்கும் விவசாயம் அளிக்கும் கச்சாப் பொருள்களுக்கும் பற்றாக்குறை ஏற்படும். அதனால் விவசாய நிலத்தின் மீது மட்டும் வரி விதித்தல் என்கிற கொள்கையை அமல்படுத்தினால் சமுதாயத்திற்குத் தீங்குதான் விளையும் என்கிறார் கிளார்க்.

மூலதனம் பற்றிய கிளார்க்கின் ஆய்வுகள் இன்றளவும் பேசப்படுபவை. அவருடைய சமகாலத்தவரான இர்விங் பிஷர் (Irving Fisher) மூலதனத்தை ஓர் இருப்பாகவும் (stock), வட்டியை அதிலிருந்து பெறப்படும் ஓட்டமாகவும் (flow) வேறுபடுத்திக் காட்டுகிறார். அதாவது பொருள்களின் உற்பத்தியில் ஈடுபடுத்தப்படும் கட்டிடங்கள், இயந்திரங்கள், கருவிகள், நிலம், முன்பணம் ஆகியனகூட தொழில் முனைவோரிடமிருந்து பெறப்படும் இருப்புதான். அவை அணைக்கட்டில் தேக்கப்பட்டிருக்கும் தண்ணீர் போல இருப்பாயிருக்கின்றன. அந்தத் தண்ணீர் மதகுகள் வழியாக வெளியேறும்போது, ஆற்றில் ஓடுகிறது. அதுபோலத்தான் மூலதனம் என்கிற இருப்பிலிருந்து வட்டி என்கிற ஓட்டம் கிடைக்கிறது என்கிறார் இரவிங் பிஷர்.

கிளார்க்கின் மூலதனக் கொள்கை இர்விங் பிஷரின் கொள்கையிலிருந்து மாறுபடுகிறது. 'மூலதனத்தையும் 'மூலதனப் பொருள்'களையும் வேறுபடுத்திக் காட்டுகிறார் கிளார்க். அவருடைய 'மூலதனம்' ஓர் அகவயமான அருவம் (abstraction). 'மூலதனப் பொருள்கள்' கண்கூடாகத் தெரியும் பருப்பொருள்கள் (concrete reality). முதலீடு செய்து அதனால் உருவாயிருக்கிற கட்டிடங்கள், இயந்திரங்கள், கருவிகள், நிலம், பணம் போன்ற அனைத்தையும் 'மூலதனப் பொருள்கள்' என்று கிளார்க் சுட்டுகிறார். வெவ்வேறு வகையான, வெவ்வேறு தரமான பொருள்களாக 'மூலதனப் பொருள்கள்' காணக்கிடைக்கின்றன. அவையனைத்துக்குமான பொதுத்தன்மைதான் கிளார்க்கின் 'மூலதனம்'. அந்த 'மூலதனம்' நினைத்தபோது நினைத்த உருவமெடுக்கும் ஒரு வகைக் களிமண் (putty) போல கிளார்க் காட்டுகிறார். அது இயந்திரமாக இருக்கலாம்; கட்டிடமாக இருக்கலாம்; கருவியாக இருக்கலாம்; பொறியியலாரின் பயிற்சியாக இருக்கலாம்; உழைப்பாளருக்குக் கூலியாகக் கொடுக்கப்படும் முன்பணமாகவும் இருக்கலாம். அவர் காட்டுகிற இந்த 'மூலதனம்' முதலாளிகளால் உற்பத்தியில் ஈடுபடுத்தப்படும்போது கட்டிடம், கருவி, முன்பணம் போன்ற வெவ்வேறு வகையான வடிவங்களை எடுத்தாலும் அவர்கள் உற்பத்தியில் ஈடுபடுத்துவது 'மூலதனம்' என்கிற அவற்றின் பொதுத்தன்மையைத்தான். அந்தப் பொதுத்தன்மையுள்ள 'மூலதனத்தின்' விளிம்புநிலை உற்பத்தித் திறன்தான் ஒரு நிறுவனத்திற்கு அந்த 'மூலதனத்தின்' தேவை வளைகோடாக இருக்கும் என்பது கிளார்க்கின் வாதம்.

விளிம்புநிலை உற்பத்தித்திறன் கொள்கையை அனைத்து உற்பத்திக் காரணிகளின் பகிர்வுக்கும் பொதுவான ஒரு கொள்கையாக கிளார்க் நிறுவுகிறார். அனைத்து உற்பத்திக் காரணிகளின் ஒட்டுமொத்தத் தேவையும் ஒட்டுமொத்த அளிப்பும்

எங்கு சமநிலையடைகின்றனவோ அங்கு அவற்றின் ஊதிய மட்டங்களும் தீர்மானமாகும். ஒரு நாட்டின் உழைப்பாளர்களின் ஒட்டுமொத்த அளிப்பைத் தீர்மானிப்பவை அந்நாட்டின் மக்கள்தொகை, அதில் உழைக்கும் வயதினரின் எண்ணிக்கை, பாலினப் பிரிவு, வெவ்வேறு கூலி மட்டங்களில் எத்தனை பேர் வேலை செய்யத் தயாராயிருக்கிறார்கள் போன்றவையாகும். மூலதனத்தின் ஒட்டுமொத்த அளிப்பைத் தீர்மானிப்பவை நாட்டில் மக்களின் வருவாய், சேமிப்பு அளவு, ஏற்கெனவே திரட்டப்பட்டிருக்கும் மூலதனப் பொருள்களின் அளவு போன்ற பல காரணிகளாகும்.

நிறுவனங்களுக்கான அனைத்து உற்பத்திக் காரணிகளின் ஒட்டுமொத்தத் தேவையைத் தீர்மானிப்பது அவற்றின் விளிம்புநிலை உற்பத்தித்திறனின் கூட்டு என்று கிளார்க் வாதிடுகிறார். எடுத்துக்காட்டாக, ஒரு நிறுவனத்திற்கான உழைப்பின் தேவையைத் தீர்மானிப்பது எது? உற்பத்திக் காரணிகளில் எந்த மாற்றமும் இல்லாமலிருக்கும்போது அந்த நிறுவனம் ஓர் உழைப்பாளரை மட்டும் வேலையை விட்டு நீக்கினால் (அல்லது வேலைக்கு அமர்த்தினால்) அந்த நிறுவனத்தின் உற்பத்தி எவ்வளவு குறைகிறதோ (அல்லது கூடுகிறதோ) அதைத்தான் அந்த உழைப்பின் விளிம்புநிலை உற்பத்தித்திறன் (*marginal productivity*) என்றும், அதுவே அதன் தேவையைத் தீர்மானிக்கும் என்றும் கிளார்க் கூறுகிறார். மற்ற விளிம்புநிலை ஆய்வுகள் காட்டுவது போலவே உற்பத்தியில் ஈடுபடுத்தப்படும் உழைப்பாளர்களின் எண்ணிக்கை அதிகரிக்க அதிகரிக்க அவர்களின் விளிம்புநிலை உற்பத்தித்திறன் அதிகரிக்கிற வேகம் குறைந்துகொண்டே வருகிறது. உழைப்பாளர்களின் எண்ணிக்கையைப் படுகிடை அச்சிலும் விளிம்புநிலை உற்பத்தித்திறன் அளவைச் செங்குத்து அச்சிலும் ஒரு வரைபடமாக வரைந்தால், விளிம்புநிலை உற்பத்தித்திறன் வளைகோடும் மற்ற தேவை வரைகோடுகள்போல் இடமிருந்து வலமாகக் கீழ்நோக்கி வளையும். அதுதான் அந்த நிறுவனத்திற்கு உழைப்பிற்கான தேவை வளைகோடாக இருக்கும். அனைத்து நிறுவனங்களின் உழைப்பிற்கான விளிம்புநிலை உற்பத்தித்திறன் வளைகோடுகளை ஒன்றுதிரட்டினால் ஒரு நாட்டின் உழைப்பிற்கான தேவை வளைகோடு கிடைக்கிறது. நாட்டின் உழைப்பிற்கான ஒட்டுமொத்தத் தேவையும் ஒட்டு மொத்த அளிப்பும் எங்கு சமநிலையடைகின்றனவோ அங்கு உழைப்பிற்கான கூலிமட்டம் தீர்மானமாகிறது. அந்தக் கூலிமட்டத்தினடிப்படையில் ஒவ்வொரு நிறுவனமும் தேவையான அளவு உழைப்பாளர்களை நியமித்துக் கொள்கின்றன. தாங்கள் எத்தனை உழைப்பாளர்களைப் பணியில் அமர்த்தலாம் என்பதை உழைப்பாளர்களின் விளிம்புநிலை

உற்பத்தித் திறனையும் கூலிமட்டத்தையும் ஒப்பிட்டு அவை தீர்மானிக்கின்றன.

சந்தையில் முழுமைப் போட்டி நிலவுவதாக ஜே.பி. கிளார்க் அனுமானிக்கிறார். உற்பத்திக் காரணிகள் ஒன்றுக்கொன்று பதிலீடு செய்யக் கூடியவை. விவசாயம் செய்யும் உழவரின் உழைப்பை, ஏருந்து என்கிற மூலதனத்தின் மூலம் பதிலீடு செய்யலாம். அது போலவே நகரங்களில் வசிக்க இடப்பற்றாக்குறை வந்தால் அடுக்குமாடிக் கட்டிடங்கள் என்கிற முதலீட்டின் மூலம் பற்றாக்குறையான நிலத்திற்குப் பதிலீடு செய்ய இயலும். அதாவது, முன்பு 1000 சதுர அடி நிலத்தில் ஒரு வீடு இருந்திருக்கும். பின்பு அதே 1000 சதுர அடியை அடித்தளமாகக்கொண்டு ஒரு பத்து மாடிக் கட்டிடம் கட்டினால் அந்தக் கட்டிடத்தில் 1000 சதுர அடி கொண்ட 10 வீடுகள் உருவாகும். இவ்வாறாக நகரங்களில் நிலத்திற்குப் பதிலீடாக மூலதனம் செயல்படுகிறது. அதனால்தான் நகரங்களில் அடுக்குமாடிக் கட்டடங்கள் நிறையக் கட்டப்படுகின்றன. கிராமங்களில் வீடு கட்ட நிலப் பற்றாக்குறை இல்லை. அங்கு அடுக்குமாடிக் கட்டடங்கள் கட்டப்படுவதில்லை!

நாட்டின் உற்பத்தியில் பல நிறுவனங்கள் ஈடுபடுகின்றன. அவை வெவ்வேறு உற்பத்திகளுக்கு வெவ்வேறு உற்பத்திக் காரணிகளின் கலவைகளைப் பயன்படுத்துகின்றன. ஒவ்வொரு உற்பத்திக் காரணிக்கும் நாட்டிலுள்ள அனைத்து நிறுவனங்களுக்குமான ஒட்டுமொத்தத் தேவையும் ஒட்டுமொத்த அளிப்பும் எந்த விலையில் சமநிலையடைகின்றனவோ, அந்த விலை அந்த உற்பத்திக் காரணியின் ஊதியமாகத் தீர்மானமாகிறது. எடுத்துக்காட்டாக, நாட்டிலுள்ள அனைத்து உழைப்பாளர்களின் உழைப்பின் ஒட்டுமொத்தத் தேவையும் ஒட்டுமொத்த அளிப்பும் எந்த விலையில் சமநிலையடைகின்றனவோ அந்த விலைதான் அந்த நாட்டின் கூலிமட்டமாகத் தீர்மானமாகிறது. உழைப்பாளர்கள் வெவ்வேறு வகையான தொழில்களில் உழைக்கிறார்கள். விவசாய உழைப்பும் சுரங்கத் தொழிலாளரின் உழைப்பும் கட்டிடத் தொழிலாளர்களின் உழைப்பும் வெவ்வேறு வகையானவை. அது போலவே உடல் உழைப்பும் மூளை உழைப்பும் வெவ்வேறு தரமானவை. இருந்தாலும் 'உழைப்பு' என்கிற பொதுத்தன்மை ஓர் அகவயமான அருவம். அந்த அகவயமான அருவக் கோட்பாட்டில் அனைத்து விதமான உழைப்பையும் ஒன்றுதிரட்டி, அந்த ஒன்றுதிரட்டப்பட்ட பொதுத்தன்மையான உழைப்பிற்குக் கூலியை முதலில் தீர்மானித்துவிட்டால், பின்னர் அதைக் கொண்டு வெவ்வேறு வகையான உழைப்பாளர்களின் கூலியையும் அதன் மடங்குகளாகப் பார்க்க இயலும். எடுத்துக்காட்டாக, எவ்விதத் தொழில் பயிற்சியும் பெறாத, எந்த வேலையையும் செய்யத்

தயாராயிருக்கும் வேலையில்லாத ஒரு தொழிலாளிக்குக் கூலி ஒரு நாளுக்கு ரூ. *50* என்று தீர்மானமானால் விவசாயிக்குக் கூலி அதுபோல் நான்கு மடங்கு, கட்டிடத் தொழிலாளருக்கு அதுபோல் ஆறு மடங்கு, கட்டிட மேஸ்திரிக்கு அதுபோல் பத்து மடங்கு, கட்டிடப் பொறியாளருக்கு அது போல் இருபது மடங்கு என்று ஏதோ ஓர் வகையில் ஏற்றுக்கொள்ளத்தக்க வகையில் தீர்மானிக்க இயலும்.

இப்படித் தீர்மானமாகும் கூலி மட்டத்தை நிறுவனங்கள் எதிர்கொள்கின்றன. அப்படித் தீர்மானமான கூலிமட்டத்தில் நிறுவனங்கள் தங்களுக்குத் தேவையான அளவு உழைப்பாளர்களை நியமித்துக்கொள்ளலாம். தாங்கள் எத்தனை உழைப்பாளர்களை நியமித்துக்கொள்ளலாம் என்பதை அவை தங்கள் உழைப்பாளர்களின் விளிம்புநிலை உற்பத்தித் திறனையும் கூலிமட்டத்தையும் ஒப்பிட்டுத் தீர்மானிக்கின்றன. எடுத்துக்காட்டாக, நாட்டின் கூலிமட்டம் ரூ. *50* என்று தீர்மானமாயிருக்கிறது என்று கொள்வோம். ஒரு நிறுவனம் புதிதாக ஆட்களை வேலைக்கமர்த்த முடிவு செய்கிறது. அவர்களுக்குப் பயிற்சி பெற்ற, திறமையான தொழிலாளிகள் தேவை என்று கொள்வோம். அவர்களின் உழைப்பு, சாதாரணத் தொழிலாளரின் உழைப்பைப் போல் ஆறு மடங்கு உயர்ந்தது என்று கொண்டால், அவர்களுக்குத் தினக்கூலியாக $6 x 50 =$ ரூ. *300* கொடுக்க வேண்டும். அந்த நிறுவனத்தின் உழைப்பாளர்களின் விளிம்புநிலை உற்பத்தித் திறன் ரூ. *400* என்றால் அந்த நிறுவனம் மேலும் உழைப்பாளர்களை வேலைக்கமர்த்தும். மற்றவை மாறாதிருந்து, உழைப்பாளர்களின் எண்ணிக்கை மட்டும் கூடினால், அதன் விளைவாக உழைப்பாளர்களின் விளிம்புநிலை உற்பத்தித்திறன் கீழிறங்கும். அது ரூ. *350*க்குக் குறைவதாகக் கொள்வோம். அப்போதும்கூட உழைப்பாளர்களின் விளிம்புநிலை உற்பத்தித்திறன் கூலிமட்டமான ரூ. *300*ஐ விட அதிகமாக இருக்கிறது. அப்படியானால் அந்த நிறுவனம் மேலும் உழைப்பாளர்களை வேலையிலமர்த்தும். அந்த நிறுவனத்தின் உழைப்பாளர்களின் விளிம்புநிலை உற்பத்தித்திறன் ரூ. *250*ஆக இருப்பதாக அனுமானித்தால் தினக்கூலி ரூ. *300*ஆக இருக்கும்போது அது சில தொழிலாளர்களை வேலையை விட்டு நீக்கும். அப்படிச் செய்யும்போது மீதமிருக்கும் உழைப்பாளர்களின் விளிம்புநிலை உற்பத்தித்திறன் அதிகரிக்கும். எப்போது உழைப்பாளர்களின் விளிம்புநிலை உற்பத்தித்திறன் ரூ. *300*ஐ அடைகிறதோ அங்குதான் அது பணிநீக்கம் செய்வதை நிறுத்தும். எப்போது உழைப்பாளர்களின் விளிம்புநிலை உற்பத்தித்திறனும் கூலி மட்டமும் சமநிலையடைகின்றனவோ, அந்த நிலையில்தான் அந்த நிறுவனம் புதிதாக உழைப்பாளர்களை வேலையிலமர்த்தாமலும்,

ஏற்கனவே வேலையிலிருப்பவர்களைப் பணி நீக்கம் செய்யாமலும் நிலையான இடத்தை அடையும்.

ஜே.பி. கிளார்க் இந்த விளிம்புநிலை உற்பத்தித் திறன் கொள்கையை அனைத்து உற்பத்திக் காரணிகளுக்கும் பொதுவான தாக்குகிறார். உழைப்பாளர்களைப் பொறுத்தவரை அனைவரின் உழைப்பையும் ஒரு பொதுவான அளவுகோலுக்குள் பொருத்துவது ஏற்கத்தக்கதாயிருக்கிறது. ஒரு கட்டிடத் தொழிலாளரின் உழைப்பு, ஒரு சாலையமைப்பவரின் உழைப்புக்குச் சமமானது; அதுவே ஒரு மூட்டை தூக்குபவரின் உழைப்பிற்கு இரு மடங்கு மதிப்புடையது என்று ஏதோ ஒரு வழியில் அனைத்து உழைப்பிற்கும் ஒரு பொதுத்தன்மை காண முடிகிறது.

ஆனால் மூலதனத்திற்கும் இப்படி ஒரு பொதுத்தன்மையை கிளார்க் அனுமானித்தது பின்னர் பல சிக்கல் மிக்க விவாதங்களைத் தோற்றுவித்தது. மூலதனம் பல பரிமாணங்களையுடையது. உழவு செய்யும் ஏரையும் தச்சரின் அரத்தையும் திருப்புளியையும் அலுவலகக் கட்டிடத்தையும் இரயில் பாதையையும் இரயில் எஞ்சினையும் கூலிக்கான முன்பணத்தையும் தொழில்நுட்பப் படிப்புக்கான கட்டணங்களையும் ஒரே தன்மையுள்ள பொதுத்தன்மையான அளவுகோலுக்குட்படுத்துவது மிகவும் கடினம். அது மூட்டை தூக்குபவரின் உழைப்பிலும் விவசாயியின் உழைப்பிலும் பொறியாளரின் உழைப்பிலும் ஆசிரியரின் உழைப்பிலும் பொதுத் தன்மையைக் கண்டுபிடிப்பதைப் போன்றது அல்ல! இந்த உழைப்பு வகைகள் அனைத்திலும் மனித நடவடிக்கை என்கிற பொதுத்தன்மை அடங்கியிருக்கிறது. ஆனால் 'மூலதனத்திற்கு' அத்தகைய பொதுத்தன்மையை அடையாளம் காட்டுவது இயலாது.

'மூலதனப் பொருள்கள்' கூடுவிட்டுக் கூடு பாயும் வித்தை மூலம் 'மூலதனமாக' உருவாவதாகக் கிளார்க் கூறுகிறார். 'மூலதனத்தை' ஒரு நிதி என்று சில இடங்களில் குறிப்பிடுகிறார். அவருடைய 'மூலதனம்' நிரந்தரமானது. ஆனால் அவருடைய 'மூலதனப் பொருள்கள்' தேய்மானமடைபவை; அழியக் கூடியவை. 'மூலதனப் பொருள்'களின் அழிவிலிருந்துதான், நிலைபேறுடைய 'மூலதனம்' உருவாகிறது என்கிறார் கிளார்க். விதைக்கான கோதுமையை (மூலதனப்பொருளை) விதைத்து அழித்தால்தான், அதற்குமேல் பன்மடங்குள்ள கோதுமை விளைச்சல் வருகிறது. விதை என்கிற 'மூலதனப் பொருள்' உருவமுடையது. ஆனால் விதை என்கிற 'மூலதனம்' அருவமானது. அந்த 'மூலதனத்தை'ப் பயன்படுத்தித்தான் தொழில்முனைவோர் உற்பத்தித் திறனை அதிகரிக்கின்றனர். கிளார்க்கின் 'மூலதனம்' எளிதில் இயங்கும் தன்மை கொண்டது. அது ஒரு 'மூலதனப்

பொருளி'லிருந்து, மற்றொரு 'மூலதனப் பொருளாக' கணத்தில் மாறும் தன்மையுடையது. தொழில்முனைபவர் தன் மூலதனத்தை எப்போது வேண்டுமானாலும் ஒரு தொழிலிலிருந்து மற்றொன்றுக்கு மாற்றலாம். ஆனால் கிளார்க் காட்டும் 'மூலதனப் பொருள்கள்' (நிலம், கட்டிடம், கருவிகள் போன்றவை) எளிதில் மாறாதவை. அவற்றை ஒரு தொழில்முனைபவர் மாற்றுவது எளிதானதன்று. அதற்கு ஏராளமான காலம் தேவைப்படலாம். கிளார்க்கின் 'மூலதனம்' மன அளவில் தோற்றுவிக்கப்படும் ஒரு கற்பனை; ஓர் அகவயமான அருவம்.

நவசெவ்வியல் பொருளாதாரத்தில் உற்பத்திக்காரணிகளின் மதிப்பு அவற்றின் உற்பத்தித்திறனால் தீர்மானிக்கப்படுகிறது என்கிற வாதம் முன்வைக்கப்படுகிறது. உற்பத்தித்திறன்தான் உற்பத்திக் காரணிகளின் மதிப்புக்கு அல்லது ஊதியம் அல்லது விலைகளுக்குக் காரணம். உற்பத்திக்காரணிகளின் மதிப்பு அல்லது விலை அவற்றின் உற்பத்தித்திறனுக்குக் காரணமாக இருப்பதில்லை. உற்பத்தித்திறனிலிருந்து உருவாகும் உற்பத்திக்காரணிகளின் மதிப்பு ஒருவழித் தொடர்பாகக் காட்டப்படுகிறது. 'மூலதனம்' ஒரு பொதுத் தன்மையுடைய களிமண் போன்ற அருவமான கற்பனைப் பொருள் என்பதை விளக்கும்போது, கிளார்க் இந்த ஒருவழித் தொடர்பை இருவழித் தொடர்பாக்கிக் குழப்புகிறார் என்று குறை கூறப்படுகிறது. திருப்புளியின் விலையையும் கட்டிடத்தின் விலையையும் இரயில் பாதையமைக்கச் செலவான தொகைகளையும், இவ்வாறு வெவ்வேறு பரிமாணமுள்ள 'மூலதனப் பொருள்'களின் மதிப்புகளையும் ஒன்றுதிரட்டி, அப்படி ஒன்றுதிரட்டப்பட்ட பண மதிப்பைப் பொதுவான 'மூலதனம்' என்று காட்டலாமென்று நவ செவ்வியல் பொருளாதார ஆசிரியர் பலர் ஏற்றுக்கொள்கிறார்கள். அப்படிப் பொதுத்தன்மையுள்ள மூலதனத்தை ஒரு நிதி என்று அவர்களால் காண இயல்கிறது.

ஆனால் இந்த முறையில் 'மூலதனத்தை' அளவிடுவது பெரியதொரு சிக்கலைத் தோற்றுவிக்கிறது. விளிம்புநிலைக் கொள்கையாளர்கள் பொருள்களின் தேவையை அவற்றின் விளிம்புநிலைப் பயன்பாடுகள் தீர்மானிப்பதுபோலவே உற்பத்திக் காரணிகளின் தேவையை அவற்றின் விளிம்புநிலை உற்பத்தித்திறன்கள் தீர்மானிக்கின்றன என்று நிறுவுகிறார்கள். கிளார்க்கைப் பின்பற்றுபவர்கள் 'மூலதனம்' என்கிற ஒரு பொதுத்தன்மையை ஓர் உற்பத்திக்காரணியாக ஏற்றுக் கொள்கிறார்கள். திருப்புளியின் விலையையும் கட்டிடத்தின் விலையையும் வெவ்வேறு பரிமாணமுள்ள 'மூலதனப் பொருள்'களின் விலைகளையும் ஒன்றுதிரட்டி, அப்படி ஒன்றுதிரட்டிய விலைகளின் கூட்டலைப் பொதுவான 'மூலதனம்' என்று ஏற்றுக்கொள்ளலாம் என்கிறார்கள்.

எனவே அந்த ‘மூலதனத்தின்’ தேவையை, விளிம்புநிலைக் கொள்கையாளர்களின் கோட்பாட்டின்படி அதன் விளிம்புநிலை உற்பத்தித்திறன் தீர்மானிக்க வேண்டும். அந்த ‘மூலதனத்தையே’ ஏற்கெனவே தீர்மானிக்கப்பட்ட மூலதனப்பொருள்களின் விலைகளை ஒன்றுதிரட்டிக் கணக்கிட்டால் ‘மூலதனத்தின்’ மதிப்பு அல்லது விலைகளை ஏற்கெனவே தீர்மானிக்கப்பட்ட பண மதிப்புகள் அல்லது விலைகள் தீர்மானிக்கின்றன என்று முடியும். இது சுற்றி வளைத்து மூக்கைத் தொடுவதாகும். இந்த நிலையில் உற்பத்தித்திறனும் மதிப்பும் இருவழித் தொடர்புகளாகத் தெரிகின்றன. அதாவது, ‘மூலதனம்’ என்பது ஏற்கனவே இருக்கிற ‘மூலதனப் பொருள்களின்’ பணமதிப்புகளால் அளவிடப்பட்டிருக்கிறது. இந்த ‘மூலதனத்தின்’ விளிம்புநிலை உற்பத்தித்திறன்தான் ஒரு நிறுவனத்தின் தேவை வளைகோடாக மாறி, அந்த நிறுவனத்தின் அளிப்பு வளைகோட்டோடு சமநிலையடையும் இடத்தில் அதன் மதிப்பைத் (விலையை) தீர்மானிக்க உதவுகிறது. எனவே மூலதனத்தின் மதிப்பை ஏற்கெனவே தீர்மானிக்கப்பட்டிருந்த உற்பத்திப் பொருள்களின் பணமதிப்பு தீர்மானிக்கிறது என்கிற புதிர் வருகிறது. (இப்படிப்பட்ட புதிர் உழைப்பின் உற்பத்தித் திறனை அளவிடும்போது ஏற்படுவதில்லை என்பதைக் கவனத்தில் இருத்த வேண்டும். ஏனெனில், அனைத்து உழைப்புக்கும் ஒரு பொதுத்தன்மை இருக்கிறதென்ற அனுமானம் மட்டும்தான் அங்கு இருக்கிறது. வெவ்வேறு வகையான உழைப்புகளை அவற்றின் தற்போது நிலவும் விலைகளைக் கூட்டி மொத்தமாக ‘உழைப்பு’ என்று கற்பனையாகக் காட்டுவதில்லை.) இதைக் காரணமாகக் காட்டி, விளிம்புநிலைக் கொள்கை மூலதனத்திற்கு ஒரு நிச்சயமான விலை அல்லது மதிப்புக் கொள்கையை வழங்க இயலாது என்று பின்னாளில் மூலதன வாத–எதிர்வாதத்தின்போது காட்டப்பட்டது. உற்பத்திக் காரணிகளின் விலைகளைத் தீர்மானிப்பதில் கிளார்க்கின் விளிம்புநிலை உற்பத்தித் திறன் கோட்பாடு தத்துவ அளவில் ஒரு புதிய பாதையைத் தோற்றுவித்தது. ஆனால் ‘மூலதனத்தை’ ஒரு பொதுத்தன்மையுள்ள தனிக்காரணியாகக் காட்ட அவர் மேற்கொண்ட முயற்சி இன்றுவரை பலவகையான திறனாய்வுகளுக்கு உட்படுத்தப்பட்டிருக்கிறது. இன்னும் அதைப் பற்றிய ஒரு தீர்மானமான முடிவு எட்டப்படவில்லை.

கிளார்க் முன்மொழிந்த உற்பத்தித்திறன் கொள்கையை வேறொரு விதமாகவும் பார்க்கலாம். பல உற்பத்திக் காரணிகள் இணைந்து ஒரு பொருளை உருவாக்குகின்றன. அப்படியானால், ஒவ்வொரு உற்பத்திக் காரணிக்கும் தனித்தனியாக எந்த விதத்தில் ஊதியங்களைத் தீர்மானிப்பது என்பது ஒரு சிக்கலான கேள்வி. பிறந்த குழந்தைக்குத் தந்தை, தாய் ஆகியவர்களின் சரியான

பங்கு என்ன என்பதை எப்படித் தீர்மானிப்பது என்பது போன்ற சிக்கலான கேள்வி இது என்று வில்லியம் பெட்டி கூறியிருக்கிறார். ஆனால் விளிம்புநிலைப் புரட்சியின்போது இந்தக் கேள்விக்கு ஒரு தீர்வு கொடுக்கப்பட்டது. அதே தீர்வைப் பலர் அந்தக் கால கட்டத்தில் கூறியிருக்கிறார்கள். அவர்களில் கிளார்க் அந்தத் தீர்வை அமெரிக்காவில் முதலில் வழங்கியவர். டேவிட் ரிக்கார்டோ நிலத்தின் வாரத்திற்குப் பயன்படுத்திய வாதத்தை கிளார்க் அனைத்து உற்பத்திக் காரணிகளுக்கும் பொதுவாக்குகிறார். அதாவது, உற்பத்தியில் ஈடுபடுத்திய மற்ற உற்பத்திக் காரணிகளின் அளவுகளை மாறாமல் வைத்துக் கொண்டு, ஒரே ஒரு உற்பத்திக் காரணியின் அளவை மட்டும் கூட்டுவோமேயானால் அதன் விளைவாக வெளியீடு அதிகரிக்கும் என்றும், அந்த உற்பத்திக்காரணி மேலும் மேலும் கூட்டப்பட்டால் வெளியீடு குறைந்துசெல் விளைவு விதிப்படி அதிகரிக்கும் என்றும் கூறுகிறார். எடுத்துக்காட்டாக, உற்பத்தியில் நிலமும் உழைப்பும் மட்டும் பயன்படுத்தப் படுவதாகக் கொள்வோம். நிலத்தின் அளவை மாறாமல் வைத்துக்கொண்டு உள்ளீடாக்கும் உழைப்பின் அளவை மட்டும் அதிகரித்தால், அதனால் விளையும் வெளியீட்டில் உழைப்பின் விளிம்புநிலை உற்பத்தித் திறன் கிடைக்கும். மேலும் அதிகப்படி உழைப்பை உள்ளீடாக்கினால் வெளியீடு அதிகரிக்கும் வேகம் படிப்படியாகக் குறைந்துகொண்டே வரும் என்கிறார் கிளார்க். அதேபோல் உழைப்பின் அளவை மாறாமல் வைத்துக்கொண்டு உள்ளீடாக்கும் நிலத்தின் அளவை மட்டும் அதிகரித்தால், அதனால் விளையும் வெளியீட்டில் நிலத்தின் விளிம்புநிலை உற்பத்தித் திறன் கிடைக்கும். மேலும் அதிகப்படி நிலம் உள்ளீடாக்கினால் வெளியீடு அதிகரிக்கும் வேகம் படிப்படியாகக் குறைந்துகொண்டே வரும் என்கிறார் கிளார்க். நிறைவுப் போட்டி நிலவும் சந்தையில், அதிகரிக்கப்படுகிற உற்பத்திக் காரணியினால் வந்த விளிம்புநிலை உற்பத்தித்திறனின் மதிப்பு அதன் விளிம்புநிலை உற்பத்தி வருவாய் (mrp) அளவுக்கு இருக்கும். [விளிம்புநிலை உற்பத்தி வருவாய் = விளிம்புநிலை உற்பத்தித்திறன் X பொருளின் விலை (marginal revenue product = $mp \times p$)]. தங்கள் இலாபத்தை உச்சமடையச் செய்யும் நோக்கத்தோடு செயல்படும் நிறுவனங்கள் உற்பத்திக் காரணிகளை, அவற்றின் ஊதியங்கள், அவற்றின் விளிம்புநிலை உற்பத்தி வருவாய்க்குச் சமமாகும் அளவு வரைதான் ஈடுபடுத்துவார்கள். எனவேதான் உற்பத்திக் காரணிகளின் விளிம்புநிலை உற்பத்தி வருவாய் வளைகோடுகள் (mrp curves) நிறுவனங்களுக்கு அவற்றின் தேவை வளைகோடுகளாகத் தீர்மானமாகின்றன என்கிறார் கிளார்க்.

அதிலிருந்து வேறோர் முடிவையும் கிளார்க் முன் வைக்கிறார். ஒவ்வொரு பண்டத்துக்கும் ஒரு விலை சந்தையில்

தீர்மானமாகிறது. ஒவ்வோர் உற்பத்திக் காரணியின் விளிம்புநிலை உற்பத்தித்திறனளவுக்கு அவற்றின் ஊதியங்கள் இருக்குமானால் அவை உற்பத்தி செய்த பண்டத்தின் விலையும், அந்தப் பண்டத்தை உற்பத்தி செய்த உற்பத்திக் காரணிகளுக்கு வழங்கிய ஊதியங்களின் மொத்தக் கூட்டுத் தொகையும் சமமாக இருக்கும் என்கிறார் கிளார்க். [உற்பத்திக் காரணிகளுக்கு, அவற்றின் உற்பத்தித்திறன் அளவிற்கு ஊதியங்கள் வழங்கினால், அது பொருளின் விலைக்குச் சமமாக இருக்கும் என்கிற கொள்கையைப் 'பொருளைக் காலியாக்கும் தேற்றம்' (product exhaustion theorem) என்று அழைக்கிறார்கள். இந்தக் கொள்கை பின்னர் ஆய்லர் தேற்றம் என்று மறுபிறவியெடுத்தது!] ஒவ்வொரு உற்பத்திக் காரணியும் அதன் விளிம்புநிலை உற்பத்தித்திறனளவுக்குத்தான் ஊதியத்தைப் பெறும். பொருள்களை உற்பத்தி செய்வதில் ஈடுபட்ட உழைப்பாளர்களும் நிலவுடைமையாளர்களும் முதலீட்டாளர்களும் மேற்பார்வை செய்பவர்களும் அந்தப் பொருளை உற்பத்தி செய்வதில் அவரவர் பங்களிப்புக்கு இணையான அளவு மட்டுமே ஊதியம் பெறுவார்கள். அவர்களின் பங்களிப்பை அவர்களின் விளிம்புநிலை உற்பத்தித் திறன்கள் தீர்மானிக்கும். அப்படிப்பட்ட நிலையில் பொருளின் விலை அதை உற்பத்தி செய்ய உதவிய உற்பத்திக் காரணிகளின் ஊதியங்களின் கூட்டுக்குச் சமமாக இருந்தால் அங்கு வேறு எந்த உபரியும் இருக்காது. எனவே அங்கு எந்த விதமான சுரண்டலுக்கும் வழி இல்லை. தொழிலாளிகள் மட்டுமின்றி நிலவுடைமையாளர்களும் முதலாளிகளும் தொழில் முனைவோரும் உற்பத்தியில் அவரவர் பங்களிப்புக்கு இணையான ஊதியங்களைத்தான் பெறுவார்கள்.

ஜே.பி. கிளார்க் நவசெவ்வியல் பொருளியல் ஆய்வின் மூலம் முதலாளியத்தின் பகிர்வு முறையை நேர்மையானதென்று மெய்ப்பிக்கிறார். ஆனால் உற்பத்திக் காரணிகளுக்கு அவற்றின் உற்பத்தித்திறன் அளவிற்கு ஊதியங்கள் வழங்கினால் அது பொருளின் விலைக்குச் சமமாக இருக்கும் என்கிற அவருடைய முடிவு, உற்பத்தியில் மாறா விளைவு விதி செயல்பட்டால் மட்டுமே உண்மையாக இருக்கும் என்பதைக் கவனிக்கத் தவறிவிட்டார். அதற்கு ஓர் எடுத்துக்காட்டாக, உற்பத்தியில் ஈடுபடுத்தியிருக்கும் உற்பத்திக் காரணிகள் அனைத்தையும் இரட்டிப்பாக்கினால் உற்பத்தியினளவும் இரண்டு மடங்கு பெருகுவதாகக் கொள்வோம். அப்போது மாறா விளைவு விதி செயல்படுகிறது என்கிறோம். மாறாக உற்பத்தியில் ஈடுபடுத்தியிருக்கும் உற்பத்திக் காரணிகள் அனைத்தையும் இரட்டிப்பாக்கினால் உற்பத்தியினளவும் இரண்டு மடங்குக்குக் குறைவாகப் பெருகினால் குறைந்துசெல் விளைவு விதி செயல்படுகிறதென்கிறோம். உற்பத்தியில் ஈடுபடுத்தியிருக்கும்

உற்பத்திக் காரணிகள் அனைத்தையும் இரட்டிப்பாக்கினால் உற்பத்தியினளவு இரண்டு மடங்குக்கு அதிகமாகப் பெருகினால் வளர்ந்துசெல் விளைவு விதி செயல்படுகிறதென்கிறோம். பிலிப் விக்ஸ்டீட், நூட் விக்ஸெல் இதைக் கவனித்து, உற்பத்தியில் வளர்ந்துசெல் அல்லது குறைந்துசெல் விளைவு விதிகள் செயல்படும்போது உற்பத்திக் காரணிகளுக்கு அவற்றின் உற்பத்தித்திறன் அளவிற்கு ஊதியங்கள் வழங்கினால், அது பொருளின் விலைக்கு சமமாக இருக்கும் என்கிற முடிவு உண்மையாக இருக்காது என்று நிறுவியிருக்கிறார்கள். அதாவது, உற்பத்தியில் வளர்ந்துசெல் அல்லது குறைந்துசெல் விளைவு விதிகள் செயல்படும்போது 'பொருளைக் காலியாக்கும் தேற்றம்' வேலை செய்யாது! ஆனால் ஜே.பி. கிளார்க் இந்த நிபந்தனையைத் தெரிவிக்கவில்லை.

[விளிம்புநிலை உற்பத்தித்திறன் கொள்கையை முதலில் யார் வெளியிட்டார்கள் என்பது பற்றி விவாதங்கள் உண்டு. ஜே.பி. கிளார்க் 1889இல் இதுபற்றிய முதல் கட்டுரையை எழுதியிருக்கிறார். அதை அறியாமலே 1891இல் ஜே.ஏ. ஹாப்ஸன் (J.A. Hobson) இந்தக் கொள்கையை விளக்கியிருக்கிறார். அதே போல் கிளார்க்கின் கட்டுரையை அறியாமலே 1894இல் பிலிப் விக்ஸ்டீட் இந்தக் கொள்கையையும் அதற்கான கணித விளக்கத்தையும் அளித்திருக்கிறார். ஏ.டபிள்யூ. பிளக்ஸ் (A.W. Flux) என்பவர் பிலிப் விக்ஸ்டீட்டின் கணித விளக்கத்திற்கும் ஆய்லர் தேற்றத்துக்குமான ஒற்றுமையை 1894இலேயே வெளிக்கொணர்ந்தவர். என்ரிகோ பேரான் (Enrico Barone) சுயமாக இந்தக் கொள்கையை 1895இல் கண்டுபிடித்திருந்தாலும், அதை வெளியிடாததால் அந்தப் பெருமையை அடைய முடியவில்லை. அவர் இந்தக் கொள்கையை லியான் வோல்ரஸிற்குத் தெரியப்படுத்தி, அவருடைய நூலில் இதை வெளியிட வேண்டிக்கொண்டார். ஆனால் வோல்ரஸ் தன்னுடைய மூலக்கூறுகள் (Elements) நூலின் 1896இல் வெளியிட்ட மூன்றாவது பதிப்பில் தன்னுடைய நூலின் முந்தைய பதிப்புகளிலேயே இந்த அடிப்படை ஏற்கெனவே இருப்பதாகவும், அதனால் விக்ஸ்டீடின் கணித விளக்கம் தன்னைப் பின்பற்றி வந்ததென்றும் குற்றம் சாட்டினார். ஆனால் இந்தக் குற்றச்சாட்டைப் பெரும்பாலானோர் ஏற்கவில்லை. எனவே அவருடைய நூலின் நான்காவது பதிப்பில் அந்தக் குற்றச்சாட்டை நீக்கி விட்டார். நூட் விக்ஸல் 1900இல் பிலிப் விக்ஸ்டீட்தான் இந்தக் கணித விளக்கத்திற்கு மூல காரணகர்த்தா என்று விக்ஸ்டீடிற்கு ஆதரவு நிலை எடுத்திருக்கிறார். விசித்திரம் என்னவெனில் நூட் விக்ஸல் 1893இலேயே இந்தக் கொள்கையை விளக்கியிருந்த போதிலும், தான் அதைச் செய்திருந்ததை மறந்துவிட்டதுதான்! அதைவிட விசித்திரம், 1877லேயே லாஸேன்

கணித அறிஞர் ஹெர்மான் அம்ஸ்டெயின் (*Herman Amstein*) பொருளின் விலையை, அதை உற்பத்தி செய்ய உதவிய உற்பத்திக் காரணிகளின் ஊதியங்களின் கூட்டு காலியாக்கிவிடும் என்கிற கணிதத் தேற்றத்தையும் அதற்கான நிரூபணத்தையும் லியான் வோல்ரஸிற்கு அளித்திருந்தாலும் வோல்ரஸ் அப்போது அதனைப் புரிந்துகொள்ளாமல் புறக்கணித்ததுதான்!]

உற்பத்திக் காரணிகளின் விளிம்புநிலை உற்பத்தித்திறன் அந்த உற்பத்திக் காரணிகளின் தேவைகளை நிர்ணயிக்கிறது என்கிற ஒருவழித் தொடர்பைப் புரிந்துகொள்ளாமல் அவை அவற்றின் மதிப்பையே நிர்ணயிக்கிறது என்கிற தவறான வாதத்தை முன்வைப்பவர்கள் சிலர் இருக்கிறார்கள். அதற்கு கிளார்க்கின் கட்டுரைகளில் சில பகுதிகள் அடிப்படை நல்குகின்றன என்பதும் உண்மையே. அதை விளிம்புநிலை உற்பத்தித்திறன் பகிர்வுக் கொள்கை என்றும் காட்டுகிறார்கள். ஆனால் கிளார்க் சரியான வாதத்தைத்தான் மேற்கொண்டார். மூலதனத்தை ஒரு பொதுவான உற்பத்திக்காரணியாக அவர் மேற்கொண்ட கற்பனைகள்தான் அவருடைய கட்டுரைகளின் சில பகுதிகளைப் பெரிய விவாதக்கருவாக மாற்றியிருக்கின்றன.

சந்தையில் நிறைவுப் போட்டி நிலவினால்தான் உற்பத்திக் காரணிகள் அவற்றின் விளிம்புநிலை உற்பத்தித்திறனளவுக்கு ஊதியங்களைப் பெறும் என்று கிளார்க் விளக்கியிருக்கிறார். ஆனால் அவர் வாழ்ந்த காலத்தில் அமெரிக்காவில் பெரிய நிறுவனங்கள் பல தோன்றி, அவற்றில் சில முற்றுரிமை பெற்றிருப்பதை அவர் கவனித்திருக்கிறார். முற்றுரிமையும் நிறைகுறைப் போட்டியும் பொருள்களின் அளிப்பைக் குறைத்து, நுகர்வோருக்கு விலைகளைக் கூட்டுமென்பதைத் தெரிவிக்கிறார். இருந்தபோதிலும் அமெரிக்காவில் பெரிய நிறுவனங்களின் வளர்ச்சி இயற்கையானதுதான் என்றும், அவற்றின் பேரளவு உற்பத்தி மொத்தத்தில் நன்மையையே விளைவிக்கிறது என்றும் கருதினார். பெரிய நிறுவனங்களுக்கும்கூடப் போட்டி அமைப்புகள் தோன்றிவிடும் என்றும், பெரிய நிறுவனங்களுக்கெதிராகத் தொழிற்சங்கங்கள் போன்ற அமைப்புகள் செயல்பட்டு அவற்றின் சந்தை சக்தியை எதிர்க்கும் என்றும் அவர் கருதினார். எனவே பெரிய நிறுவனங்களின் வளர்ச்சியை அவர் வரவேற்கவே செய்கிறார். முற்றுரிமையைப் போலவே தொழிலாளர்கள் ஒன்று கூடித் தொழிற் சங்கங்களாக இணைந்து தங்கள் கூலிகளை உயர்த்த முயல்வதும் தீமை விளைவிக்கும் என்று அவர் கருதினார். பொதுவாகக் கூறினால், அவர் வாழ்ந்த காலத்தில் அமெரிக்காவில் நிலவி வந்த முதலாளியத்தை ஆதரிப்பவராகவே ஜே.பி. கிளார்க் இருந்தார். பெரிய நிறுவனங்கள், தங்களோடு போட்டியிடும்

மற்ற நிறுவனங்களை நசுக்குவதற்காகத் தங்களின் உற்பத்திச் செலவுகளுக்குக் குறைவான விலையில் தாங்கள் உற்பத்தி செய்யும் பொருள்களை விற்பதைத் தடுக்க நடவடிக்கை எடுக்க வேண்டும் என்றார். ஆனால் எத்தகைய நடவடிக்கைகள் மூலம் அவ்வித ஆபத்துகளைத் தடுக்க இயலும் என்பதை அவர் தெளிவாக்கவில்லை. தொழில் போட்டிதான் பெரிய நிறுவனங்கள் தங்களின் சந்தை சக்தியைத் தவறான வழிகளில் பயன்படுத்துவதைத் தடுக்கும் என்று அவர் வலுவாக நம்பினார். அந்தத் தொழில் போட்டி அமெரிக்காவில் இயற்கையாகவே உருவாகிவிடும் என்றும் அவர் நம்பியிருக்கிறார்.

எப்படியிருப்பினும், நவசெவ்வியல் பொருளியலின் பகிர்வுக் கொள்கையை முழுமையாக முதலில் வெளியிட்டவர் என்கிற புகழ் கிளார்க்கிற்குக் கிடைத்திருக்கிறது. நிலவுகிற பொருளியல் சூழலில் உற்பத்தியில் ஈடுபடுத்தும் உற்பத்திக் காரணிகளுக்கு, அவற்றின் விளிம்புநிலை உற்பத்தித் திறனுக்கேற்ற அளவு ஊதியங்கள் பகிரப்படும் என்கிற பொதுக் கொள்கையை அவர்தான் பறைசாற்றினார். நிலவுகிற சூழலில் இருக்கிற ஏராளமான பொருளியல் ஏற்றத்தாழ்வுகள் ஏன் வந்தன என்கிற கேள்வியையே அவர் கேட்கவில்லை. அந்த ஏற்றத்தாழ்வுகள் காரணமாக உற்பத்திக் காரணிகளின் தேவை அளிப்பு இரண்டு பகுதிகளும் பாதிக்கப்படுகின்றன என்பதையும் அவர் புறக்கணிக்கிறார். உற்பத்திக்காரணிகளின் விளிம்புநிலை உற்பத்தித்திறனுக்கேற்ற அளவுக்கு ஊதியங்கள் கிடைக்குமென்பதால், இன்று அதிக ஊதியம் பெறுபவரை விட அதிகத் திறமைசாலிக்கு நாளை அதிக ஊதியம் கிடைக்குமென்பதால், இன்றைய ஏற்றத்தாழ்வுகள் நாளையும் தொடர வேண்டிய அவசியமில்லை என்று அவர் நம்புகிறார். அவர் வாழ்ந்த கால அமெரிக்கச் சூழலில் இன்று கந்தையணிந்தவர் நாளை கோடீஸ்வரராக ஆவது நடைமுறை சாத்தியமானதாகவே இருந்தது. அதனால்தானோ என்னவோ, 'செவ்வியல் அரசியல் பொருளாதாரத்தின்' மையமான கருத்துகளில் ஒன்றான வர்க்கங்களிடையே பகிர்வு எப்படி நிகழும் என்கிற கேள்வியையே கேட்காமல், அனைத்து உற்பத்திக் காரணிகளுக்கும் பொதுவான ஒரு பகிர்வுக் கோட்பாட்டை அறிமுகப்படுத்தி அளித்திருக்கிறார் கிளார்க். பொருளியலை ஓர் அறிவியலாகப் பார்க்கிற பார்வை இது! இதில் விருப்பு வெறுப்புகளுக்கு இடமில்லை. பகிர்வை ஒரு கணித சூத்திரமாகப் பார்க்கிற பார்வை இது!

~~

9

பிரான்ஸிஸ் யிஸிட்ரோ எட்ஜ்வொர்த்

அயர்லாந்தின் மத்தியப் பகுதியில் வசித்த பெருநிலக்கிழார் குடும்பத்தைச் சேர்ந்த பிரான்ஸிஸ் புயூஃபோர்ட் எட்ஜ்வொர்த்திற்கும், ஸ்பெயினின் கேடாலினா பகுதியிலிருந்து இங்கிலாந்திற்கு அகதியாக வந்திருந்த ரோசா புளோரன்டினா இரோல்ஸுக்கும் நடந்த காதல் திருமணத்தின் விளைவாகப் பிறந்த ஆறு மகன்களில் ஐந்தாவது மகனாக *08* பிப்ரவரி *1845*இல் பிறந்தவர் பிரான்ஸிஸ் யிஸிட்ரோ எட்ஜ்வொர்த் (*Francis Ysidro Edgeworth, 1845–1926*). கால ஓட்டத்தில் நிலவுடைமைக் குடும்பங்களின் எண்ணிக்கை, தன்மை, மதிப்பு பற்றிய சமூக அங்கீகாரம் ஆகியவை உலக நடப்புகளால் பெருமாற்றங்கள் அடைகின்றன என்பதை இவருடைய குடும்ப வரலாறு ஓரளவுக்குக் காட்டுகிறது எனலாம். நூலாசிரியர், கல்வியாளர், கண்டுபிடிப்பாளராகப் பிரபலமான இவருடைய தாத்தா ரிச்சர்ட் லோவல் எட்ஜ்வொர்த், நான்கு முறை மணம் செய்து *22* குழந்தைகளைப் பெற்றுக் கொண்டவர். அவருடைய தந்தை (எட்ஜ்வொர்த்தின் பாட்டன்) மூன்று முறை திருமணம் செய்துகொண்டவர். அவர்களுக்கு டுப்ளின் நகருக்கு வடக்கில் எட்ஜ்வொர்த் டவுனில் பரம்பரை உரிமையாக ஒரு பண்ணை இருந்தது. அங்குதான் எப்.ஒய். எட்ஜ்வொர்த் பிறந்தார். சார்லஸ் டார்வின் உட்படப் பல பிரபலங்களைத் தன் நெருங்கிய உறவினர்களாகப் பெற்றவர். அவருடைய அத்தை மரியா எட்ஜ்வொர்த் அயர்லாந்து பின்னணியிலமைந்த நாவல்களுக்கும், குழந்தை இலக்கியத்துக்கும் புகழ் பெற்றவர். *1911*இல் அவருடைய தந்தையின் மற்ற ஆண் வாரிசுகள் அனைவரும் மரணமடைந்துவிட்டதால், எட்ஜ்வொர்த் டவுன் பண்ணை அவருக்கு வாரிசுரிமையாகக் கிடைத்தது. எப்.ஒய். எட்ஜ்வொர்த்

திருமணமே செய்துகொள்ளாததால், அவர் மரணத்திற்குப் பிறகே அந்தப் பண்ணை அவர்களின் பரம்பரையைச் சேர்ந்த பெண் வாரிசுகளுக்குச் சென்றது.

அவருடைய தந்தை அவருடைய இரண்டாவது வயதிலேயே காலமாகி விட்டார். எப்.ஒய். எட்ஜ்வொர்த் குடும்பப் பண்ணையிலேயே வளர்ந்தார். தனி ஆசிரியர்களால் கற்பிக்கப் பட்டார். அவர் பள்ளிக்குச் சென்றதில்லை. தமது 17வது வயதில் டப்ளின் பல்கலைக்கழகத்தின் டிரினிடி கல்லூரியில் சேர்ந்தார். பிரெஞ்சு, ஜெர்மன், இதாலியன், ஸ்பானிஷ் போன்ற மொழிகளைக் கற்பதில் ஆர்வம் செலுத்தினார். அங்கு பட்டம் பெற்ற பிறகு, மேற்படிப்பிற்காக 1867இல் ஆக்ஸ்போர்டு பல்கலைக்கழகம் சென்று 1869இல் பட்டம் பெற்றார். 1877இல் வழக்கறிஞராகப் பணியாற்றப் பதிவு பெற்றிருக்கிறார். அந்த ஆண்டில்தான் புதிய மற்றும் பழைய நன்னெறி அறம் (New and Old Methods of Ethics) பற்றிய நூலை வெளியிட்டார். அற்புதமான ஞாபக சக்தி கொண்டவர். முதுமையிலும் மில்டன், போப், வர்ஜில், ஹோமர் போன்றவரின் பாடல்களைப் பிழையில்லாமல் ஒப்பிக்கும் ஆற்றல் கொண்டிருந்தார். அதே சமயம் (ஆடம் ஸ்மித் போல) மறதியால் அன்றாட வாழ்க்கை நடைமுறைகளில் சிறு பிழைகள் செய்தவர்.

1880இல் இவர் லண்டன் மன்னர் கல்லூரியில் (King's College) தருக்க விரிவுரையாளராகப் பணியமர்ந்தார். அப்போதுதான் அவருடைய அண்டை வீட்டுக்காரரான வில்லியம் ஸ்டான்லி ஜெவன்ஸுடன் அவருக்கு நட்பு ஏற்பட்டது. பொருளியல் நோக்கி அவரது கவனம் திரும்பியது. சுயமாகப் பல்துறைகளில் புலமை பெற்றவர். அவர் கல்லூரிகளில் கணிதம் படித்ததாகத் தெரியவில்லை. எனினும் 1881இல் 'ஆன்மா சார்ந்த கணிதம்' (Mathematical Psychics: An Application of Mathematics to Moral Sciences) என்கிற நூலை வெளியிட்டார். இந்த நூல்தான் இவருடைய பொருளியல் ஆய்வுகளுக்குத் தோற்றுவாய். 1885இல் புள்ளிவிவர இயல் வழிமுறைகள் (Methods of Statistics) நூலை வெளியிட்டார். இவருடைய பொருளியல் நூல்களில் கணிதம், புள்ளிவிவரவியல் கருத்துகளை ஏராளமாகப் பயன்படுத்தியிருக்கிறார். கணிதத்தைத் தானே கற்றுச் சிறப்புத் தேர்ச்சி பெற்றதனால், அது போலவே வாசகர்களும் கணிதம், புள்ளிவிவர இயல்களை எளிதில் அறிந்து கொள்வார்கள் என்று அவர் தவறாக அனுமானித்திருக்கலாம் என்று சில திறனாய்வாளர்கள் கருதுகிறார்கள். ஏனெனில், இவருடைய கட்டுரைகளும் நூல்களும் சாதாரண வாசகர்கள் எளிதில் புரிந்துகொள்ளும் வகையில் அமையவில்லை. இவருடைய விரிவுரைகளும் மாணவர்களைக் கவரவில்லை. நிறையப்

புதுமைகளை அவர் அறிந்திருந்தபோதிலும் அவற்றை மற்றவர்கள் புரிந்து கொள்ளும் விதத்தில் விளக்க முடியாமல் அவதியுற்றவர்.

*1888*இல் லண்டன் மன்னர் கல்லூரியில் ‘அரசியல் பொருளியல்’ பேராசிரியராக நியமிக்கப்பட்டார். இரண்டாண்டுகள் கழித்து அங்கேயே ‘பொருளாதார அறிவியலுக்கான டூக் இருக்கை’யில் (*Tookes Chair of Economic Science*) அமர்த்தப் பட்டார். *1891*இல் ஆக்ஸ்போர்ட் பல்கலைக்கழகத்தின் ‘அரசியல் பொருளாதாரத்துக்கான டிரம்மன்டு இருக்கை’க்குத் (*Drummand Chair of Political Economy*) தேர்வு பெற்றதால், லண்டனை விட்டு இடம் பெயர்ந்தார். (நோபல் பரிசு பெற்ற அமார்த்ய சென்னும் பின்னர் இப்பதவியில் இருந்தார் என்பது கவனத்திற்குரியது!) அங்கு ‘ஆல் ஸோல்ஸ்’ கல்லூரியில் *1891*இலிருந்து *1922*இல் அவர் ஓய்வு பெறும் வரை பணியாற்றினார். ஆக்ஸ்போர்டில் *1891*இல் ‘பொருளியல் சஞ்சிகை’ (*Economic Journal*) தொடங்கியதிலிருந்து *1926*இல் இறக்கும் வரை அதன் முதல் ஆசிரியராகவும், பின்னர் ஜே.எம். கீன்ஸுடன் இணை ஆசிரியராகவும் பணியாற்றினார். அதனால் அந்த சஞ்சிகையில் அவர் சுயமான கட்டுரைகளை எழுதியதல்லாமல் பலருடைய கட்டுரைகளுக்குப் புனராய்வுகளையும் எழுதியிருக்கிறார்.

*1907*இல் அரசின் புள்ளியியல் கழகம் (*Royal Statistical Society*) அவருக்கு ‘ஃகை பதக்கம்’ (*Guy Medal*) வழங்கிக் கௌரவித்தது. *1912–14*இல் அந்தக் கழகத்தின் தலைவராகவும் விளங்கியிருக்கிறார். *1892*இல் அவர் இணைபுப்படுத்துதல் (*correlation*) பற்றி எழுதிய முன்னோடிக் கட்டுரை கார்ல் பியர்ஸனுக்கு (*Karl Pearson*) அந்தத் துறையில் மேலும் ஆய்வுகள் மேற்கொள்ளத் தூண்டுகோலாயமைந்தது. இருவரும் ஆரம்பத்தில் நண்பர்களாயிருந்து, பின்னர் கருத்து வேறுபாடு கொண்டு பிரிந்துவிட்டார்கள். அவர் கணிதப் புள்ளிவிவர இயல்களுக்குச் செய்த பங்களிப்புகள் பற்றி அவர் மரணத்திற்குப் பிறகு *1928*இல் ஏ.எல்.பௌலி (*A.L. Bowley*) ஒரு நூல் வெளியிட்டு மேன்மைப் படுத்தியிருக்கிறார். இவருடைய சமகாலத்தவரான ஆல்பிரட் மார்ஷல் போலவே, எட்ஜ்வொர்த்தும் பொருளியல் ஆய்வுகளுக்குப் பல புதிய கருவிகளை வழங்கியவர் என்கிற புகழுக்குரியவர். வரிசைக்கிரமப் பயன்பாடு (*ordinal utility*), சமநோக்கு வளைகோடு (*indifference curve*), பயன்பாட்டுச் சார்புமுறை எண்கள் (*utility functions*), ஒப்பந்த வளைகோடு (*contract curve*), ரொக்கக்காப்பு விழுக்காடு (*cash reserve ratio*) ஆகியவை அந்தக் கருவிகளில் அடங்கும். அவரைச் சிறப்பிப்பதற்காக அவர் பெயரில் எட்ஜ்வொர்த்

பெட்டி வரைபடம் *(Edgeworth Box Diagram)* என்கிற கருவி வில்பிரடோ பரேட்டோ *(Vilfredo Pareto)* உருவாக்கினார்.

~~

எட்ஜ்வொர்த், கணிதத்தின் வழியாகப் பொருளியல் ஆய்வுகளை மேற்கொள்ளலாம் என்பதில் மிகுந்த நம்பிக்கை வைத்திருந்தவர். அதிலும் சிறப்பாக, வகை நுண்கணிதத்தைப் *(differential calculus)* பொருளியல் ஆய்வுகளின் இதயமாகக் கருதியவர். பொருளாதாரம் என்கிற கலையியலாய்க் கருதப்பட்ட கருமூலத்தைப் பொருளியல் என்கிற அறிவியலாக மாற்ற முயன்ற நவசெவ்வியல் அறிஞர்கள் வரிசையைச் சேர்ந்தவர். ஜெவன்ஸ், வோல்ரஸ் போன்றே இவரும் தனி நபர்களைத் தன் கணிதச் சூத்திரங்களில் ஓர் அங்கமாகவே சுருக்கிவிடுகிறார். கணிதம் நிச்சயத்தன்மை கொண்டது; தெளிவானது. சரியான அனுமானங்களைக் கைக்கொண்டால் சரியான முடிவுகளுக்கு இட்டுச் செல்ல வல்லது. எனவே, ஆடம் ஸ்மித் போன்ற முன்னோடிகள் வார்த்தைகளில் சொல்லிச் சென்றதைக் கணித மயமாக்கினால், பொருளியல் ஓர் அறிவியலாகப் பரிணமிக்கும் என்று நம்பியவர். ஆனால் அவர் எழுதிச்சென்ற பல சுயமான செய்திகள் மற்றவர்களால் எளிதில் புரிந்துகொள்ள முடியாதபடி அமைந்து விட்டன! செவ்வியல் அரசியல் பொருளாதார ஆசிரியர்களைப் போல் தனிநபர்களை வர்க்கங்களின் பிரதிநிதிகளாக அவர் அடையாளம் காணவில்லை. எனவே வருவாய்ப் பகிர்வில் வருகிற வர்க்கப் போராட்டங்களைப் பற்றிய விசாரணை அவருடைய ஆய்வுகளின் மைய நோக்கமாக அமையவில்லை. மாறாக, பரிவர்த்தனையும் பகிர்வும் எப்படி நடைபெறுகின்றன என்பது பற்றிப் பொதுவான தத்துவங்களை ஆராய்வதுதான் அவருடைய நோக்கமாக இருந்தது. அனைத்து நுகர்வோரின் விருப்பத் தேர்வுகளும் எப்படி ஒட்டுமொத்தத் தேவையைத் தீர்மானிக்கின்றன என்பன போன்ற அடிப்படைக் கேள்விகளிலிருந்து அவர் படிப்படியாகப் பொருளாதார இயலின் அங்கங்களை விரித்து ஆராய்கிறார். ஒரு பொருளுக்குத் தனி நபர்களின் விருப்பத்தேர்வு, அதிலிருந்து எத்தனை பயன்பாடு கிடைத்தது என்கிற எண்ணிக்கையால் அளக்கப்பட்டுத் தீர்மானிக்க இயலாது; ஆனால் எத்தனை என்கிற தரவரிசையால் அளக்கப்பட்டுத் தீர்மானிக்க இயலும் என்கிற அஸ்திவாரத்தை அவர் நிறுவுகிறார். முதல் மாம்பழத்தைச் சாப்பிட்டால் 100 அலகு பயன்பாடு கிடைக்கும்; இரண்டாவது மாம்பழத்தைச் சாப்பிட்டால் 80 அலகு பயன்பாடு கிடைக்கும் என்று துல்லியமாக எத்தனை அலகுகள் பயன்பாடு கிடைக்கும் என்று நுகர்வோரால் சொல்ல இயலாது; ஆனால் முதல் மாம்பழத்தைச் சாப்பிட்டால் கிடைக்கும் பயன்பாட்டைவிட இரண்டாவது மாம்பழத்தைச் சாப்பிட்டால்

கிடைக்கும் பயன்பாடு குறைவாக இருக்கும் என்று நிச்சயமாகச் சொல்ல முடியும். இரண்டாவது மாம்பழத்தை உண்பதைவிட முதல் மாம்பழத்தை உண்பது அதிக மகிழ்ச்சியளித்தது என்று தெரிவிக்க முடியும். முதல் மாம்பழம் தரும் பயன்பாடு முதல் தரம் என்றும் இரண்டாவது மாம்பழம் தரும் பயன்பாடு அதை விடக் குறைந்த இரண்டாம் தரம் என்றும் நுகர்ச்சியிலிருந்து கிடைக்கும் பயன்பாட்டைத் தரவரிசைப்படுத்த முடியும். அதாவது, பயன்பாட்டின் அளவை இவ்வளவுதான் என்கிற நிச்சயமான எண்ணிக்கைக்கு உட்படுத்தாமலேயே, முதல், இரண்டாவது, மூன்றாவது என்று ஒப்பீட்டளவில் தரவரிசைப்படுத்த முடியும். பொருளியலில் பென்த்தம் (*Bentham*) தொடங்கி வைத்த பயன்பாட்டுக் கொள்கையை ஏற்றுக்கொண்டு, ஜெவன்ஸ், வோல்ரஸ் போன்றவர்கள் பொருள்களிலிருந்து நுகர்வோர் பெறும் பயன்பாட்டை எண்ணளவில் (*cardinal utility*) கற்பனையாக அளந்தார்கள். ஆனால் எட்ஜ்வொர்த், டுபூட், பரேட்டோ ஆகியோர் பயன்பாட்டை அப்படி எண்ணளவாகத் துல்லியமாக அளக்க இயலாது என்பதைக் காட்டி, அதற்குப் பிரதியாக தர வரிசை அல்லது வரிசைக்கிரமப் பயன்பாடாக (*ordinal utility*) (ஒப்பீடாகக்) காட்டுவதன் மூலமே கணித வழியாகப் பொருள்களின் தேவையைக் கணிக்க முடியும் என்று நிறுவினார்கள்.

அதற்காக எட்ஜ்வொர்த் சமநோக்கு வளைகோடு (*indifference curve*) என்கிற முறையைக் கருவியாகப் பொருளியலுக்கு அறிமுகப்படுத்தியிருக்கிறார். ஒரு தனிநபருக்கு இரு பொருள்களிலிருந்து கிடைக்கும் மொத்தப் பயன்பாடு ஒரே அளவு இருக்கும் பல கலவைகளின் தொகுப்பை ஒரு வளைகோடாகப் படம் பிடித்தால், அது சமநோக்கு வளைகோடாக அமையும். இதைப் புரிந்து கொள்வதற்காக நாம் இரு பொருள்கள் கொண்ட ஒரு கலவை ஒரு நுகர்பவரிடம் இருப்பதாகக் கொள்வோம். ஆரம்பத்தில் நுகர்பவரிடம் *8* ஆப்பிளும், *8* ஆரஞ்சும் இருப்பதாக அனுமானிப்போம். இப்போது அந்தக் கலவையோடு ஒரு ஆப்பிளைக் கூட்டினால், அந்தக் கலவையின் மொத்தப் பயன்பாடு கண்டிப்பாகக் கூடிவிடும். அதாவது *9* ஆப்பிளும், *8* ஆரஞ்சும் கொண்ட கலவையின் மொத்தப் பயன்பாடு, *8* ஆப்பிளும், *8* ஆரஞ்சும் கொண்ட கலவையின் மொத்தப் பயன்பாட்டைவிடக் கண்டிப்பாக அதிகமாக இருக்கும். அப்படியானால் *8* ஆப்பிளும், *8* ஆரஞ்சும் கொண்ட கலவையின் மொத்தப் பயன்பாட்டினளவே இருக்கக்கூடிய வேறொரு ஆப்பிள் – ஆரஞ்சு கலவை வேண்டுமானால், அந்தக் கலவையில் ஒரு ஆப்பிளை அதிகரிக்கும் அதே சமயம் கலவையில் மற்றொரு பொருளான ஆரஞ்சின் எண்ணிக்கையைக் குறைத்தால்தான்

மொத்தப் பயன்பாடு மாறாமலிருக்கும். சுருக்கமாகச் சொன்னால், 8 ஆப்பிளும், 8 ஆரஞ்சும் கொண்ட கலவையின் மொத்தப் பயன்பாட்டுக்கிணையாக 9 ஆப்பிளும், 7 ஆரஞ்சும் கொண்ட கலவையின் மொத்தப் பயன்பாடு இருக்கிறதா என்று நுகர்வோரால் சொல்ல இயலும். நுகர்பவருக்குப் புதிதாகக் கூட்டப்பட்ட ஒரு ஆப்பிளின் பயன்பாட்டுக்கிணையாக இழந்துவிட்ட ஒரு ஆரஞ்சின் பயன்பாடு இருந்தால்தான் அந்தப் புதிய கலவையிலிருந்து முன்பு பெற்ற அதே அளவு மொத்தப் பயன்பாட்டைப் பெற முடியும். 8 ஆப்பிள் + 8 ஆரஞ்சும், 9 ஆப்பிள்கள் + 7 ஆரஞ்சும் ஆகிய இரண்டு கலவைகளும் ஒரே அளவு மொத்தப் பயன்பாடு அளிப்பதாக அந்த நுகர்பவர் கூறினால், அந்த இரு கலவைகளும் அந்த நுகர்பவரின் சமநோக்கு வளைகோட்டின் இரு புள்ளிகளாக இருக்கும். இப்போது இன்னொரு ஆப்பிளைக் கூட்டி, கலவையில் 10 ஆப்பிள் இருக்கச் செய்தால், அதற்கிணையாக அவர் ஆரஞ்சைக் குறைக்க வேண்டும். அவரது கலவையில் ஆப்பிள்கள் அதிகமிருக்கின்றன. ஆனால் ஆரஞ்சுகள் குறைந்து வருகின்றன. கூட்டப்படும் ஒரு ஆப்பிளுக்கு இணையாக முன்பு பரிவர்த்தனை செய்ய ஏற்றுக்கொண்ட ஒரு ஆரஞ்சுக்கும் குறைவான அளவு ஆரஞ்சைத்தான் அவர் இழக்கத் தயாராயிருப்பார். 8 ஆப்பிள் + 8 ஆரஞ்சும், 9 ஆப்பிள் + 7 ஆரஞ்சும் ஆகிய கலவைகள் தரும் அதே அளவு மொத்தப் பயன்பாடு 10 ஆப்பிள் + 6.25 ஆரஞ்சு கலவையிலிருக்கும். 8 ஆப்பிள் + 8 ஆரஞ்சும், 9 ஆப்பிள் + 7 ஆரஞ்சும், 10 ஆப்பிள் + 6.25 ஆரஞ்சும், 11 ஆப்பிள் + 5.75 ஆரஞ்சும் கொண்ட ஒரே அளவு பயன்பாடு தருகிற தொகுப்புகள் ஒவ்வொன்றையும் ஒவ்வொரு புள்ளிகளாக ஒரே வரைபடத்தில் காட்டி, அவையனைத்தையும் இணைத்தால் ஒரு சமநோக்கு வளைகோடு படம் கிடைக்கிறது.

சமநோக்கு வளைகோடு, வரைபடத்தின் தொடக்கப்புள்ளி அல்லது மூலத்திற்கு புறங்குவிந்ததாக (convex to the origin) இருக்குமென்று எட்ஜ்வொர்த் அனுமானிக்கிறார். ஏனென்றால், ஒரே மதிப்புடைய கலவைகளிலிருக்கும் இரு பொருள்களில் ஒன்றைக் கூட்டக்கூட்ட, அதன் மதிப்பு ஒப்பீட்டடிப்படையில் மற்ற பொருளின் இணை அளவில் குறைந்துகொண்டே வரும் என்று அவர் கருதுகிறார். நுகர்பவர் ஒரு சமநோக்கு வளைகோட்டில் இருந்தால், கலவையில் ஆப்பிள்களின் எண்ணிக்கை கூடக்கூட, ஆரஞ்சுகளின் எண்ணிக்கை குறைந்துகொண்டே வந்தாக வேண்டும். அந்தச் சமநோக்கு வளைகோட்டில் ஆப்பிள்களின் எண்ணிக்கை கூட்டப்படும்போது, கூட்டப்பட்ட ஆப்பிளின் விளிம்புநிலைப் பயன்பாடு குறைந்துகொண்டே வருமென்பதாலும், ஆரஞ்சுகளின் எண்ணிக்கை குறைக்கப்படும்போது, மீதமிருக்கிற

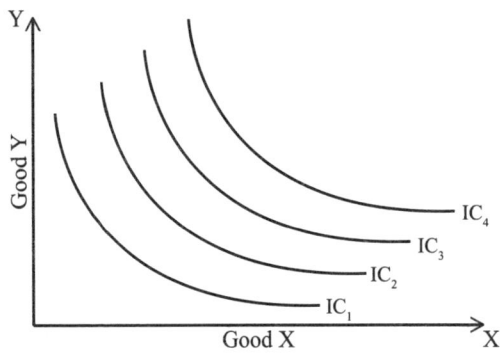

ஆரஞ்சுகளின் விளிம்புநிலைப் பயன்பாடு அதிகரிக்கு மென்பதாலும்தான் சமநோக்கு வளைகோடு, வரைபடத்தின் தொடக்கத்திற்குப் புறங்குவிந்ததாக இருக்கும் என்று அனுமானிக்க வைக்கிறது. ஒரு சமநோக்கு வளைகோட்டிலிருக்கும் அனைத்துப் புள்ளிகளும் சமமான மொத்தப் பயன்பாட்டைக் காட்டுகின்றன. சமநோக்கு வளைகோடு புறங்குவிந்து வளையாமல் நேரானதாக இருக்குமென்றால் அந்த நேர்கோட்டிலிருக்கும் அனைத்துப் புள்ளிகளிலும் ஒரு ஆப்பிளைக் கூட்டும்போது அதற்கிணையாக இழக்கப்போகிற ஆரஞ்சுகளின் எண்ணிக்கை மாறாமலிருக்கும். அதாவது குறைந்துசெல் விளிம்புநிலைப் பயன்பாட்டு விதி செயல்படாமல் இருக்கும். தத்துவத்திலும் நடைமுறையிலும் குறைந்துசெல் விளிம்புநிலைப் பயன்பாட்டு விதி செயல்படுவதாக அனுமானிப்பதால்தான் சமநோக்கு வளைகோடுகள் வரைபடத்தின் மூலத்திற்குப் புறங்குவிந்ததாகக் காட்டப்படுகின்றன. அப்படியென்றால், வரைபடத்தில் ஒரு சமநோக்கு வளைகோட்டிற்கு வடகிழக்கிலமைகின்ற சமநோக்கு வளைகோடு அதை விட அதிக மொத்தப் பயன்பாட்டையுடைய கலவையைக் காட்டுகிறது என்பதும், அதற்கு தென்மேற்கிலமைகின்ற சமநோக்கு வளைகோடு அதை விடக் குறைந்த மொத்தப் பயன்பாட்டையுடைய கலவையைக் காட்டுகிறது என்பதும் தெளிவாகிறது. அதாவது, வரைபடத்தில் *IC1* என்பதை விட *IC2* கூடுதல் பயன்பாட்டைக் குறிக்கிறது.

எட்ஜ்வொர்த்தின் சமநோக்கு வளைகோட்டைப் பரிவர்த்தனையை விளக்கும் ஒரு கருவியாக வில்பிரடோ பரேட்டோ பயன்படுத்தினார். பெல்ஜியம், ஜெர்மனி ஆகிய இரு நாடுகள் 'பிரட்ஸெல்', 'பீர்' ஆகிய இரு பொருள்களைப் பரிவர்த்தனை செய்வதனால் வரும் விளைவுகளைக் காட்ட 'எட்ஜ்வொர்த்

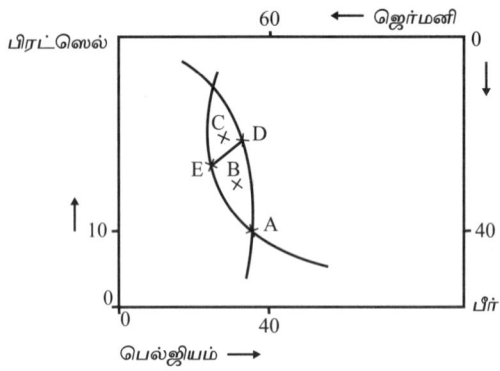

எட்ஜ்வொர்த்தின் பெட்டி வரைபடத்தின் மாதிரி

பெட்டி' (Edgeworth Box Diagram) என்கிற வரைபடத்தை அவர் கையாண்டிருக்கிறார். எட்ஜ்வொர்த் வரிசைக்கிரமப் பயன்பாட்டை அடிப்படையாக வைத்து நுகர்வோர் விருப்பத் தேர்வுகளைப் படம் பிடிக்க முயன்றதை கௌரவிக்கும் விதத்தில் அவர் இந்தப் பெயர் வைத்தார். அந்த இரு பொருள்களுக்கான பெல்ஜியத்தின் சமநோக்கு வளைகோட்டை கணித மரபுப்படி அதன் மூலம் தென்மேற்கில் இருக்கும் விதத்தில் அமைத்து, செங்குத்து அச்சில் 'பிரட்ஸெல்' ரொட்டி பொருளும், படுகிடை அச்சில் 'பீர்' பொருளும் அளக்கப்படுவது போல் வரைகிறார். ஆனால் 'ஜெர்மனியின்' அதே இரு பொருள்களுக்கான சமநோக்கு வளைகோட்டை வரையும்போது அதை எதிர்த்திசையில் திருப்பி, அதன் மூலம் வடகிழக்கில் இருக்கும் விதத்தில் அமைத்து, செங்குத்து அச்சில் 'பிரட்ஸெல்' பொருளும், படுகிடை அச்சில் 'பீர்' பொருளும் அளக்கப்படுவது போல் வரைகிறார். எதிரெதிர் வரையப்பட்ட இந்த இரு வரைபடங்களையும் ஒன்றாக்கிப் பார்க்கும்போது அங்கு 'எட்ஜ்வொர்த் பெட்டி' வரைபடம் என்கிற சதுர வடிவம் தெளிவாய்த் தெரிகிறது.

(படுகிடை அச்சில் பீர் எண்ணிக்கையும், செங்குத்து அச்சில் பிரெட்ஸல் எண்ணிக்கையும் அளக்கப்பட்டிருக்கின்றன.)

இந்தப் பெட்டி வரைபடத்திற்குள் ஜெர்மனியின் சமநோக்கு வளைகோடும் பெல்ஜியத்தின் சமநோக்கு வளைகோடும் ஒன்றையொன்று வெட்டிக்கொள்ளும் இரு புள்ளிகளிலும் அவ்விரு நாடுகளும் சமமான மொத்தப் பயன்பாட்டைப் பெற்றிருக்கிறார்கள். அந்தச் சமநோக்கு வளைகோடுகளிரண்டும் அவற்றின் மூலத்திற்குப் புறங்குவிந்ததாக இருப்பதால் அவை ஒன்றையொன்று

வெட்டிக்கொள்ளும்போது ஒரு கண் போன்ற இடைவெளியை அவை உள்ளடக்குகின்றன. அந்த இடைவெளியிலிருக்கும் ஒவ்வொரு புள்ளியும் மூலத்திற்கு வடகிழக்கிலமைந்திருப்பதால் (அல்லது எதிர்த்திசையிலிருக்கும் மூலத்திற்கு தென்மேற்கிலமைந்திருப்பதால்) அவையனைத்தும் ஜெர்மனிக்கோ, பெல்ஜியத்திற்கோ அல்லது இரு நாடுகளுக்குமோ அதிக மொத்தப் பயன்பாட்டை அளிக்கும் புள்ளிகள். எனவே, ஒன்றையொன்று வெட்டிக்கொள்ளும் சமநோக்கு வளைகோடுகளில் வெட்டிக்கொள்ளும் புள்ளிகளிலிருக்கும் இரு பொருள்களுக்கான கலவைகளை வைத்திருப்பவர்கள், அவர்களின் கலவைகளிலிருக்கும் பொருள்களை அடுத்தவரிடம் பரிவர்த்தனை செய்வதன் வழியாக, இப்போதிருக்கும் நிலையை விட உயர்ந்த நிலையை அடைய முயல்வார்கள். (அதாவது, அந்தப் புள்ளியை விட உயர்ந்த புள்ளி வழியாகச் செல்லும் சமநோக்கு வளைகோட்டை அடைய முயல்வார்கள்.) அவற்றுக்கிடையே எந்தப் புள்ளிகளில் அவர்களிருவரின் சமநோக்கு வளைகோடுகளும் ஒன்றுக்கொன்று தொடுகோடுகளாக (*tangent*) அமைகின்றனவோ அந்தப் புள்ளிகளனைத்தையும் ஒருங்கிணைத்தால் அங்கு கிடைக்கிற வளைகோட்டை 'ஒப்பந்த வளைகோடு' (*contract curve*) என்று பெரேடோ அழைக்கிறார். ஒப்பந்த வளைகோட்டிலிருக்கும் அனைத்துப் புள்ளிகளிலும் பரிவர்த்தனை நிகழ்ந்தால், பரிவர்த்தனையில் ஈடுபடும் இரு நாடுகளுமோ அல்லது ஏதோ ஒரு நாடோ நிச்சயமாக இலாபம் பெறுவர். ஆனால் இருவரில் எவருமே இழப்படைய மாட்டார்கள்! இந்த வரைபடத்தில் இரு நாடுகளுக்கிடையே பீருக்கும் பிரெட்ஸல் ரொட்டிக்கும் பரிவர்த்தனை நடைபெறுவதாக அனுமானிக்கப் பட்டிருக்கிறது. பரிவர்த்தனையில் ஈடுபடுபவை நாடுகளாக இருக்க வேண்டும் என்பதில்லை. இரு நபர்களிடையே எந்த இரு பொருள்களுக்காகப் பரிவர்த்தனை நடந்தாலும் இதே போன்ற வரைபடத்தின் மூலம் அதை விளக்க முடியும்.

பரிவர்த்தனையினால், அந்த நடவடிக்கையிலீடுபடும் இரு நபர்களில் ஒருவரும் இழப்படையாமல், ஒருவரோ அல்லது இருவருமோ நன்மை பெற முடியும் என்பதை 'எட்ஜ்வொர்த் பெட்டி' வரைபடம் நன்கு விளக்குகிறது. பரிவர்த்தனையில் ஈடுபடும் இருவரில் எவருக்கு அதிக நன்மை என்பது அவர்களின் பேர சக்தியால் தீர்மானிக்கப்படுகிறது என்பதையும் அவர் விளக்கியிருக்கிறார். அந்த இரு பொருள்களும் எந்த விழுக்காட்டில் பரிவர்த்தனை செய்யப்படும்; அதாவது அவற்றின் விலை விகிதங்கள் என்ன என்பது நிச்சயமில்லாமலிருக்கிறது. 'ஒப்பந்த வளைகோட்டின்' ஒவ்வொரு புள்ளியிலும் பரிவர்த்தனை விகிதம் அல்லது விலை விகிதம் மாறிக்கொண்டே இருக்கிறது. இதில் எந்தப்

புள்ளியில் பரிவர்த்தனை நிகழும் என்பது ஒப்பீட்டடிப்படையில் அவர்களின் பேர சக்தி மூலம் தீர்மானமாகிறது.

சந்தையில் பரிவர்த்தனையில் ஈடுபடுபவர்களின் எண்ணிக்கை எட்ஜ்வொர்த் வரைபடத்தில் காட்டப்படும் இருவரிலிருந்து அதிகரிக்க அதிகரிக்க, பரிவர்த்தனை விகிதம் (விலை) மேலும் மேலும் நிச்சயமானதாகத் தீர்மானமாகிவிடும் என்பதை அவர் கணிதம் மூலம் காட்டியிருக்கிறார். எண்ணற்ற விற்பனையாளர்களும் எண்ணற்ற வாங்குபவர்களும் இருக்கும் நிறைவுப் போட்டிச் சந்தையில் விலைகள் நிச்சயமாகத் தீர்மானமாகிவிடும் என்பதை அவர் தெளிவுப்படுத்தியிருக்கிறார். நிறைவுப் போட்டி அங்காடியில் வோல்ரஸ் ஓர் ஏலங்கூறுபவரைக் கற்பனையாக உருவாக்கி, வாங்குபவர்களும் விற்பவர்களும் ஏற்றுக்கொள்ளும் ஒரு விலை தீர்மானமாகிற வரை சந்தையில் தற்காலிகமாக எந்த விற்பனையும் வாங்குதலும் நடைபெறாது என்று அனுமானிக்கிறார். ஆனால் சந்தை விரிவடையும்போது பேரங்கள் குவிந்து ஒரே விலையை நோக்கி அணுகும் என்று எட்ஜ்வொர்த் அனுமானிக்கிறார். இருவரும் நிறைவுப் போட்டியில் சந்தையில் ஒவ்வொரு பொருளுக்கும் ஒரே விலை தீர்மானமாகும் என்று நிறுவினாலும், அந்த விலை தீர்மானமாகும் வழியை வெவ்வேறுவிதமாக விளக்கியிருக்கிறார்கள்.

வரி விதித்தலின் தாக்கத்தையும், அதன் இடப்பெயர்ச்சியையும் குறித்து எட்ஜ்வொர்த், அமெரிக்கப் பேராசிரியர் E.A. செலிக்மான் இடையே நீண்ட விவாதம் நடைபெற்றிருக்கிறது. நுண்கணிதத்தைப் பயன்படுத்திப் பொதுவான பொருளியல் கருத்துகளை விளக்க முடியும் என்பதை எட்ஜ்வொர்த் தீவிரமாகப் பிரசாரம் செய்திருக்கிறார். பொருளியல் விளக்கங்களில் பட்டியல்களையும் வரைபடங்களையும் பயன்படுத்தினால் போதும் என்றும், பொருளியலில் கணித வழிமுறைகள் நடைமுறைக்கேற்ற தீர்வுகளை வழங்காதென்றும் செலிக்மான் கருதினார். அப்போது தொடங்கிய இந்த விவாதம், ஏராளமான மாறுதல்களுடன் இன்றுவரை தொடர்கிறது.

குறுகிய கால உற்பத்தியில், ஒரு மாறாத அளவு உற்பத்திக் காரணியோடு, வேறொரு மாறுகிற அளவு உற்பத்திக் காரணியை ஈடுபடுத்தினால் (குறைந்து செல் விளைவு விதி செயல்படுவதனால்) மொத்த உற்பத்தி அதிகரிக்கும் விழுக்காடு குறைந்துகொண்டே வரும் என்று எட்ஜ்வொர்த் விளக்கியிருக்கிறார். இதன் மூலம், சராசரிக்கும் விளிம்புநிலைக்கும் இருக்கும் வேறுபாட்டை அவர் தெளிவாக்கியிருக்கிறார். அவருக்கு முன் அந்த வேறுபாட்டை அவ்வளவு துல்லியமாக எவரும் விளக்கவில்லை. அது மட்டுமின்றி, குறைந்துசெல் விளைவு விதி எந்த ஒரு மாறாத உற்பத்திக்

காரணியோடும், வேறு மாறுகிற அளவு உற்பத்திக் காரணிகளைக் கலக்கும்போது வரும் பொதுவான விளைவு விதி என்றும், அது நிலத்திற்கு மட்டும் பொருந்தும் என்று சில 'செவ்வியல் அரசியல் பொருளாதார' ஆசிரியர்கள் கூறியிருந்தது தவறான அனுமானம் என்றும் விளக்கியிருக்கிறார்.

புள்ளியியலிலும் எட்ஜ்வொர்த் பல நுட்பங்களை உருவாக்கிச் சுயமான பங்களிப்புகளைச் செய்திருக்கிறார். இணைபுப்படுத்துதல் துறை ஆய்வுகளுக்கு அவர் ஒரு முன்னோடியாகத் திகழ்ந்தார். வாடிக்கையாளர்களிடமிருந்து பெறும் வைப்புகளில் வங்கிகள் எத்தனை விழுக்காட்டைத் தங்களிடம் ரொக்கமாக வைத்துக் கொள்வது ஆபத்தைக் குறைக்கும் வழிமுறை என்று 'ரொக்கக்காப்பு விழுக்காட்டை' *(cash reserve ratio)* முதலில் கணக்கிட்டுக் காட்டியவர் எட்ஜ்வொர்த்தான்.

நவசெவ்வியல் கருத்துகளை உருவாக்கிய முன்னோடிகள் வரிசையில் எட்ஜ்வொர்த்துக்கு ஓர் இடம் உண்டு. அவர் காலத்தில் அவருடைய சுயமான கண்டுபிடிப்புகளுக்குப் போதுமான அங்கீகாரம் கிட்டாமல் போய்விட்டது. பொருளியலுக்கு அவர் வழங்கிய கருவிகள் இன்றுவரை பயன்படுகின்றன.

~~

10

வில்பிரடோ பரேடோ

ஏராளமான சிற்றரசுகளாகச் சிதறுண்டு கிடந்த இத்தாலியின் ஒற்றுமைக்காகப் போராடிய மாஜினியின் வழிகாட்டுதலில் இயங்கி, அதனால் வந்த ஆபத்தைத் தவிர்ப்பதற்காக இத்தாலியிலிருந்து பிரான்ஸிற்குத் தப்பி ஓடிய ஒரு மேற்குடிக் கோமானிற்கும், அங்கு அவர் காதலித்து மணந்த ஒரு பிரெஞ்சுப் பெண்ணிற்கும் மகனாக பாரிஸ் நகரில் பிறந்தவர் பரேடோ [*Vilfredo Pareto*, 1848-1923]. அவருடைய தந்தை ஒரு பொறியாளர். அவர் பின்னர் பிரான்ஸிலிருந்து இத்தாலி திரும்பிவிட்டார்.

பரேடோ இத்தாலியில்தான் கல்வி பயின்றார். 1870இல் டுயூரின் பல்கலைக்கழகத்தில் பொறியியல் துறையில் முதல் மாணவனாகப் பட்டம் பெற்றார். தம் ஆய்வுக்குப் ‘பருப்பொருள்களில் சமநிலை’யைத் தேர்ந்தெடுத்திருந்தார். பின்னாட்களில் பொருளாதாரச் சமநிலையை ஆய்வதற்கு அந்தக் கணித அடிப்படை துணைநின்றது. அதற்குப் பிறகு அவர் இருபது ஆண்டுகள் இரயில்வே பொறியாளராகவும், இரயில்வே நிறுவனத்தின் இயக்குநராகவும், ஃபிளாரன்ஸில் இயங்கிய ஓர் உருக்குத் தொழிற்சாலையின் நிர்வாக இயக்குநராகவும் பணியாற்றினார். 1886இல் ஃபிளாரன்ஸில் பொருளாதார விரிவுரையாளராகத் தற்காலிகமாகப் பணியாற்றி பொருளியல் கருத்துகளைக் கணித வடிவத்தில் மாற்றிக் கட்டுரைகள் வெளியிடலானார். லண்டன் பங்குச் சந்தையில் இரும்புத் தொழில் பங்குகளில் யூக வணிகம் செய்து நிறையப் பொருளை இழந்தார். அவர் நிர்வாக இயக்குநராயிருந்த நிறுவனம் நிதி நெருக்கடியைச் சந்தித்ததால் அதிலிருந்தும் அவர் பதவி விலக

வேண்டி வந்தது. அந்த நாட்களில் அவர் ஜனநாயகத்திற்கும் சுதந்திரமான சந்தை இயக்கத்திற்கும் ஆதரவாளராக இருந்தார். 1880களில் அவர் 'ஆடம் ஸ்மித் சங்கத்தில்' அங்கத்தினராக இருந்தார். நிறுவனங்களின் இயக்கத்தில் அரசின் தலையீடு பெரிய தொல்லையாக இருக்குமென்கிற எண்ணத்தை அவருடைய நிர்வாக அனுபவம் அவரிடம் வளர்த்திருக்கிறது.

1889இல் அவருடைய பெற்றோரின் மரணத்திற்குப் பிறகு அவர் வாழ்க்கையில் பெரும் மாற்றமேற்பட்டது. அலெஸ்ஸான்டிரனா பக்கூனின் (*Alessandrina Bakunin*) என்கிற உருஷ்ய மேற்குடிப் பெண்ணை மணந்துகொண்டார். அடுத்த மூன்று ஆண்டுகளில் அரசின் வணிகத் தடைக் கொள்கைகளுக்கெதிராகப் பல கட்டுரைகளை எழுதினார். அரசு கொள்கைகளுக்கு எதிர்ப்பாளர் என்கிற வகையில் அவருக்கு மஃபியோ பான்டலியோனி என்கிற பொருளியலறிஞரின் நட்பு கிடைத்தது. அதனால் அவருக்குப் பொருளியல் துறையில் ஏற்கெனவே இருந்த நாட்டம் மேலும் கூடியது. அதுதான் அவரை லாஸேன் பல்கலைக்கழகப் பேராசிரியர் பதவிக்குத் தகுதியுடையவராக்கியது. நவ பொருளியலில் 'லாஸேன் பள்ளி' என்று விளிக்கப்படும் குழுவைத் தொடங்கிக் கணிதம் வழியாகப் பொருளாதாரப் பொதுச் சமநிலையை நிறுவிய லியான் வோல்ரஸ் 1892இல் லாஸேன் பல்கலைக்கழகப் பேராசிரியர் பதவியை விட்டு விலகியபோது, அவரது சிபாரிசுப்படி அவருடைய இடத்தில் பரேடோ அமர்ந்தார்.

லியான் வோல்ரஸ் போலவே இவரும் பொருளியலை ஓர் அறிவியலாகவே காண்கிறார். இயற்பியல், பொறியியல், கணிதம் போன்ற அறிவியல் துறைகளில் எப்படிச் சமநிலைக் கருத்துகள் நிலவுகின்றனவோ, அதுபோன்றே பொருளியல் துறையிலும் எதிரெதிராய் இயங்கும் தேவைஅளிப்பு சக்திகளுக்கிடையே சமநிலையைப் படம் பிடிக்க முடியும் என்கிற நம்பிக்கையுடன் பணியாற்றினார்.

1899இல் அவருடைய மாமா ஒருவரின் வாரிசாக அவருக்குப் பெரும் செல்வம் கிடைத்தது. ஆனால் வெகு விரைவிலேயே அவர் மனைவி அவரைக் கை விட்டுவிட்டு வேறோருவருடன் ஓடி விட்டார். கொடுமை என்னவெனில், விவாகரத்து பெறாமல், அவரால், அவர் விரும்பிய வேறொரு பெண்ணைச் சட்ட ரீதியாக மறுமணம் செய்துகொள்ள இயலாததுதான்! தம்மை விட 30 ஆண்டுகள் இளையவரான ஃஜான் ரெஜிஸ் (*Jeanne Regis*) என்கிற பிரெஞ்சுப் பெண்ணோடு வாழ்ந்தபோதிலும் அவர் மரணமடைந்த 1923ஆம் ஆண்டில்தான் சட்டப்படி திருமணம் செய்து கொள்ள முடிந்திருக்கிறது! 1911இல் அவர் லாஸேன்

பல்கலைக் கழகத்திலிருந்து ஓய்வு பெற்றார். அவரது மரணம் வரை செலினியில் ஜெனீவா ஏரிக்கரையில் 'அங்கோரா மாளிகை'யில் 18 அங்கோரா பூனைகளோடு ஃஜான் ரெஜிஸுடன் வாழ்ந்தார்!

லாஸேன் பல்கலைக்கழகத்தில் பணியிலமர்ந்த சிறிது காலத்திலேயே கணிதப் பொருளியலில் வல்லுநர் என்கிற புகழை பெரேடோ அடைந்தார். லியான் வோல்ரஸின் தகுதிபெற்ற வாரிசாக தன்னை நிரூபித்துக் கொண்டார். 1896-97இல் வெளிவந்த அரசியல் பொருளாதாரம் பற்றிய திறனாய்வு நூலும், 1906இல் வெளிவந்த அரசியல் பொருளாதாரக் கையேடும் அதை உறுதிப்படுத்தின. பொருள்களின் நுகர்விலிருந்து கிடைக்கும் பயன்பாட்டை எண்ணளவுகளால் அளக்க இயலாது; ஆனால் அவற்றைத் தரவரிசையாக, அதாவது வரிசைக்கிரம அளவுகோல்களால் ஒப்பிட முடியும் என்கிற டியுப்வீ (*Dupuit*), எட்ஜ்வொர்த் ஆகிய முன்னோடிகளின் கருத்துகளை பெரேடோ ஏற்றுக் கொண்டார். வோல்ரஸின் பொதுச் சமநிலைக் கருத்துகளை எண்ணளவுகளைப் பயன்படுத்தாமல், தரவரிசை அல்லது வரிசைக்கிரம அளவுகோல்களைப் பயன்படுத்தி விளக்கினார். இரு நபர்கள் இரு பொருள்களைப் பரிவர்த்தனை செய்வதை விளக்குவதற்குச் சமநோக்கு வளைகோடுகளை எதிரெதிராகப் பயன்படுத்தி அவர் வரைந்த எட்ஜ்வொர்த் பெட்டி வரைபடம் இன்றுவரை பயன்பாட்டில் உள்ளது. பொருளியல் வல்லுநர்களை எண்ணளவுகளிலிருந்து வரிசைக் கிரம அளவுகளுக்கு மாற்றியதில் பெரேடோவின் பங்கு மகத்தானது. அப்படி மாற்றித்தான் அவரால் 'பெரேடோ உத்தமம்' (*Pareto Optimum*) கோட்பாட்டை உருவாக்கிக் கணித வழியில் நிரூபிக்க முடிந்தது.

உற்பத்திக் காரணிகளை உள்ளீடு செய்வதன் விளைவாக வரும் உற்பத்தியிலிருந்து அனைவரும் பெறுவது மொத்தப் பயன்பாடாகும். இந்த மொத்தப் பயன்பாட்டிலிருந்து எந்த ஒரு தனிநபரும் பெறக்கூடிய பயன்பாட்டை அதிகரிக்க வேண்டுமென்றால் வேறு ஒருவரின் பயன்பாட்டைக் குறைத்தால் மட்டுமே அது சாத்தியமாகும் என்கிற நிலையை அடைந்தால், அந்நிலைதான் சமுதாயம் பெறக்கூடிய உத்தமமான நிலை என்கிறார் பெரேடோ. சமுதாயத்தில் மற்றவர்கள் பெற்றிருக்கும் பயன்பாட்டு அளவைக் குறைக்காமல், உள்ளீடுகளின் அளவுகளை மாற்றுவதால் எவரோ ஒருவர் அல்லது சிலர் பெறக்கூடிய பயன்பாட்டை மட்டும் அதிகரிக்கக் கூடுமெனில், சமுதாயம் அந்த வழியில் உற்பத்திக் காரணிகளின் உள்ளீடு பங்கீட்டை மாற்றிச் சமூக நலத்தை அதிகரிக்கச் செய்யலாம் என்பது தெளிவு. அப்படி மறுபங்கீடு செய்யும்போது ஒருவரின் பயன்பாட்டை அதிகரிக்க வேண்டுமெனில் வேறு யாராவது ஒருவரின் பயன்பாட்டை

குறைத்தே தீர வேண்டுமென்கிற நிலையை அடைந்துவிட்டால், அதற்குப் பிறகு மறுபங்கீடு செய்வதால் சமூக நலம் உயர வழியில்லை என்று ‘பெரேடோ உத்தமம்’ காட்டுகிறது. சந்தையில் நிறைவுப் போட்டி நிலவுகிற போது, சந்தைகளின் இயக்கத்தால் சமூகம் ‘பெரேடோ உத்தமத்தை’ அடையும் என்று அவர் கணித வழியில் காட்டினார். 1930களில் ஜான் ஹிக்ஸ் சமநோக்கு வளைகோடுகளைப் பயன்படுத்தி நவநலப் பொருளியலை விளக்குவதற்கு ஆதாரமாயமைந்தது பெரேடோ, எட்ஜ்வொர்த் போன்றவர்களின் முன்னோடி ஆய்வுகள்தான்.

லாஸேன் பல்கலைக்கழகத்தில் பணியாற்றியபோது சமுதாயத்தில் வருவாய்ப்பங்கீடு எவ்வாறு நடக்கிறது என்பதை ஆய்வதில் அவருக்கு ஆர்வமேற்பட்டது. முதலில் இங்கிலாந்தின் புள்ளிவிவரங்களை ஆராய்ந்த பெரேடோ, பின்னர் பிரஷ்யா, சேக்ஸனி, பாரிஸ் மற்றும் சில இத்தாலிய நகரங்களின் புள்ளி விவரங்களையும் ஒப்பிட்டுப் பார்த்தார். அதில் ஒரு பெரிய ஒற்றுமையை அவர் கண்டார். ஏறத்தாழ அனைத்து நாடுகளிலும் மேல் மட்டத்திலிருக்கும் 20 விழுக்காடு குடும்பங்கள் நாட்டின் வருவாயில் 80 விழுக்காட்டைப் பங்காகப் பெறுகிறார்கள் என்றும், அடிமட்டத்திலிருக்கும் 20 விழுக்காடு குடும்பங்கள் நாட்டின் வருவாயில் மிக அற்பமான பகுதியையே பங்காகப் பெறுகிறார்கள் என்றும் தெரியவந்தது. பெரேடோ பின்னர் இதே விதத்தில்தான் அமெரிக்க நகரங்கள் சிலவற்றிலும் வருவாய் ஏற்றத்தாழ்வாகப் பங்கிடப்பட்டிருக்கிறதா என்று ஆராய்ந்தார். அங்கும் இது பொருந்தியிருந்ததால் வருவாய்ப் பங்கீட்டில் இத்தகைய ஏற்றத்தாழ்வான நிலையை ஒரு பொது விதியாகக் காட்டலாம் என்று கருதினார். அதாவது நாட்டின் மேல்மட்டத்திலிருக்கும் 20 விழுக்காடு குடும்பங்கள் நாட்டின் வருவாயில் 80 விழுக்காட்டைப் பங்காகப் பெறுவார்கள் என்றும் அடிமட்டத்திலிருக்கும் 20 விழுக்காடு குடும்பங்கள் நாட்டின் வருவாயில் மிக அற்பமான பகுதியையே பங்காகப் பெறுவார்கள் என்றும் இந்த விதி கூறுகிறது. இதை ‘பெரேடோ விதி’ என்று அழைக்கிறார்கள். செல்வமிக்கவர்கள் தங்கள் வருவாயைத் தக்கவைத்துக்கொள்ள அனைத்து நடவடிக்கைகளையும் எடுப்பார்களென்பது மட்டுமின்றி, அப்படித் தக்கவைத்துக் கொள்ள அவர்களுக்கு சக்தியுமிருப்பதால் இப்படி ஏற்றத் தாழ்வுகளுடன் கூடிய வருவாய்ப் பங்கீடு நிரந்தரமானது என்றும், அனைத்து நாடுகளுக்கும் இது பொருந்தும் என்றும் அவர் கருதினார்.

பெரேடோ முதலில் நாட்டு வருவாய்ப் பங்கீட்டைப் பற்றிக் கணித்த இந்த விதி வேறு பல துறைகளுக்கும் பொருந்தியிருப்பதைத் தொழில் மற்றும் நிர்வாகவியல் நிபுணர் ஜோசப் எம். ஜூரான்

கவனித்திருக்கிறார். எனவே அவர் இந்த விதியை ஒரு பொதுக்கொள்கையாகப் பிரகடனப்படுத்தினார். இந்தக் கொள்கை 'பெரேடோ கொள்கை' (*Pareto Principle*) (80/20 விதி) எனப்படுகிறது. ஒன்றுக்கொன்று தொடர்பில்லாத பல நிகழ்வுகளிலும் 20 விழுக்காடு காரணங்கள் 80 விழுக்காடு விளைவுகளை ஏற்படுத்துகின்றன என்று இந்தக் கொள்கை காட்டுகிறது. எடுத்துக்காட்டாக, சில்லறை வணிகத்தில் 20 விழுக்காடு வாடிக்கையாளர்கள் மூலம் தான் 80 விழுக்காடு விற்பனை நடைபெறுகிறது என்பது ஒரு பொதுவான உண்மையாகவிருக்கிறது.

இளம் வயதில் சுதந்திரமான சந்தை இயக்கத்தை ஆதரித்தவர் பெரேடோ. லாஸேன் வந்த பிறகு அவர் சோசலிச இயக்கத்தைச் சார்ந்தவர்களோடு நெருங்கிப் பழகி அவர்களின் வாதங்களை நிறையக் கேட்டார். ஆனாலும், அதற்குப் பிறகும் அவர் சோஸலிச வாதம் தவறானது என்கிற கொள்கையையே கொண்டிருந்தார். முதல் உலகப் பெரும்போர் காலத்தில் அவர் தொழிற்சங்கங்களின் வேலை நிறுத்தம் போன்ற போராட்டங்களைத் தீவிரமாக எதிர்த்தார். அதனால் அவர் சோசலிசக் கொள்கைகளுக்கும் ஜனநாயகத்துக்கும் எதிரான சில கருத்துகளை அந்நாட்களில் வெளியிட்டிருக்கிறார். அவர் வாழ்வின் கடைசிக் கட்டத்தில் இத்தாலியின் சர்வாதிகாரியாகப் போகிற முஸோலினி அவரை ஒரு செனட் உறுப்பினராக நியமித்தார். ஆனால் அவர் அந்தப் பதவியை ஏற்றுக்கொண்டாரா, இல்லையா என்பது உறுதிபடத் தெரியவில்லை. அதுபோலவே வாழ்வின் இறுதி நாட்களில் அவர் முஸோலினியின் 'பாசிஸத்தை' ஆதரித்தாரா, இல்லையா என்பது பற்றியும் தெளிவாகத் தெரியவில்லை. எனினும், இறுதி நாட்களில் அவர் 'பாசிஸத்தை' ஆதரித்தவர் என்கிற கருத்து பரவலாக நிலவுகிறது. எப்படியிருப்பினும், முஸோலினியின் 'பாசிஸ'க் கொடுமைகள் இத்தாலியில் பெருமளவில் நடைபெறுமுன்னரே பெரேடோ மறைந்து விட்டார்.

பத்தொன்பதாம் நூற்றாண்டின் இறுதிவரை பொருளியலைக் கணித மயமாக்குவதில் தீவிரமாக இருந்த பெரேடோ, அவருடைய முதுமையில் பொருளியலிலிருந்து தனது கவனத்தைச் சமூகவியலுக்கு மாற்றியது மட்டுமின்றிக் கணிதத்தையும் கைவிட்டு விட்டார்! 1916இல் அவர் எழுதிய 'மனமும் சமூகமும்' நூல் 1935இல் ஆங்கிலத்தில் நான்கு பகுதிகளாக வெளிவந்தது. அதில்தான் அவர் மேற்குடிப் பிரமுகர்களின் (*elite*) சுழற்சி பற்றிய கொள்கையை முதலில் வெளியிட்டார். பெரேடோ அந்த நூலில் ஜனநாயகம் ஒரு மாயை என்றும், அதில் மக்கள் பெயரைச் சொல்லிக்கொண்டு மக்களாட்சி என்கிற திரைமறைவில் ஆளும் வர்க்கத்தினர் அதிகாரத்தைக் கைப்பற்றிக்கொண்டு ஆள்வார்களென்றும், அப்படி

ஆள்பவர்களை மற்றொரு ஆளும் வர்க்கக் குழுதான் பதிலீடு செய்யுமே தவிர ஜனநாயகம் என்று காட்டப்படுகிற சாதாரண மக்களின் ஆட்சி ஒரு பகல்கனவுதான் என்றும் அறிவிக்கிறார். அவர் மார்க்சியத்தையும் முதலாளியத்தையும் நிராகரிக்கிறார். ஏராளமான வரலாற்று ஆதாரங்களையும் நடைமுறை நிகழ்ச்சிகளையும் காட்டி, மன்னராட்சி, ஜனநாயகம், சர்வாதிகாரம் என்கிற எந்தப் போர்வையைப் போர்த்திருந்தாலும் அந்தப் போர்வைக்குக் கீழே மேற்குடிப் பிரமுகர்களடங்கிய ஒரு குழுதான் அரசை நிர்வாகம் செய்யும் என்றும், சில சமயம் அந்தக் குழு சிங்கத்தின் வீரத்தோடும் முனைப்போடும் வன்முறையோடு செயல்படலாம் என்றும், அந்தக் குழுவின் முனைப்பு மழுங்கும்போது குள்ள நரியின் தந்திரத்தோடும் சதிகளோடும் கூடிய வேறோர் அதிகாரவர்க்கக் குழு அந்தக் குழுவைப் பதிலீடு செய்யும் என்றும், இத்தகைய சுழற்சி தொடர்ந்து மாறிமாறி நடைபெறும் என்றும் விளக்கியிருக்கிறார்.

நவசெவ்வியல் பொருளியலில் வோல்ரஸ் வழியில் பொதுச் சமநிலையை பரப்பிய பெரேடோ, அதன் அடித்தளத்தை அமைத்த முன்னோடிகளில் ஒருவராக இன்றுவரை அங்கீகரிக்கப் படுகிறார். பெரேடோ உத்தமம், எட்ஜ்வொர்த் பெட்டி வரைபடம், பெரேடோ விதி போன்ற அவர் பெயரைக் கூறும் கருத்துக் கருக்கள் இன்றளவும் நிலைத்து நிற்கின்றன. பொருளியலைக் கணிதமயமான ஓர் அறிவியலாக மாற்றியதில் பெரேடோவிற்கும் முக்கியப் பங்கிருக்கிறது.

சமூகவியலுக்கு மாறிய பெரேடோ அங்கும் தன் திறமையால் மிளிர்ந்தார். அக்காலகட்டத்தில் தோன்றிய சமூகவியல் அறிஞர்களில் குறிப்பிடத்தக்கவராக இப்போதும் கருதப்படுகிறார். மேக்ஸ் வெபர் *(Max Weber)*, எமில் துர்கைம் *(Emil Durkheim)* ஆகியோர் எந்த அளவுக்கு அத்துறைக்குப் பங்களித்தனரோ அந்த அளவுக்குப் பெரேடோவின் பங்களிப்பும் கவனம் பெற்றுள்ளது. பெரேடோ ஒரு பல்துறை வித்தகர் என்பது தெளிவு. வெகு சிலரே அவ்வாறு பல்துறைகளிலும் புகழ் பெறுகின்றனர்.

~~

11

பிலிப் ஹென்றி விக்ஸ்டீட்

1844இல் ஸ்காட்லாந்தின் லீட்ஸ் நகரில் யூனிடேரியன் கிருத்துவ அமைப்பில் ஒரு மதகுருமாருடைய மகனாகப் பிறந்த பிலிப் விக்ஸ்டீட் (*Philip Henry Wicksteed*, 1844–1927), லண்டனின் பல்கலைக்கழகக் கல்லூரியிலும் (யுனிவர்ஸிடி காலேஜ்) மான்செஸ்டரின் புதுக் கல்லூரியிலும் பயின்று, 1867இல் செவ்வியல் இலக்கியத்தில் தங்கப் பதக்கம் வென்று முதுகலைப் பட்டம் பெற்றார். படிப்பை முடித்த ஆண்டிலேயே அவர் தந்தையைப் போலவே யூனிடேரியன் மதபோதகராகப் பணியிலமர்ந்தார். நெடுங்காலம் மத குருமாராகப் பணியாற்றினார். டேவிட் ரிக்கார்டோவைப் போல் விக்ஸ்டீடும் பொருளியலுக்குள் தாமதமாகவே நுழைந்தவர். சுயமான, நவீனமான பொருளியல் கொள்கைகளை வெளியிட்டவர் என்று இவர் புகழ் பெறவில்லை. ஆனால், ஜெவன்ஸ் வழியில் விளிம்புநிலைக் கொள்கையைத் தெளிவாக இங்கிலாந்தில் விளக்கிய முன்னோடி என்று அங்கீகரிக்கப்பட்டிருக்கிறார். அளிப்புப் பக்கத்தில் உண்மைச் செலவுகளுக்குப் பதிலாகப் பிரதிவாய்ப்பு ஊதியங்களை அடிப்படையாகக் கொண்டு விளக்கமளித்ததால் இங்கிலாந்தின் கேம்பிரிட்ஜ் வழக்காற்றிலிருந்து வேறுபட்டு, ஆஸ்திரியப் பள்ளியினரில் ஒருவராக விக்ஸ்டீட் கருதப்படுகிறார். ஆனால், ஆஸ்திரியப் பள்ளியை உருவாக்கியவர்களும், இவருடைய சம காலத்தவர்களுமான மெங்கர், வீஸர், பம் பாவர்க் ஆகிய மூவரும் இவருடைய நூல்களைப் படித்திருந்ததற்கான சான்றில்லை. மாறாக, விக்ஸ்டீட் ஆஸ்திரியப் பள்ளியின் கொள்கைகளை அறிந்திருந்தாரென்று யூகிக்க இடமிருக்கிறது. ஆனால் அவர் ஆஸ்திரியர்களின் விளிம்புநிலைக் கொள்கையைப் பின்பற்றாமல்,

எஸ். நீலகண்டன்

ஜெவன்ஸின் கணித அடிப்படையிலான விளிம்புநிலைக் கொள்கையைத்தான் பின்பற்றினார். ஆஸ்திரியர்களைப்போல அன்றாட வாழ்வில் மனித நடத்தையைக் கவனித்து, அதிலிருந்து பெற்ற அனுபவமாக அவர் விளிம்புநிலைக் கொள்கையைக் காட்டவில்லை. மனித நடத்தைகளின் பொதுத் தன்மைகளைக் கணித சூத்திரங்களாகக் காட்டலாம் என்கிற வகையில்தான் அவருடைய ஆய்வுகள் செல்கின்றன. அமெரிக்காவின் ஹென்றி ஜார்ஜின் எண்ணங்களும் இவரைக் கவர்ந்திருக்கின்றன.

விக்ஸ்டீட் பல்துறை வல்லுனர். அவர் பதவியிலிருந்துகொண்டே மதம், தெய்வ நம்பிக்கை பற்றிய சாஸ்திரங்கள், செவ்வியல் இலக்கியங்கள், மத்திய நெடுங்கால இலக்கியங்கள், இலக்கிய விமர்சனம் போன்ற பல துறைகளில் தீவிரமாக ஈடுபட்டார். 13ஆம் நூற்றாண்டில் வாழ்ந்த இத்தாலியப் புலவர் தாந்தேயின் (Dante) படைப்புகள் பற்றி அறிந்த வல்லுநர்களில் சிறந்தவராக விக்ஸ்டீட் மதிக்கப்பட்டார். 1897இல்தான் அவர் மதகுருமார் பணியிலிருந்து விலகினார். நாற்பது வயதுக்குப் பிறகுதான் அவர் பொருளியலில் நுழைந்தார் எனத் தோன்றுகிறது. 1884இல் அவரது நாற்பதாவது வயதில்தான் அவர் கார்ல் மார்க்ஸின் 'மூலதனம்' நூலுக்கு ஒரு விமர்சனம் எழுதினார். (இதைப்பற்றிப் பின்னர் காணலாம்.) பொருளியலில் ஆர்வம் வந்த பிறகு, ஜெவன்ஸின் விளிம்புநிலைக் கொள்கையை விளக்குவதில் அவர் வல்லவரானார். லண்டன் பல்கலைக்கழகத்தில் (பட்டம் பெற விரும்பும் மாணவர்கள் தவிர்த்துப்) பொது அறிவு தேடி வரும் மாணவர்களுக்குப் பொருளியல் விரிவுரைகள் வழங்கும் பணியை ஏற்றுக் கொண்டார். 1894இல் 'பகிர்வு விதிகளை ஒருங்கிணைத்தல் பற்றிய கட்டுரை'யை (An Essay on the Co-ordination of the Laws of Distribution) வெளியிட்டார். ஒரு பொருளை உருவாக்குவதில் உற்பத்திக் காரணிகளின் விளிம்புநிலை உற்பத்தித் திறன் அளவுக்கு அவற்றிற்கு ஊதியங்களை வழங்கினால், அப்படி வழங்கிய ஊதியங்களின் கூட்டுத் தொகை அந்தப் பொருளின் மதிப்பின் அளவுக்கு இருக்கும் என்கிற 'விளைபொருளைத் தீர்த்துக் காலியாக்கும் தேற்றத்தை' (product exhaustion theorem) இந்தக் கட்டுரையில் அவர் விளக்கினார். 1910இல் அவர் வெளியிட்ட 'அரசியல் பொருளாதாரம் பற்றிய பொது அறிவு' (The Common Sense of Political Economy) அவருடைய புகழ்பெற்ற பொருளாதார நூலாகும்.

அந்த நூலின் துவக்கத்திலேயே பரிவர்த்தனையின் சிறப்புகளைத் தெளிவாக விளக்குகிறார் விக்ஸ்டீட். வளர்ச்சியடையாத சமுதாயத்தில் ஒரு தனிமனிதர் தன் இன்றியமையாத் தேவைகளை நிறைவு செய்துகொள்ளப் பல பொருள்களை உற்பத்தி செய்து நுகர

வேண்டியிருக்கிறது. பல் துலக்குவது தொடங்கி உணவு உட்கொள்வது, செருப்புத் தைத்து அணிவது, முடிவெட்டிக் கொள்வது வரை பற்பல தேவைகள் இருக்கின்றன. வேட்டையாடுபவர்களாக வாழ்ந்த காலகட்டத்தில் சுயதேவைப் பூர்த்திக்காக பலவிதமான வேலைகளை அவரே செய்திருப்பார். சந்தைப் பொருளாதாரம் வந்த பிறகு அவர் ஏதோ ஒரு வேலை செய்வதில் மட்டும் சிறப்புத் தேர்ச்சி பெறுகிறார். வேலைப் பகுப்பு காரணமாக, அப்படிச் சிறப்புத் தேர்ச்சி பெற்ற வேலையில் அவருடைய உற்பத்தித்திறன் பன்மடங்கு பெருகுகிறது. உபரி உற்பத்தித்திறனை விற்றுப் பணமாக (அதாவது பொது வாங்கும் சக்தியாக) அவர் பெற்றுக்கொள்கிறார். அந்தப் பணத்தை, அதாவது (பொது வாங்கும் சக்தியை) சந்தைக்கு எடுத்துச் சென்று, அதைக் கொண்டு மற்றவர்களால் உற்பத்தி செய்யப்பட்ட, தனக்குத் தேவையான, பல பொருள்கள்பணிகளைப் பரிவர்த்தனை செய்துகொள்கிறார். வேறு விதமாகச் சொன்னால், ஒரு பரிவர்த்தனை சமுதாயத்தில் தனிமனிதர்கள் தத்தம் பணிகளில் சிறப்புத் தேர்ச்சி பெறுகிறார்கள். அதனால் அவர்களுக்கு உபரி உற்பத்தித் திறன் கிடைக்கிறது. அதை அவர்கள் உற்பத்திக்காரணிகள் சந்தையில் பணத்திற்கு விற்கிறார்கள். அந்தப் பணத்தைக் கொண்டு பொருள்கள்பணிகள் சந்தைகளில் தங்களுடைய நுகர்ச்சிக்குத் தேவையான, மற்றவர்களால் உற்பத்தி செய்யப்பட்ட பொருள்களையும் பணிகளையும் வாங்கிக்கொள்கிறார்கள். பண்டமாற்று சமுதாயத்திலிருந்து பணப்பரிவர்த்தனை சமுதாயத்திற்கு மாறுவதால் தொழிலாளர்கள் வேலைப்பகுப்பு முறையில் சிறப்புத் தேர்ச்சியுடன் உற்பத்தியைப் பெருக்க முடிகிறது. அதனால் நாட்டின் மொத்த உற்பத்தித்திறனே அதிகரித்து, முந்தைய பண்டமாற்றுச் சமுதாயத்தில் மக்களுக்குக் கிடைத்ததைவிடப் பன்மடங்கு அதிகமான பொருள்களும் பணிகளும் பணப்பரிவர்த்தனை சமுதாயத்தில் நுகர்வதற்குக் கிடைக்கின்றன. இதைத்தான் பொருளாதார வளர்ச்சி என்று அழைக்கிறோம். ஒரு தனிமனிதனின் பணியினை மற்ற பல மனிதர்களின் பணிகளுக்கு எளிதாகக் கொடுக்கல்வாங்கல் செய்வதற்கு ஓர் எளிமையான வழியை ஏற்படுத்தித் தந்திருப்பதைத்தான் பணப்பரிவர்த்தனையின் தனிச்சிறப்பாக விக்ஸ்டீட் காண்கிறார். சந்தைச் சமுதாயமில்லாத பண்டமாற்றுச் சமுதாயத்தில் மரம் வெட்டுகிற ஒருவரோ முடி வெட்டுகிற ஒருவரோ தன் பணியில் மட்டும் சிறப்புத் தேர்ச்சி பெற்றால், அவரால் தன்னுடைய உணவு, உடை, உறையுள் போன்ற மற்ற பல தேவைகளை எவ்வாறு நிறைவு செய்துகொள்ள இயலும்? மாறாக, ஒரு பரிவர்த்தனைச் சமுதாயத்தில் அவர் தன் பணியில் சிறப்புத் தேர்ச்சி பெற்றுத் தன் திறமையைப் பணத்துக்கு விற்கிறார். பின் அந்தப் பணத்தைக் கொண்டு தன் தேவைகளுக்கான அனைத்துப் பொருள்களையும்

பணிகளையும் சந்தையில் வாங்குகிறார். தனிமனிதரின் பணி ‘பொது வாங்கும் சக்தி’யாக (பணமாக) மாற்றப்பட்டு, அந்தப் ‘பொது வாங்கும் சக்தி’ மீண்டும் பற்பல மனிதர்களின் பணிகளால் உருவாகிய பொருள்களையும் பணிகளையும் வாங்குவதற்குப் பயன்படுத்தப்படுகிறது. அடிப்படையில் பார்த்தால் பரிவர்த்தனை சமூகங்களில் ஒவ்வொரு மனிதரின் பணியும் சமுதாயத்தில் வசிக்கும் மற்றவர்களின் பணிகளுக்குப் பரிவர்த்தனை செய்யப்படுவது தெளிவாகிறது. இடையில் வருகிற பணம், ஒரு ‘பொது வாங்கும் சக்தி’யாக, அத்தகைய பரிவர்த்தனைகளை எளிமைப்படுத்தும் வினையூக்கியாக (*catalyst*) மட்டுமே செயல்படுகிறது. அப்படிப் பணம் பரிவர்த்தனைச் சாதனமாகப் பயன்படும் சந்தைச் சமுதாயங்களில், ஆடம் ஸ்மித் காட்டியபடி, வேலைப்பகுப்பினாலும் ரிக்கார்டோ காட்டியபடி ஒப்பீட்டடிப்படையில் அனுகூலக் கோட்பாட்டினாலும் சமுதாயம் பெறக்கூடிய அனைத்து நன்மைகளையும் அறுவடை செய்யும் வாய்ப்பு தொடர்ந்து பெருகுவதால்தான் இடைவிடாத பொருளாதார முன்னேற்றம் ஏற்படுகிறது.

‘அரசியல் பொருளாதாரம் பற்றிய பொது அறிவு’ நூலில் ஜெவன்ஸின் விளிம்புநிலைக் கொள்கையைப் பொருளாதாரத்தின் அனைத்துப் பகுதிகளுக்கும் கொண்டு செல்கிறார் விக்ஸ்டீட். மதிப்பு அல்லது விலை, தனிமனிதர்களின் அக உணர்வு சார்ந்த தேர்ந்தெடுப்புகளால்தான் தீர்மானமாகிறது என்கிற ஜெவன்ஸின் விளக்கத்தை அவர் ஏற்றுக்கொள்கிறார். விலைக் கொள்கையில் மதிப்பையும் பிரதிவாய்ப்பு ஊதியங்களையும் (*opportunity costs*) இணைக்கிறார். பற்றாக்குறை நிலவும் சூழலில், ஒரு பொருளை அடைய வேண்டுமெனில், அதற்கிணையான வேறொரு பொருள் அல்லது பொருள்களை இழக்க வேண்டியிருக்கிறது என்கிறார். ஒரு பொருளை உற்பத்தி செய்து நுகர்ந்து பயன்பாடு பெற வேண்டுமென்றால் அதற்காக வேறு பொருள்களிலிருந்து நுகர்ந்து பெறக்கூடிய பயன்பாட்டை அல்லது பயன்பாடுகளைத் தியாகம் செய்துதான் அதை அடைய முடிகிறது. அரைத்து வைத்த மாவை இட்டிலியாக இட்டுவிட்டால் அந்த மாவிலேயே தோசை சுட முடியாது. மாவுப் பற்றாக்குறை நிலவும் சூழலில், இட்டிலியிலிருந்து பயன்பாடு பெறவேண்டுமெனில், அதற்கிணையான அளவு தோசையிலிருந்து கிடைக்கக்கூடிய பயன்பாட்டை இழக்க வேண்டியிருக்கிறது. பற்றாக்குறை நிலவும் பின்னணியில் ஒன்றைப் பெற வேண்டுமெனில் அதற்கு ஈடாக மற்றொன்றை இழக்க வேண்டும். இதைத்தான் மாற்றுச் செலவு, பதிலீட்டுச்செலவு அல்லது பிரதிவாய்ப்பு ஊதியம் (*alternate cost or opportunity cost*) என்கிற கோட்பாட்டால் அவர் விளக்குகிறார். பற்றாக்குறை நிலவும்

சூழலில், ஒரு பொருளின் உற்பத்திச் செலவு என்பது வேறு ஏதோ ஒரு பொருளின் விளிம்புநிலை முக்கியத்துவத்தைக் கைவிடுவதற்கு இணையான அளவாகத்தானிருக்கும். கோவையிலிருந்து சென்னைக்கு இரயிலில் அனுப்புகிற பொட்டலத்திற்காகிற செலவு, அதையே லாரி மூலம் அனுப்பினால் ஆகிற செலவையும் ஒப்பிட்டு அளக்கப்படும். இதிலிருந்து அவர் பெறுகிற முடிவு: ஒரு பொருளின் அளிப்பு வளைகோடென்பது, (மற்றொரு பொருள் அல்லது மற்ற பொருள்களின்) தேவை வளைகோட்டின் எதிர்த்திசைத் திருப்பமாகவே இருக்கும். எதிர்த்திசைத் திருப்பப்பட்ட அந்தத் தேவை வளைகோடு மற்ற அனைத்துப் பொருள் குழுக்களின் தேவை வளைகோடுகளின் ஒருங்கிணைப்புக்குச் சமமாக இருக்கும். *(Thus, the supply curve for any commodity is in fact nothing else but a reverse demand curve - the demand curve for the set of all other commodities.)*

விளிம்புநிலைக் கொள்கையைப் பொருளியலின் அனைத்துப் பிரிவுகளுக்கும் அடிப்படை என்று கருதுகிற ஆஸ்திரியப் பள்ளியினரைப் போன்றே ஒரு பொருளின் விளிம்புநிலைப் பயன்பாடுதான் அதன் தேவை, அளிப்பு ஆகிய இரு கத்தி வெட்டுவாய்களையும் *(edge of blade)* தீர்மானிக்கிறது என்று விக்ஸ்டீடும் கருதுகிறார். அதாவது, அனைத்துப் பொருள்களின் தேவைகளும் அவற்றின் விளிம்புநிலைப் பயன்பாடுகளாலேயே தீர்மானமாகின்றன; அந்தப் பொருள்களின் அளிப்புகளை உற்பத்திசெய்யும் உற்பத்திக் காரணிகளின் தேவைகளும் அந்தப் பொருள்களின் பெறப்பட்ட தேவைகளால்தான் உருவாகின்றன. தொழில் முனைவோர் உற்பத்திக்காரணிகளைப் பயன்படுத்திப் பொருள்களின் அளிப்பைச் சமுதாயத்திற்கு வழங்குவதற்குத் தூண்டுகோல்களாக அமைவது அவற்றின் விலைகளே. விலைகள் அதிகமாயிருந்தால் இலாபம் கிடைக்குமென்று அவர்கள் உற்பத்தியை அதிகரிப்பார்கள்; விலைகள் குறைந்து இழப்பு வருமென்று அனுமானித்தால் உற்பத்தியைக் குறைப்பார்கள். அப்பொருள்களின் விலைகளை அந்தப் பொருள்களின் விளிம்புநிலைப் பயன்பாடுகளால் தீர்மானமாகிற தேவைகள் ஒரு பக்கம் தீர்மானிக்கின்றன. மறுபுறம் உற்பத்திக்காரணிகளின் விளிம்புநிலைஉற்பத்தித்திறனால் தீர்மானமாகின்ற அளிப்புகள் தீர்மானிக்கின்றன. (பொருள்களின் விளிம்புநிலைப் பயன்பாடுகளால் தேவை தீர்மானமாகிறது. உற்பத்திக் காரணிகளின் எதிர்த்திசைத் திருப்பப்பட்ட தேவைகளின் விளிம்புநிலைப் பயன்பாடுகளால்தான் அளிப்பும் தீர்மானமாகிறது.) பொருள்களின் விளிம்புநிலைப் பயன்பாடுகளால் தேவையும், உற்பத்திக் காரணிகளின் பெறப்பட்ட தேவைகளின் விளிம்புநிலைப் பயன்பாடுகளால் (உற்பத்தித் திறனால்) அளிப்பும் தீர்மானிக்கப்

படுகின்றன. ஆகவே, தேவை அளிப்பு ஆகிய இரண்டு கத்திவெட்டுவாய்களுக்கும் நுகர்வோரின் மனஅக அளவில் நிர்ணயமாகும் விளிம்புநிலைப் பயன்பாடுகள்தான் ஆதாரம்.

பரிவர்த்தனையாகிற அனைத்துப் பொருள்களுக்கும் அவற்றின் விளிம்புநிலைப் பயன்பாடுகள்தான் அடிப்படையாக அமைந்திருக்கும். எனினும் அந்த விளிம்புநிலைப் பயன்பாட்டு அளவு நுகர்வோருக்கு நுகர்வோர் மாறுபடும். எனவே ஒரு பொருளிலிருந்து ஒரு நுகர்வோர் பெறும் பயன்பாட்டையும் அதே பொருளிலிருந்து மற்றொருவர் பெறும் பயன்பாட்டையும் ஒப்புநோக்க இயலாது. ஒவ்வொரு நுகர்வோரும் தாம் பெறப்போகிற பொருளின் விளிம்புநிலைப் பயன்பாட்டையும் அதற்காக அவர்கள் இழக்கப்போகிற பொருள் அல்லது பொருள்களின் விளிம்புநிலைப் பயன்பாட்டையும் ஒப்புநோக்கித்தான் பரிவர்த்தனையில் ஈடுபடுவார். அப்படித் தனித்தனியான நபர்களின் தேர்வுகளின் ஒட்டுமொத்த நடவடிக்கைகள்தான் சந்தை நடவடிக்கைகள்.

சந்தை விலை நிர்ணயத்தை விளக்க, விக்ஸ்டீடின் சம காலத்தவரான கேம்பிரிட்ஜ் பல்கலைக்கழகப் பேராசிரியர் ஆல்பிரட் மார்ஷல் அளிப்புப் பக்கத்தில் மாற்றுச் செலவு அல்லது பிரதிவாய்ப்பு ஊதியக் கொள்கையை ஏற்றுக்கொள்ளவில்லை. அவர் 'செவ்வியல் அரசியல் பொருளாதார'க் கொள்கையான 'உண்மைச் செலவு'க்கொள்கையைத் தன்னுடைய அளிப்புப் பக்கத்தின் அடிப்படையாக ஏற்றுக்கொள்கிறார். ஆஸ்திரியப் பள்ளியினரும் விக்ஸ்டீடும் அளிப்புப் பக்கத்திலும் பிரதிவாய்ப்பு ஊதியக் கொள்கையை அடிப்படையாக வைத்திருப்பதால் மார்ஷலின் விளக்கத்திற்கும் விக்ஸ்டீடின் விளக்கத்திற்கும் வேறுபாடு இருக்கிறது. மார்ஷல் தேவையை அக உணர்வு சார்ந்த விளிம்புநிலைப் பயன்பாடு தீர்மானிக்கிறதென்றும், அளிப்பைப் புறப் பொதுமையான துன்பம் தருகிற உழைப்பின் உண்மைச் செலவுகள் தீர்மானிக்கின்றனவென்றும் கூறுகிறார். ஆனால், விக்ஸ்டீடும் ஆஸ்திரியப் பள்ளியினரும் தேவை, அளிப்பு இரண்டையுமே பொருள்களின் அக உணர்வு சார்ந்த பயன்பாடுகள்தான் தீர்மானிக்கின்றன என்கின்றனர். (இந்த விவாதம் பற்றி இவ்வியலின் இறுதியில் விரிவாக விளக்கியிருக்கிறேன்.)

'பகிர்வு விதிகளை ஒருங்கிணைத்தல் பற்றிய கட்டுரை'யில் பகிர்வை விளக்கப் புதுமையான வழியில் விளிம்புநிலைக் கொள்கையை விக்ஸ்டீட் பயன்படுத்தினார். ஓர் உற்பத்திக் காரணியின் ஊதியம் அதன் விளிம்புநிலை உற்பத்தித்திறன் அளவுக்கு இருக்கும் என்று ஒரு பொதுக் கருத்தை அவர் நிறுவுகிறார். இதே கருத்தை அமெரிக்காவில் ஜான் பேட்ஸ் கிளார்க்கும் வெளியிட்டார்.

ஒருவர் சொன்னதை மற்றவர் அறியாமலேயே விளிம்புநிலை உற்பத்தித்திறன் (*marginal productivity*) கொள்கை இருவராலும் வெளியிடப் பட்டிருக்கிறது. உற்பத்தியில் (நிலம், உழைப்பு, முதல், நிர்வாகம் ஆகிய) உற்பத்திக் காரணிகளைப் பயன்படுத்தும்போது, மற்றவை அனைத்தையும் மாறாமல் அப்படியே வைத்துக்கொண்டு, ஏதோ ஓர் உற்பத்திக்காரணியின் ஒரே ஒரு அலகை (நிலம் அல்லது உழைப்பு அல்லது முதலை) மட்டும் அதிகரித்தால் அதனால் உற்பத்தியில் ஏற்படும் மாற்றம்தான் அந்த உற்பத்திக்காரணியின் விளிம்புநிலை மாற்றமாகும். அதிகரிக்கப்பட்ட உற்பத்திக்காரணி நிலமென்றால் அந்த விளிம்பு நிலை மாற்றம் அந்த நிலத்தின் உற்பத்தித்திறன் எந்த அளவுக்கு மாறியிருக்கிறது என்று காட்டுகிறது. நிலத்தின் இந்த விளிம்பு நிலை உற்பத்தித்திறன்தான் அதனுடைய வாரத்தைத் தீர்மானிக்கும். அதிகரிக்கப்பட்ட உற்பத்திக்காரணி உழைப்பென்றால் அந்த விளிம்புநிலை மாற்றம் அந்த உழைப்புக்கான உற்பத்தித்திறன் எந்த அளவுக்கு மாறியிருக்கிறது என்று காட்டுகிறது. உழைப்பின் இந்த விளிம்பு நிலை உற்பத்தித்திறன்தான் அதனுடைய கூலியைத் தீர்மானிக்கும். அதுபோலவே வட்டியும் இலாபமும் அதற்குக் காரணமான மூலதனம் மற்றும் ஆபத்தை ஏற்று மேற்பார்வை செய்தல் போன்ற காரணிகளின் விளிம்புநிலை உற்பத்தித்திறன்களால் தீர்மானமாகின்றன என்று விக்ஸ்டீட் கூறுகிறார்.

இப்படி ஒரு பொருளுக்கான உற்பத்திக்காரணிகளின் விளிம்புநிலை உற்பத்தித்திறனளவுக்கு அவற்றின் ஊதியங்களை வழங்கி, அவையனைத்தையும் ஒன்றாகக் கூட்டிப்பார்த்தால் அந்தக் கூட்டுத்தொகை அந்தப் பொருளின் முழு மதிப்புக்குச் சமமாக இருக்கும் என்கிற கருத்தை ‘விளைபொருளைத் தீர்த்துக் காலியாக்கும் தேற்றம்’ (*product exhaustion theorem*) என்று குறிப்பிடுகிறார்கள். ஒரு மூட்டை நெல் உற்பத்தி செய்யப் பயன்படுத்தப்பட்ட நிலம், உழைப்பு, முதல், மேற்பார்வை போன்ற ஒவ்வோர் உற்பத்திக் காரணிக்கும் ஏற்படுகிற தேவை, நெல்லை நுகர்பொருளாக வாங்குகிறவர்களுடைய தேவையிலிருந்து ‘பெறப்பட்ட தேவை’தான். நெல்லின் விலையிலிருந்துதான் உற்பத்திக்காரணிகளின் ஊதியங்கள் பெறப்படுகின்றன. அந்த உற்பத்திக்காரணிகளின் ஊதியங்கள், நெல்லை உற்பத்தி செய்ததில் அவற்றின் விளிம்புநிலைப் பயன்பாடளவுக்கு இருக்கும். அதைத்தான் அவற்றின் விளிம்புநிலை உற்பத்தித்திறன்கள் பிரதிபலிக்கின்றன. அந்த உற்பத்திக்காரணிகளின் ஊதியங்களனைத்தையும் கூட்டிப் பார்த்தால் அந்தக் கூட்டுத்தொகை நெல்லின் விலையளவுக்கு இருக்கும். அதனால் நெல்லின் மதிப்பு, அவ்வாறு ஒன்றுதிரட்டிய உற்பத்திக்காரணிகளின் ஊதியங்களின் கூட்டுத்தொகைக்குச்

சமமாக இருக்கும் என்று மேலெழுந்தவாரியாகத் தோன்றுகிறது. எடுத்துக்காட்டாக ஒரு மூட்டை நெல் உற்பத்தி செய்ய 4 அலகு நிலம், 20 அலகு உழைப்பு, 10 அலகு மூலதனம், 2 அலகு மேற்பார்வை ஆகியவை தேவையென்று கொள்வோம். நெல்லின் விலை அதன் விளிம்புநிலைப் பயன்பாட்டால் தீர்மானமாகிறது என்றும் ஒரு மூட்டை நெல் விலை ரூ. 1000 என்றும் கொள்வோம். நிலத்திற்கு வாரம், உழைப்புக்குக் கூலி போன்று உற்பத்திக் காரணிகளின் ஊதியங்களனைத்தும் (அவற்றின் விளிம்புநிலை உற்பத்தித்திறன்களால் தீர்மானிக்கப்பட்ட) அவற்றின் அளிப்புகளாலும், தேவைகளாலும் நிர்ணயமாகின்றன என்று வைத்துக்கொள்வோம். ஓர் அலகு நிலத்தின் உபயோகத்துக்கு வாரம் ரூ. 50 என்றும், ஒரு அலகு உழைப்பின் உபயோகத்துக்குக் கூலி ரூ. 25 என்றும், ஓர் அலகு மூலதனத்தின் உபயோகத்துக்கு வட்டி ரூ. 10 என்றும் ஓர் அலகு மேற்பார்வைக்கு இலாபம் ரூ. 100 என்றும் கொண்டால் நெல் விலை ரூ. 1000இல் வாரம் ரூ. 200 (4 x 50), கூலி ரூ. 500 (20 x 25), வட்டி ரூ. 100 (10 x 10), மற்றும் இலாபம் ரூ. 200 (2 x 100) ஆகியவற்றைப் பகிர்ந்து கொடுத்துவிட்டால், ஒரு மூட்டை நெல்லின் விலை ரூ. 1000 முழுவதும் உற்பத்திக்காரணிகளிடையே பகிர்ந்தளிக்கப்பட்டுவிடும்.

விக்ஸ்டீட் இந்தக் கருத்தை ஒரு நிபந்தனையோடு ஏற்கிறார். ஒரு மூட்டை நெல்லை உற்பத்தி செய்ய நிலம், உழைப்பு, முதல், மேற்பார்வை போன்ற உற்பத்திக் காரணிகள் உள்ளீடாகப் பயன்படுத்தப்படுகின்றன என்று கொள்வோம். நெல் உற்பத்தியை முன்பு உற்பத்தி செய்து கொண்டிருந்த அளவை விட அதிகரிக்க முடிவு செய்வதாகக் கொள்வோம். அதற்காக அந்த உற்பத்திக் காரணிகளனைத்தையும் ஒரே சமயத்தில் 'அ' மடங்கு பெருக்கி உள்ளீடாக்கினால், நெல் வெளியீடும் 'அ' மடங்கு அளவே பெறுகினால், அப்போது மாறா அளவை விளைவு விதி (*constant returns to scale*) செயல்படுகின்றது என்று கூறுகிறோம். (மேற்கூறிய எடுத்துக்காட்டில் இரண்டு மூட்டை நெல் உற்பத்தி செய்ய 8 அலகு நிலம், 40 அலகு உழைப்பு, 20 அலகு மூலதனம், 4 அலகு மேற்பார்வை ஆகியவை தேவைப்பட்டால் மாறா அளவை விளைவு விதி செயல்படுகிறது.) அந்த உற்பத்திக் காரணிகளனைத்தையும் ஒரே சமயத்தில் 'அ' மடங்கு பெருக்கி உள்ளீடாக்கினால் நெல் வெளியீடு 'அ' மடங்குக்குக் குறைவாகப் பெருகினால், அப்போது குறைந்துசெல் அளவை விளைவு விதி (*diminishing returns to scale*) செயல்படுகின்றது என்று கூறுகிறோம். (மேற்கூறிய எடுத்துக்காட்டில் (இரண்டு மூட்டை நெல்லுக்குப் பதிலாக) 1.75 மூட்டை நெல் உற்பத்தி செய்ய அதே 8 அலகு நிலம், 40 அலகு உழைப்பு, 20 அலகு மூலதனம், 4 அலகு மேற்பார்வை

ஆகியவை தேவைப்பட்டால் குறைந்துசெல் அளவை விளைவு விதி செயல்படுகிறது.) அந்த உற்பத்திக் காரணிகளனைத்தையும் ஒரே சமயத்தில் 'அ' மடங்கு பெருக்கி உள்ளீடாக்கினால், நெல் வெளியீடு 'அ' மடங்குக்கு அதிகமாகப் பெருகினால், அப்போது வளர்ந்துசெல் அளவை விளைவு விதி (*increasing returns to scale*) செயல்படுகின்றது என்று கூறுகிறோம். (மேற்கூறிய எடுத்துக்காட்டில் 2.5 மூட்டை நெல் உற்பத்தி செய்ய அதே 8 அலகு நிலம், 40 அலகு உழைப்பு, 20 அலகு மூலதனம், 4 அலகு மேற்பார்வை ஆகியவை தேவைப்பட்டால் வளர்ந்துசெல் அளவை விளைவு விதி செயல்படுகிறது.) விளிம்புநிலை உற்பத்தித் திறன் கொள்கையைப் பயன்படுத்தி உற்பத்திக்காரணிகளின் ஊதியங்களைத் தீர்மானித்தால், 'விளைபொருளைத் தீர்த்துக் காலியாக்கும் தேற்றம்' மாறா அளவை விளைவு விதி செயல்படும் போதுதான் சரியாக வேலை செய்யும் என்று விக்ஸ்டீட் தெளிவாக்கியிருக்கிறார். வளர்ந்துசெல் அளவை விளைவு விதி மற்றும் குறைந்துசெல் அளவை விளைவு விதிகள் செயல்பட்டால் 'விளைபொருளைத் தீர்த்துக் காலியாக்கும் தேற்றம்' அந்நிலைகளில் உண்மையாயிருக்காது. (விக்ஸ்டீட் போலவே நூட் விக்ஸெல்லும் இந்த நிபந்தனையைக் கூறியிருக்கிறார். ஜெ.பி. கிளார்க் இந்த நிபந்தனையைத் தெரிவிக்கவில்லை.) பிற்காலத்தில் உற்பத்திச் சார்புகளைப் (*production function*) பயன்படுத்தும் ஆய்வுகள் மிகுந்தபோது, 'விளைபொருளைத் தீர்த்துக் காலியாக்கும் தேற்றம்' 'ஆய்லரின் தேற்றம்' (*Euler's theorem*) என்கிற கணித வழியில் புத்துயிர் பெற்றிருக்கிறது.

ஜே.எஸ். மில் அனைத்துத் துறைகளிலும் 'குறைந்துசெல் அளவை விளைவு விதி' செயல்படுமென்றாலும் தொழில் துறைகளில் பல சந்தர்ப்பங்களில் 'வளர்ந்துசெல் அளவை விளைவு விதி' செயல்படுகிறது என்று அனுமானித்தார். விக்ஸ்டீட்தான் அனைத்து உற்பத்திக் காரணிகளின் உள்ளீட்டையும் ஒரே அளவில் அதிகரித்தாலோ, குறைத்தாலோ வெளியீட்டில் என்ன விளைவு வரும் என்று ஆராய்ந்தவர். ஆகவே 'வளர்ந்துசெல் அளவை விளைவு விதி', 'மாறா அளவை விளைவு விதி', 'குறைந்துசெல் அளவை விளைவு விதி' ஆகிய மூன்றையும் பற்றித் தெளிவாக அவர்தான் முதலில் எழுதினார். அதில் உள்ளீடுகளுக்கும் வெளியீட்டிற்குமிருக்கும் தொடர்பு காப்டக்ளஸ் உற்பத்திச் சார்பு (*Cobb-Douglass production function*) போன்ற ஓரியல்பு உற்பத்திச் சார்பு (*homogeneous production function*) மூலம் கணிதச்சார்பாகச் சுருக்கிக் காட்டக்கூடியதாக இருக்குமானால் அங்கு 'மாறா அளவை விளைவு விதி' இயங்கியிருக்குமென்று காட்டினார். அத்தகைய 'மாறா அளவை விளைவு விதி' உற்பத்திச்சார்புகளில் 'விளைபொருளைத்

தீர்த்துக் காலியாக்கும் தேற்றம்' செயல்படுமென்றும் தெரிவித்தார். அதாவது, அப்படி 'மாறா அளவை விளைவு விதி' செயல்படுகிற வகையில் உற்பத்தி நிகழும்போது, உற்பத்தியான மொத்த பொருள்களின் மதிப்பளவுக்கு அந்தப் பொருளை உற்பத்தி செய்யப் பயன்படுத்தப்பட்ட உற்பத்திக் காரணிகளின் (விளிம்பு நிலை உற்பத்தித் திறனளவுக்கு அளிக்கப்பட்ட) ஊதியங்களின் மதிப்பு இருந்திருக்குமென்று நிறுவினார்.

1884இல் கார்ல் மார்க்ஸின் சுரண்டல் தத்துவத்தை நிராகரித்து விக்ஸ்டீட் விமர்சனம் எழுதினார். மார்க்சின் கருத்துகள் புயல் வேகத்தில் பரவிக்கொண்டிருந்த காலகட்டத்தில் ஆங்கிலத்தில் அக்கருத்துகளைத் திறனாய்ந்து அதன் நிறைகுறைகளை எடைபோட்டு முதலில் எழுதப்பட்ட முக்கிய விமர்சனம் இது. அனைத்துப் பொருள்களின் அடித்தளமாகப் பொதுவாகக் காணப்படுவது உழைப்பு மட்டுமே என்கிறார் மார்க்ஸ். அவர் கருத்துப்படி உழைப்புதான் மதிப்பிற்கு அடிப்படை. விக்ஸ்டீட் இந்தக் கருத்தையே ஏற்கவில்லை. அனைத்துப் பொருள்களிலும் பொதுவாகக் காணப்படுவது பயன்பாடுதான்; உழைப்பு அன்று என்று மார்க்சின் கருத்தை மறுதலிக்கிறார். ரவி வர்மாவின் ஓவியங்கள் போன்ற, மறுபடி உருவாக்க முடியாத பொருள்களின் மதிப்பு அவற்றின் தேவையினால் மட்டும் தீர்மானமாகும் என்பதை ஏற்றுக்கொள்கிற மார்க்ஸ், அப்படிப்பட்ட பொருள்கள் எண்ணிக்கையில் அற்பமான அளவே இருப்பதால் மதிப்புக் கொள்கையில் அவற்றைப் புறக்கணிக்கலாமென்கிறார். அவருடைய உழைப்பு மதிப்புக் கொள்கை, அப்படி மறுபடி உருவாக்க முடியாத பொருள்களுக்குப் பொருந்தாது என்றும் ஒத்துக்கொள்கிறார். பொருள்களை மறுபடி உருவாக்கக் கூடியவை, மறுபடி உருவாக்க முடியாதவை என்று இப்படிப் பாகுபாடு செய்து அவற்றிற்குத் தனித்தனியாக மதிப்புக் கொள்கை வகுப்பது தேவையில்லை என்கிறார் விக்ஸ்டீட். ஏனெனில், மறுபடி உருவாக்கக்கூடிய பொருள்களாயினும் சரி மறுபடி உருவாக்க முடியாதவையாயினும் சரி, அனைத்துப் பொருள்களின் மதிப்பையும் தீர்மானம் செய்வது அவற்றின் விளிம்புநிலைப் பயன்பாடு மட்டுமே என்பது அவர் வாதம்.

எனினும், மறுபடி உருவாக்கக்கூடிய பொருள்களின் மதிப்பு சில சூழல்களில் அவற்றை உருவாக்கப் பயன்பட்ட உழைப்பின் மதிப்புக்குச் சமமாக இருக்கக் கூடும் என்று விக்ஸ்டீட் ஒப்புக் கொள்கிறார். ஆனால், அவ்வாறு இருப்பதற்குக் காரணம் அந்தப் பொருள்களை உற்பத்தி செய்த உற்பத்திக்காரணிகளின் பெறப்பட்ட தேவையில் உழைப்பு மிகப் பெரும்பகுதியாக இருப்பதுதான். அத்தகைய சூழலில் உழைப்பிற்கு அதன் விளிம்புநிலை

உற்பத்தித்திறனளவுக்கு ஊதியம் வழங்கினால் அதனால் உழைப்பு மட்டுமே அந்தப் பொருள்களின் மதிப்பைத் தீர்மானித்தது போன்ற தோற்றம் வரலாம். இந்தத் தெளிவற்ற தோற்றத்திலிருந்து சுரண்டல் தத்துவத்தை மார்க்ஸ் வடித்திறக்கியிருப்பது தவறானதென்று விக்ஸ்டீட் கருதுகிறார். சந்தை இயக்கத்தில் உழைப்பிற்கு அதன் உற்பத்தித் திறனளவுக்கு ஊதியம் கிடைக்கும்போது அங்கு சுரண்டல் இருக்க முடியாது. உற்பத்திக் காரணிகளின் ஊதியங்கள் அவற்றின் விளிம்புநிலை உற்பத்தித் திறன்களால் தீர்மானமாகும்போது மூலதனம், மேற்பார்வை போன்றவற்றிற்கான ஊதியங்களும் அவ்வாறே தீர்மானமாகும். உழைப்பிற்கான கூலி தவிர மற்ற அனைத்து உற்பத்திக்காரணிகளின் ஊதியங்களையும் சுரண்டலாகக் கருதுவது சரியன்று. உழைப்பு மட்டுமின்றி கால ஓட்டத்தில் இடைநிலைப் பொருள்களாக உருவாகியிருந்து, மாற்றமேற்படுத்தி உற்பத்தியை முழுமையடையச் செய்யும் கருவிகளாலும், இயற்கையின் கொடைகள், நிர்வாகம், மேற்பார்வை, ஆபத்தேற்பு போன்ற பொருள்கள் மற்றும் பணிகளாலும் உற்பத்தி நிகழ்கிறது. எனவே, அவற்றிற்கான நியாயமான ஊதியங்கள்தான் வாரம், வட்டி, இலாபம் போன்றவை என்கிறார் விக்ஸ்டீட். பம் பாவர்க் போலவே மார்க்சின் கொள்கைகளைத் திறனாய்ந்து மறுத்தவர் விக்ஸ்டீட்.

உண்மைச் செலவுகள், பிரதிவாய்ப்பு ஊதியங்களின் பங்கு

சந்தை விலை நிர்ணயத்தை விளக்க ஆல்பிரட் மார்ஷல் தேவைப் பக்கத்தில்தான் விளிம்புநிலைக் கொள்கையைப் பயன்படுத்துகிறார். பொருள்களின் தேவைகளை நுகர்வோரின் அக உணர்வு சார்ந்த விளிம்புநிலைப் பயன்பாடுகள்தான் தீர்மானிக்கின்றன என்கிற ஜெவன்ஸின் கொள்கையை அவரும் ஏற்றுக்கொள்கிறார். ஆனால் விலையைத் தேவை அளிப்பு என்கிற இரு சக்திகளும் இணைந்துதான் தீர்மானிக்கின்றன என்கிறார் மார்ஷல். அவை கத்தரிக்கோலின் இரு வெட்டுவாய் பகுதிகளைப் போன்றவை. அவை இரண்டும் இணைந்தால்தான் துணி வெட்டுப்படும். ஆனால், சந்தர்ப்பத்திற்குத் தகுந்தாற்போல் மேல் பகுதியை இயக்காமல், கீழ்ப்பகுதியை மட்டும் இயக்கியோ, கீழ்ப்பகுதியை இயக்காமல் மேல்பகுதியை மட்டும் இயக்கியோ துணியை வெட்டமுடியும். அதாவது, காலத்திற்குத் தகுந்தாற் போல், தேவைப் பகுதி நிலையாயிருக்கும்போது அளிப்புப் பகுதி அதிகம் இயங்கியோ அல்லது அளிப்புப் பகுதி நிலையாயிருக்கும்போது தேவைப் பகுதி அதிகம் இயங்கியோ விலைகளை நிர்ணயிக்கக்கூடும் என்று மார்ஷல் அனுமானிக்கிறார்.

உண்மைச் செலவுகளால் அளிப்புப் பக்கம் தீர்மானமாகிறது என்கிற 'செவ்வியல் அரசியல் பொருளாதார'க் கொள்கையினர், அனைத்துப் பொருள்களின் உண்மைச் செலவுகளும் அவற்றை உருவாக்க மேற்கொள்ளப்பட்ட உழைப்பினால் வருகிற எதிர்மறைப் பயன்பாட்டினால் (துன்பத்தினால்) தீர்மானமாகிறது என்று கருதுகின்றனர். அதனால், அவர்களின் விளக்கப்படி ஒவ்வொரு பொருளின் விலை அல்லது மதிப்பு அதை உருவாக்குவதற்கு மேற்கொண்ட உழைப்பின் துன்பத்தினால் அளக்கப்படுகிறது. எனவே ஒவ்வொரு பொருளுக்கும் அதன் உண்மைச் செலவுகளால் தீர்மானமான தனித்தனியான விலை அல்லது மதிப்பு இருக்கிறது என்பது 'செவ்வியல் அரசியல் பொருளாதார' முடிவு.

மாறாக, பிரதிவாய்ப்பு ஊதியங்கள்தான் அளிப்புப் பக்கத்தைத் தீர்மானிக்கின்றன என்கிற விக்ஸ்டீடை உள்ளடக்கிய விளிம்புநிலைக் கொள்கையினர், பொருள்களின் விலைகள் அல்லது மதிப்பு அந்தப் பொருள்கள் எந்த அளவுக்கு மற்ற பொருள் அல்லது பொருள்களுக்குப் பரிவர்த்தனை செய்ய இயலும் என்கிற ஒப்பீட்டினால்தான் தீர்மானமாகும் என்று வலியுறுத்துகின்றனர். அப்படியானால், எந்தப் பொருளுக்கும் அதற்கென்று தனியான மதிப்பு அல்லது விலை கிடையாது. சந்தையில் அந்தப் பொருள் மற்ற பொருள்களுக்குப் பரிவர்த்தனை செய்யப்படும்போதுதான் அதன் மதிப்பு வெளிப்படும். அந்த மதிப்பு நுகர்வோரின் அக உணர்வுகளால் தீர்மானிக்கப்படுவதால் ஒரே பொருள் வெவ்வேறு நபர்களுக்கு வெவ்வேறு மதிப்புடையதாக இருக்கும். அப்படிப்பட்ட பலர் சந்தைக்கு வந்து எதிரெதிர் நடவடிக்கைகளை மேற்கொள்வதைத்தான் தேவை – அளிப்பு வெட்டுவாய்களின் இயக்கம் காட்டுகின்றது என்றும், சந்தையின் இயக்கத்தால் சமநிலைகள் தோன்றும்போதுதான் மதிப்பு தீர்மானிக்கப்படுகிறது என்றும் விளிம்புநிலைக் கொள்கையினர் தெரிவிக்கின்றனர்.

'செவ்வியல் அரசியல் பொருளாதார'க் கொள்கையைத் தொடங்கிய ஆடம் ஸ்மித், சமூக முன்னேற்றம் தொடங்கிய காலகட்டத்தில் ஒரு வேட்டைக்காரர் ஒரு நாளில் ஒரு பீவரையோ (*beaver*), அல்லது இரண்டு மான்களையோ வேட்டையாட முடியுமென்றால், அந்த ஒரு பீவரின் மதிப்பு இரண்டு மான்களுக்குச் சமமானதாக இருக்கும் என்று அறிவித்தார். ரிக்கார்டோ காலத்தில் அந்த எடுத்துக்காட்டை ஒரு பீவரை வேட்டையாடுவதற்கான உழைப்பு, இரண்டு மான்களை வேட்டையாடுவதற்கான உழைப்புக்குச் சமமானது என்கிற பொருளில் புரிந்துகொண்டனர். அது மட்டுமின்றி, வேட்டையாடுபவர் கையில் வில், அம்பு வைத்திருந்து, அவற்றைப் பயன்படுத்தி வேட்டையாடினால்

வில், அம்பு போன்றவை முதலீடு என்றும், அந்த முதலீடு முந்தைய உழைப்பின் சேமிப்பினால் உருவானது என்றும், எனவே வேட்டையாடிய மிருகத்தின் மதிப்பு தற்போதைய மற்றும் முந்தைய உழைப்பின் கூட்டு மதிப்பினால் நிர்ணயமாகிறது என்றும் விளக்கினர். ஜெரமி பென்த்தமின் பயன்பாட்டுக் கோட்பாட்டின்படி மனிதர்கள் இன்பத்தைப் பெருக்குவதையும் துன்பத்தைத் தவிர்ப்பதையும் குறிக்கோளாகக் கொண்டவர்கள் என்பதால், வேட்டையினால் கிடைத்த மிருகம் உணவாக இன்பம் (பயன்பாடு) தருகிறதென்றும், அந்த வேட்டையில் ஈடுபடுத்திய உழைப்பு துன்பம் (எதிர்மறைப் பயன்பாடு) தருகிறதென்றும் 'செவ்வியல் அரசியல் பொருளாதார'க் கொள்கையினர் கூறினார்கள். உழைத்தால்தான் நுகர்பொருள்கள் கிடைக்கும். நுகர்பொருள்கள் இன்பமளிக்கின்றன. அதற்காகச் செலவு செய்யப்படுகிற உழைப்பு துன்பம் தருகிறது. அந்தத் துன்பமளிக்கிற உழைப்பைச் செலவு செய்தால்தான் நுகர்வோரின் இன்பமளிக்கிற தேவைகளை நிறைவு செய்ய முடியும். அளிப்பை உருவாக்கத் துன்பமளிக்கிற உழைப்பைச் செலவிட்டாக வேண்டும். அந்தத் துன்பம் புலன்களால் உணரக்கூடியது. பொது அளவுகோல்களால் அளக்கக்கூடியது. எனவே அவர்கள் அளிப்பை உருவாக்குகிற உழைப்பை 'உண்மைச் செலவு' என்று கணித்தார்கள்.

விக்ஸ்டீடும் ஆஸ்திரியப் பள்ளியின் வீஸரும் அளிப்புப் பக்கத்திலும் அக உணர்வு சார்ந்த விளிம்புநிலைக் கொள்கையைப் பயன்படுத்தித் தங்கள் மதிப்புக் கோட்பாட்டை விளக்கினார்கள். அவர்களின் கருத்துப்படி அளிப்பு, உற்பத்திக் காரணிகளால் உருவாக்கப்படுகிறது. உற்பத்திக் காரணிகள் ஒன்றிற்கொன்று பதிலீடு செய்யக் கூடியவை. எடுத்துக்காட்டாக நிலத்தையும் உழைப்பையும் மூலதனத்தைக் கொண்டு பதிலீடு செய்ய இயலுமென்று அவர்கள் நம்பினார்கள். அதுபோலவே தொழில் முனைவோர், உற்பத்தியைக் குறைந்துசெல் விளைவு விதி செயல்படும் கட்டத்தில் மேற்கொள்வார்கள் என்றும் நம்புகிறார்கள். தொழில் முனைவோர், உற்பத்தியை வளர்ந்துசெல் விளைவு விதி செயல்படும் கட்டம் முழுவதிலும் பெருக்கிக்கொண்டேயிருப்பார்கள். அந்தக் கட்டத்தைத் தாண்டி குறைந்து செல் விளைவு விதி செயல்படும் காலகட்டத்தை அடைந்த பிறகு மேலும் உற்பத்தியைப் பெருக்கிப் பரிசோதனைகள் செய்து, பிறகுதான் ஓரிடத்தில் நிலையான உற்பத்தியை அடைவார்கள் என்று அனுமானிக்கிறார்கள். உற்பத்திக் காரணிகளுக்கான தேவை ஒரு 'பெறப்பட்ட தேவை'. மெங்கர் கூறியிருப்பதுபோலவே, உற்பத்திக் காரணிகள் இறுதியாக எந்த நுகர் பொருளை உருவாக்க நேரடியாகவோ, மறைமுகமாகவோ உபயோகப்படுத்தப் பட்டுள்ளனவோ, அந்த நுகர் பொருளின்

மதிப்பிலிருந்துதான் அதை உற்பத்தி செய்யப் பயன்படுத்தப்பட்ட அந்த உற்பத்திக் காரணிகளின் மதிப்பும் வர முடியும் என்று விக்ஸ்டீடும் கூறுகிறார். ஆஸ்திரியர்களின் கருத்துப்படி கீழ்வரிசை (நுகர்) பொருள்களின் மதிப்புதான் மேல்வரிசைப் பொருள்களின் மதிப்புக்குக் காரணமாகக் குறித்துரைக்கப்படுகிறது. கீழ்வரிசை (நுகர்) பொருள்களின் மதிப்பிலிருந்துதான் மேல் வரிசை உற்பத்திக் காரணிகளின் மதிப்புகள் பெறப்படுகின்றன.

விக்ஸ்டீடும் ஆஸ்திரியப் பள்ளியினரும் மூலதனம் முந்தைய உழைப்பின் விளைவாக மட்டுமே உருவாகியிருக்கிறது என்பதை ஏற்கவில்லை. முந்தைய உழைப்பு அதில் அடங்கியிருக்கலாம் என்றபோதிலும் கால ஓட்டத்தில் பருத்தி போன்ற இடைநிலைப் பொருள்களாக உருவாகியிருந்து, படிப்படியாக மாற்றம்பெற்றுச் சட்டை அல்லது வேட்டி போன்ற முடிவு பெற்ற உற்பத்தியை வழங்கக்கூடிய வல்லமையுள்ள கருவிகளாகவும், அவற்றை உருவாக்கப் பயன்படுத்திய நிதியாகவும் மூலதனத்தை அவர்கள் பார்க்கிறார்கள். மூலதன உருவாக்கத்தில் காலத்திற்கு முக்கியப் பங்கிருக்கிறது. அளிப்புப் பக்கத்தில் காலத்திற்கான பங்கினைச் ‘செவ்வியல் அரசியல் பொருளாதாரம்’ புறக்கணித்துவிட்டதாக விக்ஸ்டீடும் ஆஸ்திரியப் பள்ளியினரும் கருதினார்கள். கால ஓட்டத்தின் பங்கு கவனத்தில் எடுத்துக்கொள்ளப்பட்டால் மூலதனச் செறிவு சேமிப்பு வளர்ச்சியாலும் தொழில்நுட்ப வளர்ச்சியாலும் எவ்வளவு மாற்றமடைந்திருக்கிறது என்பது தெரிந்திருக்கும். பம் பாவர்க் கால ஓட்டத்தினால் மூலதனத்தில் வரும் மாற்றத்தைத் தெளிவாக்கியிருக்கிறார். எனவே விக்ஸ்டீடும் ஆஸ்திரியப் பள்ளியினரும் ‘உண்மைச் செலவு’க் கோட்பாடு, உற்பத்தியே உழைப்பின் அடிப்படையில் மட்டுமே உருவாகிறது என்கிற தவறான அனுமானத்தினால் வந்தது என்கிறார்கள். உற்பத்திக்கு உழைப்பு மட்டுமின்றி இயற்கையின் கொடைகள், இடைநிலைப் பொருள்கள், கால ஓட்டம், நிர்வாகம், ஆபத்து ஏற்பு போன்ற பல காரணங்கள் உள்ளன என்றும், அதில் உழைப்பிற்கு மட்டும் அங்கீகாரமளிப்பது—பகுதியை முழுமையென்று தவறாகக் கணிப்பதற்கொப்பானது என்றும் கருதினார்கள்.

அதனால்தான் அவர்கள் ‘உண்மைச் செலவு’க் கோட்பாட்டிற்கு மாற்றாகப் ‘பிரதிவாய்ப்பு ஊதிய’க் கோட்பாட்டை வழங்கியிருக்கிறார்கள். இந்தக் கோட்பாடு வீஸர் மற்றும் விக்ஸ்டீடால்தான் பரப்பப்பட்டது. உற்பத்திக் காரணிகளின் தேவை ‘பெறப்பட்ட தேவை’. திரைப்படம் பார்ப்பவர்களின் தேவை காரணமாகத்தான் நடிகர்களுக்கும் திரையரங்குகளுக்கும் கதாசிரியர்களுக்கும் பாட்டெழுதுபவர்களுக்கும் படமெடுப்பவர்களுக்கும் அதில் பயன்படுகிற கேமரா, ஒலிப்பதிவு

சாதனங்களுக்கும் தேவை வருகிறது. சிவாஜி கணேசனின் சினிமா நடிப்புக்கான தேவை, அவர் நடித்த படங்களைப் பார்க்க விரும்பிய ரசிகர்களின் தேவையிலிருந்து பெறப்பட்ட தேவைதான். சிவாஜி கணேசனுக்குக் கொடுக்கப்பட்ட ஊதியம், அவர் அந்தப் படத்தில் நடிக்காமல் வேறொரு படத்தில் நடிக்க ஒப்புக்கொண்டிருந்தால் அங்கு எவ்வளவு கிடைக்குமோ அந்த அளவுக்கு இருந்திருக்கும் என்று பிரதி வாய்ப்பு ஊதியக் கொள்கை கூறுகிறது. சிவாஜி கணேசனுக்கு அதிக ஊதியமும் அதே அளவு உழைப்பை நல்கிய மற்றொரு நடிகருக்குக் குறைந்த ஊதியமும் கொடுக்கப்பட்டால் அதற்குக் காரணம் சிவாஜி கணேசனுக்கு ஏராளமான ரசிகர்கள் இருந்ததால் நுகர்வோரின் தேவை அதிகரித்து, அவருடைய 'பெறப்பட்ட தேவை' அதிகமாக இருந்ததால்தான். மேலெழுந்தவாரியாகப் பார்த்தால், இரு நடிகர்களின் உழைப்பின் அளவு ஒரே அளவிலிருந்தாலும், ஊதியத்தில் வேறுபாடு வந்திருந்தது. அது தரம் சார்ந்து வேறுபட்டிருக்கலாம். உயர்தரத்திற்குச் சராசரியிலிருந்து எவ்வளவு மடங்குகள் என்று நிர்ணயிக்க வழிமுறைகள் இல்லை. எனவே செவ்வியல் பொருளியலாரின் 'உண்மைச் செலவு'க் கோட்பாட்டினால் விளக்க இயலாத சில பகுதிகளை 'பிரதிவாய்ப்பு ஊதிய'க் கொள்கை மூலம் விளக்க முடிகிறது.

மாற்றுச் செலவு, பதிலீட்டுச் செலவு என்றும் அழைக்கப் படுகிற பிரதிவாய்ப்பு ஊதியக் கொள்கை, பற்றாக்குறை நிலவும் போதுதான் செயல்படும் என்பதை நினைவில் கொள்ள வேண்டும். கடல்நீரை நன்னீராக மாற்றும் தொழிற்சாலையில் கடல் நீருக்குப் பிரதிவாய்ப்பு ஊதியம் இருக்காது. ஏனெனில் கடல் நீருக்குப் பற்றாக்குறை இல்லை. ஓர் உற்பத்திக் காரணியை ஒரு காரியத்திலிருந்து மற்றொரு காரியத்துக்கு இடப் பெயர்ச்சி செய்யும்போது அது முதல் காரியத்தில் பெற்றிருந்த அளவுக்காவது ஊதியம் கிடைக்குமென்று எதிர்பார்க்கவில்லையென்றால் மற்ற காரியத்திற்கு இடப்பெயர்ச்சி செய்யப்பட்டிருக்காது என்று கூறுகிறோம். அப்படி இடப்பெயர்ச்சி செய்யும்போதெல்லாம் மன அளவிலாவது பிரதிவாய்ப்பு ஊதியங்களை ஊகிக்க முடிகிறது.

ஆல்பிரட் மார்ஷல் செவ்வியல் அரசியல் பொருளாதாரத்தாரின் உண்மைச்செலவுக் கோட்பாட்டை ஏற்றுக்கொள்கிறார். அதே சமயம் விலை நிர்ணயத்தில் காலத்திற்குப் பங்கையும் பகுதிச் சமநிலை ஆய்வுகள் மூலம் உட்செருகுகிறார். சந்தைக் காலத்தில் தேவை வெட்டுவாய்க்குத்தான் அதிக முக்கியத்துவமிருக்குமென்றும் விலை நிர்ணயத்தில் நுகர்வோரின் பயன்பாடுகள்தான் முக்கியப் பங்கு வகிக்குமென்றும் ஒப்புக்கொள்கிறார். ஆனால் காலம் ஓடஓடப் படிப்படியாக அளிப்பு வெட்டுவாய் வலிமை பெறுமென்றும், நீண்ட காலத்தில் அதுதான் விலை நிர்ணயத்தில்

முக்கியத்துவம் பெறுமென்றும் நிறுவுகிறார். அதாவது நீண்ட காலத்தில் உண்மைச் செலவுகள் மதிப்பை நிர்ணயம் செய்வதில் ஆதிக்கம் செலுத்துமென்கிறார்.

பொருள்களின் அளிப்பைத் தீர்மானிப்பவை செலவுகள் என்பது ஏற்றுக் கொள்ளப்பட்டிருந்தாலும், அந்தச் செலவுகள் துன்பம் தரும் உழைப்பு போன்ற புறவுலகு சார்ந்த 'உண்மைச் செலவுகளா' மன அளவில் நிர்ணயிக்கப்படும் 'பிரதிவாய்ப்பு ஊதியங்களா' என்பது குறித்துப் பொருளியல் வல்லுநர்கள் இறுதித் தீர்ப்பு எதையும் வழங்கிவிடவில்லை.

விக்ஸ்டீடின் பல கருத்துகள் ஆஸ்திரியர்களின் விளிம்பு நிலைக் கொள்கையை ஒத்து இருப்பதால் அவரையும் ஆஸ்திரியப் பள்ளியில் ஒருவராகக் கருதுவது வழக்கம். ஆனால் விக்ஸ்டீட், பெரும்பாலான ஆஸ்திரியப் பள்ளியினரைப் போல் முதலாளியத்தில் தலையிடாக்கொள்கையை முழுமையாக ஆதரித்தவரில்லை. அரசின் தலையீடு மூலம் வருவாய்ப் பகிர்வை ஓரளவு சமமாக்குவதை அவர் ஏற்றுக்கொண்டார். நூட் விக்ஸல் போலவே பிலிப் விக்ஸ்டீடும் விளிம்புநிலைக் கொள்கையை அடிப்படையாகக்கொண்டு, எனினும் தானே உருவாக்கிய தனி வழியில் நடந்தவர். இங்கிலாந்தில் பிரதிவாய்ப்பு ஊதியங்கள்தான் உற்பத்திச்செலவைக் கணிக்கும் அளவுகோலாக இருக்கும் என்கிற எண்ணத்தை விதைத்தவர் விக்ஸ்டீட்தான். அதனால்தான் பிற்கால ஆஸ்திரியப் பள்ளியைச் சேர்ந்த மீஸஸ், புக்கானன், இஸ்ரேல் கிருஷ்னர் போன்றவர்கள் விக்ஸ்டீடின் ஆஸ்திரியப் பள்ளி ஆதரவு நிலையைத் தற்காலத்தில் நன்கு வெளிக்கொணர்ந்திருக்கின்றனர்.

~~

12

நூட் விக்ஸல்

நூட் விக்ஸல் (Knut Wicksell, 1851-1926), பம் பாவர்க், ஃபான் வீஸர் ஆகியோர் பிறந்த ஆண்டில்தான் ஸ்வீடன் நாட்டின் ஸ்டாக்ஹோம் நகரில் ஓரளவு வசதியான குடும்பத்தில் பிறந்தார். அவருடைய ஏழாவது வயதில் அவருடைய தாயாரும் அவருடைய பதினைந்தாவது வயதில் அவருடைய தந்தையாரும் மரணமடைந்துவிட்டதால் அவருடைய தமக்கைகளாலும், உறவினர்களாலும்தான் விக்ஸல் வளர்க்கப்பட்டார். அவருடைய இளமைப் பருவம் மகிழ்ச்சியானதாகவே இருந்திருக்கிறது. அவரை மிகவும் கவர்ந்த ஒரு பாதிரியாரின் பாதிப்பினால் ஆன்மீகத்தில் ஆழ்ந்த ஈடுபாடுடையவராகவும் சில காலம் இருந்திருக்கிறார்.

18வது வயதில் உப்சாலா பல்கலைக்கழகத்தில் கணிதம், வானியல், இயற்பியல் துறைகளைப் பாடங்களாகக் கொண்ட பட்டப் படிப்பில் சேர்ந்த விக்ஸல், நான்கு ஆண்டுகளில் முடிக்க வேண்டிய இளங்கலைப் பட்டப் பாடங்களை இரண்டே ஆண்டுகளில் முடித்து விட்டார். படிக்கும்போதே ஒரு நடுநிலைப் பள்ளியில் ஆசிரியராகவும், மாணவர்களுக்குத் தனி ஆசிரியராகவும் பணியாற்றித் தன் செலவுகளுக்குப் பொருளீட்டியிருக்கிறார். ஆனால் இளங்கலைப் பட்டம் பெற்ற அந்தப் பாடங்களில், 15 ஆண்டுகளுக்குப் பிறகுதான் அவர் முதுகலைப் பட்டம் பெற்றார். இடைப்பட்ட காலத்தில், அவரது 23 வயதில், அவர் மத நம்பிக்கையை இழந்துவிட்டார். அதற்குப் பிறகு அவர் வாழ்நாள் முழுவதும் மதத்தைச் சாராத சுதந்திரச் சிந்தனையாளராகவே வாழ்ந்திருக்கிறார். இந்தக் காலகட்டத்தில் அவர் இருமுறை காதலில் தோல்வியுற்றார். ஸ்காட்லாந்தில் டேவிட் டிரிஸ்டேல்

என்ற மருத்துவர் ஏழ்மை, பரத்தமை, பிரமச்சரியம் ஆகியவற்றை ஆய்ந்து எழுதிய 'சமூக இயலின் மூலக்கூறுகள்' என்ற நூலின் மொழிபெயர்ப்பினால் மிகவும் கவரப்பட்ட விக்ஸல், அந்த நூலின் தாக்கத்தினால் 1880ஆம் ஆண்டிலிருந்து நவ மால்தூஸியக் கொள்கைகளை ஸ்வீடனில் பிரசாரம் செய்ய ஆரம்பித்தார். அவரது பேச்சுகளின் சாரத்தை பின்வருமாறு சுருக்கலாம்: மக்கள் தொகைப் பெருக்கம், மூலதனப் பெருக்கத்தைவிட அதிகமாயிருந்தால் ஏழ்மை அதிகரிக்கும். கட்டுப்படுத்தப்படாத மக்கள் தொகைப் பெருக்கம்தான் தொழிலாளர்களின் கூலி மட்டம் பிழைப்பூதிய அளவிலேயே தேங்கி நிற்பதற்குக் காரணம். மதுப்பழக்கம், ஏழ்மை, விபசாரம் போன்ற தீமைகளுக்கும் அதுதான் அடிப்படைக் காரணம். (அந்தக் காலகட்டத்திலேயே தோன்றிய உற்பத்திக் காரணிகள் முதலாளிகளின் முற்றுரிமைக்குள் அடங்கிக் கிடப்பதால், தொழிலாளர்கள் சுரண்டப்படுகிறார்கள் என்கிற மார்க்சிய வாதம் அவரைக் கவரவில்லை) செல்வம் மற்றும் வருவாய் ஒரு சிலரிடம் குவிந்திருப்பதை அவர் ஏற்றுக்கொள்ளவில்லை. அவற்றை மறு பகிர்வு செய்து, ஓரளவு சமத்துவமான சமுதாயத்தை உருவாக்குவது அவசியம் என்று கருதினார். இதற்கான வழியாக மக்கள்தொகைப் பெருக்கத்தைக் கட்டுப்படுத்துவது இன்றியமையாதது என்று நம்பினார். காம உணர்வுகளை அடக்குவதுதான் குழந்தைகள் பிறப்பதைக் குறைக்க ஏற்ற வழி என்று மரபு வழியில் கருதிய மால்தஸைப் போல் அல்லாமல், கருத்தடையை அவர் தீவிரமாக ஆதரித்தார். அப்போதைய சம்பிரதாயமான, மரபு வழி பேணுகிற ஸ்வீடிஷ் மக்களிடையே அவரது வெளிப்படையான கருத்தடை ஆதரவுப் பிரசாரங்கள் சங்கடத்தை உருவாக்கின. அக்காலத்தில் வெளிப்படையான கருத்தடை ஆதரவு புரட்சிகரமானதாகக் கருதப்பட்டது. இது தொடர்பான அவருடைய உரைகள் பின்னர் நூலாக வெளிவந்து 7000 பிரதிகளுக்கு மேல் விற்பனையாயின.

அவர் சமூகத்தில் நிலவும் மரபு வழி எண்ணங்களைப் பரிசீலித்து, அவற்றில் தீயனவற்றை எதிர்க்கும் ஒரு போராளியாகவே விக்ஸல் இருந்திருக்கிறார். ஆழ்ந்த புலமையோடு ஆய்வுகளை மேற்கொள்ளும் ஓர் ஆய்வாளர் முகமும், சமூக அவலங்களை எதிர்த்துப் போராடும் மற்றொரு போராளி முகமும் கொண்டிருந்த அவரை விவரிப்பது அவ்வளவு எளிதல்ல. 1880இலிருந்தே அவர் தன்னுடைய அன்றாடச் செலவுகளுக்காகக் கட்டுரைகளை எழுதியும், பொதுப் பிரச்சினைகள் பற்றி விரிவுரைகள் வழங்கியும்தான் பொருள் ஈட்டினார். அது அவருடைய குடும்ப வாழ்வுக்குப் போதுமானதாக இல்லையெனினும், தன் கொள்கைகளில் அவர் பிடிவாதமாக நின்றார். திருமணச் சடங்குகளையும் மதச்சம்பிரதாயங்களையும் பின்பற்றாமல் அன்னா புருகி (*Anna Brugge*) என்கிற சட்டம்

பயின்று கொண்டிருந்த, பின்னர் உயர்நிலைப்பள்ளி ஆசிரியை ஆன, அவரைவிடப் பதினொரு வயது இளையவரான மாணவியை மனைவியாக்கிக்கொண்டதும் இவருடைய மரபு மீறும் செயல்பாடுகளில் ஒன்றுதான்! அன்னாவும், இவரைப் போன்றே, மகளிர் சுதந்திரத்திற்கும் சமத்துவத்துக்கும் போராடுபவராகவே இருந்தார். அவர்களுக்கு இரு மகன்கள். பின்னாட்களில் அன்னா, ஸ்வீடனின் முதல் அரசுத் தூதராகப் பணியாற்றினார். மகளிர் உரிமைகளுக்காகப் போராடினார்.

தனது காலத்திய குடும்பங்கள் பின்பற்றிய பழக்கவழக்கங்கள், மதக்கோட்பாடுகள், அரசின் கொள்கைகள் ஆகிய அனைத்தைப் பற்றியும் சந்தேகங்களை எழுப்பிக் கேள்விகள் கேட்டார் விக்ஸல். தாய்நாட்டுப் பற்று, மகளிர் உரிமைகள், கடவுள் மறுப்பு, குடும்பக் கட்டுப்பாடு, பேச்சுரிமை, போர் நிறுத்தம் போன்ற பல துறைகளிலும் சீர்திருத்தங்களை ஆதரிப்பவராக இருந்ததால், அவரைப் பல்கலைக்கழக ஆசிரியராக நியமிப்பதற்குப் பொதுமக்களின் ஒரு சாராரிடமிருந்து கடும் எதிர்ப்பு இருந்தது. இள வயதிலேயே பல்கலைக்கழகத்தில் ஒரு நிரந்தரமான வேலையில் அவர் அமர்ந்திருந்தால் சுயமான சிந்தனைகளுடன் புது வழிகளில் ஆய்வு மேற்கொண்டிருந்த அவருடைய கருத்துக்கள் மெருகேறி, இன்னும் சிறப்பாகவும் முழுமையாகவும் வெளிவந்திருக்கக் கூடும். அவர் வாழ்ந்த போராளி வாழ்க்கையில் ஆய்வுகளில் சிறப்புத்தேர்ச்சி பெற்றுப் புதிய கருத்தாக்கங்களை உருவாக்கவும் பரப்பவும் அவர் போதுமான நேரம் ஒதுக்காமல் போனது இழப்புதான்.

விக்ஸல் தனது 34ஆம் வயதில், பரம்பரை உரிமையாகச் சிறு தொகை பெற்றார். அதைக் கொண்டு 1885இல் முதலில் லண்டன் மாநகர் சென்று 'செவ்வியல் அரசியல் பொருளாதார நூல்களைப் படித்தார். ஓராண்டுக்குப் பின் ஸ்வீடன் திரும்பிய பிறகும் அவர் லண்டன் பயணத்துக்கு முன்புபோலவே தன் புரட்சிகரமான நவமால்தூஸியக் கொள்கைகளைப் பிரசாரம் செய்துதான் பொருளீட்டி வாழ்ந்தார். லோரென் பவுண்டேஷன் வழங்கிய ஒரு பயண உதவித்தொகை பல இடர்ப்பாடுகளுக்கிடையே இவருக்குக் கிடைக்க வாய்ப்பேற்பட்டது. அந்தத் தொகையைக் கொண்டு 1887இல் தொடங்கி ஐரோப்பாவில் பயணம் மேற்கொண்டார். அவர் ஸ்டிராஸ்போர்க், வியன்னா, பாரிஸ், பெர்லின் நகர்களுக்குச் சென்றார். வியன்னாவில் அவர் கார்ல் மெங்கரின் விரிவுரைகளைக் கேட்டார். பம் பாவர்க்கிடம் நேரடியாகப் பயிலாவிட்டாலும் அவருடைய நூல்களைப் படிக்கும் வாய்ப்பு கிடைத்தது. மூலதனக் கோட்பாட்டிற்குக் காலத்தின் பங்களிப்பு பற்றிய அடிப்படை எண்ணங்கள் பம் பாவர்க்கின்

நூல்களிலிருந்துதான் அவருக்குக் கிடைத்தன. 1885இலிருந்து 1889 வரை அவர் மேற்கொண்ட வெளிநாட்டுப் பயணங்கள் அவருடைய பொருளாதார அறிவிற்கு, குறிப்பாக ஆஸ்திரியப்பள்ளி சார்ந்த கொள்கைகளுக்கு, அடித்தளமமைத்தது எனலாம். அதற்கு முன்பே அவர் இங்கிலாந்தில் செவ்வியல் அரசியல் பொருளாதார அடிப்படைகளை அறிந்திருந்ததால் அவரால் அந்த இரண்டு கருத்தாக்கங்களையும் மதிப்பிட்டுத் தன் கொள்கைகளை உருவாக்க வழியேற்பட்டது.

தனது 37வது வயதில் அவர் ஸ்டாக்ஹோம் பல்கலைக்கழகத்தில் பொருளியல் விரிவுரையாளர் பணிக்கு விண்ணப்பித்தார். ஆனால் வேலை கிடைக்கவில்லை. அந்தப் பல்கலைக் கழகத்தில் நவப்பொருளியல் கருத்துக்களை விரிவுரைகளாக நல்க அனுமதி கேட்டபோது அதுவும் மறுக்கப்பட்டது. எனவே அவர் அந்த விரிவுரைகளை 1889இல் ஸ்டாக்ஹோம் தொழிலாளர்கள் கழகத்தில் உழைப்பாளர்களின் பொது அறிவை விரிவாக்கும் வகையில் வழங்கினார். அவை நான்காண்டுகள் கழித்துப் புத்தக வடிவில் வெளிவந்தன. அதற்கு ஓராண்டிற்கு முன்பே, 1892இல் அவருடைய முதல் பொருளியல் கட்டுரை அங்கீகரிக்கப்பட்ட பொருளியல் சஞ்சிகையில் வெளிவந்தது. அவர் ஆஸ்திரியப் பள்ளியின் அடிப்படைக் கொள்கைகளான தேவையைத் தீர்மானிக்கும் அக உணர்வு சார்ந்த விளிம்புநிலைப் பயன்பாடு, உற்பத்திக் காரணிகளுக்கான பெறப்பட்ட தேவை, சுற்றுவழி உற்பத்தி முறை, பல்வகைவிதங்களில் முதலீடு போன்றவற்றை ஏற்றுக்கொண்டார். எனினும் வரிக் கொள்கை, வட்டிக் கொள்கை போன்றவற்றிலும், பொருளியல் இயக்கத்தில் அரசின் தலையீடு எவ்வளவு இருக்கலாம் என்பதிலும் அவர்களின் கொள்கைகளிலிருந்து மாறுபட்டார். ஆஸ்திரியப் பள்ளியின் கொள்கைகளை விரிவாக்கம் செய்தவராகவும், கீனீஸியப் பொருளியலுக்கு முன்னோடியாகவும் அவரைக் காணலாம்.

ஸ்வீடனில் அந்தக் காலகட்டத்தில் பொருளியல் பாடம், சட்டத் துறையின் ஓர் அங்கமாகவே கற்பிக்கப்பட்டது. பொருளியல்துறையில் ஒருவர் விரிவுரையாளராக வேண்டுமெனில் அவர் சட்டத்தில் பட்டமும், பொருளியலில் முனைவர் பட்டமும் பெற்றிருக்க வேண்டும் என்று நிபந்தனைகள் இருந்தன. அவற்றை நிறைவேற்றுவதற்காக அவர் 1896இல் வரிகளின் தாக்கம் பற்றி ஆய்ந்து ஸ்டாக்ஹோம் பல்கலைக்கழகத்தில் முனைவர் பட்டம் பெற்றார். வரி விதிப்புகளுக்கு அனைத்து மக்களின் ஒருமித்த சம்மதம் பெறுவது உத்தமமானது என்கிற அடிப்படையில் அரசு இயங்கவேண்டுமென்றும், பொருளாதார ஏற்றத்தாழ்வுகள் அவரவர் தகுதியினடிப்படையில் மட்டுமே வரும் வகையில் சமத்துவமான

பகிர்வுகளை அரசின் இயக்கம் ஏற்படுத்த வேண்டும் என்றும் அவர் வாதிட்டார். இந்த ஆய்வுரை 1960களில் புக்கனன், டுல்லோக் எழுதிய 'சம்மதத்தின் நுண்கணிதம்' (*Calculus of Consent*) நூலின் தூண்டுகோலாயிற்று. 1895இலிருந்தே அவர் பணம் மற்றும் பணவியல் கோட்பாடுகளில் அதிகக் கவனம் செலுத்தினார். அந்தத் துறைகள் குறித்து அவர் அப்போது எழுதிய நூல் அதற்குரிய அங்கீகாரத்தை அவர் காலத்தில் பெறவில்லை; பின்னரே முக்கியத்துவம் பெற்றது.

1899இல் நான்காண்டுகளில் முடிக்க வேண்டிய சட்ட இளங்கலைப் பட்டத்தை இரண்டாண்டுகளிலேயே முடித்துவிட்டு, மறுபடியும் பொருளியல் ஆசிரியராக வேலை தேடினார். அவருடைய 49வது வயதில், லுண்ட் பல்கலைக் கழகம் அவரைப் பகுதி நேரப் பேராசிரியராக நியமித்தது. மிகுந்த எதிர்ப்புக்கிடையில் 1903இல்தான் அங்கு அவர் முழுநேரப் பேராசிரியராகப் பதவி உயர்வு பெற்றார். மாணவர்களிடையே அவர் மிகவும் செல்வாக்குப் பெற்றவராகத் திகழ்ந்தார். 1916இல் பணி ஓய்வு பெறும்வரை அந்தப் பதவியில் தொடர்ந்தார். பணியில் இருக்கும்போதும் அவருடைய போராளிக் குணம் அவரை விடவில்லை. மன்னராட்சிமுறைக்கு எதிர்ப்பு, நாத்திக வாதம், மகளிருக்கு வாக்குரிமை, மகளிருக்குச் சம உரிமை, படை ஆயுதக் குறைப்பு போன்ற மரபு மீறிய கொள்கைகளைப் பரப்பினார். முதல் உலகப் போர் மேகங்கள் சூழ ஆரம்பித்த காலத்தில் படை ஆயுதக்குறைப்பு பற்றி அவர் பேசியது துணிச்சலான செயலாகும். 1908இலிருந்து பல கிருத்துவச் சமயக் கொள்கைகளுக்கு எதிராக வெளிப்படையாகக் கருத்துகள் கூறினார். கன்னி மேரி பரிசுத்த ஆவியால் கருத்தரித்தார் என்கிற கொள்கையை சந்தேகித்து அவர் பேசியது, மதவாதிகளிடையே கொந்தளிப்பை ஏற்படுத்தியது. அந்தப் பேச்சுகளைத் திரும்பப் பெற மறுத்ததால், 1909இல் அவர் இரண்டு மாதம் சிறைத்தண்டனை அனுபவித்தார்.

லுண்ட் பல்கலைக்கழகத்தில் விக்ஸல் பதினைந்தாண்டுகள் பேராசிரியராகப் பணிபுரிந்த போது பல பொருளியல் கட்டுரைகள் எழுதினார். 'அரசியல் பொருளாதார விரிவுரைகள்' நூல் அப்போதுதான் வெளியிடப்பட்டது. பணி ஓய்வு பெற்ற பின் ஸ்டாக்ஹோம் நகரத்திற்குக் குடிபெயர்ந்தார். ஸ்வீடனின் நிதி மற்றும் பணவியல் அரசுக் குழுக்களில் அங்கத்தினராகப் பணியாற்றினார். நிறையக் கட்டுரைகள் எழுதினார். முதல் உலகப் போரின் கடுமையை உணர்ந்த அவர், உலக அமைதியை நாடியதில் வியப்பொன்றுமில்லை. ஸ்டாக்ஹோமின் பொருளாதாரக் கழகத்தின் மையமாகவும் அவர் திகழ்ந்தார். இவருடைய மாணவர்கள் பெர்டில் ஓலின், குன்னார் மிர்தால் ஆகிய இருவரும் பின்னாட்களில்

நோபல் பரிசு பெற்றவர்கள். பிற மாணவர்களும் இவருடைய கருத்துகளைப் பரப்பினார்கள். ஸ்வீடனின் சமத்துவம் பேணும் முதலாளியக் கொள்கைகளுக்கு அடித்தளம் அமைத்தவர்களில் நூட் விக்ஸலும் ஒருவர்.

1926இல் நூட் விக்ஸல் காலமானபொழுது அவருக்கு 74 வயது. அவரது மரணம் அனைத்துத் தினசரிகளிலும் முதல் பக்கச் செய்தியாக வந்தது. அவர் சோஸலிசக் கட்சியின் அங்கத்தினராக எப்போதும் இருக்கவில்லை. இருந்த போதிலும், ஸ்வீடனின் தொழிற்சங்கங்கள் அவரைத் தங்களின் முக்கிய ஆதரவாளர்களில் ஒருவராகக் கொண்டு, அவருடைய இறுதி ஊர்வலத்தில் பெருமளவில் பங்கேற்றனர். அனைத்து வகைச் சடங்குகளையும் எதிர்ப்பதிலேயே தன் காலத்தைச் செலவழித்த அவருடைய இறுதி ஊர்வலத்தை அவருடைய மனைவி மிகப் பெரிய சடங்காக நடத்தியது ஒரு நகைமுரண்தான்.

விலைவாசி ஏற்ற இறக்கங்கள் வர்க்கங்களிடையே ஏற்படுத்துகிற வருவாய் இடப்பெயர்ச்சிகள் காரணமாகச் சமூகத்தில் ஏற்றத்தாழ்வுகள் மிகுகின்றன என்று விக்ஸல் தன் ஆய்வுகள் வழியாகக் காட்டினார். அத்தகைய ஏற்றத்தாழ்வுகளைத் தவிர்க்க வழிவகுக்கும் கொள்கைகளையும், பொது நிதியியல் கருவிகளைக் கொண்டு ஓரளவு சமத்துவமான பொருளாதார அமைப்பை ஏற்படுத்தக்கூடிய கொள்கைகளையும் அவர் ஆதரித்தார். பின்னாட்களில் அவர் தொலைநோக்குப் பார்வையுடன் சிபாரிசு செய்த வழிகளில் ஸ்வீடனின் பொருளாதாரம் வளர்ச்சியுற்றிருக்கிறது எனலாம்.

~~

பொருளியலில் விக்ஸலின் முதல் முக்கியப் பதிப்பு 1893இல் வெளிவந்த 'மதிப்பு, மூலதனம் மற்றும் வாரம்' (*Value, Capital and Rent*) என்ற நூல்தான். அதில் அவர் 'செவ்வியல் அரசியல் பொருளாதார' எண்ணங்களிலிருந்து நவசெவ்வியல் எண்ணங்கள் மாறியிருப்பதைக் காட்டுகிறார். செவ்வியல் அரசியல் பொருளாதாரம் அனைத்து உற்பத்திக் காரணிகளும் உற்பத்தியில் ஈடுபடும்போது அவற்றின் புறப்பொதுமையான உண்மைச் செலவுகளுக்கிணையான ஊதியங்களை ஈடாகப் பெறுகின்றன என்று கூறுகிறது. ஆனால் நவசெவ்வியல் பொருளாதாரம் உற்பத்திக் காரணிகளின் தேவை 'பெறப்பட்ட தேவை' என்றும், அவற்றின் மதிப்பு அவை உருவாக்கும் பொருள்களின் நுகர்வோரின் அக அளவில் கணிக்கப்படும் விளிம்புநிலைப் பயன்பாடுகளால், அவற்றில் எதை விட்டுக் கொடுத்து எதை அதற்கிணையாகப் பெறுவது என்று தீர்மானிப்பதின் மூலம் நிர்ணயமாகிறது என்று காட்டுகிறது. நவசெவ்வியல் கருத்துகளை ஏற்கும் விக்ஸல், லியான் வோல்ரஸின்

பொதுச் சமநிலைக் கருத்தோடு பம் பாவர்க்கின் கொள்கையான மூலதனத்திரட்டில் காலத்தின் பங்கிணைப்பையும் இணைத்தார். காலம் பல கட்டங்களாக உற்பத்தியில் ஈடுபடுத்தப்படுகிறது. முடிவு பெற்ற நுகர்வுப் பண்டங்களின் விளிம்புநிலைப் பயன்பாட்டினை அடிப்படையாகக் கொண்டு மதிப்புகள் தீர்மானமாகும்போது, அவற்றை உற்பத்தி செய்யப் பயன்பட்ட உற்பத்திக் காரணிகளின் ஊதியங்கள் எவ்வாறு தீர்மானமாகின்றன என்பதை ஆய்கிறார். அதிலிருந்து ஒவ்வோர் உற்பத்திக் காரணியும், உற்பத்தியில் அதன் விளிம்புநிலை உற்பத்தித்திறனளவுக்கு இணையான ஊதியங்களைப் பெறுகின்றன என்கிற முக்கியமான விடையைப் பெறுகிறார். இந்த விளிம்புநிலை உற்பத்தித் திறன் கோட்பாட்டை 1893இலேயே இவர் முதலில் வெளியிட்டிருந்தாலும், லியான் வோல்ரஸ் தான்தான் அந்தக் கோட்பாட்டின் மையக் கருத்தை முதலில் வெளியிட்டவர் என்று உரிமை கொண்டாடியபோது பிலிப் விக்ஸ்டீட்தான் அந்தக் கருத்தை 1895இல் முதலில் வெளியிட்டவர் என்று விக்ஸ்டீடை முன்னிறுத்தி விக்ஸல் எழுதியிருக்கிறார்! இது அவருடைய தன்னடக்கத்தை காட்டுகிறதா அல்லது மறதியைக் காட்டுகிறதா என்று தெரியவில்லை!

சமூக நீதி என்று பார்க்கும்போது (தமிழ்நாட்டில் தற்போது இந்தச் சொற்றொடருக்கு வேறு பொருள் தரப்படுகிறது என்பதைக் கவனத்தில் கொள்ள வேண்டும்) அரசின் நடவடிக்கைகள் மூலம் வருகிற நன்மைகள் கூட்டுப் பண்டங்களாக இருக்கின்றன என்றும், அதில் ஒரு தனிநபரின் விளிம்புநிலை வழங்கல்கள் எவ்வளவு என்று தீர்மானிக்க இயலாதென்றும் ஜெ.எஸ். மில் கருதுகிறார். ஆனால் விக்ஸல் இதை ஏற்க மறுக்கிறார். அரசின் செயல்பாடுகள் அனைவருக்கும் பொதுவானது என்றாலும், அதன் பலன்கள் அனைவருக்கும் சமமான அளவில் சென்றடைவதில்லை என்கிறார் விக்ஸல். எனவே அரசு இயங்குவதற்குத் தனிநபர் செய்கிற செலவு, அரசிலிருந்து அவர் பெறும் பலன் இரண்டையும் சீர்தூக்கிப் பார்க்க விளிம்புநிலை ஆய்வு பயன்படும் என்பது அவரது கருத்து.

1896இல் வெளிவந்த 'பொது நிதியியல் தத்துவ ஆய்வுகள்' நூலிலும், குறிப்பாக 'நியாயமான வரிவிதிப்பிற்கு ஒரு நவீனக் கொள்கை' (*A New Principle of Just Taxation*) கட்டுரையிலும் விக்ஸல் அரசு நடவடிக்கைகளால் வருகிற சமுதாயச் செலவு ஆதாயங்களை தீவிரமாக அலசிப் பார்க்கிறார். அரசை நடத்த நிதி தேவை. அந்த நிதியைப் பெறுவதற்காக வரி விதித்தாலும், கடன் வாங்கினாலும், புதிய பண நோட்டடித்தாலும் அதன் விளைவாக வெவ்வேறு தரப்பினர் வெவ்வேறு வகைகளில் பாதிக்கப்படுகிறார்கள். அதுபோலவே அரசு அந்த நிதியைச் செலவழிக்கும்போது வெவ்வேறு தரப்பினர் வெவ்வேறு

வகைகளில் ஆதாயமடைகிறார்கள். அரசுக்கு நிதி தேவை என்பதை உணர்ந்திருக்கும் ஒவ்வொரு தனிநபரும் தன் திறனுக்கேற்ற அளவு அதை அளிக்க முன்வரத் தயாராயிருந்தாலும், அடுத்தவர் அரசுக்கு எவ்வளவு வரியாக அளிக்கிறார் என்பதையும், அரசின் செலவுகளால் அடுத்தவர் எவ்வளவு ஆதாயமடைந்திருக்கிறார் என்பதையும் தன் நிலையோடு ஒப்பிட்டுத்தான் தான் எவ்வளவு தரலாம் என்று தீர்மானிப்பார். எனவே அரசு முன்மொழியும் ஒவ்வொரு செலவுத் திட்டத்தோடும், செலவுத்திட்டத்தை வெவ்வேறு வகையான வழிகளில், வெவ்வேறு வகையான தரப்பினர் நலமடையும் வழிகளில் எவ்வாறு செலவழிக்கலாம் என்பதையும், அதற்கான நிதியைப் பெறுவதற்கு வெவ்வேறு வகையான தரப்பினரிடமிருந்து வெவ்வெறு அளவுகளில் எப்படிப் பெறலாம் என்பதைப் பற்றிய பல்முனை வரிக் கொள்கைகளையும் வெளியிட வேண்டும். இதில் முன்மொழியப்படும் ஒவ்வொரு செலவுத் திட்டத்திற்கும் வருவாய் ஈர்க்கப் பல வகையான வரிக் கொள்கைகள் இருக்கும். இப்படி முன்மொழியப்படும் செலவுத் திட்டங்கள் சட்டசபையில் வாக்கெடுப்புக்கு விடப்பட்டால் ஒவ்வொரு வாக்காளரும் மற்றவர்களோடு ஒப்பிடும்போது தனக்கு எவ்வளவு ஆதாயம், எவ்வளவு இழப்பு வரலாம் என்பதைச் சீர்தூக்கிப் பார்த்தே தான் வழங்கப்போகும் வரியின் அளவினைத் தேர்ந்தெடுப்பார். எந்தச் செலவுத்திட்டமும், அதற்கான எந்த வரி ஒருங்கிணைப்பும், சட்டசபையில் ஏகமனதாக ஏற்றுக் கொள்ளப்பட்டால்தான் செயல்படுத்தப்பட வேண்டும் என்று விக்ஸல் முடிவுக்கு வருகிறார். எனினும், நடைமுறைச் சிக்கல்களைக் கருத்தில் கொண்டு 75 முதல் 80 விழுக்காடு பெரும்பான்மையுள்ள அரசுத் திட்டங்களை நிறைவேற்றலாம் என்று பின்னர் அவர் கூறினாலும், ஏகமனதான தீர்மானங்கள்தான் பொதுநிதியியலில் ஏற்கத்தக்க செயல்பாடு என்பதைத் தத்துவ அளவில் நிறுவியவர் விக்ஸல்தான்.

வேறுவிதமாகக் கூறினால் அரசு நிதி வசூலும் செலவழிப்பும் (தனியார் நிதியைப் போலவே) தனிநபர்களுக்கு ஆதாயங்களையும் இழப்புகளையும் ஏற்படுத்துகின்றன. நாடாளுமன்றங்களில் பெரும்பான்மை வாக்குகள் பெற்ற அனைத்து அரசுத் திட்டங்களும் பொது நன்மை வழங்குபவை என்கிற கற்பனையை விக்ஸல் உடைத்தெறிகிறார். அரசு நடவடிக்கைகளனைத்தும் பொது நன்மைக்காகத்தான் மேற்கொள்ளப்படுகின்றன என்கிற மாயத்தோற்றத்தை விக்ஸல் விலக்கிவிட்டு, அரசின் நடவடிக்கைகளால் நன்மையும் தீமையும் கலந்தே வருமென்றும், ஏகமனதான முடிவுகள் வரும்போதுதான் அவை அனைவருக்கும் நன்மை தருமென்றும் காட்டுகிறார். சாலையமைப்பது அனைத்து மக்களுக்கும் நன்மை தரலாம். ஆனால் பல சமயங்களில்

பொதுநிதி மூலம் அமைக்கப்படும் சாலைகள் சில குழுவினருக்கு மட்டும் அதிக வசதி கொடுத்து, மற்றவர்களுக்கு எந்தப் பயனும் தராமல் போகலாம். நகர மக்களுக்குக் கிடைக்கிற வசதிகள் கிராம மக்களுக்குக் கிடைக்காமல் போகும்படியான பல தீர்மானங்கள் நிறைவேற்றப்படுகின்றன. அச்சமயங்களில் பலன்பெற்றவர்களிடம் மட்டும் வரி பெறுகிறமாதிரி வரிவிதிப்புக் கொள்கையை வகுப்பது நியாயமானதென்றாலும் நடைமுறையில் சிக்கலானது. பொது நிதியை ஈட்டுவதற்கான வரி வசூலும், பொது நிதியிலிருந்து செய்யப்படும் செலவுகளும் வெவ்வேறு தனிநபர்களையும் வெவ்வேறு வகைகளில் பாதிக்கின்றன. அரசின் திட்டங்கள் ஏகமனதாக ஏற்கப்பட்டாலொழிய, அவை பொது நன்மை விளைவிக்கும் என்கிற அனுமானத்திற்குத் தத்துவ அளவில் எந்த ஆதாரமுமில்லை. இந்தக் கருத்துகளை விக்ஸல் வெளியிட்டபோது ஸ்வீடனில் மக்களனைவருக்கும் வாக்களிக்கும் உரிமை வழங்கப்பட்டிருக்கவில்லை என்பதை நினைவில் கொள்ள வேண்டும். ஜனநாயக அரசு செயல்பாடுகளுக்கும் பொதுத்துறை உற்பத்திக்கும் இருக்கும் தொடர்பின் சிக்கல்களைப் பற்றி அப்போதே அவர் முன்னறிவிப்புகள் செய்திருக்கிறார். விக்ஸலின் இந்த வாதத்தின் அடிப்படையில்தான் 1960களில் புக்கனன், டுல்லோக் எழுதிய 'சம்மதத்தின் நுண்கணிதம்' (Calculus of Consent) நூல், 'பொதுத்தேர்வு' (public choice) என்கிற புதிய பகுதியைப் பொருளியலில் தொடங்கி வைத்திருக்கிறது. ஜனநாயக அரசுகள் இயங்கும்போது, அதில் வெவ்வேறு வகையான ஆதாயந்தேடும் குழுக்கள் செயல்படுமென்றும், அத்தகைய குழுக்கள் தத்தம் நலனை அடைவதைக் குறிக்கோளாகக் கொண்டே செயல்படுவார்களே ஒழியப் பொதுநலத்தைப் பேணுவதை இலக்காகக் கொண்டிருக்க மாட்டார்கள் என்பதை விக்ஸல் கவனித்திருக்கிறார். எனினும் அந்த ஆதாயந்தேடும் குழுக்கள் தங்கள் நலனைக் காப்பாற்றிக்கொள்ளும் அதிகாரத்தைக் கைப்பற்றுவதற்காகப் பொது நலன் தருகிற அல்லது பொது நலனைத் தருவது போல் தோற்றமுடைய கொள்கைகளை ஆதரிப்பார்கள் என்பதையும் எடுத்துக் காட்டியிருக்கிறார்.

(வரி விதிப்பு, வேலையில்லாத காலங்களில் சமூகப் பாதுகாப்பு போன்ற) மக்களனைவரையும் பாதிக்கும் பொது விஷயங்களில் அரசியல் நடைமுறைகள் செயல்பட்டு வெளிவருகின்றனவென்றும், அவையனைத்தும் நல்லெண்ணம் கொண்ட ஏகாதிபதிகளால் தீர்மானமாகிறவை என்று நினைப்பது தவறென்றும் விக்ஸல் கருதுகிறார். ஆதாயந்தேடும் குழுக்கள் தங்கள் நலனைக் காப்பாற்றிக் கொள்வதற்காகப் பொது மக்களுக்கு நன்மையளிக்கும் வழிகளில் நடப்பது சாத்தியமே. வரி விதிப்புகள் நியாயமானவையாகவும் செயல் திறன் மிக்கவையாகவும் இருக்க வேண்டும் என்பதில்

அவருக்கு ஐயமில்லை. பொது நிதி பற்றிய முடிவுகள் ஏகமனதாக நிறைவேற்றினால் மட்டுமே, நிச்சயமாக அவை நியாயமானதாகவும் செயற்றிறனுடையதாகவுமிருக்கும் என்று அவர் நிறுவுகிறார்.

தடைகளற்ற வணிகம், சந்தை நடவடிக்கைகள் வழியாக அனைவருக்கும் உத்தமமான பங்கீட்டைச் செய்யும் என்கிற நவ செவ்வியல் கருத்தை விக்ஸல் ஏற்கவில்லை. வோல்ரஸும், பெரேடோவும் கணித வழிகளில் விளிம்புநிலைக் கருவிகளைப் பயன்படுத்தி, பொதுச் சமநிலைச் கோட்பாட்டுக் கொள்கைகளை நிறுவி, அதன் வழியாக அவர்கள் காலத்தில் நிலவிய ஏற்றத்தாழ்வு மிக்க பொருளியல் அமைப்பை ஆதரிக்க முயல்வதை அவர் ஏற்கவில்லை. பொருளாதார வளர்ச்சியினால் வருகிற செல்வத்தின் பெரும்பகுதி ஏற்கெனவே செல்வம் வைத்திருப்பவர்களை நோக்கியே செல்லும் என்று விக்ஸல் கருதினார். ஏற்றத்தாழ்வுகள் அதிகமில்லாத ஒரு சமுதாய அமைப்பை நோக்கி அரசு செலுத்தப்பட வேண்டும் என்றும், பொருளியல் கொள்கைகளில் அவசியமான நேரங்களில் அரசு தலையிட வேண்டும் என்றும் அவர் கருதினார்.

ஜெரமி பென்த்தமின் பயன்பாட்டுக் கொள்கையை அடிப்படையாகக் கொண்டு, செல்வர்களுக்கு ஒரு ரூபாயின் விளிம்புநிலைப் பயன்பாடு, ஏழைகளுக்கு ஒரு ரூபாயின் விளிம்புநிலைப் பயன்பாட்டை விடக் குறைவாகவே இருக்கும் என்றும், செல்வர், ஏழை ஆகிய இரு சாராருக்கும் ஒரு ரூபாயின் விளிம்புநிலைப் பயன்பாடு சமமாகும் வரை வரிக் கொள்கையால் அரசு அவர்களின் வருவாயை இடமாற்றம் செய்ய வேண்டும் என்றும் ஏற்றத்தாழ்வுகள் குறைந்த சமுதாய அமைப்பை ஏற்படுத்துவதன் சார்பாக சிலர் வாதிடுவதை அவர் ஏற்கவில்லை. இரு தனிநபர்களின் விளிம்புநிலைப் பயன்பாடுகள் ஒப்பிடத்தக்கவையல்ல என்று அவர் கருதினார். எனவே தான் சிபாரிசு செய்கிற ஏற்றத்தாழ்வுகள் அதிகமில்லாத சமுதாய அமைப்புக்கு பென்த்தமின் பயன்பாட்டுக் கொள்கை மூலம் ஆதரவு தேடவில்லை. சமுதாயத்தில் ஒவ்வொரு நபருக்கும் நியாயமான தகுதிகள் இருக்கிறதென்றும், ஓரளவு ஏற்றத்தாழ்வில்லாத சமுதாய அமைப்பில்தான் அந்தத் தகுதிக்கேற்ற ஊதியம் அனைவருக்கும் நிச்சயமாகக் கிடைக்குமென்றும் விக்ஸல் கருதினார். அதனால்தான் அவர் சமுதாயத்தின் நிதிக் கொள்கைகளைப் பற்றி விவாதிக்கும்போது அரசு வரி விதிப்பு, அபராதங்கள் போன்ற நடவடிக்கைகளால் எப்படி வருவாயைப் பெறுகிறது என்பதைக் கவனிக்கும்போதே அந்த வருவாயைச் சாலையமைப்பு, கல்வி, மருத்துவம், போர், ராணுவம், விளம்பரம் போன்று எந்த வழிகளில் செலவழிக்கிறது என்பதையும் ஒருசேரப் பார்க்க வேண்டுமென்று வலியுறுத்துகிறார். அப்படிச் சீர்தூக்கிப்பார்த்து, ஏகமனதாக

நிறைவேற்றப்படும் நிதிக்கொள்கைகள் ஓரளவு நியாயமான, செயல்திறன்மிக்க, ஏற்றத்தாழ்வுகளிலில்லாத சமூக அமைப்பை உருவாக்கும் என்பது அவரது துணிபு.

பின்னாட்களில் கிரெக் மான்கிவ் (*Greg Mankiw*) இந்தக் கொள்கையை தனிநபருக்கு 'நியாயமான தகுதி' (*just deserts*) என்று விவரிக்கிறார். நம் காலத்தில் ஸ்டீவ் ஜாப்ஸ் ஒரு கையடக்கக் கருவிக்குள் தொலைபேசி, கேமரா, இணையம் ஆகியவற்றை இணைத்தால் (அவர் இந்த மூன்றில் ஒன்றைக்கூடக் கண்டுபிடிக்கவில்லை என்றபோதிலும்) அந்த 'அலைபேசி'க் கருவி நுகர்வோரின் முக்கியத் தேவையை நிறைவு செய்யுமானால், அந்தக் கருவியைத் தயாரித்த அவருக்கு மற்றவர்களைவிட வேகமாகச் சொத்து சேர்வதை அவர் 'நியாயமான தகுதி' என்று ஏற்பதாகத் தெரிகிறது. தனிநபர்களின் பாரம்பரியமான சொத்துரிமையின் மூலம் வருகிற வருவாயினால் புதிய சொத்து சேர்வதை அவர் 'நியாயமான தகுதி'யாக ஏற்கவில்லை. இந்தக் கொள்கையின் அடிப்படையில் ஓரளவு சமத்துவமான சமூக அமைப்பு அமைய வேண்டும் என்பது விக்ஸல்லின் கருத்து.

தனியார் நிறுவனங்களும் பொதுத்துறை நிறுவனங்களும் இணைந்து செயல்படும் கலப்புப் பொருளாதாரத்தை ஆதரித்தவர் விக்ஸல். இயற்கை முற்றுரிமை நிலவும் பொருள்களை அரசே உற்பத்தி செய்ய வேண்டுமென்கிற கொள்கையை உடையவர். அரசின் நிதியாக்கத்திற்கு விற்பனை வரி போன்ற தேய்வுவீத மறைமுக வரிவிதிப்புகளைக் (*regressive indirect taxes*) குறைத்துக்கொண்டு, வருமான வரி போன்ற வளர்வீத நேரடி வரிவிதிப்புகளை (*progressive direct taxes*) அதிகரித்தால் ஏழைகள் மீதான வரிச்சுமை குறைவது மட்டுமின்றி செல்வர்கள்மீது வரிச்சுமை விழுவது அதிகரிக்குமென்றும், அதனால் பொருளாதார ஏற்றத்தாழ்வுகள் குறையுமென்றும் விளக்கியவர். விளிம்புநிலை உற்பத்தித் திறன் அளவுகளால் நிர்ணயமாகும் ஊதியங்களில் பெரும் ஏற்றத்தாழ்வுகள் வரக்கூடுமென்றும், அதைச் சரிக்கட்ட அரசு கல்வி, மருத்துவம், சுகாதாரம், உள்கட்டுமானம் போன்ற துறைகளுக்கு அதிகம் செலவிட வேண்டுமென்றும் அப்படிச் செய்தால் அடிமட்டத்திலிருக்கும் மக்களுக்கு அதிக நன்மை கிடைக்குமென்றும் நம்பியவர்.

விக்ஸல் 1880இலிருந்தே மால்தூசிய மக்கள் தொகைக் கொள்கையை ஆதரித்தவர். பின்னர் அவர் பொருளியலில் நவசெவ்வியல் கொள்கைகளுக்கு மாறிய பின்னரும்கூட, மக்கள் தொகையைப் பற்றிய மால்தஸின் கொள்கைகளைத் தொடர்ந்து ஆதரித்தார். ஸ்வீடனிலும் ஐரோப்பாவிலும் மக்கள் தொகை

உத்தம அளவைக் கடந்து விட்டதாக அவர் கருதினார். அதனால் போர்கள் வரக்கூடிய அபாயம் நிலவுவதாகவும் நம்பினார். மிதமிஞ்சிய மக்கள் தொகை காரணமாகத் தொழிலாளர்களின் விளிம்புநிலை உற்பத்தித் திறன் அனைத்துத் திசைகளிலும் குறைந்து கொண்டிருக்கிறது என்றும், அதனால் கூலிமட்டமும் சரிகிறது என்றும் கருதினார். உத்தம அளவுக்கு மேற்பட்ட மக்கள் தொகை நாட்டில் நிலவுவதை அவர் மக்களின் வறுமைக்குக் காரணமாகக் காட்டினார். தொழில் நுட்ப முன்னேற்றங்களாலோ, பன்னாட்டு வணிகத்தினாலோ அளவுக்கதிகமான மக்கள் தொகையால் ஏற்படும் வறுமையைக் குறைக்க இயலாது என்று கருதினார். நாட்டின் மக்கள் தொகையை உத்தமமான அளவுக்குக் குறைப்பதற்கு அனைத்து முயற்சிகளும் மேற்கொள்ள வேண்டும் என்கிற கொள்கையை அவர் கொண்டிருந்தார்.

~~

கச்சாப்பொருள்களை முடிவுபெற்ற பண்டங்களாக மாற்றுவதற்கான கால ஓட்டம் எப்படி வட்டிக்குக் காரணமாகிறது என்று விளக்குகிற பம் பாவர்க் முன்மொழிந்த ‘ஆஜியோ’ கொள்கையை விக்ஸல் ஏற்கவில்லை. இர்விங் ஃபிஸரின் ‘கால விருப்ப’க் கொள்கையே வட்டியை விளக்கப் போதுமானது என்று அவர் கருதினார். 1898இல் விக்ஸல் பணவியலில் ‘இயல்பு வட்டி விழுக்காடு’ (*'natural rate of interest'*), ‘சந்தை வட்டி விழுக்காடு’ (*market rate of interest*) ஆகிய இரண்டையும் அறிமுகப்படுத்தி, இந்த இரு வட்டிகளிடையே வருகிற வேறுபாடு எவ்வாறு முதலீட்டையும் உற்பத்தியையும் மாற்றுகின்றன என்று விளக்கினார். அந்த விளக்கங்கள் அவரை நவீன வணிகச் சுழல் கொள்கைகளின் முக்கிய முன்னோடிகளில் ஒருவராக்கியிருக்கின்றன. பண்டமாற்றின் மூலமாகவே வணிகம் நடைபெறும், பணமே இல்லாத கற்பனை உலகிலும்கூட முன்பு கடன் வாங்கிய பொருள்களை ஒருவர் திருப்பித் தரும்போது கால இடைவெளிகளுக்கேற்ப அதற்கேற்ற வட்டி தர வேண்டியிருந்திருக்கும் என்று மூலதனக் கொள்கையைத் தெளிவாக்கியவர் விக்ஸல். பணம் மட்டுமே பரிவர்த்தனைச் சாதனமாக இருக்கும் (வங்கிகளும் பணப் பதிலீட்டுப் பொருள்களான காசோலைகள், வங்கி டெபாஸிட்கள் போன்றவை கூட இல்லாத) ஓர் உலகையும், அது போலவே பணத்தையே பயன்படுத்தாமல் வங்கிக் கணக்குகளைக் ‘கடன் அட்டைகள்’ மூலமாகவே இயக்கக் கூடிய ஒரு சமுதாயத்தையும் அவர் கற்பனை செய்திருக்கிறார். இப்படிப்பட்ட கற்பனைகளால், உண்மையாக நிகழும் பொருளியல் நடவடிக்கைகளை அனைத்து நிலைகளிலும் பணம் ஒரு திரை போல் மறைத்துக் கொண்டிருக்கிறதே தவிர, அதன் அளவு வேறுபாடுகளால் பொருளாதார நடவடிக்கைகளில்

எந்த வேறுபாடுகளையும் தோற்றுவிக்காது என்கிற 'பணவியல் நடுநிலைமை'க் (*monetary neutrality*) கொள்கையை நிராகரித்தவர் விக்ஸல்.

சுருக்கமாகச் சொன்னால், பண அளவுகளில் ஏற்படும் மாற்றங்கள், விலைகளில் நேரடியான மாற்றங்களை மட்டுமே ஏற்படுத்துமென்றும், வேறு எந்தப் பொருளியல் நடவடிக்கைகளிலும் மாற்றங்களை ஏற்படுத்தாதென்றும் கூறும் 'அளவுசார் பணக்கொள்கை' (*MV=PT*) மிக நீண்ட காலங்களில் மட்டுமே சரியாக இருக்குமென்றும், மற்ற காலங்களில் அப்படி இல்லையென்றும் விக்ஸல் நிறுவுகிறார். எல்லாக் காலங்களிலும் பண அளவு அதிகரிப்பினால் விலை உயர்வு ஏற்படும் என்பதை விக்ஸல்லும் ஏற்றுக்கொள்கிறார். ஆனால் பெரும்பாலான சமயங்களில் பண அளவு அதிகரிக்கும்போது அது விலைகளின் உயர்வு மட்டுமின்றி, வட்டி விழுக்காட்டை மாற்றி பொருளாதாரத்தின் முதலீடுகளின் செறிவு, வேலை வாய்ப்பு, உற்பத்தியின் அளவு போன்ற உண்மை நடவடிக்கைகளையும் மாற்றும் என்று அவர் கூறியதை 'அளவுசார் பணக்கொள்கை'யினர் ஏற்றுக்கொள்ளவில்லை. தேசிய வருவாய் நிர்ணயம் மற்றும் வட்டிக் கொள்கையில் இவர் கீன்ஸுக்கு முன்னோடியாகத் திகழ்கிறார்.

பம் பாவர்க் வாதிட்டது போலவே சுற்றுவழி முறைகள் மூலம் கச்சாப் பொருள்களைப் பல காலகட்டங்களில் மாற்றம் செய்துதான் நுகர்வோர் விரும்பும் முடிவுபெற்ற பொருள்களாக மாற்றியமைக்க முடியும் என்று விக்ஸலும் ஏற்றுக்கொள்கிறார். முடிவுபெற்ற நுகர்பொருள்களை உற்பத்தி செய்யச் சுற்றுவழி முறையில் பலவகை அடுக்குகளான மூலதனப் பொருள்களை வெவ்வேறு கட்டங்களில் வெவ்வேறு அளவுகளில் ஈடுபடுத்த வேண்டியிருக்கும். எடுத்துக்காட்டாக, 'அ' வணிகச்சின்னமுடைய கார் உற்பத்தி செய்வதற்கான கச்சாப் பொருள்களில் ஒன்றான உருக்கும் இரும்பும் ஐந்தாண்டுகளுக்கு முன்பே ஜெம்சட்பூரில் உற்பத்தி செய்யப்பட்டு, நான்காண்டுகளுக்கு முன்பு பஞ்சாபில் இருக்கும் பட்டறைகளால் இடைநிலைப் பொருள்களாக (எஞ்சினாகவும், உதிரி பாகங்களாகவும்) மாற்றப்பட்டு, மூன்றாண்டுகளுக்கு முன்பே அதற்கான வேறு இடைநிலைப்பொருள்களான சக்கரங்களுக்கான ரப்பர் டயர்கள் தயாரிக்கப்பட்டு இப்படி வெவ்வேறு ஊர்களில் வெவ்வேறு காலகட்டங்களில் 'அ' வணிகச்சின்ன காரின் பாகங்களெல்லாம் தயாரான பிறகு இறுதிக்கட்டமாக அவை அனைத்தையும் சென்னையிலுள்ள அவர்களின் பட்டறையில் திரட்டி ஒருங்கிணைக்கிறார்கள் என்று கொள்வோம். அந்த 'அ' வணிகச்சின்ன காருக்குத் திடீரெனத் தேவை அதிகரிக்கிறது என்று கொள்வோம். அப்போது உடனடியாகச் சென்னையில்

இருக்கும் பட்டறையில் தினசரி ஒருங்கிணைக்கப்படும் கார்களின் எண்ணிக்கையைக் கூட்டுவதுதான் தயாரிப்பாளர்களின் முதல் நடவடிக்கையாக இருக்கும் என்பது தெளிவு. சுற்றுவழி முறையில் அண்மைக்கால நடவடிக்கையான திரட்டி ஒருங்கிணைப்பதற்குத்தான் உடனடியாக அதிகப்படியான முதலீடு உள்ளிடப்படும். முடிவுபெற்ற பொருள்களின் உற்பத்தியை அவசரமாகப் பெருக்க வேண்டுமெனில், அவற்றை உற்பத்தி செய்வதற்கு அண்மையான கால கட்டங்களில் நடக்கும் பட்டறைச் செயல்பாடுகளுக்கு அதிகமான அளவு முதலீடு செய்ய வேண்டியிருக்கலாம். சந்தையில் மந்த நிலை நிலவினால், முடிவுபெற்ற பொருள்களை உற்பத்தி செய்வதற்கு அண்மையான காலகட்ட முதலீட்டைக் குறைத்து, அந்தப் பொருளின் இடைநிலைப்பொருள்களின் உற்பத்திக் காலத்தையே நீட்டிக்கலாம். மந்தம் நீண்ட காலம் நீடிக்காது என்கிற நம்பிக்கையில் கச்சாப்பொருள்களை உற்பத்தி செய்யும் ஆரம்பநிலைக் கால கட்டத்திற்கு அதிக முதலீட்டை இடப் பெயர்ச்சி செய்யலாம். தீபாவளிக்காலத்தில் ஜவுளி விற்பனை அதிகமாக இருக்குமென்கிற நம்பிக்கையோடு அதற்கு ஓராண்டு முன்பிருந்தே பட்டுப் புடவைகளைத் தயார் செய்கிறார்கள். அப்படித் தயார் செய்துவிட்ட பிறகு தீபாவளிக் காலத்தில் பெரு மழை பெய்வதாலோ, வணிக மந்தத்தாலோ ஓர் ஆண்டு விற்பனை குறைந்து விட்டால் அடுத்த ஆண்டுக்கான உற்பத்தியைக் குறைக்க சில வணிகர்கள் முயலலாம். ஆனால் வேறு சில முதலாளிகள், இந்த ஆண்டு நிகழ்ச்சி தற்செயல் நிகழ்வு என்று அடுத்த ஆண்டுக்கு இதைவிட அதிகமாக உற்பத்தி செய்யச் சொல்லி முன்பணம் வழங்கலாம். கால ஓட்டத்திற்கு இயைந்து நடைபெறும் இத்தகைய உற்பத்திக் கட்டமைப்பிற்குள் விக்ஸல் இரண்டு தனிவேறுபட்ட வட்டிக் கொள்கைகளை இணைக்கிறார். அவற்றை இயல்பு வட்டி விழுக்காடு (*natural rate of interest*), சந்தை வட்டி விழுக்காடு (*market rate of interest*) என்று அழைக்கிறார்.

பணப் பயன்பாடே இல்லாத சமூகங்களிலும் மூலதனத்திற்கு வட்டி இருக்கும். மூலதனத்தின் ஒட்டுமொத்தத் தேவையும் அளிப்பும் அந்த வட்டியைத் தீர்மானிக்கும். பண்டமாற்றுச் சமூகத்தில்கூடப் பல்வகை முதலீடுகளுக்கான தேவைகள், தொழிலாளர்களுக்கு முன்பணமாகக் கொடுக்கும் பண்டங்களின் தேவைகள், நுகர்ச்சிக்குக் கடனாகக் கொடுக்கும் பண்டங்களின் தேவைகள் ஆகிய மூன்றையும் கூட்டுவதால் கிடைக்கும் மொத்தம் மூலதனத்தின் ஒட்டுமொத்தத் தேவையாகும். பண்டமாற்றுச் சமூகங்களிலும்கூட, மக்கள் தங்கள் உடனடி நுகர்ச்சியைத் தள்ளிவைத்துச் செய்கிற சேமிப்பின் கூட்டுத்தொகைதான் மூலதனத்தின் ஒட்டுமொத்த அளிப்பாகும். சமூகத்தில்

மூலதனத்தின் ஒட்டுமொத்தத் தேவையும் ஒட்டுமொத்த அளிப்பும் ஒன்றின்மீதொன்று செயலாற்றித் தீர்மானிக்கிற வட்டியைத்தான் 'இயல்பு வட்டி' என்று விக்ஸல் விளிக்கிறார். தனி நிறுவனங்களைப் பொறுத்தமட்டில், இந்த 'இயல்பு வட்டி' அந்த நிறுவனங்களில் ஈடுபடுத்திய மூலதனத்தின் விளிம்புநிலை உற்பத்தித்திறனளவுக்கு இருக்கும்.

பண்டமாற்றுப் பொருளாதாரம் வளர்ந்து, பரிமாற்றுச் சாதனமாகப் பணம் அறிமுகமான பிறகும் 'இயல்பு வட்டி' நிர்ணயத்தில் எந்த மாறுபாடும் இருக்காது. முதலீடு செய்ய விரும்புபவர்கள், வருவாயில் ஒரு பகுதியைப் பணமாகச் சேமிக்கிறவர்களிடமிருந்து வட்டிக்குக் கடனாக வாங்கி, அதை முதலீடாக (கருவிகளாக, இயந்திரங்களாக) மறுபடியும் மாற்றிக் கொள்வார்கள். ஆனால் பண்டமாற்றுச் சமூகத்தில் முதலீடும் சேமிப்பும் கண்கூடாகத் தெரிவதுபோல் பணம் பயன்படுத்துகிற சமூகங்களில் அவை வெளிப்படையாகத் தெரியாது. எடுத்துக்காட்டாக, பண்டமாற்றுச் சமுதாயத்தில் விளைந்த தானியத்திலிருந்து விதைக்காக ஒதுக்கி வைத்த தானியம் சேமிப்பு என்பதும், அந்த விதையை நிலத்தில் ஊன்றுவதும் முதலீடு என்பதும் கண்கூடாகத் தெரியும். பணம் பயன்படுத்துகிற சமூகங்களில் முதலீடும் சேமிப்பும் பணத்தின் வழியாகச் செய்யப்படுகின்றன. விதைக்கான பணத்தை விவசாயி கடனாக வாங்குவார். பிறகு அந்தப் பணத்தைக் கொண்டு விதைநெல்லை விலைக்கு வாங்குவார். அதை நிலத்தில் விதைப்பார். இங்கு பணம் கடன் வாங்கப்படுவதும் திரும்பச் செலுத்தப் படுவதும் வெளிப்படையாகத் தெரிகின்றன. ஆனால், தானியம் வாங்கப்படுவதும் விதைக்கப்படுவதும் விவசாயிக்குத்தான் தெரியும். அதாவது, பணம் பரிவர்த்தனைச்சாதனமாகிய பிறகு சேமிப்பே பண வடிவத்தில்தான் நடக்கிறது. பின்னர் அந்தப் பணச் சேமிப்பு, தேவைப்பட்ட உருவத்திற்கு (இயந்திரங்கள், வைப்புகள்) முதலீடுகளாக மாற்றப்படுகிறது. பணமென்கிற திரைமறைவில் இந்தச் சேமிப்பு, முதலீடு ஆகிய உண்மை நிகழ்ச்சிகள் நடக்கின்றன. இப்படிப்பட்ட பணம் புழங்கும் ஒரு சமூகத்தில் அனைத்து உற்பத்திக் காரணிகளுக்கும் முழு வேலை வாய்ப்பு நிலவுவதாகவும் அங்கு 'இயல்பு வட்டி' நிலவுவதாகவும் கொள்வோம். அங்கு ஏதோ ஒரு காரணத்தால் நாட்டின் பணவியல் அதிகாரிகள் நாட்டின் மொத்தப் பணத்தின் அளவை அதிகரிப்பதாகக் கொள்வோம். அதனால் வங்கிகளில் பண இருப்பு தற்காலிகமாக அதிகரிக்கிறது. அதைக் கவனிக்கும் வங்கிகள் தாங்கள் தரும் கடன்களின் அளவை அதிகரிக்க விரும்புகின்றன. அப்படிச் செய்தால்தான் அவற்றின் இலாப அளவு அதிகரிக்கும். அந்தக் கடன்களை முதலீட்டாளர்கள் வாங்கத் தூண்டுவதற்காக, அவை தங்களின்

வட்டி விழுக்காட்டைக் கொஞ்சம் குறைக்கின்றன. பண அளவு மட்டும்தான் அதிகரித்திருக்கிறதே தவிர உற்பத்தியின் அளவு, வேலைவாய்ப்பு போன்ற உண்மை நிகழ்ச்சிகளில் மாற்றமில்லை.

இதன் விளைவாக 'இயல்பு வட்டி'யிலிருந்து 'சந்தை வட்டி' வேறுபடத் துவங்குகிறது. 'இயல்பு வட்டி'யை விடச் 'சந்தை வட்டி' குறைவாயிருப்பதால், முதலீட்டாளர்கள் மேலும் கடன்களை வாங்கி இயந்திரங்கள் போன்ற மூலதனப் பொருள்களில் ஈடுபடுத்த விரும்புகிறார்கள். அதனால் மூலதனப் பொருள்களின் தேவை அதிகரிக்கிறது. அதே சமயம், தங்கள் சேமிப்புக்கு 'இயல்பு வட்டி' அளவுக்குச் சன்மானம் கிடைக்காததால், சேமிப்பாளர்கள் தங்கள் சேமிப்பைக் குறைக்க ஆரம்பிப்பார்கள். சேமிப்பாளர்களின் வருவாயில் சேமிப்பு தவிர்த்த பகுதி நுகர்ச்சியாக மாறுமாதலால் அவர்கள் சேமிப்பைக் குறைக்கும்போது அவர்களின் நுகர்ச்சி அதிகரிக்க ஆரம்பிக்கிறது. வங்கிகளின் பண இருப்பு அதிகரித்ததன் விளைவாக 'சந்தை வட்டி' குறைந்ததால் நாட்டில் ஒட்டுமொத்த மூலதனப் பொருள்களின் தேவையும் நுகர்ச்சிப் பொருள்களின் தேவையும் அதிகரிக்கின்றன. இதனால் நாட்டின் ஒட்டுமொத்தத் தேவை அதிகரிக்கிறது. ஒட்டுமொத்த அளிப்பில் மாற்றமில்லாமல் ஒட்டுமொத்தத் தேவை அதிகரிப்பதால் நாட்டில் விலை மட்டமும் கூலி மட்டமும் அதிகரிக்கின்றன. விலை மட்டம் அதிகரிக்கும்போது இலாப எதிர் நோக்கம் கூடுகிறது. இது முதலீட்டாளர்களை மேலும் உற்பத்தியை அதிகரிக்கத் தூண்டுகிறது. இந்த விலையேற்றம் 'சந்தை வட்டி' 'இயல்பு வட்டி'யை விடக் குறைவாக இருக்கும்வரை தொடருமென்பதால், இதை ஒரு படிப்படியாகக் குவிகிற, தொடர் நடைமுறையாக விக்ஸல் காண்கிறார். இந்தத் தொடர் நடைமுறை, வங்கிகளின் பண இருப்பு அவற்றின் அன்றாட நடவடிக்கைகளுக்குத் தேவையான அளவுக்குமேல் இருக்கும் வரை தொடரும். அதுவரை 'சந்தை வட்டி' 'இயல்பு வட்டி'க்குக் கீழே இருக்கும். நாட்டின் பணவியல் அதிகாரிகள் தொடர்ந்து பண அளவை அதிகரித்தால் 'சந்தை வட்டி', 'இயல்பு வட்டி'யை விடக் கீழேயே இயங்கும். அது பணவீக்கத்தை ஏற்படுத்தி, விலைவாசி உயர்வு தொடர வழி வகுக்கும். விலைவாசிகள் உயர்வதால் வெவ்வேறு வர்க்கத்தினர் வெவ்வேறு விதமாகப் பாதிக்கப்படுவார்கள். கடன் வாங்கியவர்கள், கடன் கொடுத்தவர்கள், நிரந்தரச் சம்பளம் பெறுபவர்கள், அன்றாடக் கூலிக்கு உழைப்பவர்கள், வாரம் வாங்குபவர்கள், வாரம் கொடுப்பவர்கள், முதலீடு செய்பவர்கள், சேமிப்பவர்கள் என்று வெவ்வேறு தரத்தினரும் வெவ்வேறு வகையில் பாதிக்கப்படுவார்கள். பண வீக்கம் அவர்களில் சிலருக்கு ஆதாயங்களையும் வேறு சிலருக்கு இழப்புகளையும் ஏற்படுத்தும். இத்தகைய ஆதாயங்களும் இழப்புகளும் அந்தந்த

வர்க்கத்தினரின் கட்டுப்பாட்டுக்குள்ளிருக்கும் நடவடிக்கைகளால் விளைவதல்ல. நாட்டில் வசிக்கும் மக்களில் பண வீக்கத்தால் அவர்களறியாமலேயே, சிலருக்குத் தண்டனைகளும் வேறு சிலருக்கு வெகுமதிகளும் கிடைக்கின்றன. நீண்ட காலப் போக்கில், இந்தப் பண வீக்கம், உற்பத்திக் காரணிகளின் ஒதுக்கீட்டில் மாற்றங்களை ஏற்படுத்தி, வருவாய்ப் பங்குகளை மாற்றும். அதனால் நிச்சயமற்ற தன்மை அதிகரித்தால், தனிநபர்கள் ரொக்கத்தை அதிகமாக வைத்துக்கொள்ள விரும்புவார்கள். அதனால் வங்கிகளின் பண இருப்பு படிப்படியாகக் குறையலாம். வங்கிகளின் அதிகப்படி பண இருப்பு காலியாகி 'சந்தை வட்டி' மறுபடி மேலே ஏறும். 'சந்தை வட்டி', 'இயல்பு வட்டி'க்குச் சமமாகிவிட்டால் விலைவாசி ஏற்ற இறக்கமில்லாத நிலையான நிலையை எட்டும்.

'சந்தை வட்டி' மாற்றம் எவ்வாறு சந்தை நடவடிக்கைகளைப் பாதிக்கும் என்பதை விளக்க விக்ஸல் 'இரண்டு பருவ மாதிரி'யைப் பயன்படுத்துகிறார். அதில் ஆஸ்திரியப் பள்ளியின் தாக்கத்தைக் காணலாம். சாதாரணமான உற்பத்தி நடைமுறையில் ஒரு முடிவுபெற்ற நுகர்ச்சிப்பொருளைத் (எடுத்துக்காட்டாக, புடவை) தயாரிக்க இப்போது நிலவும் வட்டியில் ஒரு பருவம் = ஓராண்டு காலம் எடுக்கும் என்று கொள்வோம். இப்போது ஏதோ ஒரு காரணத்தால் பண அளவு விரிகிறது. அதனால் 'சந்தை வட்டி' கீழிறங்குகிறது. குறைந்த வட்டியில் கடன் பெற்று, முதலீட்டாளர்கள் புதிய இயந்திரங்களை வாங்கி, இப்போதிருப்பதைவிட அதிக அளவில் புடவை உற்பத்தி செய்யும் புதிய முறைகளுக்கு மாறுகிறார்கள். கைத்தறிக்குப் பதிலாக விசைத்தறி நிறுவுகிறார்கள். புதிய முறைக்கு மாறுவதற்கு இரண்டாண்டு தேவைப்படுகிறது என்று கொள்வோம். அதற்காக அதிகத் தொழில்நுட்பம் தெரிந்த தொழிலாளர்களையும், மற்ற உற்பத்திக் காரணிகளையும் அவர்கள் தங்கள் தொழிலிற்கு ஈர்க்க வேண்டி வருகிறது. இதன் விளைவாக, முதலாம் ஆண்டு இறுதியில், முன்பு இருந்ததைவிடக் குறைவான அளவே புடவை உற்பத்தியாகியிருக்கும். ஏனெனில், அப்போது புதிய உற்பத்தி முறையில் அது முடிவுபெற்ற புடவையாக இல்லாமல், உற்பத்தியிலிருக்கும் நூல், துணி, ஜரிகை போன்றவையாகவே இருந்திருக்கும். எனவே முதலாம் ஆண்டு இறுதியில் புடவையின் அங்காடி விலை அதிகரித்திருக்கும்.

நுகர்வோரைப் பொறுத்தமட்டில், முதலாம் ஆண்டு முடிவில், முன்பு நிலவிய விலையில் அவர்கள் வாங்க விரும்பிய அளவுக்குப் புடவை சந்தையில் கிடைத்திருக்காது. புதிதாய் நிலவும் அதிக விலைகளைக் கொடுக்க விரும்பாதவர்கள், புடவைகளுக்காக அந்த ஆண்டு திட்டமிட்டிருந்த தங்கள் நுகர்ச்சியைத் தள்ளிவைக்க வேண்டிய கட்டாயம் ஏற்படுகிறது. அதாவது, புடவையின்

விலையேற்றம், முன்பிருந்த விலையில் புடவை வாங்குவதற்கென்று அவர்கள் ஒதுக்கி வைத்த பணத்தை உடனடியாகக் 'கட்டாயமாகச் சேமிக்க' (*forced saving*) வைக்கிறது.

இரண்டாம் ஆண்டு இறுதியில் புதிய உற்பத்தி முறையில் தயாரிக்கப்பட்ட புடவைகள், முன்பை விட அதிக அளவில் சந்தைக்கு வந்துவிடும். அதனால் புடவை விலை முன்பிருந்ததைவிடக் குறையும். அதனால் முன்பை விடக் குறைந்த விலையில் அதிக அளவில் நுகர்வோருக்குப் பொருள்கள் கிடைக்கும். 'கட்டாயச் சேமிப்பு' செய்தவர்களுக்கு, அதன் மதிப்பிற்கு முன்பை விட அதிக அளவு பொருள் பரிவர்த்தனையாகக் கிடைக்கும். பண அளவு மாற்றத்தால் விலை மாற்றம் மட்டுமல்லாது சமுதாயத்தின் முதலீடு, சேமிப்பு, வேலை வாய்ப்புகள், முதலீட்டு வகைகள் ஆகியவையும் மாறுகின்றன என்று தெளிவாக்குகிறார் விக்ஸல்.

பணவியலில் விக்ஸலின் ஆய்வுகளிலிருந்து பெறுகிற செயல் கொள்கை நேரடியானது. நாட்டின் பணக் கொள்கைகளை நிர்வகிப்பவர்கள் 'இயல்பு வட்டி'க்கும் 'சந்தை வட்டி'க்கும் இடைவெளி ஏற்படாதவாறு பண அளவுகளைக் கட்டுப்படுத்த வேண்டும். அதாவது, மத்திய வங்கி விலைவாசி ஏற்ற இறக்கங்களைத் தன் கட்டுக்குள் வைத்திருக்கும் வகையில் பண அளவுகளை மாற்றும் திறன் படைத்ததாக இருக்க வேண்டும். பண வீக்கமும் பண வாட்டமும் மாறிமாறி வருவதைப் பண நிர்வாகத்தால் தடுக்க வேண்டும். சந்தை வட்டிவீதம் மாறும்போதுதான் வங்கிகள் அதற்குத் தகுந்தாற்போல் தங்கள் கடனளிக்கும் கொள்கைகளை மாற்றிக்கொள்வார்கள் என்பது விக்ஸலின் கருத்து. அதாவது, சந்தை வட்டி விகிதங்கள்தான் கடன் அளிப்பின் அளவைத் தீர்மானிக்கின்றன என்று அவர் கருதினார். பண அளவுகள் மட்டுமே சந்தை வட்டியைத் தீர்மானிக்கின்றன என்கிற 'அளவுசார் பணக்கொள்கை'வாதிகளின் கருத்தை அவர் ஏற்கவில்லை.

குறுகிய காலத்தில் பண அளவில் ஏற்படும் மாற்றங்கள், வட்டி விழுக்காடுகளில் மாற்றங்களை ஏற்படுத்தி, கடன்கள், நுகர் பொருள்கள், உற்பத்திக் காரணிகள் ஆகியவற்றின் தேவை அளிப்புகளை வெவ்வேறு வழிகளில் பாதித்து, உற்பத்தியாகும் பொருள்களின் கலவைகளையும் உற்பத்தி அளவுகளையும் வருவாய்ப் பகிர்வையும் திசை திருப்புகின்றன என்றும், நீண்ட காலத்தில்தான் பண அளவு மாற்றத்துக்கும் விலை மட்ட மாற்றத்துக்கும் 'அளவுசார் பணக் கொள்கை' காட்டுகிற வழியில் ஒரு நேரடியான தொடர்பு இருக்குமென்றும் விக்ஸலின் ஆய்வு நிறுவுகிறது. ஆஸ்திரிய மூலதனக் கொள்கையில் கால ஓட்டத்திற்கு அளித்த முக்கியத்துவத்தை, விக்ஸல் தன் வட்டிக் கோட்பாட்டின்

மூலம் பணக் கொள்கையின் ஓர் அங்கமாக்கியிருக்கிறார். இவருடைய பணக் கொள்கையை அடிப்படையாகக் கொண்டு, அதில் தங்களின் தனித்தன்மையான கருத்துகளைச் சேர்த்து பிரடரிக் ஹாயக்கும், ஃபான் மீஸஸும் தங்களின் பணவியல் மற்றும் வணிகச்சுழல் கொள்கைகளை வெளியிட்டிருக்கின்றனர். ஸ்டாக்ஹோமிலேயே குன்னார் மிர்தால், எரிக் லிந்தால், பெர்டில் ஓலின் ஆகியோர் இவருடைய ஆய்வுகளின் அடிப்படையில் கால ஓட்டத்தின் பருவ மாதிரியைப் பயன்படுத்திப் 'பணவியல் சமநிலை' கருத்தை வெளியிட்டிருக்கிறார்கள். கீனீஸிய வாதங்கள் பிரபலமானபோது, பெர்டில் ஓலின், அவற்றை விக்ஸல் எவ்வாறு முன்னறிந்து ஊகித்திருக்கிறார் என்றும், அவருடைய ஆய்வு சுயமானதும் சரியானதும்கூட என்றும் விளக்கியிருக்கிறார். பேரியல் பொருளியலின் (*macro economics*) முன்னோடியாக விக்ஸல் செயல்பட்டிருக்கிறார். கீன்ஸின் வாதங்கள் வருவதற்கு முன்பே பணத்தின் அளவுமாற்றத்திற்கும் விலை மாற்றங்களுக்குமிடையே ஒரு சிக்கலான தொடர்பு இருப்பதைக் கவனித்துப் பதிவு செய்தவர் விக்ஸல். வேலையில்லாத் திண்டாட்டமும் பண வீக்கமும் தொடர்கிற ஒரு சமுதாயத்தில் அரசின் தலையீடு இன்றியமையாததென்றும், அவ்வாறு தலையிடுவது அரசின் கடமையும்கூட என்றும் விக்ஸல் கருதினார். மிகக் குறைந்த அளவே அரசு தலையீடு இருக்கவேண்டுமென்கிற மற்ற பெரும்பாலான ஆஸ்திரியப் பள்ளியினரிடமிருந்து விக்ஸல் மாறுபடுகிறார். அவர் ஆதரித்த மென்மையான சோஸலிசக் கருத்துகளை அவருடைய சீடர்கள் நடைமுறைப்படுத்தி நார்வே, ஸ்வீடன் நாடுகளில் இன்றளவும் வெற்றிகரமாகச் செயல்பட்டுக்கொண்டிருக்கின்றன.

ஜான் மேனார்டு கீன்ஸை விக்ஸல் ஒரே ஒரு முறை மட்டுமே சந்தித்திருக்கிறார். அவர்கள் இருவரின் பணக் கொள்கைகளும் பல வகைகளில் ஒத்திருக்கின்றன. கீன்ஸின் 'பொதுக் கோட்பாடு' நூலில், விக்ஸலின் வட்டிக்கொள்கையைப் பற்றித் தன் எதிர்பார்ப்பு முதலில் அதிகமாயிருந்ததாகவும், ஆனால் வெவ்வேறு அளவு வேலைவாய்ப்புகளில் சமுதாயம் சமநிலையடையும்போது வெவ்வேறு அளவு இயல்பு வட்டிகளில்தான் அது சாத்தியமாகும் என்கிற அவருடைய கருத்தை அறிந்தபோது அந்த எதிர்பார்ப்பு குறைந்து விட்டது என்றும் விக்ஸல் கூறியிருக்கிறார். எப்படியிருப்பினும், விக்ஸலின் ஆய்வுகள், கீன்ஸை மட்டுமின்றி மேலும் பலரை அவர் வழியில் தொடரத் தூண்டியிருக்கின்றன என்பதில் ஐயமில்லை.

விக்ஸலின் விளக்கப்படி சந்தை வட்டி, இயல்பு வட்டிக்குக் கீழிருந்தால் பணவீக்கம் நிகழும். சந்தை வட்டி, இயல்பு வட்டிக்கு மேலிருந்தால் பணவாட்டம் அல்லது வணிக மந்தம் நிகழும்.

கீனீஸிய மாதிரிகளில் முழு வேலை வாய்ப்பைத் தருகிற வட்டி விழுக்காடுதான் விக்ஸலின் இயல்பு வட்டி விழுக்காடு என்று பால் குருக்ஃமன் ஒப்பிடுகிறார்.

தான் ஆய்வுக்கு எடுத்துக்கொண்ட ஒவ்வொரு பகுதியிலும் சுயமான கொள்கைகளை வெளியிட்டிருக்கும் நூட் விக்ஸல், அவர் காலத்திற்குப் பின்னரும் பல புதிய கொள்கைகள் தோன்றுவதற்கு வித்திட்டிருப்பதால் பொருளியல் வரலாற்றில் தனக்கென்று ஒரு தனி இடத்தைப் பெற்றிருக்கிறார்.

~~

13

இர்விங் ஃபிஸர்

அமெரிக்காவில் நவசெவ்வியல் சிந்தனைகள் தன்னியலாகவே வளர்ந்தன. அமெரிக்கப் பொருளியல் சிந்தனையாளர்களில், சுயமான நவசெவ்வியல் கருத்துக்களை உருவாக்கிப் பரப்பியவர்களில் ஜான் பேட்ஸ் கிளார்க்கும், இர்விங் ஃபிஸரும் (Irving Fisher 1867 – 1947) முக்கியமானவர்கள். இவர்கள் இருவருமே ஆஸ்திரியப் பள்ளியினரின் கருத்துக்களால் பாதிக்கப்பட்டவர்கள். ஃபிஸர் பயன்பாட்டுக் கொள்கை, பொதுச் சமநிலை, பணவியல், பணவீக்கம், பணவாட்டம், வரியியல், புள்ளிவிவரங்கள், மூலதனக் கொள்கை, குறியீட்டெண்கள் போன்ற பல பொருளியல் துறைகளில் தனித்தன்மையான முத்திரையைப் பதித்துள்ளார். மதுவிலக்குக் கொள்கை, மேம்பட்ட மனித இனத்தை உருவாக்குதல், உடல் நலம், பன்னாட்டு அமைதி போன்ற பொதுக்காரியங்களிலும் கொள்கைகளிலும் அவர் பங்களிப்பு அதிகமுண்டு. நிற வெறி கொண்டவர், யூதர்களை வெறுத்தவர் என்கிற விமரிசனங்களும் அவர் மீது வைக்கப்படுகின்றன.

நியூ யார்க் மாநிலத்தில் ஸௌகர்டீஸ் என்கிற இடத்தில், ஆசிரியராகவும் மதக்குழுத்தலைவராகவுமிருந்தவருக்கு 1867இல் பிறந்தவர் இர்விங் ஃபிஸர். ஆன்மீக எண்ணங்களுக்கு முதன்மை கொடுத்த பெற்றோருக்குப் பிறந்த ஃபிஸர், வாழ்நாள் முழுவதும் மாதா கோவில் செல்லும் வழக்கம் கொண்டிருந்த போதிலும் பின்னாட்களில் ஒரு நாத்திகர்போல நடந்து கொண்டார். பள்ளியில் படிக்கும்போதே அவருடைய புதியவற்றைக் கண்டுபிடிக்கும் திறனும் கணிதப் புலமையும் நன்கு வெளிப்பட்டன. அவர் யேல் கல்லூரியில் சேர்ந்த சில நாட்களிலேயே அவருடைய

தந்தை இறந்துவிட்டார். அதனால், தன்னுடைய தாயையும் தம்பியையும் பராமரிக்கும் பொறுப்பு அவர் தலையில் விழுந்தது. மற்ற மாணவர்களுக்குத் தனிப்போதனை செய்து தன் குடும்பச் செலவுகளுக்கும் தன் படிப்புக்கும் பொருளீட்டினார். 1888இல் யேல் கல்லூரியின் இளங்கலை வகுப்பில் கணிதத் துறையின் முதல் மாணவராக வெற்றி பெற்றார். அப்போது யேல் கல்லூரியில் பொருளியலுக்கென்று தனித்துறையே இல்லை. இருந்தபோதிலும், அவர் அப்போதிருந்தே பொருளியலில் தனி ஆர்வம் காட்டினார்.

யேல் கல்லூரியிலேயே முனைவர் பட்டப் படிப்பை ஃபிஸர் தொடர்ந்தார். அவருடைய ஆய்வு மேற்பார்வையாளர்களாக இயற்பியல் பேராசிரியர் வில்லார்ட் கிப்ஸ், சமூகவியல் பேராசிரியர் வில்லியம் கிரஹாம் சம்நர் ஆகியோர் இருந்தனர். கணிதத்தில் ஆர்வம் கொண்டிருந்த ஃபிஸர், பொருளியலைத் தன் ஆய்வுக்கு எடுத்துக்கொண்டார். அவருடைய ஆய்வுரை, 'மதிப்புவிலைக் கொள்கைகள் பற்றிய கணிதவழிப் புலன்விசாரணைகள்' என்கிற தலைப்பைக் கொண்டிருந்தது. அவருடைய முனைவர் படிப்பிற்கான மூன்றாம் ஆண்டு ஆய்வுக் கட்டுரையை மதிப்பிட்டவர்கள் இங்கிலாந்து கேம்பிரிட்ஜின் ஃபிரான்சிஸ் எட்ஜ்வொர்த், ஸ்விட்சர்லாந்து லாஸேன் பல்கலைக்கழகத்தின் வில்பிரடோ பெரேடோ ஆகியோர்! இருவரும் அந்தக் கட்டுரை உயர்தரமானது எனப் போற்றியிருக்கிறார்கள். 1891இல் யேல் கல்லூரியில் முதன்முதலில் முனைவர் பட்டம் பெற்றவர் என்கிற பெருமையை அவர் பெற்றார். பின்னாட்களில் அவருடைய அந்த ஆய்வுக்கட்டுரையை முனைவர் ஆய்வுக் கட்டுரைகளிலேயே மிகச் சிறந்தது என்று நோபல் பரிசு பெற்ற பால் சாமுயூல்சன் பாராட்டியிருக்கிறார்.

முனைவர் பட்டம் பெற்ற பிறகு, இர்விங் ஃபிஸர் யேல் கல்லூரியிலேயே கணிதத்துறை ஆசிரியராகப் பணியிலமர்ந்தார். 1893இல் அவரது 26வது வயதில் மார்ஜி ஹஸார்ட் (*Margie Hazard*) என்பவரைத் திருமணம் செய்து கொண்டார். அவருடைய இல்வாழ்க்கை அமைதியானதாகவும் இணக்கமானதாகவும் அமைந்திருந்தது. அவருக்கு இரு மகள்களும் ஒரு மகனும் பிறந்தனர். பொருளாதார அடிப்படையில் பெண்களுக்குச் சம உரிமை தருவதை ஆதரித்தாரெனினும், தன் இல்லத்தில் அவருடைய மனைவி ஒரு குடும்பத்தலைவியாக இருப்பதையே விரும்பி ஏற்றுக்கொண்டார். திருமணத்திற்குப் பிறகு, அவர் ஓர் ஆண்டு ஐரோப்பாவில் சுற்றுப் பயணம் மேற்கொண்டார். அப்போது அவர் கார்ல் மெங்கர், வில்பிரடோ பெரேடோ ஆகியோரைச் சந்தித்திருக்கிறார்.

1898இல் அவரது 31வது வயதில், அவர் வாழ்வில் வெற்றிகரமாக முன்னேறிக்கொண்டிருந்த கால கட்டத்தில், அந்நாட்களில் தீர்வே இல்லாத பிணியாகக் கருதப்பட்ட காச நோயால் ஃபிஸர் தாக்குண்டார். அவர் தந்தையும் காச நோயால்தான் மரணமடைந்தவர். அதிலிருந்து தப்பிக்க அவர் இயற்கை மருத்துவ முறைகளை நாடினார். ஓர் ஆண்டு விடுப்பு எடுத்துக்கொண்டு நியூயார்க்கிலும் கொலராடோவிலும் கலிபோர்னியாவின் ஸான்டா பார்பராவிலும் இயற்கைச் சூழலில் வசித்தார். அப்போதுதான் அவர் ரோஜர் பாப்ஸன் என்கிற தன்னையொத்த காச நோயாளியைச் சந்தித்து நண்பரானார். அவர்கள் நட்பு தொடர்ந்தது. பல கொள்கைகளில் ஃபிஸரும் பாப்ஸனும் இணக்கமான நிலையைக் கொண்டிருந்தனர். ஃபிஸர் தன் ஆரோக்கியத்துக்காக உடற்பயிற்சிகள் செய்யவும் உணவுக் கட்டுப்பாடுகளைக் கையாளவும் ஆரம்பித்தார். காச நோய் வந்தபிறகு அவர் ஒரு விசித்திரமான, இயல்பு திரிந்த மனிதராகவே வாழ்ந்தார். இறைச்சி உண்பதையும் மது அருந்துவதையும் கைவிட்டு விட்டார். காபி, டீ குடிக்க மாட்டார். புகை பிடிப்பதும் இல்லை. சுய கட்டுப்பாடுகள் மூலம் கடுமையான பிணிகளிலிருந்தும் விடுபட இயலும் என்பதைச் செயலில் நிரூபித்தவர் ஃபிஸர். அவர் சரியான உணவுப் பழக்க வழக்கங்களைப் பற்றியும் சுகாதார முறைகளையும் பற்றி எழுதிய 'எப்படி வாழ்வது?' (How to Live) புத்தகத்தின் 1.5 கோடி பிரதிகள் அவர் காலத்திலேயே விற்பனையாயின. இதற்காகவே 1913இல் வாழ்க்கை விரிவாக்க நிறுவனத்தையும் (Life Extension Institute) அவர் நிறுவினார். கருப்பர்களும் வெள்ளையர்களும் இனத்தால் வேறுபட்டவர்கள்; சில இனங்கள் உயர்ந்தவை; வேறு சில இனங்கள் தாழ்ந்தவை என்கிற எண்ணம் கொண்டவர். இனங்களிடையே கலப்புத் திருமணங்களை எதிர்த்தவர். அதே சமயம் கருப்பர்களுக்கு முழுமையான வாக்குரிமை வழங்கப்பட வேண்டும் என்றும் வாதாடியவர்! மனித இன மேம்பாடு இயல்களில் (eugenics) ஃபிஸரின் ஈடுபாடு அவருடைய பிணித் தாக்குதலுக்குப் பின்னர்தான் வந்தது. மது விலக்குக் கொள்கையை அமெரிக்க அரசு சட்டமாகக் கொண்டு வருவதற்கு ஆதரவானவர்களில் ஃபிஸர் முக்கியமானவர்.

சிறு கருவிகள் கண்டுபிடிப்பதில் ஃபிஸர் மிகுந்த ஆர்வமுடைய வராயிருந்தார். 1910இல் குறியீடு அட்டவணை அட்டைகளை (index cards) முறைப்படுத்தும் ஒரு கருவியைக் கண்டுபிடித்தார். 1912இல் அதற்குக் காப்புரிமை பெற்று, அவரே அவற்றைத் தயாரித்தும் விற்றார். தனது கண்டுபிடிப்புகள் மூலம் ஃபிஸர் ஒரு கோடீஸ்வரரானார். அந்த நாட்களில் அவர் பங்குச் சந்தையிலும் நிறைய முதலீடு செய்ததன் வாயிலாகவும் ஏராளமாக சம்பாதித்தார்.

அவருடைய மூத்த மகள் மார்கரெட் முதல் உலகப் பெரும்போரின்போது 1918இல் பிரான்ஸுக்குப் பணியில் சேர்வதாக இருந்த ஒரு அமெரிக்க சிப்பாயைத் திருமணம் செய்துகொள்ள விரும்பினார். அவர்களின் திருமண நிச்சயதார்த்த சடங்குகளும் முடிந்தன. அவர்களின் திருமணத்திற்கு முன்பாகவே அந்த மணமகன் பிரான்ஸ் சென்று விட்டார். அதனால் அவருடைய மகள் மன அளவில் பாதிப்புக்குள்ளானார். அதற்குத் தீர்வாக அப்போது ஒரு பரிசோதனை அளவிலிருந்த அறுவை மருத்துவம் சிபாரிசு செய்யப்பட்டது. அந்த அறுவை மருத்துவம் வெற்றி பெறாததால் மார்கரெட் மரணமடைந்தார். மகளை இழந்ததும், உலகப்போரில் ஏராளமான அமெரிக்கர்கள் மரணமடைந்ததும் அவரை மிகவும் பாதித்தன. அதற்குப் பின் வாழ்நாள் முழுதும் அவர் போர்களுக்கு எதிராகக் குரல்கொடுத்தார். மகள் இறந்த சில காலத்திலேயே அவர் 'அமெரிக்கன் எகனாமிக் அஸோசியேசனின்' தலைவராக 1918இல் துவக்கவுரை நல்க வேண்டியிருந்தது.

ஃபிஸர் ஏறத்தாழ முப்பது புத்தகங்கள் எழுதியிருக்கிறார். 1920களில் பங்குச் சந்தையைப் பற்றி நன்கறிந்திருந்த ஒரு வல்லுநர் என்று பொது மக்களின் மனதில் அவரைப் பற்றிய சித்திரம் நன்கு பதிந்திருந்தது. பங்குச் சந்தை தொடர்ந்து ஏறுமுகமாகவேயிருந்த 1920களின் பிற்பகுதியில், இவருடைய நண்பர் ரோஜர் பாப்ஸன் அது உடையப் போகிற குமிழி என்று எச்சரித்தபோது, ஃபிஸர் அப்படிப்பட்ட ஆபத்து ஏதும் உடனடியாக இல்லை என்று மறுத்துரைத்தார். ஃபிஸர் கூறியபடியே 1927இலும், 1928இலும் அமெரிக்கப் பங்கு சந்தை தொடர்ந்து ஏறுமுகமாகவேயிருந்தது! 1929ஆம் ஆண்டு செப்டம்பரில் பாப்ஸன் மிக விரைவில் குமிழி உடையப் போகிறது என்று முன்னறிவித்தபோது ஃபிஸர் விலைகள் சிறிதளவு குறைய வாய்ப்பிருக்கிறதே தவிர பெரிய ஆபத்து எதுவும் இல்லை என்று மறுமொழி கூறியதை சந்தையில் பெரும்பாலானோர் ஏற்று, அவர் ஆலோசனைப்படி நடந்தனர். அக்டோபர் மாதம் 16ஆம் தேதி அவர் 'பங்குச் சந்தை விலைகள் ஒரு நிரந்தரமான உயர்ந்த பீடபூமியை எட்டிவிட்டதாகத் தோன்றுகிறது' (*"stock prices have reached what looks like a permanently high plateau"*) என்று அறிவித்தார். அதற்குப் பதினைந்து நாட்களுக்குள்ளேயே அமெரிக்க வரலாறு அதுவரை காணாத வீழ்ச்சியைப் பங்குச் சந்தை சந்தித்தது! அதனால் பல்லாயிரக்கணக்கான அமெரிக்கக் குடும்பங்களின் செல்வம் திடீரென்று மறைந்துவிட்டது. அதற்குப் பின்னரும் ஃபிஸர் அந்த வீழ்ச்சி தற்காலிகமானதுதான்; மறுபடி பங்குச்சந்தை நிமிர்ந்தெழும் என்று எழுதினார். அவருடைய அந்த நம்பிக்கை பொய்த்தது. தொடர்ந்து அவர் பங்குச் சந்தையில் தவறான கணிப்புகளை வெளியிட்டதால் அவருடைய புகழுக்குக் களங்கம்

வந்தது. அது மட்டுமின்றி, தவறான தன் கணிப்புகளின்படியே அவர் நடந்து பங்குச் சந்தையில் தன் பெரும் செல்வத்தையும் இழந்தார். கடைசி நாட்களில் அவருடைய சொந்த வீட்டைக்கூடக் கடனுக்கு இணையாக இழக்க வேண்டிய நிலை வந்தபோது அவருடைய பல்கலைக்கழகமே அந்த வீட்டை வாங்கி அதில் வசிக்க அவரை அனுமதித்தது!

1930இல் ரெக்னார் ஃபிரிஸ், சார்லஸ் ரூஸ் ஆகியவர்களுடன் இணைந்து 'எகனாமெட்ரிக் சொஸைடி'யை ஃபிஸர் தொடங்கினார். பொருளியலாய்வுகளுக்குக் கணிதத்தைப் பயன்படுத்திய முன்னோடிகளில் ஒருவரான அவர், அந்த ஆண்டு 'அமெரிக்க எகனாமெட்ரிக் சொஸைடியின்' தலைவராகத் தேர்ந்தெடுக்கப்பட்டதில் வியப்பொன்றுமில்லை.

உலகப் பெரும் வணிக மந்தத்திற்குப் (great depression) பின் அவருடைய செல்வாக்கு மங்கியது என்றாலும், அவருடைய ஆய்வுகள் தொய்வின்றித் தொடர்ந்தன; அவர் காலத்திற்குப் பின்னும் அவருடைய புகழை நிலைத்திருக்கச் செய்திருக்கின்றன.

* * *

ஃபிஸர் பொருளியலுக்கு வழங்கிய பங்களிப்புகளை இரண்டு பிரிவுகளாகப் பார்க்கலாம். 1. பொருளியலுக்கும் மற்ற இயல்களுக்கும் வழங்கிய கொள்கைகள். 2. பொருளியலுக்கு வழங்கிய தத்துவங்கள். அவர் வழங்கிய கொள்கைகள் முக்கியமானவையாக இருந்தபோதிலும் அவை சில காரணங்களால் அவர் காலத்தில் சரியான கவனம் பெறவில்லை. ஆனால் பொருளியல் தத்துவங்களுக்கு வழங்கிய பங்களிப்புகள் அவரை அமெரிக்கப் பொருளியல் வல்லுநர்களில் சிறப்பு மிக்கவர்களில் ஒருவராக ஆக்கியுள்ளன.

முதலில் பொருளியலுக்கு அவர் வழங்கிய கொள்கைகளைப் பார்க்கலாம். சுகாதாரத்திலும் உடல்நலம் பேணுவதிலும் அதிகமான ஈடுபாடு கொண்டிருந்த ஃபிஸர், ஒரு தேசிய உடல்நலக் காப்பீட்டுத் திட்டம் வகுக்கப்பட வேண்டுமென்று மன்றாடியவர். ஆனால் அத்தகைய திட்டம் அவர் காலத்தில் வரவில்லை.

சைவ உணவுக் கோட்பாடு, மது விலக்கு, போரில்லாத அமைதி நாடும் உலகம் போன்ற ஃபிஸரின் கொள்கைகள் அவரைப் பிரபலப்படுத்தினவே தவிர, பின்பற்றப்படவில்லை. அதுபோலவே அவருடைய மனித இன மேம்பாடு குறித்த முயற்சிகளும் அனைவராலும் ஏற்றுக்கொள்ளப்படவில்லை. அனைத்து இனத்தவருக்கும் அமெரிக்காவில் குடியேற அனுமதி வழங்கக் கூடாதென்றும், சில இனத்தவரை மட்டுமே அனுமதிக்க

வேண்டுமென்றும் கருதியவராயினும், அமெரிக்காவில் ஏற்கெனவே இருக்கும் ஆப்பிரிக்க அமெரிக்கர்களுக்கு வாக்குரிமை போன்ற ஜனநாயக உரிமைகள் வழங்கப்பட வேண்டும் என்று அவர் வலியுறுத்தியது அவர் காலத்தில் செயல்படுத்தப்படவில்லை.

உலக அமைதியை நிலைநாட்டுவதற்காக அமெரிக்கா உலக நாடுகளின் கூட்டிணைவில் (League of Nations) அங்கத்தினராவதை ஃபிஸர் தீவிரமாக ஆதரித்தார். ஆனால் அமெரிக்க நாடாளுமன்றப் பிரதிநிதிகள் பெரும்பான்மையினர் அந்தக் கொள்கையை ஆதரிக்கவில்லை. அதனால், அமெரிக்கா உலக நாடுகளின் கூட்டிணைவில் சேரவில்லை. சுற்றுச்சூழலைப் பாதுகாப்பதில் முனைப்புக் காட்டத் தூண்டிய முன்னோடிகளில் ஃபிஸரும் ஒருவர். அவர் காலத்தில் அந்த இயக்கம் பெரிய வெற்றி பெறவில்லை.

அமெரிக்க டாலருக்குப் பிற்புல ஆதாரமாயிருக்கும் தங்க அளவின் வீதம் நாட்டின் விலைமட்ட மாறுதலுக்கேற்ப மாற்றப்பட்டால் விலைவாசிகளின் ஏற்றத்தாழ்வுகள் கட்டுக்குள் வந்துவிடும் என்று கருதி, அதற்காகச் 'சரியீடு செய்யப்பட்ட டாலர்' (compensated dollar) கொள்கையை ஃபிஸர் வெளியிட்டார். அதுவும் ஏற்கப்படவில்லை.

அமெரிக்க அரசின் பணக்கொள்கையில், தங்கத்தைப் பிற்புல ஆதாரமாகக் கொண்டு டாலர் நாணயத்தை வெளியிடுவதற்குப் பிரதியாக, பல நாடுகளின் நாணயங்களின் கூட்டொன்றைப் பிற்புல ஆதாரமாகக் கொண்டு டாலரை வெளியிடுவது சிறந்தது என்று 1920இல் ஃபிஸர் சிபாரிசு செய்த வழிமுறைக்கும் ஆதரவு கிட்டவில்லை.

பண வீக்கமும் பண வாட்டமுமில்லாத சமநிலையில் விலைகள் இயங்க வேண்டுமானால் 1935இல் அமெரிக்க வங்கிகளின் ரொக்க ஒதுக்கிவைப்பு விழுக்காடு (Cash Reserve Ratio) நூற்றுக்கு நூறாக இருக்க வேண்டுமென்று அவர் சிபாரிசு செய்த கொள்கையும் ஏற்கப்படவில்லை.

வருமான வரிவிதிப்பு பற்றிப் பேசும்போது, நடைமுறையில் அந்த வரி கார்பரேட் வருமானமாக ஒரு முறையும், தனிநபர் வருமானமாக மற்றொரு முறையும் இரண்டு முறை வரி விதிப்புக்குட்படுகிறது என்றும், எனவே, அதற்குப் பதிலாக நுகர்ச்சியை வரி விதிப்புக்குட்படுத்துவதுதான் சரியான முறையென்றும் ஃபிஸர் 1942இல் கூறிய கொள்கையும் ஏற்கப்படவில்லை.

மேற்கூறிய எடுத்துக்காட்டுகள் ஃபிஸரின் பல கொள்கைகள் பரவலாக ஏற்கப்படவில்லை என்பதைக் காட்டுகின்றன.

பொருளியல் தத்துவங்களுக்கு ஃபிஸர் ஆற்றிய பங்களிப்புகளின் முக்கியத்துவத்தினால்தான் அவர் இன்றுவரை நினைவில் நிற்கிறார். அவரும் ஜான் பேட்ஸ் கிளார்க்கும்தான் நவசெவ்வியல் பொருளியலை முதலில் அமெரிக்காவில் பரப்பிய சுயமான சிந்தனையாளர்கள். கணிதத்தைப் பொருளியல் ஆய்வுகளுக்குப் பயன்படுத்திய முன்னோடிகளில் அவரும் ஒருவர் என்பதை முன்பே கண்டோம். இனி அவருடைய பொருளியல் தத்துவங்களைக் காண்போம்.

பயன்பாட்டுக் கொள்கையும் பொதுச்சமநிலையும்

ஃபிஸரின் ஆரம்பகால ஆய்வுகள் பொருளியலில் பொதுச் சமநிலை பற்றியவை. அவர் வோல்ரஸின் ஆய்வுகளிலிருந்து வேறுபட்டுத் தனித்தன்மையான வழிகளில் பொதுச் சமநிலை பற்றி விசாரணை செய்கிறார். அட்லான்டிக் மாக்கடலில் அலைகள் இல்லாத நிலையைக் கற்பனை செய்வது போன்றதுதான் பொருளியல் பெருங்கடலில் எந்த ஒரு பொருளுக்கும் தனியான சமநிலை வரும் என்கிற பகுதிச் சமநிலைக் கருத்தும் என்று அவர் பின்னாளில் விவரித்திருக்கிறார். இயற்பியல் துறையில் செய்வது போலவே தன்னுடைய பொதுச் சமநிலைக் கருத்தை விளக்குவதற்காக அவர் ஒரு தொழில்நுட்ப இயந்திர மாதிரியை உருவாக்கி, அதில் ஒரு பொருளின் விலை மாறினால், அது எவ்வாறு பொருளாதாரம் முழுவதிலும் வெவ்வேறு வகையான தாக்கங்களை ஏற்படுத்துகிறது என்று விளக்கினார். பொருளாதார இயந்திரம் எப்படி வேலை செய்யும் என்று கண்ணால் காணும் காட்சியாக்கிய வித்தை இவருடையது! பிற்காலத்தில் A.W. பிலிப்ஸ் இப்படி ஒரு தொழில்நுட்ப இயந்திரத்தைக் கொண்டுதான் இங்கிலாந்தில் பொருளாதாரப் பேரியல் தொடர்புகளை விளக்கினார் என்பதும் கவனத்துக்குரியது.

பயன்பாட்டை அளப்பதற்கு எண்ணளவு தேவையில்லை; தர அளவு (வரிசைக்கிரம அளவு) போதும் என்று நிறுவியவர் ஃபிஸர். வில்பிரடோ பரேடோ அந்தக் கொள்கையைப் பிரபலப்படுத்துவதற்குப் பத்தாண்டுகளுக்கு முன்பே அதை அவர் தெரிவித்துவிட்டார். தர அளவுகளை அளக்க அவர் 'யுடில்' என்கிற அளவுகோலைப் பயன்படுத்தினார். தர அளவுப் பயன்பாடுகளை விளக்குவதற்காக எட்ஜ்வொர்த் அறிமுகப்படுத்திய சமநோக்கு வளைகோடுகளை ஃபிஸரும் ஏற்றுக்கொண்டார். அத்தகைய வளைகோடுகளை விலைக்கோடு என்கிற வரம்புக்குள் அடக்க முயலும்போது, விலைக்கோடு சமநோக்கு வளைகோட்டிற்கு எந்த இடத்தில் தொடுகோடு ஆகிறதோ, அங்கு உச்சப் பயன்பாடு கிடைக்கும் என்று முதலில் மெய்ப்பித்தவர் ஃபிஸர்தான்.

ஃபிஸர் ஆரம்ப நாட்களில் சந்தைகளின் தடையிலா வணிகக் கொள்கையைச் சரியானதென்று ஏற்றுக்கொண்டு அரசின் தலையீடுகளை எதிர்த்தார். காச நோய் வந்த காலத்திற்குப் பிறகு அவர் அந்தக் கருத்தை மாற்றிக்கொண்டு அரசின் தலையீடுக்கான தேவைகள் சில சமயங்களில் இருப்பதாகக் கருதினார்.

பணப் பொருளியலைத் தொடங்கியவர்

1895இல் அப்போது துவக்கப்பட்டிருந்த அமெரிக்கன் எகனாமிக் அஸோஸியேஷன் கூட்டத்தில் அமெரிக்கச் செலாவணிக்கும் நாட்டின் வளத்திற்குமிடையே தொடர்பு என்கிற தலைப்பில் தன் முதல் கட்டுரையை வாசித்தார் ஃபிஸர். வாழ்நாள் இறுதி வரை அவருக்கும் பணக்கொள்கைக்கும் எப்போதும் தொடர்பு இருந்தது.

ஃபிஸர் காலம் வரை செவ்வியல் பொருளியலாரும் நவசெவ்வியல் பொருளியலாரும் பணத்தைப் பற்றி ஒரு நிச்சயமான கொள்கையைப் பின்பற்றவில்லை. பணம் மற்ற நுகர்ச்சிப் பொருள்களிலிருந்து வேறானது; அது பரிவர்த்தனைச் சாதனமாக மட்டுமே பயன்படுத்தப்படுகிறது; அதை நேரடியாக நுகர இயலாது என்றும், எனவே அதைப் பற்றி தனியாகத்தான் ஆராய வேண்டுமென்றும் ஜெர்மனியின் வரலாற்றுப் பள்ளியினர் வாதிட்டனர். செவ்வியல் பொருளாதாரத்தினர் அளவுசார் பணக்கொள்கைப்படி பணப் பண்டத்தின் அளிப்பு அதிகரித்தால், அதனால் பணப் பண்டத்தின் மதிப்பு குறைந்து, பரிவர்த்தனை செய்யப்படும் மற்ற அனைத்துப் பண்டங்களின் மதிப்பும் உயரும் என்பதை அறிந்திருந்தார்கள். பணப் பண்டத்திற்கான தகுதிகள் பற்றி விவாதித்திருக்கிறார்கள். வங்கிப் பள்ளி, செலாவணிப் பள்ளி என்று பிரிந்து, வங்கிகள் பணத்தை உருவாக்குவது பற்றி வெவ்வேறு விதமான கருத்துகளைத் தெரிவித்திருக்கிறார்கள். எனினும், அவர்கள் காலத்தில் பணக்கொள்கை என்று தனியாக ஒரு பொருளியல் பிரிவு செயல்படவில்லை.

நவசெவ்வியல் பொருளியலைத் துவக்கியவர்களில் ஒருவரான கார்ல் மெங்கர், பணத்தின் வரலாற்றை ஆய்ந்து, சமுதாயம் ஆரம்ப காலங்களில் நுகர்வோரின் பல பண்டங்களில் ஏதோ ஒரே ஒரு பண்டத்தை மட்டும் தேர்ந்தெடுத்து அதைப் பரிவர்த்தனைச் சாதனமாக ஏற்றுக்கொண்டது என்றும், அது ஓர் இயற்கையான பரிணாம வளர்ச்சி என்றும் காட்டினார். அது மட்டுமின்றி காலப்போக்கில் தங்கம், வெள்ளி ஆகிய இரு உலோகங்களை மட்டுமே அனேகமாக அனைத்துச் சமுதாயங்களும் பணப் பண்டங்களாக ஏற்றுக் கொண்டதன் காரணங்களையும்

ஆராய்ந்தார். ஜெர்மன் வரலாற்றுப் பள்ளியின் வாதங்களுக்கு எதிர் வாதமாகப் பணப் பண்டமும் மற்ற பண்டங்களைப் போலவே பொருளியல் விதிகளுக்கு உட்பட்டவைதான் என்றும், அவற்றின் மதிப்பும் தேவைஅளிப்பு சக்திகளின் இயக்கத்தால் தீர்மானமாகின்றன என்றும் காட்டினார்.

நவப் பொருளியலில் பணத்தின் மதிப்பையும் மற்ற பண்டங்களைப் போலவே தேவைஅளிப்பு சக்திகள் தீர்மானிக்கிற தென்று ஏற்றுக்கொண்டு, பரிவர்த்தனைச் சமன்பாடு பற்றியும், விலை மட்டங்கள், அவற்றின் குறியீட்டு எண்கள் பற்றியும், காலவிருப்பம் (*time preference*), உண்மை வட்டி (*real interest*), பெயரளவு வட்டி (*nominal interest*), பணத்தின் மாயத்தோற்றம் (*money illusion*), கடன்பணவாட்டக் கொள்கை (*debt-deflation theory*) போன்றவற்றையும் பற்றி விரிவாக எழுதிப் பணக்கொள்கையைப் பொருளியலின் ஒரு தனி இயலாகப் பொருளாதாரத்தில் சேர்த்தவர் ஃபிஸர் எனலாம்.

வட்டிக் கோட்பாடும் பணத்தின் மாயத்தோற்றமும்

ஃபிஸரின் வட்டிக் கோட்பாடு, அவருடைய நவசெவ்வியல் பயன்பாட்டுக் கோட்பாட்டின் பகுதியாக விளக்கப் பட்டுள்ளது. ஒரு பொருளின் பயன்பாடு அந்தப் பொருளின் எண்ணிக்கை அளவுகளால் மட்டும் தீர்மானமாவதில்லை; (அதிக எண்ணிக்கையில் அந்தப் பொருள் இருந்தால், அதன் விளிம்பு நிலைப் பயன்பாடு குறையும் என்பது நவசெவ்வியலின் அடிப்படை) நுகர்ச்சிக்கு அந்தப் பொருள் எந்தக் காலத்தில் கிடைக்கிறது என்பதும் அதைத் தீர்மானிக்கிறது என்று காட்டுகிறது. அதாவது, பயன்பாட்டிற்கு ஒரு காலப் பரிமாணமும் இருக்கிறது. தற்போது உடனடியாக நுகரக் கிடைக்கும் ஒரு பொருளின் பயன்பாடு, பின்னர் கிடைக்கப்போகிற அதே பொருளின் பயன்பாட்டைவிட அதிகமாகத் தோன்றுகிறது என்கிறார் ஃபிஸர். பொருள்களின் பயன்பாட்டைக் கால ஓட்டம் பாதிக்கிறது. மக்களுக்குப் பொருள்களை உடனடியாக நுகர வேண்டுமென்கிற ‘கால விருப்பம்’ இயற்கையாகவே இருக்கிறது. அந்த நுகர்ச்சியைத் தள்ளிப்போடவேண்டி வந்தால் நுகர்வோர் பொறுமையிழக்கிறார்கள். உடனடியாக நுகராமல், பிற்காலத்திற்குத் தள்ளிப்போட்டு நுகர்வதனால் ஏற்படும் பொறுமையிழப்புக்கு ஈடாக அளிக்கப்படும் பதிலீடுதான் வட்டி என்று ஃபிஸர் விளக்குகிறார். வட்டி தோன்றுவதற்கு நுகர்வோரின் கால விருப்பம்தான் காரணம்.

வட்டி வீதங்களை இரண்டு சக்திகள் தீர்மானிப்பதாக ஃபிஸர் கருதினார். முதலாவது, உடனடி வருவாய்க்கான கால

விருப்பம். இரண்டாவது, அந்த வருவாயை முதலீடு செய்வதால் வரக்கூடிய ஊதியத்தைப் பற்றிய எதிர்பார்ப்பு. தனிநபரின் உடனடி வருவாய்க்கான கால விருப்பத்தை நுகர்வோரின் பொருளியல் காரணிகளும் அவருடைய தனிப்பட்ட இயல்புகளும் பாதிக்கின்றன. தனிநபரின் கால விருப்பமானது அவரது வருவாயின் அளவு, வருவாய் வரக்கூடிய காலம், வருவாயின் வகை, வருவாயைச் சூழ்ந்திருக்கும் ஆபத்து ஆகியவற்றால் நிர்ணயிக்கப்படுவதாக ஃபிஸர் குறிப்பிடுகிறார். வருவாயின் அளவு குறைவானால் கால விருப்பம் அதிகமாக இருக்கும். ஏனெனில் குறைந்த வருவாயுடையவர்கள் நுகர்ச்சியைத் தள்ளிப்போட இயலாது. ஆனால் அதிக வருவாயுடையவர்களுக்கு நுகர்ச்சியின் ஒரு பகுதியைத் தள்ளிப்போடுவது எளிதாயிருக்கும்.

தனிநபரின் கால விருப்பத்தை முன்யோசனை, சுய கட்டுப்பாடு, பழக்க வழக்கங்கள், வாழ்நாளைப் பற்றிய எதிர்பார்ப்பு, சார்ந்திருக்கிறவர்கள் வாழ்க்கை பற்றிய அக்கறை, புதுப்பாணி *(fashion)* ஆகியவை தீர்மானிப்பதாக ஃபிஸர் குறிப்பிடுகிறார். முன்யோசனையுடையவர்கள் காலவிருப்பத்தைத் தள்ளிப்போட்டு வருவாயைச் சேமிப்பார்கள்; முன்யோசனையில்லாதவர்கள் உடனடி நுகர்ச்சியில் ஈடுபடுவார்கள்.

காலவிருப்பத்திற்கும் வட்டிக்குமுள்ள தொடர்பைக் கீழே உள்ள வரைபடம் காட்டும். இந்த வரைபடத்தில் லண்டனுக்கும் நியூயார்க்குக்கும் இடையே தூர இடைவெளி சார்ந்து பொருள்களைப்

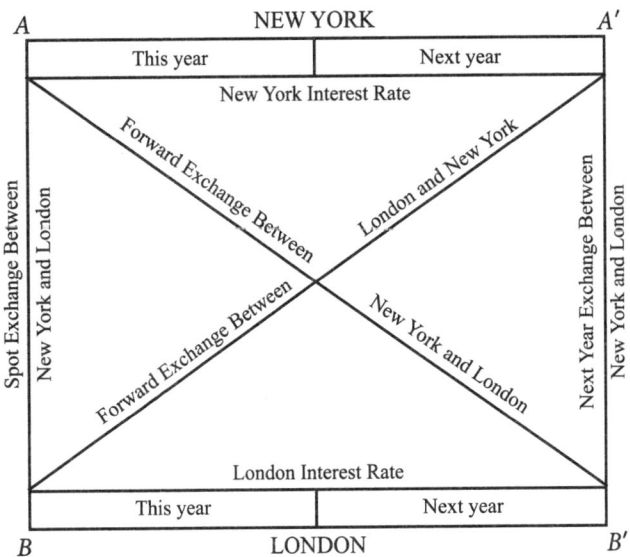

பரிவர்த்தனை செய்வதும், கால ஓட்டம் சார்ந்து அவற்றைப் பரிவர்த்தனை செய்வதும் ஒரே தரமான நடவடிக்கைகள்தான் என்று ஃபிஸர் காட்டியிருக்கிறார். லண்டனின் சந்தையில் உடனடித் தேவைகளை நிறைவு செய்யப் பொருள்களை வாங்குகிறோம். லண்டனில் இருக்கும் பொருள்களை நியூயார்க்கிற்கு அனுப்பிவைத்து விநியோகிக்க தூரம் சார்ந்தும் ஆபத்து சார்ந்தும் விலையில் பேரம் நடந்து ஒரு சமநிலை விலை வருகிறது. அதே போலத்தான் இன்று கடனாகக் கொடுக்கும் பணம், பிற்காலத்தில் திருப்பிக் கொடுக்கப்படுமானால், இடைப்பட்ட காலம் சார்ந்தும் ஆபத்து சார்ந்தும் அந்தத் தொகைக்கு வட்டி நிர்ணயமாகிறது என்கிறார் ஃபிஸர்.

தனிநபர்களின் பணத்தை உடனடியாக நுகர வேண்டுமென்கிற கால விருப்பத்தைத் தள்ளிப் போடக் கொடுக்கும் பதிலீடாக வட்டி அளிக்கப்படுகிறது. தள்ளிப் போடுகிற கால அளவு அதிகரித்தால் வட்டி வீதம் அதிகமாகும். அதுபோலவே சேமிப்பு (வட்டிக்குக் கொடுப்பதற்காக வைத்திருக்கும் பணத்தின் அளிப்பு) குறைந்தாலும் வட்டிவீதம் அதிகரிக்கும். சேமிப்பு அதிகரித்தால் வட்டி வீதம் குறையும். சேமிப்பின் அளவு வட்டிக்குக் கொடுக்கத் தயாராயிருக்கும் பணத்தின் அளிப்பைத் தீர்மானிக்கிறது.

முதலீட்டிலிருந்து பெறக்கூடிய இலாபத்தைப் பற்றிய எதிர்பார்ப்பு, வட்டிக்கு வாங்கத் தயாராயிருக்கும் பணத்தின் தேவையைத் தீர்மானிக்கிறது. எதிர்பார்ப்பு அதிகமாக இருந்தால் வட்டி வீதம் அதிகமாக இருக்கும். எதிர்பார்ப்பு குறைந்தால் வட்டி வீதம் குறைவாக இருக்கும். குறுகிய காலக் கடன்களை விட நீண்ட காலக் கடன்களைப் பெறுவதற்கு முதலீட்டாளர்கள் அதிக வட்டி கொடுக்க முன்வருவார்கள். பம் பாவர்க் போன்ற ஆஸ்திரியப் பள்ளியினரின் உற்பத்திக் காலம் அதிகரிக்க அதிகரிக்க, மென்மேலும் சுற்றுவழி உற்பத்திமுறைகளைக் கையாள்வதால் உற்பத்தித் திறன் அதிகரிக்கும் என்கிற கொள்கையை ஃபிஸர் முழுவதுமாக ஏற்கவில்லை. ஆஸ்திரியப் பள்ளியினர் குறுகிய காலத்தை விட நீண்ட காலத்தில் உற்பத்தித்திறன் அதிகமாக இருக்கும் என்று நம்பினார்கள். காலம் மட்டும் ஓடினால் உற்பத்தி அதிகரிக்கும் என்பதை ஃபிஸர் ஏற்கவில்லை. உற்பத்திக்காலம் நீளும்போது போட்டியில் தாக்குப் பிடிக்க முடியாத நிறுவனங்கள் முடங்கிப்போகும். எனவே, நீண்ட காலத்தில் உற்பத்தித்திறன் மிகுந்த நிறுவனங்கள் மட்டுமே தப்பிப் பிழைக்கும். எனவே, நீண்ட காலக் கடன்கள் தேடும் நிறுவனங்கள் அத்தகைய வெற்றியைத் தக்க வைத்துக்கொள்ளும் தகுதி பெற முயல்பவர்கள் என்றும், அவர்கள் குறுகியகாலக் கடன்களை விட அதிகப்படியான வட்டிக்கு நீண்டகாலக் கடன்கள் வாங்க முன்வருவார்கள் என்றும்

அவர் கருதினார். ஃபிஸரின் முதலீட்டிலிருந்து பெறக்கூடிய இலாபத்தைப் பற்றிய எதிர்பார்ப்புக் கருத்து, தன்னுடைய முதலீட்டின் விளிம்புநிலைச் செயல்திறன் (*marginal efficiency of capital*) கருத்தை ஒத்திருப்பதாக கேம்பிரிட்ஜ் பள்ளியின் புகழ்பெற்ற நிபுணர் ஜே.எம். கீன்ஸ் கூறியிருக்கிறார்.

*1907*இல் அமெரிக்காவில் மந்தம் வந்தபோது பொருளாதார பொருளியல் செயல்பாடுகளில் காணப்படுகிற பெரிய அளவு மாற்றங்களுக்கு அடிப்படைக் காரணமாகப் பண அளவில் மாற்றங்கள் இருக்கின்றன என்கிற முடிவுக்கு ஃபிஸர் வந்தார். அதிகமான பண அளிப்பு பணவீக்கத்தையும், பற்றாக்குறையான பண அளிப்பு பண வாட்டத்தையும் ஏற்படுத்துகின்றன என்றும், (அதாவது பணத்தின் அளவுதான் விலைவாசிகளை நேர்முறையாகப் பாதிக்கிறது என்றும்) நிலையான விலைகள் நிலவுவதுதான் நீண்ட காலத்தில் சமுதாய நன்மை பயக்கும் என்றும் அவர் கருதினார். பல்வேறு சக்திகள் பொருளியலியக்கத்தைக் கட்டுப்படுத்துகின்றன என்றாலும், பணத்தின் அளவைக் கட்டுப்படுத்துவதன் மூலம் விலைவாசிகளை நேரடியாகக் கட்டுப்படுத்த இயலும் என்பதால் பண அளவினைக் கூட்டுவதும் குறைப்பதும் மற்ற பொருளாதாரக் கருவிகளைக் கொண்டு விலைவாசிகளைக் கட்டுப்படுத்துவதை விட வலிமையான வழி என்கிற முடிவுக்கும் அவர் வந்தார். பணத்தின் அளவை அரசு கட்டுப்படுத்த இயலும் என்பதால் அரசின் செயல்பாடுகள் மூலம் பணவீக்கமும் பணவாட்டமும் இல்லாத ஒரு நிலையான பொருளாதார அமைப்பைப் பெற முடியும் என்றும் அவர் நம்பினார்.

*1906*இலேயே முதலீடு, வருவாய் ஆகியவற்றிடையே இருக்கும் வேறுபாட்டை இருப்புக்கும் (*stock*) ஓட்டத்துக்கும் (*flow*) இடையேயுள்ள வேறுபாடாகத் தெளிவாக்கியவர் ஃபிஸர் தான். அவருடைய ஐரோப்பியப் பயணத்தின்போது ஆல்ப்ஸ் மலையில் அருவி நீர் விழுந்து ஏரியில் தேக்கமடைவதைப் பார்த்த போதுதான் தனக்கு அந்த வேறுபாடு தெளிவாகியது என்று ஃபிஸர் கூறியிருக்கிறார். செல்வம், முதலீடு போன்ற இருப்புகளைக் கூட்டுவதும் குறைப்பதும் வருவாய் என்கிற ஓட்டம்தான். ஒரு குறிப்பிட்ட காலப் புள்ளியில் சமுதாயத்தில் இருக்கும் இருப்புதான் முதல் எனப்படுகிறது. முதலீட்டினால் கிடைக்கும் வருவாய் அதன் ஓட்டமாகிறது. சேமிப்பு, ஏரிக்கு வரும் நீரைப் போல் முதலின் இருப்பைக் கூட்டுகிறது. நுகர்வு ஏரியிலிருந்து வெளியேறும் நீரைப் போல முதலின் இருப்பைக் குறைக்கிறது.

ஃபிஸர் 'பெயரளவு வட்டி' (*nominal interest*)யையும் 'உண்மை வட்டி' (*real interest*)யையும் வேறுபடுத்திப் பார்த்தார். *1907*இலேயே

பண வீக்கத்தின் போது மனித மனம் கையில் வைத்திருக்கும் பணத்தின் உண்மையான வாங்கும் சக்தியைக் கவனத்தில் கொள்ளாதிருப்பதை அவர் 'பணத்தின் மாயத்தோற்றம்' (*money illusion*) என்று சுட்டினார். கையிலிருக்கும் ரூபாயோ, டாலரோ எப்போதும் ஒரே மதிப்புடையது போன்ற தோற்றம் மனித மனதில் நிலவுகிறது. பணவீக்கமிருந்தாலும் பணவாட்டமிருந்தாலும் மனிதர்கள் தங்களிடம் எவ்வளவு பணம் இருக்கிறது என்பதைக் கவனிக்குமளவுக்கு அந்தக் கணத்தில் அந்தப் பணத்தின் உண்மையான மதிப்பு எவ்வளவு என்பதைக் கவனிக்கத் தவறுகிறார்கள். தங்கள் சேமிப்புக்கு வங்கிகள் ஆறு சதவிகிதம் வட்டி வழங்குகின்றன என்று சொல்கிற வாடிக்கையாளர்கள், அதே சமயத்தில் பணவீக்கம் ஐந்து சதவிகிதமாக இருந்தால் உண்மை வட்டி விகிதம் ஒரு சதவிகிதம்தானிருக்கிறது என்பதைக் கவனத்தில் கொள்வதில்லை என்கிறார் ஃபிஸர். (உண்மை வட்டி = சந்தையில் நிலவுகிற வட்டி – பணவீக்க விகிதம்.) அவர் காலத்தில், தங்களின் பணக்கூலிகளை உயர்த்த வேண்டும் என்று போராடிக்கொண்டிருந்த தொழிலாளர்கள்கூடப் பணக்கூலிகள் உயர்த்தப்பட்ட பிறகும், பண வீக்கத்தின் காரணமாக விலைவாசிகள் (கூலி உயர்வை விட) வேகமாக உயர்ந்திருந்தால், அவர்களின் உண்மைக்கூலிகள் உயராமலிருக்கலாம் என்பதை முழுதும் புரிந்து கொள்வதில்லை என்கிறார்.

வெவ்வேறு மனிதர்களுக்குப் 'பணத்தின் மாயத்தோற்றம்' வெவ்வேறு அளவாயிருக்கிறது. பணத்தின் உண்மையான வாங்கும் சக்தியை வெவ்வேறு நபர்கள் வெவ்வேறு அளவுகளில் கணிக்கிறார்கள். ஓர் அறிவார்ந்த உலகத்தில் விலைமட்டங்கள் பற்றி அனைவரின் கணிப்பும் ஒரே அளவுடையதாக இருக்க வேண்டும். ஆனால் நடைமுறை உலகில் அது வெவ்வேறு நபர்களுக்கு வெவ்வேறானதாக இருக்கிறது. தனிநபர்கள் பழக்கவழக்கங்களும் அவர்களின் அமைப்புகளும் அவர்களின் பணத்திற்கான காலவிருப்பங்களையும் விலை மட்டங்கள் பற்றிய கணிப்பையும் பாதிக்கின்றன.

பணத்தின் மாயத்தோற்றம் வணிகச் சுழல்களுக்குக் காரணமாகிறது என்று ஃபிஸர் கருதினார். பண வீக்கத்தின் போது விலைகள் ஏறுகின்றன. அதே சமயம் பெயரளவு வட்டி வீதங்களும் ஏறுமுகமாக இருக்கின்றன. அவற்றை உண்மை வட்டி விகிதங்களாகக் குழப்பிக்கொண்டு தொழில் முனைவோர் தங்கள் முதலீட்டைக் குறைக்க ஆரம்பிக்கிறார்கள். இதனால் சமுதாயத்தின் பொருளியல் இயக்கத்தின் வேகம் குறைகிறது. பண வீக்கத்தின்போது வருகிற பொருளாதார வளர்ச்சியை நிறுத்தும் முட்டுக்கட்டையாகப் பணத்தின் மாயத்தோற்றம்

செயல்படுகிறது. மாறாக, பணவாட்டத்தின் போது விலைகள் வீழ்கின்றன. பெயரளவு வட்டி வீதங்களும் இறங்குமுகமாக இருக்கின்றன. அவற்றை உண்மை வட்டி வீதங்களாகக் குழப்பிக் கொண்டு தொழில் முனைவோர் புதிய முதலீடுகளைச் செய்ய முன்வருவார்களானால், பணவாட்டத்தின்போது வணிக மந்தங்களிலிருந்து விடுதலை கிடைக்கக் கூடுமென்பதை ஃபிஸர் கூறியிருக்கிறார். பொருளாதார இயக்கம் தொடர்ந்து விரிந்தும் சுருங்கியும் மாறி மாறி இயங்குவதற்குப் பணத்தின் மாயத்தோற்றம் ஒரு காரணி என்று ஃபிஸர் கருதுகிறார்.

பரிவர்த்தனைச் சமன்பாடு

*1911*இல் ஃபிஸர் வெளியிட்ட 'பணத்தின் வாங்கும் சக்தி' என்ற நூலில் அளவுசார் பணக்கொள்கையைத் தெளிவாக விளக்கியுள்ளார். அதை ஒரு பரிவர்த்தனைச் சமன்பாடாகக் காட்டினார். $MV=PT$ என்கிற அந்தச் சமன்பாடு பொருளியலில் மிக அதிகமாகச் சுட்டப்படுகிற ஒன்று என்றால் அது மிகையில்லை. M என்பது நாட்டில் புழக்கத்திலிருக்கும் பணத்தின் அளவைக் (*quantity of money*) குறிக்கிறது. *V* என்பது அந்தப் பணம் சுழல்வதன் வேகவீதத்தைக் (*velocity of circulation*) குறிக்கிறது. டெனிஸ் ராபர்ட்ஸன் அவருடைய 'பணம்' என்கிற புத்தகத்தில், பணச் சுழற்சி வேகவீதத்தை விளக்க ஓர் எடுத்துக்காட்டைக் கையாண்டிருக்கிறார். அதை நம் சூழலுக்கு மாற்றி நான் இங்கே கொடுக்கிறேன். ஒரு நகரத்திலிருந்து *10* கி.மீ. தொலைவிலுள்ள கிராமத்தில் வசிக்கும் ஏழைத் தாயின் இரு புதல்வர்கள் நகரத்தில் நடக்கும் கண்காட்சிக்குச் செல்ல விரும்புகிறார்கள். அங்கு அவர்கள் விரும்பும் தின்பண்டங்களையோ, பொம்மைகளையோ வாங்குவதற்கு அவர்களுக்குக் கொடுக்க அந்தத் தாயிடம் பணம் இல்லை. அவரிடமிருப்பது ஒரே ஒரு ரூபாய் மட்டுமே. அதை அவர் மூத்த மகனிடம் கொடுத்து இருவரும் அதைச் சமமாகப் பகிர்ந்து கொள்ளச் சொல்கிறார். அது மட்டுமின்றி, அவர் பத்துக் குவளை கம்மங்கூழ் காய்ச்சி, அதை ஒரு கூஜாவில் ஊற்றி, ஒரு குவளையையும் கொடுத்து இதை நீங்கள் எடுத்துக் கொண்டு போய்க் கண்காட்சி நடக்கிற இடத்தில் ஒரு குவளை கம்மங்கூழ் ஒரு ரூபாய் என்று விற்று, வருகிற பத்து ரூபாயை, ஆளுக்கு ஐந்து ரூபாயாகப் பங்கிட்டுக்கொள்ளுங்கள் என்று கூறி அனுப்புகிறார்.

ஒரு கி.மீ. நடந்தவுடன் மூத்தவன் தனக்குக் களைப்பாக இருப்பதாகவும், அதனால் ஒரு குவளை கம்மங்கூழைக் குடித்துக் கொள்வதாகவும் இளையவனிடம் சொல்லிவிட்டு, அந்தக் கூழுக்கு விலையாகத் தன்னிடமிருக்கும் ஒரு ரூபாயை இளையவனிடம் தந்து விடுகிறான். அடுத்த கிலோ மீட்டரில் இளையவன் தனக்குக்

களைப்பாயிருப்பதாகச் சொல்லி அண்ணன் செய்தது போலவே தன்னிடமிருக்கும் ஒரு ரூபாயை அண்ணனுக்குக் கொடுத்துவிட்டுத் தானும் ஒரு குவளை கூழைக் குடித்துக்கொள்கிறான். இப்படி ஒவ்வொரு கி.மீ. தூரத்திலும் அந்த ஒரு ரூபாய் கை மாறி, அவர்களால் ஒவ்வொரு குவளை கூழாக மாற்றி மாற்றி நுகரப்படுகிறது. கடைசியில் அவர்கள் கண்காட்சியை அடையும்போது கம்மங்கூழ் முழுவதும் நுகரப்பட்டு, அவர்களிடம் அந்த ஒரு ரூபாய் நாணயம் மட்டுமே மிச்சமிருக்கிறது. அதை இருவரும் சமமாகப் பகிர்ந்து கொள்கிறார்கள். கைமாறிக் கைமாறி, பத்து ரூபாய்கள் செய்ய வேண்டிய பணியை அந்த ஒரு ரூபாய் நாணயமே செய்து விடுகிறது. அதாவது, அந்த ஒரு ரூபாய் பத்து முறை கை மாறியதால், பத்து ரூபாய் மதிப்புக்கு நடந்திருக்க வேண்டிய பரிவர்த்தனை அந்த ஒரு ரூபாயாலேயே நடந்திருக்கிறது என்பதை ராபர்ட்ஸன்னின் எடுத்துக்காட்டு துல்லியமாக்குகிறது. பணத்தின் அளவை, அது கைமாறும் வேகவீதத்தால் பெருக்கும்போது, அந்தப் பணம் எவ்வளவு மொத்தப் பரிவர்த்தனைக்குக் காரணமாக இருந்திருக்கிறது என்பதை எளிதாக விளக்குகிறது.

*MV= PT*யில் *T* என்பது பரிவர்த்தனை நடவடிக்கைகளின் எண்ணிக்கை (*transactions*). ராபர்ட்ஸன்னின் எடுத்துக்காட்டில் கம்மங்கூழ் பத்துக் குவளை விற்கப்பட்டிருப்பது அந்தப் பரிவர்த்தனையில் *T*=10 என்று காட்டுகிறது. எனவே, ஒரு ரூபாய் பத்து முறை கைமாறியதால் பத்து ரூபாய் செய்ய வேண்டிய வேலையை ஒரு ரூபாயே செய்து முடித்திருப்பது தெளிவாகிறது. ஆகவேதான் *PT* என்று விலை மட்டத்தை நடந்து முடிந்த பரிவர்த்தனை நடவடிக்கைகளின் எண்ணிக்கையால் பெருக்கினால் பரிவர்த்தனைக்காகத் தேவைப்படும் மொத்தப் பணத்தின் தேவையைப் பெற முடிகிறது.

MV=PT என்கிற பரிவர்த்தனைச் சமன்பாடு பணத்தின் அளிப்பும் தேவையும் சமமாக இருக்கின்றன என்கிற, தெரிந்த செய்தியைப் புதிய பொட்டலத்தில் கட்டி நவீனமானது போல் காட்டுவது போன்றதுதான் என்று மேலெழுந்தவாரியாகத் தோன்றினாலும் ஃபிஸர் இந்தச் சமன்பாட்டைக் கொண்டு நீண்ட கால இயக்கத்தில் பணம் நடுநிலை வகிக்கும் ஒரு பரிவர்த்தனைச் சாதனமாகவே பயன்படுகிறது என்கிற கொள்கையை நிலைநிறுத்துகிறார். அதாவது, நீண்டகாலப் போக்குகளை ஆய்வு செய்யும்போது பணத்தின் அளவு மாறுகிற அதே நேர்விகிதத்தில் விலைமட்டமும் மாறும். இதைத்தான் 'செவ்வியல் அரசியல் பொருளாதார' ஆய்வுகளைச் செய்தவர்களின் அளவுசார் பணக் கொள்கையும் தெரிவிக்கிறது. இருந்தபோதிலும் அவருடைய சமகாலத்தினரான நூட் விக்ஸல் ஐயுற்றது போல் குறுகிய காலத்தில்

பணத்தின் அளவுக்கும் விலை மட்டத்திற்கும் நேரடியான தொடர்பு இல்லையென்று ஃபிஸரும் கருதினார். விக்ஸல் பணத்தின் அளவு மாற்றம், இயல்பு வட்டியிலிருந்து சந்தை வட்டியை வேறுபடுத்தி, வெவ்வேறு பொருள்களின் உற்பத்தி அளவுகளை வெவ்வேறு அளவுகளில் மாற்றுகிறது என்றும் அதனால் நாட்டின் மொத்த உற்பத்தியின் அளவுகளும் அதன் வகைகளும் வெவ்வேறு விதங்களில் மாறுகிறது என்றும் கொண்டிருந்தார். அதை ஃபிஸர் குறுகிய காலம் பற்றிய கொள்கையாகவே பார்க்கிறார். குறுகிய காலத்தில் பணமாறுதல்களின் விளைவுகளைப் பற்றி நூட் விக்ஸலின் ஆய்வுகளிலிருந்து வேறுபட்ட கருத்துகளை ஃபிஸர் கொண்டிருந்தார். பண அளவில் மாற்றங்கள் ஏற்பட்டால் குறுகிய காலத்தில் பொருள்கள்சந்தைகளில் வெவ்வேறு விதமான மாற்றங்கள் நடைபெறலாம் என்றாலும் நீண்ட காலப் போக்கில் சந்தை தன் பரிசோதனைகள் மூலம் தவறுகளைத் திருத்திக்கொள்ளுமென்றும், அதனால் பணத்தின் அளவை மாற்றினால் அதே வீதத்தில் நாட்டின் விலை மட்டமும் மாறி விடும் என்றும் ஃபிஸர் கருதினார். தத்துவ அளவில் பணத்தின் அளவையும் விலை மட்டத்தையும் இணைப்பதற்கு அவர் மேற்கொள்கிற அனுமானம் Vயும், Tயும் சுதந்திரமாக நாட்டின் அமைப்புகளாலும் பழக்கவழக்கங்களாலும் தீர்மானிக்கப்படுகின்றன என்பதாகும். எனவே M பண அளவு மாற்றம் Pயைத்தான் நேரடியாக மாற்றும் என்கிறார். ஆனால் பண நிர்வாகிகள் (மத்திய வங்கி) பண அளவை மாற்றினால் அது குறுகிய காலத்தில் வட்டிவிகிதங்களை மாற்றி, Vயையும், Tயையும் மாற்றும் என்றும், அதனால் Pயை நேரடியாக மாற்றுவதில் வேறுபாடுகள் வரும் என்றும் அனுமானிக்கிறார்.

விலை மட்டம் உயர்வதற்கான காரணங்களைப் பரிவர்த்தனைச் சமன்பாடு தெளிவாக்குகிறது. Vயும் Tயும் மாறாமலிருந்தால் விலை மட்டம் உயர்வதற்கு M அதிகரிப்பதுதான் காரணமாக இருக்கும். நாடுகளில் நீண்டகாலப் போக்கில் இதுதான் நடக்கிறது என்பது ஃபிஸரின் அனுமானம். Mஉம் Tஉம் மாறாமலிருந்தால் விலை மட்டம் உயர்வதற்கு V அதிகரிப்பதுதான் காரணமாக இருக்கும். விலைவாசிகள் தற்காலிகமாக ஏறும்போது அது தொடரும் என்கிற எதிர்பார்ப்பினால் மக்கள் பணத்தைச் செலவழிக்கும் வேகத்தை அதிகரிக்கிறார்கள். குறுகிய காலத்தில் பண வீக்கம் வரும்போது இத்தகைய நடவடிக்கைகள் அதிகரிக்கின்றன. Mஉம் Vஉம் மாறாமலிருந்தால் விலை மட்டம் உயர்வதற்கு T குறைவதுதான் காரணமாயிருக்கும். அதாவது பண்டங்கள்பணிகளின் உற்பத்தியில் பற்றாக்குறை காரணமாகிவிடுகிறது. பேரிடர்களால் நாட்டின் உற்பத்தித்திறன் தற்காலிகமாக விழும்போது இத்தகைய நிகழ்வுகள் வருகின்றன.

கற்பனையான ஒரு நாட்டில் *M* (பணத்தின் அளவு) 10000 கோடி என்று அனுமானிப்போம். ஃபிஸரின் முடிவுப்படி அந்த நாட்டில் நீண்ட காலப் போக்கில் *V* (பணச்சுழற்சியின் வேகவீதம்) ஒரு நிலையான எண்ணிக்கையாகி விடுகிறதென்றும் கொள்வோம். எடுத்துக்காட்டுக்காக அதை 8 என்று அனுமானிப்போம். அதாவது அந்த நாட்டில் புழக்கத்தில் இருக்கும் பண இருப்பு சராசரியாக ஆண்டுக்கு எட்டு முறை பரிவர்த்தனைக்காகக் கைமாறுகிறது. அப்போது பணத்தின் அளிப்பு $MV = 10000 \times 8 = 80000$ கோடி. அந்த நாட்டில் *T* (பரிவர்த்தனை நடவடிக்கைகளின் எண்ணிக்கை) 1000 கோடி என்றும் அனுமானிப்போம். $T =$ 1000 கோடி என்பதால், $P =$ விலைமட்டம் 80 ஆக இருக்கும் என்கிறது ஃபிஸரின் பரிவர்த்தனைச் சமன்பாடு.

அந்த நாட்டில் ஏதோ ஒரு காரணத்தால் பணத்தின் அளவு இரட்டிப்பாகி 20000 கோடி என்று உயர்ந்தால், நீண்ட காலப் போக்கில் அது பணச்சுழற்சியின் வேகவீதத்தையும் பரிவர்த்தனை நடவடிக்கைகளின் எண்ணிக்கையையும் மாற்றாது; விலை மட்டத்தை மட்டும் 160ஆக இரட்டிப்பாக்கி விடும் என்பது ஃபிஸரின் நீண்டகாலத்தைப் பற்றிய கொள்கை.

ஆனால் குறுகிய காலத்தில் பணத்தின் மாயத்தோற்றத்தின் காரணமாக உண்மை வட்டியும் பெயரளவு வட்டியும் வேறுபடலாம் என்றும் அதன் காரணமாகப் பண அளவில் ஏற்படுகிற மாற்றத்திற்கு நேர் வீதத்தில் விலை மட்டம் மாறாமல் போய்விடலாம் என்றும் ஃபிஸர் கருதுகிறார். அதற்கு உண்மை வட்டி வீதத்திற்கும் பெயரளவு வட்டி வீதத்திற்கும் வருகிற வேறுபாடு காரணமாக இருக்கும் என்கிறார். நூட் விக்ஸல் இயல்பு வட்டிக்கும் சந்தை வட்டிக்கும் வேறுபாடு கண்டது போலவே ஃபிஸரும் உண்மை வட்டியையும் பெயரளவு வட்டியையும் வேறுபடுத்துகிறார். ஆனால் இவர்களிருவரும் வெவ்வேறு காரணங்களுக்காக அத்தகைய வேறுபாடுகள் வருகின்றன என்று காட்டினார்கள் என்பது கவனத்துக்குரியது.

குறியீட்டு எண்கள்

$MV = PT$யில் MV பணத்தின் அளிப்புப் பகுதியைக் காட்டுகிறது. PT பணத்தின் தேவைப் பகுதியைக் காட்டுகிறது. *P* என்பது விலை மட்டத்தைக் (*price level*) காட்டுவதாக ஃபிஸர் கூறுகிறார். மேற்சொன்ன எடுத்துக்காட்டில் கம்மங்கூழின் விலை ஒரு ரூபாய் என்பதை அந்தச் சகோதரர்களின் தாயார் தீர்மானித்து விடுகிறார். ஆனால் பலவிதமான, பல்லாயிரக் கணக்கான பொருள்கள் விற்கும்

சந்தையில் விலை மட்டத்தைத் தீர்மானம் செய்வது எளிதன்று. அதைச் சந்தையில் விற்கும் அனைத்துப் பொருள்களின் ஒரு வகைச் சராசரியாகத்தான் காட்ட இயலும். அந்தச் சராசரியைக் கண்டுபிடிக்கும் பெரு முயற்சியின் முன்னோடி ஃபிஸர்தான். குறியீட்டு எண்கள் (index numbers) என்று அழைக்கப்படும் அந்தச் சராசரிகளின் சாதக பாதகங்களை ஆராய்ந்து பொது விலை மட்டத்தை அளப்பதற்குக் குறியீட்டெண்களை உருவாக்கியவர்களில் அவர் முதன்மை வகிக்கிறார்.

ஒவ்வொரு குடும்பமும் தனது தேவைகளுக்காகப் பலவகைப் பண்டங்களையும் பணிகளையும் வாங்குகின்றன. கால ஓட்டத்தில் அந்தப் பண்டங்கள்பணிகளின் விலைகள் வெவ்வேறு வீதங்களில் மாறுகின்றன. ஒரு குறிப்பிட்ட காலத்தில் நிலவும் விலைகளில் ஒரு குடும்பம் வாங்கிய பண்டங்கள்பணிகள் ஆகியவற்றின் சராசரியை அடிப்படையாக எடுத்துக் கொண்டு பிறிதொரு காலத்தில் அதே குடும்பம் அதே பொருள்களை அப்போது நிலவும் விலைகளில் வாங்கினால் வரும் சராசரியோடு ஒப்பிடும்போது விலைமட்டம் உயர்ந்ததா தாழ்ந்ததா என்பது தெரிந்துவிடும் என்பதுதான் குறியீட்டு எண்களைக் கணக்கிடுவதன் அடிப்படை. ஆனால் முதல் காலகட்டத்தில் வாங்கிய பண்டங்கள்பணிகள் அனைத்தும் அடுத்த காலகட்டத்தில் பயன்பாடு இல்லாமல் போய்விடலாம். எடுத்துக்காட்டாக, 1920க்கும் 1980க்குமிடையே விலை மட்டம் உயர்ந்திருக்கிறதா, இல்லையா என்பதை எப்படித் தீர்மானிப்பது; அதற்கான குறியீட்டு எண்களை எப்படி உருவாக்குவது என்பதில் இருக்கும் சிக்கல்கள் சிலவற்றைப் பார்க்கலாம். 1920இல் அனைத்துக் குடும்பங்களும் லாந்தர் விளக்கைப் பயன்படுத்தியிருப்பார்கள். 1980இல் மின்விளக்குக்கு மாறியிருக்கலாம். 1920இல் வானொலி, தொலைக்காட்சி போன்றவை குடும்பங்கள் வாங்கும் பொருள்களில் இடம் பிடிக்காமலிருக்கலாம். 1980இல் அவை இன்றியமையாப் பொருள்களாகி விடலாம். 1920இல் கிடைத்த பண்டங்கள் பணிகளின் தரத்தை விட 1980இல் அவற்றின் தரங்களில் பெரிய வேறுபாடு வரலாம். 1920ஐ அடிப்படை ஆண்டாக வைத்துக்கொண்டு 1980இல் வந்திருக்கிற விலை மாற்றத்தைக் கணக்கிட்டால் வருகிற விடை, 1980ஐ அடிப்படை ஆண்டாகக் கொண்டு 1920இல் வந்த விலைமாற்றத்தைக் கணக்கிடும்போது வரும் விடையை விட வித்தியாசமாக இருக்கலாம். இத்தகைய பல சிக்கல்களுக்குத் தீர்வுகளைக் கண்டுபிடிக்க முயற்சி செய்து, ஏற்கத்தக்க குறியீட்டு எண்களை உருவாக்குவதில் ஃபிஸர் பெருமளவு வெற்றியும் பெற்றிருக்கிறார்.

கடன்பணவாட்டக் கொள்கை

*1911*இல் பணத்தினை வாங்கும் சக்தியைப் பற்றிய நூலில் பணவீக்க காலத்தில் விலைமட்டம் உயரஉயர இலாபம் அதிகரிப்பதால் தொழில் முனைவோர் மேலும் மேலும் உற்பத்தியை அதிகரிப்பதனாலேயே வருவாயும் அதிகரித்து, அதனாலேயே விற்பனையும் அதிகரிக்குமென்றும், ஆனால் ஒரு குறிப்பிட்ட அளவுக்குமேல் அவர்கள் அதீத நம்பிக்கையோடு அதிகமாக முதலீடு செய்வார்கள் என்றும், தொழில்களின் உற்பத்தித்திறன் முழுதும் பயன்படுத்தப்படாமல் கொள்திறன் எச்சம் இருக்கும் நிலை வருமென்றும், உருவாக்கிய பொருள்களனைத்தும் நுகரப்படாமல் தேக்கம் ஏற்பட்ட பிறகு மேலே சொன்ன சக்திகளனைத்தும் எதிர்த்திசையில் செயல்படலாம் என்றும் ஃபிஸர் காட்டியிருக்கிறார். ஆனால் *1929*இன் பெருமந்தத்தின்போது அந்த மந்தம் தற்காலிகமானது, கட்டுக்குள் கொண்டுவரக்கூடியது என்று அறிவித்தது பொய்த்துப் போனது. *1933*இல் அந்த மந்தம் ஏன் கட்டுக்கடங்காமல் விரிவடைந்தது என்பதை ஆய்ந்து அவர் எழுதிய கடன்பணவாட்டக் கொள்கை (*debt-deflation theory*) அது பெற்றிருக்க வேண்டிய உரிய அங்கீகாரத்தைப் பெறவில்லை.

கடன்பணவாட்டக் கொள்கைப்படி இரு முக்கியக் காரணிகள் பெருமந்தத்தை வளர்த்திருக்கின்றன. முதலாவது, தொழில்முனைவோரும் நுகர்வோரும் ஏராளமான கடன்சுமையை வைத்திருந்தது. இரண்டாவது, அதே காலகட்டத்தில் பணவாட்டம் ஏற்பட்டது. முதலாவதை கடன் வியாதி என்றும், இரண்டாவதை டாலர் வியாதி என்றும் சுட்டுகிறார். இந்த இரு வியாதிகளும் ஒரே சமயத்தில் ஒன்றின் விளைவுகள் மற்றதின் காரணங்களாகத் தொடர்ந்து வந்ததால்தான் அமெரிக்கப் பொருளாதாரமே முடங்கிப் போனது என்கிறார்.

கடன் வியாதியிலிருந்து விடுபடக் கடன்களைத் திருப்பிக் கொடுக்க ஆரம்பிக்கும்போது பணம் சுழலும் வேக வீதம் குறைய ஆரம்பிக்கிறது. விலை மட்டம் விழ ஆரம்பிக்கிறது. விலை மட்டம் விழுவதால் மீதமிருக்கிற கடன்களின் பளு முன்பிருந்ததைவிடக் கூடுகிறது. இதனால் கடனைத் திருப்பித்தரக்கூடிய அளவுக்குப் பண இருப்பு இல்லாதவர்கள் திவாலாக நேரிடுகிறது. அவர்களின் வாங்கும் சக்தி மறைந்துவிட்டதால் நாட்டின் ஒட்டுமொத்தத் தேவை குறைகிறது. அதே சமயம் விலை மட்டம் மேலும் குறைந்து கடன் பளு மேலும் அதிகரிக்கிறது. அதாவது, பெரு மந்தங்களின்போது கடன்களிலிருந்து விடுபட வேண்டுமென்ற முயற்சியே இருக்கிற கடன் பளுவை இன்னும் அதிகரிக்கும் வகையில் செயல்படுகிறதென்கிறார் ஃபிஸர்.

ஒன்றுக்குப் பின் ஒன்றாகத் தொடரும் ஒன்பது நிகழ்ச்சிகள் கடன்பணவாட்டத்தினால் பெருமந்தங்களுக்குக் காரணமாகின்றன என்கிறார் ஃபிஸர். 1. விலைவாசிகள் தொடர்ந்து ஏறுமுகமாயிருக்கும்போது தொழில் முனைவோரும் நுகர்வோரும் நம்பிக்கை மிக்கவர்களாக மென்மேலும் கடன் வாங்கி முதலீட்டையும் நுகர்ச்சியையும் அதிகரிப்பார்கள். அப்போது மொத்தக் கடன்களின் அளவு உச்சத்தையடைந்து விடும். ஏதோ காரணத்தால் விலைகள் ஏறாமல் நிலைத்து நின்றாலே தொழில் முனைவோரும் நுகர்வோரும் எச்சரிக்கை உணர்வுடன் தங்கள் கடன்களைத் திரும்பிக் கொடுக்க முயல்வார்கள். அதற்காக அவர்கள் தங்கள் சரக்குகளையும் கடன்களுக்கு ஈடாகக் காட்டியிருக்கும் சொத்துக்களையும் விற்க முயல்வார்கள். 2. அதனால் வங்கிகளுக்குப் புதிய வைப்புகள் வருவது குறையும். இருக்கிற வைப்புகளை ரொக்கமாக மாற்றுவது அதிகரிக்கும். அதன் காரணமாகப் பணம் சுழல்கிற வேக வீதம் குறையும். 3. சொத்து மற்றும் பண்டங்களின் விலைகள் குறையத் தொடங்கும். 4. விலை மட்டம் குறைவதால் இருக்கிற கடன்களின் உண்மைப் பளு அதிகரிக்க ஆரம்பிக்கும். சில நிறுவனங்களுக்கு இழப்புகள் வரும். சில நிறுவனங்கள் திவாலாகும். 5. தப்பிப் பிழைக்கும் நிறுவனங்கள் உற்பத்தி அளவைக் குறைக்கும். வேலையில்லாத் திண்டாட்டம் ஆரம்பிக்கும். 6. விலை மட்டம் குறையக் குறைய அலைஅலையாக நிறுவனங்கள் திவாலாக ஆரம்பிக்கும். நாடு முழுதும் வேலையில்லாத் திண்டாட்டம் பரவும். 7. வருங்காலத்தைப் பற்றிய நம்பிக்கையை மக்கள் இழந்து விடுவார்கள். அதனால் தோல்வி மனப்பான்மை பரவிவிடும். 8. பணத்தின் மதிப்பு தொடர்ந்து உயர்வதால் மக்கள் கையிருப்பில் இருக்கும் பணத்தைச் செலவு செய்ய விரும்ப மாட்டார்கள். பணம் சுழல்கிற வேக வீதம் மிகவும் குறைந்து விடும். 9. உண்மை வட்டி வீதங்கள் அதிகரிக்கும்; பெயரளவு வட்டி வீதங்கள் விழும்.

கடன்பணவாட்டக் கொள்கையை அடிப்படையாகக் கொண்டு ஃபிஸர் நாடுகளின் பொருளாதாரத்தின் நிலைத்தன்மையை ஆராய்கிறார். நாடுகளின் உண்மை உற்பத்தித்திறனை வேகமாக மாற்றுகிற போர்கள் போன்ற நிகழ்வுகளாலோ, நாட்டின் பண நிர்வாகிகள் பேரளவு பணத்தைப் பொருளாதாரத்தினுள் உட்செலுத்தினாலோ தவிர மற்ற காலங்களில் நாட்டின் பொருளாதாரம் தானாகவே நிலைத்தன்மை பெறுகிற வழிகளில் இயங்கும் என்றும், பெரிய அதிர்ச்சியைத் தரும் போர்கள், பேரிடர்கள் போன்ற உண்மை மாற்றங்கள் மற்றும் பண மாற்றங்கள் வரும்போதுதான் நாட்டின் பொருளாதாரம் தானாகவே இயல்பு நிலைக்குத் திரும்பும் வல்லமையை இழந்து பெருமந்தம் போன்ற சிக்கல்களில் மாட்டிக்கொள்ளும் என்றும் ஃபிஸர் கூறுகிறார்.

பிற்காலத்திய பேரியல் பொருளாதார ஆய்வுகளில் ஃபிஸரின் கடன்பணவாட்டக் கொள்கை 2008இல் வந்த அமெரிக்கப் பெருமந்தத்தின் ஒரு முக்கியக் காரணமாக விவாதிக்கப்படுகிறது என்றாலும், அந்தக் கொள்கையை அவர் வெளியிட்ட காலத்தில் வந்த கீனீஸிய அலை (*Keynesian wave*) காரணமாக, அது அப்போது நியாயமாகப் பெற்றிருக்க வேண்டிய அங்கீகாரத்தைப் பெறவில்லை.

எப்படியிருப்பினும் அமெரிக்காவின் மிகப் புகழ் பெற்ற பொருளியல் நிபுணர்களின் பட்டியலில் இர்விங் ஃபிஸரின் பெயர் நிலையாகப் பதிக்கப்பட்டிருக்கிறது.

~~

14

தோர்ஸ்டைன் பண்டி வெப்லின்

இந்த நூல் நவசெவ்வியல் பொருளியலின் தோற்றத்தை விளக்கும் நோக்கம் கொண்டது. நவசெவ்வியல் பொருளியல் தோன்றி வளர்ந்த அதே காலகட்டத்தில் அதன் ஆய்வு முறைகளை ஏற்காத, அதே சமயம் அந்தக் கருத்தாக்கங்களுக்கு மாற்று வழங்கியவர் வெப்லின். அவருடைய எண்ணங்களை மற்றொன்று விரித்தலாக இங்கு வழங்குகிறேன்.

நார்வேயிலிருந்து அமெரிக்காவின் விஸ்கான்சின் பகுதியில் குடியேறிய விவசாயப் பண்ணைக் குடும்பத்தின் ஆறு குழந்தைகளில் நான்காவதாக பிறந்தவர் தோர்ஸ்டைன் பண்டி வெப்லின் (Thorstein Bunde Veblen 1857–1929). அவருக்கு ஏழு வயதானபோது அவரது குடும்பம் மின்னிசோடாவிற்கு இடம் பெயர்ந்தது. அவருடைய 17வது வயதில் அருகிலிருந்த கார்ல்டன் கல்லூரியில் சேர்ந்தார். அவருடைய பெற்றோர் அவர் மதகுருமார் பயிற்சிபெற வேண்டுமென்று விரும்பினர். ஆனால் அவர் வழி வேறாக இருந்தது. கல்லூரியில் படிக்கும்போதே அவருடைய 'உலகத்தோடு ஒட்ட ஒழுகாத தன்மை' வெளிப்பட ஆரம்பித்தது. எடுத்துக்காட்டாக, பட்டப்படிப்பிற்கான ஆய்வுக் கட்டுரைகள் எழுதுவதற்குத் தலைப்புகளாக அவர் எடுத்துக்கொண்டவை, மற்றவர்கள் புறக்கணிக்கிற பகுதிகளான மனித இறைச்சி உண்பவர்களைப் பற்றியும், குடிகாரர்களைப் பற்றியுமாம்! அங்கு பொருளியல் துறையில் ஜே.பி. கிளார்க் அவருக்கு ஆசிரியராக இருந்தார். மாணவர்கள் கடைப்பிடிக்க வேண்டிய நெறிகளைப் பின்பற்றாதவர் என்கிற ஏச்சுக்கு அப்போதே இலக்காயிருந்தாலும், அவருடைய கூர்த்த மதியை ஜே.பி. கிளார்க் அடையாளங்கண்டு வியந்தார்.

கார்ல்டன் கல்லூரி முதல்வரின் உடன்பிறப்பின் மகள் எல்லன் ரோல்ஃப் அவருடைய சக மாணவி. இருவருக்கிடையே காதல் அரும்பியது. அதற்குப் பின் அவர் ஜான்ஸ் ஹாப்கின்ஸ் பல்கலைக்கழகத்தில் சேர்ந்து முதுகலைப் பட்டம் பெற்றார். அங்கிருந்த தத்துவ ஆசிரியர் சார்லஸ் சான்டர்ஸ் பியர்ஸ் அவருடைய எண்ணங்களைப் பாதித்திருக்கிறார். அங்கிருந்தும் இடம் பெயர்ந்து யேல் பல்கலைக்கழகத்தில் தத்துவத்தில் முனைவர் பட்டம் பெற்றார். யேலில் தத்துவப் பேராசிரியர் நோவா போர்டரும், சமூகவியல்–பொருளியல் பேராசிரியர் வில்லியம் கிரஹாம் சம்நரும் அவருக்கு ஆசிரியர். அப்போது தத்துவ உலகில் செல்வாக்குப் பெற்றிருந்த சார்லஸ் டார்வினின் பரிணாம வளர்ச்சிக் கொள்கையும், ஹெர்பர்ட் ஸ்பென்சரின் ‘தகுதியுள்ளவர் தப்பிப் பிழைப்பர்’ என்கிற கொள்கையும் அவரை மிகவும் கவர்ந்திருக்கின்றன.

முனைவர் பட்டம் பெற்றாலும், மத விதிகளை எள்ளி நகையாடிய அவரைத் தத்துவத்துறை ஆசிரியராக நியமிக்கக் கல்வி நிறுவனங்கள் தயங்கின. 1884இலிருந்து 1891 வரை அவருக்கு வேலை கிடைக்கவில்லை. இடைப்பட்ட காலத்தில் மலேரியா நோயால் தாக்கப்பட்டார். 1888இல் எல்லன் ரோல்ஃபைத் திருமணம் செய்துகொண்டார். அந்தக் காலகட்டத்தில் அவருடைய தந்தை வீட்டிலும் அவருடைய மாமனாரின் பண்ணை வீட்டிலும் புத்தகங்கள் படிப்பதிலும் வீண் பொழுது போக்குவதிலும் பெரும்பாலான நேரத்தைக் கழித்தார். அவர் விண்ணப்பித்திருந்த தத்துவ ஆசிரியர் பணி கிடைக்காத நிலையில் 1891இல் பொருளியல் படிப்பதற்காக அவர் கார்னல் பல்கலைக்கழகத்தில் சேர்ந்தார். அங்கு அவருக்கு ஜே. லாரன்ஸ் லாங்லின் ஆசிரியர். வெப்லினின் விரிந்த அறிவை அவர் கவனித்திருக்கிறார். அடுத்த ஆண்டு லாரன்ஸ் லாங்லினுக்குச் சிகாகோ பல்கலைக்கழகத்தில் பொருளியல் பேராசிரியராக நியமனம் கிடைத்தது. அவர் வெப்லினைத் தனது உதவி ஆசிரியராக நியமித்து சிகாகோ அழைத்துச் சென்றார். சிகாகோ பல்கலைக் கழகம் பெட்ரோலிய எண்ணெய் உற்பத்தியாளர்வணிகர் ராக்கிஃபெல்லரின் நிதிக்கொடையால் தொடங்கப்பட்டது. அமெரிக்க உள்நாட்டுப் போர் முடிந்த பிறகு, ராக்கிஃபெல்லர் சட்டரீதியாகவும் சட்டத்திற்குப் புறம்பாகவும் பல வழிகளைக் கையாண்டு பெட்ரோலிய எண்ணெய் வளத்தை ஏறத்தாழத் தன் முற்றுரிமையாக்கி ஒரே தலைமுறையில் அமெரிக்காவில் கோடீஸ்வரரானவர். அவரும் அவரைப் போன்ற பலரும் அமெரிக்காவில் சந்தையின் போட்டியைத் தவிர்ப்பதற்காகப் பல வணிகக் கூட்டணிகளை கார்ட்டல் அமைத்து இரயில்வே,

உருக்கு உற்பத்தி, நிதி நிறுவனங்கள் போன்ற பல துறைகளில் பேரளவு உற்பத்தி முறைகளை அறிமுகப்படுத்தி, அதனால் அமெரிக்காவை வளர்ச்சியடையச் செய்து, அதே சமயம் தங்களையும் பெரிய அளவில் வளர்த்துக் கொண்டார்கள். பொருளீட்டுவது மிக முக்கியமான குறிக்கோள்; பொருளீட்டுவதற்கு ஏமாற்றுதல் உட்பட அனைத்து வழிகளையும் கையாளலாம் என்று அமெரிக்காவின் நடுத்தர வர்க்கத்தை இவர்கள் நம்பச் செய்தார்கள். அந்நாளைய நடுத்தர வர்க்கம், பேரளவு உற்பத்தியை வளர்த்து, நிதி ஆதாரங்களைத் தங்கள் பிடிக்குள் வைத்துக்கொண்டு அதனால் உற்பத்தியாளர்களைக் கட்டுப்படுத்திச் செல்வமீட்டும் வழிமுறைகளைக் கையாண்டவர்களை ஏற்றுக்கொண்டது மட்டுமின்றி, அவ்வழிமுறைகளைக் கொண்டாடவும் செய்தது. அத்தகைய எண்ணங்களைப் பிரதிபலிக்கும் பலர் சிகாகோ பல்கலைக்கழகத்தில் பணியிலிருந்தார்கள். அவர்களிலிருந்து வேறுபட்டு, ராக்கிஃபெல்லர் போன்றவர்களின் பொருளியல் நடவடிக்கைகளுக்கு எதிரான தனித்துவமான கொள்கைகளைப் பேசிய வெப்லின் பணியாற்றுவது சிக்கலான காரியமாக இருந்தது. அவருடைய தனிப்பட்ட நடத்தையும் அதை மேலும் சிக்கலடையச் செய்யும் வகையிலேயே அமைந்தது.

சிகாகோ பல்கலைக்கழகத்திலிருந்தபோதுதான், *1899*இல் அவருடைய *42*வது வயதில், 'ஓய்வு வர்க்கத்தின் தத்துவம்' (*Theory of Leisure Class*) நூலை அவர் வெளியிட்டார். அமெரிக்க நடுத்தர வர்க்கத்தினரால் போற்றுதற்குரிய செயல்களாக அவர் காலத்தில் கருதப்பட்ட நடத்தைகள் உண்மையில் காட்டுமிராண்டிச் சமுதாய நடத்தைகளின் பரிணாம வளர்ச்சிதான் என்று நக்கலை ஆயுதமாகக் கையாண்டு, அவர் வாழ்ந்த காலத்தின் நடைமுறைகளை எள்ளி நகையாடிய அந்த நூல் பெரும் வெற்றி பெற்றது. *1904*இல் 'வணிகத் தொழில்முயற்சியின் தத்துவம்' (*Theory of Business Enterprise*) நூல் வெளிவந்தது. முதலாளியத் தொழில்கள் இயந்திர கதியில் உள்ளீடுகளை வெளியீடுகளாக்கி இயங்குகின்றன. அவற்றை இயக்கும் முதலாளிகள்தான் அவர்களின் நடவடிக்கைகள் மூலம் அந்த உள்ளீடுகளைக் கட்டுப்படுத்தியும், அந்த வெளியீடுகளை விற்பதில் நிறைகுறைப் போட்டிகளை ஏற்படுத்தியும் பெரும் செல்வம் திரட்டுகிறார்கள். சமுதாயத்தில் நிலவும் பல தீமைகள் நிறுவனங்களின் நிர்வாகச் செயல்பாடுகளால் வருவதில்லை; அவற்றைக் கட்டுப்படுத்தும் முதலாளியக் குழுக்களின் நடவடிக்கைகளாலேயே வருகின்றன என்று வெப்லின் விளக்கினார். இங்கிலாந்திலிருந்தும் ஐரோப்பாவிலிருந்தும் (அமெரிக்காவில் கூட ஜே.பி. கிளார்க் மூலமும்) நவசெவ்வியல் பொருளியல் சிந்தனைகள் வேகமாகப் பரவிக்கொண்டிருந்தபோது அதற்கு

மாறுபட்ட தனித்தன்மையான கருத்துகளை வெப்லினின் நூல்கள் முன்வைத்தன. சமுதாய அமைப்புகளே மனித நடத்தைகளுக்கு வரம்புகளையும் மரபுகளையும் உருவாக்கிச் செயல்படுத்துகின்றன என்றும், அத்தகைய வரம்புகளும் மரபுகளும் பொருளியலையும் கட்டுப்படுத்துகின்றன என்றும் அந்த நூல்கள் காட்டின. மனித நடத்தைகளில் பொதுத்தன்மைகளைக் கண்டுபிடிக்கலாம்; அத்தகைய பொதுத்தன்மைகளை விதிகளாகக் காட்டலாம்; அப்படிப்பட்ட விதிகளின் இயக்கப்படி பொருளியல் செயல்படும் என்று நவசெவ்வியல் பொருளியல் விளக்க முயன்றபோது மனித நடத்தைகளைத் தொன்றுதொட்டு அவர்கள் கடைப்பிடிக்கும் மரபுகளும் வழக்கங்களும் காலத்திற்கேற்றவாறு மாற்றம்பெற்று இயக்குகின்றன என்று வெப்லின் எதிர்வாதம் செய்தார்.

சிகாகோ பல்கலைக்கழகத்தில் 1900இல்தான் அவர் நிரந்தரமான உதவிப் பேராசிரியராக நியமனம் பெற்றார். சிகாகோவில் அவர் 'சோஸலிசம்' பற்றி வகுப்புகள் எடுத்தார். அந்நாட்களில், 'கார்பரேட்' முதலாளியால் நிறுவப்பட்ட அந்தப் பல்கலைக்கழகத்தில் அவரைத் தவிர வேறு எவரும் சோஸலிசம் பற்றி விவாதிக்க முன்வந்திருக்க மாட்டார்கள் என்று அனுமானிக்கலாம். அப் பல்கலைக்கழகம் வெளியிட்ட 'அரசியல் பொருளாதார ஆய்வேட்டின்' (*Journal of Political Economy*) முதல் ஆசிரியர் வெப்லின்தான். அவர் அந்தப் பல்கலைக்கழகத்தை விட்டு நீக்கப்படும் வரை அதன் ஆசிரியராகத் தொடர்ந்தார். மற்றவர்கள் அவரைப் பற்றி என்ன நினைக்கிறார்கள் என்பதைப் பற்றிக் கவலைப்படாதவராகவே அவர் நடந்துகொண்டார். அழுக்கு உடைகள், மழிக்காத முகம், சரியாகக் கழுவப்படாத தட்டுகள்–பாத்திரங்கள், திறந்து கிடக்கும் படுக்கை என்று அவரது தோற்றமும் வீட்டுச் சூழலும் அவரைப் பற்றி மரியாதையளிக்கக் கூடிய மதிப்பீட்டை ஏற்படுத்தக் கூடியதாக இல்லை. அவர் விரிவுரைகளும் மாணவர்களைக் கவரும் வகையில் இருக்கவில்லை. பாதி நேரம் அவை வெறும் முணுமுணுப்புகளாக இருந்ததாக அவருடைய மாணவர்களில் சிலர் குற்றம் கூறியிருக்கிறார்கள். தேர்வுகளில் அனைத்து மாணவர்களுக்கும் ஒரே 'சி' தர மதிப்பை மட்டுமே வழங்கியதும் பலருக்கு எரிச்சலூட்டியது. இப்படிப்பட்ட ஒருவரைப் பல பெண்கள் போட்டிபோட்டுக்கொண்டு விரும்பினார்கள் என்பது வியப்பூட்டும் செய்திதான். அவரை மாணவிகளோடும் சக ஆசிரியர்களின் மனைவியரோடும் இணைத்துப் பல வதந்திகள் பரவின. இத்தகைய வதந்திகள் காரணமாக அவர் வேலையிழக்க நேரிட்டது!

1906இல் வெப்லின் ஸ்டான்ஃபோர்ட் பல்கலைக் கழகத்தில் வேலைக்கமர்ந்தார். அங்கும் அவரை வதந்திகள் பின்தொடர்ந்தன.

அவருடைய வீட்டிற்கு அருகில் திருமணமாகி இரு குழந்தைகளுடன் 'பேபி' பெவான்ஸ் என்பவர் வசித்து வந்தார். அவருடன் தொடர்பு இருப்பதாகப் பல்கலைக்கழகத்தின் தலைவருக்கு வெப்லினின் மனைவி ஆதாரங்களுடன் புகார் கொடுத்ததால் அங்கும் அவர் பதவியிழக்க நேர்ந்தது. புகார் கொடுத்தால் அவர் திருந்துவார் என்ற அவர் மனைவியின் எதிர்பார்ப்பும் பொய்த்துப் போனது! *1909*இல் வெப்லின் ஸ்டான்ஃபோர்டிலிருந்து 'பேபி' பெவான்ஸுடன் வெளியேறி வடக்கு இடாகோவில் *"Nowhere"* என்கிற பகுதியில் குடியேறி விட்டார்.

வெப்லினின் தனி நடத்தையில் குற்றம் கண்டவர்களும்கூட அவருடைய அறிவுக்கூர்மையை வியந்தனர். அதே சமயம் அவர் புரிந்துகொள்ள முடியாத வகையில் எழுதுவதாகவும், அவர் எழுத்தை வேறொருவர் புரிந்துகொள்ளக் கூடிய ஆங்கிலமாக மறு 'மொழிபெயர்ப்பு' செய்ய வேண்டியிருக்கிறது என்றும் குறை கூறியவர்களும் இருந்தார்கள். *1911*இல் மிஸ்ஸௌரி பல்கலைக் கழகத்தில் அவருக்கு வேலை கிடைத்தது. அடுத்த ஆண்டு எல்லன் ரோல்ஃபிடமிருந்து விவாக ரத்து பெற்றார். *1914*இல் அவர் 'பேபி' பெவான்ஸை மறுமணம் செய்துகொண்டார்.

*1911*இல் மிஸ்ஸௌரி பல்கலைக்கழகத்தில் பணியாற்றிய காலத்தில் அவருடைய சக ஆசிரியரிடம் வருங்காலத்தைப் பற்றி முன்னறிவித்த சில நிகழ்வுகள் அவருடைய மதிநுட்பத்தை நன்கு காட்டுகின்றன. ஐரோப்பாவில் விரைவில் ஒரு பெரும் போர் தொடங்கும் என்றும், உருஷ்யாவில் புரட்சி வெடிக்கும் என்றும் அதில் பிரெஞ்சுப் புரட்சியை விட அதிகமாகக் குருதி சிந்தப்படும் என்றும் அப்போதே அவர் கூறியிருக்கிறார். ஐரோப்பாவில் தொடங்கவிருக்கும் போரின் முடிவில் நிச்சயமான அமைதி ஏற்படாவிட்டால் ஜெர்மனியும் ஜப்பானும் இணைந்து மறுபடி மற்றொரு புதிய போர் ஒன்றைத் தொடங்குவார்கள் என்றும்கூட அவர் கூறியிருக்கிறார். *1915*இல் வெளியிடப்பட்ட 'ஜெர்மன் பேரரசும் தொழில் புரட்சியும்' நூலிலும், *1917*இல் வெளிவந்த 'அமைதியின் தன்மையையும், அதன் நிலைப்பேற்றுத்தன்மையைப் பற்றியும் விசாரணை' நூலிலும் அந்த முன்னறிவுப்புகளில் சில அவரால் வெளியிடப்பட்டுள்ளன.

*1921*இல் தொழில் அமைப்புக்கும் பொறியாளர்களின் நிர்வாகத்துக்குமிருக்கும் தொடர்பு பற்றி வெப்லின் எழுதினார். முதலாளியத்தில் முதலீட்டாளர்களின் பரிபாலனத்தினால் வரக்கூடிய தீமைகளைப் பொறியாளர்கள் நிர்வாகம் ஏற்பட்டால் தவிர்க்க முடியும் என்றும், அத்தகைய வகையில் ஒரு சோஸலிச சமுதாயம் அமையும் என்றும் அவரின் நம்பிக்கையை அந்தக்

கட்டுரை காட்டியது. வெப்லின் எந்த வேலையிலும் நிரந்தரமாக இருக்கவில்லை. 14 ஆண்டுகள் சிகாகோ பல்கலைக்கழகத்தில் அவர் பணியாற்றியதுதான் அவர் தொடர்ச்சியாக ஒரே இடத்திலிருந்து நீண்ட நாட்கள் வேலை செய்த காலம். அங்கும் அவருக்கு உயர் பதவி எதுவும் கிடைக்கவில்லை. அவர் வாழ்நாளில் மொத்தம் பத்துக் கல்வி நிறுவனங்களில் பணியாற்றியிருக்கிறார் என்பதே அவர் அடிக்கடி இடம் பெயர்ந்ததைக் காட்டுகிறது. 1918இல் அவர் வாஸிங்டனில் உணவு நிர்வாகத்துறையில் அரசு வேலையொன்றை ஏற்று கொஞ்ச காலம் அங்கிருந்தார். அதே ஆண்டு அதை ராஜினாமா செய்து விட்டு நியூயார்க்கில் 'டயல்' என்கிற பத்திரிகை ஆசிரியராகப் பொறுப்பேற்றார். அந்தப் பத்திரிகையில் சோவியத் புரட்சிக்கு ஆதரவாகக் கட்டுரைகள் எழுதினார். நியூயார்க்கில் வெஸ்லி மிட்சல், சார்லஸ் பியர்ட் ஆகியாரோடு இணைந்து 'சமுதாய ஆய்விற்குப் புதிய பள்ளி' (*New School for Social Research*) தொடங்கினார். அமெரிக்காவில் இடதுசாரிக் கருத்துகளைக் கொண்டவர்களின் புகலிடமாக அந்தப் பள்ளி இன்றுவரை சிறப்பாகச் செயல்படுகிறது. 1924இல் வெஸ்லி மிட்சல், பால் டக்ளஸ் போன்ற ஆதரவாளர்கள் அவரை அமெரிக்கப் பொருளியல் கழகத்தின் தலைவராக முன்மொழிந்த போதிலும், அவர் அதை ஏற்றுக்கொள்ளவில்லை. இறுதி நாட்களில் அவருடைய வளர்ப்பு மகள்தான் அவரைப் பராமரித்தார். 1927இல் அவர் இதய நோயால் மரணமடைந்தார். அவர் உடல் மரபுவழியில் புதைக்கப்படாமல், அவர் விரும்பியவண்ணம் எரியூட்டப்பட்டது.

~~

வெப்லினின் தனித்தன்மையான ஆய்வுமுறை

நவசெவ்வியல் பொருளியல் ஆய்வாளர்கள் பொருளியலையும் இயற்பியல் போன்ற ஓர் அறிவியலாக மாற்ற முடியுமென்று நம்பி, மனித நடவடிக்கைகளைப் பற்றிய அனுமானங்களை உய்த்துணர்ந்து அவற்றின் அடிப்படையில் பொருளியல் விதிகள் இயங்குவதாகக் காட்டினார்கள். அதே கால கட்டத்தில், தன்னைச் சுற்றி நடக்கிற நிகழ்வுகளைக் கூர்ந்து கவனித்து அவை எவ்வாறு மனித இன வரலாற்றில் தொடங்கி வளர்ந்து, எவ்வாறு காலத்திற்கேற்றாற்போல் பரிணாம வளர்ச்சியடைந்திருக்கலாம் என்கிற கருத்துகளை வெளியிட்டவர் வெப்லின். ஆங்கிலத்தில் தன் காலத்துப் பொருளாதார ஆய்வுகளைச் சித்தரிக்க 'நவசெவ்வியல் பொருளியல்' என்கிற சொற்றொடரைமுதலில் பயன்படுத்தியவர் வெப்லின்தான் என்றும் சொல்லப்படுகிறது. மனித நடத்தைகளைப் பல சக்திகள் தீர்மானிக்கின்றன; எனவே பொருளாதாரத்தை

அறிந்துகொள்ளப் பல்துறை அறிவு தேவை என்று காட்டியது மட்டுமின்றித் தன் ஆய்வுகளிலும் பல துறைச் செய்திகளையும் வெப்லின் ஒருங்கிணைத்தார்.

தனிமனித நடவடிக்கை பற்றிய தத்துவத்தை முதலில் உருவாக்கி, அதிலிருந்து பொருளாதார விதிகளை உய்த்துணர்ந்து, காரணங்களிலிருந்து விளைவுகளை நவசெவ்வியல் ஆய்வாளர்கள் கண்டுபிடித்தார்கள். அதற்கு மாறாக, வெப்லின் அவர் கால நிகழ்வுகளிலிருந்து சமூக நடத்தைகளை வடித்து இறக்கியிருக்கிறார். அவை மரபுகளாகவும் குழு விதிகளாகவும் அமைப்புகளாகவும் தனிமனிதர்களின் நடவடிக்கைகளைக் கட்டுப்படுத்துகின்றன. விளைவுகளிலிருந்து காரணங்களை நோக்கி வெப்லினின் ஆய்வுகள் செல்கின்றன.

மனிதர்கள் சுயநல வேட்கை கொண்டவர்கள்; தங்கள் அறிவைப் பயன்படுத்தி உச்ச அளவு மகிழ்ச்சியையும் பயன்பாட்டையும் பெற முயல்பவர்கள்; அதற்காக அவர்கள் அறிவார்ந்த தேடுதலில் ஈடுபடுபவர்கள் என்று நவசெவ்வியல் ஆய்வாளர்கள் கருதினார்கள். தனிமனித நடத்தை, அவர்களின் அறிவார்ந்த சுயநலத் தேடலில் இருந்தே ஆரம்பிக்கிறது என்றும் அவர்கள் அனுமானித்தார்கள். நுகர்வோராக இருந்தால் உச்சப் பயன்பாடு அடைதல், தொழிலதிபராக இருந்தால் உச்ச இலாபமீட்டல் ஆகிய சுயநலம் பேணும் நடவடிக்கைகள்தான் தேவை, அளிப்பு ஆகிய இரு சக்திகளையும் பின்னிருந்து இயக்குபவை என்றும் விளக்கினார்கள்.

தனிமனிதர்கள், அறிவார்ந்த தேடுதலில் ஈடுபடுபவர்கள் என்கிற நவசெவ்வியல் கருத்தையே வெப்லின் ஏற்றுக்கொள்ளவில்லை! பொருள்களை நுகர்வதால் வரும் பயன்பாடுகளை மின்னல் வேகத்தில் கணக்கிடும் கருவிகள் போல் (*lightning calculator*) அவர்கள் இயங்குகிறார்கள் என்கிற அனுமானமே தவறானது என்கிறார் அவர். சமூக, கலாசார அமைப்புகள் காலத்துக்குக் காலம் பரிணாம வளர்ச்சி சார்ந்து மாறுபடுகின்றன. தனிமனிதர்கள் தத்தம் காலத்திலிருக்கும் குழுக்களிடமிருந்தும் அமைப்புகளிடமிருந்துதான் நடத்தையையே கற்றுக்கொள்கிறார்கள். தனிமனிதர்கள் பெருமளவுக்கு அவர்கள் அங்கத்தினராக இருக்கும் குழுக்களின் பழக்க வழக்கங்களின்படி நடப்பார்கள். சமுதாய, கலாசார அமைப்பு தீர்மானிக்கும் நடத்தைகளும், அவற்றிலிருந்து கிடைக்கும் அனுபவங்களும் தனி மனிதர்களுக்கு எவை மகிழ்ச்சி தருகின்றன, எவை பயன்பாடுகள் அளிக்கின்றன என்கிற உணர்வுகளையே வழங்கலாம். எடுத்துக்காட்டாக, புலால் உணவுக்குப் பழகியவர்களுக்குப் புலால் உட்கொள்வது மகிழ்ச்சி தரலாம். ஆனால் புலால் உணவை

உட்கொள்வதையே தவிர்த்திருக்கும் சமுதாயத்தைச் சேர்ந்த ஒருவருக்கு புலால் உணவின் நெடியே அருவருப்பைத் தரலாம். தனிமனிதர்களாக இயங்கும்போது உணர்வுகள் திருப்புகிற திசைகளின் வழியாகத்தான் அவர்கள் நடத்தை செல்லும் என்றும், அறிவார்ந்த தேர்வுகள் வழியாகத்தான் அவை இயங்கும் என்று எதிர்பார்ப்பது தவறு என்றும் வெப்லின் கருதினார். தனிநபர் நடவடிக்கைகளும் பொருளாதார, சமுதாய அமைப்புகளின் நடவடிக்கைகளும் பரிணாம வளர்ச்சியால் மாற்றமடைந்து ஒவ்வொரு காலகட்டத்திலும் நிலவுகிற சமூக அமைப்புகளின் அங்கத்தினர்களின் நடத்தைகளைத் தீர்மானிக்கின்றன என்று அவர் விளக்கியதால் நவசெவ்வியல் பொருளியலிற்கு மாற்றாகத் 'தொன்மை அமைப்புப் பொருளியலை'த் (*old institutional economics*) துவக்கியவர் என்கிற பெருமை வெப்லினுக்கு உண்டு.

வெவ்வேறு உற்பத்திக் காரணிகளை இணைத்துப் பல பொருள்களை ஏராளமாக உற்பத்தி செய்யும் சந்தைப் பொருளாதாரம் எப்படி ஒரு சமநிலையை நோக்கி நகரும் என்று காட்டுவது அவர் காலத்தில் நவசெவ்வியல் பொருளியல் ஆய்வாளர்களின் நோக்கமாக இருந்தது. அதற்கு மாறாக, பொருளாதாரம் அவர் காலத்தில் எப்படி இயங்கிக்கொண்டு இருக்கிறது என்பதை விவரித்து, அன்றைய பொருளாதார மாற்றங்களின் நன்மை தீமைகளை விளக்குவது வெப்லினின் இலக்காக இருந்தது. உற்பத்திக் காரணிகளை நிலம், உழைப்பு, முதல் என்று வகை பிரிப்பதும், அவற்றுக்கு வாரம், கூலி, இலாபம் என்று ஊதியங்களைக் காட்டுவதும் வரலாற்றில் முதலாளியம் என்கிற பரிணாம வளர்ச்சி வந்த பிறகு ஏற்பட்ட வேறுபாடுகள் என்கிறார் வெப்லின். உற்பத்தி என்பது உண்மையில் எப்போதுமே ஒரு சமுதாயக் கூட்டு நடவடிக்கை. அதில் உழைப்பு, முதல் என்று வேறுபாடுகள் காட்டி, அவற்றின் பங்குகளை அடையாளம் காட்ட முடியாது. எனினும் அந்த வேறுபாடுகள் செவ்வியல் மற்றும் நவ செவ்வியல் பொருளியலாசிரியர்களால் வகை பிரிக்கப்பட்டவை. எடுத்துக்காட்டாக, ஜே.பி. கிளார்க் முதலீட்டையும் முதலீட்டுப் பொருள்களையும் வகை பிரித்திருக்கிறார். கிளார்க் காட்டும் முதலீடு கணத்திற்கு கணம் வெவ்வேறு வடிவெடுக்கும் கற்பனையே தவிர உண்மையன்று. ஜே.பி. கிளார்க்கின் முதலீடு உச்ச இலாபம், உச்சப் பயன்பாடு ஆகிய இலக்குகளை அடைய முயலும் தனிநபர் நடவடிக்கைகளை விவரிக்க அவர் ஏற்படுத்திய அடையாள முயற்சியே தவிர, அது நடைமுறையில் காணக்கிடைக்காதது. வரலாற்றின் பரிணாம வளர்ச்சியைப் புரிந்துகொள்ள உற்பத்தி எவ்வாறு சமுதாயக் கூட்டு நடவடிக்கையாக வெவ்வேறு காலங்களில் வெவ்வேறு வடிவெடுத்திருக்கிறது என்று காண

வேண்டும்; குறிப்பாக, அது எவ்வாறு முதலாளியக் காலத்தில் இயங்குகிறது என்று பார்க்க வேண்டும் என்கிறார் வெப்லின். வெறும் கற்பனைக் கோட்பாடுகளைக் கொண்டு சமூக மாற்றத்தைப் புரிந்துகொள்ள முயல்வதை விட, நிகழ்ந்துகொண்டிருக்கும் சமூக மாற்றங்களின் பரிணாம வளர்ச்சியை விவரிப்பது நல்ல பாடங்களைத் தரும் என்று அவர் நம்பினார். அவர் கால முதலாளியத்தின் நாசவேலைகளை மக்களின் கவனத்திற்குக் கொண்டுவருவதற்கு நையாண்டியை ஒரு வீரியமான ஆயுதமாகப் பயன்படுத்தியவர் வெப்லின்.

~~

மனித நாகரிகத்தின் பண்பாட்டுப் பரிணாம மாற்றம்

மனித நாகரிக வளர்ச்சியை வெப்லின் தன் பண்பாட்டுப் பரிணாமக் கொள்கை மூலம் விளக்குகிறார். மனித நாகரிக வளர்ச்சியின் ஆரம்பநிலையில் அவர்கள் கற்கால மனிதர்களாகக் குழுக்களில் வாழ்ந்தார்கள். அவர்களிடம் சொத்துரிமை தோன்றவில்லை. இலை தழைகளைப் பறித்தும், கிழங்குகளை அகழ்ந்தும், கனிகளைப் பறித்தும், வேட்டையாடியும் பகிர்ந்துண்டு வாழ்ந்தார்கள். அந்நிலையில் அந்தச் சமூகங்களில் ஆண்களும் பெண்களும் சமமாகவே நடத்தப்பட்டிருக்கின்றனர். சமூகத்தில் உயர்வுதாழ்வு இல்லை. ஆண்டான் அடிமை கிடையாது. தாய்மையை மதித்த சமூகம் அப்போது இருந்தது. அவர்களிடையே சமத்துவம் நிலவியது.

இந்த நிலையிலிருந்து அவர்கள் காட்டுமிராண்டி (savage) நிலைக்கு உயர்கிறார்கள். இது மனித சமூகப் பண்பாட்டு பரிணாம மாற்றத்தின் இரண்டாவது நிலை. ஒரு குழுவினர் மற்றொரு குழுவினரைத் தாக்கி, தோற்ற குழுவினரின் உடைமைகளைத் தங்களுடையதாக்கிக் கொண்டனர். இந்தக் காட்டுமிராண்டிக் கட்டத்தில்தான் சொத்துரிமை உருவாகியிருக்கிறது. தோற்றவர்கள் அடிமைகளானார்கள். தோற்றவர்களின் குழுவிலிருந்த மகளிரும் குழந்தைகளும்கூட வென்றவர்களின் சொத்தாகி விட்டார்கள். இந்தக் காலகட்டத்தில்தான் பெரும் வெற்றியைப் பெறுவதற்குக் காரணமானவர்கள் என்பதால் போர்க்காலங்களில் வன்முறையைக் கையாள்வதில் வல்லுநர்களுக்கு மதிப்பு அதிகமாயிற்று. வெற்றி பெற்றவர்கள் தங்கள் வெற்றியின்போது கொள்ளையடித்த பொருள்களையும், கைப்பற்றிய அடிமைகளையும் பகட்டாய் விளம்பரப்படுத்தி வலம் வந்தார்கள். அதனால் காட்டுமிராண்டிக் குழுக்களிடையே வன்முறையோடு கொள்ளையடிப்பது வீரமென்றும், மதிப்பு மிக்க நடத்தை என்றும் கருத்து வளர்ந்தது.

நவசெவ்வியல் பொருளியல்

அப்படி வெற்றிகரமாகக் கொள்ளையடித்தவர்கள், போருக்குப் பின் வந்த அமைதிக் காலங்களில் தாங்கள் கைப்பற்றிக் கொண்டுவந்த அடிமைகளிடம் வேலை வாங்கித் தங்களுக்குத் தேவையான பொருள்களையும் பணிகளையும் பெற்றார்கள். அதனால் அவர்களின் சமுதாய மதிப்பை மேலும் உயர்த்தியது. உடலுழைப்பைச் செய்பவர்கள் கீழ்மட்டத்தைச் சார்ந்தவர்களென்றும் அவர்கள் மீது அதிகாரத்தைச் செலுத்தி அவர்களின் உழைப்பின் மூலம் தங்களுக்குத் தேவையானவற்றைப் பெறுபவர்கள் மேல் மட்டத்தைச் சேர்ந்தவர்களென்றும் சமுதாயப் பிரிவு அப்போதே தோன்றி விடுகிறது. இந்த நிலையில்தான் தாய்மையடையும் காலங்களில் ஆண்களோடு சரிசமமாக வன்முறையோடு சூறையாட இயலாத பெண்கள் வர்க்கமே ஆண்களுக்குக் கீழ்ப்படிபவர்களாகப் படியிறக்கப் பட்டிருக்கிறார்கள். ஆணாதிக்க சமூகத்தின் அடித்தளம் அப்போதே அமைக்கப்பட்டு விட்டது.

மனிதர்களை இயக்குவதில் சில உள்ளுணர்வுகள் முக்கியமானவை. மனிதர்களின் உள்ளுணர்வுகளில், மற்ற அனைத்து உள்ளுணர்வுகளை விட வேட்டையாடும், சூறையாடும் உள்ளுணர்வுக்கு அதிக முக்கியத்துவம் காட்டுமிராண்டிக் கால கட்டத்திலிருந்து வந்திருக்கிறது. எவரெல்லாம் கொள்ளையடித்து அல்லது மற்றவர்களின் உழைப்பைக் கொண்டு தங்களுக்குத் தேவையானவற்றைப் பெறுகிறார்களோ, எவரெல்லாம் உழைக்காமல் உபரி வருவாய் பெறுகிறார்களோ, அவர்களெல்லாம் சமுதாயத்தின் அதிக சக்தி வாய்ந்தவர்களாக, பெரும் செல்வர்களாக, ‘ஓய்வு வர்க்க’த்தினராக, மரியாதைக்குரியவராகப் பெருமைப்படுத்தப்பட்டார்கள். அப்படி அந்த மரியாதையைப் பெறுவதற்கு உரியவர்கள் என்று பகிரங்கப்படுத்துவதற்கு அவர்கள் பகட்டுக் காட்டும் சின்னங்களை அணிவதும், விளம்பரப்படுத்துவதும் (கிரீடம், சிம்மாசனம், வெண்கொற்றக்குடை – தற்காலத்தில் கார்களின் மேல் சுழலும் சிவப்பு விளக்கு – போன்றவை) வழக்கமாகி விட்டன.

மனித சமூக முன்னேற்றத்தின் இரண்டாவது நிலையிலேயே, காட்டுமிராண்டிக் காலத்திலிருந்து பண்ணையடிமை, நிலப் பிரபுத்துவ சமுதாய காலத்திற்கு மாறியது வித்தியாசமான சொத்துரிமை கொண்ட ஓர் உட்பிரிவான மாறுதல்தான். நிலப்பிரபுத்துவ சமூகத்தில் காட்டுமிராண்டிக்காலத்தின் ‘ஓய்வு வர்க்கத்தினரின்’ அனைத்து நடத்தைகளும் வேறு வகைகளில் தொடர்ந்தன. காட்டுமிராண்டிக் காலத்தில் மனிதர்கள் வேட்டையாடிப் பிழைத்தார்கள். அவர்களுக்கு உணவு கிடைப்பதில் நிச்சயமற்ற நிலை நிலவியது. அதனால்

நிலத்தில் விதைத்து சாகுபடி செய்தும், மிருகங்களைப் பழக்கிப் பட்டிகளில் அடைத்து மேய்த்தும் விவசாயம் செய்கிற சமூக அமைப்பு தோன்றுகிறது. அதுவும் பண்பாட்டுப் பரிணாம வளர்ச்சியின் மற்றோர் அங்கம்தான். காட்டுமிராண்டிக் காலத்தில் அடிமைகள் 'ஓய்வு வர்க்க'த்தினரின் சொத்தாக இருந்ததுபோல், நிலப் பிரபுத்துவ சமுதாயத்தில் நிலமும், பண்ணையடிமைகளும் அவர்களின் சொத்தாக மாறிவிட்டன. காட்டுமிராண்டிக் காலத்தில் சமுதாயத்தொழில் செயல்முறைகளின் பலன்கள் எஜமானர்களின் நன்மைக்காகப் பெருமளவுக்குச் சென்றது போலவே நிலப்பிரபுத்துவ சமுதாயத்திலும் அவை நிலவுடைமையாளரை நோக்கிச் சென்றன. 'ஓய்வு வர்க்கத்தினரின்' முழுக் கட்டுப்பாட்டுக்குள் நிலவுடைமை இருந்தது. கௌரவமுடையதாகக் கருதப்பட்ட வேலைகளெல்லாம் சமுதாயத்தின் மேல்மட்டத்தினருக்காக ஒதுக்கப்பட்டன. படைத்தலைமை, அரசு உயர் பதவிகள், மதத்தலைமை, விளையாட்டு, மதப் பிரசாரம் போன்றவை அவற்றில் முக்கியமானவை. உடலுழைப்போடு கூடிய, அன்றாட வாழ்க்கையின் தேவைகளை நிறைவு செய்யும் அனைத்து வேலைகளையும் நிறைவேற்றுவது கீழ்மட்டத்தினரின் கடமையாயிற்று. மேல்மட்டத்தினர் மற்றவர்களின் உழைப்பைக் கொள்ளையடித்து வாழ்வது அல்லது ஆணையிட்டுப் பிடுங்கிக் கொள்வது உயர்வாகக் கொள்ளப்பட்டது. கீழ்மட்டத்தினர் தங்கள் உழைப்பால் புதிய பொருள்களை உருவாக்கிக் கொடுத்தது தாழ்வாகக் கருதப்பட்டது.

இந்த நிலப் பிரபுத்துவ சமுதாயத்தில் மூன்று வர்க்கத்தினரை இனம் பிரிக்கலாம். முதல் வகையினர் சூறையாடும் வகுப்பினர். அவர்கள்தான் ஆரவாரமாக வாழ்ந்த நிலப்பிரபுக்கள். நடுத்தர வர்க்கத்தினர் கைத்தொழில், வணிகம் செய்தவர்கள். அடியில் இருந்தவர்கள் உடலுழைப்பைச் செய்த தொழிலாளிகள். மேல் வர்க்கத்தினர் உழைக்காமலே ஆதாயம் பெற்று வாழ்ந்தார்கள். நடுத்தர வர்க்கத்தினர் இடைத்தரகர்களாகவும், கருவிகள் உற்பத்தியாளர்களாகவும் ஆதாயம் ஈட்டி வாழ்ந்தார்கள். கடைநிலை வர்க்கத்தினர் உடலுழைப்பை நல்கியவர்கள்; உழைப்பதற்காக விவசாய விளைச்சலில் மரபு சார்ந்த பங்குகள் பெற்று வாழ்ந்தார்கள்.

சூறையாடும் வர்க்கத்தினர்தான் கைத்தொழில், வணிகம் செய்யும் நடுத்தர வர்க்கத்தினரைத் தாங்கள் வசிக்குமிடங்களுக்கு அருகே இடம்கொடுத்து பெருகச்செய்தார்கள். நிலப்பிரபுக்களின் அரண்மனைகள் போன்ற கட்டடங்களைக் கட்டவோ, பட்டுத்துணிகள் போன்ற உடைகளை உற்பத்தி செய்யவோ நிலப்பிரபுக்களின் உழைப்பாளர்களுக்குத் தேவையான ஏர், மண்வெட்டி போன்ற கருவிகளைச் செய்துதரவோ கைத்தொழில்

வல்லுநர்கள் தேவைப்பட்டனர். அதுபோலவே உப்பு போன்ற இன்றியமையாப் பொருள்கள் முதற்கொண்டு பட்டுத்துணி, வைரம் போன்ற பகட்டுப் பொருள்கள் வரை உள்ளூரில் கிடைக்காத பொருள்களைக் கொண்டுதருவதற்கு வணிகர்கள் தேவைப்பட்டனர். நடுத்தர வர்க்கத்தினர் பண்ணையடிமைகளாக இல்லாததால் அவர்களுக்குப் பண்டமாற்று முறையில் ஊதியம் வழங்கப்பட்டது. அதில் திறமையானவர்கள், சேமிப்பின் வழியாகச் செல்வமீட்ட முடிந்தது.

காலப்போக்கில் வணிகத்தின் செல்வாக்கு வளர்ந்ததனால் செல்வமீட்டுவது என்பதே ஒரு முக்கியக் குறிக்கோளாகிவிட்டது. மத்திய நெடுங்காலத்தில் ஐரோப்பாவிலும் இங்கிலாந்திலும் அமைதி நிலவிய காலங்களில் தச்சர், கொல்லர், நெசவாளர் போன்ற கைவினைஞர்கள் ஆங்காங்கே மக்களின் இன்றியமையாத் தேவைகளை நிறைவு செய்து வாழ்ந்தார்கள். உற்பத்தி நடைமுறையில் அவர்களின் வேலைநுட்பமும் செயல்திறமும் அவர்களுக்கு வாழ்வாதாரம் தந்தன. எங்கு அவர்களுக்குத் தேவை அதிகமோ, அங்கு இடம் பெயர்ந்தார்கள். அந்நாட்களில் அவர்களுக்கு எஜமானர்கள் இருக்கவில்லை. ஐரோப்பிய நிலப்பரப்பின் பல பகுதிகளிலும் அவர்கள் வாழ்ந்து வந்த போதிலும் காலப்போக்கில் அவர்கள் நகரங்களில் ஒன்று திரள்வது அதிகமாகியது. நகரங்களில்தான் ஒப்பந்தப்படி வேலை செய்வது, கூலி முறை, நம்பிக்கையின் அடிப்படையில் பணம் கடனாகவும் ரொக்கமாகவும் பரிவர்த்தனை செய்தல் போன்ற நடவடிக்கைகள் வளர்கின்றன. நகரங்களில் வணிகம் செய்யவும் உற்பத்தியை நடைமுறைப்படுத்தவும் பணமுதல் தேவைப்பட்டது. அதை வழங்கிய வணிகச் செல்வர்கள், காலப்போக்கில் படைப்புத் திறன் கொண்ட கைவினைஞர்களைத் தங்கள் பட்டறைகளில் வேலைக்கமர்த்திக் கொண்டார்கள். பட்டறைகளின் சொந்தக்காரர்கள் எஜமானர்களாக உயர்ந்தார்கள். பட்டறைகளில் வேலைக்குச் சென்றவர்கள் கூலியாட்களாகத் தாழ்ந்தார்கள். அந்த மாற்றத்தால் பணமுதல் வழங்கியவர்கள், சமுதாயத்தின் படைப்புத்திறன் கொண்ட தொழிலாளர்களின் வேலைநுட்பத்தையும் செயல்திறத்தையும் உற்பத்தித் திறனையும் தங்கள் கட்டுப்பாட்டுக்குள் அடக்கினார்கள்.

நிலப்பிரபுக்கள், அவர்களின் நிலங்களில் அடிமைகளின் உழைப்பினால்வந்த வருவாயைக் கொண்டு படாடோபமாக வாழ்ந்தனர். வணிகர்களும் கைத்தொழில் வல்லுனர்களும் தங்கள் உழைப்பாலும் திறமையாலும் செல்வமீட்டி, அதில் வெற்றி பெற்றவர்கள் படாடோப வாழ்க்கை வாழ்ந்தனர். பாரம்பரிய உரிமையால் சொத்துக் கிடைத்த நிலப் பிரபுக்களின் மரபுவழிச் செலவுகள் அவர்களின் செல்வத்தை மேலும் பெருக்குவதில் அதிக

வாய்ப்புகளை நல்கவில்லை. ஆனால், தங்கள் திறமையாலும் உழைப்பாலும் செல்வமீட்டிய நடுத்தர வர்க்கத்தினர் விரிந்து வரும் வணிகத்தொடர்புகள் காரணமாகத் தங்களின் செல்வத்தை மேலும் பெருக்குவதில் அதிக வாய்ப்புப் பெற்றார்கள். மத்திய நெடுங்காலத்தின் இறுதியில் சூறையாடிப் பெறுபவர்களும் நிலப்பிரபுக்களும் உயர் அந்தஸ்தைப் பெற்றிருந்தது போலவே நடுத்தர வர்க்கத்தினரான பரிவர்த்தனை, வணிகம் மூலம் செல்வத்தை ஈட்டியவர்களும், செல்வத்தைப் படாடோபமாக விசிறியடித்துச் சமுதாயத்தில் உயர்நிலையைக் கைப்பற்றினார்கள். பரிவர்த்தனை, வணிகம் மூலம் செல்வத்தை ஈட்டுபவர்கள் அதிக அளவில் நகர்களில்தான் ஒன்றுதிரண்டு காணப்பட்டார்கள். நகரங்கள் வளர்ந்து கிராமங்கள் தேய்ந்தன. நடுத்தர வர்க்கத்தினர் தாங்கள் ஈட்டிய செல்வத்தைக்கொண்டு நில முதலாளிகளுக்குச் சமமாக, சில சமயங்களில் மேலாகவும்கூட, உயர்ந்தனர். இதன் காரணமாகப் பண்ணையடிமை, நிலப் பிரபுத்துவ முறையே மாற்றமடைந்து, அந்த இடத்தை நிரப்புகிற வகையில் முதலாளிய சமுதாயம் தோன்றியது.

முதலாளியம் மனித இனத்தின் பண்பாட்டுப் பரிணாம வளர்ச்சியின் மூன்றாவது நிலையாகிறது. முதலாளியமும் கூடப் பரிணாம வளர்ச்சியால் மாறிக்கொண்டேயிருக்கிறது. முதலாளியத்தின் பரிணாம வளர்ச்சியை வெப்லின் நான்கு கட்டங்களாகப் பிரிக்கிறார். மத்திய நெடுங்காலத்தில் ஐரோப்பாவிலும் இங்கிலாந்திலும் கைவினைஞர்களும் வணிகர்களும் நிலப்பிரபுக்களுக்கிணையாக வளர்ந்து 'ஓய்வு வர்க்கத்தினரில்' ஒரு பகுதியானது முதலாளியத்தின் பரிணாம வளர்ச்சியின் முதல் கட்டத்தில் அடங்குகிறது. முதலாளியத்தின் ஆரம்ப நிலைகளில் பட்டறைகளைத் தாங்களே நிறுவி, மேற்பார்வையிட்டு உற்பத்தியின் அனைத்துப் பகுதிகளையும் தங்கள் கட்டுக்குள்ளேயே வைத்திருந்த முதலாளிகள்தான் மிகப்பெரும்பான்மையினர்.

முதலாளிய வளர்ச்சியின் இரண்டாம் கட்டம் 1770களில் இங்கிலாந்தில் இயந்திரத் தொழில் உற்பத்திப் பெருக்கத்திலிருந்து தொடங்கியது. தொழில்நுட்பக் கண்டுபிடிப்புகள், மூலதன-நிதித் திரட்சி, சமூக அமைதி, தொழில் தொடங்கச் சுதந்திரம், சொத்துரிமைக்குப் பாதுகாப்பு, உற்பத்தியாளரிடையே போட்டி, செயல் திறன் கொண்ட தொழிலாளர்களின் எண்ணிக்கை வளர்ச்சி போன்ற பல காரணங்களும் இக்காலகட்டத்தில் இயந்திரத் தொழில் வளர்ச்சியை ஊக்குவித்தன. இயந்திரத் தொழில்களில் பல புதிய தொழில்முனைவோர் ஈடுபட்டனர். தொழில்களை நேரடியாக மேற்கொள்பவர்களின் எண்ணிக்கை மிக வேகமாக அதிகரித்தது. அவர்களில் பலர் ஒரே தலைமுறையில் தங்கள்

முயற்சியால் மட்டுமே கோடீஸ்வரர்களாக உயர்ந்தார்கள். ஏதோ ஒரு தொழிலைத் தொடங்கி வாழ்க்கையில் முன்னேற வேண்டும் என்கிற கனவை அந்த முன்னோடிகள் வேறு பலருடைய உள்ளங்களில் விதைத்தார்கள்.

பணமுதல் வழங்குபவர்கள் தொழிலைத் தாங்களே நேரடியாக மேற்கொள்ளாமல், சொத்துரிமை இருப்பதால் தொழிலில் முதலீடு மட்டும் செய்து, மற்றவர்களை மேற்பார்வையாளர்களாக நியமித்துத் தொழிலை நடத்துவது இக்காலகட்டத்தில் சாத்தியமாயிற்று. பணத்தினடிப்படையில் இயங்கும் பொருளாதார அமைப்பு, நம்பிக்கை மற்றும் வாக்குறுதி சார்ந்த கடன் வழங்கும் சாதனங்கள், கூலி ஒப்பந்தங்கள் போன்றவற்றின் வளர்ச்சியால் நவீன இயந்திரத் தொழில் பட்டறைகளில் பணமுதலீடு மட்டும் செய்து, தொழிலை நேரடியாக மேற்கொள்ளாமல் பின்னாலிருந்தே இயக்கும் அத்தகைய முதலாளிகள் தோன்றினார்கள். பங்குச் சந்தை அப்படிப்பட்டவர்களின் வளர்ச்சிக்கு மிகவும் உதவியது. இயந்திரத் தொழில் வளர்ச்சிக்குப் பணப் பொருளாதாரம், நம்பிக்கை மற்றும் வாக்குறுதி சார்ந்த கடன் சாதனங்களின் வளர்ச்சி, நிதி நடவடிக்கைகள் ஆகியவை அடித்தளமாக அமைந்தன. சமுதாயத்தின் பெரும்பாலானோர் உழைத்துப் பிழைத்தார்கள். சிறுபான்மையினர் முதலீடு செய்தும், நிதி வழங்கியும் உழைக்காமலே சுரண்டிப் பிழைத்தார்கள். அவர்கள்தான் முதலாளியத்தின் நாசவேலைகளைத் தொடங்கியவர்கள். அவை முதலாளியத்தின் மூன்றாவது, நான்காவது கட்டங்களில் வேகமாக வளர்ந்தன.

முதலாளிய வளர்ச்சியின் மூன்றாம் கட்டம் 1800க்கும் 1850க்கும் இடைப்பட்ட காலத்தில் இங்கிலாந்தில் ஏற்பட்டது. பல புதிய தொழில் முனைவோர் ஏராளமான முதலை இயந்திரத் தொழில்களில் ஈடுபடுத்தினர். அனைத்துத் தொழில்களிலும் ஆரம்பத்தில் கிட்டத்தட்ட நிறைவுப் போட்டி நிலவியது. தொழில்நுட்பத்தில் பெரிய மாற்றங்கள் வந்தன. பொருள்களின் உற்பத்தியின் அளவு, இயந்திரங்களை இயக்கும் பேரளவு உற்பத்தி முறைகளால் ஏராளமாகப் பெருகியது. மக்கள் தொகை பெருகியது. பன்னாட்டு வணிகமும் பெருகியது. நிறுவனங்களின் உற்பத்தித்திறனும் பெருகியது. கிட்டத்தட்ட நிறைவுப் போட்டி நிலவியதால், இலாபத்தின் அளவு சிறிதுசிறிதாகக் குறைந்தது. இந்தக் கட்டத்தில்தான் நிதியை வழங்கித் தொழில்களைப் பின்னாலிருந்து இயக்கும் நிதி முதலாளிகள் தொழில்களை நேரடியாக நிர்வகித்து, அவற்றைப் பேரளவு உற்பத்தி முறைகளுக்கு வழிநடத்திய நிறுவன முதலாளிகளிடமிருந்து பட்டறைகளையும் நிறுவனங்களையும் கைப்பற்ற ஆரம்பித்தனர். நிதி முதலாளிகளின் இலக்கு, அப்படிக் கைப்பற்றிய பட்டறைகள், நிறுவனங்களின் இலாபத்தை எந்த

வழியிலாவது உச்சமடையச் செய்வதுதான். அதற்காக அவர்கள் சந்தைகளில் முற்றுரிமைபெற்று வெளியீடுகளைக் குறைத்தும், அவற்றின் தரத்தைத் தாழ்த்தியும், விலைகளை உயர்த்தியும் இலாபத்தைப் பெருக்கினார்கள். நுகர்வோரைத் தங்கள் பொருள்களை வாங்குமாறு இணங்கச்செய்கிற விற்பனைத்திறன் பெறுவதற்குக் கற்பனையையும் பொய்யையும் விளம்பரம் மூலம் பரப்பினார்கள். அவர்களின் செயல்பாடுகளை நாசவேலை என்று வெப்லின் வர்ணிக்கிறார். அவர்கள் நேர்மையற்ற, மோசடியான, ஏமாற்று வேலைகளை மேற்கொள்ளும் பாங்கினராக இருந்தார்கள். அப்படிச் செய்வதெல்லாம் வியாபாரத் தந்திரம் என்று வாதித்தார்கள். மற்ற அறங்களிலிருந்து வணிக அறம் மாறுபட்டது என்றும், அதைக் கையாள்வதுதான் தொழில்களில் தலைமையடைவதற்கு வழி என்றும் பிரசாரம் செய்தார்கள்.

முதலாளிய வளர்ச்சியின் நான்காம் கட்டம் 1870க்குப் பிறகு அமெரிக்காவில் தோன்றி, அங்கு வேகமாகவும், மற்ற நாடுகளில் மெதுவாகவும் வளர்ந்தது. முதலாளியத்தின் அந்த வடிவத்தைத்தான் வெப்லினின் வாழ்நாளில் அவர் அதிகம் கண்டார். இந்தக் கட்டத்தில் முதலாளியத்தில் பெரிய 'கார்பரேட்' நிறுவனங்கள் பெருகின. அவற்றின் நோக்கம் பொருள்களின் உற்பத்தியைப் பெருக்குவது அன்று; பணமீட்டுவதன் அளவைப் பெருக்குவதுதான் என்கிறார் வெப்லின். வெளியீடுகளின் அளவுகளைக் கட்டுப்படுத்துவது, வேலையில்லாத் திண்டாட்டத்தை அனுமதிப்பது போன்ற நாசவேலைகள் அவற்றின் செயல்திட்டத்தில் இடம் பெற்றவை.

முதலாளியம் அடையும் பரிணாம வளர்ச்சியால் 'வேலையைச் சிறப்பாகச் செய்யும் உள்ளுணர்வு' (instinct of workmanship) கொண்டவர்கள் அடிமைகளாகவும் உழைப்பாளர்களாகவும் கீழே அடங்கியிருக்கவும், வேட்டையாடும், சூறையாடும் உள்ளுணர்வு (predatory instinct) கொண்டவர்கள் 'ஓய்வு வர்க்க'த்தினராக, முதலாளிகளாக மேல்நிலையிலிருந்து கொண்டு உத்தரவிடுபவர்களாகவும் இருப்பதால் சமுதாயத்தில் பகிரங்க வீணடிப்பு மிகுகிறது. சமுதாயம் முழுவதிலும் பரவிக்காணப்படும் 'ஓய்வு வர்க்க' நடவடிக்கைகளின் பரவலாக்கம், காட்டுமிராண்டிச் சமூகத்தில் வன்முறையினால் அடுத்தவர் உடைமைகளைக் கொள்ளையடிப்பதை உயர்குணமாக ஏற்றுக்கொண்டதன் வடிவ மாற்றம்தானே ஒழிய, மனித நாகரிகத்தின் முன்னேற்றமன்று என்கிறார் வெப்லின்.

இந்த முதலாளிய நிலையிலிருந்து மாற்றம் பெற்று சோஸலிச சமுதாயம் அமைவதை அவர் பண்பாட்டுப் பரிணாம வளர்ச்சியின் நான்காம் உச்ச நிலை மாற்றமாகப் பார்க்கிறார்.

இந்த நிலையை ஒரு தொழில் குடியரசு (industrial republic) என்று வர்ணிக்கிறார். 'கார்பரேட்' முதலாளியத்தின் பல தீமைகளால் மக்கள் அவதியுறுவார்கள். அவை ஏற்படுத்தும் போர்கள், மக்களின் சுதந்திரம் பறிபோவது, நிறவெறி, வேலையில்லாத் திண்டாட்டம், சாதாரண மனிதர்களின் பாதுகாப்பில்லாத நிலை, அந்நியமாதல், சுரண்டல், பொருளாதார ஏற்றத்தாழ்வுகள், படாடோப நுகர்ச்சியினால் தூண்டப்படும் பொறாமை போன்ற அனைத்துத் தீமைகளும் கார்பரேட் முதலாளியத்தினால் வந்திருக்கின்றன. அவையே மக்களை அவற்றிற்கு மாற்றான ஓர் அமைப்பை நோக்கிச் செலுத்தும் என்று வெப்லின் நம்புகிறார். 'சூறையாடும் உள்ளுணர்வு' கொண்டவர்களிடமிருந்து, அதிகாரத்தை 'வேலையைச் சிறப்பாகச் செய்யும் உள்ளுணர்வு' கொண்டவர்கள் கைப்பற்றுவதன்மூலம் இந்த மாற்றம் வரும் என்று வெப்லின் கூறுகிறார். எப்படி இந்த மாற்றம் நிகழும் என்பதை வெப்லின் தெளிவாக விவரிக்கவில்லை. எனினும் 1921இல் எழுதியுள்ள நூலில் இந்த மாற்றம் ஒரு பெரிய பொது வேலைநிறுத்தத்திற்குப் பிறகு வருமென்று கூறுகிறார். நான்காம் கட்ட முதலாளியத்திலிருந்து தொழில் குடியரசாகச் சமூகமே மாற்றம் பெறும் பரிணாம வளர்ச்சியின் இந்த நான்காம் நிலையைப் பின்னர் விரிவாகப் பார்க்கலாம். அதற்குமுன், வெப்லினுடைய 'ஓய்வு வர்க்கம்' பற்றிய தத்துவத்தை நுட்பமாகப் புரிந்துகொள்வது அவசியமாகிறது.

~~

ஓய்வு வர்க்கம்

மனித இனத்தின் பரிணாம வளர்ச்சி பற்றிய அவருடைய கோட்பாட்டின் ஒரு முக்கியக் கூறாகத்தான் 'ஓய்வு வர்க்கம்' பற்றிய தத்துவத்தை வெப்லின் காட்டுகிறார்.

நவசெவ்வியலாரின் அடிப்படைத் தத்துவமான அறிவார்ந்த நுகர்ச்சி மூலம் உச்சப் பயன்பாடு பெறுவதுதான் மனித இனத்தின் இலக்கு என்கிற கொள்கையினையே 'ஓய்வு வர்க்கத்தின் தத்துவம்' நூலில் அவர் கேள்விக்குரியதாக்குகிறார். வெவ்வேறு பொருள்களை நுகர்வதனால் பெறுகிற இன்பம் மனிதர்களின் அக உணர்வுகளால் அறியப்படுகின்றன என்பதையும் அவர் அப்படியே ஏற்றுக்கொள்ளவில்லை. அறிவார்ந்த தேடல்கள் வழியாக மட்டும் மனிதர்கள் உச்சப் பயன்பாட்டைப் பெறுவதில்லை; அவர்களைச் சுற்றியுள்ளவர்கள் எதை உயர்வாக மதிக்கிறார்களோ அந்தப் பொருள்களை நுகர்வதன் மூலமும் பெறுகிறார்கள் என்கிறார் வெப்லின். தாகத்தைத் தணிப்பதற்குத் தண்ணீர் குடிக்கிறோம். தகரக் குவளையில் குடித்தாலும், தங்கக் குவளையில் குடித்தாலும்

தாகம் தீர்ந்து விடும். ஆனால் சக மனிதர்களின் பார்வையில் தங்கக் குவளையில் குடிப்பது அந்தஸ்தை உயர்த்தி விடுகிறது. எந்தக் குவளையில் குடித்தாலும் தாகம் தீர்ந்துவிடும் என்பதுதான் அறிவு கூறுகிற செய்தி. தங்கக் குவளையில் குடித்தால் மற்றவர் மத்தியில் மதிப்பை உயர்த்தும் என்பது பண்பாட்டுச் சூழலால் தீர்மானிக்கப்படும் நடத்தை விதி. நுகர்ச்சியைத் தீர்மானிப்பது அறிவார்ந்த தேடல் மட்டுமன்று; பழக்க வழக்கங்கள், மூட நம்பிக்கைகள், உணர்வுகள், மரபுகள் என்று சமுதாயம் சார்ந்த பல காரணக் கூறுகளும்தான் என்கிறார் வெப்லின்.

மற்றவர்களிடம் செல்வாக்குப் பெற வேண்டும் என்கிற நோக்கத்தோடு மேற்கொள்ளப்படும் நுகர்ச்சியை வெப்லின் ‘படாடோப நுகர்ச்சி’ (conspicuous consumption) என்று அழைக்கிறார். ‘படாடோப நுகர்ச்சி’யை மனித இனத்தின் பரிணாம வளர்ச்சியிலிருந்தே தோன்றிய நிகழ்வாக அவர் காட்டுகிறார். உற்பத்தித் திறனை அதிகரிக்கச் செய்யாமல் டாம்பீகத்திற்காக மட்டும் மேற்கொள்ளப்படும் ‘படாடோப நுகர்ச்சி’யும் காட்டுமிராண்டிக் காலத்திலேயே தோன்றியிருக்கிறது என்கிறார். ‘ஓய்வு வர்க்கத்தினர்’ தங்கக் குவளையில் தண்ணீர் குடித்தார்கள். அடிமைகள் மண் குவளையில் குடித்தார்கள். எந்தக் குவளையில் குடிப்பது உயர்வு அல்லது தாழ்வு என்கிற வேறுபாடு காட்டும் அடையாளங்களும் அப்போதே தோன்றியிருக்கின்றன.

காட்டுமிராண்டிக் கூட்டத்திலிருந்து முதலாளிய சமூகமாகப் படிப்படியாகப் பரிணாம வளர்ச்சி நடந்திருக்கிறது. அந்த மாறுதல் நடந்த காலத்திலேயே ‘ஓய்வு வர்க்க’ நடவடிக்கைகள் தொழில் வணிக முதலாளிகளிடமும், அடிமை வர்க்க நடவடிக்கைகள் தொழிலாளிகளிடமும் இடப் பெயர்ச்சி பெற்றிருப்பதை வெப்லின் விவரிக்கிறார். ‘ஓய்வு வர்க்கத்தினர்’ உடலுழைப்பு செய்யாதவர்கள். டாம்பீகமானவர்கள் உடலுழைப்புச் செய்யக்கூடாது. மீறி உடலுழைப்புச் செய்தால் அவர்களின் சமூக அந்தஸ்து குறைந்து விடும். மற்றவர்கள் அவர்களை மதிக்க மாட்டார்கள். மற்றவர்கள் தங்களை மதிக்க வேண்டுமென்பதற்காக, ‘ஓய்வு வர்க்கத்தினர்’ ஏராளமான முயற்சிகள் மேற்கொள்ள வேண்டியிருக்கும்; மிகுந்த தியாகங்களைச் செய்ய வேண்டியிருக்கும் என்கிற விந்தையை கிண்டலாகப் பதிவு செய்திருக்கிறார் வெப்லின்! சுருக்கமாகச் சொன்னால், ‘ஓய்வு வர்க்கத்தினர்’ உடலுழைப்பினால் பிழைப்பவர்கள் என்கிற பழியிலிருந்து தப்புவதற்காக மிகுந்த மன அழுத்தத்தையும் கடினமான அலுவலக உழைப்பையும் மேற்கொள்கிறார்கள் என்கிறார் வெப்லின். ஜே.ஆர்.டி. டாட்டா, ஸ்டீவ் ஜாப்ஸ் போன்றவர்கள் ஓய்வின்றி உழைத்தவர்கள் என்பதும், கார்ப்பரேட் நிறுவனங்களின் உயரதிகாரிகளில் பலர்

கணப்பொழுதும் வீணாக்காமல் உழைப்பவர்கள் என்பதும் கவனத்திற்குரியது. அப்படி அவர்கள் இடையறாது மேற்கொள்ளும் உழைப்பினால் உருவாகும் பொருள்களிலிருந்து மக்களுக்குப் பயன்பாடு கிடைப்பது போலவே அவற்றை வைத்திருப்பவர்களுக்குச் சமூகத்தில் ஏற்றத்தாழ்வுகளை அடையாளப்படுத்தும் வாய்ப்பையும் ஏற்படுத்தியிருக்கிறது என்பதும் கவனத்திற்குரியது. ஆப்பிள் கைபேசியையோ, ஜாகுவார் காரையோ வாங்குவது வாங்குபவருடைய அந்தஸ்தைப் பகிரங்கப்படுத்தும் நடவடிக்கையாகவும் அவர்கள் ஆக்கியிருக்கிறார்களல்லவா? நவநாகரிகமாகத் தோற்றமளிக்கவும், அழகு சாதனப் பொருள்களை உருவாக்கவும், உடைகளையும் நகைகளையும் வடிவமைத்துக்கொள்ளவும், உணவு, மது வகைகளைத் தயாரித்து விற்கவும் செய்யப்படும் முயற்சிகளில் மக்களிடையே ஏற்றத்தாழ்வுகளை அடையாளப்படுத்தும் குறிக்கோளும் அடங்கியிருக்கிறது.

நவீன யுகத்தின் நுகர்வோர் கலாசாரம் 'ஓய்வு வர்க்கத்தினர்' நடத்தைகளினால் பெரிதும் தாக்கமடைந்திருக்கிறது. வெப்லின் வாழ்ந்த காலத்தில் முதலாளியத்தின் நாசவேலைகளை வெற்றிகரமாகச் செயல்படுத்த 'ஓய்வு வர்க்கம்' சிறந்த களம் அமைத்துக் கொடுத்தது என்பதைப் படம் பிடித்துக் காட்டியிருக்கிறார். (வெப்லினின் விளக்கங்களைப் புரிந்து கொள்வதற்காக அவர் எடுத்துக்காட்டுகளாகக் காட்டியிருக்கும் அமெரிக்கச் சூழலை விட்டுவிட்டு, அவற்றைத் தமிழ்நாட்டுச் சூழலுக்கேற்ப மாற்றியிருக்கிறேன்.) ஐம்பதாண்டுகளுக்கு முன் ஏழை உழவர்கள் பசி வந்த நேரத்தில் தூக்குப் பாத்திரத்திலேயே கூழையும் மோரையும் கரைத்துக் குடிப்பது சகஜமாக இருந்தது. அவர்களுக்கு உணவு பரிமாறும் கலையைப் பற்றிக் கவலையில்லை. பசிக்கு உணவு வேண்டும். அது மண் சட்டியில் இருந்தாலும் அலுமினியப் பாத்திரத்தில் இருந்தாலும் பசிக்கிற நேரத்தில் உணவு கிடைத்தால் போதும் என்று நினைத்தனர். ஆனால் தமிழ்நாட்டின் செல்வாக்கு மிக்க 'ஓய்வு வர்க்க'த்தினர், விருந்தினர்களுக்கு உணவை வாழை இலையில் எப்படிப் பரிமாற வேண்டும் என்று தங்கள் குழந்தைகளுக்கும் வேலையாட்களுக்கும் சொல்லித் தருகிறார்கள். வாழை இலையின் தலைப்பகுதி எந்தப் பக்கத்தில் இருக்க வேண்டும்; இலையின் எந்த இடத்தில் உப்பு வைக்க வேண்டும்; எந்த இடத்தில் பொரியல் வைக்கவேண்டும்; எந்த இடத்தில் சோறு வைக்க வேண்டும் என்பது பற்றிய நியதிகளை அவர்கள் கற்பிக்கிறார்கள். முதலில் சாம்பார், பின்னர் ரசம், கடைசியில் தயிர் என்ற வரிசையில் உணவு பரிமாற வேண்டும். ஏன் முதலில் தயிர் போட்டுக் கொள்ளக் கூடாது, ஏன் அனைத்தையும் ஒன்றாகக் கரைத்துக் குடிக்கக் கூடாது போன்ற கேள்விகள் பலர் கூடி விருந்து

சாப்பிடும்போது கேட்கப்படுவதில்லை. கேட்டாலும், இலையில் பரிமாறும் கலை ஒரு மரபு என்றும், நம் முன்னோர்கள் நல்ல காரணங்களுக்காகத்தான் அவ்வாறு ஏற்பாடு செய்தார்களென்றும் விளக்கம் வரும். அதற்குச் சில நல்ல காரணங்கள் கூட இருக்கலாம். காரணங்கள் தெரியவில்லையென்றாலும், புதிதாகக் கற்பிக்கப்படும். மேற்கு நாடுகளிலும் உணவு மேசையில் உணவு பரிமாறுவதிலும், கத்தி, கவை, கரண்டியைக் கையாள்வதிலும் நாகரிகத்தை வெளிப்படுத்தலாம் என்று அதற்காகப் பயிற்றுவிக்கும் வழக்கம் 'ஓய்வு வர்க்க'த்தினரிடம் இன்னும் இருக்கிறது.

தற்காலத்தில் தமிழ்நாட்டில் காரில் பயணம் செய்யும் போது காருக்குள்ளிருக்கும் பயணியினால் இரண்டு இலட்ச ரூபாய்க்கு விற்கப்படும் 'டாடா நேனோ' காருக்கும், ஐந்துஏழு இலட்ச ரூபாய்க்கு விற்கப்படும் 'மாருதி ஸ்விப்ட்' காருக்கும், பன்னிரெண்டு பதினாறு இலட்ச ரூபாய்க்கு விற்கப்படும் டொயோடா இன்னோவா காருக்கும் பயண சுகத்தைக் கொண்டே வித்தியாசம் கண்டுபிடிக்க இயலும். ஆனால் அதே பயணியினால் ஒன்றரைக் கோடி விலையில் விற்கப்படும் 'மெர்ஸிடிஸ் பென்ஸ்' காருக்கும், நாலரைக் கோடி விலையில் விற்கப்படும் 'ரோல்ஸ் ராய்ஸ்' காருக்கும், பனிரெண்டு கோடியில் விற்கப்படும் 'மேஸரிடி' காருக்கும், பதினாறு கோடியில் விற்கப்படும் 'லம்பார்ஜினி' காருக்கும் பயண சுகத்தை மட்டும் வைத்து, அவ்வளவு அதிகமான விலை வித்தியாசங்களை விளக்கக்கூடிய எந்தப் பெரிய வேறுபாட்டையும் கண்டுபிடிக்க முடியாது. அந்தக் கார்களில் பயணிக்கும் வாய்ப்பே பெரும்பாலானோருக்குக் கிட்டப்போவதில்லை. அந்தக் கார்களின் சொந்தக்காரர்களுக்குக்கூட, அந்த அளவு பெருந்தொகைகளைக் கொடுத்து அவற்றை வாங்கக் கூடியவர்கள் என்கிற அந்தஸ்துதான் அவற்றுக்கிடையே பெரிய விலை பேதங்களைக் காட்டும் வாய்ப்பை நல்குகிறது. அப்படிப்பட்ட விலையுயர்ந்த கார்களின் நுகர்ச்சி 'படாடோப நுகர்ச்சி'தானே தவிர, நவசெவ்வியல் பொருளியல் தத்துவத்தினர் பேசுகிற அறிவார்ந்த நுகர்ச்சியன்று என்று காட்டுகிறார் வெப்லின். அப்படிப்பட்ட விலையுயர்ந்த கார்களை வாங்குவது பணத்தை வீணடிக்கக்கூடிய அளவுக்குத் தாங்கள் சம்பாதித்திருக்கிறோம் என்கிற கௌரவத்திற்காகப் போலியாகப் பின்பற்றுகிற நடவடிக்கை என்கிறார் வெப்லின்.

சமீப காலம் வரை தமிழ்நாட்டில்கூட மகளிரை வேலைக்கு அனுப்புவது நடுத்தர, உயர் வர்க்கத்தினரிடையே கௌரவக் குறைவாகக் கருதப்பட்டது. பெண்கள் குடும்பத்தலைவிகளாக இருக்க வேண்டுமே தவிர, வெளியிடங்களில் வேலைக்குச் செல்வது இழுக்காகக் கருதப்பட்டது. ஏனெனில், 'ஓய்வு வர்க்க' மகளிர், வீட்டு வேலைகளைச் செய்ய மாட்டார்கள். அதற்காக

அவர்கள் ஏவல் பெண்டிரை அமர்த்திக்கொள்வார்கள். அவர்கள் வேலையாட்களை நியமிப்பது, தங்கள் குடும்ப வேலைகளைச் செய்ய வேறொருவரை அமர்த்திக்கொள்ளக் கூடிய அளவுக்கு வசதி இருக்கிறது என்று தமுக்கடிப்பதற்காகவும்கூட என்கிறார் வெப்லின். சமுதாயத்தின் ஒரு பாதியாக இருக்கும் மகளிரில் மேல்மட்டத்தினரை வெளி வேலைக்கு அனுப்பாமல் தடுத்த வழக்கங்கள் நாட்டின் உற்பத்தித் திறனைக் குறைத்தன. அவை அறிவார்ந்த செயல்களல்ல. அவை அந்தஸ்து என்கிற உணர்வினால் உந்தப்படுவதால் விளைகிற மடத்தனமான செயல்களே. அவற்றால் நாட்டுக்கு எந்த நன்மையும் இல்லை. மனித இனத்தின் பரிணாம வளர்ச்சியின் காரணமாக, அவர்கள் காட்டுமிராண்டிகளாக அலைந்த போது பெண்கள் நிலை ஆண்களுடையதை விடக் கீழிறங்க வேண்டி வந்தது. பின்னர் நாகரிக வளர்ச்சி வந்த போதிலும், ஆணாதிக்கம் தொடர்வது மரபுகள், பழக்க வழக்கங்கள் காரணமாகவே தவிர, அறிவார்ந்த தேர்ந்தெடுப்புகளால் அல்ல என்பதையும் வெப்லின் தெளிவாக்குகிறார்.

அமெரிக்காவாயினும் சரி, இந்தியாவாயினும் சரி 'படாடோப நுகர்ச்சி' என்பது பகிரங்க வீணடிப்பு செய்வதால்தான் வருகிறது. எடுத்துக்காட்டாக, தமிழ்நாட்டில் விழாக்களில் முக்கியமானவர்களுக்குப் 'பொன்னாடை' வழக்கமாகி விட்டது. அந்தப் 'பொன்னாடை' உடுத்திக்கொள்ளத் துணியாகவும், போர்த்திக்கொள்ள போர்வையாகவும், துடைத்துக்கொள்ளத் துண்டாகவும் பயன்படுத்தத் தகுதியில்லாதது. 'பொன்னாடை' போர்த்துவது எதற்கும் பயனில்லாத வீணடிப்புதான். இருந்த போதிலும் 'பொன்னாடை' போர்த்தும் வழக்கம் தொடர்வது அந்த வீணடிப்புக்குக் கிடைத்திருக்கிற சமூக அங்கீகாரத்தினால்தான். பண்டிகைகள், திருமணங்கள், அரசியல் கூட்டங்கள் போன்ற நிகழ்வுகளில்தான் தனிநபர்கள் தங்களின் பகிரங்க வீணடிப்புகள் வழியாகத் தங்களை 'ஓய்வு வர்க்கப்' பிரதிநிதிகளாக அடையாளப்படுத்துகிறார்கள். திருமண விருந்தில் ஒரு பக்கம் அவரவர்களே தட்டுகளில் தங்களுக்குத் தேவையான உணவைத் தேர்ந்தெடுத்துக்கொள்ளும் 'பஃபே'யும், மற்றொரு பக்கம் இலை போட்டு விருந்தும் நடத்துவது திருமண வீட்டாரின் செலவழிக்கும் திறனை வெளிச்சம் போட்டுக்காட்டத்தான். சுருக்கமாகச் சொன்னால், விழா நாயகர்களின் செல்வத்தையும் முக்கியத்துவத்தையும் மற்றவர்கள் மதிக்கச் செய்வதுதான் அவ்வீணடிப்பின் இலக்கு. அவர்களின் வளர்ச்சியை, அடுத்தவர்கள் பொறாமைப்படுகிற வகையில் வெளிக்காட்டுவதுதான் 'படாடோப நுகர்ச்சி'யின் நோக்கம். இதில் கொடுமை என்னவெனில், தங்கள் குழுவில் ஒருவர் திடீர் பணக்காரராகி ஏராளமான பகிரங்க

வீணடிப்பு செய்து தன் இல்லத்தில் திருமணம் அல்லது விழா ஒன்றை நடத்தி விட்டால், அந்த அளவுக்குச் சம்பாதிக்காத அதே குழுவைச் சார்ந்த மற்றவர்களும் தங்கள் இல்லத் திருமணங்களையும், விழாக்களையும் அதே அளவு பகிரங்க வீண்டிப்போடு செய்தால்தான் தங்கள் மதிப்பைக் காப்பாற்றிக் கொள்ள முடியும் என்கிற தாழ்வு மனப்பான்மைக்குத் தள்ளப் படுவதுதான். தனி நபர்களின் ஏராளமான கடன்கள் இப்படிப்பட்ட பகிரங்க வீண்டிப்புகளால்தான் வருகிறது. மதச் சடங்குகள், விளையாட்டு விழாக்கள் போன்றவை கூடப் ‘படாடோப நுகர்ச்சியை’ப் பறைசாற்ற ஒரு வழியாக மாறியிருப்பதை வெப்லின் சுட்டிக்காட்டுகிறார். இவை அறிவுவழி நடவடிக்கைகளால் வருபவை அல்ல.

இப்போது வைத்திருக்கிற கைபேசியின் அனைத்து வசதிகளையும் முழுமையாகப் பயன்படுத்திக்கொண்டவர்கள் மிகச்சிலர்தான் இருப்பர். நேரம் காட்டும் அலாரம் கடிகாரமாகவும், கணக்கிடும் கருவியாகவும், கேமராவாகவும், ரேடியோவாகவும் அவற்றைப் பயன்படுத்துபவர்கள்கூட, அந்தக் கைபேசியிலிருக்கும் அனைத்து வசதிகளையும் முழுதுமாகப் பயன்படுத்துவதில்லை. இருந்தபோதிலும், நாம் வைத்திருக்கிற கைபேசியை விட விலையுயர்ந்த கைபேசியை அண்டை வீட்டுக்காரர் வாங்கிவிட்டால், உடனே நாம் அதை விட விலையுயர்ந்த கைபேசியை வாங்க வேண்டுமென்று தூண்டப்படுகிறோம். அப்படி நாம் செய்துவிட்டால், அண்டை வீட்டுக்காரர் அதை விட விலையுயர்ந்த கைபேசியை வாங்கத் தூண்டப்படுகிறார். இப்படிப்பட்ட போட்டியினால் இருவருக்கும் இழப்புதான் மிஞ்சும். நுகர்ச்சியைக் கொண்டு உச்ச அளவுப் பயன்பாட்டை அடைய உற்பத்திக்காரணிகளைச் சரியான அளவுகளில் கலந்து உற்பத்தி செய்ய முடியும் என்பது நவ பொருளியலாரின் முடிவு. ஆனால் ‘படாடோப நுகர்ச்சி’ காரணமாக ஏராளமான உற்பத்திக் காரணிகள் வீணடிக்கப்படுகின்றன என்று வெப்லின் நிறுவுகிறார்.

முதலாளியச் சமுதாயத்தில் விளம்பரம் செய்வதன் முக்கிய நோக்கம் நுகர்வோரின் கவனத்தைக் கவர்ந்து, அவர்களுக்கு அதிகப் பயன்பாடு வழங்காத பொருள்களைக்கூட அவர்களை வாங்க வைப்பதுதான். அதற்காக நுகர்வோரின் ‘படாடோப நுகர்ச்சி’யைத் தூண்டுவது, உற்பத்தியாளருக்கு இலாபமளிக்கும் வழியாக இருக்கிறது. சந்தையில் நீங்கள் இப்போது பயன்படுத்திக் கொண்டிருக்கும் மோட்டர் சைக்கிளை விடப் புதிய வகை அறிமுகப் படுத்தப்பட்டால், பழையது நல்ல விதமாக ஓடிக் கொண்டிருந்தாலும், அதையே வைத்திருப்பதை விடப் புதியதற்கு மாற்றிக் கொண்டால்தான் மதிப்பு என்கிற எண்ணத்தை நுகர்வோரிடம் விதைப்பதற்கு விளம்பரங்கள் பெருமளவுக்கு

உதவுகின்றன. சுருக்கமாகச் சொன்னால், நுகர்வோருக்குத் தங்களுக்கு எது அதிக நன்மை தரும், எது அதிகப் பயன்பாடு தரும் என்று அறிவுபூர்வமான அலசல்கள் மூலம் தீர்மானம் செய்யும் திறன் முழுமையாக இல்லை. அவர்கள், தங்களையொத்த அடுத்தவர்கள் எப்படி நடந்துகொள்வார்களோ அப்படி நடந்துகொள்வதால் வருகிற மதிப்பைத் தேடும் உணர்வும் அவர்களுடைய முடிவுகளைத் தீர்மானிக்கின்றன என்று வெப்லின் விளக்குகிறார்.

வெப்லின் கம்யூனிசத் தத்துவத்தையும் ஏற்றுக்கொள்ளவில்லை. உழைக்கும் வர்க்கத்திற்குத் தனியான இலக்குகளிருக்கின்றன என்பதை அவர் மறுக்கிறார். ஒவ்வொரு வர்க்கத்தினருடைய நடத்தையையும் அவர்கள் இருக்கும் வர்க்கம் தீர்மானிக்கும் என்பது ஓரளவுக்குத்தான் உண்மையென்று கருதுகிறார். வர்க்கத்தின் நடவடிக்கைகள் பரிணாம வளர்ச்சியால் மாறிக்கொண்டேயிருக்கின்றன. சமுதாயம் தனிமனித நடவடிக்கைகளைப் பாதிக்கும் திறமையுடையது. அதே சமயம், சமுதாயம் சிபாரிசு செய்யும் நடவடிக்கைகளைத் தனிமனிதர்கள் ஏற்கலாம் அல்லது மறுத்து நடக்கலாம். எனவே தனிமனிதர்களுக்கும் தங்கள் நடவடிக்கைகளைத் தீர்மானிக்கும் சக்தியிருக்கிறது. ஆகவே சமுதாயம், தனிமனிதர்கள் ஆகிய இரு சாராரும் மனித நடவடிக்கைகளை இயக்குகிறார்கள். அந்த இரு சாராரும் பரிணாம வளர்ச்சியால் மாற்றமடைகிறார்கள். தற்போதைய நடைமுறை உலகில், உழைக்கும் வர்க்கத்தினரில் பெரும்பாலானோரின் தலையான குறிக்கோள், எப்பாடுபட்டாவது செல்வமீட்டித் தங்களை 'ஓய்வு வர்க்க'த்தினராக உயர்த்திக் கொள்வதுதான். வாய்ப்புக் கிடைத்தால் அவர்களும் 'ஓய்வு வர்க்க'த்தின் அத்தனை நடவடிக்கைகளையும் பின்பற்ற விரும்புகிறார்கள். அதனால்தான் ஜனநாயக நாடுகளில்கூடப் பெரும்பான்மையாயிருக்கும் தொழிலாளர்கள் வர்க்கம், தனியார் சொத்துரிமையை நீக்கிவிட்டுப் பொதுவுடைமையைக் கொண்டு வரவேண்டுமென்று தீர்மானங்களைக் கொண்டுவந்து சட்டங்கள் இயற்றுவதில்லை. சொல்லப்போனால் ஜனநாயக சமூகங்களின் அரசியலமைப்புச் சட்டங்களிலேயே சொத்துரிமைக்குப் பாதுகாப்புக் கொடுக்கப்படுகிறது. முதலாளிய சமூகத்தில், 'ஓய்வு வர்க்க'த்தின் சூறையாடும் செயல்களைப் பாராட்டி, அவற்றை முன்மாதிரிகளாகக் கொண்டு பின்பற்றி நடப்பதை உயர்வுபடுத்தி மேன்மையாக்குகிற நடவடிக்கைகளை ஊடகத்துறைகளும், அரசும், சமூகக் குழுக்களும், மரபுகளும், அரசியல் கட்சிகளும் தொடர்ந்து மேற்கொள்கின்றன. எடுத்துக்காட்டாக, கட்சித் தலைவர் தனி விமானத்திலோ, ஹெலிகாப்டரிலோ வந்து வாக்குச் சேகரிப்பதை வீணடிப்பு என்று தொண்டர்கள் கூக்குரலிடுவதில்லை! மாறாக, கட்சி மாநாடுகளே பகிரங்க வீணடிப்பை விளம்பரப்படுத்தும்

களங்களாக மாறிவிடுகின்றன. கார்ல் மார்க்ஸ் கனவு கண்டபடி உலகத் தொழிலாளர்கள் ஒன்று திரண்டு தங்கள் வர்க்கத்திற்காகப் போராட மாட்டார்கள் என்கிறார் வெப்லின். ஏழைகளாக இருக்கும்போது சமத்துவம் பேசுபவர்கள், தங்கள் கையில் கொஞ்சம் செல்வம் சேர்ந்து விட்டால், முன்பைவிட அதிகம் சம்பாதிக்க முயல்வார்களே தவிர, தங்களிடமிருப்பதை மற்றவர்களுக்குப் பகிர மாட்டார்கள். ஒவ்வொரு தொழிலாளிக்கும் தான் ஒரு முதலாளியாகி, அடுத்தவர்களை ஏவி, மேற்பார்வையிட்டு டாம்பீக வாழ்வு வாழ வேண்டும் என்கிற கனவு இருக்கிறது. அந்த எண்ணம் அவர்களிடம் இருக்கும்வரை அவர்களனைவரும் ஒன்று திரண்டு முதலாளியத்தைப் புரட்சி மூலம் ஒழிப்பார்கள் என்பது பகல்கனவுதான் என்று வெப்லின் கருதுகிறார். மார்க்சியத்தை ஒரு நடைமுறை சாத்தியமில்லாத திட்டமாக வெப்லின் காண்கிறார்.

இனி அவருடைய மனித பரிணாம வளர்ச்சித் தத்துவத்தில் நான்காம் நிலைக்கு மீண்டும் திரும்பலாம்.

முதலாளியத்தின் நான்காம் கட்ட விளைவுகள்

வெப்லின் காலத்தில் முதலாளியத்தின் நான்காவது கட்டம் இயங்கிக் கொண்டிருந்தது. இயந்திர சக்தியை அதிக அளவில் பயன்படுத்திப் பேரளவு உற்பத்தி முறையைக் கையாண்டு பிரமாண்டமான அளவுகளில் பொருள் உற்பத்தி நடந்தது. பல நிறுவனங்களின் பெரும்பான்மைப் பங்குதாரர்களின் வாக்குகளைக் கட்டுப்படுத்துகிற சிறு குழுக்களின் இணைப்புகளை ‘கொள்ளையடிக்கும் பிரபுக்கள்’ (*robber barons*) தங்கள் கைப்பிடிக்குள் கொண்டுவந்து ‘கார்ட்டல்’ (*cartel*) என்கிற தொழில் கூட்டமைப்புகள் வழியாகப் பொருள்கள் உற்பத்தியில் அல்லது விற்பனையில் முற்றுரிமை பெற்று மிகப் பெரிய இரும்பு–உருக்கு, எண்ணெய், இரயில்வே, பஞ்சாலை, உலோகத் தொழில்களிலும் நிதி நிறுவனங்களிலும் ஆதிக்கம் செலுத்தினர். அவர்கள் காலத்திய வலிமை மிக்க முதலாளியக் கூட்டணியைக் ‘கார்ப்பரேட்’ முதலாளியம் என்று வெப்லின் அழைக்கிறார். ‘கார்ப்பரேட்’ முதலாளிகளின் இலக்கு ஆடம்பரமான ‘ஓய்வு வர்க்க’ வாழ்க்கை வாழ்வதுதான்.

இங்கிலாந்தில் முதலாளியம் தோன்றி வளர்ந்தபோது முதலாளிகளையும் தொழிலாளர்களையும் வேறுபடுத்துவது எளிதாயிருந்தது. முதலாளிகள் உற்பத்திக் காரணிகளைச் சொத்தாக வைத்திருந்தவர்கள்; தொழிலாளர்கள் அவர்களுக்குக் கீழ்ப்படிந்து வேலை செய்தவர்கள் என்பது அந்தக் காலகட்டத்தில் சரியாகவிருந்தது. ஆனால் வெப்லின் தன் காலத்தில் அமெரிக்க

முதலாளியம் பரிணாம வளர்ச்சியடைந்து மாறியிருப்பதைக் கவனிக்கிறார். பருப்பொருள்களாக, உருவமுடைய இயந்திரங்கள், பட்டறைகள், கருவிகள் ஆகியவற்றின் சொந்தக்காரர்களாக இருந்து, தொழிற்சாலைகளைத் தங்கள் நேரடி நிர்வாகத்தில் வைத்திருந்த முதலாளிவர்க்கம் குன்றி, நிறுவனத்தின் பெரும்பான்மைப் பங்குகளை வாங்கி, நிதியைக் கொடுத்து, தாங்களே நிர்வாகம் செய்யாமல் அதற்காகச் சிறப்புத் தேர்ச்சியுற்றவர்களை நியமித்து நிர்வாகம் செய்கிற புதிய முதலாளியம் வளர்ந்துகொண்டிருந்தது. முதலீடு என்பது உருவமுடைய இயந்திரங்கள், பட்டறைகள், கருவிகள் ஆகியவற்றின் மீது சொத்துரிமை என்பது மாறி, சிறிய குழுக்கள் நிறுவனங்களின் பங்குகளை சொத்துரிமையாக வாங்கி, பெரும்பான்மைப் பங்குதாரர்களின் வாக்குகளைத் தங்கள் கட்டுக்குள் கொண்டுவந்து அவற்றை நிர்வகிப்பது என்கிற நிலை வந்து விட்டது. பருப்பொருள்களான இயந்திரங்கள், பட்டறைகள், கருவிகள் ஆகியவற்றை மனித உழைப்போடு பயன்படுத்தி விளைகிற உற்பத்தியை விற்றுச் செல்வம் திரட்டுவதுபோலவே பங்குப் பரிவர்த்தனையில் அவற்றின் சந்தை மதிப்பு மாற்றங்களை உய்த்துணர்ந்துப் பங்கு வணிகம் மூலம் செல்வம் திரட்டலாம் அல்லது இழக்கலாம் என்கிற நிலை வந்துவிட்டது. வங்கிகளைத் தொடங்கி, அவற்றின் நிதியைப் பயன்படுத்திக் கச்சாப் பொருள்களைத் தங்கள் கட்டுக்குள் கொண்டுவந்து, அதன் மூலம் போட்டியாளர்களை அழித்துப் பேரளவு உற்பத்தி முறைகளைக் கையாண்டு, தங்கள் தொழில்களில் முற்றுரிமையாளர்களாக ஆகி வெற்றிபெற்றவர்கள் கையாண்ட வழிமுறைகள், தொழில் வணிகத்தில் வெற்றியடைய அற வழிகள் பற்றிக் கவலைப்படத் தேவையில்லை என்கிற எண்ணத்தை வளர்த்தது. நிதியைக் கருவியாகக் கொண்டு, நிறுவனங்களைக் கைப்பற்றும் முறைகளை முதலாளிய 'நாசவேலை'யின் பகுதியாக வெப்லின் வர்ணிக்கிறார்.

'கார்ப்பரேட்' நிறுவனங்களின் வளர்ச்சியின்போது காணப்படும் 'நாச வேலை'களின் மூன்று கூறுகளை வெப்லின் விவரித்திருக்கிறார். முதலாவது, தொழிலில் ஏற்படும் 'ஒதுக்கிவைத்திருக்கும் உற்பத்திக் கொள்திறன்' (*reserve industrial capacity*). 'கார்ப்பரேட்' நிறுவனங்களின் பட்டறைகளில் அவற்றின் முழுக் கொள்திறனளவுக்கு உற்பத்தி செய்ய மாட்டார்கள். எடுத்துக்காட்டாக, ஒரு கார் உற்பத்தி செய்யும் பட்டறையின் முழுக் கொள்திறன் ஓர் ஆண்டுக்கு ஒரு இலட்சம் கார்களென்றால், சாதாரணமாக அந்த நிறுவனம் ஆண்டொன்றுக்கு 80000 கார்கள்தான் உற்பத்தி செய்யும். அப்படி உற்பத்தியை அவர்கள் செயற்கையாகக் குறைப்பதால் சந்தையில் அளிப்பைக் குறைத்து, கார்களின் விலைகளை உயர்த்தி, அவர்களால் அதிக இலாபத்தை

ஈட்ட முடிகிறது. அதே சமயம், புதிய போட்டியாளர்கள் வேறு நிறுவனங்களைத் திறக்க முயன்றால், உடனே அவர்கள் தங்கள் முழுக் கொள்ளளவுக்கு உற்பத்தி செய்து, விலையையும் குறைத்து விற்றுப் போட்டியாளரை வளர விடாமல் தடுக்கவும் முடிகிறது. முழுக் கொள்ளளவுக்கும் குறைவாய் உற்பத்தி செய்வதால் தொழிலாளர்களுக்கு முழு வேலை வாய்ப்பு இல்லாமல் போய்விடும். அதனால், தொழிலாளர்களின் கூலியைக் குறைக்கவும் அவர்களால் இயல்கிறது. கார்களின் தேவை அதிகரித்தால் அது தொழிலில் புதிய முதலீடு செய்யத் தூண்டும் காரணியாகச் செயல்பட வேண்டும். ஆனால் 'ஒதுக்கிவைத்திருக்கும் உற்பத்திக் கொள்திறன்' இருக்கும் தொழில்களில், கார்களின் தேவை அதிகரித்தாலும் புதிய முதலீடு வருவது கடினம். ஏனெனில் அப்படிப் புதிய முதலீடு செய்ய விரும்புபவர், ஏற்கெனவே இயங்கிக்கொண்டிருக்கும் கிட்டத்தட்ட முற்றுரிமை பெற்று, உற்பத்தித் திறனில் மிச்சம் வைத்திருக்கும் ஒரு போட்டியாளரை எதிர்கொள்ள வேண்டும். அப்படிப்பட்டவர், புதிதாக முதலீடு செய்ய வருபவரைத் துரத்தியடிப்பது எளிதாகவே நடக்கும்.

இரண்டாவது கூறு, ‘கார்ப்பரேட்’ நிறுவனங்கள் கையாளும் மேல் குறியீட்டு விலை நிர்ணயம் (*mark up pricing*). புதிய போட்டியாளர்கள் வராமல் தடுத்து நிறுத்தும் வல்லமை கொண்ட பெரிய நிறுவனங்கள், உற்பத்திச்செலவோடுகூடக் கால் பங்கோ, மூன்றில் ஒரு பங்கோ, அரைப்பங்கோ, ஏதோ ஒரு விழுக்காடு கூட்டி விலை நிர்ணயம் செய்கிறார்கள். சந்தையில் எவ்வளவுக்கெவ்வளவு அவர்களுக்குச் சக்தி இருக்கிறதோ அவ்வளவுக்கவ்வளவு அவர்களால் உற்பத்திச் செலவுக்கு மேல் விலையை உயர்த்தி நிர்ணயிக்க இயல்கிறது. அதனால் இலாப அளவு மிகுகிறது. இலாப அளவு மிகுந்திருக்கும்போதெல்லாம் போட்டி காரணமாகப் புதிய உற்பத்தியாளர்கள் உருவாகிப் பொருள்களின் உற்பத்தி அதிகரிக்கும், அதனால் அதிக இலாபம் சம்பாதிக்கும் வாய்ப்பு குறையும் என்கிற நவசெவ்வியல் பொருளியல் கொள்கை சிறு நிறுவனங்களுக்குப் பொருந்துமே தவிர, ‘கார்ப்பரேட்’ நிறுவனங்களுக்குப் பொருந்தாது என்கிறார் வெப்லின். ஏனெனில் ‘கார்ப்பரேட்’ நிறுவனங்களுக்குப் போட்டியாளர்கள் உருவாவதையே தடுக்கிற வல்லமை இருக்கிறது.

மூன்றாவது கூறு, நாட்டின் ஒட்டுமொத்தத் தேவை. நுகர்வோர் செலவழிப்பு, அரசின் செலவுகள், முதலீடு, வெளிநாட்டுத் தேவை ஆகியவற்றின் கூட்டுதான் நாட்டின் ஒட்டுமொத்தத் தேவை. அது அதிகரிக்கும் காலங்களில், விலையை உயர்த்தி இலாபத்தைக் கூட்ட ‘கார்ப்பரேட்’ நிறுவனங்களுக்குச் சக்தி அதிகரிக்கிறது. அதே சமயம், நிதி நிறுவனங்களும் அவர்களுக்கு அதிக நிதியை அளிக்க முன்வருகின்றன. வருங்காலம் பிரகாசமானதாக இருக்கும் என்கிற

எதிர்பார்ப்பினால், அவை மேலும் மேலும் தங்கள் உற்பத்தியை விரிவாக்குகிறார்கள். அதனால் உற்பத்திக்காரணிகளுக்கு ஊதியங்கள் அதிகமாகப் பகிரப்படுகின்றன. அதனாலேயே, மக்களின் வாங்கும் திறனும் அதிகரிக்கிறது. அதுவே அந்த நிறுவனங்களின் எதிர்பார்ப்பை நிறைவு செய்யக் காரணமாக அமைகிறது. நாட்டின் ஒட்டுமொத்தத் தேவை அதிகரிக்கும்போது பெரிய 'கார்ப்பரேட்' நிறுவனங்களும் சிறிய நிறுவனங்களும் வளர்ச்சியடையும். ஆனால் வருங்காலத்தைப் பற்றிய எதிர்பார்ப்புகள் ஏதோ ஒரு காரணத்தால் நிறைவேறாமல் போகும்போது நாட்டின் ஒட்டுமொத்தத் தேவை தொடர்ந்து குறையும். அப்போது கார்ப்பரேட் நிறுவனங்கள் தங்களின் உற்பத்தித்திறனைக் கட்டுப்படுத்தித் தேவைக்கேற்பக் குறைத்துத் தங்களைக் காப்பாற்றிக் கொள்ளும். நாட்டின் ஒட்டுமொத்தத் தேவை விழும் காலங்களில் நிறைவுப் போட்டியில் வேலை செய்யும் பல சிறிய நிறுவனங்கள் இழப்படைந்து கவிழ்ந்து அழியும். 'கார்ப்பரேட்' முதலாளியத்தின் மூன்று கூறுகளுமே 'கார்ப்பரேட்' நிறுவனங்களுக்குச் சாதகமாகவும், சிறு நிறுவனங்களுக்கு எதிராகவுமே வேலை செய்கின்றன.

வணிகச் சுழல்கள் (business cycles) முதலாளிய இயக்கத்தின் இயற்கையான விளைவு என்று வெப்லின் நம்புகிறார். தொழில் வணிக முதலாளிகள், வருங்காலத்தில் அதிக விலைக்கு விற்க முடியும் என்கிற எதிர்பார்ப்போடு இப்போது கடன் வாங்கி உற்பத்தியில் ஈடுபடுகிறார்கள். அதனால் உற்பத்தியில் ஈடுபடுபவர்களின் வருமானம் அதிகரிக்கிறது. அவர்கள் அந்த வருமானத்தைச் செலவு செய்வதால் பொருள்களின் தேவை அதிகரிக்கிறது. அதனால் தொழில்வணிக முதலாளிகளின் எதிர்பார்ப்பு உண்மையாகிறது. அவர்கள் மேலும் கடன்வாங்கி, மேலும் அதிகமாக உற்பத்தி செய்கிறார்கள். இதுவும் புதிய வருமானமாகி, அவர்களின் எதிர்பார்ப்பை நிறைவு செய்கிறது. வணிகச் சுழல்களின் போது வேலை வாய்ப்பு, உற்பத்தி, விலைகள் அனைத்தும் தொடர்ந்து அதிகரித்துக்கொண்டேபோகிற கட்டம் இப்படிப் பட்ட தொழில் வணிக முதலாளிகளின் எதிர்பார்ப்பினால்தான் வருகிறது என்கிறார் வெப்லின். அதே எதிர்பார்ப்புகள் எதிர்த்திசையிலும் வேலை செய்யும். ஏதோ ஒரு காரணத்தால், எதிர்பார்த்த அளவு விற்பனை நடக்கவில்லை என்று கொள்வோம். தீபாவளி வரும் மாதம் முழுவதும் அடைமழை பெய்து பட்டாசு விற்பனை குறைந்து விடுவதாகக் கொள்வோம். எதிர்பார்த்த வருவாய் வராததால் தொழில்வணிக முதலாளிகள் பட்டாசுகளின் புதிய உற்பத்தியைத் தள்ளிப் போடுவார்கள். அதனால் உற்பத்திக் காரணிகளின் வருவாய் குறையும். அதனால் மற்ற பொருள்களின் தேவை குறைய ஆரம்பிக்கும். வளர்ச்சி தொடர்ந்து அதிகரித்தது

போன்றே வீழ்ச்சியும் தொடர்ந்து செயல்படும். வணிகச் சுழல்களின் மந்த காலங்களைக் 'கார்ப்பரேட்' நிறுவனங்கள் தாக்குப்பிடிக்கிற அளவுக்கு மற்ற சிறு நிறுவனங்கள் தாக்குப்பிடிக்க முடிவதில்லை என்பதை முந்தைய பத்தியில் பார்த்தோம்.

நவசெவ்வியல் ஆய்வாளர்கள் பொருளியல் நடவடிக்கைகள் சமுதாயத்தை ஒரு சமநிலையை நோக்கி இட்டுச்செல்லும் என்று கருதினார்கள். ஆனால் வெப்லின் இதை ஏற்கவில்லை. முதலாளியத்தின் பொருளியல் நடவடிக்கை ஊசலாட்டம் எப்போதுமே இருந்துகொண்டிருக்கும் என்பது அவர் ஊகம். முதலாளியப் பொருளியலமைப்பின் பரிணாம வளர்ச்சி மாறினாலொழிய வளர்ச்சியும் வீழ்ச்சியும் மாறி மாறி வருகிற ஊசலாட்டம் தொடர்ந்துகொண்டேயிருக்கும் என்று அவர் கருதினார்.

கார்ப்பரேட் முதலாளிகள் 'ஓய்வு வர்க்க' நடவடிக்கைகளுக்கு முன்மாதிரிகளாக நடந்தார்கள். அவசியமற்ற பொருள்களை நுகர்வது பகட்டுக்காட்டும் வழியாக அவர்களால் பரப்பப்பட்டது. அப்படிப் 'பந்தா'க் காட்டியவர்கள்தான் சமூகத்தில் பெரிய மனிதர்களாக அங்கீகரிக்கப்பட்டார்கள். அவர்கள் பண்பாட்டைச் சீரழித்தார்கள். பொருள்களின் தேவை, அவற்றை நுகர்வோருக்கு நேரடியாகப் பயன்பாடு அளிக்க வேண்டும் என்பதைவிட அவற்றை வைத்திருப்பவர்களை மற்றவர்களிடமிருந்த வித்தியாசப்படுத்திக் காட்டுவதால் வருகிற பயன்பாடு அதிகமாகத் தோன்றுகிற விதத்தில் விளம்பரங்கள் செய்து நுகர்வோரின் அறிவை மழுங்கடித்தார்கள். அமெரிக்காவில் இந்தக் கட்டத்தில்தான் 'கார்ப்பரேட்' முதலாளிகள் அவர்களுக்கிடையே இயற்கையாக வர வேண்டிய போட்டிகளைத் தவிர்த்தது மட்டுமின்றி, அவர்களுக்குள் ஒருங்கிணைப்புகளையும் ஏற்படுத்திக்கொண்டனர். அதற்குப் பதிலாக அவர்கள் நுகர்வோர்களையே தங்கள் எதிரிகளாக்கி, அவர்களின் மனங்களில் மாயமான மாற்றங்கள் செய்து, ('சிகப்பழகு கிரீம்' பதினைந்து நாட்களில் சருமத்தின் வண்ணத்தையே மாற்றி விடும் என்று நம்பச் செய்வதுபோல) பல போலியான விளம்பரங்களைச் செய்து ஏமாற்றிக் கொள்ளையடித்தனர்.

பேரளவு உற்பத்தி, நிறுவனங்களிடையே இணைப்புகள், நிறுவனங்களிடையே கூட்டுச்சதிகள், விளம்பரவிற்பனை உத்திகள், முதலாளிய நாசவேலைகள், நிதி முதலாளியம், பொருளுற்பத்தியைவிடப் பண இலாபம் ஈட்டுவதற்கு முன்னுரிமை அளித்தல், போதுமான அளவுக்கு உற்பத்திக் காரணிகளும் உழைப்பும் கிடைத்தாலும் அவற்றை முறையாகப் பயன்படுத்தாமல் வேலையில்லாத் திண்டாட்டத்தை ஏற்படுத்தி அவற்றின்

இயற்கையான வளர்ச்சியைத் தடுத்தல் போன்ற நடைமுறைகளைக் 'கார்ப்பரேட்' முதலாளிகள் செயல்படுத்தினார்கள். அதிக இலாபத்தை ஈட்டத் தொழில்களை நேரடியாக மேற்கொள்ளாமல் பின்னாலிருந்தே இயக்கும் நிறைகுறைப் போட்டியை அவர்கள் நாடிப் பயன்படுத்தினர். சந்தையில் சிறுபான்மையினராயிருந்த போதிலும் முற்றுரிமை, முற்றுரிமைப் போட்டி, நிறைகுறைப் போட்டி ஆகியவற்றைக் கையாண்டுதான் அவர்களால் தங்களுக்குச் சக்தியைப் பெறவும் பெருக்கவும் முடிந்தது. பேரளவு உற்பத்தியில் ஒரு சில 'கார்ப்பரேட்' நிறுவனங்கள் வளர்ந்த அதே சமயம் அமெரிக்கச் சமுதாயத்தில் ஏராளமான சிறு தொழிலதிபர்களும் வணிகர்களும் கிட்டத்தட்ட நிறைவுப் போட்டி நிலவுகிற சூழலில் சிற்றளவு உற்பத்தியிலும் வணிகத்திலும் ஈடுபட்டிருந்தனர். அவர்களுக்குச் சாதாரண இலாபமே கிடைத்தது. எனவே வெப்லின் வாழ்ந்த காலத்தில் அமெரிக்க முதலாளியத்தில் நிறைகுறைப் போட்டியோடு செயல்பட்ட பேரளவு உற்பத்தி செய்யும் சில 'கார்ப்பரேட்' நிறுவனங்களும், நிறைவுப் போட்டியோடு சிற்றளவு உற்பத்தியில் ஈடுபட்டிருந்த ஏராளமான சிறிய நிறுவனங்களும் அருகருகே செயல்பட்டன.

கார்ல் மார்க்ஸ் நினைத்தது போல் பெரிய நிறுவனங்கள் வளரவளர அவை அனைத்துச் சிறிய நிறுவனங்களையும் விழுங்கிவிட முடியாதென்றும், அதற்குத் தகுந்த தொழில்நுட்பக் கண்டுபிடிப்புகள் வரவில்லையென்றும் வெப்லின் கூறுகிறார். எனவே அமெரிக்கப் பொருளாதாரம் ஓர் இரட்டைப் பொருளாதார அமைப்பாகவே இருக்குமென்கிறார். எனினும், பேரளவு உற்பத்தியில் ஈடுபட்டிருந்த 'கார்ப்பரேட்' நிறுவனங்களின் முதலாளிகளால் அரசு இயந்திரத்தையும் நிர்வாகத்தையும் தங்கள் செல்வாக்கினால் கட்டுப்படுத்த முடிகிறது. அதனால் அவர்களால் அரசு இயந்திரத்தைப் பயன்படுத்திச் சந்தை நடவடிக்கைகளைத் தங்கள் சார்பில் திசைதிருப்ப முடிகிறது. வருங்காலத்தில் அத்தகைய 'கார்ப்பரேட்' நிறுவனக் குழுக்கள் நாடுகளின் பொருளாதாரத்தில் கணிசமான அளவு சக்தி கொண்டவையாக வளரும் என்று வெப்லின் அனுமானித்தார். அதனால், அந்தக் 'கார்ப்பரேட்' நிறுவனங்களை ஆய்வு செய்வதை வெப்லின் தன் மைய நோக்கமாக்குகிறார்.

தொழில்களை நேரடியாக மேற்கொள்ளாமல் பின்னாலிருந்தே இயக்கும் முதலாளிகள் செல்வாக்குப் பெற்ற இந்தக் காலகட்டத்தில்தான் அவர்கள் நிறத்தின் அடிப்படையிலும் பாலின அடிப்படையிலும் தொழிலாளர்களிடையே பாகுபாடுகள் காட்ட முடிந்தது. கறுப்பர்களையும் அமெரிக்க இந்தியர்களையும் அடிமைகளாகவும் மட்டமானவர்களாகவும் நடத்தினர்.

மகளிரை ஆண்களுக்கு இணையாக நடத்தாமல், கீழ்ப்படியுமாறு நடத்தினர். அந்நடவடிக்கைகள் மூலம் தொழிலாளர்களின் கூலி மட்டத்தைக் கீழிறக்கி, உற்பத்திச் செலவுகளைக் குறைக்க முடிந்தது. அமெரிக்காவின் புராதனக் குடிமக்களை வேட்டையாடிக் கொன்று அவர்களின் இயற்கை வளங்களைக் கைப்பற்றினார்கள். அந்த இயற்கை வளங்கள் 'கார்ப்பரேட்' நிறுவனங்களின் உற்பத்திக்குக் கச்சாப்பொருள்களை வழங்கின. ஆப்பிரிக்காவிலிருந்து கறுப்பின மக்களை அடிமைகளாக இறக்குமதி செய்து கூலிமட்டத்தைக் குறைத்துக்கொண்டார்கள். உற்பத்திச் செலவுகளைக் குறைக்கவும் முடிவுபெற்ற பண்டங்களின் விலைகளை உயர்த்தவும் அறவழிகளுக்குப் புறம்பாக மாற்று வழிகளைக் கடைப்பிடிக்க அவர்கள் தயங்கவில்லை.

'கார்ப்பரேட்' நிறுவனங்களின் இயக்கம் காரணமாக பொருளாதார ஏற்றத்தாழ்வு வெகுவாக அதிகரித்தது. அவை டிரஸ்டுகளை ஏற்படுத்தியும், நிறுவனங்களின் இயக்குநர்களை ஒருவருக்கொருவர் கோத்துப்பின்னியும் (*interlocking of directors*), ஒரு நிறுவனம் மற்ற நிறுவனங்களின் மேல் மேலாண்மை செலுத்தியும் (*holding companies*), நிதி ஆதிக்கத்தைப் பயன்படுத்தி நிறுவனங்களின் நிர்வாகத்தைக் கைப்பற்றியும், நாட்டின் பொருளாதாரத்தையே ஒரு சிறிய குழுவினரின் கட்டுப்பாட்டுக்குள் கொண்டுவந்தனர். விளம்பரங்கள் மூலமாகவும் கவர்ச்சிகரமான விற்பனைத் திட்டங்களின் மூலமாகவும் அவர்கள் படாடோப நுகர்ச்சியைச் சமுதாயம் முழுவதிலும் பரப்பினார்கள்.

காட்டுமிராண்டிக் காலத்தில் சூறையாடிக் கொள்ளையடித்த நடத்தையின் பரிணாம வளர்ச்சிதான் 'நாச வேலை' மூலம் நிறுவனங்களில் முற்றுரிமை பெறுவது என்று வெப்லின் விளக்குகிறார். பண்பாட்டு ஒழுக்கங்கள் வழியாகச் சமுதாயம் இயங்குகிற போது அவர் காலத்திய அமெரிக்க முதலாளியத்தில் ஏழை பணக்காரர் என்கிற வேறுபாடின்றி அனைவரிடமும் தேசப்பற்று, இராணுவக் கொள்கைக்கு ஆதரவு, ஏகாதிபத்திய வழிகளில் சந்தைகளை விரிவுப்படுத்துவதைக் கடைப்பிடிக்கச்சொல்லி வற்புறுத்துதல் ஆகிய கொள்கைகள் பிரபலமாயிருக்கின்றன. அதுபோலவே நுகர்வுப் பண்பாடு என்று பிற்காலத்தில் வர்ணிக்கப்படும் மேல்வர்க்கத்தினரின் பாணிகளைப் பின்பற்றி நடக்கும் கலாசாரமும் வறியவர்கள், செல்வர்கள், தொழிலாளர்கள், முதலாளிகள் என்கிற வேறுபாடின்றி அனைவரிடமும் பரவியிருக்கிறது. தனிமனிதர்களின் அக்கறைகளும் 'கார்ப்பரேஷன்'களின் அக்கறைகளும் ஒன்றாயிருப்பது போன்ற போலியான உணர்வை நாட்டுப்பற்றும் நுகர்வுப் பண்பாடும் ஏற்படுத்துகின்றன. இந்தச் சூழலில் நுகர்வோரின் நடத்தை

நடைப்பயிற்சிக்காக ‘டிரெட்மில்’லில் நடப்பது போல இருந்த இடத்தை விட்டு நகராமலேயே இயங்கும் பயனற்ற உழைப்பாகவே முடிகிறது. நுகர்வுப் பண்பாட்டினால் நுகர்வோருக்குக் கிடைப்பது மனநிறைவன்று; விடாமல் தொடரும் மனக்குறைதான். தங்களை விட அடுத்தவர்கள் உயர்ந்து விடுவார்கள் என்று பயந்து பயந்து, அதற்குத் தகுந்தாற்போல் தங்கள் நுகர்வை எப்போதும் மாற்றிக் கொண்டேயிருப்பவர்களை விளம்பரங்களின் மூலம் தொழில் வணிக முதலாளிகள் தங்களின் கட்டுப்பாட்டுக்குள் வைத்துக் கொள்வதும் அவர்களின் நாச வேலையின் ஒரு பகுதிதான்.

வணிகச் சந்தைகளை விரிவாக்குவதற்காகப் போர்களைத் தூண்டுவது போன்றவை காட்டுமிராண்டிக் காலத்தில் சூறையாடிக் கொள்ளையடித்த நடத்தையின் மற்றொரு வகைப் பரிணாம வளர்ச்சிதான். தொழில்வணிக முதலாளிகள் மற்ற நாடுகளிலும் தங்களின் சந்தைகளை விரிவுப்படுத்த விரும்புகிறார்கள். அதற்காக நாட்டுப்பற்றைத் தூண்டிப் போர்களை வரவழைக்கிறார்கள். அந்தக் ‘கார்பரேட்’ முதலாளிகளின் நலன்கள், நாட்டு மக்கள் அனைவரின் நலன்களாகத் தோன்றுமாறு அவர்களின் பொய்ப்பிரச்சாரம் அமைகிறது. கார்ப்பரேட் முதலாளிகளின் நன்மைக்காகத் தூண்டிவிடப்பட்ட அத்தகைய போர்களில், தங்கள் நாட்டை ஆதரிப்பது அனைத்து மக்களின் நாட்டுப் பற்று சார்ந்த கடமை என்று சமூகத்தையே நம்ப வைக்கிறார்கள். மிரட்டல், சதி போன்றவற்றைக் கையாண்டு வெளிநாட்டினரைப் பணிய வைப்பது போன்ற ஏகாதிபத்திய நடவடிக்கைகள்; அப்படிப் பணிய மறுக்கும் நாடுகளைப் போர்கள் மூலம் அழிப்பது ஆகியவை ‘கார்ப்பரேட்’ நிறுவனங்களின் நன்மைக்காக அரசு மேற்கொள்கிற நடவடிக்கைகள். தொழில்முனைவோருக்குக் கிடைத்த நலம், நாட்டு நலமென்று சாதாரணக் குடிமக்கள் எண்ணுமாறு அவர்கள் குழப்பப் பட்டார்கள். ஏகாதிபத்தியப் போர்களை அதன் உண்மை அவதாரத்தை அறிந்துகொண்டு ஆதரிக்காதவர்கள் நாட்டுப்பற்றற்றவர்களாகச் சித்தரிக்கப்பட்டார்கள்.

கார்ல் மார்க்ஸ் முதலாளியத்தைப் பண்ணையடிமை பிரபுத்துவ சமுதாயத்திலிருந்து வருகிற முன்னேற்றமாக, சமுதாய வளர்ச்சியின் அடுத்த கட்டமாகக் கண்டார். ஆனால், வெப்லின் முதலாளியத்தைக் காட்டுமிராண்டிச் சமுதாயத்தின் மற்றொரு உருமாறிய வடிவமாகவே காண்கிறார். பயனற்ற பொருள்களை நுகர்வதை உயர் தகுதியின் அடையாளமாக்கும் மடத்தனமான நடத்தையை முதலாளியத்தில் 'ஓய்வு வர்க்க'த்தினர் கடைப்பிடிக்கிறார்கள்; நடுத்தர வர்க்கத்தினரும் அதையே நகலெடுத்து நடக்க விரும்புகிறார்கள் என்பது வெப்லின் முன்வைக்கும் கருத்து.

நான்காம் உச்ச நிலை: 'கார்ப்பரேட்' முதலாளியத்தின் முடிவு

'கார்ப்பரேட்' முதலாளியத்தின் முடிவும் பரிணாம வளர்ச்சி மூலம்தான் வருமென்று வெப்லின் நம்புகிறார். அதற்காக அவர் முதலாளியத்தில் தொழில்வணிகச் செயல்முறைகளையும் (*business practices*), இயந்திரத் தொடர்நடைமுறைகளையும் (*mechanical processes*) வேறுபடுத்திப் பார்க்கிறார். முன்னதைத் தொழிலின் பங்குகளைப் பெரும்பான்மையாகப் பெற்றுத் தொழிலை நிர்வகிக்கும் தொழில்வணிக முதலாளிகள் தீர்மானிக்கிறார்கள். பின்னதைப் பட்டறைகளில் உற்பத்தியை நிர்வகிக்கும் பொறியாளர்கள் தீர்மானிக்கிறார்கள்.

கார்ப்பரேட் முதலாளியத்தில் தொழில்வணிகச் செயல் முறைகள்தான் கேந்திரமான நடவடிக்கைகள். அதில் 'வேட்டையாடும், சூறையாடும் உள்ளுணர்வு' பராமரிக்கப்படுகிறது. அந்த உள்ளுணர்வினால் உந்தப்பட்டு, அவை சார்ந்த நடவடிக்கைகளைத் தொழில்களைப் பின்னாலிருந்தே இயக்கும் முதலாளிகள்தான் மேற்கொள்கிறார்கள். அவர்களுக்கு நுகர்வோரையும் தங்கள் இனத்தைச் சேர்ந்த மற்றவர்களையும் ஏமாற்றியாவது, போட்டியில் அழித்தாவது, கொள்ளையடித்தாவது தங்கள் இலாபத்தைப் பெருக்குவது என்பது ஏற்றுக்கொள்ளத்தக்க நடவடிக்கை. அதிக இலாபமீட்டுவதற்காக, அவர்கள் மற்ற அனைத்து அறங்களையும் கைவிடத் தயாராயிருக்கிறார்கள். சிறுபான்மையினரான இவர்கள் சொற்படி பெரும்பான்மையினரான மக்கள் இயங்குகிற வகையில் அவர்களிடம் சொத்துரிமையும் அரசியல் செல்வாக்கும் குவிகின்றன.

மக்களில் பெரும்பான்மையினர் இயந்திரத் தொடர் நடைமுறைகளில் ஈடுபட்டிருக்கும் தொழிலாளர்களும் பொறியாளர்களும்தான். அவர்களிடம் 'வேலையைச் சிறப்பாகச் செய்யும் உள்ளுணர்வு' மிகுந்திருக்கிறது. ஆனால் அந்த உள்ளுணர்வு சார்ந்த நடவடிக்கைகளை மேற்கொள்ளாமல் தடுப்பது அவர்களுக்குக் கட்டளையிடும் கார்ப்பரேட் முதலாளி வர்க்கம்தான். அந்த வர்க்கம் தொழில்களைப் பின்னாலிருந்து இயக்குகிறது. கார்ப்பரேட் நிறுவனங்களை, அவற்றின் முதலாளிகளின் கட்டளைகளுக்கேற்ப நிர்வகிப்பவர்கள் பொறியாளர்கள்தான். அந்தப் பொறியாளர்களுக்கு, முதலாளிகள் இடும் கட்டளைகளின் விளைவாக வரும் வீணடிப்பு, சுரண்டல் போன்ற அனைத்துத் தீமைகளைப் பற்றிய அறிவு இருக்கிறது.

முதலாளியத்தில் தொழில்–வணிகச் செயல்முறைகளும் இயந்திரத் தொடர்நடைமுறைகளும் எதிரெதிர் திசைகளில் செல்வதற்கு வரலாற்றுக் காரணமிருக்கிறது. உற்பத்தி எப்போதுமே சமுதாய, பண்பாட்டுக் கூட்டு நடவடிக்கைகள் மூலம் வருவது.

உற்பத்தியை அதிகரிக்க இயந்திரத் தொடர்நடைமுறைகளை ஊக்குவிக்கிறோம். அதற்காகத் தொழில் நுணுக்கம், அறிந்து கொள்ளும் ஆர்வம், உள்ளுணர்வு உந்துவதால் வருகிற ஊக்கம், சிறந்த வேலைத்திறன், வெவ்வேறு வழிமுறைகளைக் கண்டுபிடிக்கும் அக்கறை, கூட்டு நடவடிக்கைகளை ஒருங்கிணைக்கும் தன்மை ஆகியவற்றிற்கு மதிப்பளிப்பது அனைத்து வகைச் சமுதாயங்களிலும் நடந்த, நடக்கும் செயல்முறைதான். வெப்லின் அதைத்தான் 'வேலையைச் சிறப்பாகச் செய்யும் உள்ளுணர்வு' என்று கருதுகிறார் என்று முன்பே விளக்கியிருக்கிறோம். இது சமுதாயத்தில் மக்கள் ஒருங்கிணைந்து வாழத் தொடங்கிய காலத்திலிருந்தே தொடங்கி, மனித முன்னேற்றம் ஏற்படஏற்பட விரிவடைந்து கொண்டேயிருக்கிறது.

சமுதாய, பண்பாட்டுக் கூட்டு நடவடிக்கைகளால் உற்பத்தி வருகிறது. அந்த உற்பத்தியை வாங்குவதற்கான சக்தி, முதலாளியத்தில் தனியார் சொத்துரிமை சட்டத்தின் மூலம் சொத்தாகத் தனிநபர்களுக்கு வழங்கப்பட்டுள்ளது. இந்தச் சொத்துரிமை, சமுதாய வளர்ச்சியில் இடைப்பட்ட காலத்தில் வெற்றிகரமாகப் பயன்படுத்தப்பட்ட வேட்டையாடும், சூறையாடும் உள்ளுணர்வினால் (predatory instinct) உருவாகிய விளைவு. பண்ணையடிமை மற்றும் அடிமை முறைகளில், எவர் உடலுழைப்புச் செய்கிறாரோ அவர் சொத்து வைத்துக்கொள்ள இயலாது; எவர் சொத்துரிமை பெற்றிருக்கிறாரோ அவர் உடலுழைப்பு செய்யக் கூடாது என்கிற நியதிகள் தோன்றி, அங்கீகரிக்கப்பட்டிருக்கின்றன.

முதலாளிய சமுதாயம் பேரளவு உற்பத்தி மூலம் ஏராளமான நுகர்வோர் பொருள்களை உற்பத்தி செய்கிறது. தொழில்வணிக வர்க்கத்தினரின் 'நாச வேலை'களின் தலையீடில்லாமலிருந்தால், அவையனைத்தும் தரமானதாய், அனைவரின் தேவைகளையும் நிறைவு செய்யும் வகையில் ஏராளமாக உற்பத்தியாகியிருக்கும். ஏராளமான அளவில் அவை உற்பத்தியாவதால் நுகர்வோருக்கு அவற்றின் விலைகள் மிகவும் குறைந்திருக்கும். உற்பத்திப் பெருக்கம் காரணமாகக் கூலிமட்டம் உயர்ந்திருக்கும். நுகர்வோரின் அனைத்துப் பகுதியினரின் இன்றியமையாத் தேவைகளும் நிறைவேறியிருக்கும். சமுதாயத்தின் ஏற்றத்தாழ்வுகள் வெகுவாகக் குறைந்திருக்கும். அதே சமயம், அந்தக் குறைவான விலைகளில் அவற்றை விற்றிருந்தால் உற்பத்தியாளர்களுக்கு இலாபத்தின் அளவு அருகியிருந்திருக்கும். அவர்களின் அபரிமிதமான இலாபங்கள் கரைந்துபோயிருக்கும். ஒரு முன்னேறிய சமுதாயத்தை 'வேலையைச் சிறப்பாகச் செய்யும் உள்ளுணர்வு' கொண்டவர்கள் நிர்வகித்திருந்தால் அது இப்படிப்பட்ட உயர்நிலையை அடைந்திருக்கும்.

ஆனால், அவர் காலத்து முதலாளியத்தின் நடைமுறையில் தொழில்வணிக வர்க்கத்தினர் நுகர்வுப் பொருள்களின் உற்பத்தியைக் குறைத்து, தரத்தைத் தாழ்த்தி, அவற்றுக்குச் செயற்கையாகப் பற்றாக்குறையை உருவாக்கி, அதன் காரணமாக விலைகளை ஏற்றி, அதிக இலாபத்தைப் பெறுகிறார்கள். அப்படிச் செயற்கையான பற்றாக்குறையை ஏற்படுத்தி உச்ச இலாபமீட்டுகிற 'கொள்ளையடிக்கும் பிரபுக்களின்' பகிரங்க வீணடிப்புகளைத்தான் அவர் கால அமெரிக்கச் சமுதாயம் உயர்வாகச் சித்தரித்து, அவர்களின் 'நாச வேலை' நடத்தைகளைப் பின்பற்றுவதை மேன்மையாகப் போற்றியது என்கிறார் வெப்லின். அது அறிவுடைய நடத்தையன்று. மாறாக, சமூகத்தின் பெரும்பாலானோர் கேள்வி கேட்காமல் மற்றவர்களைப் பின்பற்றும் மடமையினால் வந்தது என்கிறார்.

காட்டுமிராண்டிக் காலகட்டத்தில் வலிமை மிக்கவர்கள் வன்முறையினால் மற்றவர்களைவிடத் தங்களை உயர்த்திக் கொண்டார்கள். அதுபோலவே முதலாளிய சமுதாயத்தில் வன்முறையை முற்றுரிமையாகப் பெற்றிருக்கும் அரசைத் தங்கள் கைக்குள் வைத்திருப்பது, சூறையாடும் ஓய்வு வர்க்க முதலாளிகளுக்கு இன்றியமையாததாகிறது. அரசு, ஊடகங்கள், சமூகக்குழுக்கள் அனைத்தையும் தங்கள் கட்டுக்குள் கொண்டுவர நரியின் தந்திரத்தையும் புலியின் வன்முறையையும் முதலாளிய சமுதாயம் பயன்படுத்துகிறது. வெளிநாட்டில் உற்பத்தி செய்யப்படும் பொருள் தங்களுடையதைவிடத் தரமுயர்ந்ததாகவும் விலை குறைந்ததாகவும் இருந்தாலும், தங்கள் நாட்டில் தங்களால் உற்பத்தியாக்கப்படும் பொருள்களை வாங்குவதுதான் நாட்டுப் பற்றுடையவர் செய்ய வேண்டிய செயலென்று விளம்பரப்படுத்தி, நுகர்வோர் நடத்தையை மாற்றும் திறன் அவர்களுக்கு இருக்கிறது. வெளிநாட்டுச் சந்தைகளைக் கைப்பற்றுவதற்கு அரசு போர்கள் மேற்கொள்ள வேண்டுமென்றும், தங்கள் நாட்டின் ஏகாதிபத்தியம் விரிவடைய வேண்டுமென்றும் மக்களைத் தூண்டும் விதமாக நாட்டுப்பற்றை வளர்க்கவும் திசைதிருப்பவும் அவர்கள் அறிந்திருக்கிறார்கள். சூறையாடிக் கொள்ளையடிக்கும் ஓய்வு வர்க்கத்தினரின் நடையுடை பாவனைகளைப் பின்பற்றுவதுதான் புதுப்பாணியென்றும், அப்படிச் செய்தால்தான் மேன்மை கிடைக்குமென்றும் இளைஞர்களையும் யுவதிகளையும் நம்பச் செய்யும் திறமை அவர்களுடையது. உணர்ச்சியைத் தூண்டிவிட்டு, அறிவை மழுங்கடித்துத் தங்களின் சூறையாடிக் கொள்ளையடிக்கும் நடவடிக்கைகளை மற்றவர்கள் ஏற்கும்படி அவர்கள் தூண்டுகிறார்கள். அதில் அவர்கள் எப்போதுமே வெற்றி பெற முடிவதில்லை. அவர்கள் தோற்கும்போது வன்முறையைப்

பயன்படுத்தி அவர்களின் கைப்பாவைகளாகச் செயல்படும் அரசு இயந்திரம், அதிகார வர்க்கம், நீதித்துறை ஆகிய அனைத்தையும் செலுத்தி எதிராளிகளை அடக்க அவர்கள் தயாராயிருக்கிறார்கள். தத்துவ அளவில் சுதந்திரத்தோடு செயல்படுவதாகக் கருதப்படும் ஜனநாயக அரசு, அதன் அதிகார வர்க்கம், அங்கிருக்கும் நீதித்துறை, ஊடகத்துறை ஆகிய அனைத்திலும் சூறையாடிக் கொள்ளையடிக்கும் ஓய்வு வர்க்கத்தினரின் கொள்கைகள்தான் செல்வாக்குடையவையாக இருக்கின்றன. ஏனெனில் அந்தந்தத் துறைகளில் உயர் பதவிகளில் இருப்பவர்களனைவரும் 'ஓய்வு வர்க்க'த்தைச் சேர்ந்தவர்கள் அல்லது அந்த வர்க்கத்தினரின் கட்டுப்பாட்டுக்குள் அடங்கியவர்கள்.

தொழிலதிபர்களின் நோக்கம், பொருள்களையும் பணிகளையும் வாங்கி விற்பதன்மூலம் பண இலாபம் ஈட்டுவதுதான். அவர்களின் செயல்பாட்டினால் செல்வம் ஒரு சிலர் கைகளில் குவிகிறது. தனிமனிதர்களின் இத்தகைய செயல்பாட்டினால் பொது நன்மை விளையுமா? சில வரையறைகளுக்குட்பட்டுச் செயலாற்றினால், தனிமனித சுயநல நடவடிக்கைகளிலிருந்து பொது நலம் பிறக்கும் என்று ஆடம் ஸ்மித் நம்புகிறார். ஆனால் வெப்லின் இதை ஏற்கவில்லை. தொழிலதிபர்கள் வணிக உலகத்தில் வேண்டுமென்றே கிளர்ச்சிகளையும் அமளிகளையும் கிளப்புவார்கள் என்றும், வணிக உலக குழப்பங்களிலிருந்து அவர்கள் இலாபமடைய முயலுவார்கள் என்கிறார். அவர்களின் நடத்தைகள் முதலாளிய அமைப்பு முறைக்கே எதிர்ப்பை வளர்க்குமென்றாலும் அதைப் பற்றி அவர்கள் கவலைப்பட மாட்டார்கள் என்கிறார். வேறொரு வகையாகச் சொன்னால், கிட்டத்தட்ட முற்றுரிமை பெற்றிருக்கும் தொழிலதிபர்கள், நாட்டின் பொருளாதாரம் சமநிலையை நோக்கிச் செல்கிறதா, சமநிலையிலிருந்து விலகிச் செல்கிறதா என்பதைப் பற்றிக் கவலைப்பட மாட்டார்கள். அவர்களின் நடவடிக்கைகளாலேயே, நாட்டின் பொருளாதார இயக்கம் சமநிலையை விட்டு விலகிச் சென்றாலும், அதனால் அவர்களுக்கு ஆதாயம் கிடைக்குமென்றால் அந்த நடவடிக்கைகளைத் தொடர்வார்கள் என்கிறார். தொழில்வணிக முதலாளிகளின் பேராசை, சூழ்ச்சிகள், தந்திரம் ஆகியவற்றின் விளைவாகப் பொருளியல் நடவடிக்கைகள் நிலையாக இல்லாமல் வளர்ந்தும் வீழ்ந்தும் குழப்ப நிலையிலேயே தொடர்கின்றன. தொழில்வணிக முதலாளிகள் வேண்டுமென்றே பற்றாக்குறைகளை ஏற்படுத்தி, அதன் மூலம் இலாபம் பெறுகிறார்கள்.

பொருளியல் முன்னேற்றம் ஏற்படஏற்படப் புதிய புதிய தொழில் நுட்பங்களும் புதிய புதிய இயந்திரங்களும் அறிமுகப் படுத்தப்பட்டுப் பேரளவு உற்பத்தி முறை மேலும் விரிவடையும்.

இயந்திரத் தொடர்நடைமுறைகளுக்கு அதிகமான திட்டமிடல், ஏராளமாக உற்பத்திக் காரணிகளைத் திரட்டுதல், முடிவு பெற்ற பண்டங்களைப் பகிர்தல் ஆகியவை நடைபெற வேண்டும். மிகப் பெரிய உற்பத்திசாலைகளுக்குள் சந்தை விலை காட்டுகிற வழியில் நடக்கும் நடவடிக்கைகள் குறைந்துவிடும். பேரளவு உற்பத்தி நிறுவனங்களில் விலை இயந்திரத்தைப் பயன்படுத்தும் சந்தை நடவடிக்கைகள் இல்லாமலேயே உற்பத்திக் காரணிகளைப் பொறியாளர்கள் திட்டமிட்டு ஈடுபடுத்துவார்கள். காலப்போக்கில் பரிணாம வளர்ச்சியால் விலை இயந்திரத்தைப் பயன்படுத்தாமலே பொறியாளர்கள் சமுதாயத்தில் உற்பத்தியையும், பகிர்வையும் நிகழ்த்துவார்கள். அதனால் சமுதாயத்தில் 'ஓய்வு வர்க்கத்தினரின் பகிரங்க வீணடிப்புகளும் உழைக்கத் தயாராயிருப்பவர்களுக்கு வேலையில்லாத் திண்டாட்டமும் தவிர்க்கப்படும். அவ்வாறு நடப்பதற்குத் தொழில் வணிக முதலாளிகளிடமிருந்து பொறியாளர்கள் இயந்திரத் தொடர்நடைமுறைகளின் தலைமையைக் கைப்பற்ற வேண்டும்.

புதிய பேரளவுத் தொழிற்சாலைகளுக்குள் தொழில் நுட்ப வல்லுநர்கள், பொறியாளர்கள், 'வேலையைச் சிறப்பாகச் செய்யும் உள்ளுணர்வு' கொண்ட தொழிலாளர்கள் ஒன்று திரள்வார்கள். இவர்கள் தரமான பொருள்களை ஏராளமாக உற்பத்திசெய்யும் திறன் கொண்டவர்கள். 'வேலையைச் சிறப்பாகச் செய்யும் உள்ளுணர்வு' கொண்டவர்கள், அவர்களின் உழைப்பின் பலன்கள் அனைத்து மக்களுக்கும் பரவலாகச் சென்றடைய வேண்டும் என்பதை ஆதரிப்பவர்கள். எனவே, சூறையாடும் உள்ளுணர்வு கொண்டவர்களின் சூழ்ச்சி நிறைந்த, தந்திரமான கட்டளைகளுக்கான எதிர்ப்பு பொறியாளர்களின் தலைமையில், பெரும்பான்மையான 'வேலையைச் சிறப்பாகச் செய்யும் உள்ளுணர்வு' கொண்டவர்களிடம் அங்கீகாரம் பெறுவது இயற்கையான நிகழ்வாக இருக்கும். அவர்களில் ஒரு பகுதியினர்தான் கார்ப்பரேட் நிறுவன அமைப்பின் தீமைகளுக்கெதிராக முதலில் குரல் கொடுப்பவர்களாக இருப்பார்கள். அந்தச் சிறிய குழுவின் எதிர்ப்பு படிப்படியாகச் சமுதாயத்தின் அனைத்துப் பிரிவினரிடையேயும் வளரும். அதனால் தனியார் சொத்துரிமையை எதிர்க்கும் இயக்கம் சமுதாயத்தில் சிறிது சிறிதாக வளரும். 'கார்ப்பரேட்' முதலாளியம் பரிணாம மாற்றத்தால் கொஞ்சங் கொஞ்சமாகத் தேயும். பரிணாம வளர்ச்சி காரணமாக இந்த எதிர்ப்பு படிப்படியாகச் சமூகம் முழுதிலும் பரவும். சூறையாடிக் கொள்ளையடிக்கும் கார்ப்பரேட் நிறுவனங்களின் கொள்கைகளுக்கான எதிர்ப்பு, சமுதாயத்தின் பெரும்பகுதியினரிடமும் பரவி அங்கீகாரம் பெற்றுவிட்ட பிறகு, ஒரு பெரிய வேலைநிறுத்தம் வரும்.

வெளி உலகில் தொழில்வணிக முதலாளிகள், வழக்கறிஞர்கள், மதபோதகர்கள், படைத்தளபதிகள் போன்ற 'ஓய்வு வர்க்க'த்தினர் இருப்பார்கள். 'ஓய்வு வர்க்க'த்தினர், உழைக்கும் வர்க்கத்தினர் ஆகிய இரண்டு வர்க்கங்களிடையே போராட்டம் வரும். அது வன்முறையோடு நடக்காமல், அமைதியாகவே நடக்கலாம் என்றும், அதில் தொழில்நுட்ப வல்லுநர்கள்-பொறியாளர்களின் கூட்டு வெற்றி பெற்று சமுதாயம் சமத்துவம் நோக்கி நகரும் என்று வெப்லின் அனுமானிக்கிறார். அப்போது பொறியாளர்களின் தலைமையில் ஒரு சோசலிசத் தொழில் குடியரசு (industrial republic) அமையும். முதலாளியமே மாற்றம் பெற்று சோசலிச சமுதாயம் அமைவதைத்தான் வெப்லின் பண்பாட்டுப் பரிணாம வளர்ச்சியின் நான்காம் உச்ச நிலை மாற்றமாகப் பார்க்கிறார். அது பரிணாம வளர்ச்சி காரணமாக, அமைதியான புரட்சி மூலம் வரும். அதை அமைப்பதற்கு வன்முறை தேவைப்படாது. தனியார் உடைமைகள் என்கிற உணர்வு பின்னுக்குத் தள்ளப்பட்டு சமுதாய உயர்வு என்கிற உணர்வு பரவுவதுதான் பத்தொன்பதாம் நூற்றாண்டின் அமெரிக்காவில் அமைந்திருந்த குடியரசுக்கும் இருபதாம் நூற்றாண்டில் அமையவிருக்கும் சோசலிசத் தொழில் குடியரசுக்கும் இருக்கப்போகிற பெரிய வேறுபாடு என்று வெப்லின் கருதினார்.

புதிய சமுதாய அமைப்பில் சூறையாடிக் கொள்ளையடிப்பவர்களின் பகிரங்க வீணடிப்புகளைக் கொண்டாடிப் பின்பற்றும் தவறுகள் உணரப்பட்டு சிறப்பான பொருள்களை உற்பத்தி செய்து அனைவருக்கும் பகிரக்கூடிய சமத்துவ நிலை வருமென்கிறார் வெப்லின். அவரும் வருங்காலத்தில் ஒரு சோசலிச சமுதாயம் மலரும் என்கிற கருத்தைத்தான் முன்வைக்கிறார். ஆனால் அது கார்ல் மார்க்ஸ் கனவு கண்ட வர்க்க பேதமற்ற கம்யூனிச அமைப்பன்று. கார்ல் மார்க்ஸ் முதலாளியத்தை முடிவுக்குக் கொண்டுவர ஒரு புரட்சி வெடித்து, முதலாளிகளும் தொழிலாளர்களும் எதிரெதிர் வர்க்கங்களாகப் போரிடுவார்கள் என்கிறார். ஒவ்வொரு பொருளுற்பத்தி முறை மாற்றமடையும்போதும் இருப்பவர்களும் இல்லாதவர்களும் எதிரெதிர் வர்க்கங்களாக நின்று போராடிய பிறகுதான் அதன் விளைவாக அதை விட மேலான பொருளுற்பத்தி முறைக்கு முன்னேறியிருக்கிறார்கள் என்றும் காட்டினார். ஆனால் வெப்லின் இந்தக் கொள்கையை ஏற்கவில்லை. சமுதாயத்தின் பரிணாம வளர்ச்சியை ஆராயும்போது எத்தனையோ சாம்ராஜ்யங்கள் வர்க்கப் போராட்டமில்லாமலேயே வீழ்ந்திருப்பதை வெப்லின் காட்டுகிறார். முதலாளியத்தில் தொழிலாளர் வர்க்கம், தொடர்ந்து வறுமையடைந்து நலிந்துகொண்டேவரும் என்பதும் அமெரிக்காவில்

நடைபெறவில்லை என்பதையும் காட்டுகிறார். அதே சமயம், தன் காலத்தில் அமெரிக்காவில் 'ஓய்வு வர்க்க'த்தினர் போகத்தில் திளைத்துக்கொண்டிருந்த போது உழைக்கும் வர்க்கத்தினர் அன்றாடங்காய்ச்சிகளாகத் திண்டாடிக்கொண்டிருந்தார்கள் என்பதை ஏற்றுக்கொள்கிறார். அவருக்கு வன்முறைப் புரட்சி மூலம் சமுதாய மாறுதல் நடைபெறுவதில் உடன்பாடு இல்லை.

முதலாளியம் தனக்குள்ளிருக்கும் எதிர்மறைச் சக்திகளின் இயக்கத்தினாலேயே அழிந்துபோகும் என்கிற மார்க்சின் கற்பனையைப் போலவே இருபதாம் நூற்றாண்டில் தொழில் நுட்ப வளர்ச்சியால் பொறியாளர்களின் தலைமையில் ஒரு சோசலிச சமுதாயம் மலரும் என்கிற வெப்லினின் கற்பனையும் நடைமுறையில் சாத்தியமாகவில்லை. உற்பத்திக் காரணிகளின் திசை திருப்புதல்களைச் சந்தை இயக்கம் செய்வதற்குப் பதிலாகத் தொழிலாளர் சர்வாதிகாரத் திட்டமிடல் செய்யும் என்று மார்க்ஸ் கற்பனை செய்தது போலவே அந்த வேலையை 'வேலையைச் சிறப்பாகச் செய்யும் உள்ளுணர்வு' கொண்ட பொறியாளர்களின் திட்டமிடல்கள் செய்யும் என்று வெப்லின் கற்பனை செய்கிறார். சந்தையின் இயக்கத்தைத் திட்டமிடல் மூலம் பதிலீடு செய்யலாம் என்கிற மார்க்ஸ், வெப்லின் இருவரின் கற்பனையும் இதுவரை நடைமுறையில் வெற்றி பெறவில்லை.

வெப்லின் கல்வி நிர்வாகம் பற்றியும் சுயமான கருத்துகளை வெளியிட்டிருக்கிறார். நவசெவ்வியல் பொருளியல் என்கிற சொற்றொடரை உருவாக்கியவரே அவர்தான் என்பதையும், அதன் மையக்கருத்துகளுக்கு எதிரான சிறந்த திறனாய்வை அந்தக் கருத்துகள் தோன்றிய காலத்திலேயே அவர் செய்திருக்கிறார் என்பதையும் கவனிக்க வேண்டும். மரபுகள், சடங்குகள், விதிகள் போன்றவற்றால் மனித நடவடிக்கை திசைதிருப்பப்படும் என்பதால் ஒவ்வொரு அமைப்பையும் சார்ந்த மரபுகள், சடங்குகள், விதிகள் தோன்றிய, வளர்ந்த பின்னணியை ஆய்வது அவசியம் என்று சுட்டிக்காட்டியவர் வெப்லின். அதனால்தான் அவர் 'தொன்மை அமைப்புப் பொருளியலின்' தந்தையாக வர்ணிக்கப்படுகிறார். நவசெவ்வியல் பொருளாதாரம் மரபுகள், சடங்குகள், விதிகள் ஆகியவற்றைப் பற்றித் தனியாக எதுவும் கூறுவதில்லை என்பதையும், அவற்றை மற்றவை மாறாதிருக்க வேண்டும் என்கிற அனுமானத்தின்மூலம் புறந்தள்ளுகிறார்கள் என்பதையும் கவனத்தில் கொள்ள வேண்டும். பொருளியல் எண்ணங்களின் வளர்ச்சியில் சுயமான, தனியான கருத்துகளை வெளியிட்டவர் என்கிற பெருமைக்குரியவர் வெப்லின்.

~~

15

புது ஏகாதிபத்தியம் 1:
ஜான் அட்கின்ஸன் ஹாப்ஸன்

இந்த நூல் நவசெவ்வியல் பொருளியலின் தோற்றத்தை விளக்கும் நோக்கம் கொண்டது. தொழில்நுட்ப மாறுதல் காரணமாகப் பெருமளவில் வேலை வாய்ப்பை இழக்கக்கூடிய சூழல்களைத் தொழில்களின் நசிவு என்று நவசெவ்வியல் பொருளியல் தன் ஆய்வுக்களத்தில் ஏற்றுக்கொள்கிறது. ஆனால் அரசியல் நடவடிக்கைகள் காரணமாக வருகிற அத்தகைய மாற்றங்களை நவசெவ்வியல் பொருளியல் தன் ஆய்வுக்களத்தில் உள்ளடக்குவதில்லை. அதனால் நவசெவ்வியல் பொருளியல் தோன்றி வளர்ந்த அதே காலகட்டத்தில் தங்கள் நாடுகளின் தனியார் முதலாளிகளுக்குச் சந்தைகளைக் கைப்பற்றுவதற்காக அரசுக் கொள்கைகளே மாற்றப்பட்டது பற்றிய 'செவ்வியல் அரசியல் பொருளாதார' எண்ணங்களைப் 'புது ஏகாதிபத்தியக் கொள்கைகள்' என்று வகைபிரிக்கிறோம். அவை நவசெவ்வியல் பொருளியல் விட்டுவிட்ட அரசுப் பொருளியல் செயல்விளைவுகளை வெளிக்கொணர்கின்றன. அக்கொள்கைகளை விளக்கியவர்களில் மூன்று முக்கியமானவர்களின் கருத்துகளை இந்த இயலிலிருந்து தொடர்ந்து மூன்று இயல்களாக, இடைச்செருகல்களாக, வழங்குகிறேன்.

புது ஏகாதிபத்தியத்தை ஏன் தனியாக ஆய்கிறோம்?

நவசெவ்வியல் பொருளியலில் 'புது ஏகாதிபத்தியம்' (*New Imperialism*) ஒரு தனியான விவாதப்பொருளாக இருக்கவில்லை. தனிமனிதத் தேர்வுகள் எவ்வாறு பொருள்களின் உற்பத்தி மற்றும் உற்பத்திக்காரணிகளின் விலைகளைத் தீர்மானிக்கின்றன என்கிற

பொது ஆய்வை மேற்கொண்ட 'நவசெவ்வியல் பொருளியல்', ஏகாதிபத்தியத்தையும் அத்தகைய நிகழ்வுகளின் விளைவாகவே பார்க்கிறது. முன்னேறிய நாடுகளிலிருந்து பின்தங்கிய நாடுகளுக்கு முதலீடு இடம்பெயர்வதால் அந்தப் பின்தங்கிய நாடுகள் நாளடைவில் முன்னேற்றமடையும் என்று அவர்களின் ஆய்வு விளக்குகிறது. கைத்தறி, குடிசைத் தொழில்கள் நிறைந்த ஒரு மரபு வழிச் சமுதாயத்தில் புதிய தொழில்நுட்பத்தினால் பட்டறைகள் வழி நவீன உற்பத்தி தொடங்கினால் மரபுத் தொழில்கள் சிதைந்துபோவதைத் 'தொழில்களின் நசிவு' (*deindustrialisation*) என்று 'நவசெவ்வியல் பொருளியல்' காண்கிறது. அத்தகைய நசிவினால், மரபுவழிகளில் உற்பத்தி செய்பவர்கள் உடனடியாக வேலையிழக்க நேரிடலாம். ஆனால் நீண்ட காலப்போக்கில் புதிய வழிமுறை (பட்டறை) உற்பத்தியின் அளவு பெருகுவதாலும் புதிய பொருள்களுக்கான சந்தைகள் விரிவடைவதாலும் புதிய வேலைவாய்ப்புகள் உருவாகிவிடுமென்றும் அதனால் நீண்ட காலப் போக்கில் முழு வேலைவாய்ப்பு மறுபடியும் திரும்பிவிடுமென்றும் நவசெவ்வியல் ஆய்வாளர்கள் கருதினர். ஐரோப்பிய நாடுகள் காலனி ஆட்சி முறையைத் தாங்கள் கைப்பற்றிய நாடுகளில் அறிமுகப்படுத்தியபோது அத்தகைய 'தொழில்களின் நசிவு' ஏற்பட்டதென்றுதான் நவசெவ்வியல் ஆய்வாளர்கள் கூறுகிறார்கள். ஆனால், அத்தகைய நசிவுகளுக்குக் காரணம், ஐரோப்பிய அரசுகளை அந்தந்த நாடுகளின் முதலாளி வர்க்கங்கள் புதிய தொழில் நுட்பத்தின் பேரளவு உற்பத்திகளுக்குச் சந்தைகளைக் கைப்பற்றுவதற்காக இயக்குகின்றன என்றும், அத்தகைய சந்தைகளுக்கான போட்டிகள் எவ்வாறு பெரும்போர்களுக்கு வித்திடுகின்றன என்றும், அதனால் தாய்நாடு மற்றும் கைப்பற்றப்பட்ட நாடுகளில் பெரும்பான்மையினர் தீய விளைவுகளைச் சந்திக்கிறார்கள் என்றும் – பொருளியல் தாண்டிய ஆய்வாக அதை நவசெவ்வியல் ஆய்வாளர்கள் மாற்றுவதில்லை. அத்தகைய ஆய்வுகளை அவர்கள் அரசியல், மானுடவியல் துறைகளைச் சேர்ந்தவையாக ஒதுக்கிவிடுகிறார்கள்.

ஒரு நாட்டின் மீது மற்றொரு நாடு மேலாண்மை செலுத்துவது என்கிற அளவில் 'பழைய ஏகாதிபத்தியம்' பன்னெடுங்காலமாக அறியப்பட்ட கருத்துதான். இந்நூலின் ஆரம்ப இயல்களில் 'பழைய ஏகாதிபத்தியம்' பற்றிப் பேசப்பட்டுள்ளது. தாய்நாட்டின் அரசு தங்கள் முதலீட்டாளர்களின் நன்மைக்காகச் செயல்பட்டு இயங்கி, தங்களிடம் அடிபணிந்துவிட்ட காலனிகளின் மீது வலிந்து மேலாண்மை செலுத்துவது என்பது புது ஏகாதிபத்தியக் கொள்கையின் அடிப்படை. அதாவது தாய்நாட்டின் முதலாளிகளின் தூண்டுதலின்பேரில் அவர்களின் சந்தைகளை விரிவடையச்

செய்யும் நோக்கத்தோடும், அவர்களின் கச்சாப் பொருள்களின் தேவைகளை நிறைவு செய்வதற்காகவும் காலனி நாடுகளின் மீது மேலாண்மை செலுத்துவது என்பது 'புது ஏகாதிபத்தியத்தின்' குறிக்கோள். 'நவசெவ்வியல் பொருளியல்' தோன்றி வளர்ந்த அதே காலத்தில்தான் புது ஏகாதிபத்தியம் பற்றிய முக்கிய ஆய்வுகள் முன்மொழியப்பட்டன. அவற்றை வெளியிட்டவர்களில் மரபுவழிப் பொருளியல் அறிஞர்களும் சோஸலிஸ்டுகளும் கம்யூனிஸ்டுகளும் இருந்தனர். இந்தியா போன்று காலனியாதிக்கத்துக்குட்பட்டிருந்த நாடுகளில் புது ஏகாதிபத்தியம் பற்றிய கருத்துகளை அறிவது மிக அவசியமானது. எனவே 'நவசெவ்வியல் பொருளியலை'ச் சேராத பகுதிகளாயிருந்தபோதிலும், புது ஏகாதிபத்தியம் பற்றிய முக்கியமான மூன்று ஆய்வாளர்களின் கருத்துகளை நேர்வழி விலகிய இடைச்செருகல்களாகச் சேர்த்திருக்கிறேன். அவர்கள் ஜே.ஏ. ஹாப்ஸன், ரோஸா லக்ஸம்பர்க், வி.ஐ. லெனின். இவர்கள் தவிர நிகலாய் புகாரின், ஹில்பர்டிங், பேரனாவ்ஸ்கி, கார்ல் காட்ஸ்கி போன்ற மற்ற பலருடைய புது ஏகாதிபத்தியம் பற்றிய கருத்துகளும் கவனத்துக்குரியவை என்றாலும் இந்த அறிமுக நூலில் அவற்றை விவரிக்க இடமில்லை.

ஜான் அட்கின்ஸன் ஹாப்ஸன்

முதலாளியத்தின் வளர்ச்சிக்குக் காரணமாகவும், அதே முதலாளிய வளர்ச்சியின் விளைவாகவும் புது ஏகாதிபத்தியம் மலர்கிறது என்கிற கருத்தாக்கத்தை விதைத்து விளக்கியவர் என்கிற வகையில் ஜே.ஏ. ஹாப்ஸன் (*John Atkinson Hobson,* 1858–1940) முக்கியத்துவம் பெறுகிறார்.

இங்கிலாந்தின் டெர்பியில் ஜான் அட்கின்ஸன் ஹாப்ஸன் 'டெர்பி அட்வர்டைஸர்' செய்தித்தாளின் சொந்தக்காரரரான வில்லியம் ஹாப்ஸன், ஜோஸபீன் அட்கின்ஸன் தம்பதியினரின் மகனாகப் பிறந்தார். டெர்பியில் பள்ளிப் படிப்பு முடித்த பிறகு ஆக்ஸ்போர்டு பல்கலைக்கழகத்தின் லிங்கன் கல்லூரியில் பயின்றார். படிப்பு முடிந்த பிறகு பேவர்ஷாம், எக்ஸீடர் நகர்களில் ஆங்கில இலக்கியம் பயிற்றுவித்தார். எக்ஸீடர் நகரில் வேலையிலிருந்தபோது புளாரன்ஸ் எட்காரை மணந்துகொண்டார்.

*1887*இல் 'டெர்பி அட்வர்டைஸர்' பத்திரிகையின் நிருபராக லண்டன் மாநகருக்கு ஹாப்ஸன் குடிபெயர்ந்தார். அப்போது இங்கிலாந்தில் ஒரு கடும் வணிக மந்தம் நிலவியது. அதற்கான காரணங்களையும், அதிலிருந்து விடுபடுவதற்கான வழிமுறைகள் பற்றியும் மிகக் காரசாரமான விவாதங்கள் நிகழ்ந்தன. அப்போது சமுதாய ஜனநாயகவாதிகள், கிருஸ்துவ சோஸலிஸ்டுகள்,

ஃபேபியன் சோஸலிஸ்டுகள் போன்ற இடதுசாரி இயக்கங்களில் ஈடுபட்டிருந்தவர்கள் பலரின் நட்பு ஹாப்ஸனுக்குக் கிட்டியது. ஹென்ரி ஜார்ஜின் 'ஒரே வரிக் கொள்கை'யையும் அவர் அறிந்திருந்தார். 1888ஆம் ஆண்டில் அவர் மனைவியுடன் அமெரிக்காவிற்கு ஆறு மாதங்கள் சுற்றுப் பயணம் மேற்கொண்டார்.

இங்கிலாந்து திரும்பிய பிறகு 1888இல் ஆக்ஸ்போர்டு பல்கலைக் கழகத்தின் விரிவாக்க இயக்கத்தின் கீழ் ஆங்கில இலக்கியம் மற்றும் அரசியல் பொருளாதாரம் குறித்த விரிவுரைகள் தருபவராக ஹாப்ஸன் நியமனம் பெற்றார். அவர் காலத்தில் ஆக்ஸ்போர்டு பல்கலைக்கழகத்தின் பொருளியல்துறை ஆசிரியர்கள், ஹாப்ஸன் அப்போது வெளியிட்டிருந்த பற்றாக்குறை நுகர்ச்சித் தத்துவத்தை *(underconsumption theory)* நிராகரித்துவிட்டார்கள். வில்லியம் கிளார்க் என்கிற நண்பரின் தூண்டுதலில் அவர் ஃபேபியன் சோஸலிசக் குழுவில் அங்கத்தினரானார் என்றாலும் அவர்களின் அனைத்துக் கொள்கைகளையும் அவர் ஏற்கவில்லை. மலையேறுவதில் மிகப் புகழ்பெற்ற ஆல்பர்ட் எம். மம்மறி என்கிற நண்பருடன் இணைந்து அவர் 'தொழிலின் உடற்கூறு' *(Physiology of Industry, 1889)* நூலில்தான் முதன்முதலாக அவருடைய பற்றாக்குறை நுகர்ச்சித் தத்துவத்தைப் புத்தக வடிவில் வெளியிட்டார். செவ்வியல் அரசியல் பொருளாதாரத்தின் 'ஸேயின் விதி'க் கொள்கையையும், சேமிப்பின் முக்கியத்துவத்தையும் பற்றாக்குறை நுகர்ச்சித் தத்துவம் மறுதலித்தது. பொருளாதார ஏற்றதாழ்வுகள் நிறைந்த முதலாளிய சமுதாயத்தில் செல்வமிக்கவர்களின் சேமிப்பு நாட்டின் ஒட்டுமொத்தத் தேவைப் பற்றாக்குறையை விளைவிக்கிறது என்கிற ஹாப்ஸனின் விளக்கம் அப்போது நிலவிய பொருளியல் கொள்கைகளிலிருந்து வேறுபட்டுத் தனித்துவமாக இருந்தது. சேமிப்பு செய்பவர்கள் அந்தச் சேமிப்பை முதலீடாக்கிச் செலவழிப்பார்கள் என்பதனால் அத்தகைய செலவழிப்பு முதலீட்டுப் பொருள்களுக்குத் தேவையை உருவாக்கிவிடும் என்றும், அதனால் தேவைப் பற்றாக்குறை எப்போதும் வராது என்றும் அந்த செவ்வியல் பொருளாதார அறிஞர்கள் கருதினர். அதாவது, சேமிப்பு முழுதும் முதலீடாகிவிடுவதால் பொருள்களை வாங்கும் சக்தியில் பற்றாக்குறை வராது என்று நம்பினார்கள். ஆனால் செல்வர்களின் சேமிப்பு முழுவதையும் அவர்கள் முதலீடாக்கினால் விளைகிற உற்பத்தி முழுவதையும் வாங்குமளவுக்கு உள்நாட்டின் சந்தையில் வாங்கும் சக்தி போதுமானதாக இருப்பதில்லையென்றும், அதனால் உள்நாட்டுக்குள் தேவைப் பற்றாக்குறை முதலாளிய வளர்ச்சியின்போது இயல்பான நிகழ்ச்சியென்றும் ஹாப்ஸன் வாதிட்டார். ஏனெனில் ஏற்றத்தாழ்வு மிகுந்த பகிர்வினால் ஏழைகளுக்குப் போதுமான அளவு வாங்கும் சக்தி கிடைப்பதில்லை

என்று அவர் வாதிட்டார். அந்தப் பற்றாக்குறையைத் தீர்க்க, அவர் உள்நாட்டின் பெரும்பகுதியினரான ஏழைகளின் நுகர்ச்சியை அதிகரிக்க வழி செய்ய வேண்டுமென்று கூறினார். அதற்காகச் செல்வமிக்கவர்களிடமிருந்து ஏழைகளுக்குச் செல்வ இடமாற்றத்தை அவர் ஆதரித்தார். அக்காலத்தில் அக்கொள்கைக்குப் போதுமான அங்கீகாரம் கிட்டவில்லை.

ஃபேபியன் சோஸலிசக் கொள்கைகளுக்கு ஆதரவாக 'ஏழ்மையின் பிரச்சினைகள்' (*Problems of Poverty*), 'வேலையில்லாமைப் பிரச்சினைகள்' (*Problems of Unemployment*) நூல்களையும், அவை தவிர 'நவீன முதலாளியத்தின் பரிணாம வளர்ச்சி' (*Evolution of Modern Capitalism*) 'ஜான் ரஸ்கின் சமூகப் புரட்சியாளர்' (*John Ruskin Social Reformer*) ஆகிய நூல்களையும் எழுதினார். இந்தக் கால கட்டத்தில் அவர் நன்னெறியியல் (*ethics*) சார்ந்த குழுக்களில் அங்கத்தினராக இருந்தது மட்டுமின்றி அவ்வியல் சார்ந்த ஏராளமான கட்டுரைகளையும் எழுதினார். அவர் 'தேசிய லிபரல் கிளப்'பின் வானவில் வளையத்தின் (*rainbow circle*) செல்வாக்கு மிக்க அங்கத்தினராயிருந்தார். அவர்கள் வெளியிட்ட 'புரகிரஸிவ் ரெவ்யூ' சஞ்சிகையின் ஆசிரியராகவும் பணியாற்றினார்.

*1899*இல் ஹாப்ஸனின் நண்பரும் சமூகத் தத்துவ ஞானியுமான எல்.டி. ஹாப்ஹவிஸின் சிபாரிசின்பேரில் 'மான்செஸ்டர் கார்டியன்' பத்திரிகையின் ஆசிரியரான ஸி.பி. ஸ்காட், ஹாப்ஸனை அதன் தென்னாப்பிரிக்க நிருபராக அனுப்பினார். அப்போது தென்னாப்பிரிக்காவில் ஆங்கில அரசுக்கும், தென்னாப்பிரிக்காவில் குடியேறிச் சுதந்திரமான குடியரசுகளில் வாழ்ந்த போயர் என்றழைக்கப்பட்ட டச்சுஜெர்மன் வெள்ளையினத்தவருக்குமிடையே 'இரண்டாவது போயர் யுத்தம்' (*Second Boer War*) நடந்துகொண்டிருந்தது. அந்தப் பயணத்தின் மூலம் ஆப்பிரிக்கக் கண்டத்தில் மேற்கத்திய நாடுகளின் நாடுபிடிக்கும் பேராவலினால் உண்டான மோசமான விளைவுகளை நேராகவே காணும் வாய்ப்பை ஹாப்ஸன் பெற்றார். பிரிட்டிஷ் சுரங்க முதலாளிகள் டிரான்ஸ்வாலில் தங்கள் இலாபத்தை உச்சமடையச் செய்வதற்காகத்தான் சிஸில் ரோட்ஸ் என்பவரின் தலைமையில் தென்னாப்பிரிக்க பிரிட்டிஷ் அரசைப் போயர்களுக்கெதிராகப் போரை நடத்தத் தூண்டியிருப்பதாக அவர் புரிந்து கொண்டார். போயர் போர் இங்கிலாந்து மக்களின் நன்மைக்கானதன்று; மாறாக, அது இங்கிலாந்தின் முதலாளிகளின் நன்மைக்காக நடத்தப்படுகிறது என்கிற 'புது ஏகாதிபத்திய'க் கொள்கையை அவருடைய ஆப்பிரிக்க அனுபவத்திலிருந்து பெற்றார். 1900இல் இங்கிலாந்து திரும்பிய பிறகு தமது ஆப்பிரிக்க அனுபவங்களை

இணைத்து விரிவுரைகளாகவும் நூல்களாகவும் ஹாப்ஸன் வெளியிட்டார். போயர் யுத்தங்களை எதிர்த்தும், அது சார்ந்த பிரிட்டிஷ் அரசின் நடவடிக்கைகளையும் அவர் விமர்சித்தார்.

புது ஏகாதிபத்தியக் கொள்கைக்கும் நாடுகளிடையே மூள்கிற போர்களுக்குமான நேரடியான தொடர்புகளை அப்போது அவர் எழுதிய நூல்களில் தெளிவாக வெளிக் கொணர்ந்திருக்கிறார். அவற்றில் War in South Africa (1900), Psychology of Jingoism (1901), Imperialism (1902) ஆகியவை முக்கியமானவை.

1902இல் ஹாப்ஸன் அமெரிக்காவில் தன் கொள்கைகளை விளக்கும் விரிவுரைகளை நல்குவதற்காகச் சென்றிருந்தார். அவரது புது ஏகாதிபத்தியக் கொள்கை உலகெங்கும் பரவுவதற்கு அந்தப் பயணமும் உதவிசெய்தது. 1909இல் அவர் எழுதிய 'தொழில் அமைப்பு' (Industrial System) நூலிலும் பற்றாக்குறை நுகர்ச்சி எப்படி நாட்டின் ஒட்டுமொத்தத் தேவையைக் குறைக்கிறது என்பதை விளக்கியிருக்கிறார்.

புது ஏகாதிபத்தியச் செயல்முறைகள் வழியாகப் பெரிய முதலாளிகள் தங்கள் சந்தைகளை விரிவாக்குவதற்காகத் தங்கள் நாட்டு அரசுகளைப் போரிடத் தூண்டுகின்றன என்கிற கொள்கையைக் கொண்டிருந்த ஹாப்ஸன், அத்தகைய தூண்டுதல்களினால் வந்ததாகக் கருதிய முதல் உலகப் பெரும்போரை எதிர்த்ததில் வியப்பொன்றுமில்லை. போரை எதிர்க்கும் 'ஜனநாயகக் கட்டுப்பாட்டு ஒன்றிய'த்தில் (Union of Democratic Control) அவர் சேர்ந்தார். 'பன்னாட்டு அரசு' (International Government) என்ற நூலில் அனைத்து நாட்டு அரசுகளும் இணைந்த ஓர் அனைத்துலக அரசின் தேவை பற்றியும் விரிவாக அலசியிருக்கிறார். எனினும் முதல் உலகப் பெரும் போரை முடிவுக்குக் கொண்டு வந்த 'வெர்ஸெய்ல்ஸ் உடன்படிக்கை'யையும் (Treaty of Versailles), அதன் பிறகு உருவாகிய 'உலக நாடுகளின் கூட்டிணைவை'யும் (League of Nations) அவர் தீவிரமாக எதிர்த்தார்! போரில் வெற்றி பெற்ற நாடுகள் தங்களின் ஒருங்கிணைப்பு மூலம் தோல்வியுற்றவர்களைச் சுரண்ட வழி வகுக்கும் அமைப்புகளாகவே இவையிரண்டையும் அவர் கருதினார்.

1919இல் 'சுதந்திரமான உழைப்பாளர் கட்சி'யில் (Independent Labour Party) அங்கத்தினராக ஹாப்ஸன் சேர்ந்தார். ஜனநாயக வழியில் அரசைக் கைப்பற்றி, அரசு இயந்திரத்தின் மூலம் செல்வத்தைப் பெருமுதலாளிகளிடமிருந்து வறியவர்களுக்குப் பகிர்வு செய்ய வேண்டும் என்கிற கொள்கையை அவர் வலியுறுத்தினார். புரட்சி மூலம் வன்முறையைக் கையாண்டு சர்வாதிகாரம் பெற்று, முதலாளியத்தை அழித்து விட்டுச் சந்தையில்லாத, சமத்துவமான

ஒரு சமுதாயத்தை ஏற்படுத்த வேண்டும் என்கிற கம்யூனிசச் சிந்தனையை அவர் ஏற்கவில்லை.

உழைப்பாளர்கள் கட்சி சார்பில் ஹாப்ஸன் பல இடதுசாரிச் சஞ்சிகைகளில் ஏராளமான கட்டுரைகள் எழுதியிருக்கிறார். ஆனால், 1929இல் உழைப்பாளர் கட்சி தேர்தலில் வெற்றி பெற்று ராம்ஸே மெக்டொனால்டு தலைமையில் அரசமைக்கப்பட்டபோது, அவருடைய செயல்திட்டங்களைக் கடுமையாக விமர்சித்தார். 1931இல் அரசு அவருக்கு பிரபு பட்டமளித்துக் கௌரவிக்க விரும்பிய போது ஹாப்ஸன் அதை ஏற்க மறுத்துவிட்டார்.

1938இல் தமது சுயசரிதையை 'ஒரு பொருளியல் எதிர்மறையாளரின் ஒப்புதல் வாக்குமூலம்' (Confessions of an Economic Heretic) என்கிற தலைப்பில் ஹாப்ஸன் வெளியிட்டார். இரண்டாம் உலகப் பெரும்போரின் ஆரம்பத்திலேயே அமெரிக்கா இங்கிலாந்திற்கு ஆதரவான நிலையை எடுக்க வேண்டும் என்று வாதாடினார். 1940இல் இங்கிலாந்து நகரங்களின் மீது ஜெர்மன் விமானங்களின் சூறாவளித் தாக்குதல்கள் தொடங்கும் முன்னரே, லண்டனின் ஹாம்ப்டன் புறநகரில் 1 ஏப்ரல் 1940இல் தமது 81ஆம் வயதில் காலமானார்.

52 புத்தகங்களையும் ஏராளமான கட்டுரைகளையும் எழுதிய ஹாப்ஸன் அவர் காலத்தின் சிறந்த சிந்தனையாளர்களில் ஒருவர் என்பதில் ஐயத்துக்கிடமில்லை.

ஹாப்ஸனின் புது ஏகாதிபத்தியக் கொள்கை

19ஆம் நூற்றாண்டியின் பிற்பகுதியில், குறிப்பாக 1870க்குப் பிறகு, ஐரோப்பிய ஏகாதிபத்தியக் கொள்கையில் ஒரு பெரும் மாற்றத்தை ஹாப்ஸன் காண்கிறார். தடையிலா வணிகத்தைக் கருவியாகக்கொண்டு பிரிட்டிஷ் அரசு 1600களிலிருந்தே தன் சந்தைகளைப் பெருக்கி ஏராளமான இலாபம் சம்பாதித்தது. வாசனைப் பொருள்கள், மிளகு, பருத்தித் துணிகளை ஆசிய நாடுகளிலும், அடிமைகளை ஆப்பிரிக்காவிலும் வாங்கி ஐரோப்பிய, அமெரிக்கச் சந்தைகளில் விற்பதில் கொள்ளை லாபம் சம்பாதித்தது. அவர்களோடு டச்சு, ஸ்பானிய, போர்த்துகீசிய, பிரெஞ்சு வணிகர்கள் போட்டியிட்டார்கள். ஆனால் தொழிற்புரட்சி 1750க்குப் பிறகு முதலில் பிரிட்டனில் தொடங்கியது. நீர், நிலக்கரியை உந்து சக்தியாகக் கொண்ட இயந்திரங்களால் பட்டறைகளில் பேரளவு உற்பத்தியை மேற்கொண்டு ஏராளமான பொருள்களை உற்பத்தி செய்து ஐரோப்பிய நாடுகள் உட்பட உலகின் பல நாடுகளிலும் விற்பதற்குத் தடையிலா வணிகம் பிரிட்டிஷாருக்கு உதவியாக இருந்தது. ஆனால் அந்த முறையை

19ஆம் நூற்றாண்டில் மற்ற ஐரோப்பிய நாடுகளால் பின்பற்ற முடியவில்லை. உற்பத்தியை ஏராளமாகப் பெருக்குவதில் பெரும் வெற்றி பெற்ற பட்டறைத் தொழில் முதலாளியம், 19ஆம் நூற்றாண்டின் பிற்பகுதியில் ஐரோப்பாவின் அனைத்து நாடுகளுக்கும் பரவிவிட்டது. அதனால் ஐரோப்பாவின் அனைத்து நாடுகளிலும் பொருள்களின் உற்பத்தியினளவு மிகவும் விரிந்தது. 19ஆம் நூற்றாண்டின் முற்பகுதிவரை தன் உற்பத்திப் பொருள்களை இங்கிலாந்து வெளிநாடுகளில் எளிதாக விற்றதைப் போல அந்நூற்றாண்டின் பிற்பகுதியில் ஐரோப்பிய நாடுகளால் தங்கள் உற்பத்திப் பொருள்களை விற்க முடியவில்லை. தத்தம் பொருள்களுக்கு உலகளாவிய சந்தைகளைப் பெறுவதில் ஐரோப்பிய நாடுகளுக்கிடையே கடும் போட்டி வலுத்தது. அந்தப் போட்டியைச் சமாளிப்பது மிகுந்த சிக்கலான காரியமாக மாறியது. அதனால் ஐரோப்பிய நாடுகள், தங்கள் பொருள்களுக்குச் சந்தைகளாகக் காலனிகளை ஏற்படுத்திக் கொண்டு, தங்கள் காலனிகளுக்குள் போட்டி நாடுகளின் பொருள்கள் புகாவண்ணம் தடை விதிப்பதைக் கொள்கையாக மாற்றிக்கொண்டன. பழைய ஏகாதிபத்தியக் கொள்கையின் தடையிலா வணிகம் இந்தப் புதிய சூழ்நிலையில் கைவிடப்பட்டுவிட்டது. இந்த மாற்றம் 1870க்குப் பிறகு பரவலானது. இதன் விளைவாக வந்த ஏகாதிபத்தியத்தை ஹாப்ஸன் 'புது ஏகாதிபத்தியம்' என்று விவரிக்கிறார்.

தாய்நாட்டின் பணக்கார முதலாளிக் கும்பல்கள் தங்கள் நாட்டு அரசின் அதிகாரங்களைத் தகாவழிகளில் கைப்பற்றி வெளிநாடுகளில் தம் ஆதிக்கத்தை விரிவாக்கி, அங்குத் தம் பொருளாதார ஆணிவேர்களை வளர்த்து, அவற்றின் பொருளாதார ஆதாரங்களை உறிஞ்சித் தங்கள் நாட்டில் போகப் பொருள்கள் நுகர்ச்சியைப் பெருக்கும் புல்லுருவிச் சமுதாய வழிமுறைகளைத்தான் 'புது ஏகாதிபத்தியம்' என்று அழைக்கிறோம் என்று ஹாப்ஸன் வரையறை செய்தார். இந்தப் புது ஏகாதிபத்தியம் சிக்கலான, பன்முகங்களையும் பல பரிமாணங்களையுமுடைய இயல்நிகழ்ச்சி என்கிறார் அவர். பல சமுதாய சக்திகளின் இயக்கத்தின் காரணமான விளைவு இது. முதலாளியத்தின் இலாபம் தேடும் முடிவில்லாத முயற்சி மட்டுமின்றி, மதப்பிரசாரம், நாட்டுப் பற்று, தேசியத் தன்னாட்சி, போர்களைப் போற்றும் இராணுவ மனப்பான்மை போன்ற வெவ்வேறான சக்திகளைத் தங்களின் சுய இலாபத்திற்காக முதலாளிவர்க்கம் திசைதிருப்பியதும் ஒருங்கிணைத்ததும் 'புது ஏகாதிபத்திய' காலத்தின் நடவடிக்கைகள்.

புது ஏகாதிபத்தியத்தை நியாயப்படுத்தும் வழிகளில் செய்யப்படும் அதிகாரபூர்வமான பிரசாரங்களில் பின்தங்கிய நாடுகளில் கீழ்நிலையில் இயங்கும் இனங்களை மேன்மைப்படுத்தவும்,

அவர்களுக்கு நாகரிகம் கற்பிக்கவும், அவர்களுக்குக் கிருத்துவ விழுமியங்களைக் கற்றுத்தரவும் உயர்நிலையில் இருக்கும் மேற்கத்திய சமுதாயங்களுக்கு அடிப்படைக் கடமை இருப்பதுபோன்ற ஒரு மாயத்தோற்றம் அக்காலகட்டத்தில் ஐரோப்பிய நாடுகளில் ஏற்படுத்தப் பட்டிருந்தது. அதை அவர்கள் செயல்படுத்த முயன்றபோது, அதற்கு அந்தப் பின்தங்கிய சமுதாயங்கள் வன்முறையோடு எதிர்ப்புத் தெரிவிப்பதால்தான் அவர்களின் நாடுகளைக் கைப்பற்றித் தங்களின் கடமையை நிறைவேற்றும் கட்டாயம் மேற்கத்திய சமுதாயங்களுக்கு ஏற்பட்டிருப்பது போலவும் அந்தத் போலித்தோற்றம் காட்டுகிறது.

புது ஏகாதிபத்தியத்தின் உண்மையான வடிவம் மிகக் கொடூரமானதாகையால் அதை மறைப்பதற்கு இத்தகைய போலியான மாயத்தோற்றங்களைப் பயன்படுத்த வேண்டியிருப்பதை ஹாப்ஸன் சுட்டிக்காட்டியிருக்கிறார். கீழ்த்திசை நாடுகளுக்கு மதப் பிரசாரம் செய்யச் சென்ற பாதிரியார்கள் மிக உயர்ந்த நோக்கத்தோடுதான் அங்கு சென்றிருக்கிறார்கள். ஆனால் புது ஏகாதிபத்தியத்தின் அரசியல்வாதிகளும் முதலாளிகளும் அவர்களின் பணிகளைத் தங்களின் மோசமான நோக்கங்களை மறைப்பதற்கு ஒரு திரையாகத்தான் பயன்படுத்தியிருக்கின்றனர் என்கிறார் ஹாப்ஸன். ஆப்பிரிக்க இனங்கள் நிர்வாணமாக அலைவது நாகரிகமற்ற செயல் என்று பிரசாரம் செய்த பாதிரிகள், மான்செஸ்டரின் துணி உற்பத்தியை விற்பனை செய்ய ஒரு புதிய பெரிய சந்தையை ஏற்படுத்தித் தந்தார்கள் என்று பெர்ட்ரண்ட் ரஸ்ஸல் சொன்னது நினைவுகூரத்தக்கது.

அதுபோலவே ஐரோப்பாவில் தேசிய உணர்வும் நாட்டுப்பற்றும் படிப்படியாக வளர்ந்த விதத்தை விவரித்த ஹாப்ஸன், அவற்றை நிதி முதலாளியவாதிகள் புது ஏகாதிபத்தியத்தை வளர்க்கும் வன்முறைகளையும் தகாவழிகளையும் நியாயப்படுத்தத் தந்திரமான வழிகளில் பயன்படுத்துகின்றனர் என்பதையும் காட்டியிருக்கிறார். மத்திய நெடுங்காலத்தில் புனித ரோமானியப் பேரரசு என்கிற பேரமைப்பில் பல மொழிகள் பேசிய, பல பண்பாடுகளைக் கொண்ட பல இனத்தினர் கிருத்துவம் என்கிற மதம் ஒன்றினால் மட்டும் இணைக்கப் பட்டிருந்தனர். அப்போது இணைந்திருந்த பல இனங்களுக்குள்ளும் நாட்டுப்பற்று பலமாக இருக்கவில்லை. அந்தப் பேரரசு சிதைந்தபோது ஐரோப்பாவில் பல சிற்றரசுகள் தோன்றின. சில நூறு ஆண்டுகளில் இன, மொழி, பண்பாட்டுத் தொடர்புகள் காரணமாக அவை ஒன்றோடொன்று போரிட்டும், உடன்படிக்கைகள் மூலமாகவும், வேறு பல வழிகளிலும் 19ஆம் நூற்றாண்டில் ஐரோப்பாவின் வெவ்வேறு தேசங்களாக உருமாற்றம் பெற்றன. அந்தந்த தேசங்களின் குடிமக்கள் தத்தம்

தேசங்களின் நாட்டுப் பற்றுக்கு உரிமை பாராட்டினர். ஆனால் புது ஏகாதிபத்தியத்தால் இலாபம் பெறும் முதலீட்டாளர்கள் தங்களின் இலாப வேட்டைக்குகந்த வழிகளில் அந்த நாட்டுப்பற்றைத் திசைதிருப்பி விட்டனர் என்கிறார் ஹாப்ஸன். தேசிய உணர்வையும் நாட்டுப் பற்றையும் தாய்நாடுகளின் முதலாளிகள் தத்தம் நாட்டின் நலத்துக்காக அல்லாமல் தம் தனிப்பட்ட ஆதாயங்களைப் பெருக்குவதற்காக மாற்று வழிகளுக்கு மடைமாற்றினர் என்கிறார் ஹாப்ஸன்.

போர்களைப் போற்றும் இராணுவ மனப்பான்மை அகிலம் முழுவதிலும், அனைத்து சமுதாயத்தினரிடையேயும் காணப்படும் ஓர் உணர்வுதான். போர்களில் வெற்றி பெறுபவர்களை வீரர்களாகப் போற்றுவது எல்லா இடங்களிலும் இயல்புதான். ஆனால் 19ஆம் நூற்றாண்டின் இறுதிப் பகுதியில் தாய்நாடுகளிலிருந்த நிதி முதலாளிகள் தங்கள் பிரசார தந்திரத்தால், பின்தங்கியிருந்த மரபு வழிகளில் இயங்கிய நாடுகளில் தங்கள் சந்தைகளை விரிவாக்குவதற்காகப் போர்களை வேண்டுமென்றே தூண்டி விட்டு, அப்போது விளைந்த குழப்பத்தில் தங்களுடைய ஆதாயங்களைப் பெருக்கிக் கொண்டது புது ஏகாதிபத்தியக் கொள்கையின் ஓர் அங்கமாகியிருக்கிறது. தாய்நாட்டில் ஒரு சிறிய குழு திட்டமிட்டுத் தூண்டிவிட்டுப் போர்களை வரவழைத்து, அதிலிருந்து இலாபமடைந்ததைப் புது ஏகாதிபத்தியத்தின் சிறப்புப் பரிமாணங்களில் ஒன்றாக ஹாப்ஸன் காட்டுகிறார்.

பிரிட்டனின் புது ஏகாதிபத்திய ஆதரவு முதலீட்டாளர்கள் இவ்வாறு தங்கள் செயல்களை நியாயப்படுத்துகிறார்கள் என்கிறார் ஹாப்ஸன்: ‘புதிய தொழில் முறைகளையும் இயந்திரங்களையும் பயன்படுத்துவதால் விரிவடையும் உற்பத்தித் திறனுக்கேற்ப நமது சந்தைகளும் விரிவடைய வேண்டும்; நம்முடைய உபரியான சேமிப்பை முதலீடாக மாற்றுவதற்குப் புதிய வடிகால்கள் வேண்டும்; நம் மக்களின் துணிகரமான ஆற்றல், ஊக்கம், சக்தி ஆகியவற்றை முழுவதுமாகப் பயன்படுத்த விரிந்த பரப்பு வேண்டும். உற்பத்தி வேகமாகப் பெருகிக் கொண்டிருக்கும் நமது நாட்டின் வாழ்க்கையில் நாட்டின் பரப்பை அகலமாக்கி விரிவாக்குவது இன்றியமையாத தேவை. நமது மக்கள் தொகையின் பெரும்பகுதி இப்போது தொழில் உற்பத்தியிலும் வணிகத்திலும் நகரப் பகுதிகளில் குவிந்து கொண்டிருக்கிறது. அவர்களுக்குக் கச்சாப் பொருள்களையும் உணவுப் பொருள்களையும் வழங்க வெளிநாடுகளில் இடங்கள் தேவை. அந்தக் கச்சாப்பொருள்களையும் உணவுப் பண்டங்களையும் அந்த வெளியிடங்களிலிருந்து கொள்முதல் செய்வதற்குத் தேவையான அன்னியச் செலாவணியைப் பெறுவதற்கு, அந்த இடங்களுக்கு முடிவு பெற்ற பண்டங்களை

நாம் விற்றாக வேண்டும். 19ஆம் நூற்றாண்டின் முற்பகுதி வரை, நம்முடைய உலகளாவிய வணிகம் அதுவரை சென்றிராத புவிப்பகுதிகளுக்கெல்லாம் புதிதாக நுழைந்துகொண்டிருந்ததால், மற்ற கண்டங்களிலிருந்த சந்தைகளிலிருந்தும் நமது காலனிகளின் சந்தைகளிலிருந்தும் இயற்கையான வணிக வழிகளிலேயே நம்மால் கச்சாப்பொருள்களையும் உணவுப் பொருள்களையும் வாங்கவும், நமது புதிய உற்பத்தியால் விளைந்த பொருள்களை விற்கவும் முடிந்தது. உலகச்சந்தையில் இயந்திரங்களால் உருவாக்கப்பட்ட பொருள்களுக்கான முற்றுரிமையை இங்கிலாந்து பெற்றிருந்த காலகட்டத்தில், பிரிட்டனுக்குப் புது ஏகாதிபத்தியம் சார்ந்த பாதுகாப்புகள் எதுவும் இல்லாமலேயே அந்தப் பொருள்களை அவர்களால் விற்க முடிந்தது. ஆனால் 1870க்குப் பிறகு இந்த நிலை மாறி விட்டது. பிற நாடுகள், அதிலும் குறிப்பாக ஜெர்மனி, அமெரிக்கா, பெல்ஜியம் ஆகியன வெகு விரைவாக முன்னேறி நமக்குப் பெரும் போட்டியாளர்களாக மாறி விட்டதுமின்றி, நமது காலனிகளுக்குள்கூட நமது பொருள்களை இலாபத்துக்கு விற்க முடியாத நிலையை ஏற்படுத்தியிருக்கிறார்கள். வெளிநாட்டு வணிகத்தின் வழியாக நமது நாட்டில் உற்பத்தியாகியிருந்த உபரி உற்பத்தியனைத்தையும் இலாபத்தோடு விற்பனை செய்து கொண்டிருந்த நிலையை அவர்களின் போட்டி ஒழித்து விட்டது. எனவே நமது உபரி உற்பத்தியை விற்பனை செய்ய நாம் புதிய சந்தைகளைப் பெற விரைவாகவும் தீவிரமாகவும் செயல்பட வேண்டும். உலகில் இதுவரை முன்னேற்றம் பெறாத பகுதிகளில், அதிலும் குறிப்பாக வெப்ப மண்டலப் பகுதிகளில் மிகுந்த மக்கள்தொகையோடு இருக்கும் நாடுகளில்தான், அத்தகைய சந்தைகள் எஞ்சியிருக்கின்றன. அவற்றைக் கைப்பற்றுவதற்கு அனைத்து ஐரோப்பிய நாடுகளும் போட்டி போடுகின்றன. அவரவர்கள் கைப்பற்றிய பகுதிகளுக்குள் அந்த ஐரோப்பிய நாடுகள் தங்கள் நாட்டின் பொருள்கள் தவிர மற்ற நாடுகளின் பொருள்கள் விற்பனையாவதைத் தடுத்து விடுகிறார்கள். எனவே பிரிட்டனின் ராஜதந்திரத்தையும் போர்த்திறத்தையும் பயன்படுத்திப் புதிய சந்தைகளிலிருக்கும் மக்கள் நம்மோடு (பிரிட்டனோடு) மட்டும் வணிகம் செய்யுமாறு அவர்களை வற்புறுத்த வேண்டியது அவசியம். நம்முடைய அனுபவம் கற்றுத்தரும் பாடமென்னவென்றால், அத்தகைய சந்தைகளைப் பெறுவதற்கு அந்த சந்தைகளை உள்ளடக்கியுள்ள நாடுகளை நாம் கைப்பற்றிக் கொள்வது அல்லது நமது பாதுகாப்பு வளையத்துக்குள் கொண்டுவருவதுதான் மிக நம்பகமான வழியாகும்.' (ஜே.ஏ.ஹாப்ஸன்: 'ஏகாதிபத்தியம் – ஒரு ஆய்வு') 19ஆம் நூற்றாண்டின் இறுதிப்பகுதியில் இதே எண்ணங்களைத்தான் பிற ஐரோப்பிய நாட்டு முதலீட்டாளர்களும் பிரதிபலித்தார்கள்.

'புது ஏகாதிபத்தியம்' தோன்றியதற்கு முக்கியக் காரணம் ஏராளமான சிறு முதலாளிகளுடன் இயங்கிய தொழில் முதலாளியம், குறைந்த அளவிலான பெரு முதலாளிகளின் நிதி முதலாளிய ஆதிக்கத்தின்கீழ் வந்ததாகும். 17ஆம் நூற்றாண்டிலிருந்து ஐரோப்பிய நாடுகளின் ஏராளமான சிற்றளவு 'தொழில் முதலாளி' உற்பத்தியாளர்கள் தங்கள் பொருள்களை விற்பதற்கு உள்நாட்டிலும் வெளிநாடுகளிலும் கடுமையான போட்டியில் ஈடுபட்டனர். காலப்போக்கில் அந்தப் போட்டியில் கருகிப்போன பலரைத் தவிர மற்றவர்கள் பெரிய அளவில் முதலீடு செய்யும் திறமைமிக்க கார்ப்பரேஷன்கள் போன்ற வணிக அமைப்புகளில் 'நிதி முதலாளி'களின் கீழ் ஒருங்கிணைந்து தங்கள் போட்டிகளைத் தொடர்ந்தனர். இயந்திரங்களைப் பயன்படுத்தி நவீன முறைகளில் உற்பத்தியைச் செய்ததால் உற்பத்தியின் அளவும் அதிகரித்தது. அவற்றை விற்பதால் அவர்களுக்குக் கிடைத்த இலாபத்தின் அளவும் பெருகியது. அத்தகைய கார்ப்பரேஷன்களின் 'நிதி முதலாளி'கள் வெளிப்படையாகவும் வெளியில் தெரியாத வழிகளிலும் ஒருவருக்கொருவர் ஒப்பந்தங்கள் செய்து தங்களுக்குள் போட்டிகளைத் தவிர்க்க முயன்றனர். ராட்சச கார்ப்பரேஷன்களின் போட்டியில் வலிமை மிக்கவர்கள், வலிமை குறைந்தவர்களை ஒழித்துக்கட்டினர். ஒவ்வொரு ஐரோப்பிய நாட்டிலும் மிகச்சில தொழிலதிபர்களிடம் ஏராளமான செல்வம் குவிந்தது. அவர்கள் பிறர் பொறாமைப்படுமளவுக்குப் போக வாழ்க்கை வாழ்ந்தார்கள் என்பது உண்மைதான். ஆனாலும்கூட, அவர்கள் போக வாழ்க்கையில் பகிரங்கமாக வீணடித்த தொகைகளைவிட மிக அதிகமாகவே அவர்களுக்குப் புதிய செல்வம் வருகிற வகைகளில் அவர்கள், தங்களையொத்த பெருமுதலாளிகளுடன் தங்களைப் பிணைத்துக்கொண்டு, அத்தகைய பிணைப்பு ஒப்பந்தங்கள் வெளியில் தெரியாமல் மூடி மறைத்தார்கள். அத்தகைய பிணைப்பு ஒப்பந்தங்கள் மூலம் அவர்களின் நிறுவனங்களுக்கு முற்றுரிமைகள் கிடைத்தன. அதனால் அவர்கள் வருவாயில், அவர்களின் நுகர்ச்சியையும் தாண்டி அதிகமான சேமிப்பு தன்னிச்சையாகவே நிகழ்ந்தது. அவர்கள் இந்தப் புதிய செல்வத்தை முதலீடாக்கிய ஒவ்வொரு இடத்திலிருந்தும் அவர்களுக்குப் புதிய செல்வத்திற்கான ஊற்றுக்கண்கள் தோன்றின. அவற்றிலிருந்தும் அவர்கள் மேலும் அதிகமான சேமிப்பைப் பெற்றனர்.

19ஆம் நூற்றாண்டின் பிற்பகுதிகளில் பல ஐரோப்பிய நாடுகளில், நாட்டின் செல்வத்தின் பெரும்பகுதி முதலாளிகள் ஒரு சிலரிடம் மையம் கொண்டது. அந்த நாடுகளில் மிகப் பெரும்பாலானோர் தொழிலாளர்களாக ஊதியம் பெற்றனர். அவர்களுக்கு நாட்டின் செல்வத்தின் அற்பமான பகுதியே பகிர்வாகியது. நாட்டில்

தொழிலாளர்கள் தங்கள் வருவாயனைத்தையும் நுகர்ச்சிக்காகச் செலவிட்டனர். அதே சமயம், நாட்டின் செல்வத்தின் பெரும் பகுதியை வருவாயாகப் பெற்ற செல்வ முதலாளிகள் தங்கள் படாடோப நுகர்ச்சிகளுக்காகச் செய்த செலவுகள் ஏராளமென்றாலும் அவர்களின் ஆண்டு வருவாய் முழுவதையும் செலவழிக்க இயலவில்லை. அவர்கள் தங்கள் வருவாயின் ஒரு பகுதியைச் சேமிக்க முடிந்தது. அவர்களின் நுகர்ச்சியைத் தொழிலாளர்களின் நுகர்ச்சியோடு கூட்டிப்பார்க்கும்போது கிடைத்த கூட்டுத்தொகையான நாட்டின் ஒட்டுமொத்த நுகர்ச்சி, நாட்டில் உற்பத்தியான அனைத்துப் பொருள்களையும் வாங்கிக் காலியாக்கக் கூடிய அளவில் இல்லை. அதாவது, நாட்டின் உற்பத்தியை முழுவதுமாக உள்நாட்டிலேயே அவர்களால் விற்க முடியவில்லை. அதற்காக அந்தப் பெருமுதலாளிகள் தாங்கள் உற்பத்தி செய்த பொருள்களுக்கு வெளிநாட்டுச் சந்தைகளைத் தேட வேண்டியது இன்றியமையாததாகிவிட்டது.

அதே சமயத்தில் செல்வ முதலாளிகளின் வருவாயில் நுகர்ச்சிக்குச் செலவிட்ட தொகை தவிர எஞ்சிய தொகைகள் சேமிப்பாயின. ஏற்கெனவே அதிக உற்பத்தியால் உள்நாட்டில் சந்தைகள் கிட்டாமல் தடுமாறிய நிலையில், அந்தச் சேமிப்பை உள்நாட்டுத் தொழில்களில் முதலீடாக்குவது இழப்பை ஏற்படுத்தும் என்பதை அந்தப் பெரு முதலாளிகள் அறிந்திருந்தார்கள். எனவே அந்தச் சேமிப்பை வெளிநாடுகளில் முதலீடாக்குவதும் அவர்களுக்கு அவசியமாகியது.

19ஆம் நூற்றாண்டின் பிற்பகுதிகளில் இயந்திரங்களைப் பயன்படுத்திப் பேரளவு உற்பத்தியைச் செய்த ஐரோப்பிய நாடுகளின் பெரு முதலாளிகள் தங்களின் உபரி உற்பத்திக்குப் புதிய சந்தைகளைத் தேடினர். சுயதேவைகளை நிறைவு செய்துகொள்வதை நோக்கமாகக் கொண்டு மரபு வழிகளில் சிற்றளவு உற்பத்தி செய்து வந்த வெப்ப மண்டலத்தில் இருந்த மக்கள்தொகை மிகுந்த நாடுகளை அவர்கள் தங்களின் பொருள்களுக்குச் சந்தைகளாக்கிக் கொள்ள முயன்றதில் வியப்பொன்றுமில்லை. ஆப்பிரிக்கக் கண்டத்திலிருந்த பல நாடுகளும் அந்தப் பட்டியலில் அடங்கியிருந்தன. அதே சமயம் அந்தப் பின்தங்கியிருந்த நாடுகளில் இரயில் போக்குவரத்து, தந்தி, சாலையமைப்பு, கச்சாப் பொருள்களுக்கான சுரங்கங்கள் தோண்டுதல் போன்ற உள்கட்டுமான மற்றும் அடிப்படை வசதிகள் இல்லையென்பதால் அவற்றை உருவாக்கும் தொழில்களில் முதலீடு செய்வதால் மிகுந்த இலாபம் கிடைக்கும் வாய்ப்புகள் இருந்ததை அந்த ஏகாதிபத்திய நாடுகளின் முதலாளிகள் கவனத்தில் கொண்டனர். புதிய சந்தைகளுக்கான தேடல் ஐரோப்பிய நாடுகளனைத்திலும் அரசு ஒத்துழைப்புடன் நடந்தது. ஒவ்வொரு ஐரோப்பிய நாடும்

பின்தங்கியிருந்த நாடுகளைத் தங்களின் அதிக உற்பத்தியை விற்கும் சந்தைகளாகவும், அதிக சேமிப்பை முதலீடாக்கும் தளங்களாகவும் காலனிகளாக்கிக் கொள்ள விரும்பியதால் அவர்களுக்குள் காலனிகளைக் கைப்பற்றுவதில் பெரும் போட்டி ஏற்பட்டது. பிரசார தந்திரத்தின்மூலம் தங்கள் நாட்டின் மக்களை அத்தகைய கைப்பற்றுதல்களைச் செய்வது நாட்டு நலனுக்குகந்தது என்று நம்ப வைத்தது புது ஏகாதிபத்தியவாதிகளின் பெரும் சாதனை.

17 ஆம் நூற்றாண்டு தொடங்கி, நாட்டின் உபரி உற்பத்திக்கும், உபரி சேமிப்புக்கும் தன் நாட்டுக்குள்ளும், உலகம் முழுவதிலும் சந்தைகளைப் பெற்றிருந்த பிரிட்டிஷ் அரசு கூட, அவற்றிற்கு வடிகால்களாகத் தங்களின் கட்டுப்பாட்டுக்குள் அடங்கிய வெளிநாட்டுச் சந்தைகளைச் சார்ந்திருக்க வேண்டிய கட்டாயம் 19 ஆம் நூற்றாண்டில் ஏற்பட்டது. அதுதான் 19 ஆம் நூற்றாண்டின் பிற்பகுதியில் புதிய ஏகாதிபத்தியத்தை பிரிட்டனின் அரசியல் கொள்கையாக மாற்றியது. அவர்களின் முதலாளிகளின் உபரி உற்பத்தியை விற்பனை செய்ய இடமில்லாமல் போனாலோ, உபரி சேமிப்பை முதலீடாக மாறுவதற்கு வழியில்லாமல் போனாலோ அது வீணாகி விடும். தொழில் புரட்சிக்குப் பிறகு உற்பத்தி வழிமுறைகளில் ஏற்பட்ட முன்னேற்றமும் மூலதனக் குவிப்பு அதிகரிப்பில் ஏற்பட்ட வேகமும் அந்த ஆபத்தைப் பன்மடங்கு பெருக்கின. 19 ஆம் நூற்றாண்டின் பிற்பகுதிகளில் இங்கிலாந்திலும் மற்ற ஐராப்பிய நாடுகளிலும் முன்னெப்போதுமில்லாத அளவுக்குப் பொருளாதார ஏற்றத்தாழ்வுகள் பெருகிவிட்டன என்கிறார் ஹாப்ஸன். அதனால் அந்த நாடுகளின் சிறிய குழுக்களின் கட்டுக்குள் ஏராளமான சேமிப்பு சிக்கிக்கொண்டது. அந்த சேமிப்பை முதலீடாக்கி உருவாக்கக்கூடிய பொருள்களை வாங்கக்கூடிய அளவு நுகர்வு சக்தி அந்த நாடுகளின் மிகப் பெரும்பான்மையினரான உழைக்கும் மக்களின் கைகளில் பகிர்ந்தளிக்கப் படவில்லை. உபரி சேமிப்பை முதலீடாக மாற்றுவதற்கு வழியில்லாமலாகும் ஆபத்தைத் தவிர்ப்பதற்குப் புதிய ஏகாதிபத்தியக் கொள்கை அவர்களுக்கு வெளிநாடுகளில் உபரி உற்பத்தியை விற்பனை செய்யவும் உபரி சேமிப்பை முதலீடாக்கவும் ஒரு புதிய கதவைத் திறந்துவிட்டது. ஐரோப்பாவில் முன்னேற்றமடைந்த ஒவ்வொரு நாடும் தொழில் புரட்சியின் மூலம் தன் உற்பத்திகளைப் பெருக்கி, மூலதனத் திரட்டை அதிகரித்தபோது தத்தம் நாடுகளின் உபரி உற்பத்தியை விற்பனை செய்யவும் உபரி முதலீட்டை ஈடுபடுத்தவும் ஏற்கெனவே இருந்த சந்தைகளில் போட்டி மிகுந்துவிட்டதால் புதுச் சந்தைப் பரப்புக்களைத் தேடும் கட்டாயத்துக்குள்ளானார்கள். எனவே புது ஏகாதிபத்தியத்தை ஓர் அரசியல் கொள்கையாகக் கடைப்பிடிப்பதைத் தவிர அவர்களுக்கு வேறு வழியில்லை என்று

அந்தக் கொள்கையின் ஊற்றுக்கண்களான பெருமுதலாளிகள், ஊடகங்களின் துணையுடன் பிரசாரம் செய்தார்கள்.

ஆனால் இந்தக் கொள்கை ஒரு மாயத்தோற்றம்தான் என்பதை ஹாப்ஸன் தெளிவாக்கினார். தொழிற்புரட்சி ஐராப்பிய நாடுகளில் ஏராளமாக உற்பத்தியைப் பெருக்கியது என்பது மறுக்க முடியாத உண்மை. அந்த உற்பத்தியை விற்று ஏராளமான அளவு சேமிப்பை ஐரோப்பா பெற முடிந்ததும் உண்மை. புது ஏகாதிபத்தியத்திற்கு விரிவாக விளம்பரம் செய்த குழுக்கள், அந்த அதிகப்படியான உற்பத்திக்கும் அதிகப்படியான சேமிப்பிற்கும் உள்நாட்டிலேயே சந்தைகளும் முதலீட்டு வாய்ப்புகளும் ஏன் இல்லாமல் போய்விட்டன என்பதை மட்டும் மூடி மறைத்துவிட்டன. அப்படி உண்மையின் ஒரு பகுதியைத் திரையிட்டு மறைத்த பிறகு, புது ஏகாதிபத்திய ஆதரவாளர்கள் தாய் நாடுகளின் அமித உற்பத்திக்குச் சந்தைகளாகவும் அமித சேமிப்பை முதலீடாக்கும் இடங்களாகவும் பின்தங்கிய நிலையிலிருந்த மரபு வழிகளில் வாழ்ந்த வெளிநாடுகளைக் காட்டி, அந்த நாடுகளில் அந்தச் சந்தைகளை உருவாக்கவும், புதிய முதலீடுகளை ஈடுபடுத்தவும் வன்முறையையும் தகாவழிகளையும் பயன்படுத்துவதை மத உணர்வு, தேசிய உணர்வு, நாட்டுப்பற்று, வீர உணர்வு ஆகியவற்றைக் காட்டி நியாயப்படுத்தியவர்கள் என்கிறார் ஹாப்ஸன்.

முதலாளிய இயக்கத்தில் தொடர்ந்து, நிறுத்தாமல் முதலைத் திரட்டிக் கொண்டேயிருக்க வேண்டுமென்கிற தனிநபர்களின் வேட்கைதான் புது ஏகாதிபத்தியத்தை இயக்குகிற அடிப்படை சக்தி. திரட்டிய அந்த முதலைப் புது முதலீடாக்கி, அதிலிருந்து பெறுகிற இலாபத்தை மீண்டும் முதலாக்கி, இப்படியே மீண்டும் மீண்டும் முதலைத் திரட்டி, மேலும் மேலும் முதலீடுகளைச் செய்யப் புதிய சந்தைகளையும் புதிய வாய்ப்புகளையும் அவர்கள் இடைவிடாமல் தேட வேண்டியிருக்கிறது. முதலின் திரட்டு அதிகமாக அதிகமாக இந்தத் தேடல் மேலும் மேலும் கடினமாகிறது. இப்படித் தனியார் முதலானது பெரிய அளவில் திரட்டப்பட்ட பிறகு, அதை முதலீடாக்கும் வாய்ப்புகளை அரசாங்கங்கள் செய்து தர வேண்டுமென்று அந்த முதலாளிகள் எதிர்பார்ப்பது மட்டுமின்றி, அரசு இயந்திரங்களைச் சரியான மற்றும் தவறான வழிகளைப் பயன்படுத்தித் தங்களுக்குச் சாதகமாக இயங்கவும் வைக்கிறார்கள். செல்வாக்குள்ள தனிநபர்கள் இணைந்து பெரிய முதலீடுகளைச் செய்ய கார்பரேஷன்களையும் நிதி நிறுவனங்களையும் வங்கிகளையும் ஏற்படுத்துகின்றனர். முன்னேறிய முதலாளிய நாடுகளில் வெளிநாட்டு முதலீடுகள் பெருமளவுக்கு அத்தகைய கார்பரேஷன்களாலும் நிதி நிறுவனங்களாலும் வங்கிகளாலும்தான் மேற்கொள்ளப்படுகின்றன. தொழிற்புரட்சியின் ஆரம்ப கட்டத்தில்

பொருளாதார சக்தி பட்டறைகளில் உற்பத்தியில் நேரடியாக ஈடுபட்டிருந்த ஏராளமான சிறு 'தொழில் முதலாளி'களிடமிருந்தது. ஆனால் தொழிற்புரட்சியின் இறுதிக் கட்டத்தில் அது சிறு ‘தொழில் முதலாளி’களிடமிருந்து வங்கிக்கடன்கள் மூலம் அவர்களைக் கட்டுப்படுத்தும் பெரும் ‘நிதி முதலாளி’களிடம் இடம்பெயர்ந்து விட்டது. அந்தப் பெரும் ‘நிதி முதலாளி’களைப் பின்னாலிருந்து இயக்குவது அந்தந்த நாடுகளிலுள்ள செல்வாக்குமிக்க சிறு குழுக்கள்தான்.

நாட்டின் பங்குச்சந்தைகளையும் கடன் வழங்கும் நிறுவனங் களையும் பணப்புழக்கத்தையும் இந்தக் குழுக்கள் தங்கள் கட்டுக்குள் வைத்திருக்கின்றன. நாட்டின் நிதி ஆதாரங்களின் நரம்பு மண்டல மையப் பகுதியைத் தங்கள் பிடிக்குள் வைத்திருக்கிறார்கள். நாட்டின் பெரிய முதலீடுகள் எங்கு செல்கின்றன என்பதை அவர்கள் அறிந்திருக்கிறார்கள். அது செல்ல வேண்டிய திசையையும் அவர்கள் தான் தீர்மானிக்கிறார்கள். நிதித் தரகர்கள் என்கிற வகையிலும் முதலீட்டாளர்கள் என்கிற வகையிலும் அவர்களுக்கு அந்த முதலீடுகளைப் பற்றிய ஆபத்துகள் அனைத்திலிருந்தும் தங்களைக் காத்துக்கொள்ளும் அக்கறை நிறைய இருக்கிறது. அதனால்தான் அவர்களுக்குத் தங்கள் நாடுகளின் அரசியலிலும் செல்வாக்குப் பெற வேண்டிய கட்டாயம் ஏற்படுகிறது. அரசியலில் செல்வாக்குப் பெறத் தங்கள் நிறுவனங்களின் நிதியைப் பயன்படுத்துவதற்கு அவர்கள் தயங்குவதேயில்லை. புது ஏகாதிபத்தியக் கொள்கை சார்பாக அரசை இயக்குவது அவர்களுக்கு இன்றியமையாத தேவையாகிறது. தங்கள் அரசைப் புதிய முதலீடுகளைச் செய்யத் தூண்டுகிற வகையில் செயல்பட வைக்கப் பொது மக்களை அதிர்ச்சியடையச் செய்யும் எந்தவொரு நிகழ்ச்சியையும் (அது புரட்சியானாலும் சரி, தலைவர்களின் கொலைகளானாலும் சரி, போர்களானாலும் சரி) தூண்டிவிட அவர்களால் முடிகிறது. ஒரு புரட்சியின்போது தீ வைப்பு பெரிய அளவில் நிகழ்ந்தால் தீயணைப்பு இயந்திரங்கள் தயாரிப்பிற்கு அந்தக் குழு நடவடிக்கை எடுக்கிறது! போர்கள் பெரிய அளவில் நிகழ்ந்தால் தளவாடங்கள் தயாரிப்பில் அந்தக் குழுவினர் ஈடுபடுகிறார்கள்! தங்கள் முதலீடுகளை இலாபகரமானதாக்குவதற்காக அவர்கள் பொதுமக்களை அதிர்ச்சியடையச் செய்யும் நிகழ்ச்சிகளை ஊக்குவிக்கத் தயங்குவதில்லை. அவர்களின் செயல்கள் அவர்களின் இலாபத்தை அதிகரிக்கும் நோக்கம் கொண்டவை; நாட்டின் நலனை அதிகரிக்கும் நோக்கத்தினால் மேற்கொள்ளப் படுபவை அல்ல. ஆனால் அவர்கள் மிகச் சாமர்த்தியமாக, அந்தச் செயல்களின் உண்மை நோக்கத்தைத் திரையிட்டு மூடி, அவை நாட்டு மக்களின் நலனுக்கு இன்றியமையாதவை என்கிற

போலித் தோற்றத்தை வெற்றிகரமாகப் பரப்புகிறார்கள். புள்ளி விவரங்களை ஆய்ந்து அறிந்து, உள் நாட்டின் சாதாரணமான வணிகத்தில் கிடைக்கும் இலாபத்தை விட, வெளிநாடுகளில் ஈடுபடுத்தப்பட்ட முதலீட்டுக்கான இலாபம் பன்மடங்கு அதிகம் என்பதை ஹாப்ஸன் தெளிவுபடுத்துகிறார். அதனால்தான் வெளிநாட்டுச் சந்தைகளுக்கான போட்டியில் போரை ஊக்குவிக்கிற நடவடிக்கைகளை எடுப்பது மத உணர்வு, தேசிய உணர்வு, நாட்டுப்பற்று, வீர உணர்வு ஆகிய வெளிப்படையாகப் பிரசாரம் செய்யப்படும் காரணங்களால் அன்று; மாறாக நாடுகளின் நிதியைத் தங்கள் கட்டுக்குள் வைத்திருக்கும் சிறிய குழுக்களின் சுயநலம் காரணமாகவே அவை ஊக்குவிக்கப்படுகின்றன என்று அவர் காட்டுகிறார்.

புது ஏகாதிபத்தியக் கொள்கையின் மூலம் ஆதாயம் பெறும் குழுவில் முக்கியமானவர்கள் 1. பங்குச் சந்தைகளையும் வங்கிகளையும் நிர்வகிக்கும் நிதித்தரகர்கள்; 2. போர்த்தளவாடங்களின் உற்பத்தியாளர்கள்; 3. பின்தங்கிய நாடுகளில் புதிய சந்தைகளைக் கண்டுபிடித்து அங்குள்ள மக்களின் உண்மையான மற்றும் செயற்கையாக உருவாக்கப்பட்ட தேவைகளை (எ–டு: சிகப்பழகு கிரீம்) நிறைவு செய்து பெருமளவில் இலாபமீட்டுபவர்கள். இவர்களிடம் 19ஆம் நூற்றாண்டின் பிற்பகுதிகளில் மூலதனக் குவியல் வேகமாக வளர்ந்தது. அதே சமயம் பொருளாதார ஏற்றத்தாழ்வுகள் முன்னெப்போதும் இல்லாத அளவுக்கு விரிவடைந்தன.

பற்றாக்குறை நுகர்ச்சியும் அமித சேமிப்பும் தற்காலிகமாகத்தான் நிகழுமென்றும், சந்தை சார்ந்த பொருளாதார அமைப்புகளில் பொருள்கள் உற்பத்தி செய்யப்படும்போதே அந்தப் பொருள்களை விற்பனை செய்யக்கூடிய அளவு வாங்கும் சக்தியும் கூடவே உருவாகி விடும் என்கிற ‘ஸேயின் விதி’யை அறிந்திராத, பித்துக் கொள்ளித்தனமான ‘பற்றாக்குறை நுகர்ச்சிக் கோட்பாட்டாளர்’ என்று சிலர் ஹாப்ஸனைக் குறை கூறியிருக்கிறார்கள். இது சரியன்று. தொழில் அமைப்பு எப்படி சிறு குழுக்களின் கைகளில் சேமிப்பை அதிகரிக்கச்செய்கிறது என்பதையும், இந்த அமைப்பில் முற்றுரிமையாளர்கள் ஏன் வருகிறார்கள் என்பது பற்றியும், அதனால் முதலீடு செய்ய இடங்களைத் தேடி சேமிப்பாளர்கள் அலைவது பற்றியும் ஹாப்ஸன் விரிவாக அலசியிருக்கிறார். முற்றுரிமை பெற்றிருக்கும் தொழில்களைத் தேசிய மயமாக்கியும் வரி விதிப்பு மூலம் வருவாயை ஏழைகளுக்குப் பங்கிடுதல் மூலமும் இந்தச் சிக்கலிலிருந்து விடுபடலாம் என்றும் ஹாப்ஸன் விளக்கியிருக்கிறார்.

உள்நாட்டிலிருக்கும் பெரும்பான்மையான மக்களின் வாழ்க்கைத்தரம் உயர்ந்து, அதனால் அவர்கள் நுகரும் பொருள்களின் அளவும் தரமும் உயருமானால் உள்நாட்டிலேயே சந்தைகள் விரிவடையும். புதிய கண்டுபிடிப்புகளும் புதிய தேவைகளும் உள்நாட்டுச் சந்தைகளில் புதிய திசைகளில் முதலீடுகளைத் தூண்டும். சந்தைகளின் விரிவாக்கத்திற்கேற்பப் புது முதலீடுகளின் தேவையும் அதிகரிக்கும். அதனால் அமித உற்பத்தித்திறன், அமித சேமிப்பு ஆகிய இரு சிக்கல்களுக்கும் ஏக காலத்தில் தீர்வு கிடைக்கும் என்பது தெளிவு என்கிறார் ஹாப்ஸன். முதலாளியத்தின் வளர்ச்சியில் 19ஆம் நூற்றாண்டின் பிற்பகுதிகளில் ஏற்பட்ட ஏற்றத்தாழ்வுமிக்க சமூக மாறுதல்கள்தான் இந்தச் சிக்கலுக்குக் காரணம் என்கிறார். ஐரோப்பிய நாடுகளின் மக்களின் பெரும்பாலானோரின் வருவாய் அற்பமானதாக இருக்கிறது; மிகச் சிலரின் கைகளில் செல்வம் குவிந்து கிடக்கிறது. நாட்டின் மிகச் சிலர் தங்களின் முற்றுரிமைகளின் பலத்தால் தங்கள் வருவாயை இமயமளவிற்கு உயர்த்திக்கொண்டு விட்டனர். நாட்டின் பெரும்பகுதியினர் பேர சக்தி இல்லாமையால் தங்கள் உழைப்புத் திறனை, அதன் உண்மை மதிப்புக்குக் கீழாகவே விற்றுப் பிழைக்க வேண்டிய நிலைக்குத் தள்ளப்பட்டிருக்கின்றனர். நாட்டில் நிலவும் பொருளாதார ஏற்றத்தாழ்வுகள் இப்படித்தான் உருவாகியிருக்கின்றன. அதனால் செல்வர்கள் அமிதமாக சேமிக்கிறார்கள்; ஏழைகளிடம் பற்றாக்குறை நுகர்ச்சி நிலவுகிறது. நாட்டின் மிகப் பெரும்பான்மையினரின் வருவாய் அதிகரித்தால் அவர்களின் நுகர்ச்சியும் அதே வேகத்தில் அதிகரித்து விடும். அதற்கு அவர்கள் ஒன்றுதிரண்டு அரசு இயந்திரத்தைக் கைப்பற்றி அரசின் சட்டங்களால் முதலாளிகளின் முற்றுரிமைகளைக் கட்டுப்படுத்த வேண்டும். அதே சமயம் தொழிற்சங்கங்களில் உழைப்பாளர்கள் ஒன்றுதிரண்டு தங்கள் பேர சக்தியை உயர்த்திக்கொள்ள வேண்டும். பொருளாதார ஏற்றத்தாழ்வுகளைச் சமன் செய்ய மிகுந்த செல்வமுடையவர்களின் மீது வரி விதிப்பும், மிகக் குறைந்த செல்வமுடையவர்களுக்கு மானியங்களும் வழங்கும், அனைவருக்கும் சம வாய்ப்புகள் நல்கும் ஒரு சமூக நலப் பொருளாதாரத் திட்டத்தை அரசு அமல் செய்ய வேண்டும். அந்த இலக்கை எய்துவதற்கு ஜனநாயக வழிகளில் தொழிலாளர்கள் அரசு இயந்திரத்தைக் கைப்பற்றுவது முதல் படி என்று ஹாப்ஸன் கருதுகிறார்.

தொழிலாளர்கள் அரசைக் கைப்பற்றி, அதன் வரி மற்றும் மானியக் கொள்கைகள் மூலம் முதலாளிகளிடமிருந்து செல்வத்தைத் தொழிலாளர்களுக்கு இடப்பெயர்ச்சி செய்து பொருளாதார ஏற்றத்தாழ்வுகளைச் சமன் செய்தால் இரு முக்கிய விளைவுகள் ஏற்படும். 1. தற்போதுள்ளது போல் ஒரு சிறிய குழுவின் கையில்

ஏராளமான சேமிப்பு குவியும் வாய்ப்பு ஏற்படாது. 2. அதே சமயம் மக்களின் பெரும்பான்மையினரின் வருவாய் அதிகரிப்பதால், அவர்களின் நுகர்ச்சியும் அதிகரிக்கும். அமித சேமிப்பு, பற்றாக்குறை நுகர்ச்சி ஆகிய இரு சிக்கல்களும் ஒரே சமயத்தில் தீர்வு பெறும். அந்தச் சூழலில் உள்நாட்டுத் தொழிலதிபர்கள் தங்களின் அமித உற்பத்திக்கு வெளிநாடுகளில் சந்தைகள் தேட வேண்டிய அவசியமும் தங்களின் அமித சேமிப்பிற்கு வெளிநாடுகளில் முதலீட்டுத் தளங்கள் தேடும் அவசியமும் இல்லாமல் போய்விடும்.

புது ஏகாதிபத்தியத்தின் ஊற்றுக்கண்களை அடைப்பதற்கு தாய்நாட்டில் ஏற்றத்தாழ்வுகள் அதிகமில்லாத ஒரு புதிய சமுதாய அமைப்பை ஏற்படுத்துவதுதான் வழி என்று ஹாப்ஸன் கூறுகிறார். ஏற்றத்தாழ்வுகள் அதிகமில்லாத சமூக அமைப்பில் நவீன உற்பத்திமுறைகளால் வரப்போகிற உபரி உற்பத்தி முழுவதையும் வாங்கி நுகரக்கூடிய வாங்கும் சக்தி உள்நாட்டிலேயே பகிர்ந்தளிக்கப்பட்டிருப்பதால், அமித சேமிப்பிற்கு முதலீடுக்களங்கள் தேட வேண்டிய தேவையிராது. நவீன உற்பத்திமுறைகளினால் வரக்கூடிய உபரி உற்பத்தி அனைத்து உள்நாட்டு மக்களின் வாழ்க்கைத் தரத்தையும் உயர்த்துவதற்குப் பயன்படும். அனைத்து மக்களுக்கும் கல்வி வாய்ப்புகள் பெருகிவிடுமென்பதால் தங்களின் எண்ணெயைப் பயன்படுத்தினால் சொட்டைத்தலையில் பதினைந்து நாட்களில் முடி வளர்ந்து விடுமென்பதுபோன்ற பொய் விளம்பரங்கள் செய்து நுகர்வோரை ஏமாற்றுவது குறையும். புது ஏகாதிபத்தியத்தை ஆதரித்த சமுதாயங்களில் உபரி உற்பத்தி சமுதாயத்தின் சிறு பகுதியினரான செல்வ முதலாளிகளின் வாழ்க்கைத்தரத்தை உயர்த்தத்தான் பயன்பட்டது என்பதையும் அதனால்தான் பற்றாக்குறை நுகர்ச்சி ஒரு பிரச்சினையாயிற்று என்பதையும் அவதானிக்க வேண்டும்.

எனவே புது ஏகாதிபத்தியத்தின் கொடுமைகளைத் தவிர்க்கத் தாய் நாட்டின் பொருளாதார ஏற்றத்தாழ்வுகளை நீக்குவதே சரியான வழி என்று ஹாப்ஸன் உறுதியாக நம்புகிறார். அதற்குத் தொழிலாளர்கள், அரசு இயந்திரத்தை ஜனநாயக வழிகளில் கைப்பற்றி ஆட்சியமைப்பதை அவர் தீவிரமாக ஆதரித்தார். அவர் கம்யூனிச வழிமுறைகளை நம்பவில்லை. இங்கிலாந்தின் அரசியலில், தொழில்கட்சியின் தீவிர ஆதரவாளராக ஹாப்ஸன் செயல்பட்டார்.

~~

16

புது ஏகாதிபத்தியம் 2:
ரோஸா லக்ஸம்பர்ஃக்

*19*ஆம் நூற்றாண்டின் இறுதிப் பகுதிகளில் முதலாளியத்தின் வளர்ச்சியால் கிழக்கு ஐரோப்பாவில் கொந்தளிப்பான பொருளியல் சூழல் நிலவியது. மரபுவழிச் சமுதாய அமைப்பை அழித்து, அந்த இடத்தைச் சந்தை வழிச் சமுதாய முறைகளால் நிரப்ப முயலும் போது ஏற்பட்ட முரண்பாடுகளால் வந்த கொந்தளிப்பு அது. அந்தச் சூழலில் புதிய சமுதாயத்தை எப்படி வழிநடத்த வேண்டும் என்கிற நோக்கோடு தோன்றிய பல போராளிகளில் மார்க்சிய சிந்தனைகளால் தூண்டடப்பட்டு, அந்தச் சிந்தனையைத் தன் வழியிலேயே பொருள் விளக்கி, அந்தக் குறிக்கோளை எய்துவதற்காகத் தன் இன்னுயிரைத் தியாகம் செய்தவர் ரோஸா லக்ஸம்பர்ஃக் (*Rosa Luxemburg, 1871–1919*).

அப்போது உருஷ்யாவின் கட்டுப்பாட்டிலிருந்த போலந்து பகுதியில், ஃஜன்மாஸ்க் (*Zanmosc*) நகரில் வாழ்ந்த நடுத்தரவர்க்க யூத மர வியாபாரி எலியாஸ் லக்ஸம்பர்ஃகிற்கும், லைன் லீபன்ஸ்டீனிற்கும் பிறந்தவர் ரோஸா. ஐந்தாவது வயதில் இடுப்பில் ஏற்பட்ட நோயினால் அவர் ஆயுள் முழுதும் சிறிது விந்தி விந்தி நடக்க வேண்டியிருந்தது. *1880*இல், அவர் குடும்பம் போலந்தின் பெருநகரான வார்ஸாவிற்கு இடம்பெயர்ந்தது. பள்ளி மாணவியாக இருக்கும்போதே அவர் உருஷ்ய அரசுக்கெதிரான இடதுசாரி அரசியலில் ஆர்வத்துடன் ஈடுபட்டார். *1886*இல் ஒரு பொது வேலைநிறுத்தத்தில் தீவிரமாகப் பங்கேற்றார். அந்த வேலை நிறுத்தத்தைத் தூண்டிய நான்கு தலைவர்களை உருஷ்ய ஜார் அரசு தூக்கிலிட்டது. *1887*இல் அவர் உயர்நிலைப் பள்ளித் தேர்வில் முதலிடத்தில் தேர்வடைந்தாலும், பள்ளிக் கட்டுப்பாடுகளை

மீறியவர் என்கிற காரணம் காட்டி அவருக்குரிய தங்கப் பதக்கத்தை அந்தப் பள்ளி நிர்வாகத்தினர் அவருக்கு வழங்க மறுத்தனர்.

பள்ளிப் பருவத்திலேயே உருஷ்ய ஜார் அரசினை எதிர்த்த ரோஸாவை, அந்த அரசின் பிடியிலிருந்து விடுவிக்கும் வழியாகவும், அதே சமயம் மேல் படிப்பிற்காகவும் அவர் குடும்பத்தினர் ஸ்விட்சர்லாந்து நாட்டின் ஜூரிச் நகருக்கு அனுப்பினார்கள். அங்கிருந்த பல்கலைக்கழகத்தில் அவர் சட்டம், அரசியல் பொருளாதாரம், தத்துவம், கணிதம் ஆகியவற்றைப் பயின்றார். தன்னைப்போல் நாடு கடந்து வந்திருந்த பல அகதிகளான இடதுசாரித் தலைவர்களோடு தொடர்பு கொண்டிருந்தார். அப்படித் தொடர்பு கொண்டவர்களில் 1890இல் அவர் முதலில் சந்தித்த, பின்னர் ஆயுள் முழுதும் அவரோடு பயணித்த, லியோ ஜோகிச்செஸ்ஸும் (Leo Jogiches) ஒருவர். 1893இலிருந்தே சக போராளிகளுடன் இணைந்து ஸ்விட்ஜர்லாந்தில் 'தொழிலாளர்கள் நிமித்தம்' (Worker's Cause) என்கிற மார்க்சிய ஆதரவுப் பத்திரிகையை நடத்தினார். 1897இல் அவர் ஜூரிச் பல்கலைக்கழகத்தில், போலந்தின் தொழில் முன்னேற்றம் பற்றிய ஆய்வைச் சமர்ப்பித்து முனைவர் பட்டம் பெற்றார்.

அக்காலகட்டத்தில் கிழக்கு ஐரோப்பாவில் ஆஸ்திரிய–ஹங்கேரி பேரரசு, உருஷ்யப் பேரரசு, ஆட்டோமான் பேரரசு போன்றவை உருஷ்யர், ஜெர்மானியர், ஸ்லாவியர், டார்டார், ஆர்மீனியர், துருக்மீனியர் போன்ற பல இன மக்களும் வசித்த பகுதிகளைத் தங்கள் கட்டுக்குள் வைத்திருந்தன. அந்த சாம்ராஜ்யங்களில் 17இலிருந்து 19 ஆம் நூற்றாண்டுக்குள் இங்கிலாந்தில் நடந்ததுபோலச் சந்தைவழிச் சமுதாய அமைப்பு, மரபு வழிச் சமுதாய அமைப்பை முழுவதுமாக இடப்பெயர்ச்சி செய்துவிடவில்லை. எனவே அந்த நாடுகளில் இருவகையான போராட்டங்கள் நடைபெற்றுவந்தன. முதலாவது, சாம்ராஜ்யத்துக்குள் ஒவ்வொரு இனமும் தாங்கள் தனிப்பகுதியாக விடுதலை பெற மேற்கொண்ட போராட்டம். மற்றொன்று அப்போதுதான் அங்கு வளர்ந்துவந்த முதலாளியத்திற்கெதிரான போராட்டம். உருஸ்ய சாம்ராஜ்யத்துக்குள் போலந்தின் சோசலிஸ்டு கட்சி, போலந்தின் விடுதலையை முன்னிறுத்திப் போராடி வந்தது. அது போலவே உருஷ்யா, ஜெர்மனி, ஆஸ்திரியா போன்ற நாடுகளிலிருந்த இடதுசாரிகள் தத்தம் நாடுகளில் மன்னராட்சியை எதிர்த்தும், சோசலிச ஆட்சியை நிறுவவும் முயன்றனர். இதில் எதற்கு முன்னுரிமை கொடுப்பது என்பதில் கருத்து வேற்றுமை ஏற்பட்டது. அதுமட்டுமின்றி இலக்கை எட்ட ஜனநாயக நடைமுறையைக் கடைப்பிடிப்பதா, புரட்சி வழியைப் பின்பற்றுவதா என்பதிலும் முரண்கள் வந்தன. எனவே

சோசலிச இலக்கை எய்துவதற்கே இடதுசாரிகளுக்குள் பல பிரிவுகள் வந்தன. அவற்றில் இரு பிரிவுகள் முக்கியமானவை. ஒரு பிரிவு, ஒவ்வொரு நாடும் இன அடிப்படையில் விடுதலை பெற வேண்டுமென்றும், அப்படி இன அடிப்படையில் விடுதலை பெற்ற பிறகு, அந்தந்த நாடுகளின் தொழிலாளர் அமைப்புகளெல்லாம் ஒருங்கிணைந்து முதலாளியத்துக்கு எதிரான புரட்சியை வழிநடத்த வேண்டுமென்றும் அறிவித்தது. அந்தப் பிரிவில் முக்கியமானவர் லெனின். அப்பிரிவைச் சேர்ந்தவர்கள் உருஷ்யாவில் தேசிய வாதம் வெற்றிபெற்று, தொழிலாளர்கள் அரசைக் கைப்பற்றி அங்கு ஒரு சோசலிச ஆட்சியை நிறுவிய பிறகு அவ்வரசின் தலைமையில் உலகளாவிய தொழிலாளர் வர்க்கத்தை ஒருங்கிணைத்து, உலகப்புரட்சியை ஏற்படுத்தி, முதலாளியத்தை உலகெங்கிலும் ஒழிக்க வேண்டுமென்று திட்டமிட்டார்கள்.

ஆனால் மற்றொரு பிரிவினரான ரோஸா லக்ஸம்பர்ஃக்கும் அவரையொத்தவர்களும் முதலாளியம் ஒரு உலகளாவிய பிரச்சினையென்றும், உலகத் தொழிலாளர்கள் அனைவரும் ஒன்று திரண்டு அதை எதிர்க்க வேண்டுமென்றும், ஒவ்வொரு நாடும் தத்தமது தேசிய வாதத்தை முன்வைத்துத் தத்தம் நாட்டின் தொழிற்சங்கங்களை மட்டும் வளர்த்துப் பிரசாரம் செய்தால் உலகத் தொழிலாளர்களுக்கிடையே அவை ஒன்றுக்கொன்று முரண்பட்ட நடவடிக்கைகளை ஏற்படுத்துமென்று அஞ்சினார்கள். எடுத்துக்காட்டாக, ஐரோப்பிய நாடுகளுக்கிடையே ஒரு போர் தொடங்கினால் ஜெர்மானியத் தொழிலாளர்கள் தங்கள் நாட்டுப் பற்றின் காரணமாக உருஷ்யத் தொழிலாளர்களை எதிர்த்துக் களமிறங்கி விடுவார்களென்று காட்டினார்கள். அதனால் உலகத் தொழிலாளர்களுக்கிடையே ஏற்பட வேண்டிய ஒற்றுமை குலைந்து விடுமென்றும், எனவே உலகத் தொழிலாளர்களின் ஒற்றுமையைக் கவனத்தில் கொண்டு தேசியவாதத்தை சோசலிஸ்ட் கட்சிகள் கைவிடவேண்டுமென்று கருத்துத் தெரிவித்தனர். உலகத் தொழிலாளர்களிடையே ஒற்றுமை வேண்டுமெனில், அந்த ஒற்றுமைக்காக நாட்டுப் பற்று, இனப்பற்று என்கிற குறுகிய வட்டங்களிலிருந்து தொழிலாளர் வர்க்கம் தன்னை விடுவித்துக்கொள்ள வேண்டுமென்று அவர்கள் வேண்டுகோள் விடுத்தார்கள். உலகப் பாட்டாளி வர்க்க ஒற்றுமை என்பது மத வெறியர்களின் ஆன்மீகப் பற்றுக்கிணையான ஓர் ஆழ்ந்த தீவிரமான உணர்வு என்றும், அதனை ஒவ்வொரு தேசத்தின் அல்லது இனத்தின் பாட்டாளிகளுக்கிடையே மட்டும் ஒற்றுமை என்று குறுக்கினால், கயவர்களும் சுயநலவாதிகளும் அரசு அதிகாரத்தைக் கைப்பற்றும் வாய்ப்புகள் பெருகி, தொழிலாளர்கள் நலனே அழிக்கப்படலாம் என்றும் அவர்கள் அஞ்சினார்கள்.

அந்தக் காலகட்டத்தில் உருஷ்ய, ஆஸ்திரிய–ஹங்கேரிப் பேரரசுகளின் கட்டுப்பாட்டுக்குள்ளிருந்த போலந்து, குரேசியா போன்ற பல சிறு நாடுகளும் தத்தம் நாட்டிற்குச் சுயநிர்ணய உரிமை கேட்டுத் தங்களின் மீது மேலாதிக்கம் செலுத்திய பேரரசுகளுடன் போராடிக்கொண்டிருந்தன. அப்படி அந்த நாடுகளுக்குச் சுய நிர்ணய உரிமையை அளித்தால் அந்தந்த நாடுகளிலிருக்கும் முதலாளிகளும் நடுத்தர வர்க்கத்தினரும் திட்டமிட்டுத் தொழிலாளர் உரிமைகளை ஏமாற்றியும் வலிந்தும் பறித்துக்கொண்டுவிடுவது மட்டுமின்றித் தங்கள் நாட்டிற்கு நன்மை தரும் செயல்களை மற்ற நாட்டுத் தொழிலாளர்களின் செயல்கள் கெடுத்துவிடுமென்று நம்பச் செய்து உலகத் தொழிலாளர்களிடையே ஒற்றுமையைக் குலைத்து விடுவார்கள் என்றும் ரோஸா லக்ஸம்பர்ஃக் நம்பினார். எனவே மார்க்சிய அடிப்படையில் தேசிய அளவில் ஒரு நாட்டின் தொழிலாளர்களை ஒன்றுதிரட்டுவதை விட உலக அளவில் தொழிலாளர்களைத் திரட்டி, முதலாளியத்திற்குச் சாவு மணி அடிப்பதே சிறந்த யுக்தி என ரோஸா தீவிரமாகப் பிரச்சாரம் செய்தார். அதே சமயத்தில் உருஷ்யாவில் மார்க்சிய மாற்று வழியில் பயணித்த லெனின், ஒவ்வொரு நாட்டுக்குள்ளிருக்கும் தொழிலாளர் வர்க்கத்தை முதலில் ஒன்று திரட்டி அந்தந்த நாட்டின் அதிகாரத்தைக் கைப்பற்றிக்கொள்ள வேண்டுமென்றும், அப்படித் தொழிலாளர்களால் நிறுவப்படும் அரசுகள் பின்னர் ஒன்றுதிரண்டு உலகத் தொழிலாளர் அரசை நிறுவலாம் என்றும் மாற்றுக் கருத்தை வெளியிட்டார். அதனால் ரோஸாவுக்கும் லெனினுக்கும் மார்க்சியம் சார்ந்த புரட்சி பற்றிய புரிதலில் கருத்து வேறுபாடு ஏற்பட்டது. லெனின் தன் கருத்துக்கேற்ப உருஷ்யாவின் தொழிற்சங்கங்களில் தீவிரமாக ஆதரவைத் திரட்டினார். வேறு திசையில் பயணித்த ரோஸா லக்ஸம்பர்ஃகும் லியோ ஜோகிச்சஸும் அவரையொத்த கருத்துக் கொண்டிருந்தவர்களை ஒருங்கிணைத்து 1898இல் போலந்து, லித்துவானிய நாடுகளின் சமுதாய ஜனநாயகக் கட்சியில் (SDKPiL) இணைந்து அதன் கிளையை ஸ்விட்சர்லாந்தில் நிறுவினர். அவர்களிருவரும் போலந்திற்குள் வசிக்கவில்லையென்றாலும் போலந்து நாட்டின் அரசியலில் கடைசி வரை தீவிரமாக ஈடுபட்டிருந்தார்கள்.

உயர்கல்வியை முடித்தவுடன் ரோஸா லக்ஸம்பர்ஃக் ஸ்விட்சர்லாந்திலிருந்து தன் சொந்த ஊரான வார்ஸாவிற்குத் திரும்பியிருந்தால் அவருடைய புரட்சிகரக் கொள்கைகளைப் பரப்பியதற்காக அவரை உருஷ்ய அரசு கைது செய்திருக்கும். எனவே அவர் தாய் நாடு திரும்பாமலிருக்க ஒரு குறுக்கு வழியைக் கடைப்பிடித்தார். 1898இல் ஜெர்மனியின் குடிமகன் கஸ்டாவ் லுபெக்கைத் திருமணம் செய்து கொண்டு ஸ்விட்சர்லாந்திலிருந்து

பெர்லின் நகருக்கு இடம் பெயர்ந்தார். அதன்பின் அவருடைய வாழ்வின் பெரும்பகுதி ஜெர்மனியில்தான் கழிந்தது. ஜெர்மனியில் அவர் சமுதாய ஜனநாயகக் கட்சியின் (*Social Democratic Party of Germany - SPD*) இடதுசாரிப் பிரிவில் தீவிரமாகப் பணியாற்றினார். அதுதான் ஜெர்மன் அரசியலில் அப்போது முக்கியப் பங்கு வகித்த கட்சி. 1870களில்தான் பட்டறைத் தொழிலாளர்கள் ஒருங்கிணைந்து அரசியலில் பங்கெடுப்பதற்காக ஐரோப்பாவிலும் அமெரிக்காவிலும் கட்சிகளைத் தொடங்கினர். தொழிலாளர்களின் கட்சி என்கிற அளவில் அப்போது ஜெர்மனியின் *SPD*தான் உலகிலேயே பெரிய கட்சியாக வளர்ந்திருந்தது. எடுத்துக்காட்டாக, 1912இல் *SPD*யில் பத்து இலட்சத்திற்கும் மேற்பட்ட உறுப்பினர்கள் இருந்தனர். அப்போது 15000க்கும் மேற்பட்ட முழுநேர ஊழியர்கள் *SPD*யில் இருந்தனர். ஏறத்தாழ நூறு பத்திரிகைகள் *SPD*க்கு ஆதரவாக இருந்தன. SPDக்குள்ளேயே தீவிரவாதம், மிதவாதம், மறுபரிசீலனைக் கொள்கையாளர்கள் என்று பல பிரிவுகள் இருந்தன என்றாலும், *SPD*இன் அனைத்துத் தொழிற்சங்கங்களும் ஒருங்கிணைந்து செயல்பட்டன. அவை தங்கள் கட்சி வேட்பாளர்களை ஒருங்கிணைந்துதான் தேர்ந்தெடுத்தன.

1900களின் ஆரம்ப ஆண்டுகளிலிருந்து தங்கள் இலக்குகளை அடையத் தொழிலாளர்கள் நாடாளுமன்ற ஜனநாயக வழிகளில் தொழிற்சங்கங்கள் வழியாகச் சீர்திருத்தம் மேற்கொள்வதா, கார்ல் மார்க்ஸ் முன்மொழிந்த புரட்சி வழியைக் கையாள்வதா என்பது பற்றி ஜெர்மனியின் *SPD* மார்க்சியவாதிகளுக்கிடையே பெரிய விவாதம் நடைபெற்றுக்கொண்டிருந்தது. ஒரு சோசலிச சமுதாயத்தை நிறுவுவதற்குத் தொழிற்சங்க நடவடிக்கைகள் மூலமும், பிரிட்டிஷ் நாடாளுமன்ற ஜனநாயக முறைகளில் சீர்திருத்தம் செய்தும், தொழிலாளர்கள் தங்கள் குறிக்கோள்களை அடையலாம் என்கிற கருத்தை வலியுறுத்தியவர்களில் எட்வர்ட் பெர்ன்ஸ்டீன் (*Eduard Bernstein*) முக்கியமானவர். அவருடைய கொள்கை மறுபரிசீலனைக் கொள்கை (*revisionism*) என்று அழைக்கப்பட்டது. அவரது கொள்கை இடதுசாரியினரிடையே பெரிய விவாதத்தைக் கிளப்பியது. ரோஸா லக்ஸம்பர்ஃக் அந்தக் கொள்கைக்கு நேரெதிரான, கார்ல் மார்க்சால் தொடக்கத்திலிருந்தே பரப்பப்பட்ட, புரட்சி வழிதான் சரியான வழி என்று வாதிட்டார். சமுதாய சீர்திருத்தமா அல்லது புரட்சியா என்கிற தலைப்பில் 1899இல் அவர் வெளியிட்ட கையேட்டில், பெர்ன்ஸ்டீனின் கொள்கைகளை எள்ளி நகையாடி, கார்ல் மார்க்ஸின் புரட்சி வழிதான் தொழிலாளர்களின் வெற்றிக்கு ஏணிப்படி என்றும், மற்ற வழிகளைக் கையாண்டால் முதலாளிகள் அவற்றைத் தங்களுக்காதரவாகத் தடம் மாற்றிவிடுவார்கள் என்றும் பிரகடனம்

செய்தார். எனவே புரட்சி வழிக்கு மாற்றாகத் தொழிலாளர் ஜனநாயகக் கொள்கையைச் சிபாரிசு செய்த பெர்ன்ஸ்டீனைக் கட்சியிலிருந்தே வெளியேற்ற வேண்டும் என்று அவர் சிபாரிசு செய்தார். கட்சியின் தலைவர் கார்ல் காட்ஸ்கி *(Karl Kautsky)* எதிர்மறையான கருத்துகள் கொண்டிருந்த இருசாராருக்கும் இடைப்பட்ட சமரசக் கொள்கையைக் கொண்டிருந்தார். அவர் ரோஸா லக்ஸம்பர்ஃகின் வாதங்களுக்கு ஆதரவு நல்கினாரே தவிர, மறுபரிசீலனைக் கொள்கையாளர்களைக் கட்சியிலிருந்து வெளியேற்றவில்லை. அதனால் 1910களில் *SPD* கட்சிக்குள் உட்கட்சிப் பிளவுகளும், மோதல்களும் நிறையத் தோன்றின.

*1900*இலிருந்தே ரோஸா லக்ஸம்பர்ஃக் ஐரோப்பிய சமுதாய பொருளாதார பிரச்சினைகள் பற்றி ஜெர்மனி தினசரிகளில் எழுத ஆரம்பித்து விட்டார். ஸ்விட்சர்லாந்தில் *SDKPiL* தடை செய்யப்பட்டது. அதனால் அவர் தொடங்கிய 'தொழிலாளர்கள் நிமித்தம்' பத்திரிகையைத் தொடர்ந்து வெளிக்கொணர பாரிஸ் நகருக்கு இடம் மாற்றி, *1903*இல் அங்கு சென்று அதற்குத் தேவையான ஏற்பாடுகள் செய்தார் ரோஸா. அப்போது பாரிஸ் நகரின் இடதுசாரியினரோடு பழகும் வாய்ப்பைப் பெற்றார். *1904*இல் அவர் 'உருஷ்ய ஜனநாயகத்தின் அமைப்பு பற்றிய கேள்விகள்' என்கிற கையேட்டில் லெனினின் கம்யூனிஸ்ட் கட்சி அமைப்பு பற்றிய கொள்கைகளைத் தீவிரமாக விமர்சனம் செய்தார். லெனினின் கொள்கையின்படி கட்சியின் மத்தியக் குழு அதன் கொள்கை முடிவுகள் எடுக்கும்வரை கட்சிக்குள் உள்கட்சி ஜனநாயகம் செயல்பட வேண்டும். அதாவது, அதுவரை அந்த முடிவுகளின் சாதக பாதகங்களை விவாதிக்கவும் விமர்சிக்கவும் அனைத்துத் தொழிலாளர் பிரதிநிதிகளுக்கும் உரிமை உண்டு. கட்சியின் மத்தியக் குழு கொள்கை முடிவுகள் எடுத்த பிறகு அவற்றை அப்படியே செயல்படுத்த வேண்டும். அதற்குப் பிறகு அந்த முடிவுகளைப் பற்றி எவரும் கேள்வி கேட்கக்கூடாது. மத்தியக் குழுவுக்கு, கட்சியின் பிராந்திய குழு உறுப்பினர்களை நியமிக்கும் அதிகாரம் இருக்க வேண்டும். கட்சியின் மத்தியக் குழுவுக்கு பிராந்திய கமிட்டிகளின் மீது ஒழுங்கு நடவடிக்கை எடுக்கும் அதிகாரமும் இருக்க வேண்டும். கட்சியின் மத்தியக் குழுதான் கட்சியின் மூளையாகச் செயல்பட வேண்டும். கட்சியின் மற்ற அனைத்து அங்கங்களும் கட்சியின் மத்தியக் குழு எடுத்த முடிவுகளை நிறைவேற்றும் பணிகளைச் செய்ய வேண்டும். லெனின் சிபாரிசு செய்தபடி மத்தியக் குழுவில் ஏற்படக்கூடிய இப்படிப்பட்ட அதிகாரக் குவிதலை ரோஸா லக்ஸம்பர்ஃக் தன் கையேட்டில் எதிர்த்து எழுதினார். அதில் இப்படி அதிகாரம் மையமாக்கப்பட்ட இடத்திலிருந்து தூண்டிவிடப்படும் புரட்சி ஒரு

சர்வாதிகாரத்தில்தான் போய் முடியுமென்றும், அந்தக் கட்சியின் மத்தியக்குழுவின் சர்வாதிகாரம் மார்க்ஸ் எதிர்பார்த்த 'தொழிலாளர் சர்வாதிகாரத்துக்கு' நேர் எதிரானதென்றும், தொழிலாளர்களின் ஜனநாயக உரிமைகள் பறிக்கப்பட்டு விடுமென்றும் அறிவித்தார். லெனினின் சிபாரிசுகளை நடைமுறைப்படுத்தினால் முதலாளிகளின் சர்வாதிகாரத்திற்குப் பிரதியாக மத்தியக்குழுவினரின் சர்வாதிகாரம் தோன்றி, அது தொழிலாளர் நலனுக்கெதிராக வேலை செய்யும் என்று தன் அச்சத்தை வெளிப்படையாகத் தெரிவித்தார்.

இக்காலகட்டத்தை வேறொரு கண்ணோட்டத்தில் பார்த்தால், 1900க்குப் பிறகு, ஜெர்மனியில் தொழிற்சங்கங்களின் வலிமை அதிகரித்தது தெரிகிறது. இடதுசாரி எண்ணங்களைக் கொண்ட மிதவாதிகளையும் தீவிரவாதிகளையும் உள்ளடக்கிய SPD கட்சி ஜெர்மனிப் நாடாளுமன்றத்தில் கொஞ்சங்கொஞ்சமாக அதிக இடங்களைப் பெற ஆரம்பித்தது. SPD தீவிரவாதப் பிரிவில் ரோஸா லக்ஸம்பர்க் செயலாற்றினார். 1904க்கும் 1906க்குமிடையே அவர் மூன்று முறை சிறை வைக்கப்பட்டார். முதலாளியத்தை வீழ்த்த மேற்கொள்ள வேண்டிய புரட்சி, முன்னேறிய நாடுகளான பிரிட்டன், ஜெர்மனி, பிரான்ஸ் போன்றவற்றில்தான் வெடிக்க முடியும் என்கிற கொள்கையை அவர் கொண்டிருந்தார். ஆனால், 1905இல் அப்போது பின்தங்கிய நிலையிலிருந்த உருஷ்யாவில் தொழிலாளர்களின் எழுச்சியைப்பற்றி நன்கு அறிந்த பிறகு, பின்தங்கிய நாடுகளிலும் முதலாளியத்திற்கெதிரான புரட்சி சாத்தியம் என்பதை ஏற்றுக்கொண்டார். பின்தங்கிய நாடுகளிலும் முதலாளியத்திற்கெதிரான புரட்சி சாத்தியம் என்கிற எண்ணத்தை ஆரம்பத்திலிருந்து பிரசாரம் செய்தவர் லெனின்தான். அந்தக் கருத்தைப் பொறுத்தமட்டில், 1905க்குப் பிறகு லக்ஸம்பர்க், லெனினின் பார்வை சரியானதென்று ஏற்றுக் கொண்டார். எனவே அவர் லெனினின் கொள்கைகளனைத்தையும் கண்மூடித்தனமாக எதிர்க்கவில்லை என்பதைக் கவனத்தில் கொள்ள வேண்டும். போலந்தில் அத்தகைய புரட்சிக்கு வித்திட வேண்டுமென்ற நோக்கத்தோடு வார்ஸா சென்ற அவரை, போலந்து அரசு கைது செய்து சிறையில் தள்ளியது. 1905க்கு முன்புவரை தொழிலாளர்களின் புரட்சிகள் தோல்வியுற்றதற்குக் காரணம், தேசியவாதம் பேசிய ஜனநாயகப் பிரதிநிதிகள், சட்ட வல்லுநர்கள், படைவீரர்கள் போன்றோர் மக்களுக்கெதிராக நம்பிக்கை துரோகம் செய்ததுதான் என்று விளக்கினார். எனவே தொழிலாளர்கள்தான் முதலாளியத்திற்கெதிரான புரட்சியை முன்னடத்த வேண்டும் என்றும், லெனின் சிபாரிசு செய்தபடி மத்தியக் குழு போன்ற தொழிற்சங்கப் பிரதிநிதிகளாகத் தங்களை நியமித்துக் கொள்பவர்களால் புரட்சி முன்னடத்தப்படக் கூடாது

என்றும் அவர் வாதிட்டார். அந்த மையக் கருத்தைப் பொறுத்த மட்டில், ரோஸா லெனினின் வழிமுறைகளைச் சரியானதாக ஏற்றுக் கொள்ளவில்லை. முதலாளியத்துக்கெதிரான உலகளாவிய புரட்சி வெடிப்பதற்கான சரியான காலம் 1905 களிலிருந்தே கனிந்து விட்டதாக அவர் நம்பிச் செயல்பட்டார்.

1906இல் ஜெர்மனியின் SPD கட்சியின் அதிகார பூர்வமான பத்திரிகையின் ஆசிரியர் குழுவிற்கு ரோஸா நியமிக்கப்பட்டார். தொழிற்சங்கங்களின் ஒரு வலிமையான ஆயுதம் பொது வேலைநிறுத்தம் என்று கூறி, பின்னர் வரப்போகிற புரட்சிக்கு வேலை நிறுத்தங்கள் ஓர் ஒத்திகை போன்றவை என்று வாதிட்டார். ஒவ்வொரு நாட்டிலும் தனியாகவும் உலகளாவிய நிலையிலும், பொது வேலை நிறுத்தத்திற்கு ஆதரவாக அவர் நடந்துகொண்டதை ஜனநாயக வழிகளில் தத்தம் நாடுகளில் தொழிற்சங்கங்களை வழிநடத்த வேண்டுமென்று வாதிட்டுக் கொண்டிருந்த மிதவாதத் தலைவர்கள் மறுதலித்தனர். அவர்கள் பின்தங்கியிருக்கும் உருஷ்யாவிற்குத்தான் பொது வேலைநிறுத்தம் பொருந்தும் என்றும், முன்னேறிய நாடான இங்கிலாந்தைப் பின்பற்றி ஜனநாயக வழிகளில் சட்டசபை விவாதங்கள் வழியாக ஜெர்மனி பயணிக்க வேண்டுமென்றும் அவர்கள் கூறினர். ஆனால் ரோஸா பொது வேலைநிறுத்தம் அனைத்து நாடுகளிலும் தொழிலாளர்களின் மிகக் கூர்மையான ஆயுதம் என்று தொடர்ந்து வலியுறுத்தி வந்தார். 1907இல் லண்டனில் நடந்த ஒரு இடதுசாரி மாநாட்டுக்குச் சென்றபோது, லெனினைச் சந்தித்தார் ரோஸா. அதே ஆண்டில் ஜெர்மனியின் ஸ்டுட்கார்ட் நகரில் நடந்த இரண்டாவது கம்யூனிஸ்ட் அகிலத்தின் ஏழாவது மாநாட்டில் ஐரோப்பாவின் (அப்போதிருந்தே விரைவில் தொடங்குமென்று எதிர்பார்க்கப்பட்ட) முதலாளியத்தினால் தூண்டி விடப்படுகிற உலகப் போருக்கெதிரான நிலையை எடுக்க வேண்டுமென்று அவர் கொண்டு வந்த தீர்மானம் ஒருமனதாக நிறைவேற்றப்பட்டது. அப்படி ஒரு போர் வந்தால் ஒவ்வொரு நாட்டு முதலாளிகளும் தேசப்பற்று என்கிற திரைமறைவில் தத்தம் நாட்டுத் தொழிற்சங்கங்களின் வழியாகத் தத்தம் நாட்டுத் தொழிலாளர்களை மற்ற நாட்டுத் தொழிலாளர்களுக்கு எதிராக சண்டையிட வைப்பார்கள் என்றும், அதனால் உலகத் தொழிலாளர்களின் ஒற்றுமை அழிந்துவிடும் என்றும் அவர் வாதிட்டார்.

ரோஸா லக்ஸம்பர்ஃக் காலத்தில் தொழிற்சங்கங்கள் பெருமளவுக்கு ஆண்களின் கட்டுப்பாட்டில்தான் இயங்கின. ஒரு பெண் போராளியாக அவர் விளங்கியதைப் பல ஆண் தொழிற்சங்கவாதிகள் விரும்பவில்லை. எனவே அவர் ஒரு பெண்ணியப் பிரதிநிதியாகவும் செயல்பட்டார்.

ஐரோப்பாவில் போர் மூளும் அபாயம் இருப்பதாக முன்னறிவிப்புச் செய்து, அத்தகைய போரில் ஐரோப்பாவின் வெவ்வெறு நாட்டுத் தொழிலாளர்கள் ஒருவருக்கொருவர் எதிராக சண்டையிடுவது அவர்களை நலியச்செய்து அவர்களின் முதலாளிகளைக் கொழுக்க வைத்துவிடுமென்று அவர் எச்சரித்தார். எனவே அவர் போருக்கு எதிரானவராக இருந்தார். எதிர்பார்க்கப்பட்ட ஐரோப்பியப் போருக்கு எதிராக அனைத்து ஐரோப்பிய நாடுகளிலும் தொழிலாளர்கள் இணைந்து ஒரு பொது வேலை நிறுத்தம் செய்ய அழைப்பு விடுத்தார். ஆனால் *SPD* கட்சி அதை ஏற்கவில்லை. அதனால் *1910*இல் கார்ல் காட்ஸ்கியிடமிருந்து ரோஸா பிரிந்துவிட்டார்.

*1912*வரை ரோஸா லக்ஸம்பர்க் கார்ல் மார்க்ஸ் கொள்கைகளை முழுமையாக ஏற்றுக்கொண்டிருந்தார். ஆனால் ஐரோப்பிய நாடுகளின் ஏகாதிபத்தியக் கொள்கையைப் பற்றி எழுத ஆரம்பித்த போது மார்க்ஸின் கொள்கைகளின் சில பகுதிகளில் திருத்தமும் வேறு சில பகுதிகளில் விரிவாக்கமும் தேவை என்று கருதினார். ஏகாதிபத்தியக் கொள்கை எப்படித் தொழிலாளர்களுக்கெதிரான முதலாளியத்தின் வளர்ச்சியில் ஒரு அங்கமாகிறது என்பதை விளக்கி அவர் எழுதிய 'மூலதனத் திரட்சி' *(The Accumulation of Capital)* *1913*இல் வெளிவந்தது. ஏகாதிபத்தியப் போர்கள் முதலாளியத்தின் வளர்ச்சிக்காகத் தொழிலாளர் நலனைக் காவு கொடுக்கும் வழிமுறை என்பதை வெளிக்கொணரும் முக்கிய நூல் அது. அவசரமாக எழுதியதால் அதில் தவறுகள் உள்ளன என்று கருதுவோரும்கூட அவருடைய சுயமான ஆய்வுகளின் தனித்தன்மைகளையும் பரப்பினையும் மறுப்பதில்லை.

*1914*இல் ஜெர்மனி நாடாளுமன்றத்தில் அப்போது தொடங்கவிருந்த உலகப் பெரும் போரில் பங்கெடுக்கலாமா, வேண்டாமா என்கிற விவாதம் வந்தபோது *SPD* இன் பெரும்பான்மையினர் உருஷ்யாவை எதிர்த்துப் போரில் பங்கேற்கலாம் என்கிற தேசிய ஆதரவு நிலையை எடுத்தனர். அவர்களின் தேசிய உணர்வு, உலகத் தொழிலாளர்களின் கூட்டிணைவு என்கிற கொள்கைக்கு நேரெதிரானது. போரில் பங்கேற்கக் கூடாது என்ற நிலையை எடுத்த சிலரையும் கூட, நாடாளுமன்ற வாக்களிப்பின்போது ஒதுங்கியிருக்கச் சொல்லி *SPD* கட்சிக் கட்டுப்பாடுகள் வழியாக இணங்க வைத்தது. அப்படி முதலில் இணங்கினாலும் பின்னர் போரில் பங்கெடுப்பதை எதிர்த்துப் நாடாளுமன்றத்தில் வாக்களித்த ஒரே அங்கத்தினர் *SPD*இன் கார்ல் லிப்க்நெக்ட் *(Karl Liebknecht)* மட்டுமே. எனவே கார்ல் லிப்க்நெக்ட்டும் ரோஸா லக்ஸம்பர்க்கும் அவர்களின் ஆதரவாளர்களும் *SPD*இலிருந்து விலகிப் புதிய கட்சி

தொடங்கினார்கள். ரோமானியப் பேரரசில் அடிமைகளுக்குத் தலைமைதாங்கிப் போரிட்ட ‘ஸ்பார்டகஸ்’ பெயரில், அவர்களுடைய இயக்கம் ‘ஸ்பார்டகஸ் லீக்’ என்று அழைக்கப்பட்டது. தங்கள் சந்தைகளை விரிவாக்குவதற்காக ஜெர்மனி முதலாளிகளின் சூழ்ச்சியால் உருவாகியிருக்கும் இந்தப் போரில், ஜெர்மனிப் படை வீரர்களைத் தங்களின் மேலதிகாரிகளுக்குக் கீழ்ப்படியாமல், (தொழிலாளர்கள் சார்பில்) அரசுக்கெதிராக இயங்கச்சொல்லித் தூண்டிய ‘ஸ்பார்டகஸ் லீக்’ அங்கத்தினர்களை அரசு கைது செய்து தேசத் துரோகிகளாகக் குற்றம் சாட்டிச் சிறையில் தள்ளியது. இயக்கமும் தடை செய்யப்பட்டது.

உருஷ்யாவில் லெனின் தலைமையில் போல்ஷ்விக்களும், ஜெர்மனியில் தொழிலாளர்களின் கட்சியாகிய *SPD*யின் பெரும்பான்மையினரும் அப்போது நடக்கும் முதல் உலகப் பெரும் போர், தத்தம் நாடுகளின் மரபு வழிச் சமுதாயத்தை அழித்துப் புதிய ‘தொழிலாளர் சர்வாதிகாரத்தை’ அமைப்பதற்கான நல்ல அடித்தளத்தை ஏற்படுத்தித் தரும் என்று கருதினார்கள். லெனின் அப்போது நடக்கும் எதேச்சாதிகாரப் போரை, ஜாரின் ஆட்சிக்கெதிரான உள்நாட்டுப் போராக மாற்ற இயலும் என்கிற கொள்கையைக் கொண்டிருந்தார். அதே கொள்கையைத்தான் ஜெர்மனியில் *SPD*யின் பெரும்பான்மையினரும் தங்கள் நாட்டில் கொண்டிருந்தனர். இந்தக் கொள்கைக்கு எதிரான நிலையை ஜெர்மனியில் ரோஸா லக்ஸம்பர்ஃக் கொண்டிருந்தார். எதேச்சாதிகாரப் போரில் ஜெர்மன் தொழிலாளர்களின் உற்பத்தி, பிரிட்டிஷ் மற்றும் பிரெஞ்சுத் தொழிலாளர்களின் உற்பத்திகளை அழித்து அந்தந்த நாடுகளின் முதலாளிகளின் இலாபத்தைத்தான் அதிகரிக்க வைக்கிறது என்று ரோஸா வாதாடினார். ஏகாதிபத்தியப் போர்கள் முதலாளிகளின் நன்மைக்காகவே நடத்தப்படுகின்றன என்பது அவர் நிலைப்பாடு. கட்சித் தலைமை முடிவெடுக்கும்வரைதான் விவாதங்களுக்கிடமுண்டு; முடிவெடுத்த பிறகு அவற்றைச் செயல்படுத்துவதுதான் தொழிலாளர் கடமை என்கிற போல்ஷ்விக்கு கொள்கையையும் அவர் ஏற்கவில்லை. சிறையிலிருந்தபடியே உருஷ்யப் புரட்சி பற்றி அவர் எழுதிய நூலில் ‘தொழிலாளர் சர்வாதிகாரம்’ என்பது முதலாளிகளுக்கெதிரான முற்றுரிமையைத்தான் குறிக்கிறது என்று விளக்கினார். மேல்மட்டத்தினரும் நடுத்தர வர்க்கத்தினரும் அவர்களுக்குச் சாதகமான நிலைப்பாடுகளை நாட்டில் வளர்த்திருப்பதைத் தகர்த்தெறிவதற்காகத்தான் புரட்சியின்போது அந்த ‘தொழிலாளர் சர்வாதிகாரம்’ தேவையே தவிர, தொழிலாளர்களிடையே ஒரு சோசலிச ஜனநாயகம் மலர்வதற்கு அந்தச் சர்வாதிகாரம் தடையா யிருக்காது என்றும் விளக்கினார். தொழிலாளர் பிரச்சினைகளில்

தலைமை எடுத்துவிட்ட முடிவுகளை விவாதிக்கவும், மாற்றுக் கருத்துகளைக் கூறவும், அவற்றுக்கெதிராகப் பிரச்சாரம் செய்யவும் சோசலிச ஜனநாயகம் அனுமதிக்கிறது என்கிற அவரது கருத்தை மத்தியத் தலைமை முடிவுகள் எடுத்துவிட்ட பிறகு அவற்றைச் செயல்படுத்த வேண்டியது இன்றியமையாததென்றும், மாற்றுக் கருத்துகளைக் கூறவும் அவற்றுக்கெதிராகப் பிரச்சாரம் செய்யவும் கூடாது என்றும் உருஷ்ய போல்ஷ்விக்குகள் மறுத்தார்கள்.

முதல் உலகப் பெரும்போர் நடைபெற்றுக்கொண்டிருந்த கால கட்டத்தில் ரோஸா லக்ஸம்பர்ஃக் ஜெர்மனியில்தான் இருந்தார். ஜெர்மனி அந்தப் போரில் பங்கேற்பதை எதிர்த்தார். அதனால் அப்போர்க்காலத்தின் பெரும்பகுதியைக் கைதியாகவோ, தடுப்புக் காவல் கைதியாகவோதான் கழித்தார். அமைதிக்காலத்தில் சகோதரர்கள் என்று கைகோத்துக்கொண்ட உலகத் தொழிலாளர்கள், போர் வந்தவுடன் நாட்டுப்பற்று என்கிற மாயத்திரையால் குழம்பிப்போய் தங்கள் சகோதரர்களான (எதிரி நாடென்று முதலாளியத்தால் சித்தரிக்கப்படுகிற) அண்டை நாடுகளின் தொழிலாளர்களைக் கொன்றுகுவித்து, அதில் பெருமைப்படுகிற பைத்தியக்காரத்தனத்தைப் பகிரங்கமாக அனைவரும் புரிந்துகொள்ளும் வகையில் வெளிக்கொணர்வதை ‘ஸ்பார்டகஸ் லீக்’ தன் அடிப்படைப் பணியாக மேற்கொண்டது. அந்தப் பெரும்போரின் இறுதிக்கட்டத்தில், போரின் வெற்றி தோல்வி நிச்சயமாகாத நிலையில் ஜெர்மனியில் மிகுந்த குழப்பம் ஏற்பட்டது. ஜெர்மனியின் கடற்படையில் ஒரு பகுதியினர் எதிர்ப்புக் கிளர்ச்சியைச் செய்தனர். அதைத் தொடர்ந்து 1918 நவம்பரில் ஜெர்மனியின் மன்னராட்சி நீக்கப்பட்டு, நாடு குடியரசாகப் பிரகடனப்படுத்தப்பட்டது. 11 நவம்பர் 1918இல் ஜெர்மனி தோல்வியடைந்து போர் முடிவுக்குக் கொண்டுவரப்பட்ட போதிலும் ஜெர்மனியில் யார் அரசமைப்பது என்பதில் மிகுந்த குழப்பம் நிலவியது. அரசு நிர்வாகமே ஸ்தம்பித்துவிட்ட நிலையில் கார்ல் லிப்க்நெக்ட், ரோஸா லக்ஸம்பர்ஃக் சிறையிலிருந்து விடுவிக்கப்பட்டனர். அவர்கள், தங்கள் ஆதரவாளர்களுடன் இணைந்து தடை செய்யப்பட்டிருந்த ‘ஸ்பார்டகஸ் லீகை’ மீண்டும் துவக்கி, தொழிலாளர்களின் அரசாட்சியை ஏற்படுத்தும் முயற்சியில் இறங்கினர். அவர்களுக்கெதிராக (உருஷ்யாவின் போல்ஷ்விக் கட்சியினருக்கு ஆதரவான நிலையை எடுத்திருந்த) *SPD*யின் இடதுசாரி மிதவாதிகளும் முதலாளிய ஆதரவாளர்களும் செயல்பட்டனர். ஆட்சி அப்போது அவர்கள் கையிலிருந்தது.

‘ஸ்பார்டகஸ் லீகை’யும் உள்ளடக்கி ரோஸா லக்ஸம்பர்ஃக், கார்ல் லிப்க்நெக்ட் தலைமையில் இடதுசாரித் தீவிரவாதிகள் அனைவரும் இணைந்து 27 டிசம்பர் 1918இல் ஜெர்மனியின்

கம்யூனிஸ்டுக் கட்சியை (KPD) துவக்கினர். இந்தக் கட்சி ஜெர்மனியின் தொழிலாளர்களின் நலனுக்கெதிரானதாகக் கூறி, SPD இன் அப்போதைய தலைவரும் ரோஸா லக்ஸம்பர்ஃக்கின் முன்னாள் கட்சித் தோழருமான பிரைடரிக் எபர்ட் (Friedrick Ebert) அறிக்கை விடுத்தார். நடந்து முடிந்த போரில் உலகத் தொழிலாளர்களின் ஒற்றுமை என்கிற முகமூடியைப் போர்த்திக்கொண்டு ஜெர்மனி நாட்டைத் தோல்வியுறச்செய்த தேசத்துரோகிகளாக ரோஸா லக்ஸம்பர்ஃக், கார்ல் லிப்க்நெக்ட் உள்ளடக்கிய KPD உறுப்பினர்களை அவர் சித்தரித்தார். அந்நேரத்தில் SPD கட்சியால் ஜெர்மன் குடியரசின் பிரதம மந்திரி (Chancellor) பொறுப்பு அவரிடம் வழங்கப்பட்டது. அதன் பின், அவர் 13 ஜனவரி 1919இல் போர் எதிர்ப்பாளர்களை அடக்கச்சொல்லி உத்தரவிட்டார். 15 ஜனவரி 1919இல் ரோஸா லக்ஸம்பர்ஃக் கைது செய்யப்பட்டார். போலீஸ் காவலில் இருந்தபோதே துப்பாக்கியின் பின் மட்டையினால் அடிக்கப்பட்டு, பின்னர் துப்பாக்கியால் சுடப்பட்டு, குற்றுயிராகவோ அல்லது உயிரிழந்த நிலையிலோ ரோஸா லக்ஸம்பர்ஃகின் உடல் கால்வாய் ஒன்றுக்குள் வீசப்பட்டது. கிட்டத்தட்ட நான்கு மாதங்களுக்குப் பிறகு, அழுகிய நிலையில் அவர் உடல் 1 ஜூன் 1919இல் கண்டுபிடிக்கப்பட்டது. அந்த இடத்தில் தற்போது அவருக்கு ஒரு நினைவுச் சின்னம் அமைக்கப்பட்டிருக்கிறது. உலகத் தொழிலாளர்கள் ஒன்றுதிரண்டு முதலாளியத்தை ஒழிக்க வேண்டும் என்கிற உயரிய இலட்சியத்துக்காகத் தன் உயிரைத் தியாகம் செய்தவர் ரோஸா லக்ஸம்பர்ஃக்.

~~

மூலதனத் திரட்சி

ரோஸா லக்ஸம்பர்ஃக்கின் ஏகாதிபத்தியக் கொள்கை மார்க்சிய அடிப்படையில் விளக்கப்பட்டுள்ளது. கார்ல் மார்க்ஸ் மரபு வழிச் சமுதாய அமைப்புகள் (ரோஸா லக்ஸம்பர்ஃக் இயற்கை வழி என்று குறிப்பிடுகிறார்) சந்தை வழிச் சமுதாய அமைப்புகளாக உருமாற்றம் பெற்றபோது வன்முறையைக் கையாண்டுதான் மூலதனத் திரட்சி ஏற்படும் என்பதைத் தெளிவுப்படுத்தியிருக்கிறார். புதிய பொருளுற்பத்தி முறையைக் கருவில் வைத்திருக்கும் அனைத்துப் பழஞ் சமூகங்களுக்கும் வன்முறை என்கிற பேறுகால மருத்துவச்சியின் உதவி கட்டாயமாகத் தேவைப்பட்டிருக்கிறது. புராதன மூலதனத் திரட்சியின் வரலாற்றை விவரிக்கும்போது மூலதனம் ஆரம்பத்தில் திரட்டப்பட்ட காலகட்டங்களில் அது உச்சந்தலை முதல் உள்ளங்கால் வரை ஒவ்வொரு வேர்க்காலிலும் குருதியும் நெருப்பும் சொட்டச் சொட்டத்தான் வந்தது என்று

வர்ணிக்கிறார் மார்க்ஸ். வரலாற்றின் விபத்தினால் ஐரோப்பிய நாடுகளில்தான் முதலாளியம் தோன்றுவதற்கான அடிப்படைகள் ஆரம்பத்தில் தோன்றின. உண்மையான வரலாற்றில் மூலதனப் புராதனத் திரட்சி வலிமையினால் கைப்பற்றியதாலும் அடிமைப்படுத்தி விற்றதாலும், கொள்ளையடித்ததாலும், கொலை செய்ததாலும், சுருங்கச் சொன்னால் இரக்கமற்ற வன்முறையைக் கையாண்டதால்தான் நடைபெற்றது. புராதனத் திரட்சியின் நடைமுறைகள் இனிமையானவையாகவோ, அமைதியானவை யாகவோ இருக்கவில்லை என்று மார்க்ஸ் தெளிவாக்கியிருக்கிறார். (இந்தப் பகுதியை என்னுடைய 'ஆடம் ஸ்மித் முதல் கார்ல் மார்க்ஸ் வரை' நூலில் விரிவாக விளக்கியிருக்கிறேன்.)

ரோஸா லக்ஸம்பர்ஃக், மரபு வழிச் சமுதாய அமைப்பைக் கொண்டிருந்த பின்தங்கிய நிலையிலிருக்கும் தென் அமெரிக்க, ஆப்பிரிக்க, ஆசிய நாடுகளுக்கு முதலாளிய நாடுகள் புராதன மூலதனத் திரட்சியை விரிவாக்கம் செய்த வழிமுறையாகவே ஏகாதிபத்தியக் கொள்கையைப் பார்க்கிறார். புராதன மூலதனத் திரட்சியை ஐரோப்பிய முதலாளியத்தின் ஆரம்ப கட்டத்தில் மட்டுமே வந்த நிகழ்ச்சியாகக் கார்ல் மார்க்ஸ் காட்டுகிறார். ஆனால் ரோஸா லக்ஸம்பர்ஃக் புராதன மூலதனத் திரட்சியை முதலாளியத்தின் அனைத்துக் கட்டங்களிலும் நடைபெறும் நிகழ்ச்சியாகக் காட்டுகிறார். முதலாளியம் வெவ்வேறு நாடுகளில் வளரவளர, மீதமிருக்கும் பின்தங்கிய நிலையிலிருக்கும் மரபு (இயற்கை) வழிச் சமுதாயங்களை முன்னேறிய நாடுகளின் உபரி முதலீட்டுக்கு வடிகாலாகவும், அவற்றின் ஏராளமான அளவில் உற்பத்தியாகிற மூலதனப் பொருள்கள் மற்றும் நுகர் பொருள்களுக்குச் சந்தையாகவும், அந்தப் பொருள்களை உற்பத்தி செய்பவர்களுக்குக் கச்சாப் பொருள்களை வழங்கும் இடமாகவும், பின்தங்கிய சமுதாயங்களில் சுதந்திரமாக வாழ்ந்த ஏழைகளை உழைப்பை விற்றுப் பிழைக்கும் நிலைக்குக் கீழிறக்கி, அதன் மூலம் தென்னமெரிக்க, ஆப்பிரிக்க, ஆசிய நாடுகளில் அவர்களிடமிருந்தும் உபரி மதிப்பைச் சுரண்டக்கூடிய களமாகவும் காட்டுகிறார். ஐரோப்பிய நாடுகள் முதலாளியத்தை அத்தகைய மரபு (இயற்கை) வழிச் சமுதாயங்களைக் கொண்ட பின்தங்கிய நாடுகளுக்கு விரிவாக்கம் செய்த வழியாக ஏகாதிபத்தியத்தை அவர் சுட்டுகிறார். மரபுவழிச் சமுதாய அமைப்பைக் கொண்ட பின்தங்கிய நாடுகளைத் தங்கள் எதேச்சாதிகாரத்தினால் கைப்பற்றிக் கட்டுப்படுத்தி, அங்கு புராதன மூலதனத் திரட்சியை ஏற்படுத்துவதை முன்னேறிய நாடுகளின் முதலாளிய வளர்ச்சியின் ஆரம்பக்கட்டம் மட்டுமின்றி, அனைத்துக் கட்டங்களிலும் நடக்கும் ஓர் இன்றியமையா நடவடிக்கையாக ரோஸா லக்ஸம்பர்ஃக் படம் பிடிக்கிறார்.

மார்க்சின் 'முதலாளிய இரு துறை விரிவாக்க மீட்டுருவாக்க மாதிரி'யில் *(two sector model of expanded capitalist reproduction)* முதலாளிகளும் தொழிலாளர்களும் மட்டுமே இருக்கும் ஒரு சமுதாய அமைப்பில் நிலையான, சலனமற்ற, இணக்கமான முன்னேற்றம் ஏற்பட வழியில்லை என்பதை ரோஸா தன் அடிப்படைக் கொள்கையாக எடுத்துக்கொள்கிறார். அங்கு துறை 1 இயந்திரங்கள் போன்ற உற்பத்திச் சாதனங்களை உற்பத்தி செய்கிறது. துறை 2 நுகர்பொருள்களை உற்பத்தி செய்கிறது. அவை இரண்டும் ஒரே சமயத்தில் விரிவடையும்போது நாட்டில் சமன்பாடான வளர்ச்சி ஏற்பட வழியேயில்லை என்கிற மார்க்சின் தத்துவத்தை பன்னாட்டு வணிகத்துக்கும் விரிவுபடுத்துகிறார் ரோஸா லக்ஸம்பர்ஃக். முன்னேறிய நாடுகளில் துறை 2 உற்பத்தி செய்யும் அனைத்து நுகர்பொருள்களையும், துறை 1 உற்பத்தி செய்யும் உற்பத்திச் சாதனங்கள்தான் உருவாக்குகின்றன. பொருளாதார வளர்ச்சி ஏற்படும்போது துறை 1ம் துறை 2ம் ஒரே அளவில் வளர்ச்சி அடைவதில்லை. துறை 1 வளர்வதனால் ஏற்படுத்தப்பட்ட உற்பத்திச் சாதனங்களைக் கொண்டு ஏராளமாகப் புதிய நுகர் பொருள்களைத் துறை 2 உற்பத்தி செய்கிறது. ஆனால் உற்பத்தி செய்யப்பட்ட அந்த நுகர்வோர் பொருள்கள் அனைத்தையும் வாங்குமளவு 'வாங்கும் சக்தி' அந்நாட்டு மக்களிடம் பரிவர்த்தனை செய்யப்படுவதில்லை என்கிறார் மார்க்ஸ். அந்நாட்டு மக்களில் தொழிலாளர்கள், முதலாளிகள் என்கிற இரு பிரிவினர் இருக்கிறார்கள். தொழிலாளர்கள் மிகப் பலர். முதலாளிகள் வெகு சிலர். முன்னேறிய நாடுகளின் தொழிலாளர்கள் தங்கள் கூலி முழுவதையும் நுகர்ச்சிக்காகவே செலவழிப்பார்கள. ஆனால் முன்னேறிய நாடுகளின் முதலாளிகள் தங்கள் இலாபமனைத்தையும் நுகர்ச்சிக்காக மட்டும் செலவழிப்பதில்லை. அவர்களின் வருவாய் மிக அதிகமாய் இருப்பதால் (எவ்வளவுதான் போக நுகர்ச்சி செய்த போதிலும்) அதில் ஒரு பகுதியைச் சேமித்தே தீர வேண்டிய கட்டாயம் அவர்களுக்கு ஏற்படுகிறது. அதனால் அவர்களின் 'வாங்கும் சக்தி'யின் ஒரு பகுதி சந்தைக்குத் தற்காலிகமாக வருவதில்லை. எனவே நாட்டில் உற்பத்தி செய்யப்பட்ட நுகர்பொருள்களில் ஒரு பகுதியைச் சந்தையில் அப்போது நிலவும் விலைகளில் விற்க முடியாமல் போய்விடுகிறது!

முதலாளிகள் தங்கள் வருவாய் முழுவதையும் அவர்கள் நுகர்ச்சிக்குச் செலவழிப்பதாக வைத்துக்கொள்வோம். அப்போது அவர்களால் சேமிக்க இயலாது. அதனால் அவர்களால் புதிய முதலீடுகள் செய்யவும் இயலாது. அப்படி முதலீடு செய்யாத போது அவர்களோடு போட்டி போடும் முதலாளிகள் அவர்களை விழுங்கி விடுவார்கள். அது முதலாளியத்தின் தவிர்க்க முடியாத விதி.

எனவே முன்னேறிய நாடுகளின் முதலாளிகள் தப்பிப்பிழைக்கும் முன்னெச்சரிக்கை நடவடிக்கையாகத் தங்கள் அமித வருவாயில் ஒரு பகுதியைச் சேமித்து, அந்தச் சேமிப்பைப் புதிய முதலீடாக்கியே தீர வேண்டும். அப்படி சேமிக்கும் பகுதியை முதலீடாக்க இயலாமல் போனால் துறை 2 உற்பத்தி செய்யும் நுகர்பொருள்கள் அனைத்தையும் முன்னேறிய நாடுகள் தங்கள் நாட்டுக்குள்ளேயே சந்தைப்படுத்த இயலாது. நுகர்ச்சிப் பற்றாக்குறை காரணமாகவே அவர்களால் தங்கள் நாட்டுக்குள்ளேயே மீண்டும் புதிய முதலீடுகளைச் செய்யவும் இயலாது. அதனால்தான் உள்நாட்டில் இந்த நுகர்ச்சிப் பற்றாக்குறையை ஈடுசெய்யவும், முதலாளிகளுக்குப் புதிய முதலீடுகளைச் செய்ய மேலும் ஒரு களமாகவும் அவர்கள் பின்தங்கிய நாடுகளுக்கு முதலாளியத்தை விரிவாக்கம் செய்வார்கள். இதே நோக்கங்களோடு அனைத்து முன்னேறிய நாடுகளின் முதலாளிகளும் எங்கெல்லாம் பின்தங்கிய மரபு (இயற்கை) வழி சமுதாயங்கள் இருக்கின்றனவோ அங்கெல்லாம் தங்கள் நாட்டு உற்பத்திப் பொருள்களுக்குச் சந்தைகளை விரிவாக்க முயலும்போது அவற்றுக்கிடையே கடும் போட்டி ஏற்பட்டு, சூழ்ச்சி, ராஜதந்திரம், ஊழல், போர்கள் உட்படச் சகல வழிகளிலும் தங்கள் இலக்குகளை அடைய முயல்கிறார்கள். முதலாளிகளின் நோக்கங்களுக்குத் தாம் வாழும் நாடுகளின் அரசுகளை உதவ வைக்கிற தந்திர வழியாகத்தான் புது ஏகாதிபத்தியத்தின் எதேச்சாதிகாரம் உருவாகிறது என்கிறார் ரோஸா.

முதலாளியம் தோன்றுவதற்கு முன்பு சுய தேவைகளை நிறைவு செய்துகொள்கிற மரபுவழி உற்பத்தி முறைகள் எல்லா நாடுகளிலும் இருந்திருக்குமென்றும், பின்பு சில நாடுகளில் முதலாளிய எளிய மீட்டுருவாக்கம் (*simple reproduction*) முதலில் தொடங்கியிருக்குமென்றும், அதைத் தொடர்ந்துதான் முதலாளிய விரிவாக்க மீட்டுருவாக்கம் (*extended reproduction*) வளர்ந்திருக்குமென்றும் கார்ல் மார்க்ஸ் விளக்கியிருக்கிறார். முதலாளிய எளிய மீட்டுருவாக்கம் வரும்போது மரபுவழி முறைகளை வன்முறையோடு அழித்துத்தான் புராதன மூலதனத் திரட்சி ஏற்படுகிறது. அந்தப் புராதன மூலதனத் திரட்சிதான் உற்பத்திச் சாதனங்கள் அனைத்தையும் முதலாளிகளின் முற்றுரிமையாக மாற்ற வழிசெய்து, அதே சமயம் உழைப்பாளர்களைத் தங்கள் உழைப்பை ஒரு விற்பனைப் பண்டமாகச் சந்தையில் விற்று மட்டுமே பிழைக்க வேண்டிய கட்டாயத்துக்குட்படுத்துகிறது என்றும் விளக்கியிருக்கிறார். அப்படித் தோன்றுகிற முதலாளிய சமுதாயங்கள் மேலும்மேலும் வளர்ச்சியடையும்போது முதலாளிய இரு துறை விரிவாக்க மீட்டுருவாக்கம் ஏற்படுகிறது என்றும், அப்போது அந்த இரு துறைகளுக்கும் சமன்பாடான வளர்ச்சி

ஏற்பட வழியில்லை என்றும், அதனால் முதலாளியத்தில் பருவத்திற்குப் பருவம் சிக்கல்கள் தோன்றிக்கொண்டேயிருக்கும் என்றும் அவர் கூறியிருக்கிறார். முன்னேறிய நாடுகள் தொடர்ந்து வளரவளர, அங்கு ஒரு சில முதலாளிகளிடம் மூலதனக் குவிதல் ஒரு புறம் தொடர்ந்து வளரும் என்றும், உழைப்பை மட்டும் விற்றுப் பிழைக்க வேண்டிய தொழிலாளர்களின் எண்ணிக்கை மறுபுறம் அதிகரித்துக்கொண்டேயிருக்கும் என்றும், இந்த இயக்கம் ஒரு குறிப்பிட்ட காலகட்டத்தை அடையும்போது தொழிலாளர்கள் புரட்சி வழியாக முதலாளிய அமைப்பையே உடைத்துத் தவிடுபொடியாக்கிவிடுவார்கள் என்பது அவர் முடிவு. அத்தகைய இறுதிக்கட்டம் வருகிறவரை முன்னேறிய நாடுகளில் முதலாளியம் சிக்கல்கள் நிறைந்திருந்தாலும் தொடர்ந்து விரிவாக்கமடையும் என்பதும் அவர் முடிவு.

கார்ல் மார்க்ஸின் இந்தத் தத்துவ வாதத்தை ரோஸா லக்ஸம்பர்ஃக் ஏற்றுக்கொள்கிறார். ஆனால் அதில் சில மாற்றங்களைச் செய்கிறார். முதலாளிய விரிவாக்க மீட்டுருவாக்கம் ஒரு முன்னேறிய நாட்டில் ஏற்படும்போது, அங்கு துறை 1ம் துறை 2ம் சமன்பாடான வளர்ச்சியை அடைவதில்லை; அதனால் முன்னேறிய நாடுகளில் நுகர்ச்சிப் பற்றாக்குறை வந்துவிடும் என்கிற மார்க்சிய வாதத்திற்கு அவர் உடன்படுகிறார். அதனால் முதலாளிய விரிவாக்கத்தின்போது சிக்கல்கள் தோன்றுகின்றன என்பதையும் ஏற்றுக்கொள்கிறார். அப்படிப்பட்ட சிக்கல்களைத் தவிர்ப்பதற்காக, முன்னேறிய நாடுகளின் முதலாளிகள் பின்தங்கிய நாடுகளில் தங்களுக்குச் சந்தைகளையும் முதலீட்டுக்களங்களையும் தேடுவார்கள் என்று மார்க்சியத் தத்துவத்தை விரிவாக்குகிறார். அதாவது, முன்னேறிய நாடுகளின் முதலாளிகள் 1. தங்களின் சுரண்டலைப் பின்தங்கிய நாடுகளின் தொழிலாளர்களிடம் தொடரவும், 2. தங்களிடமிருக்கும் உபரி முதலை இலாபகரமாக முதலீடு செய்யப் புதிய களமாகவும், 3. தங்கள் நாட்டில் ஏற்பட்டிருக்கிற உபரி முதலீட்டுப் பண்டங்கள் நுகர்பொருள்களுக்குச் சந்தையாகவும், 4. தங்கள் பட்டறைகளுக்குத் தேவையான கச்சாப் பொருள்களை வழங்கும் களமாகவும், முதலாளியத்திற்கு முந்தைய மரபு (இயற்கை) வழி உற்பத்தி முறைகளைக் கடைப்பிடிக்கும் பின்தங்கிய நாடுகளை இனம் காண்கிறார்கள் என்கிறார் ரோஸா லக்ஸம்பர்ஃக். எனவே முன்னேறிய நாடுகளின் முதலாளிகள் பின்தங்கிய நாடுகளைத் தங்கள் ஆதிக்கத்திற்குள் கொண்டு வருவார்கள் என்றும், அங்கு புராதன மூலதனப் புரட்சியின்போது கையாண்ட வன்முறையோடு கூடிய வழிமுறைகளைப் பயன்படுத்திப் பின்தங்கிய நாடுகளின் மரபு வழிகளைப் பூண்டோடு அழிப்பார்கள் என்றும் ஊகிக்கிறார். அப்படிச் செய்துதான் தங்கள் தாய்நாட்டில் முதலாளியத்தை

அவர்கள் விரிவாக்குகிறார்கள் என்றும் விளக்குகிறார். கார்ல் மார்க்ஸ் சிக்கலுக்குப் பின் சிக்கலாக, ஒரு முன்னேறிய நாட்டிலேயே முதலாளியம் தொடர்ந்து வளர்ச்சியடையும் என்று அனுமானிக்கிறார். ஆனால் ரோஸா லக்ஸம்பர்ஃக் சிக்கல்களில் சிக்கிக்கொள்ளும் ஒரு முன்னேற்றமடைந்த முதலாளிய நாடு தொடர்ந்து முன்னேற வேண்டுமென்றால், அது முதலாளியத்திற்கு முந்தைய மரபுவழி உற்பத்தி முறைகளைக் கடைப்பிடிக்கும் பின்தங்கிய நாடுகளைத் தன் ஆதிக்கத்திற்குள் கொண்டு வந்து அந்தச் சந்தைகளில் தன் உபரி முதலை முதலீடுகளாகச் செய்தும், உபரி உற்பத்தியை விற்றும்தான் அப்படி மென்மேலும் முன்னேற இயலும் என்று கூறுகிறார். முதலாளியம் தன் இறுதிக்கட்டத்தை நோக்கிச் செல்லும் வழியைப் பற்றி மார்க்சின் கொள்கைகளை ரோஸா லக்ஸம்பர்ஃக் இவ்வாறு சிறிது மாற்றி அதைப் புது ஏகாதிபத்தியம் என்று விரிக்கிறார்.

புது ஏகாதிபத்தியம்: லக்ஸம்பர்ஃக்கின் பார்வை

ரோஸா லக்ஸம்பர்ஃக்கின் இந்தக் கொள்கையை இன்னும் சற்று விரிவாகப் பார்க்கலாம்.

முதலாளியம் முன் எப்போதுமில்லாத அளவுக்குப் பொருள்களை உற்பத்தி செய்யும் திறனுடையது. முன்னேறிய நாடுகளின் முதலாளிகள் உள்நாட்டில் சந்தைப்படுத்திய பிறகு மீதமாகும் நுகர்பொருள்களை விற்பதற்கு வெளிநாடுகளில் சந்தைகளைத் தேட ஆரம்பிக்கின்றனர். அது போலவே அவர்கள் உற்பத்தி செய்யும் உற்பத்திச் சாதனங்களில் உள்நாட்டில் விற்றது போக மீதியிருப்பதை விற்பதற்கும் அவர்களுக்கு வெளிநாட்டில் சந்தைகள் தேவைப்படுகின்றன. தொழிலாளர்களின் உழைப்பைச் சுரண்டி உருவாக்கும் மூலதனத்தை உள்நாட்டிலேயே இலாபகரமாக முதலீடு செய்ய முடியாமல் போகும்போது அதை வெளிநாட்டில் முதலீடு செய்வது அவர்களின் இன்றியமையாத் தேவையாக மாறிவிடுகிறது. உள்நாட்டுத் தொழிற்சாலைகளின் கச்சாப் பொருள்களைக் கொள்முதல் செய்வதற்கும் அவர்களுக்கு வெளிநாட்டுச் சந்தைகள் தேவைப்படுகின்றன. இவையனைத்தையும் ஒன்று திரட்டிப் பார்க்கும்போது உள்நாட்டின் முதலாளிய வளர்ச்சிக்கு, அதன் கட்டுப்பாட்டுக்குள் அடங்கிய வெளிநாட்டுச் சந்தைகள் இருப்பதன் அவசியம் தெளிவாகிறது. முதலாளிய வளர்ச்சியின் போது சிக்கல்கள் வந்தே தீரும் என்கிற மார்க்ஸிய வாதத்தை ரோஸா லக்ஸம்பர்ஃக் ஏற்கிறார். ஆனால் அப்படிப்பட்ட சிக்கல்களிலிருந்து தற்காலிகத் தீர்வு தரும் வழியாகப் புது ஏகாதிபத்தியம் கையாளப்படுகின்றது என்றும், சுரண்டுவதற்கேற்ற

பின்தங்கிய நாடுகள் இருக்கும் அனைத்துப் பகுதிகளுக்கும் அந்த ஏகாதிபத்தியம் தொடர்ந்து விரிக்கப்பட்டுக்கொண்டேயிருக்கும் என்றும் தத்துவ விளக்கமளிக்கிறார்.

மரபு (இயற்கை) வழிகளில் இயங்கிக்கொண்டிருந்த சமுதாயங்களைச் சந்தை முறைக்கு மாற்றுவதற்கு முதலாளியம் வன்முறையைப் பயன்படுத்துகிறது. ஐரோப்பாவில் முதலாளியம் வளர்ந்தபோது ஆரம்பத்தில் உள்நாட்டுக்குள்ளேயே மரபுவழிகளில் இயங்கிக்கொண்டிருந்த அனைத்துப் பகுதிகளையும் சந்தை முறைக்கு மாற்றுவதற்கு வன்முறையைக் கையாண்டது. சந்தை முறைக்கு மாற்றினால்தான் உழைப்பை மட்டுமே விற்றுப் பிழைக்கும் கட்டாயத்திற்குள்ளாகும் தொழிலாளர் வர்க்கம் உருவாகும். அங்குதான் முதலாளிகளால் தொழிலாளர்களின் உபரி மதிப்பைச் சுரண்ட முடியும். மார்க்ஸின் புராதனத் திரட்சி அந்தக் காலத்தை நன்கு படம் பிடிக்கிறது. காலம் செல்லச்செல்ல ஐரோப்பாவின் முன்னேறிய நாடுகளில் மரபுவழிகளில் இயங்கும் பகுதிகள் அருகிவிட்டன. அதனால் உள்நாட்டுத் தொழிலாளர்களிடமிருந்து சுரண்டும் உபரி மதிப்பின் அளவும் குறைய ஆரம்பிக்கிறது. அதே சமயம் ஐரோப்பா தவிர்த்த உலகின் பல பகுதிகளிலும் மரபு வழிகளில் இயங்கும் சமுதாயங்கள் எஞ்சியிருப்பதை ஐரோப்பிய முதலாளிகள் கவனித்தார்கள். அங்கிருக்கிற மக்கள் தங்கள் மரபு வழிகளில் சுயதேவைகளை நிறைவு செய்துகொள்பவர்களாக இருந்தார்கள். அவர்களிடம் சந்தைவழிச் சமுதாய முறையை விரிவாக்கினால் அங்கிருக்கிற தொழிலாளர்களையும் கூலித் தொழிலாளர்களாக மாற்றி, அவர்களின் உபரி மதிப்பை (உள்நாட்டுத் தொழிலாளர்களிடமிருந்து சுரண்டுவதைவிட) அதிக அளவில் சுரண்ட முடியும் என்று அவர்கள் அறிந்து கொண்டார்கள். வளர்ந்துவிட்ட ஐரோப்பிய முதலாளிகளின் உபரி சேமிப்பை உள்நாடுகளில் முதலீடு செய்வதைவிட அதிகமான இலாபத்தில் அந்தப் பின்தங்கிய நாடுகளில் செய்ய முடியும் என்பதை அனுபவத்தில் அவர்கள் அறிந்து கொண்டார்கள். முதலாளிய வளர்ச்சியோடு கூடவே வந்திருக்கிற உபரிச் சேமிப்பைப் பின்தங்கிய நாடுகளின் மரபுவழிச் சமுதாயங்களுக்கு விரிவுப்படுத்துவதற்கு ஏற்றவாறு அவற்றையும் சந்தைவழிச் சமுதாயங்களாக மாற்றுவதற்கு முன்னேறிய நாடுகள் வன்முறையைப் பயன்படுத்துவதற்குத் தயங்கவில்லை. மரபு வழிகளைப் பின்பற்றிய அந்தப் பின்தங்கிய சமுதாயங்களின் மக்கள் தங்கள் பாரம்பரிய உற்பத்தி வழிகளைக் காப்பாற்றிக் கொள்ள ஏகாதிபத்தியவாதிகளை எதிர்த்துப் போராடுவதைத் தவிர வேறு வழியேயில்லை என்கிற நிலைக்குத் தள்ளப்பட்டனர். அப்படி ஏற்பட்ட போர்களில் மரபுவழிச் சமுதாயங்கள் களைப்படைந்து தோற்கும்வரை

அல்லது முழுவதுமாக அழிந்து போகும்வரை அத்தகைய போர்கள் தொடர்ந்தன. அந்தப் போர்களில் பயன்படுத்தப்பட்ட தளவாடங்கள் போன்றவற்றை உற்பத்தி செய்வதிலும் முதலாளியம் தன் இலாபத்தை அதிகரித்துக் கொண்டது.

ரோஸா லக்ஸம்பர்ஃக் புது ஏகாதிபத்தியம் எப்படி மரபு வழிச் சமுதாயங்களை வன்முறையோடு இணைந்த போர்கள், தந்திரம், ஏமாற்றுவேலைகள், திருட்டு, வணிகம் ஆகிய அனைத்து வழிகளிலும் அழித்தன என்பதைத் தெளிவாகவும் எரிசினத்தோடும் வேதனையோடும் விவரித்துள்ளார். எடுத்துக்காட்டுக்கு ஒரு நிகழ்ச்சியைப் பார்க்கலாம். *1860–65*இல் அமெரிக்க உள்நாட்டுப் போரின்போது இங்கிலாந்தின் பஞ்சாலைகளுக்குப் பருத்தித் தட்டுப்பாடு பெருமளவில் ஏற்படுகிறது. இங்கிலாந்தின் நிதி முதலாளிகள், அமெரிக்கா தவிர்த்து வேறு இடங்களிலிருந்து பருத்தியை இறக்குமதி செய்ய முயல்கின்றனர். அப்போது எகிப்திலிருந்தும் ஓரளவு பருத்தி இறக்குமதி செய்யப்பட்டது. எகிப்தில் பருத்தி விளைவிப்பை விரைவாக அதிகரிக்கச் செய்ய இங்கிலாந்து முதலாளிகள் முயன்றார்கள். மற்ற விளைபொருள்கள் உற்பத்தியிலிருந்து எகிப்தின் விவசாய நிலங்களை பருத்தி உற்பத்தி நிலங்களாக மாற்றுவதற்கு தங்கள் நிதியை ஏராளமாகக் கடனாகக் கொடுக்கிறார்கள். எகிப்தின் பன்னெடுங்காலத்துப் பாரம்பரியமான விவசாயமுறைகள் வலிந்து அழிக்கப்படுகின்றன. எகிப்தில் பருத்தி உற்பத்தி வேகமாகப் பரவுகிறது. எகிப்தில் சில ஆண்டுகள் செழிப்பாகத் தோன்றிய பருத்தி வணிகம், அமெரிக்க உள்நாட்டுப் போர் முடிந்த சில காலத்திலேயே பெருமந்தத்தை அடைகிறது. அமெரிக்காவிலிருந்து குறைந்த விலையில் ஏராளமான பருத்தியை இங்கிலாந்து முதலாளிகள் இறக்குமதி செய்து கொண்டனர். எகிப்தில் பருத்தி விவசாயிகள் கடன் சுமை தாங்காமல் தவித்தபோது பஞ்சு விலை வீழ்ந்துகொண்டிருக்கிறது. இங்கிலாந்தின் நிதி முதலாளிகள் எகிப்திலிருந்து அமித வட்டியை வசூல் செய்தது மட்டுமின்றி, அசலையும் வன்முறையோடு திரும்பப் பெற்றார்கள். எகிப்தின் பாரம்பரியமான விவசாய முறைகளும் அழிந்துபோய், புதிதாக அறிமுகப்படுத்திய பருத்தி விவசாயமும் தேக்கமடைந்து அனைத்து வழிகளிலும் எகிப்து விவசாயிகள் நலிந்து போனார்கள். இங்கிலாந்தின் நிதி முதலாளிகளின் வளர்ச்சி எகிப்தின் பாரம்பரிய விவசாயிகளின் அழிவிலிருந்து வந்திருக்கிறது என்று தெளிவாக்குகிறார் ரோஸா.

இப்படி மரபுவழிச் சமுதாயங்கள் வன்முறையோடு சந்தைச் சமுதாயங்களாக மாற்றப்பட்டுத் தாய்நாடுகளின் காலனிகளாகவோ அல்லது அவர்களுக்குக் கட்டுப்பட்ட, பெயரளவில் சுதந்திர நாடுகளாகவோ இயங்கும்போது அவர்கள் தங்கள் நுகர்ச்சிக்குத்

தாய்நாடுகளில் உற்பத்தி செய்த பண்டங்களை ஓரளவு சார்ந்திருக்கிற நிலைக்குத் தள்ளப்படுகிறார்கள். எடுத்துக்காட்டாக, இந்தியா பிரிட்டனின் காலனியாக மாறிய பிறகு இந்தியர்கள் மான்செஸ்டரில் உற்பத்தியான துணிகளை, அவை உள்நாட்டுத் துணிகளை விட விலை குறைவாகக் கிடைத்ததால், பயன்படுத்த ஆரம்பித்ததைச் சுட்டலாம். அதனால் தாய்நாடுகளில் உற்பத்தியான நுகர்ச்சிப் பொருள்களுக்குக் காலனிகளில் புதிய சந்தைகள் கிடைக்கின்றன. அதே சமயம் காலனிகள் போன்ற சார்ந்திருக்கிற நாடுகளின் கச்சாப் பொருள்களைத் தாய்நாடுகளுக்குக் கொண்டுசெல்லவும், தாய்நாடுகளின் முடிவுபெற்ற பண்டங்களைச் சார்ந்திருக்கிற நாடுகளில் விற்கவும் இரயில் தடங்கள், சாலைகள், துறைமுகங்கள் போன்ற உள்கட்டமைப்பு வசதிகள் சார்ந்திருக்கிற நாடுகளில் ஏராளமாகத் தேவைப்படுகிறது. அவற்றை ஏற்படுத்தவும் பெருக்கவும் சுரங்கங்கள் தோண்டவும் ஏராளமான புதிய முதலீடு தேவைப்படுகிறது. எனவே முன்னேறிய ஏகாதிபத்திய நாடுகளின் முதலாளிகளின் சேமிப்புக்குப் புதிய முதலீட்டு வாய்ப்புகள் சார்ந்திருக்கிற நாடுகளில் ஏற்படுகின்றன. இவற்றின் ஒருங்கிணைந்த விளைவுகளாக, முன்னேறிய நாடுகளில் வர வேண்டிய பொருளாதாரச் சிக்கல்கள் தற்காலிகமாகத் தள்ளிவைக்கப்படுகின்றன. பின்தங்கிய நாடுகளில் செய்யப்படும் சுரண்டல்கள் காரணமாக தாய்நாடுகளின் துறை 1, துறை 2 ஆகிய இரண்டிலும் இலாபம் வருகிறது. அவற்றின் உற்பத்திப் பொருள்களுக்கு உள்நாட்டுத் தேவையோடு வெளிநாட்டுத் தேவையும் கூட்டப்படுவதால் மொத்தத் தேவை அதிகரிக்கிறது. அதனால் தாய்நாட்டின் தொழிலாளர்களின் கூலிமட்டம் மெதுவாக அதிகரிக்கிறது. அதே சமயம் காலனிகளின் தொழிலாளர்களின் கூலிமட்டம் அடித்தளத்திற்குத் தள்ளப்படுகிறது. பின்தங்கிய நாடுகளின் தொழிலாளர்களைச் சுரண்டித்தான் முன்னேறிய நாடுகளின் முதலாளிகள் தங்கள் இலாப மட்டம் வீழாமல் காப்பாற்றிக்கொள்கிறார்கள். தாய் நாடுகளின் முதலாளிகள் தங்களின் வெளிநாட்டு வணிகத்தின் ஏற்றுமதிகள் மூலம் தங்கள் நாட்டில் வந்திருக்கிற அமித சேமிப்புக்கும் அமித நுகர்பொருள் உற்பத்திக்கும் தற்காலிகத் தீர்வு காண்கிறார்கள்.

அத்தகைய ஏற்றுமதிகளை மேற்கொள்வதற்கான நிதியில் ஒரு பகுதி தங்கள் கட்டுப்பாட்டுக்குள் அடங்கிய பின்தங்கிய நாடுகளின் இயற்கை வளங்களை இலவசமாகவோ அல்லது குறைந்த செலவிலோ கச்சாப் பொருள்களாகத் தாய்நாடுகள் தங்களுடையதாக்கிக் கொண்டதன்மூலம் வருகிறது. மற்றொரு பகுதி, முன்னேறிய நாடுகளின் முதலாளிகள் தங்கள் கட்டுப்பாட்டுக்குள் வந்துவிட்ட பின்தங்கிய நாடுகளில் முதலீடு செய்து அங்கிருக்கிற

உழைப்பாளிகளைச் சுரண்டுவதிலிருந்து கிடைக்கிறது. அதற்காக அந்த முதலாளிகள் விவசாயம், நெசவு போன்ற மரபுவழிகளில் வேலை செய்துவந்த மனிதர்களைப் பட்டறைகள், இரயில் தடங்கள், துறைமுகங்கள் போன்ற கட்டுமானங்களிலும், தேயிலை–காப்பி தோட்டங்களிலும் பணிபுரிவதற்கும், சுரங்கங்களில் கச்சாப் பொருள்களைத் தோண்டுவதற்கும் வலுக்கட்டாயமாக மாற்றுகிறார்கள். அப்படி அவர்களைக் கூலித்தொழிலாளர்களாக மாற்றும்போதுதான் அவர்களின் உபரி உற்பத்தியை அந்த முதலாளிகள் தங்களின் இலாபமாகச் சுரண்ட முடிகிறது. எனவே அந்த முதலாளிகளுக்குப் பின்தங்கிய நாடுகளில் முதலீடு செய்வது தாய்நாட்டில் முதலீடு செய்வதை விட அதிக இலாபம் தரும் நடவடிக்கையாக மாறுகிறது.

எனினும் இது ஒரு தற்காலிகத் தீர்வுதான். காலஞ் செல்லச்செல்ல, பின்தங்கிய நிலையிலிருந்த நாடுகளின் மரபுவழி அமைப்புகளும் முதலாளியச் சந்தை அமைப்பாக மாறி விட்டால் அங்கும் நிலையான, சலனமற்ற, இணக்கமான முன்னேற்றம் ஏற்பட வழியில்லை என்கிற மார்க்ஸின் தத்துவம் மீண்டும் உயிர்பெற்று எழுகிறது. அப்போது முன்னேறிய நாடுகளின் முதலாளிகள் அத்தகைய நாடுகளை விட்டுவிட்டு, எஞ்சியிருக்கிற மரபுவழி சமுதாயங்களைக் கொண்ட நாடுகளைக் குறிவைத்து அவற்றை அடைய முயல்வார்கள். எஞ்சியிருக்கிற மரபுவழி சமுதாயங்களைக் கொண்ட நாடுகளின் எண்ணிக்கை குறைந்துகொண்டே போவதால் அவர்களுக்கிடையே அப்படிச் சந்தைகளைப் பெறுகிற போட்டியினால் போர்கள் மூளுகின்றன.

ஐரோப்பிய நாடுகளின் எதேச்சாதிகாரப் போட்டி நான்கு நோக்கங்களைக் கொண்டிருக்கிறது. 1. மரபு வழியை (இயற்கை வழியை) பின்பற்றும் நாடுகளில் ஏராளமான கச்சாப் பொருள் வளம் இருக்கிறது; அந்த வளங்களைக் கொள்ளையடிப்பது; 2. அந்த நாடுகளின் மரபுவழி உற்பத்தி முறைகளை அழித்தொழித்து, அங்கிருக்கும் தொழிலாளர்களை உழைப்பை மட்டும் விற்றுப் பிழைக்க வேண்டிய கூலிகளாக மாற்றுவது; 3. மரபுவழிப் பரிவர்த்தனைகள் அனைத்தையும் சந்தைப் பரிவர்த்தனைகளாக மாற்றுவது; 4. மரபு வழிகளில் விவசாயம், வணிகம், தொழில்கள் ஆகியவற்றுக்கிடையே இருந்த பிணைப்புகளையெல்லாம் உடைத்தெறிந்து, சந்தைப் பரிவர்த்தனையை முன்னிறுத்தச் செய்வது.

பண்டங்களை வாங்கியும் விற்றும் இடைத்தரகர்களாக இலாபம் சம்பாதிக்கும் வணிக முதலாளியத்தைத் தொடர்ந்து, பட்டறைகளில் தாங்களே உற்பத்தி செய்து அவற்றை விற்று

இலாபமீட்டிய தொழில் முதலாளியம் வருகிறது. அதற்குப் பின்னர் முதலீட்டைச் செய்யும் பட்டறைச் சொந்தக்காரர்களிடமிருந்த நிர்வாகம், அவர்கள் நியமிக்கும் சிறப்புத் தேர்ச்சி பெற்ற ஊதியம் பெறும் நிர்வாகிகளிடம் ஒப்படைக்கப்பட்டு, முதலாளிகள் அப்படிப்பட்ட நிர்வாகிகளை மேற்பார்வையிடும் நிலை ஏற்பட்டது. அந்தக் காலகட்டத்தைத் தொடர்ந்து, முதலீட்டைச் செய்வதற்குப் பட்டறைகள் போன்ற பருப்பொருள்களில் மூலதனத்தைச் செலுத்தாமல், அந்தப் பட்டறைகளின் பங்குகளை வாங்கி விற்பதன் மூலம் தங்கள் இலாபத்தைப் பெருக்குகிற வழியாக நிதி முதலாளியம் வருகிறது. ரோஸா லக்ஸம்பர்ஃக் புது ஏகாதிபத்தியத்தை நிதி முதலாளிய வளர்ச்சியின் ஓர் அங்கமாகக் காண்கிறார். ஐரோப்பிய, அமெரிக்க நிதி முதலாளியம் மிகுந்த செல்வாக்குப் பெற்றிருந்த காலகட்டத்தில்தான் முன்னேறிய நாடுகளின் முதலாளிகள் தங்களுடைய திரண்டு வரும் சேமிப்பு நிதியை முதலாளியத்திற்கு முந்தைய மரபு வழி உற்பத்தி முறைகளைக் கடைப்பிடிக்கும் பின்தங்கிய நாடுகளுக்கு இடப்பெயர்ச்சி செய்து முதலீடு செய்வதன் மூலம் தங்கள் இலாபத்தைப் பன்மடங்கு பெருக்குகிறார்கள் என்பதை ரோஸா லக்ஸம்பர்ஃக் படம் பிடித்திருக்கிறார். இந்த வாதம் மார்க்சிய மொழியில் வழங்கப்பட்டிருந்தாலும் ஜெ.ஏ. ஹாப்ஸனின் விளக்கத்தை ஒத்திருக்கிறது என்பதை மறுப்பதற்கில்லை. அவர் எந்த அளவுக்கு ஹாப்ஸனின் நூலினால் பாதிக்கப்பட்டிருந்தார் என்பது தெரியவில்லை.

ரோஸா லக்ஸம்பர்ஃக் முதலாளியத்தின் வளர்ச்சியில் ராணுவச் செலவுகள் எவ்வளவு முக்கியமானவை என்பதைத் தத்துவ அளவிலும் நடைமுறையிலும் நன்கு விளக்கியிருக்கிறார். முதலாளியம் வளரவளரத் துறை 1 அதிகமான உற்பத்தித் திறன் மிக்க இயந்திரங்களை ஏராளமாக உற்பத்தி செய்கிறது. அவற்றைத் துறை 2இல் வாங்கிப் பயன்படுத்துவதால் உள்நாட்டில் மக்கள் வாங்கக்கூடிய அளவிற்கு மிக உபரியாக நுகர்பொருள்கள் உற்பத்தியாகும். எனவே நுகர்ச்சிப் பற்றாக்குறை முதலாளியத்தில் சிக்கல்களை ஏற்படுத்துகிறது. ஆனால் அந்த முதலாளிய நாட்டில் இராணுவச் செலவுகள் அந்த நுகர்ச்சிப் பற்றாக்குறையைத் தீர்க்கும் ஒரு வழியாகிவிடுகின்றன. தொழிலாளர்களின் வருவாயைச் சாராமல் அரசின் நடவடிக்கைகளால் வருகிற இந்தச் செலவினம் நாட்டின் ஒட்டுமொத்தத் தேவையை உயர்த்துகிறது. இராணுவத்திற்குத் தளவாடங்கள் வாங்கவும், கப்பல்கள், போக்குவரத்துச் சாதனங்கள், செய்தித் தொடர்பு சாதனங்கள் வாங்கவும் செய்யப்படும் செலவுகள் துறை 1, துறை 2 ஆகிய இரு துறைகளுக்குமே ஒரு நிச்சயமான சந்தையை ஏற்படுத்தித் தருகின்றன என்று நிறுவுகிறார் ரோஸா.

அது மட்டுமன்று. நுகர்பொருள்கள் விற்பனை என்பது அப்பொருள்களை வாங்குபவர்களின் விருப்பங்களால் நிர்ணயமாகிறது. அந்த விருப்பங்கள் காலத்துக்குக் காலம் மாறுபடும்போது அவற்றை நிறைவு செய்யும் நோக்கங்களோடு மேற்கொள்ளப்படும் உற்பத்திப் பொருள்கள் விற்பனையாகாமல் தேங்கிப்போவதும் அல்லது பற்றாக்குறை ஏற்படுவதும் வழக்கமான நடவடிக்கையாக இருக்கிறது. எனவே நுகர்வோர் விருப்பங்களை முன்கூட்டியே கட்டுப்படுத்தி அறிந்து கொள்ள முடியுமானால் முதலீட்டாளர்கள் எதிர்நோக்கும் ஆபத்துகள் குறைந்து விடும். அரசுகளின் இராணுவச் செலவுகள் முதலாளிகளுக்கு அவர்கள் கட்டுக்குள் அடங்கிய, ஆபத்துகள் குறைந்த முதலீட்டு வாய்ப்புகளை நல்குகின்றன என்று ரோஸா காட்டுகிறார். அது மட்டுமன்று. பணவீக்க காலங்களிலும், மந்த காலங்களிலும் அரசுகள் இராணுவத்திற்குச் செலவழிக்கும் விழுக்காடுகள் பெரிய மாற்றமடைவதில்லை. புதிய தளவாடங்களைத் தயாரிக்கும் நவீனமான தொழில்நுட்ப நடைமுறைகளைப் பரிசோதிக்க அரசே செலவு செய்ய முன்வருகிறது. எனவே இராணுவத் தளவாடங்கள் தயாரிப்பது போன்ற முதலீடுகள் ஆபத்துக் குறைந்த, மிகுந்த இலாபமளிக்கும் முதலீடுகள் என்று முன்னேறிய நாடுகளின் முதலாளிகள் கண்டுகொண்டார்கள். முதலாளியத்தின் சிக்கல்களிலிருந்து விடுபட இராணுவச் செலவுகள் ஒரு வழியமைத்துத் தருவதை முதலாளிகள் அறிந்துகொண்டார்கள் என்கிறார் ரோஸா.

இந்திய, கிழக்கிந்தியச் சந்தைகளில் மிளகு, கிராம்பு போன்ற நறுமணப் பொருள்களைக் கொள்முதல் செய்யவும், அமெரிக்கக் கண்டத்தின் சுரங்கங்களிலிருந்து கனிம வளங்களைக் கொள்முதல் செய்யவும் வணிகத்தை விரிவாக்கிய முதலாளியத்தின் ஆரம்ப கட்டத்திலிருந்து ஆப்பிரிக்கக் கண்டத்தைத் துண்டுகளாக்கிப் பிரித்துக்கொள்வதில் தொடங்கி, உலகச் சந்தையை அனைத்துக் கண்டங்களிலும் பிரித்துக்கொள்வதில் போட்டி போடும் நவீன காலம் வரை முதலாளிய வளர்ச்சியில் இராணுவத்திற்கு எப்போதுமே முக்கியப் பங்கிருப்பதை ரோஸா விளக்குகிறார்.

புது ஏகாதிபத்திய விரிவாக்கம் முதலாளியத்தின் உள்ளேயே அடங்கியிருக்கிற அதன் சிக்கல்களிலிருந்து ஒரு தற்காலிகத் தீர்வைத்தான் நல்கும். மார்க்ஸ் எதிர்பார்த்தபடி முன்னேறிய நாடுகளில் முதலாளியம் ஏன் 19ஆம் நூற்றாண்டிலேயே உடனடியாகப் புரட்சி வழியாகச் சிதறுண்டுபோகவில்லை என்பதற்கு ரோஸா லக்ஸம்பர்ஃக் புது ஏகாதிபத்தியத்தைக் காரணமாகக் காட்டுகிறார். அழிந்திருக்க வேண்டிய முதலாளியத்திற்குப் புது ஏகாதிபத்தியம் தற்காலிகமாக ஒரு வாழ்வை வழங்கியிருக்கிறது. ஆனால்

இறுதியில், பின்தங்கிய நாடுகளிலும் முதலாளியம் வளர்ந்த பிறகு, அதன் உள்ளேயே அடங்கியிருக்கும் எதிர்மறை சக்திகள் திரண்டு வெளிவந்து ஏற்படுகிற புரட்சியினால் அழிந்து போய், அதற்குப் பிரதியாக ஒரு உண்மையான கம்யூனிச சமுதாயம் உருவாகும் என்று கார்ல் மார்க்ஸைப் போலவே ரோஸா லக்ஸம்பர்ஃக்கும் எதிர்பார்த்தார். இருபதாம் நூற்றாண்டின் ஆரம்பத்திலேயே அதற்கான காலம் கனிந்துவிட்டதாக அவர் நம்பினார். இருபதாம் நூற்றாண்டில் தொழிலாளர்களை ஒன்றுதிரட்டி ஒரு உலகப்புரட்சியை வெடிக்கச்செய்து அதன்மூலம் உலகம் முழுவதும் கம்யூனிசத்தை மலரச் செய்ய வேண்டுமென்கிற குறிக்கோளுடன் அயராமல் உழைத்து அதற்காகத் தன் உயிரையும் ஈந்த ஓர் இலட்சியவாதியாகவே ரோஸா லக்ஸம்பர்ஃக் தென்படுகிறார்.

~~

17

புது ஏகாதிபத்தியம் 3:
விலாடிமிர் லெனின்

லெனின் (*Vladimir Lenin*, *1870–1924*) என்கிற பெயரில் அறியப்படுகிற விலாடிமிர் இல்லிக்(ச்) உல்யநோவ் உருஷ்யாவின் ஸிம்பிர்க்ஸ் நகரில், இல்யா நிக்கலோய்விக் உல்யநோவ் என்கிற உயர் நடுத்தர வர்க்கத்தைச் சேர்ந்த பள்ளி மேற்பார்வை இயக்குநரின் ஆறு குழந்தைகளில் மூன்றாவதாகப் பிறந்தவர். இவருடைய பெற்றோர் கல்வியில் அதிக நாட்டம் கொண்டவர்கள். பள்ளியில் இவர் முதல் மாணவராகத் திகழ்ந்தார். முதலில் அரசியலில் அதிக ஈடுபாடு காட்டாத இவருடைய அண்ணன் அலெக்ஸான்ட்ரோவிக், தன் கல்லூரி நாட்களில் தீவிரவாத ஆதரவாளராக மாறி, *1887*இல் அப்போதைய ஜார் அலெக்ஸான்டர் III ஐக் கொலை செய்யச் சதி செய்ததற்காக மரண தண்டனையடைந்தது, இளம் வயதிலேயே அவரை மிகவும் பாதித்தது.

*1887*இல் பள்ளிப் படிப்பு முடிந்தவுடன், அவர் காஸன் பல்கலைக்கழகத்தில் சட்டம் படிக்கலானார். ஆனால், முதல் பருவத்திலேயே, அரசுக்கெதிராக மாணவர் போராட்டத்தில் கலந்துகொண்டதற்காக வெளியேற்றப்பட்டார். அதனால், கொக்குஸ்கினோ கிராமத்தில் அவருடைய தாத்தாவின் பண்ணையில், அவரைப் போலவே வெளியேற்றப்பட்ட அவருடைய அக்கா அன்னாவுடன் வெளியுலகத் தொடர்புகள் அனேகமாக இல்லாமல் வாழ வேண்டிய கட்டாயம் ஏற்பட்டது. அப்போதுதான் அவர் கார்ல் மார்க்ஸ் உட்படப் பல அறிஞர்களின் நூல்களை ஆழ்ந்து படிக்கும் வாய்ப்பைப் பெற்றார். மார்க்ஸின் தத்துவம் அவரை மிகவும் கவர்ந்ததால் *1889*இல் தன்னை ஒரு மார்க்ஸிஸ்ட்

என்று பிரகடனம் செய்துகொண்டார். ஸெயின்ட் பீட்டர்ஸ்பர்க் பல்கலைக்கழகத்தில் வெளி மாணவராகப் பதிவு செய்துகொண்டு படித்து, 1892இல் சட்டத்தில் பட்டம் பெற்றார். உடனே, ஸமாரா நகரில் வழக்கறிஞராக வேலையைத் துவக்கினார். ஆனால் அந்தப் பணியில் அவர் நெடுநாள் தொடரவில்லை.

1893இல் லெனின் ஸெயின்ட் பீட்டர்ஸ்பர்க் திரும்பினார். அங்கு அவருடைய அரசியல் நடவடிக்கைகள் தொடர்ந்தன. 1895இல் ஸ்விட்சர்லாந்தின் ஜெனீவா நகருக்குச் சென்று, அங்கு உருஷ்ய அரசுக்கெதிரான நடவடிக்கைகளில் ஈடுபட்டிருந்த முக்கியத் தலைவர்களைச் சந்தித்தார். அவருடைய நெருங்கிய நண்பர்களான பள்ளி ஆசிரியை நடெஸ்டா கிருப்ஸ்காயா, ஜூல்ஸ் மார்கோ போன்றவர்களுடன் இணைந்து உழைக்கும் வர்க்கத்தினரின் விடுதலைக்காகப் போரிடும் சங்கம் ஒன்றை நிறுவினார். உருஷ்ய ஜார் அரசு அவருடைய நடவடிக்கைகள் அனைத்தையும் கண்காணித்தது. 1896இல் ஜார் அரசு லெனினைக் கைது செய்து மூன்று ஆண்டுகள் சைபீரியாவிற்கு கடத்தியது. கடுங்குளிர் சூழ்ந்த அந்தப் பிரதேசத்தில் வாழும் நெருக்கடி ஏற்பட்டால், அத்தண்டனையைப் பெற்றவர்களுக்கு வெளியுலகத்தொடர்பே அனேகமாக அற்றுப் போய்விடும். அவர் சைபீரியாவில் வாழ்ந்தபோது அவருடைய நெருங்கிய தோழி நடெஸ்டா கிருப்ஸ்காயா, சைபீரியாவில் அவர் வசித்த இடத்துக்கு அருகிலிருந்த ஸுசென்ஸ்கோயிக்குச் சென்று அவருடன் வசித்தார். 1898இல் அவர்கள் திருமணம் செய்து கொண்டனர். சைபீரியாவிலிருந்தபடியே இரு நூல்களையும் ஏராளமான கட்டுரைகளையும் லெனின் எழுதினார். கணவன் மனைவி இருவரும் இணைந்து சிட்னி–பீட்ரைஸ் வெப் தம்பதியினர் ஆங்கிலத்தில் எழுதிய ‘தொழிற்சங்கத் தத்துவமும் நடைமுறையும்’ நூலை உருஷ்ய மொழிக்கு மொழிபெயர்த்தனர்.

1900இல் லெனின் விடுதலையானார். லெனினும், நடெஸ்டா கிருப்ஸ்காயா, ஜூல்ஸ் மார்கோ முதலான நண்பர்களும் ஜெனீவா நகருக்குச் சென்றனர். அக்காலகட்டத்தில் உருஷ்ய, ஆஸ்திரியப் பேரரசுகளை எதிர்ப்பவர்கள் பலர் ஸ்விட்சர்லாந்து நாட்டில் புகலிடம் பெற்று வாழ்ந்தார்கள். உருஷ்ய அரசுக்கெதிரான சோசலிசக் கருத்துக் கொண்டவர்கள் அனைவரும் இணைந்து, ஜெனீவாவில் சமூக ஜனநாயக தொழிற் கட்சியைத் தொடங்கினர். அங்கு அவர்களையொத்த கருத்தினரோடிணைந்து ‘தீப்பொறி’ (*Iskra*) என்கிற பத்திரிகையையும் துவக்கினர். அப்போதுதான் - 1901இல் - அவர் அதுவரை புனைபெயராகப் பயன்படுத்திய லெனின் என்கிற பெயரையே தன் இயற்பெயராக மாற்றிக் கொண்டார். லெனின் அங்கிருந்து ஜெர்மனியின் மியூனிக்,

பிரிட்டனின் லண்டன் நகரங்களுக்கும் சென்று அந்நாடுகளின் சோசலிஸ்டுகளுடன் தொடர்புகொண்டார்.

1903இல் சமூக ஜனநாயகத் தொழிற்கட்சியின் இரண்டாவது மாநாடு ஆரம்பத்தில் பிரஸ்ஸல்சிலும், இறுதியாக லண்டனிலும் நடந்தது. லெனின் லண்டனில்தான், பிற்காலத்தில் அவருடைய கொள்கைகளை மறுப்பவராக மாறிய, லியான் டிராட்ஸ்கியை முதலில் சந்தித்தார். கட்சியின் செயல்திட்டத்தைப் பற்றி முக்கிய விவாதம் அந்த மாநாட்டில் தொடங்கியது. அப்போது கட்சி இரு கோஷ்டிகளாகப் பிளவுபட்டது. கட்சியின் செயல்திட்டங்களை அங்கத்தினரனைவரும் ஜனநாயக முறைகளில் வகுக்க வேண்டுமென்று ஒரு கோஷ்டி கூறியது. (அது நடைமுறையில் செயல்படுத்துவதற்குத் தகுந்த வழியில்லையென்று கூறி) கட்சியின் புரட்சித் தலைமையைக் கொண்ட ஒரு சிறிய செயல்திறத்தோடு கூடிய குழுதான் அந்தத் திட்டங்களை வகுக்க வேண்டுமென்றும், கட்சியில் ஈடுபாடு மட்டும் காட்டுகிற, ஆனால் செயல்பாடுகளில் நேரடியாக ஈடுபடாத அங்கத்தினர்களையும் உள்ளடக்கிய கட்சியின் பரந்த ஒப்புதலோடு அந்தத் திட்டங்களை அந்தச் சிறிய குழுதான் நடைமுறைப்படுத்த வேண்டுமென்றும் மற்றொரு கோஷ்டி வாதிட்டது. லெனின் இந்த இரண்டாவது கோஷ்டிக்குத் தலைமை தாங்கினார். 1902இலேயே இந்தக் கருத்துகளை 'இனி என்ன செய்ய வேண்டும்?' என்கிற தலைப்பில் அவர் ஒரு முக்கிய நூலாக வெளியிட்டார். தொழிற்சங்கங்களில் தொழிலாளர்கள் அனைவரும் இடம்பெற வேண்டுமென்றும், அங்கு எந்த இரகசியமும் தேவையில்லையென்றும், அங்கு ஜனநாயக விவாதங்கள் நடைபெற வேண்டுமென்றும் அவர் கருதுகிறார். அந்த ஜனநாயக விவாதங்களின் முடிவாக முதலாளியத்தை ஒழிப்பதற்குப் புரட்சி வழியைக் கடைப்பிடிப்பது என்று தீர்மானமானால் அதற்குப் பிறகு கட்சிக்குள் அதைப் பற்றி ஜனநாயக விவாதங்கள் தொடரக்கூடாது என்கிறார். புரட்சி என்பது அதில் தீவிரமாக ஈடுபடும் சிறப்புத் தேர்ச்சி பெற்ற சிலரால், தேவையானால் இரகசியமாகவும்கூட, செயல்படுத்த வேண்டிய நடவடிக்கை என்றும், தங்கள் இலக்குகளையடைய அந்தப் புரட்சியாளர்கள் தீட்டும் திட்டங்களைத் தொழிற்சங்கங்கள் கேள்விகள் கேட்காமல் செயல்படுத்த வேண்டுமென்றும் கூறுகிறார். இந்த விவாதத்தில் லெனினும் அவருடைய நெடுநாள் நண்பர் ஜூல்ஸ் மார்கோவும் எதிரெதிர் நிலையை எடுத்தனர். பலமுறை வாக்கெடுப்பு நடந்த இந்த விவாதத்தில் முதல் வாக்கெடுப்பில் இரு சாராருக்கும் கிட்டத்தட்ட சமமான ஆதரவு கிடைத்தது. ஆனால், அடுத்த தடவை வாக்கு எண்ணிக்கையின் போது லெனின் ஆதரவாளர்களுக்குக் கொஞ்சம் பெரும்பான்மை கிடைத்தது.

அப்போது அவர்கள் பெரும்பான்மையினர் (போல்ஷ்விக்குகள்) என்று அழைக்கப்பட்டனர். சிறுபான்மை வாக்குகளே ஜூல்ஸ் மார்கோ ஆதரவாளர்களுக்குக் கிடைத்தன. சிறுபான்மையினர் மென்ஷ்விக்குகள் என்று அழைக்கப்பட்டனர். அதற்கடுத்த தடவை வாக்கெடுப்பில் மார்கோ ஆதரவாளர்களுக்குப் பெரும்பான்மை கிடைத்த போதிலும் லெனின் ஆதரவாளர்களை 'போல்ஷ்விக்'குகள் என்றும், ஜூல்ஸ் மார்கோ ஆதரவாளர்களை 'மென்ஷ்விக்'குகள் என்றும் அழைப்பது வாடிக்கையாகி, வரலாற்றிலும் நிலைத்துவிட்டது. உள்கட்சிக் கட்டமைப்பு பற்றிய லெனினின் இந்த நிலைப்பாட்டை எதிர்த்து 1904இல் ஜெர்மனியில் ரோஸா லக்ஸம்பர்ஃக் அறிக்கை வெளியிட்டார். லெனினின் கொள்கைகள் மைய அமைப்பில் அதிகாரக்குவியலை ஏற்படுத்தி, தொழிலாளர்களின் ஜனநாயகத்தை அழித்துவிடும் என்று அவர் எச்சரித்தார்.

அப்போதிருந்த தொழிற்சங்கங்கள் சந்தித்த மற்றொரு பிரச்சினை முதலாளியத்தை எதிர்த்த தொழிலாளர்கள் புரட்சி முன்னேறிய நாடுகளில்தான் முதலில் தோன்ற வேண்டுமா அல்லது பின்தங்கிய நாடுகளிலும் தோன்றலாமா என்பது பற்றியாகும். ரோஸா லக்ஸம்பர்ஃக் போன்றவர்கள், முன்னேறிய நாடுகளின் தொழிலாளர்கள்தான் உலகளாவிய புரட்சியை உருவாக்கி, வழிநடத்த வேண்டுமென்று வாதிட்டார்கள். உருஷ்யா போன்ற பின்தங்கிய நாடுகளிலும் புரட்சியை உருவாக்கிப் பின்னர் அதை முன்னேறிய நாடுகளுக்கு விரிவாக்க முடியுமென்று லெனின் வாதிட்டார்.

1904இல் உருஷ்ய–ஜப்பான் போரில், உலக வரைபடத்தில் பேருருவத் தோற்றம் கொண்ட அகண்ட உருஷ்யாவை அற்பமான அளவேயிருந்த ஜப்பான் தோற்கடித்தது. ஏற்கெனவே நிலப்பிரபுத்துவ முறைக்கெதிராகக் கொந்தளித்துக்கொண்டிருந்த உருஷ்ய நாட்டில், இந்தத் தோல்வி அப்போதைய அரசின் மீது மக்களிடையே மேலும் அதிருப்தியை வளர்த்தது. 1905இல் மாஸ்கோவில் அரசுக்கெதிராக ஒரு புரட்சி வெடித்தபோது லெனின் ஜெனீவாவிலிருந்து உருஷ்யாவுக்குத் திரும்பினார். அந்தப் புரட்சி, ஜார் அரசால் இரும்புக்கரம் கொண்டு ஒடுக்கப்பட்டது. (1905இன் உருஷ்யப் புரட்சி தோற்றாலும் புரட்சியின் எழுச்சியைக் கண்ணுற்ற பிறகு ரோஸா லக்ஸம்பர்ஃக் தன் கொள்கையை மாற்றிக்கொண்டு, பின்தங்கிய நாடுகளிலும் புரட்சி முதலில் வெடிக்கக்கூடும் என்கிற லெனினின் வாதத்தை ஒப்புக்கொண்டார்.) அதற்குப் பின்பு லெனின் சார்ந்திருந்த அரசு எதிர்ப்பு இயக்கங்கள் உருஷ்யாவுக்குள் தலைமறைவாகத்தான் இயங்கின. ஸ்வீடன், பின்லாந்து, இங்கிலாந்து, ஸ்விட்ஸர்லாந்து, பிரான்ஸ் ஆகிய நாடுகளில்

அவ்வப்போது தங்கித் தன் கட்சி நடவடிக்கைகளில் லெனின் ஈடுபட்டார். தங்கள் கட்சி வளர்ச்சிக்கான நிதியைத் தேட அரசு அலுவலகங்களுட்பட நிதி நிறுவனங்களைக் கொள்ளையடிப்பதும் ஏற்கத்தக்க நடவடிக்கை என்று போல்ஷ்விக்குகளும், நிதியைத் தேடச் சட்டத்துக்குப் புறம்பான செயல்களை ஆதரிக்கக் கூடாது என்று மென்ஸிவிக்குகளும் கொள்கை மாறுபாடு கொண்டனர். கொள்ளை மூலம் சேகரித்த நிதியைக் கொண்டு அரசுக்கெதிரான பிரசுரங்களை வெளியிடவும், பெரிய தொழிற்சங்கங்களைத் தங்கள் கட்டுக்குள் கொண்டுவரவும் போல்ஷ்விக்குகள் முயன்றனர். அப்படித் தங்கள் கட்டுக்குள் கொண்டுவந்த ஸெயின்ட் பீட்டர்ஸ்பர்க் உலோகத் தொழிலாளர்களின் சங்கத்தின் பொதுக் காரியதரிசியாக, லெனின் தன் ஆதரவாளர் ரொமன் மாலினோவ்ஸ்கியை நியமித்தார்.

1911இல் லெனின் தன் ஆதரவாளர்களில் சிலரோடு பிரான்ஸில் குடியேறினார். பிரான்ஸில் லெனினோடு இணைந்த புதிய ஆதரவாளர் இனெஸா அர்மாண்ட் லெனினின் கொள்கைகளைப் பரப்பியதில் முக்கியப் பங்கு வகித்தார். அந்நாட்களில் எழுந்த மற்றொரு முக்கிய விவாதம், தொழிலாளர்களின் புரட்சியைத் தோற்றுவிப்பதில் தேசிய உணர்வின் பங்கு பற்றியதாகும். தொழிலாளர் புரட்சி உலகளாவியது. அதனால் தேசிய உணர்வை மட்டுப்படுத்தி, உலகத் தொழிலாளர்களை ஒருங்கிணைத்து, முதலாளியத்தை ஒழிப்பதுதான் உண்மையான மார்க்சியம் என்பது ரோஸா லக்ஸம்பர்ஃக் போன்றவர்களின் வாதம். தேசிய உணர்வை வளர்த்து, அந்த உணர்வை அப்போதிருக்கிற நாடுகளின் ஆட்சியாளர்களுக்கெதிராகத் திருப்பி, ஆட்சியைக் கைப்பற்றி, அதற்குப் பின் நாடுகளை ஆளுகிற தொழிலாளர்கள் ஒருவருக்கொருவர் இணைந்து சர்வதேசத் தொழிலாளர் கூட்டமைப்பை ஏற்படுத்துவதுதான் நடைமுறைக்குகந்த நடவடிக்கை என்பது லெனினை ஆதரிப்பவர்களின் நிலைப்பாடு.

ஜனவரி 1912இல் உருஷ்ய சமுதாய ஜனநாயகத் தொழில் கட்சியின் மாநாடு செக் நகரான பிராஃக் நகரில் கூடியது. அந்த மாநாட்டில் போல்ஷ்விக்குகள், மெனிஷ்விக்குகள் ஆகிய இரு சாராரும் கட்சியைக் கைப்பற்ற முயன்றனர். போல்ஷ்விக்குகள் அந்த முயற்சியில் தோல்வியையே தழுவினர். அதுவரை அந்தக் கட்சிக்குள்ளேயே எதிரெதிர் கருத்துக்கள் கொண்டவர்களாக நடந்துகொண்ட இருசாராரும் அந்தக் கட்சியிலிருந்து விலகித் தனிக் கட்சிகளாகிவிட்டனர். உருஷ்ய டூமா (நாடாளுமன்றம்) வில் போல்ஷ்விக்குகள் ஆறு இடங்களைப் பெற்றனர்.

1913இல் லெனின் தன் மனைவியோடு ஆஸ்திரியாவின் கலீஸியாவில் குடியேறினார். ஐரோப்பாவின் சோசலிசக்

கட்சிகளில் பெரும்பான்மையானவை அப்போது துவங்கிய உலகப் போரில் தத்தமது நாடுகளில் தத்தமது அரசுகளுக்காதரவாகச் செயல்பட்டதை லெனின் விமர்சித்தார். அதாவது, எதிரிகளாகப் போரிடும் நாடுகளின் தொழிற்சங்கங்களின் தேசிய உணர்வை அந்தந்த நாடுகளின் முதலாளிகள் தங்கள் குறிக்கோள்களை எய்துவதற்காகப் பயன்படுத்துகிறார்கள் என்பதைச் சுட்டிக்காட்டி, அதைக் கண்டித்தார். ருஷ்யத் தொழிற்சங்கங்கள் ஜெர்மனி போன்ற எதிரிகளுக்கெதிராகப் போராடுவதை விட்டுவிட்டு, உருஷ்ய அரசாட்சியைக் கைப்பற்றப் புரட்சியில் ஈடுபடவேண்டும் என்பதே லெனின் அறைகூவல். அப்போதுதான் அவர் ஏகாதிபத்தியம் பற்றிய புதிய நூலொன்றை எழுதி, ஏகாதிபத்தியப் போர்கள் முதலாளியத்தின் உச்சக் கட்ட நிகழ்வுகள் என்று விளக்கினார். ஐரோப்பிய ஏகாதிபத்தியப் போரில், ஒவ்வொரு தனி நாட்டிலும், தொழிலாளர்கள் அதைத் தத்தம் நாடுகளில் உள்நாட்டுப் போராக மாற்றி, தத்தம் நாடுகளில் முதலாளியத்தை அழிக்க ஒரு வாய்ப்பாகப் பயன்படுத்திக்கொள்ள வேண்டும் என்று வாதிட்டார். முதல் உலகப் போரின்போது வெளிநாடுகளிலிருந்தபடியே உருஷ்யாவில் ஒரு புரட்சி வெடிக்கச் செய்யும் வழிவகைகளை லெனினின் தலைமையிலான குழு ஆராய்ந்து செயல்படுத்திக் கொண்டிருந்தது.

ரோஸா லக்ஸம்பர்ஃக் போன்றவர்கள் அப்போது நடந்த உலகப் போரை ஒரு காட்டுமிராண்டிக் கால நடவடிக்கைக்குப் பின்னோக்கி அழைத்துச் செல்லும் செயல் என்று வர்ணித்தார்கள். ஜெர்மனியின் தலைமையில் அவர்களின் நேச நாடுகளின் உழைக்கும் வர்க்கத்தினர், இங்கிலாந்தின் தலைமையில் அவர்களின் நேச நாடுகளின் உழைக்கும் வர்க்கத்தினருக்கெதிராகச் செயல்பட்டு, அந்தப் போரில் ஒருவரையொருவர் அழித்துக்கொள்ளும் நடவடிக்கைகளில் ஈடுபடுவதைக் காட்டுமிராண்டித்தனம் என்று அவர்கள் விவரித்ததில் வியப்பொன்றுமில்லை. ஆனால், உழைக்கும் வர்க்கத்தினரின் ஒற்றுமை என்கிற உயரிய விழுமியம், தேசிய உணர்வு என்கிற மற்றொரு விழுமியத்தால் மழுங்கடிக்கப்படுகிறது என்பதை அவர்கள் கவனிக்கத் தவறிவிட்டனர்.

முதல் உலகப் போரில் உருஷ்யா ஜெர்மனிக்கெதிராகப் பெரும் தோல்விகளை எதிர்கொள்ளவேண்டி வந்தது. அதனால் மக்களிடையே ஜார் மன்னரின் செல்வாக்கு வெகுவாக மங்கிவிட்டது. அதே சமயம், போரினால் இன்றியமையாப் பண்டங்களுக்குக்கூடப் பற்றாக்குறை அதிகரித்து விட்டது. 1917க்குள் போரில் உருஷ்யாவில் 1.3 இலட்சம் பேர் உயிரிழந்திருந்தனர்; 4.3 இலட்சம் பேர் காயமடைந்திருந்தனர்; 24 இலட்சம் பேர் சிறைப் பட்டிருந்தனர். 11 பிப்ரவரி 1917இல் ஏராளமான தொழிலாளர்கள் பெட்ரோகிராஃட் (தற்போதைய ஸெயின்ட் பீட்டர்ஸ்பர்ஃக்) நகரில் போருக்கெதிராக

முழக்கமெழுப்பி ஆர்ப்பாட்டத்தில் ஈடுபட்டனர். 26 பிப்ரவரி, 1917இல் ஜார் நிக்கலஸ் II உருஷ்ய நாடாளுமன்றத்தைக் கலைக்க உத்தரவிட்டார். ஆனால் அங்கத்தினர்கள் கலையாமல், அந்த உத்தரவை எதிர்த்துத் தொடர்ந்து செயல்பட்டனர். எதிர்ப்பு வலுக்கவே, ஜார் நிக்கலஸ் II, 1 மார்ச், 1917இல் தன் முடி உரிமையைத் துறந்தார். மெனிஷ்விக்குகளின் ஒரு தற்காலிக அரசு உருஷ்யா ஆட்சியைத் தன் வசம் வைத்திருந்தது. அந்த அரசு, அந்த ஆண்டு நவம்பர் மாதத்தில் பொது வாக்கெடுப்பு நடத்திப் புதிய அரசியல் நிர்ணய சபையைத் தேர்ந்தெடுப்பது என்று தீர்மானித்தது.

இந்தக் குழப்பமான தருணத்தில் 3 ஏப்ரல் 1917இல் லெனின் உருஷ்யாவிற்குத் திரும்பினார். போல்ஷ்விக்குகள் உருஷ்யாவின் தற்காலிக அரசுக்கு ஆதரவு நல்குவதை விட்டுவிட்டு, அரசைத் தாங்களே கைப்பற்ற மக்களை ஒரு புரட்சியில் ஈடுபடத் தூண்ட வேண்டுமென்று அவரது 'ஏப்ரல் ஆய்வறிக்கை' பிரகடனம் செய்தது. அரசைக் கைப்பற்றியவுடன், போரிலிருந்து விலகிக்கொள்ள வேண்டும் என்று லெனின் கூறினார். அவரது அறிக்கைக்குப் பலர் ஆதரவளித்த போதிலும், தற்காலிக அரசை இயக்கிக்கொண்டிருந்த டூமாவில் மென்ஷ்விக்குகளே பெரும்பான்மையைப் பெற்றிருந்தனர். அவர்கள் உருஷ்யா தொடர்ந்து போரில் ஈடுபடுவதையே ஆதரித்தனர். 8 ஜூலை 1917இல் மென்ஷ்விக்களைச் சேர்ந்த அலெக்ஸாண்டர் கெரன்ஸ்கி தற்காலிக அரசின் தலைமைப் பொறுப்பை ஏற்றார். அவரும் ஜெர்மனிக்கெதிரான போரைத் தொடர வேண்டும் என்றே தீர்மானித்தார். போதிய உணவும் தளவாடங்களும் இல்லாத நிலையில் போரைத் தொடர்வதில் சிப்பாய்களுக்கே விருப்பமில்லை. அவர்கள் அரசுப் படையி லிருந்து விலகி, போல்ஷ்விக்குகளின் சோவியத் அமைப்பில் இணைந்துகொண்டார்கள். அதுபோலவே பல இடங்களில் குடியானவர்கள் நிலப்பிரபுக்களுக்கெதிராக கிளர்ந்தெழுந்து அவர்களைக் கொன்றும்கூட அவர்களின் சொத்துகளைக் கைப்பற்றினர். இத்தகைய சட்ட மீறல்களுக்கெல்லாம் லெனினைக் காரணமாகக் காட்டி, 19 ஜூலை 1917இல் அவரைக் கைது செய்யுமாறு கெரன்ஸ்கி உத்தரவிட்டார். பெட்ரோகிராடிலிருந்து லெனின் பின்லாந்துக்குத் தப்பிச்சென்றுவிட்டார்.

இதற்கிடையில் போரை எப்படி முன்னகர்த்துவது என்பது குறித்து கெரன்ஸ்கிக்கும், தலைமைத் தளபதிக்குமிடையே கருத்து வேறுபாடுகள் முளைத்தன. அதனால் அதிருப்தி கொண்டிருந்த சிப்பாய்களின் எண்ணிக்கை பெருகியது. அவர்களில் பெரும்பாலானோர் லெனின் தலைமையிலான போல்ஷ்விக்குகளின் சோவியத்களில் சேர்ந்தனர். அந்தப் படைபலத்தையும் மக்கள்

சக்தியையும் இணைத்து அரசை உடனடியாகக் கைப்பற்றுவதென்று லெனின் தீர்மானித்தார். நவம்பரில் பொது வாக்கெடுப்பு நடத்துவதற்கு முன்பாகவே அரசை போல்ஷ்விக்குகள் கைப்பற்றி விட வேண்டுமென்று வலியுறுத்தினார்.

24 அக்டோபர் 1917இல் அதிக உயிர்ச்சேதமில்லாமலேயே லெனின் தலைமையில் போல்ஷ்விக்குகள் அரசைக் கைப்பற்றி விட்டார்கள். 26 அக்டோபர் 1917இல் அனைத்து சோவியத்துகளின் காங்கிரஸ் கூடி, சோவியத் கவுன்சிலின் மக்கள் கமிசார்களுக்கு அதிகாரத்தை வழங்கித் தீர்மானித்தது. அந்த மக்கள் கமிசார்களின் குழுவுக்கு லெனின் சேர்மனாகத் தேர்ந்தெடுக்கப்பட்டார். அந்தக் குழு விவசாய நிலத்தில் தனியார் சொத்துரிமையை நீக்கி உத்தரவிட்டது. குடியானவர்கள், அவர்கள் உழும் நிலத்தை அவர்களுடையது என்று கொண்டாடலாம் என்று அறிவிக்கப்பட்டது. அதுபோலவே பட்டறைகளில் உழைக்கும் தொழிலாளர்களுக்குப் பட்டறைகள் சொந்தம் என்றும் அறிவிக்கப்பட்டது. உருஷ்யாவில் 'போர்க்காலக் கம்யூனிச' ஆட்சி தொடங்கியது அப்போதிருந்துதான் என்று கொள்ளலாம்.

ஜெர்மனிக்கெதிரான போரை நிறுத்துவதற்கு உடன்படிக்கை செய்துகொள்ளப் பேச்சுவார்த்தைகளை லெனின் தொடர்ந்தார். லெனின் சார்பான 'சிவப்புச்சேனை'க்கும் போல்ஷ்விக்குகளை ஏற்காத 'வெள்ளைச்சேனை'க்குமிடையே உள்நாட்டுப் போர் துவங்கியது. 1920 வரை அந்த உள்நாட்டுப் போர் தொடர்ந்தது. லெனின் உருஷ்யா முழுவதற்கும் 'போர்க்காலக் கம்யூனிச'க் கொள்கைகளை செயல்படுத்தினார்.

'சிவப்புச்சேனை' வெற்றி பெறும் காலம் வரை தற்காலிகமாக 'போர்க்காலக் கம்யூனிச'க் கொள்கைகள் செயல்படுத்தப்பட்ட போதிலும், 1920களில் கிராமங்களிலும், நகரங்களிலும்கூட அதற்கு விரிவாக எதிர்ப்பு கிளம்பியது. கிராமங்களில் உணவுப் பொருள்களைச் சந்தைகளில் விற்பதை ஏற்றுக்கொண்டு 'புதிய பொருளதாரக் கொள்கை' (NEP - New Economic Policy) ஒன்றை லெனின் 1921இல் அறிமுகப்படுத்தினார். நாட்டின் திட்டமிட்ட பொருளாதார வளர்ச்சியை ஏற்படுத்துவதற்கான நடவடிக்கைகளை எடுத்தார். மின் வளர்ச்சிக்காக அப்போது வரைந்த திட்டங்களும், அவற்றை நிறைவேற்ற எடுத்த முயற்சிகளும் முக்கியம் வாய்ந்தவை.

1922 மே, டிசம்பர் மாதங்களில் திடீர் இதயத் தாக்குதல்களால் லெனின் பாதிக்கப்பட்டார். 10 மார்ச் 1923இல் வந்த இதயத் தாக்குதலுக்குப் பிறகு அவரால் சரளமாகப் பேசக்கூட இயலவில்லை. 21 ஜனவரி 1924இல் அவர் மரணமடைந்தார். உருஷ்யாவை மற்ற ஐரோப்பிய நாடுகளைப் பின்பற்றி முதலாளியப் பாதையில்

செல்லாமல் தடுத்துத் திசைமாற்றி, சோசலிசப் பாதையில் பயணம் செய்ய வைத்தவர் லெனின்தான்.

~~

கார்ல் மார்க்சுக்குப் பிறகு, கம்யூனிச சித்தாந்தத்தை விரிவாக்கம் செய்தவர்களில் முக்கியமானவர் லெனின். உருஷ்யப் புரட்சியின் மூலம் உலகின் முதல் கம்யூனிச அரசைத் தோற்றுவித்த அவருடைய மாபெரும் சாதனைகளையும் கம்யூனிச சித்தாந்தத்திற்கு அவருடைய பங்களிப்புகளையும் விளக்குவது இந்த இயலின் நோக்கமன்று. லெனினின் புது ஏகாதிபத்தியக் கொள்கையை விளக்குவது மட்டுமே இந்த இயலின் நோக்கம். லெனின், ரோஸா லக்ஸம்பர்ஃக் போன்றவர்கள் பழைய ஏகாதிபத்தியத்தையும் புது ஏகாதிபத்தியத்தையும் வேறுபடுத்திப் பார்க்கவில்லை. ஆனால் அவர்கள் ஏகாதிபத்தியம் என்று விவரிப்பது புது ஏகாதிபத்தியத்தைத்தான் என்பதை நினைவில் கொள்ள வேண்டும்.

லெனினின் ஏகாதிபத்தியக் கொள்கை 1916இல் வெளியிடப் பட்டது. 1900களிலிருந்தே ஏகாதிபத்தியம் பற்றி சோசலிஸ்டுகள் பலர் வெவ்வேறு விதமான கருத்துகளை வெளியிட்டு வந்தனர். அப்படி வெளிப்பட்ட கருத்துகளில் ஜெர்மனியின் சமுதாய ஜனநாயகக் கட்சியின் பிரபலத் தலைவரான கார்ல் காட்ஸ்கி *(Karl Kautsky)* 1914இல் வெளியிட்ட நூலை மறுதலித்துதான், ஏகாதிபத்தியம் பற்றி லெனின் தன்னுடைய நூலை எழுதினார். தன்னுடைய அந்த நூலை எழுதுவதற்கு J.A. ஹாப்ஸனின் நூலையும் ருடால்ஃப் ஹில்பர்டிங்கின் நூலையும் அடிப்படைகளாகப் பயன்படுத்தியிருப்பதை லெனின் சுட்டுகிறார். அதுபோலவே ஏகாதிபத்தியம் பற்றிய நிகலாய் புகாரின் எழுதிய நூலையும் அவர் அறிந்திருந்திருக்கிறார். மற்றவர்களிலிருந்து சில அடிப்படைக் கருத்துகளை அவர் பெற்றிருந்தாலும் ஏகாதிபத்தியத்தைக் கூர்ந்தாராய்வதில் லெனின் தனக்கென ஒரு தனி வழிமுறையைக் கையாண்டிருக்கிறார்.

ஏகாதிபத்திய சக்திகள் ஒன்றுதிரண்டு தங்களின் தேசிய மற்றும் பொருளாதார அடிப்படையிலான பேதங்களைச் சமரசம் செய்துகொண்டு முதலாளியக் கூட்டணி ஒன்றை ஏற்படுத்திக் கொள்வார்களென்றும், அந்த முதலாளியக் கூட்டணி மூலம் தீவிர ஏகாதிபத்தியத்தை *(ultra imperialism)* உருவாக்கிப் பின்தங்கிய நாடுகளைக் காலனியாதிக்கம் மூலம் சுரண்டுவதற்கேற்ற வகையில் உலகச்சந்தைகளைத் தங்களுக்கிடையே சுமுகமான முறையில் பங்கீடு செய்துகொள்வார்கள் என்றும் காட்ஸ்கி வாதிட்டிருந்தார். மேற்கத்திய நாடுகள் ஒன்றையொன்று எதிர்ப்பது போன்ற வெளிப்படையான தோற்றத்திற்குப் பின்புலத்தில், மேற்கத்திய

நாடுகளின் முதலாளிகள் இரகசியமாக ஒருங்கிணைந்து கிழக்காசிய, ஆப்பிரிக்க, தென்னமெரிக்கச் சந்தைகளைப் பங்கிட்டுக்கொள்வது நிகழ்கிறது என்று அவர் கருதினார். தமது பிரதானக் கருத்துக்களை முதல் உலகப்போர் தொடங்குவதற்கு முன்பே வெளியிட்டிருந்தார்.

முதலாளியத்தின் இயல்பே பேதங்களை விரித்து போட்டிகளை வளர்த்து அதன் வழியாக வலிமையுள்ளவர்கள் எளியவர்களை நசுக்குவதுதான் என்றும், அதனால் ஏகாதிபத்திய நாடுகளிடையே சமரசம் என்பது நடைபெற இயலாத கற்பனை என்றும் லெனின் எதிர்வாதமிடுகிறார். (அவர் ஏகாதிபத்தியத்தைப் பற்றி எழுதுவதற்கு) ஐம்பது ஆண்டுகளுக்கு முன்பிருந்த இங்கிலாந்தோடு ஒப்பிடும்போது ஜெர்மனி வலிமையற்றதாகவும் நோஞ்சானாகவும் இருந்ததை நினைவுபடுத்துகிறார். அதுபோலவே 1850களில் ஜப்பான் வலிமையற்றிருந்ததையும் காட்டுகிறார். ஜெர்மனியும் ஜப்பானும் பிற ஏகாதிபத்திய நாடுகளுடன் சமரசம் செய்து கொண்டு முன்னேறவில்லை; மாறாக, அவை மற்ற நாடுகளோடு போரிட்டே தங்களை வலிமைப்படுத்திக்கொண்டன என்று அவர் காட்டுகிறார். அனைத்து ஐரோப்பிய நாடுகளும் ஒன்றுக்கொன்று போட்டி போட்டுக்கொண்டு காலனிகளைக் கைப்பற்றச் செய்யும் முயற்சிகள் அவர்களுக்கிடையே கடும் போர்களுக்கு வித்தாகிறது என்றும் வலியுறுத்துகிறார். மார்க்ஸ் முதலாளியத்தின் தொடக்கத்தில் ஏராளமான உற்பத்தியாளர்கள் தங்களிடையே கடும் போட்டியிட்டுக்கொண்டிருந்த காலத்தைப் பற்றியும் அவர் விவரித்திருக்கிறார். அதற்குப் பிறகு முதலாளியத்தில் முற்றுரிமையாளர்கள் செல்வாக்குப் பெற்று உலகச் சந்தைகளைத் தங்களுக்குள் கூறு போட்டுக்கொள்ளப் போட்டியிட்ட காலத்தை லெனின் விவரிக்கிறார். முதலாளியம் அதன் இறுதிக் காலத்தில் அடையப் போகும் உச்சகட்ட நிலை ஏகாதிபத்தியம் என்பது லெனினின் முடிவு.

ஏகாதிபத்தியத்தின் ஐந்து முக்கியக் கூறுகளுக்கு லெனின் முக்கியத்துவமளிக்கிறார்.

1. முதலாளியத்தின் வளர்ச்சியினால் உற்பத்தியும் முதலும் செறிவடைந்து மைய அமைப்புகளில் குவிக்கப்படுவதால் முற்றுரிமை பெற்ற பெரு நிறுவனங்கள் தோன்றி, வளர்ந்து அவை நாட்டின் பொருளாதார இயக்கத்தில் பெரும் பங்கு வகிக்கின்றன. ஆரம்பத்தில் முதலாளியத்தில் ஏராளமான சிறு நிறுவனங்களுக்கிடையே நிலவிய நிறைவுப் போட்டி கிட்டத்தட்டக் காணாமலே போய்விடுகிறது.

2. ஏகாதிபத்தியக் காலகட்டத்தில் வங்கி முதலும் தொழில் முதலும் இணைந்து நிதி முதலாளியம் தொடங்கி

வளர்கிறது. நிதி முதலாளியக் காலத்தில் நிதியை நாட்டில் ஒரு சிறிய குழுவினர் தங்கள் கட்டுப்பாட்டுக்குள் கொண்டுவந்து விடுகின்றனர். நிதி முதலாளியக் காலத்தில், நிறுவனங்களின் பங்குகளை வைத்திருப்பவர்கள் அவற்றின் சொந்தக்காரர்கள்; ஆனால் நிறுவனங்களை நிர்வகிப்பவர்கள், சிறப்புத் தேர்ச்சி பெற்ற சம்பளத்திற்கு வேலை செய்யும் மேலாளர்கள். முதலாளியத்தின் ஆரம்பக் கட்டத்தில் நிறுவனங்களின் உரிமையாளர்களே அவற்றை நிர்வகிப்பவர்களாக இருந்தார்கள். சொத்துரிமைக்கும் நிர்வாகத்துக்கும் இருந்த நேரடித் தொடர்பு நிதி முதலாளியக் காலத்தில் அறுந்து போய்விடுகிறது. ஏகாதிபத்திய காலத்தில் நிறுவனத்தின் பங்குகளை வாங்கி நிதி வழங்கிய ஏராளமான பங்குதாரர்களுக்குள் இயக்குநர்கள் என்கிற செல்வாக்குடைய சிறிய குழுவினர்தான் பங்குதாரர்களுக்கும் சம்பளம் பெற்று நிறுவனத்தை நிர்வகிப்பவர்களுக்குமிடையே இடைத்தரகர்களாக இருந்து நிறுவனம் செலுத்தப்படும் திசையைத் தீர்மானிப்பவர்கள். வங்கிகளையும் பங்குச்சந்தைகளையும் தங்கள் கட்டுப்பாட்டுக்குள் வைத்திருக்கும் அவர்கள், ஒன்றுக்கு மேற்பட்ட பல நிறுவனங்களில் இயக்குநர்களாக இருப்பதால் அவர்களுக்குள் சங்கிலிப் பிணைப்புகள் ஏற்பட்டு நாட்டின் மிகப் பல நிறுவனங்களையும் கட்டுப்படுத்தும் வல்லமையை அவர்களின் குழுக்கள் பெற்றுவிடுகின்றன. அவர்கள் நிதியுடைமையாளர்களாக இருப்பதால் உழைக்காமலே பிழைக்கும் புல்லுருவி வர்க்கத்தினர். அரசாள்பவர்களுக்கு எப்போதும் நிதித் தேவை அதிகமிருக்கிறது. முற்றுரிமை பெற்ற பல நிறுவனங்களின் இயக்குனர்களடங்கிய நிதி முதலாளியத்தின் பிரதிநிதிகள் அரசாள்பவர்களுக்குக் கடன்களாகவும் கையூட்டுகளாகவும் நிதி வழங்கிப் பிரதிபலனாக அரசாங்கத்தின் கொள்கைகளைத் தங்களுக்குச் சாதகமாக மாற்றியமைக்கிறார்கள். அதாவது, தங்களின் நிதிக் கட்டுப்பாட்டின் மூலம் அரசாள்பவர்களையும் தங்கள் பிடிக்குள் இயக்குனர் குழுக்கள் கொண்டுவந்து விடுகின்றன. அதனால் அந்தக் குழுவினரால் நாட்டு நடவடிக்கைகளைத் தங்கள் செல்வாக்கின்மூலம் செலுத்த முடிகிறது.

3. முதலாளிய வளர்ச்சியின் ஆரம்ப கட்டத்தில் பண்டங்கள் ஏற்றுமதி செய்வதில்தான் முதலாளிகள் மிகுந்த கவனம் செலுத்தினர். ஆனால் முதலாளிய வளர்ச்சியின் இறுதிக்கட்டங்களில் முதலையே ஏற்றுமதி செய்து அதைப் பின்தங்கிய நாடுகளில் முதலீடாக மாற்றி அதன்மூலம் பெரும் இலாபத்தை ஈட்டுவதுதான் ஏகாதிபத்திய நாடுகளின் குறிக்கோளாகி விடுகிறது. பின்தங்கிய நாடுகளின் இரயில்வே, துறைமுகம் போன்ற கட்டுமானப் பணிகளுக்கும், சுரங்கங்கள் தோண்டுவது மற்ற கச்சாப் பொருள்களை உற்பத்தி செய்வது போன்ற தொழில்களுக்கும் ஏராளமான முதலீடுகள்

தேவைப்பட்டன. முன்னேறிய நாடுகளிலிருந்து அந்த முதலீடுகள் பின்தங்கிய நாடுகளுக்கு வழங்கப்பட்டன.

4. இதன் விளைவாக முற்றுரிமை பெற்ற பன்னாட்டு நிதி கார்பரேஷன்கள் முன்னேறிய நாடுகளில் தோன்றி, வளர்கின்றன. அவை உலகச்சந்தையைத் தங்களுக்குள் பங்கு போட்டுக்கொள்ளும் ஒப்பந்தங்களை செய்துகொள்கின்றன. ஐரோப்பாவின் ஒவ்வொரு நாடும் நாட்டைத் தலைமையகமாகக் கொண்ட பன்னாட்டு நிறுவனங்களின் ஒப்பந்தங்களின் ஷரத்துகளைச் செயல்படுத்தவும், அவற்றின் உரிமைகளைக் காப்பாற்றவும் தங்கள் அதிகாரத்தையும் வலிமையையும் பயன்படுத்தத் தூண்டப்படுகின்றது. எடுத்துக்காட்டாக, 19ஆம் நூற்றாண்டில் சீனாவின் மக்கள் போதைப்பொருளுக்கு அடிமையாகாமலிருக்கும் நோக்கத்தோடு சந்தையில் அபினி விற்பதைச் சீன அரசு தடை செய்ததால், சீனாவிற்கு அபினி ஏற்றுமதி செய்யும் சில இங்கிலாந்தின் தனியார் நிறுவனங்கள்தான் பாதிக்கப்பட்டன. அந்தத் தனியார் நிறுவனங்கள் இழப்பைத் தவிர்ப்பதற்காக இங்கிலாந்து அரசையே சீனாவோடு போரிடத் தூண்டுகிற அளவுக்குச் செல்வாக்குப் பெற்றிருந்தன. அதாவது, தாய்நாட்டிலிருந்த நிதி முதலாளிகளால் தங்கள் நலனைக் காப்பதற்காக, தாய்நாட்டின் இராணுவ பலத்தைத் தங்களுக்குச் சாதகமாகப் பயன்படுத்திக் காலனி மக்களின் நியாயமான நடவடிக்கைகளைத் தடுக்க முடிந்திருக்கிறது.

5. உலகின் முன்னேறிய முதலாளிய நாடுகள் 1900களில் உலக வணிகப்பரப்பை அவர்களுக்குள் தற்காலிகமாகப் பங்கிட்டுக்கொண்டுவிட்டன. அவ்வாறு பங்கீடு செய்து கொள்ளும் ஒப்பந்தங்கள் முன்னேறிய முதலாளிய நாடுகளிடையே ஏற்படுத்தப்படுவதும், கொஞ்ச நாள் கழித்து அந்த ஒப்பந்தங்களை மீறி வணிகத் தொடர்புகளை அவர்கள் மாற்றிக்கொள்வதும் இடைவிடாது நிகழ்கின்றது. அதனால் போர்கள் திடீர்திடீரெனத் தோன்றுகின்றன. அதில் பெறுகிற வெற்றி ஒரு தற்காலிக சமாதானத்தைத்தான் ஏற்படுத்துகிறது. முன்னேறிய முதலாளிய நாடுகளனைத்தும் பிற முன்னேறிய முதலாளிய நாடுகளைச் சந்தேகக் கண்ணுடனே பார்க்கின்றன. அதனால் ஐரோப்பாவில் அவ்வப்போது தோன்றும் போர்களுக்கிடையே வரும் அமைதி மயான அமைதியாகத்தான் இருக்கிறதே தவிர நிரந்தரமான தீர்வாயமைவதில்லை. ஏகாதிபத்தியம் வன்முறையைத் தன் மடியில் கட்டிக்கொண்டே அலைகிறது.

எனவே ஏகாதிபத்தியத்தைப் பற்றிய லெனினின் கொள்கைகளில் இரண்டு அடிப்படை எண்ணங்களைப் பார்க்க முடிகிறது. ஏகாதிபத்திய காலத்தில் 1. முதல் மேலும் மேலும் குவிக்கப்படுகிறது;

2. பன்னாட்டுச் சந்தைகள் முழுவதும் நவீன உற்பத்திமுறைகள் பரவுகின்றன. மூலதனக் குவிப்பைப் பற்றித் தீவிரமான ஆய்வுகளை மார்க்ஸ் செய்திருந்தாலும் நிதி முதலாளித்துவத்தின் வழியாக உற்பத்தியின் பன்னாட்டு விரிவாக்கம் நடைபெறுவது பற்றி அவர் அதிகம் பேசவில்லை. மார்க்சியத்தோடு அந்த இரு கருத்துகளையும் இணைத்துதான் லெனின் தன் ஏகாதிபத்தியக் கொள்கைகளை வகுத்துக் கொண்டிருக்கிறார்.

முதலாளியத்தின் தொடக்க நிலையில் பண்டங்களின் உற்பத்தி பெருமளவுக்கு ஒரே நாட்டின் எல்லைக்குள்தான் நடைபெற்றது. அப்போது ஏராளமான சிறிய உற்பத்தியாளர்கள் பண்டங்களைத் தயாரிப்பதில் தங்களுக்குள் தீவிரமாகப் போட்டியிட்டனர். காலப்போக்கில் அவர்களில் வலியவர்கள் எளியவர்களை விழுங்கிவிட்டனர். அதனால் முதலீட்டாளர்களின் எண்ணிக்கை குறைந்தபோதிலும் சந்தை விரிவுபட்டதால் முதலீட்டின் அளவு பன்மடங்கு பெருகியது. அதே சமயம் கிட்டத்தட்ட நிறைவுப் போட்டி நிலவிய பண்டச் சந்தையில் போட்டியின் தீவிரம் குறைய ஆரம்பித்துவிட்டது. பெரிய முதலீட்டாளர்கள் தங்களுக்குள் வெளிப்படையாகவும் மறைமுகமாகவும் சமரசங்களைச் செய்து கொண்டு விலையைத் தீர்மானிப்பதிலும் சந்தைகளைப் பகிர்வதிலும் போட்டியைத் தவிர்க்கலாயினர். தொழிலுக்குள்ளேயே சில அமைப்புகள் தோன்றி முதலாளிகளுக்கிடையே போட்டியைத் தவிர்த்து, அவர்களின் இலாபத்தை அதிகரிக்கக் குறுக்குவழிகளை அமைத்தன. முற்றுரிமை பெற்ற சில அமைப்புகளிடம் முதலீடும் உற்பத்தித் திறனும் குவிகிற வகையில் முதலாளிய அமைப்புகள் செயல்பட்டன. அவற்றின் நோக்கங்களில் பிரதானமானது தங்களின் பிரம்மாண்ட அளவு உற்பத்தித் திறனால் எதிராளிகளின் சிற்றளவு உற்பத்திகளை நசுக்கிப் போட்டியைத் தவிர்த்து ஏராளமான இலாபத்தை அடைவதுதான்.

ஆரம்பத்தில் முதலீடுகளின் பெரும்பகுதி பட்டறைகள், இயந்திரங்கள் போன்ற பருப்பொருள்களாகத்தான் மாற்றப்பட்டது. ஆனால் கால ஓட்டத்தில் வங்கிகளில் வைப்புகளாகவும் பங்குச்சந்தைகளில் பங்குகளாகவும் முதலீட்டை மாற்றும் வசதியை வங்கிகளும் பங்குச்சந்தையும் ஏற்படுத்தின. அந்தச் சூழலில் எளிதாக முதலீட்டுக் குவிப்பைச் செய்வதற்கு நிதியைக் குவித்தால் போதும் என்கிற நிலை தோன்றியது. அதனால் வங்கிகளையும் பங்குச் சந்தைகளையும் கட்டுப்படுத்தும் ‘நிதி முதலாளியம்’ வளர்ந்தது. பெரிய நிறுவனங்களில் முதலீடு ஏராளமான சாதாரணமானவர்களால் அவற்றின் பங்குகளை வாங்குவதன் மூலம் செய்யப்பட்டது. ஆனால் பங்குகளை வாங்கிய அந்தப் பங்குதாரர்கள் பட்டறைகளையும் நிறுவனங்களையும்

(முதலாளிய வளர்ச்சியின் ஆரம்ப கட்டத்தில் நிகழ்ந்தது போல்) தாங்களே நேரடியாக நிர்வகிக்கவில்லை. அந்த நிறுவனங்களைச் சிறப்புத் தேர்ச்சி பெற்ற, சம்பளம் பெறும் மேலாளர்கள் நிர்வகிக்க விட்டுவிட்டனர். பங்குதாரர்களின் பிரதிநிதிகளாக அவர்கள் தேர்ந்தெடுக்கும் இயக்குநர்கள் அந்த மேலாளர்களை மேற்பார்வையிட்டனர். பங்குதாரர்களின் பங்குகளின் எண்ணிக்கை சார்ந்து வாக்குகள் இருப்பதால் அதிகப் பங்கு வைத்திருக்கும் சிலர்தான் இயக்குநர்களாகத் தேர்ந்தெடுக்கப்படும் வாய்ப்புப் பெறுகிறார்கள். அதனால் ஏராளமான சாதாரணமானவர்களின் முதலீட்டைப் பெறுகிற பெரிய நிறுவனங்களின் இயக்கம், அதில் மிக அதிகப் பங்குகளை வைத்திருக்கும் ஒரு சில முதலாளிகளின் கைகளில் சிக்கிக்கொள்கிறது. நிதி முதலாளிய வளர்ச்சியின் போது, நிறுவனங்களை நிர்வகிப்பவர்களை மேற்பார்வையிடும் முதலீட்டாளர்களின் இயக்குநர்களில் முக்கியமானவர்கள் ஒருங்கிணைந்து கார்ட்டல்களாகவும் கார்ப்பரேஷன்களாகவும், சிண்டிகேட்டுகளாகவும் உருமாற்றமடைந்தார்கள். அந்த உருமாற்றம் இந்த முற்றுரிமைப் போக்கை வலுப்படுத்தும் நிகழ்வாக அமைந்தது.

முற்றுரிமை பெற்றிருந்த அமைப்புகளின் இயக்குநர்கள் அந்த அமைப்புகளில் ஒரு சில விழுக்காடு தான் பங்குகளைப் பெற்றிருந்தார்கள். சிறுபான்மையினர் என்ற போதிலும், அந்த இயக்குநர்களால் (பங்குகளை மட்டும் வாங்கி, நிர்வாகத்தில் தலையிடாத மற்ற) 'துயிலும் பங்குதாரர்களின்' வாக்குகளைத் திரட்டித் தங்கள் தலைமையை நிலைநாட்டிக் காப்பாற்றிக்கொள்ள முடிந்தது. இதனால் இந்த முற்றுரிமை பெற்றிருக்கும் இயக்குநர்களால், தங்களுடைய முதலீட்டைத் தவிர மற்றவர்களின் ஏராளமான முதலீட்டையும் தங்கள் கட்டுப்பாட்டுக்குள் கொண்டுவர முடிந்தது. இப்படி வளர்கின்ற இயக்குநர்கள், ஒன்றுக்கு மேற்பட்ட நிறுவனங்களில் இயக்குநர்களாக இருந்ததால் அவர்களுக்கிடையே எழுதப்படாத சங்கிலிப் பிணைப்புகள் எளிதாக வளர்ந்தன. நிதி முதலாளிய வளர்ச்சியின் விசித்திரமான விளைவு இது. வங்கிகளும் பங்குச்சந்தைகளும் இணைந்து செயல்படும்போதுதான் இத்தகைய முற்றுரிமைகள் வளர முடிந்திருக்கிறது.

இத்தகைய முற்றுரிமைகள் தோன்றி வளர்ந்துவிட்ட பிறகு முதலாளியத்தின் ஆரம்பத்தில் காணப்பட்ட உற்பத்தியாளர்களிடையே தீவிரமான போட்டி என்பது அருகிவிட்டது. பிரமாண்டமான உற்பத்தி அளவு என்பது நடைமுறையில் செயல்படுத்தப்பட்டதால் போட்டியிடக் கூடிய நிறுவனங்களின் எண்ணிக்கை ஏராளமாக இருக்க வாய்ப்பே இல்லாமல் போய்விட்டது. மாறாகத் தாய்நாடுகளின் முற்றுரிமை பெற்ற சிறு இயக்குநர் குழுவினர்கள் தங்களின் எழுதப்படாத

சங்கிலிப் பிணைப்புகள் வழியாக ஏராளமான முதலீட்டை நாடுகளுக்கிடையே மாற்றி இடப் பெயர்ச்சி செய்து அமித இலாபம் ஈட்ட முயல்வது இயல்பாகிவிட்டது. இந்தியாவின் தேயிலைத் தோட்டங்களானாலும் சரி, தென்னமெரிக்காவின் தங்க, வெள்ளி சுரங்கங்களானாலும் சரி, பின்தங்கிய நாடுகளின் இருப்புப்பாதை அமைப்பானாலும் சரி அவற்றிற்கான ஏராளமான முதலீட்டை ஐரோப்பிய நாடுகளின் சிண்டிகேட்களும் கார்ட்டல்களும் செய்வதற்குத் தயங்கவேயில்லை.

முதலீட்டாளர்களிடையே தீவிரமான போட்டி நிலவினால் தொழில்நுட்பம் உட்பட அனைத்துத் துறைகளிலும் வளர்ச்சி மேம்படுகிறது. ஆனால் முற்றுரிமை வரும்போது தேக்கமும் தயக்கமும் கூடவே வளர்கின்றன. ஆகவே முதலாளியத்தின் ஆரம்ப கட்டத்தில் காணப்பட்ட, சிற்றளவு உற்பத்தியில் ஏராளமான முதலாளிகளின் தீவிரமான போட்டி காரணமாக வந்த வேகமான மாறுதல்கள் அதன் முற்றுரிமைக் காலத்தில் ஓரளவு தேக்கமடைகின்றன. அதே சமயம் முற்றுரிமைக் காலத்தின் நிதி முதலாளியத்தில் ஒரு சில உழைக்காமலே பிழைக்கும் வர்க்க முதலாளிகள் கையில் ஏராளமான பணம் குவிந்து விடுகிறது. முதலாளிய வளர்ச்சியின் ஆரம்ப கட்டத்திலிருந்ததை விட முற்றுரிமைக் காலத்தில் இந்தப் புல்லுருவி வர்க்கத்தினரின் செல்வாக்கு அதிகரித்து விடுகிறது. அவர்கள் பின்தங்கிய நாடுகளில் மரபு வழிகளை அழித்துத் தங்கள் பொருள்களின் சந்தைகளை விரிவாக்கி, அந்த நாடுகளின் குடிமகன்களை திவாலாக்குகிறார்கள். அவர்கள் தங்கள் வர்க்கத்தின் சந்தைகளைக் காப்பாற்றுவதற்காக நடத்தும் போர்களைக்கூட அந்தப் பின்தங்கிய நாடுகளின் குடிமகன்களை, அந்த முதலாளிகள் கொடுக்கும் கூலிக்காக, வேறு வழியின்றி, தங்கள் காலனி மக்களின் நலனுக்கெதிராக, அந்த முதலாளிகள் சார்பில், போரிட வைக்கிறார்கள்!

முதலீட்டின் திரட்சி அதிகமாக அதிகமாக, முற்றுரிமை பெற்ற அமைப்புகளும் வளரவளர, நவீனப் பட்டறைகளிலும் நிறுவனங்களிலும் ஏராளமான பண்டங்களும் பொருள்களும் உற்பத்தியாயின. அதன் விளைவாகத் தங்கள் நாட்டின் எல்லைகளைக் கடந்து வெளிநாடுகளில் சந்தைகளைத் தேடுவது அத்தகைய முற்றுரிமை பெற்றிருந்த அமைப்புகளுக்கு இன்றியமையாததாக மாறியது. பழைய ஏகாதிபத்தியம் செயல்பட்டுக்கொண்டிருந்த 17, 18ஆம் நூற்றாண்டுகளில் தொழில்நுட்பத்தில் நவீன முறைகளைப் பெற்றிருந்த தாய்நாடுகள் தங்களின் உற்பத்திப் பொருள்களை மரபு வழிமுறைகளைப் பயன்படுத்தும் காலனிகளில் தடையிலா வணிகக் கொள்கையைப் பயன்படுத்தி விற்பதில் எவ்விதச் சிரமமும் இருக்கவில்லை. காலம் செல்லச்செல்ல அனைத்து ஐரோப்பிய

நாடுகளிலும் முதலாளியம் வளர்ச்சியடைய ஆரம்பித்தது. அதனால் அவற்றின் உற்பத்தித் திறனும் வேகமாக வளர்ந்தது. அந்த அமித உற்பத்தியை முன்பு போலப் பின்தங்கிய நாடுகளின் சந்தைகளில் ஐரோப்பிய நாடுகளால் எளிதாக விற்க முடியவில்லை. 19ஆம் நூற்றாண்டின் பிற்பகுதியில் உலக நாடுகளின் சந்தைகள் முழுவதற்கும் ஐரோப்பிய நாடுகளின் பண்டங்கள் ஏற்றுமதி செய்யப்பட்டன. அப்போது உலகச் சந்தைகளை மறுபங்கீடு செய்தால்தான் தத்தம் நாடுகளின் உபரி உற்பத்திகளை மேலும் மேலும் சந்தைப்படுத்த முடியும் என்பதைத் தாய்நாடுகளின் முற்றுரிமை பெற்ற முதலீட்டுக் குழுவினர் அறிந்துகொண்டனர். அப்படி உலகச் சந்தைகளை மறுபங்கீடு செய்வதற்கு வன்முறை உட்பட அனைத்து வழிகளையும் கையாள அவர்கள் தயாராயினர். ஒவ்வொரு நாட்டிலும் ஏகாதிபத்திய சக்திகள் தத்தம் முதலீட்டாளர்களின் வளர்ச்சிக்காகப் பிற ஐரோப்பிய நாடுகளின் முதலீட்டாளர்களுக்கெதிராகச் செயல்களிலும் சதிகளிலும் ஈடுபட்டனர். புதிய ஏகாதிபத்தியக் காலத்தில் ஒவ்வொரு நாட்டுக்குள்ளும் முதலீட்டாளர்களிடையே போட்டிகள் குறைந்து, முற்றுரிமையாளர்களின் வலு அதிகரித்தது. அதே சமயம் நாடுகளுக்கிடையே சந்தைகளைப் பங்கிடுவதற்கு நிரந்தரமாகப் பொருளியல் போட்டிகள் வளர்ந்துகொண்டேயிருந்தன. அவற்றைத் தீர்த்துக்கொள்ள படைபலத்தையும் பயன்படுத்த 19ஆம் நூற்றாண்டின் பிற்பகுதியில் ஐரோப்பிய நாடுகள் தீர்மானித்தன.

அது மட்டுமன்று. புது ஏகாதிபத்தியத்தை வழிநடத்தும் முற்றுரிமை பெற்ற சக்திகள் உள்நாட்டிலிருக்கிற அரசியல்வாதிகளையும் தொழிலாளர் வர்க்கத்தினரின் ஒரு பகுதியினரையும் கையூட்டுக் கொடுத்துத் தங்கள் ஆதரவாளர்களாக மாற்றி விடுகின்றனர். முதல் உலகப்போர் தொடங்குவதற்கு முன்பாகப் போரை எதிர்த்து உலகத் தொழிலாளர்கள் ஒன்றுபட வேண்டும் என்று குரலெழுப்பிய சோசலிசத் தலைவர்கள், போர் தொடங்கியதும் தத்தம் நாடுகளுக்காதரவாகப் போரில் கலந்துகொண்டது இதனால்தான் என்கிறார் லெனின். ஏகாதிபத்திய சுரண்டலின் ஒரு பங்கு, தாய்நாடுகளின் தொழிலாளர்களில் மேல்மட்டத்தினராக இருப்பவர்களுக்கு உயர்ந்த வாழ்க்கைத் தரம் அமைத்துத்தர வாய்ப்பளிக்கிறது. வெளிநாடுகளின் தொழிலாளர்களிடமிருந்து சுரண்டிப்பெற்ற இலாபத்தின் ஒரு சிறிய பங்கு, தாய் நாட்டின் தொழிலாளர்களின் மேல்மட்டத்தினருக்குப் பகிர்ந்தளிக்கப் படுவதால்தான் அவர்களின் வாழ்க்கைத்தரம் மேம்பாடடைகிறது.

புது ஏகாதிபத்தியத்தை முதலாளியத்தின் உச்சகட்டமாக லெனின் காட்டுகிறார். கார்ல் காட்ஸ்கி 1914இல் எதிர்பார்த்தபடி

ஐரோப்பிய நாடுகள் உலகச் சந்தையைத் தங்களுக்குள் சுமுகமாகப் பங்கு போட்டுக்கொள்ள மாட்டார்கள் என்றும் அறுதியிட்டுக்கூறுகிறார். உலகப்போருக்குப் பிறகு பதிப்பிக்கப்பட்ட ஏகாதிபத்தியம் குறித்த அவரது நூலின் புதிய முன்னுரையில் 1918இல் ஜெர்மனிக்கும் உருஷ்யாவுக்கும் ஏற்பட்ட பிரெஸ்ட் லிட்டோவ்ஸ்க் ஒப்பந்தமும், 1919இல் ஜெர்மனிக்கும் இங்கிலாந்தின் நேசநாடுகளுக்குமிடையே ஏற்பட்ட வெர்ஸெயில்ஸ் ஒப்பந்தமும் ஏகாதிபத்திய மேலாண்மையைப் பிரதிபலிக்கின்றனவேயன்றி தேசிய உணர்வுகளையன்று என்று விளக்குகிறார். முதலாளியத்துக்கெதிரான இறுதிப் புரட்சி முதலாளியத்தின் பலவீனமான பின்தங்கிய நாடுகளில் வசிக்கும் நூறு கோடி தொழிலாளர்களால்தான் முன்னடத்தப்படும் என்றும், அங்கிருந்துதான் அது முன்னேறிய நாடுகளிலுள்ள தொழிலாளர்களுக்குப் பரவும் என்றும் அதற்காகத்தான் தொழிலாளர்களின் மூன்றாவது அனைத்து நாடுகள் இயக்கம் (*Third International*) பாடுபடும் என்றும் அந்த முன்னுரையில் தெரிவித்துள்ளார்.

புது ஏகாதிபத்தியத்தைப் பற்றிய லெனினின் சிந்தனைகளை மட்டுமே இந்த இயலில் தொகுத்திருக்கிறேன். அவை அவருடைய சிந்தனைப் பங்களிப்பில் ஒரு சிறு பகுதி மட்டுமே என்பதை நினைவில் கொள்ள வேண்டும். மார்க்சியத் தத்துவத்தில் லெனின் கொண்டுவந்த மாற்றங்களைப் பற்றி இந்த நூலில் விவரிக்கவில்லை.

புது ஏகாதிபத்தியம்: ஒற்றுமை-வேற்றுமைகள்

ஒரு நாட்டின் மீது மற்றொரு நாடு மேலாண்மை செலுத்துவது என்பது ஏகாதிபத்தியத்தின் அடிப்படைத்தன்மை. புது ஏகாதிபத்தியத்தின்போது அமித இலாபம் சம்பாதிக்கும் நோக்கத்தோடு முன்னேறிய நாடுகளின் உபரி முதல் பின்தங்கிய நாடுகளில் முதலீடாக்கப்பட்டதும், பின்தங்கிய நாடுகளின் மரபுவழி உற்பத்திமுறைகள் வலிந்து அழிக்கப்பட்டதும், அவற்றின் சந்தைகள் முன்னேறிய நாடுகளின் உற்பத்திப் பொருள்களுக்கு விற்பனைத்தளங்களானதும், அந்நாடுகளின் இரயில்வே, துறைமுகம், சாலை போன்ற கட்டுமானத் தொழில்களிலும், சுரங்கம், தேயிலை, காபி போன்ற தோட்டத் தொழில்களிலும் முற்றுரிமையுடன் செலுத்தப் பட்ட முதலீடுகள் அந்நாடுகளின் சுதந்திரமான நடவடிக்கைகளைக் கட்டுப்படுத்தும் வழிமுறைகளானதும், அந்தப் பின்தங்கிய நாடுகள் ஏகாதிபத்திய நாடுகளுக்குக் கச்சாப் பொருள்களைக் குறைந்த விலையில் நல்குகிற தளங்களானதும் ஹாப்ஸன், ரோஸா லக்ஸம்பர்ஃக், லெனின் ஆகிய மூவராலும் சுட்டப்பட்டிருக்கிற பொதுவான விளைவுகள். மூவருமே நிதி

முதலாளியம் புது ஏகாதிபத்தியத்தின் இன்றியமையா அங்கங்களில் ஒன்று என்பதை ஏற்றுக்கொள்கிறார்கள்.

ஹாப்ஸன் புது ஏகாதிபத்தியத்தின் தூண்டுகோலாகத் தாய் நாட்டில் நிலவும் மிகுந்த ஏற்றத்தாழ்வு நிறைந்த பகிர்வைத்தான் காண்கிறார். நாட்டில் ஒரு சிறிய முதலீட்டாளர் குழுவிடம் ஏராளமான வாங்கும் சக்தி குவிந்து கிடக்கிறது. மிகப் பெரிய உழைப்பாளர் வர்க்கத்தினரிடம் நாட்டு வருவாயில் தங்களின் இன்றியமையா நுகர்ச்சிக்கே பற்றாக்குறையான அளவுதான் செல்வம் பகிரப்படுகிறது. அதனால் பணக்கார வர்க்கத்தின் அமித சேமிப்பை உள்நாட்டுக்குள்ளேயே முதலீடாக்கினால் உற்பத்தியாகக்கூடிய உபரி உற்பத்தியை விற்க வழியில்லாமல் போய்விடுகிறது. புதிய உபரி உற்பத்தியை வாங்குகிற அளவுக்கு அதிகப்படி வாங்கும் சக்தி முன்னேறிய நாடுகளின் தொழிலாளர்களிடம் இல்லை. எனவே, முன்னேறிய நாடுகளின் பணக்காரர்களின் உபரி சேமிப்புக்கு வடிகாலாக பின்தங்கிய நாடுகளின் மரபுவழிச் சந்தைகளைத் தேட வேண்டிய கட்டாயம் முன்னேறிய நாடுகளுக்கு ஏற்படுகிறது என்கிறார் ஹாப்ஸன்.

இந்தச் சிக்கலுக்கு ஜனநாயக முறையில் தீர்வொன்றையும் ஹாப்ஸன் நல்குகிறார். முன்னேறிய நாட்டின் தொழிற்சங்கங்கள் ஒற்றுமையாகச் செயல்பட்டு வாக்களித்து, தொழிற்கட்சி வெற்றிபெற்று, நாட்டின் அரசைக் கைப்பற்றி வரிகளின் மூலமும் மானியங்கள் மூலமும் வருமானப் பகிர்வைப் பெருமளவு சமப்படுத்தினால் நாட்டிலுள்ள பெரும்பணக்காரர்களின் அமித சேமிப்புத் திறன் மட்டுப்படும்; அதே சமயம் மற்ற மக்களின் வருவாய் அதிகரிப்பதால் அவர்களின் நுகர்ச்சித் திறன் அதிகரிக்கும்; இதனால் உள்நாட்டின் சேமிப்பை உள்நாட்டிலேயே இலாபகரமான முதலீடாக்குவதற்கு வாய்ப்புகள் ஏற்படும். வெளிநாட்டுச் சந்தைகளுக்காக மற்ற நாடுகளுடன் போட்டி போட்டுப் போர்களில் ஈடுபட வேண்டியிருக்காது என்கிறார். முதலாளிய வளர்ச்சியின் ஓர் அங்கமாகப் புற்றுநோய்போல் வளர்ந்திருக்கிற புது ஏகாதிபத்தியம் ஜனநாயக வழிகளிலேயே கட்டுப்படுத்தக் கூடிய ஒரு வியாதி என்பது ஹாப்ஸன் கருத்து.

வேறொரு விதமாகக் கூறினால், முன்னேறிய நாடுகளில் முதலீடுகள் அதிகரிக்கஅதிகரிக்க, உற்பத்தித் திறன் அதிகரிப்பது போலவே நாட்டு வருவாயும் அதிகரிக்கிறது. தற்போது அந்த வருவாயில் பெரும்பகுதி கார்ப்பரேஷன், சிண்டிகேட், கார்ட்டல் போன்ற நிதி முதலாளியத்தைக் கட்டுப்படுத்துபவர்களின் பங்காகவும், சிறிய பகுதி மீதமிருக்கும் ஏராளமான மக்களின் வருவாயாகவும் பகிரப்படுகிறது. அந்தப் பெரும்பான்மை

மக்கள் தங்கள் வருவாயனைத்தையும் நுகர்ச்சிக்குத்தான் செலவழிக்கிறார்கள். என்றாலும், நுகர்ச்சிக்கு அவர்கள் செலவழிக்கும் மொத்தத் தொகை, நிதி முதலாளிகள் தங்கள் சேமிப்பனைத்தையும் உள்நாட்டிலேயே முதலீடாக்கினால் உருவாக்கக்கூடிய நுகர்ச்சிப் பண்டங்களனைத்தையும் வாங்கக்கூடிய அளவுக்கு அதிகமாக இல்லை. அதனால் அந்த நிதி முதலாளிகள் தங்கள் சேமிப்பனைத்தையும் உள்நாட்டிலேயே முதலீடாக்கினால் உருவாக்கக் கூடிய நுகர்ச்சிப் பண்டங்களை உள்நாட்டிலேயே அடக்க விலைக்குக்கூட விற்க முடியாமல் தேக்கமடைந்து இழப்படைவார்கள். எனவே தங்கள் முதலீடுகளுக்கு இலாபம் தேடி, வெளிநாட்டுச் சந்தைகளை நாடுகிறார்கள். அதனால்தான் புது ஏகாதிபத்தியம் கடைப்பிடிக்கப்படுகிறது. புது ஏகாதிபத்தியத்தைக் கைவிடவைக்க வேண்டுமென்றால், நிதி முதலாளிகளின் முற்றுரிமைகளைக் கட்டுப்பாட்டுக்குள் கொண்டுவந்து, முதலாளிகளுக்குள் போட்டியை அதிகரிக்க வேண்டும். அதே சமயம், நாடு வளரும்போது வளர்ச்சியடையும் வருவாய் ஒரு சிலரிடம் குவிவதைத் தடுத்து, முதலாளிகளுட்பட வெகுபலரிடையே ஓரளவு சமமாகப் பகிர வேண்டும்.

அப்படிச் செய்வதால் முதலாளிகளுடைய அமித சேமிப்புத்திறன் ஓரளவு குறையும். அதனால் முதலீடு செய்ய வேண்டிய தொகையின் அளவு, ஒப்பீட்டளவில் குறையும். பெரும்பான்மை மக்களின் நுகர்ச்சியின் அளவும் அதிகரிக்கும். அதனால் நுகர்ச்சிப் பொருள்களுக்கான உள்நாட்டுச் சந்தையின் பரப்பு அதிகரிக்கும். அந்தப் பரந்த தேவையை நிறைவு செய்ய உள்நாட்டிலேயே புதிய முதலீடுகள் தேவைப்படும். அந்த விதத்தில், முன்னேறிய நாடுகளின் பொருளாதார வளர்ச்சியின்போது சோசலிச அரசுகள் அமைக்கப்பட்டு, மக்களிடையே ஓரளவு சமமான வருவாய்ப் பகிர்வை ஏற்படுத்தினால், உள்நாட்டின் முதலீடுகளுக்கு உள்நாட்டிலேயே போதுமான இலாபகரமான வாய்ப்புகள் கிடைத்துவிடும். அதனால் அவர்களுக்கு மற்ற பின்தங்கிய நாடுகளைக் காலனிகளாகக் கைப்பற்ற வேண்டிய நிர்ப்பந்தம் தவிர்க்கப்படும் என்கிறார் ஹாப்ஸன். ஜனநாயக வழிகளில் சோசலிச அரசுகள் முதலாளியத்தைச் சீர்திருத்தினால் புது ஏகாதிபத்தியத்தை ஒழித்துவிட முடியுமென்றும் அவர் கருதினார்.

ரோஸா லக்ஸம்பர்க்கும் லெனினும் முதலாளியம் சீர்திருத்த முடியாத வழிமுறை என்றும், வெகு விரைவிலேயே (அவர்கள் காலத்திலேயே) முதலாளியம் அழிந்து போய் விடும் என்றும் நம்பினார்கள். அவர்கள் இறந்துபோய் கிட்டத்தட்ட ஒரு நூற்றாண்டுக்குப் பின்னும் முதலாளியம் தொடர்ந்து இயங்கிக்

கொண்டிருக்கும் என்பதை அவர்களிருவரும் நினைத்தும் பார்த்திருக்க மாட்டார்கள்! ரோஸா லக்ஸம்பர்ஃக் முதல் உலகப்போர் முடிந்தவுடன் ஜெர்மனியில் ஒரு புரட்சியைத் தூண்டிவிட்டு முதலாளியத்தை அழித்து விடலாம் என்கிற நம்பிக்கையோடு செயல்பட்டு, அதற்காகத் தன் உயிரையும் தியாகம் செய்தவர். உருஷ்ய உதவியுடன் மூன்றாவது கம்யூனிஸ்ட் அகிலம் பின்தங்கிய நாடுகளின் கோடிக்கணக்கான தொழிலாளர்களை ஒன்றுதிரட்டி முதலாளியத்தை உலகிலிருந்தே விரட்டிவிடும் கனவைக் கண்டவர் லெனின்.

ரோஸா லக்ஸம்பர்ஃக் முதலாளியத்தின் வளர்ச்சியின் ஆரம்ப நிலைக்கும் அதன் இறுதிக்கட்ட நடவடிக்கைகளுக்குமிடையே இருந்த தொடர்தன்மையை நன்கு வெளிக்கொணர்ந்திருக்கிறார். புராதனத் திரட்சிக் காலத்தில் முதலாளியம் கையாண்ட மறம் நிறைந்த, வஞ்சகமான, ஏமாற்று வழிமுறைகள் அனைத்தையும் முன்னேறிய நாடுகளின் சந்தைப் பிடித்தல் நடைமுறைகளுக்காகப் புது ஏகாதிபத்திய காலத்திலும் கடைப்பிடித்தன என்பதை அவர் தெளிவாக விளக்கியிருக்கிறார். புராதனத் திரட்சிக்காக மரபுவழிச் சமுதாயங்கள் எப்படிப் புரட்டிபோட்டு சிதைக்கப் பட்டனவோ, அப்படித்தான் புது ஏகாதிபத்திய காலத்திலும் காலனிகள் சிதைக்கப்படுகின்றன என்பதைச் சான்றுகளோடு விளக்கியிருக்கிறார். முன்னேறிய நாடுகளின் புதிய முதலீடுகள் பின்தங்கிய நாடுகளில் ஈடுபடுத்தப்பட்டு, அங்கு புதிய வழிமுறைகளில் உற்பத்தியைப் பெருக்குவதற்கு முன், அந்த நாடுகளின் மரபுவழி உற்பத்திமுறைகள் அனைத்தும் வலிந்து அழிக்கப்பட்டன என்றும் அப்படிச் செய்துதான் புது முதலீடுகள் அந்த நாடுகளில் அமித இலாபத்தைப் பெற முடிந்தது என்றும் படம்பிடித்துக் காட்டியவர் ரோஸா லக்ஸம்பர்ஃக்.

போட்டி மிகுந்த ஆரம்ப நிலை முதலாளியத்துக்கும் முற்றுரிமைகள் மிகுந்த உச்ச நிலை முதலாளியத்துக்குமிடையேயிருந்த வேறுபாட்டை லெனின் தெளிவாக்கியிருக்கிறார். புது ஏகாதிபத்திய காலத்தில் கார்பரேஷன்கள், சிண்டிகேட்கள், கார்ட்டல்கள் போன்ற நிதி முதலாளியத்தைக் கட்டுக்குள் கொண்டுவந்திருக்கிற சிறுபான்மை இயக்குநர்கள், தாங்களே செய்திருக்கிற முதலீடு சிறிய விழுக்காடே எனினும், மற்ற ஏராளமான துயிலும் பங்குதாரர்களின் பங்கு முதலீட்டின் வலிமையையும் தாங்களே கைப்பற்றி (தங்கள் பங்குக்கும் மேற்பட்ட அளவு) நிர்வாக வலிமையைப் பெறுகிறார்கள் என்பதையும், அந்த வலிமையைக் கொண்டு உலகமெங்கும் சந்தைப் பரப்பை விரிவாக்குகிறார்கள் என்பதையும், உலகச் சந்தையை வெவ்வேறு முன்னேறிய நாடுகளைச் சேர்ந்த அவர்கள் தங்களுக்குள் சுமுகமாகப் பங்கு போட்டுக்கொள்ள மாட்டார்கள்

என்பதையும், அதனால் அவர்களுக்குள் ஏகாதிபத்தியப் போர்கள் இன்றியமையாதவை என்றும் விளக்கியிருக்கிறார்.

முன்னேறிய நாடுகளின் முதலாளிய நடவடிக்கைகளின் விரிவாக்கம் பின்தங்கிய நாடுகளில் மேற்கொள்ளப்படும்போது அந்தப் பின்தங்கிய நாடுகளின் தொழிலாளர்கள் மிகக் கொடுமையான வழிகளில் சுரண்டப்பட்டு அழிக்கப்படுகிறார்கள் என்பதை மூவருமே விவரித்திருக்கிறார்கள்.

~~

நவசெவ்வியல் கருத்துகள் வளர்ந்த அதே காலத்தில்தான் புது ஏகாதிபத்தியக் கொள்கைகளும் வளர்ந்தன. நவசெவ்வியலில் முதலாளியத்தின் இயக்கம் ஓர் 'ஆக்கத்திற்கான அழிவு' (*creative destruction*) என்று காட்டப்படுகிறது. கணினி அச்சிடல்முறை வரும்போது தட்டச்சுப்பொறியை இயக்குபவர்களின் வேலை இழப்பு வந்துதான் தீரும். பழைய முறையை விடப் புதிய முறையின் உற்பத்தித்திறன் பன்மடங்கு என்பதால், நீண்ட காலப் போக்கில் முன்பிருந்ததைவிட வேறு துறைகளில் அதிகமான வேலைவாய்ப்புகள் உருவாகும். எனவே அவர்கள் மரபுவழித் தொழில்கள் மறைந்ததைத் தொழில்களின் நசிவு என்று பார்க்கிறார்கள். அந்த மாற்றங்களை வர்க்கப் போராட்டத்தின் பகுதியாக அவர்கள் பார்ப்பதில்லை. ஒரே பொருளியல் சூழலில் பிறந்த வெவ்வேறு வகைத் தத்துவங்களை ஒப்புநோக்கிப் பார்க்க உதவியாகத்தான் மற்றொன்று விரித்தலாக இந்த மூவரின் கருத்துகளும் இந்த நூலில் இடம்பெறுகின்றன. புறப்பொதுவான தரவுகளினடிப்படையில் சந்தையின் இயக்கத்தை இயந்திர கதியில் பார்க்கும் நவசெவ்வியல் பார்வைக்கும், மரபுகள், பழக்கவழக்கங்கள், பரிணாம வளர்ச்சி ஆகிய கண்ணாடிகள் வழியாகச் சந்தைச் செயலாக்கங்களைக் காணும் அமைப்புப் பொருளியல் காட்சிக்கும், வர்க்க அரசியல் பின்புலத்தில் சந்தைகளைக் கைப்பற்றும் நடவடிக்கைகள் பற்றிய புது ஏகாதிபத்தியத் தோற்றங்களுக்கும் பெரிய வேறுபாடுகள் இருக்குமென்பதை விளக்கும் மற்றொன்று விரித்தலாக இந்த இயல்கள் அமைந்துள்ளன.

~~

18

ஆல்பிரட் மார்ஷல்

தற்காலக் கல்லூரிகளில் பொருளியல் நுண்ணியல் (*micro-economics*) படிக்கிற அனைத்து மாணவர்களுக்கும் பரிச்சயமான தேவை–அளிப்பு வளைகோடுகள், தேவை நெகிழ்ச்சி, நுகர்வோர் உபரி, விலை நிர்ணயத்தில் குறுகிய–நீண்ட கால இயக்கங்களில் வருகிற மாற்றங்கள், அக–புறச் சிக்கனங்கள், போலி வாரம், பகுதிச் சமநிலை போன்ற வெகுபல கருத்துக்களை அறிமுகப் படுத்தியவர் என்கிற முறையில் ஆல்பிரட் மார்ஷல் (*Alfred Marshall, 1842–1924*) நவசெவ்வியல் ஆசிரியர்களில் இன்றியமையாத இடத்தைப் பெறுகிறார். டேவிட் ரிக்கார்டோவின் நூலைப் படிப்பதற்கும் மார்ஷலுடைய நூலைப் படிப்பதற்குமான வேறுபாடு, தற்கால மாணவர்களுக்குச் சங்கப் பாடல்களைப் படிப்பதற்கும், பாரதிதாசனின் பாடல்களைப் படிப்பதற்குமிருக்கும் இடையேயான வேறுபாட்டைப் போன்றதுதான். ரிக்கார்டோவின் எழுத்துகளைப் புரிந்து கொள்ள அவ்வப்போது பொருள் விளக்கம் தேவைப்படும்; ஆனால் மார்ஷலின் எழுத்துகள் தற்போது நிலவுகிற, பழக்கமான சொற்களாலேயே விளக்கப்பட்டிருப்பதால், அதற்குத் தனியான பொருள் விளக்கம் தேவைப்படாது. அவருடைய ‘பொருளியலின் மூலமெய்ம்மை’ (*Principles of Economics*) நூல்தான் பொருளியலின் நவசெவ்வியல் கோட்பாடுகளை உலகெங்கிலும் விரிவாகப் பரப்பிய நூல் எனலாம். எளிதில் விளங்கக்கூடிய வகையில் எழுதப்பட்டிருக்கிற அந்த நூல், ஆங்கிலம் பாடமொழியாக இருந்த நாடுகளிலெல்லாம் கல்லூரிகளில் பொருளியல் பாடப் புத்தகமாக நெடுங்காலம் அங்கீகரிக்கப்பட்டிருந்தது. பிற ஐரோப்பிய நாடுகளிலும் அதன் மொழிபெயர்ப்புகளும், அதனைச்

சார்ந்து எழுதப்பட்ட நூல்களும் ஆசிரியர்களுக்கு எளிதாகக் கிடைத்தன. எனவே அந்த நூலின் தாக்கம் உலகெங்கிலும் கல்லூரி ஆசிரியர்களிடமும் மாணவர்களிடமும் ஆய்வாளர்களிடமும் அதிகமாகச் சென்றடைந்ததில் வியப்பொன்றுமில்லை. பொருளியல் கொள்கைகளை எவர் வேண்டுமானாலும் வகுக்கலாம் என்கிற நிலையை மாற்றி, அதில் சிறப்புத் தேர்ச்சி பெற்ற நிபுணர்கள் மட்டுமே அவற்றை வகுக்க வேண்டும் என்கிற அளவுக்குப் பொருளியலை ஒரு கட்டமைப்புப் பெற்ற பாடத்திட்டத் தொகுதியாக உருவாக்குவதற்கு அடிப்படையை அமைத்தவர் மார்ஷல்தான். அதாவது, பொருளியலை அனைவரும் அறியக்கூடிய பொது அறிவு என்கிற நிலையிலிருந்து மாற்றி, அதில் சிறப்புத் தேர்ச்சி பெற்று வல்லுநர்களால் விளக்கவேண்டிய தனித்தன்மை வாய்ந்த அறிவு என்கிற நிலையை அவர் உருவாக்கினார்.

இங்கிலாந்து வங்கியில் எழுத்தராயிருந்த வில்லியம் மார்ஷலுக்கும் ரெபெக்கா ஒலிவருக்கும் லண்டன் மாநகரின் பெர்மான்ட்ஸே புறநகர்ப் பகுதியில் பிறந்தவர் மார்ஷல். அவரது தந்தை கண்டிப்பானவர். ஆணாதிக்கத்தின் அடையாளம் காணத்தக்க பிரதிநிதியாக நடந்துகொண்டவர். அவருடைய மேலாதிக்கத்தினால் மார்ஷலின் இளமைப் பருவம் இனிமையாக இருக்கவில்லை.

மார்ஷலின் தந்தைக்கு அவரைப் பாதிரியார் ஆக்குவதில் அதிக நாட்டமிருந்தது. எனவே அதற்குத் தகுந்தவாறு மார்ஷலைத் தயார் செய்வது அவருடைய நோக்கமாயிற்று. மார்ஷலுக்கு அதிக விருப்பமில்லாத ஹீப்ரூ மொழி, செவ்வியல் இலக்கியங்கள் போன்ற பாதிரியார்களாவதற்கேற்ற பாடங்களைப் படிக்கச் சொல்லிக் கட்டாயப்படுத்தினார்; மார்ஷலுக்குப் பிடித்த கணிதப் பாடங்களை படிப்பதற்கு அவர் எவ்வித ஊக்கமுமளிக்கவில்லை.

1861இல் மார்ஷலுக்கு ஆக்ஸ்போர்டு பல்கலைக்கழகத்தில் படிக்க நிதிநல்கை கிடைத்தது. அதை ஏற்றிருந்தால், அவர் தந்தை விரும்பியவண்ணம் இலக்கியம், மானுடவியல் படித்து முடித்துப் பாதிரியாகும் வாய்ப்பு அவருக்கு அதிகமாயிருந்திருக்கும். ஆனால் மார்ஷலுக்கு அதில் நாட்டமில்லை. நல்வாய்ப்பின் காரணமாக, ஆஸ்திரேலியா சென்று பெரும் செல்வமீட்டிய அவருடைய சித்தப்பா சார்லஸ் மார்ஷல், கேம்பிரிட்ஜ் பல்கலைக்கழகத்தில் அவர் விரும்பிய துறையில் சேர்ந்து படிப்பதற்குக் கல்விக்கடன் தர ஒப்புக்கொண்டார். அதனால் அவர் அதிகம் விரும்பிய கணிதத் துறையிலேயே பயில முடிந்தது.

(அவரது தந்தையின் அளவு மீறிய கண்டிப்பினாலோ அல்லது வேறு எக்காரணத்தாலோ) எந்த ஒரு செயலையும் மிக

அதிகத் தீவிர கவனத்துடன் சிறிது காலம் செய்வதும், அதைத் தொடர்ந்து கவனம் சிதறிய நிலையில் அதைத் தள்ளிப்போடுவதும் கல்லூரிக் காலத்திலிருந்தே மார்ஷலிடம் காணப்படுகிற குணமாக இருந்திருக்கிறது. எதைச் செய்தாலும் அதில் குறைபாடில்லாத பூரணத்துவம் அடைய வேண்டும் என்கிற அவரது குறிக்கோள்கூட இளமையில் அவருடைய தந்தையின் வற்புறுத்தலுக்கும் கண்டிப்புக்கும் பயந்து அவர் நடந்துகொண்ட வழிமுறைகளின் விளைவாக இருக்கலாம். அதன் காரணமாகவே, எந்த முடிவை அவர் எடுப்பதாயிருந்தாலும் அதில் மற்றவர் குறை காண்பார்களோ என்கிற அச்சம் காரணமாக அதை வெளியிடுவதில் தாமதம் செய்தார். அத்தகைய முடிவுகளில் என்னென்ன குறைகள் வரலாம் என்பதை ஊகித்து, அவற்றை நீக்கவோ அல்லது அந்தக் குறைகளை எத்தகைய வரையறைகளுக்குட்படுத்தித் தவிர்க்கவோ முடியும் என்பதில் அதிகக் கவனமும் நேரமும் செலுத்தினார். அவ்வாறு செய்து பூரணத்துவத்துடன் முடிக்கும்வரை அந்த முடிவுகளை வெளியிடுவதில் காட்டிய தயக்கம் அவர் வாழ்நாள் முழுமையும் நீடித்தது. அதனால் அவர் வெளியிடும் ஒவ்வொரு கருத்துக்கும் விதிவிலக்குகள், நிபந்தனைகள் ஆகியவற்றையும் சேர்த்தே அவர் வெளியிடுவார். பல சமயங்களில் அத்தகைய விதிவிலக்குகள், நிபந்தனைகளைக் கடந்து அந்தக் கருத்தைப்பற்றி அவர் நிச்சயமாக என்ன கூறியிருக்கிறார் என்பதை அறிந்துகொள்வதும் சிரமமாகி விடுகிறது. இரு வேறு கொள்கைகள் நிலவும் பல சந்தர்ப்பங்களில், அவர் முன்வைக்கும் கொள்கைகள் சமரசத்தன்மையுடன் வெளியிடப்பட்டன. அவரிடம் ஒரு போதகரின் இணங்க வைக்கும் சமரசத்தன்மையும் ஓர் அறிவியலாளரின் அசையா உறுதிப்பாடும் கலந்தே இருந்தன. வரலாற்றிலிருந்து பெற்ற அனுபவ அறிவையும், கணிதத்திலிருந்து கிடைக்கும் உய்த்துணரும் சந்தேகமற்ற உறுதியான முடிவுகளையும் ஒருங்கிணைக்க வேண்டுமென்ற ஆர்வத்தை நடைமுறைப்படுத்துவது அவருக்கு ஒரு தொல்லையான காரியமாக ஆயிற்று.

1865இல் அவர் கேம்பிரிட்ஜ் பல்கலைக்கழகத்தின் கணித முத்தேர்வில் (*Tripos*) (சென்னைப் பல்கலைக் கழகத்தில் முன்பு இருந்த BA (Honours) பட்டப் படிப்பின் முந்தைய பிறவி!) மார்ஷல் தேர்வு பெற்றார். அந்த நாட்களில் அவருக்கு அணு மூலக்கூறு இயற்பியல் பற்றி ஆய்வு செய்யும் நோக்கமிருந்திருக்கிறது. சிறிது காலம் கிளிப்டன் கல்லூரியில் கணித ஆசிரியராகப் பணியிலிருந்தார். பின்னர் புனித ஜான் கல்லூரி திரும்பி, அங்கு கணித முத்தேர்வு மாணவர்களுக்குப் போதகராகப் பணியாற்றினார். 1867இலிருந்து கேம்பிரிட்ஜ் பல்கலைக்கழகத்தின் தத்துவ ஆசிரியர் குரோட் பெயரில் இயங்கிய ‘குரோட் கிளஃப்’பின் உரையாடல்களில்

பங்கெடுத்துக் கொண்டார். பள்ளி செல்லும் பருவத்திலிருந்தே மார்ஷலுக்கு அறநெறி சார்ந்த இயல்களில் நாட்டமிருந்தது. ஆரம்பத்தில் அது ஆன்மிக நாட்டமாக இருந்தது. பிற்காலத்தில் அவர் கடவுளைப் பற்றி நிச்சயமாக எதுவும் தெரியாது என்று வாதிக்கிற சந்தேகவாதியாக மாறிவிட்டார். அறவியல், அறிவியல் இரண்டிலும் விருப்பம் கொண்டவராகவே அவர் இருந்தார்.

இந்தக் காலகட்டத்தில் மார்ஷலுக்கு மன அளவில் ஒரு நெருக்கடி ஏற்பட்டது. இயற்பியல் பற்றிய ஆய்வுகளில் இருந்த ஈடுபாடு குறைந்ததனால் அவர் தத்துவம் சார்ந்த ஆய்வுகளுக்கு மாறத் தீர்மானித்தார். கேம்பிரிட்ஜின் தத்துவப் பேராசிரியர் சிட்ஜ்விக்கின் தாக்கத்திற்குள்ளானார். சிட்ஜ்விக்கின் பயன்பாட்டுக் கொள்கை வழியில் மார்ஷல் இயங்கிப் பொருளியலைப் பற்றிய ஆரம்பநிலை ஆய்வுகளை மேற்கொண்டார். தத்துவத்துறையில் இமானுவல் கான்ட்டின் அறநெறியை நன்கு அறிந்துகொள்ள 1868இல் ஜெர்மனிக்குச் சென்றார். அங்கிருந்தபோதுதான் கேம்பிரிட்ஜின் புனித ஜான் கல்லூரியில் அறவியல் (moral science) துறையில் அவருக்கு ஆசிரியராக நியமனம் கிடைத்தது. அந்தப் பதவியில் அவர் இருந்த ஒன்பது ஆண்டுகளில், தத்துவத் துறையிலிருந்துகொண்டே அவருடைய பயன்பாடு சார்ந்த பொருளியல் ஆய்வுகளைத் தீவிரமாக மேற்கொண்டார். அப்போது அவர் அந்த ஆய்வு முடிவுகளைச் சில கட்டுரைகளாக எழுதித் தன்னிடமே வைத்துக்கொண்டாரே தவிர எதையும் வெளியிடவில்லை. நீண்ட விடுமுறை கிடைத்தபோதெல்லாம் மலையேற்றத்திற்காக ஆல்ப்ஸ் மலைச் சிகரங்களுக்குச் சென்று அங்கு தனிமையில் சிந்தித்தார். ஆல்ப்ஸ் மலை வாசஸ்தலமொன்றில்தான் அவர் ஆஸ்திரியப் பொருளியல் பள்ளியைத் தொடங்கிய கார்ல் மெங்கரைச் சந்தித்து உரையாடினார். வட்டிக்கோட்பாடு பற்றி விவாதித்த அவர்களுக்கிடையே கருத்தொற்றுமை ஏற்படவில்லை. 1875இல் முதல் முறையாக அவர் அமெரிக்கா சென்று, அங்கு நான்கு மாதங்கள் சுற்றுப்பயணம் மேற்கொண்டார்.

மார்ஷல் 1865இலிருந்து ஒரு பத்தாண்டுகள் அவர் வாழ்வில் அறிவைத் தேடிப் புரிந்துகொண்டு, அதைப் பொருளியல் வழியாகப் புத்தாக்கம் செய்த படைப்பாற்றல் மிக்க காலமென்று கூறலாம். அப்போதுதான் அறவியல், தர்க்கம், அரசியல் பொருளாதாரம் சார்ந்த பல நூல்களை அவர் படித்தார். ஆடம் ஸ்மித், ரிக்கார்டோ, ஜான் ஸ்டுவர்ட் மில் மட்டுமின்றி கணித வழியில் பொருளாதாரத்தைக் கையாண்ட கூர்நோட், வான் தூனன், ஜெவன்ஸ் போன்றவர்களின் நூல்களையும் படித்தார். அந்நாட்களிலேயே ஜே.எஸ். மில்லின் கருத்துகளைப் பற்றிய தன்னுடைய விரிவுரைகளில் வடிவியலைப் பயன்படுத்தி

வரைபடங்கள் வரைந்து விளக்கியிருக்கிறார். வரைபடங்கள் மூலம் பொருளியல் கருத்துகளுக்கு விளக்கமளித்த முன்னோடிகளில் மார்ஷலும் ஒருவர். அதற்கு அவர் கணிதம் பயின்றிருந்த பின்னணி முக்கியக் காரணம். ஓய்வு கிடைத்தபோதெல்லாம் இங்கிலாந்தின் தொழில் நகரங்களுக்குச் சென்று, அங்கு மக்களின் வாழ்க்கை முறைகளை ஆராய்ந்தார். 1860களிலேயே கேம்பிரிட்ஜ் பல்கலைக்கழகத்தில் விளிம்புநிலைக் கருத்துகளை அவர் தன் விரிவுரைகளில் விளக்கியிருக்கிறார். எனவே தானும் விளிம்புநிலைப் புரட்சியைத் தோற்றுவித்த முன்னோடி என்று பின்னாட்களில் அவர் உரிமை கொண்டாடியதில் ஓரளவு நியாயம் உண்டு. 1890இல் வெளியிட்ட 'பொருளியலின் மூலமெய்ம்மை' நூலில் விளக்கியிருக்கும் கருத்துகள் பலவற்றின் கருக்களை 1876–77களிலேயே மார்ஷல் ஆய்ந்து அறிந்திருந்தார் என்பதற்குச் சான்றிருக்கிறது. விரிவுரைகளில் வழங்கிய புதுமைக் கருத்துகளை அவர் உடனடியாகக் கட்டுரைகளாக வெளியிடத் தயங்கினார். அவருடைய ஆரம்பகால மாணவர்களான ஹெச். எஸ். ஃபாக்ஸ்வெல், ஜான் நெவில் கீன்ஸ் ஆகியோர் அந்தக் கல்லூரியிலேயே ஆசிரியர்களாக நியமனம் பெற்றனர். மார்ஷலின் சுயமான பொருளியல் கருத்துகளுட்படப் பொருளியல் பாடங்களை அறவியல் துறையின் ஒரு பகுதியாக அவர்கள் மூவரும் பயிற்றுவித்தனர். அப்போதிருந்தே அவரது தலைமையில் பொருளியலின் புதுமைக் கருத்துக்களைக் கல்லூரியில் நல்கிய விரிவுரைகளில் வெளியிட்டு விவாதிக்கும் கேம்பிரிட்ஜின் 'வாய்மொழி மரபு' (*oral tradition*) தொடங்கிவிட்டது.

1876இல் ஆல்பிரட் மார்ஷலுக்கும் மேரி பாலிக்கும் திருமண நிச்சயதார்த்தம் அறிவிக்கப்பட்டது. மேரி பாலி அவரிடம் தனிப்பயிற்சி பெற்ற மாணவி. 1870கள் வரை கேம்பிரிட்ஜ் பல்கலைக்கழகத்தில் பெண்கள் அனுமதிக்கப்படவில்லை. அதை மாற்ற வேண்டுமென்பதற்காக, தத்துவப் பேராசிரியர் சிட்ஜ்விக்கின் ஆதரவுடன், சோதனை முயற்சியொன்று மேற்கொள்ளப்பட்டது. ஓர் ஆசிரியை இல்லத்தில் தங்கியிருந்து, தனிப்பயிற்சி அளித்து கேம்பிரிட்ஜின் அறவியல் இளங்கலைப் பட்டத்திற்கும், தொடர்ந்து முத்தேர்வு பட்டத்திற்கும் தேர்வுகள் எழுத சில பெண்களுக்கு மட்டும் அனுமதி வழங்கப்பட்டது. அவர்களுக்குத் தனிப்பயிற்சி அளித்த ஆசிரியர்களில் மார்ஷலும் ஒருவர். எனினும், அப்படித் தனியாகப் படித்துத் தேறியவர்களுக்குப் பல்கலைக் கழகத்தின் இளங்கலைப் பட்டம் வழங்குவதற்கு எதிர்ப்புத் தெரிவித்த குழுவில் மார்ஷலும் இருந்தார் என்பதுதான் முரண்நகை. அந்தக் குழுவின் எதிர்ப்பைப் பல்கலைக்கழகம் ஏற்கவில்லை. அதனால் அம்மாணவிகளில் ஒருவராக மேரி பாலியும் இளங்கலைப்பட்டம்

பெற்றுப் பின்னர் 1874இல் முத்தேர்வு பட்டமும் பெற்றவர். அப்படி முத்தேர்வுப் பட்டம் பெற்ற பிறகு, அவர் கேம்பிரிட்ஜ் பல்கலைக்கழகத்தில் மகளிருக்காகவே புதிதாகத் தொடங்கப்பட்ட நியூன்ஹாம் கல்லூரியில் விரிவுரையாளராக நியமனம் பெற்றார். அங்கு ஆசிரியையாக அவர் பணியாற்றிக் கொண்டிருந்தபோதுதான் 1877இல் அவர்கள் திருமணம் நடந்தது.

திருமணம் காரணமாக மார்ஷலுக்கு ஒரு புதிய சிக்கல் ஏற்பட்டது. புனித ஜான் கல்லூரியின் விதிகளின்படி, கல்லூரி விரிவுரையாளர்கள் பிரமசாரிகளாக இருக்க வேண்டும். மார்ஷல் அவருடைய மாணவியையே திருமணம் செய்துகொண்டதால் கல்லூரியிலிருந்து வெளியேற வேண்டிவந்தது. அதனால் மார்ஷல் கேம்பிரிட்ஜ் பல்கலைக்கழகப் பணியிலிருந்து விடுபட்டு ஆக்ஸ்போர்ட் பல்கலைக்கழகம் புதிதாக பிரிஸ்டலில் தொடங்கிய பல்கலைக் கழகக் கல்லூரியின் முதல்வராகவும் பொருளாதாரப் பேராசிரியராகவும் பணியிலமர்ந்தார். முதல்வராகக் கல்லூரியை நிர்வகிப்பதில் அவருக்கு அதிக நாட்டமில்லை. அச்சமயத்தில் சிறுநீரகத்தில் கல் அடைப்பு ஏற்பட்டதால் உடல்நலமும் பாதிக்கப்பட்டது. 1881இல் அவர் கல்லூரி முதல்வர் பொறுப்பிலிருந்து விலகி பேராசிரியராக மட்டும் இருந்தவாறு கிட்டத்தட்ட ஓர் ஆண்டு இத்தாலிப் பயணம் மேற்கொண்டார். அந்த நோய் தாக்குதல் காரணமாக அவர் தன்னம்பிக்கை இழந்தார். ஓரளவு உடல்நலம் தேறிய பிறகு பிரிஸ்டல் திரும்பினார். 1883இல் ஆக்ஸ்போர்ட் பல்கலைக் கழகத்தின் பேலியல் (*Balliol*) கல்லூரியில் இந்தியக் குடிமைப் பணி (*I.C.S.*) மாணவர்களுக்கு அரசியல் பொருளாதாரம் கற்றுத்தரும் ஆசிரியரானார்.

திருமணத்திற்கு முன்பே மேரி பாலி 'தொழிலின் பொருளியல்' (*Economics of Industry*) நூலை எழுதத் தொடங்கியிருந்தார். அவர்களின் திருமணம் முடிந்த பிறகு மார்ஷல் பிரிஸ்டலில் பணியாற்றியபோது அந்த நூலை கணவன் மனைவியுமாக ஒன்றுசேர்ந்து திருத்தி முழுமையாக்கி 1879இல் வெளியிட்டார்கள். அந்த நூல் நல்ல வரவேற்பைப் பெற்றது. அதே காலகட்டத்தில் மார்ஷல் பல புதுமைக் கருத்துக் கருக்களை உருவாக்கியிருந்தாலும் அவை அவருடைய விரிவுரைகளில் இடம்பெற்றனவே தவிரக் கட்டுரைகளாகவோ, புத்தகமாகவோ வெளியிடப்படவில்லை என்பதும், அப்படிச் செய்வதற்கு மார்ஷல் தயங்கினார் என்பதும் தெரிகிறது. (இருவரும் சேர்ந்து எழுதிய அந்த வரவேற்புப் பெற்ற நூலின் புதிய பதிப்புகள் வெளியிடாமல் மார்ஷல் பின்னாட்களில் இருட்டடிப்புச் செய்தார் என்று குரோனிவெஜென் குறை கூறியிருக்கிறார். மகளிரின் இடம் குடும்பம்தான் என்றும், புற வெளிகளில் அவர்கள் இயங்குவதை ஏற்றுக்கொள்ளாத

ஆணாதிக்க மனப்பான்மை அவரிடம் ஓரளவு இருந்தது என்றும் குரோனிவெஜென் காட்டியிருக்கிறார். அதனால்தானோ என்னவோ, அவரைப் பற்றி ஜோன் ராபின்சன் கூறியிருப்பது: 'நான் பொருளியலை எவ்வளவு அதிகம் அறிய முடிகிறதோ அந்த அளவுக்கு ஆல்பிரட் மார்ஷலின் புத்திசாலித்தனத்தையும் மெச்ச இயல்கிறது; அதே அளவுக்கு அவருடைய குணநலன்களை வெறுக்க வேண்டியிருக்கிறது.')

1884 நவம்பரில் கேம்பிரிட்ஜ் பல்கலைக்கழகத்தின் அறவியல் துறையில் அப்போதைய அரசியல் பொருளாதாரப் பேராசிரியர் காலமானார். 1877இல் ஆல்பிரட் மார்ஷல் கேம்பிரிட்ஜ் பல்கலைக்கழகத்திலிருந்து வெளியேறக் காரணமாயிருந்த பிரமசரிய நிபந்தனை அதற்குள் நீக்கப்பட்டு விட்டது. எனவே அந்தப் பதவிக்கு 1885இல் மார்ஷல் நியமனம் பெற்றார். 1885 முதல் 1908இல் பணி ஓய்வு பெறும் வரை மார்ஷல் அந்தப் பதவியில் நீடித்தார். பணி ஓய்வு பெற்ற பிறகும் கௌரவப் பேராசிரியராகத் தொடர்ந்தார். 1885இலிருந்து 1920வரை கேம்பிரிட்ஜின் பொருளியல் துறை, மார்ஷலின் பொருளியல் துறை என்றே அறியப்படுகிறது.

தயக்கம் காட்டி, 1870களிலிருந்தே நெடுநாட்கள் தள்ளிப்போட்டுக் கொண்டிருந்த நடவடிக்கையான, மூலமெய்ம்மை நூலின் முதல் பதிப்பை மார்ஷல் 1890இல்தான் வெளியிட்டார். பகுதிச் சமநிலை ஆய்வு வழியில் விலை எப்படித் தீர்மானமாகிறது என்பதை நவசெவ்வியல் கருத்துகளால் விளக்கும் பகுதி அது. இடப்பற்றாக்குறையால் மூலமெய்ம்மை நூலின் முதல் பகுதியில் பணம், நிதி, வணிகத்துறைகள் விடுபட்டுவிட்டன. (முதல் பகுதியில் அந்நூலின் இரண்டாம் பகுதி விரைவில் வரும் என்று உறுதியளித்திருந்தார். ஆனால் அந்நூலின் இரண்டாம் பகுதி வெளிவரவேயில்லை.) பொருளியலில் அவர் ஆரம்ப நாட்களிலிருந்தே ஆய்வு செய்துவந்த பகுதிகள் அவை. அவற்றின் பொருளியல் தத்துவங்களை ஏறத்தாழ ஐம்பது ஆண்டுகள் கழித்து 1923இல்தான் புத்தகமாக வெளியிட்டார். 1923இல் அந்தப் பகுதிகள் பற்றி அவருடைய பல கருத்துகள் பழமையானதாகத் தோன்றியதில் வியப்பொன்றுமில்லை. எனினும் அந்தக் கருத்துகள் கேம்பிரிட்ஜின் வாய்மொழியாக முன்பே நன்கு பரவியிருந்தன. அந்தப் பகுதிகள் பற்றி அவருடைய கருத்துகளை ஒட்டியும் வெட்டியும் வெளிநாட்டு அறிஞர்கள் பலர் சுயமான எண்ணங்களை வெளியிட்டிருந்தனர். அவருடைய புத்தகங்களை மட்டும் படிக்கிற மாணவர்களுக்குப் பொருளியல் எண்ணங்களின் வரலாற்றில் மார்ஷல் பெற்றிருக்கும் பெருஞ்சிறப்பு வாய்ந்த இடத்தைப் புரிந்து கொள்வது சற்று கடினமானதுதான். அவருடைய நூல்களுடன், கேம்பிரிட்ஜின் வாய்மொழி மரபையும் சேர்த்துப் பார்த்தால்தான் பொருளியல்

வரலாற்றில் அவருடைய முதன்மையைப் புரிந்துகொள்ள இயலும். கேம்பிரிட்ஜ் பல்கலைக்கழகத்தில் மார்ஷல் பேராசிரியராகப் பணி நியமனம் பெற்றபோது பொருளியல் துறை, அறவியல் துறையின் துணைப் பிரிவாகவே இருந்தது. பொருளியல் படித்துப் பட்டம் பெற்றவர்களுக்கும் அக்காலகட்டத்தில் அறவியல் முத்தேர்வுப் பட்டம்தான் வழங்கப்பட்டது. பொருளியல் மாணவர்களுக்கென்றே பொருளியல் முத்தேர்வு பட்டம் வழங்கும் வகையில் தன் துறையைத் தனித் துறையாக வளர்க்க வேண்டுமென்ற முனைப்பு ஆல்பிரட் மார்ஷலுக்கு இருந்தது. அதற்காக அவர் தொடர்ந்து முயன்றுகொண்டே இருந்தார்.

*1887*இல்தான் மூலமெய்ம்மை நூலின் சில பாகங்கள் அச்சேறத் தொடங்கின. அந்த நூலின் ஒவ்வொரு இயலையும் அச்சேற்ற அனுப்புவதற்கு முன் மார்ஷல் எடுத்துக்கொண்ட கால அவகாசம் அவரது அதிகப்படியான முன்ஜாக்கிரதையைக் காட்டியது. இரண்டு பாகங்களாகத் திட்டமிடப்பட்ட அந்த நூலின் முதல்பாகத்தின் முதற்பதிப்பு 1890இல் ஒருவழியாக வெளிவந்தது. மிகச்சிறந்த வரவேற்பைப் பெற்றது. விமர்சனங்கள் நூலுக்குச் சாதகமாக இருந்தன. நூலில் பல சுயமான, நவீனக் கருத்துக்கள் அறிமுகப்படுத்தப்பட்டிருந்தாலும், சாதாரண மாணவனுக்கும் புரியும்வகையில் மார்ஷல் தம் நூலை எழுதியிருந்தார். தொடர்ந்து அந்த நூலின் புதிய பதிப்புகள் வெளிவந்தன.

ஆசிரியர் பணி தவிர்த்து மார்ஷலுக்கு வேறுபல ஈடுபாடுகளும் இருந்தன. தொழிற்சங்க நிர்வாகிகளைச் சந்தித்து, அவர்களிடம் தொழிலாளர்களின் வாழ்க்கைத்தரத்தைப் பற்றி அறிந்து கொள்வதில் அவர் மிகுந்த ஆர்வம் கொண்டிருந்தார். அவர் சோசலிசத் தத்துவத்தை ஏற்றுக் கொள்ளாவிட்டாலும் சோசலிசக் கொள்கைகள் மீது அனுதாபம் கொண்டிருந்தார்.

*1892*இல் மூலமெய்ம்மை நூலின் சுருக்கமாகத் 'தொழிலின் பொருளியல்' (*Economics of Industry*) நூலை மார்ஷல் வெளியிட்டார். முன்பு அதே தலைப்பில் அவருடைய மனைவியுடன் சேர்ந்து எழுதிய பிரபலமான நூலுக்குப் புதிய பதிப்பு வெளியிடாமல் அந்தத் தலைப்பையே தன் மூலமெய்ம்மை நூலின் சுருக்கத்திற்குத் தேர்ந்தெடுத்ததற்குக் காரணம் அவரது ஆணாதிக்க குணம்தான் என்று பிற்காலத்தில் சில விமர்சகர்கள் குற்றம் சாட்டியிருக்கிறார்கள்.

1890இல் பிரிட்டிஷ் பொருளியல் கழகத்தைத் (*British Economic Association*) துவக்கிய முன்னோடிகளில் மார்ஷலும் ஒருவர். பொருளியல் ஆய்வுக் கட்டுரைகள் வெளியிடுவதில் அந்தக் கழகத்தின் 'பொருளியல் ஆய்வேடு' (*Economic Journal*) முக்கியப் பங்கு வகிக்கிறது. 1891இல் மார்ஷல் உழைப்பாளர் பற்றிய

மன்னரின் ஆய்வுக் குழுமத்தின் *(Royal Commission on Labour)* அங்கத்தினராக நியமனம் பெற்றார். தொழிலாளர் பிரச்சினைகள் பற்றி நன்கு அறிந்து கொள்ள இந்த நியமனம் அவருக்கு உதவியது. 1893இல் முதிய வறியவர்கள் பற்றிய மன்னரின் ஆய்வுக் குழுமத்தின் முன் சாட்சியமளித்தார். 1899இல் இந்திய செலாவணி நாணயக் குழுவின் *(Indian Currency Commitee)* முன் சாட்சியமளித்தார். பணவியல் பற்றிய அவருடைய எண்ணங்களைத் தெளிவுப்படுத்தும் விதமாக அந்த சாட்சியம் அமைந்துள்ளது. அதே ஆண்டில் வட்டார வரிவிதிப்புப் பற்றிய வேத்தியல் ஆய்வுக் குழுமத்திற்கு *(Royal Commission on Local Taxation)* மத்திய மற்றும் வட்டார வரி விதிப்பின் பாகுபாடு மற்றும் தாக்கம் பற்றி ஒரு குறிப்பை *(memoranda)* சமர்ப்பித்தார். பொருளியலின் அடிப்படைக் கொள்கைகள் மட்டுமின்றி, அதன் பகுதிகளான பணவியல், நிதியியல், தொழிற்கொள்கையியல் போன்ற பல பகுதிகளையும் தன் ஆய்வுக்குட்படுத்தியவர் என்பதை அவருடைய நடவடிக்கைகள் காட்டுகின்றன.

1896இல் கேம்பிரிட்ஜ் பல்கலைக்கழகக் கல்லூரிகளில் அதுவரை ஆண்கள் மட்டுமே பயின்று வந்த நிலையை மாற்றி, ஆண்களும் பெண்களும் இணைந்து பயிலுகிற முறைக்கு மாறலாமா என்கிற பிரச்சினை எழுந்தது. மகளிருக்கான தனிக் கல்லூரியில்தான் அவர்கள் பயில வேண்டும் என்கிற பழமைவாதிகளின் குழுவில் மார்ஷல் தீவிரமாகச் செயல்பட்டு வெற்றி பெற்றார். மார்ஷலை மெச்சி மதித்த பல நண்பர்களைக்கூட வருந்த வைத்த நிகழ்ச்சிகளில் இதுவும் ஒன்று.

1903இல் கேம்பிரிட்ஜ் பல்கலைக்கழகம் பொருளியலை ஒரு தனித் துறையாக அங்கீகரித்து, பொருளியல் முத்தேர்வு பட்டப் படிப்பைத் தொடங்கியதை மார்ஷலின் விடாமுயற்சிக்குக் கிடைத்த பரிசாகக் கொள்ளலாம். கேம்பிரிட்ஜ் பல்கலைக் கழகத்தில்தான் உலகிலேயே பொருளியலுக்குத் தனியான பட்டப் படிப்பு முதலில் தொடங்கப்பட்டது. மொழியறிவுக்கு இலக்கணம் புறப்பொதுமையான அடிப்படையாக அமைவதுபோல் நாடுகளின் வளர்ச்சியை அறிவதற்குப் பொருளியல் ஒரு புறப்பொதுமையான அடிப்படையை அளிக்கிறது என்கிற எண்ணம் கேம்பிரிட்ஜின் வாய்மொழி மரபு உருவாகி வளர்ந்தபோதுதான் தோன்றி விரிந்தது. அங்குதான் அந்நாட்களில் மார்ஷலின் தலைமையில் 'கேம்பிரிட்ஜ் பொருளியல் பள்ளி'யின் முத்திரை பெற்ற பொருளியல் கொள்கைகள் விரிவுரைகளாகப் பரப்பப்பட்டன.

1903இல் நிதியமைச்சகம் வேண்டிக்கொண்டதன் விளைவாகப் 'பன்னாட்டு வணிகத்தில் நிதிக் கொள்கை' பற்றி ஒரு குறிப்பை

மார்ஷல் எழுதி வழங்கினார். அவருடைய பல புதுமையான எண்ணங்கள் இப்படிப்பட்ட வெளியீடுகளால் வெளியுலகத்திற்குத் தெரிந்தன என்றாலும், அவற்றைத் தொகுத்து நூலாக வெளியிடுவதில் மார்ஷல் தொடர்ந்து காலதாமதம் செய்தே வந்தார்.

விரிவுரைகள் நல்குவதிலிருந்தும் துறை நிர்வாகத்திலிருந்தும் விடுதலை பெற்றால் தன் எண்ணங்களை நூல்களாக வெளியிடுவதற்கு வசதியாக இருக்கும் என்று கருதி, 23 ஆண்டுகள் தான் வகித்து வந்த கேம்பிரிட்ஜ் பேராசிரியர் பதவியிலிருந்து மார்ஷல் 1908இல் அவராகவே விலகிக் கொண்டார்.

66 வயதில் பணியிலிருந்து விலகிய ஆல்பிரட் மார்ஷலுக்கு உலகளாவிய அங்கீகாரம் கிடைத்திருந்தது. அவர் காலத்தில் நிலவிய முதலாளியத்தை – அதன் சந்தை இயக்கத்தை – வர்க்கப் பார்வை இல்லாமல் விளங்கக் கூடிய ஓர் அறிவியல் பகுத்தாய்வுப் பார்வையாகக் காணும் முயற்சியில் அவர் வெற்றி பெற்றிருந்தார்.

முதல் உலகப்போர் தொடங்கியபோது இங்கிலாந்து போரில் ஈடுபடலாமா, கூடாதா என்பது பற்றிக் கடும் விவாதங்கள் எழுந்தன. போரில் ஈடுபடுவதை மார்ஷல் எதிர்க்கவில்லை. அவருடைய மாணவர்களான கீன்ஸ், பீகு ஆகியோர் இங்கிலாந்து அந்தப் போரில் ஈடுபடுவதை விரும்பாதவர்கள். பெர்ட்ரண்ட் ரஸ்ஸல் போருக்கு எதிராகக் குரலெழுப்பிச் சிறைக்கே சென்றார். போர்க்காலத்தில் அரசு எத்தகைய வரிக்கொள்கையைக் கடைப் பிடிக்க வேண்டும் என்று மார்ஷல் கட்டுரை எழுதினார். போர் முடிந்த பிறகு எப்படிப்பட்ட தேசிய வரிக்கொள்கை இருக்க வேண்டும் என்பதைப் பற்றியும் எழுதினார்.

மார்ஷல் தொழிற்சங்கங்களுக்கு ஆதரவாளராக இருந்தார். ஜே.எஸ். மில் போலவே மார்ஷலும் சில சோசலிசக் கொள்கைகளைச் செயல்படுத்துவதை ஆதரித்தார். ஆனால் சோசலிசத் தத்துவத்தை முற்றிலுமாக நிராகரித்தார். உழைப்பாளர்களின் கூலி மட்டம் அவர் காலத்தில் உயர ஆரம்பித்திருந்தது. அதனால் மகளிர் வாழ்க்கைத் தரமும் உயர்ந்து, குடும்பங்களில் குழந்தைகளின் கல்வியறிவும் உடல்நலமும் உயரும் என்று மார்ஷல் எதிர்பார்த்தார். குடும்பங்களில்தான் சேமிப்பு நிகழும் என்று அவர் நம்பினார். ஏழைத்தொழிலாளர்கள் கல்வி பெறுவதன் மூலம் அவர்கள் கூலி மட்டம் உயரும் என்று நம்பினார். தனியார் துறைகளில் அரசின் தலையீட்டை அவர் ஆதரிக்கவில்லை.

பணியிலிருந்து விலகிய பிறகு நெடுநாட்களாகத் தள்ளிப் போட்டிருந்த செயலான (மூலமெய்ம்மை நூலில் விடுபட்டுப் போயிருந்த) தன் பொருளியல் எண்ணங்களை நூல்களாக மாற்றும்

முயற்சியில் மார்ஷல் ஈடுபட்டார். அந்த எண்ணங்களை அவர் தன் வகுப்புகளிலும், பொது நிகழ்ச்சிகளிலும், ஆய்வறிக்கைகளிலும் ஏற்கெனவே வெளியிட்டிருந்தாலும் அவை ஒன்றுதிரட்டப்பட்டு வெளியிடப்படவில்லை. பணியிலிருந்து விடுதலை பெற்ற பிறகும் கூட அவர் திட்டமிட்டிருந்த வகையில் அந்த நூல்களை அவரால் விரைவில் வெளிக்கொணர இயலவில்லை. 1919இல்தான் 'தொழிலும் வணிகமும்' (*Industry and Trade*) நூல் வெளிவந்து, முதல் பதிப்பு மிக விரைவிலேயே விற்றுத் தீர்ந்தது. மூலமெய்ம்மையோடு ஒப்பிடும்போது அந்த நூலில் பெரிய புதுமை எதுவும் இல்லை. என்றாலும் மார்ஷல் எழுதியது என்பதனாலேயே அந்த நூலுக்கு நல்ல வரவேற்பு கிடைத்தது. 1922இல் 'பணம், நிதி மற்றும் வணிகம்' (*Money, Credit and Commerce*) நூல் வெளியானது. அந்த நூல் வெளிவந்த காலத்திலேயே மார்ஷலின் ஞாபக சக்தி குறைய ஆரம்பித்து விட்டது. உடலும் சோர்ந்து விட்டது. எனினும் தன் இறுதி நாட்கள் வரை அவர் எழுதிக் கொண்டுதான் இருந்தார். அவரது 82வது பிறந்த நாளுக்கு இரு வாரங்களே இருந்த நிலையில் காலமானார்.

மார்ஷலின் பங்களிப்புகள்

19ஆம் நூற்றாண்டின் இறுதிக்கட்டத்தில் பொருளியல் கல்வி என்பது அனைவருக்குமான பொது அறிவு என்கிற நிலை மாறி, சிறப்புத் தேர்ச்சியுற்றவர்கள் விவாதிக்கும் ஒரு தனித்தன்மையான புலம் என்கிற நிலை தோன்றி விட்டது. தற்காலப் பொருளியல் பாட நூல்களில் காணப்படும் பெரும்பாலான அடிப்படைக் கோட்பாடுகள் ஆல்பிரட் மார்ஷல் அறிமுகப்படுத்தியவையே. அதற்கு முன், செவ்வியலுக்கும் நவசெவ்வியலுக்குமிடையே அவர் மேற்கொண்ட சமரச முயற்சியை அறிந்து கொள்வது மிக அவசியம். நவசெவ்வியல் ஆய்வுகளில் பகுதிச் சமநிலை (*partial equilibrium*) வழிமுறையைக் கையாண்டவர் மார்ஷல். 'செவ்வியல் அரசியல் பொருளாதார'க் கொள்கையினர் ஒரு பொருளின் மதிப்பை பயன் மதிப்பு, பரிவர்த்தனை மதிப்பு என்று பிரித்தனர். பயன் மதிப்பு தேவைப் பக்கம் வழியாகவும், பரிவர்த்தனை மதிப்பு அளிப்புப் பக்கம் வழியாகவும் விலையைத் தீர்மானிக்க உதவுகின்றன. பொருள்களுக்கும் பண்டங்களுக்கும் பயன் மதிப்பு இருந்தால்தான் அவற்றை மக்கள் நுகர்வார்கள் என்கிற அளவோடு தேவைப் பக்கத்தைச் செவ்வியல் பொருளாதாரம் நிறுத்திக்கொண்டது. மற்றபடி விலை நிர்ணயத்தில் பரிவர்த்தனை மதிப்பைத் தீர்மானம் செய்வதற்கு அளிப்புப் பக்கத்திற்குத்தான் அதிக முக்கியத்துவம் தந்தது. உற்பத்திச் செலவுகள்தான் அளிப்பின் அளவுகளைத் தீர்மானித்து, விலைகளை இறுதியில்

தீர்மானிக்கின்றன என்பது அவர்களின் பொதுவான முடிவு. 1870களில் 'நவசெவ்வியல் பொருளியலை'த் தொடங்கி வைத்ததாகக் கருதப்படும் ஜெவன்ஸ், வால்ரஸ், மெங்கர் மூவருமே விலை நிர்ணயத்தில் தேவைப் பக்கத்திற்கும் அதிக முக்கியத்துவம் இருப்பதாகக் காட்டினார்கள். அதிலும், குறிப்பாக 'ஆஸ்திரியப் பள்ளி'யினர், உற்பத்திக் காரணிகளுக்கான (அதாவது, அளிப்பைத் தருகிற காரணிகளுக்கான) தேவையையே நுகர்பொருள்களுக்கான தேவையிலிருந்து 'பெறப்பட்ட தேவை' என்று காட்டி, அதனால் அனைத்துப் பொருளாதார இயக்கங்களுக்கும் நுகர்வோரின் விருப்பத்தேர்வுகளே அடிப்படை அதாவது தேவைதான் அடிப்படை என்று நிறுவினர்.

ஆல்பிரட் மார்ஷல் விலை நிர்ணயத்தில் 'செவ்வியல் அரசியல் பொருளாதார'த்தின் அளிப்புக்கு முக்கியத்துவம் அளிக்கும் நிலைப்பாட்டிற்கும், 'நவ செவ்வியல் பொருளிய'லின் தேவைக்கு முக்கியத்துவம் அளிக்கும் நிலைப்பாட்டிற்கும் இடைப்பட்ட சமரச, இணக்க நிலையை எடுத்தார். தேவை, அளிப்பு இரண்டு சக்திகளுமே இயங்கித்தான் விலைகளைத் தீர்மானிக்கின்றன என்றார். 'பொருளியலின் மூலமெய்ம்மை' நூலின் முகப்பிலேயே 'இயற்கை தாண்டிக்குதித்துக் கடப்பதில்லை' *(Natura non facit saltum)* (அதாவது, இயற்கை மெதுவாக, ஒரே சீரான வழியில்தான் இயங்கி முன்னேறும்) என்கிற குறிக்கோள் பொழிப்பு கொடுக்கப்பட்டிருந்தது. பொருளியல் மாறுதல்கள் படிப்படியாக நிகழ்பவை; புரட்சிகரமாகத் திடீர்திடீரென்று பொருளாதார மாற்றங்கள் ஏற்படுவதில்லை என்று அவர் திடமாக நம்பினார். எனவே அவர் 1870களில் 'விளிம்புநிலைப் புரட்சி' தொடங்கியது என்கிற கருத்தையே ஏற்கவில்லை. 'செவ்வியல் அரசியல் பொருளாதாரத்தி'லிருந்து 'நவ செவ்வியல் பொருளியலு'க்கு ஏற்பட்ட மாற்றம் படிப்படியாக, மெதுவாக ஏற்பட்ட பரிணாம வளர்ச்சிதானே தவிர, திடீரென்று வெடித்த புரட்சி அன்று என்பது அவர் கருத்து. எனினும் அவர் காலத்து அறிவியல் வளர்ச்சி காரணமாக இயற்பியல், கணிதவியல்களில் வந்திருந்த சமநிலை, தொகை நுண்கணிதம், வகை நுண்கணிதம், வரைபடங்கள் வழியாகத் தத்துவங்களை விளக்குதல் போன்ற புதிய கருத்துகளைப் பொருளாதாரத் துறையில் அறிமுகப்படுத்துவதன் அவசியத்தை மார்ஷல் நன்கு உணர்ந்திருந்தார்.

தேவை, அளிப்பு ஆகியவற்றைப் பற்றிச் 'செவ்வியல் அரசியல் பொருளாதார' அறிஞர்கள் பேசியிருந்தாலும் அவற்றைக் கணித வடிவத்தில் வளைகோடுகளாக மாற்றி, எதிரெதிராக இயங்கும் அந்த வளைகோடுகள் ஓரிடத்தில் சமநிலை அடைவதையும், அந்த இடத்தில் விலை தீர்மானமாவதையும் காட்டியது மார்ஷலின் வியத்தகு

சாதனையாகும். பொருளியல் கட்டுரைகளிலும் நூல்களிலும் அதிக அளவில் வரைபடங்களைப் பயன்படுத்திக் கருத்துக்களை விளக்கும் வழிமுறையை மார்ஷல்தான் அறிமுகப் படுத்தினார். வேறோரு விதமாகச் சொன்னால், 'செவ்வியல் அரசியல் பொருளாதார' அறிஞர்கள் அமைத்துத்தந்த அடித்தளத்தின் மேல், அவர் காலத்து அறிவியலறிஞர்கள் காட்டிய வழிகளில் பொருளாதாரத்திற்கு ஒரு நவீனக் கட்டிடத்தை அவர் வடிவமைத்துக் கட்டிமுடித்தார் எனலாம். அந்த விதத்தில் அவர் பெரும்பாலான 'நவசெவ்வியல் பொருளியல்' முன்னோடிகளிலிருந்து மாறுபடுகிறார். ஏனெனில் அந்த மற்றவர்கள் 'செவ்வியல் அரசியல் பொருளாதாரம்' அமைத்துத் தந்த அடித்தளமே தவறானது, உறுதியற்றது என்று அதைக் கைவிட்டுவிடுகிறார்கள். அதற்குப் பதிலாக தேவையை மையமாக்கிய ஒரு புதிய அடித்தளத்தை அமைத்து அதன் மீது 'நவசெவ்வியல் பொருளியல்' கட்டிடத்தை எழுப்பியிருக்கிறார்கள். கால ஓட்டம் ஒரே திசையில் – முன்னோக்கி மட்டுமே – செல்கிறது என்பதைக் கவனத்தில் கொண்டு முந்தைய செவ்வியல் அறிஞர்களின் ஆய்வுகளின் தொடர்ச்சியாக அவர் காலத்து நவசெவ்வியல் கருத்துகள் வருகின்றன என்பதை அந்தக் கால ஓட்டத்தை வைத்துக்கொண்டே மார்ஷல் விளக்கியிருக்கிறார். இந்த வேறுபாடு காரணமாகவே ஆஸ்திரியர்கள் உற்பத்திச் செலவுகளைக் கணக்கிடப் பிரதிவாய்ப்பு ஊதியங்களைப் பயன்படுத்தியபோது மார்ஷல் உற்பத்திச் செலவுகளைக் கணக்கிட உடலுழைப்பின் துன்பம் போன்றவற்றினால் தீர்மானமாகும் உண்மைச் செலவுகளைப் பயன்படுத்துவதைப் பற்றிப் பின்னர் காணலாம்.

தேவை–அளிப்பு இயக்கங்களின் அசையாநிலைச் சமநிலையை (*static equilibrium*) உய்த்துணர்கிற அதே சமயத்தில், அப்படிப்பட்ட ஆய்வுகள் வரலாற்று நிகழ்வுகளில் வந்திருக்கிற மாற்றங்களைச் 'செவ்வியல் அரசியல் பொருளாதார' அறிஞர்களின் ஆய்வுகளின் முடிவுகளுக்கேற்ற வகையில் எப்படி விளக்குகின்றன என்றும் கவனித்தார். விளிம்புநிலைப் பள்ளியினரின் அக–உணர்வு சார்ந்த விளக்கங்களையும், செவ்வியலாரின் புறப்பொதுமையான விளக்கங்களையும் சமரசமாகக் காண இயலும் என்கிற நம்பிக்கையோடுதான் தன் எண்ணங்களை அவர் வெளியிட்டிருக்கிறார். ஸ்கௌசன் கூற்றுப்படி, 'செவ்வியல் அரசியல் பொருளாதார' அறிஞர்கள் சந்தைவழிப் பொருளாதாரம் எவ்வாறு பொருளாதார வளர்ச்சியை ஏற்படுத்தும் என்று விவரித்தார்கள்; நவசெவ்வியலாளரான மார்ஷல்தான் அந்த வளர்ச்சியை ஏற்படுத்தும் இயந்திரத்தின் பல்வேறு பாகங்களையும் பிரித்துக் காட்டி, அவை ஒருங்கிணையும்போது அந்த இயந்திரம்

எப்படி இயங்கும் என்று அறிமுகம் செய்தவர். அந்த இயந்திரத்தின் பாகங்களை நவீன காலப் பொருளியலைப் பயில்வதற்குப் பயன்படும் கருவிப்பெட்டியாகக் அவர்தான் சமைத்தார். தேவை, அளிப்பு வளைகோடுகள், விலை நிர்ணயம், விலை நிர்ணயத்தில் காலத்தின் பங்கு, நெகிழ்ச்சி, பகுதிச் சமநிலை, நுகர்வோர் உபரி, அக புறச் சிக்கனங்கள் போன்ற பல கருவிகளையும் கணிதம், வரைபடம் ஆகிய சாதனங்களையும் பயன்படுத்திப் பொருளியலை முதலில் விளக்கியவர் மார்ஷல்தான். அவருடைய பங்களிப்புகளையும் அவர் உருவாக்கிய அல்லது சீர்படுத்திய கருவிகளையும் ஒருசேர விளக்கும் வகையில் இந்த இயல் எழுதப்பட்டுள்ளது.

மூலமெய்ம்மை: தலைப்பும் இலக்கணமும்

தன் நூலைப் 'பொருளியலின் மூலமெய்ம்மை' என்று பெயரிட்டதன்மூலம், 'அரசியல் பொருளாதாரம்' என்று அதுவரை சுட்டப்பட்டுவந்த கருத்துக் கருவின் பெயரை மட்டுமின்றி, அடிப்படைக் கொள்கைகளையும் மார்ஷல் மாற்றியிருக்கிறார். 1871இலேயே ஜெவன்ஸ் தன் நூலைப் பொருளியல் என்று அழைக்க விரும்பினார். ஆனால் தயங்கி, 'அரசியல் பொருளாதாரம்' என்கிற பழைய பெயரிலேயே தன் நூலை வெளியிட்டு, நூலின் உட்புறத்தில் இந்தப் பெயர் மாற்றத்தைச் செய்தார். மார்ஷல் தன் நூலின் தலைப்பிலேயே அந்த மாற்றத்தைச் செய்திருக்கிறார். 'அரசியல் பொருளாதாரம்' என்கிற மானுடக்கலையியலிலிருந்து 'பொருளியல்' என்கிற அறிவியலுக்கு இந்த நூலின் கருத்துகள் மாறியிருக்கின்றன என்பதைத் தலைப்பு மாற்றம் தெளிவுபடுத்துகிறது. பொருளாதார இயக்கம் இயற்கை விதிகளால் தீர்மானிக்கப்படுகிறது என்றும், அரசியல் கொள்கைகள் அதில் மாற்றங்கள் செய்கின்றனவேயன்றி அவற்றைத் தீர்மானிப்பதில்லை என்றும் அந்த நூலின் தலைப்பே நன்கு சுட்டிக்காட்டுகிறது. இயல் (ics) என்கிற பின்னொட்டைக் கொண்ட கருத்துக் கருக்களெல்லாம், அறிவியலின் பகுதியாக அறியப்படுகின்றன என்பதை நாம் கவனத்தில் கொள்ள வேண்டும் (உ–ம்: physics, mathematics, ethics, aesthetics...) ஆல்பிரட் மார்ஷல்தான் பொருளியலை ஒரு தனிப் பாடமாக மாற்றி, கேம்பிரிட்ஜ் பல்கலைக்கழகத்தில் அதற்கென ஒரு தனிப் பட்டப்படிப்பைத் தொடங்கியவர். அரசியல் பொருளாதாரத்தைப் பொருளியல் என்று பெயர் மாற்றிய ஆல்பிரட் மார்ஷல், பொருளியல் ஓர் அறிவியல் என்று ஏற்றுக்கொண்ட போதிலும் இயற்பியல் போல அது ஒரு நிச்சயத்தன்மை கொண்டிருக்காது என்பதையும் தெளிவாக்கியிருக்கிறார். ஏனெனில் இயற்பியல் உணர்ச்சிகளற்ற அணுக்களின் இயக்கத்தை ஆய்கிறது; ஆனால் பொருளியலோ, உணர்ச்சிகளுடைய மனிதர்களை ஆய்கிறது.

எனவே பொருளியல் ஆய்வுகளில் நிச்சயமற்ற தன்மை வந்துவிடும் என்பதை அவர் ஏற்றுக்கொள்கிறார். டார்வினின் பரிணாம வளர்ச்சித் தத்துவத்தை உள்ளடக்கிய உயிரியல் போன்று (முழுதும் நிச்சயமான முடிவுகளை அறிவிக்க இயலாவிடினும்) மாற்றத்தை நன்கு விளக்கும் தன்மையுடைய இயலாகவே பொருளியல் இருக்கும் என்று அவர் தெளிவாக்கியிருக்கிறார். பொருளியலின் முடிவுகள் இயற்பியல், வேதியியல் போன்ற அறிவியல்களின் உறுதித்தன்மை கொண்டவையாக இருக்காது; மாறாக அவை வானிலை ஆராய்ச்சியின் (*Meteorology*) நிகழக்கூடிய சாத்தியக்கூறுகளைக் காட்டும் தன்மையுடையனாகவேயிருக்கும் என்றும் விளக்கியிருக்கிறார். அரசியல் பொருளாதாரம் என்கிற கலையியலிலாக வகைப்படுத்திய ஆய்வுப்பொருளை, அறிவியலாக வகைப்படுத்திய பெருமைக்குரியவர் என்று மார்ஷல் அறியப்பட்டிருக்கிற போதிலும் சில நிபந்தனைகளுக்குட்பட்டுத்தான் அதை அறிவியலாக ஏற்றுக்கொள்ள முடியும் என்பதை அவர் தெளிவாக்கியிருப்பதையும் நாம் மறப்பதற்கில்லை.

அன்றாட வாழ்க்கையில் தொழில்வணிகச் செயல்பாடுகளை மேற்கொள்ளும் மனித குலத்தைப் பற்றிய ஓர் ஆய்வு (*a study of mankind in the ordinary business of life*) என்று பொருளியலுக்கு அவர் இலக்கணம் வகுக்கிறார். நல்வாழ்விற்குத் தேவையான உலோகாயதம் சார்ந்த பருப்பொருள்களைப் பற்றிய கல்வியாக அதைப் பற்றி மேலும் விளக்குகிறார். கற்பனை அல்லாத மெய்யான உலகில் முன்னேறும் வாய்ப்புகள் அனைவருக்கும் கிடைக்கின்றனவா, ஒரு சிலருக்கு மாத்திரமே கிடைக்கின்றனவா என்கிற கேள்விக்கு விடை தேடும் இடமாகவும் பொருளியலை அவர் பார்க்கிறார்.

மார்ஷலின் ஆய்வுமுறை

மனித விருப்பங்களுக்கும் நடவடிக்கைகளுக்குமிடையே வருகிற சிக்கலான, பன்முகத்தன்மை கொண்ட தொடர்புகளைப் பொருளியல் ஆய்கிறது என்று ஆல்பிரட் மார்ஷல் கருதுகிறார். நுகர்வோர் விருப்பங்கள் மனித நடவடிக்கைகளிலிருந்தே தொடங்குகிறது என்று அவர் கருதியதால், அவருடைய ஆய்வுகள் தேவைக்கு முக்கியத்துவமளிக்கும் 'நவசெவ்வியல் பொருளிய'லை விட அளிப்புக்கு முக்கியத்துவமளிக்கும் 'செவ்வியல் அரசியல் பொருளாதார'த்தையே அதிகம் சார்ந்து, சாய்ந்திருக்கின்றன. அவர் பொருளியலைப் பருப்பொருளான உண்மைகளின் திரட்டாகக் காணவில்லை. பொருளியலைப் பருப்பொருளான உண்மைகளைக் கண்டுபிடிக்க உதவும் ஒரு கருவியாகவே அவர் கருதுகிறார்.

ஏழ்மை ஒழிப்பில் மெய்யான ஈடுபாட்டோடு இயங்கிய அவர், மனித நலத்தைப் பொருளியல் மூலம் மேம்படுத்தும் உயர்நோக்கம் கொண்டிருந்தார்.

மார்ஷலின் ஆய்வுமுறை தத்துவ, கணித, வரலாற்று ஆய்வுமுறைகளின் கலவையாக இருக்கிறது. கணித ஆய்வு முறைகளின் வரம்புகளை அவர் நன்கு அறிந்திருந்தார். அவருடைய ஆய்வுமுறையை ஐந்து படிகளாகப் பார்க்கலாம். 1. கணிதத்தைப் புலன்விசாரணைக் கருவியாகப் பயன்படுத்தாமல், அன்றாட மொழிப் பரிவர்த்தனைக்கு ஒரு சுருக்கெழுத்தாகப் பயன்படுத்துதல் 2. ஆய்வு முடியும்வரை அதே சுருக்கெழுத்தைத் தொடருதல் 3. ஆய்வு முடிந்தவுடன் அந்த கணிதச் சுருக்கெழுத்தை மீண்டும் ஆங்கிலமாக மொழிபெயர்த்தல் 4. நிஜ வாழ்க்கையில் ஆங்கிலத்தில் விவரிக்கப்பட்டுள்ள அந்த முடிவுகள் எவ்வாறு நடைமுறையிலிருக்கின்றன என்று காட்டுதல் 5. அந்தப் பணி வெற்றிகரமாக முடிந்துவிட்டால் கணிதச் சுருக்கெழுத்துகளைத் தீயிட்டுக் கொளுத்துதல்!

ஆய்வுகள் மேற்கொள்ளும்போது பல சந்தர்ப்பங்களில் படி 4ஐ அவரால் செய்ய முடியாமல் போய்விட்டதை ஒப்புக்கொள்கிறார். அப்படிப்பட்ட சந்தர்ப்பங்களில் அவர் படி 3ஐக் கைவிட்டுவிட்டதாகத் தெரிவிக்கிறார்!

பொருளாதார ஆய்வுகளில் காலத்தின் பங்கை விவரிக்கும் போதுதான் மார்ஷல் தன்னுடைய பகுதிச்சமநிலை ஆய்வுவழியை விவரித்து மெய்ப்பிக்கிறார். அதே சமயம் அந்த ஆய்வுவழியின் குறைபாடுகளையும் தெளிவாக்குகிறார். சமுதாயத்தின் பொருளியலியக்கம் மிகச் சிக்கலானதும் பன்முகத்தன்மை கொண்டதாகவுமிருக்கிறது. அதை விவரிக்கப் பற்பல பொருள்களுக்கும் பற்பல சந்தைகளைக் கொண்ட சமுதாயத்தில் ஏற்படுகிற பொதுச்சமநிலையை விவரிக்க வேண்டும். அது வார்த்தைகளால் எளிதில் விவரிக்க முடியாத ஒன்று. இந்தப் பிரச்சினைக்குத் தீர்வு காண, அவர் ஏதோ ஒரு கணத்தில், ஒரே ஒரு பொருளுக்கான ஒரே ஒரு சந்தையை மட்டும் ஆய்வுக்கெடுத்துக்கொள்வது நல்லது என்ற முடிவுக்கு வருகிறார். அப்படிப் பிரித்துப் பார்க்கும்போது மற்ற அனைத்துப் பொருள்களுக்குமான சந்தைகளில் நடக்கும் இயக்கங்கள், தான் ஆய்வுக்கெடுத்துக்கொண்ட பொருளின் சந்தையின்மீது மிக அற்பமான, புறக்கணிக்கத்தக்க விளைவுகளையே ஏற்படுத்தும் என்று அனுமானித்துக்கொள்கிறார். அதாவது, அத்தகைய விளைவுகளை அவர் ‘மற்றவை மாறாதிருந்தால்’ என்கிற மேலுறைக்கூட்டுக்குள் உள்ளிட்டு ஒதுக்கிவைத்துவிடுகிறார்.

அதன்பின் அந்த ஒரு பொருளுக்கான சந்தை நிகழ்வுகளை மட்டும் ஒரு நுண்ணோக்காடியில் வைத்துப் பார்த்து அதன் பாகங்களைத் தெளிவாக விளக்குகிறார். கால ஓட்டம் அதிகரிக்க அதிகரிக்க, தான் தனியாகப் பிரித்து ஆய்வு செய்யும் பொருளின் சந்தையின் மீது மற்ற சந்தைகளின் இயக்கங்கள் புறக்கணிக்கத்தக்கதாக இருக்காது என்பதை ஒப்புக்கொள்கிறார். அப்படிப்பட்ட சூழலில்தான் கால ஓட்டத்தால் தான் ஆய்வுக்கெடுத்துக்கொண்ட சந்தையின்மீது மற்ற சந்தைகளின் இயக்கங்களையும் ஓரளவு கணக்கிலெடுத்துக்கொண்டு வரக்கூடிய விளைவுகளை விவரிக்கிறார். பின்னோக்கிப் பார்க்கும்போது, பகுதிச் சமநிலையிலிருந்துகொண்டே பொதுச் சமநிலையின் கடுஞ்சிக்கல்களைக் கோடிட்டுக்காட்டும் வழியாக விலை நிர்ணயத்தில் காலத்தின் பங்கை மார்ஷல் காட்டுவதாகத் தோன்றுகிறது.

இயக்கமில்லா நிலையில் சமநிலை

மூலமெய்ம்மை (1890) நூலின் முதல் பதிப்பிலேயே எதிரெதிர்த்திசையில் இயங்கும் தேவை – அளிப்பு வளைகோடுகள் வெட்டிக்கொண்டு சமநிலை அடையும் இடத்தில் விலை தீர்மானமாகும் வரைபடம் இடம்பெற்றிருக்கிறது. தேவை – அளிப்பு வளைகோடுகளை ஒரு காகிதத்தை வெட்டப் பயன்படுத்தும் கத்தரிக்கோலின் இரு வெட்டுவாய்ப் பகுதி களோடு மார்ஷல் ஒப்பிட்டிருக்கிறார். தேவை – அளிப்பு வளைகோடுகள் வெட்டிக்கொண்டு சமநிலை அடைந்து விலையைத் தீர்மானிக்க வேண்டுமாயின், அதற்கு அவர் பல நிபந்தனைகளை விதித்திருக்கிறார். நுகர்பவருடைய வருவாய் மாறாமலிருக்க வேண்டும்; நுகர்பொருளின் பதிலீட்டு மற்றும் நிரப்பும் பொருள்களின் விலைகள் மாறாமலிருக்க வேண்டும்; எதிர்பார்ப்புகள் மாறாமலிருக்க வேண்டும்; வெளிநாட்டு வணிகத்தினால் நுகர்பொருளுக்குப் பாதிப்பு ஏற்படக் கூடாது போன்றவற்றை உள்ளடக்கிய ‘மற்றவை மாறாமலிருந்தால்’ (*ceteris paribus*) என்கிற ‘உள்ளடக்கத்தைச் சூழும் உறை’ போன்ற நிபந்தனையை அவர் கையாள்கிறார். இந்த நிபந்தனைகளெல்லாம் நிறைவுசெய்யப்பட்டால் மட்டுமே அந்தப் பொருளுக்குக் குறுகிய காலத்தில் ஏற்படும் பகுதிச் சமநிலை விலை தீர்மானமாகும் என்று அனுமானிக்கிறார்.

பல்வேறு திசைகளிலிருந்தும் பல சக்திகள் ஒரே தளத்தில் இயங்கும்போது வருகிற ஒரு தற்காலிகமான இயக்கமில்லா நிலையை, இயற்பியலிலிருந்து பெறப்பட்ட சமநிலைக் கோட்பாடுஅடையாளம் காட்டுகிறது. பொருளியலில் அத்தகைய சமநிலைகள் எதிரெதிர் இயங்கும் தேவை – அளிப்பு சக்திகளின் இயக்கத்தாலும்

வருமென்பதை மார்ஷல் நன்கு தெளிவாக்கியிருக்கிறார். அந்த தேவை அளிப்பு சக்திகளின் விளிம்புநிலைப் பதிலீடுகள் அந்த சக்திகளின் இயக்கத்தில் அதிமுக்கியப் பங்கு வகிக்கின்றன. அதனால்தான் விளிம்புநிலை, மற்றும் பதிலீடு ஆகிய (அவர் காலத்தின் அதி நவீனமானதாகத் தோன்றிய) இரு கோட்பாடுகளிலும் அவர் அதிகக் கவனம் செலுத்தியிருக்கிறார்.

உண்மைச் செலவுகளும் பிரதிவாய்ப்பு ஊதியங்களும்

இப்படி தேவைஅளிப்பு வளைகோடுகளைப் பயன்படுத்திப் பகுதிச் சமநிலை விலையைப் பெற மார்ஷல் அரசியல் செவ்வியல் பொருளாதாரம், நவசெவ்வியல் பொருளியல் ஆகிய இரண்டின் கருக்களிலிருக்கும் எண்ணங்களையும் எடுத்துக் கொண்டிருக்கிறார். தேவை வளைகோடு, நவசெவ்வியல் ஆய்விலிருந்து பெறப்பட்டது. (ஜெவன்ஸ்தான் விளிம்புநிலைக் கோட்பாட்டின் வழியில் தேவை வளைகோட்டை முதலில் வரைந்தவர். ஆனால் அவர் அளிப்பு வளைகோட்டை வரையவில்லை.) அளிப்பு வளைகோட்டைப் பெற, மார்ஷல் நவ செவ்வியலில் ஆஸ்திரியப் பள்ளியினர் வலியுறுத்திய பிரதிவாய்ப்பு ஊதியச் செலவை (அல்லது அதன் மற்றொரு பிரதிபலிப்பான விளிம்புநிலைச் செலவை) அடிப்படையாகக் கொள்ளவில்லை. மாறாக அவர் செவ்வியல் ஆய்வுகளில் நுகர் பொருள்களை உருவாக்கப் பயன்படுத்தப்பட்ட காரணிகளுக்கு விளைந்த அல்லது அக்காரணிகள் அனுபவித்த எதிர்மறைப் பயன்பாடு அல்லது துன்பத்தை ஈடுகட்ட வழங்கப்படும் உண்மைச் செலவுகளை அடிப்படையாக வைத்துத் தன்னுடைய அளிப்பு வளைகோட்டை வரைந்திருக்கிறார். வேறொரு விதமாகக் கூறினால், அவர் ஆஸ்திரியரின் அடிப்படைக் கோட்பாடான – நுகர்வோரின் தேவையைச் சார்ந்துதான் அந்நுகர்பொருள்களுக்கான உற்பத்திக்காரணிகளின் தேவை பெறப்படும் என்பதை ஏற்றுக் கொண்டாலும், அவற்றின் உற்பத்திச் செலவுகள் அவற்றை உற்பத்தி செய்வதற்கான மாற்றுச் செலவுகள் அல்லது பிரதிவாய்ப்புச் செலவுகளுக்குச் சமமானவை என்கிற ஆஸ்திரியக் கொள்கையை ஏற்றுக்கொள்ளவில்லை. மாறாக, நுகர்பொருள்களுக்கான தேவை மாறினால், நீண்ட காலப்போக்கில், அவற்றை உற்பத்தி செய்யப் பயன்படும் உற்பத்திக்காரணிகளின் அளவுகளும் தன்மைகளும் மாற்றப்பட்டு அளிப்பின் அளவு மாற்றம் பெறுமென்றும், அப்படி அளிப்பின் அளவு மாற்றம் பெறும்போது தொழிலாளர்கள் அனுபவிக்கும் எதிர்மறைப் பயன்பாடு அல்லது துன்பத்தின் உண்மையான செலவுகள்தான் அவற்றின் உற்பத்திச் செலவுகள் என்கிற 'செவ்வியல் அரசியல் பொருளாதார'க் கருத்தைத்தான் ஏற்றுக் கொள்கிறார். உற்பத்திக் காரணிகள் சந்தையில் உற்பத்திக்

காரணிகளின் உரிமையாளர்கள் விளிம்பு நிலையில் இழக்கப் போகிற தங்களின் எதிர்மறைப் பயன்பாட்டிற்கு (துன்பத்திற்கு) இணையாகப் பெறப்போகிற பிரதிவாய்ப்புச் செலவுகளை (மற்ற பொருள்களிலிருந்து பெறக்கூடிய நல்வாய்ப்புகளை) ஒப்பிட்டு முடிவு செய்வார்கள் என்பது ஆஸ்திரியரின் நிலைப்பாடு. உற்பத்திக் காரணிகள் சந்தையில் உற்பத்திக் காரணிகளின் உரிமையாளர்கள் விளிம்புநிலையில் இழக்கப் போகிற தங்களின் எதிர்மறைப் பயன்பாட்டிற்கு (துன்பத்திற்கு) இணையாகப் பெறப்போகிற நேர்மறைப் பயன்பாடுகளை (இன்பங்களை) –அதாவது, உண்மைச்செலவுகளை–ஒப்பிட்டு முடிவு செய்வார்கள் என்பது மார்ஷலின் நிலைப்பாடு. அவர் ஆஸ்திரிய, ஐரோப்பிய நவசெவ்வியல் கோட்பாட்டாளர்கள் போல செவ்வியலாரின் அளிப்புப் பக்கம் பற்றிய ஆய்வுகளை ஒரேயடியாகப் புறந்தள்ளி விடவில்லை. பொருள்களின் விளிம்புநிலைப் பயன்பாடுகள்தான் மதிப்பைத் தீர்மானிக்கிறது என்கிறார்கள் ஆஸ்திரியர். மார்ஷல் சந்தைக் காலத்தில் (மிகக் குறுகிய காலத்தில்) பொருள்களின் விளிம்புநிலைப் பயன்பாடுகள்தான் மதிப்பைத் தீர்மானிக்கிறது என்பதை ஏற்றுக்கொள்கிறார். ஆனால், நீண்ட காலப் போக்கில் தேவை மாற்றத்திற்கேற்ப அளிப்பு மாற்றம் பெறும் என்றும், உற்பத்திச் செலவுகள்தான் அப்போது மதிப்பைத் தீர்மானிப்பதில் முக்கிய பங்கு வகிக்கின்றன என்றும் 'செவ்வியல் அரசியல் பொருளாதார'க் கோட்பாட்டை மீண்டும் புதுப்பித்து வலியுறுத்துகிறார். குறுகிய கால விலை நிர்ணயத்திற்கு ஆஸ்திரியப் பள்ளியின் நிலைப்பாட்டையும் நீண்ட கால விலை நிர்ணயத்திற்குச் 'செவ்வியல் அரசியல் பொருளாதார' நிலைப்பாட்டையும் அவர் கையாள்கிறார். இப்படிப்பட்ட சமரசங்களைச் செய்ய அவர் தயங்கவில்லை.

மத்திய நெடுங்காலத்தில் நிலவிய அறவியல் சார்ந்த கருத்தான இயல்பு விலைக்குப் (natural price) பிரதியாக சாதாரணமான அல்லது வழக்கமான விலை (normal price) என்கிற பொதுமையான கருத்தை மார்ஷல் பயன்படுத்துகிறார். சந்தையில் நிலவுகிற தேவை–அளிப்பு நிலையைச் சார்ந்து எதிர்பார்க்கக்கூடிய விலையைச் சாதாரணமான அல்லது வழக்கமான விலை என்று அவர் கூறும்போது அந்த விலையிலிருந்து சந்தை விலை ஏதோ காரணங்களால் விலகியிருந்தால் அது ஒரு தவறான அல்லது அறக்கேடான செயல் என்கிற உள்ளர்த்தம் எதுவுமில்லை என்பது கவனிக்கத் தக்கது. மத்திய நெடுங்காலத்தின் இயல்பு விலையிலிருந்து சந்தை விலை மாறியிருந்தால் வணிகர்கள் அறக்கேடான வழிகளில் பொருளீட்டுகிறார்கள் என்கிற உள்ளர்த்தம் இருந்தது. பொருளியலை ஓர் அறிவியலாகப் பார்க்க இப்படிப்பட்ட

நடுநிலையான சொற்களைப் பயன்படுத்துவது அவசியம் என்பதை மார்ஷல் உணர்ந்திருந்தார் என்று தோன்றுகிறது.

பகுதிச் சமநிலை

உண்மையில் நடைமுறை உலகின் செயல்பாடுகள் கடுஞ்சிக்கலானவை. அந்தச் சிக்கல்களைப் புரிந்துகொள்ள அவற்றுக்கிடையேயிருக்கும் தொடர்புகளைச் சிறுசிறு காரணச் சங்கிலிகளாகப் பிரித்து, அப்படிக் கிடைக்கும் ஒவ்வொரு காரணச் சங்கிலியையும் நுணுகி ஆராய்ந்து, அந்தக் காரணச் சங்கிலிகளின் விளைவுகளைச் சிறிதுசிறிதாகத் திரட்டி ஒன்று சேர்த்து இயக்கத்தின் மொத்த விளைவை இயக்கத்தின் சாரமாகப் பார்க்க முடியும் என்று மார்ஷல் கருதுகிறார். ஒரு மானின் ஓட்டத்தைப் புரிந்து கொள்ள அது ஓடத் தொடங்குவதிலிருந்து ஆரம்பித்து, அடுத்தடுத்து எடுக்கும் பல நூறு புகைப்படங்களை ஒன்றாகத் தொகுத்துப் பார்ப்பதைப் போன்றது இது. பின்னர் இந்தத் தொகுப்பை ஒரு சினிமாவாகக் காட்டினால் மான் ஓடுவது போலத் தோன்றும். வால்ட் டிஸ்னியின் படங்கள் இப்படிப் பல ஆயிரம் சித்திரங்களைத் தொகுப்பதனால்தான் உருவாகின்றன. பாத்திரங்கள் நடப்பதும் ஓடுவதும்போல் தோன்றினாலும் அதன் பின்னணியில் இருப்பவை நிலையான ஆயிரக்கணக்கான சித்திரங்கள்தான். அதைப் போலத்தான் நடைமுறை உலகச் சந்தையின் சிக்கலான இயக்கங்களை விளக்க மார்ஷல் அந்த இயக்கத்தைப் பலப்பல நிலைப்படங்களாக எடுத்து, அவற்றைத் தொகுத்துக் காட்டுகிறார். உண்மையான இயக்கத்தைக் காட்ட, அந்த இயக்கத்தைத் தற்காலிகமாக நிறுத்திப் புகைப்படமாக்கி, அதை இயக்கமற்ற நிலையில் ஆராய்வது எளிதாகிறது. பின்னர் அப்படி இயக்கமற்ற பல புகைப்படங்களைத் தொகுக்கும்போது இயக்கத்தைப் புரிந்துகொள்வதும் எளிதாகிறது. சந்தையின் இயக்கத்தை விளக்க அவர் கையாண்ட இந்த முறையைப் பகுதிச் சமநிலை (*partial equilibrium*) முறை என்று இப்போது விளிக்கிறோம்.

இப்படிப்பட்ட நிலைப்படங்களைத் திரட்ட அவர் பல அனுமானங்களின் மூலம் நடைமுறை உலகிலிருந்து தற்காலிகமாக விலகிச் செல்வதன் அவசியத்தை உணர்கிறார். இருந்தபோதிலும் உண்மையில் அவர் காட்டியிருக்கும் புகைப்படங்களைவிட நடைமுறை உலகம் மேலும் சிக்கலானது என்பதை உணர்ந்திருக்கிறார் என்பதற்கு அவருடைய நூலில் இருக்கும் ஏராளமான அடிக்குறிப்புகளே சான்றளிக்கின்றன.

சந்தையில் ஒரு பொருளின் வழக்கமான விலை, மற்றவை மாறாதிருக்கும்போது அந்தப் பொருளை நுகரும் ஏராளமான நுகர்வோரின் ஒன்றுதிரட்டப்பட்ட தேவையும், அந்தப் பொருளை உற்பத்திசெய்யும் ஏராளமான நிறுவனங்களின் ஒன்றுதிரட்டப்பட்ட அளிப்பும் ஒன்றன்மீதொன்று செயல்படுவதால் தோன்றும் ஒரு தற்காலிகச் சமநிலையின் விளைவே என்று மார்ஷல் அனுமானிக்கிறார். அப்படி ஒன்றுதிரட்டப்பட்ட தேவையில் ஒரே ஒரு நுகர்வோர் மட்டும் செய்யும் மாற்றம் அற்பமானது; மொத்தத் தேவையில் அந்த மாற்றம் எத்தகைய கவனிக்கத்தக்க விளைவையும் ஏற்படுத்தாது என்றும், அதே போல் சந்தையின் ஒன்றுதிரட்டப்பட்ட அளிப்பில் ஒரே ஒரு நிறுவனத்தின் அளிப்பு மட்டும் அற்பமானது என்றும், அந்த மாற்றம் மொத்த அளிப்பில் எந்த கவனிக்கத்தக்க விளைவையும் ஏற்படுத்தாது என்றும் அவர் மேற்கொள்கிற அனுமானங்கள் நடைமுறை உலகின் உண்மைகளிலிருந்து விலகியிருப்பினும், பின்னர் இந்த அனுமானங்களைச் சிறிது சிறிதாகத் தளர்த்தி, புதிய ஆய்வுகளின் மூலம் நடைமுறை உலகிற்கு அருகில் செல்வதற்கு வழி ஏற்படுத்துகின்றன என்பதே அந்த முறையின் தனிச் சிறப்பாகும்.

பொருளியல் விதிகள்

பகுதிச் சமநிலைக்கான அனுமானங்களை முதலில் செய்து கொண்ட பிறகு தனி ஒரு நுகர்பவரின் தேவையையும், தனி ஒரு நிறுவனத்தின் உற்பத்தியையும் அவர் நுணுக்கமாகப் பார்க்கிறார். மற்றவை மாறாதிருக்கும்போது தனி ஒரு நுகர்வோரின் தேவை விலை ஏறும்போது குறைவதையும், விலை குறையும்போது அதிகரிப்பதையும் கவனித்து அதை ஒரு பொது விதியாகத் தேவை விதி என்று காட்டுகிறார். மற்றவை மாறாதிருக்கும்போது தனி ஒரு நிறுவனத்தின் அளிப்பு விலை ஏறும்போது அதிகரிப்பதையும், விலை குறையும்போது குறைவதையும் கவனித்து அதை ஒரு பொது விதியாக அளிப்பு விதி என்று காட்டுகிறார். இப்படி அவர் குறிப்பிடுகிற தேவை, அளிப்பு விதிகள் புறப் பொதுமையானவை, அனைத்து மக்களுக்கும் அனைத்துக் காலங்களுக்கும் பொருந்துபவை என்பதைக் கவனத்தில் கொண்டால் பொருளியலை ஓர் அறிவியலாகப் பார்ப்பதற்கு இப்படிப்பட்ட பொது விதிகள் அதில் செயல்படுகின்றன என்பதும் மற்ற சமூகவியல்களான வரலாறு, தத்துவம் போன்றவற்றில் அப்படிப்பட்ட புறப்பொதுமையான விதிகள் செயல்படுவதாகக் காட்டுவது எளிதன்று என்பதும் புலப்படும்.

இந்தத் தேவை விதியும் அளிப்பு விதியும் ஏன் செயல்படுகின்றன என்பதை விளக்குவது அவரது பகுதிச் சமநிலை ஆய்வின்

இதயப் பகுதி. அதற்கு அவர் விளிம்புநிலைக் கோட்பாடுகளைப் பெருமளவில் பயன்படுத்துகிறார். இதற்காக அவர் குறைந்துசெல் விளிம்புநிலைப் பயன்பாட்டு விதி, குறைந்துசெல் விளிம்புநிலை விளைவு விதி, குறைந்துசெல் விளிம்புநிலைச் செலவு விதி, (அவர் பயன்படுத்தும் உற்பத்திச் செலவுகள் உண்மைச் செலவுகள்; பிரதிவாய்ப்பு ஊதியங்களிலிருந்து பெறப்பட்டவை அல்ல), குறைந்துசெல் பதிலீட்டு விழுக்காடு விதி போன்ற வேறு பல விதிகள் இயங்குவதைக் காட்டுகிறார். இந்த விதிகள் அனைத்தும் புறப்பொதுமையானவை. இந்தியரோ, அமெரிக்கரோ; ஏழையோ, பணக்காரரோ; நெட்டையோ, குட்டையோ அனைவருக்கும் பொதுவானவை. அவை வர்க்கங்கள் சார்ந்து அமைவதில்லை. இத்தகைய விதிகளைப் பயன்படுத்திப் பொருளியலை விளக்கும்போது பொருளியல் ஒரு புறப்பொதுமையான அறிவியல் என்பது தெளிவாகிறது.

மார்ஷலின் பொருளியல் கொள்கைகளின் வழிவந்த ஜான் மேநார்டு கீன்ஸ் முதலாளியப் பொருளியல் சில சமயங்களில் வேலை செய்யாமல் தேங்கி நின்றுவிடுமென்றும், அப்போதெல்லாம் பொருளியல் இயந்திரத்தை உதைத்து இயங்கச்செய்ய வேண்டுமென்றும் (*kickstart*) கூறிய 1930களில்தான் அவருடைய சீடர்களால் நாட்டின் மொத்த வருவாயை, நாட்டின் ஒட்டுமொத்தத் தேவை, ஒட்டுமொத்த அளிப்பு ஆகியவற்றை இரண்டு வகைச் சுழல்களாக வரைபடம் வரைந்து காட்டும் வழக்கம் வந்தது. அதற்கு முன்பே மார்ஷல் அத்தகைய இரண்டு வகைச் சுழல்களையும் தெளிவாக ஊகித்திருந்தாலும் அவற்றை வரைபடமாகக் காட்டவில்லை. அந்த இரண்டு சுழல்கள்: (1) மக்கள் நுகரும் பண்டங்களும் பணிகளும் நிறுவனங்களில் உற்பத்தி செய்யப்பட்டுக் குடும்பங்களுக்கு வழங்கப்படுவதும், அவற்றை உற்பத்தி செய்வதற்காகக் குடும்ப அங்கத்தினர்கள் தங்களின் உழைப்பு, முதல், நிலம், தொழில்திறன் ஆகியவற்றை நிறுவனங்களுக்குத் திருப்பி வழங்குவதுமான ‘உண்மைக் கூறு’களின் சுழல். (2) குடும்பத் தலைவர்கள் தாங்கள் நுகரும் பண்டங்கள், பணிகளை வாங்குவதற்காக அவற்றின் விலைகளைச் சந்தை வழியாக நிறுவனங்களுக்கு அளிப்பதும், அந்த நிறுவனங்கள் மேற்படி பண்டங்களையும் பணிகளையும் உற்பத்தி செய்வதற்காக உழைப்பாளர்களுக்குக் கூலியையும், நிலவுடைமையாளர்களுக்கு வாரத்தையும், முதல் கொடுத்தவர்களுக்கு வட்டியையும் தொழில் முனைவோருக்கு இலாபத்தையும் திருப்பி அளிப்பதும் ‘பணக் கூறு’களின் சுழல். அப்படி அந்தப் பணத்தைப் பெறுபவர்களெல்லாம் குடும்பத்தலைவர்களாக இருப்பதால் மீண்டும் அந்தப் பணத்தை தாங்கள் நுகரும் பண்டங்கள், பணிகளுக்கான விலைகளாகத் திருப்பி

நிறுவனங்களுக்கு அளிக்கிறார்கள். இந்த விதமாகப் 'பணக் கூறு'களின் சுழலும் 'உண்மைக்கூறு'களின் சுழலும் எதிரெதிர்த்திசைகளில் இயங்குகின்றன. சந்தையில் 'பணக்கூறு'களின் சுழல் விலைகள் மூலமாகவும் உற்பத்திக் காரணிகளின் ஊதியங்களாகவும் சுழல்வது கண்ணுக்குப் புலப்படுகிறது. ஆனால் அந்தப் 'பணக்கூறு'களின் சுழலால் இயக்கப்படுகிற 'உண்மைக்கூறு'களின் சுழல் அவ்வளவு தெளிவாக, வெளிப்படையாகத் தெரிவதில்லை. மார்ஷல் இந்த இரு சுழல்களின் தேவைப்பக்கத்தையும் அளிப்புப் பக்கத்தையும் தனித்தனியாகப் படம்பிடித்து முடிவில் ஒன்றாக இணைப்பதன் மூலம் பகுதிச் சமநிலை ஏற்படுவதைத் தெளிவாகக் காட்டிய பெருமைக்குரியவர். நீண்ட காலத்தில் தேவைப் பக்கத்தை நுகர்ச்சி தீர்மானிக்கிறது; அளிப்புப் பக்கத்தை உற்பத்தி தீர்மானிக்கிறது என்று அவர் காட்ட முயன்றார்.

தேவை - மேலும் விளக்கம்

இந்த நுகர்ச்சி-உற்பத்தி சுழல்களை அறிந்துகொள்வதற்குத் தொடக்கப் பகுதியாக ஒரு குடும்பத்தலைவர் எப்படித் தன் வருவாயைச் செலவழிப்பார் என்பதில் ஆரம்பிக்கலாம். அவர் தனது வருவாயை குடும்பத்துக்குத் தேவையான பல பொருள்களுக்காகச் செலவழித்துத் தன் குடும்பத்தினரின் நுகர்ச்சியில் உச்சப் பயன்பாட்டைப் பெற முயல்வார். குடும்பத்தினருக்கு இருப்பிடம், உணவு, உடை, உடல்நலம், கல்வி, கேளிக்கை போன்ற பலவகைத் தேவைகளை நிறைவு செய்தாக வேண்டும். வருவாயாகக் கிடைத்த அவருடைய பணக் கையிருப்பில் ஒருவகைத் தேவையை நிறைவு செய்ய அதிகமாகச் செலவு செய்து விட்டால், மற்றவகைத் தேவைகளை நிறைவு செய்யப் போதுமான பணம் மிச்சமில்லாமல் போய் விடலாம். குடும்பத்தினரின் அனைத்து விருப்பங்களையும் நிறைவு செய்யுமளவுக்கு எந்தக் குடும்பத் தலைவருக்கும் வருவாய் இருக்கப் போவதில்லை. அந்தக் குடும்பத்தலைவரின் முன்னால் எப்போதுமே இருந்துகொண்டிருக்கும் வினா, பற்றாக்குறையான வருவாயைச் செலவிட்டு உச்ச அளவு நுகர்ச்சியை எப்படிப் பெறுவது என்பதுதான்! குடும்பத் தலைவர் பொருளியல் விதிகளின் மூலம் இயங்குவதின் வழியாக ஒரு குறிப்பிட்ட தருணத்தில் தற்காலிகமாக அதற்கான விடையை எப்படிப் பெறுகிறார் என்பதை மார்ஷல் விளக்குகிறார். கணத்திற்குக் கணம் அந்த விடை மாறிக் கொண்டேயிருக்கும் என்பதையும் தெளிவாக்கியிருக்கிறார். அந்த மாற்றத்தை இயக்கமற்ற பல நிழற்படங்களாக மாற்றி, அவற்றை மீண்டும் ஒருங்கிணைப்பதன் மூலம் அந்த இயக்கத்தைப் புரிய வைத்தது மார்ஷலின் மாபெரும் சாதனை.

குடும்பத்தலைவருக்குப் பலவகைத் தேவைகள் இருக்கின்றன. அவற்றுள் உணவுத் தேவை என்பதும் ஒரு பிரிவு. அந்தப் பிரிவுக்குள், அவருடைய குடும்பத்தின் தானியம், மளிகைச் சாமான், காய்கறி, பழம் போன்ற பல உட்பிரிவுகள் இருக்கின்றன. அதில் பழம் என்கிற ஒரே ஒரு தேவை உட்பிரிவை மட்டும் தேர்ந்தெடுத்து, அந்த உட்பிரிவையும் மேலும் பிரித்து, அவற்றின் தேவை எப்படியிருக்கும் என்று பார்க்கலாம். ஒரு பருவத்தில் சந்தையில் ஆப்பிள், திராட்சை, மா, கொய்யா, சப்போட்டா போன்ற பல பழங்கள் கிடைக்கின்றன. குடும்பத் தலைவர் உணவுக்காகத் தன் வருவாயில் ஒரு பகுதியை அந்தப் பழங்களின் கலவையை வாங்குவதற்குச் செலவழிக்கிறார். பழங்கள் உட்பட அனைத்துப் பண்டங்களிலும் குறைந்துசெல் பயன்பாட்டு விதி செயல்படுகிறது. அதாவது, எந்த வகைப் பழமாயிருப்பினும் அதன் எண்ணிக்கை அதிகமாக அதிகமாக, அதன் விளிம்புநிலைப் பயன்பாடு குறைந்து கொண்டேயிருக்கும். அப்படியிருக்கும்போது ஓர் அறிவார்ந்த நுகர்பவர் (குடும்பத் தலைவர்) தான் விலையாக இழக்கப்போகும் பணத்தின் விளிம்புநிலைப் பயன்பாட்டைவிட அதிகமாக (அல்லது அதே அளவு இருக்கிற) விளிம்புநிலைப் பயன்பாட்டைத் தனக்குத் திருப்பித்தருகிற பழங்களையே வாங்குவார் என அனுமானிக்கலாம். குடும்பத்தலைவர் சந்தையில் ஏற்கெனவே இரண்டு ஆப்பிள் வாங்கிவிட்டதாகக் கொள்வோம். சந்தையில் ஓர் ஆப்பிளின் தற்போது நிலவுகிற விலை ரூ. 20 என்றும், அந்த விலையில் அவர் மூன்றாவது ஆப்பிளை வாங்கலாமா, வேண்டாமா என்று யோசிப்பதாகவும் கொள்வோம். (அந்த ரூ. 20 விலையில் அறிவார்ந்த தேர்வு செய்து அவர் இரண்டு ஆப்பிளை வாங்கியிருந்தால் இரண்டாவது ஆப்பிளிலிருந்து அவருக்குக் கிடைத்த விளிம்புநிலைப் பயன்பாடு, அதற்கு அவர் கொடுத்த விலையான 20 ரூபாயின் விளிம்புநிலைப் பயன்பாட்டைவிட அதிகமாகவோ அல்லது சமமானதாகவோ இருந்திருக்க வேண்டும் என்பது நம் அனுமானத்திலிருந்து தெளிவாகிறது. அப்படியானால் முதலாவது ஆப்பிளுக்கு அவர் கொடுத்த விலையான ரூ. 20இன் விளிம்புநிலைப் பயன்பாட்டைவிட அந்த முதல் ஆப்பிள் அவருக்கு நிச்சயமாக அதிகமான விளிம்புநிலைப் பயன்பாட்டை அளித்திருக்க வேண்டும் என்பதும் தெளிவாகிறது.) மூன்றாவது ஆப்பிளின் விளிம்புநிலைப் பயன்பாடு 18 அலகு என்று கொள்வோம். அந்த ஆப்பிளுக்கு விலையாகக் கொடுக்கப்போகிற பணத்தின் ஒரு ரூபாயின் விளிம்புநிலைப் பயன்பாடு 1 அலகு என்றும் கொள்வோம். அப்படியிருந்தால் ஆப்பிளின் தற்போது நிலவுகிற விலையான 20 ரூபாயின் விளிம்புநிலைப் பயன்பாடு 20 அலகு. அப்படிப்பட்ட சூழலில் அவர் அந்த மூன்றாவது ஆப்பிளை

வாங்கமாட்டார் என்கிறார் மார்ஷல். ஏனெனில் மூன்றாவது ஆப்பிளை வாங்குவதால் பெறக்கூடிய விளிம்புநிலைப் பயன்பாடு 18 அலகு; அந்த 20 ரூபாய் விலையில் அவர் இழக்கப்போகிற பணத்தின் விளிம்புநிலைப் பயன்பாடு 20 அலகு. எனவே அவர் அந்த விலையில் ஆப்பிளை வாங்குவதால் மொத்தத்தில் 2 அலகு பயன்பாடு இழப்பார். அப்படிச் செய்வது அறிவார்ந்த தேர்வாக இருக்காது.

இப்படி ஒப்பிடுவதில் ஒரு சிக்கல் இருக்கிறது. தன் வருவாயிலிருந்து ஆப்பிளுக்கு விலையாகப் பணத்தைக் கொடுக்கும்போது குடும்பத் தலைவரிடம் மீதமிருக்கும் பணத்தின் கையிருப்பு குறைந்து விடும். அதனால் அவரிடம் மீதமிருக்கும் பணத்தின் விளிம்புநிலைப் பயன்பாடு உயர்ந்துகொண்டேயிருக்கும்! அதாவது பயன்பாட்டை அளப்பதற்குப் பணத்தை ஓர் எடைக்கல்லாகப் பயன்படுத்துவது ஏற்கத் தக்கதாக இருக்காது. ஏனெனில் குடும்பத்தலைவரின் அகத்தராசில் அந்த எடைக்கல்லின் எடை எப்போதும் ஒரே அளவாக இருப்பதில்லை. அவருடைய கையிருப்பு குறையும்போது அதன் எடை கூடிக்கொண்டும், கூடும்போது அதன் எடை குறைந்துகொண்டுமிருந்தால் அத்தகைய எடைக்கல்லை வைத்து அளவிடுவது குழப்பத்தை ஏற்படுத்தும். இந்தச் சிக்கலை உணர்ந்த மார்ஷல், ஒரு குடும்பத்தலைவர் பெறுகிற வருவாய் மொத்தத்தில் அவர் பலவகைத் தேவைகளை நிறைவு செய்யும் கட்டாயமிருப்பதால் அந்தத் தேவைகளில் ஏதோ ஓர் உட்பிரிவின், உட்பிரிவின் உட்பிரிவுகளுக்காகச் (நம் எடுத்துக்காட்டில் பழங்களுக்காக) செலவு செய்யும் பணத்தின் பங்கு மிக அற்பமாகவே இருக்குமென்றும், அதனால் அந்த அற்பமான தொகையைக் கூட்டுவதாலோ, குறைப்பதாலோ ஏற்படக்கூடிய விளிம்புநிலை மாற்றங்களைப் புறக்கணிக்கலாமென்றும், அப்படிப் புறக்கணித்தால் நுகர்வோரின் பணத்தின் விளிம்புநிலைப் பயன்பாடு நிலையானதாக, மாறாமலிருக்குமென்று அனுமானிக்கலாமென்றும் அந்த ஒப்பிடுதலை நியாயப்படுத்துகிறார். அதாவது, மாத வருவாய் ரூ. 50000 பெறுகிற ஒரு நபருக்கு ரூ. 20ஐக் கூட்டுவதாலோ, குறைப்பதாலோ ஏற்படக்கூடிய விளிம்புநிலைப் பயன்பாட்டின் மாற்றங்கள் மிகச்சிறிய அளவினானதால், புறக்கணிக்கத் தக்கவை என்கிறார்.

மற்றவை மாறாதிருக்கும்போது இப்போது ஏதோ ஒரு காரணத்தால் (எடுத்துக்காட்டாக, ஆஸ்திரேலியாவிலிருந்து ஆப்பிள் இறக்குமதி செய்யப்பட்டதால்) ஓர் ஆப்பிளின் விலை 20 ரூபாயிலிருந்து18 ரூபாய்க்குக் குறைந்துவிட்டதாக அனுமானிப்போம். இப்போது அந்தக் குடும்பத் தலைவர் மூன்றாவது ஆப்பிளை வாங்கினால் அதை வாங்குவதால்

கூடுதலாகப் பெறக்கூடிய விளிம்புநிலைப் பயன்பாடு 18 அலகு; அதற்காக இழக்க வேண்டிய பணத்தின் விளிம்புநிலைப் பயன்பாடு 18 அலகு. ஆப்பிளை வாங்கினால் இழக்கவுள்ள பணத்தின் விளிம்புநிலைப் பயன்பாடும் அதற்கு ஈடாக (மூன்றாவது) ஆப்பிளினால் பெறப்போகும் விளிம்புநிலைப் பயன்பாடும் சமமான நிலையில் நுகர்பவர் தற்காலிகச் சமநிலையடைகிறார் என்று மார்ஷல் அனுமானிக்கிறார். ஆகவே, அவர் 18 ரூபாய் என்ற விலையில் மூன்றாவது ஆப்பிளை வாங்குவார்.

ஆப்பிளின் விலை 18 ரூபாய்க்கு மேல் 20 ரூபாயாக இருக்கும்போது மூன்றாவது ஆப்பிளை வாங்கத் தயாராயில்லாத குடும்பத்தலைவர், மற்றவை மாறாதிருக்கும்போது, அதன் விலை 18 ரூபாய்க்குக் குறைந்ததும் அதை வாங்குவது அறிவார்ந்த தேர்வு என்று மார்ஷல் நிறுவுகிறார். அப்படி நுகர்வோர் மேற்கொள்ளும் அறிவார்ந்த தேர்வுகளைக் காரணம் காட்டித்தான், விலை குறையும்போது பொருள்களின் தேவை அதிகரிக்கும் என்பதை ஒரு பொது விதியாக்கி, அதைத் தேவை விதி என்று பெயரிட்டு மார்ஷல் அழைக்கிறார். அந்த இயக்கத்தை ஒரு வரைபடமாக்கி அதைத் தேவை வளைகோடு என்று பிரபலமாக்கியவரும் அவரே.

இப்போது இந்த எடுகோளை இன்னும் கொஞ்சம் விரிவாக்கலாம். குடும்பத்தலைவரின் பழங்களுக்கான குறைந்துசெல் பயன்பாட்டுப் பட்டியல் கீழ்க்கண்ட அட்டவணைப்படி இருப்பதாகக் கொள்வோம்.

அட்டவணை எண்: 1

குடும்பத் தலைவரின் ஒரு கிலோ பழங்களுக்கான விளிம்பு நிலைப் பயன்பாட்டு அலகுப் பட்டியல்

பழங்கள்	எண்ணிக்கை			
	1	2	3	4
ஆப்பிள்	28	21	18	14
திராட்சை	24	17	12	7
கொய்யா	9	7	6	4

ஒரு கிலோ ஆப்பிளின் விலை 20 ரூபாய் என்றும் ஒரு கிலோ திராட்சையின் விலை ரூ. 25 என்றும் ஒரு கிலோ கொய்யாவின் விலை ரூ. 10 என்றும் கொள்வோம். தன் வருவாயைக் கொண்டு தன் குடும்பத்தினருக்கு இருப்பிடம், உணவு, உடை, உடல்நலம், கல்வி, கேளிக்கை போன்ற பலவகைத் தேவைகளை நிறைவு செய்யும் ஒரு குடும்பத்தலைவரைப் பற்றிய மார்ஷலின் அனுமானப்படி,

அவருடைய ஒரு ரூபாயின் விளிம்புநிலைப் பயன்பாடு 1 அலகு என்று மாறாமலிருக்கும் என்றும் அனுமானிப்போம். குடும்பத்தலைவர் ஓர் அறிவார்ந்த தேர்வாளராக இருந்தால் அவர் இப்போதும் இரண்டு கிலோ ஆப்பிள் வாங்குவதோடு நிறுத்திக்கொள்வார்; மற்ற இரு பழங்களையும் அவர் அப்போது நிலவும் விலைகளில் வாங்க மாட்டார். இப்போது மற்றவை மாறாமலிருக்கும்போது ஒரு கிலோ கொய்யாவின் விலை மாத்திரம் ரூ. 4க்கு குறைகிறதென்று கொள்வோம். இப்போது குடும்பத்தலைவர் ஒரு புது ஒப்பீட்டைச் செய்கிறார். ரூ. 4 கொடுத்து ஒரு கிலோ கொய்யா வாங்கினால், அவருக்கு முதலாவது கொய்யா 9 அலகு அதிகப்படி பயன்பாட்டை நல்குகிறது. அதாவது முதலாவது கொய்யா வாங்கும்போது ஒவ்வொரு ரூபாயும் 9/4 = 2.25 அலகு பயன்பாட்டை வாங்குகிறது. இரண்டாவது கொய்யா வாங்கும்போது ஒவ்வொரு ரூபாயும் 7/4 = 1.75 அலகு பயன்பாட்டை வாங்குகிறது. மூன்றாவது கொய்யா வாங்கும்போது ஒவ்வொரு ரூபாயும் 6/4 = 1.50 அலகு பயன்பாட்டை வாங்குகிறது. நான்காவது கொய்யா வாங்கும்போதுதான் ஒவ்வொரு ரூபாயும் 4/4 = 1 அலகு பயன்பாட்டை வாங்குகிறது. ஆனால் கொய்யா விலை கிலோ ரூ. 4 என்றும் ஆப்பிள் விலை ரூ. 18 என்றும் இருக்கும்போது ஒரு கிலோ ஆப்பிள் வாங்கினால் அந்த முதல் ஆப்பிள் வாங்கும்போது ஒவ்வொரு ரூபாயும் 25/18= 1.389 அலகு பயன்பாட்டைத்தான் வாங்குகிறது. ஆகவே குடும்பத்தலைவர் கொய்யா விலை கிலோ ரூ. 4 என்று குறையும்போது முதல் மூன்று கொய்யா வாங்குகிறவரை மற்ற பழங்களை வாங்குவதைத் தள்ளிப்போட்டு விடுவார்! ஏனெனில் (மற்ற பழங்கள் அனைத்திலும் ஒரு ரூபாய்க்கு ஈடாகக் கிடைக்கும் பயன்பாட்டின் அளவை விட மேலாக) மூன்றாவது கொய்யா வாங்கும்போது அதன் அளவு 1.5 அலகாக இருக்கிறது. ஆனால் 4வது கொய்யாவிலிருந்து ஒரு ரூபாய்க்கு ஈடாகக் கிடைக்கும் பயன்பாட்டின் அளவு 1 ஆகவே இருக்கிறது. அதனால் ரூ. 4 விலையில் 4வது கொய்யாவை வாங்குவதை விட, ரூ. 18 விலையில் 1வது ஆப்பிளை வாங்குவது புத்திசாலித்தனமான தேர்வாகிறது. ஏனெனில் அந்த ஆப்பிளில் ஒவ்வொரு ரூபாய்க்கும் 1.389 அலகு பயன்பாடு ஈடாகக் கிடைக்கிறது. ஆப்பிளானாலும் சரி, கொய்யாவானாலும் சரி மற்றவை மாறாதிருக்கும்போது ஒரு பழத்தின் விலையின் வீழ்ச்சி அந்தப் பழத்தின் தேவையை மட்டுமின்றி மற்ற பழங்களின் சந்தைகளையும் பாதிக்கிறது என்று தெளிவாகத் தெரிகிறது.

பருவ மழை நன்கு பெய்து விவசாயம் செழித்திருப்பதால் சந்தையில் ஒரு கிலோ ஆப்பிளின் விலை ரூ. 14 ஆகவும், ஒரு கிலோ திராட்சையின் விலை ரூ. 7 ஆகவும் ஒரு கிலோ கொய்யாவின் விலை

ரூ. 4 ஆகவும் நிலவுகிறது என்று கொள்வோம். அப்படியிருந்தால், அந்த விலைகளில் குடும்பத்தலைவர் 4 கிலோ ஆப்பிளும், 4 கிலோ திராட்சையும், 4 கிலோ கொய்யாவும் வாங்குவார் என்று மேலே காட்டியிருக்கும் அட்டவணையைப் பார்த்தே நம்மால் கூற முடியும். ஏனெனில் அப்படி வாங்கும்போதுதான் ஆப்பிள், திராட்சை, கொய்யா ஆகிய மூன்று பழங்களின் விளிம்புநிலைப் பயன்பாடுகளின் அளவுகளையும், அவற்றிற்கு ஈடாகக் கொடுக்கும் விலைகளின் விளிம்புநிலைப் பயன்பாடுகளின் அளவுகளோடு ஒப்பிடும்போது ஒரே சமமாக இருக்கிறது. விலைகளிலிருக்கும் பணத்தின் விளிம்புநிலைப் பயன்பாடு மாறாமலிருக்கிறது என்கிற அனுமானத்தை மார்ஷல் ஏற்கெனவே செய்து விட்டதால் பல தேவைகளை நிறைவு செய்யக் கையிருப்பில் இருக்கும் வருவாயைப் பங்கீடு செய்ய வேண்டிய நிர்ப்பந்தத்தில் இருக்கிற குடும்பத் தலைவர் *MU* ஆப்பிள்/ *P* ஆப்பிள் = *MU* திராட்சை/ *P* திராட்சை = *MU* கொய்யா/ *P* கொய்யா ... [$MUx/Px=MUy/Py=MUz/Pz$....] (*MU*: விளிம்புநிலைப் பயன்பாடு; *P*: விலை) என்று அமைகிற இடத்தில்தான் அறிவார்ந்த தேடுதலில் உச்சப் பயன்பாட்டைப் பெறுகிறார். அங்குதான் அவர் தற்காலிகச் சமநிலையடைகிறார். அப்படிப்பட்ட கலவையில் அவர் பழங்களுக்காகச் செலவழித்த தொகைக்குக் கிடைத்திருக்கிற மொத்தப் பயன்பாட்டளவைவிட, வேறு விதமாகப் பழக்கலவைகளை மாற்றியமைப்பதன்மூலம் அதிகமான மொத்தப் பயன்பாட்டை எப்போதும் பெற முடியாது என்பது திண்ணம்.

இந்த வகை நடத்தையை அறிவார்ந்த தேடுதலின் பொது விதியாக மார்ஷல் காட்டுகிறார். தன் வருமான எல்லைக்குள்ளேயே தன் குடும்பத்தினரின் இருப்பிடம், உணவு, உடை, உடல்நலம், கல்வி, கேளிக்கை போன்ற பலவகைத் தேவைகளை நிறைவு செய்தாக வேண்டிய கட்டாயத்திலிருக்கும் குடும்பத்தலைவர், தான் செலவு செய்கிற அடுத்த ரூபாயிலிருந்து அவரது குடும்பத்திற்குக் கிடைக்கும் அதிகப்படிப் பயன்பாடு, பலவகைத் தேவைகளில் எந்தவகைத் தேவையை நிறைவு செய்வதிலிருந்து கிடைக்கும் என்று அக அளவில் ஒப்பிட்டுக்கொண்டேயிருப்பதாகக் காட்டுகிறார். காலப்போக்கில் அது அவருடைய அடிமனத்திலிருந்து அவரை இயக்கும் ஒரு வழக்கமாக மாறி விடுகிறது. சந்தைக்குச் செல்லும்போது எந்த விலைகள் அதிகரித்திருக்கின்றன; எந்த விலைகள் குறைந்திருக்கின்றன என்பதைக் குடும்பத்தலைவர்கள் அவதானிக்கிறார்கள் என்று அறியும்போதே அவர்கள் ஏன் விலைமாற்றங்களை அவதானிக்க வேண்டும் என்கிற கேள்வியும் எழுந்து விடுகிறது. அப்படி அவதானிப்பதால்தான் விலை உயர்ந்துவிட்ட தேவைகளை நிறைவு செய்யும் பொருள்களை

வாங்குவதைக் குறைத்தும், விலை வீழ்ந்துவிட்ட தேவைகளை நிறைவு செய்யும் பொருள்களை வாங்குவதை அதிகரித்தும் தங்கள் வருவாயைச் செலவழித்துத் தாங்கள் நுகரும் மொத்தப் பயன்பாட்டினளவை அவர்கள் உச்சப்படுத்துகிறார்கள். திரும்பத் திரும்ப, முறையாக, வாடிக்கையாக நடக்கும் இத்தகைய செயல்கள் பொருளியல் விதிகளால் இயக்கப்படுகின்றன என்று மார்ஷல் காட்டுகிறார்.

நெகிழ்ச்சி

விலைகள் மாறும்போது பொருள்களின் தேவைகள் எதிர்மறை மாற்றமடைகின்றன என்று தேவை விதிமூலம் மார்ஷல் காட்டுகிறார். ஒரே அளவு விலை மாறுதலுக்கு ஒவ்வொரு பொருளுக்குமான எதிர்மறை மாற்றங்கள் வெவ்வேறு விழுக்காடுகளில் இருக்கும் என்பதைக் கவனித்து அந்த விழுக்காடுகள் மாறுகிற விதத்தையும் தனியாக அளவிடுகிறார். ஒரு பொருளின் விலைமாற்றம் அப்பொருளின் தேவையில் மாறுதலைத் தூண்டுகிற காரணி ஆகும். அந்த விலை மாறுதல்களுக்கேற்பத் தேவையில் ஏற்படும் மாற்றம் அதன் விளைவு. தூண்டுகிற காரணிக்கும், விளைவுக்கும் இருக்கிற அந்த அளவையை அவர் 'நெகிழ்ச்சி' (*elasticity*) என்று விளிக்கிறார். மற்றவை மாறாதிருக்கும்போது ரூ. 100 விலையில் 10000 செருப்புகள் விற்பனையாகிறது என்றும், ரூ. 101 விலையில் 9500 செருப்புகள் விற்பனையாகிறது என்றும் கொள்வோம். தூண்டுகாரணியான விலை ஒரு விழுக்காடு அதிகரித்திருக்கிறது; ஆனால் விளைவான தேவையோ ஐந்து விழுக்காடு குறைந்திருக்கிறது. ஒரு விழுக்காடு விலை மாறுதலுக்கு ஒரு விழுக்காட்டிற்கும் மேற்பட்ட தேவை மாற்றமேற்பட்டால் அப்பொருளுக்கு நெகிழ்ச்சிமிக்க (*elastic*) தேவை இருப்பதாக மார்ஷல் அனுமானிக்கிறார். மற்றவை மாறாதிருக்கும்போது ரூ. 100 விலையில் 10000 செருப்புகள் விற்பனையாகின்றன என்றும், ரூ. 101 விலையில் 9900 செருப்புகள் விற்பனையாகின்றன என்றும் கொண்டால், விலை ஒரு விழுக்காடு அதிகரித்திருக்கிறது; ஆனால் தேவையும் ஒரு விழுக்காடுதான் குறைந்திருக்கிறது. அப்போது அதற்கு நிலையான (*constant*)நெகிழ்ச்சி தேவை இருப்பதாக மார்ஷல் அனுமானிக்கிறார். மற்றவை மாறாதிருக்கும்போது ரூ. 100 விலையில் 10000 செருப்புகள் விற்பனையாகிறது என்றும், ரூ. 101 விலையில் 9975 செருப்புகள் விற்பனையாகிறது என்றும் கொண்டால் விலை ஒரு விழுக்காடு அதிகரித்திருக்கிறது; ஆனால் தேவை கால் விழுக்காடுதான் குறைந்திருக்கிறது. அப்போது அதற்குத் தணிந்த நெகிழ்ச்சி (*inelastic*) தேவை இருப்பதாக மார்ஷல் அனுமானிக்கிறார். விலை மாறுதலுக்கு எதிரான

விகிதத்தில்தான் தேவை மாற்றம் இருக்கும் என்பதால் தேவை நெகிழ்ச்சி (ஒரு சில விதிவிலக்குகள் தவிர) எப்போதும் எதிர்மறை எண்ணாகவே இருக்கும். ஆனால், பொதுவான விளக்கங்களில் நெகிழ்ச்சியை நேர்மறை எண்ணாகக் குறிப்பிடுவது மரபாகி விட்டது. அதாவது அந்த எண்ணின் எதிர்மறைக் குறியீடு (−) புறக்கணிக்கப்பட்டுவிடுகிறது.

இந்த நெகிழ்ச்சிக் கோட்பாட்டை அளிப்புப் பக்கத்திலும் மார்ஷல் பயன்படுத்தியுள்ளார். விலை மாறும் போது அளிப்பு நேர்மறையாக மாறும் என்பதால் அளிப்பு நெகிழ்ச்சி (ஒரு சில விதிவிலக்குகள் தவிர) எப்போதும் ஒரு நேர்மறை எண்ணாகவே இருக்கும். நெகிழ்ச்சிமிக்க அளிப்பு, நிலையான அளிப்பு, தணிந்த நெகிழ்ச்சி அளிப்பு ஆகிய மூன்றையும் மார்ஷல் வேறுபடுத்திக் காட்டியிருக்கிறார். மார்ஷல் பொருளியல் ஆய்வுகளுக்கு அளித்த கருவிகளில், நெகிழ்ச்சி மிக முக்கியமானது.

நுகர்வோர் உபரி

பொருளியலில் தேவைப் பக்கத்திற்கு மார்ஷல் அளித்த கருவிகளில் நுகர்வோர் உபரியும் (consumer's surplus) ஒன்று. மற்றவை மாறாதிருக்கும்போது ஒரு நுகர்பவர் தான் விரும்பும் ஒரு பொருளை இழந்துவிடாமலிருப்பதற்குத் தரத் தயாராயிருந்த விலைக்கும் அந்தப் பொருளை அவர் சந்தையில் வாங்கிய விலைக்கும் இருக்கும் இடைவெளியை மார்ஷல் நுகர்வோர் உபரி என்று அழைக்கிறார். சிக்கிமுக்கிக் கற்களால் தீ உற்பத்தி செய்து, எண்ணெய் விளக்குகளை எரித்துக்கொண்டிருக்கும் காட்டுவாசிப் பழங்குடிச் சமூகத்தைச் சேர்ந்த ஒருவருக்கு ஒரு நவீன விற்பனையாளர் தீப்பெட்டியை விற்பனை செய்யப் போனால், காட்டுவாசி அதற்கு ஏராளமான விலையைக் கொடுக்க முன்வரலாம். (எடுத்துக்காட்டாக, அவர் ரூ. 100 கொடுக்கத் தயாராயிருக்கலாம்.) ஆனால், அதை நாகரிகம் வளர்ந்துவிட்ட நவீன சமூகத்தின் சந்தை விலைக்கே கொடுத்தால் (எடுத்துக்காட்டாக, அவருக்கு அந்தத் தீப்பெட்டியை ரூ. 1க்கு விற்றால்) அவருக்கு ரூ. $100 -$ ரூ. $1 =$ ரூ. 99 நுகர்வோர் உபரி கிடைத்திருக்கும். மனித இனத்தின் கண்டுபிடிப்புகளால், முன்பு கடினமாகக் கருதப்பட்ட பல வகை வேலைகளை இப்போது இயந்திரங்களின் துணையோடு நாம் குறைந்த செலவில் செய்து முடிக்கிறோம். வெளிச்சம், போக்குவரத்து, செய்தித் தொடர்பு, கேளிக்கை போன்ற பல துறைகளில் விலைகள் குறைந்து கொண்டே வருகின்றன. எடுத்துக்காட்டாக, ஓர் ஊரிலிருந்து இன்னொரு ஊரிலிருப்பவர்களோடு பேசுவதற்கு இருபது ஆண்டுகளுக்கு முன்பு நாம் தொலைபேசிக்குத் தந்த தொகையை

விட இப்போது அலைபேசிகளில் நாம் கொடுக்கிற தொகை மிக குறைந்துவிட்டது. இரயில்கள், பேருந்துகள் வருவதற்கு முன்பு காவிரிப்பூம்பட்டினத்திலிருந்து மதுரைக்குப் பயணம் செய்ததன் கடுமையைப் பற்றி சிலப்பதிகாரம் பேசுகிறது. நவீன சமுதாயத்தில் கோவலனும் கண்ணகியும் பேருந்தில் பயணம் செய்திருந்தால் அவர்கள் அவ்வளவு சிரமப்பட்டிருப்பார்களா? விலை குறையக்குறைய நுகர்வோர் உபரி அதிகரித்துக் கொண்டேயிருக்கிறது. நுகர்வோர் உபரி அதிகரிக்கஅதிகரிக்க மானுட வளம் அதிகரித்துக்கொண்டிருக்கிறது என்று கொள்ளலாம். நுகர்வோர் உபரியைக் கருவியாகக் கொண்டு வரி விதிப்பு, மானியம் போன்றவற்றின் விளைவுகளை மார்ஷல் ஆராய்ந்திருக்கிறார். நல்வளப் பொருளியலில் (welfare economics) நுகர்வோர் உபரி பற்றிய ஆய்வுகள் முக்கியத்துவம் பெற்றிருக்கின்றன.

உற்பத்தி, அளிப்பு

பொருள்களையும் பணிகளையும் நுகர்வோர் வாங்குவதில் காண்கிற விளிம்புநிலைப் பயன்பாட்டுத் தத்துவம் போன்றே நிறுவனங்கள் அப்பொருள்களையும் பணிகளையும் விற்பதில் இருக்கிற தத்துவத்திலும் ஒத்திசைவான பொருத்தம் இருக்கிறது என்று நவசெவ்வியல் கொள்கையினர் நம்புகின்றனர். நுகர்வோர் வாங்குவதில் காண்கிற விளிம்புநிலைத் தத்துவத்தை மீண்டுமொரு முறை நினைவுகூரலாம். நுகர்வோர் தங்கள் வருவாயின் பகுதிகளை நிறுவனங்களுக்கு விலைகளாகக் கொடுத்து அதற்குப் பிரதியாகத் தங்களுக்குத் தேவையான பொருள்களையும் பணிகளையும் வாங்குகின்றனர். தாங்கள் வருவாயாகச் சம்பாதித்த பணத்தைத் தங்களுக்குத் தேவையான பொருள்களையும் பணிகளையும் வாங்க விலைகளாகச் செலவழிப்பது துன்பம் தரும் செயல். அப்படிச் செலவழித்து அவர்கள் வாங்குகிற பொருள்களிலிருந்தும் பணிகளிடமிருந்தும் கிடைக்கும் பயன்பாடு அவர்களுக்கு இன்பமளிக்கிறது. மற்றவை மாறாதிருப்பின் நுகருபவர் வாங்குகிற அனைத்துப் பொருள்களுக்காகவும் பணிகளுக்காகவும் இழக்கப்போகிற வருவாயின் பங்குகளின் (அதாவது, விலைகளின்) விளிம்புநிலைப் பயன்பாடுகள் (அவர் இழக்கப்போவதால் அவருக்குத் துன்பம் தருபவை) அவற்றை நுகர்வதால் பெறப்போகிற விளிம்புநிலைப் பயன்பாடுகளுக்குச் (அவர் பெறப்போவதால் அவருக்கு இன்பம் தருபவை) சமமாகிற இடத்தில்தான் தன் செலவுகள் மூலம் அவர் உச்ச அளவு பயன்பாட்டைப் பெறுவார் என்பதைத்தான் $MUx/Px=MUy/Py=MUz/Pz....$ என்கிற சூத்திரம் நிறுவுகிறது. இதில் கவனிப்புக்குரிய மிக முக்கியமான செய்தி, நுகர்பவர் தான் வாங்கும் பொருள்களையும் பணிகளையும்

ஒன்றுக்கொன்று பதிலீடு செய்யத் தக்கவையாகக் காண்கிறார் என்பதுதான். சந்தையில் பழங்களை வாங்குகிற நுகர்பவர் ஆப்பிளின் விலை அதிகமானால் அதை வாங்கும் அளவைக் குறைத்துக் கொண்டு, திராட்சை விலை குறையுமானால் அதை வாங்கும் அளவை அதிகரிப்பது ஏதோ ஒரு வழியில் அவை ஒன்றுக்கொன்று பதிலீடாக இருந்தால் மட்டுமே நடக்கும். அப்படிப் பதிலீடு செய்வதுதான் அவரை உச்ச அளவு பயன்பாடு அடைகிற இடத்துக்கு அழைத்துச் செல்லும்.

தேவைப் பக்கத்தில் நுகர்வோர் உச்சப் பயன்பாட்டைத் தேடுகிற மாதிரியே அளிப்புப் பக்கத்தில் நிறுவனங்களும் உச்ச இலாபத்தைத் தேடுகின்றன என்று நவசெவ்வியல் பொருளியல் அனுமானிக்கிறது. நிறுவனங்கள் உள்ளீடுகளை உள்வாங்கிக்கொண்டு, அவற்றின் தன்மையை மாற்றி, வெளியீடுகளாக வெளியிடுகின்றன. எடுத்துக்காட்டாக, நூற்பாலைகள் பருத்தியை உள்ளீடாக்கி, நூலை வெளியீடாக அளிக்கின்றன. நூற்பாலைகளில் தொழிலாளர்களின் உழைப்பு, இயந்திரங்களில் முதலீடு, நிர்வாகத்தின் மேற்பார்வை போன்றவையும் உள்ளீடுகளாக்கப்படுகின்றன. கச்சாப் பொருள்கள், உற்பத்திக் காரணிகள் போன்ற உள்ளீடுகளைப் பெற, அவற்றுக்கு நிறுவனத் தலைவர்கள் வழங்கும் ஊதியங்கள், நிறுவனத்தின் உற்பத்திச் செலவாகிறது. வெளியீடுகளை விற்றுக்கிடைக்கும் மொத்தத் தொகை நிறுவனத்தின் மொத்த வருவாயாகத் தெரிகிறது. நிறுவனத்தின் மொத்த வருவாய்க்கும் அதன் உற்பத்திச் செலவுகளுக்கும் இருக்கும் இடைவெளிதான் அதன் இலாப மாகிறது. மற்றவை மாறாதிருப்பின், அந்த இலாபம் உச்சமடைய வேண்டுமானால், நிறுவனத்தின் விளிம்புநிலை வருவாயும் விளிம்புநிலை உற்பத்திச் செலவும் சமமாக இருக்க வேண்டுமென்று நவசெவ்வியல் அறிஞர்கள் நிறுவுகின்றனர். நிறுவனத்தின் வெளியீடுகளை மையப்படுத்திப் பார்க்கும்போது, விளிம்புநிலை வருவாயும் விளிம்புநிலை உற்பத்திச் செலவும் ஆய்வாளர்களின் கவனத்தை ஈர்க்கும் கேந்திரமான இலக்குகளாகின்றன. மார்ஷல் அவற்றின் மீதுதான் தன் முழுக் கவனத்தையும் செலுத்தினார். ஆஸதிரியர்கள் நிறுவனங்களின் உள்ளீடுகளை மையப்படுத்தித் தங்கள் ஆய்வுகளை மேற்கொண்டனர்.

(நிறுவனத்தின் உள்ளீடுகளை மையப்படுத்திப் பார்க்கும் போது உள்ளீடுகளாக ஆகிற உற்பத்திக் காரணிகளினால் கிடைக்கும் விளிம்புநிலை உற்பத்தித் திறன்கள் ஆய்வாளர்களின் கவனத்தை ஈர்க்கும் கேந்திரமான இலக்குகளாகின்றன. அமெரிக்காவில் ஜான் மாரீஸ் கிளார்க் உள்ளீடுகளை மையப்படுத்தி உற்பத்திக் காரணிகளுக்குக் கிடைக்கும் ஊதியங்களை விளிம்புநிலை ஆய்வுக்குட்படுத்தினார். ஆஸ்திரியப் பள்ளியினரும் அவ்வாறே

செய்தார்கள். அவர்களின் ஆய்வு முடிவுகள் நவசெவ்வியலின் பகிர்வுக் கொள்கையை நிர்ணயிக்கும் ஒரு பகுதியாகியிருக்கிறது. விளிம்புநிலை உற்பத்தித் திறன்களின் மதிப்பும், அவற்றுக்கு அளிக்கப்படும் விளிம்புநிலை ஊதியங்களும் சமமாக இருக்கும் நிலையில் நிறுவனம் உச்ச இலாபம் பெறும் என்று அவர்களின் ஆய்வு காட்டுகிறது. $VMP_{lab}/P_{lab}=VMP_{lan}/P_{lan}=VMP_{cap}/P_{cap}$.... என்கிற சூத்திரம் அந்த உச்சத்தைக் காட்டுகிறது. (*VMP = value of marginal product =* விளிம்புநிலை உற்பத்தித் திறன் மதிப்பு. *P = Price.* இங்கு நிலத்திற்கு வாரம்; உழைப்புக்குக் கூலி; முதலிற்கு வட்டி என்று கொள்ள வேண்டும். *Subscripts lab, lan and cap represent labour, land and capital respectively.*) அனைத்து உற்பத்திக் காரணிகளும் அவற்றின் விளிம்புநிலை உற்பத்தித் திறனளவுக்கு ஊதியங்கள் பெறுகின்றன என்பது அந்த ஆய்வின் பொதுவான முடிவு.)

மார்ஷல் உற்பத்திச் செலவுகளில் இரண்டு வகையான உண்மைச் செலவுகளை உள்ளடக்குகிறார். அவையாவன: பொருள்களை உற்பத்தி செய்வதற்காக 1. உழைப்பதனால் வருகிற துன்பம்; 2. காத்திருப்பதனால் வருகிற துன்பம். இந்த இருவகைத் துன்பங்களையும் தாங்கிக்கொண்டுதான் பொருள்களை உற்பத்தி செய்ய இயலுகிறது. எனவே உற்பத்திக் காரணிகளுக்குக் கிடைக்கும் ஊதியங்கள், இந்தத் துன்பங்களைத் தாங்கிக்கொள்வதற்காக வழங்கப்படும் நட்ட ஈடுகள்தான் என்கிற செவ்வியல் அறிஞர்களின் முடிவை மார்ஷல் ஏற்கிறார். (உழைப்பதனால் வருகிற துன்பத்தை மட்டுமே உண்மைச் செலவுக் கணக்கில் எடுத்துக் கொள்கிறார் ரிக்கார்டோ.) ஆனால், நாஸா சீனியர் சேமிப்பதற்காகத் துய்ப்பு அல்லது நுகர்ச்சித் துறப்பை (*abstinence*) செய்வதனால் வருகிற துன்பத்தையும் உண்மைச் செலவாக அங்கீகரித்திருக்கிறார். பெரும் செல்வர்களுக்குச் சேமிப்பதற்காக மேற்கொள்ள வேண்டிய துய்ப்புத் துறப்பினால் அதிகத் துன்பம் வர வாய்ப்பில்லை என்பதை உணர்ந்த மார்ஷல் துய்ப்புத் துறப்பு என்கிற சொல்லை மாற்றிவிட்டுக் காத்திருத்தல் (*waiting*) என்கிற பொதுவான சொல்லைப் பயன்படுத்துகிறார். எனவே மார்ஷலின் உண்மைச் செலவுக் கோட்பாட்டில் உழைப்பது, காத்திருப்பது ஆகிய இருவகைச் செயல்களினாலும் ஏற்படக்கூடிய எதிர்மறைப் பயன்பாட்டின் (துன்பத்தின்) விளிம்புநிலை அளவுகள் மையம் பெறுகின்றன. உற்பத்திக் காரணிகளில் உழைப்பு மற்றும் முதலுக்குத்தான் இத்தகைய ஆய்வுகளை அவர் பயன்படுத்துகிறார். நிலத்தைப் பொறுத்தவரை, அது இயற்கையின் கொடை என்றும், அதன் பற்றாக்குறை காரணமாகவே வாரம் வருகிறது என்கிற ரிக்கார்டோவின் வாதத்தை அவர் ஏற்றுக்கொள்கிறார்.

உற்பத்திச் செலவுகளுக்கும் அளிப்புக்குமிருக்கும் தொடர்பை மார்ஷல் ஆய்வு செய்கிறார். விலைகள் மாறும்போது ஒரு நுகர்பவர் ஒரு பொருளுக்கு மாற்றாக மற்றொரு பொருளைப் பதிலீடு செய்வது போலவே நிறுவனங்களும் உற்பத்திக் காரணிகளின் விலைகள் மாறும்போது ஒரு உற்பத்திக் காரணிக்கு மாற்றாக மற்றொன்றைப் பதிலீடு செய்வார்கள். 'செவ்வியல் அரசியல் பொருளாதார'த்தில் இந்தக் கருத்து அதிகம் வலியுறுத்தப் படவில்லை என்பது கவனத்துக்குரியது. இத்தகைய பதிலீடுகள் அளிப்பு வளைகோட்டின் நெகிழ்ச்சியைத் தீர்மானிப்பதில் அதிகப் பங்கு வகிக்கின்றன. விலை குறையும்போது பொருள்களின் அளிப்பு குறையும் என்பதை மார்ஷல் ஒரு பொது விதியாக்கி, அதை அளிப்பு விதி என்று பெயரிட்டு அழைக்கிறார். அந்த இயக்கத்தை ஒரு வரைபடமாக்கி அதை அளிப்பு வளைகோடு என்று பிரபலமாக்கியவரும் அவர்தான்.

உற்பத்தியில் காலத்தின் பங்கு

உற்பத்திச் செலவுகள் மாறுவதை நான்கு வெவ்வேறு கால அளவுகளில் படம் பிடிக்கிறார்.

1. சந்தைக் காலம். ஏற்கெனவே உற்பத்தி செய்துவிட்ட பொருள்களின் வெளியீட்டை விற்பது அல்லது அழிப்பது தவிர்த்து வேறு வழிகளில் மாற்ற முடியாத மிகக் குறுகிய காலத்தைச் சந்தை என்று மார்ஷல் காட்டுகிறார். இக்காலகட்டத்தில் அளிப்பு வளைகோடு நெகிழ்ச்சியற்றதாக (செங்குத்து *'Y'* அச்சில் விலையும், படுகிடை *'X'* அச்சில் பொருள்களின் அளவுகளும் அளக்கப்படும் ஒரு வரைபடத்தில் படுகிடை அச்சுக்குச் செங்குத்துக் கோடாக) இருக்கும். தேவை அளிப்பு ஆகிய கத்தரிக்கோலின் இரு வெட்டுவாய்களில் அளிப்பு இயங்காமலிருக்கும்போது தேவை மட்டுமே இயங்கி விலையை நிர்ணயிப்பது சந்தைக்காலத்தில் நடக்கும். ஆஸ்திரியப் பள்ளியினர் வலியுறுத்துகிற வழியில் பொருள்களின் விளிம்புநிலைப் பயன்பாடு மட்டுமே விலையைச் சந்தைக்காலத்தில் நிர்ணயம் செய்யும்.

2. குறுகிய காலம். இந்தக் காலகட்டத்தில் சந்தையில் நிலவும் தேவைக்கேற்ப உற்பத்தி அளவை மாற்ற, சில உற்பத்திக் காரணிகளின் உள்ளீடுகளை மட்டும் மாற்றியமைக்க இயலும். இப்போது இயங்கிக்கொண்டிருக்கும் பட்டறைகளில் அதிகக் கச்சாப்பொருள்களை உள்ளீடு செய்து, அதிக உழைப்பாளர்களை நியமித்துப் பொருள்களின் உற்பத்தியை அதிகரிக்கச் செய்வது குறுகிய கால நிகழ்ச்சி. தேவை, அளிப்பு ஆகிய கத்திரிக்கோலின்

இரு வெட்டுவாய்களும் (அளிப்பும் தேவையும்) இயங்கி விலையை நிர்ணயிப்பது குறுகிய காலத்தில் நடக்கும்.

3. நீண்ட காலம். இலாபம் தூண்டினால் இயங்கிக்கொண்டிருக்கும் பட்டறைகளை விரிவாக்கியும், புதிய பட்டறைகளைக் கட்டியும், அனைத்து உற்பத்திக் காரணிகளின் உள்ளீடுகளையும் அதிகரித்து அவற்றின் கலவைகளை மாற்றியமைத்து மொத்த உற்பத்தியை மாற்றுகிற காலத்தை நீண்டகாலமாக மார்ஷல் காட்டுகிறார். அதுபோலவே இழப்பு அச்சமடைய வைத்தால் இயங்குகிற சில பட்டறைகளை மூடி, அனைத்து உற்பத்திக் காரணிகளின் உள்ளீடுகளையும் குறைத்து மொத்த உற்பத்தியைக் குறைப்பதும் நீண்ட கால நிகழ்ச்சி. தேவை, அளிப்பு ஆகிய கத்தரிக்கோலின் இரு வெட்டுவாய்களில் தேவை நிலையாக இயங்காமலிருக்கும்போது, அளிப்பு மட்டுமே இயங்கி விலையை நிர்ணயிப்பது நீண்ட காலத்தில் நடக்கும்.

4. மிக நீண்ட காலம் அல்லது ஊழிக்காலம் (*secular period*). இந்தக் காலத்தில் உற்பத்தி முறைகளில் மாற்றம் வரலாம்; தொழில்நுட்பம் மாறி விடலாம்; நுகர்வோரின் சுவைகள் மாறி விடலாம்; மக்கள்தொகை மாறிவிடலாம்; இந்தப் பண்டத்திற்கு மாற்றுப் பண்டங்கள் கண்டுபிடிக்கப்படலாம். அவற்றின் காரணமாக அளிப்புக் கோட்டின் நெகழ்ச்சி அதிகரிக்கும் வாய்ப்புகள் மிக அதிகமாக இருக்கும். தேவை அளிப்பு ஆகிய கத்தரிக்கோலின் இரு வெட்டுவாய்களில் மிக நீண்ட காலத்தில் இரண்டுக்குமே அல்லது எதற்கு வேண்டுமானாலும் முக்கியத்துவம் வரலாம்.

மார்ஷல் அளிப்பிற்கான உண்மைச் செலவுகளையும் பணச்செலவுகளையும் வேறுபடுத்தி ஆராய்கிறார். உண்மைச் செலவுகள் உழைப்பது மற்றும் காத்திருப்பது ஆகிய இருவகைச் செயல்களினாலும் ஏற்படக்கூடிய எதிர்மறைப் பயன்பாட்டின் (துன்பத்தின்) விளிம்புநிலை அளவுகளால் தீர்மானமாகின்றன. பணச்செலவுகள் உற்பத்திக் காரணிகள் அளிப்பை அளிப்பதற்காக அப்படித் துன்பம் தரக்கூடிய உழைப்பு மற்றும் காத்திருத்தல் மேற்கொள்வதற்குப் போதுமான அளவு பண ஈடு தரவேண்டிய கட்டாயத்தினால் வருகின்றன. தொழில் முனைவோரின் உழைப்புக்கும் காத்திருத்தலுக்கும் ஈடாக அளிக்க வேண்டிய இயல்பான இலாபமும் (*normal profit*) அளிப்பிற்கான பணச்செலவுகளில் அடங்கியிருக்கிறது.

பணச்செலவுகளை நிலையான செலவுகள் (*fixed costs*), மாற்றமுறும் செலவுகள் (*variable costs*) என்று பாகுபடுத்துகிறார். ஒரு பட்டறையின் கட்டடம் அதன் நிலையான செலவு. அந்தப் பட்டறையின் வெளியீட்டின் அளவுக்கேற்ப அது

மாற்றமுறுவதில்லை. ஆனால் அந்தப் பட்டறையில் வேலை செய்யும் தொழிலாளர்களின் கூலிகள் மாற்றமுறும் செலவுகள். ஏனெனில் பட்டறையின் வெளியீடு அதிகரித்தால் மொத்தக் கூலிகளும் அதிகரிக்கும்; வெளியீடு குறைந்தால் மொத்தக் கூலிகளும் குறையும். நிலையான செலவுகளை முதன்மைச் செலவுகள் (prime costs) என்றும் மாற்றமுறும் செலவுகளை அவர் பற்றாக்குறை நிரப்பும் செலவுகள் என்றும் (supplementary costs) மார்ஷல் அழைக்கிறார். உற்பத்தியாளர்கள் சந்தைக் காலத்திலும், குறுகிய காலத்திலும் தங்களின் விற்பனை மூலம் தங்களின் மாற்றமுறும் (பற்றாக்குறை நிரப்பும்) செலவுகளையாவது திரும்ப ஈட்டிவிட வேண்டுமென்று விரும்புவார்கள் என்றும், ஆனால் நீண்ட காலம் உற்பத்தியைத் தொடர வேண்டுமென்றால் நிலையான (முதன்மைச்) செலவுகளையும் மாற்றமுறும் (பற்றாக்குறை நிரப்பும்) செலவுகளையும் இயல்பு இலாபத்தையும் (அதாவது மொத்தச் செலவுகளையும் + இயல்பு இலாபத்தையும்) தங்களின் விற்பனை மூலம் ஈட்டியாக வேண்டும் என்றும் காட்டி, அதனால் நிறுவனங்களின் உற்பத்தியில் காலத்திற்கு முக்கியமான பங்கு இருக்கிறதென்பதைத் தெளிவாக்குகிறார். சுருங்கச் சொன்னால் ஒவ்வொரு நிறுவனமும் குறுகிய காலத்தில் தங்கள் விற்பனை மூலம் மாற்றமுறும் செலவுகளை ஈட்ட முடிந்தால், நிலையான செலவுகளை ஈட்ட முடியாமல் தற்காலிகமாக இழப்பு வந்தால்கூட அதைத் தாங்கிக்கொண்டு தங்கள் தொழிலில் தொடர்வார்கள். ஏனென்றால் எந்தத் தொழிலிலும் வணிகச் சுழல்கள் வருவதை அவர்கள் எதிர்பார்த்தே இருக்கிறார்கள். அதனால்தான் குறுகிய காலத்தில் வருகிற தற்காலிக இழப்பை அவர்கள் ஏற்கத் தயாராயிருக்கிறார்கள். ஆனால், நீண்ட காலத்திலும் தொடர்ந்து இழப்பு வருமானால் (அதாவது, மாற்றமுறும் செலவுகள் + நிலையான செலவுகள் + இயல்பு இலாபம்கூடக் கிடைக்காமல் போனால்) தொழிலை மூடி விடுவார்கள்.

தேவை, அளிப்பு ஆகியவற்றின் அதிகரிப்புகளும் குறைதல்களும்

தேவை, அளிப்பு வளைகோடுகள் ஒன்றையொன்று வெட்டிக்கொள்ளும் இடத்தில் சமநிலை ஏற்படும் என்றும், அப்படிப்பட்ட சமநிலையை நோக்கி நகரும் வகையில் நுகர்வோரும் தொழில்முனைவோரும் சந்தையில் நிலவும் போட்டியினால் உந்தப்படுவார்கள் என்றும் மார்ஷல் விளக்கியிருக்கிறார். தற்போது நிலவும் விலையிலேயே தற்போது நிலவும் தேவையை விட அதிகமான தேவை வருமானால் அதைத் தேவை அதிகரிப்பு என்று சுட்டுகிறார். தற்போது நிலவும் விலையிலேயே தற்போது நிலவும் அளிப்பை விட அதிகமான அளிப்பு வருமானால்

அதை அளிப்பு அதிகரிப்பு என்கிறார். தற்போது நிலவும் விலையிலேயே தற்போது நிலவும் தேவையை விடக் குறைவான தேவை வருமானால், அதைத் தேவைக் குறைவு என்று சுட்டுகிறார். தற்போது நிலவும் விலையிலேயே தற்போது நிலவும் அளிப்பை விட குறைவான அளிப்பு வருமானால், அதை அளிப்புக் குறைவு என்று சுட்டுகிறார். அட்டவணை 2இல் செங்குத்து வரிசை 3 விலை அளவைக் காட்டுகிறது. தேவை அதிகரிக்குமுன் தேவை அளவைச் செங்குத்து வரிசை 2 காட்டுகிறது. தேவை அதிகரிப்பிற்குப் பின் தேவை அளவைச் செங்குத்து வரிசை 1 காட்டுகிறது. தேவை அதிகரிக்குமுன் அளிப்பின் அளவைச் செங்குத்து வரிசை 4 காட்டுகிறது. அளிப்பு அதிகரிப்பிற்குப் பின் அளிப்பின் அளவைச் செங்குத்து வரிசை 5 காட்டுகிறது.

அட்டவணை எண்: 2

புதிய சூழலில் தேவை	தேவை	விலை	அளிப்பு	புதிய சூழலில் அளிப்பு
180	150	7	30	20
140	120	8	70	30
100	90	9	90	50
70	60	10	120	70

ஆரம்பத்திலிருந்த நிலையில் விலை ரூ. 9இல் சந்தையில் தேவையும் அளிப்பும் சமநிலை அடைந்திருக்கின்றன. புதிய சூழலில் விலை ரூ. 10இல் தேவையும் அளிப்பும் சமநிலை அடைந்திருப்பதை அட்டவணை காட்டுகிறது.

ஒரு குறிப்பிட்ட காலத்தில் ஒரு பொருளுக்கான தேவை, அதன் விலை அதிகரிக்கஅதிகரிக்கக் குறைந்துகொண்டே வரும் என்பதையும், அளிப்பு அதன் விலை அதிகரிக்கஅதிகரிக்க அதிகரித்துக்கொண்டே வரும் என்பதையும் பட்டியலில் இரண்டு, மூன்று, நான்காம் பத்திகள் காட்டுகின்றன. மக்களின் செல்வ அளவு மாறினாலோ, சுவைகள்விருப்பங்கள் மாறினாலோ, மக்கள் தொகை மாறினாலோ, மற்ற பொருள்களின் விலைகள் மாறினாலோ, வருங்காலத்தைப் பற்றிய எதிர்பார்ப்புகள் மாறினாலோ, இன்ன பிற காரணங்களாலோ சூழல் மாற்றத்தினால் நிலவும் விலைகளிலேயே தேவையும் அளிப்பும் முன்பிருந்த நிலையை விட மாற்றமடைகின்றன. அப்படி ஒரு மாற்றம் ஏற்பட்ட பிறகு வந்துள்ள நிலையைப் பட்டியலில் பத்திகள் ஒன்று, மூன்று, ஐந்து ஆகியவை காட்டுகின்றன. புதிய சூழலில் விலை ரூ. 10இல் சமநிலை வந்திருக்கிறது.

இந்தப் பட்டியலை வரைபடமாக மாற்றிப் பார்த்தால் புதிய சூழலில் தேவை, அளிப்பு வளைகோடுகள் இடப்பெயர்ச்சி அடைந்திருப்பதைப் பார்க்க முடியும்.

மற்ற பொருள்களின் விலைகள் மாறும்போது அதனால் ஒரு பொருளில் தேவை அளிப்புகளில் வரக்கூடிய மாற்றங்கள் சிக்கலானவை. நிரப்புப் பொருள்கள் (*complementary goods*), பதிலீட்டுப் பொருள்கள் (*substitute goods*) ஆகியவற்றிடையே வித்தியாசமான விளைவுகள் வரும் என்பதை மார்ஷல் நன்கு விளக்கியுள்ளார். காப்பியும் சர்க்கரையும் நிரப்புப் பொருள்கள். காப்பியின் தேவை அதிகரித்தால் சர்க்கரையின் தேவையும் அதிகரிக்கும். மாறாக காப்பியும் தேநீரும் பதிலீட்டுப் பொருள்கள். காப்பியின் தேவை அதிகரித்தால் தேநீரின் தேவை குறைகிற வாய்ப்புகள் அதிகம். இவற்றையெல்லாம் தெளிவாக்கிய பெருமைக்குரியவர் மார்ஷல்.

விளைவு விதிகளும் தொழில் சிக்கனங்களும்

நீண்ட காலத்தில் ஒரு தொழில் வளரும்போது அந்தத் தொழிலில் ஈடுபட்டிருக்கிற நிறுவனங்களின் உற்பத்தியின் அளவைச் சார்ந்து அவற்றிற்குச் சில சிக்கனங்களோ விரயங்களோ ஏற்படலாம். அதனால் அவற்றின் வளர்ச்சியின்போது அவை வளர்ந்துசெல் விளைவு விதி (*law of increasing returns*), நிலையான அல்லது மாறா விளைவு விதி (*law of constant returns*), குறைந்துசெல் விளைவு விதி (*law of diminishing returns*) ஆகியவற்றில் ஏதேனும் ஒன்றினால் பாதிக்கப்படும் என்பதையும், என்ன காரணங்களால் அவை அந்த விதிகளிலொன்றினால் பாதிக்கப்படும் என்பதையும் தெளிவாக்கியிருக்கிறார். இந்த விளைவு விதிகள் மூன்றும் அவருடைய அகச்சிக்கனங்கள் (*internal economies*), புறச்சிக்கனங்கள் (*external economies*) கோட்பாடுகளை உள்ளடக்கியவை. பொதுவாக அகச்சிக்கனங்கள் ஒரு நிறுவனத்தின் வளர்ச்சியால் நிறுவனத்துக்குள்ளேயே வருபவை. நிறுவனம் சிறியதாக இருக்கும்போது கிடைக்காத பல வசதிகள் நிறுவனம் பெரியதாக ஆனபிறகு கிடைக்கும் வாய்ப்புகள் பெருகுகின்றன. நிறுவனம் சிறியதாக இருந்தால், மின் சக்திக்கு அரசு மின் வாரியத்தின் இணைப்பை மட்டும்தான் நம்பியிருக்க வேண்டும். ஆனால் நிறுவனம் மிகப் பெரியதாக வளர்ந்தால், மின்வெட்டின்போதுகூட 'ஜெனரேடர்'களைப் பயன்படுத்தி மின்சாரம் உற்பத்தி செய்து உற்பத்தியைத் தொடர வழி ஏற்படுகிறது. மின்தடை காரணமாகப் பல சிறிய போட்டியாளர்கள் உற்பத்தி செய்ய இயலாமலிருக்கும் காலங்களிலும், 'ஜெனரேடர்'கள் உள்ள அந்த நிறுவனங்கள் தங்கள் உற்பத்தியை மேற்கொள்ள வழி ஏற்படுகிறது. இப்படிப்

பட்ட காரணங்களால் வரும் அகச்சிக்கனங்கள் நிறுவனங்களின் வளர்ச்சி பெருகப்பெருகத் தொடர்ந்துகொண்டேயிருக்கும் என்று நிச்சயமில்லை. ஓரளவுக்குமேல் நிறுவனம் பெரிதாகும்போது வீணடிப்புகள் பெருகும் ஆபத்தும் இருக்கிறது. சிறிய நிறுவனத்தை மேற்பார்வையிடுவதும் நிர்வகிப்பதும் எளிது. நிறுவனம் பெரியதாக ஆக மேற்பார்வையும் நிர்வாகமும் கடினமாகிக்கொண்டே போகும். பெரிய நிறுவனங்களில் அக்கறையின்மை, மோசடி, வஞ்சித்தல், ஏமாற்றுதல் போன்றவை பெரிய அளவில் நடைபெறுவதை வரலாறு காட்டுகிறது.

பட்டறைக்கு வெளியேயிருக்கிற சூழலினால் பட்டறையின் உற்பத்திச் செலவுகளைப் புறச்சிக்கனங்கள் குறைக்கின்றன. ஒரு வட்டாரத்தில் ஒரு தொழில் சிறப்புத்தேர்ச்சியுடன் வளர்ச்சியடையும்போது அந்தச் சூழலிலிருந்து புறச்சிக்கனங்கள் உருவாகின்றன. திருப்பூரில் உள்ளாடைத் தொழிலோ வாணியம்பாடியில் தோல் பதனிடும் தொழிலோ மிகுந்த வளர்ச்சி பெற்றால் அங்கு அவற்றை ஏற்றுமதி செய்வதற்கு உதவிகரமான பல உபதொழில்கள், பல பணிகள் உருவாகி வளர்ச்சி பெறுகின்றன. எடுத்துக்காட்டாக, ஏற்றுமதிக்குத் தேவையான அரசுப்படிவங்களைக் கும்பகோணத்தில் எளிதாக வாங்க முடியாது. ஆனால், திருப்பூரில் எந்த நகலெடுக்கும் கடையிலும் அவை விலைக்குக் கிடைக்கும். அதுபோலவே நிறுவனங்களின் துணிகளின் வடிவமைப்பில் தேர்ச்சி பெற்ற தொழிலாளர்கள் பலர் திருப்பூரில் கிடைக்கிறார்கள். அப்படித் திருநெல்வேலியில் கிடைப்பது அரிது. திருப்பூரில் வெவ்வேறு வகைத் தையலில் சிறப்புத் தேர்ச்சியுடைய நிறுவனங்களும் பொத்தான்கள் விற்கும் கடைகளும் வந்திருக்கின்றன. அதனால் திருப்பூரின் உள்ளாடை உற்பத்தியாளர்களுக்குச் செலவுகள் சிக்கனமாகி, உலகளாவிய சந்தை கிடைக்கிறது. அவ்வாறு உற்பத்தி செய்த சரக்குகளின் போக்குவரத்துக்குத் தரை, நீர், வான்வெளி வாகனங்கள் கிடைக்கும் வாய்ப்புகளும் பெருகுகின்றன. அதனால் அவ்வட்டாரத்திலிருக்கும் அனைத்து உள்ளாடை நிறுவனங்களுக்கும் உற்பத்திச் செலவு குறைகிறது. அதனால் நீண்ட காலத்தில் வளர்ந்துசெல் விளைவு விதி செயல்பட வேண்டுமானால், புறச்சிக்கனங்கள் தொடர்ந்து வளர்வதுதான் சிறந்த வழி என்று மார்ஷல் அனுமானிக்கிறார்.

விளைவு விதிகளும் நிறுவனங்களின் குறுகிய கால அளிப்பும்

ஒரு நிறுவனத்தின் நிலையான செலவுகளில் மாற்றமில்லாமல் மாற்றமுறுகிற செலவுகளில் மட்டும் வேறுபாடுகள் செய்யும்போது உள்ளீடுகளுக்கும் அந்த உள்ளீடுகளிலிருந்து பெறப்பட்ட வெளியீடுகளுக்கும் உருவாகிற தொடர்புகளை விளைவு விதிகள்

காட்டுகின்றன. நிறுவனத்தின் கட்டடம் நிலையான செலவு. நிறுவனத்தின் மாற்றமுறுகிற செலவுகளான உற்பத்திக் காரணிகளின் உள்ளீடுகளை எந்த விழுக்காட்டில் அதிகரிக்கிறோமோ (அல்லது குறைக்கிறோமோ) அதே விழுக்காட்டில் அந்த நிறுவனத்தின் வெளியீடுகளும் அதிகரிக்குமானால் (அல்லது குறையுமானால்) அந்த நிறுவனத்தில் நிலையான அல்லது மாறா விளைவு விதி செயல்படுகிறது. தீபாவளி சமயத்தில் ஜவுளிக்குத் தேவை அதிகரிக்கிறது. அதற்காக ஒரு நிறுவனம் தன் உள்ளீடுகளை (தொழிலாளர்களின் எண்ணிக்கை, கச்சாப்பொருள்கள், முதல் போன்றவை) இரட்டிப்பாக்குவதன் விளைவாக, ஜவுளி உற்பத்தியும் இரட்டிப்பானால் அப்போது மாறா விளைவு விதி செயல்படுகிறது. உற்பத்திக்காரணிகளின் உள்ளீடுகளை எந்த விழுக்காட்டில் அதிகரிக்கிறோமோ, (அல்லது குறைக்கிறோமோ) அதைவிட அதிக விழுக்காட்டில் அந்த நிறுவனத்தின் வெளியீடுகளும் அதிகரிக்குமானால் (அல்லது குறையுமானால்), அந்த நிறுவனத்தில் வளர்ந்துசெல் விளைவு விதி செயல்படுகிறது. அதாவது, உள்ளீடுகளை இரட்டிப்பாக்கினால், வெளியீடு இரண்டு மடங்குக்கு மேல் அதிகரிக்கிறது. இந்த நிலை இருந்தால், முதலீட்டாளர்கள் தங்கள் நிறுவனங்களில் உள்ளீடுகளை அதிகரிக்கத் தூண்டப்படுவார்கள் என்பது வெளிப்படை. உற்பத்திக் காரணிகளின் உள்ளீடுகளை எந்த விழுக்காட்டில் அதிகரிக்கிறோமோ (அல்லது குறைக்கிறோமோ) அதைவிடக் குறைந்த விழுக்காட்டில் அந்த நிறுவனத்தின் வெளியீடுகளும் அதிகரிக்குமானால் (அல்லது குறையுமானால்), அந்த நிறுவனத்தில் குறைந்துசெல் விளைவு விதி செயல்படுகிறது. அதாவது, உள்ளீடுகளை இரட்டிப்பாக்கினால் வெளியீடு இரண்டு மடங்குக்குக் குறைவாகவே அதிகரிக்கிறது. இந்த நிலை இருந்தால் முதலீட்டாளர்கள் தங்கள் நிறுவனங்களில் உள்ளீடுகளை அதிகரிப்பதற்கு முன்பு மிகுந்தயோசனையுடன்தான் செயல்படுவார்கள் என்பதும் வெளிப்படை. வளர்ந்துசெல் விளைவு விதி செயல்படும் காலகட்டத்தில் இருக்கும் நிறுவனம் தொடர்ந்து வளர்ச்சியடைவதால் அதன் இலாபம் பெருகிக்கொண்டேயிருக்க வாய்ப்பிருக்கிறது. அப்படி வளர்ந்து அது முற்றுரிமை பெற்று (அந்த வளர்ந்து செல் விளைவு விதி செயல்படாத) மற்ற போட்டி நிறுவனங்களை விழுங்குவதும் சாத்தியமாகவே தோன்றுகிறது. ஆனால் நிறுவனங்கள் வளரவளர, அகச்சிக்கனங்கள் மறைந்து, அக வீணடிப்புகள் வளரும் வாய்ப்புளே மிக அதிகம். அதுமட்டுமின்றி, நிறுவனத்தின் நிலையான செலவுகள் மாறாமலிருப்பதால் அது நிறுவனத்தின் தொடர் வளர்ச்சிக்கு ஒரு முட்டுக்கட்டையாக மாறி விடும். ஒரு பட்டறையின் கட்டடம் மாறாத, நிலையான செலவு. அந்தப் பட்டறையின் வளர்ச்சி அந்தக் கட்டடத்தின் கொள்ளளவை எட்டும்வரை தடங்கலின்றி நீடிக்கும். அதற்குப்

பிறகு புதுக் கட்டடமோ, இருக்கிற கட்டடத்தை விரிவாக்கவோ செய்தால்தான் நிறுவனம் தொடர்ந்து வளர முடியும். எனவே அனைத்து நிறுவனங்களுக்கும் நீண்ட காலப்போக்கில் குறைந்து செல் விளைவு விதி செயல்படுவதுதான் நடைமுறை சாத்தியமாக இருக்கிறது.

விளிம்புநிலைச் செலவு, விளிம்புநிலை வருவாய்க்குச் சமமாக இருக்கும்போது (MC = MR) நிறுவனங்கள் உச்ச இலாபமடையும் சமநிலை ஏற்படுகிறது. நடைமுறை உலகில் நிறுவனங்கள் குறைந்துசெல் விளிம்புநிலை உற்பத்தித்திறன் விதியால் தாக்கமுறும் வாய்ப்பு மிக அதிகமாயிருப்பதால் உற்பத்தி அதிகரிக்கஅதிகரிக்க பொருள்களின் உற்பத்திச் செலவுகள் மேலே உயர்வது இயல்பாகிறது. குறைந்துசெல் விளிம்புநிலை உற்பத்தித்திறன் விதியால் தாக்கமுறும் நிறுவனங்களின் விளிம்புநிலைச் செலவு வளைகோடுகள் இடப்புறமிருந்து வலப்புறம் மேல்நோக்கி செல்கின்றன.

தொழிலின் அளிப்பு அதில் ஈடுபட்டுள்ள பல நிறுவனங்களின் அளிப்பின் ஒருங்கிணைப்பால் வருகிறது. எனவே தொழிலின் அளிப்பு வளைகோடு, அத்தொழிலில் ஈடுபட்டிருக்கும் பல நிறுவனங்களின் விளிம்புநிலைச் செலவு வளைகோடுகளின் கூட்டலே ஆகும். எனவே அந்தத் தொழிலின் அளிப்பு வளைகோடும் இடப்புறமிருந்து வலப்புறம் மேல்நோக்கி செல்லும் என்று மார்ஷல் அனுமானிக்கிறார்.

விளைவு விதிகளும் அளவை விளைவு விதிகளும்

விளைவு விதிகள், அளவை விளைவு விதிகளிலிருந்து வேறுபட்டவை.

ஒரு நிறுவனத்தின் நிலையான செலவுகளில் மாற்றமில்லாமல், மாற்றமுறுகிற செலவுகளில் மட்டும் வேறுபாடுகள் செய்யும்போது உள்ளீடுகளுக்கும் அந்த உள்ளீடுகளிலிருந்து பெறப்பட்ட வெளியீடுகளுக்கும் வருகிற தொடர்புகளை விளைவு விதிகள் காட்டுகின்றன. இப்போது இருக்கிற பட்டறைகளிலேயே, அதன் கட்டடங்களை அப்படியே வைத்துக்கொண்டு, அதிகப்படியான கச்சாப் பொருள்களை உள்ளீடு செய்து, அதிகப்படியான இயந்திரங்களை நிறுவி, அதிகப்படியான தொழிலாளர்களை வேலைக்கமர்த்தினால் வெளியீட்டின் வளர்ச்சி எந்த விழுக்காட்டில் மாறுகிறது என்பதை விளைவு விதிகள் காட்டுகின்றன. குறுகிய காலத்தில் நிலையான செலவுகளாய்க் காட்டப்பட்ட நிறுவனங்களின் கட்டடங்களின் பற்றாக்குறையால் புதிய கட்டடங்கள் கட்டப்பட்டு, அதே சமயம் உள்ளீடுகளாக அதன் மாற்றமுறுகிற செலவுகளும் அதிகரித்தால் அதன் காரணமாகத் தொழிலின் வெளியீடுகளில் வருகிற விளைவை, அதாவது அனைத்துவகைச் செலவுகளும்

மாறும்போது அதனால் ஏற்படுகிற விளைவை அளவை விளைவு விதிகள் (*laws of scale returns or returns to scale*) காட்டுகின்றன. நிறுவனங்களின் நிலையான செலவுகளும் மாறி, மாற்றமுறுகிற செலவுகளும் மாறினால்தான் அளவை விளைவு விதிகள் செயல்படும்.

விளைவு விதிகள் ஒரு சில நிலையான செலவுகளோடு (எடுத்துக்காட்டாக, ஒரு கட்டிடத்துக்குள்) மற்ற உள்ளீடுகள் (கச்சாப்பொருள்கள், இயந்திரங்கள், தொழிலாளர்கள்) கூட்டப்பட்டாலோ, குறைக்கப்பட்டாலோ வருகிற விளைவுகளைக் காட்டுகின்றன. இப்போது இருக்கிற பட்டறைகளோடு புதிதாகப் பட்டறைகள் கட்டப்பட்டால் குறுகிய காலத்தில் நிலையான செலவுகளாகக் கருதப்பட்டவைகூட மிக நீண்ட காலத்தில் மாற்றமுறுகிற செலவுகளாக மாறிவிடுகின்றன. அப்படிப்பட்ட நிலையில் உள்ளீட்டுச் செலவுகளை நிலையான செலவுகள், மாற்றமுறும் செலவுகள் என்று பாகுபடுத்துவதே பொருளற்றதாக ஆகி விடுகிறது. மிக நீண்ட காலத்தில் அனைத்துச் செலவுகளும் மாற்றமுறும் செலவுகள்தான். ஒரு பொருளுக்குத் தொடர்ந்து தேவை பெருகிக்கொண்டே வருமானால் மிக நீண்ட காலத்தில் அந்தத் தொழிலில் புதிய புதிய நிறுவனங்கள் நுழையும். புதிய புதிய பட்டறைகள் அமையும். அந்தத் தொழிலில் அனைத்து வகை உள்ளீடுகளும் பெருகும் என எதிர்பார்க்கலாம். நம் காலத்தில் அலைபேசித் தொழிலில் முதலில் தோன்றிய நோக்கியா போன்ற சில நிறுவனங்கள் பிரமாண்டமாக வளர்ந்ததையும், இப்போது ஏராளமான புது நிறுவனங்கள் வந்திருப்பதையும் இதற்கு எடுத்துக்காட்டாகச் சொல்லலாம். அப்படி நடக்கும் போது பட்டறைகள் உட்பட்ட அனைத்து உள்ளீடுகளும் இரட்டிப்பாக்கி, அதன் விளைவாக வெளியீடுகளினளவும் இரட்டிப்பானால் மாறா அளவை விளைவு விதி செயல்படுகிறது என்கிறோம். பட்டறைகள் உள்பட அனைத்து உள்ளீடுகளும் இரட்டிப்பாகி அதன் விளைவாக வெளியீடுகளினளவு இரட்டிப்புக்கு மேலேயே அதிகமானால் வளர்ந்துசெல் அளவை விளைவு விதி செயல்படுகிறது என்கிறோம்; பட்டறைகள் உள்பட அனைத்து உள்ளீடுகளும் இரட்டிப்பாகி அதன் விளைவாக வெளியீடுகளினளவு இரட்டிப்புகூட ஆகாமல் அதற்குக் குறைவாகவே அதிகரித்திருந்தால் அப்போது குறைந்துசெல் அளவை விளைவு விதி செயல்படுகிறது என்கிறோம்.

போலிவாரம், பிரதிநிதித்துவ நிறுவனம்

குறுகிய காலத்தில் அனைத்து உற்பத்திக் காரணிகளின் அளிப்பும் நிலையானதாக, உடனடியாக மாற்ற இயலாததாக (பொருளியல் சொற்களில் சொன்னால் முழுமையான

நெகிழ்ச்சியற்றதாக) இருக்கும். அவை பெறும் ஊதியங்கள் அவற்றின் குறுகிய காலத் தேவை அளிப்புகளின் இயக்கங்களால் தீர்மானமாகும். உற்பத்திக் காரணிகளின் தேவை அவற்றின் விளிம்புநிலை உற்பத்தி வருவாயால் (marginal revenue product) தீர்மானமாகும். குறுகிய காலத்தில் அளிப்பு நெகிழ்ச்சியற்றதாக இருக்கும்போது உற்பத்திக் காரணிகளின் ஊதியங்கள் அந்த உற்பத்திக் காரணிகளின் விளிம்புநிலை உற்பத்தித் திறனால் தீர்மானமாகின்றன.

குறுகிய காலத்தில் உற்பத்திக் காரணிகள் பெறும் ஊதியங்கள், அந்த உற்பத்திக் காரணிகளின் உற்பத்திச் செலவுகளுக்கு மேலே கூட இருக்கலாம்! அந்த உற்பத்திக் காரணியை மீண்டும் மறுஉற்பத்தி செய்ய ஆகும் செலவை விட அதிகப்படியான ஊதியங்கள், அவற்றின் தற்காலிகப் பற்றாக்குறை காரணமாக அவற்றிற்குக் குறுகிய காலத்தில் கிடைக்கலாம். உற்பத்திக் காரணிகளுக்கு நீண்ட காலத்திலும் அவற்றின் நெகிழ்ச்சியற்ற அளிப்பின் காரணமாக, அதாவது அவற்றின் நிரந்தரப் பற்றாக்குறை காரணமாகக் கிடைக்கும் ஊதியத்தை (ரிக்கார்டோ வரைமுறைப்படுத்திய வகையில்) மார்ஷலும் வாரம் (rent) என்று அழைக்கிறார். ஆனால், குறுகிய காலத்தில் மட்டும் உற்பத்திக் காரணிகளுக்குக் கிடைப்பருமை நிலவுமானால் அதன் காரணமாக அவை ஈட்டுகிற அதிகப்படி ஊதியங்களை மார்ஷல் 'போலிவாரம்' (quasi rent) என்று அழைக்கிறார். எடுத்துக்காட்டாக, சபரிமலை ஐயப்பன் கோயிலுக்கு யாத்திரை செல்லும் பருவத்தில் கார் ஓட்டிகளுக்கு அதிகத் தேவை ஏற்படுவதால் அவர்களின் கூலி வழக்கமான கூலியை விட அதிகமாக உயர்வதைக் காட்டலாம். ஐயப்பன் கோயிலுக்கு யாத்திரை செல்வது ஆண்டில் ஒரு பருவத்தில் மட்டும் நடைபெறுகிறது. அந்தப் பருவத்தில் கார் ஓட்டிகளுக்குப் போலிவாரம் கிடைக்கிறது. ஆண்டு முழுவதும் அந்த யாத்திரை தொடருமானால், புதிதாகப் பல கார் ஓட்டுனர்கள் பயிற்சி முடித்து அந்த வேலைக்கு வருவார்கள் என எதிர்பார்க்கலாம். அதாவது, போலிவாரத்தின் அளவு, உற்பத்திக் காரணிகளை அளிப்பவர்கள் தங்கள் அளிப்பை அதிகப்படுத்தத் தூண்டும் விலைகளை விட அதிகமாக இருப்பதால், நீண்ட காலத்தில் அந்த உற்பத்திக் காரணியை அளிப்பவர்களிடையேயும் (உற்பத்தி செய்து அளிக்கக்கூடிய தொழில்முனைவோரிடையேயும்) மிகுந்த போட்டியை ஏற்படுத்தும். அதனால் அந்த உற்பத்திக் காரணியின் அளிப்பு படிப்படியாக அதிகரிக்கும். அதனால் நீண்ட காலத்தில் அதன் போலிவாரம் படிப்படியாகக் குறையும். அதே காரணத்தால் கடைசியில் போலிவாரம் முழுவதும் மறைந்துபோய்விடும். (அதாவது, நீண்ட காலத்தில் தற்காலிகமான கிடைப்பருமையுடைய உற்பத்திக்

காரணிகளைப் புதிதாக உருவாக்கிக்கொள்ள இயலுமானால் அவற்றிற்கு அந்தக் கிடைப்பருமையான குறுகிய காலத்தில் கிடைத்த போலிவாரம் படிப்படியாகக் குறைந்து, கடைசியில் மறைந்தே போய்விடும்.)

தொழிலின் நீண்ட கால அளிப்பு, தொழிலில் ஈடுபட்டிருக்கிற அனைத்து நிறுவனங்களின் அளிப்பையும் கூட்டுவதால் கிடைக்கிறது. அவற்றின் ஒட்டுமொத்த உற்பத்தியின் அளிப்பை அளவிடுவது கடினமானதாக இருக்கும். எனவே அந்த ஒட்டுமொத்த உற்பத்தியின் அளவைத் தீர்மானிக்க, மார்ஷல் ஒரு சுருக்குவழியைக் கையாள்கிறார். தொழிலின் நீண்ட கால அளிப்பு வளைகோட்டைப் பெறுவதற்கு பிரதிநிதித்துவ நிறுவனம் (representative firm) ஒன்றைக் கற்பனை செய்கிறார். தொழில், பல நிறுவனங்களை உள்ளடக்கியிருக்கிறது. எடுத்துக்காட்டாக, துணி உற்பத்தித் தொழிலில் ஏராளமான நிறுவனங்கள் ஈடுபட்டிருக்கின்றன. அந்த நிறுவனங்கள் பெரியதும் சிறியதுமாகப் பல அளவுகளில் இருக்கின்றன. அவற்றில் சில இளமையானவை. வேறு சில முதுமையடைந்தவை. அவற்றில் ஒன்றைத் தேர்ந்தெடுத்து, அதைப் பிரதிநிதித்துவ நிறுவனமாகக் கொண்டு அதன் உற்பத்திச் செலவுக் கோடுகளை, அந்தத் தொழிலின் உற்பத்திச் செலவுக் கோட்டின் மாதிரியாகக் காட்டும் நோக்கத்தில்தான் அவர் அந்தக் கற்பனையை மேற்கொள்கிறார். பிரதிநிதித்துவ நிறுவனம் ஓரளவு நீண்ட வாழ்வைக் கொண்டது; மிதமான வெற்றி பெற்றது; சராசரியான திறன்கொண்டவர்களால் நிர்வகிக்கப்படுவது; அதன் அந்த உற்பத்தி அளவுக்குத் தகுந்த அக மற்றும் புறச்சிக்கனங்களை அடைந்திருப்பது என்று வரையறுக்கிறார். அந்த நிறுவனத்தின் செலவு வளைகோடுகள் தொழிலின் அளிப்பு வளைகோடுகளைப் பிரதிபலிக்கும் என்பது மார்ஷலின் முடிவு. பிரதிநிதித்துவ நிறுவனத்தின் அளிப்பைத் தொழிலில் ஈடுபட்டிருக்கும் நிறுவனங்களின் எண்ணிக்கையால் பெருக்கினால் ஒட்டுமொத்தமாகத் தொழிலின் அளிப்பு தீர்மானமாகும் என்பது மார்ஷலின் அனுமானம். மார்ஷலின் பிரதிநிதித்துவ நிறுவனக் கோட்பாடு மிகப் பெரும்பாலோரால் நிராகரிக்கப்பட்டிருக்கிறது என்பதையும் நாம் மறப்பதற்கில்லை.

இப்போதிருக்கும் வெற்றிகரமான நிறுவனங்கள் அக, புறச் சிக்கனங்களை நன்கு பயன்படுத்திக்கொள்கிறார்கள் என்பது தெளிவு. அவை நீண்ட காலத்தில் தொடர்ந்து விரிவடைந்து இராட்சச அளவை எட்டி முற்றுரிமை பெறும் அளவுக்கு வளராதா என்கிற ஐயம் வருகிறது. அத்தகைய நிலை வராதென்றே மார்ஷல் நினைக்கிறார். நீண்ட காலத்தில் திறமையான புதிய நிறுவனங்கள் தோன்றி இப்போதிருக்கும் நிறுவனங்களோடு போட்டியிடும். இப்போதிருக்கும் நிறுவனம் வளரும்போது அதற்குள்ளேயே வருகிற

வீணடிப்பு போன்ற எதிர்மறைச் சிக்கனங்கள் (diseconomies) அதிகரிக்கும். ஒரு தொழில் வளர்ச்சியடையும்போது தற்போது இருக்கும் நிறுவனங்கள் மென்மேலும் விரிவடைந்து பேரளவை அடைவதை விடப் புதிய நிறுவனங்கள் தோன்றி வளர்வதற்கே அதிக வாய்ப்பு இருக்கிறதென்று அவர் கருதினார்.

மார்ஷலின் விலை நிர்ணயக் கொள்கையில் காலத்தின் பங்கு

மார்ஷல் தன் விலை நிர்ணயக் கொள்கையின் மூலமுதலாக ரிக்கார்டோவின் ஆய்வுகளைக் குறிப்பிடுகிறார். தேவையும் அளிப்பும் விலையை நிர்ணயிக்கும் சக்திகள் என்கிற ரிக்கார்டோ வின் கருத்தை மார்ஷலின் விலை நிர்ணயக் கொள்கை மேலும் தெளிவாக்கியுள்ளது. ரிக்கார்டோ தன்னுடைய விலைநிர்ணய ஆய்வில் தேவைப் பகுதிக்கு அதிக முக்கியத்துவம் அளிக்கவில்லை. ஆனால் ஜெவன்ஸைப் போலவே தேவைப் பகுதிக்கும் மார்ஷல் முக்கியத்துவமளித்திருக்கிறார். ஜெவன்ஸ் உற்பத்திச்செலவுகள் அளிப்பைத் தீர்மானிப்பதைப் பற்றி அதிகமாகக் கவனம் செலுத்தவில்லை. ஆனால் மார்ஷலின் ஆய்வுகளில் உற்பத்திச் செலவுகளுக்கும் அளிப்புக்குமுள்ள தொடர்பு நன்கு வெளிக் கொணரப்பட்டிருக்கிறது. மார்ஷல் ரிக்கார்டோவின் செவ்வியல் கொள்கைகளையும் ஜெவன்ஸின் நவசெவ்வியல் கொள்கை களையும் சமரசப்படுத்தி இணைக்க முயன்றிருக்கிறார். அதனால்தான் நவீனப் பொருளியலின் விலைநிர்ணயக் கொள்கை யின் முன்னோடியாக மார்ஷல் பாராட்டப்படுகிறார்.

சந்தைக் கால விலைநிர்ணயத்தில் அளிப்பு அதிக மாற்றமில்லாமல் நெகிழ்ச்சியற்றதாக இருக்குமென்றும், அதனால் அளிப்பு வளைகோடு படுகிடை அச்சிற்குக் கிட்டத்தட்ட செங்குத்தாக இருக்குமென்றும் மார்ஷல் அனுமானிக்கிறார். சந்தைக் காலத்தில் கையிலிருக்கும் சரக்கைத்தான் விற்பனையாளர் விற்க முடியும். அப்படியிருக்கும்போது தேவைதான் (விளிம்புநிலைப் பயன்பாடுதான்) விலையை நிர்ணயிப்பதில் அதிகப் பங்கு வகிக்குமென்று மார்ஷல் அனுமானிக்கிறார். ஆனால் குறுகிய காலத்தில், எந்தப் பொருள்களின் தேவை அதிகரித்து அவற்றின் விலைகள் உயர்ந்திருக்கின்றனவோ அவற்றின் உற்பத்தியைத் தங்களின் மாற்றமுறும் செலவுகளை அதிகரிப்பதன்மூலம் நிறுவனங்கள் உயர்த்தும். அதனால் தொழிலின் அளிப்பு அதிகரிக்கும். அதாவது, அளிப்பு வளைகோடு இடப்புறமிருந்து வலப்புறமாக மேல்நோக்கி நகரும். அப்படியிருக்கும்போது தேவை (விளிம்புநிலைப் பயன்பாடு), அளிப்பு (விளிம்புநிலைச் செலவு) ஆகிய இரண்டு சக்திகளுமே விலையை நிர்ணயிப்பதில்

அவற்றின் நெகிழ்ச்சிக்கேற்பப் பங்கு பெறும். அதற்குப் பிறகும் சந்தையில் நிலவும் விலை, முன்பிருந்த நீண்ட கால விலையை விட அதிகமாயிருந்தால் இலாபம் தேடிப் புதிய நிறுவனங்களும் தொழிலுக்குள் நுழையும். ஏற்கெனவே அந்தத் தொழிலில் இயங்கிக் கொண்டிருக்கும் நிறுவனங்களும் தங்களின் உற்பத்தியை மேலும் உயர்த்தும். எனவே அளிப்பு வளைகோடு குறுகிய காலத்தை விட இடப்புறமிருந்து வலப்புறமாக மேல்நோக்கி நகரும். நீண்ட காலத்தில் (நிலையான அல்லது மாறா அளவை விளைவு விதி செயல்பட்டால்) தேவைக்கோடு படுகிடை அச்சுக்கு இணைகோடாக ஆகிவிடுமாதலால், தேவை (விளிம்புநிலைப் பயன்பாடு) விலை நிர்ணயத்தில் அதிகப் பங்கு வகிக்காது. நீண்டகாலத்தில் தேவை மாற்றத்தின் தூண்டுதலுக்கேற்ப மாற்றமடைகிற அளிப்புதான் (விளிம்புநிலைச் செலவுதான்) விலையை நிர்ணயிப்பதில் முக்கியப் பங்கு வகிக்கும் என்கிறார் மார்ஷல். (குறைந்து செல் அல்லது வளர்ந்து செல் அளவை விளைவு விதிகள் செயல்பட்டால் நீண்ட கால விலை நிர்ணயத்திலும் தேவையும் (விளிம்புநிலைப் பயன்பாடு) பங்கு வகிக்கும்.) மற்றவை மாறாதிருக்கும்போது தேவையில் மட்டும் மாற்றம் ஏற்படுமானால் அது உடனடியாக விலையில் மாற்றத்தை ஏற்படுத்துமென்றும், நீண்ட காலத்தில் அளிப்பு அந்தத் தேவை மாற்றத்தை ஈடுகட்டும் வகையில் படிப்படியாக மாற்றமடையுமென்றும், அதனால் விலை முன்பு இருந்த சமநிலை விலைக்கு அருகில் மீண்டும் சமநிலையடைய்ம என்றும் மார்ஷல் அனுமானிக்கிறார்.

செவ்வியல் அரசியல் பொருளாதாரத்தையும் நவசெவ்வியல் பொருளியலையும் இணைக்கும் பாலமாக மார்ஷல் கால ஓட்டத்தைப் பயன்படுத்துகிறார். சந்தைக் காலத்தில் விலையைத் தீர்மானிப்பதில் 'நவசெவ்வியல் பொருளியல்' கருத்தினர் முடிவு செய்தது போலத் தேவையின் பங்குதான் பெரியதாக இருக்கிறது. ஆனால், நீண்ட காலத்தில் விலையைத் தீர்மானிப்பதில் 'செவ்வியல் அரசியல் பொருளாதாரம்' காட்டியபடி (உற்பத்திச் செலவுகளைச் சிக்கனம் பிடிக்கக்கூடிய நடவடிக்கை எடுக்குமளவுக்குக் கால அவகாசம் கிடைத்திருப்பதால்) அளிப்பின் பங்கு படிப்படியாகப் பெரியதாகிறது என்று மார்ஷல் காட்டுகிறார். எல்லாக் காலங்களிலும் தேவைஅளிப்பு சக்திகளின் எதிரெதிர் நடப்புகளால்தான் விலைகள் தீர்மானமாகின்றன என்பது இருசாராரும் ஏற்கும் கொள்கைதான்.

உற்பத்திச் செலவுகளிலிருந்து பிறழ்ந்து நிலவும் விலைகள்

சந்தைக் கால விலை நிர்ணயத்தில் தேவை அதிக முக்கியத்துவம் பெறுமென்பதை மேலே விவரித்தோம். வேறு சில சூழல்களிலும் விளிம்புநிலைச் செலவுகள் விலை நிர்ணயத்தில் முக்கியத்துவம்

பெறாமல் போகக்கூடுமென்பதை மார்ஷல் தெளிவாக்கியிருக்கிறார். கூட்டு உற்பத்தி (joint production) இருக்குமானால் அந்தக் கூட்டில் உற்பத்தியாகும் பொருள்களுக்குத் தனித்தனியாக விளிம்புநிலைச் செலவுகளைக் கணக்கிட இயலாது.

எடுத்துக்காட்டாக, ஆட்டுத்தோலும் ஆட்டிறைச்சியும் கூட்டாக உற்பத்தியாகின்றன. நீண்ட காலத்தில் கூட அவற்றின் விலைகளை ஒப்பீட்டடிப்படையில் அவற்றின் தேவைகள்தான் நிர்ணயிக்கும் என்கிறார் மார்ஷல். கூட்டு உற்பத்தியாகும் இரண்டு பொருள்களில் ஒன்றுக்கு மட்டும் தேவை அதிகரித்து, அதனால் அதன் விலை அதிகரித்து, அந்தப் பொருளின் அளிப்பு அதிகரிக்குமானால், அப்போது அதோடு கூட்டு உற்பத்தியான பொருளின் அளிப்பும் அதிகரித்து, அதன் விலையும் குறையும் என்கிறார் மார்ஷல். ஆட்டிறைச்சிக்கு மட்டும் தேவை அதிகரிக்குமானால் ஆட்டுத் தோலின் உற்பத்தியும் அதிகரிக்கும். அப்போது ஆட்டுத்தோலுக்குத் தேவை அதிகரிக்கவில்லையென்றால் ஆட்டுத்தோலின் விலை சரியும்.

முற்றுரிமை நிலவும் சந்தைகளிலும் விலை நிர்ணயத்தில் உற்பத்திச் செலவுகளின் பங்களிப்பு முழு முக்கியத்துவத்தைப் பெறாமல் போகலாம் என்பதை மார்ஷல் காட்டியிருக்கிறார். முற்றுரிமையாளரின் இலாபம் தேவை விலைக்கும் (demand price) அளிப்பு விலைக்கும் (supply price) இருக்கும் இடைவெளி மூலம் வருமெனக் காட்டுகிறார்.

நவீனப் பொருளியல் நூல்களில் விளிம்புநிலை வருவாயும் விளிம்புநிலைச் செலவும் சமமாக இருக்குமிடத்தில் முற்றுரிமையாளரும் உச்ச இலாபமடைவாரென்று காட்டியிருப்பதைத்தான் மார்ஷல் தம் வழியில் விளக்கியிருக்கிறார். முற்றுரிமை காரணமாகச் சராசரி விலையும் விளிம்பு நிலை வருவாயும் வேறுபட்டுப் போய் விடுகின்றன. அதுபோலவே சராசரிச் செலவும் விளிம்புநிலைச் செலவும் வேறுபட்டுப் போய்விடுகின்றன. சந்தையில் தன் சக்தியினால் முற்றுரிமையாளரால் அமித இலாபம் ஈட்ட முடிகிறது என்பதை தம் வழியில் தெளிவாக்கியிருக்கிறார் மார்ஷல். அவருடைய காலத்திற்குப் பிறகுதான் முற்றுரிமை மற்றும் முற்றுரிமைப் போட்டிகளில் விலை நிர்ணயம் பற்றிய முழுமையான ஆய்வுகள் வெளிவந்தன.

உற்பத்திக் காரணிகளின் ஊதியங்கள்

உற்பத்திக் காரணிகளுக்கான சந்தைகளில் அவை பெறும் விலைகளைத்தான் அவற்றின் ஊதியங்கள் என்று நாம் அழைக்கிறோம். ஒவ்வொரு உற்பத்திக் காரணியின் தேவையும்

அளிப்புமே அதனதன் சந்தை விலையை நிர்ணயிக்கின்றன. சந்தைகளில் உழைப்பு, நிலம், முதல் ஆகிய உற்பத்திக் காரணிகள் பெறுகிற விலைகள் கூலி, வாரம், வட்டி, இலாபம் என்று பகுக்கப்பட்டு, அவை பொதுமக்களின் வருவாய் ஆகி, அவர்களின் வாங்கும் சக்தியை அளிக்கிறது என்பதில் மார்ஷலின் பகிர்வுக் கொள்கை தொடங்குகிறது. உற்பத்திக் காரணிகளுக்கான தேவை, பெறப்பட்ட தேவை ஆகும். நுகர்வோர் விரும்பும் பண்டங்களுக்கான தேவையை நிறைவு செய்வதற்காகத்தான் உற்பத்திக் காரணிகளுக்கான தேவையே உருவாகிறது. நாற்காலியின் தேவை ஏற்படுவதால்தான் அதைச் செய்யும் தச்சருக்கான தேவை உருவாகிறது. அதாவது, நாற்காலியின் தேவையிலிருந்து தச்சருக்கான தேவை பெறப்படுகிறது. அதனால்தான் உற்பத்திக் காரணிகளின் தேவை வளைகோடுகளை அவற்றின் விளிம்புநிலை உற்பத்தி வருவாய் (MRP = marginal revenue product) வளைகோடுகளிலிருந்து பெறுகிறோம். ஒரு தனி நிறுவனத்தின் தேவை வளைகோட்டின் நெகிழ்ச்சியை விட அந்த நிறுவனத்தில் ஈடுபடுத்தப்படும் உற்பத்திக் காரணியின் தேவை வளைகோடு நெகிழ்ச்சி குறைந்ததாக இருக்கும். ஏனெனில் ஒரு நிறுவனத்தின் அளிப்பு அதிகரித்தால் அதன் வெளியீட்டின் விலை குறையும். அந்த நிறுவனம் பயன்படுத்தும் உற்பத்திக் காரணியின் விளிம்புநிலை உற்பத்தி வருவாய் அதைவிட வேகமாகக் குறையும். சராசரி வருவாய் (தேவைக்) கோடு இடமிருந்து வலமாகக் கீழ்நோக்கிச் சரியும்போது அதன் விளிம்புநிலை வருவாய்க் கோடு அதற்குக் கீழ்தான் இருக்கும் என்பது வரைபடங்களில் எளிதாகக் காட்டப்படுகின்றன. அந்த விளிம்புநிலை வருவாய்க்கோட்டிலிருந்து பெறப்படும் விளிம்புநிலை உற்பத்தி வருவாய்க்கோடு அதைவிடக் கீழேதான் இருக்கும் என்பது இயல்பானதே.

பொருள்கள் மிகக் குறுகிய சந்தைக் காலத்தில் அளிப்பு நெகிழ்ச்சியற்று இருப்பதால் பொருள்களின் விலைகளைத் தீர்மானிப்பதில் தேவை முக்கியத்துவம் பெறுவது போலவே உற்பத்திக் காரணிகள் அங்காடிகளிலும் சந்தைக் காலத்தில் உற்பத்திக் காரணிகளின் அளிப்பு எளிதில் மாற்ற முடியாததாயிருப்பதால் அவற்றின் விலைகளைத் (ஊதியங்களை) தீர்மானிப்பதில் அவற்றின் தேவைதான் முக்கியத்துவம் பெற்றிருக்கும் என்கிறார் மார்ஷல். அதனால், சந்தைக் காலத்தில் உற்பத்திக் காரணிகள் போலி வாரம் ஈட்ட வாய்ப்புகள் அதிகம். ஆனால் காலம் செல்லச்செல்ல எந்தத் தொழில்களில் மிகுந்த கூலி கிடைக்கிறதோ அந்தத் தொழில்களுக்கு உழைப்பாளர்கள் இடம் பெயர்வார்கள். அது போலவே முதலும் எந்தத் தொழில்களில் அதிக ஆதாயம் கிடைக்கிறதோ அந்தத் தொழில்களுக்கு இடம் பெயரும். அதனால்

உற்பத்திக் காரணிகளின் பற்றாக்குறை சிறிது சிறிதாக நிவர்த்தி பெறும். சந்தைக் காலத்தில் அவை ஈட்டிய போலி வாரங்கள், நீண்ட காலத்தில் போட்டி காரணமாகத் தேய்ந்து, அழிந்து விடும் என்று மார்ஷல் அனுமானிக்கிறார்.

பணக்கொள்கையும் வாங்கும்சக்தி ஒப்புநிலைக் கொள்கையும் (*monetary theory and purchasing power parity theory*)

மார்ஷல் பொதுச்சமநிலையை நன்கு அறிந்திருந்தாலும் பகுதிச் சமநிலை வழியாகத்தான் பொதுச்சமநிலையை நோக்கிப் பயணிக்கிறார். நடைமுறை உலகில் பொதுச்சமநிலை அடைவதிலிருக்கும் எண்ணற்ற சிக்கல்களை அவர் அறிந்திருந்ததால் அவற்றைப் பற்றி அவர் அதிகம் பேசவில்லை. கணிதத்தில் சிந்தித்து, அச்சிந்தனைகளை சொற்களில் மொழிமாற்றம் செய்தவர் மார்ஷல். அவருடைய நூல்களில் கணித வழிமுறைகள், இயல்களின் அனுபந்தங்களாகச் சேர்க்கப்பட்டுள்ளன. வோல்ரஸைப் போல் கணிதம் அறிந்தவர்கள் மட்டும் படிக்கக்கூடிய மறைபொருளாகத் தன் நூல்களை மார்ஷல் எழுதவில்லை. சாதாரண மனிதர்கள் புரிந்துகொள்வதற்கேற்ற வகையில் தன் பொருளியல் நூலை எழுதியிருக்கிறார். எனவே பொதுச்சமநிலை பற்றிய கருத்துகளைக் கணித சூத்திரங்களாக அவர் வெளியிடவில்லை. ‘பொருளியலின் மூலமெய்ம்மை’ நூலின் பெரும்பகுதி தற்காலத்தில் நுண்ணியல் பொருளியல் (*micro-economics*) என்று வகைபிரிக்கப்பட்டுள்ள பகுதியைச் சார்ந்தது. மார்ஷலின் பேரியல் பொருளியலுக்கான பங்களிப்புகள் அவருடைய பணக்கொள்கை, வரிக்கொள்கை, அன்னியச் செலாவணிப் பரிவர்த்தனைக் கொள்கை போன்ற பல வழிகளில் கேம்பிரிட்ஜின் வாய்மொழி மரபாக 19ஆம் நூற்றாண்டின் இறுதியிலிருந்தே பரவின. எடுத்துக்காட்டாக, இர்விங் ஃபிஷரின் புகழ்பெற்ற சமன்பாடான $MV = PT$ என்பதில் பணத்தின் அளிப்பு பணப்பண்டத்தின் அளவை அது சந்தையில் சுழலும் வேகத்தால் பெருக்கப்படுவதால் தீர்மானமாவதாகத் தெரிகிறது. பணம் சுழலும் வேகம் அதன் ஓட்டத்தைக் காட்டுகிறது. ஆனால் கேம்பிரிட்ஜின் வாய்மொழி மரபில் கேம்பிரிட்ஜ் சமன்பாடு என்றழைக்கப்படும் $M = kpy$ என்பதில், பணத்தை ஓட்டமாகக் காட்டாமல், இருப்பாகச் சேமிக்கும் நடத்தைக்கு முக்கியத்துவமளிக்கப்பட்டிருப்பதைக் காணலாம். இந்த வாய்மொழி மரபு மார்ஷலின் விரிவுரைகளிலிருந்தே தொடங்கியது. இதில் $k = 1/V$ என்று காட்டலாமென்றாலும் (அதாவது, பணத்தை இருப்பாக வைத்திருப்பது அதைச் சுழல விடுவதற்கு எதிர்மறையான நடவடிக்கை என்று கொண்டாலும்) இந்த இரண்டு விளக்கங்களுக்கிடையே மற்ற வேறுபாடுகளும்

இருக்கின்றன. எடுத்துக்காட்டாக, V என்பது நாட்டின் பணம் ஓர் ஆண்டில் எவ்வளவு வேகத்தில் கைமாறிச் சுழல்கிறது என்று காட்டுகிறது என்று அனுமானித்தால் அது பணத்தின் பரிவர்த்தனை நடவடிக்கைத் தேவையை (*transaction demand for money*) மையம் கொண்டிருக்கிறது என்று கூறலாம். ஆனால் கேம்பிரிட்ஜ் சமன்பாட்டின் k குறைகிறது என்றால், அது முன்யோசனை காரணமாகவும், யூக வணிகம் செய்வதற்காக வைத்திருக்கும் இருப்புக்கான பணத்தின் தேவை (*precautionary and speculative demand for money*) காரணமாகவும் குறைந்திருக்கிறது என்று காட்டி, அந்த விளைவு பணத்தின் இருப்பை மையமாகக் கொண்டிருக்கிறது என்று கூறலாம்.

அதுபோலவே அன்னியச் செலாவணி விகிதங்கள் எவ்வாறு தீர்மானமாகின்றன என்பதற்கான விளக்கங்கள் அளித்ததில் மார்ஷல் வாங்கும்திறன் ஒப்புநிலைக் கொள்கையை (*purchasing power parity theory*) பரப்பியதில் முன்னோடியான ஒருவர். ஃகேஸ்டாவ் காஸல் (*Gustav Cassel*) 1918இல் இந்தக் கொள்கையை வெளியிடுவதற்கு முன்பே கேம்பிரிட்ஜ் வாய்மொழி மரபில் மார்ஷல் இந்தக் கொள்கையை விளக்கியிருப்பதாகத் தெரிகிறது. இதன்படி, இரு நாடுகளில் ஒரே விதமான பொருள்களின் பொட்டலங்கள் (*package*) கிடைக்கின்றன என்று முதலில் அனுமானிக்கிறோம். அதிலிருந்து, அந்தப் பொட்டலங்கள் உள்நாட்டில் என்ன விலைகளில் விற்கப் படுகின்றனவோ, அதே விழுக்காட்டில்தான் அந்த நாடுகளின் அன்னியச் செலாவணி விலை விகிதங்கள் தீர்மானமாகும் என்று அனுமானிக்கப் படுகிறது. எடுத்துக்காட்டாக, இந்தியாவில் ஒரு மூட்டை அரிசி, 100 கிலோ எவர்சில்வர் பாத்திரங்கள், ஒரு மோட்டார்சைகிள், 100 காலணிகள், 100 டீஸர்ட்டுகள் அடங்கிய பொட்டலம் ரூ. 50000க்கு விற்கப்படுகிறதென்றும், அதே சமயத்தில் அதே பொருள்களடங்கிய பொட்டலம் சிங்கப்பூரில் 1000 சிங்கப்பூர் டாலர்களுக்குக் கிடைக்கிறதென்றும் கொண்டால், அன்னியச் செலாவணிச் சந்தையில் ஒரு சிங்கப்பூர் டாலர் = 50 இந்திய ரூபாய் என்கிற விழுக்காட்டில் தீர்மானமாகும் என்று இந்தக் கொள்கை அனுமானிக்கிறது. அன்னியச் செலாவணி விழுக்காட்டைத் தீர்மானிப்பதில் இருக்கும் பல சிக்கல்களில் சிலவற்றைத் தீர்க்க இந்தக் கோட்பாடு இன்றுவரை உதவியாக இருக்கிறது. மார்ஷலின் பணவியல், நிதியியல்களைத் தொகுத்த நூல்கள் அவருடைய வாழ்வின் இறுதிப் பகுதியில்தான் வெளியிடப்பட்டன.

எந்தக் கோணத்திலிருந்து நோக்கினாலும் பொருளியலை ஓர் அறிவியலாக ஏற்றுக்கொள்ள வைத்த பெருமை மார்ஷலுக்குரியது. ஜெவன்ஸ், வோல்ரஸ் போன்ற முன்னோடிகள் செய்ய முயன்றதைப் பரவலாக நடைமுறைப்படுத்திக் காட்டியது மார்ஷலின் சாதனை

என்பதில் ஐயமில்லை. விலை நிர்ணயத்தை விளக்குவதற்குத் தேவை அளிப்பு வளைகோடுகளைப் பயன்படுத்தி, அவை சமநிலையையடையும் இடத்தைக் காட்டுவது உலகின் எல்லாப் பகுதிகளிலும் நடைமுறைக்கு வந்துவிட்டது. அதை முதலில் செய்து காட்டியவரான மார்ஷலின் பொருளியல் கொள்கைகள் அகிலமெங்கும் பரவியிருக்கின்றன. கேம்பிரிட்ஜ் பல்கலைக்கழகத்தில் பொருளியலைப் பட்டப் படிப்புக்குரிய தனிப் பாடப்பிரிவாக்கி, அதை அங்கீகரிக்கச் செய்தவர் மார்ஷல். இப்போது மார்க்சியப் பொருளியல் பாடம் நடத்துகிறவர்கள்கூட மார்ஷல் நவசெவ்வியல் பொருளியலுக்கு வழங்கியுள்ள பல கருவிகளில் சிலவற்றையாவது தங்கள் தேவைக்கேற்பப் பயன்படுத்திக்கொள்கிற அளவுக்கு மார்ஷலின் ஆய்வுகள் விரிவாகப் பரவியிருக்கின்றன. பொருளியல் எண்ணங்களின் வளர்ச்சிக்குப் பங்காற்றியதில் மார்ஷல் தனக்கென ஒரு சிறப்பான இடத்தைப் பிடித்திருக்கிறார்.

~~

19

ஆர்தர் ஸிசில் பீகு

ஆர்தர் ஸிசில் பீகு (*Arthur Cecil Pigou, 1877–1959*), இங்கிலாந்து நாட்டின் தெற்கில் இருக்கும் வைட் தீவில் (*Isle of Wight*) சேனைத்தலைவர் கிளாரன்ஸ் ஜார்ஜ் ஸ்காட் பீகு – நோரா ஃபிரான்சஸ் சோபியா (லீஸ்) தம்பதியினருக்குப் பிறந்த முதல் குழந்தை. ஆர்தர் பீகுவின் பெற்றோர் இருவரும் அவரவர் பகுதியில் மிகப் பிரபலமான குடும்பங்களைச் சேர்ந்தவர்கள். ஆர்தர் பீகுவிற்குப் பின் ஜெரார்டி கிளாரன்ஸ் என்கிற தம்பியும், கேத்லீன் மாரி என்கிற தங்கையும் பிறந்தனர்.

பீகுவின் முன்னோர்கள், கத்தோலிக்கக் கொள்கைகளுக் கெதிரான (ஜான் கால்வினைப் பின்பற்றிய) ஹியூகோனாட்ஸ் என்றழைக்கப்பட்ட பிரெஞ்சு சீர்திருத்தக் (*protestant*) கூட்டத்தைச் சேர்ந்தவர்கள். இனப்படுகொலையிலிருந்து தப்பிக்க அந்த இனத்தின் ஒரு பகுதியினர் 18ஆம் நூற்றாண்டில் பிரான்ஸிலிருந்து இங்கிலாந்துக்குக் குடிபெயர்ந்தார்கள். இங்கிலாந்தில் குடியேறிய பிறகு பீகு குடும்பத்தினரில் பலர் படைத்தலைவர்களாகப் பணிபுரிந்தார்கள். பீகு குடும்பத்தினரின் முதல் மகன் அக்காலகட்டத்தில் மேற்குடியினரால் மதிக்கப்பட்ட ஹாரோ பள்ளியில் படிப்பது என்பது பரம்பரை வழக்கமாக இருந்தது. அதன்படி ஆர்தர் பீகுவும் அங்குதான் படித்தார். வின்ஸ்டன் சர்ச்சில், வரலாற்றாசிரியர் ஜி.எம். டிரவெல்யான் ஆகியோர் ஹாரோ பள்ளியில் பீகுவின் சக மாணவர்கள். (ஜவகர்லால் நேருவும் அப்பள்ளி மாணவர்தான்!) படிப்பதிலும் விளையாட்டுகளிலும் சிறந்து விளங்கினார். அந்நாட்களில் மாணவர்கள், ஆசிரியர்களிடையே பிரபலமானவராக,

அனைவருடனும் இனிமையாக, நன்கு பழகக் கூடிய இயல்பினராக அவர் இருந்திருக்கிறார். (பிற்காலத்தில் அவர் தனிமை விரும்பியாக மாறிவிட்டார்.) கேம்பிரிட்ஜ் பல்கலைக்கழகத்தின் மன்னர் கல்லூரியில் மேற்படிப்புப் படிக்க கிளேடன் நிதி நல்கையை வென்றார்.

1896ஆம் ஆண்டில் பீகு கேம்பிரிட்ஜின் வரலாற்று முத்தேர்வு பாடத்திட்டத்தில் சேர்ந்தார். வரலாற்றியலில் முதல் மாணவராக இளங்கலைப் பட்டம் பெற்றார். அதைத் தொடர்ந்து அறவியல் முத்தேர்வுக்கான இரண்டாம் தொகுதியில் சேர்ந்து அறவியல், பொருளியல் துறைகளில் ஆர்வம் செலுத்தினார். அப்போதுதான் அவருக்கும் ஆல்பிரட் மார்ஷலுக்கும் முதன்முதலில் தொடர்பு ஏற்பட்டது. 1900இல் அறவியல் பகுதியிலும் முதல் மாணவராகத் தேறினார். அவருடைய பரந்த, விரிந்த கள அறிவுபற்றி, அக்காலகட்டத்தில் அவர் பெற்ற பல பரிசுகளிலிருந்து அறிந்து கொள்ளலாம். எடுத்துக்காட்டாக, 1899இல் சிறந்த ஆங்கிலச் செய்யுளுக்காக ‘வேந்தர் (Chancellor) பரிசை’யும், 1900இல் மதத் தத்துவத்திற்கான ‘பர்னி பரிசை’யும், 1901இல் பொருளியலுக்கான ‘காப்டன் பரிசை’யும் வென்றார்.

அக்காலத்தில் கேம்பிரிட்ஜில் விரிவுரையாளராக விரும்புவோர் அதற்குத் தங்களுக்குத் தகுதியிருக்கிறதென்று நிரூபிக்கத் தங்களின் விண்ணப்பத்தோடு தங்களின் சிறந்த கட்டுரையொன்றைச் சமர்ப்பிக்க வேண்டும். இதற்காக பீகு 1901இல் ஒரு கட்டுரையை முன்வைத்தார். அந்த முறை அவர் தகுதிபெறவில்லை. மனம் தளராமல், அவர் அடுத்த ஆண்டு அதே தகுதிக்காகத் தன் ‘காப்டன் பரிசு’ கட்டுரையை விரிவுப்படுத்தி முன்வைத்தார். பேராசிரியர் ஆல்பிரட் மார்ஷல் அதனை உயர்வாக மதிப்பிட்டார். கேம்பிரிட்ஜில் அப்போது விரிவுரையாளராகவிருந்த ஃபாக்ஸ்வெல் முதலில் அந்தக் கட்டுரையை மதிப்பிட மறுத்துவிட்டார். தன் பதவிக்குச் சமமான பதவியில், பின்னர் தனக்குப் போட்டியாளராக வரக்கூடிய ஒருவரின் கட்டுரையைத் தான் மதிப்பிடுவது சரியானதாக இருக்காது என்று அவர் காரணம் காட்டினார். எனினும், விதிகளின்படி அவர் மதிப்பிடலாம் என்று விளக்கம் பெற்ற பின்னர் பீகுவின் அந்தக் கட்டுரையைத் திறனாய்வு செய்ய ஏற்றுக் கொண்டார். அதில் அந்தக் கட்டுரையின் முடிவுகள் ஏற்றுக்கொள்ளத் தக்கதாயிருப்பினும் அவற்றைப் பெறுவதற்கான வழிமுறைகளில் குழப்பங்கள் இருப்பதாக கருத்துத் தெரிவித்தார். பீகுவின் கட்டுரையை மதிப்பிட்ட மற்றவர்களின் மதிப்பீடுகள் பீகுவுக்கு ஆதரவாக இருந்தன. பெரும்பான்மையினரின் மதிப்பீடுகளை ஏற்றுக்கொண்ட கேம்பிரிட்ஜ் பல்கலைக்கழகம் பீகுவை 1902இல் விரிவுரையாளராக (Fellow) நியமனம் செய்தது.

1903இல் 'தொழில்களில் அமைதிக்கான தத்துவமும், வழி முறையும்' என்கிற கட்டுரைக்காக கேம்பிரிட்ஜ் பல்கலைக் கழகத்தின் ஆடம் ஸ்மித் பரிசை பீகு வென்றார். தொழிலாளர்கள் சார்ந்த பூசல்களில் அற உணர்வும், பொருளியல் கருத்துகளை உள்ளடக்கியதுமான தீர்வுகள் தேவை என்பதை வலியுறுத்தும் கட்டுரைகளையும் சொற்பொழிவுகளையும் இந்தக் காலகட்டத்தில் அவர் வழங்கினார். தொழிலாளர்களின் வாழ்க்கைத்தரத்தை உயர்த்துவதால் சமூக நலமும் உயர்கிறது என்கிற வாதத்திற்கு மார்ஷலின் பொருளியல் கொள்கைகளைப் பின்பற்றித் தத்துவ விளக்கம் தருகிற வகையில் அவருடைய விவரிப்பு இருந்தது. அறவியலில் அவருக்குத் தொடர்ந்து பேரார்வம் இருந்துகொண்டேயிருந்தது.

1840களிலிருந்து இங்கிலாந்து கடைப்பிடித்துவந்த தடையிலா வணிகக் கொள்கையைக் கைவிட்டுவிட்டு சுங்க வரிகள் விதித்துத் தொழில்களுக்கும் விவசாயத்துக்கும் பாதுகாப்புக் கொடுக்க வேண்டும் என்கிற வாதம் 1900க்குப் பிறகு தலைதூக்கியது. அப்போதும்கூடத் தடையிலா வணிகம்தான் இங்கிலாந்துக்குச் சிறந்தது என்றும், சுங்க வரிகள் இறுதியில் செல்வர்களுக்குத்தான் அதிக நன்மை தரும் என்றும் பீகு எழுதினார். ஆல்பிரட் மார்ஷலும் இதை ஆதரித்தார்.

இருபதாம் நூற்றாண்டின் முதல் பத்து ஆண்டுகளில் பீகுவின் சமூக நலப் பொருளியல் பற்றிய ஆய்வுகளின் அடிப்படை துவங்கப் பட்டது. 1903இல் எழுதிய 'பயன்பாடுகள் பற்றிய சில குறிப்புகள்' கட்டுரையும், 1910இல் எழுதிய 'நுகர்வோர் மற்றும் உற்பத்தியாளர் உபரி' கட்டுரையும்தான் அந்த அடித்தளத்தை அமைத்துத்தந்தது எனலாம். சுருக்கமாகச் சொன்னால், இருபதாம் நூற்றாண்டின் முதல் பத்து ஆண்டுகளில் தன் பரந்த அறிவைப் பல தளங்களில் அவருடைய ஆய்வுகள் மூலம் நிரூபணம் செய்து கொண்டிருந்த பீகு, பின்னர் நலப் பொருளியலில் சிறப்புக் கவனம் செலுத்தினார் எனலாம்.

1908இல் முப்பதே வயதான பீகு கேம்பிரிட்ஜ் பல்கலைக்கழகத்தின் பொருளியல் பேராசிரியராக நியமிக்கப்பட்டது சர்ச்சையை ஏற்படுத்தியது. பேராசிரியர் பதவியிலிருந்து ஆல்பிரட் மார்ஷல் தானாகவே விலகியதால் அந்தப் பதவி காலியாகியது. பீகு தவிர்த்து, அந்தப் பதவிக்குக் கேம்பிரிட்ஜ் பல்கலைக்கழகத்தில் அவரை விட அனுபவம் வாய்ந்தவரான அவருடைய சக விரிவுரையாளராயிருந்த ஃபாக்ஸ்வெல், பர்மிங்காம் பல்கலைக்கழகத்தில் பணியிலிருந்த வில்லியம் ஆஸ்லி, லண்டன் பொருளியல் பள்ளியில் பணியிலிருந்த எட்வின் கானன் (இங்கிலாந்தில் அம்பேத்காரின் முனைவர்

ஆய்வை நெறிப்படுத்தியவர்) ஆகியோருட்பட பலரும் விண்ணப்பித்திருந்தனர். பீகு தேர்வு பெற்றார். தேர்வுக் குழுவின் ஒருமனதான முடிவல்ல இது. தகுதி அடிப்படையில் அந்தத் தேர்வு நடக்கவில்லையென்றும், மார்ஷலின் மிக வலுவான சிபாரிசு காரணமாகவே பீகுவிற்கு அந்தப் பதவி கிடைத்ததென்றும் ஃபாக்ஸ்வெல் பின்னர் குற்றம் சாட்டினார். அவர் பதவியேற்ற பின்னர் அவருக்கெதிராக ஃபாக்ஸ்வெல் நடத்திய பனிப்போருக்கு இந்தத் தேர்வு ஒரு முக்கியக் காரணமாக அமைந்தது.

1908இலிருந்து 1943வரை பீகு கேம்பிரிட்ஜின் பொருளியல் பேராசிரியராகப் பணியாற்றினார். அவரிடம் பயின்ற ஆஸ்டின் ராபின்சன் அவருடைய விரிவுரைகளின் ஆழம், தெளிவு, விரிவு பற்றி மெச்சிப் பாராட்டி எழுதியிருக்கிறார். விரிவுரைகளின்போது மாணவர்கள் வெட்கத்துடன் கேள்விகள் கேட்கும்போது, பீகு சிறிது வேடிக்கையாகப் பதில் கூறுகிற வழக்கமுடையவர் என்கிறார் ராபின்சன். ஆனால் பள்ளி வாழ்க்கையின்போது அவரிடம் இருந்த கலகலப்பு பிற்காலத்தில் அவரை விட்டு நீங்கிவிட்டது. கூட்டத்தை விட்டு விலகி, ஒரு வகையான கூச்சமுடையவராக நடந்துகொண்டார். அவரிடம் நெருங்கிப் பழகியவர்கள் மிகச் சிலரே (ஜே.எம். கீன்ஸ் உட்பட). அவர்களனைவரும் அவரைப் பேராசிரியர் என்று அழைப்பதையே வழக்கமாகக் கொண்டிருந்தனர். நல்ல ஆடைகளணிவதில் பீகு அக்கறை காட்டவில்லை. மாணவராக இருந்தபோது தன்னுடைய ஆய்வுகளைப் பலரோடும் விவாதிப்பதை வழக்கமாகக் கொண்டிருந்த அவர், பிற்காலத்தில் தன் ஆய்வுகளுக்கான கணித வடிவங்களை ராம்ஸே, கீன்ஸ், சேம்பர்நௌன் போன்ற ஒரு சிலரிடம் கலந்தாய்வு செய்வது தவிர, மற்றவர்களின் கட்டுரைகளைத் திறனாய்வு செய்தும் மறுத்தும் ஆதரித்தும் கடிதங்கள் எழுதியே தன் கருத்துகளை வெளியிட்டார். விவாதங்களில் நேரடியாகப் பங்கெடுப்பதை அனேகமாக தவிர்த்துவிட்டார் என்றே கூறலாம். பள்ளிப் பருவத்தில் பல விளையாட்டுகளிலும் சிறந்து விளங்கிய பீகு பிற்காலத்தில் மலையேறுதல் தவிர்த்து மற்ற விளையாட்டுகளைக்கூடப் புறக்கணித்துவிட்டார். கேம்பிரிட்ஜில் அவர் காணப்படவில்லையெனில், அவரை ஆல்ப்ஸ் மலையடிவாரங்களில் தேடலாம் என்று சொல்லுகிற அளவுக்கு அவருக்கு மலையேறுவதில் ஆர்வம் இருந்தது.

குடும்பத்தில் பலர் படைவீரர்களாகவும் தளபதிகளாகவும் இருந்தபோதிலும் இளவயதிலிருந்தே அமைதியை விரும்பி, ஆதரித்தவராகவே இருந்தார் பீகு. முதல் உலகப் பெரும்போர் வந்தபோது, பெர்ட்ரன்ட் ரஸ்ஸல் போன்றவர்கள் அதைக் கொள்கையளவில் எதிர்த்து பிரசாரத்தில் ஈடுபட்டனர். பீகு

அப்படி வெளிப்படையாகப் போரை எதிர்க்கவில்லை. போரில் ஒரு படைவீரராகச் சேரவும் இல்லை. பேராசிரியராகத் தன் பணியைத் தொடர்ந்தார். எனினும் விடுமுறை நாட்களில் 'நண்பர்கள் சொஸைடி' நடத்திய ஆம்புலன்ஸ் பணிகளுக்காகத் தன் காரையே நன்கொடையாக வழங்கி, அதில் ஒரு தொண்டராக இதாலிய, பிரெஞ்சுப் போர் முனைகளில் ஆபத்தான சூழலிலும் படைவீரர்களின் உயிர்காக்கும் நடவடிக்கைகளில் ஈடுபட்டார். 18இலிருந்து 41 வயதுக்குட்பட்ட இங்கிலாந்துக் குடிமக்கள் இராணுவத்தில் கட்டாயமாகப் பணியாற்ற வேண்டும் என்று உத்தரவு வந்தபோது 1915இல் பீகுவின் பேராசிரியர் பணிச்சேவையைத் தொடர்வதற்காக அவருக்கு அந்த விதியிலிருந்து விலக்களிக்க வேண்டும் என்று பல்கலைக்கழகம் கேட்டுக்கொண்டது. ராணுவப் பணியிலிருந்து தப்பித்துக்கொள்வதற்காகப் பீகுதான் பல்கலைக்கழகத்தை அப்படி ஒரு வேண்டுகோள் வைக்கச்சொன்னார் என்று அவர் மீது பழி சுமத்தப்பட்டது. ஃபாக்ஸ்வெல்தான் அதற்குத் தூண்டுகோலாக இருந்தார். இறுதியில் இந்தப் பிரச்சினை ஒரு டிரிபியூனலின் தீர்ப்புக்கு விடப்பட்டது. அந்த டிரிபியூனல் பீகுவிற்கு ராணுவப் பணியிலிருந்து விலக்களித்தது சரிதான் என்று தீர்ப்பு வழங்கியது. பீகுவை மனதளவில் பாதித்த நிகழ்ச்சிகளில் இதுவும் ஒன்றாயிற்று.

முதல் உலகப்போரின் இறுதியில் நியமிக்கப்பட்ட 'வெளிநாட்டுச் செலாவணி பற்றிய கன்லிஃப் கமிட்டி'யிலும் (1918–19), 'வருமான வரி பற்றிய ராயல் கமிஷனி'லும் (1919–20)' பீகு அங்கத்தினராக இருந்தார். 1924–25இல் நியமிக்கப்பட்ட சேம்பர்லின் கமிட்டி, இங்கிலாந்து வங்கியின் பணக் கொள்கையை நிர்ணயிப்பது பற்றிய முடிவுகளைச் சிபாரிசு செய்தது. அதிலும் பீகு ஓர் உறுப்பினர். பழைய செலாவணி விகிதத்திலேயே 'பொன் நாணய மதிப்புத் தகவில்' (gold standard) இணையலாம் என்கிற அந்த முடிவை கீன்ஸ் தீவிரமாக எதிர்த்தார். 1930களுக்குப் பிறகு பீகு அரசு கமிட்டிகளில் இடம்பெறுவதைத் தவிர்த்து விட்டார்.

1927இல் இதய நோயால் பாதிக்கப்பட்ட பிறகும்கூட மலையேற்றத்தில் பீகு கொண்டிருந்த ஆர்வம் தொடர்ந்தது. மற்றபடி அவர் தன்னைப் பிறரிடமிருந்து ஒதுக்கிக் கொள்வதை வழக்கமாகக் கொண்டிருந்தார். வகுப்பறைக்கு வெளியே மாணவர்களிடம் அவர் அதிகம் பழகுவதில்லை. துறை நிர்வாகம் சார்ந்த குழுக்களில் அங்கத்தினராவதைக் கூடிய வரையில் தவிர்த்துவிடுவார். பரந்து தேடி, ஆழ்ந்து சிந்தித்துத் தன் முயற்சியாலேயே மார்ஷல் காட்டிய வழிமுறைகளில் தன் ஆய்வுகளை மேற்கொண்டார். அவருடன் பணியாற்றியவர்களுக்கு உதவிகள் செய்வதைக்கூடப் பிறரறியாமல் செய்வது அவருடைய கூச்ச சுபாவத்தினால்தான் என்பர். இந்திய ஆட்சிப் பணியில் (ICS - Indian Civil Service) வேலையில் சேர்ந்து

பணியாற்றிக் கொண்டிருந்த ஜே.எம். கீன்ஸை கேம்பிரிட்ஜின் தோழராக (விரிவுரையாளராக) அழைத்துவந்தவர் பீகுதான். ஜோன் ராபின்சன், ரிச்சர்ட் கான் முதலானவர்களுக்கும் அவர் பலவகைகளில் உதவியிருக்கிறார்.

பீகுவின் உடல்நிலை 1930இன் பிற்பகுதிகளில் கொஞ்சங் கொஞ்சமாக நலிய ஆரம்பித்தது. பீகுவின் தலைமையில் கேம்பிரிட்ஜ் பல்கலைக் கழகத்தில் பொருளியல் பயிலும் மாணவர்களுக்கு நிதிநல்கைகள் வழங்கும் 'தோழமை' (*Fellowship*)களைத் தீர்மானிப்பதில் தனிக்கவனம் செலுத்திச் சிறந்த மாணவர்களுக்கு அவை செல்லுமாறு பார்த்துக் கொண்டார். 1930களில்தான் கேம்பிரிட்ஜ் பல்கலைக் கழகத்தின் மூத்த தலைமுறையினரான பீகு, டென்னிஸ் ராபர்ட்ஸன், ஹெச்.டி.ஹெண்டர்ஸன், ஆஸ்டின் சேம்பர்லின் போன்றோருக்கும், இளைய தலைமுறையினரான கீன்ஸ், ஸ்ராபா, ஜோன் ராபின்ஸன், ரிச்சர்டு கான், ராய் ஹேராட் போன்றவர்களுக்கும் தலைமுறை இடைவெளி தோன்றி வளர்ந்தது. இளைய தலைமுறையினருக்கு தலைவர் போல் கீன்ஸ் செயல்பட்டார். இந்தத் தலைமுறை இடைவெளி பல்கலைக் கழகத்தின் நிர்வாகத்தைப் பாதிக்காத வகையில் பீகு நடுநிலையாக நடந்துகொண்டார். அவருடைய நலப் பொருளாதாரக் கொள்கைக்கு மாற்றாகப் புதிய நலப் பொருளாதாரக் கொள்கையை உருவாக்கிய ஜான் ஹிக்ஸை, 1935இல் அவர் பணியாற்றிக்கொண்டிருந்த ஆக்ஸ்போர்டிலிருந்து, கேம்பிரிட்ஜ் பல்கலைக்கழகத்திற்கு வேலைக்கழைத்ததே பீகுவின் நடுநிலையையும் திறமையை மதிப்பிடுவதில் அவருக்கிருந்த வல்லமையையும் பிரதிபலிக்கிறது எனலாம். இரண்டாம் உலகப்போரின் தொடக்கத்திலிருந்தே கேம்பிரிட்ஜ் பல்கலைக் கழக நிர்வாகத்திலும் கடும் நெருக்குதல்கள் தோன்றின. அந்தச் சிரமமான காலத்திலும் பீகு எப்போதும் போலவே பதற்றமற்ற ஒரே சீரான நடையையே பின்பற்றினார். பீகு 1943இல், அவருடைய 66வது வயதில் பதவி ஓய்வு பெற்றார். அதற்குப் பிறகும் அவருடைய ஆய்வுகள் தொடர்ந்தன.

பீகு பெண்களோடு பழகுவதைத் தவிர்த்தார் என்றே கூறலாம். அவர் திருமணம் செய்து கொள்ளவில்லை. அவருடைய பெண் சுருக்கெழுத்து–தட்டச்சாளர்கூட அவர் மேசைக்கு முன்புறம் அமர்ந்து தன் பணியைச் செய்ய மாட்டார் என்றும், அவர் உட்கார்ந்திருக்குமிடத்திலிருந்து தள்ளி ஓரத்திலமர்வார் என்றும் தெரிகிறது. ஆனால் மகளிரை அவர் புறக்கணித்தார் என்று கூறுவதற்கு இடமில்லை. ஜோன் ராபின்ஸன் போன்றவர்களின் வளர்ச்சியில் பீகுவுக்கும் முக்கியப் பங்கு இருந்தது. நண்பர்களின் குடும்பங்களைச் சேர்ந்த மகளிர், குழந்தைகளிடம் அவர்

அன்பாக நடந்துகொண்டார். கல்லூரிப் பணிகள் இல்லாத சமயங்களனைத்திலும் மலையேறுமிடத்தில் அவரைக் காணலாம் என்கிற அளவுக்கு மலையேற்றத்தில் அவருக்கு ஆர்வம் இருந்தது. மலையேற்றம் பற்றிப் பல கட்டுரைகளையும் பீகு எழுதியுள்ளார். எவரெஸ்ட் சிகரத்தை முதலில் ஏறிய குழுவிலிருந்த வில்பிரட் நாய்ஸ் (*Wilfred Noyce*) தன்னை ஊக்குவித்தவர் பீகு என்று ஒப்புக்கொண்டிருக்கிறார்.

பீகுவின் பொருளியல் வழங்கல்கள்

மார்ஷலின் நவசெவ்வியல் பொருளியல் கொள்கைகளைப் பீகு தன் ஆய்வுகளில் மேலும் விரிவுபடுத்தினார். 1914இல் வெளிவந்த அவருடைய வேலையில்லாத் திண்டாட்டத்தைப் பற்றிய நூலிலும், 1927இல் வந்த தொழில் ஊசலாட்டங்கள் பற்றிய நூலிலும் நவசெவ்வியல் பொருளியலின் அடிப்படைக் கருத்தான வணிக மந்த காலங்களில் உற்பத்திக் காரணிகளின், (அதிலும் குறிப்பாக, தொழிலாளர்களின்) ஊதியங்கள் குறைக்கப்பட்டால் வேலை வாய்ப்புகள் பெருகி, வேலையில்லாத் திண்டாட்டம் முடிவுக்கு வந்துவிடும் என்கிற கொள்கையைத் தெளிவுப்படுத்தி விளக்கினார். 1936இல் கீன்ஸ் எழுதிய 'வேலைவாய்ப்பு, வட்டி, பணம் பற்றிய பொதுத் தத்துவம்' நூலில் அவர் பீகு விவரித்த அந்த நவசெவ்வியல் கொள்கையை நிராகரித்தார். அது மட்டுமின்றி, இக்கொள்கை தவறானதென்றும், அதை வலியுறுத்துபவர்களின் பிரதிநிதியாக பீகுவைச் சித்தரித்து, அவர்களைச் 'செவ்வியல் பொருளியலார்' என்று பெயர்சூட்டியழைத்து, அவர்கள் பெருமந்தங்களின்போது தவறான செயற்பாடுகளைச் சிபாரிசு செய்கிறார்கள் என்றும் வாதிட்டார். அந்த நூலில் தம் காலத்திற்கு முந்தைய மற்றும் அவர் காலத்துச் 'செவ்வியல் அரசியல் பொருளாதாரம்', 'நவசெவ்வியல் பொருளியல்' அறிஞர்கள் அனைவரையும் 'செவ்வியல் பொருளியலார்' என்கிற ஒரே பகுப்புக்குள் அடக்கிவிட்டார். வணிக மந்த காலங்களில் சமுதாயம் முழு வேலைவாய்ப்பை எட்டாத நிலையிலேயே சமநிலை அடையக் கூடுமென்றும், அந்தச் சூழலில் கூலியைக் குறைத்தால் சமுதாயத்தின் ஒட்டுமொத்தத் தேவை குறைந்து அதனால் வேலையில்லாத் திண்டாட்டம் மேலும் அதிகரிக்கும் என்றும் கீன்ஸ் அறிவித்தார். சக ஆசிரியரான கீன்ஸ், கேம்பிரிட்ஜ் பொருளியல் துறையின் அப்போதைய தலைவரான பீகுவைத் தவறான தத்துவங்களையும் கொள்கைகளையும் கொண்டிருக்கும் 'செவ்வியல் பொருளியலார்' குழுவின் பிரதிநிதியாகச் சித்தரித்தது பீகுவை மிகவும் வருத்தியிருக்குமென்று கொள்ளலாம். கீன்ஸின் அந்த நூலைப் பற்றிய பீகுவின் முதல் விமரிசனக் கட்டுரையில் புதிய, சுயமான கருத்துகள் எதுவுமில்லாத நூல் என்று குறைத்து

மதிப்பிட்டிருக்கிறார். ஆனால் 1940களில் அந்நூலைப் பற்றிய தன் கருத்துக்களை மறுபரிசீலனை செய்து, கீன்ஸின் கருத்துகள் சில சூழல்களில் சரியாக இருக்கலாமென்று ஏற்றுக்கொண்டார். ஆனால், அப்படிப்பட்ட சூழல்களில் கூட, நீண்ட காலப்போக்கில், வணிக மந்தங்களின்போது விலைவாசிகள் குறைவதால் மக்களிடமிருக்கும் பண இருப்பின் மதிப்பு அதிகரிக்குமென்றும், அதனால் அவர்களின் வாங்கும் சக்தி அதிகரித்து, அதனால் ஒட்டுமொத்தத் தேவை வளர்ந்து, அதுவே வேலையில்லாத் திண்டாட்டத்தை நீக்கும் என்கிற புதிய வாதத்தை முன்வைத்தார். அதாவது, கீன்ஸின் தத்துவம் அசாதாரணக் காலங்களில்தான் நடைமுறையில் இருக்கக் கூடியதென்றும், அத்தகைய அசாதாரணக் காலங்கள் தொடருமானால் நீண்ட கால இயக்கத்தில் செவ்வியல் பொருளியல் கொள்கைகள் சரியான தீர்வுகள் வழங்கும் என்றும் நிறுவினார். கீனீசியப் பொருளியலுக்குக் கொடுக்கப்பட்ட எதிர்வினைகளில் முக்கியமானது இது. மந்த காலங்களில் பண இருப்பின் மதிப்பு அதிகரிப்பது பற்றிய இந்த விளைவை பீகு விளைவு (Pigou effect) என்றும் உண்மைச் சரிசமநிலை விளைவு (real balance effect) என்றும் இப்போது அழைக்கிறோம். இவற்றைப் பற்றிப் பின்னர் விரிவாகப் பார்க்கலாம்.

1945இல் அவர் வெளியிட்ட 'முழு வேலைவாய்ப்பிலிருந்து பிறழ்வுகள்' நூலிலும், 1950இல் அவர் வெளியிட்ட 'கீன்ஸின் பொதுக் கொள்கை: ஒரு மறுபரிசீலனை' நூலிலும் கீன்ஸின் வாதங்களுக்கு தன் சுயமான திறனாய்வுகளைத் திறம்படவே தந்திருக்கிறார்.

கேம்பிரிட்ஜ் பல்கலைக்கழகத்தின் வாய்மொழி மரபுப் பொருளியல் கொள்கைகளைப் பின்பற்றியே பீகுவின் பங்களிப்புகளும் இருந்தன. மார்ஷலியப் பொருளியலின் விரிவாக்கமாகப் பீகு தன் சுயமான கருத்துகளை இணைத்துள்ளார். தொழிலாளர் சந்தை பற்றி அவர் விரிவான ஆய்வுகள் மேற்கொண்டார். வேலையில்லாத் திண்டாட்டம், கூலிமட்டத்தின் நெகிழ்ச்சியற்ற தன்மை, பிரிந்துகிடக்கும் தொழிலாளர் சந்தை, மனிதவள முதலீடு போன்ற துறைகளில் அவர் மார்ஷலின் நவசெவ்வியல் கருத்துக்களை மேம்படுத்தினார். ஒட்டுமொத்தத் தேவை குறையும் காலங்களில் ஒட்டுமொத்த அளிப்பைக் குறைப்பதற்காக முயலும்போது கூலிமட்டம் நெகிழ்ச்சியின்றிக் குறையாமல் தடைகள் ஏற்படுத்துவது வணிக மந்தத்திற்கு ஒரு முக்கியக் காரணம் என்கிற நவசெவ்வியல் கருத்தை அவர் ஏற்றுக்கொண்டு விளக்கியிருக்கிறார். 1930களில் இந்தக் கொள்கையில்தான் பீகுவிற்கும் கீன்ஸுக்கும் மிகப்பெரிய கருத்து வேறுபாடு வந்தது.

பீகுவின் ஆரம்பகால ஆய்வுகள் தொழில் தொடர்புகள் பற்றியும் இறக்குமதி வரிகள் பற்றியும்தான் இருந்தன. அவற்றின் விரிவாக்கமாகச் சந்தையின் இயக்கத்தில் அரசாங்கத்தின் பங்கு என்ன என்கிற கேள்விக்கான விடையைத் தேடும்போதுதான் 'அயல்விளைவுகளைப் பற்றிய ஆய்வுகளில் அவர் இறங்கினார். அயல்விளைவுகள் வழியாகத்தான் பொது நிதியியல், சுற்றுச் சூழல் பொருளியல், நலப்பொருளியல் ஆகிய துறைகளின் முன்னோடியாகவும் மாறினார். பொதுவாகக் கூறினால், செவ்வியல் மற்றும் நவசெவ்வியல் அறிஞர்கள் இன்றியமையாத சில காரணங்கள் தவிர மற்ற வேளைகளில் சந்தையின் சுதந்திரமான இயக்கத்தைக் கட்டுப்படுத்தும் அரசின் தலையீடுகளை விரும்புவதில்லை. ஆனால் பீகு இதற்கு ஒரு விதிவிலக்கு. அவர் அயல்விளைவுகளின் பயன்களைச் சமன் செய்வதற்கு அரசு தலையீடு தேவையானது என்கிற கொள்கையை நவசெவ்வியல் பொருளியலுக்கு வழங்கினார்.

ஆல்பிரட் மார்ஷலின் ஆய்வுகளின் விரிவாக்கமாகத்தான் பீகு தன் 'நலப் பொருளியல்' கொள்கைகளை வழங்கினார். நுகர்வோர் உபரி, உற்பத்தியாளர் உபரிக் கொள்கைகளைத் தொடர்ந்து அக, புறச்சிக்கனங்களைப் பற்றி மார்ஷல் விவரித்திருந்தார். பீகு மேலும் ஒரு படி சென்று விலை நிர்ணயத்தில் அயல்விளைவுகளின் (externalities) பங்கினைப் பகுத்தாய்ந்தார். ஒரு செயலுக்கான தனியார் செலவுகளுக்கும் (private costs) சமூகச் செலவுகளுக்கும் (social costs) வேறுபாடுகள் வருகின்றன என்பதைக் காட்டினார். இந்த வேறுபாட்டை அவர் அயல்விளைவுகள் காரணமாக வருகிற வேறுபாடென்று விவரித்தார். சிமென்டுக்கு நாம் விலை கொடுக்கும்போது சிமென்டு உற்பத்தியாளருக்கு அவர் வெளிப்படையாகச் செய்த செலவுகளுக்கு ஈடாக அது செல்கிறது. ஆனால், அவருடைய சிமென்டுத் தொழிற்சாலை சுற்றுச்சூழலை மாசுபடுத்தி, அதனால் தொழிற்சாலையைச் சுற்றி வாழ்பவர்களின் உடல்நலம் கெட்டு, அதற்காக அவர்கள் செய்த செலவுகளுக்குச் சந்தையில் கொடுக்கப்படும் சிமென்டு விலையிலிருந்து எந்த விதமான ஈடும் கிடைப்பதில்லை. அதாவது, சிமென்டின் விலை, தனியார் செய்த வெளிப்படையான செலவுகளை ஈடுகட்டுகிறதே தவிரத் தொழிற்சாலை அமைந்திருக்கும் வட்டார மக்களின் உடல்நலத்தைக் கெடுத்ததனால், அதற்காக அவர்கள் செலவிட்ட தொகைகளை ஈடுகட்டுவதில்லை. சிமென்டு தயாரிப்பில் நேரடியாக ஈடுபட்ட தனியார் செலவுகளுக்கும் மேல் சமுதாயத்தின் மற்ற அங்கத்தினர்களும் மருத்துவம், இடப் பெயர்ச்சி போன்ற செலவுகளைச் செய்ய வேண்டியிருக்கிறது. அதனால் சிமென்டு உற்பத்தியில் நேரடியாக ஈடுபட்டிருக்கும்

தனியாரின் செலவுகளை விடச் சமுதாயத்தின் செலவு அதிகமாக இருக்கிறது. இப்படிப்பட்ட விளைவுகளை பீகு எதிர்மறை அயல்விளைவுகள் (negative externalities) என்று அழைக்கிறார். வேறு சில பொருள்களில் நாம் தரும் விலைகள் தனியார் செய்த வெளிப்படையான செலவுகளுக்கும் மேல் அதிகப்படியான நன்மைகளைச் சமூகத்திற்கு அளிக்கின்றன. நோபல் பரிசு பெற்ற இந்தியர் சந்திரசேகர வெங்கட்ராமனின் கல்விக்கு மாணவராக அவர் செய்த செலவை விட மிக அதிகப்படியான நன்மைகளை அவர் கண்டுபிடிப்புகள் சமுதாயத்திற்கு வழங்கியிருக்கின்றன. அதாவது, கல்விக்கான அவருடைய தனியார் செலவுகளுக்கு மேலாகவே அவர் பெற்ற கல்வியினால் சமுதாயம் பலமடங்கு அதிக நன்மை பெற்றிருக்கிறது. இப்படிப்பட்ட விளைவுகளை பீகு நேர்மறை அயல்விளைவுகள் (positive externalities) என்கிறார். பீகுவின் நலப் பொருளியல் (welfare economics), அறவுணர்வு சார்ந்த செயல்பாடுகள் மூலம் அயல்விளைவுகள் காரணமாக வரும் தனியார் செலவுகளுக்கும் சமூகச் செலவுகளுக்கும் வரும் இடைவெளிகளை எப்படி நிரப்பலாம் என்பது பற்றி ஆய்கிறது.

அயல் விளைவுகள் பற்றிய ஆய்வுகளை நலப்பொருளியல் என்ற தலைப்பில் ஒருங்கிணைப்பது வழக்கமாகிவிட்டது. நலப் பொருளியலில் பீகுவின் முன்னோடிக் கொள்கைகள் 'பழைய நலப் பொருளியல்' என்று வகைப்படுத்தப்படுகின்றன. 1930களில் ஆக்ஸ்போர்டு பல்கலைக்கழகத்தின் ஜான் ஹிக்ஸ் (பின்னர் பொருளியலுக்கான நோபல் பரிசு வென்றவர்) நலப் பொருளியலில் பீகு பயன்படுத்திய எண்ணளவுமுறையைக் (cardinal) கைவிட்டுவிட்டுத் தரவரிசைமுறையைக் (ordinal) கைக்கொண்டு ஒரு புறப்பொதுமையான நலப் பொருளியல் கொள்கையை அறிமுகப்படுத்தினார். இவரைப் பின்பற்றி வந்தவர்களின் நலப்பொருளியல் கருத்துகள் 'புதிய நலப் பொருளியல்' (New Welfare Economics) என்ற தலைப்பில் வகைப்படுத்தப்படுகின்றன. இதே காலகட்டத்தில் ரொனால்டு கோஸ் (இவரும் பின்னர் பொருளியலுக்கான நோபல் பரிசு வென்றவர்) சந்தைப் பேரங்களின் மூலமாகவே தனியார் செலவுகளுக்கும் சமூகச் செலவுகளுக்குமிருக்கும் இடைவெளியை நிரப்ப இயலும் என்கிற கொள்கையை முன்வைத்தாலும், அவருடைய கொள்கைகள் 1960க்குப் பிறகுதான் பிரபலமாகின. 'கோஸ் தேற்றம்' (Coase Therom) என்றழைக்கப்படும் இந்தக் கருத்துக்கரு 'நவ அமைப்புப் பொருளியலி'ன் (New Institutional Economics) பகுதியாக மாறிவிட்டது. அதாவது, 1930களில் வேலைவாய்ப்பு பற்றிய பீகுவின் கருத்துகளுக்கு மறுப்பு தோன்றிய மாதிரியே அவருடைய நலப் பொருளியல் கொள்கைகளுக்கும் மாற்றங்களும் மறுப்புகளும் தோன்றின. எப்படியிருப்பினும் பீகுவின் அயல்விளைவுகள் பற்றிய

ஆய்வுகள்தான் இந்தத் துறையின் முன்னோடி ஆகும். நவீன யுகத்தின் மாசுபடுத்தும் தொழில்நுட்பங்களின் வளர்ச்சி காரணமாகச் சமுதாயம் அனுபவிக்கும் கேடுகள் பூதாகாரமாக அதிகரிப்பதனால் மனித இனத்திற்கே ஆபத்து வரக்கூடும் என்கிற அச்சம் பரவியிருப்பதால் அயல்விளைவுகள் பற்றிய பீகுவின் எண்ணங்கள் தற்காலத்தில் மேலும் முக்கியத்துவமடைந்திருக்கின்றன.

உற்பத்திக் காரணிகளை ஈடுபடுத்திப் பொருள்களை உற்பத்தி செய்யும் நிறுவனங்கள், அந்தப் பொருள்களைச் சந்தையில் விலைகளுக்கு விற்று, தாங்கள் அதற்காகச் செய்த செலவுகளைத் திரும்பப் பெறுகிறார்கள். 1920இல் பீகு, பொருள்களை உற்பத்தி செய்வதில் தனியார் நிறுவனங்களின் செலவுகளுக்கும் சமுதாயத்தின் செலவுகளுக்கும் வேறுபாடுகள் இருக்கின்றன என்கிற கருத்தை முன்வைத்தார். குப்பு என்கிற நபர் சுப்பு என்கிற நபரிடம் கூலி வாங்கிக்கொண்டு சுப்புவின் வீட்டிலும், வீட்டைச் சுற்றியிருந்த நிலத்திலும் இருந்த வேதியியல் குப்பைகளைக் கூட்டி, அவற்றைத் தீயிடுவதாகக் கொள்வோம். அந்தக் குப்பையைக் கூட்டித் தீயிட்டதற்காக குப்பு வாங்கிய கூலி சுப்புவிற்குத் தனியார் செலவுகள் (*private costs*) என்பது வெளிப்படையாகத் தெரிகிறது. அந்தக் குப்பையைத் தீயிட்டதால் வெளியேறிய புகையில் குப்பையிலிருந்த நஞ்சை சுவாசித்தவர்களுக்கு ஏற்படும் உடல்நலக் கேட்டைச் சரி செய்ய மருத்துவம் பார்க்க வேண்டும். அதற்காகும் மருத்துவச் செலவுகளை குப்பு, சுப்பு ஆகியோரின் பரிவர்த்தனை நடவடிக்கைகளுக்குச் சம்பந்தமேயில்லாத மூன்றாவது நபர்கள் செய்ய வேண்டிவரும். அத்தகைய செலவுகளைப் பீகு சமூகச் செலவுகள் (*social costs*) என்கிறார்.

அயல் விளைவுகளைத் துல்லியமாக ஆராய்வதற்காக அவர் ‘விளிம்புநிலை நிகர உற்பத்தி’ (*marginal net product*) என்கிற கருத்தை அறிமுகப்படுத்துகிறார். குறிப்பிட்ட அளவு உற்பத்திக்காரணிகளை ஓர் ஆண்டு உற்பத்தியில் கூட்டுவதால் (அல்லது குறைப்பதால்) வெளியீடுகளில் அந்த ஆண்டில் வரக்கூடிய மாற்றத்தைத்தான் அவர் ‘விளிம்புநிலை நிகர உற்பத்தி’ என்று குறிப்பிடுகிறார். அந்த ‘விளிம்புநிலை நிகர உற்பத்தி’யை அவர் ‘விளிம்புநிலைத் தனியார் நிகர உற்பத்தி’ (*marginal private net product*), ‘விளிம்புநிலை சமூக நிகர உற்பத்தி’ (*marginal social net product*) என இரண்டாகப் பிரிக்கிறார். ‘விளிம்புநிலைத் தனியார் நிகர உற்பத்தி’யின் பலன்கள் முதலீடு செய்பவர்களுக்குச் செல்லுகின்றன. ‘விளிம்புநிலை சமூக நிகர உற்பத்தி’யின் பலன்கள் சமூகத்தில் எவரையும் சென்றடையலாம்.

பீகுவின் அடிப்படைக் கருத்து என்னவெனில், சந்தையின் நடவடிக்கைகளால் ஏற்படும் செலவுகள், அந்தச் சந்தைப்

பரிவர்த்தனை நடவடிக்கைகளில் நேரடியாக ஈடுபடாதவர்களுக்கும் நன்மைகளையோ, தீமைகளையோ விளைவிக்கலாம் என்பதும், அவற்றை அந்தச் சந்தை விலைகள் நேரடியாகப் பிரதிபலிப்பதில்லை என்பதும்தான். சந்தை விலைகளால் அளக்கப்படாத அந்த நன்மைகளையும் தீமைகளையும் 'அயல்விளைவுகள்' என்று அவர் காண்கிறார். பிற்காலத்தில் பொருளியல் நூல்களில் அவற்றைச் 'சந்தைத் தோல்வி' (*market failure*) என்கிற பிரிவின் பகுதியாகக் குறிப்பிடுவது வழக்கமாகிவிட்டது எனினும், அவர் அந்தச் சொற்றொடரைப் பயன்படுத்தியதாகத் தெரியவில்லை.

தனியார் உற்பத்திச் செலவுகளுக்கும் சமுதாயத்தின் உற்பத்திச் செலவுகளுக்கும் இருக்கிற இடைவெளியை 'அயல்விளைவுகள்' என்று பீகு குறிப்பிடுகிறார் என்று பார்த்தோம். 'அயல்விளைவுகள்' இருக்குமானால் சந்தை முழுச் செயல்திறத்துடன் இயங்க இயலாது. அயல்விளைவுகள் இருக்கும்போது சந்தை நடவடிக்கைகளின் செயல்திறத்தை அதிகரிக்க அரசு தலையீடு தேவைப்படலாம் என்கிறார் பீகு. 'விளிம்புநிலை சமூக நிகர உற்பத்தி'யில் நிகரத் தீமைகள் வருமானால், மூன்றாவது நபர்கள் அதற்காகச் செலவு செய்ததை ஈடு செய்வதற்காக அந்தச் செயல்களை மேற்கொண்டிருப்பவர்கள் மேல் வரி விதிக்கலாம்; 'விளிம்புநிலை சமூக நிகர உற்பத்தி'யில் நிகர நன்மைகள் வருமானால், அந்தச் செயல்களை மேற்கொண்டிருப்பவர்களுக்கு மானியங்கள் வழங்கலாம் என்று பீகு கூறுகிறார்.

வேறு விதமாகக் கூறுவதானால், 'நேர்மறை அயல்விளைவுகள்' செயல்படும்போது நுகர்வோரின் ஒரு பகுதியினர், அந்த நுகர்ச்சிக்கான விலையின் பங்கினை அளிக்காமலேயே அந்தப் பொருளை (அல்லது பணியை) இலவசமாக நுகர முடிகிறது. எடுத்துக்காட்டாக, ஒரு தெரு விளக்கு எரிகிறது என்றால் அதன் வெளிச்சத்தை வரி கட்டியவர், வரி கட்டாதவர் இரு சாராருமே நுகர இயலுகிறது. வரி கட்டாதவர்களுக்குத் தன் வெளிச்சத்தை இருட்டடிப்புச் செய்யும் திறன் தெரு விளக்குக்கு இல்லை. அந்தத் தெரு விளக்கை நிறுவிய அரசிடம்கூட அந்தத் தெரு விளக்கின் வெளிச்சத்தை வரி கட்டியவர்களுக்கு மட்டும் வழங்கக்கூடிய வழிமுறைகளோ, தொழில்நுட்பமோ இல்லை. இந்தமாதிரி சூழல்களில்தான் 'இலவசச் சவாரி' (*free rider*) பிரச்சினை பெரிதாக உருவெடுக்கிறது. 'இலவசச் சவாரி' என்கிற சொற்றொடரை பீகு பயன்படுத்தியதாகத் தெரியவில்லை.

தெருவிளக்கின் வெளிச்சம் வரி கட்டுபவர்களுக்கும் கட்டாதவர்களுக்கும் சமமாகவே கிடைக்குமென்றால் அடுத்தவர்கள் வரி கட்டாமல் அந்த நன்மையை நுகரும்போது, நாம் மட்டும்

ஏன் வரி வேண்டும் என்று நுகர்வோர் சிந்திக்க ஆரம்பிப்பார்கள். அதாவது, விளக்கு வெளிச்சத்தை இலவசமாக நுகர்ந்தாலும் சரி வரி கட்டிவிட்டு நுகர்ந்தாலும் சரி அதே அளவு நன்மை கிட்டுமென்றால், அதற்காக வரி கட்டுவது பைத்தியக்காரத்தனமாகத் தோன்றுகிறது. ஒழுங்காக வரி கட்டுபவர்களுக்குக்கூட 'இலவசச் சவாரி' செய்யத் தூண்டுகோல்கள் வந்துவிடுகின்றன. இப்படி அனைத்து நுகர்வோரும் சிந்திக்க ஆரம்பித்து, அனைவரும் 'இலவசச் சவாரி' செய்ய ஆரம்பித்தால் தெரு விளக்கை நிறுவவும் பராமரிக்கவும் போதிய பணமில்லாமல் அந்த நன்மையே அனைவருக்கும் கிடைக்காமல் போய்விடலாம். (பஞ்ச காலத்தில் வினியோகிப்பதற்காக அனைவரும் தினமும் ஒரு குவளைப் பாலை அரசு அண்டாவில் ஊற்ற வேண்டுமென்று அரசு உத்தரவிட்டபோது தெனாலிராமன் தான் மட்டும் ஒரு குவளை தண்ணீரை அந்த அண்டாவில் ஊற்ற ஆரம்பித்து, கடைசியில் அனைவரும் தண்ணீர் மட்டும் ஊற்றுவதில் முடிந்த கதையைத்தான் 'இலவசச் சவாரி' என நாம் குறிப்பிடுகிறோம்!)

சமுதாயச் செலவுகளுக்கும் தனியார் செலவுகளுக்கும் அயல்விளைவுகளினால் வேறுபாடுகள் வரும்போது அவற்றை ஈடுசெய்ய அரசு தன் வரி மற்றும் மானியக் கொள்கைகளைப் பயன்படுத்த வேண்டுமென்று பீகு வாதிட்டார். அயல்விளைவுகள் அதிகமாக இருக்கும் நன்மை தரும் செயல்களான தெருவிளக்கு அமைத்தல், நாட்டைப் பாதுகாக்கும் படையை உருவாக்குதல், கலங்கரை விளக்கங்களை நிறுவுதல் போன்ற செயல்கள் இலவசச் சவாரி காரணமாக நடைபெறாமலே போய்விடக்கூடும் என்பதால் அவற்றை உருவாக்கவும் பராமரிக்கவும் அரசு தன் வரிவிதிப்பு அதிகாரத்தைக் கையாளவேண்டும் என்பது பீகுவின் நிலைப்பாடு. எடுத்துக்காட்டாக, அனைத்து மக்களுக்கும் பாதுகாப்பு நல்கும் படையின் பராமரிப்புச் செலவுகளைக் கட்டாயப்படுத்தாமல் அனைவரிடமும் மனமொப்பிய நன்கொடை மூலம் பெற வேண்டு மென்பது ஏட்டளவில் சரியாக இருக்குமேயன்றி, நடைமுறையில் நடக்காது. அரசு வரி விதிப்பின்மூலம்தான் அந்தச் செலவுகளுக்கான நிதியை ஈட்டியாக வேண்டும். அதுபோலவே தனியார் நடவடிக்கைகளால் விளைகிற கேடுகளான சுற்றுச்சூழல் மாசுபாடு போன்றவற்றைச் சந்தையின் விலை இயந்திரத்தின் இயக்கம் கட்டுப்படுத்துவதில்லை என்பதால் அரசு அத்தகைய செயல்களைச் செய்பவர்கள் மீது வரி விதித்து அதற்கான சமுதாய விலையை ஈடுசெய்ய வைக்க முடியுமென்று பீகு கருதுகிறார். ஐன்ஸ்டீன் போன்ற ஒரு விஞ்ஞானி கல்வியினால் தன்னை உயர்த்திக்கொள்கிறார். அவர் கல்வி பெற்றதன் காரணமாக விளைந்த அவர் கண்டுபிடிப்புகளால், அவர் கல்வி பெற்றதற்கான

செலவுகளைவிடப் பன்மடங்கு அதிக நன்மைகளைச் சமுதாயத்திற்கு வழங்கியிருக்கிறார். இப்படிப்பட்ட நிலைகளில் கல்வி கற்பதற்கு மானியம் வழங்குவதன் மூலம் அப்படிச் சமுதாய நன்மையை அதிகரித்துக்கொள்ள அரசு முயல வேண்டுமென்கிறார் பீகு. வேறொருவிதமாகச் சொன்னால், அயல்விளைவுகளினால் சந்தையில் ஏற்படும் செயல்திறக் குறைகளை நீக்குவதற்கு அரசின் தலையீடு தேவைப்படுகிறது என்பது பீகு முன்வைத்த கொள்கை.

பல சந்தர்ப்பங்களில் அரசின் வரிமானியக் கொள்கைகளால் அயல்விளைவுகளினால் ஏற்படும் செயல்திறக்குறைகளைக் கட்டுப்படுத்த முடியும் என்றாலும் எல்லா நிலைகளிலும் அவ்வாறு செய்ய இயலாது என்று பீகு அறிந்திருந்தார். எடுத்துக்காட்டாக, இங்கிலாந்தின் இரயில்கள் இயங்க ஆரம்பித்த பிறகு இருப்புப் பாதை அருகே அமைந்திருந்த வேளாண் நிலங்களில் எப்போதாவது நீராவி இயந்திரங்களிலிருந்து தீப்பொறிகள் விழுந்து பயிர்கள் நாசமாவதை அவர் குறிப்பிடுகிறார். இப்படிப்பட்ட நிலைகளில் வரிவிதிப்பு-மானியங்கள் மூலம் இந்தப் பிரச்சினைக்குத் தீர்வுகாண இயலாது என்று கூறுகிறார். அப்படிப்பட்ட நிலைகளில் விவசாயிகள் இரயில் இயந்திரங்களிலிருந்து விழுந்த தீப்பொறிகள்தான் பயிர்கள் நாசமானதற்குக் காரணம் என்று நிரூபித்தால் இரயில்வே உரிய இழப்பீடு வழங்க வேண்டும் என்று சட்டமியற்றுவதன் மூலம் அதற்குத் தீர்வு காண முடியுமென்கிறார். (1960களில் ரொனால்ட் கோஸ் இதே எடுத்துக்காட்டைப் பயன்படுத்தி, இரயில்வே நிர்வாகத்திற்குத் தீப்பொறிகளை வெளியிடலாம் என்றோ அல்லது இரயில் பாதை அருகே நிலங்கள் வைத்திருந்த விவசாயிகளுக்குத் தீப்பொறிகளினால் ஆபத்து ஏற்படுத்தக் கூடாது என்றோ 'சொத்துரிமை'யை இருவரில் ஒரு பிரிவினருக்கு வழங்குவதன்மூலம் சந்தையின் பேரங்களின்மூலமே இந்தப் பிரச்சினைக்குத் தீர்வு காண முடியும் என்று காட்டியிருக்கிறார்.)

அயல்விளைவுகளால் வருகிற அனைத்துச் செயல்திறக் குறைகளையும் கட்டுப்படுத்த வேண்டும் என்று பீகு சொல்ல வில்லை. எடுத்துக்காட்டாக, ஒரு இரயில் இயங்கும்போது அது செல்லும் பாதையருகே வசிப்பவர்கள் அதன் அதிகமான ஓசையால் துன்பப்படுகிறார்கள். (தற்காலத்தில் அதை ஒசை மாசு என்கிறோம்.) இந்தச் சங்கடம் ஒரு சில மணித்துளிகளே நீடிக்கும் என்பதாலும் இந்த ஓசையை நிறுத்துவது என்பதற்கு ஏராளமான செலவாகலாம்; அல்லது இரயில்களை நிறுத்துவதனால் மக்களுக்குக் கிடைக்கக்கூடிய பெரிய நன்மைகளை இழக்க வேண்டி வரலாம் என்பதாலும் பெரிய நன்மையைப் பெறுவதற்கான அற்பமான தொல்லையைத் தாங்கிக்கொள்ள வேண்டியதுதான் என்று அவர் கூறுகிறார். அயல்விளைவுகளை அடையாளம் கண்டு,

அவற்றை அரசின் கவனத்திற்குக் கொண்டுசெல்வது பொருளியல் வல்லுநர்களின் கடமை என்று பீகு கருதினார். ஆனால் பீகு அடைய விரும்பிய முக்கிய இலக்கு, நாட்டின் ஒட்டுமொத்த நலம் உச்சத்தையடையக் கூடிய வழியில் பொருளியலைத் திசை திருப்பிச் செலுத்துவதுதான்.

நாட்டின் ஒட்டுமொத்த நலனை இரு வழிகளில் அதிகரிக்க இயலும். 1) நாட்டில் கிடைக்கும் மொத்தப் பண்டங்கள், பணிகள் ஆகியவற்றின் வெளியீடுகளைப் பெருக்குவது. இதனால் நாட்டின் குடிமக்களுக்கு முன்பு கிடைத்ததை விட அதிகமாகப் பகிர்ந்தளிக்க இயலும். பண்டங்கள், பணிகள் ஆகியவற்றின் வெளியீடுகளைப் பெருக்க அவற்றின் உற்பத்தியால் வருகிற அயல்விளைவுகளை வரி–மானியங்கள் மூலம் கட்டுப்படுத்துவது நல்ல பயனையளிக்கும். 2) பொருளாதார ஏற்றத்தாழ்வுகளைக் குறைத்தல். ஒரு மனிதர் வைத்திருக்கும் பணத்தினளவு அதிகரிக்க அதிகரிக்க, அவருக்கு அந்த அதிகப்படியான பணத்தினால் வரக்கூடிய பயன்பாட்டின் அளவு குறைந்துகொண்டே வரும் என்கிற அடிப்படை இருக்கிறது. எனவே, பணம் மிகுந்தவர்களின் மீது விதிக்கப்படுகிற வரியின் சுமை, அதே அளவு வரியை ஏழைகள் மீது விதித்தால் ஏற்படுகிற சுமையை விடக் குறைவாகவே இருக்கும். அந்த அடிப்படையில்தான் அவர் வளர்வீத வரிவிதிப்புக் கொள்கையை (progressive taxation) ஆதரிக்கிறார். ஆனால் தனிநபர்களின் பயன்பாடுகள் பற்றிய கணிப்புகள் ஒருவருக்கொருவர் மாறுபடுகின்றன. அவர்களின் அக உணர்வுகளால் அவை தீர்மானிக்கப்படுகின்றன. எனவே அவை ஒப்புநோக்கத் தகுந்தவையன்று என்பது நவசெவ்வியலின் அடிப்படை வாதமாகும். பீகு இந்த வாதத்தை ஏற்கிறார். ஆனால் ஒரு பெரிய மக்கள் குழுவில் பணம் அதிகமிருப்பவரிடமிருந்து வறியவர்களுக்குச் செல்வத்தை இடப்பெயர்ச்சி செய்வதன்மூலம் நாட்டின் மொத்த நலன் அதிகரிக்கும் வாய்ப்பு அதிகமென்று பீகு நம்புகிறார்.

ஆனால் இந்த இரண்டு வழிகளும் ஒன்றுக்கொன்று முரண்பட்டு செயல்படக்கூடும் என்பதைப் பீகு நன்கு அறிந்திருந்தார். எடுத்துக்காட்டாக, வளர்வீத வரிகளை விதிப்பதனால் செல்வமிக்கவர்கள் ஊக்கமிழந்து முதலீடுகளைச் செய்வதைக் கைவிட வாய்ப்பிருக்கிறது; அதனால் உற்பத்தியினளவு குறைந்து நாட்டு மக்களுக்குக் கிடைக்கக்கூடிய பண்டங்கள்பணிகளின் அளவு குறையக்கூடும். வளர்வீத வரி விதிப்பின் மூலம் சமூக ஏற்றத்தாழ்வுகள் குறையும்போதே நாட்டின் மொத்த உற்பத்தி வீழுமானால் அதனால் நாட்டுக்கு எது நன்மை தரும் செயல் என்று எளிதில் கண்டுபிடிக்க முடியாது. ஆனால் எல்லா நேரங்களிலும் இந்த இரண்டு வழிகளும் ஒன்றுக்கொன்று முரண்படுவதில்லை.

அந்த மாதிரி நிலையிலெல்லாம் நாட்டின் செயல்முறைகள் எத்தகையதாயிருக்க வேண்டும் என்பதில் பீகுவிற்கு எந்த ஐயமும் இல்லை. எந்தக் கொள்கைகளைச் செயல்படுத்துவதால், நாட்டின் மக்களின் வருவாய் ஏற்றத்தாழ்வுகள் அதிகரிக்காமல், நாட்டில் பண்டங்கள்பணிகள் வெளியீடுகள் அதிகரிக்கிறதோ; அல்லது எந்தக் கொள்கைகளைச் செயல்படுத்துவதால், நாட்டின் மக்களின் பண்டங்கள்பணிகள் வெளியீடுகள் குறையாமல், நாட்டின் வருவாய் ஏற்றத்தாழ்வுகள் குறைகின்றனவோ, அந்தக் கொள்கைகள் அனைத்தும் நாட்டின் நலத்தை உச்சத்தை நோக்கிச் செலுத்தும் சரியான கொள்கைகள். இரண்டு கொள்கைகளும் ஒன்றுக்கொன்று முரண்படும் வேளைகளில், எந்த வழியில் செல்வது என்பதைப் பற்றி ஒரு நீதிபதியின் தீர்ப்பு போல் செயல்படுத்தப்போகும் கொள்கையின் இரண்டு வழிகளின் நல்விளைவுதீவிளைவுகளையும் சீர்தூக்கி, நல்விளைவு அதிகமிருக்கும் கொள்கைகளைச் செயல்படுத்த வேண்டும். வருவாய் ஏற்றத்தாழ்வுகளைச் சமன் செய்ய ஓரளவு வெளியீடுகளின் அளவைத் தியாகம் செய்வதைப் பீகு ஆதரிக்கிறார்.

பீகுவின் ஆய்வுகள் நலப் பொருளியல், பொது நிதியியல், சுற்றுச்சூழல் பொருளியல் ஆகிய துறைகளில் மிகுந்த அங்கீகாரம் பெற்றிருக்கின்றன. இருந்தபோதிலும், 1929–34 பெருமந்தத்தின்போது அதை நிவர்த்திக்க நிலவும் கூலிமட்டத்தைக் குறைக்கச் சிபாரிசு செய்த செவ்வியல் பொருளியலாரின் பிரதிநிதியாகப் பீகுவை ஜான் மேனார்டு கீன்ஸ் சித்தரித்தது, அவரை மந்தத்தை முடித்து வளர்ச்சியைத் திரும்பக் கொண்டுவரத் தவறான செயல்முறை களைச் சிபாரிசு செய்தவர் என்கிற அடாப் பழியை அவர் மீது சுமத்திவிட்டது. கீனீஸியக் கொள்கைகள் பரவிய வேகத்திலேயே இந்தத் தவறான சித்தரிப்பும் பரவிவிட்டது. பீகு 1914இல் எழுதிய வேலையில்லாத் திண்டாட்டம் குறித்த நூலிலும், 1927இல் எழுதிய கட்டுரையிலும், 1933இல் எழுதிய நூலிலும் கூலிமட்டம் விளிம்புநிலை உற்பத்தித்திறன் மதிப்புக்கு மேலே இருந்தால் வேலையில்லாத் திண்டாட்டம் வருமென்கிற நவசெவ்வியல் கொள்கையை விளக்கியது உண்மைதான். அதுபோலவே கீழிறங்கத் தயாராயில்லாத, நெகிழ்ச்சியில்லாத கூலிமட்டத்தை அவர் குறை கூறியிருப்பதும் உண்மையே. அதனால்தான் கீன்ஸ் அவரைச் செவ்வியல் பொருளியலாரின் பிரதிநிதியாகக் காட்டியிருக்கிறார். ஆனால் பீகு உலகப் பெருமந்தத்தின்போது கூலி மட்டத்தைக் குறைக்கச் சொல்லிச் சிபாரிசு செய்தார் என்பதற்கு எந்த விதமான ஏற்கத்தக்க ஆதாரமுமில்லை. விலைமட்டம் உயரும்போது அது உண்மைக் கூலிமட்டத்தைக் குறைத்து, அதனால் பொருளாதார மீட்சி ஏற்பட வழி இருக்கிறதென்பதைப் பீகு தெரிவித்திருக்கிறார். அந்தச் செய்தியும் புறக்கணிக்கப்பட்டுவிட்டது.

கீன்ஸின் 'பொதுக் கொள்கை' நூலை பீகு 'எகனாமிகா' சஞ்சிகையில் 1936இல் முதலில் விமர்சனம் செய்தார். அதில் தனது கருத்துகளைக் கீன்ஸ் திரித்துக் கூறியிருப்பதாகப் பீகு குற்றம் சாட்டுகிறார். கீன்ஸின் அந்த நூலில் பாராட்டத்தக்க புதுமை எதுவும் இல்லை என்று முடிவு கூறுகிறார். இந்த எண்ணத்தை பீகு பின்னர் மாற்றிக் கொண்டார். சில அசாதாரணமான காலங்களில் கீனிஸிய மருத்துவம் வேலை செய்யக்கூடும் என்பதை ஏற்றுக்கொள்கிறார்.

1943இல் எழுதிய 'செவ்வியல் நிலைத்திருக்கும் நிலைமை' (*Classical Stationary State*) கட்டுரையில்தான் செவ்வியல் சிந்தனைகள் பற்றிய கீனீஸியக் குற்றச்சாட்டுகளுக்கு பீகு மறுமொழி கூறியிருக்கிறார். மந்த காலங்களில் விலை மட்டம் குறைகிறது. அதனால் இலாப நோக்கத்தைக் கொண்ட உற்பத்தியாளர்கள் தங்கள் வெளியீட்டைக் குறைப்பார்கள். அதனால் உற்பத்திக் காரணிகளுக்குக் கிடைக்கிற ஊதியங்கள் குறைந்துபோகின்றன. அது ஒட்டுமொத்தத் தேவையைக் குறைத்துவிடுகிறது. அது மறுபடியும் விலைகளைக் கீழே தள்ளுகிறது. மந்த காலங்களில் நாட்டின் ஒட்டுமொத்தத் தேவையை மேல்நோக்கி உந்தித் தள்ள அரசின் தலையீடு நல்ல வழி என்று கீன்ஸ் வாதிடுகிறார்.

விலை மட்டம் கீழிறங்கக் கீழிறங்கக் கையிருப்பில் இருக்கும் பணத்தின் மதிப்பு மென்மேலும் அதிகரித்துக்கொண்டே வரும் என்பது பணக்கொள்கையின் அறியப்பட்ட பகுதிதான். மந்த காலங்களில் ஒட்டுமொத்தத் தேவை வீழ்ந்துகொண்டே வரும் என்கிற கீன்ஸின் வாதத்திற்கு ஓர் எதிர்வாதமாகப் பீகு இந்த அவதானிப்பைச் செவ்வியலிற்கு ஆதரவான வகையில் இந்தக் கட்டுரையில் காட்டுகிறார். நூறு ரூபாய் கையிருப்பில் வைத்திருக்கும் ஒருவர், ஒரு ரூபாய்க்கு ஒரு படி அரிசி விற்கும் போது 100 படி அரிசி வாங்க முடியும். அரிசி விலை ஐம்பது பைசாவிற்கு ஒரு படி என்று விழுந்துவிட்டால், அதே நூறு ரூபாயைக் கையிருப்பில் வைத்திருக்கும் நபர் 200 படி அரிசி வாங்க முடியும். புதிய விலையில் 100 படி அரிசி வாங்கிய பிறகும் அவரிடம் வேறு பொருள்களை வாங்குவதற்கு ரூ. 50 மீதமிருக்கும். அதாவது விலை மட்டம் கீழே இறங்கஇறங்க கையிருப்பில் பணம் வைத்திருப்பவர்களின் செல்வ மதிப்பு அளவு மேலும் மேலும் ஏறிக்கொண்டேயிருக்கும். அதனால் மற்ற பொருள்களை வாங்குவதற்கு அவர்களுடைய வாங்கும் சக்தியும் அதிகரிக்கும். வாங்கும் சக்தி அதிகரிப்பதால் அவர்களுடைய தேவைகளும் பெருகும். விலைமட்டம் தொடர்ந்து வீழ்வதனாலேயே நீண்ட காலப் போக்கில் பணம் கையிருப்பாக வைத்திருப்பவர்களின் செல்வ மதிப்பு அதிகரித்து, அதனால் ஒட்டுமொத்தத் தேவையே

உயரக் கூடும் என்று பீகு காட்டுகிறார். வேறுவிதமாகக் கூறினால், மந்த காலத்தில் விலை மட்டம் வீழ்வதனாலேயே நீண்ட காலப் போக்கில் அந்த மந்தத்தை நிவர்த்திக்கும் வழியில் செல்வ மதிப்பின் உயர்வு ஓர் எதிர்விளைவைத் தோற்றுவிக்கும் என்று பீகு நிறுவுகிறார். அதனால் கீன்ஸின் அடிப்படை வாதமான நிறைகுறை வேலைவாய்ப்புச் சமநிலை என்பது நீண்ட காலத்தில் நிகழ வாய்ப்பில்லை என்றும் நிறுவுகிறார். பீகுவின் இந்தக் கருத்து பீகு விளைவு, செல்வ விளைவு, உண்மைச்சரிசமநிலை விளைவு *(real balance effect)* என்று வெவ்வேறு பெயர்களில் அழைக்கப்படுகிறது.

பீகுவின் இலக்கு பொருளியல் கொள்கைகளுக்குப் புதிய எண்ணங்களை வழங்குவதோடு நின்றுவிடவில்லை; ஏழ்மையை ஒழிப்பதற்கு வழிவகைகள் காண வேண்டும் என்கிற பொது நோக்கும் அதில் இணைந்திருந்தது. பொதுநலத்தை உச்சமடையச் செய்யும் பாதைகளில் அரசு தன் செயல்திட்டங்களைச் செலுத்த வேண்டும் என்றும் பொருளியல் கொள்கைகள் அந்தப் பாதையில் பயணிக்க வேண்டுமென்றும் அவர் விரும்பினார். அந்த உயரிய இலக்கை முழுமையாக எட்ட முடியவில்லை என்றாலும், அதற்கான சீரிய வழிவகைகளை ஆராய்ந்தவர் என்கிற புகழ் பீகுவுக்கு என்றும் உண்டு. ஆல்பிரட் மார்ஷல் அவருக்கு முன்னும் ஜான் மேனார்டு கீன்ஸ் அவருக்குப் பின்னும் பிரமாண்டமாக வளர்ந்திருப்பதால் ஆர்தர் பீகு அவர்களிருவரின் நிழல்களில் மறைந்து அவ்வளவாகப் பிரபலமடையாமல் போய்விட்டார். இருந்தபோதிலும், அவருடைய சுயமான ஆய்வுகள் விலைகளின் ஆட்சியைப் பற்றிய புரிதல்களுக்குப் புதிய பரிமாணங்களைத் திறந்துவைத்தன என்பதில் எந்த ஐயமுமில்லை. பீகு என்று சொன்னாலே அயல்விளைவுகளைப் பற்றி நினைக்கும் அளவுக்கு அவர் அந்தத் துறைக்குப் பெரும் பங்களிப்புகளை வழங்கியிருக்கிறார்.

~~

பின்னுரை

நவசெவ்வியல் பொருளியல் முதன்மை நீரோட்டமாகப் பரந்து பாய்ந்த காலகட்டத்தில், 1929இல் வந்த உலகலாவிய பெருமந்தத்தின்போது அதன் அடிப்படைகளைப் பற்றி ஜான் மேனார்ட் கீன்ஸ் சில ஐயங்களை எழுப்பினார். சந்தையின் இயக்கம் ஒரு 'புலப்படாத கை'யினால் அனைவருக்கும் நன்மை தரும் வழியில் இயக்கப்படுகிறது என்பது பொதுவான உண்மையெனினும், சில சந்தர்ப்பங்களில் சந்தையின் இயக்கம் முழு வேலைவாய்ப்பில்லாத நிலையில்கூடச் சமநிலையடையும் என்றும், அப்படிப்பட்ட காலங்களில் அரசு என்னும் 'புலப்படும் கை' நின்றுபோன பொருளாதார இயந்திரத்தை உதைத்து மீண்டும் இயங்கச் செய்ய வேண்டுமென்றும் அவர் வாதிட்டார். இந்தக் கீனீஸியப் பொருளியல் வந்த பிறகு, நவசெவ்வியல் பொருளியல் நுண்ணியல் பொருளியல் (microeconomics), பேரியல் பொருளியல் (macroeconomics) என்று வகை பிரிந்தது. 1930களின் இடைப்பகுதியிலிருந்து 'நவநலப் பொருளியல்' கொள்கைகள் வர ஆரம்பித்தன. 1950களில் 'கணிதப் பொருளியலும்', 'புள்ளிவிவர இயலும்' வளர்ந்தன. 'அளவையியல் பொருளியல்' (econometrics) அவற்றின் கலவையாகத் தோன்றி வளர்ந்தது. 1960களில் மில்டன் பிரைட்மெனின் பணக்கொள்கை கீனீஸியத் தத்துவத்திற்கு எதிர் வாதமாக வந்தது. அதே சமயம் 'மானுடத்தின்மீது முதலீடு' (human capital) புதிய பொருளியல் பிரிவாகத் தோன்றியது. 'சூழலியல் பொருளியலின்' முக்கியத்துவம் 1960க்குப் பின் நன்கு உணரப்பட்டது. சந்தையின் இயக்கம் மரபுகள், பழக்கவழக்கங்கள், அமைப்புகள் போன்ற பல முக்கியப் பகுதிகளைப் புறக்கணிக்கிறது என்றும் அவற்றை உள்ளடக்க வேண்டும் என்றும் 'நவ அமைப்புப் பொருளியல்' தோன்றி வாதிடுகிறது. பொருளியல் வளர்ச்சியே தனி இயலாக 'வளர்ச்சிப் பொருளியல்' என்றும் பிரிந்திருக்கிறது! இவை மட்டுமின்றி 'பன்னாட்டுப் பொருளியல்' போன்ற வேறு பல பிரிவுகளும் தோன்றியிருக்கின்றன.

இவையனைத்திலும் நவசெவ்வியல் பொருளியலின் அடிப்படை எண்ணங்களும் கருவிகளும் வெகுவாகப் பயன்படுத்தப்படுகின்றன. எனவே இன்றைய பொருளியலைப் புரிந்துகொள்வதற்கு நவசெவ்வியல் பொருளியலின் அடித்தளக் கொள்கைகளின் ஆரம்ப அறிமுகமாக இந்த நூலைச் கையளிப்பதில் பெருமையடைகிறேன்.

எஸ். நீலகண்டன்

கலைச்சொற்கள்

(அ) தமிழ் - ஆங்கிலம்

அக உணர்வு சார்ந்தவை	subjective
அகங்குகைபோற் தோற்றம்	concave
அகச்சிக்கனங்கள்	internal economies
அசைவற்ற, இயக்கமற்ற	static
அடிக்கட்டுமானம்	substructure
அடிப்படை உள்பொருள்	entity
அடிமை வியாபாரத்தை எதிர்ப்பவர்	abolitionist
அடுக்கு வளைவரை	exponential curve
அந்தஸ்து	status
அந்நியமாதல்	alienation
அமித உற்பத்தி	over-production
அமைப்பியல் பொருளியல்	institutional economics
அயலானது	external
அயலியக்கங்கள், அயல் விளைவுகள்	externalities
அரசில்லாத நிலை (அ) ஆட்சி வேண்டாக் கொள்கை	anarchism
அரசியல் பொருளாதாரச் செவ்வியல்	classical political economy
அளிப்பு விலை	supply price
அவசிய (அ) இன்றியமையா உழைப்பு	necessary labour
அவதானி	observe
அவல இழிநிலை	immiserization
அழிவிலிருந்து உருவாக்கம்	creative destruction
அறத்தத்துவம்	moral philosophy
அறவியல்	moral science
தலையிடாக் கொள்கை	laissez faire
ஆசியப் பொருளுற்பத்தி முறை	Asiatic mode of production
ஆய்லரின் தேற்றம்	Euler's theorem
அளவுசார் பணக்கொள்கை	quantity theory of money
அறிவார்ந்த உச்சம் தேடுபவர்	rational maximizer
அறிவொளி	Enlightenment
ஆதாரவளம்	resource

ஆபத்தை ஏற்பதற்கான காப்பீட்டுக் கட்டணம்	risk premium
இடைநிலைப் பொருள்கள்	intermediate goods
இணக்கமான, ஒத்திசைவான	harmonious
இயக்கச் சமநிலைத் தன்மை	dynamic equilibrium
இயக்கமுடைய, செயல்திறனுடைய	dynamic
இயந்திரத் தொடர் நடைமுறைகள்	mechanical processes
இயல்பான இலாபம்	normal profit
இயல்பு மாற்றப் பிரச்சினை	transformation problem
இயல்பு மாற்றம்	transformation
இயல்பு வட்டி	natural interest
இயல்பு வட்டி விழுக்காடு	natural rate of interest
இயற்கை உரிமைகள்	natural rights
இயற்கைக் கூலிகள்	natural wages
இயற்கையான சுதந்திரம்	natural liberty
இயற்கையினாட்சி	Physiocracy
இயைபியக்க ஊக்கி	catalyst
இரண்டாம்வகை ஈதல்	second derivation
இருப்பு, முதல்	stock
இருவரின் வெவ்வேறு தேவைகளின் ஏக காலத் தற்செயல் ஒத்தியல் நிகழ்வு	double coincidence of wants
இறக்குமதிப் பதிலீடு	import substitution
இறுதி அளவைப் பயன்பாடு	final degree of utility
இன்றியமையாதவை	necessaries
உண்மைச் சரிசமநிலை விளைவு	real balance effect
உண்மைச் செலவுகள்	real costs
உண்மை வட்டி	real interest
உத்தமப் படுத்துதல்	optimization
உபயோகரமான உழைப்பு	useful labour
உய்த்துணர்ந்து துப்புத் துலக்கும் முறை	deductive
உரிமம்	license
உருட்டாலை	rolling mill
உலக வர்த்தக அமைப்பு	World Trade Organization
உலகளாவிய	cosmopolitan
உலோகாயத இயல்பு மாற்றம்	material transformation
உளதாம் தன்மை	existence
உள்ளீடுகள்	inputs
உற்பத்தி உறவுகள்	relations of production
உற்பத்திக்கான சராசரிக் காலம்	average period of production

உற்பத்திச் சார்பு	production function
உற்பத்திச் செலவு	cost of production
உற்பத்திச் சக்திகள், விசைகள்	forces of production
உற்பத்திச் சாதனங்கள்	means of production
உற்பத்தியின் சாத்தியமான எல்லை	production possibility frontier
உற்பத்தி விலை	production price
உழைப்பின் ஆதிக்கம் சார்ந்தது	labour commanded
உழைப்பின் பொதிவு சார்ந்தது	labour embodied
உழைப்பு செலவழிப்பு சார்ந்தது	labour expended
உழைப்புச் சக்தி	labour power
உழைப்பு மதிப்புக் கோட்பாடு	labour theory of value
உழைப்பாளர்களின் அகநிலை ஆற்றல்	potential labour
உழைப்பை மிச்சப்படுத்தும் இயந்திரங்கள்	labour saving machinery
ஊக்கத்தொகை (அ) தூண்டுகோல் தொகை	premium
ஊடை	weft
எஞ்சியதற்கு உரிமை கொண்டாடுபவர்	residual claimant
எட்ஜ்வொர்த் பெட்டி வரைபடம்	Edgeworth Box Diagram
எண்ணளவு	cardinal
எண்ணளவுப் பயன்பாடு	cardinal utility
எதிர்ப்புரட்சி	counter-revolution
எதிர்மறை அயலியக்கங்கள், அயல் விளைவுகள்	negative externalities
எதிர்மறைச் சிக்கனங்கள்	diseconomies
எதிரெதிர் செயல் விளைவு	interaction
எதிர்விழுக்காடு தேவை	reciprocal demand
எதேச்சாதிகார ஆட்சி	despotic
எறிநாடா	shuttle
ஏகாதிபத்தியம்	imperialism
ஏற்றுமதி ஊக்குவிப்பு	export promotion
ஒதுக்கிவைத்திருக்கும் உற்பத்திக் கொள்திறன்	reserve industrial capacity
ஒப்பீட்டடிப்படையில் அனுகூலம்	comparative advantage
ஒப்பந்த வளைகோடு	contract curve
ஒப்பந்தம்	contract
ஒப்பீட்டடிப்படையில்	relative
ஒப்பீட்டடிப்படையில் அனுகூல விதி	law of comparative advantage

ஒருங்கமை ஒருபடிச் சமன்பாடு; சமகாலச் சமன்பாடு	simultaneous equation
ஒழுக்க நியமமான	normative
ஒன்றுக்கொன்று பதிலீடு செய்யும் வகையில் ஒரே தரமானவை	standardized
ஒன்றுதிரட்டல் சட்டங்கள்	Combination Acts
ஓரியல்பு உற்பத்திச் சார்பு	homogeneous production function
ஓவியக் கண்காட்சி	salon
கச்சாப் பொருள்களைக் கொடுத்து முடிவுபெற்ற பண்டங்களாகப் பெற்றுக்கொள்ளும் முறை	putting-out system
கட்டாயச் சேமிப்பு	forced saving
கடல் வாணிகச் சட்டங்கள்; கடற் கடவு சட்டங்கள்	navigation acts
கடன்தரும் நிதி	loanable funds
கடன்–பணவாட்டக் கொள்கை	debt-deflation theory
கணிதச்சார்பு எண்	function
கணிதச் சார்பு தொடர்	continuous mathematical function
கணித்தாய்வு வாதம்	calculation debate
கருத்தியல்	theory
கருத்தியல் உழைப்பு	abstract labour
கருத்தியல்/அகநோக்கு அருவம்	abstraction
கலக்கிக் குழைக்கும் முறை	puddling
கல்கரி; சுட்ட நிலக்கரி	coke
கனவுலக சோஸலிசம்	utopian socialism
காரண–விளைவு	cause and effect
காரணமாகக் குறித்துரை	impute
கீழ்த்திசை எதேச்சாதிகாரம்	oriental despotism
கீழ்ப்படுத்துதல்	subjection
குழுமம்	commission
குறிக்கோள் நெறி	ideology
குறியீட்டெண்	index number
குறியீடு	index
குறைந்துசெல் விளைவு விதி	law of diminishing returns
குறைந்துசெல் அளவை விளைவுவிதி	diminishing returns to scale
கூட்டல் கோட்பாடு	adding-up theory
கூட்டரசு	confederation

கூட்டரசு (அ) சமஷ்டி அரசு	federation
கூட்டாண்மை	collectivism
கூட்டிணைப்புக் கலவை	synthesis
கூட்டு வளர் வீதம்/ கூட்டுத் தொடர்	arithmetic progression
கூட்டு உற்பத்தி	joint production
கூலியின் இரும்பு விதி	iron law of wages
கூலி நிதி	wages fund
கூவிக் கூவி அறிவி	tâtonnement
கூறுபடுத்திப் பகுத்தாய்வு	dissect
சட்டத் தத்துவங்கள்	jurisprudence
சந்தர்ப்பத்திற்கு இயைந்த நடவடிக்கை	expedient
சந்தை	market
சந்தைக் கூலிகள்	market wages
சந்தைத் தோல்வி	market failure
சந்தை வட்டி விழுக்காடு	market rate of interest
சம அனுகூலம்	equal advantage
சமநிலைத் தன்மை	equilibrium
சமநிலை விலைகள்	equilibrium prices
சமநோக்கு வளைகோடுகள்	indifference curves
சம்மதத்தின் நுண்கணிதம்	calculus of consent
சம விகித வரியமைப்பு	proportional taxation
சமுதாய ஒப்பந்தம்	social contract
சமுதாயக் கூலி	social wage
சமூகச் செலவுகள்	social costs
சமூகப் பொறியியல்	social engineering
சாசனம்	charter
சாதகமான வர்த்தகச் சமன்பாட்டு நிகரம்	favourable balance of trade
சார்ந்த மாறி	dependent variable
சாரா மாறி	independent variable
சீர்திருத்தச் சட்டம்	reform act
சுதந்திரமான மேனர் குடிகள்	villeins
சுரண்டுதல்	exploitation
சுற்றுவழி முறைகள்	roundabout methods
சூத்திரம்	formula
செலாவணிப் பள்ளி	currency school
செத்த உழைப்பு	dead labour
சொல்லணிக்கலை, சொல்லாட்சிக்கலை	rhetoric
சேயின் விதி, ஸேயின் விதி	Say's Law

தகுதியினடிப்படையில் ஆட்சி	meritocracy
தடைகளமைத்தல்	restraint
தணிந்தநெகிழ்ச்சி, எதிர்மறை நெகிழ்ச்சி	inelastic
தத்துவ அடிப்படையிலான முன்னேற்றக் கொள்கைகள்	philosophical radicalism
தத்துவ விசாரணைக் கழகங்கள்	philosophical societies
தர வரிசை (அ) வரிசைக்கிரமப் பயன்பாடு	ordinal utility
தர வரிசை; வரிசைக்கிரம அளவு	ordinal
தராதர உற்பத்திச்செலவு	comparative cost
தருக்க முறைமை	methodology
தற்காப்பு நடவடிக்கைகள்	protectionist policies
தற்சார்ந்த வளர்ச்சி	self-sustained growth
தன்னியல்பான முழுமையான அனுகூலம்	absolute advantage
தன்மையில் வேறுபட்டவை	qualitative differences
தனிமனித நடவடிக்கைகளில் மையம்கொண்ட ஆய்வுமுறை	methodological individualism
தனிநபர் வருவாய்	per capita income
தனியார் செலவுகள்	private costs
தனியார் சொத்துரிமை	private property
தனியுரிமை	individualism
தானியங்கள்	cereals
தீவிரம்	intensity
துயரவியல்	dismal science
துன்பம் தரக்கூடிய, துன்பமான/ எதிர்மறைப் பயன்பாட்டு நிலை	disutility
தூண்டுவிசை, ஊக்குவிக்கும் காரணி	incentives
தெய்வீக உரிமை	divine right
தொகுப்பு	set
தொகை நுண்கணிதம்	integral calculus
தொடர்-நடைமுறை	process
தொடர்ந்து தாக்குப்பிடிக்க வல்லமை	sustain
தொழில் நடைமுறைச் செலவுகள்	transaction costs
கற்றுக்குட்டிகள்	apprentice
தொழில்-வணிகச் செயல்முறைகள்	business practices
தொழில் முனைவோர்	entrepreneur
தொழில் நிர்வாகிகளின் கூட்டமைப்பு	guild
தொழில் மூலதனம்	industrial capital
தேய்வுவீத வரிகள்	regressive taxes

தேவை விலை	demand price
தேய்மானம் (அ) மதிப்பிறக்கம்	depreciation
தேனிரும்பு	wrought iron
நகரச் சேரி (அ) குப்பங்கள்	slums
நலப்பொருளியல்; நல்வளப் பொருளியல்	welfare economics
நவசெவ்வியல் பொருளியல்	neoclassical economics
நன்னெறி உணர்வுகள்	moral sentiments
நன்னெறித் தன்னடக்கம்	moral restraint
நிகர உற்பத்தி	produit net
நில அமைப்பியல்	geology
நிலைமுதல் மூலதனம்	fixed capital
நிலையான (அ) மாறா விளைவு விதி	law of constant returns
நிலையான மூலதனம்	constant capital
நிலையான செலவுகள்	fixed costs
நிரப்புப் பொருள்கள்	complementary goods
நிறுவனமயமாக்கிய	institutionalised
நிறைவுப் போட்டி	perfect competition
நினைவுக்குறிப்பு	memoranda
நீர் உறைச்சட்டம்	water frame
நுகர்ச்சி அல்லது துய்ப்புத் தவிர்ப்பு	abstinence
நுகர்விரியம்	consumerism
நுகர்வோர் உபரி	consumer's surplus
நுகர்வோர் பூரிப்பு	consumer exuberance
நுண்கணிதம்	calculus
நுண்ணோக்காடி	microscope
நூற்கும் கதிர்	spindle
நெகிழ்ச்சி	elasticity/extensibility
நேர (கால) விருப்பத்தேர்வு	time preference
நேர்மாறான எதிர்நிலைச்செய்தி	antithesis
நேர்மறை அயலியக்கங்கள், நேர்மறை அயல் விளைவுகள்	positive externalities
பகிர்வின் அடிப்படைத் தேற்றம்	fundamental theorem of distribution
பகுதிச் சமநிலை	partial equilibrium
படாடோப நுகர்ச்சி, பகிரங்க நுகர்ச்சி	conspicuous consumption
படிநிலைகள்	stages
நிலப் பிரபுத்துவ முறை	feudal
பண்டம்	commodity

பண்ணையடிமைகள்	serfs
பணத் தொடர்புகள், இணைப்புகள்	cash nexus
பணத்தின் மாயத்தோற்றம்	money illusion
பணவியல் எதிர்ப்புரட்சி	monetarist counter-revolution
பணிகள்	services
பதிலீட்டுப் பொருள்கள்	substitute goods
பயன்பாட்டுக் கோட்பாடு	Utilitarianism
பயனற்றது	unproductive
பயனுள்ளது	productive
பரஸ்பரமான நிலை	mutualism
பரிவர்த்தனை சாதனம்	medium of exchange
பரிவர்த்தனை நடவடிக்கைகள்	transactions
பரிவர்த்தனை மதிப்பு	value in exchange
பற்றாக்குறை நிரப்பும் செலவுகள், மாற்றமுறும் செலவுகள்	supplementary costs
பாட்டாளி வர்க்கச் சர்வாதிகாரம்	dictatorship of the proletariat
பிரதிநிதித்துவ நிறுவனம்	representative firm
பிரதிவாய்ப்பு ஊதியம்; மாற்றுச் செலவு; பதிலீட்டுச் செலவு	opportunity cost
பிழைப்பு மட்டம், பிழைப்பூதியம்	subsistence
பிறர் நலம் பேணும் தகைமை	altruistic
பீகு விளைவு	Pigou effect
புத்தாக்க வழிகள், எண்ணங்கள் முயற்சிகள்	innovations
புதிய நலப் பொருளியல்	new welfare economics
புதிர்	paradox
பயன் மதிப்பு	value in use
புரளும், சுழலும் மூலதனம்	circulating capital
புராதன (மூலதனத்) திரட்சி	primitive accumulation
புல்லுருவி வகைகள்	parasitic
புலன் கடந்த நுண்பொருள்	metaphysical
புறங்குவிந்த	convex
புறச்சிக்கனங்கள்	external economies
புறத் தூண்டுதலற்ற அனிச்சையான ஒழுங்குமுறைகள்	spontaneous order
புறப் பொதுமையானவை	objective
பெயரளவு வட்டி	nominal interest
பெருக்குத் தொடர்/மடிப்பு வளர் வீதம்	geometric progression
பேரியல் பொருளியல்	macro economics

பொதுச் சமநிலை	general equilibrium
பொதுத்தேர்வு	public choice
பொது நிலங்கள்	commons
பொருள்கள்	goods
பொருள்முதல் வாதம்	materialism
பொருளியல் அட்டவணை	Tableau économique
பொருளாதார அடித்தளம்	economic base
பொருளுற்பத்தி முறை	mode of production
பொய்ப்பித்தல் முறை	falsification
பொறிக்கம்மியர்	mechanic
பொறுப்பின் எல்லைகள் வரையறுக்கப்பட்ட நிலை	limited liability
பொன் நாணய மதிப்புத் தகவு	gold standard
போகப் பொருள்கள்	luxuries
போலிவாரம்	quasi rent
மகிழ்ச்சிக் கணிப்பு	felicific calculus
மட்டுப்படுத்தும் (அ) முன்னெச்சரிக்கைத் தடைகள்	preventive checks
மதிப்பையளக்கும் பொது அளவுகோல்	numeraire
மரபு	custom
மழலைத் தொழில் வாதம்	infant industries argument
மறு உற்பத்தி	re-production
மறுபரிசீலனைக் கொள்கை	revisionism
மனித ஆதாரவளக் குறியீடு	human resource index
மனித மூலதனம்	human capital
மாற்றமில்லா நிலை	stationary state
மாற்றமில்லாமல் மதிப்பை அளக்கும் துலாக்கோல்	invariant measure of value
மாற்றமுறும் செலவுகள்	variable costs
மாறி	variable
மாறா அளவை விளைவு விதி	constant returns to scale
மாறுபடும் மூலதனம்	variable capital
முத்தேர்வு	tripos
முதல்வகை ஈதல்	first derivation
முதலாளியம்	capitalism
முதலீட்டின் விளிம்புநிலைச் செயல்திறன்	marginal efficiency of capital
முதலீட்டுக் கொள்கை	capital theory

முதன்மைச் செலவுகள், நிலையான செலவுகள்	prime costs
முதன்மை நீரோட்டப் பொருளியல்	mainstream economics
முரணியக்கம்	dialectics
முழுமையான உள்ளார்ந்த செயற்றிறம்	full potential
முற்றுரிமை	monopoly
முன்கவனமான (அ) விவேகமான தடை	prudential check
மூலதனக் குவிப்பு (அ) திரட்டு	accumulation
மூலதனத்தின் உயிர்ப்பு இயைபு	organic composition of capital
மூலமெய்ம்மை	principles
மெய்மை முரண்பாட்டு விளக்கவழி, இயக்கவியல் வழி, முரணியக்க வழி	dialectical method
மேய்ச்சல் கட்டம்	pastoral
மேல்கட்டுமானம்	superstructure
மேல் குறியீட்டு விலை நிர்ணயம்	mark-up pricing
மேற்குடியினர்	elite
மேனர் நிலப் பட்டைகள்	strips
மேனர் பண்ணை முறை	manorial system
வகைநுண் கணிதம்	differential calculus
வட்ட வடிவமான சீர்திருத்தச் சிறைச்சாலை	panopticon
வடிவியல்	geometry
வணிக வாதம்	mercantilism
வணிக மூலதனம்	merchant capital
வரலாற்றுப் பொருள்முதல் வாதம்	historical materialism
வரியவர் (அ) ஏழ்மைச் சட்டங்கள்	poor laws
வருவாய் இருப்பு	stock of income
வருவாய் ஓட்டம்	flow of income
'வருவிக்கப்படும்' (அ) 'பெறப்படும்' தேவை	derived demand
வளர்ந்துசெல் விளைவு விதி	law of increasing returns
வளர்வீத வரி விதிப்பு	progressive taxation
வளர்வீத வரிகள்	progressive taxes
வாரிசுரிமை வரி	inheritance tax
வாழும் உழைப்பு	living labour
விருப்பத் தேர்வு	preference
விலை அறிவிப்பு வளைகோடுகள் வரம்பு நிலை	offer curves

விவாதத்திற்குரிய நேர்நிலைச்செய்தி	thesis
விளைவுடைய தேவை	effective demand
விளைவுச்செழிப்பு	fecundity
விளைவுகளைத் தொகுத்து, மெய்ம்மையின் பொதுமை நிலையை அறிதல்	induction
விளிம்புநிலை	margin
விளிம்புநிலை நிகர உற்பத்தி	marginal net product
விளிம்புநிலைத் தனியார் நிகர உற்பத்தி	marginal private net product
விளிம்புநிலை உற்பத்தித் திறன்	marginal productivity
விளிம்புநிலை உற்பத்தி வருவாய்	marginal revenue product
விளிம்புநிலை சமூக நிகர உற்பத்தி	marginal social net product
விளிம்புநிலை, எல்லைநிலை (அ) வரம்புநிலைப் பயன்பாட்டுக் கோட்பாடு	marginal utility theory
விளைபொருளைத் தீர்த்துக் காலியாக்கும் தேற்றம்	product exhaustion theorem
விற்கக்கூடிய தன்மையின் அளவு	degree of saleableness
வெளியீடு	output
வேகவீதம்	velocity
வேலியிடல்	enclosure
வேலைக்கு ஈடாக பணத்தொகைகளை மாற்றாகக் கொடுக்கும் இரத்து விண்ணப்பங்கள், கருணை விண்ணப்பங்கள்	commutation
வேலைபார்க்கும் உரிமை	right to work
வேலைப் பகுப்பு	division of labour
வேலைவாய்ப்பில்லாது காத்திருக்கும் பட்டாளம்	reserve army of the unemployed
வேலையைச் சிறப்பாகச் செய்யும் உள்ளுணர்வு	instinct of workmanship
வேட்டையாடும், சூறையாடும் உள்ளுணர்வு	predatory instinct
ரிக்கார்டோவின் சமமதிப்புத் தேற்றம்	Ricardian equivalence theorem
ரிக்கார்டோ விளைவு	Ricardo Effect
ரொக்கக்காப்பு விழுக்காடு	cash reserve ratio
ஜெர்மனியின் சுங்க ஒன்றியம்	Zollverein
ஜெவன்ஸ் புதிர்	Jevon's Paradox

(ஆ) ஆங்கிலம் - தமிழ்

abolitionist	அடிமை வியாபாரத்தை எதிர்ப்பவர்
absolute advantage	தன்னியல்பான முழுமையான அனுகூலம்
abstinence	நுகர்ச்சி அல்லது துய்ப்புத் தவிர்ப்பு
abstract labour	கருத்தியல் உழைப்பு
abstraction	கருத்தியல்/அகநோக்கு அருவம்
accumulation	மூலதனக் குவிப்பு அல்லது திரட்டு
adding-up theory	கூட்டல் கோட்பாடு
agio	வருங்காலத்தைக் குறைத்து மதிப்பிடும் உளக்காட்சி
alienation	அந்நியமாதல்
altruistic	பிறர் நலம் பேணும் தகைமை
anarchism	அரசில்லாத நிலை அல்லது ஆட்சி வேண்டாக் கொள்கை
antithesis	நேர்மாறான எதிர்நிலைச்செய்தி
apprentice	கற்றுக்குட்டிகள்
appropriate	கைப்பற்று
arithmetic progression	கூட்டு வளர் வீதம்/ கூட்டுத் தொடர்
Asiatic mode of production	ஆசியப் பொருளுற்பத்தி முறை
average period of production	உற்பத்திக்கான சராசரிக் காலம்
business practices	தொழில்-வணிகச் செயல்முறைகள்
calculation debate	கணித்தாய்வு வாதம்
Calculus of Consent	சம்மதத்தின் நுண்கணிதம்
calculus	நுண்கணிதம்
canons	மூதுறைகள்
capital theory	முதலீட்டுக் கொள்கை
capitalism	முதலாளியம்
cardinal	எண்ணளவு
cardinal utility	எண்ணளவுப் பயன்பாடு
cash nexus	பணத் தொடர்புகள், இணைப்புகள்
cash reserve ratio	ரொக்கக்காப்பு விழுக்காடு
catalyst	இயைபியக்க ஊக்கி
cause and effect	காரண-விளைவு
charter	சாசனம்
circulating capital	புரளும், சுழலும் மூலதனம்

classical political economy	அரசியல் பொருளாதாரச் செவ்வியல்
coke	கல்கரி; சுட்ட நிலக்கரி
collectivism	கூட்டாண்மை
Combination Acts	ஒன்று திரட்டல் சட்டங்கள்
commission	குழுமம்
commodity	பண்டம்
commons	பொது நிலங்கள்
commutation	வேலைக்கு ஈடாக பணத் தொகைகளை மாற்றாகக் கொடுக்கும் இரத்து விண்ணப்பங்கள், கருணை விண்ணப்பங்கள்
comparative advantage	ஒப்பீட்டடிப்படையில் அனுகூலம்
comparative cost	தராதர உற்பத்திச்செலவு
complementary goods	நிரப்புப் பொருள்கள்
concave	அகங்குகைபோற் தோற்றம்
confederation	கூட்டரசு
conspicuous consumption	படாடோப நுகர்ச்சி, பகிரங்க நுகர்ச்சி
constant capital	நிலையான மூலதனம்
constant returns to scale	மாறா அளவை விளைவு விதி
consumer exuberance	நுகர்வோர் பூரிப்பு
consumerism	நுகர்விரியம்
consumer's surplus	நுகர்வோர் உபரி
continuous mathematical function	கணிதச் சார்பு தொடர்
contract	ஒப்பந்தம்
contract curve	ஒப்பந்த வளைகோடு
convex	புறங்குவிந்த
corn	மக்காச் சோளம், தானியங்களின் பொதுப் பெயர்
cosmopolitan	உலகளாவிய
cost of production	உற்பத்திச் செலவு
counter-revolution	எதிர்ப்புரட்சி
court martial	படைத்துறை முறை மன்றம்
creative destruction	அழிவிலிருந்து உருவாக்கம்
currency school	செலாவணிப் பள்ளி
custom	மரபு
dead labour	செத்த உழைப்பு
debt-deflation theory	கடன்-பணவாட்டக் கொள்கை

deductive	உய்த்துணர்ந்து துப்புத் துலக்கும்முறை
degree of saleableness	விற்கக்கூடிய தன்மையின் அளவு
demand price	தேவை விலை
dependent variable	சார்ந்த மாறி
depreciation	தேய்மானம் அல்லது மதிப்பிறக்கம்
derived demand	‘வருவிக்கப்படும்’ அல்லது ‘பெறப்படும்’ தேவை
despotic	எதேச்சாதிகார ஆட்சி
dialectical method	மெய்மை முரண்பாட்டு விளக்க வழி, இயக்கவியல் வழி, முரணியக்க வழி
dialectics	முரணியக்கம்
dictatorship of the proletariat	பாட்டாளிவர்க்கச் சர்வாதிகாரம்
differential calculus	வகைநுண் கணிதம்
diminishing returns to scale	குறைந்துசெல் அளவை விளைவு விதி
diseconomies	எதிர்மறைச் சிக்கனங்கள்
dissect	கூறுபடுத்திப் பகுத்தாய்வு
disutility	துன்பம் தரக்கூடிய, துன்பமான/ எதிர்மறைப் பயன்பாட்டு நிலை
divine right	தெய்வீக உரிமை
division of labour	வேலைப் பகுப்பு
double coincidence of wants	இருவரின் வெவ்வேறு தேவைகளின் ஏக காலத் தற்செயல் ஓத்தியல்வான நிகழ்வு
dynamic	இயக்கமுடைய, செயல்திறனுடைய
dynamic equilibrium	இயக்கச் சமநிலைத் தன்மை
economic base	பொருளாதார அடித்தளம்
Edgeworth Box Diagram	எட்ஜ்வொர்த் பெட்டி வரைபடம்
effective demand	விளைவுடைய தேவை
elastic	நெகிழ்ச்சிமிக்க
elasticity	நெகிழ்ச்சி
elite	மேற்குடியினர்
enclosure	வேலியிடல்
Enlightenment	ஐயம் நீக்கித் தெளிவு, அறிவொளி
entity	அடிப்படை உள்பொருள்
entrepreneur	தொழில் முனைவோர்
equal advantage	சம அனுகூலம்
equilibrium	சமநிலைத் தன்மை
equilibrium prices	சமநிலை விலைகள்

Euler's theorem	ஆய்லரின் தேற்றம்
existence	உளதாம் தன்மை
expedient	சந்தர்ப்பத்திற்கு இயைந்த நடவடிக்கை
exponential curve	அடுக்கு வளைவரை
export promotion	ஏற்றுமதி ஊக்குவிப்பு
extensibility	நெகிழ்ச்சி
external	அயலானது
external economies	புறச்சிக்கனங்கள்
externalities	அயலியக்கங்கள், அயல் விளைவுகள்
falsification	பொய்ப்பித்தல் முறை
favourable balance of trade	சாதகமான வர்த்தகச் சமன்பாட்டு நிகரம்
fecundity	விளைவுச்செழிப்பு
federation	கூட்டரசு அல்லது சமஷ்டி அரசு
felicific calculus	மகிழ்ச்சிக் கணிப்பு
feudal	படை மானியப் பண்ணை முறை (அ) நிலப் பிரபுத்துவ முறை
final degree of utility	இறுதி அளவைப் பயன்பாடு
first derivation	முதல்வகை ஈதல்
fixed capital	நிலைமுதல் மூலதனம்
fixed costs	நிலையான செலவுகள்
flow of income	வருவாய் ஓட்டம்
forced saving	கட்டாயச் சேமிப்பு
forces of production	உற்பத்திச் சக்திகள், விசைகள்
formula	சூத்திரம்
full potential	முழுமையான உள்ளார்ந்த செயற்றிறம்
function	கணிதச்சார்பு எண்
fundamental theorem of distribution	பகிர்வின் அடிப்படைத் தேற்றம்
general equilibrium	பொதுச் சமநிலை
geology	நில அமைப்பியல்
geometric progression	பெருக்குத் தொடர்/ மடிப்பு வளர் வீதம்
geometry	வடிவியல்
gold standard	பொன் நாணய மதிப்புத் தகவு
goods	பொருள்கள்
guild	தொழில் நிர்வாகிகளின் கூட்டமைப்பு
harmonious	இணக்கமான, ஓத்திசைவான
historical materialism	வரலாற்றுப் பொருள்முதல் வாதம்

homogeneous production function	ஓரியல்பு உற்பத்திச் சார்பு
human capital	மனித மூலதனம்
human resource index	மனித ஆதாரவளக் குறியீடு
ideology	குறிக்கோள் நெறி
immiserization	அவல இழிநிலை
imperialism	ஏகாதிபத்தியம்
import substitution	இறக்குமதிப் பதிலீடு
impute	காரணமாகக் குறித்துரை
incentives	தூண்டுவிசை, ஊக்குவிக்கும் காரணி
increasing returns to scale	வளர்ந்துசெல் அளவை விளைவு விதி
independent variable	சாரா மாறி
index number	குறியீட்டெண்
index	குறியீடு
indifference curves	சமநோக்கு வளைகோடுகள்
individualism	தனியுரிமை
induction	விளைவுகளைத் தொகுத்து, மெய்ம்மையின் பொதுமை நிலையை அறிதல்
industrial capital	தொழில் மூலதனம்
inelastic	தணிந்தநெகிழ்ச்சி, எதிர்மறை நெகிழ்ச்சி
infant industries argument	மழலைத் தொழில் வாதம்
inheritance tax	வாரிசுரிமை வரி
innovations	புத்தாக்க வழிகள், எண்ணங்கள், முயற்சிகள்
inputs	உள்ளீடுகள்
instinct of workmanship	வேலையைச் சிறப்பாகச் செய்யும் உள்ளுணர்வு
institutional economics	அமைப்பியல் பொருளியல்
institutionalised	நிறுவன மயமாக்கிய
integral calculus	தொகை நுண் கணிதம்
interaction	எதிரெதிர் செயல் விளைவு
intermediate goods	இடைநிலைப் பொருள்கள்
internal economies	அகச்சிக்கனங்கள்
invariant measure of value	மாற்றமில்லாமல் மதிப்பை அளக்கும் துலாக்கோல்
iron law of wages	கூலியின் இரும்பு விதி
Jevon’s Paradox	ஜெவன்ஸ் புதிர்

joint production	கூட்டு உற்பத்தி
Jurisprudence	சட்டத் தத்துவங்கள்
labour commanded	உழைப்பின் ஆதிக்கம் சார்ந்தது
labour embodied	உழைப்பின் பொதிவு சார்ந்தது
labour expended	உழைப்பு செலவழிப்பு சார்ந்தது
labour power	உழைப்புச் சக்தி
labour saving machinery	உழைப்பை மிச்சப் படுத்தும் இயந்திரங்கள்
labour theory of value	உழைப்பு மதிப்புக் கோட்பாடு
laissez faire	தலையிடாக் கொள்கை
law of comparative advantage	ஒப்பீட்டடிப்படையில் அனுகூல விதி
law of constant returns	நிலையான அல்லது மாறா விளைவு விதி
law of diminishing returns	குறைந்துசெல் விளைவு விதி
law of increasing returns	வளர்ந்துசெல் விளைவு விதி
license	உரிமம்
limited liability	பொறுப்பின் எல்லைகள் வரையறுக்கப்பட்ட நிலை
living labour	வாழும் உழைப்பு
loanable funds	கடன்தரும் நிதி
Luddite	இயந்திரங்களுக்கெதிராகப் போராடியவர்
luxuries	போகப் பொருள்கள்
macro economics	பேரியல் பொருளியல்
mainstream economics	முதன்மை நீரோட்டப் பொருளியல்
manorial system	மேனர் பண்ணை முறை
margin	விளிம்புநிலை
marginal	விளிம்புநிலை, எல்லை நிலை (அ) வரம்புநிலை
marginal efficiency of capital	முதலீட்டின் விளிம்புநிலைச் செயல்திறன்
marginal net product	விளிம்புநிலை நிகர உற்பத்தி
marginal private net product	விளிம்புநிலைத் தனியார் நிகர உற்பத்தி
marginal productivity	விளிம்புநிலை உற்பத்தித் திறன்
marginal revenue product	விளிம்புநிலை உற்பத்தி வருவாய்
marginal social net product	விளிம்புநிலை சமூக நிகர உற்பத்தி
marginal utility theory	விளிம்புநிலை, எல்லைநிலை (அ) வரம்புநிலைப் பயன்பாட்டுக் கோட்பாடு

mark-up pricing	மேல் குறியீட்டு விலை நிர்ணயம்
market	அங்காடி, சந்தை
market failure	சந்தைத் தோல்வி
market rate of interest	சந்தை வட்டி விழுக்காடு
market wages	அங்காடி அல்லது சந்தைக் கூலிகள்
material transformation	உலோகாயத இயல்பு மாற்றம்
materialism	பொருள்முதல் வாதம்
means of production	உற்பத்திச் சாதனங்கள்
mechanic	பொறிக்கம்மியர்
mechanical processes	இயந்திரத் தொடர் நடைமுறைகள்
medium of exchange	பரிவர்த்தனைச் சாதனம்
memoranda	நினைவுக்குறிப்பு
mercantilism	வணிக வாதம்
merchant capital	வணிக மூலதனம்
meritocracy	தகுதியினடிப்படையில் ஆட்சி
metaphysical	புலன் கடந்த நுண்பொருள்
methodological individualism	தனிமனித நடவடிக்கைகளில் மையம்கொண்ட ஆய்வுமுறை
methodology	தருக்க முறைமை
microscope	நுண்ணோக்காடி
Middle Ages	மத்திய–நெடுங்காலம்
mode of production	பொருளுற்பத்தி முறை
monetarist counter-revolution	பணவியல் எதிர்ப்புரட்சி
money illusion	பணத்தின் மாயத்தோற்றம்
monopoly	முற்றுரிமை
moral philosophy	அறத்தத்துவம்
moral restraint	நன்னெறித் தன்னடக்கம்
moral science	அறவியல்
moral sentiments	நன்னெறி உணர்வுகள்
mutualism	பரஸ்பரமான நிலை
natural interest	இயல்பு வட்டி
natural liberty	இயற்கையான சுதந்திரம்
natural rate of interest	இயல்பு வட்டி விழுக்காடு
natural rights	இயற்கை உரிமைகள்
natural wages	இயற்கைக் கூலிகள்
navigation acts	கடல் வாணிகச் சட்டங்கள், கடற் கடவு சட்டங்கள்

necessaries	இன்றியமையாதவை
necessary labour	அவசிய, (அ) இன்றியமையா உழைப்பு
negative externalities	எதிர்மறை அயலியக்கங்கள், அயல் விளைவுகள்
neoclassical economics	நவசெவ்வியல் பொருளியல்
new welfare economics	புதிய நலப் பொருளியல்
nominal interest	பெயரளவு வட்டி
normal profit	இயல்பான இலாபம்
normative	ஒழுக்க நியமமான
numeraire	மதிப்பை அளக்கும் பொது அளவுகோல்
objective	புறப் பொதுமையானவை
observe	அவதானி
offer curves	விலை அறிவிப்பு வளைகோடுகள் வரம்பு நிலை
opportunity cost	பிரதிவாய்ப்பு ஊதியம்; மாற்றுச் செலவு; பதிலீட்டுச் செலவு
optimization	உத்தமப் படுத்துதல்
oral tradition	வாய்மொழி மரபு
ordinal utility	தர வரிசை (அ) வரிசைக்கிரமப் பயன்பாடு
ordinal	தர வரிசை; வரிசைக்கிரம அளவு
organic composition of capital	மூலதனத்தின் உயிர்ப்பு இயைபு
oriental despotism	கீழ்த்திசை எதேச்சாதிகாரம்
output	வெளியீடு
over-production	அமித உற்பத்தி
panopticon	வட்ட வடிவமான சீர்திருத்தச் சிறைச்சாலை
paradox	புதிர்
parasitic	புல்லுருவி வகைகள்
partial equilibrium	பகுதிச் சமநிலை
passions	இச்சைகள்
pastoral	மேய்ச்சல் கட்டம்
per capita income	தனிநபர் வருவாய்
perfect competition	நிறைவுப் போட்டி
phalanxes	வியூக அணிவகுப்பு
philosophical radicalism	தத்துவ அடிப்படையிலான முன்னேற்றக் கொள்கைகள்

philosophical societies	தத்துவ விசாரணைக் கழகங்கள்
Physiocracy	இயற்கையினாட்சி
Pigou effect	பீகு விளைவு
poor laws	வறியவர் அல்லது ஏழ்மைச் சட்டங்கள்
positive checks	ஒளிவு மறைவற்ற அல்லது நேர்நிலையான தடைகள்
positive externalities	நேர்மறை அயலியக்கங்கள், நேர்மறை அயல் விளைவுகள்
potential labour	உழைப்பாளர்களின் அகநிலை ஆற்றல்
predatory instinct	வேட்டையாடும், சூறையாடும் உள்ளுணர்வு
preference	விருப்பத் தேர்வு
premium	ஊக்கத்தொகை (அ) தூண்டுகோல் தொகை
preventive checks	மட்டுப்படுத்தும் (அ) முன்னெச்சரிக்கைத் தடைகள்
prime costs	முதன்மைச் செலவுகள், நிலையான செலவுகள்
primitive accumulation	புராதன (மூலதனத்) திரட்சி
principles	மூலமெய்ம்மை
private property	தனியார் சொத்துரிமை
process	தொடர்–நடைமுறை
product exhaustion theorem	விளைபொருளைத் தீர்த்துக் காலியாக்கும் தேற்றம்
production function	உற்பத்திச் சார்பு
production possibility frontier	உற்பத்தியின் சாத்தியமான எல்லை
production price	உற்பத்தி விலை
productive	பயனுள்ளது
produit net	நிகர உற்பத்தி
progressive taxation	வளர் வீத வரி விதிப்பு
progressive taxes	வளர்வீத வரிகள்
proportional taxation	சம விகித வரியமைப்பு
protectionist policies	தற்காப்பு நடவடிக்கைகள்
prudential check	முன்கவனமான (அ) விவேகமான தடை
public choice	பொதுத்தேர்வு
puddling	கலக்கிக் குழைக்கும் முறை

putting-out system	கச்சாப் பொருள்களைக் கொடுத்து முடிவு பெற்ற பண்டங்களாகப் பெற்றுக் கொள்ளும் முறை
qualitative differences	தன்மையில் வேறுபட்டவை
quantity theory of money	அளவுசார் பணக்கொள்கை
quasi rent	போலிவாரம்
rational maximizer	அறிவார்ந்த உச்சம் தேடுபவர்
real balance effect	உண்மைச் சரிசமநிலை விளைவு
real costs	உண்மைச் செலவுகள்
real interest	உண்மை வட்டி
realize	கைகூடியிருக்கும் அளவு
reciprocal demand	எதிர்விழுக்காடு தேவை
Reform Act	சீர்திருத்தச் சட்டம்
regressive taxes	தேய்வுவீத வரிகள்
relations of production	உற்பத்தி உறவுகள்
relative	ஒப்பீட்டடிப்படையில்
representative firm	பிரதிநிதித்துவ நிறுவனம்
re-production	மறு உற்பத்தி
reserve army of the unemployed	வேலைவாய்ப்பில்லாது காத்திருக்கும் பட்டாளம்
reserve industrial capacity	ஒதுக்கிவைத்திருக்கும் உற்பத்திக் கொள்திறன்
residual claimant	எஞ்சியதற்கு உரிமை கொண்டாடுபவர்.
resource	ஆதாரவளம்
revisionism	மறுபரிசீலனைக் கொள்கை
Ricardian equivalence theorem	ரிக்கார்டோவின் சமமதிப்புத் தேற்றம்
Ricardo Effect	ரிக்கார்டோ விளைவு
right to work	வேலைபார்க்கும் உரிமை
risk premium	ஆபத்தை ஏற்பதற்கான காப்பீட்டுக் கட்டணம்
rolling mill	உருட்டாலை
salon	ஓவியக் கண்காட்சி
savage	காட்டுமிராண்டி
Say's Law	சேயின் விதி, ஸேயின் விதி
scholarship	நிதி நல்கை
second derivation	இரண்டாம்வகை ஈதல்

self-sustained growth	தற்சார்ந்த வளர்ச்சி
serfs	பண்ணையடிமைகள்
services	பணிகள்
set	தொகுப்பு
shuttle	எறிநாடா
simultaneous equation	ஒருங்கமை ஒருபடிச் சமன்பாடு; சமகாலச் சமன்பாடு
slums	நகரச் சேரி அல்லது குப்பங்கள்
social contract	சமுதாய ஒப்பந்தம்
social costs	சமூகச் செலவுகள்
social engineering	சமூகப் பொறியியல்
social wage	சமுதாயக் கூலி
spindle	நூற்கும் கதிர்
spontaneous order	புறத் தூண்டுதலற்ற அனிச்சையான ஒழுங்குமுறைகள்
stages	படிநிலைகள்
standardized	ஒன்றுக்கொன்று பதிலீடு செய்யும் வகையில் ஒரே தரமானவை
static	அசைவற்ற, இயக்கமற்ற
stationary state	மாற்றமில்லா நிலை
status	அந்தஸ்து
stock of income	வருவாய் இருப்பு
stock	இருப்பு, முதல்
strips	மேனர் நிலப் பட்டைகள்
subjection	கீழ்ப்படுத்துதல்
subjective	அக உணர்வு சார்ந்தவை
subsistance	பிழைப்பு மட்டம், பிழைப்பூதியம்
substitute goods	பதிலீட்டுப் பொருள்கள்
substructure	அடிக்கட்டுமானம்
superstructure	மேல்கட்டுமானம்
supplementary costs	பற்றாக்குறை நிரப்பும் செலவுகள், மாற்றமுறும் செலவுகள்
supply price	அளிப்பு விலை
sustain	தொடர்ந்து தாக்குப் பிடிக்க வல்லமை
synthesis	கூட்டிணைப்புக் கலவை
tâtonnement	கூவிக் கூவி அறிவி

English	Tamil
Tableau économique	பொருளியல் அட்டவணை
theory	கருத்தியல்
thesis	விவாதத்திற்குறிய நேர்நிலைச்செய்தி
time preference	நேர (கால) விருப்பத்தேர்வு
transaction costs	தொழில் நடைமுறைச் செலவுகள்
transactions	பரிவர்த்தனை நடவடிக்கைகள்
transformation	இயல்பு மாற்றம்
transformation problem	இயல்பு மாற்றப் பிரச்சினை
tripos	முத்தேர்வு
unproductive	பயனற்றது
useful labour	உபயோகரமான உழைப்பு
Utilitarianism	பயன்பாட்டுக் கோட்பாடு
utopian socialism	கனவுலக சோஸலிசம்
value in exchange	பரிவர்த்தனை மதிப்பு
value in use	பயன் மதிப்பு
variable	மாறி
variable capital	மாறுபடும் மூலதனம்
variable costs	மாற்றமுறும் செலவுகள்
velocity	வேகவீதம்
villeins	சுதந்திரமான மேனர் குடிகள்
wages fund	கூலி நிதி
water frame	நீர் உறைச்சட்டம்
weft	ஊடை
welfare economics	நலப்பொருளியல்; நல்வளப் பொருளியல்
World Trade Organization	உலக வர்த்தக அமைப்பு
wrought iron	தேனிரும்பு
Zollverein	ஜெர்மனியின் சுங்க ஒன்றியம்

துணைநூற் பட்டியல்

BOOKS AND ARTICLES

Böhm-Bawerk, Eugen von. 1890 [1959]. *Capital and Interest*. London: Macmillan.

Böhm-Bawerk, Eugen von. 1891. *The Positive Theory of Capital*. London: Macmillan.

Blaug, Mark. *Economic Theory in Retrospect*. Cambridge: Cambridge University Press, 1978.

Broadberry S.N. and Bishnupriya Gupta: 'India and The Great Divergence: An Anglo-Indian Comparison of GDP Per Capita, 1600–1871', LSE Research Online, 2014.

Chaudhary, Latika. 'Determinants of primary schooling in British India', *The Journal of Economic History*, 69 (01), 2009, 269–302

Clark, John Bates. 1899 [1965]. *The Distribution of Wealth: A Theory of Wages, Interests and Profits*. New York: Augustus M. Kelley.

Ekelund, Robert B., and Robert E. Hébert. 2000. *Secret Origins of Modern Microeconomics*. Chicago: University of Chicago Press.

Fisher, Irving. 1906. *The Nature of Capital and Income*. New York: Macmillan.

Fisher, Irving. 1907. *The Rate of Interest*. New York: Macmillan.

Fisher, Irving. 1911. *The Purchasing Power of Money*. New York: Macmillan.

Groenewegen, Peter. 2007. *A Soaring Eagle: Alfred Marshall, 1842–1924*. London: Palgrave Macmillan.

Hazlitt, Henry: 1981. 'Understanding Austrian Economics, *World News Blogs*, Vol. 31, No. 2.

Hkbert, Robert F. 1985. 'Was Richard Cantillon an Austrian Economist?' *The Journal of Libertarian Studies*, Vol. VII, No. 2. 269–279.

Hobson, J.A. 1902 [2011]. *Imperialism: A Study*. Nottingham: Spokesman.

Hobson, J.A. 1901. *The Psychology of Jingoism*. London: Grant Richards.

Hobson, J.A. 1900. *The War in South Africa: Its Causes and Effects*. London: Macmillan.

Hobson, J.A. 1914. *Work and Wealth: A Human Valuation*. London: Macmillan.

Hobson, J.A. 1937. 'The Economics of Thorstein Veblen' *Political Science Quarterly*, Vol. 52, No.1, 139–144.

Holcombe, Randall G. (ed.).1999. *15 Great Austrian Economists*. Auburn, Alabama: Ludwig Von Mises Institute.

Hunt, E.K. and Mark Lautzenheiser. 2011. *History of Economic Thought*. New Delhi: PHI Learning.

Jevons, William Stanley. 1865. *The Coal Question*. London: Macmillan.

Jevons, William Stanley: 1965 [1871]. *The Theory of Political Economy*. New York: Augustus M. Kelley.

Jevons, William Stanley. Jan. 1881. 'Richard Cantillon and the Nationality of Political Economy.' *Contemporary Review*.

Karen Knight and Michael McLure. 2012. 'The Elusive Arthur Pigou'. Discussion Paper 12.05, Business School, University of Western Australia.

Kurien, C.T. 1996. *Rethinking Economics*. New Delhi: Sage.

Lenin, V.I. 1967 [1917]. *Imperialism, the Highest Stage of Capitalism in Selected Works by V.I. Lenin*. Moscow: Progress.

Luxemburg, Rosa. 1972. *The Accumulation of Capital: An Anti-Critique*, New York: Monthly Review.

Maddison, Angus. 2007. *Contours of the World Economy 1-2030 AD: Essays in Macro-Economic History*. Oxford: Oxford University Press.

Marshall, Alfred and Mary Paley. 1879. *The Economics of Industry*, London: Macmillan.

Marshall, Alfred. 1919. *Industry and Trade*, London: Macmillan.

Marshall, Alfred. 1923. *Money, Credit and Commerce*. London: Macmillan.

Marshall, Alfred. 1961. *Principles of Economics*. London: Macmillan.

Menger, Carl. 1890. 'The Social Theories of Classical Political Economy and Modern Economic Policy.'

Menger, Carl. 1985 [1871]. *Principles of Economics*. New York: New York University Press, 1981.

Menger, Carl. 1892. 'On the Origin of Money.' The *Economic Journal,* 2 (6), 239–255.

Mouhammed, Adil H. 2008. 'A Critique of a Marxist Critique Of Thorstein Veblen.' *American Review of Political Economy*, Vol. 6, No.1, 19–39.

Moxham, Roy. 2001. *The Great Hedge of India*. London: Constable & Robinson.

Nasar, Sylvia. 2011. *Grand Pursuit: The Story of Economic Genius*, New York: Simon & Schuster.

Pareto, Vilfredo. 1896–97. *Cours d'economic Politique (Principles of Political Economy)*, 2 Vols. Lausanne: F. Rouge

Pigou, A.C. 1936. 'Mr. J. M. Keynes' General Theory of Employment, Interest and Money,' *Economica*, Vol. 3, No. 10, 115–132.

Pigou, A.C. 1943. 'The Classical Stationary State,' *The Economic Journal*, 53, No.212, 343–351.

Pigou, A.C. 1951 [1928]. *A Study in Public Finance*. London: Macmillan.

Pigou, A.C. 1932 [1920] *The Economics of Welfare*. London: Macmillan.

Pigou, A.C. 1913. *Unemployment*. New York: Holt.

Pigou, A.C. 1912. *Wealth and Welfare*, London: Macmillan.

Pigou, A.C. 1933. *The Theory of Unemployment*, London: Macmillan.

Pigou, A.C. (ed.). 1925. *Memorials of Alfred Marshall*. London: Macmillan.

Pressman, Steven: 2006. *Fifty Major Economists*. Abingdon, Oxon.: Routledge.

Robins, Nick. 2006. *The Corporation that Changed the World*. New Delhi: Orient Longman.

Roncaglia, Alessandro. 2005. *The Wealth of Ideas*. Cambridge: Cambridge University Press.

Roy, Tirthankar. 2011.: *The Economic History of India*, 1857–1947. New Delhi: Oxford University Press.

Salerno, Joseph T. 2000. 'Biography of Carl Menger: The Founder of the Austrian School (1840–1921)'. Mises Institute.

Skousen, Mark, 2001. *The Making of Modern Economics: The Lives and Ideas of the Great Thinkers*. New York: M.E. Sharpe.

Veblen, Thornstein B. 1909. 'The Limitation of Marginal Utility', *Journal of Political Economy*, Vol. 17, No.9, 620–636

Veblen, Thornstein B. 1983 [1921]. *The Engineers and the Price System*. New Brunswick: Transaction Publishers.

Veblen, Thornstein B. 1914. *The Instinct of Workmanship and the State of the Industrial Arts*, New York: Macmillan.

Veblen, Thornstein B. 1978 [1904]. *The Theory of Business Enterprise*. New Brunswick: Transaction Publishers.

Veblen, Thornstein B. 1899. *The Theory of the Leisure Class*. New York: Macmillan.

Veblen, Thornstein B. 1918. *The Higher Learning in America: A Memorandum on the Conduct of Universities by Business Men*. New York: B. W. Huebsch

Walras, Leon. 1954 [1926] *Elements of Pure Economics*, London: Irwin Inc.

Weiser, F. Von. 1893. *Natural Value*. London: Macmillan.

Weiser, F. Von. 1927 [1914]. *Social Economics*. New York: Greenberg.

Wicksell, Knut. 1896. *Finanztheoretische Untersuchungen [Studies in the Theory of Public Finance]*

Wicksell, Knut. 1901. *Förelesningar i nationalekonomi I [Lectures on Political Economy]*. London: Routledge & Kegan Paul.

Wicksell, Knut. 1906. *Förelesningar i nationalekonomi II 1906 [Lectures on Political Economy II]*. London: Routledge & Kegan Paul.

Wicksell, Knut. 1898. *Geldzins und Güterpreise 1898 [Interest and Prices 1936]* London: Macmillan.

Wicksell, Knut. 1893. *Über Wert, Kapital und Rente 1893 [Value, Capital and Rent 1954]* London: Allen & Unwin.

Wicksteed, P.H. 1934. *The Common Sense of Political Economy and Selected Papers and Reviews on Economic Theory*. London: Routledge.

Wieser, Friedrich von. 1891. 'The Austrian School and the Theory of Value', *The Economic Journal*, Vol. 1, No.1, 188–121.

WEB LINKS

Ebeling, Richard M: (Video): on Bohm Bawerk - http://www.youtube.com/watch?v=UGbxjiTjhQY

Kirzner, Israel:4 Nov. 2010. The History of Austrian Economics, Part-1. http://www.youtube.com/watch?feature=autoplay&v=tS49-RmZAxk&NR=1

Kirzner, Israel:4 Nov. 2010. The History of Austrian Economics, Part-2. http://www.youtube.com/watch?v=tS49-RmZAxk

http://econ.as.nyu.edu/docs/IO/16667/Peart_20101115. pdf - Phillip Henry Wicksteed

http://www.economictheories.org/

http://www.nbs.sk/_img/Documents/BIATEC/BIA10_02/23_27.pdf- Irving Fisher.

http://understandingsociety.blogspot.in/2013/11/thorsten-veblen-critique-of-american.html - Veblen

http://www.fordham.edu/halsall/mod/1902hobson.asp - Hobson

https://jyx.jyu.fi/dspace/bitstream/handle/123456789/20317/9789513935955.pdf?sequence=1 - Hobson

http://www.spartacus.schoolnet.co.uk/RUSluxemburg.htm - Rosa Luxemburg

http://www.socialistparty.org.uk/socialistwomen/sw11.htm - Rosa Luxemburg

http://www.marxists.org/archive/cliff/works/1959/rosalux/8-acc-cap.htm - Rosa Luxemburg

http://www.spartacus.schoolnet.co.uk/RUSlenin.htm - Lenin

http://www.biography.com/people/vladimir-lenin-9379007 - Lenin

http://www.fordham.edu/halsall/mod/1916lenin-imperialism.html - Lenin

http://www.massline.org/PolitEcon/ScottH/LeninOnImperialism.pdf - Lenin

http://www.isreview.org/issues/44/imperialism.shtml - Lenin

www.business.uwa.edu.au/__data/.../12-05-The-Elusive-   Arthur-Pigou.rtff - A.C. Pigou

http://www.skidelskyr.com/print/the-sage-who-was-reluctant-to-publish - Alfred Marshall - bio - review.

http://semillero-hpe.wikispaces.com/file/view/Keynes24+-+Alfred+Marshall.pdf - Alfred Marshall

http://economics.illinoisstate.edu/ntskaggs/eco372/readings/alfred_marshall.htm - Alfred Marshall

http://www.nndb.com/people/810/000180270/ - Alfred Marshall

http://mises.org/Books/economicsalfredmarshall.pdf - Alfred Marshall

http://krugman.blogs.nytimes.com/2014/07/07/not-knut/?_php=true&_type=blogs&_php=true&_type=blogs&_php=true&_type=blogs&_r=2& - Knut Wicksell-Paul Krugman

http://plato.stanford.edu/archives/fall2008/entries/william-jevons/ W.S.Jevons:

http://www.powerhousemuseum.com/exhibitions/jevons.php

http://www-history.mcs.st and.ac.uk/Biographies/Jevons.html - Jevons

http://michaelbrennen.com/2014/04/12/externalities-1-a-c-pigou-welfare-economics/ - A.C.Pigou

https://infogr.am/Share-of-world-GDP-throughout-history

http://www.mruniversity.com/courses/development-economics/india%E2%80%99s-early-growth-history

http://www.indianmirror.com/indian-industries/jute.html

http://www.yourarticlelibrary.com/industries/sugar-industry-in-india-growth-problems-and-distribution/14144/

http://www.gktoday.in/history-of-cement-industry-in-india/

https://www.youtube.com/watch?v=cAMTB-DRRfE - The Scramble for Africa - Timelines.tv History of Britain C08 - BBC

https://www.youtube.com/watch?v=BZw9AojV0Yo – BBC - Scramble For Africa in HD

https://www.youtube.com/watch?v=05oNUXLERh4 - The history of Cecil John Rhodes

https://www.youtube.com/watch?v=AsSzy4SPu_E - King Leopold's Ghost

https://www.youtube.com/watch?v=cfvPFt-v_vw - King Leopold and the Congo Genocide

http://news.bbc.co.uk/2/hi/africa/3516965.stm - King Leopold's legacy of DR Congo violence

http://www.hartford-hwp.com/archives/35/181.html - The Butcher of Congo by Baffour Ankomah, New African, October 1999

http://www.historytoday.com/tim-stanley/belgiums-heart-darkness

http://www.bbc.com/news/world-asia-34615972 Untouchability in modern Japan

http://mises.org/about/3239

காலச்சுவடு – MIDS வெளியீடுகள்

ஆடம் ஸ்மித் முதல்
கார்ல் மார்க்ஸ் வரை
(செவ்வியல் அரசியல் பொருளாதாரம்)
எஸ். நீலகண்டன்

ரூ. 325

எந்தப் பெருநகரத்தின் நடுவில் நின்று பார்த்தாலும் முதலாளியத்தின் அபரிமிதமான உற்பத்தித் திறனையும், அதே சமயம் அதன் இயக்கத்தின் விளைவான பொருளாதார ஏற்றத்தாழ்வுகளையும் வீணடிப்புகளையும் கண்கூடாகக் காணலாம். முதலாளியத்திற்கு மாற்றாகக் கூட்டுறவு, சோசலிச கம்யூனிஸ்ட் கொள்கைகளைக் கொண்டவர்களும் இருக்கிறார்கள். இரு சாராருக்குமே முதலாளியத்தின் தோற்றம், அதன் தன்மை, இலக்கணம், நிறை குறை ஆகியவற்றை அறிந்துகொள்ளும் ஆர்வம் இருக்கும். அந்த ஆர்வத்தைப் பூர்த்தி செய்ய முனைகிறது இந்நூல்.

ஆடம் ஸ்மித் முதல் கார்ல் மார்க்ஸ் வரை ஐரோப்பாவில் முதலாளியம் பற்றிச் சிந்தித்த முக்கியச் சிந்தனையாளர்களின் கருத்துரைகளை வரலாற்றுப் பின்னணியோடு இந்நூல் தெளிவாக அறிமுகப்படுத்துகிறது.

'ஒரு நகரமும் ஒரு கிராமமும்' என்ற நூலின் ஆசிரியரான பேராசிரியர் எஸ். நீலகண்டன் பொருளியல் ஆசிரியராகவும் ஆராய்ச்சியாளராகவும் பல்லாண்டுக் காலம் பணியாற்றிய அனுபவம் மிக்கவர்.

ஒரு நகரமும் ஒரு கிராமமும்
(கொங்குப் பகுதியில் சமூக மாற்றங்கள்)
எஸ். நீலகண்டன்

ரூ. 190 (வி.பி.பி.யில் ரூ. 210)

பேராசிரியர் எஸ். நீலகண்டன் அவர்களின் 'ஒரு நகரமும் ஒரு கிராமமும்' என்னும் நூல், கிட்டத்தட்ட ஐம்பதாண்டுகளில் ஒரு நகரமும் ஒரு கிராமமும் அடைந்துள்ள மாற்றங்களைக் கள ஆய்வும் சுய அனுபவமும் கலந்து சுவாரஸ்யமாக விவரிக்கிறது. சமூக ஆய்வுக்கு ஏராளமான தரவுகளைக் கொண்டிருக்கும் இந்நூல் மிகுந்த வாசிப்புத் தன்மை கொண்டிருக்கிறது. ஆசிரியரின் பன்முக நோக்கு கொண்ட ஆய்வுப் பார்வை தரவுகளைச் சேகரிப்பதிலும் அவற்றை முறைப்படுத்தி விளக்குவதிலும் செயல்பட்டுள்ளது. வெளிச்சத்திற்கு வராத சாமானிய மனிதர்கள் பலர், புனைவிலக்கியம் ஒன்றில் உருப்பெறும் பாத்திரங்கள் போல வடிவம் பெற்றுள்ளனர். அவர்களின் சாதனைகளும் உரிய கவனத்தோடு பதிவுகளாக்கப்பட்டுள்ளன. வளர்ச்சியை அங்கீகரிக்கும் அதேசமயம் சுற்றுச்சூழல், வேளாண்மை முதலியவை மீதான அக்கறையையும் விரிவாகப் பதிவுசெய்யும் புதுவகை ஆய்வுநூல் இது.

பெருமாள்முருகன்

திராவிடச் சான்று
(எல்லிஸும் திராவிட மொழிகளும்)
தாமஸ் டிரவுட்மன்
தமிழில்: இராம. சுந்தரம்
ரூ. 300

1856இல் கால்டுவெல் திராவிட மொழிகளின் ஒப்பிலக்கணத்தை எழுதி வெளியிடுவதற்கு நாற்பதாண்டுகளுக்கும் முன்பே 'திராவிட மொழிக் குடும்பம்' என்ற கருத்தாக்கத்தை முன்மொழிந்தவர் எல்லிஸ் என்பதை விரிவாக எடுத்துரைக்கும் நூல் இது. திருக்குறளை ஆங்கிலத்தில் மொழிபெயர்த்த முன்னோடி, திருவள்ளுவர் படம் பொறித்த நாணயங்களை வெளியிட்ட அரசு அதிகாரி என்ற அளவிலேயே பரவலாக அறியப்படும் எல்லிஸின் பரந்த மொழியியல் ஆய்வுச் சாதனைகளை இந்நூல் ஆழமாக ஆராய்கிறது. பிரிட்டிஷ் காலனிய ஆவணங்களில் புதைந்துகிடக்கும் செய்திகளைத் திரட்டியுள்ளதோடு, ஏறத்தாழ இரு நூற்றாண்டுகளாக எவருமே பார்த்திராத எல்லிஸின் கையெழுத்துப்படிகளையும் கண்டெடுத்து இந்நூலை எழுதியிருக்கிறார் பேராசிரியர் தாமஸ் டிரவுட்மன். கலிபோர்னியா பல்கலைக்கழகம் வெளியிட்டுள்ள நூலின் தமிழ் வடிவம் இது. 2007இல் வெளிவந்து நல்வரவேற்பைப் பெற்ற நூலின் திருத்தி, விரிவாக்கிய இரண்டாம் பதிப்பு இது.